அயோத்திதாசர் சிந்தனைகள்

(அரசியல்)

ஞான அலாய்சியஸ்

ISBN 978-1-68487-463-7

பொருளடக்கம்

முகவுரை

காப்பியா வாசிப்பகம்

உயிரைக் காக்க ஓடாத நாள் வேண்டும்

83 இனப்படுகொலைக்கு முன் அறவழிப் போராட்டமும், ஆயுதப் போராட்டமும் கலந்திருந்த காலத்திலேயே தலைமறைவு வாழ்க்கைக்கு தயார் என ஒவ்வொருவரும் தனக்குத் தானே கட்டளை இட்டுக் கொண்டனர். உலகின் விடுதலைக்காக போராடும் இயக்கங்களுக்கெல்லாம் மிகச் சிறந்த காத்திரமான கட்டுப்பாட்டுடனும், ஒழுக்கத்துடனான வாழ்வுப் போருக்கும் முன்னுதாரணமாக திகழும் எல்டிடிஇ வருகை, வளர்ச்சி 83 இல் மக்களோடு இரண்டறக் கலந்து மக்கள்தான் எல்டிடிஇ எல்டிடிஇ தான் மக்கள் என்கிற விடுதலைப் போராட்டத்திற்கு பெருவாரியான மக்கள் *மண்ணுக்காக மரணிப்போம் என கிளர்ந்தெழுந்தார்கள்.

எல்லாவற்றையும் இழந்துவிட்ட நானும் எனது 11வது அகவையில் நண்பர்களுடன் சேர்ந்து சாவதற்கு சத்தியம் செய்தேன். பாலர் வகுப்பு முதல் பல்கலைக்கழகம் வரை என்னோடு நெருங்கிய நண்பர்கள் யாரும் உயிரோடு இல்லை. இராணுவ மொழியில் சொல்வதென்றால் அவர்கள் காணாமல் போனார்கள். கடந்த 33 ஆண்டுகளாக இடப்பெயர்வான சுற்றோடி வாழ்வும் புலம் பெயர்ந்த வாழ்வும் என் பின்னால் தொடர்ந்த வண்ணம் இருக்கின்றன. வாழ்வின் நீள் பாதையில் எல்லாவற்றுக்கும் முகம் கொடுத்து வாழப் பழகிக் கொண்டேன்.

மறைந்து வாழவும், இழந்து வாழவும், இறந்து வாழவும், பழகிக் கொண்ட நான், இந்த இகழ் வாழ்வில் இன்று பதுங்கி வாழவோ, நிமிர்ந்து வாழவோ பலமும் இல்லை பயமமுமில்லை என்ற நிலையில் உள்ளேன். உடலும் உள்ளமும் தளர்ந்து போனாலும் ஏதோ ஒரு நம்பிக்கையில் வாழவும் தமிழ் சமூகத்துக்கு ஒன்றைச் செய்ய முடியும் என்ற விருப்பவியல் குருதித் தொனியில் தோணியில் வந்த காலம் கரைகிறது.

85 முதல் இன்று வரை ஓடித்திரியும் வாழ்வில் பல கவிதைகளும் கட்டுரைகளும் காணாமல் போனது. இதழ்களை தேடுவதும் சாத்தியமில்லை. இதழ் நடத்தியவர்களும் சேகரிப்பாளர்களும் உயிரோடு இருந்தால்தானே தேடுவதற்கு. வாழ்வதற்கே போராடும் மனிதர்களிடத்தில் எதைத் தேடி அலைவது. நான் சேகரித்த நூலகமும் எழுதியவைகளும் காலப்போக்கில் அனலிலும் புனலிலும் கரைந்தது ஒரு பக்கம் என்றால், பேரினவாத அரசால் பத்திரிகை சுதந்திரமும் எழுத்தாளர்களும் தடை செய்யப்படுவதும், கொல்லப்படுவதும், நூல்கள் எரியூட்டப்படுவதும் இன்று வரை தொடர்ந்த வண்ணம் இருக்கையில், நானும் என் கவிதைகளும் தப்புவது எம்மாத்திரம்?நானும் எல்லாவற்றுக்கும் ஆளானேன். எல்லாவற்றையும் ஞாபகப்படுத்தி எழுதி விடலாம் என்ற நம்பிக்கை மட்டும் இன்னும் முகிலாய் இருக்கிறது.

தமிழக மக்களுக்கு ஈழப் போர் குறித்த வாழ்வையும் பேரினவாத அரசால் நாளாந்தம் மக்கள் படும் பேரவலத்தையும் ஒரு நூறு கவிதைகளாகவும் கதைகளாகவும் சொல்லியிருக்கிறேன். புலம்பெயர் வாழ்வில் தமிழகப் பார்வையை உரை நடையாகவும், காதல் கவிதைகளாகவும், நாட்டுப்புறவியல் களச் சேகரிப்புகளாகவும், பத்திகளாகவும், இலக்கண இலக்கிய அகராதிக் காப்பியமாகவும், நாடகக்கலையாகவும், நுண்கலைப் பிரதிகளாகவும், நாடோடிப் பயணங்களாகவும், கலா சாலை போதகனாகவும், முற்போக்கில்லா கற்போக்கு விருந்தாளனாகவும், தொகுப்பதிகாரமாகவும் பதிவு செய்திருக்கிறேன். மேலும் ஆங்கிலத்தில் மூத்தகுடி கலாச்சாரப் பயணங்கள் மற்றும் கல்விப் புலக்கலைப் பேரதிகார நுட்பவியல் குறித்தும் மனைவி தமிழ் இனியா சொற்களை விதைத்து வருகிறார். புகார்க் காண்டத்திலிருந்து மதுரைக் காண்டம் வந்துள்ள கொடை மகன் இமயக்காப்பியன்(6) படைப்பாக்கப் பணியில் முந்நீர் போல் எமக்கு பேருதவியாக இருக்கிறான். துயரங்களின் சாட்சிகள் மரணிப்பதில்லை என்கிற காத்திரச் சொல்லின் சாட்சிகளாய் நாங்கள். கீழடி / உலகின் / மூத்த காலடி

எனக்கான உதவிகளை செய்யும் குழந்தைகள் சக்தி என்கிற விடுதலைவெண்பா, சூரியவாசன் என்கிற இலக்கியப்புரட்சியாளன், ரித்திஷா என்கிற நிழலினி, விதுஷி, பார்பி என்கிற மோனலிக்கும், பாரா முகமாகவே போய்விட்ட ஜேர்மனியில் வாழும் குழந்தைகளான பூர்த்திகா என்கிற இதழினி, அரிகரசுதன் என்கிற எளிஞன் ஆகியோருக்கும் நன்றி சொல்ல தேவையில்லை. எக்காலத்திலும் நன்றிக்குரியவர்களாக இருக்கும் என் சின்னத்தாய் செல்வி கிருஷ்ணமூர்த்தி குடும்பத்தாருக்கும் மற்றும் எனது அக்கா பத்மாவதி, தீபாவிற்கும் நன்றிகள் பல.

தமிழ்த்தேசன் இமயக்காப்பியன்

குறிப்பு

Tamizhdesan Imayakappiyan(**தமிழ்த்தேசன் இமயக்காப்பியன்**)என்கிற ஆசிரியர் பக்கத்தில் உள்ள நூல்களின் **அச்சுப் பிரதிகள்மிக குறைந்த**விலையில்**இந்தியா** மற்றும் **அயல் நாடுகளிலும்** வாங்க கீழே கொடுக்கபட்டுள்ள மின்னஞ்சலுக்கு தொடர்பு கொள்ளவும்.

kappiyan2015@gmail.com

நூல்களின் தரம் விவரங்கள்

Sizes 6 x 9 / 8.5 x 8.5 / 8.5 x 11
cream paper, matte finish or glossy cover.

Children books in 100 GSM art papers.

Both ISBN and nonISBN are available.

1

அரசியல்

1. அரசியல்

நாட்டுக்கு நல்லரசன் வந்தாலும் தோட்டிக்குப் புல்சுமைப் போகாதென்னும் அரசாங்கத்தால் குடிகள் விருத்தியடைவார்களா அன்றேல், நாட்டுக்கு நல்லரசன் வந்தால் தோட்டியும் கல்விகற்று அரச அங்கத்தில் ஒருவனாக விளங்குவதால் குடிகள் விருத்தியடைவார்களா.

யாப்பருங்கலைக்காரிகைச்சூத்திரம்

மழையின்றி மானிலத்தார்க்கில்லை - மழையும் / தவமிலாரில் வழியில்லை - தவமும்
அரசிலாரில் வழியில்லை - அரசனும் / இல்வாழ்வாரில் வழியில்.

வானம் சுருங்கில் தானம் சுருங்குமென்னும் மூதாட்டியின் வாசகப்படி மழையில்லாமற் போமாயின் நிலத்தில் வாழும் அறுவகை சீவர்கள் வாழ்க்கையும் குன்றும். நிலநோக்கி வானம் பெய்யாமைக்குக் காரணம் யாதோவெனில், சீலமிகுத்த ஞானிகளாகும் பிராமணர்கள் இல்லாமை-யினாலேயாம். பிராமணர்கள் இல்லாமைக்குக் காரணம் யாதோவெனில், நீதியும் நெறியும் வாய்மெயும் நிறைந்த விவேகிகள் இல்லாமையினா-லேயாம். விவேக மிகுத்த பிராமணர்கள் இல்லாமைக்குக் காரணம் யாதோவென்னில் சாம, தான, பேத, தண்டம் என்னும் சதுர்வித உபாயமும் அன்புமிகுத்த அரசர்கள் இல்லாமையினாலேயாம். அன்பு மிகுத்த அரசர்களில்லாமைக்குக் காரணம் யாதோவெனில், வித்தை, புத்தி, ஈகை, ஒழுக்கம் நன்னெறி ஒற்றுமெயில்லாக் குடிகள் இல்லாமையினாலேயாம்.

அகிம்சாதருமம் ஈகை ஒற்றுமை இவைகள் நிறைந்த குடிகள் பெருகில், நீர்வளம் உயரும். நீர்வளம் உயரில், வரப்புயரும், வரப்புயரில், பயிறுயரும். பயிறுயரில், சருவசீவராசிகளும் உயரும். சருவ சீவராசிகள் உயரில் அரசாங்கம் உயரில் நீதியும் நெறியும் வாய்மையும் நிறைந்த ஞானிகள் பெருகுவார்கள். ஞானிகள் பெருகுவார்களாயின் வானமும் மும்மாரிபெய்து உலகம் சுகம்பெறும் என்பது சத்தியமாம்.

இத்தகைய நீதிநெறிகளைக்கடந்து என் வீட்டிற்கு வந்தால் என்ன கொண்டுவருவீர் உன்வீட்டிற்கு வந்தால் என்ன கொடுப்பீரென்னும் சுயப் பிரயோசனத்தை நாடி, நாலு நூறு குடிகளைக் கெடுத்து ஒரு முதலாளியாகிறதும் ஆயிரத்தெட்டு அபுத்த சாதிகளை ஏற்படுத்திக் கொண்டு ஒருவருக்கொருவர் ஒற்றுமெய் இல்லாமல் பல சாதிபேதங்களால் பல குணபேதங்களுண்டாகி ஒருவருக்கொருவர் பற்கடிப்பும் பெருகி நிற்கும் நிலையால், அரசநீதியாகிய செங்கோல் கொடுங்கோலாகத் தோற்றுகின்றது. நமக்குள்ள வித்தை, புத்தி, ஈகை, சன்மார்க்கம் கருணை ஒற்று-மெய் என்னும் சுத்த சீலங்களைப் பெருக்கிக்கொண்டு அரச நீதியை நோக்குவோமாயின், செங்கோல் செங்கோலாகவே விளங்கும். இவ்வகை விளங்கலாகிய கொடுங்கோலுக்கும் செங்கோலுக்கும் காரணம் நாமா. அன்றேல், அரசாங்கமா, உசாவுவாம்.

- 1:1; சூன் 19, 1907 -

ஓர் தகப்பனுக்கு நான்கு பிள்ளைகள் பிறக்குமாயின் அப்பிள்ளைகளை வித்தையிலும் புத்தியிலும் ஈகையிலும் சன்மார்க்கத்திலும் பெருகச்-செய்து தந்தை சுகமடைவதுடன் அவன் பெயருங் கீர்த்தியும் உலகத்திற் பரவும். அங்ஙனம் இராது பிள்ளைகளை சன்மார்க்கத்தில் விடுத்தும் அதனைக்கருதாது துன்மார்க்கத்தைப் பின்பற்றி சகோதர ஒற்றுமெயற்றுத் தாங்கள் தாங்கள் நிலைகுலைவதன்றி அன்னியர்களையும் நிலைகு-லையச் செய்வார்களாயின் தந்தை மறக்கருணையால் தெண்டித்து, சீர்பெறச் செய்வதும் உண்டு.

அவ்வகை சீர்திருத்தஞ் செய்யாது அறக்கருணையால் பிள்ளைகள் போனபோக்கில் விடுவானாயின் அவர்களுங்கெட்டு தனக்கும் யாதொரு சுகமில்லாமற் போமென்பது திண்ணம்.

அதுபோல் ஓரரசனுக்குள் அமைந்த குடிபடை அமைச்சு ஒற்றுமெயிலும் நன்மார்க்கத்திலுமிருந்து சகலரும் சுகமடையவிரும்பி வாழ்க்கைத் துணை நலம் நுகர்வார்களாயின் தாங்களும் தங்கள் குடும்பங்களும் சுகமடைவதன்றி அரசனும் இராட்சிய பாரத்தை யெளிதிற் சுமந்து தானும் ஆறுதலடைவான்.

அங்ஙனம் இராது ஆயிரங் குடிகளைக் கெடுத்து அரை முதலாளி களாகிறதும், மூவாயிரங் குடிகளை வஞ்சித்து முழுவேதாந்திகளாகிறதும், பத்தாயிரம் குடிகளைப் பாழாக்கி பெரிய சாதிகளாக்கிக் கொள்ளுகிறதுமாகிய ஒற்றுமெய்க் கேட்டினாலும் ஒருவருக்கொருவரை தாழ்த்தியும் வஞ்சித்தும் குடிகெடுத்துவரும் வாழ்க்கைப் பிரிவினாலும் அரசனுக்கு இராச்சியபாரம் அதிகமாகத் தோன்றி அதை குறைப்பதற்காய் மறக்கரு-ணையால் குடிகளை தண்டிக்க ஆரம்பிக்கின்றான். அந்த தண்டனை நீதிமார்க்கக் குடிகளுக்கு செங்கோலாகவும், அநீதிமார்க்கக் குடிகளுக்கு கொடுங்கோலாகவும் விளங்கும்.

இவ்விருவகை நீதிகளை நன்குணராது செம்மறி ஒன்றன்பின் ஒன்று மடிவதுபோல் விழுவோமாயின் நஷ்ட பாகம் நம்முடையதே. தந்தையிடத்தில் மைந்தர்கள் சென்று தங்கள் விருத்திக்காம் எதுக்களை வாதிட்டும் வற்புறுத்தியுங் கேட்பார்களாயின் தந்தை விருத்திபேதங்களை நன்காராய்ந்து கேட்கும் பொருளைக் கொடுத்தே தீர்ப்பன்.

அதற்குப் பகரமாய் சிலகாலங்களுக்கு முன்பு நமது நாட்டுக் குடிகளுக்கு ஆளுகைக்காரரால் பலவகைத் துன்பங்கள் நேரிட்டு வருவதை நன்குணர்ந்த காங்கிரஸ் கமிட்டியார் குடிகளின் கஷ்ட நிஷ்டூரங்களைக் கவர்ன்மென்றாருக்கு எழுதி கலைக்டருக்குள்ள மாஜிஸ்டிரேட் அதிகாரத்தை எடுத்து விடவேண்டுமென்று கேட்டுக் கொண்டார்கள்.

அதனை வாசித்த கவர்ன்மென்றார், குடிகளுக்கு நேரிடுந்துன்பங்கள் தங்களையொத்த இங்கிலீஷ் கலைக்கடர்களாலா அன்றேல் இச்சுதேச உத்தியோகஸ்தர்களாலா என உசாவுங்கால் இச்சுதேச உத்தியோகஸ்தர் தாசில்தார்களால் குடிகளுக்குத் துன்பம் நேரிடுகிறதென்று உணர்ந்து தாசில்தார்களுக்குக் கொடுத்திருந்த மாஜிஸ்டிரேட் அதிகாரத்தைப் பிரித்து விட்டதினால் குடிகளுக்கு நேரிட்டிருந்த துன்பங்களில் சிலது நீங்கி ஆறுதலடைந்தார்கள்.

மற்றுமுள்ள குறைகள் நீங்காது குடிகள் துன்புறும் காரணம் சுதேச மாஜிஸ்டிரேட்டும் சுதேச தாசில்தாரும் ஓரிடத்தில் அலுவல் நடத்திவதுனாலேயாம்.

- 1:2; சூன் 19, 1907 -

அதாவது ஒவ்வொரு ஜில்லாக்களுள் தாசில்தார்களும் முநிஷிப்புகளும் மற்றுமுள்ள சிப்பந்தி உத்தியோகஸ்தர்களும் சுதேசிகளாயிருந்து காரியாதிகளை நடத்திவருங்கால் விளையும் பயிர்களுக்கு மழையில்லாமல் காய்ந்துவிடுமானால் அவைகளைப் பார்வையிட்டு வரிகளைக்குறைக்க வேண்டியதற்கு குடிகள் முறையிட்டுக்கொள்ளுவதில் சுதேசிகளாகிய தாசில்தார், முநிஷிப்பு முதலிய உத்தியோகஸ்தர்கள் வந்து பார்வையிடப் போகிறார்களென்று சுதேசிகளாகியக் குடிகள் கேழ்விப்படுவார்களானால் அவர்கள் மனதில் பயமும் துக்கமுங் குடிகொண்டு திகைத்து நிற்கின்றார்கள். இதில் கலைக்ட்டரே நேரில் வந்து பார்க்கப் போகிறாரென்றுக் கேழ்விப்படுவார்களானால் அவர்கள் மனதில் ஆனந்தமும் ஓர்வகைக் குதுகலமும் பிறந்து எதிர் நோக்கிக் கார்த்திருக்கின்றார்கள். இவ்விருவகைச் செயல்களில் சுதேச உத்தியோகஸ்தர்களால் குடிகளுக்கு சுகமுண்டா, அன்றேல், கலைக்டர்களால் குடிகளுக்கு சுகமுண்டா என்றாராயுங்கால் சுதேச உத்தியோகஸ்தர்களால் குடிகளுக்கு இடுக்கமும் மன நடுக்கமும் உண்டென்றும், கலைக்டர்களால் குடிகளுக்கு ஆறுதலுந் தேறுதலும் உண்டென்றும் தெளிவாக விளங்குகின்றது. இத்தியாதி செயல்களில் கல்வியற்ற எளிய குடிகள் தங்கள் குறைகளை கலைக்டருக்குத் தெரிவிக்க சக்தியற்று நாளுக்குநாள் நசிந்து உள்ள பூமிகளையும் வஞ்சகருக்கு தாரைவார்த்து விட்டு வெளிதேசங்களிற் போய் பிழைக்கின்றார்கள், மற்றுமுள்ள எழிய குடிகளிற் சிலர் தங்கள் கஷ்டநிஷ்டூரங்களை கலைக்டருக்கு எழுதிக் கொள்ளுவார்களானால் அதைக் கலைக்ட்டர் பார்வையிட்டு தாசில்தாருக்கேனும் முநிஷிப்புக்கேனும் அதை அனுப்பி விசாரிக்கும்படி செய்வாராயின் அதிலேதேனும் தாங்கள் செய்துள்ள இடுக்கங்களை எழுதியிருக்குமாயின் அதற்குத் தக்கவடைப்பைக் கலைக்கடருக்கு எழுதிவிட்டு அவ்வகையாகத் தங்களிடுக்கங்களை எழுதினவனையும் அவன் குடும்பத்தையும் வையாமல் வைது, வதைக்காமல் வதைத்து அக்கிராமத்தில் தங்கவிடாது ஓட்டிவிடுகின்றார்கள். அல்லது ஏழைகள் எழுதிக்கொள்ளுங் குறைகளைக் கலைக்டர் பார்வையிட்டு யாரிடமும் சொல்லாமல் தானே நேரில் வந்து ஏழைக்குடியானவனை அழைத்து அவன் சங்கதிகளையும் நடந்த விருத்தாந்தங்களையும் பூர்த்தியாக விசாரித்து உத்தியோகஸ்தர்களைக் கண்டிக்க ஆரம்பிப்பாரானால் இவர்களெல்லோரும் ஒன்று கூடி வசூல் செய்யும் மாசூல்களுக்கும் குறைவுநேரிடும் வழிகளை உண்டு செய்து கலைக்டர்கள் பேரில் பலவகை நிஷ்டூரங்களை கவர்ன்மெண்டுக்கு எழுதி ஜில்லாக்களைவிட்டு மாற்றுவதுடன் மற்றுமுள்ளக் குடிகளையும் வஞ்சித்து மரத்தாலி கட்டி வருவதினால் நாளுக்குநாள் பயிரிடுங்குடிகள் நசிந்து பூமிகளைப் பண்படுத்தி பயிரிடுவதற்கு ஆட்களில்லாமலும் அப்படி பூமிகளை உழுது பயிரிடுவதற்கு முயற்சித்தபோதிலும் சுதேச உத்தியோகஸ்தர்களின் இடுக்கணுக்கே பெரும்பாலும் பயந்து பயிரிடுந் தொழிலாசையையும் மறந்து கூலிவேலையேனுஞ் செய்து பிழைக்கலாமென்று புறதேசங்களுக்குப் போய்விடுகின்றார்கள். ஒருவன் பணக்காரனாக நூறு குடிகளைக் கெடுக்கும் வஞ்சகச் செயல்களினால் குடிகளும் நசிந்து பூமிகளின் விருத்தியுங்குறைந்து தானியங்களும் மெலிந்து தேசம் பாழடைந்து வருகின்றது. இத்தியாதி சீர் கேட்டிற்கும் சுதேச உத்தியோகஸ்தர்களே காரணம் என்பது சுதேசப் பயிரிடுந் தொழிலாளராகிய கிராமவாசிகளால் பரக்க விளங்கும்.

- 1:3; சூலை 3, 1907

அரசியலென்றும் இறையாட்சியென்றும் அரசாங்கமென்றும் வழங்கும் விசாலமுற்று முல்லை, மருதம், நெய்தல், குறிஞ்சி என்னும் சதுர் வள நாடுகளும், இரத, கஜ, துரக, பதாதிகளென்னும் சதுரங்க சேனைகளும், சாம, தான, பேத தண்டமென்னும் சதுர்விதவுபாய மந்திராலோசனை அமைந்த அமைச்சர்களும், வித்தை, புத்தி, ஈகை, சன்மார்க்கம் என்னும் சதுர் முறைக்குடிகளும், நாடரண், காடரண், மலையரண், மதிலரணாகும் நான்கரண்களும், தனசம்பத்து, தானிய சம்பத்து, ஆடை சம்பத்து, ஆபரண சம்பத்தாகும் சதுர் வித சம்பத்துக்களுமாகிய ஆறங்கங்களுடைய நிலையே அரசாங்கமென்னப்படும்.

இத்தகைய அங்கத்தை பெற்ற அரசன் விவேகம், விடாமுயற்சி, ஈகை, தைரியம், விசாரணை, விழிப்பு கலைநூற் பயிற்சி, துணிபு, தருமம் நிலைநிருத்தல், அதருமம் நீக்கல், குற்றத்திற்கு நாணுதல், அந்தஸ்தை நிலைநிருத்தல், தேசத்தில் தனக்குவருங் கப்பங்கள் பெருகுவதற்கான வித்தியாவிருத்தி செய்தல், விருத்தியால் விளைந்த பொருட்களை சேர்த்தல், சேர்த்த பொருட்களை சிதரவிடாமற் கார்த்தல், கார்க்கும் பொருளை அறம் பொருள் இன்பத்திற் சிலவு செய்தல் - குடிகள் சொல்லுவதை நம்பாமல் தானே சென்று பார்வையிடல் குடிகளிடத்து மிருதுவான வார்த்தைக்கூறுதல், ஒருகுடியால் மற்றோர் குடிக்கு கெடுதி நேரிடாமற் கார்த்தல் தனதீகையை இனிய வார்த்தையால் அளித்தல், நெறிமுறை தவிராது குடிகளைக்கார்த்தல் குடிகளுக்குத் துன்பமணுகாது தேசவிருத்தியை **(வரி தெளிவில்லை)**விசாரித்து நன்மெய் பயக்குதல்,

செவ்விய விசாரணைச் செய்தல், நீதியின் தராசுகோல் பிடித்தல், குடிகளுக்கு நேரிடுந் துன்பங்களை தனக்குற்ற துன்பம்போற் கருதி கார்த்தலு-மாகிய செயல்களின் செங்கோலைச் செலுத்துவானாயின் அவனை குடிகளுக்கோர் கொடையென்றும் துக்க மாற்றுந் துரையென்றும், இருளை அகற்றும் ஒளி என்றும் காக்கும் இறை என்றும் கொண்டாடுவார்கள்.

இவ்வகை ஆறங்கங்களும் இருபத்தைந்து அறச் செயல்களும் அமைந்த ஆளுகை உலகத்தில் எங்கு நடந்திருக்கும் என்றும் எங்கு நடைபெற்று வருகின்றது என்றும் ஆராயுங்கால் இத்தகைய நீதிநூற்களை தமிழ்பாஷையில் வரைந்துள்ளவர்களாகும் சாக்கையர்களின் வம்மி-சவரிசையில் நடைபெற்றிருந்து மிலேச்சர்களென்னும் ஆரியர்களால் நிலைகுலைந்துவிட்ட போதிலும் தற்காலம் நமது தேசத்தை ஆண்டுவரும் ஆங்கிலேயரிடத்தும் ஜப்பானியரிடத்தும் அமெரிக்கர்களிடத்தும் இன்னிதிகள் நிறைவேறி வருகின்றது.

- 1:6; சூலை 24, 1907 -

ஆனால் நம்முடைய தேசத்தில் பௌத்தர்கள் அரசாங்கத்திற்குப் பின்பும், மகமதியர் அரசாங்கத்திற்கு முன்பும் ஓர்த் தமிழ் அரசாங்கம் இருந்ததாக வழங்குகின்றது.

அவ்வரசனுடைய ஆளுகையில் தன்னுடைய சபாகண்டத்தில் எப்போதும் தமிழ் வித்துவான்கள் சூழ்ந்திருக்கவேண்டுமென்றும் மந்திரி முதல் காவற்காரன் உட்பட ஒவ்வொருவனும் தமிழ் செவ்வனே கற்று வித்துவான்களாய் அரசனிடஞ்சென்று பேசவேண்டிய சங்கதிகள் யாவும் வெண்பா, விருத்தம், கலித்துறை, பல்லவச்சீர் முதலியப் பாடல்களால் தெரிவிக்கவேண்டியதென்றும் அங்ஙனம் வாசிக்காதவர்களை அரண்-மனை உத்தியோகத்தில் வைக்ககூடாதென்னும் ஆக்கியாபனை வெளியிட்டிருந்தபடியால் ஒவ்வோர் உத்தியோகஸ்தர்களும் தங்கடங்கள் சங்க-திகளைத் தெரிவிக்க வேண்டுமாயின் பாடல்களால் தெரிவிப்பது வழக்கமாயிருந்தது.

இவ்வகை நிகழ்ந்துவரும் ஓர் நாள் இராணிக்கு கருப்பை வேதனைத் தோன்றியுள்ளதை அரசனுக்குத் தெரிவிக்குமாறு தோழிப்பெண் சென்று முன்னின்று சங்கதியை வெண்பாவிற் சொல்லலாமா, கலித்துறையில் சொல்லலாமாவென்று எண்ணிக்கொண்டு அரசன் முகத்தைத் தோழி பார்த்துக்கொண்டும், தோழியின் முகத்தை அரசன் பார்த்துக்கொண்டும் காலம் போக்கி "கண்ணுக்கினியகடையாட்டி, கருப்பை நோய், மண்ணிற்கிடந்து மடிகின்றாள்" என்றவுடன் அரசன் கோபித்து நீ சொல்வது வெண்பாவா, கலிப்பாவா என்றான். அரசே, வெண்பா என்றாள். வெண்பாசீர் சிதைந்த காரணம் என்ன என்றான், அரசே, அவசரம் என்றாள். அவசர வெண்பா உனக்குக் கற்பித்தவன் யார் என்றான். அப்டையரென்றாள். அரசன் வேவுகனை அழைத்து,

வேவுகனே வெகுவிரவிற்சென்று கூடம் / வித்துவான் அப்பையன்றனையழைத்து
மேவுமென் முன்னிலையில் கொண்டுவந்தால் / வேணவிசாரிணையுண்டு விவரமாக.

என்று சொல்லிப் பேசாமலிருந்தான். அதை உணர்ந்த வேவுகன் அரசனை நோக்கி விருத்தத்திற்கு இன்னும் இரண்டு சீர் குறைகிறதே என்றான். அரசன் இஃது அவசர விருத்தம் நீர் உடனே செல்லுமென்றான். தங்கள் சபையிலுள்ள வித்துவான்கள் ஆசிரியவிருத்தம் கலிவி-ருத்தம், மட்டுவிருத்தம் கற்பித்தார்களன்றி எனக்கு அவசர விருத்தம் கற்பிக்கவில்லையே என்றான். இவ்வகைக் காலப்போக்கில் இரண்டுநா-ழிகை கழிந்து இராணிக்கு அதிக நோய்க்கண்டு இன்னொரு தோழி ஓடிவந்தாள். அவள் வந்து நின்று,

அதிநோய்க்கண்டு அவ மடைகின்றாள் / பதியதையறியா பான்மயதென்னை
துதியதி நின்றோந் துரிதமாய்வந்து / சதிபடு நோய்க்குத் தகுமருத்துவமே.

என்றாள். அதைக்கேட்ட அரசன் தகுமருத்துவமே என்று முடித்தால் நான் மருத்துவஞ் செய்கிறதா, மருத்துவன் மருந்தளிப்பதா யாதும் விளங்காமல் முடிப்பாவின் எழுவாய்ப் பயநிலைக் கெட்ட காரணம் யாது என்றான்.

இவ்வீண் காலத்தால் அரணிக்கு மார்படைத்து சோர்ந்துவிட்டவுடன் தோழிகள் யாவரும் அரசனிடம் ஓடிவந்து பாக்களொன்றும் கூறாது இராணிக்கு மாரடைத்துக்கொண்டன் என்றார்கள்.

அதைக்கேட்ட அரசன் இராணியைப்போய் பார்க்காமல் வித்துவான்களிடம் சென்று நின்றவுடன் சகல வித்வான்களும் எழுந்து தாங்கள் இராணியை போய்ப் பாருங்கள் என்றார்கள்.

அரசன் வித்துவான்களை நோக்கி பாடல்களால் சங்கதிகளை விளக்கவேண்டும் என்று நீங்களே கற்பித்து தற்காலம் வசனமாகச் சொன்னக் காரணம் என்ன என்றான். இராணியின் ஆபத்தே காரணம் என்றார்கள்.

ஆபத்துக்கில்லா வித்துவான்கள் சுகத்துக்கிருப்பதில் பயன் யாது என்றான்.

பாட்டின் சுகத்தைக் கேட்டிருப்பதே பயன் என்றார்கள்.

முதல்வந்த தோழி வெண்பாவை சங்கரா பரண இராகத்தில் பாடவேண்டியிருக்க, தோடி இராகத்திற் பாடினாளே இதுதானோ பயன் என்-றான்.

பகல் நாழிகை இருபதாகையால் தோடிக்கு காலமென்று பாடினாளாக்கும். தாங்கள் இராணியைப் பாருங்கோள் என்று அவசரப் படுத்தி-னார்கள். அரசன் சென்று இராணியைப் பார்க்குங்கால் ஐயமேற்கொண்டு பிரசவம் தடையுற்றது. தாமத மருத்துவத்தால் சிசுவும் நசிந்து தாயும் சுகயீனமுற்றாள்.

- 1:10; ஆகஸ்டு 21, 1907 -

துன்பங்களைக் கண்ட அரசன் **(வரிகள் தெளிவில்லை)**

என்று முடிக்குமுன் அரசன் வேவுகனைநோக்கி உன் பாடலின் பல்லவம் அனுபல்லவத்தை தாவியதோவென்றான்.

இல்லை என்று சொல்லிக்கொண்டு குதிரையை எட்டிப்பார்த்தபோது முற்றிலும் எறிந்து கீழேவிழக்கண்ட வேவுகன்,

முற்று மெறிந்துபோச்சு குதிரையாங்கு
முற்று மெறிந்து போச்சு.

என்று சொல்லுமுன் அரசன் வேவுகனை அதட்டி நீர் முந்தி சொன்ன காம்போதி முடிந்து போச்சா என்றான்.

அரசே, என் காம்போதி முடிவதற்குமுன் குதிரை முடிந்துவிட்டதென்றான். குதிரையை முடிப்பதற்கா இந்தப்பாடல் கற்றுக்கொண்டீர்கள் என்றான். அரசே, பாடல்களை நன்றாய்க் கற்றிருப்பவர்களைத்தான் அரண்மனை உத்தியோகத்திலும் ஆஸ்தான உத்தியோகத்திலும் வைக்கவேண்டும் என்று தாங்கள் ஆக்கியாபித்திருப்பதினால் பாட்டைக்கற்பதே பெரிதென்று எண்ணி செய்கைகளை மறந்து இராணியும் சுகயீனமானார்கள். மகவும் மடிந்து பட்டத்துக் குதிரையும் மாய்ந்ததே என்றான். வேவுகனே, இது என்னுடைய கருத்தல்ல, அப்பையர் போதனை என்றான். அப்பையர் வயிறுபிழைக்க அவர் வித்தையைத் தேடிக்கொண்டார். தாங்கள் நஷ்டமடைந்தீர், அப்பையர் நஷ்டமடைந்தாரா என்றான்.

அரசன் கொட்டாரத்தருகிற் போய் குதிரை வெந்து மடிந்திருப்பதைக் கண்டு அப்பையனை அழைத்து வாருங்கோள் என்றான். அரணியின் சுகயீனமும் மகவை மடிவும் குதிரை மாய்வுங்கண்ட அப்பையன் அரசனைக்கண்டால் அவதி நேரிடும் என்று அப்புறமே ஓடிவிட்டான். அதையறிந்த அரசன் மந்திரிகளை வரவழைத்து இனிப் பாடல்களால் சொல்லும் சங்கதியை நிறுத்தி வழக்கம்போல் அவரவர்கள் அலுவல்களை நடத்திவரும்படி உத்திரவளித்தான்.

அதுமுதல் அரசகாரியாதிகளும் குடிகளின் விசாரிணையும் முன்போல் நடந்து சகலரும் சுகமடைந்தார்கள்.

ஒருவன் வயிறுபிழைக்க அரசரையும் குடிகளையும் கெடுத்துப் பாழக்குவதும் உண்டு. அவ்வகை மிலேச்சர்களை எவ்வரசாட்சியில் கண்டாலும் அவர்களை அங்கு தங்கவிடாமல் துரத்துவதுடன் அவ்வகையார் வித்துக்களுக்கும் ஆஸ்தான உத்தியோகங்கள் கொடாமல் தடுப்பதே அரசாட்சிக்கு நிலையாம். இத்தகையோர் குணாகுணங்களை ஆராய்ச்சிச்செய்யாமல், ஐயா மெத்தப்படித்தவர் சகலகுணம் உடைத்தவர் என்று சேர்த்துக்கொள்ளுவார்களானால்.

- 1:14; செப்டம்பர் 13, 1907 -

தாங்களுங்கெட்டு தங்கள் அரசாங்கத்திற்கும் பழுதுண்டாகி குடிகளுக்கும் விரோதிகளாவார்.

காரணம் தங்களுடைய சுயப்பிரயோசனங் கருதி நூறு குடிகளைக் கெடுக்கும் மிலேச்சர்களுக்கு மேலான உத்தியோகங் கொடுத்து அவர்கள் சொல்லும் வார்த்தைகளை மெய்யென நம்பிக் குடிகளுக்கு வரி இறைகளை அதிகப்படுத்துவதால் ஏழைகுடிகள் தாங்கலாது தவித்து இல்லாதப் பொல்லாதவர்களாகின்றார்கள்.

இவ்வகையில்லாதக் குடிகளை சொல்லாது வாதிப்பது பசுவின் பாலை தினேதினே ஆகாரமூட்டி மெல்லமெல்ல கரப்பதைவிட்டு பசுவின் மடியை அறுத்துவிடுவதொக்கும்.

நீதி நூல்

குடிக்கொன் றிறைகொள்ளும் கோமகற்குற் கற்றா.
மடிகொன்று பால் கொள்ளு மாண்பே-குடியோம்பிக்
கொள்ளுமா கொன்வோர்க்குக் காண்டுமே மாநிதியம்
வெள்ளத்தின் மேலும் பல.

ஆதலின் வீணர்களும் சோம்பேரிகளும் பொய்யர்களுமாகிய ஓர் கூட்டத்தார் போதனைக்கு இணங்காமல் குடிகளுக்கு உண்டாகுங் கஷ்டநிஷ்டூரங்களையும் வரி யிறைகளையும் அரசர்கள் நேரிற்கண்டு விசாரித்து குறைகளை அகற்றிக் கொள்ளலைக் கொள்வாராயின் குடிகளும் குதூகலிப்பர்.

அத்தகைய அரசரருள் பெற்று வாழுங்குடிகள் ஒழுகவேண்டிய ஒழுக்கங்கள் யாதெனில்:

அரசன் விரும்பிச் செய்தலைத் தாங்களும் விரும்பிச்செய்தலும் அரசன் புகழ்ந்து நிற்போரைத் தாங்களும் புகழ்தலும் அரசனிகழ்ந்து நிற்றலை தாங்களிகழ்ந்துநிற்றலுமாகியச் செயல் பற்றல் வேண்டும்.

நீதி நூல்

இகழினிகழ்ந்தாங் கிறைமகனொன்று / புகழினி மொக்கப் புகழ்ப - விகன் மன்னன்
சீர்வழிபட்டதே மன்பதை மற்றென்செயு / நீர்வழிபட்ட புணை.

அரசன் ஒழுக்கத்தைப் பின்பற்றியக் குடிகளும், குடிகள் அன்பின் பெருக்கை நோக்கிய அரசனும் என்றும் குறைவில்லா நீர்வளம் நிலவளம் ஓங்கி சுகவாழ்க்கைப் பெருவார்கள்.

ஒருவன் சொல்லுவது மெய்யா அல்லது பொய்யாவென்று உணராமலும் மற்ற விவேகிகளை அடுத்து விசாரியாமலும் ஊரார் வளர்த்தக் கோழிகள் யாவற்றையும் அடித்துக் குப்பல் போட்டதுபோல் ஒவ்வொருவர் சொல்லும் பொய் வார்த்தைகளை நம்பிக் கொண்டு அரசாங்கத்தை விரோதிப்பதினால் அடியோடு கேடுண்டாய் அல்லலடைவது அவசியமாகும்.

இத்தகைய விரோதங்களை உண்டு செய்பவர்கள் யாரென்று உணர்ந்து அவர்கள் கூட்டத்தை விட்டகல்வது விவேகிகளின் கடனாம்.

அரசாங்கத்தை கெடுக்க முயலும் அறிவிலிகளின் குணாகுணங்களை அறிந்த அரசர்கள் அவர்களுக்குள்ள செறுக்கை அழிக்க முயலுங்கால் கெடுகுடிகள் தங்களுடன் ஏழை எளியோர்களையுஞ் சேர்த்துக்கொண்டு அவர்களையுங் கெடுக்க முயல்வார்கள்.

அவ்வகைக் கேடர்கள் வார்த்தையை சீடர்கள் போல் நம்புவதினால் இரும்பை அடிக்குமடி மரத்திற்குத் தாங்கி மண்ணாகுமென்பது திண்ணம்.

அரசனென்னுந் திரியோதனனை சுவாமியென்னுங் கிருஷ்ணன் எதிர்த்துப் பட்டப்பாட்டையுங் கெட்டகேட்டையுங் கதையாய்ப் படித்தவர்களறிய வேண்டியது அவசியமாகும். அதாவது,

அரசனை எதிர்த்த சுவாமிகளுக்கே அவ்வளவு அவதினேரிட்டிருக்க அரசை எதிர்த்தக் குடிகளுக்கு எத்தகயக் கேடுண்டாமென்பது சொல்லாமலே விளங்கும்.

அரசரை எதிர்ப்பதால் குடிகளுக்கவதியும் குடிகளை எதிர்ப்பதால் அரசருக்கு ஆற்றலில்லாமெயுமாம்.

அவதியுள்ளக் குடிகளுக்கு அமைதியில்லாமற்போம்.

ஆற்றலில்லா அரசர்களுக்குப் போற்றலில்லாமற்போம்.

- 1:24; நவம்பர் 27, 1907 -

குதிரையானது கொள்ளென்றால் வாயைத் திறப்பதுங் கடிவாளம் என்றால் வாயை மூடிக்கொள்ளுவதுபோல் அரசாங்கம் வேண்டுமா என்றால் ஆம் ஆமென்றும், ஆளுகை செய்வாயா என்றால் உக்-ஊ என்பதுபோல் ஆசை வெட்கமறியாது என்னும் பழமொழிக்கிணங்க அரசாங்கம் வேண்டுமென்றால் அதற்கமைந்தகுணம் நமது தென்னிந்தியாவில் எச்சாதியாருக்குண்டு.

அதாவது அரசனாக வேண்டியவனுக்குத் தன் குடிபிறப்பின்வாயலாய் இயல்பில் இருக்கவேண்டிய குணங்கள் எவையெனில்:-

எத்தகைய சுத்தவீரனைக்காணிலும் அஞ்சாமெய், அளிக்கும் ஈகை என்னும் தன்மகுணமே மிகுத்தமெய், ஆய்ந்து தெளியும் விவேக மிகுத்தமெய், ஊக்கமுடைத்தமெய் ஆகிய நான்கு குணங்கள் அமைந்த தேகியாயிருத்தல் வேண்டும்.

பூமியை ஆளுகை செய்வதில் விழிப்புடையவனாகவும் துணிவில் ஆண்மெய் உடையவனாகவும் இருத்தல் வேண்டும்.

தான் அறநெறியில் நிற்கவேண்டியதன்றி தனது குடிகளையும் அறநெறியில் நடாத்தி வீரத்தில் நின்று மானத்தைக் காப்பாற்றல் வேண்டும்.

தேச விருத்திச்செய்து நல்லவழியில் பொருளை சம்பாதித்து அவற்றை பிறர் கைக்கொள்ளாமற் காத்து அறம், பொருள், இன்பத்திற் செலவு செய்ய வேண்டும்.

குடிகளுடைய பார்வைக்கு அடக்கமுடையவனாகவும் அன்பனாகவுஞ் சாந்தமும் அமைதியுமுற்ற வாக்கை உடையவனாகவும் இருத்தல் வேண்டும்.

இனிமெயான வார்த்தைகளால் குடிகளுக்கீய்ந்து ரக்ஷித்தல் வேண்டும்.

குடிகளுக்கு இறையென்னும் புசிப்புக்கும் அவனே ஆதரை உடையவனாகவும் கார்த்தலுக்கும் அவனே ஆதரையுடையவனாகவும் இரக்ஷித்தலுக்கும் அவனே ஆதரையுடையவனாகவும் இருத்தல் வேண்டும்.

குடிகளால் தூர்த்தனென்றும் வஞ்சகன் என்றும் மிடியன் என்றும் கொடியன் என்றும் சொல்லத் தன் செவியால் கேட்டபோதிலும் அஃது தன்னிடத்தில் இல்லா குணங்களாதலின் அவர்கள் அறியாமெய்க்கு இரங்கி அறங்கூறல் வேண்டும்.

நீதிகோலாகுஞ் செங்கோலைக் கையிலேந்தி இனிய முகமலர்ச்சியுடன் நின்று தன்னவ ரன்னியர் என்றும் பட்சபாதம் இல்லாமல் அரசிறை நடாத்தி இழிந்த குடிகளை மேலேற்றி இரட்சித்தல் வேண்டும்.

இத்தகைய அறநெறியுள்ளோனை இறைவன் என்று கூறப்படும்.

நமது தென்னிந்தியாவில் இவ்வகை குணங்களைப்பெற்ற மேலோர்கள் யார், யாவரிடஞ் சுயராட்சியங் கொடுக்கலாம், என்பதை முதலாவது சீர்தூக்கிப் பார்க்க வேண்டியது. அஃதேனென்பீரேல்,

குப்பைகளையும் கூளங்களையும் ஆளும் முநிசிபல் ஆளுகைக்கு நம்மவர்களில் ஒவ்வொருவரை நியமித்திருப்பதில் நமக்கு எவ்வளவு சுகங்களை அளித்து வருகின்றார்கள். தங்களுக்கு வேண்டிய சுகங்களை எவ்வளவு தேடிக்கொள்ளுகின்றார்கள்.

கருணைதங்கிய ஆங்கிலேயர்களுடன் நம்மவர் கலந்து ஆளுகை நடத்துங்கால் தங்கள் சுயப் பிரயோசனத்தைத் தேடிக்கொள்ளும் அநுபவம் பிரத்தியட்சமாக விளங்க, மக்களை யாளும் ஆளுகையை இவர்கள் பெற்றுக்கொள்ளுவார்களானால் எழிய குடிகளுக்கு படுப்பதற்குப் பாயும், குடிப்பதற்குக்கூழும், நடப்பதற்குரோட்டு மற்றும் நாய்நரிகளுடன் மக்களும் உலாவவேண்டி வரும்.

ஆதலின் நமது தென்னிந்தியக் குடிகள் ஒவ்வொருவரும் அரசாங்கம் என்பதை கிள்ளுக்கீரைப்போல் எண்ணிக் கொள்ளாமல் பெரியாரைத் துணைப்பற்றி பிழைக்கும்வழி தேடல் வேண்டும்.

- 1:33; சனவரி 29, 1908 -

அரசனானவன் அறநெறியில் நிற்பதன்றி எதிரி பலத்தையுந் தன் பலத்தையும் தெரிந்துரைக்கக்கூடிய அறிவாளிகளாகும் பெரியோர்களை நேசித்தல் வேண்டும்.

தன் கேட்டினால் உண்டாகும் பிணிகளையும் மற்றும் துன்பங்களையும் நீக்கக்கூடிய விவேகமும் அவ்வகைத் துன்பங்கள் இனி அணுகாவகைகளாம் வழிகளை விளக்கும் விவேகமும் பொருந்திய அறஹத்துக்களை அணுகுதல் வேண்டும்.

அரசன் சாம தான பேத தண்டமென்னும் சதுர்வித உபாயங்களை அறிந்துக்கொண்டவனாயினும் இரத கஜ துரக பதாதிகளாம் சதுரங்க சேனைகளை நடாத்தும் உபாயங்களை அறிந்தவனாயினும் நீதியும் நெறியும் வாய்மெயும் நிறைந்த பெரியோர்கள் இவர்கள் என்று அறிந்து அவர்களை அணுகி நிற்றல் வேண்டும்.

தனக்கு மேற்பட்ட அறிவுடையோரைக் கண்டு கனஞ்செய்து அவர் போதித்த வழியில் நிற்றல் தான் பற்றியக் கோலுக்கு தலைமெயென்னப்படும். தன்னைச் சூழ்ந்து நிற்குங் குடிப்படை அமைச்சென்பவற்றுள் வரப்புயர கார்க்குங் குடிகளும், பின்முதுகு கொடாமல் காக்கும் படைகளும், தன்னலங் கருதாது மன்னலங் கருதி வருங்காலம் போய் காலங்கள் உணர்ந்தோதும் அமைச்சர்களையுங் கொள்ளல் வேண்டும்.

அன்பமைந்த குடிகளையும், அரயனைக் காக்கும் படைகளையும், காலமறிந்துணர்த்தும் அமைச்சர்களையும், தாயாதி கலகமற்றக் குடும்பத்தையும் பெற்ற அரசனை சத்துருக்கள் அணுகார் என்பதாம்.

நயவஞ்சகத்தையுஞ் சுயநலத்தையும் பாராது குடிகளும் படைகளும் அமைச்சர்களும் நீதிநெறியினின்று அரசனது ஏவலைக் கண்டிதமாகச் செய்யும் வல்லவர்களால் அரசன் சுகநித்திரை புரிவான்.

அரசனுக்குக் கண்டித நீதிநெறியன்றி அவன் மனம் கோணாது நயவஞ்சக நீதிபுகட்டும் அமைச்சர்கள் இருப்பார்களாயின் அவ்வரசு சத்துருக்கள் தோன்றாமலே தானே கெடுமென்பதாம்.

கைம்முதலில்லா வியாபாரிக்கு ஆதாயமில்லாததுபோல் தன்னைத் தாங்குஞ் சுற்றமில்லா அரசனுக்கு இராட்சியபாரம் அதிகரித்து நிலை பெயர்க்கும் என்பதாம்.

பெரியோர்களாகிய அறத்துக்களை அடுப்பதையும் நீதிநெறியோதும் பெரியோர்கள் கேண்மெயையும் விடுத்து ஒரு வஞ்சகனை அணுகுவதால் பத்துத் தீயநிலை மேற்கொண்டு பதிகுலையும் என்பதாம்.

சுயநலம் கருதி சூழ்ந்தவரைக் கெடுக்கும் சோம்பேரிகளாகும் சிற்றினத்தாரை நீக்கி பொதுநலங்கருதி பொய்ச்சாப்பகற்றும் பெரியோராகும் அறஹத்துக்களை அணுகி கொடுங்கோலை அகற்றி செங்கோலை நடாத்தவேண்டியதாம்.

- 1:34; பிப்ரவரி 5, 1908 -

அரசர் நடாத்தும் கோவில் செங்கோலென்றுங் கொடுங்கோல் என்றும் இருவகைப்படும். அவற்றுள் செங்கோல் என்பது தனது ஆளுகைக்கு உட்பட்ட குடிகளால் ஏதேனும் குற்றங்கள் உண்டாயின் நீதிநூற் பாராயண அமைச்சர்களை அருகில் வைத்துக்கொண்டு பட்சபாதம் இன்றி விசாரித்து தண்டித்தல்.

ஏன் இத்தகைய நடுநிலைமெயினின்று பட்சபாதம் இன்றி விசாரித்து தண்டித்தல் வேண்டும் எனில் சருவ சீலப்பிராணிகளும் மழைக்காக வானத்தை நோக்கி நிற்கும். அதுபோல் அரசன் ஆளுகைக்கு உட்பட்ட சருவ மக்களும் செங்கோல் என்னும் செவ்விய நீதிநெறிவாய்த்த மன்னனை நோக்கி நிற்பர். நீதியும் நெறியும் வாய்மெயும் நிறைந்து செந்தண்மெய் பெற்றவர்களாகும் அறஹத்துக்கள் ஓதியுள்ள நீதி நூற்களுக்கும் மெய்யறமாகும் தருமத்திற்கும் ஆதியாய் மன்னன் செவ்வியக்கோல் நிற்றலால் அதன் சிறப்பே உலகத்தின் முதல் எனப்படும்.

குடிகளுக்கு நேரிடுந் துன்பங்கள் யாவும் தனக்கு நேரிட்ட துன்பம்போலும், குடிகளுக்கு நேரிடுங் குறைகள் யாவும் தனக்கு நேரிடும் குறைகள்போலும் எண்ணி பாதுகாக்கும் மன்னன் பாதத்தை உலகம் பற்றிநிற்கும்.

இயல்பாகவே நீதியும் நெறியும் நிறைந்து செங்கோலோச்சும் மன்னவனது நாட்டில் காலமழையும் தேதிபயிறும் விளைந்து குடிகள் யாவரும் சுகமுற்று கோனுங் குதூகலிக்கும்.

குடிகளையே படைகளாகக்கொண்ட அரசன் கைக்கோல் செங்கோலாக விளங்குமாயின் எதிரி மன்னன் எறியும் வேற்கோல் என்னும் வேல் ஆயுதமானது விழலே மடிந்துவிழும். உலகத்தோருக்கு அருளறம் ஊட்டி காக்கும் அரசனை அவனது செங்கோலே காக்கப்படும். அறநெறியாம் அஷ்டாங்கமார்க்கமுறை நிலையே செங்கோலாதலின் அம்முறை பிறழா வாழ்க்கை மன்னுசீர் எனப்படும்.

செங்கோலின் அழகானது யாதெனில், குடிகளின் குற்றங்களை ஆராய்ந்து தெண்டித்தலும் பிறரால் தங்குடிகளுக்கு கேடுவராவண்ணம் காத்தலுமேயாம். செங்கோலின் குணமாவது யாதெனில், வேளாளன் பயிறுகளின் மத்தியில் தோன்றுங் களைகளை அப்புறப்படுத்தி பயிறை விருத்தி செய்வது போல் தனது குடிகளுடன் பஞ்சபாதகம் நிறைந்த தீயோரை நெறுங்கவிடாது காத்தலேயாம்.

நீதியும் நெறியும் வாய்மெயும் நிறைந்த செங்கோவின் நிலை யாதெனில் அறஹத்துக்களின் சிறப்பில் பற்றும் குடிகளின் பேரில் காருண்யமும் தன்னவர் அன்னியரென்னும் பட்சபாதமின்மெயேயாம்.

- 1:35; பிப்ரவரி 12, 1908 -

கொடுங்கோல் என்பவை யாதெனில், குடிகள் மீது அன்பு பாராட்டாது சீறிநிற்றலும் பலப்பொருட்களின்பேரில் அவாபற்றி நிற்றலும் கொலையையே தண்டனையாகக் கருதலுமாம்.

கொடுங்கோல் மன்னன் கொள்ளும் இறை எத்தன்மெய்த்தனில், வழிப் போக்கனை அம்பை எய்வேனென்னும் பயமுறுத்தி அவன் கைபொருளைப் பறிப்பதுபோலாம்.

தன்னாட்டில் நிறைவேறிவருந் தீங்குகளைக் கண்டு தெண்டிக்காமலும் தீயோர் மிகுதியை விலக்காமலும் தனக்குண்டாகுந் தீயகுணத்தைத் தானே பெருக்கி நாட்டை விட்டுவிடுவான்.

தன் நாட்டின் சீர்திருத்தத்தை முன் ஆலோசித்துப்பாராமலும், மந்திரவாதிகளைக் கொண்டாலோசியாமலும் முறைதப்பி நடாத்தும் ஆளுகையால் தன் குடிகளையும் வேற்றரசன் நாடோடச் செய்துவிடுவான்.

தனது ஆளுகைக்கு உட்பட்டக் குடிகளுக்கு எப்போதும் பயமும் ஆளுகையால் துக்கமும் பொறுக்காது கண்ணீர் விடுதலுமாகிய குடிகளின் குறையால் செல்வமானது படைகளால் அழிந்து பாழாகிவரும்.

கற்றவர்களாலுங் கல்லாதவர்களாலும் வலியோராலும் மெலியோராலுங் கொண்டாடும் மன்னவன் தன்னவனாகாது வன்னவனாய் வழுமேற்கொண்டு குடிகள் தழுவாது கோனென்று கூறலற்று குடிகளில் ஒருவனாக பாவிப்பர்.

மழையில்லாத காலத்து பயிறுகள் யாவும் மடிந்து மக்களும் வானோக்கி நிற்பதுபோல் கருணையற்ற மன்னவன் கொடுங்கோலைநோக்கிக் குடிகள் முகம் வாடி நிற்பர்.

அந்நாட்டிற் குடிகளுக்கு செல்வம் இருந்தும் இல்லாதவர்களாகவும், உரவினர் இருந்தும் அற்றவர்களாகவும், கற்றிருந்தும் கல்லாதவர் போலவும், சீலமிருந்தும் கோலமற்றவர்களாகவும் உன்மத்தர்போல் திகைத்து நிற்பர்.

குடிகளுக்கு நேரிட்டுள்ள குறைகளை உணர்ந்து அவற்றை நீக்கி ஆதரிக்காத நாட்டில் காலமழை பெய்து அதிதானியம் விளையாதென்பது குறிப்பு.

கோழிகளானது தன் குஞ்சுகளை தனது இருசெட்டைகளில் கார்த்து காலத்திற்குக் காலம் ஆகாரமூட்டி பருந்துக்குக் கொடுக்காது பாதுகாப்பதுபோல் குடிகளைத் தனது செங்கோலென்னுஞ் செட்டையிற் காக்காது கொடுங்கோலோச்சும் நாட்டில் பூமி விளையாமலும் பசுக்கள் கரவாமலும் அறுதொழிலாளராம் அறஹத்துக்கள் அற நூற்களை மறந்து நிற்பர்.

இத்தகைய செங்கோலோச்சுவதற்குக் கொடுங்கோ லோச்சுவதற்கும் குடிகளே காரணமாவர்.

எங்ஙனம் என்னில், கோழிக்குஞ்சுகளானது இறையை நாடி ஓடுமாயின் தன் தாய்க்கோழியும் அதனுடன் சென்று தீய்த்து ஆகாரங்காட்டும். அஃதின்றி தங்கள் சத்துருவாம் பருந்தை நாடி ஓடுமாயின் தாய்க்கோழி பதறி செட்டையாலுதறி சேரிடஞ் சேர்க்கும்.

அதுபோல் குடிகள் யாவருக்கும் உள்ள பொய், பொறாமெய், வஞ்சம், கள்ளருந்தல், கள்ளம் முதலிய செய்கைகளால் செங்கோலுங் கொடுங்கோலாக மாறும்.

குடிகள் யாவருக்கும் உள்ள அன்பும் ஆறுதலும் ஈகையும் இன்சொல்லும் பெருகிக்கொண்டே வருமாயின் கொடுங்கோலுஞ் செங்கோலாக மாறி சீருஞ் சிறப்பையுந் தரும்.

கொடும் புலிகள் வாழுங் காட்டிற்கு சிம்மமே அரசனாவன். செம்மறிகள் வாழுங் காட்டிற்கு இடையனே மேய்ப்பனாவன்.

பாலைநிலத்தில் நெற்பயிறும் நஞ்சைநிலத்தில் பூநீறும் விளையாது. சற்புத்திரராகிய குடிகளின் மத்தியிற் கொடுங்கோல் மன்னன் தோன்றான். துற்புத்திரராகிய குடிகளின் மத்தியில் செங்கோலோச்சு மன்னன் தோன்றான்.

ஆதலின் குடிகளாகிய நமக்குள்ள கொடுஞ்சினம், கொடும்பார்வை, கொடுஞ்செயல், கொடும் பொறாமெய், கொடு வாசை, கொடு மிடி, கொடு கேடு, முதலியவைகளை அகற்றி நின்று கொடுங்கோலை நோக்குவோமாயின் அக்கொடுங்கோலே செங்கோலாக விளங்கும்.

குடிகளாம் நமக்குள்ள நல்வாய்மெய், நற்கடைபிடி, நற்காட்சி, நல்லூக்கம், நல்லுணர்ச்சி, நல்லறிவு, நற்சேர்க்கை, நற்செய்கை முதலியவைகளை அகற்றி நின்று செங்கோலை நோக்குவோமாயின் அச்செங்கோலே கொடுங்கோலாகத் தோன்றி சீரழிப்பது சத்தியமாம்.

- 1:36; பிப்ரவரி 19, 1908 -

அரசனது கோல் செங்கோலாக மாறுதலுக்கும் கொடுங்கோலாக மாறுதலுக்கும் அரசனைச் சூழ்ந்துள்ள மந்திரவாதிகளாகும் அமைச்சர்களே மூலகாரணர் களாவர்.

அதாவது - காலதேச வர்த்தமானங்களை ஆராய்ந்து குடிகளுக்கு அறிவித்து காலம் அறிந்து விளைவிக்கவேண்டிய தானியங்களை விருத்தி செய்யவும் வானஞ்சுருங்கியக்கால் மழை பெய்வதற்கான முயற்சிகளைத் தேடவும் விருத்தியடைந்துள்ள தானியங்களை வேற்றரசரேனுங் கள்ளரேனும் அபகரிக்காவண்ணம் பாதுகாத்தலுமாகிய கன்மங்களை முன்னெண்ணி செய்தல் வேண்டும்.

தங்களுடைய தேசத்தில் எந்தெந்த பொருட்கள் விசேஷமாக விளைந்து பலனளிக்கின்றதென்றும் வேற்றரசர் எப்பொருட்களின் பேரில் ஆசைகொண்டு தேசத்தை அபகரிக்க எண்ணங் கொண்டிருக்கின்றார்கள் என்றும் வேவுகர்களால் உணர்ந்து அந்தந்தப் பொருட்களின் விருத்தியை அடக்கத்தில் ஆண்டு எதிரியாசர்களாண்டுவருங் கருவிகளுக்குத் தங்களிருப்பிலுள்ள கருவிகளுக்குமுள்ள பேதாபேதமாய்ந்து தங்கள் கருவிகளின் வீரத்தை மேம்படுத்தி வைத்திருப்பதும் அன்றி அரசனுக்கு அறிவித்து படைகளுக்கும் ஆயுத பழக்கத்தையும் விருத்திசெய்து வைத்தல் வேண்டும்.

குடிகள் தங்கடங்கள் செயல்களில் மனக்குறைவின்றி ஆனந்தத்திற் செய்து வரவும். உள்ள குடிகள் ஒருவருக்கொருவர் மனத்தாங்கலின்றி ஒத்து வாழத்தக்க நீதி நூற்களைப் புகட்டி ஒற்றுமெயடைச் செய்தலும் குடிகள் செய்யக்கூடாதவற்றைத் தவிர்த்து அதினால் உண்டாகுங் கேடுகளை விளக்கி பாதுகாத்தலும் பூமிகளின் கொழுமையையும் அதன் வரட்சியையும் தானியங்களின் விருத்தியையும் அதன் குறைவையும் குடிகளின் சுகத்தையும் அவர்கள் துக்கத்தையும் அப்போதைக்கப்போது அரசனுக்கு அறிவித்து வேண்டிய திருத்தங்களைச் செய்தல் வேண்டும்.

வேற்றரசர் படையுந் தங்கள் படையுங் கலந்து போர்புரியுங்கால் தங்கள் படையின் உச்சாகமானது அரசனைக் காக்கவேண்டும். தேசத்தைக் காக்கவேண்டும் என்னும் தீரத்தால் தங்கட் பிராணனைத் துரும்புபோல் எண்ணி யுத்தமுனையேறத்தக்க அன்பூட்டி ஆதரித்தல் வேண்டும்.

சிதறியக் குடிபடைகளை சேர்த்தலும் சேர்ந்துள்ள குடிபடைகளை ஆதரித்தலும் நூதனமாக வருங் குடிகளின் பூர்வதேயங்களையும் குணாகுணங்களையுஞ் செய்கைகளையும் நன்காராய்ந்து நகரத்துள் சேர்க்கவேண்டியவர்களை நகரத்துள்ளும் புறம்பே நிக்கவேண்டியவர்களைப் புறம்பிலும் வைத்து ஆதரித்தல் வேண்டும்.

பூமியை விருத்தி செய்யுங் காலங்கள் அறிந்து பூமிகளின் விருத்தியும், தானிய விருத்திகளின் காலமறிந்து தானியவிருத்திகளும், கனி-விருத்திகளின் காலமறிந்து கனிகளை விருத்திசெய்தலும், நெய்விருத்தி காலமறிந்து நெய்களை விருத்திசெய்தலும் பசுவிருத்தி காலமறிந்து பசுக்களை விருத்திசெய்தலும், லோகங்களை எடுக்குங் காலங்கள் அறிந்து லோகங்கள் எடுக்கவும், நவரத்தினங்கள் எடுக்கும் காலங்கள் அறிந்து இரத்தினங்கள் எடுக்கவும் அதனதன் விருத்தியை நாடி கைத்தொழில் நடத்தவேண்டிய காலங்கள் அறிந்து கைத்தொழில் நடத்துங் கலை நூல்களைக் கற்று அரசனுக்கு அறிவித்து இடைவிடாது குடிகளுக்கு விளக்கிவைத்தல் வேண்டும்.

குடிகளுக்கும் படைகளுக்கும் அரசனுக்கும் நேரிட்டுள்ள குறைகள் தங்களுக்கு விளங்காதிருந்தும் அரசனிடத்தில் தனக்கு விளங்குவது-போல் வீண்வார்த்தை விளம்பாது தன்னினும் நீதிநெறி மிகுத்த மேலோரை அடுத்து அதன் மூலங்களை அறிந்து அரசனுக்கோதி உள்ளக் குறைகளைத் தீர்த்து ஒத்து வாழும்படிச் செய்யவேண்டும். குடிகளால் ஒருவருக்கொருவர் நேரிட்டுள்ள மனத்தாங்கல்களைத் தேறவிசாரித்து அரசனுக்கு விளக்கி தண்டித்தல் வேண்டும்.

அரசனுக்குள்ள அறத்தின் விஷயத்திலும் நீதியின் விஷயத்திலும், நெறியின் விஷயத்திலும் கண்ணோக்கம் வைத்துக் குறைவற நடத்தி வருதலிலும் தங்களிடத்துள்ள நீதிநெறி தருமத்திலும் நிலைபிறழாது நின்று அமைச்சல் அடைதல் வேண்டும். தாங்கள் கற்றுள்ள கலை நூற்-களால் நுண்ணிய கருமமாயினும் எண்ணிச் செய்யத்தக்க உபாயங்களைத் தாங்கள் அறிவதுமன்றி அரசனுக்கும் அறிவித்து குடிகளுக்கும் போதித்துவரல் வேண்டும்.

உலகத்தோர் ஆனந்திக்கத்தக்கச் செயல்களையும் உலகத்தோர் பின்பற்றத்தக்கச் செயல்களையும் உலகத்தோர் சங்கம் அடையத்தக்கச் செயல்களையும் ஆராய்ந்து கடந்தகாலங் கடத்தி நிகழ்காலம் வருங்காலப்பலன்களை எண்ணிச் செய்தல் வேண்டும்.

அரசனுடைய தருமத்தையும் நீதிநெறிகளையுங் குறைக்கத்தக்க ஒரு மந்திரி அரசனின் பக்கத்திலிருப்பானாயின் நூறுகோடி வேற்றரசர்களை எதிரிகளாக்கிக்கொள்ள நேரிடும் ஆதலின் அரசன் தன் அறநெறி நீதிகளை விருத்தி செய்யத்தக்க அமைச்சர் அருகில் இருத்தல் வேண்டும்.

தன்மமில்லாக் கையும் நீதியற்ற வாக்கும் நெறியற்ற வாழ்க்கையும் வாய்த்த ஓரமைச்சன் அரசன் அருகில் இருப்பதைப் பார்க்கினும் அத்-தேசத்தில் அவனையொற்றக் குடியானவன் ஒருவனில்லாமல் இருப்பது நன்று.

தொண்ணூற்றொன்பது நீதிநெறி வாய்த்த அமைச்சருடன் ஒரு நீதி நெறி கேடன் தன்னை நீதிநெறியுள்ளவன்போல் நடித்து சேர்வானாயின் அவர்களையுங் கெடுத்து அரசனையும் பாழாக்கி குடிகளையுங் கெடுத்து விடுவான்.

ஆதலின் அரசர்களின் அருகில் வாசஞ்செய்யும் அமைச்சர்கள் மட்டிலும் கலை நூற்கற்ற விவேகிகளாயிருப்பினும் அவர்கள் வம்மிசவ-ரிசை யோ நீதிநெறியின்பேரில் ஆசையுள்ளவர்களா, உலகப் பொருளின்பேரில் ஆசை உள்ளவர்களா என்று ஆராய்ந்து உலகப் பொருட்களின் பேரில் உள்ளாசைக் கொண்ட உலோபிகளாயின் அவர்களைத் தங்கள் அரண்மனைக் காவல் அடியேவலுக்கேனும் வைக்காமல் அகற்றல் வேண்டும்.

பின்வருங் காரியங்களை முன் எண்ணிப்பாராமல் தங்கள் கண்களுக்கு அழகும் வாட்டசாட்டமும் கலை நூற்கற்று தேர்ந்தவர்போல் பேசும் வார்த்தையும் தங்களுக்கு மெத்த உபகாரிபோல் நடிக்கும் நடிப்பும் உரவினனைப்போல் படிக்கும் படிப்புங் கண்டு அமைச்சருள் ஒருவனா-கச் சேர்த்துக் கொண்டு அவனுக்குள்ள உலோப குணத்தையுந் தீயச்செயல்களையும் பின்பறிந்து நீக்குவதாயின் வேற்றரசருடன் கலந்து, இருந்த அரசுக்குத் தீங்கு கொண்டுவந்துவிடுவான். ஆதலின் அமைச்சநிலைக்கு பொருளாசையற்று அறநெறி வாய்மெய் நிறைந்தவர்களையே அமைத்தல் வேண்டும். அவர்களே அமைச்சர் எனப்படுவர்.

- 1:37; பிப்ரவரி 26, 1908 -

ஒவ்வோர் அரசனருகிலிருந்து ஆலோசனையூட்டும் அமைச்சர்களென்னும் மந்திரிகள் யாவரும் கலை நூற்களைக் கற்று கவிவாணரா யிருப்பினும் பொருளாசையற்ற புண்ணியவான்களாயிருத்தல் வேண்டும். அஃதேனென்பீரேல், பொருளாசை கொண்ட லோபியர்பால் மந்-திராலோசனை நிலைக்காது. பொய்யும் பொருளாசையும் நிலைத்து குடிகளுக்கும் அரசனுக்கும் தீங்கை வளர்த்துவிடுவார்கள். அதினால் அரசனுக்கே இராட்சியபாரம் அதிகரித்து தாங்கமுடியாது தவிக்கும்படி நேரிடும். ஆதலின் அரசனருகில் வாழும் மந்திரவாதிகள் யாவரும் பொருளாசையற்று விவேகவிருத்திப்பெற்று தன்வலி பிறர்வலி அறிந்தூட்டும் மதி யூகிகளாய் இருத்தல் வேண்டும்.

அம்மதியூகத்தால் அரசனுக்குண்டாய கால வலியை கணிதத்தால் அறியும் வல்லபமும் அரசன் வல்லபமும் தங்கட் துணைவர்கள் வல்-லபமும் முன்னாராய்ந்து பின்பு தங்களுக்கு எதிரியாகத் தோன்றும் வேற்றரசனுக்குடைய வல்லபங்களையும் நன்காராய்ந்து அரசனுக்கு ஊட்டி படைமுடக்கிற்கும் படை எடுப்பிற்கும் உறுதி கூறுவான். காலக்கேடுகளையும் காலசுகங்களையும் எதிரி வல்லபங்களையும் தன் வல்லபங்களை-யும் அறிந்தோதும் அமைச்சன் அரசனருகில் இருப்பானாயின் அரசன் எடுக்கும் முயற்சிகள் எவைக்குந் தடைகளில்லை என்பதாம்.

தன் வலி பிறர் வலி தன் காலம் பிறர்காலமறிவதற்கு அறிவிலிகளாகும் பொருளாசை மிகுத்தப் பேயர்களை அமைச்சர்களாக அமைத்து கொண்ட அரசர்கள் எத்தனையோ பெயர்கள் தங்கள் அரசாங்கங்களை இழந்து எழிய நிலை பெற்றார்கள். தன்னை மேலோனென்றும் மிக்க விவேகிகள் என்றுஞ் சொல்லிப் பொருளை சம்பாதித்து கொண்டு சீவிக்குங் காலவலி தன்வலி அறியா அமைச்சனால் அரசன் கெடுவான்.

மயிலிறகானது எளிய பாரம் உடையதாயினும் வண்டியின் இருசுக்குத் தக்கவாறு அதனை ஏற்றுவாராயின் பாரந் தாங்கும். அங்ஙனமின்றி இருசுக்கு மேற்பட்ட பாரத்தை ஏற்றுவதாயின் தாங்காது முறிந்துவீழ்வதுபோல் தன்வலி எதிரிவலி அறிந்தோதும் அமைச்சர்கள் அருகில் இல்-லாமல் போவார்களாயின் அரசு கெடும் என்பதாம்.

ஓர் மரத்திலேறுகிறவன் தன் பளுவைத்தாங்குங் கிளைவரையிலும் ஏறல்வேண்டும். அங்ஙனமின்றி தன்னைத் தாங்காது முறிந்துவிடும் நிலைக்கு ஏறுவானாயின் கிளையும் முறிந்து தானும் விழுந்து மடிவதுபோல் தன்னினும் விவேகம் குறைந்த அமைச்சர்கள் வார்த்தையை

நம்பும் தேசமாளும் மன்னவன் தானே கெடுவான் என்பதாம்.

தன்னிடத்துள்ள பொருள் ஆய்ந்து செய்யும் தருமமும் அவரவர்கள் விவேகங்களை ஆய்ந்து அமைக்கும் அமைச்சும் ஆறுதலுற்ற குடியும் அமைதியுற்ற படையும் அரசனது க்ஷாத்திரிய புஜபலத்தின் வலிதென்னப்படும்.

- 1:38; மார்ச் 4, 1908 -

யானையானது வேல் போன்ற கொம்பினை உடைத்தாய் மிக்க வலிமெய்ப் பெற்றிருக்கினும் புழுதியுற்ற சேற்றிற் புதைந்துவிடுமாயின் ஓர் சிறிய நரியை ஜெயிப்பது கஷ்டமாகும். அதுபோல் அரசனானவன் யுத்தத்திற்குச் செல்லுமுன் தனதமைச்சர்கள் வேற்றரச நாட்டின் இடபேதங்களை முன்பறிந்து காலாட்படைகட்கு அறிவித்தல் வேண்டும். இடபேதமறியா படைகள் சுத்தவீர மறவர்நிலை பெற்றிருப்பினும் இடத்தினிடுக்கத்தால் அழிந்துவிடுவர்.

அரணும் அகழியும் வாயலுமற்ற அரசனாயிருப்பினும் விசாலப் பண்ணை பூமியைப் பெற்று முயற்சியில் தளராக் குடிகளும் இடபேத ஆராய்ச்சி மிகுத்த அமைச்சனும் இருப்பானாயின் வேற்றரசனால் வெல்லுதற்கரிதாகும். இரக கஜ துரக பதாதிகள் மிகுத்த அரசன் தனது பொறாமெய்க்குத் தக்க அமைச்சர்கள் வார்த்தைகளை நம்பி சிறிய சேனையை உடைய வேற்றரசன் மீது படையெடுத்து செயித்தல் பழிக்கும் பாவத்திற்கும் ஏதுவாம். ஆதலின் வேற்றரசன் இடங் குடிபடை இவற்றை அமைச்சன் ஆராய்ந்து அரசனுக்கு ஓதி யுத்தஞ்செய்தல் அழகாம்.

அமைச்சன் ஆராய்ந்து செய்துவரும் கன்மங்களில் தனதிடத்தை வலிசெய்தலும், போரில் படை பயிற்றுதலுமாகியச் செயல் ஊக்கமிகுத் திருப்பானாயின் அரசன் கவலையற்றிருப்பான்.

நிலத்திலோடுந் தேர் கடலிலோடாது, கடலிலோடும் ஓடம் நிலத்தி லோடாது. ஆதலின் கடலினிட பேதங்களையும் நிலத்தினிட பேதங்களையும் அமைச்சன் ஆராய்ந்து அரசனுக்கறிவித்து யுத்தம் ஆரம்பித்தல் அழகாகும். முதலையானது ஆழமுள்ள நீரிலிருக்கும் வரையில் யானை சிம்ம முதலிய வலியசீவன்கள் யாவையும் ஜெயித்துவிடும். அதேமுதலை நீருள்ள இடத்தை விட்டு நிலத்தில் வந்துவிடுமாயின் அற்ப சீவன்களும் அம்முதலையை ஜெயித்துக்கொள்ளும்.

அதுபோல் அமைச்சனானவன் முக்கியமாக தனதிருப்பிடத்திலிருந்து செய்யும் யுத்தத்தையும் வேற்றரசனிடஞ் சென்று செய்யும் யுத்தத்தையும் நன்காராய்ந்து அரசனுக்கு ஓதி யுத்தமாரம்பித்தல் அழகாம்.

இவ்வகை இடங்களில் ஆராய்ச்சியில் மிகுந்த அமைச்சன் செயல்களால் எதிரி அரசர்களின் எண்ணம் பாழாகும் என்பதாம். இடங்கள் அறிந்து யுத்தஞ்செய்தல் தன்படைகளைக்காத்து எதிரியை செயிப்பதுடன் தானுமோர் துன்பமின்றி வருவான். தன் அரண் அகழியென்னும் இடத்தினது வலியால் அரசன் ஆறுதலுற்றிருப்பான்.

கொக்குகளானது தங்களுக்கு வேண்டும் இறையை நோக்கி வாய்திரவாமலுங் கண்மூடாமலும் பார்த்திருந்து இறையைக் கண்டவுடன் கவ்விக் கொள்ளுவதுபோல் அரசனும் தனது காலபலங் கூடுவரையில் காத்திருந்து வேற்றரசன்மேற் பாய்ந்து ஜெயமடைவான். அரசனானவன் தனது யுத்த ஆரம்பத்தை பனிகால மழைகாலங்களை ஆராய்ந்து தன் படை பலங்களை ஆராய்ந்து தன் காலப்போக்குகளை ஆராய்ந்து செய்வானாயின் ஜெயக்கொடி நாட்டுவான். எதிரியரசனை ஜெயிக்கவேண்டிய காலம் எதுவென்று அறிந்துகொள்ளும் வரையில் தான் ஒடுங்கினவனைப்போல் தலைகவிழ்ந்து தனக்கு உறுதியுண்டாகுங் காலம்வரில் எதிரியின் செறுக்கை அடக்கிவிடுவான்.

விவேகமுள்ள அமைச்சர்களால் தெளிவுற்றிருக்கும் அரசன் விவேகமற்ற வேற்றரசன் முறிந்து போர்புரிய ஆரம்பிப்பானாயின் அவனுக்குண்டாய கோபத்தின் காரணத்தையும் படையின் குறைவையுங் கண்டு இதக்கமுற்று விவேகம் ஊட்டி அவனது கோபத்தை ஆற்றி ஆதரிப்பான்,

ஆட்டுக்கடாவானது தனது எதிரிக்கடாவின் பேரிற்பாய்ந்து மோதுதற்கு பின் சென்று மோதுவது வழக்கம். அதுபோல் அமைச்சர்கள் அதியூகத்தில் தெளிந்த அரசன் தனது படை எழுச்சிக்குத் தக்ககாலம் வரும் வரையில் எதிரி அரசர்க்கு பின்னிடைந்தவன் போல் ஒதுங்கி காலம் வந்தவுடன் பாய்ந்து ஜெயக் கொடி நாட்டுவான்.

உலகமுழுவதும் ஆளவேண்டும் என்னும் எண்ணமுடையவன் அதற்குத் தக்கக் காலங்கள் அறிந்து செய்வானாயின் அவன் எண்ணம் முடியும். அதாவது தான் கண்டுபிடித்துள்ள ஆயுதபலமுங் காலபலமும் சரிவர நிற்குமாயின் அபஜெயம் அடையானென்பது கருத்து.

அரசனானவன் பயிறு விருத்திகாலத்தையும் படைபயிற்று காலத்தையும் படைஎழிற்சிகாலத்தையும் சீர்தூக்கிப்பார்த்து செய்துவருவானாயின், அவனது செல்வத்தை வேற்றரசன் கொள்ளானென்பதாம். காக்கையானது ஆந்தையைப் பகல்காலத்தில் வெல்லும். ஆந்தையோ காக்கையை இராக்காலத்தில் வெல்லும். அதுபோல் அரசன் தன் காலத்தையும் காலதேசத்தையும் நன்காராய்ந்து யுத்தஞ்செய்யல் வேண்டுமென்பதாம்.

- 1:39; மார்ச் 11, 1908 -

அரசனானவன் தனது யுத்த ஆரம்பத்திற்கேனும் குடிப்படை அமைத்தலுக்கேனும் தனதுயிர் நிலை காப்புக்கேனும் ஒவ்வொருவரைத் தெரிந்தெடுத்துக் காரியத் தலைவர்களாக்க வேண்டும்.

அரசரது தன்மகன்மங்களைக் குறைவற நடாத்துகின்றவனும், அரசனது பொருளை அபகரிக்காது பாதுகாக்கின்றவனும், அரசன் இன்பத்திற்கு இடையூறு செய்யாதவனும் அரசன் உயிருக்கு ஓர் தீங்கும் வராமல் காக்கின்றவனுமாகியவன் எவனோ அவனே நற்குடியிற் பிறந்தவன் எனப்படும்.

இத்தகைய குடிபிறப்பையும் அவனவன் குணாகுணச் செயலையுங் கண்டறியாது வாட்டசாட்டமுள்ள ரூபமுடையவனாகவும் கற்றவனாகவும் இருக்கின்றான் என்று எண்ணி அரண்மனை ஏவலில் வைப்பது அரயன் தீங்கடைவதற்கு ஆதாரம் எனப்படும்.

அதாவது பிச்சையேற்றே வளர்க்கும் குடும்பத்திற் பிறந்தப் பிள்ளையாயினும், அந்தரங்க விபச்சாரத்திற்கு விடுத்து அதினாற் சீவிக்கும் குடும்பத்திற் பிறந்தப் பிள்ளையாயினும், தனக்குந் தனது இஸ்திரீகளுக்கும் யாது மானக்கேடு வந்தாலும் அதை ஒருபொருட்டாகக் கருதாமல் செல்வப்பொருள் கிடைத்தால் போதும் என்று அலையும் குடும்பத்தில் பிறந்தப் பிள்ளையாயினும், ஒருவன் கல்விகற்று அரசனது ஆளுகை உத்தியோகத்தில் அமர்ந்து விடுவானாயின் தான் பிறந்த குடும்ப மிலேச்ச செய்கைகள் மாறாமல் பொருளாசை அதிகரிப்பால் அரண்மனையிலுள்ள நூறு குடிகளைக் கெடுத்து தான் தன்வந்தனாகத் தோன்றுவான்.

இவனது மிலேச்ச செய்கைகளை நாளுக்கு நாள் அறிந்துவந்த அரசன் இவனை நீக்கும்படி ஆரம்பிப்பானாயின் அவ்வரசனுக்கும் அரசாங்கத்திற்கும் தீங்கு விளைவிக்கத்தக்க தனது மிலேச்ச குணத்தைக் காட்டிவிடுவான்,

ஆதலின் அரசனது அரணும், அகழியும், ஆயுதங்களும், செல்வமும் குறைந்திருந்தபோதிலும் தன்னைச் சூழ்ந்துள்ள அமைச்சக் குடிபடைகள் நீதியையும் நெறியையும் வாய்மெயையும் நிறைந்துள்ள குடும்பங்களிற் பிறந்தவர்களாயிருப்பின் அவர்கள் நீதிநெறிக்காப்பே அரசாங்கத்தை சிறப்பிக்கச்செய்யும்.

அங்ஙனமின்றிப் பித்தளையைத்தீட்டிப் பிரகாசிக்கக் காட்டியபோதிலும் அதைப் பொன்னென்று நம்பாமல் உரைக்கல்லும் ஆணியுங்கொண்டு சோதிப்பதுபோல் அரச அங்கத்திற் சேர்ப்பவர்களின் உருவங்களைநோக்கி சேர்க்காமல் அவரவர்கள் குடும்ப குணாகுணச் செயல்கள் அறிந்து சேர்த்தல் வேண்டும்.

ஏனெனில் பொருளைச் சேகரிக்கும் பெரும் அவாக்கொண்டவனை அரசவங்கத்தில் ஒருவனாகச் சேர்த்துக்கொள்ளுவதால் அரசவங்கச்செயல்களில் அதியூக்கமற்று பொருள் சேர்க்கும் ஊக்கத்தால் அரசனையும் மற்ற அங்கத்தோர்களையும் விரோதிக்கச்செய்து அரசனுக்குத் தன்னை அதியுத்தமனைப்போற் காட்டி, அபிநயிப்பான்.

இத்தகைய நடிப்பைக் காணும் அரசன் இவனைப் பொய்யனாகக் கொள்ளாது மெய்யனாகக் கொள்ளுவானாயின் உள்ள அங்கத்தவர் யாவரையும் ஒட்டிவிட்டு தங்கள் சுற்றத்தோரைச் சேர்க்கும் சுயநோக்கத்தில் இருப்பான்.

இவ்வகை நோக்கத்தை அரசன் காணாது முழு நம்பிக்கையில் வைத்திருப்பானாயின் மற்றுஞ் சிலநாளைக்கும் அரசையே தன்னதாக்கிக் கொள்ள முயலுவான்.

ஆதலின் அரசவாட்சியிலிருக்கும் அங்கத்தவர் ஒவ்வொருவரும் பொருளாசையற்றப் புண்ணியர்களும் அருளாசையுற்றவன்பர்களும் நீதிநெறி அமைந்த நிபுணர்களாகும் மேன்மக்களாயிருப்பார்களாயின் சருவ உயிர்களையும் தங்களுயிர்போல் பாதுகாத்து குடிகளுக்கு நீதிநெறிகளைப் புகட்டி ஆதரித்து அரசனுக்கு ஆற்றலையும் ஆனந்தத்தையும் உண்டுசெய்து வைப்பார்கள். **(இத்தொடர் கட்டுரை தொடர்ச்சியாக வராமலும் நிறைவு பெறாமலும் நின்று விட்டது)**

- 1:41; மார்ச் 25, 1908-

2. சுவாமியைத் தொழுவதில் சண்டைபிடிப்பவர்கள் சுயராச்சியங்கொண்டால் சும்மாயிருப்பரோ

திரிசிரபுரம் ஸ்ரீரங்கர்கோவில் உற்சவம் நடந்து ஆழ்வார்சுவாமிகளை ஊர்வலங்கொண்டு வருங்கால் வடகலை தென்கலை நாமம் போட்டுத் திரியும் பாப்பார்கள் பொறாமெயினால் சண்டையிட்டு சுவாமியென்றுக் கவனிக்காது ஆழ்வார் கழுத்திலிட்டிருந்த மாலையைப் பிடிங்கியும் அவரைக் கீழே தள்ளவும் ஆரம்பித்து போலீசாரால் பிடிபட்டு விசாரிணையிலிருக்கின்றார்கள். பாப்பார்கள் ஆழ்வார்மீது வைத்திருப்பது அதிபக்தியா. பொருளின்பேரில் வைத்திருப்பது நிதயுக்த்தியா. ஆராய்ச்சிச் செய்யுங்கால் இத்துடன் சுய அரசாட்சிக்குத் தலைவராக இருக்கும்படி தென்கலையாருக்குக் கொடுக்கலாமா, வடகலையாருக்குக் கொடுக்கலாமா, குருக்கு பூச்சுக்குக் கொடுக்கலாமா, நெடுக்குபூச்சுக்குக் கொடுக்கலாமா என்பதையும் ஆராய்ச்சி செய்துவைத்துக் கொள்ளுவோமானால் ஆழ்வாரைக் கீழேதள்ள ஆரம்பித்ததைப்போல் சுய அதிகாரம் பெற்றவர்களைத் தள்ளாமல் சுகம்பெற்று வாழ்வரோ இல்லை இல்லை .

- 1:13; செப்டம்பர் 11, 1907 -

3. இன்னோர் விசேஷம்

ஒருபட்சத்திற்குமுன் வெளிவந்த இலங்காதீவப் பத்திரிகைகளில் ஓர் பிராமணனென்போர் மகமதியர்மார்க்கத்தைத் தழுவியதாகக் கண்டோம். இவ்வாரத்துப் பத்திரிகையில் மகமதியர் பெருங்கூட்டங்கூடி அவருக்குச்சில பொருளுதவி செய்ததாகவுங் கேட்டு சந்தோஷிக்கின்றோம்.

கனவான்களே, மகம்மதியர்மார்க்கத்தில் ஓர் பிராமணன் அவாக்கொண்டு சேருகிறேனென்று சொன்னவுடன் அவர்களுள் சேர்த்து தங்கள் மார்க்க ஞானங்களையும் ஊட்டி பொருள் சேகரித்து மீட்டி ஆதரித்திருக்கின்றார்கள், அதுபோல் ஓர் மகமதியன் பிராமண மதத்தில் சேரவேண்டுமென்று அவாக்கொண்டு பிராமணர்களை வந்துக் கேட்பானாயின் அம்மகமதியனை பிராமணர்கள் சேர்த்து தங்கள் ஞானத்தையும் போதித்து பொருளையுஞ் சேதிப்பர்களோ இல்லை. தன் சுகத்தைப் பார்த்துக்கொண்டு எதிரி சுகத்தைப் பார்க்காத மார்க்கமும் மார்க்கமோ? சமயமும் சமயமாமோ? மதமும் மதமாமோ? அன்னோர் கடவுளுங் கடவுளாமோ?

மகமதியனான பிராமணனை தன் தாய் தந்தையரும் பெண்சாதி பிள்ளைகளும் சாதிகெட்டுவிட்டானென்று நீக்கியும் விடுகின்றார்கள். இவ்வகை நீக்கிவிட நேரிட்ட பிராமணன் யதார்த்த பிராமணனாவானா? அங்ஙனம் யதார்த்த பிராமணனாயின் மகமதியர் மார்க்கத்தைத் தழுவியவுடன் கெட்டுப்போவானா ஒருக்காலுங் கெடான்.

பொன்னைக் கொண்டுபோய் பித்தளையுடன் சேர்த்தாலும், இய்யத்துடன் சேர்த்தாலும் பொன்னைப் பொன்னாகவே பிறித்து எடுத்துக் கொள்ளலாம். பித்தளையை இரும்புடன் சேர்த்தாலும் இய்யத்துடன் சேர்த்தாலும் இரும்பையும் இய்யத்தையுங் கெடுத்து பித்தளை என்னும் பெயரும் கெடுவது திண்ணம்.

யதார்த்த பிராமணன் எங்கு சேர்ந்தாலும் சிறப்படைவதுடன் தான் சேர்ந்த இடமும் சிறப்பைப் பெரும்.

வேஷ பிராமணம் வேஷமாறியவிடத்துக் கெட்டுப்போவது வியப்பன்று, சகஜமேயாம்.

- 1:21; நவம்பர் 5, 1907 -

4. முநிசியில் ரோட்டுகளும் கமிஷனர் ஓட்டுகளும்

சென்றவாரம் ஓர் காலைப்பொழுதில், ரோட்டுகளிலும் வீதிகளிலும் பலவகை வண்டிகள் நிறுத்தப்பட்டிருந்தன. அதாவது புரும்வண்டிகளும், பல்லக்கின் கோச்சு வண்டிகளும், பீட்டன் வண்டிகளுமேயாம். சிலநேரத்திற்குள் இங்குள்ள கனவான்கள் ஒவ்வொருவர் ஒவ்வோர் வண்டிகளிலேறிப்போகக் கண்டோம். மறுபடியும் அவர்கள் திரும்பிவருங்கால் ஐயா, எங்கு போயிருந்தீரென்றோம். ஓட்டு கொடுக்க என்றார், ஓட்டென்றால் என்ன என்றோம். ஓட்டுதான் என்றார். ஐயா, ஓட்டுதான் என்றால் அஃது ஆங்கில மொழியா தென்மொழியா என்றோம். நமது டிவிஷனுக்கு ஓர் கமிஷனர் நியமிக்க வேண்டியது. அதற்காக என் கையெழுத்தைக் கொடுத்துவிட்டு வந்தேன் என்றார். யாரை நீர் கமிஷனராக நியமித்தீர் என்றோம். ஐயரும் நமக்கு வேண்டியவர், முதலியாரும் நமக்கு வேண்டியவர். இவ்விருதிரத்தாரில் ஐயருக்கே கொடுத்தேன் என்றார். ஐயரவர்களை சிலகாலமாக சுவாமி சுவாமி என்று அழைத்துக்கொண்டு வருகின்றீர்களே அந்தப் பயத்திற்காகக் கொடுத்தீர்களா அன்றேல் அவரை நியமித்துக்கொண்ட விஷயத்தில் உங்கள் வீட்டுவரி முதலிய விஷயங்களுக்கு ஏதேனும் நன்மெய் செய்வாரா என்றோம்.

எங்கள் வீடுகளுக்கும் பூமிகளுக்கும் வருஷத்திற்கு வருஷம் வரியை அதிகப்படுத்திக் கொண்டே வருகிறார்கள் என்றார்.

அப்படி அதிகப்படுத்தும் படியானவர்களை நீங்கள் கமிஷனர்களாக ஏன் நியமித்துக் கொள்ளுகிறீர்கள் என்றோம்.

எல்லாம் கவர்ன்மென்றார் செய்கிறார்கள் என்றார். உங்கள் தேச மனிதர்களை நீங்கள் தெரிந்தெடுத்து தேச சீர்திருத்தங்களைச் செய்துக் கொள்ளுங்கோளென்று விட்டிருக்க அவைகளை நீங்கள் தெரிந்தெடுத்துக் காரியாதிகளை நடத்திக்கொள்ளாமல் கவர்ன்மென்றார்மேல் பழிக் கூறலாகாது என்றோம்.

என்ன செய்கிறது, ஐயரும் வீட்டண்டை வண்டியைக் கொண்டு வருகிறார் முதலியாருங் கொண்டுவருகிறார். யார் முதலில் கொண்டுவருகிறார்களோ அவர்கள் வண்டியில் ஏறிப்போய் கையெழுத்துக் கொடுத்துவிட்டு வருவது வழக்கமாய் விட்டது என்றார்.

தாங்கள் வழக்கம் வழக்கம் என்று சொல்லுவதை நிறுத்தி இக்கிராமத்தில் வாசஞ்செய்யும் மக்களில் இங்கிலீஷ் வாசித்தவர்களும் வாசிக்காதவர்களும் ஒன்றுகூடி குடிகள் விஷயத்தில் பரிந்து பாடுபடும் ஒரு கமிஷனரை தெரிந்தெடுத்து அவரை ஏன் நியமித்துக் கொள்ளக் கூடாது என்றோம். எல்லாம் அப்படிதான் இருக்கின்றார்கள் என்றார். எல்லாம் அப்படித்தான் என்றால் அஃதென்னை என்றோம்.

எப்போதுங் கமிஷனர்களை நியமிக்குங்கால் எங்கள் வீடுகளண்டை வண்டி கொண்டுவருங் கமிஷனர்களை மறுவருஷங் கமிஷனர்களை நியமிக்கும் போதுதான் காண்கின்றோம். மற்ற காலத்தில் எங்கள் வீடுகளைப்பற்றியேனும் ரோட்டுகளைப் பற்றியேனும் அவர்கள் கவனிப்பதுங் கிடையாது, வருவதுங் கிடையாது என்றார்.

நீங்கள் அவர்களை கமிஷனர்களாக நியமித்துக் கொள்ளுவதால் உங்களுக்கு யாதொரு பயனும் இல்லை என்பது விளங்குகின்றது. அவர்களை நீங்கள் நியமிப்பதால் அவர்களுக்கு ஏதேனும் பயனுண்டோ என்றோம்.

அவர்கள் வீட்டுக்கு வரியில்லை என்றும், ரோட்டுக்கு வரியில்லை என்றும் சொல்லக் கேள்விப்படுகிறேன் என்றார்.

அப்போது இந்த கமிஷனர்கள் முயற்சி யாவும் சுயனலங்கருதி வீடுகடோரும் வண்டிகொண்டுவருகின்றார்களா பிறர் நலம் கருதியா என்றோம்.

நமது தேசத்தில் பிறர்நலன் கருதி பாடுபடும்படியானவர்களை யான் கண்டதில்லையே என்றார்.

இத்தகைய குணமுடையோர்பால் சுயராட்சியங் கொடுத்தால் என்ன செய்வார்கள் என்றோம்.

வாயாடிகளுக்கு வீடும் வாயிளைத்தவர்களுக்கு பிச்சையேற்கும் ஓடுங் கொடுப்பார்கள் என்று சொல்லிப்போய்விட்டார்.

- 1:28; டிசம்பர் 25, 1907 -

5. எதிர்க்காமல் அடங்கினவன் ஈனசாதியாமோ

நிகழ்ந்த டிசம்பர் மாதம் 31உ செவ்வாய்க்கிழமை வெளிவந்த சுதேசமித்திரன் பத்திரிகை 3-ம் பக்கம் முதற் கலத்தில் கோவிந்ததாஸ் என்னும் ஓரன்பர் எழுதியிருக்குங் கடிதத்தைக் கண்டு மிக்க வியப்புற்றோம்.

அதாவது சீரங்கப் பறையனென்னும் ஒருவனை ஒரு மகமதியன் செருப்பினாலடிக்க அவ்வடிப்பட்டுகொண்டு ஓடிவிட்டானாம் ஏன் ஓடினா-னென்றால் அவன் ஈனசாதி யானதினாலேயாம். அந்தோ, ஒருவனடிக்க மற்றொருவனடங்கிவிடுவது ஈனசாதிச் செயலா அன்றேல் மோனசாதிச் செயலா என்றுணராது கூறுவது உத்தமமன்று.

அடக்கமென்னுஞ் செயல் மேலோர்களுக்குண்டா, யீனர்களுக்கு உண்டா என்பவை கலை நூற்களில் கல்லாராயினும் தற்காலக் காங்கிரசில் நடந்த கலகத்தையும் அவ்விடமுள்ள மேன்மக்கள் ஒடுங்கிய ஒடுக்கங்களையும் அன்பர் உணர்ந்திரார் போலும், ஈனசாதிகள் ரென்பதையும் மோனசாதிகள் யாரென்பதையும் அன்பர் இனியேனும் அறிந்துக்கொள்ளுவராக,

குறுந்திரட்டு

யீனர்கள் யாவரென்னிலிடுக்கணும் வடுக்கண்செய்வோர்
யீனர்கள் யாவரென்னி லிதயத்தில் வஞ்சமுள்ளோர்
யீனர்கள் கள்ளுஞ் சூது மினவிப சாரமுள்ளோர்
யீனர்க ளினரே யாவரிகனியுதிட்டி ரவ மன்னே
மோனர்கள் யாவரென்னில் மொழிமுதல் மூன்று மாய்ந்தோர்
மோனர்கள் யாரென்னில் முக்குற்றங் கடிந்து நின்றோர்
மோனர்கள் பிணியுமூப்பு மரணமுஞ் செயித்த மேலோர்
மோனர்கள் முனிந்த வாய்மெய், முத்தியு முடையோராமே,

- 1:30; சனவரி 8, 1908 -

6. திரானஸ்வால் ஞானசம்பன்னன்

இம்மாதம் 26உ, புதவாரம் வெளிவந்த "சுதேசமித்திரன்" பத்திரிகையில் ஞானசம்பன்னன் என்னும் கையொப்பம் இட்டு 'ஐயோ, அநியாயம், அநியாயம்' என்னும் ஓர்கடிதம் எழுதியிருக்கின்றார், இவரையே தராசுகோலாந் துலாலக்கினாதிபதியென்றும் திரிச்சங்கு மைந்தன் அரிச்சந்தி-ரனுக் கேற்ற சத்திய கீர்த்தியென்றும் கூறலாம் போலும்.

அந்தோ, இவர் எழுதியுள்ள அநியாயக் கடிதம் 64-வது வரியில் "இங்கோ பொறாமைப் பிண்டங்களும் வெள்ளைத் தோல் போர்த்த மிருகங்களும் சுயநலப் பயித்தியங் கொண்ட கண்மூடிகளுமான அற்ப வெள்ளையரே பெரும்பான்மையோரா இருக்கச்சே" என்றும் அதற்குப் பின் வரிகளில் இந்தியர்களில் கனவான்களையும் ஏழைகளையுங் கூலி கூலியென்று அழைத்துவருகின்றார்கள் என்றும் கூலிகளை மட்டிலுங் கூலியென்று அழைக்க வேண்டும் கனவான்களைக் கூலிகள் என்று அழைக்கலாமோவென்றும், அதற்குப் பின்வரிகளில் இழிகுலத்தோர்களில் பலர் கல்விகற்றுக் கொண்டு இதே தருணத்தில் இந்தியாவின் சாதி வித்தியாசத்தைப் பற்றியும் உயர்குலத்தோரைப் பற்றியும் மற்றும் பெரி-யோர்களைப் பற்றியும் வாயில் வந்தபடி பேசுவதுமாயிருக்கின்றார்கள் என்றும் வரைந்திருக்கின்றார். அவர் வரைக்குமாறாய் யாமுஞ் சிலதை வரைகிறோம்.

ஐயா ஞான சம்பன்னரே கேண்மின்:-

இந்தியாவில் உடுக்கைப் பறை, பம்பைப் பறை, மத்தளப்பறை, மேளப்பறை அடிப்பவர்களை பறையர்கள் என்று அழைப்பது பொருந்தும் அங்ஙனமின்றி சோதிடவல்லவர்களையும், வித்துவான்களையும், பண்டிதர்களையும், இஸ்டார் பட்டம் பெற்றவர்களையும், இராயபாதூர் பட்டம் பெற்றவர்களையும், அஜூர் செருஸ்தாதாரர்களையும், ரிஜிஸ்டிரார்களையும், இஞ்சினீயர்களையும், டாக்ட்டர்களையுங், கனதனம்பெற்ற வியா-பாரிகளையும், பறையர் பறையர் என்று கூறி மனந்தாங்கச்செய்தல் மகிழ்ச்சியாமோ.

திரான்ஸ்வாலில் நூதனமாகக் குடியேறியுள்ளவர்களுக்கு மட்டிலும் நியாயம் வேண்டும். இந்தியப் பூர்வக்குடிகளுக்கு நியாயம் வேண்டாம் போலும்.

அந்தோ ஞானசம்பன்னரே,-

இந்தியாவிலிருந்து திரான்ஸ்வாலுக்குக் குடியேறியவர்கள் திரான்ஸ்வாலர்களேறும் வண்டிகளுள் ஏறப்படாது. அவர்கள் நடக்கும் வீதிகளில் நடக்கப்படாதென்று அநியாயமாக நடத்துகின்றார்கள். இத்தகைய நீதியுமுண்டோ நியாயமுமுண்டோவென நீதிகூறும் கியானசம்பன்னர்கள், இந்தியாவிலிருக்கும் பூர்வக்குடிகளும் விவேகமிகுத்தவர்களும் முயற்சியில் தளராதவர்களும் பூமிகளைப் பண்படுத்த வல்லவர்களுமாகியவர்களை பறையர் பறையர் என்று தாழ்த்தி சுத்தசலங்களை மொண்டுக் குடிக்கவிடாமலும் அம்பட்டர்களை சவரஞ்செய்யவிடாமலும் வண்ணார்களை வஸ்திரமெடுக்க விடாமலும் சில ராஜாங்க உத்தியோகங்களில் சேர விடாமலும் சிலவீதிகளிற் போகவிடாமலும் செய்துவரும் கொடூரங்களைத் கேட்டதற்கும் இது யாதுகாரணம் என்று விசாரிப்பதற்கும் நியாயமில்லாமற் போயதென்னோ.

திரான்ஸ்வாலுக்குச் சென்றவர்களுக்கு மட்டும் நியாயம் வேண்டும். இந்தியாவில் இடுக்கணடையும் பூர்வக் குடிகளுக்கு நியாயமில்லையோ. யாதுகாரணமென்று விசாரிப்பாருமில்லையோ. திரான்ஸ்வாலர்களுக்கு நீதிகூறும்படிச் சென்ற ஞானசம்பன்னர் இந்தியப் பூர்வக் குடிகளின் குறைகளை நீக்குவாரேல் நீதிகோலுக்கு நடுநிலை உள்ளார் என்று கூறலாம். அங்ஙனமின்றி தங்கள் பிரயோசனத்தைக் கருதி பேசியவர் வெள்ளையரை சுயப்பிரயோசனரெனக் கூறியுள்ளது விந்தையேயாம்.

"யதீசங் வபதீ பிஜங் ததிஸங் ஹரதீ பலங்."

செய்த கருமத்திற்குத் தக்க பலனை அனுபவிப்பார்கள் என்பது புத்ததன்மம். அதன் பகரமாய் இந்தியாவில் செய்துவருங் கருமங்களுக்குக் காட்சி திரான்ஸ்வாலில் அநுபவிப்பதே பிரதிபலனாகும்.

மற்றுமுள்ளக் கன்மபலன்கள் யாவும் இந்தியாவில் கூடிய சீக்கிறத்தில் விளங்கும்.

- 1:38; மார்ச் 4, 1908 -

7. தாழ்ந்த ஜாதியோருக்குத் தொழுக்கட்டையாம்

உயர்ந்த சாதியென்று சொல்லிக்கொள்ளுவோர்கள் தங்களுக்கு எதிரிகளாகவும் விரோதிகளாகவும் உள்ளோர்களை தாழ்ந்த சாதியென்று வகுத்து நிலைகுலையச் செய்துவருங்காலத்தில் ஈஸ்ட்டிண்டியன் கம்பனியார் வந்து தோன்ற அவர்கள் காலமாகிய 1816-ம் வருஷத்தில் தாழ்ந்த சாதி என்போருக்கு தொழுக்கட்டை தண்டனையும், உயர்ந்த சாதி என்போர்களுக்கு சாதாரணக் காவல் தண்டனையும் உண்டாக்கிவிட்டு உயர்ந்த சாதிகள் என்போர் ஏழைக்குடிகளைப் பலதேசங்களுக்கும் சிதறி ஓடிப்போம்படி செய்து விட்டார்கள். அதன்பின் குயின் விக்டோரியாளம்மன் அரசாட்சியில் அதே சட்டத்திலுள்ள தாழ்ந்த சாதி உயர்ந்த சாதி என்னும் வரம்பின்றி குரூரச்செய்கை யுள்ளவனை தொழுக்கட்டையில் போடலாமென்று மாற்றிவிட்டார்கள். இவ்வகை நீதிக்கு வழுவான சட்டங்களை மாற்றியதுமன்றி தாசில்தாரர்களுக்கு மாஜிஸ்டிரேட் அதிகாரங் கொடுத்திருந்ததினால் குடிகளை அதிக அக்கிரம் செய்கின்றார்கள் என்று அறிந்து தாசில்தார் அதிகாரத்தை வேறாகவும் மாஜிஸ்டிரேட் அதிகாரத்தை வேறாகவும் மாற்றிவிட்டார். அதினால் ஏழைக் குடிகள் யாவரும் கிராமங்களில் கவலையற்றிருக்கின்றார்கள்.

இவ்வகை விசாரிணை மிகுத்த நமது கருணை தங்கிய ராஜாங்கத்தார் தாழ்ந்த சாதி உயர்ந்த சாதி என்னும் பேதத்தையும் தொழுக்கட்டை சத்திரமென்னுஞ் சட்டத்தையும் ஆலோசனைக்குக் கொண்டுவந்திருப்பது ஆச்சரியமாயிருக்கின்றது. அதேனென்றால் பிரிட்டிஷ் ராஜாங்கத்தின் நீதியானது தன்னவர் அன்னியர் என்னும் பட்சபாதம் இல்லாமல் இருந்து தங்கள் ஆளுகைக்கு உட்பட்டவர்களுக்கு ஒருக்கண்ணிற் சுண்ணாம்பும் ஒருக்கண்ணில் வெண்ணெயையும் தடவுவதுபோல் தாழ்ந்த சாதியோருக்குத் தொழுக்கட்டையும், உயர்ந்த சாதியோருக்கு வெறுங்காவலுமாகிய பட்சபாத தண்டனையை ஆலோசிப்பது ஆச்சரியமாகக் காணப்படுகின்றது.

இத்தகைய உயர்ந்த சாதி தாழ்ந்தசாதி என்று ஏற்பட்டக் காரணம், தங்களுக்கு எதிரிகளாயுள்ளவர் மீதுள்ளப் பொறாமெயினால் சிலரைத் தாழ்ந்த சாதியென்றும் சோம்பேரிகளாய் வயிறு வளர்ப்பதற்குப் பெரியசாதிகள் என்றும் எற்படுத்திக் கொண்டார்களேயன்றி எதார்த்தத்தில் உயர்ந்த சாதி தாழ்ந்த சாதி கிடையாது.

அங்ஙனமிருக்குமாயின் உயர்ந்த சாதியான் யார். தாழ்ந்த சாதியான் யார், எச்செயலால் உயர்ந்த சாதியானான், எச்செயலால் தாழ்ந்த சாதியானான். பிச்சை ஏற்பவன் பெரியசாதியும் பயிரிடுபவன் சின்னசாதியானக் காரணம் யாதென, உயர்ந்த சாதி என்போர்களையும் தாழ்ந்த சாதி என்போர்களையும் ராஜாங்கத்தோர் நேரில் நிறுத்தி விசாரிணைச்செய்து இன்னாரென்றுந் தெரிந்துக்கொண்டபின்பு உயர்ந்த சாதி தாழ்ந்த சாதிச் சட்டத்தை ஆலோசிக்கவேண்டியது அவசியமாகும்.

தாழ்ந்தசாதியோர் யாரென்றும் உயர்ந்த சாதியோர் யாரென்றும் கண்டறியாமல் சட்டத்தை நிருமிப்பார்களாயின் தாசில்தார்களுக்கு மாஜிஸ்டிரேட்டு அதிகாரங் கொடுத்திருந்த காலத்தில் குடிகளுக்கு உண்டாயிருந்த இடுக்கங்களைப் பார்க்கினும் வில்லேஜ் முநிசிப்புகளுக்கு சொற்ப மாஜிஸ்டிரேட் அதிகாரங் கொடுத்து விட்டாலோ குரங்குக்கையில் வாளைக்கொடுத்து காவல்வைத்தக்கதைபோல் முடிவதுமன்றி முநிசிப்புவீட்டுக் கோழிமுட்டை குடித்தினக்காரர்கள். அம்மியை உடைக்குமென்னும் பழமொழியும் பலிதமாகும். நன்கு வாசித்த தாசில்தாரர்களிடங் கொடுத்திருந்த மாஜிஸ்டிரேட் அதிகாரத்தை மாற்றிவிட்ட ராஜாங்கத்தார் அவரினும் அந்தஸ்துக் குறைந்த முநிசிப்புகளிடம் மாஜிஸ்டிரேட் அதிகாரங் கொடுப்பது நியாயமாகக் காணவில்லை.

தற்காலம் ஏழைக்குடிகளுக்குள்ள சில இடுக்கண்கள் நீங்கி தங்கள் தங்கள் பூமிகளை சீர்ப்படுத்திக் கொண்டு வருகின்றார்கள். இத்தகைய காலத்தில் தாழ்ந்தசாதிக்குத் தொழுவும் உயர்ந்தசாதிக்கு வெறுங்காவலும் ஏற்படுமாயின் ஏழைக்குடிகள் உள்ள பூமிகளையும் விட்டுவிட்டு ஓட வேண்டியதேயாம். பி.ஏ., எம்.ஏ வாசித்தவர்களுடைய ஆலோசனைச் செய்கையை ஓர் (லோயர் செக்கன்றி) பையன் நிறைவேற்றுவானென்றால் அது பொருந்துமோ, ஒருக்காலும் பொருந்தா. சாதியையே பெருமெய் பாராட்டித் திரிபவர்களும் சொற்பக் கல்வியுள்ளவர்களுமாகிய முநிசிப்புகளிடம் மாஜிஸ்டிரேட் அதிகாரங்கொடுப்பது ஆபத்தாகவே முடியும்.

அதாவது விவேகமிகுத்த நியாயாதிபதிகளே தங்கள் நியாயங்களில் எவ்வளவோ தவறுதல் செய்துவிடுகின்றார்கள். அங்ஙனமிருக்க விவேகமும் கல்வியும் குறைந்த முநிசிப்புகளிடம் சாதிபேதத்தை ஒட்டிய மாஜிஸ்டிரேட் அதிகாரத்தைக் கொடுப்பதனால் இஃது கிராமக்குடிகளை சீர்திருத்துஞ் சட்டம் என்று ஆலோசிப்பதைவிடுத்து கிராமங்களிலுள்ள ஏழைக்குடிகளை ஊரைவிட்டு ஓட்டுஞ் சட்டமென்றே ஆலோசிக்கவேண்டிவரும். இதன் பகரமாய் சிலகாலங்களுக்குமுன்பு கிராமங்களிலுள்ள பெரியசாதிகள் என்போர் ஏழைக்குடிகளில் ஒருவனுக்கு அரையணா ஓரணா விலைபெறுந் தானியங்களைக் கொடுத்துவிட்டு ஒருநாள் முழுமையும் வேலைவாங்கிக்கொள்ளும் வழக்கமாயிருந்தது. தற்காலமோ அவ்வகைக்கில்லாமல் தக்கக் கூலிகேட்டு வாங்கிக் கொண்டு சீவித்து வருகின்றார்கள். இவ்வகையாக ஏழைக்குடிகள் சீர்பெற்று வருங்காலத்தில், தாழ்ந்த வகுப்பாருக்குத் தொழுக்கட்டை என்று ஏற்படுத்திவிட்டாலோ பெரிய சாதி என்ற முநிசிப்பும் பெரியசாதிகள் என்ற கிராமவாசிகளும் ஒன்றுகூடிக்கொண்டு ஏழைக்குடிகளுக்கு இடுக்கண் செய்துவிடுவார்கள்.

எவ்வகையில் என்றால் ஏழைக்குடிகளில் ஒருவனை கிராமவாசி ஒருவன் தருவித்து தகாத வேலையொன்றை செய்யச்சொல்லுவான். அவ்வேலையை செய்யாவிட்டாலோ முநிசிப்பும் அவனும் ஒன்று கூடிக்கொண்டு ஏழையைத் தொழுவில் மாட்டித் துன்பஞ்செய்துவிடுவார்கள்.

இவ்வகைத் தொழுவிற்படும் கஷ்டமான பயம் ஏழைக்குடிகளும் விவேகமற்றவர்களுமாகியவர்கள் மனதிற் பதிந்துவிடுமானால் தொழுவில் வாதைப்படும் பயத்தினாலேயே அவர் சொன்னவேலை யாவையுஞ் செய்யமுயலுவார்கள். அவ்வகைச் சொல்லும் ஏவல்களில் கிராமவாசிகளுக்கும் முநிசீப்புக்கும் விரோதியாயுள்ள தாசில்தாரையேனும் கலைக்ட்டரையேனுந் துன்பஞ்செய்யும்படி ஏவலிடுவார்களாயின் ஏழைக்குடிகள் அந்த ஏவலை நிராகரிப்பார்களானால் வேறுவேறு குற்றங்களைச்சாட்டி தொழுவில் மாட்டித் துன்பஞ் செய்துவிடுவார்கள். ஆதலின் நமது கருணைதங்கிய ராஜாங்கத்தார் இதுவிஷயத்தை நன்காலோசித்து உயர்ந்த சாதி தாழ்ந்த சாதி என்னுஞ் சட்டங்களை வகுக்காமலும் சிவில் வியாஜயத்தை நடத்தும் முநிசீப்புகளிடம் கிரிமினல் அதிகாரங்களைக் கொடாமலும், கிராமாதிகாரச் சட்டங்களைப் புதுப்பிப்பார்கள் என்று நம்புகிறோம்.

- 1:44; ஏப்ரல் 15, 1908 -

8. மிஸ்டர் கேயர் ஆர்டியும் இந்தியர் சுயராட்சியமும்

மிஸ்டர் கேயர் ஆர்டி அவர்கள் இங்கிலாந்து சேர்ந்தவுடன் அவ்விடமுள்ள இந்தியர்கள் சார்பாம் ஆங்கிலேயர்களைத் தருவித்து ஒரு கூட்டம் இயற்றி இந்தியர்களுக்கு சுயராட்சியங்கொடுக்க வேண்டிய விஷயங்களைப்பற்றி ஆலோசிக்கப்போவதாய்க் கேழ்வியுற்று மிக்க ஆட்சரியப்படுகின்றோம். அதாவது இந்தியாவில் பிராமணரென்னும் பெயர்வைத்துக் கொண்டிருப்பவர்களில் எத்தனைப் பிரிவுகளிருக்கின்றது. க்ஷத்திரியரென்று பெயர் வைத்துக் கொண்டிருப்பவர்களில் எத்தனைப் பிரிவுகளிருக்கின்றது. செட்டிகள் என்பார்களில் எத்தனைப் பிரிவுகளிருக்கின்றது. முதலியார் என்பார்களில் எத்தனைப்பிரிவுகள் இருக்கின்றது. ஒரு பாப்பான் வீட்டில் மற்றொரு பாப்பான் சாப்பிடமாட்டான். ஒரு பாப்பான் பெண்ணை மற்றொரு பாப்பான் கொள்ளமாட்டான். இப்படியாகப் பலவகை ஒற்றுமெய்க் கேடாகும் ஆயிரத்தெட்டு சாதிகளுடன் வடதேசங்களிலிருந்து இத்தேசத்தில் வந்து மலமெடுக்குந் தோட்டிகளுக்கும் சாதிகளுண்டென்று ஏற்படுத்தி வைத்துக் கொண்டிருக்கின்றார்கள்.

இவ்வகை சாதியேற்பாட்டில் எந்தசாதியோர்களை இந்தியரென்று தெரிந்து கேயர் ஆர்டி. துரையவர்கள் யாருக்கு சுயராட்சியம் வாங்கிக் கொடுக்கப் போகின்றாரோ தெரியவில்லை, ஆதலின் நமது கேயர் ஆர்டிதுரையவர்கள் இந்தியருக்கு சுயராட்சியம் அளிக்கவேண்டும் என்னும் ஆலோசனையை சற்று நிறுத்தி இந்தியாவிலுள்ள எந்த சாதியோருக்கு சுயராட்சியங் கொடுக்கலாம் என்பதைத் தேறத் தெளிந்து முடிவு செய்வாரென நம்புகிறோம்.

- 1:45; ஏப்ரல் 22, 1908 -

9. இந்தியர்களுக்கா டிஸ்டிரிக்ட் மாஜிஸ்டிரேட் அதிகாரம்

இந்தியர்கள் என்பதில் இன்னார்கள்தான் இந்தியர் என விளங்கவில்லை. அல்லது ஆங்கிலேயர்கள் மகமதியர்கள் தங்களுக்குத் தாங்களே பிராமணர் என்று சொல்லிக் கொண்டிருப்பவர்கள் இம்மூவரும் அந்நியதேசங்களிலிருந்து இத்தேசத்தில் வந்து குடியேறியவர்கள். இவர்கள் மூவரும் நீங்கலாக மற்றுமுள்ளக் குடிகளை இந்தியர் என்றுக் கூறலாமென்றாலோ அவர்கள் யாவரும் புத்ததருமத்தைத் தழுவியிருந்தால்மட்டிலும் அவர்களை இந்தியர்கள் என்றுக் கூறத்தகுமே அன்றி மற்றவர்களைக் கூறலாகாது.

ஆதலின் இத்தேசத்துள்ள சிலர் இந்தியர்களுக்கு (டிஸ்டிரிக்ட்) மாஜிஸ்டிரேட் அதிகாரங் கொடுத்தால் விசாரிணைகள் சீராக நிறைவேறும் என்று முறையிடுகின்றார்கள். அதனைக் கண்ணுறும் நமது காருண்ய கவர்ன்மென்டார் இந்தியர்கள் யாவரென்பதை தேற விசாரித்து அதன்பின்பே டிஸ்டிரிக்ட் மாஜிஸ்டிரேட் அதிகாரத்தை யாருக்குக் கொடுக்கலாமென்பதை ஆலோசித்தல் வேண்டும். அங்ஙனமின்றி இவ்விடம் வந்துக் குடியேறியுள்ளவர்களையும் இந்தியர்கள் என்று நம்பிக் கொண்டு டிஸ்டிரிக்ட் மாஜிஸ்டிரேட் அதிகாரங்கொடுத்துவிடுவதானால் எல்லாந் தங்கள் சுயசாதிகளையே அங்கு சேர்த்துக் கொண்டு எதார்த்த இந்துக்களை ஏய்த்துவிடுவார்கள். சாதியில் உயர்ந்தவர்கள் என்று சொல்லிக் கொள்ளுவோர்களிடம் அந்தஸ்துள்ள உத்தியோகங்களைக் கொடுப்பதால் அனந்தக் கெடுதிகளிருக்கின்றது. அதனை ராஜாங்கத்தார் நன்காலோசித்து நடத்தல் வேண்டும்.

ஏனென்பாரேல் உயர்ந்த சாதி என்று மதித்து உயர்ந்த உத்தியோகங்களைக் கொடுத்து வருவதினால் அவர்களுடைய எண்ணத்தில் இராஜரீகஞ் செய்யும் ஆங்கிலேயரும் தங்களுக்குத் தாழ்ந்தவர்கள் என மதித்துக் கொண்டு சுயராட்சியம் நோக்கிவிட்டார்கள்.

வித்தை பலம், ஆயுத பலம், நிதி பலம். ஒற்றுமெய் பலம் யாதொன்றும் இவர்கட்குக் கிடையாது. பெரியசாதிகள் என்னும் பெரும்பலமே இராஜாங்கத்தை எதிர்த்து நிற்கின்றது. கொள்ளியை இழுத்துவிட்டால் கொதிப்பது அடங்கிவிடும் என்னும் பழமொழிக்கிணங்கி பெரிய சாதிகள் என்போர்களுக்கு பெரிய உத்தியோகங் கொடுப்பதை நிறுத்திவிட்டால் சுயராட்சியக் கூட்டம் சொல்லாமலே அடங்கிவிடும் என்பது திண்ணம்.

- 1:45; ஏப்ரல் 22, 1908 -

10. நாஷனல் காங்கிரஸ் நாட்டத்தாரும் சுதேசிய நாட்டுகூட்டத்தோரும்

அத்தியாவசியம் நோக்கி ஆட்சேபித்து ஆதரிக்கவேண்டியது ஒன்றுண்டு. அதாவது வடநாடுகளிலுள்ள சில அன்பர்கள் கூடி சாராயக்கடைக் கள்ளுக்கடைகளின் எதிரில் நின்று மதுவினால் உண்டாகும் கெடுதிகளை தெள்ளற விளக்கிக் கொண்டு வருகின்றார்களாம். அதுபோல் தென்

தேசத்திலுள்ள நாஷனல் காங்கிரஸ் மெம்பர்களுஞ் சுதேசிய மெம்பர்களும் பல கிராமங்களுக்குச் சென்று சாதிநாற்றஞ் சமயநாற்றக் கசிமலங்களை அகற்றிக்கொண்டே வருவார்களாயின் காங்கிரஸ் கமிட்டியும் கனம்பெரும் சுதேசியமுஞ் சுகமடையும்.

இத்தகைய உள் சீர்திருத்தங்களை நோக்காது புற சீர்திருத்தத்தில் நோக்கம் வைப்பார்களாயின் அமிதவாதிகளின் அக்கிரமத்தாலும் மிதவாதிகளின் மூர்க்கத்தாலும் முழுமோசமுண்டாய் சாதியுங் கெட்டு சங்கையுண்டாம்படி நேரிடும். அவ்வகை சங்கைகெட்டு சாதியைத்துலைப்பதைப் பார்க்கினும் அங்கங்குள்ள விவேகிகள் ஒன்றுகூடி ஒற்றுமெய் நாடி உழைப்பார்களாயின் ஊருஞ் சுகம் பெற்று பேரும் பிரபலமாவதுடன் நமது கருணைதங்கிய பிரிட்டிஷ் ராஜாங்கத்தாரும் இத்தேசத்தோருக்கு இப்போதுதான் அறிவுண்டாயதென்று அறிந்து சுதேசியத்தையும் அளித்து சுகமடையச் செய்வார்கள்.

ஆதலின் தாழ்ந்த சாதியோருக்குத் தொழுக்கட்டையும் உயர்ந்த சாதியோருக்கு உழ்க்கார்ந்து தின்னும் பட்சபாத சட்டத்தைப் பறக்கப் போக்குங்கள். தாழ்ந்த சாதியாருக்கோர் சட்டம் என்பது நீதிமான்களுக்கு பொருந்துமோ, கறுப்பர்களுக்கு கறுப்பர்களே சட்டம் மாறுபடுத்திக் கொண்டால் வெள்ளையர்களுக்கும் கறுப்பர்களுக்குஞ் சட்டங்கள் மாறுபடாமற்போமோ.

உட்கார்ந்து தின்னுஞ் சோம்பேரிகளுக்கு ஊரை ஆளும்படியான ஆசையும், ஊராரைத் தாழ்ந்தவர்கள் என்று கூறித்தொழுக்கட்டைப் போடவேண்டும் என்னும் ஓசையுங் கொடுப்பவர்கள் வசம், தங்களுயிரையுந் தங்கள் பந்துமித்திரர்களுயிரையும் பறிகொடுத்து ஊரைக் கைப்பற்றியவர்கள் அவன்சாதி சின்னசாதி, என்சாதி பெரிய சாதி என்னும் அறிவிலார்வசம் தங்கள் கஷ்டார்ஜித சொத்தைக் கைநழுவவிட்டுப் போவர்களோ, கீழ்ச்சாதி மேற்சாதி என்னும் அக்கிரமக்காரர்கள் முன்பு தங்கள் கிராமத்தைக் காட்டுவரோ. உட்கார்ந்துதின்னுஞ் சோம்பேரிகளே, உயர்ந்தசாதி தாழ்ந்த சாதி சட்டங்களை வகுத்துக் கொள்ளும்போது உயிரைக் கொடுத்து ஊரைப்பிடித்தவர்களுக்கு வேறு சட்டம் இருக்காதோ.

இவைகள் யாவற்றையும் சீர்திருத்தக்காரர்கள் நன்காலோசித்து தாழ்ந்தவர்களுக்குத் தொழுக்கட்டையும் உயர்ந்தவர்களுக்கு உழ்க்கார்ந்து தின்னும் பட்சபாதசட்டம் உண்டு செய்வதை விலக்கி அவன் எச்சாதியோனாயிருந்தாலும் துஷ்டசெயலையுடையவனைத் தொழுவில் மாட்டவேண்டும் என்னும் பொதுச் சட்டத்தை நிலைநிறுத்தல் வேண்டும். அங்ஙனமின்றி இவர்கள் சுயப்பிரயோசனங் கருதி தாழ்ந்த சாதியோருக்குத் தொழுக்கட்டை என்னும் சட்டத்தை நிலைக்கச் செய்வார்களாயின் இங்குள்ள நாஷனல் காங்கிரஸ் கமிட்டியார் சுயப்பிரயோசன பௌஷையுஞ் சீர்மையிலுள்ள நாஷனல் காங்கிரஸ் கம்மிட்டியாரின் பௌஷையும் பறக்கத் தீட்டிக்காட்டுவோம்.

- 1:46; ஏப்ரல் 29, 1908 -

11. பதங்கெட்ட சோற்றுக்குப் பஞ்சமன் போவனோ

1908 ஆம் வருஷம் ஏப்பிரல்மீ 17உ சுக்கிரவாரம் வெளிவந்த '''சுதேசமித்திரன்'' பத்திரிகையில் சத்தியவாசகனெனக் கையொப்பமிட்டு வரைந்துள்ளக் கடிதத்தைக் கண்டு மிக்க வியப்புற்றோம்.

அதாவது, சாதி ஆசாரங்களென்னும் அநாச்சாரக் கதைகள் யாவும் கட்டுக்கதைகளாம் பொய்யென்று வரைந்திருக்க இவர் சத்தியவாசகனென வெளிவந்து பொய்யைப் பலப்படுத்தும் பரிதாபத்தினாலேயாம். தற்காலத் தோன்றியிருக்குஞ் சுதேச சீர்திருத்தக்காரருள் இவரையே முதற்சீர்திருத்தக்காரராக ஏற்றுக் கொள்ளல் வேண்டும். ஏனென்பீரேல் பஞ்சமர்களுக்குப் பக்கத்து வோட்டல் வைக்க வேண்டும் என்பதினாலேயாம்.

அந்தோ பி.ஏ, எம்.ஏ. வாசித்த மேன்மக்களும் கலைக்ட்டர், ஜட்ஜிகள் முதலிய அந்தஸ்துள்ள உத்தியோகஸ்தர்களும் தங்கள் சுதேசிகளின் சோற்றுக் கடைகளில் சுத்தமில்லாமலும் பதார்த்தங்கள் சுவையில்லாமலும் இருப்பதைக் கண்டு நீக்கிவிட்டு பஞ்சமர்கள் சுத்தமாகவும் சுகமாகவுஞ் சுவையாகவும் வைத்திருக்கும் (ரிப்பிரஷ்மென்ட்) ரூம்களிலும் ஓட்டல்களிலும் வந்து சந்தோஷமாக சாப்பிட்டுப்போவது சகலரும் அறிந்திருக்க, சத்தியவாசகர் அவற்றை நோக்காது பஞ்சமர்களுக்காய் பரிந்து வேறு ஓட்டல் வைக்க விருப்பங்கொண்ட காரணம் விரோத சித்த விருத்தரென்றே விளங்குகின்றது. இத்தகைய விரோத சித்தவிருத்தியால் வீணே இவரழிவதுமன்றி ஏதோ சாப்பாட்டுக் கடைவைத்து சீவிக்கும் ஏழைகளின் சொற்ப சீவனங்களையும் கெடுக்க ஆரம்பிக்கின்றார். ஆதலின் சாப்பாட்டுக் கடைவைத்து சீவிக்கும் அன்பர்காள்! நமது சத்தியவாசகர் வார்த்தையை நித்தியமென்று எண்ணி பஞ்சமர்களுக்கென்று வேறுபக்கத்து வோட்டல் வைக்காதீர்கள்.

காரணம் - பஞ்சமர்களென்பவர்களோ சுத்தமான இடங்களில் சுத்த ஆசனம் விரித்து சுத்த பாத்திரங்களில் சுத்தமான சோற்றுடன் சுவையுள்ள பதார்த்தங்கள் வைத்துப் புசிப்பார்களாதலின் தங்களுடைய ஓட்டல்களில் மறந்தும் வந்து புசிக்கமாட்டார்கள். சத்தியவாசகருக்கும் அவரைச் சார்ந்தவர்களுக்குமே அஃதினியதாகும். சத்தியவாசகர் மட்டிலும் மனித வகுப்பைச் சார்ந்தவர். பஞ்சமர்கள் யாவரும் மாட்டுவகுப்பைச் சார்ந்தவர்களென்று எண்ணி உள்ளார் போலும். அங்ஙனம் எண்ணி இருப்பாராயின் மனிதனுக்கும் மாட்டுக்கும் உள்ள உருவ பேதாபேதங்களைக் கண்டுக் கொள்ளுவாரே. அவ்வகைக் கண்டுகொள்ளாமல் எல்லோரும் மனித உருவமாகக் காணுகிறபடியால் பஞ்சமர் உருவம் பகலில் தோன்றாமல் பக்கத்து ஓட்டல் வைக்க முக்கிய ஏது செய்கின்றார். இவ்வகையாகப் பகலிலேயே பஞ்சமர்கள் உருவு தெரியாது பரிதவிப்பவர் இரவில் எச்சாதியைக் கண்டு ஏங்கி நிற்பரோ விளங்கவில்லை.

சாப்பாட்டுக் கடைக்கு சாதி வகுத்துக்கொண்ட சத்தியவாசகர், சாராயக்கடை கிளாசுகளுக்கும் கள்ளுக்கடைக் கப்பரைகளுக்கும் கலப்பு நேரிடாமல் காப்பாற்றிக்கொள்ளுவாராயின் இவர் பஞ்சமர்களுக்கென்று நியமிக்கும் பக்கத்து வோட்டல் பறக்க நிலைக்கும். கிளாசுகளையும் கப்பரைகளையும் கவனிக்காது பொத்தை இல்லையிற்போடும் மொத்தைசோற்று வியாபாரத்தைக் கெடுப்பது முழுமோசமேயாம்.

- 1:46: ஏப்ரல் 29, 1908 -

12. கனந்தங்கிய கருணாகரமேனோன் கலைக்டர்களுக்குள்ள அதிகாரங்களைக் குறைக்கப் பார்க்கின்றார்

"பலப்பட்டரை சாதிக்கு பவுஷியமில்லை / குலங்கெட்ட சாதிக்குக் கோத்தரமில்லை." எனும் பழமொழிக்கிணங்க இத்தேசத்து ஜில்லாக்களி-லுள்ள அங்கங்களைத் தெரிந்தெடுத்துக் கலைக்டருடன் கலந்துபேசி அவர்கள் அபிப்ராயப்படி காரியாதிகளை நடத்துவது நலமென்னும் அபிப்-பிராயம் கொடுக்கின்றார். அது சருவஜன சம்மதமேயாம். ஆனால் ஐயங்காரைச் சேர்ந்த ஒரு மெம்பர். ஐயரைச்சேர்ந்த ஒரு மெம்பர். குறுக்கு பூச்சு பாப்பானொரு மெம்பர். நெடுக்குப்பூச்சு பாப்பான் ஒரு மெம்பர் வந்து உழ்க்காருவார்களாயின் சிவன் கோவிலைச் சேர்ந்த ரெவினியூ காரியாதிகள் ஏதேனும் இருக்குமாயின் குறுக்குப்பூச்சு பாப்பான் நெறுக்கப் பிடிப்பார். விஷ்ணு கோவிலைச் சேர்ந்த ரெவினியு காரியாதிகளே-தேனும் இருக்குமாயின் நெடுக்குப் பூச்சு பாப்பான் திடுக்கென்று எழுந்திருப்பார். ஐயங்கார்கள் அதிக வாசஞ் செய்யுங் கிராமங்களில் ரெவினியூ சம்பந்த காரியாதிகளேதேனும் இருக்குமாயின் ஐயங்கார் மெம்பர் அங்கலாய்த்தெழுந்து சிங்கநாதந்தொனிப்பார். கவுண்டர்களும் ரெட்டிகளும் அதிக வாசஞ் செய்யும் இடங்களில் ரெவின்யூ சம்மந்த காரியாதிகளேதேனும் இருக்குமாயின் ஐயங்காருக்குப் பத்திய மேற்பட்டால் பரிகாரம் ஏற்படும். பத்தியம் இல்லாவிடில் சத்தியம் பேசமாட்டார். இத்தகைய சாதிபேத சம்பிரதிகளுஞ் சமயபேத கம்பிளிகளும் நிறைந்த தேசத்தில் கலைக்ட்டர்களுக்குள்ள அதிகாரங்களைக் குறைத்து குடிகளை கூட்டிவைக்கப் பார்ப்பது கருணாகர மேனோனவர்களின் கவனக் குறைவேயாம்.

தனக்குள்ள நல்லெண்ணம்போல் மற்றவர்களுக்கும் இருக்கும் என்று எண்ணி தனதபிப்பிராயத்தை வெளியிட்டிருக்கின்றார் போலும். ஐயங்-காரர் மீது ஐயங்காரர்களுக்கு நம்பிக்கைக் கிடையாது. ஐயர்கள்மீது ஐயர்களுக்கு நம்பிக்கை கிடையாது. இவ்வகை ஒற்றுமெய்க் கெட்டுவாழும் சுயப்பிரயோசன சோம்பேரிகளைக் கலைக்ட்டர்களுடன் கலந்துவிட்டால் அவர்களுடைய சுத்த எண்ணங்களும் கெட்டு குடிகளின் சுகங்களும் அற்று சுயப்பிரயோசன சோம்பேரிகள் சுகம் பெற்றுவிடுவார்கள்.

இவ்வகை அபிப்பிராயங்களை நமது கருணை தங்கிய இராஜாங்க ஆலோசனை சங்கத்தார் ஏற்காது கலைக்ட்டருக்குள்ள அதிகாரங்களை இன்னும் பலப்படுத்துவதுடன் சாதிபேதம் இல்லா சுத்தயிதயம் உடையவர்களுக்கே கலைக்ட்டர் உத்தியோகங் கொடுத்துக்கொண்டு வருவார்க-ளாயின் சகல குடிகளுஞ் சுகம்பெற்று வாழ்வார்கள். நமது கருணாகரமேனோனவர்களும் இதையே அனுசரித்தல் வேண்டும்.

பிரிட்டிஷ் கலைக்ட்டர் அதிகாரமும் கிறிஸ்டியன் மிஷநெறிகள் கலாசாலைகளும் இல்லாமல் பலசாதி மெம்பர்கள் அதிகாரத்தில் மேனோ-னவர்கள் வாசித்திருப்பாராயின் இப்போது கொடுத்துள்ள அபிப்பிராயத்தை அப்போது மறந்தும் பேசமாட்டாரென்பது திண்ணம், திண்ணமேயாம்.

- 1:47; மே 6, 1908 -

13. ஆங்கிலேய அரண்மனை உத்தியோகஸ்த்தர்காள் ஜாக்கிரதை ஜாக்கிரதை

சுயப்பிரயோசன சுதேசிகள் தோன்றி ஆங்கிலேயர் அரண்மனை உத்தியோகங்களை விட்டு விடுங்கோளென்றும் பூமியை உழுது பயிரிடுங்கள் என்றும் உங்களுக்குப் போதித்து வருவதாகத் தெரிகின்றோம்.

அவர்களுடையப் போதனைகளை நம்பி மோசம்போகாதீர்கள். இந்த சத்துருக்களுடைய இடுக்கங்களுக்குப் பயந்து நெட்டாலுக்குப்போய் சீவித்து வருகிறவர்களுக்கும் சீவனங்கெட்டிருக்கின்றது. இத்தகைய சீவன விருத்திகளையும் சத்துருக்களின் மித்திரபேதங்களையும் உணராமல் சுதேசீயம் சுதேசீயம் என்னும் சுயப்பிரயோசனக்காரர்களின் வார்த்தைகளை மெய்யென்று நம்பி மோசம் போவீர்களானால் உங்களுக்குப் போதித்துக்கொண்டே (தொழுக்கட்டை) சட்டத்தை ஏற்படுத்த யோசிக்கின்றவர்கள் துரைகள்வீட்டு உத்தியோகங்களை விட்டு நீங்கி பூமிவே-லைக்குப் போய் பழய சத்துருக்களிடந் தொங்குவீர்களானால் கோலுங் குடுவையும் கொடுப்பதுடன், கழுமரங்களை நாட்டி வழுவிய வஞ்சங்க-ளெல்லாந் தீர்த்துக்கொள்ளுவார்கள்.

பாப்பானுக்கு மூப்பான் பறையன் கேள்ப்பாரில்லாமற் கீழ்ச்சாதி ஆனானென்னும் பழமொழியுண்டு. அது சாத்தியமே. ஆதலின் இத்தேசத்-தோர் போர்த்திருக்கும் பொய்ச்சாதிப் போர்வைகளை நீக்கிவிட்டு பார்ப்பான் பெண்ணைப் பறையனுக்கும், பறையன் பெண்ணைப் பார்ப்பானுக்-கும் கொடுத்து பார்ப்பான் வீட்டு வாரிசை பறையன் வீட்டிற்கும், பறையன் வீட்டுவாரிசை பார்ப்பான் வீட்டிற்கும் பரிமாறிக்கொள்ளுவார்களா-னால் அக்காலந்தான் உங்கள் சத்துருத்துவம் விலகியதென்று எண்ணல் வேண்டும். அங்ஙனம் எண்ணுவதற்கும் சற்று சந்தேகமே.

அஃதேதென்பீரேல் - கல்வி மிகுத்த பாப்பார் தங்கள் விவேகமிகுதியால் பாப்பானுமில்லை பறையனுமில்லை எல்லோரும் மனிதசாதி என்றே வெளிவந்தபோதிலும் கல்வியற்ற செம்புத்தூக்கும் பார்ப்பார்கள் வெளிவந்து பாப்பாத்திக்கும் பறையனுக்கும் பிறந்தபிள்ளை தாப்பாள்சாதி என்றும், பறைச்சிக்கும் பாப்பானுக்கும் பிறந்த பிள்ளை நொறைச்சாதி என்றும் வகுத்து இன்னோர் மநு அதர்ம்மசாஸ்திரம் எழுதினாலும் எழு-திக்கொள்ளுவார்கள். ஆதலின் ஆங்கிலேயர்களாகும் துரை மக்கள் செய்துள்ள நன்றியை மறவாதீர்கள் - மறவாதீர்கள். சுத்தஜலம் மொண்-டுகுடிக்கவிடாத படுபாவிகளின் வார்த்தைகளை நம்பி மோசம் போகாதீர்கள், மோசம் போகாதீர்கள். ஆங்கிலேயர்களாகும் துரைமக்களுக்கு ஏதேனும் இடுக்கம் நேரிடுமாயின் உங்கட் பிராணனை முன்பு கொடுத்து அவர்கள் இடுக்கங்களை நீக்கிவையுங்கள். அதுதான் அவர்கள் செய்துவைத்த நன்றிக்கு நீங்கள் செய்யும் கைம்மாறு. உங்கள் சத்துருக்கள் செய்த தீங்குகளை மறந்துவிடுங்கள். மித்துருக்கள் செய்த நன்றி-களை மறவாதீர்கள் - என்றும் மறவாதீர்கள்.

- 1:49; மே 20, 1908 -

14. மாற்றான்களுக்கு மலமெடுக்கும் வேலைவந்தது போலும்

1908வருஷம் மேமீ 16உ வெளிவந்த சுதேசமித்திரன் இரண்டாம் பக்கம் மூன்றாவது கலம் ஆறாவது வரியில் (தன்னுடைய மலமூத்திராதிகளைத் தானே எடுக்கும்படி அடிக்கின்றார்களாம்) எனப் பரிந்தெழுதியுள்ளப் பரிதாபத்தைக்கண்டு மிக்க வியப்புற்றோம்.

அஃதேனென்பீரேல், ஜெயில் கோர்ட்டில் பறையனை மலமெடுக்குந் தொழிலில் விடும்படியான எத்தனமும் செய்கையும் நிறைவேற்றி வந்த காலத்தில் இந்த பரிதாபம் இல்லாமற் போனதென்னோ. இத்தகைய சாதிபேதத்திற்கும் குரூரச் செயல்களுக்கும் மேன்மக்களாகும் ஆங்கிலேயர் காரணமல்லவே. பொறாமெயும், வஞ்சினமும், துற்குணமும் மிகுத்த கீழ்மக்களே காரணம் அன்றோ.

இத்தகையக் கீழ்மக்கள் செயல்களைக் கண்டித்து சீர்படுத்தாது கண்குளிரப் பார்த்திருக்குங் கனவான்கள் மற்றுமுள்ள சாதியார் மலசலாதிகள் எடுப்பதை மனஞ்சகியாமல் வரைந்துள்ளதைக் கண்டதினாலேயாம்.

மற்றுமுள்ள சாதியோர்களை மநுக்கள் என்றும் பறையர்கள் என்று அழைக்கப்படுவோரை மாடுகள் என்று எண்ணியிருந்தனரோ, அன்றேல் பௌத்த தன்மத்தைக் கடைப்பிடியாகப் பற்றியிருந்த திராவிட பௌத்தர்களை பறையர்கள் என்று தாழ்த்தி பலவகைத் துன்பங்கள் செய்துவந்தது போதாமல் மலமெடுக்கவுஞ் செய்யவேண்டும் என்று மகிழ்ச்சி கொண்டனர் போலும்.

ஆதலின் நமது தேசத்திலுள்ள கற்றவர்களும் மற்றவர்களும் அவரவர்கள் கன்மத்துக்கீடாய் அதனதன் பலனை அனுபவிக்கவேண்டும் என்று கூறுவதைக் கேட்டிருந்தும் இப்போது மலசலாதிகளை எடுக்க நேரிட்ட கன்மம் முன்செய் தீவினை வந்து மூண்டதென்று ஏற்கலாகாதோ. முன்செய் தீவினையேயாம்.

பெரியசாதிகள் என்று பெயர்வைத்துக் கொண்டுள்ளோர் யாவரும் பறையர்கள் என்றழைக்கப்படுவோர்களைப் பலவகைத் துன்பங்களைச் செய்து பாழடையவைத்த கன்மம், பலனளிக்காமல் போமோ. அளித்தே தீரும். அரசன் அன்றுகொன்றால் தெய்வம் நின்றுகொல்லும் என்னும் முதுமொழிக் கிணங்க திராவிட பௌத்தர்களை ஆயிரத்தி ஐந்நூறு வருட காலமாகப் பறையர்கள் என்று தாழ்த்திப் பதிகுலையச் செய்த பாவத்திற்கீடாய் பின்பலன்கள் யாவும் ஒன்றன்பின் ஒன்றாக வந்துக் கொண்டிருக்கின்றது. இன்னும் மற்ற பலனுங்கூடிய சீக்கிரம் வந்து பறையரென்போர்களைத் தாழ்த்தி மகிழ்ந்தவர் வாயில் மண்ணைத்தள்ளும்.

தற்காலம் மலமெடுப்போர் கன்மந் தாவளையே. வெள்ளையர்களுக்கோர் சட்டமும், கறுப்பர்களுக்கோர் சட்டமுமோ என்று விளக்கி வெளிவரும் விவேகிகள் பார்ப்பான் என்று பெயர்வைத்துக் கொண்டவனுக்கோர் சட்டமும் பறையன் என்றழைக்கப்படுவோனுக்கு ஓர் சட்டமும் ஆமோ என்பதைப் பரியாலோசிப்பார்களாக.

- 1:50; மே 27, 1908 -

15. சுதேச சீர்திருத்தம்

எத்தால் வாழலாம், ஒத்தால் வாழலாமென்னும் பழமொழிக்கிணங்க சுதேசிகளாகிய நாம் நமது சுதேசத்தை எவ்வகையில் சிறப்படையச் செய்யலாம் என்னில் சீர்திருத்தம் என்னும் பூமியை ஒற்றுமெய் என்னும் கலப்பையால் உழுது, சாதிகள் என்னும் கல்லுகரடுகளையும் சமயங்கள் என்னும் களைகளையும் பிடுங்கி, சமுத்திரத்தில் எறிந்துவிட்டு சகோதர ஐக்கியமென்னும் நீரைப்பாய்த்து ஒருவருக்கொருவர் நம்பிக்கை என்னும் வரப்பை உயர்த்தி, ஊக்கம் விடாமுயற்சி என்னும் எருவிட்டு, சருவசாதி சமரசம் என்னும் பரம்படித்து, இங்கிலீஷ் கல்வி, ஜப்பான் கைத்தொழில், அமேரிக்கன் அபிவிருத்தி பாவனை என்னும் விதைகளை ஊன்றி, அவன் சின்னசாதி இவன் பெரியசாதி எனக் குரோதம் ஊட்டும் சத்துருக்களாகிய பட்சிகள் நாடாவண்ணம், சகலரும் சுகமடையவேண்டும் என்னும் கருணை என்போனைக் காவல் வைத்து கல்வி, கைத்தொழில், யூகம் என்னும் கதிர்களை ஓங்கச்செய்யின் அதன் பலனால் நாமும் நமது குடும்பமும் நமது கிராமவாசிகளும் நம் தேசத்தோரும் சீர்பெறுவதுடன் தேசமும் சிறப்படையும்.

இத்தகைய சீர்திருத்தங்களை முதனோக்காது கனவான்களும் கல்வியாளரும் ஒன்றுகூடி சுதேசியம், சுதேசியம் என்னும் பெருங்கூச்சலிட்டுப் பணங்களைச் சேர்த்து மயிலாப்பூர் பொக்கிஷச்சாலை, திருவல்லிக்கேணி பொக்கிஷச்சாலை, வைத்திருக்கும் சுதேசிகளை நம்பாமல் ஆர்.த்நட்டை துடர்ந்த காரணமென்னோ. நம்மை நாம் நம்பாமைக்குக் காரணம் நமது செய்கை என்றே தீர்த்தல் வேண்டும்.

- 1:2; சூன் 26, 1907 -

தம்முடைய செயல்களில் வித்தையின் பூரிப்பால் விழியில் கண்ணாடியிட்டு விளித்து நிற்பதும், சாதியின் பூரிப்பால் சாக்கடை நாற்றமறியாது சம்பிரதாயம் பேசுவதும், தனத்தின் பூரிப்பால் தன்னினம் பாராது தத்துவங் கூறுவதும், மதத்தின் பூரிப்பால் மல்லாந்துமிழ்ந்து மார்பை எச்சமாக்குவதும் ஆகியச்செயல்களை ஆராயுங்கால் கண்டு படிப்பது வித்தை, கொண்டுகாப்பது சாதி, விண்டுயீவது தனம், பண்டைகாப்பது மதமென்னும் உணர்வற்று, பி.ஏ. எம்.ஏ., முதலிய கௌரதா பட்டங்களைப் பெற்று தேச சீர்திருத்தங்களுக்கு ஆரம்பித்தவர்கள் தாங்களே முன்னின்று காரியத்தின்பேரிற் கண்ணோக்கம் வைத்து காரியாதிகளை முடிக்காமல் கலாசாலை சிறுவர்கள் பக்கமும் சீர்திருத்தத்தை விடுத்தபடியால் கன்றுகள் கூடி களம்பரிப்பதுபோல் தங்கள் சொந்த படிப்பையும் மறந்து வந்தேமாதரங்கூறி பந்துக்களைக் கண்கலங்கச் செய்துவிடுகின்றார்கள், இத்தகைய ஏதுக்களுக்குக் காரணம் யாரென்றால் சுதேச சீர்திருத்தக்காரர்களேயாம்.

இவ்வகைசீர்திருத்தக்காரர்கள் கலாசாலை மாணவர்களைக் கொண்டு சீர்திருத்தம் செய்யவேண்டுமானால் சிற்றரசர்களையும் ஜமீன்களையும் ஒன்றுகூட்டி பணங்களைச் சேர்த்து மாணவர்களை பிரவேசப்பரிட்சை மட்டிலும் வாசிக்கச்செய்து வியாபார யுந்தாதிகளையும், வியாபாரக் கணிதங்களையும், பதியவைத்து நமது தேசத்தில் அன்னிய தேசங்களிலிருந்து வந்து பென்னி கம்பனியென்றும், பெஸ்ட் கம்பனியென்றும் ஒக்ஸ் கம்பனியென்றும் வைத்துக் கொண்டு தங்கள் தேச சரக்குகளைக்கொண்டு இவ்விடத்தில் விற்பதும் நம்முடைய தேச சரக்குகளைக் கொண்டுபோய் அவர்களுடைய தேசத்தில் விற்பதும் ஆகிய செயல்களைப்போல் நாமும் நம்முடைய மாணவர்களுக்குப் பொருளுதவிச்செய்து அமேரிக்கா, ரோம், ஆஸ்திரேலியா, ஜப்பான் முதலிய தேசங்களுக்கு அனுப்பி இராமசாமி கம்பனி, முத்துசாமி கம்பனி, பொன்னுசாமி கம்பனி என்னும் ஒவ்வோர் கம்பெனிகளை ஏற்படுத்தி அத்தேசச் சரக்குகளை பிடித்தனுப்பி நமது தேசத்தில் விற்கவும் நமது தேசத்து சரக்குகளைக் கொண்டுபோய் அத்தேசங்களில் விற்கவும் அந்தந்த கம்பனிகளின் ஆதரவில் மாணவர்களை அனுப்பி வித்தைகளைக்கற்று வரச்செய்யவும் முயற்சிப்பார்களானால் அன்னியதேசங்களில் மாடமாளிகைகள் கூடகோபுரங்களுயர்ந்து சிறப்பதுபோல் நமது தேசமும் சிறப்புற்று விளங்கும். சீர்திருத்தக்காரர்கள் காரியத்தின் பேரில் கண்ணோக்கம் வைக்காமல் வீரியத்தின் விருதுகட்டிக்கொண்டு அன்னியதேச சரக்குகளை வாங்கக் கூடாதென்று ஆயிரம் பெயர்க் கூச்சலிடுவதில் அன்னிதேச சரக்குகளைத் தருவித்து அதினால் சீர்பெறும் ஐயாயிரம் பெயர்களை ஆதரிப்பவர்கள் யார். துரும்புங் கலந்து தண்ணீரைத் தேக்குமென்னும் பழமொழிக்கிணங்க வியாபாரச் சிந்தையில் விரோதத்தைப் பெருக்குவதால் அன்னிய வியாபாரம் கெட்டு நம்முடைய முயற்சியும் நழுவும்.

- 1:3; சூலை 3, 1907 -

முயற்ச்சியுடையார் இகழ்ச்சி யடையாரென்னு முதுமொழிக்கிணங்க சீர்திருத்தக்காரர்கள் தாமெடுத்த முயற்சியில் கண்ணோக்கம் வைக்காமல் அன்னியதேச சரக்குகளை வாங்கக்கூடாதென்றும் அச் சரக்குகளை நெருப்பிலிட்டு கொளுத்துவதும் ஆகிய செயல்களை யாராயுங்கால் கைப்பணமிருந்தும் பட்டினி, கலியாணம் செய்தும் சன்னியாசி என்பதுபோல் சுதேச சீர்திருத்தம் என்பதுபோய் சுதேச போர்வதமாக முடியும்போற் காணுகின்றது.......**(மீதி தெளிவில்லை)**

- 1:5; சூலை 17, 1907 -

பொது சீர்திருத்தத்தை நாடுவோர் தென்னிந்தியாவிலுள்ள சகலக்குடிகளும் நடுநிலமை நாடி சகலர் சுகத்தையும் கருதுகின்றார்களா அன்றேல் சுயப்பிரயோசனத்தைக் கருதி சுருசுருப்பிலிருக்கின்றார்களா என்பதேயாம். காரணம், இவ்விந்துதேசமானது ஆயிரத்தியைன்னூறு வருஷங்களுக்குமுன் நீர்வளம் நிலவளமோங்கி சகலகுடிகளின் அன்பின் பெருக்கத்தினாலும் நீதியின் ஒழுக்கங்களினாலும் ஒற்றுமெயுற்று, வித்தை, புத்தி, யீகை, சன்மார்க்கமாகும் சித்தசுத்தியினிற்கும் சுகவாழ்க்கையால் குடிகள் அரசர்களைப் பாதுகாத்தலும் அரசர்கள் குடிகளைக்காத்தலுமாகிய செயலுற்றிருந்தார்கள். அக்காலத்தில் மிலேச்சரென்னும் ஓர் கூட்டத்தார்கள் குமானிடரென்னுந் தேசத்தில் வந்து முதலாவது குடியேறி யாசக சீவனத்தால் பல இடங்களிலும் பரவி இத்தேசபாஷைகளையுங்கற்று தொழில்களுக்கென்று வகுத்திருந்தப் பெயர்களை கீழ்ச்சாதி மேற்சாதி என மாறுபடுத்தி சிற்றரசர்களையும் பெருங்குடிகளையுந் தங்கள் வயப்படுத்திக்கொண்டு தாங்களே உயர்ந்த சாதிகளென்றும் மற்றவர்கள் அவர்கள் சொற்படி அடங்கி நிற்க வேண்டும் என்றும் அவர்களுக்கு அடங்காமல் எதிர்த்தவர்களை தாழ்ந்த சாதியாரென்றும் வகுத்து தேசசிறப்பையும் ஐக்கியத்தையும் வேறுபடுத்தி தங்கள் சுயப்பிரயோசனத்தை விருத்தி செய்து வருங்கால் மகமதியர்கள் வந்து குடியேறி மற்றும் பாழாக்கினார்கள். அவர்களுக்குப்பின் கிரேக்கர் போர்ச்சுகீயர் பிராஞ்சியர் வந்து குடியேறினார்கள். இவர்களோ வேண்டிய பொருட்களை ஆராய்ந்து கொண்டு போய் தங்கடங்கள் தேசங்களைச் சிறப்பித்துக் கொண்டார்கள். கடைசியில் ஆங்கிலேயர் வந்து குடியேறினார்கள் இவர்கள் வந்து தங்கள் செங்கோல் நிருத்தி ஒரு தேசங்களைவிட்டு மறுதேசங்களுக்குப் போகுங் கப்பல் சுகங்களையும், இரயில் பாதை சுகங்களையும், வித்தியாசாலை சுகங்களையும், வைத்தியசாலை சுகங்களையும், உத்தியோக சுகங்களையும் கொடுத்து சகலரையுந் தங்களைப்போல் சுகமடையச்செய்து வருகின்றார்கள். இவ்வகை செங்கோலைப்பெற்ற ஆங்கில விவேகிகள் தங்களாற்கூடிய சீர்திருத்தஞ்செய்து சுத்திகரித்து வந்தபோதிலும் ஆயிரத்தைந் நூறு வருடங்களுக்கு முன் வந்து குடியேறிய மிலேச்சர்களாலும் சாதிகளென்னுந் துர்நாற்றங்களும்.......**(வரிகள் தெளிவில்லை)**

ஆடுகள் கசாயிக்காரனை நம்பி பின் செல்லுவதுபோல் தங்கள் சுயப்பிரயோசனங்களுக்காய் நம்மையும் நமது தேசத்தையும் கெடுத்துவரும் சத்துருக்களைப்பின் பற்றுவோமானால்.

- 1:8; ஆகஸ்டு 7, 1907 -

தற்காலம் நாமடைந்திருக்கும் கிஞ்சித்துவ சுகமுங்கெட்டு சீரழிவது திண்ணம். ஆதலின் கல்வி கேள்விகளால் மிகுத்து சுதேச சீர்திருத்தத்தை நாடும் தேசாபிமானிகள் ஒவ்வொருவரும் இத்தேசம் யாரால் க்ஷீணதிசையடைந்த தென்றும் தேசக்குடிகள் யாவரால் நசுங்குண்டு நாகரீகமற்றார்களென்றும் அவ்வகைக் கேட்டுக்குள் அமைந்தக் குடிகள் சிலர் யாவரால் கிஞ்சித்து சுகமடைந்து பூர்வநிலைகளை நாடுகின்றார்கள் என்றும் ஆய்ந்தோய்ந்து சுதேசியத்தை சீர்திருத்துவார்களாயின் சகலரும் சுகமடையலாம். அங்ஙனமின்றி பிள்ளையையுங்கிள்ளி தொட்டிலையும் ஆட்டும் சுயப்பிரயோசன சோம்பேரிகளுடன் பட்டு சுதேசிய சீர்திருத்தத்தை நாட்டுவது சேற்றில் நாட்டுங் கம்பம் போல் முடியும்.

அதாவது எடுத்துள்ள சீர்திருத்தங்களுக்கு அதிகாரிகளும் இதங்கி சுதேசிய சுகத்தை அருளிச்செய்வார்களாயின் தங்கள் சுயப்பிரயோசனத்தை நாடி சகலரையுங் கெடுத்து வாழ்வோர் இத்தேசத்திலுள்ள சகலருக்கும் யாங்களே மேலானவர்களாதலால் மேலதிகாரங்கள் யாவையும் நாங்கள் அநுபவிக்க வேண்டும் எனத் தங்கள் சுயசாதியோர் யாவரையும் ஒன்றாகச் சேர்த்து அதிகாரக்கூடங்களில் வைத்துக்கொண்டு மற்றவர்களைக் கோலுங்குடுவையுங் கொடுத்து அல்லோகல்லத்தி லலையச்செய்துவிடுவார்கள்.

அங்ஙனஞ் சுதேசிகள் என்போர் ஓர்வகைக் கூட்டத்தினரின்றி பலவகுப்பினராயுள்ளமெயால் ஒருவருக்கொருவரைத் தாழ்த்தியும் உயர்த்தியும் நிலைகுலைந்திடுவார்கள் என்று ஆலோசித்து சுதேசிகள் என்போர்க்கு இடங்கொடாமல் பிரிட்டிஷ் ராஜாங்கத்தை இன்னும் நிலைபெறச் செய்துவிடுவார்களாயின் சுயப்பிரயோசன சுதேசிகள் சமையோசித வேஷமிட்டு ஆரியவர்த்தத்தினின்று அவர்கள் அப்படிப் போனவர்கள் நாங்கள் இப்படி வந்தவர்களாதலின் இருவர்களும் ஒருவர்களென்னும் முறைக்கூட்டி அவ்வழியிலுந் தங்கள் சுயப்பிரயோசனத்தை வலுவு செய்து கொள்ளுவார்கள். மற்றவர்களோ ஈட்டி முனையில் உதைத்தவர்களைப்போல் இடுக்குண்டுப் புண்பட்டவர்களாய் தற்காலம் அடைந்திருக்குங் கிஞ்சித்து சுகத்தையும் பறிகொடுத்துப் பாழாகவேண்டிவரும்.

அதுவுமின்றி சுதேசிகள் எனச் சிலர் தோன்றி சுதேசியக் காண்டில், சுதேசிய மாச்சிஸ், சுதேசிய சோப், சுதேசியக் காகிதம், சுதேசியப் பென்சில், சுதேசிய சருக்கரைச் செய்து விற்பனைச் செய்வார்களாயின் இவற்றை ஐரோப்பியரும் யூரேஷியருமன்றி மற்றவர்கள் பெரும்பாலும் வாங்குவரோ. இல்லை, இல்லை. சிமிளி விளக்கு ஒன்று வாங்கினால் சீக்கிரத்தில் உடைந்து துட்டு சிலவாகும். ஒரு காசுக்குத் தகரக் குடுக்கைவாங்கி ஒருகாசுக் கிரசன் எண்ணெய் விட்டுத் தீபமேற்றி வாயிலும் புகை, நாசியிலும் புகை, வீட்டிலும் புகையை நிரப்பிக் கொள்ளுவோர் காண்டில் வாங்குவரோ. பைநிரம்பப் பணமிருந்தாலும் பக்கத்து வீட்டிற்கு நெருப்புக்குப் போகிறவர்கள் மாச்சிஸ் வாங்குவார்களோ. நல்லவெல்லம் வாங்கினால் மூன்றணா வீசை யாகும் பனைவெல்லம் வாங்குவது நலமென்போருக்கு அஸ்டகிராம் சருக்கரை உதவுமோ. ஓலை எழுத்தாணி விசேஷமென்போருக்குக் காகிதம் பென்சில் கைநிரம்புமோ.

- 1:12; செப்டம்பர் 4, 1907 -

நெல்லஞ்சோற்றுக்குக் கடித்துக்கொள்ளப் பதார்த்தம் வேண்டுமோ என்போருக்கும், பணஞ் சிலவிட்டு பெட்டி வாங்குவானேன். வஸ்திரங்களைப் பானைக்குள் வைத்துக்கொள்ளலாம் என்போருக்கும், மில் துணிகள் வாங்கிக் கட்டுவது எங்களுக்கு வழக்கங் கிடையாது, காடா துணிகளே வேண்டும் என்போருக்கும், கோதுமை உரொட்டி எங்களுக்குப் பிடியாது சோளரொட்டிதான் சுகமென்போருக்கும், பஞ்சு தலையணை வைத்து படுப்பதில் நித்திரைவாராது தலைக்கு மணையைவைத்துப் படுப்பதே குணம் என்போருக்கும், பணஞ்சிலவிட்டு விறகு வாங்குவானேன் இலைகளைக்கூட்டி எரிப்பதே இதம் என்போருக்கும், வண்ணானுக்கு வஸ்திரம் போடுவது வீண்சிலவு வீட்டில் துவைப்பதே வழக்கமென்போருக்கும், பத்தாயிரம் ரூபாய் கையிலிருந்தாலும் பதிங்காதவழியில் ஓரணா பிச்சைக் கொடுக்கின்றார்கள் என்றால் இடுப்புத்துணியை இறுகக் கட்டிக்கொண்டு இரப்பெடுக்க ஓடி யாசகம் வாங்குபவருக்கும் சுதேசகாண்டில் - சுதேச சோப் - சுதேச மாச்சிஸ் - சுதேச சருக்கரையால் சுகமுண்டாகுமோ, இவர்களதை வாங்கப்போகிறதுமில்லை அதினாற் சுகமடையப்போகிறதுமில்லை.

அண்டைவீட்டுக்காரனும் அயல்வீட்டுக்காரியும் ஆர்பத்நாட்டில் பணத்தைப்போட்டு அடியோடு கெட்டதுபோல் சும்மாயிருந்த பணத்தை துர்த்தர் கையில் கொடுத்து சூதன் கொல்லையில் மாடுமேய்வதை சுற்றிப் பார்த்திருப்பதுபோல் சுகமற்றுப்போம்.

பூர்வம் இத்தேசத்தில் நல்வாய்மெய் - நற்சாட்சி - நற்கடைபிடி நல்லூக்கம் - நல்லுணர்ச்சி - நாகரீக மிகுத்திருந்த குடிகள் யாவருஞ் சீரழிந்து சிந்தை நைந்திருக்கின்றார்கள். சீரற்றிருந்த குடிகளிற் சிலர் நாகரீக முற்றிவருகின்றனர் இவர்கள் பெற்றுள்ள நாகரீகத்தால் சுதேசீயம் சீர்பெறுமென்பது சுத்த பிசகு. பூர்வம் நாகரீகத்திலிருந்து தற்காலம் சீரழிந்து இருப்பவர்கள் எக்காலம் சுகமுறும் வாழ்க்கைப் பெறுவார்களோ அக்காலத்தில்தான் சுதேசிய நாகரீகந்தோன்றி சுதேசப் பொருட்களை அநுபவிக்கும் சுகத்தைக் காணலாம். காரணம் சாதி பேத பொறாமெயும் சமயபேத பொச்சரிப்புமேயாம். சாதிபேதங்கொண்ட பொறாமெய் உள்ளோரிடம் சீவகாருண்ய சிந்தையே கிடையாது என்பதை அநுபவத்தில் காணலாம்.

அதாவது சென்ற மாதம் இராயப்பேட்டைப் போலீஸ் ஸ்டேஷனுக்கு அருகே ஓர் சிறுவன் மின்சார வண்டியில் சடுதியிலகப்பட்டு மரணமடைந்தான். அவனை சுற்றி நின்ற சுதேசிகள் அவனென்ன சாதிப் பையன், யார்வீட்டுப் பையன் என்று விலகி நின்றார்களன்றி நெருங்கினவர்கள் கிடையாது. யூரேஷிய இன்ஸ்பெக்டர் ஒருவர் அப்பையனைத் தாவியெடுத்து வைத்தியசாலைக்குக் கொண்டுபோக நேரிட்டது. இவ்வகைச் செயலால் சுதேசிகள் என்போர் சீவ காருண்ணியரா, பரதேசிகள் என்போர் சீவகாருண்ணியரா, விவேகிகளே விளக்குவார்களாக.

சமயபேதப் பொச்சரிப்பைக் காண வேண்டுமாயின் தற்காலம் ஸ்ரீரங்கத்தில் நடந்துவரும் ஆழ்வார்சாமி வியாக்கியமே அத்தியந்தச் சான்றாம்.

- 1:15: செப்டம்பர் 25, 1907 -

இதுகாரும் எழுதிவருஞ் சுதேச சீர்திருத்தத்தை சிலர் சுதேச சீர்திருத்தமாகக் கொள்ளாது சுதேச மறுப்பென்றெண்ணி மயங்குவதாக விளங்குகின்றது.

நாம் சுதேசிகளைத் தாழ்த்தி பரதேசிகளை உயர்த்துவதற்கும், பரதேசிகளைத் தாழ்த்தி சுதேசிகளை உயர்த்துவதற்கும் பத்திரிகை வெளியிட்டோமில்லை. சுதேசிகளை சொந்தமாகவும் பரதேசிகளை பந்துவாகவும் எண்ணி பலர்ப் பிரயோசனங் கருதி வெளியிட்டிருக்கின்றோம்.

சுதேசசுகத்தை நாடாது பரதேசிசுகத்தை நாடுதுமாயின் பரதேசிகளுக்குப் பல்லாண்டு கூறி அடியிற்குறித்த உபகாரங்களை அலங்கரித்திருப்போம்.

- அதாவது -

பி.ஏ, எம்.ஏ., முதலிய பட்டங்களைப் பெற்று பெருத்த உத்தியோகங்கள் அமர்ந்து பெண்சாதி பிள்ளைகளுடன் சுகித்து வாழும் படிப்பைக் கொடுத்தவர்கள் பரதேசிகளன்றோ. வீதியிற்சென்று உலாவுஞ் சுகமளித்தவர்கள் பரதேசிகளன்றோ. தீபசுகமளித்து தெருவுலாவச் செய்தவர்கள் பரதேசிகளன்றோ. சுத்தஜலமளித்து நித்த சுத்தமடையச் செய்தவர்கள் பரதேசிகளன்றோ. தூரதேச பந்துக்கள் சங்கதியை தந்தியாலறியச் செய்தவர்கள் பரதேசிகளன்றோ.

இருப்புப்பாதை வண்டியிலேறி விருப்பமுடன் செல்ல வைத்தவர்கள் பரதேசிகளன்றோ.

பாதரட்சையை சிலரணியலாம் சிலரணியலாகாவென்னும் பற்கடிப்பை போக்கி சகலரும் பாதரட்சையணிய சுகமளித்தவர்கள் பரதேசிகளன்றோ.

சகலரையும் வண்டி குதிரையேறி சுகமடையச் செய்தவர்கள் பரதேசிகள் அன்றோ.

பற்பல வியாதியஸ்தர்களுக்கும் மருந்தளித்து பாதுகாப்பவர்கள் பரதேசிகளன்றோ, என்று அவர்கள் அளித்துள்ள மற்றுஞ் சுகங்களை விளக்குவதுடன் இஸ்பென்சர், ஒக்ஸ், பெஸ்ட், பென்னி, அசயில பரதேசிகளால் உண்டாகும் பல சுகங்களையும் பரக்க விளக்கி புத்தகருபமாக்கி பிரசுரித்திருப்போமென்பதே.

அங்ஙனமின்றி சுதேசீய சுகத்தை நாடிய விவேகமிகுத்த பெரியோர்களும் கலாசாலை சிறியோர்களும் கலக்கமுறுவதைக்கண்டே கவலையுற்று சுதேசி மறுப்பகற்றி திருத்தமெழுதி வருகின்றோம்.

அவ்வகை சீர்திருத்த வாக்கியங்களில் ஒருமனிதன் தவறி கிணற்றில் விழுந்தானென்றால் சகலரும் ஏற்றுக்கொள்ளுவர். அங்ஙனமின்றி தானே விழுந்தானென்றால் அதனிலையை அன்னோர் சார்பினரே தெரிந்துக் கொள்ளல் வேண்டும்,

பரோடா அரசனும் ஜப்பான் சக்கிரவர்த்தியும் சுதேசீய செயல்களை மறுத்து மதிகூறியுள்ளப் பிரசங்கங்களையும் வரைந்துள்ள பத்திரிகைகளையும் பார்வையிட்டிருப்பரேல் யாமெழுதிவரும் சீர்திருத்தம் மறுப்பா அன்றேல் விருப்பா என்பது வெள்ளென விளங்கும்.

சுதேச சுகத்தை நாடும் நாம் நீண்ட விரோதத்தால் சுதேசியத்தை நிலைநிறுத்தல் கூடுமோ ஒருக்காலும் கூடா.

நீண்ட சாந்தமும் நீடிய சமாதானமும் சுதேசியத்தை நிலைபெறச் செய்து நித்திய சுகத்தைத் தருமென்பது சத்தியம்.

- 1:16; அக்டோபர் 2, 1907 -

சீரதுதிருத்தம் செய்யிற்றே வருத்துணைகொண்டுருஞ்
சீரதுதிருந்தச் செய்யில் தேசமுஞ் சிறப்பை யெய்துஞ்
சீரது திருந்தச் செய்யில் செய்தொழில் விருத்தியாகுஞ்
சீரது திருந்தச் செய்யில் செல்வமு மிகுதியாமே.
அவசரச் செய்கையாவு மாற்றலற் றவதிசெய்யும்
அவசரச் செய்கையாவு மாருயிர்க் கெடுதியாகும்
அவசரச் செய்கையாலே யருந்தொழிற் பாழேயாகும்
அவசரச் செய்கை முற்று மழவது திண்ணமாமே.
அந்தணர் நூற்றும் அறத்திற்குமாதியாய்
நின்றது மன்னவன்கோல்.

அதாவது சத்திய தருமத்தைப் போதிக்கும் நூற்களுக்கும் தருமச் செயல்களுக்கும் முதன்மெயாக நிற்பது அரசர்களின் செவ்வியக்கோலென்று கூறியிருத்தலால் கருமச் செயல்களின் மீதும் அவர்கள் செவ்வியக் கோலிருத்தல் அவசியம். அங்ஙனம் நாமவர்களின் செவ்வியக்கோலைத் தழுவாது கொடுங்கோலுக்கு எதிர்நோக்கி கோதாட்டொழிற் புரிவதில் கொண்டுங் குறைவேயாம். கொண்டுங் குறைவாவதைக் கூட்டுதலினும் என்றும் நிறைவாவதே ஏற்ற சுகமாம். என்றும் சுகத்தை நாடுஞ் சீர்திருத்தக்காரர்களாகிய நாம் எல்லோர் சுகத்தையும் நாடி இதஞ்செயல்வேண்டும். எல்லோர் ஈடேற்றமுங் கருதி யீகைபுரிதல் வேண்டும்.

பிறர்நலங்கருதி பாடுபடும் பிரமுகர்களை நந்தேயத்திற் காணவேண்டுமாயின் நூற்றிற்கு ஒருவரோ இருவரோ காணலரிது. ஒருவர் குடியை உயர்த்திக்கொள்ளுவதற்கு நூறு குடிகளைப் பாழாக்குவது நந்தேயத்தோர் சுவாபம். இத்தகைய அநுபவத்தார் வெளிவந்து சகலர்களையுஞ் சீர்படுத்துகிறோம் என்றால் சருவக்குடிகளுஞ் சற்றேறப்பார்க்கின்றார்கள்.

அரசர்களின் கோரப்பார்வையாலும் குடிகளின் ஏறப்பார்வையாலும் எடுத்தவிஜெயம் ஈடேறுமோ, ஒருக்காலும் ஈடேறாது என்பது சத்தியம்.

எங்ஙனமென்னில் ஓர் சீர்திருத்தக்காரன் வெளிவந்து பிரசங்கிக்குங்கால் சிலக்கூட்டத்தார் செவியில் நாராசங் காய்த்து விட்டதுபோல் (யீனப்பறையர்களேனும்) என வாய்மதங் கூறலை மற்றொருவன் கேட்டு (யீனப் பாப்பார்களேனும்) என மறுத்துக் கூறுவானாயின் ஒற்றுமெய் நிலைக்குமோ ஒருக்காலும் நிலைக்கா.

பெரியோர்கள் பிழைப்பட கூறுவரோ பிறழ்ந்துங் கூறார், நயம்படக்கூறி நானலம் பிறப்பர்.

யாகாவாராயினு நாவாகாக்காவாக்காச்
சோகாப்பர் சொல்லிழுக்கப்பட்டு.

பெரியசாதி என்று பெயர்வைத்துக் கொண்டபோதிலும், பி.ஏ; எம்.ஏ; பட்டம் பெற்ற போதிலும், பயிரங்க சீர்திருத்தப் பிரசங்கங்களில் தன் நாவைக்காவாமல் புண்படக்கூறுவார்களாயின் இழிவடைவார்களன்றி புகழடையார்கள். புகழடைவோர் புன்மொழிக் கூறி, சாத்திர சம்மதமாய் சகலரையுஞ் சன்மதிக்கச் செய்து எடுத்த காரியங்களை யீடேற்றஞ் செய்வார்கள்.

அங்ஙனமின்றி சாதிகர்வம், மதகர்வம், வித்தியா கர்வம், தனகர்வம், நான்கையுங் கைபிடித்துக்கொண்டு பொதுச் சீர்திருத்தம் செய்யப்போகின்றோம் என்றால் சிறப்புறுமோ, இல்லை.

சருவமக்களையுஞ் சோதரரென்றெண்ணி நல்வாய்மெய், நன்முயற்சி, நல்ஞானம், நற்கடை பிடியினின்று சீர்திருத்தத்தை நோக்குவோமாயின் சிறப்புற்று விளங்கும். விதவாப்பிரசங்க வேதாந்தியர்களாலும் சில்லரை பிரசங்க சித்தாந்தியர்களாலும் பாட்டுப்பிரசங்க பாரதியார்களாலுஞ் சொல்லும் பிரசங்கங்களால் சுதேசஞ் சீர்பெறுமோ, இல்லை.

வித்தையில் மிகுத்த மேனாட்டாரும், புத்தியில் மிகுத்த புண்ணியவான்களும், தனத்தில் மிகுத்த யீகையாளரும், சன்மார்க்கமிகுத்த சத்திவந்தர்களும் ஒன்றுகூடி சுதேச சீர்திருத்தம் எடுப்பார்களாயின் சத்தியமே நித்தியமாக நின்று சருவ சீர்திருத்தங்களும் நிலைபெறும்.

அவசரக்கோலம் அள்ளித் தெளித்து அந்தஸ்தில் மிகுத்த ஐயாமார்கள் சாலை சார்வதானால் அவர்களைப் பின்பற்றிய அப்பாமார்கள் மூலசேர வேண்டியது முற்றும்,

அரசையெதிர்த்தக் குடியும் ஆதர வற்றக் கொடியும் அடியழிந்து கெடுமென்னும் பழமொழிக்கிணங்க.

- 1:17; அக்டோபர் 9, 1907 -

நடப்பது பழிக்கும் பாவத்திற்கும் எத்தனமாகும். நம்மை ஆண்டுவரும் பிரிட்டிஷ் ராஜாங்கத்தின் நீதியும் அன்பும் சமரசமும் நிறைந்த பாதையை உலகெங்கும் காண்பது அரிது.

காரணம் நகரசீர்திருத்தக்காரரை முதலாவது விசாரிப்பாம்.

முநிசிபல் கமிஷனர்கள் முதல் குப்பைதொட்டிப் பியூன்கள் வரையிலும் உள்ளவர்கள் யார் சுதேசிகளா பரதேசிகளா.

கமிஷனர் உத்தியோகத்தை நாடிவீடுபோரும் வண்டிகளைக் கொண்டுவந்து அழைத்துப்போய் கையெழுத்து வாங்கிக்கொள்ளுகிறவர்கள் சுதேசிகளா பரதேசிகளா, சுதேசிகளேயாம்.

இத்தகைய சுதேசிகள் வண்டியைக் கொண்டுவந்து அழைத்துப்போய் கையெழுத்தை வாங்குங்கால் கண்ட கமிஷனரை குடிகள் மற்றகாலத்தில் ஏதேனும் கண்டதுண்டோ இல்லை. இந்த வீட்டிற்கு அவ்வளவு வரி போடலாம், அந்த வீட்டிற்கு இவ்வளவு வரி போடலாம் என்று கூறி வெளிவரும் முநிசிபல் உத்தியோகஸ்தர்களுடன் கலந்து இந்தக் கமிஷனர்களும் வந்து பார்வையிடுவதுண்டோ. அதுவுமில்லை, போட்ட வரியைக் கொடுத்து விட்டால் பின்னிட்டுப் பார்த்துக்கொள்ளலாம் என்பதற்கா இக்கமிஷனர்களை ஏற்படுத்திக் கொண்டது.

பரதேசிகளைத் துரத்திவிட்டு சுதேசிகளைக் காப்பாற்றுகிறவர்கள் இவர்கள் தானோ, இல்லை இல்லை.

சுதேசிகளென்று வெளிவந்து பிரசங்கிக்கின்றார்களே அவர்கள்தான் கயவதிகாரங்களை நடத்துவார்கள் என்றாலோ, சென்றமாதம் 20உ ஆதிவாரம் மாலை இராயப்பேட்டை பெரியபாளையத்தம்மன் கோவிலண்டை பிரசங்கித்த ஓர் சுதேசப் பிரசங்கியார் அவ்விடம் வந்துள்ளக் கூட்டத்தாரை நோக்கி நாங்கள் சுதேச சீர்திருத்தம் எவ்வளவு போதித்தும் நீங்கள் கவனிக்காமல் வெள்ளைப்பறையர்களால் நெய்த சல்லாத்துணியை வாங்கி உங்கள் பிரேதங்கள் மீது போடுகின்றீர்களே சுதேசிய சல்லாக் கிடைக்கவில்லையா என்று பிரசங்கித்தாராம்.

அந்தோ! இப்பிரசங்கியார் வஞ்சம் வெள்ளைக்காரர்மீதுள்ளதா அவர்கள் சல்லாவின் மீதுள்ளதா. அன்றேல், பறையர்கள் மீதுள்ளதா. இதனந்தராத்தம் விவேகிகளுக்கே பரக்க விளங்கும்.

பறையன் எனும் மொழி பறை - பகுதி, யகர மெய் - சந்தி, அன் ஆண்பால் விகுதியாகக் கொண்டு பறையனென்பதில் வாய்ப்பறையடிப்பவனும் பறையன், தோற்றையடிப்பவனும் பறையனாக விளங்குகிறபடியால் பிரசங்கியாருக்கு அதனுட்பொருள் விளங்கவில்லை போலும்.

விளங்கியிருப்பின் யதார்த்த சீர்திருத்தக்காரர் ஏனைய சோதரரை இழிவு கூறுவரோ, இல்லை இல்லை, பிரரவங்கூறும் பேதை நிலையால் இவர்களை சுதேசநலம் கருதுகிறவர்கள் என்று எண்ணாது சுயநலம் கருதுவோர்கள் என்று எண்ணுகிறார்கள்.

பட்சபாதமின்றி பலர் பிரயோசனம் கருதி பாடுபடுவது சத்தியமாயின் பயிரங்கப் பிரசங்கங்களில் பறையர்களென்போரைத் தூற்றி பழியேற்க மாட்டார்கள்.

- 1:21; நவம்பர் 6, 1907 -

பழியை ஏற்று பாவத்துக்கு உள்ளாகும் காட்சியைக் காணவேண்டில் விழுப்புரத்துண்டாகிய வியசனமே போதுஞ் சான்றாம்.

காரணம் பழிக்கும் பாவத்திற்கும் மதத்துவேஷமும் சாதித்து வேஷமுமேயாம்.

இந்துக்களும் மகமதியர்களும் வாசஞ்செய்யும் வீதிகளில் கிரீஸ்து சுவாமிகளைக் கொண்டு வந்தால் என்ன, கிறிஸ்தவர்களும் இந்துக்களும் வாசஞ்செய்யும் வீதிகளில் மகமதியர் சுவாமியைக் கொண்டுவந்தால் என்ன, மகமதியர்களுங் கிரீஸ்தவர்களும் வாசஞ்செய்யும் வீதிகளில் இந்துக்கள் சுவாமியைக் கொண்டுவந்தால் என்ன. தத்தம் மதமே மதம். தத்தம் சுவாமியே சுவாமி என்று போற்றி மற்றோர் மதத்தைத் தூற்றி அதனால் சீவிப்பவர்கள் ஆதலின் ஒருவர் சிறப்பை மற்றவர் பொருக்கா மதத்துவேஷத்தால் மீளாசினமுற்று மண்டையோடு மண்டை உருளும்படி நேரிடுகின்றது.

இத்தியாதி கேடுகளுக்குஞ் சாதி பேதங்களே மூலமாகும். நமது தேசத்தின் தற்கால பழக்கம் பிச்சை ஏற்பவன் பெரியசாதி, பூமியை உழுபவன் சின்னசாதி, பணமுள்ளோன் பெரிய சாதி, பணமில்லான் சிறியசாதி, உழைப்புள்ளவர்கள் சிறியசாதி சோம்பேறிகள் பெரியசாதிகள் என்று சொல்லித் திரிவதுடன் தங்கள் தங்கள் சீவனோபாயங்களுக்காய் ஏற்படுத்தி உள்ள மதங்களுக்கு சார்பாயிருந்து வேண்டிய உதவி புரிபவர்கள் யாரோ அவர்கள் யாவரும் உயர்ந்த சாதியார்கள், தங்கள் சீவனங்களுக்கு என்று ஏற்படுத்திக் கொண்ட கதை யாவும் கற்பனை என்றும் பொய் என்றும் கூறி யார் புறக்கணிக்கின்றார்களோ அவர்கள் யாவரும் தாழ்ந்த சாதியாரென்றும் வழங்கிவருவது சகஜம்.

மதத்தைக்கொண்டுஞ் சாதியைக் கொண்டும் சீவனஞ்செய்யுங் கூட்டத்தார் பெருந்தொகையாய் இருக்கின்றபடியால் சாதிகளுஞ் சமயங்களுமற்று தேசஞ் சீர்பெறப்போகிறதில்லை. இத்தேசத்தோர் சாதியையுஞ் சமயத்தையும் எதுவரையில் துலைக்காமல் இருக்கின்றார்களோ? அதுவரையில் தேசம் ஒற்றுமெய் அடையப்போகிறதும் இல்லை. இவர்களுக்கு சுயராட்சியங் கிடைக்கப்போகிறதும் இல்லை. சுயராட்சியமும் சுதேச் சீர்திருத்தமும் அடையவேண்டுமானால் இத்தேசத்தின் சுயமார்க்கம் எவை என்றறிந்து அதன்மேறை நடப்பார்களாயின் சுதேச சீர்திருத்தம் உண்டாகி சுயராட்சியமுங் கிடைக்கும்.

சீர்திருத்தங்களுக்கு மூலம் எவை என்று உணராமல் அன்னியதேச சரக்குகளை வாங்கப்படாது என்று (பைகாட்) பண்ணுவதினால் சுதேசஞ் சீர்பெறுமா. இவ்வகைக் கூச்சலிடுஞ் சுதேசிகள் உங்கள் சுவாமி எங்கள் வீதியில் வரப்படாது, எங்கள் சுவாமி உங்கள் வீதியில் வரலாம் என்பது வந்தேமாதரத்தின் செயலாமோ. சாதி பொறாமெயை (பைகாட்) பண்ணாமல் ஏழைகளின் குடிசைகளைக் கொளிர்த்தி அவர்கள் சுவாமிகளின் ரதங்களையுங் கொளிர்த்தி அதனால் இவர்கள் (பைகாட்) நிலைக்குமோ ஒருக்காலும் நிலைக்கா. நமது தேசத்தோர் செய்கைகள் யாவும் ஆரம்பத்தில் அதி சூரம், மத்தியில் அதன் குறைவு, அந்தியில் அர்த்தநாசம் என்பது அனுபவமேயாம்.

ஆதலின் நமது தேசத்தார் தமக்குள்ள ஒற்றுமெய்க் குறைவையும், விவேகக் குறைவையும், தனக்குறைவையும், வித்தியாக் குறைவையும் உற்றுநோக்காமல் சாம - தான - பேத - தண்டம் என்னும் சதுர்விதவுபாயங் கண்டவர்களும், வித்தை - புத்தி - யீகை சன்மார்க்கம் நிறைந்தவர்களுமாகிய பிரிட்டிஷ் கவர்ன்மென்றாரைப் புண்படுத்துவது அவலமேயாம். நம்முடைய சொற்ப சோம்பலற்று கிஞ்சித்து வேகம் பிறந்திருப்பதும் அவர்களுடைய கருணையேயாம். அவ்விவேகத்தை மேலுமேலும் விருத்திபெறச் செய்து, செய்யும் நன்முயற்சிகளை ஆதியில் ஆய்ந்தோய்ந்தெடுத்து மத்தியில் வித்தியாவிருத்திகளைத் தொடுத்து அந்தியில் எடுத்தத் தொழில்களை முடித்துக் காட்டுவார்களானால் அதன் பலனை அனுபவிக்கும் குடிகள் யாவரும் இவர்களைக் கொண்டாடிக் குதூகலிப்பார்கள். அங்ஙனமின்றி வெறுமனே அரோரக் கூச்சலுங் கோவிந்தக் கூச்சலும் போடுவதுபோல் வந்தேமாதரம் கூறுவதில் யாதுபலன்.

பெரியசாதிகள் என்போர் புசிக்கும் பதார்த்தங்களாகும் அரிசி, பருப்பு, நெய், புளி முதலியவைகளைப் பறையனென்போன் தொடலாம் அவைகளைத் தூக்கலாம், கல்லினாலுஞ் செம்பினாலுஞ் செய்துள்ள சிலைகளை மட்டும் பறையன் என்போன் தூக்கப்படாது,

- 1:28; டிசம்பர் 25, 1907 -

பெரியசாதிகள் என்போர் புசிக்கக்கூடிய பதார்த்தங்கள் யாவையுஞ் செய்வதற்கும் தொடுவதற்கும் பேதமற்றப் பறையன் என்போன் செம்பு சிலைகளையும் பித்தளைச் சிலைகளையுந் தீண்டலாகாது, அவைகளை எடுத்துக்கொண்டும் ஊர்வலம் வரலாகாதென்னுங் காரணம் யாதென்பீரேல், ஊர்வலம் வருபவன் சிலாலயத்துள் செல்ல வேண்டி வரும். அவ்வகையில் உள்ளுக்குச் செல்லுவதினால் நாளுக்கு நாள் சிலாலயத்துள் செல்லும் வழக்கம் அதிகரித்து அதில் வைத்துள்ள அரசமரம் வேப்பமரத்தின் காரணங்கள் யாதென்றும் நிருவாண யோகசயன சிலைகளின் சரித்திரங்கள் யாதென்றும் கண்டுத் தெளிந்துப் பூர்வநிலையைப் பற்றிக்கொள்ளுவார்களென்னும் பீதியால் உள்ளே நெருங்கவிடாமல் துரத்திக்கொண்டிருந்த பழக்கமானது அவர்களைக் கண்டவுடன் தாழ்ந்தவர்களென்னும் பொறாமெயால் புறங்கூறிக்கொண்டு வந்தார்கள்.

இத்தகைய பொறாமேயால் நெறுக்குண்டு க்ஷீண திசையடைந்த குடிகளை கிறிஸ்துமதத்திற் பிரவேசித்து சொற்ப நாகரீகம் பெற்றும் பூர்வ நிலையை ஆராய்ந்து சீரடையாமல் என்பினால் செய்த சிலைகளையும் மரங்களினால் செய்த சிலைகளையும் இரதங்களில் வைத்து ஊர்வலம்வர ஆரம்பிப்பதைக் காணும் ஏனையோர் மனஞ்சகியாது கலகத்திற் கேதுவைத் தேடிவிடுகின்றார்கள். இவ்வகை ஒற்றுமெய்க் கேடாகுங் கலகங், கல்வியற்றவர்பாற் காணலாமா, கல்விபெற்றவர் பாற் காணலாமாவென்று உசாவுங்கால் உள்ள பொறாமெய் இருதிறத்தவர்பாலும் உண்டென்பது உள்ளங்கை நெல்லிக்கனிபோல் விளங்குகின்றது.

அதாவது விழுப்புரத்தில் நேர்ந்த கலகம் கல்வியற்றவர்களே பெருக்கி விட்டார்களென்னும் வதந்தியிலிருந்தது. அவ்வதந்திக்கு மாறாய் 1907ம் வருடம் டிசம்பர் மாதம் கூடிய நாஷனல் காங்கிரஸ் கமிட்டியாரின் கலகத்தை நோக்குங்கால் கல்வி பெற்றவர்களின் கலகமே கடும் போராயினவாம்.

இதுவரையிலுஞ் சொல்லிவந்த நாஷனல் காங்கிரஸென்னும் வார்த்தை சொல்லின் மயமாயிருந்தன்றி அநுபவத்திலில்லை என்பது காங்கிரஸ் கலைந்த கலகமே போதுஞ் சான்று.

எடுத்தவிஷயம் தொடுத்த முயற்சியினின்றும் சாதிபேத மதபேதங்களின் பிரிவால் முயற்சி கெட்டு இகழ்ச்சிக்குள்ளாகிவிட்டது.

பூர்வத்திலிருந்த ஆந்திர சாதி, கன்னட சாதி, மராஷ்டகசாதி, திராவிட சாதியென வெவ்வேறு பாஷைகளை சாதிக்குங் கூட்டத்தினராயிருந்தும் புத்தமார்க்கமென்னும் சத்தியதருமத்தைப் பின்பற்றி நின்றபடியால் அவர்களெடுத்துள்ள சீர்திருத்தங்கள் யாவுஞ் சிறப்புற்று விளங்கியதாக சரித்திரங்கள் கூறுகின்றது.

அவ்வகைச் சீரையுஞ் சிறப்பையுங் கெடுத்த அசத்திய சாதிகளையும் அசத்திய தன்மங்களையுஞ் (பாய்காட்) செய்யாமல் அவன் சரக்குகளை வாங்கலாகாது, இவன் சரக்குகளைக் கொடுக்கலாகாதென்னும் (பாய்காட்) வீண் புரளியால் ஒருவருக்கொருவர் மனத்தாங்கலுண்டாய் மண்டையோடு மண்டை உருளும்படி நேரிடுகின்றது.

இராஜாங்கத்தை சீர்திருத்த முயன்ற காங்கிரஸ் கமிட்டியாரில் மிதவாதிகளாயிருந்தாலென்ன, அமிதவாதிகளா யிருந்தாலென்ன, வாதத்தை வாயினால் வாதிப்பதைவிட்டு கைநீட்டும் வாதத்தில் ஆரம்பித்தவர்கள் கற்றவர்களாமோ. இதுதான் நாஷனல் காங்கிரஸென்னும் பெயரோ. மிதவாதிகளாகிய காங்கிரஸ் கமிட்டியார் இத்தகைய கலகத்தால் கலைந்திருக்க அமிதவாதிகளின் சுதேசியக் கூட்டங்களில் அதிகப்போருண்டாகுமாயின் பரதேசிகளின் பஞ்சாயத்தும் பரதேசி படைகளின் பாதுகாப்பும் வந்தே தீரவேண்டும்போல் காணுகின்றது. நாவினாற் சுதேசிகளென்னுங் கூச்சலும் நடத்தையால் பரதேசிகளை யேக்கலென்னும் பேச்சிலும் பேர்பெற்றவர்கள் கையில் சுயராட்சியங் கொடுத்துவிட்டால் என்ன செய்வார்கள்.

பறையர்களுக்கு கவர்னர் வேலையும் பாப்பார்களுக்குப் படைத்தலைவர்கள் வேலையும் கொடுப்பார்களா, ஒருக்காலுங் கொடார்கள். காரணம் தாழ்ந்த சாதியோர்களுக்கு உயர்ந்த வேலைகளைக் கொடுக்கப் படாதென்றும் உயர்ந்தசாதி பாப்பார்களுக்குப் படை பயிர்ச்சி தெரியாதென்றுங் கட்சிசெய்வார்கள். ஆனால் பாப்பார்களுக்கு கவர்னர் வேலைகளும் பறையர்களுக்குப் படைத்தலைவர்கள் வேலையேனுங் கொடுப்பார்களா, அதுவுங் கொடுக்கப்போகிறதில்லை. காரணம் பாப்பாரென்போர்களுக்கும் பறையரென்போர்களுக்கும் உண்டாயிருக்கும் பூர்வ

புத்தமார்க்க விரோதத்தைக்கொண்டு பார்ப்பார்களைப் பறையர்கள் பழுக்கப் பார்ப்பார்களென்னும் பீதியால் படையிலுஞ் சேர்க்கமாட்டார்கள். இவ்விரு கட்சியில் சுயராட்சியம் எப்போது நிலைக்குமென்னில், பறையர்களென்போர்களைப் பாப்பார்கள் கண்டவுடன் துள்ளிவோடும் பயம் நீங்கி பட்சமுண்டாகுங்காலமும் பறையர்களென்போர் வாசஞ்செய்யுங் கிராமத்துள் பாப்பார்களென்போர் வந்தவுடன் அவர்களை அடித்துத்துறத்தி சாணச்சட்டியை உடைக்கும் வழக்கமும் முற்றிலும் நீங்கி சகோதிரர்கள் வந்தார்கள் என்னும் காலமும் உண்டாகி புத்த தருமம் பூரணமாயின் அன்றே சுயராட்சியம் நிலைக்கும் என்பது திண்ணம்.

இத்தகைய ஆராய்ச்சியில் சாதிகளை பாய்காட் பண்ணாமலும் சமயங்களை பாய்காட் பண்ணாமலும் சாராயக் கடை கள்ளுக் கடைகளை பாய்காட் பண்ணாமலும் அன்னியதேச ஜவுளிகளை பாய்காட் பண்ணுவதால் 3-ரூபா விலையிலிருந்த மல்பீசுகள் 4-ரூபா விலையிலும், 5-ரூபா விலையில் இருந்த மல்பீசுகள் 7-ரூபா விலைக்கும் வந்துவிட்டது. ஆனால் சுதேசிய மல்லுகளோ சுத்த பூஜ்ஜியமே.

ஊராரைக் கொண்டே, உப்பு விளைவிப்பதுபோல் புஞ்செயும் விளைவிக்கும்படி ஆரம்பித்துக்கொள்ளுவார்களாயின் (பாய்காட்) பலன் பாய்காட் நிலைப்பதற்கு சுதேச ஒற்றுமெயும், சுதேச ஐக்கியமும் இல்லை என்பது அடியிற் குறித்துள்ள கனவான்களை கனயீனஞ் செய்துள்ளக் காரணமே கரியாம்.

சிலர் தென்னிந்தியாவில் மட்டும் சாதிப் பிரிவினைகளுண்டு வட இந்தியாவில் இல்லை என்று கூறுவதைக் கேட்டுள்ளோம். அதற்கு மாறாக வட இந்தியாவிலும் சாதிப் பிரிவினைகள் உண்டு என்பதை அவர்கள் சாதிக்கட்டினால் விளங்குகின்றது.

இவ்வருடம் நடந்தேறிய காங்கிரஸ் கமிட்டியில் கலகஞ்செய்தவர்கள் யாவரையும் சாதிக் கட்டிட்டு நீக்கவேண்டும் என்று ஓர் கூட்டமும் இயற்றியுள்ளார்களாம். அந்தோ! இதுதானே நாஷனல் காங்கிரஸ். இது தானே சகலரையும் ஒற்றுமெய் அடையச் செய்யுங் கூட்டம். இதுதானே இந்தியர்களை ரட்சிக்குஞ் சங்கம். இவ்வகை சாதிக்கட்டுள்ள சங்கத்தை சகலரும் நிதானிக்க வேண்டியதே. காரணம் இதுவரையிலும் நாஷனல் காங்கிரஸ் என்று கூடிவந்த கூட்டம் வாஸ்தவ நாஷனல் காங்கிரஸா அன்றேல் சாதி காங்கிரஸா என்பதேயாம்.

நமது இந்தியர்களுக்குள்ள இத்தகைய் செயல்களால் கவர்னர் ஜெனரல் கர்ஜன் வாக்குபலிக்கும் போலும்.

அமிர்தபஜார் பத்திரிகையோர் அபிப்பிராயம்.

இவ்வருஷம் நடந்த காங்கிரஸில் கலகம் நேரிட்டது நல்லதென்றும் கலகம் பிறந்தாலே நியாயம் பிறக்கும் என்றும் அபிப்பிராயப்படுகிறார். அவ்வபிப்பிராயம் அவலமேயாம்.

எத்தால் வாழலாம் ஒத்தால் வாழலாமென்னும் பழமொழியை உணராமல் பிரிவினையும் கோபமும் பொறாமெயும் கட்சியும் ஏற்படுத்தும் கலகத்தை நோக்குவதால் காரியம் நிலைக்குமோ.

கூடுங் கூட்டங்கள் ஒவ்வொன்றிலும் கலகமே பெருகுமாயின் பிரிட்டிஷ் கவர்னமென்டாரே முன்னின்று தடுத்து நியாயம் விசாரிக்கும்படி நேரிடும். இவ்வகை நியாயம் விசாரிப்போர் முன் சென்று எங்களுக்கு சுயராட்சியம் வேண்டும் என்றால் என் சொல்லுவார்கள்.

பத்திராதிபர்களே, பகுத்தறியவேண்டியது தான். அவசர கோலம் அள்ளித் தெளிப்பது போல் அவரவர் மனப்போக்கில் அபிப்பிராயங்களை கூறுவதால் அங்கங்கு வாசிப்பவர்களின் கட்சி தடிப்பேறி ஆவேசமுண்டாய் சுதேசிய பற்றுக்களும் அற்று சுயமுயற்சியுங் கெட்டு உமக்கென்ன நமக்கென்ன என்று ஒதுங்கிவிடுவார்கள். இவ்வகை ஒதுங்குவதினால் உத்தேசம் நிலைபெறுமோ ஒருக்காலும் நிலைக்கா. ஆதலின் ஒவ்வோர் பத்திராதிபரும் நம்தேயம் ஒற்றுமெயிலும் ஒழுக்கத்திலும் சீர்பெரும் உபாயத்தை ஓதிவருவார்களாயின் உத்தமம் உத்தமம். அன்றேல் அதமமே.

திலகரைச்சார்ந்தவர்களுக்கு ஜாதிபிரஷ்டமும் கோஷுக்கு அவமானமுமா.

இவ்வருஷம் சூரத்தில் நடந்த காங்கிரஸ் சூரத்தாகவே விளங்குகின்றது.

காரணம் - கனந்தங்கிய கோஷவர்களை கணநாயகராக நியமித்தவர்கள் கூட்டத்தோர்களே அன்றி அவர் தானே நியமித்துக் கொள்ளவில்லை.

அங்ஙனம் சங்கத்தோரால் நியமிக்கப்பட்டு ஆசனம் வகித்தும் அச்சங்கத்தோர் அபிப்பிராயத்தால் திலகரின் (அமென்ட்மென்டை) அடக்கி இருப்பார் அன்றி அவர் சுய அபிப்பிராயமாகா. அவர் சுய அபிப்பிராயமாயின் அங்ஙனமுள்ள அவர் கட்சியாரே தடுத்து ஆமோதித்து இருப்பார்கள்.

இவ்வகை நோக்கங்களை சீர்தூக்கிப்பாராமல் பெரியோர் பிரஸிடென்டை தூஷித்த சுருதி கொண்டு டாக்டர் கோஷவர்கள் டிரேயினில் போகுங்கால் பத்து பனிரெண்டு வயதுள்ள பையன்கள் கூடிக்கொண்டு அவரை ஸ்டேஷனண்டை கண்டவுடன் அவமானம் அவமானமென்றும், வெட்கம் வெட்கம் என்றும் சொல்லிக் கூச்சலிட்டார்களாம். அந்தோ! இவ்வகை சிறுப்பிள்ளைகள் செய்யுஞ் சேஷ்டை விளையாட்டை அடக்க முடியாதவர்கள் பெரியோர்களுக்கு உண்டாயிருக்கும் பொறாமெயை அகற்றுவார்களோ. ஒருக்காலும் அகற்றப்போகிறதும் இல்லை, உவரை ஆளப்போகிறதும் இல்லை. காரியத்தின் பேரில் கண்ணோக்கம் இராது வீரியத்திற்கு விருது கட்டுகிறவர்கள் வீணர்களேயாம்.

- 1:31: சனவரி 25, 1908 -

நம்முடைய தேசத்திற்கும் புறத்தேசங்களுக்கும் உள்ள சீர்திருத்த பேதங்களையுஞ் செல்வ பேதங்களையும் உற்றுநோக்குங்கால் நூற்றுக்கு ஒருவரை சீர்திருத்தக்காரர் என்று கண்டெடுப்பதற்கு அரிதாகின்றது.

அமெரிக்காதேசத்துக் குடிகளுள் சொந்த பூமியை வைத்துக் கொண்டு வேளாளர்களாய் இருப்பவர்கள் நூற்றுக்கு 87 பெயரிருக்கின்றார்கள். நமது தேசத்திலோ சொந்த பூமியிற் பயிரிடுந் தொழிலாளராகும் வேளாளரை நூற்றுக்கு 5 பெயரைக் கண்டெடுப்பது அரிதாயிருக்கின்றது.

அதற்குக் காரணம் யாதென்றால், நமது தேசத்திலுள்ள சில சுயநலங் கருதுகிறவர்களால் ஏற்படுத்தி வைத்துக்கொண்டிருக்கும் அண்டை பாத்தியமென்னும் சட்டமேயாம்.

அவ்வகை அண்டை பாத்தியமென்னுஞ் சட்டத்தால் உண்டாகும் கெடுதிகளை நமது கருணை தங்கிய பிரிட்டிஷ் இராஜாங்கத்தாருக்கு விளக்குவாருங் கிடையாது. ஒரு மனிதன் நூறு ஏக்கர் பூமியை வைத்துக் கொண்டு செவ்வனே பண்படுத்தாமலும் காடழித்து கரம்பு போக்காமலும் காலத்திற்குக்காலம் விளைவிக்கக்கூடிய தானியங்களைப் பயிறு செய்யாமலும் கரம்பேற வைத்திருந்தபோதிலும் அவன் பூமிக்கு அண்டையிலிருக்குங் காலிபூமியை வேறொரு மனிதன் தர்க்காஸ்து கொடுப்பானேயானால் நூறேக்கரை வைத்துக்கொண்டு சீர்படுத்தக் கையாலாகாதவன் தன்னுடைய பூமிக்கு அருகாமை மற்றொருவன் வரக்கூடாதென்னும் பொறாமெயால் தர்க்காஸ்துக் கொடுத்து உள்ளவனுக்குக் கொடுக்கப்படாது, அண்டை பாத்தியமுள்ள எனக்கே அப்பூமியைக் கொடுக்க வேண்டும் என்று விண்ணப்பமிட்டு தன் நூறேக்கருடன் அன்னியன் தர்க்காஸ்து கொடுத்த பூமியையுஞ் சேர்த்துக் கொள்ளுகின்றான்.

இவ்வகைத் தன்னைப்போல் அன்னியன் பூமியை வைத்துக்கொண்டு பிழைக்கலாகாதென்னும் பொறாமெயும் தானே சகல பூமியையும் கட்டி ஆளவேண்டும் என்னும் பேராசைக்கொண்ட பேமானிகளாதலின் சொந்த பூமியையாள்பவர் நூற்றுக்கு ஐந்து பெயரைக் காண்பதும் அரிதாயிருக்கின்றது.

அவ்வகை பூமி ஆளும் விருத்திக் குறைவுக்கு சாதிநாற்றக் கசிமலங்களும் ஓர் காரணமேயாம். எவ்வகையில் என்றால், ஓர் பார்ப்பான் பூமிக்கருகில் பறையன் தர்க்காஸ்துக் கொடுப்பானேயாகில் அண்டைபாத்திய சட்டத்தைக்காட்டி அவனை விரட்டிவிடுகிறான். பார்ப்பான் பூமிக்கருகில் மற்றோர் பார்ப்பானே தர்க்காஸ்து கொடுப்பானேயாமாகில் அண்டை பாத்திய சட்டத்தை அப்புறப்படுத்திவிட்டு ஐயனை அருகில் சேர்த்துக் கொள்ளுகின்றான்.

சோம்பேரியுஞ் சோம்பேரியும் ஒன்றுசேர்ந்து பூமியைப் பெருக்கிக்கொண்டு பண்படுத்த விதியற்றுப்பறையனைத் தேடுவார்கள். அப்பறையருள் ஏமாளிப் பறையனேனும் இளிச்சவாய்ப் பறையனேனும் அகப்படுவானாகில் அவனுக்கும் அவன் பெண்சாதிக்கும் நிதம் ஒரு அணாகூலிக்குத் தக்க தானியங்களைக் கொடுத்து நொறுக்கி வேலைவாங்கிக் கொள்ளுவான். அவனுக்கருகே ஓர் விவேகமுள்ளப் பறையன் பூமியைவைத்துக் கொண்டு சுகமாக வாழ்வானாயின் பார்ப்பானுக்கு முன்பு பறையனும் பூமி வைத்துக் கொண்டு வாழலாமா என்னும் பொறாமெயால் அவன் பயிறுக்கும் கால்நடைகளாகும் கன்றுக்காவிகளுக்குங் கேடுண்டு செய்து துறத்தும்படி ஆரம்பிக்கின்றான். இவனுக்கு உண்டாகுங் குறைகளை கலைக்கட்டருக்குத் தெரிவித்தாலோ கலைக்கட்டர் அதை தாசில்தாருக்கு அனுப்பி விசாரிக்கும்படிச் செய்கின்றார். தாசில்தாரோ முநிஷிப்பையுங் கணக்கனையும் விசாரிக்க ஆரம்பிக்கின்றார். கணக்கனும் முநிஷிப்பும் பார்ப்பானுக்கு உரியவர்களாதலின் B லெட்டர் உடைந்து போச்சி C லெட்டர் புரம்போக்கில் போச்சுதென்னும் ஒவ்வோர் முடிகளிட்டுப் பறையனை பூமியைவிட்டு ஓடும்படிச் செய்து விடுகின்றார்கள். கணக்கன் காலால் போட்டமுடியை கலைக்ட்டர் கையால் அவிழ்க்க முடியாது என்னும் ஓர் பழமொழியும் உண்டு. இத்தியாதி கேடுகளையும் கலைக்ட்டர் விண்ணப்பத்தைக் கண்டவுடன் குடியானவன் வீட்டண்டை நேரில் வந்து விண்ணப்பத்தாரியை அழைத்து ஒவ்வொரு கெடுதிகளையும் விசாரிணைச் செய்வரேல் சகலமும் சிறக்க விளங்கும். பிரிட்டிஷ் ராஜாங்கமும் துலங்கும். இத்தகைய விசாரிணையற்று கணக்கனையும் முநிஷீப்பையும் பொறுப்பிடுவதால் குடிகள் யாவரும் இராஜாங்கத்தின்மீது குறைகூறும்படி நேரிடுகின்றதுமன்றி சகலகுடிகளுங் களங்கமற்று பூமியை ஆளுவதும் அரிதாய் உழுது பயிரிடுங் குடிகளின் முயற்சிகெட்டு சாதிநாற்றம் பொறுக்கமுடியாது சீர்கெட்டு பலதேசங்களுக்குஞ் சிதறிப்போய்விட்டார்கள்.

இத்தகைய வஞ்சகர் பெருக்கத்தினாலும் பொறாமெயர் காந்தலினாலும் மழை குன்றி விஷரோகங்கள் தோன்றி தேசமுஞ் சீர்கெட்டு வருங்கால் சுதேச சீர்திருத்தத்தை நாடியவர்கள் சுதேச சீர்கேட்டிற்கு மூலம் யாதென்று தெளிந்து அம்மூலத்தை களைந்தெரியவேண்டியதே கற்றவர்களின் கடனாம்.

- 1:34: பிப்ரவரி 5, 1908 -

இத்தேசத்துள் கொசுக்கள் அதிகரித்து மக்களை வாதிப்பதற்கு மூலம் யாதெனில், நீரோடைகளிலும் கால்வாய்களிலும் கிணறுகளிலும் நீரோட்டம் இன்றி தங்கி நாற்றமுறில் அதனின்று சிறிய புழுக்கள் தோன்றி அந்நாற்ற பாசியைப் புசித்து வளர்ந்து இறக்கைகளுண்டாய் புழுக்கள் என்னும் பெயர் மாறி கொசுக்கள் என்னும் உருக்கொண்டு பரந்து வெளிவந்து சீவர்களை வாதிக்கின்றது. இவ்வகை வாதிக்கும் கொசுக்களின் உற்பத்திக்கு மூலம் அங்கங்கு கட்டுப்பட்டக் கெட்ட நீர்களேயாம்.

அதுபோல் உலகிலுள்ள சகலவிவேகிகளும் கொண்டாடும் வித்தை, புத்தி, யீகை, சன்மார்க்கம் நிறைந்த இந்து தேசமானது நாளுக்குநாள் வித்தை கெட்டு, புத்தி கெட்டு, யீகை கெட்டு, சன்மார்க்கங்கள் கெட்டுவருவதற்கு மூலம் யாதெனில், தங்களை உயர்த்திக்கொள்ள தங்களுக்குத் தாங்களே ஏற்படுத்திக் கொண்ட சாதிகளும் வித்தை புத்திகளால் பிழைக்க விதியற்று சாமிபயங்காட்டிப் பிழைக்கும் சமயங்களுமேயாம்.

அஃது எவ்வகையிலென்னில் பூர்வம் இவ்விந்துதேச முழுதும் புத்ததருமம் நிறைந்திருந்த காலத்தில் புத்த சங்கத்தைச்சார்ந்த சமண முநிவர்கள் விவேகமிகுத்த தண்மெயால் வடமொழியாம் சமஸ்கிருதத்தில் பிராமணரென்றும் - பாலியில் அறஹத்தென்றும் தென் மொழியில் - அந்தணர் என்றும் பெயர் பெற்று அரசர்களாலும் குடிகளாலுஞ் சிரேஷ்டமாக வணங்கப் பெற்றிருந்தார்கள்.

ஆயிரத்தியைஞ்னூறு ஆண்டுகளுக்குப்பின் இந்துதேசத்தில் வந்து குடியேறி யாசகசீவனத்தால் பிழைத்திருந்த ஓர் சாதியார் இத்தேசத்தில் ஆந்திரசாதி, கன்னட சாதி, மராஷ்டகசாதி திராவிட சாதி என்னும் கூட்டத்தார் புத்த தன்மத்தால் ஒருவருக்கொருவர் பேதமின்றி கொள்வினை கொடுப்பினையிலும் உண்பினை உடுப்பினையிலும் ஒற்றுமெயுற்று சுக வாழ்க்கையில் இருப்பவர்களைக் கண்டு யுத்தத்திலேனும் மற்று வேறு விதத்தேனும் இவர்களை ஜெயிக்கமுடியாது, அரசர்கள் முதல் குடிகள் வரையில் பயந்து நிற்கும் அந்தணர்கள் வேஷத்தால் இவர்களை அடக்கி ஆளவேண்டும் என்று எண்ணி வடமொழியாம் சமஸ்கிருதத்தைக் கற்றுக் கொண்டு பிராமணவேஷம் ஆரம்பித்தார்கள்.

அவ்வேஷமாவது புத்த சங்கத்தோருக்குள் விவேக மிகுதியால் சமண நிலை கடந்து உபநயனம் என்னும் ஞானக்கண்ணளிக்கப் பெற்றவுடன் மதாணிப் பூணூலென்னும் பூணுநூல் அணைந்து உபநயனம் பெற்ற அடையாளங் குறித்திருந்தார்கள்.

இரண்டாவது, புத்த சங்கத்தில் சேராமல் குடும்பத்தில் இருந்துக் கொண்டு பஞ்சபாதகம் அணுகா வாழ்க்கையிலிருக்கும் குடும்பிகள் என்று அறிந்துக்கொள்ளுவதற்கு (குடுமி) வைத்தும், சங்கத்தைச் சேர்ந்தவர்கள் சிரசிலுள்ள முடி முழுதும் சிறைத்தும், குடும்பிக்கும் சங்கத்திற்கும் சம்மந்தமின்றி சங்கத்திற் சென்று ஞான விசாரிணைப் புரிதலும் குடும்பிகளிடம் வந்து புசித்தலுமாகிய ஓர் நிலையின்றி இரண்டுபக்கம் இடியுண்டவர்களுக்கு சிர முழுதும் முடிவளர்க்கச் செய்து இரு இடிகள் இருடிகளென வழங்கி வந்தார்கள்.

இவ்வகையாக அவர்கள் தொழிலுக்கென்றும் அவரவர்கள் அந்தஸ்தின் குறிப்பிற்கென்று வைத்திருந்த பெயர்களையுஞ் செயல்களையும் மாறுபடுத்தி வடகலை நூலின்றி தென்கலை நூற்கள் வழங்கிவந்த இன்னாட்டில் தாங்கள் கற்றுக்கொண்ட வடகலைநூற் சுலோகங்களிற் சிலவற்றைச் சொல்லி நாங்கள் தான் பிராமணர், நாங்கள்தான் அந்தணர் என்று சொல்லி சிலர் மொட்டையடித்துக் கொண்டும் சிலர் முடிவளர்த்துக் கொண்டும், சிலர் குடுமிவைத்துக் கொண்டும் கல்வியற்ற குடிகளை வஞ்சித்தும் அவர்களிடம் அதிகார யாசகஜீவனஞ்செய்துக் கொண்டு வந்தார்கள். இத்தகைய யாசகத்திலும் அதிகாரத்துடன் சில வடகலை நூற் சுலோகங்களைச் சொல்லிப் பொருள் சம்பாதிப்பதை உணர்ந்த இத்தேசத்து சோம்பேரிகளிற் சிலர் தாங்களும் பிராமணர்கள் என்று வேஷமிட்டுப் பொருள்பறிக்க ஆரம்பித்தார்கள். இதைக் கண்ட முன் வேஷபிராமணர்களுக்கும் பின் வேஷபிராமணர்களுக்கும் விரோதம் உண்டாகி பெண் கொடுக்கல் வாங்கலிலும், உண்பினையிலுஞ் சேராமல் மாறுபட்டு நின்றார்கள். இந்த அதிகாரப் பிச்சை வேஷத்தை அறிந்த மற்றும் சிலரும் பிராமணவேஷமிட்டு யாசக சீவனம் ஆரம்பித்ததினால் ஐயங்கார் பிராமணர், ஐயர் பிராமணர், ஆசாரி பிராமணர், பட்டர் பிராமணர் என நூற்றியெட்டு பிராமணர்கள் தோன்றி ஒருவருக்கொருவர் ஒற்றுமெயில்லாமல், மாறுபட்டு பூர்வத்தொழில்களையும் விட்டு புத்த தருமங்களையும் மறைத்து மடங்களையும் பாழாக்கி பௌத்தர்களையும் தாழ்ந்த சாதியாக வகுத்துவந்தார்கள். இத்தகைய மாறுதற் செய்கைகளினால் தாங்களுங் கெட்டு பௌத்தர்களையும் கெடுத்து வருங்கால் மகமதிய துரைத்தனத்தார் வந்து குடியேறினார்கள்.

அம்மகமதியரரசாங்கத்தோர் இதுவரையில் தங்கள் ஆளுகையை நிறைவேற்றி வருவார்களாயின் வேஷபிராமணங்கள் யாவும் மாறி சாப்சலாம் சாயப், சலாம் அலேக்கும் சாயப்பென்னும் பக்கிரிபாத்திலிருப்பார்கள்.

ஏதோ சொற்ப சற்கருமத்தால் இங்கிலீஷ் துரைத்தனம் வந்து தோன்றி தங்கள் சீவனங்களுக்கென்று ஏற்படுத்திக் கொண்ட வேதங்களையும் புராணங்களையும் இஸ்மிருதிகளையும் பாஷியங்களையும் சுருட்டி எறிந்து விட்டு ஐகோர்ட்டு உத்தியோகங்களுக்கான வேதங்களையும் ரெவினியூபோர்ட்டு உத்தியோகங்களுக்கான ஸ்மிருதிகளையும், ஆப்காரி ஆபீசு உத்தியோகங்களுக்கான உபநிஷத்துக்களையும், முநிசிபில் ஆபீசு உத்தியோகங்களுக்கான பாஷியங்களையுங் கற்றுக்கொண்டு சுகஜீவனத்திலிருந்தும் மற்றும் சிலர் வடகலை நாமத் தென்கலைநாமச் சண்டையுடன் வடை பாயாசச் சண்டை, தோசை நெய் சண்டை, யிட்டுக்கொண்டு இருக்கின்றபடியால் அவர்கள் யாவருந் தங்களைப்போல் வேதப்புராணங்களை மறந்து கவர்ன்மெண்டு ஆபீசுகளில் நிறைந்துவிடுவார்களானால் அப்போதுதான் தங்கள் வேஷபிராமணத்தை மாற்றி சகலரிடத்தும் ஒற்றுமெயடைய எண்ணம் கொண்டிருகின்றார்போலும்.

அதுவுமின்றி மற்றவர்களுடன் ஒற்றுமெய் அடைந்துவிட்டால் ஆயிரத்தி ஐன்னூறு வருஷ காலங்களாக தங்களைப் பெரியசாதியென்று ஏற்படுத்திக் கொண்டு தங்களுக்கு அடங்கினவர்களால் சாமி, சாமியென்று அழைக்கும் கௌரதை நீங்கிவிடும் என்று எண்ணினாலும் எண்ணுவர்.

இத்தகைய எண்ணங்களைக் கொண்டவர்களாயிருப்பினும் தங்கள் சுயநலங் கருதி சாதியை ஒழித்து ஐப்பான் சைனா முதலிய தேசங்களுக்குச் சென்று அவர்களுடன் கலந்து சாப்பிட்டுக் கொண்டு கைத்தொழிலையும் கற்று வருகின்றார்கள்.

அவர்களைப் பின்பற்றி நிற்கும் மற்றவர்கள் அவர்கள் செயல்களை நோக்கி தாங்களும் பலதேசங்களுக்குச் சென்று வித்தைகளைக் கற்று சுகமடையவேண்டும் என்னும் எண்ணம் கொள்ளாமல் இன்னமும் அவர்கள் கட்டுக்குள் தாழ்ந்து நிற்பது என்ன குறையோ விளங்கவில்லை.

முதலிகள் என்போர் வகுப்பிலும் நாயுடுகள் என்போர் வகுப்பிலும் செட்டிகள் என்போர் வகுப்பிலும் எத்தனையோ பிரிவினைகள் நாளுக்குநாள் தோன்றிக்கொண்டே வருகின்றது. இத்தகையத் தோற்றங்கள் எக்காலத்தில் நீங்கி ஒற்றுமெயடையுமோ அதுவும் விளங்கவில்லை.

இவைகள் தான் சில நாட்களாக தொன்று தொட்டு வழங்கிவந்த போதினும் பிராமண மதத்தில் மோட்சம் போவதற்கு நேரான வழியில்லை. கிறிஸ்துமதத்தில் நேரான வழியுண்டு என்று மதமாறினவர்களில் பலர் செட்டிக் கிறிஸ்தவன், நாயுடு கிறிஸ்தவன், முதலில் கிறிஸ்தவன், வேளாளக் கிறிஸ்தவன் என்று டம்பஞ் சொல்லி சாதிப்பெயர்களைப் பரவச் செய்துவருகின்றார்கள்.

- 1:35: பிப்ரவரி 12, 1908 -

இத்தகைய சாதிப் போர்வையை இழுத்து விழுத்து போர்ப்பவர் மகமதியர் மார்க்கஞ் சேர்ந்திருப்பார்களாயின் செட்டி மகமதியன், நாயுடு மகமதியன், முதலி மகமதியனெனக் கூறுவரோ, ஒருக்காலுங் கூறார்கள்.

காரணம் - மகமதியர்மார்க்கஞ் சேர்ந்தவுடன் அம்மார்க்கத்தோர் நடை உடை பாவனைகளைப் பின்பற்றி அதன்மேரை நடத்தல் வேண்டும். அங்ஙனமின்றி செட்டி மகமதியன், முதலி மகமதியனென்னும் அழைப்புக்கிடங் கொடுக்கமாட்டார்கள்.

கிறிஸ்தவர்களோ அங்ஙனங் கிடையா. அதாவது கத்தோலிக்குப் பாதிரிகள் சேர்ந்த கும்பலைக்கொண்டே சார்ந்து பணஞ் சம்பாதிப்பவர்கள்.

புரோட்டெஸ்டான்ட் பாதிரிகளோ சேர்ந்த கும்பலுக்குத் தக்கவாறு நேர்ந்த சம்பளம் வாங்குகிறவர்கள். பிரதிபலன் கருதி தங்கள் சமயத்திற் சேர்ப்பவர்களாதலின் கிறிஸ்துமதத்தில் சேர்பவர்களின் மனோபீஷ்டப்படி செட்டிக் கிறிஸ்தவன், முதலிக் கிறிஸ்தவனென வைத்துக்கொள்ளும்படி உத்திரவளிப்பதுடன் பொட்டுகளும் இட்டுக்கொள்ளுவதற்கு சந்தனக்கட்டைகளையும் குங்கத்தையும் விஞ்சாரித்து அதாவது மந்திரித்து கொடுப்-

போம் என்பார்கள்.

இப்பாதிரிகளின் ஆதரவால் பிராமணப்போர்வையும், கிறிஸ்துமத சேர்வையுஞ் செய்துவருகின்றார்கள்.

கிறிஸ்துமதத்திற் சேர்ந்தவர்களை பிராமண மத சாதிப்போர்வையை அகற்றவேண்டுமென்று அறிக்கை இடுவார்களாயின் கிறிஸ்துமதமும் மறைந்து பணவரவுங் குறைந்துபோமென்று எண்ணி சாதிகளை அவர்களும் பரவச்செய்து வருகின்றார்கள்.

பெரும்பாலும் நமது தேசத்தோர் வித்தையிலும், புத்தியிலும் முயற்சியற்று வேஷ பிராமணர் சோம்பலிற் பிழைக்கும் வழிகளைப் பின்பற்றி (சுவாமிகள்) பயங்காட்டி மதக்கடைகளைப் பரப்பி எங்கள் சுவாமி கண்ணைக் கொடுப்பார், உங்கள்சாமி மூக்கைக் கொடுப்பார் என்னும் ஆசைஊட்டி சம்மாங்குடைகளுக்கு மேற்குடை செய்யத்தெரியா சம்பிரதாரிகளும், பண்ணை பூமியில் பழைய ஏற்றத்தைவிட புதிய ஏற்றஞ் செய்யவறியா போதகர்களும், வாழைப்பழமும், மாம்பழத்திற்குமேல் பழவிருத்தி செய்யவறியா பாவாணரும், ஜெகத்திற்கே குரு என்று சொல்லிக் கொண்டு பத்தாயிரரூபாய் சம்பாதிப்பார்களானால் அவர்கள் பாடங்கற்ற புரோகிதர்களும் பாதிரிகளும் பூசாரிகளும் தங்கடங்கள் மதக்கடைகளைப் பரப்பி சோம்பேரி சீவனஞ் செய்வதற்கு சமயங்களையும் அதையே மேம்பாடு செய்துக்கொண்டு ஏழைகளை வஞ்சித்து பொருள் சம்பாதிப்பதற்கும், ஏழைகளை ஏய்த்து வேலைகள் வாங்கிக்கொள்ளுவதற்கும் பெரியசாதி சின்னசாதி என்னும் வேஷங்களையும் பெருக்கிக் கொண்டே வருகின்றார்கள்.

இதுவுமன்றி மதுரை முதலிய இடங்களிலுள்ள பட்டு நூல் வியாபாரிகளும் கைக்கோளரென்று அழைக்கும்படியான வருமான ஓர் கூட்டத்தார் முப்பது வருடங்களுக்கு முன்பு குப்புசாமி, பரசுராமன் என்று அழைத்து வந்தார்கள். அவர்களே சில வருடங்களுக்குமுன் நூல் வியாபாரத்தைக்கொண்டு தங்களைக் குப்புசாமி செட்டி, பரசுராமசெட்டி என்று வழங்கிவந்து தற்காலந் தங்கள் பெயர்களை குப்புசாமி ஐயர் பரசுராம ஐயர் என்று வழங்கி வருகின்றார்கள்.

இவ்வோர் அநுபவத்தைக்கொண்டே அரைச்செட்டையை நீக்கிவிட்டு முழுச்செட்டையை போர்த்துக்கொள்ளுவதும், முழுச் செட்டையை நீக்கிவிட்டு அரைச்செட்டையை போர்த்துக்கொள்ளுவது போல் சாதிப்பெயர்கள் யாவும் ஒவ்வோர் கூட்டத்தார் சேர்ந்து சாதிதொடர் மொழிகளைச் சேர்த்துக்கொள்ள வேண்டிய காலத்தில் சேர்த்துக் கொள்ளுவதும், அவற்றை நீக்கிவிடவேண்டிய காலங்களில் நீக்கிவிடவேண்டிய பெயர்களாய் இருக்கின்றபடியால் இச்சாதிப் பெயர்களைப் பெரிதென்று எண்ணி தேச சிறப்பையும் ஒற்றுமெய்யையும் கெடுத்துக் கொள்ளுவது வீண்செயலேயாம்.

நமது தேசத்தின் சீர்கேட்டிற்கும், சுகக்கேட்டிற்கும், ஒற்றுமெய்க் கேட்டிற்கும் இட்டபொய்யாகிய சாதி கட்டுகளும் சமய கட்டுகளுமே மூலமென்று உணர்த்தும் அவைகளை மேலும் மேலும் பரவச் செய்வதால் நமது தேச சிறப்பும் தேச சுகமும் நாளுக்குநாள் கீழுகிழென்றே தாழ்ந்துபோமென்பது திண்ணம்.

ஆதலின் நமது தேசத்தோரை சீர்திருத்த வெளிவந்துள்ள பத்திரிகாபிமானிகள் ஒவ்வொருவரும் பூர்வ வழக்கம்போல் தமிழ்பாஷைக்குரியோர்கள் யாவரையுத் தமிழ்சாதி என்றும் கன்னடபாஷைக்கு உரியோர்கள் யாவரையும் கன்னடசாதி என்றும், மராஷ்டக பாஷைக்குரியோர் யாவரையும் மராஷ்டக சாதி என்றும், தெலுகு பாஷைக்குரியோர்கள் யாவரையும் தெலுகுசாதி என்றும்,

- 1:36; பிப்ரவரி 19, 1908 -

பத்திரிகைகளில் வரைந்துக்கொண்டு வருவதுடன் வார்த்தைகளிலும் பேசிக் கொண்டு வருவோமாயின் சாதிப்பிரிவினைகள் நாளுக்கு நாள் மறந்து பாஷைப் பிரிவினைகள் பெருகிக் கொண்டே வரும்.

அத்தகைய பாஷைப் பிரிவினைகளின் பெருக்கத்தால் மேற்சாதி கீழ்ச் சாதியென்னும் பொறாமெகள் அகற்று தமிழ்பாஷைக்காரர்கள் யாவருமோனும் ஒன்றுகூடி கல்வி விருத்தியிலும், கைத்தொழில் விருத்தியிலும் ஒற்றுமெய் அடைந்து தேசத்தை சீர்திருத்தாவிடினுந் தாங்களேனுஞ் சீரடைவார்கள்.

சீர்திருத்த மூலங்களைத் தெரிந்து செய்யாமல் அவன் வேறு சாதி அவனைப்பற்றி நமக்கென்ன, இவன் வேறுசாதி இவனைப்பற்றி நமக்கென்னவென்று நீங்குவதால் சுயநலங்கருதி மணிலாக்கொட்டை விளைத்து பலதானிய விருத்தி குறைந்து பஞ்சந்தோன்றியதுபோல் பாழாய்விடும்.

அதாவது நகரவாயல்களிலுள்ள யாவரும் பொதுப்பிரயோசனங் கருதி சுதேசி சுதேசி என்று கூச்சலிட்டுவர நாட்டுவாயல்களிலுள்ள யாவரும் சுயப்பிரயோசனங் கருதி மணிலாக்கொட்டை எனும் வேறுகடலை விளைவால் (மெனிமணி) லாபத்தில் இருக்கின்றார்கள்.

இப்படியாகத் தங்கள் சுயப்பிரயோசனங் கருதி சருவ சீவர்களையுங் காப்பாற்றும் நவதானியங்களைப் பயிறு செய்யாது தாங்கள் குடும்பம் பசியாறப் புசித்தால் போதும் என்னும் எண்ணத்தால் உள்ள பூமிகளில் எல்லாம் மணிலாக் கொட்டையை விளைத்து வருவதால் அரிசி, கேழ்வரகு, துவரை முதலிய தானியங்கள் விளைவில்லாமல் பஞ்சம் என்று சொல்லும் படியாய் இருக்கின்றது. பெய்திருக்கும் சொற்ப மழைக்குத்தக்கவாறு பலதானியங்களை விளைவித்து இருப்பார்களாயின் இவ்வருஷம் எவ்வகையாலும் ரூபா ஒன்றுக்கு ஆறுபடி ஏழுபடி அரிசி வாங்கக்கூடும். இந்த நெல் முதலிய தானியங்களைக் கவனிக்காமல் மணிலாக்கொட்டை மலப்பில் இருக்கின்றபடியால் நாளுக்குநாள் தானியங்களின் விலை அதிகரித்துக் கொண்டே வருகின்றது. இவ்வகை விலை அதிகரிப்பதால் ஏழைகள் நசிந்து சுகங் குறைந்துக் கொண்டே வருமாயின் சுதேசிகள் வேலை என்ன செய்யும்.

சுதேசிகள் என்று கூச்சலிட்டுக்கொண்டு புரதேச சரக்குகளை (பாய்காட்) செய்வதால் தேசத்தில் பஞ்சம் உண்டாகின்றதா அல்லது சுதேசிகள் என்று சொல்லிக்கொண்டே சுயப் பிரயோசனங் கருதி மணிலாக்கொட்டை விளைவிப்பதால் பஞ்சம் உண்டாகின்றதா என்பதை நாமே சீர்தூக்கி ஆலோசிக்க வேண்டியதாய் இருக்கின்றது.

ஏனெனில் சொந்த பூமிகளை வைத்துக்கொண்டிருக்கும் சுதேச கனவான்கள் யாவரும் சுதேசிகளின் புசிப்பையும் அவர்கள் சுகத்தையும் கருதாமல் சுயப்பிரயோசனங்கருதி பணஞ் சம்பாதிப்பதைக் கண்டிருந்தும் இத்தகைய சுதேசிகள் வசம் சுயராட்சியங் கொடுத்துவிட்டால் ஏதேதுசெய்து ஏங்கவிடுவார்களோ என்பதுதான்.

காங்கிரஸ் சபை என்றும் மஹாஜனசபை என்றும் பெருங்கூட்டங்களிட்டு ஒவ்வொரு பிரதிநிதிகளுக்கும் பத்து நூறென்னுஞ் சிலவுகளை வைத்துப் பாழ்செய்தவர்கள், சுதேசத்தில் கண்டிருக்கும் பஞ்சத்தையும் அப்பஞ்சம் உண்டாயதற்கு மூலத்தையும் அறியாமல் வீண் சங்கைகளை வளர்த்து குடிகளுக்கும் அரசுக்கும் வீண் விவகாரத்தை உண்டு செய்தது என்னமதியோ விளங்கவில்லை.

நம்முடைய தேசத்தார் மசாணவைராக்கியம் பிரசவ வேதனா வைராக்கியங்களைப்போல் கூட்டவைராக்கியங் கொண்டவர்கள். அதாவது ஓர் கூட்டங்கூடவேண்டும் என்று ஒருவர் அல்லது இருவர் முயன்று ஒவ்வோர் காரியங்களை உத்தேசித்து ஆயிரம் பெயரைக்கூட்டி நடாத்தும் முடிவை நாடுகின்றது. அவ்வகை நாட்டமுருங்கால் முயிற்சியினின்ற ஒருவரோ இருவரோ அயர்ந்துவிடுவார்களாயின் அவர்களுடன் சேர்ந்த ஆயிரம் பெயர்களும் அயர்ந்துவிடுவது சுவாபம்.

அதன் காரணம் யாதெனில் - பி.ஏ., படித்து லாயர்வேலை செய்வதும், எம்.ஏ., படித்து உபாத்தி வேலை செய்வதும், எப்.ஏ., செய்து ரைட்டர்வேலை செய்வதுமாகிய செயல்கள் கல்வியற்றவன் கூலிவேலை செய்வதற்கொப்பாய் தங்கடங்கட் பெண்டுபிள்ளைகளைக் காப்பாற்றுவதே கண்ணோக்கமாய் உள்ளவர்கள் தேசத்தில் சீர்குலைந்துள்ள சீவர்கள் மீது கண்ணோக்கம் வைப்பார்களோ, ஒருக்காலும் வையார்கள். அவரவர் குடும்பத்தைப் போஷிப்பதே அவர்களுக்குக் கஷ்டம்.

இத்தகைய சீர்திருத்தக் கூட்டங்கள் யாவும் கைத்தொழிலாளரும் வியாபாரிகளும் முன்னின்று செய்யவேண்டும். காரியாதிகள் யாவும் சுயபாஷைகளில் நிறைவேற்றல்வேண்டும். அங்ஙனமின்றி, பி.ஏ. செய்து லாயர்வேலைக்குப்போகாதவரும், எம்.ஏ. செய்து உபாத்தி வேலைக் கிடைக்காதவரும், எப்.ஏ, செய்து ரைட்டர் வேலைக் கிடைக்காதவரும் ஒன்றுகூடி கூட்டங்களை ஆரம்பித்துப் பேசுவதில் அவர் பேசிய இங்கிலீஷில் பெரிய பெரிய வார்த்தைகளைப் பேசினார், இவர் பேசியதில் (கிராமர்) கவனித்துப் பேசினார் என்னும் டம்பத்தை நோக்குகின்றார்கள் அன்றி, விஷயத்தை நோக்குகின்றவர்களில்லை. விஷயங்களை நோக்கவேண்டியவர்களாயின் அவரவர்கள் சுயபாஷைகளில் விஷயங்களை விளக்கி முடிவுசெய்யல் வேண்டும், அவ்வகை முடிவுகளை அதேபாஷையில் பதிவுசெய்து பிரசுரித்தல் வேண்டும். பிரசுரிக்கும் பத்திரிகைகளைக் கண்டுணர்வோர் நாளக்குநாள் ஒற்றுமெயுற்று நற்சீரை நோக்குவார்கள்.

நம்முடைய சீர்திருத்தங்களை ஆலோசிப்பதற்குமுன் அன்னிய தேசத்தோர் சீருக்குவந்த வழிகளையும், அவரவர்கள் குணாகுண ஒழுக்கங்களையும், அந்தந்த தேச சரித்திரங்களையும் வாசித்துணர்ந்து அதன்மேறை நடத்தல் வேண்டும்.

- 1:37: பிப்ரவரி 26, 1908 -

பலதேச சீர்திருத்தங்களில் நமது பந்துக்களாக விளங்கும் ஜப்பானியர்களின் சீரையுஞ் செய்கைகளையும் முதலாவது விசாரிப்பாம்.-

ஜப்பான் தேசக் கனவான்களில் ஒருவர் (ரிக்ஷா) என்னும் வண்டியில் ஏறிக்கொள்ள ஜப்பான் தேசத்து ஏழைகளில் ஒருவன் அவ்வண்டியை இழுத்துக்கொண்டு நெடுந்தூரஞ்சென்று அவ்விடமுள்ள ஓர் பலபட்சணங்கள் விற்கும் வீட்டுள் நுழைந்துவண்டியில் ஏறி வந்த கனவான் நாற்காலியின்மீது உட்கார்ந்து வேண்டிய பதார்த்தங்களைக் கொண்டுவரச்செய்து புசிக்குங்கால் அவ்வண்டியை இழுத்துச் சென்ற ஏழையும் உட்சென்று அவர் எதிர் நாற்காலியில் உட்கார்ந்து தன் கையிலுள்ள பணத்திற்குத் தக்கவாறு வாங்கி புசித்து கனவானும் ஏழையுங் கலந்து பேசிக்கொண்டு வெளிவந்து அவர் வண்டியிலேறிச் செல்லுவதும் இவன் இழுத்தோடுவதும் வழக்கமாயிருக்கின்றது. இத்தகையக் களங்கமற்றச் செய்கையை நமது தேசத்தோர் கையாடுவரோ. ஒருக்காலுங் கையாடார்கள்.

அதாவது - சாதிநாற்றங்கள் இங்கு மூக்கை அடைத்துக் கொண்டும் சமயநாற்றப் பொறாமெய்க் கண்ணை மறைத்துக் கொண்டும் இருக்கிறபடியால் அம்மேலோர்கள் குணம் இவர்களுக்கு வாய்ப்பது கஷ்டசாத்தியமாம். அங்ஙனம் ஒருகால் சாத்தியப்படினும் சிலர் பொருளவாக் கருதிபடிவரன்றி களங்கமற்ற நெஞ்சினராய்ப் படியார். களங்கமற்ற நெஞ்சினரல்லார் என்பதை அடியிற் குறிக்குஞ் செயல்களால் அறிந்துக் கொள்ளலாம்.

சிலவருஷங்களுக்கு முன்பு இச்சென்னை மின்சாரவண்டியென்னும் டிராம்வே நடாத்துதற்கு கூட்டங்கள் நியமிக்குங்கால் அக்கூட்டத்தாருடன் சேரவேண்டிச் சென்ற அசுதேசிகளிற் சிலர் டிராம்வே கம்பனியில் வேலைசெய்யுங் கண்டக்டர்கள் பறையர்களாய் இருக்கப்படாது என்றும் வேறு சாதியோராய் இருக்கவேண்டும் என்றும் பேசியது சகலருக்குத் தெரிந்த விஷயம். இவர்கள் சாக்குப்போக்கும் பறையர்களைத் தலையெடுக்கவிடாமல் செய்துவருஞ் செய்கையும் நாளுக்குநாள் உணர்ந்துவரும் ஐரோப்பியர் அப்படியே ஆகட்டும் என்று பதிலளித்துக் காரியாதிகள் நடத்தி வருங்கால் சொற்ப நஷ்டங்கண்டவுடன் சென்னைவாசிகள் யாவரும் நழுவிவிட்டார்கள். ஐரோப்பியர்களோ யாதுநஷ்டம் வரினுந் தளர்வடையாது காரியத்தை நடாத்தி லாபத்தை அடைந்து வருகின்றார்கள்.

டிராம்வே கம்பனியில் சேரும்போதே பறையன் சுகமடையலாகாது என்று எண்ணிக்கொண்டே அச்சங்கத்திற் சேர்ந்த பலன் பணமும் பாழாய் பாகமுந் துலைந்து பாழடைந்தார்கள்.

பறையன் கண்டக்கட்டராகவந்து எங்களைத் தீண்டப்போகாது என்ற அசுதேசிகள் தாங்களே தற்காலம் கண்டக்டர் வேலையில் அமர்ந்துகொண்டு வண்டிகளிலேறியுள்ள பறைச்சிகளிடமும் சக்கிலிச்சிகளிடமும் தோட்டிச்சிகளிடமுஞ் சென்று அருகில் நின்றுக்கொண்டு டிக்கட்டுக்கு அம்மா துட்டு கொடுங்கோ அம்மா துட்டு கொடுங்கோள் என்றுக் கேட்க ஆரம்பித்துக் கொண்டார்கள்.

இத்தகைய செயல்களால் பார்ப்பான் என்போன் பணஞ்சம்பாதித்து முன்னுக்கு வரவேண்டிய இடங்களில் எல்லாம் சாதியாசாரங் கிடையாது.

பறையனென்போன் பணஞ் சம்பாதித்து முன்னுக்கு வரவேண்டிய இடங்களில் எல்லாம் சாதியாசாரம் உண்டு. ஆதலின் இத்தேசத்தோர் சீர்திருத்தங்கள் யாவும் பறையனைப் பாழாக்கி பார்ப்பான் சுகமடையவேண்டியச் செய்கைகளிலிருக்கின்றபடியால் சுதேச ஒற்றுமெயுஞ் சுதேசச் சீரும் எங்ஙனம் உண்டாகும்.

ஜப்பான் தேசத்திய இன்னோர் சிறப்புச்செயலையும் விசாரிப்பாம்.

அதாவது, ஓர் மந்திரியின் மைந்தனாயினும் ஓர் பெருத்த வியாபாரியின் சேயனாயினும் ஓர் பெருத்த உத்தியோகஸ்தனுடைய புத்திரனாயினும் தாங்கள் வாசஞ் செய்யுங் கிராமங்களை விட்டு அன்னிய கிராமங்களுக்காயினும் அன்னிய தேசங்களுக்காயினுஞ் சென்று தங்கட்கையிலிருந்தப் பணங்கள் சிலவாய்விடுமாயின் ஒருவரிடம் போய்க் கடன்கேழ்க்கமாட்டார்கள். (ரிக்ஷா) வண்டிகள் வைத்திருப்பவனிடஞ் சென்று ஓர் வண்டியை வாடகைக் கொடுத்துக்கொண்டுபோய் அவ்விடம் ஏறக்கூடிய மனிதர்களை ஏற்றிக்கொண்டுபோய் விடவேண்டிய இடங்களில் விட்டுப் பணங்களை சம்பாதித்து வண்டிக்கு உடையவனுக்குக் கொடுக்கவேண்டிய வாடகையையும் வண்டியையும் அவனிடஞ்கொடுத்து விட்டு தங்களிடமுள்ள பணத்தை வழி செலவுக்கு வைத்துக் கொண்டு வீடு சேர்வது வழக்கமாய் இருக்கின்றது.

இத்தகைய பிரபுக்களின் புத்திரர்கள் செயல்களைத் தங்கள் பெற்றோர்களிடஞ் சொல்லுவார்களானால் அவர்கள் சந்தோஷங்கொண்டு தங்கள் பிள்ளைகள் கையில் பணம் வரண்டபோது ஒருவனிடம் போய் கடன்வாங்காமலும் ஒருவனிடம் யாசகஞ் செய்யாமலும் ஒருவனிடம் களவு செய்யாமலும் தேகத்தை வருத்தி சம்பாதித்து சுகத்துடன் வந்து வீடுசேர்ந்தபடியால் எங்கள் பிள்ளைகள் தங்கள் தங்கள் சீவியகாலம் வரையில் ஆதுலர் நிலயற்று குபேர நிலையில் நிற்பார்கள் எனக் கூறுவர்.

இத்தகைய ஜப்பானிய சிறுவர்கள் செயலையும் பெரியோர்கள் மதியையும் இத்தேசத்தோர்கள் ஏற்பரோ, ஒருக்காலும் ஏற்கார்கள். அதாவது, இத்தேசத்தில் பிச்சை ஏற்பவன் பெரியசாதி என்றும் உழுதுண்பவன் சின்னசாதி என்று வகுத்து சோம்பேறி சீவனஞ் செய்துக் கொண்டு வருபவர்களாதலின் அம்மேலோர்கள் மதியஞ் செயலுங் காண்பது அரிதேயாம்.

இத்தேசத்தில் அத்தகைய மதியும் செயலும் பெற்றவர்கள் யாரென்பீரேல் பலசாதியோர்களாலும் பறையர் பறையர் என்று தாழ்த்தி பதிகுலைந்திருக்குஞ் சுதேசிகளேயாம். புத்ததன்ம சீலமிகுத்த சுகசீவிகளாக வாழ்ந்திருந்த சுதேசிகளை, வந்து குடியேறிய அசுதேசிகள் பறையர், பறையர் என்று தாழ்த்தி பலவகைத் துன்பங்களைச் செய்து நசித்தும், இந்த கருணைதங்கிய பிரிட்டிஷ் ராஜாங்கத்திலும் அவர்களை கிராமங்களில் சுத்தசலங்களை மொண்டு குடிக்க விடாமலும், அம்மட்டர்களைச் சவரஞ் செய்யவிடாமலும், வண்ணார்களை அவர்கள் வஸ்திரங்களை வெளுக்கவிடாமலும் தக்க உத்தியோகங்களில் பிரவேசிக்க விடாமலுஞ் செய்துக் கொண்டுவருகின்றார்கள்.

இவ்வகையான விரோதச் செய்கையை இன்னுஞ் செய்துக் கொண்டே வருவார்களாயின் அதிக முடிக்கியக் கயிறு அறுந்து திரும்புவது போல் அறுத்து லட்சத்திற்கு மேற்பட்டுள்ள பறையர்கள் என்போரில் ஒரு லட்சத்திற்குமேற் பட்டவர்கள் பிரிட்டிஷ் ராஜாங்கத்தோர் கருணையால் விவேகமிகுத்து தங்கள் பூர்வநிலையையும் தங்கள் சத்துருக்கள் செய்துக்கொண்டுவருங் கொடூரச் செய்கைகளையுங் கண்ணோக்கம் வைத்துக் கொண்டே வருகின்றார்கள்.

- 1:38: மார்ச் 4, 1908 -

யாது கண்ணோக்கமென்னில் இத்தென்தேசத்துள்ள வில்லியரென்னும் ஓர் கூட்டத்தார் காடுகளிலும் மலைகளிலுந் திரிந்துகொண்டு தக்க வஸ்திரம் இல்லாமலும் மலோபாதைக்குச் சென்றால் காலலம்பாமலுந் தேகசுத்தம் இல்லாமலும் துற்கந்தம் மிகுத்தோர்களைத் தங்கள் வீடுகளில் சேர்த்துக் கொள்ளுவதும் பால், தயிர் கொண்டுவர வேண்டிய ஏவல் புரிவதுமாகியச் செயல்களில் வைத்துக் கொள்ளுகின்றார்கள். மற்றும் மலைவாசிகளாயிருந்து பூனை, நரி, ஓணான் முதலிய செந்துக்களைப் புசித்துக் கொண்டு நாகரீகமற்ற அசுத்தநிலையுள்ளவர்களைத் தங்கள் வீடுகளில் தாராளமாக நுழையவுஞ் சகல ஏவல்புரியவும் வைத்துக்கொண்டிருக்கின்றார்கள்.

இத்தேசத்துள் நூதனமாகக் குடியேறியுள்ளப் பராய சாதியோர்களால் பறையர் பறையர் என்று அழைக்கும்படியானவர்களோ பெரும்பாலும் பயிரிடும் வேளாளத் தொழிலாளரும் அரண்மனைத் தொழிலாளருமாய் இருப்பார்களன்றி வேறு மிலேச்சத்தொழில் கிடையாது.

இத்தகைய சுத்ததேகிகளை கிராமங்களில் சுத்தசலம் மொண்டு குடிக்கவிடாமலும், அம்பட்டர்களை சவரஞ் செய்யவிடாமலும், வண்ணார்களை வஸ்திரம் எடுக்கவிடாமலுந் தடுத்து இவர்கள் சுகத்தைக் கெடுப்பதுமல்லாமல் இவர்கள் உத்தியோகத்திற்குச் செல்லுமிடங்களிலுஞ் சத்துருக்களாயிருந்துக் கெடுத்துவருவதையும் நாளுக்குநாள் உணர்ந்தும், தங்களை தலையெடுக்கவிடாமல் செய்பவர்களை சத்துருக்கள் என்று எண்ணாமல், மித்துருக்களாகவே எண்ணி தங்கள் கஷ்டசீவனங்களையுஞ் சுகசீவனமாக நடத்திவருகின்றார்கள்.

அதன் காரணம் யாதெனில், தங்கள் சற்குருவாகிய புத்தபிரான் போதித்துள்ள நீதி நெறிகளில் பகைகொண்டவர்களை பகையால் வெல்லலாகாது, சாந்தத்தால் வெல்லலாமென்றும், பொறாமெய் கொண்டவர்களைப் பொறாமேயால் வெல்லலாகாது, அன்பால் வெல்லலாம் என்றும் போதித்துள்ளபடியால் அப்போதனையை சிரமேற்கொண்டக் குடிகள் யாவரும் இவ்வாயிரத்தி ஐந்நூறு வருஷகாலமாகப் பகைப் பொறாமைகளைப் பெருக்கிக்கொள்ளாமல் சாந்தமும் அன்பையுமே பெருக்கிக்கொண்டு வந்திருக்கின்றார்கள்.

மற்றுஞ் சிலர் வாசஞ்செய்யும் கிராமங்களில் வேஷ பிராமணர்கள் வந்துவிடுவார்களானால் அவர்களை அடித்துத்துறத்திச் சாணச் சட்டியைக் கொண்டுபோய் உடைப்பது வழக்கம். அவ்வழக்கமானது பகையாலும் பொறாமெயினாலுஞ் செய்வதல்ல. தங்கள் புத்தசங்கங்களையும் அரசாங்கங்களையும் தன்மகன்ம குருபீடங்களையும் அழித்துத் துன்பஞ் செய்தவர்கள் இக்கிராமத்துள்ளும் வந்து இன்னுமென்னத் துன்பஞ் செய்வார்களோ என்னும் பீதியாலும் இவர்கள் இத்தேசத்துள் வந்து குடியேறியது முதல் ஞானமும் வானமுங் குன்றி தேசம் சீரழிந்து வருகிறபடியாலும் இக்கிராமத்துள் இவர்கள் வருவதினால் தற்காலம் இருக்குஞ் சொற்ப சுகமுங் கெட்டுப் பாழாகி விடுவோமென்னும் எண்ணத்தினாலுமேயாம்.

இத்தகைய பகையும் பொறாமெயுங் கொள்ளாது சாந்தமும் அன்பையும் பெருக்கிக் கொண்டுவருங் குடிகள் இதே நிலையில் இருக்க மாட்டார்கள். அதாவது, மகாஞானிகள் வகுத்துள்ள நீதிவாக்கியத்தின்படி தாழ்த்தப்பட்டவர்கள் உயர்த்தப்படுவதற்கும் உயர்த்தப்பட்டவர்கள் தாழ்த்தப்படுவதற்கும் ஓர் காலம் வரும். ஆதலின் இத்தென்னிந்தியாவில் பறையர் என்று தாழ்த்தப்பட்டப் பூர்வக்குடிகள் ஓர்கால் உயர்த்தப்படுவார்கள் என்பது, சத்தியம். அவ்வகை உயர்த்தப்படுங்கால் தங்களைக் காலமெல்லாந் தாழ்த்தி நிலைகுலையச் செய்தவர்களை அவர்கள் தாழ்த்தி துன்பஞ் செய்யாவிடினும் அவரவர்கள் செய்துவந்த தீவினைகள் தங்களையே சுட்டுப் பாழாக்கிவிடும்.

அவ்வகையாகத் தங்கள் தீவினை தங்களைச் சுட்டுப் பாழாக்குவதற்குமுன் தங்கள் தங்கள் நல்வினையைப் பெருக்கி சகலசாதியோரையுஞ் சகோதிர ஒற்றுமெயில் நெறுக்கி ஆதரிப்பார்களேல் சுதேச கல்வியும் சுதேசக் கைத்தொழிலும் சுதேசச் செல்வமும் பெருகி சுதேச சிறப்புண்டாகுங்கால் சுயராட்சியந் தானே நிலைக்கும். அங்ஙனமின்றி சாதிபேதம் என்னும் அரண்கட்டி சமய பேதமென்னும் அகழி தோண்டி ஒற்றுமெய் அற்ற ஒன்பது கோடி படையைக் கொண்டவன் சாதிபேதமற்ற அரண் சமயபேதமற்ற அகழி ஒற்றுமெய்க்கொண்ட படை ஒரு நூறுடையவனை ஜெயிக்கமாட்டான் என்பது திண்ணம்.

- 1:40; மார்ச் 18, 1908 -

ஆதலின் சுதேசியமென்பதும் சுயராட்சியம் என்பதும் ஒற்றுமெயால் நிலைக்குமேயன்றி ஒற்றுமெய்க்கேட்டால் நிலைக்காவாம். நமது தேசம் ஒற்றுமெய்க்கேட்டில் இருப்பதை உள்ளங்கை நெல்லிக்கனிபோல் அறியலாம்.

அதாவது தற்காலந் தூத்துக்குடியிலும் திருநெல்வேலியிலும் நடந்தக் கலகத்தைப்பற்றி கலைக்ட்டரும் மற்றுமுண்டான ஜட்ஜுகளும் சில சுதேசிகள் என்போரைத் தருவித்துப் பெரியோர்களே, நீங்கள் எல்லோரும் வாசித்தவர்களாயிருந்தும் உங்களுக்கான ரிக்கார்டுகளையும் உங்கள் தேச சுகாதாரத்திற்கென்று கட்டியிருந்தக் கட்டிடங்களையும் இடித்துப் பாழாக்கி விட்டீர்களே இனி அக்கட்டிடங்களையும் ரிக்கார்டுகளையும் புதுப்பிக்க வேண்டுமானால் உங்கள் துகைகளைக்கொண்டே செய்ய வேண்டியதா யிருக்கின்றபடியால் ஏழைக் குடிகளுக்கு இடுக்கண் செய்பவர்கள் நீங்களாக இருந்துக்கொண்டு இராஜாங்கத்தின்பேரில் வருத்தப்படுவதில் யாதுபயன். உங்கள் கைபைக் கொண்டு சிரசிற்குட்டி நோயெடுக்கின்றதென்னில் அதனை யார் சகிக்கவேண்டிய தென்றார்களாம். அதற்கு சுதேசிகள் என்று ஏற்பட்ட பெரியமனிதர்கள் யாதுமறுப்புக் கூறினார்களாம் என்றால், ஐயா நாங்கள் எல்லோரும் வாசித்தவர்கள் அவ்வகை வேலை செய்யமாட்டோம் இவ்விடம் வாசஞ்செய்யுந் தாழ்ந்த வகுப்பார்களே கூடி இத்தகைய கெடுதிகளை உண்டுசெய்து விட்டார்கள் என்று கூறினார்களாம்.

அந்தோ! பிள்ளையுங்கிள்ளிவிட்டு தொட்டிலையும் ஆட்டி விடுவது போல் காரியாதிகளை அந்தரங்கத்தில் முடிவுசெய்து பகிரங்கத்தில் ஏழைகளைக் காட்டிக்கொடுக்கின்றார்கள். இதை நந்தேயத்தார் கவனிக்காமலிருப்பது கவலையேயாம்.

அதாவது தற்காலம் நமது தேசத்தில் சுதேசிகள் சுதேசிகள் என்றுக் கூச்சலிடுவோர் எதார்த்த சுதேசிகளா அன்றேல் சமயசுதேசிகளா என்று ஆராயவேண்டியது அவசியமாகும். ஏனென்பீரேல், எதார்த்த சுதேசிகளாய் இருப்போர் தங்கள் சுதேசத்தை சீர்திருத்துங்கால் காரியத்தின்பேரிற் கண்வைத்து நுண்ணிய கருமமாயினும் முன்பின் எண்ணிசெய்வார்கள். அங்ஙனம் எண்ணாது ஏழைக்குடிகளை இடுக்கத்திற்கு உள்ளாக்குவோர் எதார்த்த சுதேசிகளாவரோ, ஒருக்காலும் ஆகார்கள், சமயசுதேசிகளேயாம்.

இதன்பகரமாய் ஓர் நியாயநிலையுண்டு. அதாவது இரண்டு ஸ்திரீகள் ஒரு குழந்தையைப் பிடித்துக்கொண்டு இது என்னுடைய குழந்தை உன்னுடைய குழந்தை அல்லவென்று பெரும் போரிட்டு முடிவில் நியாயாதிபரிடஞ் சென்றார்கள். நியாயாதிபரோ அவ்விரு மாதர்களையும் நேரில் அழைத்து விசாரிணைப்புரியுங்கால் அக்குழந்தையை இருவருந் தங்கள் தங்கள் குழந்தையென்றே சாதித்தார்கள். அவ்விருவருக்குந் தக்கசாட்சியம் இல்லாமற்போனதால் நீதியதிபர் அவர்களை நோக்கி நீங்கள் இருவரும் குழந்தையை என்னுடையவை என்னுடையவை என்று கூறுகிறபடியால் உங்களிருவருக்கும் பொதுவாய்க் குழந்தையைக் கொன்றுவிடும்படித் தீர்ப்பு செய்கின்றேன், யாதுசொல்லுகிறீர்கள் என்றார். அதில் என் பிள்ளையென்றுப் பொய்க்கூறியவளோ அப்படியே கொன்றுவிடலாம் என்றாள். அக்குழந்தையைப் பெற்றவளோ நீதியதிபரை நோக்கி ஐயன்மின் தாங்கள் அக் குழந்தையைக் கொலைபுரிய வேண்டாம் அவளிடமே கொடுத்து விடுவீராயின் கண்ணிலேனும் பார்த்திருப்பேன் என்று மன்றாடினாள்.

அதை அறிந்த நீதியதிபர் குழந்தையை கொலை புரிய வேண்டாம் என்று மன்றாடுகிறவளே ஈன்றவள் என்றும் கொலைபுரியலாம் என்பவள் ஈணாமலடியென்றும் உணர்ந்து பெற்றவள் பால் மகவை அளித்துப் பெறாதவளைப் பிழைக்குள்ளாக்கினார்.

அதுபோல் தற்காலஞ் சுதேசியம் என்னும் கூட்டத்தலைவர்கள் எதார்த்த சுதேசிகளாயிருப்பார்களாயின் குடிகளுக்குத் துன்பம் நேரிடாமல் தங்களுக்கும் அபகீர்த்திவராமல் வீரியத்தை அடக்கிக் காரியத்தின்பேரில் கண்ணோக்கம் வைத்து செவ்வனே சீர்திருத்தி சுதேசீயத்தை நிலைக்கச் செய்வார்கள்.

அங்ஙனமின்றி முன்பின் பாராமலே சிலகாரியங்களைச் செய்து ஏழைகளையும் ஏழைச்சிறுவர்களையும் பாழ்படச்செய்வதைப்பார்க்கில் சுயப் பிரயோசனக் கேட்டால் எதார்த்த சுதேசிகளை கெடுக்குஞ் சமயசுதேசிகள் என்றே தீர்த்தல் வேண்டும்.

அதாவது, கல்கத்தாவில் கவர்னர் ஜெனரலாயிருந்த கர்ஜன் பிரபு அவர்கள் இந்தியாவையும் இந்தியாவிலுள்ளக் குடிகளையும் அவரவர்கள் சிறப்பையும் ஆராய்ச்சி செய்யுங்கால் தங்களாளுகையில் இவ்விடமுள்ள சில சாதியோர்மட்டுஞ் சருவசுகங்களை அநுபவித்து ஏனையசாதியோர் இடுக்கத்தில் இருப்பதை உணர்ந்து சகல சாதியோருஞ் சுகத்தை அனுபவிக்கத்தக்க ஏதுக்களையும் அதற்குத்தக்க சட்டங்களையும் நியமிக்க ஆலோசிக்குங்கால் சுயப்பிரயோசனக் கூட்டத்தார் அதன் சுருக்கம் உணர்ந்து கர்ஜன் பிரபுவின் கண்ணோக்கத்தைக் கலைக்க ஆரம்பித்ததுமன்றி சுதேசியம் என்னும் பொய்க்கூத்திட்டு தற்காலங்குடிகளுக்குள்ள சொற்ப சுகங்களையுங் கெடுக்க ஆரம்பித்திருக்கின்றார்கள்.

- 1:42: ஏப்ரல் 1, 1908 -

இவர்கள் வாஸ்தவ சுதேசிகளாயிருந்து சுதேசியத்தை நிலைநிறுத்த முயல்வார்களாயின் ஏழைக்குடிகளை முன்னுக்கு இழுத்துவிட்டுத் தாங்கள் பின்னிடையமாட்டார்கள்.

சமய சுதேசிகளாகத் தோன்றினவர்களாதலின் இத்தியாதி கேடுகளை விளைவித்து ஏழைக்குடிகளை இராஜாங்கத்தாருக்கு எதிரிகளாக்கி விடுகின்றார்கள். இதன் பகரமாய் சகலசாதியோரும் ஒற்றுமெயாய்க் கூடியுள்ள நாஷனல் காங்கிரசென்றும் சகல சாதியோரும் சமரசமாய் ஏற்பட்டுள்ள சுதேசியக் கூட்டம் என்றும் வெளிவந்துள்ளவர்கள் எதார்த்த வாதிகளாய் இருப்பார்களாயின் இந்த ஏப்ரல்மீ 4உ சனிவாரம் வெளிவந்த மெயில் பத்திரிகையில் (வில்லேஜ் போலீஸ்) அல்லது வில்லேஜ் மாஜிஸ்டிரேட்டென்று குறிப்பிட்டு அவற்றுள் உயர்ந்த சாதியான் தப்பிதம் செய்வானாயின் அவனை சத்திரத்திலேனுஞ் சாவடியிலேனும் சில மணிநேரம் இருக்கச்செய்வதும், தாழ்ந்த சாதியான் தப்பிதஞ் செய்வானாயின் அவனைத் தொழுக்கட்டையில் மாட்டிவைக்கவேண்டுமென்றும் உத்தேசங் கூறியிருக்கின்றார்கள். ஆனால் இவர்களுஞ் சுதேசிகளாம்.

நாஷனல் காங்கிரஸ் நாடோடிகளே, சுதேசிய சூரர்களே, சற்று நோக்குங்கள். பெரியசாதி என்போன் பூசுணைக்காய்த் திருடினால் சிறிய திருட்டு, சின்னசாதி என்போன் பூசணிக்காயைத் திருடுவானாயின் பெரியத்திருட்டாமோ. பெரியசாதி என்போன் நெல்லைத் திருடினால் சொல்லாலடிப்பதும் சின்னசாதி என்போன் நெல்லைத் திருடினால் கல்லாலடிப்பதுபோலும். அந்தோ! கறுப்பர்களுக்கு ஓர் சட்டமும் வெள்ளையர்களுக்கு ஓர் சட்டமும் மாறுபடவேண்டுமோவெனக் கண்டு கேட்டவர்கள் உயர்ந்த சாதியானுக்கு ஓர் சட்டமும், தாழ்ந்த சாதியானுக்கு ஓர் சட்டமும் உண்டாவென உத்தேசிக்க இடம் இல்லாமல் போயதுபோலும்.

இந்த தாழ்ந்தசாதி சட்டத்தையும் உயர்ந்தசாதி சட்டத்தை கர்ஜன் பிரபு கண்ணிற் காண்பாராயின் நாஷனல் காங்கிரஸ் கமிட்டியாரும் மெய்யர்களே. சுதேசிகள் என வெளிவந்தவர்களும் மெய்யர்களே, என்று மெச்சிக் கொண்டாடுவார். வெள்ளையர்களுக்கு ஓர் சட்டமும் கறுப்பர்களுக்கு ஓர் சட்டமும் உண்டோவெனக் கரந்துகரந்து பத்திரிகைகளில் வரைந்தவர்கள் கண்ணுக்குத் தாழ்ந்தசாதி சட்டமும் உயர்ந்த சாதி சட்டமும் தெரிந்தும் தெரியாதது போல் இருக்கின்றார்கள். காரணம் தங்கள் தங்கள் சுயப்பிரயோசனங் கருதியேயாம். இத்தகைய சுயப்பிரயோசனங்கருதுவோருக்கு சுதேசியம் என்பதும் ஓர் கேடாமோ, இன்னும் படவேண்டியதும் பாடாமோ விளங்கவில்லை.

1816 வருஷத்திலும் 1821 வருஷத்திலும் தொழுக்கட்டையின் தண்டனை ஏற்பட்டிருந்தது வாஸ்தவமே. ஆனால் அக்காலத்தில் இருந்த குடிகள் அவற்றைக் கவனிக்காமல் இருந்துவிட்டார்கள். அதனினும் அக்காலமோ தட்டிக்கேட்க ஆளில்லாது தம்பி சண்டப்பிரசண்டகாலம். தற்காலமோ, புத்தமார்க்கம் வெளிவந்த பிரிட்டிஷ் கவர்ன்மெண்டு காலம். இத்தகைய நீதியும் நெறியும் நடுநிலையம் வாய்ந்த ராஜாங்கத்தில் தாழ்ந்த சாதிக்கோர் சட்டமும் உயர்ந்த சாதிக்கோர் சட்டமும் பிறக்கக்கூடுமோ, ஒருக்காலுங் கூடா.

உயர்ந்த சாதி என்னும் காலமுந் தாழ்ந்தசாதி என்னும் பொறாமெயும் தன்கு வாசித்தவர்களிடம் இருக்குமாயின் கல்வியற்றக் கசடர்பால் எவ்வளவிருக்கும் என்பதை பொது சீர்திருத்தக்காரர் கவனிக்கவேண்டியதேயாம்.

இவ்வகையான சீர்திருத்தங்களை ஒருவருக்கொருவர் விரோதமின்றி ஐக்கியமடையத்தக்க அன்பினைகளையும் கைத்தொழிற் சாலைகளையும் இயந்திரசாலைகளையும் நியமிக்காமல் குடிகளுக்கும் அரசுக்கும் விரோதத்தை உண்டுசெய்துவிட்டு எங்கள் சாதிக்கோர் சட்டம் உங்கள் சாதிக்கோர் சட்டம் இருக்கவேண்டும் என்பது விவேகிகளின் சீர்திருத்தமாமோ. இந்த ஒரு வருஷகாலத்தில் ஐரோப்பியர்களால் நடக்கும் பீரங்கியையும் பெருந்தீயை ஐந்து நிமிஷத்தில் அவிக்கக்கூடிய மருந்துங் கண்டுபிடித்து இருக்கின்றார்கள்.

இத்தகைய அரிய வித்தைகளைக் கண்டு எல்லோரையும் ஆதரிக்க வல்லவர்களைப் பெரியசாதி என்று கூறலாமா. அன்றேல் ஊர் குடிகளைக் கெடுத்து ஊரார் சொத்துக்கு உலை வைத்து உள்ளவற்றையும் கெடுப்போர்களைப் பெரியசாதி என்று கூறலாமா. ஒவ்வொரு விவேகிகளும் இவற்றை ஆழ்ந்து ஆலோசிப்பரேல் நம்தேயத்தின் பெரியசாதிகள் என்னும் பேச்சுப் பேயநிலை என்றே விளங்கும்.

சாதிபெரிது, ஜமாத்துப் பெரிதென்று ஓர் மனிதன் வெளிவருவதைப் பார்க்கினும் வித்தை பெரிது, விவேகம் பெரிதென்று ஓர் மனிதன் வெளிவருவானாயின் அவனையே மநுகுல சிரேஷ்டரென்று கூறத்தகும்.

வித்தை, புத்தி, புகை, சன்மார்க்கம் இல்லா வீணர்கள் வாசஞ்செய்யும் நாடும் விவேகமற்றோன் வீடும் வீணே கெட்டழியுமன்றிவிருத்தி பெறாவென்பது திண்ணம்.

- 1:44; ஏப்ரல் 15. 1908 -

வித்தை, புத்தி, யீகை, சன்மார்க்கம் என்னும் நான்கு சாதனங்களில்:-

பொல்லார்க்குக் கல்விவரில் கர்வமுண்டாம், வீணருக்கு வித்தைவரில் சொத்தையுண்டாம் எனும் பழமொழிக்கிணங்க நமது தேசத்திலுள்ளப் போலிகளிற் சிலர் பாரீசுதேசஞ்சென்று குண்டுமருந்து வித்தைகளைக் கற்றுக்கொண்டுவந்து பெண்டுகளைக் கொன்று பேரெடுத்த சொத்தைச் சொல் இவர்களது நித்தியத் தலைமுறை தலைமுறைக்குங் குலக்குறை கூறிக்கொண்டே வருவது திண்ணம்.

இதுதானோ சுத்தவீரம் இதுதானோ வித்தையைக் கற்ற புத்தி. இவர்கள் தானோ சுயராட்சியம் ஆளப்போகிறவர்கள். இல்லை, இல்லை. முதற்கோணல் முற்றுங்கோணல் என்பதுபோல் குண்டுப்போடும்போதே பெண்டுகளைப் பார்த்து சுட்ட சுத்தவீரர்கள் கையில் கத்திகளை ஏந்துவார்களாயின் வத்தலறுத்து ஊறுகாய் போடுவார்கள் என்பது நிட்சயம். இத்தகைய சுத்தவீரர்களைப் பற்றி நமது தேசத்திய தமிழ் பத்திராதிபர்களாகும் பித்தவீரர்கள் போற்றுவது யாதெனில்:-

குண்டுமருந்து கற்றுக்கொண்டுவந்து பெண்டுகளைச் சுட்டு பேலபீதவிழிக்குந் தெண்டசோற்றுராமர்களைப் போல் சுத்தவீரர் யாரும் இல்லை என்றும் அதிகாரிகள் அவர்களைப் பிடித்துக் கேழ்க்குங்கால் தாங்களே பயப்படாமல் செய்தோம் என்று சொல்லுகிறார்கள் என்று சந்தோஷங் கொண்டாடுவதுடன் மற்றவர்களுக்கும் இத்தகைய ஈனகுணம் பிறக்கத்தக்க உற்சாகமாகவும் எழுதிக் கொண்டுவருகின்றார்கள்.

இவைகள் யாவும் சுதேசத்தை சீர்திருத்த வேண்டும் என்றும் சுயராட்சியம் அளவேண்டும் என்றும் கோறும் நல்லெண்ணம் உள்ள மேன்மக்களின் எண்ணங்களாகக் காணவில்லை. சுதேசத்தை இப்போது சீர்கெடுத்துள்ளதை விட இன்னுஞ் சீர்கெடுத்துப் பாழாக்கிவிடவுஞ் சுயராட்சியஞ் சுயராட்சியம் என்னும் நயவஞ்சக சுயப்பிரயோசனப் பாட்டுகளைப் பாடிக்கொண்டு, ''பிள்ளையையுந் துடையைக் கிள்ளிவிட்டு தொட்டிலையும் ஆட்டிவிடுவது போல்'' இராஜாங்கத்திற்கும் குடிகளுக்கும் கலகத்தை உண்டாக்கிவிட்டு மத்திய பஞ்சாயத்தில் மகிழ்ச்சிப் பெற்றுக் கொள்ளுங் கீழ்மக்கட் செயல்களாகவே காணப்படுகின்றது.

அத்தகைய வீண்மக்கள் செயல்களை நமது தேசப் பூர்வக் குடிகள் ஆழ்ந்தாலோசிக்காமல் நயவஞ்சக சுயப்பிரயோசனக்காரருடன் சேர்ந்துக் கொண்டு நம்மையும் நமது நாட்டையுஞ் சீர்குலைத்துக் கொள்ளுவது அழகன்று.

நம்மையும் நமது நாட்டையுஞ் சீர்ப்படுத்திக் கொள்ள வேண்டியவர்கள் நம்மை ஆண்டுவரும் பிரிட்டிஷ் ராஜாங்கத்தார் முன்பு நமது வித்தை, புத்தி, யீகை, சன்மார்க்கம் நான்கையும் விளக்கி சாதிநாற்றம், சமயநாற்றங்களைத் துலைத்துநிற்போமாயின் நாடுஞ் சீர்பெற்று நாமுஞ் சீரடைவோம்.

இத்தகைய சீர்திருத்தங்களை ஆலோசிக்காது எங்கள் சுத்தவீரர் அக்கினியாஸ்திரம் கண்டுபிடித்து இரண்டு பெண்பிள்ளைகளைக் கொன்றுவிட்டார்கள் என்றால் உங்கள் அக்கினியாஸ்திரத்திற்கு ஆங்கிலேயர் அஞ்சுவர்களோ ஒருக்காலும் அஞ்சார்கள். அவர்கள் சீர்மையில் இருந்து விட்டிருக்கும் கவுன்சல் மெம்பர்கள் என்னும் (நீராஸ்திரமானது) யூரேஷியர்கள், மகமதியர்கள், நேட்டிவ் கிறிஸ்தவர்கள், சாதிபேதமில்லா திராவிடர்கள் இந்நான்கு கூட்டத்தார் மனதையுங் குளிரவைத்து மறுபடியும் சீர்மைக்குப் போயிருக்கின்றது. அத்தகைய விவேகமிகுத்த நீராஸ்திரத்தால் குளிர்ந்துள்ள யூரேஷியர், மகமதியர், நேட்டிவ் கிறிஸ்தவர், சாதிபேதமில்லா திராவிடர்களாகியப் பெருங்கூட்டத்தார் முன்பு உங்கள் அக்கினியாஸ்திரம் வீசுமோ. உங்கள் சுதேசியம் என்னும் வார்த்தை நிலைக்குமோ; ஒருக்காலுமில்லை.

- 1:48: மே 13, 1908 -

காரணம் யாதென்பீரேல், சுதேசிகள் சுதேசிகள் என வாய்ப்பறையடிக்குஞ் சீர்திருத்தக்காரர்கள் சுதேசிகளை யாவர், என்று நிலைக்கச் செய்துக் கொண்டார்கள். ஒருவரும் நிலையில்லையே.

நிலையுள்ள யூரேஷியர்கள் முன்பும் நிலையுள்ள மகமதியர்கள் முன்பும் நிலையுள்ள சுதேசக் கிறிஸ்தவர்களின் முன்பும் இத்தேசப் பூர்வக் குடிகளாகும் சாதிபேதமில்லா திராவிடர்களின் முன்பும் வாய்ப்பறை சுதேசியம் வலு பெரும் என்பது வீண்பறை. ஆதலின் வெடிகுண்டாம் அக்கினியாஸ்திர கொடூரமும் சுயராட்சிய கோரிக்கையும் நிலைபெறாதென்று கூறினோம்.

ஒரு கவர்ன்மெண்டு ஆபீசுக்குள் பிராமணர் என்று பெயர் வைத்துக் கொண்டிருக்கும் ஒருவர் போய் சேர்வாரானால் ஒருவருஷம் இரண்டு வருஷத்திற்குள்ளாக அந்த ஆபீசு முழுவதும் பிராமணர்கள் என்று சொல்லிக் கொள்ளுகிறவர்களையே சேர்த்துக் கொள்ளுகின்றார்கள். இத்தகைய சுஜாதீயபிமான சுயப்பிரயோசனம் விரும்புவோர் வாசஞ் செய்யும் இடத்தில் சுயராட்சியம் கொடுத்துவிட்டால் யார் சுகமடைவார்கள், யார் அசுகமடைவார்கள் என்பதை வித்தை புத்தியில் மிகுத்த மேன்மக்களாகும் ஆங்கிலேயர்கள் அறியார்களோ. சகலமும் அறிந்தே தங்களது ராட்சியபாரத்தைத் தாங்கிவருகின்றார்கள்.

இத்தேசத்துப் பூர்வக்குடிகளோ தங்களுடைய விருத்திகளையும் குடியேறியுள்ள சுயப்பிரயோசனக்காரர்கள் விருத்திகளையும், அவர்கள் சமயத்திற்குச் சமயம் மாறுதலடையும் தந்திரங்களையும் தாங்கள் வயிற்று சீவனத்திற்குப் போகும் இடங்களில் எல்லாம் சாதியாசாரங்கள் கிடையாது. மற்றவர்கள் வயிற்று சீவனத்திற்கு ஏகும் இடங்களில் எல்லாம் சாதியாசாரம் உண்டு என்றும் வகுத்துவைத்திருக்கும் சமயோசிதங்களையும் நன்காராய்ந்தறியாமல் தங்களை தாழ்ந்தசாதி என்று ஒடுக்கிக்கொண்டு இத்தேசத்திற்கு அன்னியப்பட்டவர்களும் அடியோடு குடிகெடுப்போர்களுமாகிய பராயர்களைப் பெரியசாதி என்று உயர்த்திக் கொண்டு வருமளவும் அவர்கள் தங்கள் சுயப்பிரயோசனத்திற்காய் செய்துவரும் சூதிலும் வஞ்சினத்திலும் குடிகெடுப்பிலும் பெரியசாதி என்னும் பெருமெயிலும் நாளுக்கு நாள் உயர்ந்து கொண்டு இலிங்கத்தைக் கண்டால் பண்டாரம் என்றும் நாமத்தைக் கண்டால் தசரியென்றுங் கூறுவதுபோல் காரியாதிகளை நடத்தி தேசம் பாழானால் என்ன, தேசக்குடிகள் கெட்டால் என்ன, தேசஞ் சீரழிந்தால் என்ன என்னும் சுயப்பிரயோசன நோக்கத்திலிருக்கின்றார்கள்.

மற்றவர்களோ இவர்களின் நயவஞ்சகம் அறியாமல் விவேகமும் வித்தையும் அன்புமிகுத்த அரசாங்கத்தை சுட்டுக்குருவி பருந்தை எதிர்ப்பது போல் எதிர்த்து பாழடைகின்றார்கள்.

ஏனப்பா, பந்தயத்தில் தோற்றுப்போனீரே என்றால் இன்னும் போடும்பந்தயம் என்பது போல் வீராப்பிடுவதைவிட்டு நான்கு படி அரிசிவிற்கும் பஞ்சகாலமாயினும் நன்குநிலைத்து அரை வயிற்றுக் கஞ்சேனும் அன்பாய் புசித்து ஆறுதலடைந்து வருவது ஆங்கிலேயர் அரசாட்சியின் செயலா அன்றேல் சுதேசிகளென வெளி வந்துள்ள சுயப்பிரயோசனக்காரர் செயலா என்று ஆராய்வரேல் சகலசாதியோர் சுகசீவனங்கள் யாவும் ஆங்கில அரசாட்சியின் அன்பின் மிகுதியால் அடைந்துள்ளோம் என்று அறிந்து ஆனந்தக்கூத்தாடி அவர்கள் அரசாட்சியும் அவர்கள் சீவியமும் என்றும் வாழ்கவாழ்த்தி இதயங்குளிர நிற்பார்கள்.

இத்தகைய நன்றியை மறந்து சுதேசியம் என்னும் படாடம்பங் கொண்டு பூச்சிக் காட்டிவருவரேல் பனங்காட்டு நரி சலசலப்பிற்கு அஞ்சாதென்னும் பழமொழிக்கிணங்க ஆங்கிலேயர்கள் இவ்வகைய வூளைமிரட்டுக்கும் புறட்டுக்கும் அஞ்சாமல் உள்ள சுகத்தையும் கெடுத்துப் பாழாக்கிவிடுவார்கள். அப்பாழும் அவர்கள் செய்வதன்று, சுதேசிகள் என்போர் செய்கைகளே இவர்களைப் பாழாக்கிவிடும் என்று அஞ்சுவதுடன் எதார்த்த சுதேசிகளையும் பாழாக்குமே என அஞ்சுகிறோம்.

- 1:50; மே 27, 1908 -

பிள்ளையார் முதுகைக் கிள்ளிவிட்டு நெய்வேத்தியங் கொடுப்பதுபோல் ஆங்கிலேயர் ஆயிரம் இரண்டாயிரஞ் சம்பளம் பெற்றுக் கொண்டு பஞ்சத்திற்குப் பரிந்து பாடுபடுகின்றார்கள் என்றும், இத்தேசத்தில் இரயில் வண்டிகள் ஓடுவது ஆங்கிலேயர்களுக்கே சுகமென்றும் இரண்டு பத்திரிகைகளில் வரைந்துள்ளதைக் கண்டு மிக்க விசனிக்கின்றோம். பிரிட்டிஷ் துரைத்தனத்திற்கு முன்பு எத்தேசத்திற் பஞ்சங்களுண்டாயதோ அத்தேசம் முழுவதும் பாழடைவது சுவாபம் என்பதை பத்திராதிபர்கள் அறியார் போலும். அங்ஙனம் அறிந்திருப்பார்களாயின் பஞ்சகாலத்தில் பிரிட்டிஷ் ராஜாங்கத்தோர் படுங்கஷ்டங்களைப் பரிகசிக்கமாட்டார்கள்.

குதிக்கமாட்டாதவன் கூத்தைப் பழித்தான் பாடமாட்டாதவன் பாட்டைப் பழித்தான் என்னும் பழமொழிக்கிணங்க சாமிக்கதைச் சொல்லும்போதே சூத்திரன் கேட்கப்பட்டாதென விரட்டும் பாவிகள் சாப்பாடு போடும்போது யாருக்கிட்டு யாரை விலக்குவார்கள் என்பது தெரியாதோ. ஆடு நனையுதென்று ஓனாய் குந்தியழுவதுபோல் ஏழைகள் யாவரும் பஞ்சத்தால் பீடிக்கப்படுகிறார்கள் என்றுக் கூச்சலிடும் கனவான்கள் தங்கள் திரவியங்களைச் சிலவிட்டு பஞ்சத்தை நிவர்த்திப்பதுண்டோ இல்லையே. ஏழைகளைக் கார்க்க ஆங்கிலேயர்கள் ஏதேனும் உதவி செய்வார்களானால் அந்தத் துகையிலேயே லாபஞ் சம்பாதித்துத் தாங்கள் பெண்சாதி பிள்ளைகளைக் காப்பாற்றிக் கொள்ளும் படியானவர்களுக்கு ஏழைகளின்மீது இதக்கம் உண்டாமோ, ஒருக்காலும் உண்டாகாது. காரணம்:-

தற்காலம் இந்தியர்களின் இதக்கமின்மெயேயாம். இதக்கமும் மாநூஷீக தண்மெயும் இருக்குமாயின் ஆயிரத்தி ஐந்நூறு வருடங்களாக திராவிட, பௌத்தர்களை அழித்துவிடவேண்டும் என்னும் எண்ணத்தினால் பறையர்கள் என்னும் தாழ்ந்தசாதிகளென வகுத்து கழுவிலுங் கற்காணங்களிலும் வசியிலும் வதைத்துக் கொன்ற பாவிகள் இன்னும் அவ்வஞ்சகம் நீங்காமல் கிராமங்களிலுள்ளப் பறையர்கள் என்போர் வீடுகளின் ஓரமாகத் திண்ணைகளை வைத்து கட்டவிடாமலுஞ் சுத்த சலங்களை மொண்டு குடிக்கவிடாமலும் அரை வயிற்றுக் கஞ்சிக்கேனுந் தக்க கூலி கொடாமலும் பொது சத்திரங்களில் தங்கவிடாமலும் வதைப்பார்களா, வதைக்க மாட்டார்கள். தற்கால இந்தியர்கள் என்போர் இதக்கமும் மானுஷீக தண்மெயும் அற்றவர்களேயாவர். ஆதலின் இப்பஞ்சகாலத்தில் ஆங்கிலேயர் செய்துவரும் முயற்சியை இகழ்ச்சியாகக் கூறி இதக்கமுற்றவர்போல் நடிக்கின்றார்கள்.

இவர்கள் நடிப்பு எதார்த்தமாயின் இந்தியருக்குள் ஆயிரம் இரண்டாயிரம் சம்பளம் பெரும்படியானவர்கள் யாரேனும் முன்னுக்கு வந்து தங்கள் பணங்களைக் கொடுத்து பஞ்சத்தில் பாடுபடும் ஏழைகளைப் பாதுகாக்கின்றார்களா அதுவுமில்லையே. கொடுக்கவும் கையாலாகாது, விடுக்கவும் ஆசைவிடாத பாவிகள் இப்பஞ்சகாலத்தில் கொடுத்து ஆதரிக்கும் ஆங்கிலேயர் மனதையும் புண்படுத்தப்பார்க்கின்றார்கள். ஆனால் ஆங்கிலேயர்களோ சாதிவேஷம்போட்டு சகல குடிகளையும் கெடுக்காமல் நீதிவேஷத்தினின்று நெறியைக் கையாடுவோர்களாதலின் இவர்களது கெடுமதிச்சொல் அவர்கள் நடுநெறியிலேறாவாம்.

சுதேசிகள் என வெளிவந்தோர் சுதேச ஏழைகள் பஞ்சகாலத்தில் படுங் கஷ்டங்களை உணர்ந்து அவர்களை ஆதரிக்கவேண்டிய முயற்சியிற் சிறந்து கனவான்களின் திரவியங்களை இரந்து ஏழைகள் அடைந்துள்ள பஞ்சத்தை நிவர்த்திப்பார்களாயின் இவர்களே எதார்த்த சுதேசிகளாவர். அங்ஙனமின்றி ஓட்டுப்பெயர் எழுதி மொட்டைக் கடிதாசிகள் விடுத்து பிரிட்டிஷ் ராஜாங்கத்தாரை வீண் விரோதத்திற்கு உள்ளாக்குவதே சுதேசியம். பிரிட்டிஷ் ராஜாங்கத்தார் இந்திய சக்கிரவர்த்தினி மாதா குயின் விக்டோரியம்மைக்குப் பட்டங்கட்டியகால் இல்லாத சுதேசிய மாதா இப்போது எங்கிருந்து தோன்றினாள். இவ்விந்துக்களின் சுதேச மாதாவை பீரோஷியர் எற்பரோ, மகமதியரேற்பரோ, சுதேசக் கிறிஸ்தவர்களேற்பரோ, அறுபதுலட்சத்திற்கு மேற்பட்ட சாதிபேதம் இல்லா திராவிடர்கள் ஏற்பரோ, ஏற்கார்கள்.

- 1:51; சூன் 3, 1908 -

அதாவது ஓர் தமிழ்ப்பத்திராதிபர் பஞ்சகாலத்தில் ஆங்கிலேயர் படும்பாடுகள் யாவும் ஆயிரம் இரண்டாயிரம் சம்பளம் பெற்றுக்கொண்டு செய்துவருகிறார்கள் என்று பொறாமேயால் போதித்துள்ள போதிலும் மற்றோர் தமிழ்ப்பத்திராதிபர் இருப்புப்பாதைப் போட்டிருக்குஞ் சுகம் யாவும் இங்கிலீஷ்காரருக்கே என்று இருமாந்துக் கூறும் இவரது விருத்திபுத்தியை என்னென்று கூறுவாம். இவரும் இவரது பந்துக்களும்கூடி இன்னும் ஓர் இருப்புப்பாதையை ஏற்படுத்தி இல்லா சுகத்தையேன் அனுபவிக்கப்படாது. சேர்த்த பணத்தை சிலவுஞ் செய்யார்கள். பார்த்தசுகத்தை பொருக்கவும் மாட்டார்கள்.

இத்தகைய பொறாமெய் குணம் வாய்த்த இன்னும் பத்து விவேகிகள் இந்தியாவில் இருப்பார்களாயின் இருக்கும் சுகமும் கெட்டு கலிக்காவதாரம் எப்போது தோன்றும், இந்திய மாதா எப்போது வருவாளென்று இஞ்சித்தின்னக் குரங்கைப்போல் இளிக்கவேண்டி வரும்.

இருப்புப்பாதை ரதங்களில் இந்தியர்களுக்கு எத்தனை ரதங்கள் பூட்டப்பட்டிருக்கின்றது. ஐரோப்பியர்களுக்கு எத்தனை ரதங்கள் பூட்டப்பட்டிருக்கின்றது. இந்தியர்கள் எத்தனை உற்சவப் பிரயாணம் செய்கின்றார்கள்.

ஐரோப்பியர்கள் எந்த உற்சவப்பிரயாணஞ் செய்கின்றார்கள். இந்தியாவில் ஐரோப்பியர் செய்திருக்கும் உபகாரங்களில் இருப்புப்பாதையின் உபகாரமே மிக்க மேலானதென்று உரைக்கவேண்டும்.

காரணம்:- செங்கற்பட்டினின்று சென்னை வந்து சேரவேண்டிய அரிசி மூட்டை வண்டி சேற்றில் விழுந்து சீர்குலைந்துபோக, கள்ளர்கை பட்டுக் கனங்குலைவது காட்சியாம். இந்த சொற்பதூர யாத்திரையில் சீர்குலைந்து சிரச்சேதப்படும் வியாபாரிகள் நெடுந்தூர சரக்குகளைப் பிடிக்கவும் மற்றொரு தேசங்களுக்கு சென்று விற்கவும் எளிதாமோ, எத்தனை வண்டிகள் குடைகவிழ்ந்து ஒடிந்ததும், எத்தனையோ மாடுகள் ஜில்லாக்களில் மடிந்ததும், எத்தனையோ வண்டிக்காரர்கள் புலிகளுக்கும் கரடிகளுக்கும், கள்ளர்கை பலியாயதும் உலகறிந்த விஷயமாம்.

இதுவும் அன்றி வேலூரில் பஞ்சம் உண்டானால் சென்னைக்குத் தெரியாமலும் சென்னையில் பஞ்சம் உண்டானால் வேலூருக்குத் தெரியாமலும் அங்கங்குள்ள ஜனங்களும் கன்றுகாலிகளும் ஆகாரமின்றி அங்கங்கு மடிந்த சங்கதிகளை தப்பிப்பிழைத்தோர் தரணியோரறிய உரைத்திருக்கின்றார்களே. இத்தியாதி இடுக்கங்களையும் அகற்றி இந்தியாவிலுள்ள எல்லோரையும் அரைவயிற்றுக் கஞ்சேனும் குடித்து ஆளாகத்

தோற்றவைத்திருப்பது ஆங்கிலேய அரசரருளாம் இருப்புப்பாதையின் சுகமன்றோ.

இத்தகைய நன்றிசெய்த ஆங்கிலேயர்களுக்கு வந்தன வாழ்த்துதல் செய்யவேண்டியதைவிட்டு வாயில் வந்தவாறு வைவது வன்னெஞ்சர் இயல்பாம். ஆங்கிலேயர்கள் இந்தியர்களை வருத்துவதால் ருஷிய ராஜாங்கம் அல்லல்படுவதுபோல் இவர்களும் படுவார்கள் என்று கூறுகின்றார்கள். இதன்விகற்பபேதம் அறியாதோர் இன்னும் என்ன அறியப்போகின்றார்கள் என்று விசனிக்கின்றோம்.

அதாவது எல்லோரும் ஒரேசாதியராயுள்ள உருஷிய தேசத்துள் குடிகளுக்கும் அரசருக்கும் உண்டாயக் கலகத்தைக் கொட்டினவாயில் இரக்கிவிடுவதுபோல் அடக்கிவிட்டார்கள். அங்ஙனமிருக்க இத்தேசத்தை ஆளும் ஆங்கிலேய அரசாங்கத்தார் ஒற்றுமெய்க்கேடாகும் ஆயிரத்தெட்டு சாதிகளை வகுத்துக்கொண்டு அடுப்புக்கட்டைக்குஞ் சாதியுண்டு துடைப்புக்கட்டைக்குஞ் சாதி உண்டு என்போர்களை அடக்குவது வெகு நேரமோ, எளிதில் அடக்கிவிடுவார்கள். ஈதோர் மிரட்டாகாவாம். ஒற்றுமெயின் தகுதியுஞ் செல்வத்தின் மிகுதியும் வித்தையின் தொகுதியும் வெளிப்படையாயின் விவேகிகள் வியந்து நிற்பார்கள். அங்ஙனமின்றி ஒற்றுமெய்க்குறைவு செல்வக்குறைவு வித்தைக் குறைவுள்ள வீணர்கள் தோன்றி விருதாகூச்சலிடுதல் விவேகிகட்கு ஏற்காவாம்.

- 1:52; சூன் 10, 1908 -

சுதேசவிருத்தியை நாடும் நாம் ஒற்றுமெய் விருத்தியை நாடினோமில்லை, விவேகவிருத்தியை நாடினோமில்லை, வித்தைகள் விருத்தியை நாடினோமில்லை. மற்றும் நாம் எவ்விருத்தியை நாடியுள்ளோமென்னில், உன் சாதி சிறிது என்சாதி பெரிதென்னும் சாதிவிருத்திகளை நாடியுள்ளோம். உன்சாமி சிறிது என்சாமி பெரிதென்னும் மதவிருத்திகளை நாடியுள்ளோம்.

இத்தகைய விருத்திகளால் விரோதவிருத்தி பெருகி கல்வியும் கைத்தொழிலும் குறுகி நாளுக்குநாள் சீர்கெட்டு வந்த நாம் கருணைதங்கிய ஆங்கிலேயர்களால் சொற்ப சீர்திருத்தங்களுண்டாய் சுகமடைவதற்குமுன் சுயராட்சிய சுரணை வந்துவிட்டதென்று சூழ்ந்து சூழ்ந்து கூச்சலிடுவது யாது காரணமோ விளங்கவில்லை.

சுரணை என்பதற்குப் பொருள் உணர்ச்சி என்று கூறப்படும். அத்தகைய உணர்ச்சி உண்டாவதற்குக் காரணம் - இவர்கள் பாட்டன்மார்களேனும் பூட்டன்மார்களேனும் அரசாங்கத்தை இழந்திருப்பார்களாயின் புத்திர பௌத்திராதிகளாகிய இவர்களுக்கு அவ்விராஜாங்க சுரணை தோன்றிற்றென்று கூறலாம்.

அவ்வகை ஓர் ஆதாரமுமற்ற கூட்டத்தாருக்கு சுதேச சுரணை வந்துவிட்டதென்று முன்னேறுவது பின்னிடையச்செய்தே கெடும்.

இத்தேசத்திய நூதன சாஸ்திரங்களை வாசிப்போர் க்ஷத்திரியர்கள் யாவரும் பரசுராமனால் நசிந்து பாழடைந்திருக்க எந்த க்ஷத்திரியர்களுக்கு சுதேச சுரணை வந்துவிட்டதென்றும் கேட்பார்கள். இத்தகையக் கேள்விகளுக்கெல்லாம் நமது தலைகாலற்ற பொய் வேதங்களும் பொய்ப் புராணங்களே காரணமாகும்.

அதாவது சிலதினங்களுக்குமுன் நமது கவர்னர் ஜெனரலாயிருந்த கர்ஜன் பிரபு அவர்கள் இந்து தேசத்துக் கலைக்ட்டராக சிவில் செர்விஸ் நடத்தி இவ்விடமுள்ளோர் குணா குணங்களை ஏதேனும் ஆராய்ந்திருப்பாரா. அன்றேல் ஓர் யாத்திரைக்காரராகவேனும் வந்து இத்தேசத்தைச் சுற்றியேனும் பார்வையிட்டு இத்தேசத்தோர் மொழிபேதங்களைப் பார்த்திருப்பாரா, யாதும் கிடையாது. அங்ஙனமிருக்க இந்துக்கள் யாவரும் பொய்யரென்று கூறிய சாட்சி பிரம்மாவின் முகத்தில் பிறந்த பிராமணர்களும் அவர்கள் ஓதுதற்கு தவளை வயிற்றிலும் நாயின் வயிற்றிலும் கழுதை வயிற்றிலும் பிறந்தவர்கள் எழுதிவைத்த வேதங்களும் ஆதாரமாயினும் பொய்சொல்லா அரிச்சந்திரபுராணமே போதுஞ்சான்றாயின.

எவ்வகைத்தென்னில்:- ஆகாயத்தில் தேவர்கள் எல்லோரும் கூடி பூலோகத்தில் பொய்சொல்லாதவன் யார் என்று உசாவியபோது அரிச்சந்திரன் என்னும் அரசனே பொய்சொல்லாதவன் என்று குறிக்கப்பட்டான். அப்போது பூலோகத்தில் அரிச்சந்திரன் ஒருவன் தவிர மற்றுமுள்ள மனுக்கள் யாவரும் பொய்யரென்றே தீர்ந்தார்கள்.

இதன் மத்தியில் கர்ஜன் பிரபுவும் கவர்னர் ஜெனரலாக வந்துசேர்ந்தார். அவர் வந்துள்ள காலத்தில் பொய்சொல்லா அரிச்சந்திரன் ஒருவனும் இல்லாமல் போய்விட்டபடியால் மற்றவர்கள் யாவரையும் பொய்யரென்று சொல்லித் தீர்த்தார். இவ்வகையாக கவர்னர்ஜனரல் கர்ஜன் பிரபு கூறியது பிசகென்பாரேல் தேவர்கள் யாவரும் கூறியது பிசகாகவே முடியும். கர்ஜன் பிரபுவும் பூலோகத்தில் இருப்பவர் தானே என்பாருமுண்டு, அங்ஙனம் கூறுதற்கு ஆதாரம் இல்லை. எங்ஙனமென்னில்:-

பிரம்மாவின் முகத்தில் பிறந்தவர்களுக்கு இந்துதேசமே பூலோகம். அவர்கள் வேதபுராணங்களுக்கும் இந்துதேசமே பூலோகம் பூமிபாரந் தீர்க்கவந்த கிருஷ்ணருக்கும் இந்து தேசமே பூலோகம். பௌத்தர்களை அழிக்க வந்த சங்கராச்சாரிக்கும் இந்துதேசமே பூலோகம். பௌத்தர்களை பழிக்கவந்த அப்பர் சுந்திரர், மாணிக்கருக்கும் இந்துதேசமே பூலோகம். சைனா, சிலோன், பர்மா, மங்கோலியா, தீபேத் மற்றுமுள்ள பௌத்த தேசங்கள் இவர்களுக்குத் தெரியாது. இவர்களை அனுப்பியுள்ள விட்டுணு சிவனாந் தேவர்களுக்குந் தெரியாது. ஆதலின் தேவர்கள் யாவரும் இந்துதேசத்தையே பூலோகமாகக் கருதி பொய்சொல்லா ஒருவனைக் கண்டுபிடித்தார்கள்.

மேலோகமாகிய ஐரோப்பாவிலிருந்து கர்ஜன்பிரபு வந்தபோது அப்பொய்சொல்லா அரிச்சந்திரன் ஒருவன் இல்லாமல் போய்விட்டபடியால் இந்துக்களின் தேவர்கள் வாக்கையும் இவர்கள் போக்கையும் கண்டு இந்துக்கள் யாவரும் பொய்யர்கள் என்று தீர்த்துவிட்டுப் போனார் போலும்.

- 2:4; சூலை 8, 1908 -

கடவுளைத் தொழப்போய்க் கலகம், சாமியைத் தொழப்போய்ச் சண்டையுண்டு செய்யும் பொய் வேதங்களும் பொய்ப்புராணங்களுமே இத் தேசத்தோர்களையும் பொய்யர்களாக்கி பாழ்படுத்திவிட்டது.

நமது பாட்டன் பூட்டன் எழுதிவைத்தப் புராணமென்றும், பெரியாச்சாரி சின்னாச்சாரி எழுதிவைத்த வேதமென்றும், கோடம்பாக்கத்தையன், கும்பகோணத்தையன் எழுதிவைத்த இதிகாசம் என்றும் நம்பிக்கொண்டு மெய் பொய் என்னும் பகுப்பற்று சொன்னதைச் சொல்லும் கிளிபோல்

சொல்லிக்கொண்டு, விசாரிணை இல்லாமல் இருக்குமளவும் விவேக விருத்தி, வித்தியாவிருத்திகள் அற்ற பொய்யர் என்று தீர்த்தவுடன் பொல்லார் என்று தீர்த்துவிடுவார்கள். அதாவது:- ஆய்ந்தோய்ந்து பாராதவன் தான் சாகக் கடவதென்னும் முதுமொழி பலிக்க சிதம்பரம்-பிள்ளை அவர்களும், சுப்பிரமணிய சிவா அவர்களும் தாங்கள் எடுத்துள்ள கப்பல் வியாபார விருத்தியையும், கைத்தொழில் விருத்தியையும் எவ்வகையாரைக்கொண்டு எவ்வழியிற் சீர்படுத்தலாம் என்பதை உணராமலும் எவனோ ஒருவன் தங்கள் வியாபாரங்களுக்கு எதிரிடையான சத்துருவெனத் தோன்றுவனாயின் அவனுக்குத் தக்கமித்துருவைக் கொண்டு தங்கள் வியாபாரங்களை செவ்வை செய்துக்கொள்ளாமலும் தாங்-கள் எடுத்துள்ள வியாபாரங்களில் உண்டாகும் நஷ்டங்களுக்கு ஏதுக்கள் எவை என்று உணராமலும் ஏதுக்கள் தோன்றிடினும் சாதுவில் நின்று அவரவர்கள் கெடுவெண்ணப் போக்குகளையும் நல்லெண்ண நோக்குகளையும் நன்காராய்ந்து அதிருஷ்டம் காணுமாயின் அவற்றை அடியோடு விடுத்து இலாபத்தைப் பெறக்கூடிய வேறு வியாபாரத்தைத் தொடுத்து விருத்தியடைய வேண்டியதே விவேகிகளின் முயற்சியாகும்.

அங்ஙனமின்றி அந்தணனுக்கு ஞானத்தில் நோக்கமும், அரசனுக்கு ஆளுகையில் நோக்கமும் வாணிபனுக்குப் பொருளில் நோக்கமும், வேளாளனுக்கு பூமியில் நோக்கமுங்கொண்டு அவரவர்கள் காரியங்களை ஆய்ந்தோய்ந்து நடத்துவார்கள். இவர்களோ வாணிபர்கள் என வெளிவந்து தங்கள் வியாபார விருத்தியை நாடாது அரசாங்கத்தோர் மீது விரோத விருத்தியை நாடி வீண் கூட்டங்களைக்கூடி வாயில் வந்-ததைப்பாடி மாளா துக்கத்தைத் தேடிக்கொண்டார்கள்.

மாளா துக்கத்திற்கு இவர்களாயதுமன்றி மனைவி மக்களையும் இனிய நேயர்களையும் துக்கத்திற்கு ஆளாக்கிவிட்டார்கள்.

தங்கள் சுதேசத்திற்காகப் பாடுபடுவோரும் சீர்திருத்தக்காரர்களுமானவர்கள் செய்யுஞ் செயல்களால் தாங்கள் சுகமடைவதுமன்றி தன் மனைவி மக்களும் நேயர்களுந் தேசத்தோருஞ் சுகமடைதல் வேண்டும்.

தானுந் தன் மனைவி மக்களும் நேயர்களுஞ் சுகமற்று துக்கத்தை அடைவார்களாயின் இஃது விவேகிகளின் சீர்திருத்தமாமோ, ஆகாவாம்.

சுதேசிகள் சுதேசிகளுக்காகப் பாடுபடுகின்றார்கள். நாம் கவலைப்பட வேண்டுவதில்லை என்று இரடிவிழுந்தாலும் அதுவும் ஓர் கிரடியென்று சொல்லித்திரிகின்றார்கள். அது பொருந்தாவாம்.

இவ்விருவரை மட்டிலும் சுதேசிகள் என்றால் இவர்கள் வியாஜ்ஜியத்தில் அஸ்ஸர்களாக உட்கார்ந்து இவ்விருவரும் குற்றவாளிகள் என்றே செப்பிய மிஸ்டர் அனந்தநாராயண ஐயரும், மிஸ்டர் இராமச்சந்திர ஐயரும் சுதேசிகளன்றோ. அவ்விருவருக்கும் இச்சுதேசியப் பிரசங்கஞ் செய்யத் தெரியாதோ, தெரியும்.

அவலை நினைந்து உரலையிடிப்பதுபோல் இரஜத்துவேஷ அதனப்பிரசங்கஞ் செய்வதினால் புதின சட்டங்கள் தோன்றும் என்றவர்களுக்குத் தெரியும். ஆதலின் சுதேசிகளாகுந் தன்னவர் என்றும் பரதேசிகளாகும் அன்னியர் என்றும் பட்சபாதம் பாராது இருவர்கள் செய்கைகளும் குற்றங்குற்றமென்றே மத்திய நியாயம் கூறிவிட்டார்கள்.

- 2:5; சூலை 15, 1908 -

நமதன்பர் சிதம்பரம் பிள்ளையவர்கள் கப்பல் வியாபாரக் கலகத்திற்கு முன்பு சுதேச விருத்தியைப் பற்றியேனும் சுதேசக் குடிகளின் விருத்-தியைப்பற்றியேனும் ஓர் முயற்சி எடுத்து இருப்பாரா, இல்லை. தன் வியாபாரத்தில் உண்டாகிய விரோதத்தையே ஆதாரமாகக் கொண்டு வீணே ராஜாங்கத் துவேஷியாய் நிந்திக்க ஏற்பட்டதின்பேரில் இராஜாங்கத்தார் இவர்மீது சிந்திக்க ஏற்பட்டார்கள். அத்தகைய சிந்தனையால் இவர் செய்துவந்தப் பிரசங்கங்களில் குடிகள் யாவரும் இராஜ விரோதமுற்று வீணே கெடுவதை உணர்ந்து அவற்றை அடக்கத்தக்க ஏதுவைத் தேடினார்கள்.

இதுவுமன்றி சுப்பிரமணிய சிவா என்பவர் தான் கொடுத்துள்ள வாக்குமூலத்தில், தான் சன்னியாசி என்றும் முத்தியடையும் மார்க்கங்களைப் போதிக்க வந்தவர் என்றும் சுயராஜ்ஜியம் என்னும் தெய்வக் கட்டளையையும் அதற்கு இடையூருள்ளதை விலக்கவேண்டியது என்றும் போதித்-தேன் என்றும் கூறியவர், மறுபடியும் அதற்கு மாறாக ஆங்கிலேயர் இந்தியாவை வந்து கைப்பற்றியதுமுதல் குடிகளுக்கு, யாதாமொரு திருப்த்-தியும் கிடையாது என்றும் இந்துதேசத்தை மோசத்தால் அபகரித்துக்கொண்டார்கள் என்றும், கவர்னர் ஜெனரல்கள் யாவரும் பொய்சொல்லி ஏமாற்றிவிட்டுப் போய்விடுகிறார்கள் என்றும், மகா அக்கிரமமாக ஆயுதங்களுக்கு சட்டங்களை ஏற்படுத்தி ஆயுதங்களை உபயோகிக்கக்கூடாது செய்துவிட்டார்கள் என்றும், வரிகள் என்று பெயர்வைத்து சீவ ரத்தத்தை உறிஞ்சுகிறார்கள் என்றும், நீதியின்றி பெரியோர்களைத் தண்டித்-தார்கள் என்றும் ஆர்மேனிய நாட்டில் நடந்தக் கொடுமைகள் யாவையும் இங்கு நடத்தினார்கள் என்றும் பலவகையான இராஜ நிந்தனை செய்திருக்கின்றார்.

இவர் எதார்த்த சன்னியாசியும் முத்திக்குப் பாடுபடுவோருமாய் இருப்பாராயின் இத்தகைய வீண் விரோத நிந்தைகளை வீணில் பெருக்க மாட்டார். உலகத்தை மாயையென்று கூறும் சன்னியாசிக்கு ஆங்கிலேய ராஜ்ஜியம் என்றும் சுயராஜ்ஜியம் என்றும் பேதமுண்டாமோ.

வீணே சன்னியாசி என வேஷமிட்டு குடிகள் யாவரையும் இராஜாங்கத்தோர் முன் இழுத்துவிட்டு அங்குமிங்கும் அல்லல்பட்டு குடிகளுடன் தானும் கெட்டு தவிக்கின்றார்.

தன்னை சீர்திருத்திக்கொள்ளத் தெரியாது தேசத்தை சீர்திருத்துவோம் என்று வெளிவருவது சித்த சபலமேயாம். பிரிட்டிஷ் ராஜாங்க சீர்தி-ருத்தமோ என்னில் அன்னிய ராஜாங்கத்தார் இந்தியாவின் மீது படையெடுத்து தேசத்தையும் குடிகளையும் பாழ்படுத்தாமல் காப்பாற்றிவருகின்-றார்கள்.

வரிகொடாவிடில் சித்திரவதை செய்யாமல் உண்டானப் பொருளால் வசூல்செய்துவருகிறார்கள்.

உடன்கட்டை என்னும் புருஷனுடன் பெண்ணையும் போட்டு துள்ளத் துடிக்கக் கொளுத்துத் துன்பத்தை துலைத்து வருகின்றார்கள். சிசு-வத்தி என்னும் குழந்தைகளைப் பெற்றுக் கொல்லும் கள்ளவிபச்சாரிகளை அடக்கி வருகின்றார்கள். ஒருவருக்கொருவர் செய்துக்கொள்ளுஞ்

சண்டைகளையும் ஒருகிராமத்திற்கும் மற்றொரு கிராமத்திற்கும் உண்டாகிவருஞ் சண்டைகளையும் விசாரித்து விரோதங்களை அடக்கி ஆண்டு வருகின்றார்கள்.

ஒருசாதியோருக்கும் மற்றொரு சாதியோருக்கும் உள்ள சண்டைகளையும் ஒருமதத்தோருக்கும் மற்றொரு மதத்தோருக்கும் உள்ள சண்டைகளையும் விலக்கி நீதிசெலுத்தி வருகின்றார்கள்.

இத்தகைய உட் சீர்திருத்தங்களில் இன்னும் எத்தனையோ சாதிக்கேட்டின் பிரிவினை கலகங்களும் மதக்கேட்டின் பிரிவினை கலகங்களும் இருக்க அவைகளை அடக்கி ஒற்றுமெய் அடையத் தெரியாதவர்கள் சுயராட்சியம் பெருவார்களாயின் இராட்சியபாரத்தை எவ்வகையில் தாங்குவரோ விளங்கவில்லை.

- 2:6; சூலை 22, 1908 -

சுயராட்சியம் கருசுருப்பில் வேண்டும் என்ற விவேகம் மிகுத்தவரும் கல்வி உடைத்தவருமான கனம் தில்லாக்கென்னும் கனவான் காங்கிரஸ் கமிட்டியின் மிதவாதிகள் பட்டபாடுகள் யாவையும் பாழாக்கி அமிதவாதியெனத் தோன்றி அவசரத்தில் செய்த செய்கைகள் யாவும் அவமானத்திற்கு உள்ளாக்கி விட்டது.

சிலர் நமது தேசத்திற்குப் பாடுபடுங் கனவான்களில் தில்லாக்கென்னும் கனவானே முக்கியமானவர் என்று முழுப்பிரிதியில் பேசிவருகின்றார்கள். அவர் வாசஞ்செய்த தேசத்துக் குடிகளுக்கு எத்தகைய இடுக்கங்கள் உண்டாயிருந்தன அவற்றுள் எத்தகைய இடுக்கங்களை நீக்கி ஆதரித்து இருக்கின்றார். அறுபது லட்சத்திற்கு மேற்பட்டக் குடிகளை பறையர் பறையர் என்று தாழ்த்தி பதிகுலைத்த பரிதாபத்தை நீக்கியிருப்பாரா. சுத்த ஜலங்களை மொண்டு குடிக்கவிடாமல் சுகக்கேட்டை உண்டு செய்து மடிய வைப்பவர்களுக்கு அறிவூட்டி அவர்கள் கருணையற்ற செயலை மாற்றியிருப்பாரா. அம்மட்டர்களை சவரஞ் செய்யவிடாமலும் வண்ணார்களை வஸ்திரமெடுக்க விடாமலுஞ் செய்து அசுத்த நிலை அடையவும் அதின் குறையால் மடியவுஞ் செய்பவர்களுக்கு மதியூட்டி ஏழைகளையீடேற்றி இருப்பாரா. பார்ப்பான் பணம் சம்பாதிக்கப்போகும் இடங்களில் எல்லாம் சாதியாசாரங் கிடையாது. பறையன் பணஞ் சம்பாதிக்க போகும் இடங்களில் எல்லாம் சாதியாசாரம் உண்டென்று கூறி அவர்களைத் தலையெடுக்கவிடாமல் கெடுத்து சீரழிப்பதை ஏதேனும் தடுத்து இரட்சித்திருப்பாரா.

இத்தேசத்தில் நூதனமாக ஏற்படுத்திவிட்ட சாதிகஷ்டத்திற்கும், இழிவுக்கும் பயந்து பலதேசங்களுக்குப்போய் வீண் கஷ்ட நிஷ்டூரங்களை அடைய வேண்டாம் இதேதேசத்தில் உங்களுக்கு வேண்டிய பூமியும் பணமும் கொடுத்து ஆதரிக்கின்றோம் பூமிகளைப் பண்படுத்தி தானியத்தை விருத்தி செய்யுங்கோளென்று கூறி வெளிதேசம் போகும் ஏழைகளைத் தடுத்து ஆதரித்திருப்பாரா.

ஐந்து ரூபாய் கடன் கொடுத்துவிட்டு ஆறுமாதகாலம் வேலைவாங்கிக் கொள்ளுவதும், அரைபடி நெல்லை அளந்துகொடுத்து ஒருநாள் முழுவதும் வேலை வாங்கிக் கொள்ளுவதுமாகிய படுங்கஷ்டத்தால் எலும்புந்தோலுமாய் ஈனதிசை அடைவோர்களை யீடேற்றியிருப்பாரா.

தங்கள் அரசாங்கங்களும் நசிந்து குருபரம்பரையையும் இழந்து கோவில் குளங்களும் அழிந்து திராவிட பௌத்தாளென்னும் பெயரும் மறைந்து பறையனென்னும் பெயரால் இழிந்துள்ள ஒருவன் ஏதோ சொற்ப பூமியும் கன்று காலியம் வைத்துக்கொண்டு கிஞ்சித்து சுகத்திலிருப்பானாயின் ஆ, ஆ, பறையன் நமக்கு முன்பு மேலான அந்தஸ்தில் வாழ்வதா என்னும் பொறாமெய்கொண்டு இரவுக்கிரவாய் அவன் பயிறுகளையும் கன்று காலிகளையும் அழித்து அவனையும் ஒழிக்க முயலும் சாதிகர்வம் உற்றோருக்கு சாந்தங்கூறி ஒருவருக்கொருவரை சமரசஞ் செய்திருப்பாரா, இல்லையே.

இத்தகைய சாதிமுடுக்குகளுஞ் சமய இடுக்கங்களுமற்ற நாடுகளாகும் வங்காளம், பம்பாய் முதலிய இடங்களில் பிரிட்டிஷ் இராஜாங்கத்தார் குடியேறி கல்விவிருத்தி கைத்தொழில் விருத்திகள் செய்தது முதல் ஒவ்வொரு குடிகளும் சீருஞ் சிறப்பும் பெற்று மாடமாளிகைகளும் கூட கோபுரங்களும் கட்டி சுகவாழ்க்கை பெற்றதுடன் பஞ்சி இயந்திரசாலைகளும், இரும்பியந்திரசாலைகளும், பீங்கானியந்திரசாலைகளும், கண்ணாடி இயந்திரசாலைகளும் மற்றும் விருத்திகளுமடைந்து ஏழைகள் யாவரும் கனவான்கள் என்று எண்ணுங்காலம் நேரிடும்போது அவரவர்கள் தீவினைக்கீடாய் பிளைக்கென்னும் பெரு மாறி தோன்றி பாழாக்கியதற்கு உதவியாய் சீர்கேடர்கள் சிலர் தோன்றி உள்ள சீரையுஞ் சிறப்பையும் கெடுத்தற்கு மத்தியில் எழுந்து குடிகளுக்கும் இராஜாங்கத்தோருக்கும் இருந்த அன்னியோன்னியங்களை கெடுத்து வீண் விரோதங்களை உண்டு செய்து வருகின்றார்கள்.

இத்தகைய விரோதச்செயலை நாளுக்குநாள் உணர்ந்துவரும் இராஜாங்கத்தார் பிளைக்கென்னும் பெருமாளிக்கு மூலமெஃதென்று அறிந்து முறித்து நாளுக்குநாள் நசித்து குடிகளுக்கு சுகத்தை உண்டு செய்து வருவதுபோல் குடிகளுக்கும் இராஜாங்கத்திற்கும் வீணேவிரோதத்தை வளர்ப்பதற்கு மூலாதிபர்கள் யார் யாரென்றறிந்து இரும்பைக்கொண்டே இரும்பை கடைத்திரட்டல் போல் சீர்திருத்த சுதேசிகளாம் நியாயாதிபதிகளையும் ஜூரிகளையுங்கொண்டே சீர்கேடராம் சுதேசிகளை அடக்கி குடிகளுக்கு சுகத்தைக் கொடுத்துவருகின்றார்கள்.

இவ்வகை சுகத்தைக் கொடுத்தாளும் நீதியும் நெறியும் அமைந்த இராஜாங்கத்தை சுயராட்சியம் என்னும் பொருளறியாதோர் எல்லாம் விரோதிப்பாராயின் அஃது குடிகள் அறிந்து செய்யும் செயலா அன்றேல் குடிகளறியாமலே சுதேச சீர்கேடரின் வாக்கை நம்பிக்கெடும் வழுவுச் செயலா என்பதை நாம் சீர்தூக்கி சிந்தித்து ஆயிரம் குடிகள் கெட்டு அல்லல்படுவதைப் பார்க்கினும் துற்கன்மியாம் ஒரு குடியை அகற்றி ஊரார் யாவரையும் சுகம் பெறச் செய்வது இராஜ தன்மங்களில் ஒன்று என்று உணர்ந்து,

- 2:7; சூலை 29, 1908 -

இதே ராஜரீகத்தோரால் நாம் சீர்பெறுவோமா அன்றேல் அன்னிய ராஜாங்கத்தாரால் சீர்பெறுவோமா என்பதை சீர்தூக்கி உலகில் தோன்றியுள்ள ஒவ்வோர் இராஜநீதிகளையும் ஆராய்ந்துணரல் வேண்டும். அவ்வகையுணர்வோமாயின் இந்த பிரிட்டிஷ் இராஜநீதியே மேலானதென்று உணர்ந்து ஆனந்திக்கவரும்.

அதாவது தற்காலம் பம்பாய் இராஜதானியில் சிலர் காயமடைந்து வயித்தியசாலையில் இருப்பதும், சிலர் மரணமடைந்ததுமாகியக் காரணம் அவர்களால் நேர்ந்ததா அன்றேல் கனம் தில்லாக்கவர்களால் நேர்ந்ததா, இராஜாங்கத்தோரால் நேர்ந்ததா என்பதை சீர்தூக்கி ஆலோசிப்போமாக.

தூத்துக்குடியிலுந் திருநெல்வேலியிலும் கனஞ் சிதம்பரம்பிள்ளை அவர்கள் செய்துவந்த ராஜத்துவேஷ பிரசங்கத்தைக் கேட்டிருந்த குடிகள் யாவரும் இராஜத்துவேஷத்தை மனதில் வைத்துக்கொண்டிருந்து பிள்ளை அவர்களை ஓராண்டில் பிடித்து அடைத்தவுடன் அவரால் இராஜ துவேஷ பிரசங்கம் கேட்டிருந்த குடிகள் யாவரும் திரண்டுபோய் இராஜாங்கப்பொதுக் கட்டிடங்களையுந் தஸ்தாவேஜுகளையும் கொளத்தியும் இடித்து பாழ்படுத்தியதால் சிலர் காயமுற்றுஞ் சிலர் மரணமடைந்தும் சிலர் இராஜாதிகார விசாரிணையிலும் இருக்கின்றார்கள். குடிகளின் இத்தியாதி சுகக்கேடுகளுக்கும் காரணபூதமானோர் கனஞ் சிதம்பரம் பிள்ளையும் கனஞ் சிவா அவர்களும் என்றே தீர்ந்தது.

அதன் ஆதரவைக்கொண்டே பம்பாய் ராஜதானியிலுள்ளக் குடிகளின் கஷ்டங்களை ஆலோசிக்குங்கால் தில்லாக்கென்னும் கனவான் தனது பத்திரிகையிலும் போதனையிலும் கூறி வந்த ராஜதுவேஷ மொழிகளையும் கனவீன வாக்கியங்களையும் நாளுக்குநாள் வாசித்துங்கேட்டுவந்த குடிகள் கனந் தில்லாக்கவர்களை தெண்டித்து கப்பலேற்றிவிட்டார்கள் என்றவுடன் அக்குடிகளுக்கு இராஜாங்கத்தின் மீது இருந்த அவமதிப்பாலும் துவேஷத்தாலும் சுட்டுக்குருவி கருடன் மீது போர் தொடுப்பதுபோல் வீண் கலகத்தை விளைவித்து காயங்களால் துன்பமடைவதற்கும் மரணத்திற்கும் ஆளாகிவிட்டார்கள்.

குடிகளின் இத்தியாதி சுகக்கேட்டிற்குக் காரணந் தில்லாக்கென்னும் கனவானென்றே கூறுவர்.

கனந் தில்லாக்கென்பவர் ஒன்றுஞ் செய்யவில்லையே, இராஜாங்கத்தோர் தான் பட்டாளத்தைக் கொண்டுவந்து சுட்டெறித்தாரென்று சொல்லுவார்கள். அக்கூறுபாடுகள் அறியாமெயேயாகும்.

எவ்வகையில் என்பீரேல் குடிகள் யாவரையும் சுட்டுக் கொன்றுவிட்டு யாரிடத்து இராஜரீகஞ் செலுத்துவார்கள். பிரிட்டிஷ் ராஜரீகம் எக்காலுஞ் செங்கோலை உடைத்தாயதேயன்றி கொடுங்கோலை உடைத்ததன்று. இஃது பொது நீதிவாய்த்த சகலரிடத்துஞ் சத்தியமாக விளங்கும்.

பிரகலாதனென்னும் பிள்ளையைத் தன்வசப்படுத்திக் கொண்டு நாராயணா நமாவென்று சொல்லுந் தகப்பனாகிய இரணியனை வஞ்சித்துக் கொல்லு என்னும் கொடுங்கோல் செலுத்தமாட்டார்கள்.

கண்காணாக் கடவுளை நம்பிக்கொண்டு கண்கண்ட தகப்பனைக் கொல்லும்படியானவர்கள் இராஜாங்க உத்தியோகத்தில் இல்லாதவர்கள் வார்த்தைகளை நம்பிக்கொண்டு இராஜாங்க உத்தியோகஸ்தர்கள் வார்த்தைகளை அவமதிப்பது இயல்பாகும்.

பிரிட்டிஷ் ராஜாங்கத்தார் பம்பாயில் குடிகளால் ஏற்பட்டக் கலகத்தை சாம, தான, பேத, தண்டமென்னுஞ் சதுர்வித உபாயத்தால் நடத்தியிருக்கின்றார்கள்.

அதாவது குடிகள் யாவரும் போதனா துவேஷத்தால் வீரர்வேஷம் கொண்டு வீண் கலகங்களை விளைவித்தபோது முதலாவது வேண்டிய வரையிலுஞ் சமாதான வார்த்தைகளாலடக்கிப் பார்த்தார்கள். அதினாலும் அவர்கள் தணியவில்லை. இரண்டாவது, அவர்களுக்குள்ளப் பெரியோர்களைக்கொண்டும் அமைதி செய்தார்கள். அதினாலும் அவர்கள் அடங்கவில்லை. மூன்றாவது, பீரங்கிகளையும் துப்பாக்கிகளையும் கொண்டு பேதித்து பயமுறுத்தியும் பார்த்தார்கள். அதினாலும் அவர்கள் அமர்ந்தபாடின்றி மேலுமேலும் கலகத்தைப் பெருக்கிக் கற்களால் அடிக்க முயன்றதால் பிராண அபாயமில்லாமல் இடுப்பிற்குக் கீழ் சிலரை சுடும்படியாக உத்திரவு கொடுத்திருப்பதாய்த் தெரிய வருகிறது.

காரணம் அவ்விடம் காயமுண்டாகி வைத்திய சாலையில் இருப்பவர்கள் யாவருக்கும் இடுப்பின் கீழ் துடையிலும், முழங்காலிலும், பாதத்திலுமே பெரும்பாலும் காயம் பட்டிருப்பதாகப் பத்திரிக்கைகளால் தெரிய வருகிறது.

அதினால் குடிகள் யாவரும் துவேஷத்தால் வீரர்வேஷம் கொண்டு கலகஞ் செய்தபோதிலும் இராஜாங்கத்தார் கருணையினாலேயே தெண்டித் திருக்கின்றார்கள் என்பது உள்ளங்கை நெல்லிக்கனிபோல் விளங்குகின்றது.

- 2:8; ஆகஸ்டு 5, 1908 -

பி.ஏ., எம்.ஏ, முதலிய கௌரதா பட்டம் பெற்றவர்களும் ஒவ்வோர் சபைகளுக்குத் தலைவர்களானவர்களும் தினசரி பத்திரிகைகளை நடத்துகிறவர்களுமாகிய பெரியோர்களே தாங்கள் நடத்தும் காரியங்களை எண்ணித் துணியாமல் எண்ணாமல் துணிந்து செய்து இழுக்கடைவதானால் கல்லாதவர்களுஞ் சொற்பக் கல்வியை உடையவர்களும் எக்காரியங்களை சீர்பெறச் செய்வார்கள்.

நாமும் நம்முடைய தேசத்தோரும் சொற்ப புத்தியும் அற்று சுயபுத்தியும் அற்று சூன்யநிலையில் இருக்கின்றோம். அதாவது ஒருவன் கலாசாலையில் வாசித்து இராஜாங்க உத்தியோகம் பெற வேண்டும் என்று முயற்சி செய்வானாயின் அவனை ஒத்தே மற்றுமுள்ள யாவரும் கல்விகற்று ராஜாங்க உத்தியோகமே தேட முயற்சி செய்வார்கள்.

ஒருவன் டெல்லகிராப்வேலை செய்யப்போவானேயானால் அவன் வீட்டின் அருகிலிருப்போர்கள் யாவரும் அதே வேலைக்குப் போக ஆரம்பிப்பார்கள்.

ஒருவன் போட்டகிராப் பிடிக்கக் கற்றுக்கொண்டு சீவிக்க வெளிவருவானாயின் அவனைக் காண்பவர்கள் எல்லோரும் அதே போட்டகிராப் கற்றுக்கொள்ள ஆரம்பிப்பார்கள்.

ஒருவன் வெற்றிலைப்பாக்குக் கடைவைக்க ஆரம்பிப்பானாயின் இருப்பவர்கள் யாவரும் வெற்றிலைக் கடைகளையே வைக்க ஆரம்பிப்பார்கள்.

ஒரு கைம்பெண் மூசுவுருண்டைக் கடை விற்க ஆரம்பிப்பாளாயின் மற்றுமுள்ள கைம்பெண்கள் எல்லாம் அம்மூசுவுருண்டைக் கடை விற்பதற்கே ஆரம்பிப்பார்கள்.

இத்தியாதி செய்கைகள் யாவும் தங்கள் சுயபுத்தியையுஞ் சுயமுயற்சியையும் விட்டு அன்னியர் முயற்சியும் கெட்டு அல்லல் படவேண்டிய-தாகின்றது.

ஒன்றைப்பார்த்து ஒன்றை செய்யும் விருத்திக்குறைவால் பூமியைப் பண்படுத்தி பயிரிடுதலையும் விருட்ச விருத்திகளையும் மறந்து ஒவ்-வொருவர் வீடுகளின் அருகிலுள்ள பூமிகளை வெறுமனே பாழாக விட்டிருக்கின்றார்கள்.

தச்சுவேலைச் செய்பவன் மகன் தச்சுவேலையே செய்யவேண்டும், தச்சசாதி என்று சொல்லவேண்டும் என்பான். தையல்வேலைச் செய்பவன் மகன் தையல்வேலையே செய்யவேண்டும், தையற்கார சாதி என்று சொல்ல வேண்டும் என்பான். ஒருவன் தரிநெய்யும் சேணத்தொழில் செய்வானாயின் அவன் மகனும் அதே சேணத்தொழில் செய்து சேலைநெய்யும் சாதி அல்லது சேணெய்யுஞ் சாதி என்று சொல்லவேண்டும் என்பான்.

ஓர் இளந்தை வயதுடையப் பெண்ணின் புருஷன் இறந்துவிடுவானாயின் அவளுக்கு மறுவிவாகம் செய்விக்காமல் தடுத்து அவளை அறுத்-துகட்டா சாதி என்று சொல்லும்படி செய்வான்.

மற்றோர் இளந்தை வயதுடைப் பெண்ணின் கணவன் இறந்து மறுவிவாகஞ் செய்துக் கொள்ளுவாளாயின் அவளை அறுத்துகட்டுஞ் சாதி என்று சொல்லும்படி செய்வான்.

இவ்வகையால் எடுத்ததற்கு எல்லாம் சாதியம் படித்ததற்கெல்லாம் சமயமும் ஏற்படுத்தத்தக்க முயற்சியில் இருப்பார்கள் அன்றி தங்கள் விருத்தியையும் தேசவிருத்தியையும் நாடமாட்டார்கள்.

சுயமுயற்சியற்ற சூன்யநிலையில் சுயராட்சியம் என்னும் சொல்லும் பிறக்கப்போமோ.

சுயராட்சியம் என்றால் தங்கள் கொல்லைகளிலுள்ளக் கிள்ளுக் கீரைகள் என்று எண்ணிக் கொண்டனர்கள் போலும்.

அன்னிய ராஜாங்கச் செய்கையும் அவர்கள் முயற்சியும் அறிவின் விருத்தியும் ஒற்றுமெயும் சகலரையும் தன்னைப்போல் ஆதரிக்கத்தக்க குணமும் சகல சாதியோரும் தங்களைப்போல் ஆனந்தமான உடைகளை அணைந்து வண்டிகுதிரைகளில் ஏறி சுகமடைய வேண்டும் என்னும் ஆனந்தமும், தாங்கள் அருந்துஞ் சித்தசலங்களை சகல சாதியோரும் அருந்தி சுகமடைய வேண்டும் என்னும் அன்பும் இத்தேசத்தோருக்கு உண்டாமாயின் அக்காலமே சுயராட்சிய அஸ்திபாரமாகும்.

சுயமுயற்சிகளை விடுத்து சுயப் பிரயோசனத்தை நாடுவோர் வசம் சுயராட்சியம் அளிப்பது சுத்தப் பிசகேயாம்.

சுயராட்சியத்தை வைஷ்ணவர்களாகும் வடகலையார் வசம் ஒப்பி வைப்பதானால் தென்கலையார் தடுப்பார்கள் என்று தெரியாதோ. தென்-கலையார் வசம் ஒப்பிவைப்பதனால் வடகலையார் வழக்கிற்கு வருவார்கள் என்று தெரியாதோ.

சைவர்கள் வைணவர்கள் ஒன்று சேர்த்து விட்டாலும் கிறிஸ்தவர்கள் கிட்டே நெருங்குவார்களோ.

வைணவர், சைவர், கிறிஸ்தவர் பொருந்திய போதிலும் மகமதியர் மகிழ்ச்சி கொள்வரோ. மகமதியர், வைணவர், சைவர், கிறிஸ்தவர் நால்-வரும் பொருந்தியபோதினும் பெரியசாதிகள், சின்னசாதிகள் பொருந்தி வாழ்வரோ.

வைஷ்ணவர்கள் இருவருக்குள்ளும் ஒத்துப் போவார்களேயானால் சைவர்கள் சண்டைக்கு வருவார்கள் என்று தெரியாதோ.

சாதிகளுஞ் சமயங்களும் பொருந்திய போதினுஞ் சகலசாதியோருஞ் சுகமாக வாழவேண்டும் என்னும் குணம் வாய்க்குமோ.

அத்தகைய்ப் பொறாமெய் குணங்களை வெளிக்குக் காட்டடாது உள்ளுக்கு வைத்திருந்த போதினுஞ் சுயராட்சியபார சதுர்வித உபாயம் விளங்குமோ ஒருக்காலும் விளங்கப் போகிறதில்லை.

அத்தகைய சதுர்வித உபாயம் விளங்கினும் இராட்சியந்திருந்த திரவியசேகர யுக்த்தி விளங்குமோ. திரவியசேகர யுக்த்தி விளங்கினும் வேற்றரசர் படை வருங்கால் அவர்களை ஜெயித்தாளும் புஜபல பராக்கிரமமுண்டோ. ‘‘குடிமி தட்ட வேண்டியதுதான்.’’

இத்தியாதி விஷயங்களில் சீர்தூக்கிசெய்யும் கருமங்களை எண்ணித் துணியாமல் வீணே துணிந்து விழலுக்கிரைத்த நீர் போல் தாங்கள் கற்றக் கல்வியின் பயனால் தாங்களுஞ் சுகமடையாது தங்களை அடுத்தக் குடிகளையுஞ் சுகமடையவிடாது சீர்கெடுப்பது இராஜாங்கத்தோர் மீதுள்ள விரோதசிந்தை என்றே விளம்ப வேண்டியதாகும்.

- 2:9; ஆகஸ்டு 12, 1908 -

இராஜ அவிரோதமாகும் இராஜவிசுவாசம் இருக்குமாயின் இராஜ விரோதிகள் ஒருவரை தெண்டிப்பதினால் பத்துப்பெயர் சேர்ந்து பரிதாபக் கூட்டம் கூடுகிறதும் இன்னும் மற்றவர்களுக்கும் உச்சாகம் உண்டாக்கத்தக்க விரோதங்களை எழுப்புகிறதும் அன்னியசரக்குகளைத் தடுக்க-வேண்டும் என்னும் ஆரவாரஞ் செய்வதுவுமாகிய வீண் விரோதங்களை விளைவிப்பார்களோ ஒருக்காலும் விளைவிக்கமாட்டார்கள்.

இத்தியாதி விஷயங்களையும் ஆராயாது செய்வது அவதிக்கிடமேயாம். தற்காலமுள்ள பிரிட்டிஷ் ராஜாங்கத்துள் இத்தேசத்தில் வாழும் சுதேசிகளே பெரும்பாலும் இராஜாங்கத்தொழில்களை நடாத்திவருகின்றார்கள். ஆங்கிலேயர்களோ அந்தந்த டிஸ்டிரிகட்டுகளில் ஒருவரோ இருவரோ இருந்து இராட்சியபாரத்தை தாங்கிவருகின்றார்கள்.

இத்தகைய இராஜ்ஜியத்தில் நமது சுதேசிகள் கருத்து எவ்வகையாகக் காணப்படுவதென்னில் ஒவ்வோர் டிஸ்டிரிக்ட்டுகளிலும் ஆங்கிலே-யருள் ஒருவர் இருவர் இருந்து நடத்தி வருந் தொழில்களையும் தடுத்து அவர்களை சீமைக்கனுப்பி விட்டு தங்கள் சகலகாரியங்களையும் நடத்திக் கொள்ள வேண்டும் என்னும் பேரவாபோலும்.

இவ்வகைப் பேரவாவுக்கு ஓர் யானைகதை உண்டு. அதை எழுதுவதில் பயனில்லை. ஆயினும் தற்காலமுள்ள ஓர் டிஸ்டிரிக்ட்டில் டிஸ்டிரிக்ட் ஜர்ஜூம், டிஸ்டிரிக்ட் மாஜிஸ்டிரேட்டும், ஜாயின்டு மாஜிஸ்டிரேட்டும் சுதேசிகளாக இருந்து குடிகளை அதிக உபத்திரவஞ் செய்வதால் அவ்விடமுள்ளக் குடிகள் யாவருஞ்சேர்ந்து பிரிட்டிஷ் ராஜாங்கத்தோருக்கு விண்ணப்பம் அனுப்பி இவ்விடமுள்ள பெருத்த உத்தியோகஸ்தர்கள் யாவரும் ஆங்கிலேயர்களாகவே இருக்கவேண்டும் என்று கேட்கப்போவதாய் தெரியவருகின்றது.

இவ்வகையாய் சுதேசிகளுக்குள்ள குறைகளை சுதேசிகளே தெரிந்துக்கொள்ள சக்த்தியற்றவர்களும் அக்குடிகளை நிவர்த்திக்க அதிகாரம் அற்றவர்களும் ஒருவரை ஒருவர் நம்ப நம்பிக்கையற்றவர்களும் ஒருவருக்கொருவரைத் தாழ்த்தி பொறாமெய் மிகுந்த ஒற்றுமெயற்றவர்களுமானோர்க்கு சுயராட்சியம் வேண்டும் என்பது வீண்கலகம் என்றே விளங்குகின்றது.

இம்மேறை உண்டாம் வீண்கலகங்களை அடக்கத்தக்க கூட்டங்கள் ஏற்பட்டு அவர்களுக்கு வேண்டிய விவகாரங்களை விளக்குவதுடன் குடிகளுக்கும் இராஜாங்கத்தாருக்கும் அன்பு பொருந்தி வாழவேண்டிய வாழ்க்கை ஒழுக்கங்களை விவரித்துவர வேண்டியது.

அன்னியதேச சரக்குகளை வாங்கவிடாமல் தடுக்கும் கூட்டத்தார் கூச்சலை அமர்த்தி அந்தந்த சரக்குகள் தங்களுடைய தேசத்தில் உண்டு செய்யத்தக்க முயற்சிகளைத் தேட வேண்டியது.

இராஜநிந்தனைக் கூட்டத்தார் கூட்டங்களில் சேராமலும் அவர்கட் பிரசங்கங்களுக்குச் செவிகொடாமலும் இடங்கொடாமலுந் தடுத்து ஒரு மனிதன் செய்யும் இராஜநிந்தனா செய்கைகளுக்கு ஆயிரங்குடிகள் அறிவின்றி படுங்கஷ்டங்களை விளக்கிக் காண்பிக்கவேண்டியது.

ஆதலின் நம்தேய கனதனவான்களும் கூட்டின் பெருத்த வியாபாரிகளும் கலை நூல் வல்லவர்களும் ஒன்றுசேர்ந்து சுயராட்சியம் வேண்டும் என்னும் கூட்டத்தாருக்கு அமைதிகூறி அவர்களுள் யாரார் சுயராட்சியம் வேண்டும் என்கிறார்களோ அவர்கள் யாவரையும் வரவழைத்து எவ்வகை ஆதரவால் எவ்வழியாய் சுயராட்சியம் நடத்தப்போகின்றீர்கள் என்று கேழ்க்க வேண்டியது.

அத்தகையக் கூட்டங்களுக்கு அவர்கள் வராமலும் தக்க மறுமொழி அளிக்காமலும் நின்று விடுவார்களாயின் இக்கூட்டத்தோரே அச்சுயராட்சியக் கூட்டத்தாருக்கு மறுப்பும், கூட்டத்தாராய் விளக்கி குடிகளை ஆதரிக்கவேண்டியது.

- 2:10: ஆகஸ்டு 19, 1908 -

அங்கங்குள்ள கனவான்கள் ஒன்று கூடி இராஜவிசுவாசக் கூட்டத்தாரென்று கூறி குடிகள் யாவரையுந் தருவித்து முற்காலத்திருந்த தேசச் சீர்கேட்டையும்,தற்கால பிரிட்டிஷ் ராஜாங்கத்தோர் செய்து வரும் சீர் சிறப்பையும் விளக்கி இராஜாங்கத்தார் மீது குடிகள் அன்பு பாராட்டவும் குடிகள் மீது இராஜங்கத்தார் அன்பு பாராட்டவுஞ் செய்ய வேண்டியது.

கனவான்கள் இத்தகைய இராஜவிசுவாசத்தைத் தற்காலம் நோக்காமல் இராமன் ஆண்டாலென்ன இராவணனாண்டாலென்னவென்னும் பாராமுகமாய் இருப்பார்களாயின் இராஜதுரோக சிந்தனையால் குடிகள் சீர்கெடுவதுமன்றி அவன் கெட்டால் நமக்கென்ன என்போரையும் அலக்கழிக்காது விடாது.

ஆதலின் நம்தேய கனவான்கள் ஒவ்வொருவரும் முன்னேறி குடிகளுக்கு நல்லறிவூட்டி இராஜவிசுவாச சுடரேற்றல் வேண்டும்.

அப்போது தான் நமக்கும் நமது தேசத்தோருக்கும் ஆறுதல் பிறக்கும். அவ்வகை ஆறுதலினால் குடிகள் ஒவ்வொருவரும் ஆங்கிலேயருக்குள்ள சுருசுருப்பையும் விடாமுயற்சியையும் பின்பற்றி தாங்களும் சுகமடைவார்கள். ஈதன்றி குடிகளுக்குள்ள இராஜதுவேஷத்தை நீக்குவதுடன் அன்னிய தேசிய சரக்கை விலக்கும் ஆர்ப்பாட்டங்களையும் அமைதி செய்யவேண்டும்.

ஏனென்பீரேல் இவ்விந்து தேசத்திற் பஞ்சம் உண்டாயதென்று கேழ்விப்பட்டவுடன் ஐரோப்பியர்களும் அமெரிக்கர்களும் ஏழைகள் மீது கருணை கூர்ந்து வேணவுதவி புரிந்தார்கள்.

அதுபோல் நந்தேயத்துள்ள கனவான்கள் ஏழைகளுக்குள்ள கஷ்டங்களை கவனித்து பஞ்ச நிவர்த்திக்கான உதவிகள் ஏதேனும் புரிந்ததுண்டோ, இல்லை.

இத்தகைய சுயப்பிரயோசன கனவான்களுக்கு உதவியாய் கற்றுமுள்ள ஏழைக்குடிகள் ஒன்றுகூடி அன்னியதேச சரக்குகளை வாங்காது விடுவது யாதுபயன்.

அன்னிய சரக்கு விலக்கினால் குடிகளுக்கு ஏதேனும் சுகமுண்டோ, வீண் குதூகலிப்பேயாம்.

அன்னியதேச விளைவாகும் கோதுமை மாவை அத்தேச வியாபாரிகள் இத்தேசத்தில் கொண்டுவந்தது முதல் நாளுக்குநாள் விலை சரசமாக விடுத்து சகலருக்கும் உணவளித்து வருகின்றார்கள்.

சுயதேச உணவாகும் அரிசியோ எனில் "நாளுக்குநாள் நகுந்ததடி யம்மானே" என்பதுபோல் ரூபாயிற்கு எட்டுபடி, ஏழுபடி, ஆறுபடி, ஐந்துபடி, நான்குபடி என்று குறைந்துக் கொண்டே வந்துவிட்டது. ஏழைக்குடிகளோ நொந்து கெட்டது.

இவ்வகையாய் அன்னியதேச சரக்குகள் நாளுக்குநாள் விருத்தியடைந்து வரவும் சுயதேச சரக்குகள் நாளுக்குநாள் குறைந்துகொண்டு வரவும் காரணம் யாதென்பீரேல்.

அன்னிய தேசத்தோருக்குள்ள விடாமுயற்சியும் கருணையும் சுதேசிகளுக்குள்ள சோம்பலும் பொறாமெயுமேயாம்.

தற்காலத் தோன்றியுள்ள இராஜதுவேஷிகள் யாதார்த்த சுதேசிகளாய் இருப்பார்களாயின் பஞ்சகாலத்தில் ஏழைகள் படும் பரிதாபத்துக்கிரங்கி பல முயற்சிகளால் பஞ்ச நிவர்த்திக்கான பாடுபட்டு பலனடையச் செய்வார்கள்.

அங்ஙனமின்றி நீங்கள் பஞ்சத்தில் மிஞ்சிகெட்டாலும் கெட்டுப் போங்கள். பெருவாரிமாறிகளால் மடிந்தாலும் மடிந்துப்போங்கள் அல்லது எங்கள் வார்த்தைக்கு இணங்கி இராஜத்துவேஷிகளாய் அழிந்தாலும் அழிந்துப்போங்கள் என்று அல்லலடையச் செய்வார்களோ, ஒருக்காலுஞ்

செய்யமாட்டார்கள்.

பொதுநல சுதேசிகளன்றி சுயநல சுதேசிகளாதலின் அரசன் கெட்டாலென்ன குடிகள் கெட்டாலென்ன என்னும் கெடு எண்ணத்தால் இத்தியாதி கேடுகளையும் விளைவித்து வீண்கலகங்களை விருத்தி செய்கின்றார்கள். மற்றுமுள்ள கனவான்கள் இத்தகைய கேடுகளுக்கு இடம்கொடாது இராஜாங்கத்தோரால் பெறவேண்டிய சுகங்கள் யாவும் சகல குடிகளின் சம்மதத்தின் பேரில் பொருத்தமுற்றதாதலின் அவரவர்கள் இஷ்டம் போல் ஒவ்வோர் கூட்டங்களைக் கூடிக்கொண்டு விதண்டவாதம் வளர்க்கலாகாதென்று தடுக்க வேண்டியது.

- 2:11; ஆகஸ்டு 26, 1908 -

அவ்வகைத் தடுக்கவேண்டிய காரணம் யாதென்பீரேல், நகர சுத்திகரிப்புக் கூட்டத்தோராகும் (முனிசிபாலிட்டியில்) சுதேசிகளே சேர்ந்து சுதேசிகளுக்குள் ஒருவரைப் பிரதிநிதியாகும் கமிஷனர்களென ஒவ்வொரு பிரிவுகளாகும் டிவிஷன்களுக்கு ஒவ்வொருவரை நியமிக்கப்பட்டிருக்கின்றது. இவர்கள் யாவரும் சுதேசிகளே யாவர்.

இத்தகையக் கமிஷனர்களால் தெரிந்தெடுக்கப்பட்டு தேசசீர்திருத்த இராஜாங்க ஆலோசனை சங்கத்தோராய் சிலர் வீற்றிருக்கின்றார்கள். அவர்களும் சுதேசிகளேயாம்.

ஈதன்றி குடிகளுக்குள்ள கஷ்ட நிஷ்டூரங்களை இராஜாங்கத்தோருக்கு விளக்கி வேண உதவி புரிய வேண்டும் என்னும் நாஷனல் காங்கிரஸ் கூட்டத்தாரும் வேறிருக்கின்றார்கள். அவர்களும் சுதேசிகளேயாம்.

அதுவும் போதாது இன்னும் குடிகளுக்குள்ள உள் சீர்கேடுகளை செவ்வை செய்ய வேண்டும் என்னும் சென்னை மஹாஜன சபைக் கூட்டத்தாரும் இருக்கின்றார்கள். அவர்களும் சுதேசிகளேயாம்.

இத்தியாதி சுதேசக் கூட்டத்தோரின் ஆலோசனையில் கலவாது கண்டவர்கள் எல்லாம் ஓர் கூட்டம் கூடிக்கொண்டு சுதேசிகள் என்பதும், நின்றவர்கள் எல்லாம் ஓர் கூட்டம் கூடிக்கொண்டு சுதேசப் பிரசங்கங்கள் செய்து தாங்கள் செய்துக் கொள்ள வேண்டிய உட்சீர்திருத்தங்களை விடுத்து இராஜாங்கத்தோரை தூஷிக்க ஏற்படுகின்றார்கள்.

அத்தகைய தூஷணாச்செயலால் தாங்கள் கெடுவதுமன்றி தங்களை அடுத்த அறியாக் குடிகளையும் அவதிக்குள்ளாக்கிவிடுகின்றார்கள்.

ஆதலின் கனவான்கள் ஒவ்வொருவரும் இதனை தேற ஆலோசித்து வீண் கூட்டத்தோரைத் தடுத்து இராஜவிசுவாசத்தைக் கொடுத்துக் குடிகளை ஆதரித்தல் வேண்டும்.

இவற்றிற்கு மாறாக சிலர் கூறுவாரும் உண்டு. அதாவது காங்கிரஸ் கூட்டத்தார் நமது இராஜாங்கத்தோருக்கு எவ்வளவோ தெரிவித்தும் அவர்கள் கவனிப்பதில்லையே என்கின்றார்கள். அஃது விசாரிணைக் குறைவேயாம்.

காங்கிரஸ் கமிட்டியார்க் கூறுவதில் இராஜங்கத்தோருக்கு ஏதேனும் தோற்றுமாயின் அக்குறைகளை உடனுக்குடன் நிவர்த்தி செய்தும் இருக்கின்றார்கள். நிவர்த்தி செய்துக் கொண்டும் வருகின்றார்கள்.

இராஜாங்கத்தோர் குடிகள் மீது அதிக வரிகளை ஏற்படுத்துகிறார்கள் என்று கூச்சலிடுகின்றார்கள். அவைகளும் வீண்கூச்சலேயாம்.

அதாவது (ரெவினியுவை) ச்சார்ந்த வரி வசூல்களை சுதேச கவுன்சல் மெம்பர்கள் காணாததல்ல. முநிசபில் வரி வசூல்களை சுதேச கமிஷனர்கள் காணாததல்ல. சுதேசிகளைக் கொண்டே வரிகளைத் தாழ்த்துவதும் உயர்த்துவதும் அநுபவத்தில் இருக்க இராஜாங்கத்தோரை குறைகூறுவது பிசகேயாம்.

வரிகளை அதிகப்படுத்துவோரும் அவற்றை வசூல் செய்கிறவர்களும் வாதைப்படுகிறவர்களும் யாவரென்று நாட்டுப் புறத்தோரை விசாரித்தால் நன்கு விளங்குமே.

இன்னும் நாளதுவரையில் நாட்டுப் புறங்களிலுள்ளக் குடிகள் சாவியடைந்த பூமிகளையும் விளைந்த பூமிகளையும் ஆங்கிலேய உத்தியோகஸ்தர்களே நேரில் வந்து பார்வையிட்டு வரியிறை ஏற்படுத்துவார்களாயின் சுகமடைவோம். அங்ஙனமின்றி சுதேச உத்தியோகஸ்தர்கள் வரலாகாதென்று அவரவர்கள் தேவதைகளுக்குத் தேங்காய் உடைக்கின்றார்களே இஃது யாவரும் அறியா விஷயமோ.

சுதேச உணர்ச்சி வந்துவிட்டபடியால் சுதேசிகளை இனி வருத்த மாட்டார்கள். சுயராட்சியமும் செவ்வனே செய்வார் என்பாரும் உண்டு.

தற்காலம் அந்தஸ்திற்கு வந்துள்ளக் குடிகள் சுதேச எழியக் குடிகளை வருத்தாமல் சுயராட்சியஞ் செய்வரோ, ஒருக்காலுஞ் செய்யமாட்டார்கள். பரோபகார அனுபவமும், இராஜ பக்த்தியும், வல்லபமும் இவர்களுக்குக் கிடையாது.

காரணம் - அந்தந்த டிஸ்டிரிக்ட்டுகளிலுள்ள ஆலய வழக்குகளை அவர்களுக்குள்ளே தீர்த்துக் கொள்ளத்தக்க ஆலோசனையும் சக்த்தியும் இல்லாமல் ஆங்கிலேய நீதியதிபர்களைக் கொண்டே நியாயம் தீர்த்துக் கொள்ளுகின்றார்கள்.

- 2:12; செப்டம்பர் 2, 1908 -

இதன் அனுபவத்தை அறிய வேண்டுமாயின் காஞ்சிபுரத்தில் சுதேசிகளுக்குள் நேரிட்ட வடகலை தென்கலை கலகத்தை ஏதேனும் தங்களுக்குள் அடக்கி ஆண்டுக் கொண்டார்களா.

திரிசிரபுறத்தில் சுதேசிகளுக்குள் நேரிட்ட வடகலை தென்கலை வழக்கை ஏதேனும் தங்களுக்குள் அடக்கி ஆண்டுக் கொண்டார்களா, இல்லையே.

இச் சென்னையிலுள்ள சுதேசிகளின் ஆலய தர்மகர்த்தாக்கள் நியமன வழக்கை ஏதேனுந் தங்களுக்குள் அடக்கி ஆண்டு கொண்டார்களா, இல்லையே.

இத்தகைய சொற்ப ஆலய வழக்குகளைத் தங்களுக்குள் அடக்கியாள சக்த்தியற்றவர்கள் ஓர் தேசத்தைக் கட்டியாளுவோம் என வெளி-வந்தது விந்தையேயாம்

விந்தையிலும் நிலையற்ற விந்தை என்று விளங்குகின்றது. அதாவது, தற்காலம் இத்தேசத்திலுள்ள ஓர் மனிதனை நோக்கி ஐயா, நீவிர் யாவருடைய ஆளுகையில் இருக்கின்றீர் என்றால் அவன் கூசாமல் நான் ஏழாவது எட்வர்ட் சக்கிரவர்த்தியின் ஆளுகையில் இருக்கின்றேன் என்பான்.

இந்த சுதேசிகள் வசம் சுயராட்சியம் அளித்த பின்னர் ஒருவனை நோக்கி நீவிர் யாவராளுகையில் இருக்கின்றீர் என்றால் யாது கூறுவான். நாங்களே ஆண்டுக் கொள்ளுகிறோம் என்பனோ, அன்றேல் ஆளுகைக்கதிபராய் எங்களுக்குள்ள சுதேசிகளில் ஒருவரைத் தெரிந்தெடுத்துக் கொள்ளுவோம் என்பார் போலும்.

சுதேசிகளின் சொற்பக் கோவில்களுக்கு ஓர் தருமகர்த்தாவைத் தெரிந்தெடுத்துக் கொள்ளுவதற்குள்ளாக உனக்கெனக் என்னும் உள் விரோ-தங்கள் உண்டாய் பெரும்போர் பிறந்து பிரிட்டிஷ் நியாயாதிபதிகளால் தருமக்கர்த்தாக்களை நியமிப்பது அநுபவத்தில் இருக்க சுதேசிய சுயராட்-சியத்திற்கு ஒருவரை நியமிக்குங்கால் உண்டாகுங் கலகங்களை நிவர்த்திக்க யாரிடஞ் சென்று தீர்த்துக் கொள்ளுவார்களோ விளங்கவில்லை.

சுதேசிய சுயராட்சியத்தில் அவ்வகைக்கலகம் நேரிடுமாயின் பிரிட்டிஷ் அதிபர்களைத் தருவித்தே தீர்த்துக் கொள்ளுவோம் என்பாராயின் காலத்திற்குக் காலம் அவர்களே வந்து ஒவ்வொருவரை நியமிப்பதைப் பார்க்கினும் அவர்களேயிருந்து ஆளுகைச் செய்வது அழகா என்பதை சகலரும் அறிந்துக் கொள்ள வேண்டியதேயாகும்.

இத்தகைய சுதேசக் குடிகளின் குணாகுணங்களையும் ஆங்கிலேய அரசர்களின் ஆளுகைகளையும் தேற விசாரியாது காக்கை ஒன்று காகா என்றவுடன் காரமின்றி மற்றக் காகங்கள் யாவும் கா- கா சென்று கலந்து கூச்சலிடுவது போல் சுதேசியம் என்று ஒருவர் சொன்னவுடன் அதன் கருத்து இன்னது இனியதென்று உணராது எல்லோரும் கூடிக் கொண்டு சுதேசியம் சுதேசியம் எனக் கூச்சலிடுவது அழகின்மையே ஆகும்.

நமது தேசத்தை சீருஞ் சிறப்பும் பெறச் செய்வது வித்தியாவிருத்தியின் கூச்சலும், விவேக விருத்தியின் கூச்சலும், ஈகை விருத்தியின் கூச்சலும், சன்மார்க்க விருத்தியின் கூச்சலுமேயாம்.

இவைகளை விடுத்து நமது தேயத்தில் பொய்வேஷ வித்தியாவிருத்திகளும், பொய் வார்த்தை விருத்திகளும் நாளுக்குநாள் அதிகரித்துவ-ருவதை தற்கால வங்காள விருத்தாந்தத்தில் அறியலாம்.

அதாவது வங்காளம் மைமன்சிங் ஜில்லா பாஜித்பூரிலுள்ள சில சுதேசிகள் போலீஸ் கான்ஸ்டேபில்களைப் போல் வேஷந்தரித்துக் கொண்டு பொய்வாரண்டொன்று தயார் செய்து ஓர் சுதேசகனவான் வீட்டில் சென்று சோதிக்க நுழைந்து அவனுக்குள்ள சாமானங்களையும் நோட்டுக-ளையும் எடுத்துக் கொண்டு போய்விட்டார்களாம். இத்தகைய வித்தையில் மிகுந்த சுதேசிகள் இன்னும் எத்தகைய வித்தையில் சுயராட்சியம் செய்வார்கள் என்பதை சுருக்கத்தில் ஆலோசிக்குங்கால் மீனை மீன் பிடித்துண்பது போல் சுதேசிகளே சுதேசிகளை வதைத்து சுகக்கேட்டை உண்டு செய்வார்கள் போலும்.

- 2:13; செப்டம்பர் 9, 1908 -

அதாவது நமது தேயத்தோர் நூதனமாக சாதிகளை ஏற்படுத்திக் கொண்டு உப்பு அதிகரித்தால் நீரும், நீரதிகரித்தால் உப்புமிட்டுக் கொள்-ளுவதுபோல் தங்களுக்கு லாபமும் சுகமும் கிடைக்கக்கூடிய இடங்களில் சாதியில்லை என்பது போல் நடித்து அன்னியர் தங்களுக்கு லாபமும் சுகமும் கோறும் இடங்களுக்கு சாதி உண்டு என்று நடிப்பது வழக்கமாதலின் சாதிபேதம் இல்லா திராவிடர்கள் யாவரும் அஞ்ச வேண்டிய-வர்களேயாம்.

காரணம் யாதென்பீரேல், புத்ததன்மங்களையும், பௌத்தர்களையும் பாழாக்கிய வேஷபிராமணர்கள் தங்கள் சீவனத்திற்காய் நூதனமாக ஏற்-படுத்திக் கொண்ட சாதிகளையும், மதங்களையும் பரவச்செய்தற்கு தங்களுக்கு எதிரிகளாக நின்ற சாதிபேதமற்ற திராவிடர்கள் தங்கள் சாதிக்-கும், மதத்திற்கும் அன்னியப்பட்டவர்களாதலின் அவர்களை பராயர் பரயமர் என்று கூறி அவ்வாக்கியத்தையே பறையர் பறையர் என்றுந் தாழ்ந்தசாதிகள் என்றும் வகுத்து பலவகையாலும் துன்பஞ் செய்து நசித்து வருங்காலத்தில் கருணைதங்கிய பிரிட்டிஷ் ராஜாங்கத்தோர் வந்து தோன்றி வாடி மடிந்துபோகத்தக்க பயிர்கள் நீரைக் கண்டவுடன் நிமிர்ந்து சீவித்தது போல் சாதிபேதமற்ற திராவிடர்கள் தங்களுக்கு நேரிட்டு-வந்த சில துன்பங்கள் தவிர்ந்து சுகமுற்றார்கள்.

அக்காலத்தில் பிரிட்டிஷ் இராஜாங்கத்தோர் இத்தேசத்துப் படைவீரரை நியமிக்குங்கால் சாதிகளையே சதமென்று நம்பியிருந்தவர்கள் யாவ-ரும் பட்டாளங்களிலும், சாப்பிரிஸ்மைனரிலும் போய்ச்சேர்ந்தால் தங்கள் சாதி கெட்டுப்போமென்று விலகிவிட்டார்கள்.

சாதிபேதமற்ற திராவிடர்களோ அவ்வகையில் விலகாமல் பிரிட்டிஷ் ராஜரீக ராணுவங்களில் சேர்ந்து காடுமலைவனாந்திரங்களை சீர்திருத்தி தேசத்திற்கு தேசவழிகளை உண்டு செய்து யுத்த களங்களில் உயிர்கொடுத்து உதிரஞ்சிந்த பாடுபட்டார்கள்.

உயித்தியங்கள் யாவும் அடங்கி தேசங்கள் சீர்பெற்று சாதிபேதமற்ற திராவிடர் சுகித்திருப்பதை சகியாமல் பட்டாளங்களில் சேர்ந்தால் சாதி கெட்டுப்போமென்று விலகிநின்றவர்கள் யாவரும் பட்டாளங்களில் வந்து சேர்ந்து சாதி பேதமற்ற திராவிடர்களுக்கு இடம் கிடைக்காமல் செய்-துவிட்டார்கள், செய்தும் வருகின்றார்கள்.

பிரிட்டிஷ் ராஜாங்கத்தோர் வந்து தோன்றி இராணுவ உத்தியோகஸ்தர்களுக்கும், குடிகளுக்கும் வைத்தியசாலைகளை நியமித்தபோது அப்-பாத்தகிரிகளிலும், டிரசர்களிலும், கம்பவுண்டர்களிலும் சேர்ந்தால் பிணங்களை அறுக்க வேண்டும், பலசாதிகளைத் தொடவேண்டும் என்று பிராமண மதஸ்தர்கள் யாவரும் சேராமல் விலகிவிட்டார்கள்.

சாதிபேதமற்ற திராவிடர்களோ யாதொரு களங்கமுமின்றி அவ்வுத்தியோகங்களில் பிரவேசித்து யுத்தகளங்களிலும் சென்று யுத்தவீரர் களையும் கார்த்து தங்களுயிர்களையும் கொடுத்து உதிரமும் சிந்தப்பாடுட்டதுமன்றி வைத்திய சாலைகளிலுள்ள சகலசாதி வியாதியஸ்தர்களையும் அன்புடன் ஆதரித்து வியாதிகளைப் பரிகரித்துவந்தபடியால் சகலராலும் மதிக்க நாகரீகமும் சுகமும் பெற்றிருந்தார்கள்.

அவர்கள் சுகத்தையும், நாகரீகத்தையும், நன்மதிப்பையும் பார்த்துவந்த சாதியாசாரமுடையவர்கள் மனம் சகியாமல் பலசாதி பிணங்களை அறுப்பதால் சாதி கெட்டுப்போம். பற்பலசாதியோரைத் தொடலால் சாதி கெட்டுப்போம் என்று விலகினின்ற பிராமணமதஸ்தர்கள் யாவரும் வைத்தியசாலை உத்தியோகங்களில் வந்துசேர்ந்துவிட்டார்கள். அதினால் இத்தேச சீர்திருத்த காலங்களிலும், யுத்தகாலங்களிலும் பாடுபட்ட சாதிபேதமற்ற திராவிடர்களுக்கு வைத்தியசாலை உத்தியோகமுங் கிடைப்பதரிதாகிவிட்டது.

ஈதன்றி பிரிட்டிஷ் துரைத்தனத்தில் பரோபகார மிஷநெரிகளால் ஏற்படுத்திய கலாசாலைகளில் பிராமணமதஸ்தர்கள் மட்டிலும் வாசிக்கலாம் மற்றவர்களைச் சேர்க்கலாகாதென்று தடுத்து சாதிபேதமற்ற திராவிடர்களை பறையர்கள் என்றும், தாழ்ந்த சாதிகள் என்றும் கூறி கல்வியும் கற்கவிடாமல் பரோபகார கல்வி கற்பிக்கும் மேலோர் மனதையும் கெடுத்துக் கொண்டே வந்தார்கள்.

இத்தகைய நீச்சகுணங்களையும் பொறாமெய் செயல்களையும் நாளுக்குநாள் பார்த்துவந்த மேலோர்களாகும் ஆங்கிலேயர்கள் கருணைகூர்ந்து சாதிபேதமற்ற திராவிடர்களுக்குள்ள இடுக்கண்களையும், துன்பங்களையும் அமேரிக்கர்களுக்கும், ஐரோப்பியர்களுக்கும் விளக்கி சில பொருள் சேகரித்து இவர்களுக்கென்று பிரத்தியேக கலாசாலைகளை நியமித்து கல்விகற்பிக்குங்கால், இவர்கள் பறையர்கள் தாழ்ந்தசாதியார் எங்கள் குலத்துப் பிள்ளைகளுடன் உட்காரலாகாது, தீண்டலாகாது, நெருங்கி நிற்கலாகாது என்று ஏழைகளின் கல்விவிருத்திக்கு இடுக்கண் செய்து வந்த வகுப்பினரே தற்கால ஏழைப் பிள்ளைகள் கலாசாலைகளுக்கு உபாத்திமார்களாகவும் பார்வையோர்களாகவும் அமர்ந்து சேரிகளிலுள்ளப் பாடசாலைகளில் தாங்கள் கொண்டுவரும் புசிப்பை உண்ணவும் சலபானம் அருந்தவும் இருக்கின்றார்கள்.

- 2:14; செப்டம்பர் 16, 1908 -

கிறிஸ்துமத மிஷநெரிமார்கள் இத்தேசத்தில் வந்து தங்கள் மதத்தைப் பரவச் செய்தபோது சாதிபேதமுடைய பிராமண மதஸ்தர்கள் அவர்களை இழிவாகக் கூறி அவர்கள் மதம் பரவக்கூடா இடுக்கங்களைச் செய்துவந்தார்கள்.

சாதிபேதமற்ற திராவிடர்களோ யாதொரு களங்கமுமின்றி அம்மதத்துள் பிரவேசித்து அந்த துரைமக்கள் கருணையால் பி.ஏ. எம்.ஏ., முதலிய கவுரதா பட்டங்களும் பெற்று நாகரீகமுற்று காடு மலை வனம் வனாந்திரங்களைச் சுற்றி கிறீஸ்துமத வாக்கியங்களைப் போதித்து எங்கும் அம்மதத்தைப் பரவச் செய்து வந்தார்கள்.

சாதிபேதமற்ற திராவிடர்களால் கிறீஸ்துமதம் பரவியதுமன்றி சாதிபேதத்தால் தங்களுக்கு உண்டாயிருந்த சில இடுக்கங்களும் நீங்கி சுகவாழ்க்கையைப் பெற்றார்கள்.

அவர்கள் சுகவாழ்க்கையைக் கண்ணால் பார்க்கப்போறாத சாதிபேதமுடைய பிராமணமதஸ்தர்கள் கிறீஸ்துமத்தில் வந்து சேர்ந்து சாதியையும் வைத்துக் கொண்டு ஆதியில் இக்கிறிஸ்து மதத்தை கற்களின் அடியும், தடியடியும், சாணங்களின் அடியும் பட்டு விடாமுயற்சியால் பரவச்செய்துவந்த சாதிபேதமற்ற திராவிடர்களுக்கு தற்காலம் அம்மதத்தில் யாதொரு சுகமும் இல்லாமல் போய்விட்டது.

இத்தகைய அனுபவங்களால் சாதிபேதமுள்ளக் கூட்டத்தார்வசம் சுயராட்சியங் கிடைக்குமாயின் சாதிபேதமற்ற திராவிடர்களையே முன்பு கெடுத்துப் பாழாக்கிப் பதங்குலையச் செய்துவிடுவார்கள் என்பதற்கு ஆட்சேபமில்லை.

காரணம், இச்சாதிபேதமற்ற திராவிடர்களையும் புத்தமார்க்கத்தையும் நசிக்க வேண்டி பௌத்தர்களை பறையர்கள் என்றும், தாழ்ந்தசாதிகள் என்றும் வகுத்து பறையர் என்னும் பெயரை பலவகையாலும் பரவவேண்டிய உபாயங்களையுஞ் செய்து ஊரிலுள்ள சுத்தஜலங்களை மொண்டு குடிக்க விடாமலும், குளிக்கவிடாமலும், அம்பட்டர்களை சவரஞ் செய்யவிடாமலும், வண்ணார்களை வஸ்திரமெடுக்க விடாமலும் தடுத்து அசுத்த நிலையடையச் செய்து நூதனமாக இத்தேசத்தில் குடியேறி வருபவர்களுக்குக் காண்பித்து இவர்கள் பறையர்கள் தாழ்ந்தசாதியோரென்றும் கூறி அவர்கள் மனதையும் கெடச்செய்து இவர்களை தலையெடுக்கவிடாமல் செய்ததுமன்றி கருணைதங்கிய பிரிட்டிஷ் துரைத்தனத்தில் இராணுவ உத்தியோகங்களிலும், பிரோட்டிஸ்டாண்டு கிறீஸ்து மதத்திலும் பிரவேசித்து கல்வியும், செல்வமும் நாகரீகமும் மிகுத்துவருங்கால் அவர்கள் சுகத்தைக் கண்டு மனஞ்சகியாத சாதிபேதமுள்ளவர்கள் யாவரும் மேற்சொன்னபடி உத்தியோகங்களிலும், மதத்திலும் பிரவேசித்து சாதிபேதமில்லா திராவிடர்களுக்கு அங்குஞ் சுகம் கிடைக்கவிடாமல் செய்துவிட்டதுமன்றி செய்தும் வருகின்றார்கள்.

இதற்கு பகரமாய் தற்கால சுதேச விருத்திக் கூட்டத்தார் பணஞ் சேகரிக்கும் விஷயங்களில் சாதிபேதம் கிடையாது, சகலசாதியோரிடத்திலும் பணம் வசூல் செய்யலாம் என்று கூட்டங்களிலும், பத்திரிகைகளிலும் பயிரங்கமாகப் பேசியும், எழுதியும் வருகின்றார்கள்.

இவற்றை சகல பத்திரிகைகளிலுங் காணலாம். இவ்வகையாய்ப் பணஞ்சேகரிக்கும் காலத்தில் மட்டும் சாதிபேதம் கிடையாது என்று கூறி வசூல் செய்கின்றவர்கள் அத்தொகையைக் கொண்டு ஜப்பான், அமேரிக்கா முதலிய தேசங்களுக்கு வித்தை கற்கும்படி சிறுவர்களை அனுப்புங்கால் சாதிபேதமில்லாமல் சகலசாதி சிறுவர்களையும் அனுப்புகின்றார்களா.

இவர்கள் ஆரம்பித்துச் செய்யும் கைத்தொழிற்சாலைகளிலேனும் சகலசாதி பிள்ளைகளையும் வைத்து வித்தை கற்பிக்கின்றார்களா இல்லையே.

பணஞ்சேகரிக்கும் காலத்தில் மட்டும் சாதிகிடையாது. அப்பணத்தைச் சிலவிடுங்கால் சாதி உண்டென்பது ஓர் சுதேசியக் கூட்டமாகுமா. இவர்கள் செயலும் நிலைபெறுமா. இவர்கள் வித்தையும் விருத்தியடையுமா. இதன் பலன் தன்னவரன்னியரென்னும் பட்சபாதம் அற்றவர்களுக்கே விளங்கும்.

- 2:15; செப்டம்பர் 23, 1908 -

தன்னவர் அன்னியர் என்று எக்காலும் பிரிவினையால் தங்களை உயர்த்தியும் ஏனையோரைத் தாழ்த்தியும் சீவிக்கும் சுயப்பிரயோசனமுடையார்க்கு இதன் அந்தரார்த்தம் விளங்காது.

சில பெரியோர் தேசபிமானத்தால் கூட்டம் கூடுவதும், பத்திரிகைகளில் பேசுவதுமேயன்றி இராஜவிரோதம் கிடையாது என்று வெளிவந்திருக்கின்றார்கள்.

இராஜபிமானமற்றவர்களுக்கு தேசாபிமானம் உண்டு எனில் விவேகிகள் ஏற்பரோ. யதார்த்த தேசாபிமானிகளாயின் இராஜாங்கத்தோரை விரட்டித் துறத்திவிட்டு சுயராட்சியம் ஆளவேண்டும் என்னும் கூட்டங்கள் கூடுவரோ. பலவகை விரோதவாக்கியங்களைப் பத்திரிகைகளில் தீட்டுவரோ, இராஜாங்கத்தோர் செல்லும் பாதைகளில் வெடிகுண்டுகளைப் புதைத்து வீண்கலபை செய்வர்களோ. அத்தகைய வீணர்களை அரசாங்கத்தோர் பற்றி நீதி செலுத்துங்கால் அவர்களுக்கு உதவியாய்ப் பரிதாபக் கூட்டங்கள் கூடுவரோ, ஒருக்காலும் கூட்டமாட்டார்கள்.

எட்டினால் குடிமி எட்டாவிடில் பாதமென்னும் பழமொழிக்கிணங்க சுதேசிகளாகும் விவேகமிகுத்தோர் எத்தகைய மிதவாதம் கூறினும் அவற்றை செவிகளில் ஏற்காது அமிதவாதத்தையே ஆனந்தமாகக் கொண்டாடியதால் அரசாங்கத்தோர் முநிந்தளித்த அடியோடு தேசாந்திர சிட்சையும், ஐந்துவருட தேசாந்திரசிட்சையும், ஆறுவருட தேசாந்திர சிட்சையும் விளங்கியப்பின்னர் அமிதவாதத்தையும் விட்டு அரசாங்க விசுவாசமே ஆனந்தம் என்று கூறி வெளிவருகின்றார்கள்.

இஃது யதார்த்த இராஜவிசுவாசம் ஆகுமோ, ஒருக்காலும் ஆகா. இவைகள் யாவும் சமயயுக்த்தம்), சமயதந்திரம், சமயோபயோகசாராங்களேயாகும். இத்தகைய யுக்த்தியால் நந்தேயம் ஒருக்காலும் சீர்பெறமாட்டாது.

சுவற்றை வைத்துக் கொண்டு சித்திரம் எழுத வேண்டும் என்னும் பழமொழிக்கிணங்க நம்மை வித்தையிலும், புத்தியிலும் சீர்திருத்தி சகலவிஷயங்களிலும் சுகமுற்று வாழச் செய்துவரும் பிரிட்டிஷ் ராஜாங்கமே இவ்விடம் நிலைத்திருக்கவேண்டிய ஆதாரங்களை முன்பு தேடிக்கொண்டு ஆங்கிலேய வித்தியா புருஷர்களில் ஒவ்வொருவரைக் கைத்தொழிற்சாலை அதிபதிகளாகவும், இயந்திரசாலைகள் அதிதிகளாகவும் நிருமித்து சீர்திருத்த காரியாதிகளைச் செவ்வைச் செய்வோமாயின் நம்முடைய தேசத்து செம்மறியாடுகள் அவர்கள் மேய்ப்புக்கடங்கி சகல காரியாதிகளுக்கும் ஒடுங்கி வித்தைகளில் விருத்தி பெறுவார்கள்.

அங்ஙனமின்றி ஆங்கிலேயர் துரைத்தனத்தையும் அழித்துவிட்டு ஆங்கிலேயர்களையும் துரத்திவிட்டு ஆட்சி செய்யலாம் என்று எண்ணுவார்களாயின் அவன் சாதிக்கு நான் தாழ்ந்தவனோ, இவன் சாதிக்கு அவன் தாழ்ந்தவனோ, உவன் சாதிக்கு அவனுயர்ந்தவனோ என்னும் சாதி கர்வத்தினாலும், என்சுவாமியைவிட, அவன் சுவாமி பெரிதோ அவன் சுவாமியைவிட என்சுவாமி சிறிதோ என்னும் மதகர்வத்தினாலும், என்னைவிட அவன் அதிகங்கற்றவனோ அவனைவிட இவன் அதிகங்கற்றவனோ என்னும் வித்தியா கர்வத்தினாலும், என்னிலும் அவன் அதிகபணக்காரனோ, அவனிலும் இவன் அதிகப் பணக்காரனோ, என்னும் தனகர்வத்தினாலும் ஒருவன் வார்த்தைக்கு மற்றொருவன் அடங்காமலும், மற்றொருவன் வார்த்தையை சிற்றறிவோன் கற்காமலும், வித்தியாவிருத்திகளைப் பெருக்காமலும் ஒவ்வொருவருக்குள்ள சாதிபேத சமய பேதங்களால் விரோதசிந்தையையே பெருக்கி வித்தையும் புத்தியும் கெட்டு வீணே சீர்கெடுதலாகும்.

- 2:16; செப்டம்பர் 30, 1908 -

இன்னும் அவற்றிற்குப் பகரமாய் நமது தேசமாகிய இந்தியாவிலிருக்கும் ஜனத்தொகை ஏறக்குறைய முப்பது கோடியேயாகும்.

இம்முப்பதுகோடி ஜனங்களுள் நூற்றிற்கு 97 - பெயர் வாசிப்பறியாதவர்கள். இவற்றுள் புருஷருக்குள் 10 - பெயரில் ஒருவருக்கும், இஸ்திரீகளுக்குள் 150 - பெயர்களுக்குள் ஒருவளுக்கும் கல்வி பயிற்சி இருப்பதாக விளங்குகின்றது.

இத்தகைய கல்விபயிற்சியில் வித்தியாவிருத்தி கல்வியிலிருப்பவர்கள் நூற்றிற்கு ஒருவரும் உலக விருத்திக் கல்வியிலிருப்பவர்கள் ஆயிரத்தில் ஒருவரைக் காண்டலும் அறிதேயாகும்.

சீர்சிறந்த ஜப்பானியரை நோக்குகையில் கல்வி பயிற்சியிலுள்ளவர்கள் புருஷர்கள் நூற்றிற்கு தொண்ணூற்றொருவரும், இஸ்திரீகள் நூற்றிற்கு எழுபத்தொன்பது பேருமாக விளங்குகின்றார்கள்.

அமேரிக்கா முதலிய தேசத்தவர்களோ அதனினும் பெருந்தொகை உடையவர்களே யாவர்.

இவற்றுள் ஓர் மனிதனுக்கு அறிவுவிருத்தி பெறவேண்டுமாயின் முதலாவது கல்வி விருத்தி வேண்டும். அதற்கு உதவியாய் செல்வ விருத்தி வேண்டும். இவ்விரண்டும் உண்டாயின் வேண்டியவிருத்திக்கு ஆளாவான்.

நம்முடையதேசத்தவர்களுள் ஆயிரங் குடிகளை வட்டியால் அர்த்தநாசஞ் செய்து ஆயிரத்தில் ஒருதனவந்தர் விளங்குவார்.

ஐரோப்பா, அமேரிக்கா முதலிய தேசத்தவர்களோ மின்சாரத்தாலும், புகைரதத்தாலும், தந்திகள் சங்கதியாலும் ஆயிரங் குடிகளுக்கு ஆனந்த உபகாரஞ் செய்து ஆயிரத்துள் நூறு தனவந்தர்கள் தோன்றுகிறார்கள்.

இத்தகைய வித்தையிலும் புத்தியிலும் சிறந்தவர்களாக இருப்பதுமன்றி புருஷர்களும் இஸ்திரீகளும் கல்வி விருத்திப் பெற்று விவேகிகளாக விளங்குகின்றார்கள்.

அவ்விவேக மிகுதியால் அவர்கள் செய்யும் அரசாங்கமானது தன்னவரன்னியரென்னும் பட்சபாதமில்லாமலும், தன்னாடு புறநாடென்னும் களங்கமில்லாமலும் சீர்திருத்தி சிறப்புறச் செய்துவருகின்றார்கள்.

நமது தேசத்திலுள்ள சில சாதியோர் தங்கள் சுயப்பிரயோசனங்களுக்காய் யாவரையும் கல்வி கற்கவிடாத ஏதுக்களைச் செய்துவந்ததுமன்றி இஸ்திரீகளுக்குக் கல்வியின் சப்தமே கேட்கவிடாது செய்துவிட்டார்கள்.

காரணம் யாதென்பீரேல் இத்தேசத்து பேதை மக்களுக்குத் தாங்களே உயர்ந்தசாதிகள் என்றும் தாங்களே சுவாமிகள் என்றோதி வஞ்சித்துப் பொருள் பறித்து தின்றவர்களாதலின் ஏனைய மக்கள் கல்விகற்றுக் கொள்ளுவார்களாயின் தங்களது வஞ்சகக் கூற்று விளங்கிவிடுவதுமன்றி தங்கள் சுகசீவனத்திற்கும் கேடுண்டாகும் என்று எண்ணி சகலருக்கும் கல்வி விருத்தி பெறக்கூடா தடைகளையே செய்துவந்தார்கள்.

அத்தகைய இடுக்கத்தால் புருஷர்களில் நூற்றிற்கு ஒருவனையும், இஸ்திரீகளில் ஆயிரத்துள் ஒருத்தியையும் கல்வி கற்றவர்கள் என்று கூறுதற்கு ஆதாரம் இல்லாமல் போயது.

அக்காலத்தில் கருணைதங்கிய பிரிட்டிஷ் ராஜாங்கம் வந்து தோன்றி ஆங்கிலேய மிஷநெரி பாதிரிகளின் நன்னோக்கத்தால் எங்கும் கலாசாலைகளை ஏற்படுத்தி கல்விவிருத்தி செய்வதனால் புருஷருள் நூற்றிற்கு பத்து பெயரும், இஸ்திரீகளுள் நூற்றிற்கு ஒருத்தியும் கல்வி கற்றவர்கள் என்று சொல்லவும், கேழ்க்கவும் வெளிவந்து வித்தியாவிருத்தி செய்கின்றார்கள்.

இத்தகைய சொற்பக்கல்வியைக் கற்றவுடன் தீட்டியமரத்தில் கூர்பார்ப்பதுபோல் செய்நன்றியை மறந்து சுயராட்சியம் கேழ்க்க வெளிவந்தது சூன்யவிருத்தி என்னலாகும்.

அதாவது - தற்கால கல்விவிருத்தி பெற்றுள்ளோர் கணக்கின்படிக்கு சுயராட்சியமென்னும் வார்த்தையின் (பொருளறிந்தோரை) நூற்றிற்கு ஒருவரையேனும் காண்பதரிது.

- 2:17: அக்டோபர் 7, 1908 -

சுதேசம் என்னும் வார்த்தையின் பொருளும், சுயராட்சியம் என்னும் வார்த்தையின் பொருளும் தெள்ளற விளங்காதப் பெருந்தொகையார் வசம் இராட்சியபாரம் ஏற்றுவதானால் அவர்கள் தாங்குவரோ.

அவ்வகை ராட்சியபாரத்தைத் தாங்கச் செய்து தன்னவர் அன்னியரென்னும் பேதமில்லாமல் நடத்தும் களங்கமற்ற நெஞ்சினர் களிருக்கின்றனரோ. அன்னோரையும் காண்பதரிது.

இத்தகைய சுயராட்சியம் கேட்போர் வசம் இந்துதேசத்தை அளித்த பின்னர் தற்காலம் ஐதிராபாத்தில் நேரிட்ட துக்கசம்பவம் உண்டாகி இருக்குமாயின் இச்சுதேசிகள் என்போர் யாது உதவி செய்திருப்பர்.

அவனென்னசாதி இவனென்னசாதி அவனென்ன சமயம் இவன் என்ன சமயம் என்றுக் கேட்டுக் கொண்டே சுயநலம்நாடி ஓடியிருப்பார்கள்.

அதற்குப் பகரமாய் தற்கால ஐதிராபாத்து விபத்தில் ஓர் இந்து மனிதனிருந்து ஆதரித்தான் என்னும் வதந்தியும் கிடையாது. இந்துக்கள் விஷயமாக எழுந்த வதந்திகள் யாதென்னில் செக்கின்றாபாத்திலும் ஜலம் பெருகிவிடும் என்று பயந்து தங்கள் சொத்துக்களை சுருட்டிக் கொண்டு அவர்கள் முன்வாசதேசஞ் சென்று விட்டார்கள் என்பதேயாம்.

பிரிட்டிஷ் ராஜாங்க ஆங்கிலேயர்களோ எனில் தங்கள் பிராணனையும், சொத்துக்களையும் ஓர் திரணமாகக் கருதி ஜலத்தில் இறங்கி மனிதசீவர்களையும், மிருக சீவன்களையும் காப்பாற்றி கரைசேர்த்திருக்கின்றார்கள்.

இவ்வகை ஆபத்து பந்துவாக விளங்கிய ஆங்கிலேயருள் சிலர் ஏழைகளைக் கார்க்க முயன்று நீரிலிறங்கி அவர்களும் காணாமலிருப்பதாகத் தெரிகின்றது.

இத்தகைய சுத்தவீரமும், உத்தமகுணமும் வாய்த்த பிரிட்டிஷ் ராஜாங்கத்தை ஓட்டிவிட்டு சுத்தவீரமற்ற அதமகுணத்தோர் ஆளுவோம் என்பது அந்நியாயமேயாகும்.

ஏகமதம், ஏகசாதி, ஏகபாஷையுடைய ஓர் தேசத்தையாளும் அரசனுக்குள்ள கஷ்டநிஷ்டூரங்களையும், இராஜகீயச் செயல்களையும், மந்திராலோசனைப் பெருக்கல்களையும் உய்த்துணர்வோமாயின் பலமதம், பலசாதி, பாஷை பெருத்த தேசக்குடிகளை எத்தகையாலாண்டு சாட்சியாபாரம் தாங்குவோம் தாங்கமாட்டோம் என்னும் பகுப்பு தெள்ளற விளங்கும்.

இங்குள்ள மதபேத விரோதங்களையும், சாதிபேத விரோதங்களையும், பாஷைபேத விரோதங்களையும், இவர்களை ஒற்றுமெய்ப்படுத்தியாளும் இராஜகீயங்களையும், மந்திராலோசனைகளையும் நன்காராய்வோமாயின் தற்காலம் நம்மை ஆண்டுவரும் பிரிட்டிஷ் ராஜாங்கமே பிதுரு மாதுருக்கு ஒப்பானதென்றும், அவர்களே தற்கால தன்மதேவதைகள் என்றும், அவர்களே நமது ஆபத் பந்துவுமென்றெண்ணி அவர்கள் இராஜகீயமே நிலைக்கத்தக்க எதுக்களைத் தேடி அவர்கள் உத்தம குணத்திற்குத் தக்கவாறு நாமும் உத்தமகுணத்தினின்று காரியாதிகளை நடத்தி வருவோமாயின் சகலரும் சுகமடையலாம்.

கருணைதங்கிய பிரிட்டிஷ் ராஜாங்கத்தார் தங்கள் ஆங்கில பாஷையையே ஒவ்வொருவரையும் வாசிக்கச்செய்து அப்பாஷையிலேயே சகல காரியாதிகளையும் நடத்திக் கொண்டுவருகின்றார்கள்.

அதினாற் சகல பாஷையோரும், சகலமதத்தோரும், சகலசாதியோரும் அதனைக் கற்று யாதொரு பேதமுமின்றி இராஜகீயகாரியாதிகளை நடாத்திவருகின்றார்கள்.

அத்தகைய காரியாதிகள் நிறைவேறுவதில் சுதேசிகளின் கர்மங்களினால் சுதேசிகளுக்கு இடுக்கண்கள் உண்டாய் வாதைப்படுகின்றார்களன்றி ஏனைய ஆங்கிலேயர்களால் யாதோர் இடுக்கண்களும் கிடையாது.

கவர்ன்மென்றாபீசுகளிலும், முநிசபில் ஆபீசுகளிலும், வைத்தியம் சாலைகளிலும், இரயில்வே உத்தியோகங்களிலும் உள்ள சுதேசிகள், சுதேசிகளுக்குச் செய்துவரும் இடுக்கண்களையும் இச்சுதேசிகளுக்கு கருணைதங்கிய ஆங்கிலேயர் செய்துவரும் சுகங்களையும் கண்டு எழுதுவோமாயின் விரியும் என்று அஞ்சி விடுத்திருக்கின்றோம்.

அவ்வுத்தியோகங்களில் இல்லாத வியாபாரிகளும், பயிரிடும் தொழிலாளரும், கைத்தொழிலாளிகளும் இவற்றைக் கவனிப்பார்களாயின் சுதேசிகளுக்கும், கொடுத்திருக்கும் பெரும் உத்தியோகங்கள் யாவற்றையும் ஆங்கிலேயர்களுக்கு அளிப்பதே ஆனந்தம் என்று கூறுவார்கள்.

அதாவது சுதேசிகள், சுதேசிகள் எனக் கூறிக்கொண்டு சுயப்பிரயோசனத்தை நாடுவதினாலேயாம்.

தன் சுகத்தை நாடாது பிறர் சுகத்தை நாடுவது உத்தமம்.

தன் சுகத்தையும் பிறர் சுகத்தையும் நாடுவது மத்திமம்.

தன் சுகத்தையே நாடி பிறர் சுகத்தைக் கெடுப்பது அதமம்.

- 2:18; அக்டோபர் 14, 1908 -

சுதேசியக் கூட்டத்தாருள் சுயநல சுதேசிகளும், பிறநல சுதேசிகளும், பொதுநல சுதேசிகளுமாக விளங்கி எடுத்த விஷயங்களால் யாவும் சுயநலமாகவே தோன்றும் போலும்.

காரணம் - பச்சையப்பன் தன்மநிதியின் விஷயமாய் தற்கால அட்வகேட் ஜெனரல் யோசித்துள்ள டிரஸ்ட்டிகளின் நியமனம் சரியல்ல என்று உள்ள டிரஸ்ட்டிகளும், ரெவினியூ போர்டாரும் தடுத்திருப்பதாகத் தெரியவருகின்றது.

அவர்களின் உத்தேசம் யாதெனில் - அட்வகேட் ஜெனரலின் அபிப்ராயப்படி டிரஸ்டிகளை நியமிப்பதானால் பிராமணர்களே பெருந்தொகையாகச் சேர்த்துக்கொண்டு மற்ற வகுப்பார்களுக்குத் தன்மந் தடைப்படும் என்பதேயாம்.

இதன் கருத்தை உணர்ந்த சுதேசமித்திரன் பத்திராதிபர் தான் வெளியிட்டுள்ள அக்டோபர்மீ 10உ சனிவாரத்திய பத்திரிகையில் பச்சையப்பமுதலி தர்மங்கள் என்னும் முகப்பிட்டு அதன் கடைசியில் “பச்சையப்பமுதலியார் ஜாதி மதவேற்றுமை உணர்ச்சியை மனதிற் கொண்டு தர்மஞ் செய்தாரோ நாமறியோம். பொதுவிஷயங்களில் வேற்றுமை உணர்ச்சியை மனதில் கொண்டு பார்க்கும்போது தான் அவ்வேற்றுமை உணர்ச்சி இருக்குமேயன்றி அதை மறந்து பார்க்கும் பட்சத்தில் அது தோன்றாது இதனை அநுபவத்தில் அறியக்கூடும்” என்பதாய் சாதிபேதம், சமய பேதங்களை அற்றவர்போல் வரைந்திருக்கின்றார்.

இத்தகைய சாதிபேத உணர்ச்சிகளை இவர் அற்றிருப்பாராயின், பச்சையப்பன் தன்மசத்திரங்களிலும், பச்சையப்பன் கலாசாலைகளிலும், பச்சையப்பன் நிதிப்பெயரிலும், பச்சையப்பன் கலாசாலை, பச்சையப்பன் தன்மசத்திரம், பச்சையப்பன் தன்மநிதி என்று கல்லுகளில் அச்சிட்டிருப்பதை இவர் கண்ணாரக் கண்டிருந்தும் இவர் எழுதும் பத்திரிகையில் பச்சையப்பனுக்கு இல்லாத சாதியை நிலைபடுத்த வேண்டும் என்னும் உணர்ச்சியா அன்றேல் சாதிகளைத் தவிற்கவேண்டும் என்னும் முயற்சியா இவரது கருத்தை விசாரிணைப்புருஷர் உணரற்பாலதே.

இவ்வகையாய் தன்மசொத்தைப் பாதுகாக்கும் விஷயங்களிலும், பரிபாலிக்கும் விஷயங்களிலும் சுயநலங்கருதுவோர் சிலர் பொதுநலம் கருதுவோர் சிலராய் இருப்பார்களாயின் தன்மபூர்த்தி பெறுமோ.

ஏதோ ஓர் பிரபுவின் தன்மசொத்தைக் கொண்டு பரிபாலிக்கும் விஷயத்தில் இந்த வகுப்பார் அந்த வகுப்பாரென்னும் பேதப்போர் உண்டாயின் சுயராட்சியபாரத்தை யார் தாங்குவார்கள் என்று உணரவேண்டும்.

இந்த வகுப்பார் தந்திரங்களையும், அந்த வகுப்பார் தந்திரங்களையும் ஆராய்ந்து ஓர் காரியங்களைச் செய்யாவிடின் ஒருவகுப்பாரே மலிந்து உள்ளதையும் தங்கள் வயமாக்கிக் கொள்ளுவார்கள் என்னும் பீதியால் பல வகுப்போரும் விழித்துக் கொண்டார்கள்.

அவ்வகை விழித்தும் சரியாகப் பார்த்தோரில்லை. எவ்வகையில் என்னில், ஓர் மனிதன் தருப்பைப் புல்லைக் கையில் ஏந்திக் கொண்டு வந்து நான் பிராமணன் நான் பிராமணனென்பானாயின் அவனை சரிவர விழித்துநோக்காமலும் இவன் நம்மெய்ப்போன்ற மனிதனா அன்றா என்று பாராமலும் இவன் நமக்கு ஏதேனும் வித்தைகளைக் கற்பிக்கக்கூடியவனா என்று உணராமலும் யாது விசாரிணையும் இன்றி அவனை சுவாமி சுவாமியென்று வணங்கி கும்பிடும்படியான நாம், குண்டு மருந்து ஒருபுறமும், துப்பாக்கி பீரங்கி ஒருபுறமும் வைத்துக் கொண்டு நீதிநெறிகளாம் செங்கோலைக் கையேந்தி சீருஞ் சிறப்புஞ் செய்துவரும் பிரிட்டிஷ் துரைத்தனத்தோரை எதிர்த்து நிற்பது என்ன காலக்குறைவோ, யாது விபரீதமோ, யாவர் தூண்டுதலோ விளங்கவில்லை.

கட்டுசாதமும், ஒருவர் கற்பனாசெயலும் நெடுநாளிருக்கமாட்டாது. நடுநாளில் அழிந்துபோம். அக்கால் துயருரும்படி நேரும்.

அதற்குப் பகரமாய் சிலநாட்களுக்கு முன்பு எழுதிவந்த பத்திரிகைகள் யாவிலும் இராஜாங்கத்தோர் ஒருவரைக் கண்டித்தாலும், தண்டித்தாலும் அதனை வரைந்து தங்கள் வித்தியா விருத்தியைக் காட்டிவந்ததினால் அதனைக் காணும் பத்திராதிபர்களும் முன்பின்பாராது அவர்களைப் பின்பற்றி நின்றார்கள். இதனை வரைவது தகுந்ததாதென்னும் பகுப்பின்றி ஏனையோர் வார்த்தைகளையும், ஏனையப் பத்திரிகைகளையும் பின்பற்றி இராஜ விரோதங்களைப் பெருக்கிக் கொண்டதினால் தானுந் தனது பந்து மித்திரர்களும் பெருந்துக்கத்தில் ஆழும்படி நேரிட்டது.

இப்பெருந் துக்கத்திற்குக் காரணம் நாம் ஆய்ந்தோய்ந்து பாராமல் செய்யும் செயல்களும்,

- 2:19; அக்டோபர் 21, 1908 -

எல்லோரையும் மனிதசீவர்கள் என்று உணராமல் அவன் சாதியில் தாழ்ந்தவன். நான் சாதியில் உயர்ந்தவன் என்னும் பொறாமெயும், அவன் சுவாமிக்குப் பரத்துவமில்லை, என்சுவாமிக்குப் பரத்துவம் உண்டென்னும் பற்கடிப்பும், அவன்பாஷை அகரபாஷை, என்பாஷை தேவபாஷை என்னும் இருமாப்புக் கொண்டு எண்ணங்கள் யாவிலும் சாதிசமயக் களிம்பேறி நீதிநெறிகள் அற்றிருப்பதினால் சொற்ப சுகமும், மீளாதுக்கமும் அநுபவித்து வருகின்றோம்,

ஆங்கிலேயர்கள் தங்களுடைய பாஷையை விரித்து எழுதக்கூடியதும், சுருக்கி எழுதக் கூடியதுமாகிய வித்தைகளைக் கண்டுபிடித்துவருவது மன்றி விரல்களால் அச்சிடக்கூடிய, சிறிய அச்சியந்திரங்களும், பெரிய அச்சியந்திரங்களும் கண்டுபிடித்து தாங்களும் தனவிருத்தி அடைவது-

மன்றி ஏனையோரையும் சீவனவிருத்தி அடையச் செய்து வருகின்றார்கள்.

நமது தமிழ்பாஷையையோ பூர்வத்தில் விருத்திபெற்றுவந்த இலக்கியங்களையும், இலக்கணங்களையும் பாழாக்கிவிட்டு அதன் சிறப்பையும் கெடுத்துக் கொண்டு வருகின்றார்கள்.

நமது தேயத்தில் பெருகியிருக்கும் வித்தைகள் யாதெனில் பிராமணர்கள் என்ற விஷயத்தில் ஒருவர் வீட்டில் ஒருவர் புசிப்பதும், கொடுப்பதும், கொள்ளுவதும் இல்லாதுமாகிய எத்தனையோ பிரிவுகள் பெருகியிருக்கின்றது.

இதன்மேறையே முதலியார், செட்டியார், நாயுடுகாரிவர்களும் பெருகிக்கொண்டு ஒருவருக்கொருவர் உயர்த்தியும் தாழ்த்தியும் ஒற்றுமெய்க்கேட்டை விருத்தி செய்துவருகின்றார்கள்.

சாதிவித்தைகளின் சிறப்பும், அதன் பெருக்கும் விபரீதமாக விருத்தி அடைந்து வந்த போதிலும் மதவித்தைகளின் பெருக்கமோ எனில் சிவமதவித்தைகள் பெருகியவுடன் விஷ்ணுமத வித்தைகள் பெருகிற்று. அவற்றிற்கு மேலென்னும் வேதாந்தமத வித்தை பெருகிற்று. அதன்பின் பிரம்மசமாஜமதவித்தைப் பெருகிற்று. இம்மதங்களின் வித்தை விருத்திகள் மாறுதல் அடைவதால் தற்காலம் நூதனமான ஆரியமதமென்னும் வித்தை வெளிவருகின்றது. சில கால் அதுவும் மயங்கில் பூரியமத வித்தையென்று வெளிவரும்போலும்.

இத்தகைய மதவித்தைகளும், சாதிவித்தைகளும் நாளுக்குநாள் பெருகிவருவதைக் காண்டலும் கேட்டலுமாய் இருக்கின்றதன்றி பெரிய சாதிகள் என்று பெயர் வைத்துக் கொண்டிருப்போர் பூமியைத் திருத்தும் நூதனக் கலப்பைகளைக் கண்டு பிடித்தார்கள் என்றாயினும் சுருக்கத்தில் நீரைப்பாய்ச்சும் ஏற்றங்களைக் கண்டுபிடித்தார்கள் என்றாயினும் நெல்லுகளையும், அரிசிகளையும் வெவ்வேறு பிரிக்கக்கூடிய இயந்திரங்களைக் கண்டு பிடித்தார்கள் என்றாயினும் இதுகாரும் கண்டதுமில்லை, கேட்டதுமில்லை.

சருவசுகந்தரும் பூமியின் விருத்தியில் சொற்ப அறிவை விருத்திச் செய்ய வகையற்றநாம் போட்டோகிராப், டெல்லகிராப், போனகிராப், மோனகிராப் என்னும் வித்தைகளையும் ஸ்டீம் இரயில்வே, டிராம்வே என்னும் வித்தைகளைக் கண்டுபிடிப்போமோ, ஒருக்காலும் ஆகாவாம்.

சிறந்த வித்தையிலும், புத்தியிலும் விருத்திப் பெற்று உலகெங்கும் உலாவி சகலதேச சருவசாதியோரிடத்திலும் கொள்வினை, கொடுப்பினை, உண்டபினை, உடுப்பினையால் ஒற்றுமெயுற்று சகலராலும் மதிக்கப்பெற்ற செங்கோலேந்தி சன்மார்க்கப் பெருக்கத்தால் சாம, தான, பேத, தண்டமென்னும் சதுர்வித உபாயத்துடன் இராட்சியபாரந் தாங்கி வரும் பிரிட்டிஷ் துரைத்தனத்தாரை ஓட்டிவிட்டு வித்தியா குறைவு, விசாரிணைக்குறைவு, ஒற்றுமெய்க் குறைவு, உறுதிக்குறைவு மிகுத்த நாம் சுயராட்சியம் வேண்டும் என்று எண்ணுவது எண்ணெய் வாணியன் கதைபோல் முடியும்.

ஏது சீர்திருத்தங்களை எண்ணி துணிந்தெழுதினும் இல்லா சாதிவித்தைகளும், இல்லா மத வித்தைகளும் இன்னும் பெருகுகின்றபடியால் இம்மட்டில் சுதேசசீர்திருத்தத்தை விடுத்து பூர்வசுதேசிகளாம் சாதிபேதமற்ற திராவிடர்களின் திருத்தத்தை ஆலோசிப்போமாக.

- 2:20; அக்டோபர் 28, 1908 -

16. பஞ்சமர்மீதும் பரிதாபம்போலும்

கீலக வருஷம் வைகாசிமீ 24உ வெளிவந்த 'இந்தியா' என்னும் பத்திரிகையில் ஆர்.என். சுவாமி என்பவர் தங்களுக்காக கல்விசாலைகள் ஏற்படுத்த வேண்டும் என்றும் அதில் பஞ்சமர்களுக்கென்று வேறு பிரத்தியேகப் பள்ளிக்கூடம் ஏற்படுத்த வேண்டும் என்றும் எழுதியிருக்கின்றார்.

இவரது பரிதாபம் யாதோ விளங்கவில்லை. தற்காலம் பஞ்சமர்களுக்கென்று ஏற்படுத்தியிருக்கும் பள்ளிக்கூடங்களில் பாப்பார்கள் உபாத்தியாயராகவிருந்து பாடங்கள் கற்பிப்பதை பரிதாபம், அறியார்போலும். அங்ஙனம் அறிந்திருந்தபோதிலும் பாப்பான் படிக்கப்போகும் இடங்களிலும் பணஞ்சம்பாதிக்கும் இடங்களிலும் சாதியாசாரம் கிடையாது. பஞ்சமன் என்போன் படிக்கப்போகும் இடங்களிலும் பணஞ்சம்பாதிக்கப் போகும் இடங்களில் எல்லாம் சாதியாசாரம் உண்டு என்பது இவரது பரிதாபக்கடிதத்தால் பறக்க விளங்குகின்றது.

பள்ளிக்கூடங் கற்பிப்பதில் பஞ்சமருக்கென்று பிரத்தியேகப் பள்ளிக்கூடம் ஏற்படுத்த இதம் கூறியவர் சுயராட்சியம் பெற்றுக் கொண்டால் பிரத்தியேகப்பள்ளிக்கூட எண்ணத்தையும் ஒழித்துவிட்டு நெருங்கவிடாமல் துரத்துவார் என்பது திண்ணம்.

ஆதலின் ஏழைகள் மீது இவர் எதார்த்த இதக்கமுற்றவராயின், ஆ, எமது சுதேசிகளே, மலமெடுக்குந் தோட்டிகளுக்கும் சாதிவுண்டு குறவருக்குஞ் சாதி உண்டு வில்லியருக்கும் சாதி உண்டு பார்ப்பாருக்கும் சாதி உண்டு என்று எல்லோரும் ஒன்றாய் சேர்ந்துக்கொண்டு இத்தேசப் பூர்வ சுதேசிகளைப் பஞ்சமர்கள் என்றுத் தாழ்த்திப் பிரித்துவைப்பது அழகன்று என்றும் சகலரும் ஒத்துவாழ்வதே புகழ் என்றும் கூறி அவைகளுக்கொப்ப சீர்திருத்தங்களையும் ஒற்றுமெயும் ஒழுக்கங்களையும் போதிப்பர். அங்ஙனமின்றிப் பஞ்சமர்களுக்கு என்று பிரத்தியேகப் பள்ளிக்கூடம் போட வேண்டும் என்பது பாப்பார்கள் கூடி பணந் தானம் செய்வதுபோலாம்.

- 2:1; சூன் 17, 1908 -

17. பரோடா இராஜா அவர்களின் பெருநீதி

தன்தேசத்துள்ள மத சாதிநாற்ற / சருவ வனாச் சாரமதை யகற்றிமேலோன்
கன்மமதில் நற்கருமங் கடைபிடித்து / கற்றவர்க ளெவராயி னவரே நாட்டின்
மன்னுதொழில் சீரமைச்சு யாவும்பெற்று / வாழ்கவென வரமளித்த மன்னவர்க்கு

பின்னமற வாளுகலை யோதுவித்த / பிரிட்டிஷார் கலைநிதியம் வாழிமாதோ.

கனந்தங்கிய பரோடா இராஜா அவர்கள் கற்றக் கல்வியின் அழகே அழகு, அவர் கற்றக் கல்விக்குத் தக்கவாறு தானடாத்தும் இராஜாங்கங்களின் அமைப்பே அமைப்பு. அத்தகைய அமைப்பில் சாதிநாற்றமின்றி அன்பு பாராட்டி ஐக்கியமடையச் செய்த வாழ்க்கையே வாழ்க்கை. இத்தகைய சுகவாழ்க்கையைத் தன் குடிகளுக்கு அளித்தாளுந் தயாநிதியாம் மன்னன் மனமகிழ மகவுதித்த மாட்சியே மாட்சி. இம்மாட்சிபெற்ற மகவும் மன்னுமரணியும் நீடூழி வாழ்க. அவ்வாழ்க்கைக்கு ஆதாரமாம் பிரிட்டிஷ் ஆதிபத்தியம் அனவரதம் வாழ்க வாழ்கவேயாம்.

- 2:4; சூலை 8, 1908 -

18. மநுக்கள்மீதில்லா சீவகாருண்யம் மாடுகளின் மீதுங் குதிரைகளின் மீதும் உண்டாமோ

இல்லை காரணம் - அன்பில்லாமெய், ஒற்றுமெயற்றமெய், பொறாமெயுற்ற மெய், தன்னவரை ஏற்குமெய், அன்னியரைத் தூற்றுமெய் வாய்ந்த தேகிகள் பத்து பெயர் ஒன்றுகூடி மற்றொருவனைப் பார்த்து இவன் புலையன், நீச்சன், தாழ்ந்த சாதியனென சொல்லிக்கொண்டே வருவார்களாயின் அவன் வித்தையும் புத்தியும் சன்மார்க்கமும் கெட்டு நாணடைந்து சீர்கெட்டுப்போகின்றான்.

இத்தகைய பொறாமெய்க்கொண்ட தேகிகள் மாடுகள் மீதுங் குதிரைகளின்மீதும் கருணைவைத்துள்ளார்கள் என்னில் நம்பத்தக்கதோ, இல்லை வாக்குக் கருணையே ஆகும்.

தன்னையொத்த மக்கள்மீது கருணையும் இதக்கமுமில்லா பாவிகள் தனக்கன்னியரூப மிருக சீவன்கள்மீது கருணையுள்ளார் என்பதைக் கனவிலும் காண்டல் அரிதேயாம்.

சுயசாதிக் கருணை சுயப்பிரயோசனக்கருணை மட்டிலும் மிக்கக் கொண்டாடுவார்கள். எவ்வகைத்தென்னில்:-

இருப்புப்பாதை இரண்டாம் வகுப்பு வண்டியில் ஓர் ஐரோப்பியர் ஏறிக்கொண்டிருக்க அதே வண்டியில் ஓர் சுதேசி ஏற அவர் தடுப்பாராயின், வெள்ளையர் ஏறியுள்ள வண்டியில் நம்மை ஏறக்கூடாதென்று தடுக்கின்றார்களே இது நியாயமாமோ, இது கருணையாமோவென்றும் இவரைப்போல் நாங்களும் இரண்டாம் வகுப்புக் கட்டணம் செலுத்தவில்லையோ என்றும் கூச்சலிடுவதுடன் பத்திரிகைகளுக்கும் பரக்க எழுதி பிரசுரிக்கின்றார்கள்.

இவ்வகை மறக்கருணை வாய்த்த மக்களேறியுள்ள மூன்றாவது வகுப்பு வண்டியில் இவனை ஒத்த கட்டணஞ் செலுத்திய ஓர் எழியமனிதன் வந்து ஏறவருவானாயின் அவனை சுதேசி என்று பாராது, தள்ளு தள்ளு வெளியில் என்று கூச்சலிடுவதுடன் தன்னையொத்த இஸ்டேஷன் மாஸ்டருக்குத் தெரிவித்து அவ்வண்டியைவிட்டு அவனை இறக்கி வேறுவண்டியில் கொண்டுபோய் ஏற்றி அல்லடையச் செய்கின்றார்கள்.

இவ்வநீதச்செயல்களை எவரும் கேட்பாரில்லை மேய்ப்பாரில்லை போலும். ஆயினுந் தன்வினைத் தன்னை சுடுமென்னும் பழமொழிக்கிணங்க,

இருப்புப்பாதை உத்தியோகஸ்தர்கள் யாவரும் யீரோஷியராக வந்துவிடுங்கால் முன்வினை பின்னே சுட்டு முதுகு பிளப்புண்பது முழு நம்பிக்கையேயாம்.

- 2:7: சூலை 28, 1908 -

19. முநிசிபல் சங்கமும், ம-அ-அ-ஸ்ரீ சேஷாச்சாரியவர்களும்.

சென்ற மங்களவாரம் கூடிய நகர சீர்திருத்த சங்கத்தாருள் மயிலாப்பூரின் சுடலை விஷயமாக நடந்த ஆலோசனையில் ம-அ-அ-ஸ்ரீ சேஷாச்சாரியாரவர்கள் ஓர் மறுப்புக் கூறியிருக்கின்றனர்.

அதாவது - மேற்கண்டபடி சுடலைக்குப் போகும் வழியில் பறைச்சேரி இருக்கின்றபடியால் அவ்வழியாய் உயர்ந்தசாதியோர் போக அஞ்சுவார்கள் என்பதே.

இதில் உயர்ந்த சாதியோர் என்பது தற்கால பிராமணர்களைத் தான் சொல்லிக் கொள்ளுகின்றார்கள்.

இப்பிராமணர்கள் என்போர் பறையர்கள் என்று அழைக்கப்படுவோர் வாசஞ்செய்யும் இடங்களுக்குப் போவார்களானால் அடித்துத் துரத்தி சாணசட்டியை உடைப்பது பூர்வ வழக்கமாயிருந்தது. அப்பயத்தைக் கொண்ட உயர்ந்தசாதியார் பறைச்சேரியின் வழியாகப் போவதற்கு அஞ்சுகின்றார்கள் என்றார் போலும்.

அத்தகைய சாணச்சட்டி உடைக்குஞ் செயலும் அவ்வளவாக தற்காலம் நிறைவேறுகிறதில்லை.

தாழ்ந்த சாதியோர் வாசஞ் செய்யும் இடத்தில் உயர்ந்த சாதிகள் போவதில் சாதி கெடும் என்பது அவரது அபிப்பிராயமாய் இருக்குமாயின் சக்கிலிப்பிணம், தோட்டிப் பிணங்களை அறுத்து சோதிப்பதைவிட பறைச்சேரியின் வழியாகப் போவதால் சாதி கெடமாட்டாது.

ஈதன்றி பறைச்சேரி மத்தியில் இருக்கும் பள்ளிக்கூடங்களில் பிராமணர்கள் என்று சொல்லிக் கொள்ளும்படியானவர்களே உபாத்தியாயர்களாக இருந்து அப்பிள்ளைகளுக்குக் கல்வி கற்பிப்பதும் சேரிக்குள் போக்குவருத்தாயிருப்பதும் ம-அ-அ-ஸ்ரீ சேஷாச்சாரி அவர்களுக்குத் தெரிந்தும் இருக்கலாம்.

இத்தியாதி காரியங்களைத் தெரிந்தவரும், பி.ஏ.பி.எல், கௌரதா பட்டம் பெற்றவரும், தத்துவ ஆராய்ச்சியில் மிகுத்தவருமாகிய இவருக்கே பறைச்சேரி மீதுள்ள பழய பொறாமெய் விடாமல் இருக்குமாயின் மற்றும் கல்வி அற்றவர்களுக்கு எத்தகைய பொறாமெய் இருக்கும் என்பதை எளிதில் அறிந்துக் கொள்ள வேண்டியதேயாம்.

சொற்ப முநிசிபல் அதிகாரம் கொடுத்தவுடன் பறைச்சேரி மீதுள்ள பொறாமெய் விடாதவர்கள் வசம் சுயராட்சியம் கொடுத்துவிட்டால் பறைச்சேரிகளும், பறையர்கள் என அழைக்கப்படுகிறவர்களும் பெயர் ஊரில்லாமல் பரக்கவேண்டியதேயாகும்.

ஆதலின் சாதிபேதமற்ற திராவிடர்களே அதிசீக்கிரம் உங்களுடைய சீர்திருத்தக் கூட்டத்தை வலு செய்து கிராமங்கள் தோரும் வியாபாரக் கூட்டங்களை நிலைநாட்டுங்கள். கருணைதங்கிய பிரிட்டிஷ் துரைத்தனமே இவ்விடம் நீடித்து நிலைக்க வழிதேடுங்கள், வழிதேடுங்கள்.

உன்சாமிப் பெரிது என்சாமிப் பெரிதென்னும் மதகர்வங்கொண்டு சுஜாதி அபிமானத்தைக் கெடுத்துக் கொள்ளாதீர்கள்.

தற்காலம் நம்மை ஆண்டுவரும் பிரிட்டிஷ் இராஜாங்க துரைசாமிகள் இருக்கும் வரையில் தான் நிரைசாமி தாண்டவமாடும். துரைசாமிகள் போய்விட்டாலோ பழய ப-சாமி-ப-சாமி என்று பதம் குலைந்து பல்லிளிக்க நேரிடும். அக்காலத்தில் குறுக்குப்பூச்சுவோரெல்லாம் அரகரா அரிசி போடுங்கோள் என்றும், நெடுக்குப் பூச்சுவோர் எல்லாம் கோவிந்தா கோபாளம் போடுங்கோள் என்றும் வெளிவருவீர்களாயின் உங்களுக்கும் விஷ்ணுவுண்டோ, உங்களுக்கும் சிவனுண்டோ என்று ஊருக்குப் புறம்பே தள்ளி உள்ளதையும் ஓட்டிவிடுவார்கள் உறுதியாய் நம்புங்கள். நாகர்கோவில் புராடெஸ்டாண்ட கிறிஸ்தவக் கூட்டத்தாருக்கு நன்றியறிந்த வந்தனம் கூறுங்கள், வந்தனம் கூறுங்கள். அவர்கள் விடாமுயற்சி-யாகக் கூடிவரும் இராஜவிசுவாசக் கூட்டத்தைப் பாருங்கள்.

- 2:15; செப்டம்பர் 23 -

20. காங்கிரஸ் கமிட்டியின் காலாகோலம்

இந்தியன் நாஷனல் காங்கிரசெனப் பெயர் வைத்துக் கொண்டிருக்கும் கூட்டத்தார் தங்கள் வருடாந்திரக் கூட்டத்தை வருகிற டிசம்பர் மீ விடுமுறைகாலத்தில் இச்சென்னையில் வைக்க வேண்டும் என்று வேணமுயற்சிகளைச் செய்து வருகின்றார்கள்.

இது மத்தியில் நமது சென்னையில் கல்வியிலும், செல்வத்திலும் மிகுந்த பெருந்தொகையாளர் ஒன்றுகூடி அக்காங்கிரஸ் கூட்டம் இச்-சென்னையில் நடைபெறக் கூடாதென்று ஆட்சேபனைச் செய்திருக்கின்றார்கள்.

இத்தகைய ஆட்சேபனையை மீறி செய்வார்களானால் சென்றவருஷ காங்கிரசில் நடந்த செய்திபோலாகும் போலும்.

ஆதலின் நமது காங்கிரஸ் கமிட்டியார் கோதானம், பூதானம், தனதானங்களைவிட்டு நிதானத்தினின்று காலமறிந்து காரியாதிகளை நடத்தல் வேண்டும்.

இஃது யதார்த்த நாஷனல் காங்கிரஸ் கூட்டமாயிருக்குமாயின் இத்தகைய இடுக்கண்கள் நேரிட்டிரா. யதார்த்த நாஷனல் என்பதையும் யதார்த்த நாஷனல் அல்ல என்பதை அடியில் வரும் விஷயங்களால் எளிதில் அறிந்துக் கொள்ளலாம்.

- 2:17; அக்டோபர் 7, 1908

-

இந்த நாஷனல் காங்கிரசென்னும் கூட்டத்தார் ஆதியில் சேருங்கால் இக் கூட்டமானது சாதிபேத மதபேதமின்றி சகல சாதியோருக்குள்ளக் குறைகளையும் நமது கருணைதங்கிய ராஜாங்கத்தோருக்கு விளக்கி அக்குறைகளை நீக்குமென்று வெளி வந்தார்கள்.

இவர்களது சாதிபேத மதபேதமற்ற நன்னோக்கம் மிக்க மேலாயதே என்று கருதி 1891 வருஷம் டிசம்பர்மீ முதலில் நீலகிரியில் ஓர்கூட்டமி-யற்றி சாதிபேதமற்ற திராவிடக் கனவான்களை தருவித்து நாஷனல் காங்கிரஸ் கமிட்டியாருக்கு அனுப்பவேண்டிய கருத்துகளை முடிவுசெய்து பொது நல விண்ணப்பம் என்னும் பெயர்கொடுத்து மேற்கண்டபடி. டிசம்பர்மீ 21உயில் அநுப்பினோம்.

அதனுள் அடங்கியக் கோரிக்கைகள் யாதெனில்:-

தற்காலந் தோன்றியுள்ள சாதிப்பெயர்கள் பூர்வத் தொழிற்பெயர்கள் என்றும் விளக்கி பறையர் என்னும் பெயர் சில பொறாமெய் உள்ளோ-ரால் வகுக்கப்பட்டதென்றும், இப்பறையன் என்னும் பெயர் சகலருக்கும் பொருந்தும் என்றும்,

சாதிப்போரென்பதில் சாதி - பகுதி, ப் - சந்தி, ப் - இடைநிலை ஆர் - விகுதியாகக் கொண்டு சாதிப்போரென முடிந்தது.

சாதியாரென்பதில் சாதி - பகுதி, ய் - சந்தி ஆர் - விகுதியாகக் கொண்டு சாதியாரென முடிந்துள்ளவற்றுள்,

பறை - பகுதி, யகரமெய் - சந்தி, அன் - ஆண்பால் விகுதியாகக் கொண்டு பறையை உடையவன் பறையன் எனக் கூறுவதாயின், பறையன் எனும் பகுதியால் வாய்ப்பறை, தோற்பறை அடிப்பவர்களான சகல மனுக்களையும் பறையர்கள் என்றுக் கூறத்தகும் என்பனவற்றை விளக்கியும்,

இழிந்தச் செயல்களையுடையோர் இழிந்த சாதிகள் என்றும், உயர்ந்த செயல்களை உடையோர் உயர்ந்த சாதிகள் என்றும், நியாயச் செயலில் நடப்போர் நியாயச் சாதிகள் என்றும், தீயச் செயலில் நடப்போர் தீயர் சாதிகள் என்றும், அவனவன் செய்கைகளின் பேரிலும், தொழிற்களின் பேரிலும், சாதிக்கும் சாதிப்பின் பேரிலும் சாதிகள் தோன்றியுள்ளதை விளக்கியும் இப்பறையன் என்போரைத் தாழ்ந்த சாதிகள் என்று கூறுவதற்கு யாதோர் ஆதாரமும், யாதோர் அதிகாரமும் இல்லை என்றும், மற்றவர்களால் இவர்களைத் தாழ்ந்தவர்கள் என்று இழி கூறிவருவது அக்கிரமம் என்றும், வேண சரித்திர சாஸ்திராதாரங்களைக் காண்பித்து அடியில் குறித்துள்ள பத்து ஈடேற்றங்களை நமது கரு-ணைதங்கிய பிரிட்டிஷ் இராஜாங்கத்தோருக்கு விளக்கிக் காண்பித்து இப்பத்து ஈடேற்றங்களையும் செய்விக்க வேண்டும் என்று கோரினோம்.

அப்பத்து கோரிக்கைகள்:-

இக்கூட்டத்தோரை பறையர் என்று கூறுவதற்கு யாதோர் ஆதரவும் கிடையாது. அப்படி இருந்தும் இவர்களைப் பறையர்கள் என்று கூறுவதுடன் இழிவாகக்கூறி மனம் குன்றச் செய்துவருகின்றார்கள், இவற்றுள் கேவல கல்வியும் நாகரீகமுமற்று மிருகச் செயலுக்கு ஒப்பான ஓர் மனிதன் கல்வியிலும், நாகரீகத்திலும், செல்வத்திலும் மிகுத்த ஒருவனைப் பறையன் என்றுக் கூறி இழிவுபடுத்துவதானால் அவன் மனம் குன்றி நாணமடைந்து சீர்கெட்டுப் போகின்றான். ஆதலின் பறையன் என்று இழிவுபடக் கூறுவோரை பழித்தல் அவதூறென்னும் குற்றத்திற்கு ஆளாகும் ஓர் சட்டம் ஏற்படுத்த வேண்டும் என்னும் முதலாம் கோரிக்கையும்,

இக்குலத்து ஏழைக்குடிகள் விருத்தியடையும்படி கல்விசாலைகள் பிரத்தியேகமாய் அமைத்து உபாத்தியாயர்களையும் இக்குலத்தோரில் நியமித்து மாணாக்கர்களின் சம்பளங்களையும் அரைபாகம் குறைக்கவேண்டியதென்னும் இரண்டாம் கோரிக்கையும், இக்குலத்துப்பிள்ளைகளுள் பிரவேச மெற்றிகுலேஷன் பரிட்சையில் தேறிய மூன்று பிள்ளைகளுக்கு ஸ்காலர்ஷிப் கொடுக்கவேண்டியது என்னும் மூன்றாம் கோரிக்கைப்பும்,

இங்ஙனம் கல்வியில் தேறினோர்களில் ஒவ்வொருவரை இத்தமிழ் நாட்டிலுள்ள ஒவ்வொரு கவர்ன்மென்று ஆபீசுகளிலும் உத்தியோகமளித்து ஆதரிக்க வேண்டும் என்னும் நான்காம் கோரிக்கையும், இவர்கள் கல்வி, நல்லொழுக்கத்திற்குத் தக்கவாறு எத்தகைய உத்தியோகங்களும் தடையின்றி கொடுத்துவரவேண்டியது என்னும் ஐந்தாவது கோரிக்கையும்,

முநிசிபில் சங்கங்களிலும், கிராம சங்கங்களிலும் இக்குலத்தோரின் கஷ்டநிஷ்டூரங்களை அறிந்து பேசுதற்குச் சகல டிஸ்டிரிக்ட்டுகளிலும் ஜில்லாக்களிலும், ஒருவர் பெருந்தொகையான வரி செலுத்தக் கூடாதவராயினும் கல்வி, நல்லொழுக்கம் கண்டு இக்குலத்தோர் யாரை நியமிக்கின்றார்களோ அவர்களை ஓர் அங்கமாக ஏற்றுக்கொண்டு காரியாதிகளை நடத்த வேண்டும் என்னும் ஆறாம் கோரிக்கையும்,

அக்காலத்துள்ள ஜெயில் கோர்ட் 464-வது சட்டத்தில் பறையர்களைச் சகலத் தாழ்ந்த வேலைகளையுஞ் செய்விக்கலாம் என்று ஏற்படுத்தியிருப்பதை மாற்றவேண்டும் என்னும் ஏழாவது கோரிக்கையும்,

இத்தேசத்திலுள்ள பொதுவான குளங்களிலும், கிணறுகளிலும் இக்குலத்தோர் யாதாமொரு தடையுமின்றி ஜலம் மொண்டு சுகிக்கவேண்டியதென்னும் எட்டாவது கோரிக்கையும்,

ஆங்கிலேய துரைகளிராது இந்துக்கள் உத்தியோகஞ்செய்யும் ஆபீசுகளிலும், கச்சேரிகளிலும் இக்குலத்தோர் உள்ளுக்கு வரப்போகாது, உட்காரப்போகாது என்னும் தடைகளை அகற்றி இக்குலத்தோரை உள்ளுக்கு வரச்செய்து பிரயாதை உடனுக்குடன் விசாரித்து நீதி அளித்து அனுப்ப வேண்டும் என்னும் ஒன்பதாவது கோரிக்கையும்,

இக்குலத்தோருள் பெருந்தொகையோர் வாசஞ்செய்யும் கிராமங்களில் மணியக்காரன் முநிசிப்பு அலுவல்களில் இவர்களில் பொறுப்பானவர்கள் ஒவ்வொருவரை நியமிப்பதுடன் கலைக்டர் துரையவர்கள் கிராமங்களுக்குள் வருங்கால் நேரில் இவர்களை விசாரித்து நீதி அளிக்கவேண்டும் என்னும் பத்தாவது கோரிக்கையும், குறிப்பித்திருந்தோம்.

இக்கோரிக்கைகள் யாவும் அக்காலத்தில் காங்கிரஸ் கமிட்டிக்குக் காரியதரிசியாய் இருந்த ம-அ-அ-ஸ்ரீ எம். வீரராகவாச்சாரியாரவர்கள் கண்ணுற்று இப்பொதுநல விண்ணப்பம் வந்து சேர்ந்தது அவற்றை சங்கத்தோர் முன்பு வைத்து விவரந் தெரிவிப்போம் என்று பதில் எழுதி இருந்தார்.

இக்குலத்தோரைப்பற்றிய விண்ணப்பம் இவர்களுக்கு அனுப்பியும் இவர்கள் நமக்கு பதில் அளித்தும் ஏறக்குறைய பதினேழு வருடம் ஆகிறது. இதுவரையிலும் அவ்விண்ணப்பத்தைப் பற்றியேனும், இக்குலத்தோரின் கஷ்டநிஷ்டூரங்களைப் பற்றியேனும் இவர்கள் யாதொரு சீர்திருத்தமும் செய்ததில்லை.

நாஷனல் காங்கிரஸ் கமிட்டியார் என்று வெளிவந்து அறுபதுலட்சத் தொகைக்கு மேற்பட்டும், ஆறுபெயருக்கு ஒருவராகக் காணும் பெருந் தொகையோராயுள்ள இவ்வேழைக்குடிகளின் கஷ்டங்களைக் கவனித்து கவர்ன்மென்றாருக்குத் தெரிவிக்காமல் தங்கள் கஷ்டங்களையும், குறைகளையும் மட்டும் கவர்ன்மென்றாருக்குத் தெரிவித்துக் கொள்ளும் கூட்டத்தாருக்கு இந்து நாஷனல் காங்கிரஸ் என்னும் பெயர் வைக்கக்கூடுமோ.

இத்தகைய சுயப்பிரயோசனத்தை நாடுவோருக்கு வங்காள சாதியோர் காங்கிரஸென்றேனும் அல்லது பிராமண சாதியோர் காங்கிரஸென்றேனும் வைத்துக் கொள்ளவேண்டியது.

அங்ஙனமின்றி தங்களுக்கான சுயப்பிரயோசனங்களை மட்டிலும் இராஜாங்கத்தோருக்குத் தெரிவித்துக் கொண்டு வருகின்றார்கள். சாதிபேதமற்ற மகமதியருக்குள்ளக் குறைகளையேனும், சாதிபேதமற்ற திராவிடர்கள் எழுப்பியுள்ள பொதுநல விண்ணப்பக் குறைகளையேனும் கவனித்தவர்களில்லை.

இவ்வகையாய்த் தங்கள் சுயநலம் கருதும் கூட்டத்தார் இவ்விந்து தேசத்தில் இருப்பதால் யாதொரு பயனுமில்லை. இல்லாமல் போவதினால் யாதொரு கெடுதியும் இல்லை.

நாஷனல் காங்கிரஸென்னும் பெயர் இக்கூட்டத்தாருக்குப் பொருந்தாத தினால் மிதவாதிகள் என்றும், அமிதவாதிகள் என்றும் இருகட்சிகள் பிரிந்து கூட்டத்தைக் கலைத்துவிட்டார்கள்,

அத்தகையக் கல்கத்தால் கலைந்திருந்தும் சென்னையிலுள்ளக் கனவான்களால் தடுத்திருந்தும் கூட்டத்தை மறுபடியும் கூட்டுவதாகத் தெரிகின்றது.

பெருந்தொகைகளைச் சிலவிட்டுக் கூட்டத்தைக்கூடி ஏழைகளுக்கு யாது சுகத்தை விளைவிக்கப்போகின்றார்கள். பஞ்சத்தின் பெரும் கஷ்டங்களை நீக்குவார்களோ இன்னும் கஷ்டத்துக்குள்ளாக்குவார்களோ, ஏழைகளின் கஷ்டநிஷ்டூரங்களைக் கவனிக்காத கூட்டத்தார் இருந்தென்ன போயென்ன என்னும் பெருங்கூச்சலாய் இருக்கின்றது.

வீணானக் கூட்டங்களைக்கூடி விருதாவான வார்த்தைகளைப்பேசி சுதேசிகளிலும் மிதவாத சுதேசிகள், அமிதவாத சுதேசிகளெனப் பிரிந்து இருகட்சியாகும் கலகத்தைப் பெருக்கிக் கவலையில் வாழ்வதினும் காங்கிரஸ் கூட்டமென்னும் பேச்சற்று கவலையற்றிருப்பது கனமாகும்.

- 2:18: அக்டோபர் 14, 1908 -

21. சென்னை நாஷனல் இண்டஸ்டிரியல் பண்டுக்கு தீபாவளியில் பணம் சேகரிக்கும் சங்கத்தோரும், சாதிபேதமற்ற திராவிட மகாஜன சபையோரும்

நாஷனல் பண்டு இண்டஸ்ட்டிரியல் அசோசேஷன் எனும் சங்கத்து காரியதரிசிகளால் சென்ற செப்டம்பர்மீ 24உ மூன்று அச்சுக் கடிதங்கள் விடுக்கப்பெற்றோம்.

அதன் கருத்துக்கள் யாதெனில், வருகிற தீபாவளியன்று சகலரிடத்திலும் பணம் வசூல் செய்து மேற்கண்டபடி பண்டில் சேர்த்து கைத்தொழில்களை விருத்திசெய்ய வேண்டும் என்றும் அதில் இராயப்பேட்டைக் கிளையோராக நின்று பணம் சேகரிப்பதற்கு,

ம-அ-அ-ஸ்ரீ ஜி.

நாராயண செட்டி காரு

எஸ், கஸ்தூரிரங்க ஐயங்காரவர்கள்,

பி.ஏ., பி.எல். ஏ. அரங்கசாமி ஐயங்கார்,

பி.ஏ. க, அயோத்திதாசர் அவர்கள்.

வி. திருவேங்கடாச்சாரியவர்கள், பி.ஏ., பி.எல்.

ஐவர்களை நியமித்து அதன் கருத்துகளையும் விவரித்து எமக்கெழுதியிருந்தார்கள். அக்கடிதங்களை சாதிபேதமற்ற திராவிட மஹாஜனசபையின் முக்கிய அங்கத்தோர்களுக்குக் காண்பித்ததின்பேரில் அவர்கள் அவற்றை தீர்க்க ஆலோசித்து,

இச்சங்கத்தின் உத்தியோகஸ்தருள் 14-பிராமணர்களும், 1-செட்டியாரவர்களும், 1-முதலியாரவர்களும், 1-மகமதியரவர்களும், 3-நாயுடுகாரவர்களும் இருப்பதில் பெருந்தொகையோர் பிராமணர்களாகவே இருக்கின்றார்கள். "இஃது சில நாட்சென்று செட்டியார், முதலியார், நாயுடுகாரு, மகமதியர் முதலியோர் கடந்து விடுவார்களாயின் நாஷனல் இண்டஸ்டிரியல் அசோசேஷனென்னும் பெயரிருந்தபோதிலும் பிராமணர்கள் இண்டஸ்டிரி யலாகவே முடிந்துவிடும்.

அக்காலத்தில் சகலசாதியோரையும் உள்ளுக்குப் பிரவேசிக்கவிடாமல் தடுத்து தங்கள் குலத்தோர்களையே சேர்த்து பெருந்தொகையார் சம்மதப்படி காரியாதிகளை நிறைவேற்றிக்கொள்ளுவார்கள்.

ஆதலின் நாம் பணங்களை சேகரித்து அவர்களிடம் ஒப்படைத்து சகலசாதியோருக்கும் பிரயோசனம் இல்லாமல் போமாயின் யாது பயன்.

இத்தகையக் கூட்டத்தார் அடியில் குறித்தவாறு உத்தியோகஸ்தர்களை நியமித்து காரியாதிகளை நடத்துவார்களாயின் சாதிபேதமற்ற திராவிடர்கள் சகலரும் முயன்று வேண்டிய பொருட்களை சேகரித்தீயலாமென்று முடிவுசெய்து,

மேற்சொன்னபடி சங்கத்தோருக்கு எழுதிய பதில் கடிதம்.

நாஷனல் பண்ட் அன்டு இன்டஸ்டிரியல் அசோசேஷன் கூட்டத்தாரவர்களுக்கு.

ஐயா,

தங்களுடைய கூட்டத்தார் விஷயமாக அந்தரங்கத்தில் பெருந்தொகையார் ஆட்சேபனையும், பகிரங்கத்தில் சிறுந்தொகையார் ஆட்சேபனையும் இருக்கின்றது.

1. ஆட்சேபனை.

இக்கூட்டத்தில் சேர்ந்திருப்பவர்கள் பெருந்தொகை பிராமணர்களாய் இருப்பதினாலேயாம்.

இக்கூட்டம் எப்போது நாஷனலாக ஏற்பட்டதோ அதின் அங்கங்களும் அப்படியாகவே இருத்தல் வேண்டும்.

அதாவது - பிரசிடென்டுகளில் ஒரு பிராமணர், ஒரு யூரேஷியர், ஒரு மகமதியர் இருந்து காரியாதிகளை சமயம்போல் நடத்திவரவேண்டியது.

செக்ரிடேரிகளிலும், டிரஷரர்களிலும் ஒரு பிராமணர், ஒரு நன்பிராமணர், ஒரு மகமதியர் ஆக மூன்று பெயர் பொக்கிஷம் வைக்கவும், வாங்கவும் இருத்தல் வேண்டியது.

டைரக்ட்டர்களில் 4-பிராமணர்கள், 4-யூரேஷியர்கள், 4-நன்பிராமணர்கள், 4-மகமதியர்கள், 4-நன்காஸ்ட்டிரவீடியன்ஸ்கள் இருத்தல் வேண்டும்.

இப்படியிருப்பதில் அந்தந்த வகுப்பாருள் நான்கு பிள்ளைகளை அவரவர்கள் கற்கக்கூடிய வித்தைகளை கற்பிக்கப் பணவுதவி செய்ய வேண்டியது.

கற்றுக்கொள்ளும் பிள்ளைகளில் யாதொரு பேதமில்லாமல் தொழில் அளித்து வேலைகள் கொடுத்து சீவிக்கச்செய்ய வேண்டியது.

தீபாவளிக்கு முன்பே இத்தகையக் கூட்டத்தாரை பயிரங்கத்தில் நியமித்து நோட்டீசுகள் அச்சிட்டு வெளியிடுவீர்களானால் எங்களால் கூடிய முயற்சியை நாங்கள் எடுத்துக் கொள்ளக்கூடும்.

அப்படிக்கின்றி பணம் வசூல் செய்யும்போது சாதிபேதம் கிடையாது.

அப்பணத்தை சிலவிடும்போதும், வேலைகற்பிக்கும்போதும், சாலைகளில் வேலைக்காரர்களை நியமனஞ் செய்யும்போதும் சாதிபேதம் உண்டாகும் போல் காணுகின்றது. ஆதலின் இத்தகைய பேதங்களில்லாமல் சகலகாரியங்களும் நடத்துவோம் என்னும் மேற்குறித்துள்ளபடி அங்கங்களும் பேதமில்லாமல் சேருமாயின் பணம் சேகரிக்கக்கூடிய முயற்சி எடுத்துக் கொள்ளுவோம்.

மேற்குறித்தவண்ணம் அங்கங்கள் சேராதவிஷயத்தில் நாங்கள் அதில் பிரவேசித்து காரியங்களை நடத்த முடியாதென்றும் இத்தகையப் பொதுவானக் கூட்டம் நிகழாதது விசனமென்றும் கடிதம் எழுதி ஒருவாரத்திற்கு மேற்பட்டும் யாதொரு பதிலும் கிடைக்கவில்லை.

இதுவும் நாஷனல்பண்டு அண்டு இன்டஸ்டிரியல் அசோசேஷனா அன்றேல் வேறாயென்பது பின்னுக்கு விளங்கும்.

- 2:19; அக்டோபர் 21, 1908 -

22. சாதிபேதமற்ற திராவிடர்களாகும் ஏழைக்குடிகளுக்கு நாஷனல் காங்கிரஸ் கமிட்டியார் யாதோருபகாரஞ் செய்யாவிட்டாலும் சென்னை மஹாஜன சபையோர் சிற்சில உபகாரங்கள் செய்யவில்லையோ என்பாரும் உண்டு

சென்னை மஹா ஜனசபையோர் உபகாரத்தை இவ்விடம் விளக்குகின்றோம். 1892 வருஷம் ஏப்ரல் மாதம் மஹாசபைக் கூடுவதாகவும், அக்கூட்டத்தில் ஏரிமராமத்துக்கள், கிணறுகளின் விருத்திகள், ரோட்டுகளின் மராமத்துக்கள், வெளிஜில்லாக்களின் சீர்திருத்தங்களைப் பேசுவதுடன் பறையர்களுக்கான பூமிகளைக் கொடுத்து ஆதரிக்கவேண்டும் என்று கருணைதங்கிய ராஜாங்கத்தோருக்கு உதவி கூறுபத்திரம் அதாவது (ரெக்கமென்டு) பத்திரமேனும் கொடுக்கலாகாதோ என்று கோரினோம்.

உடனே அவ்விடம் வந்திருந்த எல்லூர் பிரதிநிதி ம-அ-அ-ஸ்ரீ சங்கறமென்பவர் எழுந்து இக்குலத்தோரின் விருத்தி குறைகளையும், கஷ்டநிஷ்டூரங்களை சபையோருக்கு விளக்கி இவர்கள் இவ்விந்துதேசத்தின் முதுகெலும்பு போல் சகல சாதியோருக்கும் உதவியாக இருக்கின்றபடியால் இவர்களுக்கு வேண உபகாரம் செய்ய வேண்டும் என்று கூறினார்.

அவற்றை வினவிய ம-அ-அ-ஸ்ரீ இராஜா சர்சவலை இராமசுவாமி முதலியாரவர்கள் எழுந்து கலாசாலை விஷயத்திலும், பூமியின் விஷயத்திலும் இராஜாங்கத்தோருக்கு (ரெக்கமன்டு) பத்திரம் அனுப்பவேண்டும் என்று ம-அ-அ-ஸ்ரீ சங்கறமவர்களிடத்தில் முடிவு செய்ய அவர்களும் அவற்றை ஆமோதிக்க அவர் ஆமோதிப்புக்கு உதவியாய் என் பெயரையும் சேர்த்து பெருந்தொகையார் சம்மதத்திற்கு நிறுத்தினார்கள்.

அவ்வகை நிறுத்திய மூன்றாம் நாள் அடுத்த சங்கதிகள் ஒவ்வொன்றையும் பெருந்தொகையார் சம்மதத்தில் விட்டு முடிவுசெய்துவருங்கால் இவ்வெழிய குலத்தோர் சங்கதிவந்தது. அதாவது - கல்வி சாலைகளும், பூமியும் கொடுத்து ஆதரிக்க வேண்டும் என்னும் கோரிக்கையை நிறைவேற்ற வேண்டும் என்றவர் ம-அ-அ-ஸ்ரீ இராஜசர் சவலை இராமசுவாமி முதலியாரவர்கள். அதனை ஆமோதித்தவர் ம-அ-அ-ஸ்ரீ எல்லூர் சங்கறமென்பவர். அவர் ஆமோதித்த பிறகு பிரதி ஆமோதகர் க. அயோத்திதாச பண்டிதர் என்று கூறி இதன்விஷயம் சகலருக்கும் சம்மதந்தானோ என்று கேட்டதின்பேரில் பெருந்தொகையார் சம்மதம் இக்குலத்தாருக்கான உபகாரஞ் செய்ய வேண்டும் என்று முடிவுசெய்து நமது கருணைதங்கிய இராஜாங்கத்தோருக்கு எழுதி அவர்களும் இதங்கியக் கோரிக்கையை நிறைவேற்றி விட்டார்கள்.

அதினால் இத்தென்னிந்தியாவிலுள்ள குக்கிராமமெங்கணும் கலாசாலைகள் ஏற்படுத்தப்பட்டதன்றி சிற்சில இடங்களில் பூமிகளுங் கொடுக்கப்பெற்று வருகின்றார்கள்.

இத்தகைய இருதருமத்தில் வேண்டிய பூமிகளைக் கேழ்க்கும் இடங்களில் அண்டபாத்திய இடஞ்சலும், கல்விவிருத்தியில் அன்னியசாதி உபாத்திமார்கள் அலட்சிய போதனா செய்கையும் இவ்விருதருமங்களையும் விருத்தி பெறாமல் செய்துவருகின்றது. ஆதலின் நாஷனல் காங்கிரஸ் கமிட்டியாரை வினவியுள்ள பத்துக் கோரிக்கைகளும் நிறைவேறுமாயின் இக்குலத்தோரின் சகல இடுக்கங்களும் நீங்கி சுகமடைவார்கள்.

- 2:19: அக்டோபர் 21, 1908 -

23. அரிசி ரூபாயிற்கு 4-படியா

சுயராட்சியம் விரும்பும் சுதேசிகளே! இராஜாங்கசமத்துவம் விரும்பும் சாமர்த்தியர்களே! சற்று கண்ணோக்குங்கள்.

பூர்வப் பழமொழி, ஞானமும் கல்வியும் நாழி அரிசியிலென்றும், தற்கால பழமொழியோ சுயராட்சியமும், சுதேசியமும் சோற்றில் இருக்கின்றதென்கின்றார்கள்.

ஆதலின் சுவற்றிற்கு மண்ணறைந்து உருபடுத்துதல்போல் தேகங்களுக்கு சோற்றையூட்டி உருப்படுத்தவேண்டியது இயல்பாம்.

இவ்வகை ஊட்டுஞ் சோற்றுக்கு அரிசியே காரணமாகும். அவ்வரிசியோ ஒரு ரூபாயிற்கு நான்குபடி விற்கின்றார்கள்.

சுதேசிகளோ பிரிட்டிஷ் ராஜாங்கத்தோர் கருணையினால் மாதம் ஒன்றுக்கு நாலாயிரம், மூவாயிரம், ஈராயிரம், ஓராயிரம், ஐந்நூறு, நானூறு, முந்நூறு, இருநூறென்னும் சம்பளங்களைப் பெற்றுக்கொண்டு கடைக்காரர்கள் ரூபா ஒன்றுக்கு நான்கு படி அரிசி விற்றால் என்ன இரண்டுபடி அரிசி விற்றால் என்ன என்னும் சுகபோகத்தில் இருக்கின்றார்கள்.

கூலிவேலை செய்யும் ஏழைகளோ ஒருநாள் முழுவதும் எலும்பு முறியக் கஷ்டப்பட்டு மூன்றணா சம்பாதித்து முக்கால்படி அரிசி வாங்கி-விடுவார்களாயின் உப்பு, புளி, விறகு இவற்றிற்கு யாது செய்வார்கள். அல்லது இரண்டணாவிற்கு அரைபடி அரிசியை வாங்கிக்கொண்டு ஒரு அணாவை மேற்சிலவுக்கு வைத்துக் கொள்ளுவார்களாயின் புருஷன் பெண்சாதியுடன் இரண்டு மூன்று பிள்ளைகள் இருக்கின் ஒருவேளைப் புசிப்புக்கும் போதாது ஒடுங்கவேண்டியதாகும்.

ஏழைகள் இவ்வகையாகப் பசியால் ஒடுங்கிக் கொண்டுவருவார்களாயின் நாளுக்குநாள் க்ஷீணித்து நாசமடைவார்கள்.

ஏழைகள் யாவரும் நாசமடைந்துவிடுவார்களாயின் கனவான்களின் சுகமுமற்று கவலையே மிகுவது திண்ணமாகும்.

நமது கருணைதங்கிய ராஜாங்கத்தோருக்குக் கடைக்காரர்கள் விற்பனைச்செய்யும் நிலவரம்பற்ற வியாபாரமும், ஏழைக்குடிகள் படும் கஷ்-டமுந் தெரியமாட்டாது.

சுதேசிகள் என்று வெளி தோன்றியவர்களே சுதேச வியாபாரிகளை நிலை வரம்பில் நிறுத்தவும், சுதேச ஏழைக்குடிகளைக் காப்பாற்றவும் வேண்டும்.

இத்தகைய முயற்சி சுதேசிகள் என்போரால் கூடாதாயின் வியாபாரிகள் தங்கள் மனம்போனப்போக்கில் வியாபாரஞ் செய்யும் விற்பனைக-ளையும், ஏழைக்குடிகள் படும் கஷ்டங்களையும் கருணைதங்கிய ராஜாங்கத்தோருக்கு விளக்கி அவர்களைக் கொண்டேனும் வியாபாரிகளை நிலை வரம்பில் நிறுத்தி ஏழைக்குடிகளின் கஷ்டங்களை நிவர்த்தி செய்ய வேண்டும்.

ஆதலின் நமது ராஜாங்கக் கவுன்சில் மெம்பர்களும், முநிசபில் கமிஷன் மெம்பர்களுமாகிய சுதேசிகள் யாவரும் ஏழைக்குடிகளின் கஷ்-டங்களை நோக்கி ஆதரிக்கும்படி வேண்டுகிறோம்.

- 2:23; நவம்பர் 18, 1908 -

24. ஓர் வேஷபிராமண வேதாந்தி

1908 வருடம் ஜூன் மாதம் 28-ஆம் நாள் லண்டனில் வெளிவந்துள்ள நியூஸ் ஆப் ஓரல்ட் என்னும் பத்திரிகையிலுள்ள சங்கதியை அக்-டோபர் மாதம் 29-ஆம் நாள் வெளிவந்த "பினாங்கக்கலாநிதி" பத்திரிகையில் கண்டு கவலையுற்றோம்.

அதாவது பிரமகுலத்தைச் சார்ந்தவரென்றும் கிருஷ்ணமூர்த்தியின் அவதாரத் தரித்த மகாத்துமா என்றும் பெயர் வைத்துக்கொண்டு சமஸ்-கிருத பண்டிதரென்றும் வேதாந்த விஷயத்தில் அதி தேர்ச்சியுள்ளவரென்றும் பம்பாய் நகரத்தில் சில ஐரோப்பியர்களை மாணாக்கர்களாக சேர்த்துவைத்துக் கொண்டு வேஷ பிராமண வேதாந்த நடிப்பு நடித்து வந்தனராம். இவரை மிக்கஞான வீரரென்று நம்பிய ஐரோப்பியராகும் மாக்ஸ்முல்லரவர்களும், மற்றுமுள்ளோரும் இவருக்கு வெங்கைய மகாத்துமா என்னும் மறுபெயரும் கொடுத்தார்களாம்.

இவர் பம்பாயில் செய்த படாடம்பம் போதாது ஐரோப்பாவுக்குச் சென்று அங்குள்ள மெறில்போரென்னும் நகரத்துள் ஓர் விசாலமுள்ள வீடெடுத்து சில ஐரோப்பிய புருஷர்களையும், இஸ்திரீகளையும் சேர்த்துக்கொண்டு வேதாந்தம் போதிப்பதாக விளம்பியவர் தனக்கு (டைப்) அடிக்கும் வேலைக்கு ஓர் பெண் கிராணிதேவை என்று விளம்பரப்படுத்தினாராம். அதைக்கண்ணுற்ற பிரான்சி சிறுமி ஒருவள் நேரில்வந்து கண்டவுடன் வேதாந்த மகாத்துமாவும் பெண்ணின் அருகில் உட்கார்ந்து சில சங்கதிகளைப் பேசிக்கொண்டே பெண்ணைக்கட்டி இருகப்பிடித்து முத்தமிட்டாராம். பெண்ணோ அதிக பயந்து மிரண்டோடி தனது பெற்றோரிடம் முறையிட பெற்றோர்கள் நீதியதிபரிடம் கொண்டு போய் விசா-ரித்து குற்றவாளிதானென்று தெரிந்தவுடன் நீதியதிபரால் ஆறுமாதம் கடுந்தண்டனை விதிக்கப்பெற்றராம்.

இத்தகைய வேஷவேதாந்திகளை நம்பி வீண்காலம்போக்கும் குட்டி வேதாந்திகளே! உங்கள் கூட்டத்தை நிலைபடுத்தி பொருள் சேகரித்து நமது குலச் சிறுவர்களுக்கும், சிறுமிகளுக்கும் கைத்தொழிலைக் கற்பியுங்கள். பணம் சம்பாதிக்கும் அதஷ்டமாகிய யோகம் பிறக்குமாயின் ஞானம் தானேயுதிக்கும். இவற்றைவிட்டு போலிவேதாந்திகளை நம்பி பிஞ்சியில் பழுக்கப்பார்ப்பது நஞ்சை உண்பதொக்கும். ஆதலின் நமதன்-பர்கள் ஒவ்வொருவரும் வித்தை, புத்தி, ஈகை இவற்றை முன்பு பெருக்கி பின்பு சன்மார்க்கத்தில் நிலைக்கும்படிக் கோருகிறோம்.

- 2:23; நவம்பர் 18, 1908 -

25. நமது சக்கிரவர்த்தியார் கருணையும் மந்திரிகளின் மதியூகமும் பிரதிநிதிகளின் பாகுபாடும்

தற்காலம் இவ்விந்துதேசத்தில் நூதனமாக ஏற்பட்டிருக்கும் சாதிபேத செய்கைகளானது சொற்பக்குடிகளுக்கு சுகமும், பெருங்குடிகளுக்கு சுகக்-கேட்டையும் உண்டு செய்கின்றபடியால் அத்தகைய சாதி செய்கைகளானது இனிமேல் அவரவர்கள் வீட்டிலும், வாசலிலும் உலாவிக் கொள்ள வேண்டுமேயன்றி இராஜாங்க உத்தியோகங்களிலும், இராஜாங்க பீடங்களிலும் உலாவுவதற்கு இடங்கிடைக்கமாட்டாது போலும்.

பெரும்பாலும் ஏழைகளின் விருத்தியைக்கருதியே நமது சக்கிரவர்த்தியாரவர்களும், மந்திரிமார்களும், பிரதிநிதிகளும் தங்கள் ஆலோசனை-யைத் தேறவிசாரிணையிற் கொண்டு வந்திருக்கின்றார்கள்.

இத்தகைய ஆழ்ந்த விசாரிணையால் இந்துதேசத்திலுள்ள சகலகுடிகளும் சீர்பெற்று சுகமடைவார்கள் என்பது திண்ணமாதலின் சாதிபேத-மற்ற திராவிடர்கள் முன்னேறி சுகமடைவதற்கு இதுவே சமயமாகும்.

தாய்தந்தையர் பிள்ளைகளுக்கு அன்னத்தை ஊட்டுவார்கள். அதனை விழுங்க வேண்டியது குழவிகளின் செயலாகும்.

அதுபோல் நமது கருணைதங்கிய ராஜாங்கத்தார் சகலசாதியோர்களும், சாதிபேதமற்றவர்களும் களங்கமின்றி நடக்கும் பாதையை உண்டு செய்யப்போகின்றதாய் நமது சக்கிரவர்த்தியார் தொனிசப்திக்கின்றது.

அந்த தொனியைக் கேட்கும் சாதிபேதமற்ற திராவிடர்கள் யாவரும் தங்கள் சோம்பலையும், மந்தத்தையும் அகற்றி விருத்திக்கு முன்னேறும் வழிகளை நிதானித்து கல்வி விருத்தியையும் கைத்தொழில் விருத்தியையும் பெருக்கி சீர்பெறும் வழியில் நில்லுங்கள். சாதிபேதமற்ற திராவிட மகாஜனசபையார் வெளியிடும் சீர்திருத்தத்தைக் கண்ணுற்று அவற்றை வழுவாது நிறைவேற்றுங்கள். பிரிட்டிஷ் துரைத்தனமே நம்மை பாதுகாக்கும் பரம துரைத்தனமென்று எண்ணுங்கள் அவர்கள் துரைத்தனமே இங்கு சதாநிலைக்கப்பாருங்கள். அவர்களுடைய சுகங்களை உங்கள் சுகம்போல் கருதுங்கள். அவர்களுக்கு நேரிடுந் துன்பங்களை உங்களுக்கு நேரிட்ட துன்பம்போல் கருதி பாதுகாருங்கள். அவர்களுக்கு நேரும் ஆபத்துகாலத்தில் உங்கள் பிராணனை முன்பு கொடுத்து அவர்களை ஆதரியுங்கள். இதுவே நமது மூதாட்டியோதிய "நன்றி மறவேல்" என்னும் சத்தியதன்மச் செயலாகும்.

- 2:25; டி சம்பர் 2, 1908 -

26. வங்காளப்பிரிவினையால் இராஜதுவேஷம் உண்டாகலாமோ

நமது கவர்னர் ஜெனரல் கர்ஜன் பிரபு அவர்கள் வங்காளத்தை இருபிரிவினைச் செய்தவிஷயத்தால் வீண்கலகங்கள் தோன்றியதென்று சிற்சில பத்திராதிபர்கள் கூறுவதுமன்றி சர். என்றி காட்டன் எம்.பி. அவர்களும் பேசுவது விளங்கவில்லை.

ஒரு டிஸ்ட்டிரிக்கட்டில் ஒரு பிரிதி நிதியிருந்து சகல குடிகளின் குறைவு நிறைவுகளை அறிந்து பாதுகாத்தல் சுகத்தை விளைக்குமா அன்றேல் ஒரு டிஸ்ட்டிரிக்கட்டை நான்கு பாகமாகப் பிரித்து நான்கு பிரிதிநிதிகளை நியமித்து குடிகளின் குறைவு நிறைவுகளை அறிந்து பாதுகாத்தல் சுகத்தை விளைக்குமா என்று ஆராயுங்கால் நான்கு பிரிதிநிதிகளிருந்து குடிகளின் குறைகளை அப்போதைக்கப்போதறிந்து ஆதரிப்பார்களாயின், அதிக சுகமுண்டாமென்பது அநுபவமாகும். அங்ஙனமின்றி ஒரு பெரும் டிஸ்ட்டிரிக்கட்டை ஒரு பிரிதிநிதியிருந்தாளுவாராயின் குடிகளுக்குள்ளக் குறைகளை அப்போதைக்கப்போது நிவர்த்தி செய்வதற்கு இயலாது குடிகள் அல்லல்படவேண்டியதேயாகும்.

ஒரு பிரிதிநிதிப்பினும் நான்குப் பிரிதிநிதிகளைப் பெருக்குவதால் சிலவு அதிகரிக்காதோவென்பாரும் உண்டு அங்ஙனம் ஒரு பிரிதிநிதியால் பூமிகளின் விருத்திகளையும், நீர்பாய்ச்சல் விருத்திகளையும், கைத்தொழில் விருத்திகளையும் ஆராய்ச்சி செய்வதினும் நான்கு பிரிதிநிதிகள் அவரவர்கள் திக்குகளின் பூமிவிருத்தியையும், நீர்ப்பாய்ச்சலையும் விருத்தி செய்வார்களாயின் அவரவர்கட் சிலவுகளுக்கு மேற்பட்ட ஆதாயங்கள் பெருகுமன்றோ, பற்பலக் குடிகளுக்கும் அதினால் சீவன விருத்திகள் அதிகரிக்குமன்றோ.

இத்தியாதி விருத்திகளைக் கவனியாது குறைத்துக் கொண்டே போகுஞ் செயற்களை ஆராயுங்கால் தேசஞ் சீர்கெடுமேயன்றி சீர்பெறாவாம்.

தேசஞ் சீர்பெற விரும்புவோர் விருத்திகளையே கருதல்வேண்டும், வங்காளப் பிரிவினையால் தான் இத்தியாதி கலகங்கள் உண்டாதென்று கூறுங் கனவான்கள் அதன் குறைகளை விளக்கிக்காட்டுவார்களாயின் அவர்களை விவேகிகளென்றே கூறுவோம்.

அங்ஙனமின்றி சொந்தவீட்டுக்காரன் சீர்திருத்தத்தை அண்டைவீட்டுக்காரன் அலக்கழிப்பதுபோல் அரசாங்கத்தோர் சீர்திருத்தத்தின் அந்தரங்கம் அறியாதோர் வீணே பிதற்றுதல் விருதாவாவதன்றி,

- 2:25: டிசம்ப ர் 2, 1908 -

வீண்கலகங்களையும் மூட்டுவிக்கும் கதைகளென்றுங் கூறவேண்டியதாகும்.

காரணம் - இராஜாங்க சீர்திருத்தங்களிலும் தேசபிரிவினை, சேர்ப்பினைகளிலும் ஆலோசனை சங்கங்களிருந்தே காரியாதிகளை நடத்தி வருகின்றார்களன்றி வேறில்லை.

அவ்வகையுள்ள ஆலோசனை சங்கத்தோர்களுக்கு அறிவு போதாது யாங்கள்தான் அறிவுமிகுத்தவர்களென்று வெளிதோன்றி பத்திரிகைகளின் வாயலாகவும் மற்றுமிடங்களிலும் வங்காளப்பிரிவினையால்தான் வங்காளிகளுக்கு துவேஷமுண்டாதென்று கூறுங் கனவான்கள் அதனந்தரார்த்தங்களைத் தெள்ளறவிளக்கிக் காட்டுவார்களாயின் சகலரும் நன்குமதிப்பார்கள்.

வங்காளப்பிரிவினையே கலகத்திற்குக் காரணமென்போர் அதன் மூலத்தையும் அதன் பரிகரிப்பையும் விளக்குவரேல் அவர்களே மூதறிவாளராகும்.

அங்ஙனமின்றி சிலர் வங்காள இராஜ துவேஷிகளுக்கு துணை கூறுவதுபோல் வீண்வாதங்களைப் பத்திரிகைகளில் எழுதுவதும், பேசுவதும் அவலமேயாகும்.

அவ்வகைப்பேசவும், எழுதவுமுள்ள கனவான்கள் இராஜ துவேஷிகளுக்கு வேண இதங்கூறி அவர்கள் மதிமயக்கத்தை அகற்றி இராஜவிசுவாசத்தை உண்டு செய்வார்களாயின் அவர்களையே விவேகமிகுத்த மேதாவிகளென்று வணங்குவாம்.

- 2:26; டிசம்பர் 9, 1908 -

27. வங்காளிகளின் கீர்த்தி சில கங்காளிகளால் கலைதல்

பூர்வகாலத்தில் சீனராஜன், சிங்களராஜன், காம்போராஜன், வங்காள ராஜனென்பவற்றுள் வங்காளர்களைப் பற்றிய வல்லபத்தையும், மதியூகத்தையும் மிக்க மதிப்பாகக் கொண்டாடி வந்ததாக விளங்குகின்றது.

அவ்வகை மதிப்பைக் கொண்டே நமது பிரிட்டிஷ் ராஜாங்கத்தோரும் இந்தியாவின் தலைநகராக வைத்து வங்காளத்தை ஆண்டு வருகின்றார்கள்.

இத்தகைய தேசசிறப்பையும், தேசத்தோர் மதிப்பையும் குறைக்க ஏற்பட்ட குண்டர்கள் சிலர் வெடிகுண்டுகளை இருப்புப்பாதைகளில் எறிவதும், அன்னியதேச சரக்குகளை வைத்து விற்பவர்களின் கடைகளைக் கொளுத்துவதும் கூத்தாட்டங்களில் ராஜதுரோகப் பாட்டுகளைப் பாடுவதுமாகிய துன்மார்க்க வழிகளில் நடந்து நன்மார்க்க வழியிலுள்ளக் குடிகளை நாட்டை விட்டோட்டிக் கொண்டு வருகின்றார்கள்.

இத்தகைய துஷ்டர்கள் செய்யும் கஷ்டச் செயல்களுக்கு அஞ்சி விவேக மிகுத்தவர்களும், பெருந்தகமெயோர்களும் ஒவ்வொருவராய் ஊரைவிட்டு மற்றோரூர்களுக்குக் குடியேறிவிடுவார்களாயின் துஷ்டச் செயல்களுள்ளவர்கள் யாவரும் யாது செய்யக்கூடும். கஷ்டமிகுத்துக் கண் கலங்க வேண்டியதேயாம்.

சுஜாதிய அபிமானமேனும் பாராது கடைகளை சுட்டெறிப்பதும், வெடிகுண்டுகள் எறிவதும் இராஜதுவேஷப் பாட்டுகள் பாடுவதுமாகிய செயல்கள் அவரவர்களையே அழித்து அல்லல் அடையச் செய்யுமேயன்றி அரசாங்கத்தை ஒன்றும் அசைக்கமுடியாது.

இதையடக்குவதற்கென்றே இன்னும் அரசாங்கம் மேலும் மேலும் வலுவுபெறுமேயன்றி அவர்கள் சோர்வடைந்து சுயராட்சியம் அளிக்கப் போகிறதில்லை.

குண்டுமருந்துடன் எதிரெதிர் போர்புரிந்த காலத்தில் அஞ்சாது அடக்கி ஆண்டுகொண்ட அரசாங்கத்தார் பதுங்கி பதுங்கி குண்டுயெறிவோர்களுக்கு பயப்படுவார்களோ ஒருக்காலும் பயப்படமாட்டார்கள்.

இத்தகைய வஞ்சகச் செயல்களால் ஒருக்காலும் தேசஞ் சீர்பெறமாட்டாது. நேரான வழியிலும், சீரான நடையிலும் சுகம்பெறக்கூடும்.

இவற்றை உணராது ஒருவன் இராஜதுரோகச் செயலை செய்வானாயின் அவனுக்கு இன்னும் உச்சாகம் உண்டாக்கத்தக்கச் செயல்களை ஊடே உதவி செய்தல் மிக்க அக்கிரமமேயாகும்.

இராஜதுவேஷிகளுக்கு மதிகூறி அவர்களது துன்மார்க்கச் செயல்களைத் தவிர்த்து நன்மார்க்கத்தில் நடைபெறச் செய்வார்களாயின் அவர்களல்லல் நீங்கி ஆனந்தமடைவதுடன் மதிசொல்லுவோர்களும் மகிழுற்று மனப்பேரின்பம் அடைவார்கள்.

ஒவ்வொரு மக்களுந் துக்கத்தை அகற்றி சுகத்தைக் கருதுவது இயல்பாகும். அத்தகைய சுகத்தைக் கருதாது நமது வங்காளசோதிரர்களில் சிலர் நாளுக்குநாள் துக்கத்தையும், பயத்தையும் உண்டு செய்துக் கொண்டு பதுங்கித் திரிவது பாழுக்கிடமாகும். வஞ்சநெஞ்சத்தை அகற்றி வாழ்வதே வாழ்க்கை சுகமாம்.

- 2:26; டிசம்பர் 9, 1908 -

28. தாலிக்கட்டினால் மட்டும் விவாகம்போலும்

இத்தேசத்திலுள்ளோர் சிலர் ஓர் இஸ்திரீயைத் தாலிகட்டினால் மட்டிலும் அது விவாகமென்றுந் தாலிக்கட்டாவிடில் அஃது விவாகமன்றென்றும், ஓர் இந்து மற்றோர் மத இஸ்திரீயை விவாகஞ்செய்யமுடியாதென்றும் கூறுவது மிக்க ஆட்சரியமேயாம். அதாவது இந்துக்கள் வகுத்துள்ள எட்டுவகை விவாகங்களில் காந்தருவவிவாகமானது எந்ததேசம், எந்தபாஷை எந்தசாதியோராயிருப்பினும் புருஷனும், இஸ்திரீயும் சம்மதித்துக் கூடிக்கொள்ளுவார்களாயின் ஓர்விவாகமென்றே வகுத்திருக்கின்றார்கள்.

அங்ஙனமிருக்க தாலிகட்டாவிட்டால் விவாகமல்ல என்றும், ஓர் இந்துவானவன் மற்றோர் மத இஸ்திரீயை விவாகஞ்செய்ய முடியாதென்றுங் கூறுவது எட்டுவகை விவாகங்களுக்கும் மாறுபட்ட விவாதம்போலும்.

ஓர் புருஷன் இராஜாங்கமறிய ரிஜிஸ்டர் செய்து ஓர் பெண்ணை சேர்த்துக்கொண்டு ஓர் குழந்தையும் பிறந்தபின்னர் அந்த இஸ்திரீயையும் பிள்ளையையும் நிராதரவாய் விட்டுவிடுவதற்காய் தாலிகட்டாதது விவாகமல்லவென்றும், ஓர் இந்துவானவன் மற்றோர் மத இஸ்திரீயை விவாகஞ்செய்ய முடியாதென்றுங் கூறுவது எந்த மகாத்மாக்களால் இயற்றிய சட்டமோ விளங்கவில்லை.

இத்தேசத்துள்ளோர் குணமுஞ் செயலும் மாறியபோதினும், ஐயர், முதலி, நாயுடு, செட்டி என்றும் ஒவ்வொருவர் பெயர்களினீற்றிலுமுள்ள தொடர்மொழிகளை சேர்த்துள்ள வரையில் சட்டங்களும் மாறாது போலும்.

ஓர் அமேரிக்கராயினும், ஐரோப்பியராயினும், ஜெர்மனியராயினும் இத்தேசத்துள் வந்து யாதாமோர் விவாகமுமின்றி ஓர் இந்து இஸ்திரீயைச் சேர்ந்து பிள்ளையைப் பெற்றுவிடுவாராயின் அப்பிள்ளைக்குந் தாயிக்கும் ஜீவனாம்ஸம் சகலரும் அறிந்தேனும், அறியாமலேனும் பெறலாமோ. தாலிகட்டாதபடியால் அது விவாகமல்ல. ஓர் இந்துஸ்திரீ அன்னியமார்க்க புருஷனை விவாகஞ்செய்துகொண்டாலும் அது சரியானவிவாகமாக மாட்டாது. ஆதலின் அவரிடம் ஜீவனாம்ஸம் பெறப்போகாதென்று ஏதேனும் ஓர் சட்டமுண்டோ. அதையும் இந்து சட்டதாரிகள் யோசிக்க வேண்டியதேயாகும்.

காந்தருவவிவாகம் - தொல்காப்பியப் பொருளதிகாரம் - மூன்றாவது களவியல்

அதிர்ப்பிலயைம்பூணாரு மாடவருத்தம்மு
ளெதிர்ப்பட்டுக்கண்டியை நனென்ப - கதிர்ப் பொன்யாழ்
முந்திருவர்கண்ட முனிவருகண்காஷிக்
கந்திருவர் கண்ட கலப்பு.

- 2:27; டிசம்பர் 16, 1908 -

29. சாதிகளில் 1008-சாதி அடுக்கடுக்காய் பிரிவதுபோல் காங்கிரசும்

காலத்திற்குக் காலம் பிரியவேண்டும் போலும் இவ்வருஷத்திய காங்கிரஸ் நாகப்பூரில் ஒன்றும், சென்னையிலொன்றுங் கூடப்போவதாய் வதந்தி.

அவ்வதந்தி வாஸ்தவமாயின் நாஷெனல் காங்கிரசென்னும் பெயரை மாற்றிவிட்டு நாகப்பூரில் கூடுவோர் தங்கள் கூட்டத்தின் பெயரை வங்காளியர் காங்கிரசென்றும், சென்னையில் கூடுவோர் தங்கள் கூட்டத்தின் பெயரை பிராமண காங்கிரசென்றும் வைத்துக் கொள்வதே நலம்போலும்.

வங்காளத்தை இரண்டுபிரிவாக கர்ஜன் பிரபு பிரித்து விட்டடியால் இராஜ துவேஷம் ஏற்பட்டதென்று கூறும் கனவான்கள் காங்கிரஸ் கமிட்டி இரண்டுபட்டதற்குக் காரண துவேஷம் யாது கூறுவார்களோ காணவில்லை. நமக்குள்ள ஊழலையும், ஒற்றுமெய்க் கேட்டையும் சீர்திருத்திக் கொள்ள சக்த்தியற்ற நாம் இராஜாங்க சீர்திருத்தங்களை எடுத்துப் பேசுவது வீண் கலபைகளேயாம். கணக்கெழுதுவோன் கணக்கசாதி, பணிக்கு செய்வோன் பணிக்கசாதி எனப் பரவுதல் போல் மிதவாதத்துள் மிதவாதமும், அமித வாதத்துள் அமித வாதமுந் தோன்றும் போலும்.

இத்தகைய இரண்டுபட்ட காங்கிரசின் சென்னை காங்கிரஸ் கூட்டத்துள் சீர்திருத்த வகுப்பாருட் சிலர் பறையர்களைப்பற்றி பரிந்துபேசி அவர்களை முன்னுக்குக் கொண்டுவருவதாக யோசிக்கின்றார்களாம்.

இவ்வகைப்பரிந்த பேச்சுகள் பத்திரிகைகளிலும் கூட்டங்களிலும் பேசக்கண்டுள்ளோமன்றி அநுபவத்தில் அவர்களுக்குள்ள குறைகளை நீக்கியவர்கள் ஒருவருமில்லை.

ஆதலின் நமது காங்கிரஸ் கமிட்டியாரும், உள்சீர்திருத்த சங்கத்தோருஞ் சற்று சீர்தூக்கி நிதானித்து பறையர்களுக்காய் பரிந்துசெய்யும் உபகாரத்தை நிறுத்தி அவர்களுக்குச் செய்துவரும் இடுக்கங்களை மட்டிலும் செய்யாமலிருக்கச் செய்வீர்களாயின் அவ்வுபகாரமே போதுமாகும்.

அதாவது சென்னை ராஜதானியைச் சார்ந்த கிராமங்களில் சகலருக்கும் பொதுவாயுள்ள கிணறு, குளங்களில் சுத்தஜலங்களை மொண்டு குடிக்கவிடாமல் சேறும் நீரும் அருந்தி சாகச்செய்யும் இடுக்கங்களை நீக்கும்படிச் செய்யுங்கள். கிராமங்களிலுள்ள அம்மட்டர்களை சவரஞ்செய்யவிடாமல் தடுத்து ரோமரிஷிகளாக்கிவிடும், இடுக்கங்களைத் தவிர்த்து குடிம்பிகளாக்கி வையுங்கள்.

கிராமங்களிலுள்ள வண்ணார்களை வஸ்திரமெடுக்கவிடாமல் செய்து தங்களைப்போல் அவர்கள் சுத்தமாகவும், நாகரீகமாகவும் வரவிடாமல் செய்யும் இடுக்கங்களைத் தவிர்த்து சுதேசிகளாக உலாவச் செய்யுங்கள்.

அடிமைகளாக அடக்கி வைத்துக் கொண்டு அரைவயிற்றுக் கஞ்சேனுங் கொடாமல் அழிக்கும் இடுக்கங்களைத் தவிர்த்து வயிறாறப் புசிப்பளிக்கச் செய்யுங்கள்.

இத்தேசத்து தன்மத்திற்குப் பராய தீன்மம், புத்ததன்மமென்றும், இத்தேசத்து சாதிகளுக்குப் பராயசாதி பறைசாதியென்றும் வகுத்துக் கொண்டு புத்ததன்மத்தைப் பராயதன்மமென்றும் பௌத்தர்களைப் பறையர்கள் என்றும் தாழ்த்தி தலையெடுக்கா இடுக்கஞ்செய்வதைத் தவிர்த்து புத்ததன்மந்தான் இத்தேசத்தின் யதார்த்த பூர்வதன்மமென்றும், பறையர்கள் என்று அழைக்கப்படுவோர்கள்தான் இத்தேசத்தின் பூர்வ பௌத்த குருக்களும், பௌத்த அரசர்களும், பௌத்த குடிகளுமாக விளங்கினோரென விளக்கிவிடுவீர்களாயின் இதுவே பேருபகாரமுமாகும். இதுவே விவேகமிகுத்தக் கூட்டத்தார் செய்யாமல் செய்த உதவியுமாகும்.

2:27; டிசம்பர் 18, 1908 -

30. பாதிரிகளுக்கோர் விண்ணப்பம்

பாதிரிகளென்பவர்களுள் கத்தோலிக்குப் பாதிரிகளென்றும், பிரோட்டெஸ்டன்ட் பாதிரிகளென்றும் இருவகுப்பார் உண்டு.

அவற்றுள் பாதிரியென்னும் மொழியானது பாதர், பிதா, தந்தை என்னும் சிறப்புப்பொருள் பெற்று பாதிரி, பாதிரியென்னும் மொழி மயங்கி திரிகின்றது.

ஆயினும் அப்பாதிரியென்னும் மொழியை எமது பாதர், தந்தையென்றே கொண்டு யாமோர் மைந்தனாக நின்று விளக்கும் இவ்விண்ணப்பத்தை விரோதமாகக்கொள்ளாது அவிரோதத்தில் நோக்கி ஆதரிக்கும்படி கோருகிறோம்.

இவற்றுள் முதலாவது கத்தோலிக்குப் பாதிரிகளுக்கு விண்ணப்பிக்கின்றோம். போதியின் சார்பாய் தோன்றிய பாதர்களே, கிறீஸ்து பிறந்த நூற்றாண்டுகளுக்குப்பின்பு நூதனமாக குடியேறி தங்களுக்குத் தாங்களே பிராமணன் என்று சொல்லிக்கொண்டு வஞ்சக சீவனம் செய்துவந்த காலத்தில் அவர்களைக் கண்டித்தும், வேஷபிராமணச் செய்கைகளை விளக்கி ஊரைவிட்டுத் துறத்தியும் வந்த சுதேசிகளான சாதிபேதமற்ற திராவிடர்களை வேஷபிராமணர்கள் விரோதிகளாகவே உள்ளத்தில் மேற்கொண்டதிலிருந்து கல்விக்குறைவு, விசாரிணைக் குறைவும் உள்ள சிற்றரசர்களையும், பெருங் குடிகளையும் தங்கள் வசப்படுத்திக் கொண்டு தங்கள் வேஷ செயலுக்கும், பொய்க் கதைகளுக்கும் இசையாமல் பராயர்களாயிருந்து வேஷ பிராமணச் செயல்களையும், குடியேறிய காலங்களையும் நாணமற்ற நடைகளையும் மற்றக் குடிகளுக்கு பறைந்து தெளிவுண்டாக்கி வந்தவர்களைப் பறையர்கள் என்றும், சாம்பான்கள் என்றும், வலங்கையர்கள் என்றும், தாழ்ந்தசாதிகள் என்றும் கூறி பழைய விரோத சிந்தையைப் பதியவைத்து கொண்டு தங்களுக்கு அதிகாரமும் பொருளும் செல்வாக்கும் மிகுந்தவுடன் நாடுகளிலும், நகரங்களிலும் இவர்களைத் தங்கவிடாமலும் தரிக்கவிடாமலுந் துறத்திப் பலவகைத் துன்பங்களால் கொன்றும், வதைத்தும் வந்தார்கள்.

திராவிடர்களோ, யாதோர் ஆதரவும் அற்று பலவகை இடுக்கங்களாலும் நூதனமாக ஏற்படுத்திக்கொண்ட சாதிபேதச் செய்கைகளினாலும் தாழ்த்தப்பட்டு நசுங்குண்டு சிந்தை நைந்து சீரழிந்து வருங்காலத்தில்,

கருணைதங்கிய பிரிட்டிஷ் ராஜாங்கம் வந்து தோன்றி மழையின்றி வாடிமடியும் பயிறுக்கு தேதிமழைபெய்து தலைநிமிர்ந்ததுபோல் சாதிபேதமற்ற திராவிடர்களுக்கோர் தெளிவுறுதலும் பிறந்தது.

- 2:27; டிசம்பர் 18, 1908 -

சத்துருக்களின் இடுக்கங்கள் கிஞ்சித்து நீங்கி கல்விவிருத்தியும், செல்வவிருத்தியும் உண்டாகி அவரவர்கள் வாசஞ்செய்துவந்த கிராமங்களில் வீடும், வயலும், தோப்புந் துறவுந் தாங்கள் ஊழியஞ்செய்யும் துரைமக்களின் கருணையால் பெற்று நாளுக்குநாள் சீர்பெற்று வந்தார்கள்.

இவற்றுள் போச்சுகீயர் 1,498 இங்கிலீஷ் 1,591 உலாந்தா 1,594 பிரன்ச்சி 1,638 வருடங்களில் இவ்விடம் வந்து குடியேறியவற்றுள் 1,541 வருடம் சவேரியாரென்னும் பெரியோர் இவ்விடம் வந்து கத்தோலிக்கு மார்க்கத்தைப் பிரசங்கிக்க ஆரம்பித்தார்.

அதன்பின் 1,697 வருடத்தில் பிஸ்க்கி என்னும் பேருடைய பெரியவர் கோணாக்குப்பத்தில் ஓர் கோவிலைக் கட்டிமுடித்து, மயிலாப்பூர் மேற்றாணியார் உத்திரவு பெற்று, குழந்தையைக் கையிலேந்தி இருப்பதுபோல் மாதாவின் படமொன்று எழுதிவந்து பெரியநாயகி என்னும் பெயரளித்து மயிலாப்பூரில் இஸ்தாபித்தார்.

இதன் காட்சிகளைக் கண்டிருந்த சாதிபேதமற்ற திராவிடர்கள் ஆயிரத்தி ஐந்நூறு வருடங்களாக தங்கள் சத்துருக்களின் இடுக்கங்களால் நசுங்குண்டு குலகுருவாம் ஞானசூரியனையும் குலதேவதையாம் ஞானாம்பிகையையும் அவர்கள் போதித்துள்ள நல்லொழுக்கங்களையும் நழுவவிட்டு தங்கள் சொந்த மடங்களையுஞ் சத்துருக்களிடம் ஒப்படைத்துவிட்டு பராயர்கள் திரிமூர்த்தி கோவில்களுக்குள்ளும் நுழையவிடாமல் தடுக்கப்பட்டு தாய்தகப்பனை திசைதப்பி விட்டு தவிக்கும் மைந்தர்களைப்போல் கலக்கமுற்று ஆங்கிலேயர்களின் ஆதரவைப் பெற்று சற்று சுகித்திருந்தவர்களாதலின் இப்பாதிரிகளும் ஆங்கிலேயர்போல் காண்கின்றபடியால் அவர்கள் மதத்தில் நாம் பிரவேசிப்போமாயின் இன்னும் சீருஞ் சிறப்பும் பெருவதுடன் அவர்கள் கோவிலுக்குள் யாதோர் தடையுமின்றி போக்குவருத்திலிருக்கலாம் என்னும் ஆசைகொண்டும் உங்கள் அடைக்கலம் புகுந்தார்கள். சத்துருக்களின் இடுக்கத்தினாலும் கோவிலில்லாக் குறைகளினாலும் ஆங்கிலேயர்களைப் போல் தங்களை ஆதரிப்பார்கள் என்னும் அன்பினாலும் சுகத்திலிருந்த யாவரும் கத்தோலிக்கு மார்க்கத்தைத் தழுவ ஆரம்பித்தார்கள். அவர்களின் நோக்கங்களை அறிந்த கத்தோலிக்குப் பாதிரிமார்களும் அவர்கள் வாசஞ்செய்யும் சேரிகளின் மத்தியிலும், பக்கங்களிலும் பூமிகளை வாங்கி ஐயாயிரம், ஆறாயிரம் ரூபாயில் ஒவ்வோர் கோவில்களைக் கட்டி சுற்றுமதில்களை எழுப்பி அதற்குள்ளாகவே பிணங்களைப் புதைக்கத் தக்க இடங்களும் நிருமித்துக்கொண்டார்கள்.

சாதிபேதம் உள்ளவர்களோ கிறீஸ்த்து மார்க்கத்தில் பிரவேசித்தால் தங்கள் சாதி கெட்டுப் போமென்று பயந்து யாரும் சேராமல் விலகி நின்றார்கள்.

ஆங்கிலேய துரைமக்களால் சுகம்பெற்றிருந்த சாதிபேதமற்ற திராவிடர்கள் கத்தோலிக்கு மார்க்கத்தைச்சேர்ந்து கண்டபலன் யாதெனில்.

- 2:28; டிசம்பர் 23, 1908 -

ஒருமனிதன் தங்களை வந்தடுத்து தங்கள் கூட்டத்தில் சேர்ந்தவுடன் பிள்ளைப் பெறுமாயின் அதற்கு ஞானஸ்னானக் கட்டணத் தொகை, ஆதிவாரந்தோரும் உண்டித்தொகை, அர்ச்சயசிரேஷ்டர்களின் உற்சாகத் தொகை, புதுநன்மெய், பழயநன்மெய்த்தொகை, விவாகத்தின் தொகை, பிள்ளையோ, பெரியோரோ இறந்தார்களாயின் குழிக்குத்தொகை, குழித்தோண்டுந்தொகை, மணியடிக்குந் தொகை, தூம்பாகுருசுத்தொகை, மீன் மெழுகுவர்த்திகளுதவாது தேன்மெழுகுவர்த்திகள் தொகை மற்றுமுள்ளத் தொகைகளையும், கட்டணங்களையும் விவரங்கண்டெழுதின் விரியுமென்றஞ்சி விடுத்துள்ளோம்.

துரைமக்கள் வீடுகளில் ஊழியஞ்செய்யும் அரண்மனை வுத்தியோ கஸ்தர்களாகுந் திராவிடர்கள் தேகசக்த்தியிலிருந்து ஊழியஞ் செய்யுமளவும் அவர்களிடத்தில் மேற்கண்டபடி தொகைகளை வசூல் செய்துக்கொண்டுவந்து அவர்கள் தேகசக்த்தி ஒடுங்கியவுடன் ஓடுகளைக் கையில் கொடுத்து பிச்சையேற்க விட்டுவிடுகிறீர்கள்.

அந்தோ! இத்திராவிடர்கள் கஷ்டத்திற்கும் நஷ்டத்திற்கும் அஞ்சாதவர்கள். கிழவன் கிழவியானபோதிலும் ஒருவரிடஞ்சென்று உதவியென்று, கேழ்க்காமல் விறகுவிற்றேனும், புல்விற்றேனும் ஓரணா சம்பாதித்து சீவிக்கும் ரோஷமுடையவர்கள். இத்தகைய ரோஷமுடையோர் உங்களை அடுத்துக் கண்டபலன் கைகளில் கப்பரையும், கழுத்தில் மணிகளுமேயானார்கள்.

துரைகள் வீட்டு உத்தியோகங்களைக் கற்றுக் கொள்ளாமல் கைத்தொழிலையேனும், வியாபாரத்தையேனும் கற்றுக்கொண்டிருப்பார்களாயின் உங்களுக்கு செலுத்தவேண்டிய தொகைகளை மரணபரியந்தஞ் செலுத்தி தங்களைப் புதைக்குங் குழிக்குந் தொகையை செலுத்திவிடுவார்கள்.

சேரிகளின் மத்தியில் ஒவ்வோர் கோவில்களைக் கட்டி எழிய பேதை மக்களின் கைப்பொருட்களை வேண்டியவரையுங் கவர்ந்து இதக்கமின்றி ஒவ்வொருவர் கைகளிலும் ஓடுகளைக் கொடுத்துவருவதுமன்றி அம்மட்டிலும் விட்டுவிடாமல் இவர்களுக்கு ஆயிரத்தி ஐந்நூறு வருடமாக சத்துருக்களாயிருந்து நசித்துவந்த சாதிபேதம் உள்ளோர்களை சேர்த்துக் கொண்டு, நீங்கள் கிறீஸ்துவக் கூட்டத்தில் சேர்ந்தபோதிலும் முதலியார் முதலியாராயிருக்கலாம், நாயகர் நாயகராயிருக்கலாம், செட்டியார் செட்டியாராயிருக்கலாம், சந்தனப்பொட்டு வைக்கவேண்டுமானால் சந்தனக்கட்டையை விஞ்சாரித்துக் கொடுத்துவிடுவோம். குங்குமப் பொட்டு வைக்க வேண்டுமானால் குங்குமம் விஞ்சாரித்துக் கொடுத்துவிடுவோம். எங்களுக்குச் சேரவேண்டிய தொகைகள் மட்டிலும் சரிவரச் சேர்த்து விட்டால் போதும் என்று உயர்த்திக்கொண்டு ஆதியில் கிறீஸ்துமதத்தை அடுத்து எங்கும் பரவச்செய்த ஏழைமக்களை எதிரிகளிடம் இதக்கமில்லாமல் காட்டிக்கொடுத்து இவர்கள் பழயக் கிறீஸ்தவர்கள் அல்ல, பறைக்கிறீஸ்தவர்கள் என்றுத் தாழ்த்தி மனங்குன்றி நாணமடையச்செய்துவிட்டீர்கள். இதுதானே உங்களை நம்பிய பலன், இதுதானே

உங்களை அடுத்த பிரயோசனம், இதுதானே துக்கநிவர்த்திப் பெற்று மோட்சத்திற்குப்போகும் வழி, இது தானே. கிறீஸ்துமதப் போதகர்களின் அன்பு. இங்கிலீஷ் துரைத்தனம் இதுவரையில் இல்லாமல் இருக்குமாயின் சத்துருக்களால் முக்கால்பாகம் நசிந்து உள்ளக் கால்பாகமும் உங்களால் ஓடெடுத்துக் கொண்டே நசிந்திருப்பார்கள்.

அந்தோ! மனுக்களை ரட்சிக்க ஏற்பட்டக் கிறீஸ்துவும் அவருடைய சீஷர்களுந் தங்கள் ஞானபோதங்களை இவ்வகையாகவா பொருள் சம்பாதித்துப் போதித்தார்கள். இவ்வகையாகவா தங்கள் சுயப்பிரயோசனங்களைப் பார்த்துக் கொண்டு தங்களை அடுத்தோர்களை கண்கலங்க விட்டார்கள்.

- 2:29, டிசம்பர் 30, 1908 -

இல்லை. தங்களுக்கு இரண்டு அங்கிகளிருக்குமாயின் ஒன்றை தாரித்திரர்களுக்கும், ஏழைகளுக்குக் கொடுத்து ஆதரிக்கும்படி போதித்திருக்கின்றார்களே,

பணவாசைக்காரனும், செல்வமிகுத்தோனும் மோட்சராட்சியத்தில் பிரவேசிக்கமுடியாதென்று கூறியிருக்கின்றார்களே,

அத்தகைய சத்திய ஞானங்களைப் போதிக்குங் குருக்களாக நீங்கள் இத்தேசத்திற்கு வந்து மகாஞானிகளின் போதகத்திற்கு மாறுதலாக பணஞ்சம்பாதிக்கக்கூடிய மதக்கடைகளைப் பரப்பி இரவும் பகலும் ஓய்வின்றி கஷ்டப்பட்டு சம்பாதிக்கும் ஏழைகளின் பணங்களைக் கவர்ந்து தங்கள் சுயதேசங்களாகும் ரோமைநகர முதலியவிடங்களுக்கு அநுப்பிக்கொண்டு இவ்வேழைத் தமிழ் கிறிஸ்தவர்கள் கைகளில் ஓடும், அவர்கள் வாசஞ்செய்யும் சேரிகளை மூதேவியடையவுஞ் செய்துவிட்டீர்கள்.

இவ்வகையாக ஏழைத்தமிழ் கிறிஸ்தவர்களின் மீது இதக்கமின்றி பணங்களை வசூல்செய்து அநுப்பிவரும் ரோமைநகரின் தற்கால நிலையைக் கவனித்துப்பாருங்கள்.

உலகத்தில் அதிக சிறப்பும், நாகரீகமும், செல்வமும் மிகுந்திருந்த ரோமை நகர் நாளுக்குநாள் க்ஷீணமடைந்து ஈனஸ்திதிக்கு வருங் காரணம் ஏழைகளின் கஷ்டார்த்த சொத்துக்களை இதக்கமின்றி கொண்டுபோய் அத்தேசத்தில் சேர்ப்பதின் கர்ம்மமேயாம்.

அத்தகைய மதக்கடை பரப்பி பொருள் சம்பாதிக்கும் செயல்களை மகாஞானிகள் என்றும், தேவர்கள் என்றும் கொண்டாடப்பெற்ற மோசேயும், எலியாவும், கிறீஸ்துவும், மற்றுமுள்ளோரும் பார்க்கமாட்டார்கள், நம்முடையச் செயல்கள் அவர்களுக்குத் தெரியவும் மாட்டாதென்று நடத்தி வருகின்றீர்கள் போலும்.

அந்தோ! முக்காலும் உணர்ந்த மகாஞானிகள் இக்காலுமிருந்தே தங்கள் சத்தியதன்மங்களையும் அவற்றைப் போதிக்கும் போதகங்களின் செயல்களையும் பார்த்துக்கொண்டே இருக்கின்றார்கள்.

இதை சத்தியம் என்றே நம்புங்கள். அசத்தியம் என்று விட்டு ஏழைக் கிறீஸ்தவர்களை வஞ்சிக்காதீர்கள்.

“நீங்கள் அளந்தபடியினாலேயே உங்களுக்கும் அளக்கப்படும் உங்களுக்குள்ள இதக்கமற்றச் செய்கைகளே உங்களுக்குஞ் செய்யப்படும்”

ஆதலின் பாதர்களென்னும் பெரியோர்களே, இவ்வேழைக் கிறீஸ்தவர்களிடம் பணம் சம்பாதிக்கும் எண்ணங்களை ஓர்புறம் அகற்றி நீங்கள் சேர்த்து வைத்துள்ளத் தொகைகளில் கல்வி சாலைகளும் கைத்தொழிற்சாலைகளும் ஏற்படுத்தி இவ்வேழை பேதை மக்களுக்கு இலவசமாகக் கற்பித்து கல்வியிலும், கைத்தொழிலிலும் முன்னுக்குக் கொண்டு வருவீர்களாயின் நீங்கள் சிறப்படைவதுமன்றி உங்கள் கத்தோலிக்கு மார்க்கமும் சிறப்பைப்பெறும்.

நீதியிலும், அன்பிலும், ஒழுக்கத்திலும் பரம்பரையாக பயந்து நடக்கும் ஏழைக்கிறீஸ்தவர்களைப் பறையர்கள் என்று தாழ்த்தி பக்கத்தில் ஒதுக்கிவிடாதீர்கள். கிறிஸ்துவின் மார்க்கத்தை இத்தேசத்துள் எங்கும் ஆதியில் பரவச்செய்த பரம்பரையோர் இவர்கள் என்று அன்பு பாராட்டுங்கள், அன்பு பாராட்டுங்கள்.

இதுவரையில் கத்தோலிக்குமார்க்கப் பாதர்களின் விண்ணப்பத்தை முடித்துவிட்டோம்.

இனிப் புரோடிஸ்டென்ட் பாதர்களுக்கு எமது விண்ணப்பத்தை விடுகின்றோம்.

பூவுலகெங்கும் பிரபலமிகுத்தப் புரோட்டிஸ்டென்டென்னும் மார்க்க பாதர்களே, எமது விண்ணப்பத்தின்மீது சற்று கண்ணோக்கம் வையுங்கள்.

- 2:30; சனவரி 6, 1909 -

கத்தோலிக்கு மார்க்கத்தோர்களுக்குப் பின்பு இத்தென்னிந்தியாவில் குடியேறி கிறீஸ்துவின் மார்க்கத்தைப் பரவச்செய்வதற்காய் சகல மக்களுக்கும் உபகாரமாகும் கல்விசாலைகளை விருத்தி செய்தீர்கள்.

அக்கால் சாதித்தலைவர்களின் கொடுஞ்செயலால் தாழ்த்தப்பட்டு நிலைகுலைந்திருந்த திராவிட பௌத்தர்கள் யாவரும் தங்கள் பிள்ளைகளை ஆனந்தமாகக் கல்விசாலைகளுக்கு அனுப்பி கற்பிப்பதுடன் கிறீஸ்து மதத்தையும் தழுவி பி.ஏ., எம்.ஏ. முதலிய கௌரதாபட்டங்களையும் பெற்று பாதிரிகளாகவும், உபதேசிகளாகவும், உபாத்திமார்களாகவும் உத்தியோகங்களில் அமர்ந்து பட்டினங்களிலும், கிராமங்களிலும் கிறிஸ்துவின் போதகங்களையும்

போதித்துவருங்கால் சாதித் தலைவர்களின் போதனைகளுக்குட்பட்ட பராய மதஸ்தர்களும், பராய சாதியோர்களும் வெகுண்டு கற்களாலும், சாணங்களாலும், தடிகளாலும் அடித்துத் துரத்தப் பல பாடுகளும் பட்டு கிறீஸ்துவின் மார்க்கத்தைப் பரவச் செய்துவந்தார்கள்.

சாதித்தலைவர்களோ நீதிநெறியமைந்த பௌத்ததன்மத்தை பாழ்படுத்தி பௌத்தர்கள் யாவரையும் பறையரென்றும் தாழ்த்தி தலையெடுக்கவிடாமல் செய்துவந்தவர்களாதலின் அவர்களின் முன்பு கிறீஸ்துமார்க்கத்தைத் தழுவி கல்வியிலும், நாகரீகத்திலும் மிகுத்து பொய்ச்சாதி, பொய்மதங்களைத் தழுவியுள்ள அஞ்ஞான செயல்களைக் கண்டித்து வந்ததினால் இன்னும் அதிக பொறாமெய் கொண்டு மேலுமேலும் துன்பங்களைச் செய்துக்கொண்டு வந்தார்கள்.

அத்தகையத் துன்பங்கள் யாவையும் உங்களுடைய அன்பின் மிகுத்த ஆதரவினாலும், பிரிட்டிஷ் ராஜாங்க செங்கோலின் சார்பினாலும் சகித்து நாளுக்குநாள் தாங்களும், முன்னேறிக்கொண்டு கிறீஸ்து மார்க்கத்தையும் பரவச் செய்துவந்தார்கள்.

இவர்கள் விருத்தியை நாளுக்குநாள் கண்ணுற்று வந்த சாதித் தலைவர்களுக்கு மனஞ்சகியாது இவர்களை முன்போல் கெடுப்பதற்கு சாத்தியப்படாது இராஜாங்கத்தோரும் கிறிஸ்தவர்களாய் இருக்கின்றார்கள். ஆதலின் நாமும் கிறீஸ்து மதத்தைத் தழுவி அவர்கள் கூட்டத்தில் பிரவேசித்து சாதிக் கிறீஸ்தவர்கள் என்று எப்போதும்போல் நம்மை உயர்த்திக் கொண்டு முன் சேர்ந்த கிறீஸ்தவர்களை பறைக் கிறீஸ்தவர்கள் என்று தாழ்த்திப் பழையபடி பதிகுலையச் செய்ய ஆரம்பித்துக் கொண்டார்கள்.

அவர்களுடைய - வஞ்சகக் கூத்துகளை அறியா தாங்களும் பெரியசாதிகளெல்லாம் கிறிஸ்தவர்களாகி விடுகின்றார்கள் என்னும் பெருஞ் சந்தோஷத்தாலும், பெரியசாதியோரைக் கிறீஸ்தவர்களாக்கி விட்டார்கள் என்னும் பெரும்பேர் கிடைக்கும் என்று எண்ணி நூதனக் கிறீஸ்தவர்களின் மீது அன்புவைத்து அவர்களுக்கே பாதிரி உத்தியோகங்களையும், உபதேசிகள் உத்தியோகங்களையும், உபாத்திமார் உத்தியோகங்களையுங் கொடுத்து விருத்தி செய்துக் கொண்டு இக்கிறீஸ்து மதத்தைப் பரவச் செய்வதற்காய் கல்லடிகளும் சாணத்தினடிகளும், தடிகளினடிகளும் பட்டுப் பரவச்செய்தப் பழயக் கிறீஸ்தவர்களை பறைக் கிறீஸ்தவர்கள் என்று சொல்லுதற்காய் தாங்களும் தாழ்ந்த எண்ணத்தை விருத்தி செய்துக் கொண்டு ஏழைத் தமிழ் கிறிஸ்தவர்களை நடுத்தெருவில் விட்டு நங்குசெய்யவைத்தீர்கள்.

- 2:31; சனவரி 13, 1909 -

கிறீஸ்தவர்களென்னும் பெயரும் வேண்டும், வேஷபிராமணக் கட்டுக்குள் அடங்கிய சாதியும் வேண்டும் என்னும் ஆயிரம் கிறீஸ்தவர்கள் உங்கள் சங்கத்தில் கணக்காகச் சேர்ந்தபோதிலும் சாதிபேதமில்லாமல் பொருளாசையற்று புண்ணியபலனைக் கருதும் ஓர் கிறீஸ்தவன் உங்கள் சங்கத்திலிருப்பானாயின் கிறீஸ்துவின் மகத்துவமும் அவரது போதகமும் எங்கும் பரவி சகலரும் நித்தியசீவனின் வழியைக் கண்டடைவார்கள்.

அத்தகைய நித்தியசீவனை அடையும் வழியைக் கண்டவுடன் விசுவாசத்தில் நிலைத்து ஞானத்தானத்தையும் பெறுவார்கள்.

ஞானத்தானம் பெற்றவுடன் பாபத்தின் சம்பளமாகும் மரணத்தை ஜெயித்து உலகப்பற்றுக்கள் யாவையும் விடுத்து சகலருக்கும் உபகாரியாக விளங்குவார்கள்.

அவ்வகை உபகாரமே கிறீஸ்துவின் நாமத்தையும், அவரது போதகங்களையும் பரிமளிக்கச் செய்யும்.

அங்ஙனமின்றி சாதியாசாரமும் பெருக்கவேண்டும். உத்தியோகங்களும் உயரவேண்டும். பொருளாசையும் வளரவேண்டும், கிறீஸ்தவர்கள் என்னும் கூட்டமும் அதிகரிக்க வேண்டும் என்பதாயின் கிறிஸ்துவின் நீதிபோதங்கள் ஒருக்காலும் பரிமளிக்கமாட்டாது. அவரது போதபரிமளம் எக்காலத்தில் மறைகின்றதோ அப்போதே கிறீஸ்துவின் மார்க்கமும் மறைவதற்கு வழியாகும்.

ஆதலின் ஐரோப்பாகண்டத்தினின்று இவ்விடம் வந்து கிறிஸ்துவின் மார்க்கத்தைப்பரவச் செய்ய ஆரம்பித்த பாதர்மார்கள் ஒவ்வொருவரும் அடியில் குறித்துள்ள அரியவாக்கியத்தை அன்புகூர்ந்து பாருங்கள்,

மத்தேயு 20-ம் அதிகாரம், 29-ம் வசனம் : "கிறீஸ்துவானவர் தனது மாணாக்கர்களையும், அவ்விடம் வந்துள்ள மக்களையும் நோக்கி என் நாமத்தினிமித்தம் வீட்டையாவது, சகோதரரையாவது, சகோதரிகளையாவது, தகப்பனையாவது, தாயையாவது, மனைவியையாவது, பிள்ளைகளையாவது, நிலங்களையாவது விட்டவன் எவனோ அவன் அதற்கு நூறத்தனையான பலனை அடைந்து நித்தியசீவனையும் பெறுவானென்று திட்டமாகக் கூறியிருக்கின்றார்" இத்தகைய சத்தியவாக்கியத்தை சாதிக் கிறீஸ்தவர்களுக்குத் தாங்கள் போதித்தும், அவர்களே வாசித்துக் கொண்டும் மேற்கூறியுள்ள சகல பாக்கியங்களை விட்டாலும் விடுவோம் சாதியை மட்டிலும் விடமாட்டோம் என்பார்களாயின், கிறீஸ்துவுக்கும் அவர் போதகங்களுக்கும் பொருந்துமோ. நித்தியசீவனாம் மோட்சபாக்கியம் அடைவார்களோ, ஒருக்காலும் அடையார்கள். ஆதலின் பிரோட்டிஸ்டான்ட் மார்க்கப்பாதர்கள் ஒவ்வொருவர்களும் அவற்றை சீர் தூக்கி இந்து தேசப்பழயக் கிறிஸ்தவர்களைப் பறைக் கிறீஸ்தவர்கள் என்று தாழ்த்திப் பாழ்படுத்தாமல் அவர்கள் விருத்தியில் அன்புகூர்ந்து முன்போல் கல்வி விருத்திச் செய்து பாதிரிகள் உத்தியோகங்களும், உபதேசிகள் உத்தியோகங்களும், உபாத்திமார்கள் உத்தியோகங்களையும் அளித்து நீதியின் பாதையில் விடுத்து நித்தியசீவனுக்கு ஆளாக்குவதுடன் சாதிக்கிறீஸ்தவர்களின் போர்வைகளையும் அகற்றிவிடச் செய்து அவர்களுக்கும் சுத்தயிதயம் உண்டாக்கி தேவனை தரிசிக்கச்செய்யுங்கள். பிராமணமதத்தர் ஏற்படுத்திக் கொண்ட சாதிப் போர்வையை முக்கால் பாகமும், சிறீஸ்தவனெனும் போர்வை கால்பாகமும் அணைத்துக்கொண்டு நான் - கிறீஸ்து, அவன்-எனுமொழிக்கு அவன் கிறீஸ்தவனாகான், நான் கிறீஸ்தவனென்னும் மொழியும், பொய்ம்மொழியாகி கற்பனைக்கு மாறுபட்டுக் கவலைக்குள்ளாக்கிவிடும். பெரும்பாலும் இவற்றை பாதர்கள் கவனிக்கவேண்டுமென்று எமது விண்ணப்பத்தை முடிக்கின்றோம்.

"கிறீஸ்தவன் எனுஞ்சிறந்தமொழியானது
அவன் கிறீஸ்து எனும் பொருளைத்தரும்"

அதாவது - கிறிஸ்துவின் நடையுடை பாவனை ஒழுக்கங்களைப் பின்பற்றியவன் எவனோ அவனே கிறீஸ்து அவனாவானென்பதாம்.

- 2:33; சனவரி 27, 1909 -

31. சென்னை கத்தோலிக்குக் கிறீஸ்தவர்களும் புதுவை கத்தோலிக்குக் கிறீஸ்தவர்களும்

சென்னையிலுள்ள ஓர் கத்தோலிக்குக் கிறீஸ்தவர்கள் ஆலையத்தில் பிரேதத்தை அடக்கம் செய்ய சில கிறிஸ்தவர்கள் குருவானவர் உத்திரவைப் பெறாமல் சென்றதாகவும், அதைக்கண்ட கபடற்ற குருவானவர் கையமர்த்தி நிறுத்தும்படி செய்ததாகவும், அக்கிறிஸ்த்தவர்கள் குருவின்

முகத்தில் குத்தி உதிரம் வடியச் செய்ததுமன்றி மற்றுமுள்ளோர் தடியாலும், குடையாலும் அடித்துவிட்டு பிரேதத்தையும் அடக்கஞ்செய்து, குருவின்பேரில் பிரையாதும் செய்துவிட்டதாகவும் விசாரிணை நடந்துவருவதாகவும் கேழ்வியுற்று மிக்க விசனிக்கின்றோம்.

அதுபோல் புதுவையிலுள்ள ஓர் கத்தோலிக்கு கிறீஸ்தவர்கள் ஆலையத்தில் சாதிபேதமற்ற தமிழ் கிறிஸ்தவர்கள் வழக்கம்போல் அவ்வாலயத்திற்குச் சென்று பூசைக்காணுங்கால் அக்கோவிலுக்கு நூதனமாக வந்துள்ள குருவானவர் சாதிபேதமற்றத் தமிழ்க்கிறிஸ்தவர்களை நோக்கி நீங்களெல்லோரும் தாழ்ந்த சாதியார், உயர்ந்த சாதி கிறீஸ்தவர்களுடன் உழ்க்காரலாகா என்றாராம்.

அதனை வினவியக் கிறீஸ்தவர்கள் குருவை வணங்கி இக்கோவிலில் எப்போதும் இல்லாத வழக்கத்தை நீங்கள் ஏற்படுத்துவது நியாயமல்லவே என்றார்களாம். அதை வினவிய குருவானவருக்கு மிக்கக் கோபம் பிறந்து உங்கள் பெண்ணை சக்கிலிக்குக் கொடுப்பீர்களா என்று சம்மந்தமும் கோறினாராம். அவ்வார்த்தைக்கும் ஏழைக் கிறிஸ்தவர்கள் கோபிக்காமல் தாழ்ந்த உத்திரவைக் கொடுத்தும் குருவின் கோபம் அடங்காமல் கோவிலுள் செபஞ்செய்துக் கொண்டிருந்த ஓர் பெண்பிள்ளையின் முதுகில் வலுவாகத்தட்டி அழைத்துக் கொண்டுபோய் வெளியில் விட்டுவிட்டாராம் இவைகள் யாவற்றையும் கண்ணாறப் பார்த்திருந்த ஏழைக் கிறீஸ்தவர்கள் குருவின் பேரில் சினங்கொள்ளாது அதிகாரிகளிடம் பிரையாது கொடுத்திருப்பதாகத் தெரியவருகின்றது.

கத்தோலிக்குப் பாதிரிமார்களே இவைகளை சற்றுக் கண்ணோக்கிக் கவனியுங்கள். சென்னையில் பாதிரியாரை அடித்துக் கோர்ட்டுவழக்கில் இருப்பவர்களும் கிறிஸ்தவர்களே. புதுவையில் பாதிரியாரால் அவமானப்பட்டு கோர்ட்டிற்குப் போயிருப்பவர்களுங் கிறீஸ்தவர்களே. ஆதலின் இவ்விரு கிறீஸ்தவர்களுள் குருவை அடித்தவர்கள் யதார்த்தக் கிறீஸ்தவர்களா குருவுக்கு அடங்கினவர்கள் யதார்த்த கிறீஸ்தவர்களா. இவர்களுள் யாரால் கிறீஸ்துமார்க்கம் சிறப்படையும், பாதிரிகளே, பணவரவைப் பாராதீர்கள். ஞானவாட்களாம் குணவரவைப் பாருங்கள் - குணவரவைப்பாருங்கள்.

- 2:28; டிசம்பர் 23, 1908 -

32. முதல் மந்திரி லார்ட் மார்லியவர்களின் சீர்திருத்தத்தைப் பற்றி மற்றவர்கள் அபிப்பிராயங்களை வினவுதல்

சிற்சில பத்திராதிபர்கள் லார்ட் மார்லியவர்களின் சீர்திருத்தத்தைப் பற்றி மற்றவர்கள் அபிப்பிராயங்களைக் கேட்பதில் அவரவர்களது அனுபவங்களை ஆனமட்டிலும் வரைந்திருக்கின்றார்கள்.

அதாவது, உள்ளமக்களுக்குப் பலவகை பதார்த்தங்களை வட்டித்துப் புசிக்கச்செய்து அவை எவ்வகையதென்னில் அதிகக்கார்ப்பில் சுவை மிகுத்தவன் காரமில்லையென்பான். அதிக இனிப்பில் சுவைமிகுத்தவன் வெல்லமில்லை என்பான், அதிக உவர்ப்பில் சுவை மிகுத்தவன் உப்பில்லை என்பான், இஃது உருசி சகஜமாகும்.

பலதேச மக்கள் முன்னிலையில் பலதேச ஜந்துக்களையும், பலதேசப் பொருட்களையும் கொணர்ந்து வைத்து இவற்றுள் எவை சிறந்ததெனில்:-

நெய்தநிலவாசி மட்சங்களை சிறப்பிப்பான், முல்லை நிலவாசி பசுக்களை சிறப்பிப்பான், பாலைநிலவாசி உவர்மண்ணை சிறப்பிப்பான், குறிஞ்சி நிலவாசி கல்லுகளை சிறப்பிப்பான், மருதநிலவாசி தானியங்களை சிறப்பிப்பான்.

ஓர் அரசனை சங்கத்தில் நிறுத்தி உழைப்பாளியை அழைத்து ஐயன்செயல் எப்படி எனில் தன்னைப்போல் உழைப்பாளியாகக் காணில் அரசன் யானையேற்றங் குதிரையேற்றம் முதலியவைகளில் மிக்க வல்லவர் என்பான். சோம்பேரியாகக்காணில் இவர் யாதொரு தேகப்பியாசமும் அற்றவரென்பான்.

ஓர் வியாபாரிக்கு அவ்வரசனைக் காண்பித்து ஐயன்செயல் எவ்வகைத் எனில் தனது சரக்குகளை மிக்க வாங்கவும் கொள்ளவும் உள்ளவராயின் இவர் மெத்தப் பிரபு, சகல வஸ்துக்களின் சுகமும் அநுபவிக்கக்கூடியவரென்பான்.

தனது சரக்குகளை வாங்காதவராயின் இவர் ஒரு வஸ்துவையும் சுகிக்கவறியாராதலின் சோம்பி என்பான்.

பிச்சையேற்று சீவிப்போனுக்கு அரயனை சுட்டிக்காட்டி ஐயன்செயல் எவ்வகைத்தென்று கேட்க, இவன் சென்ற நேரம் எல்லாம் அரசன் பொருளுதவி செய்திருப்பானாயின் இவர் மகாப்பிரபு, சகலமும் உணர்ந்தவர், தாதாவென்பான்.

இவன் யாசகத்திற்குச் சென்ற நேரம் எல்லாம் தூறக்கொண்டேயிருப்பானாயின் இவன் நீச்சன், சண்டாளன் தாழ்குலத்தோனென்பான்.

பல வித்துவான்களையும் அழைத்து ஓர் செய்யுளைக்கொடுத்து இதனமைப்பு எவ்வகை எனில், எழுத்திலக்கணம் மிக்க கற்றவன் ஒற்றுமிகுத்துள்ளதென்பான். சொல்லிலக்கணம் மிக்க கற்றவன் கூறியதைக் கூறியுள்ளான் என்பான்.

இத்தகைய பேதாதாரங்களால் ஒருவருக்குள்ள அபிப்பிராயங்கள் மற்றவர்களுக்கு பேதமாகவும், மற்றவர்கள் அபிப்பிராயங்கள் தங்களுக்கு பேதமாகவும் மாறி நிற்கும்.

எவ்வகையதென்னில், இந்து தேசத்தை இதுவரையுஞ் சீர்திருத்தி சுகநிலைக்குக் கொண்டு வந்த ஆங்கிலேயர் தங்கள் சுயதேயத்திற்குப் போய்ச்சேர்ந்து நம்மிடத்தில் சுயராட்சியத்தை கொடுத்து விட்டால் சுகமாக அநுபவிக்கலாம் என்பார் ஒருவகுப்பார்.

ஆங்கிலேயர்களே இத்தேசத்திருந்து இராட்சியபாரஞ் செய்வார்களாயின் சகலகுடிகளும் சுகம்பெற வாழலாம் என்பார் பலவகுப்பார். இவற்றுள் ஒருவர் வாக்கு செல்லுமா, பலர் வாக்கு செல்லுமா என்பதை பகுத்தறிய வேண்டியதே பதமன்றி ஒருவரெண்ணத்தில் மற்றோரை இணங்கச்செய்தல் இழிவேயாகும்.

- 2:29; டிசம்பர் 30, 1908 -

33. ஓர் இந்தியரை பிரிட்டிஷ் இராஜாங்க ஆலோசனை சங்கத்தில் ஓர் அங்கமாக சேர்த்தல்

தற்காலம் இவ்விந்து தேசத்தில் நிறைவேறிவரும் இராஜாங்க ஆலோசனை சங்கத்தில் ஓர் இந்தியரை நியமிக்க வேண்டும் என்கின்ற ஏற்பாட்டில் கருணை தங்கிய ராஜாங்கத்தார், எக்சிகூட்டிவ் மெம்பருக்காக இந்தியரை தெரிந்தெடுக்குங்கால், அவர் பிரிட்டிஷ் ராஜாங்கத்தோரைப்போல் தன்னவர் அன்னியரென்னும் பட்சபாதமில்லாதவரும், தன்சாதி புறசாதி என்னும் பற்றில்லாதவரும், தன் மதம் புறமதமென்னும் பேதம் இல்லாதவரும், சகல சாதியோர் மீதும் அன்பு பாராட்டுபவரும் பொதுநன் மெய்க்கு உழைப்பவருமாயுள்ள ஒருவரைத் தெரிந்தெடுத்து நியமிக்கவேண்டும் என்று கோருகிறோம்.

அங்ஙனமின்றி இந்தியரொருவர் எம்.ஏ., எம்.எல்., தேர்ந்தவராயிருப்பினும், ஜர்ஜ் உத்தியோகம் செய்பவராயிருப்பினும், ஐ.பி.எஸ். பட்டம் பெற்றவராயிருப்பினும் சீர்மைக்குப் போயிருக்குங்கால் சாதிபேதமில்லை, சென்னைக்குவந்தவுடன் சாதிபேதம் உண்டு என்று சமயம் பாராட்டுகிறவர்களை சேர்த்துக் கொள்ளுவதினால் தங்கள் சாதி தங்கள் சமயத்தோருக்கு வேண்டியவர்களாயிருந்து தங்களுக்கு அப்புறப்பட்ட சாதியோருக்கும் சமயத்தோருக்கும் இடுக்கங்களை உண்டு செய்து விடுவதுடன் இராஜாங்கத்தோருக்கும் இடுக்கங்களைக் கொண்டு வந்துவிடுவார்கள்.

ஆதலின் நமது கருணைதங்கிய ராஜாங்கத்தார் மிக்க சீர்தூக்கி இந்நியமனத்தை முடிப்பார்கள் என்று நம்புகிறோம்.

- 2:29; டிசம்பர் 30, 1908 -

34. காங்கிரஸ் : இவ்வருஷங் காங்கிரசுக்கு வந்திருந்த கனவான்களின் கருணைநிலை யிதேபோலும்

டிசம்பர் மாத விடுமுறைகாலத்தில் இச்சென்னையில் கூடிய காங்கிரஸ் கமிட்டிக்குப் பிரிதிநிதிகளாக வந்திருந்த பெரியோர்களில் சிலர் நெட்டாலிலுள்ள இந்தியர்களுக்கு அனந்த துன்பங்கள் நேரிட்டு நசிந்துவருவதுபோல் பரிந்து பேசிய விஷயங்கள் யாவும் ஆட்சரியமாய் இருக்கின்றது.

காரணம் - விவேகமிகுத்த ஞானவான்களின் நூற்களுக்கும், குடிகளை அடக்கியாளும் தர்மத்திற்கும் ஆதியாக நிற்பது அரசர்களின் செங்கோல் எனப்படும்.

திரிக்குறள்

அந்தணர் நூற்கும் அறத்திற்கு மாதியாய் / நின்றது மன்னவன் கோல்.

ஆதலின் நெட்டால் ராஜாங்கத்துள் குடியேறியுள்ள இந்துக்களும் தங்களது ஆளுகைக்குள் அடங்கி வாழவேண்டும் என்னும் எண்ணத்தினால் இந்துக்கள் ஒவ்வொருவரும் நெட்டால் இராஜாங்க அதிகாரப் புத்தகத்தில் பெருவிரல் குறிபதிவு செய்ய வேண்டும் என்று சட்டம் பிறப்பித்தார்கள்.

அவர்கள் சட்டத்திற்கடங்கி நாளுக்குநாள் தங்கள் குறைகளை விளக்கி சீர்படுத்திக்கொள்ள வேண்டியவர்கள் அவ்விடத்தில் வாழலாம். அவர்கள் சட்டத்திற்கு அடங்கிய வாழ்க்கையை விரும்பாதவர்கள் அவரவர்கள் சுயதேசம் போய் சேர்ந்துவிடுவதே நியாயமாகும்.

அங்ஙனமின்றி ஈட்டிமுனையென்று அறிந்தும் காலாலுதைத்து காயமுண்டாகி சீழ்கொண்டு குத்தலுண்டாய தென்று கூச்சலிடுவதுபோல் ஓர் இராஜாங்கத்தோர் இயற்றியுள்ள சட்டமாகும், பெருவிரல் குறிப்பை பதிவுசெய்யாது பலாத்காரமாய் எதிர்த்து நிற்பது என்னமதியாகும்.

இராஜநீதிக்கு ஒடுங்கி தங்களுக்கு வேண்டிய சுகங்களை அவ்விராஜாங்கத்தோரைக் கொண்டே சீர்திருத்திக் கொள்ளுவது சுகம்பெற வேண்டியவர்களுக்கு அழகாகும்.

ஈட்டியின் முனையை உதைத்ததுபோல் இராஜாங்கத்தை எதிர்த்துள்ளக் குடிகளின் கஷ்டத்திற்காய் காங்கிரஸ் பிரிதிநிதிகள் பரிந்து பேசுவது என்ன கருணையோ விளங்கவில்லை.

கண்ணுக்கெட்டாத நெட்டால் தேசத்தில் கவலைப்படுங் குடிகளுக்காகப் பரிந்து பேசுங் கனவான்கள் தங்கள் கண்களால் காணும் குடிகளின் கஷ்டங்களைப் பரிந்தெடுத்துப் பேசியிருப்பார்களாயின் இவர்களையே கருணைமிகுத்த கனவான்கள் என்று கூறத்தகும்.

அதாவது அறுபதுலட்சத்திற்கு மேற்பட்ட இத்தேசப் பூர்வத் தமிழ்குடிகளை தங்களுக்குத் தாங்களே பிராமணரென்று சொல்லித் திரியும் கூட்டத்தார், பறையர்கள் என்று தாழ்த்தி கிராமங்களில் சுத்தஜலங்களை மொண்டு குடிக்கவிடாமலும் அம்மட்டர்களை சவரஞ்செய்யவிடாமலும், வண்ணார்களை வஸ்திரம் வெளுக்கவிடாமலும் தடுத்து அவர்கள் எங்கு சீவிக்கப்போனாலும் பலவகைத் தடைகளையும், இடுக்கங்களையும் உண்டுசெய்து பாழாக்கிவரும் பரிதாபத்தைப் பத்திரிகைகளின் மூலமாகவும், கண்களாலும் கண்டுவரும் கனவான்கள் இக்காங்கிரஸ் கூட்டத்தில் அவர்கள் குறைகளை விளக்கி ஈடேற்றினார்களில்லை.

இவ்வேழைக்குடிகளுக்குள்ள கஷ்டங்களைக் கண்ணாரக்கண்டும் கவலைப்படாதவர்கள், காணாத நெட்டால் இந்தியர்களின் மீது கவலைப்படுவது என்ன காருண்யம் என்று அவர்களே தெரிந்துக்கொள்ள வேண்டியதுதான்.

இந்தியாவில் நூதனமாகக் குடியேறியுள்ளக் குடிகள் புராதனக் குடிகளைப் பாழ்படுத்துவது பரிதாபமன்று. இராஜாங்க சட்டத்தை மீருகிறவர்களை தண்டிப்பதுமட்டிலும் பரிதாபம் போலும். இப்பரிதாபம் மறக்கருணையோ, அறக்கருணையோ என்பதைக் காங்கிரஸ் பிரதிநிதிகளே

கண்டறிந்து இக் கூட்டத்திற்கு நாஷனல் காங்கிரசென்னும் பெயர் தகுமா என்பதை அதன் செயலினால் சீர்திருத்தல் வேண்டும். அதாவது பலசாதியோருக்குள்ள இடுக்கங்களை நீக்கி ஆதரிக்கும் கூட்டத்திற்கே நாஷனல் காங்கிரசென்று கூறலாம். அங்ஙனம் இல்லாதக் கூட்டம் ஒருக்காலும் நாஷனல் காங்கிரஸ் ஆகாது என்பது திண்ணம்.

சிலர் தங்களுக்குத்தாங்களே ஆறுதல் சொல்லிக்கொள்ளுவதும் உண்டு. அதாவது, காங்கிரஸ் கூட்டமானது இராஜாங்க சங்கதிகளைப் பேசக்கூடியது. ஆதலின் அவ்விடத்தில் சாதிசம்பந்த சங்கதிப் பேசலாகாது. உள்சீர்திருத்த சங்கமாகிய மகாஜனசபையில் அவற்றைப் பேசக்கூடும் என்பார்கள்.

உள்சீர்திருத்த சொற்பக் கூட்டத்தோரால் பெருங்குடிகளுக்கு நேரிட்டுவரும் கஷ்ட நிஷ்டூரங்களையும், இழிவையும், நீக்குதற்கியலாது.

இராஜாங்க சீர்திருத்தமே அவற்றை அடக்கி ஆளும். அதாவது, சாதிபேதமற்ற திராவிடர்கள் கருணைதங்கிய ராஜாங்கத்தோர் உதவியால் பி.ஏ., எம்.ஏ., முதலிய கௌரதாபட்டங்களைப் பெற்றும், இராயபாதூர் முதலிய கௌரதாபட்டங்களைப் பெற்றும், செருசதார், ரிஜிஸ்ட்டரார் முதலிய அந்தஸ்தான உத்தியோகங்களைப் பெற்றும், கனதன வியாபார சங்கங்களைப் பெற்றும் சுகசீவிகளாக வாழ்வார்களாயின் அவர்களைப் பார்க்க சகியாத பொறாமெயுள்ள சாதிபேதமுடையோர் அவர்கள் வீடுகளின் எதிரிலும், ஓர் புறங்களிலும் பிச்சையேற்பதுபோல் பறையன், பறையன் என்ற இழிவானப் பாட்டைப் பாடிக் கொண்டு திரிகிறதும் சிலர் கூத்து மேடைகளில் பறையன் வந்தான், பறைச்சி வந்தாள் என்று இழிவாக நடித்துக் காட்டுகிறதமாகிய அவதூறு, இழிவுகூறல் என்னும் செயல்களை அடக்கியாள்வதற்கு உள் சீர்திருத்த சங்கத்தோரால் இயலுமோ, ஒருக்காலுமாகா. இத்தகையக் காங்கிரஸ் கமிட்டியார்களே முயன்று பெருந்தொகைக் குடிகளுக்கு மற்றோர்களால் நேரிட்டுவரும் இழிவையும், அவதூறுகளையும் இராஜாங்கத்தோருக்கு விளக்கி அவற்றை அடக்கக்கூடிய சட்டங்களை ஏற்படுத்தி சாதிபேதமுள்ளோருக்கும், சாதிபேதமில்லாருக்குமுள்ள விரோத சிந்தைகளை அகற்றி ஒற்றுமெய் உண்டாக்கிக் கொண்ட பின்னர், அக்கூட்டத்திற்கு நாஷனல் காங்கிரசென்னும் பெயரை அளிப்பார்களாயின் பெரும் புகழையும் கீர்த்தியையும் பெருவார்கள். அங்ஙனமின்றி அறுபது லட்ஷத்திற்கு மேற்பட்டக் குடிகளை அர்த்தநாசஞ்செய்து அடியோடு துலைக்கும் வழியைத் தேடிக்கொண்டு நாங்களும் நாஷனல் காங்கிரஸ் கூட்டத்தார் என்று கூறுவது நியாயவிரோதமேயாம்.

- 2:30: சனவரி 6, 1909 -

35. காங்கிரஸ் கூட்டத்தில் ம-அ-அ-ஸ்ரீ பி.பி. சுந்திரம் ஐயரவர்களின் பிரேரேபணை

சென்னையில்கூடிய காங்கிரஸ் கமிட்டியாரின் தீர்மானங்களுள் பதினோராவது தீர்மானத்தில் 1908 வருஷம் 7-வது ஆக்ட்டையும், 1908 வருஷம் 14-வது ஆக்ட்டையும் காலதாமதமின்றி ரத்து செய்துவிடவேண்டும் என்று ம-அஅ-ஸ்ரீ பி.பி. சுந்திரம் ஐயர் அவர்கள் பிரேரேபித்திருக்கின்றார்.

அதாவது மேற்கூறியுள்ள இரண்டு சட்டமும் சில புத்தியீனர்கள் புத்தியில்லா சில கொடுந்தொழில்களைச் செய்ய ஆரம்பித்தபடியால் அதை அடக்குவதினிமித்தம் இவ்வவசரச்சட்டம் ஏற்பட்டது. இச் சட்டம் வெளிவந்தவுடன் அந்த துஷ்டர்கள் யாவரும் அடங்கி போய்விட்டார்கள் ஆதலின் அவ்விருசட்டங்களையும் எடுத்துவிட வேண்டும் என்று வேணவரையில் பேசி முடித்திருக்கின்றார்.

இவரது கருத்தை தூரதேயப் பிரிதிநிதிகளிருவர் ஆமோதித்தும் பேசியிருக்கின்றார்கள் இவர்களது கருத்தும் விஷயபேதங்களுந் தேறவிளங்கவில்லை.

பத்திரிகைகளின் வாயலாகவும், கூட்டங்களிலும் இராஜநிந்தைகளேனும், இராஜ தூஷணைகளையேனும் செய்பவர்களை திட்டமாகத் தெரிந்துகொண்டவுடன் விசாரிணையின்றி தண்டிக்கத்தக்க விதிகளை வகுத்திருக்கின்றார்கள்.

அத்தகையச் சட்டமானது இராஜ துரோகிகளை மட்டிலும் பாதிக்குமேயன்றி இராஜவிசுவாசிகளை ஒருக்காலும் பாதிக்கமாட்டாது. அங்ஙனம் இருப்ப அதனை எடுத்துவிட வேண்டும் என்னும் காரணம் விளங்கவில்லை.

இராஜ தாரியில் மலமூத்திராதிகளை விகரிப்பிக்கலாகாதென்று சட்டம் வகுத்திருக்கின்றார்கள். அந்த சட்டம் இருப்பது தெரிந்தும் தண்டனையடைவதை உணர்ந்தும் மலமூத்திராதிகளை விசுரிப்பிக்காமல் இருக்கின்றார்களோ.

அன்னியன் பொருளை அபகரிப்போனுக்கு என்ன தண்டனை என்று விதிக்கப்பட்டிருக்கின்றது. அவ்வகையாக விதித்தும் வருகின்றார்கள் அவற்றைக் கண்டவர்களுக்கு அறிவு விளங்கி திருடாமலிருக்கின்றார்களோ.

ஒருவனை மற்றொருவன் கொலைச்செய்வானாயின் கொலையாளியைக் கொல்லவேண்டும் என்று சட்ட மேற்பட்டிருக்கின்றது. அம்மேறைக் கொன்றும் வருகின்றார்கள். அவற்றைக் காணுவோருக்கும் கேழ்ப்போருக்கும் பயமும், அறிவுந்தோன்றி கொலைபுரியாமலிருக்கின்றார்களோ இல்லையே.

இத்தகைய அனுபவக் காட்சிகளை உள்ளங்கை நெல்லிக்கனிபோல் கண்டிருந்தும் இராஜத்துவேஷ மறுப்புச்சட்டங்களை எடுத்துவிட வேண்டும் என்பது என்ன காரணமோ விளங்கவில்லை.

ஈதன்றி வங்காளம், பாம்பே முதலியாப் புறதேசங்களிலிருந்து வந்திருந்தப் பிரிதிநிதிகள் யாவரும் தேசத்தின் சீர்திருத்தங்களையும் குடிகளுக்குள்ளக் குறைகளையும் எடுத்துப்பேசியிருக்க நமது ஐயரவர்கள் மட்டிலும் சட்டத்தை எடுத்துவிடவேண்டும் என்று பிரே ரேபித்தது விந்தையேயாம்.

- 2:30; சனவரி 6, 1909 -

36. இந்தியாவில் தாழ்த்தப்பட்ட ஜாதியோருக்கு நியமிக்கப்பட்ட சங்கம்

இந்த டிசம்பர் மீ விடுமுறைகாலத்தில் சில பெரியோர்கள் கூடி இந்தியாவில் தாழ்த்தப்பட்டுள்ள சாதியோரை சீர்திருத்தவேண்டும் என்று முடிவு செய்திருக்கின்றார்கள்.

இவற்றுள் இயல்பாகவே அறிவின்றி தாழ்ந்துள்ள சில வகுப்பாரும் உண்டு. சாதித்தலைவர்களின் விரோதத்தினால் தாழ்த்தப்பட்டுள்ளவர்களும் நாளதுவரையில் தாழ்த்திவருகிறவற்றுள் தாழ்ந்தவர்களுமாகிய ஓர் வகுப்பாரும் உண்டு.

அவர்கள் யாரென்பீரேல் - குறவர், வில்லியர், சக்கிலியர், மலமெடுக்குந் தோட்டிகள் இயல்பாகவே தாழ்ந்த நிலையிலுள்ளவர்கள்.

சாதித்தலைவர்களாகும் வேஷபிராமணர்களால் பறையரென்றும், சாம்பாரென்றும், வலங்கையரென்றும் கூறி அவர்களை சுத்தஜலங்களை மொண்டு குடிக்கவிடாமலும், வண்ணார்களை வஸ்திரமெடுக்கவிடாமலும், அம்மட்டர்களை சவரஞ்செய்யவிடாமலும், அந்தஸ்தான உத்தியோகங்களில் பிரவேசிக்கவிடாமலும், ஏதோ துரை மக்கள் கருணையால் ஓர் உத்தியோகத்தைப் பெற்றுக் கொண்டபோதிலும் அதனினின்று முன்னுக்கு ஏறவிடாமலும் பலவகை இடுக்கங்களைச் செய்து தாழ்த்திக் கொண்டே வருகின்றார்கள். இவர்களைத் தாழ்ந்த வகுப்பார் என்று கூறலாகாது. சாதிபேதமுள்ள மற்றவர்களால் தாழ்த்தப்பட்ட வகுப்பார் என்று கூறல்வேண்டும்.

இவற்றுள் கூளங் குப்பைகளுடன் குணப்பெரும் பொருட்களையுஞ் சேரக்குவித்து குப்பைக் குழியென்பதுபோல் கல்வியிலும், நாகரீகத்திலும், விவேகத்திலும், ஒற்றுமெயிலும் மிகுத்து வேஷபிராமணர்கள் கற்பனாகதைகளுக்கிணங்காமல் விரோதிகளாய் நின்ற திராவிட பௌத்தர்கள் யாவரையும் பறையர், சாம்பார், வலங்கையரென்று தாழ்த்திக்கொண்டதுமன்றி சக்கிலி, தோட்டி, குறவர், வில்லியர் இவர்கள் யாவரையும் ஐந்தாவது சாதியென்னும் பஞ்சமசாதியென நூதனப்பெயரிட்டு மேன்மக்களாம் பௌத்தர்களையும் அக்குப்பையில் சேர்த்து பஞ்சமசாதியென்று வகுத்திருக்கின்றார்கள்.

ஆதலின் தாழ்ந்தசாதியோரை சீர்திருத்த ஏற்பட்ட கனவான்கள் ஒவ்வொருவரும் இவற்றை சீர்தூக்கி தாழ்ந்த வகுப்போர்கள் யாவரையுந் தருவித்து சாதிபேதம் வைத்துக்கொண்டு வாழ்பவர்கள் யாவர், சாதிபேதமில்லாமல் வாழ்பவர்கள் யாவரென்று தேறவிசாரித்து சாதிபேதம் உண்டென்போர் யாவரையும் சாதித் தலைவர்கள் கூட்டத்தில் சேர்த்துவிட்டு சாதியாசாரங்கெடாது சீர்திருத்திவிடுங்கள்.

சாதிபேதமில்லை என்னும் கூட்டத்தாருக்கு நீங்கள் யாதோர் உபகாரமும் செய்யவேண்டாம் அவர்களைத் தலையெடுக்கவிடாமல் செய்துவரும் மாளாயிடுக்கங்களை மட்டிலும் செய்யாமல் அன்பு பாராட்டுவீர்களாயின் அதுவே தாங்கள் செய்யும் பேருபகாரமாகும்.

உங்களுக்குள் நிறைவேறிவரும் ஒரு தருமத்தைக் கவனித்துப்பாருங்கள், மகா கனந்தங்கிய பச்சையப்பன் என்பவரின் பொது சொத்துக்கு மேற்பார்வை உடையோராய் நியமிக்கப் பெற்ற சாதியாசாரமுடையோர் அதே பச்சையப்பன் காலேஜில் கைத்தொழிற்சாலையை ஏற்படுத்தி சாதியாசாரமுள்ளவர்களை மட்டிலும் அச்சாலையில் சேர்க்கப்படும், சாதியாசாரமில்லாதவர்களை அவற்றுள் சேர்ப்பதில்லை என்று பயிரங்க விளம்பரம் வெளியிட்டிருக்கின்றார்கள்.

இத்தகையச் செய்கைகளினால் சாதியாசாரம் இல்லாதவர்களின் மீது சாதியாசாரமுள்ளவர்கள் யாவரும் நேர் விரோதித்து நிற்பதால் கருணைதங்கிய இரண்டோரன்பர்கள் இந்நோக்கத்தைக் கொள்ளுவது இமயமலையை வெட்டி வழிவுண்டாக்குவதுபோலாம்.

- 2:30; சனவரி 5, 1909 -

37. தாழ்ந்த சாதியோர்களை ஈடேற்றுகின்றோம் என்று இன்னுந் தலையெடுக்கவிடாமற் செய்யும் ஈதோர் தந்திரம் போலும்

அதாவது நம்மையாளும் ஏழாவது எட்வர்ட் சக்கிரவர்த்தியாரவர்கள் எழியக்குடிகளின் மீது இதக்கம் வைத்து சகலக்குடிகளையும் சமரசமாக ஆதரிக்கவேண்டும் என்னும் எண்ணத்தை சகலரும் அறிய வெளியிட்டுள்ளபடியால் ஏதோ கருணைதங்கிய ஆங்கிலேயர்கள் தோன்றி எழியக் குடிகளை ஈடேற்ற ஏற்பட்டு வருவார்களாயின் நம்மால் தாழ்த்தி வைக்கப்பட்டுள்ளவர்கள் உயர்த்தப்பட்டு விடுவார்களே ஆதலின்,

நாமே அவர்களை ஈடேற்றுகிறோமென்று பத்திரிகைகளின் வாயலாகவும், கூட்டங்களின் மூலமாகவும் கூச்சலிட்டு வருவோமானால் இந்துக்களே தோன்றி எழியக்குடிகளை ஈடேற்றப் போகின்றார்கள். நாம் ஏன் அவர்களைப்பற்றி முனையவேண்டுமென்று அடங்கி விடுவார்கள்.

நாமும் இதே கூச்சலிட்டுக் கொண்டு அடங்கிவிடலாம் என்னும் ஆலோசனையின் பேரில் தோன்றியுள்ளார்கள் போல் காண்கின்றது.

எவ்வகையதென்னில் தற்காலம் சிலர் தோன்றி ஏழைகளுக்கு அன்னதானகூடம் ஏற்படுத்தியுள்ளோமென்று விளம்பரப்படுத்தி பணங்களை வசூல்செய்து தங்களை அடுத்த சாதியுள்ள ஏழைகளுக்கு மட்டிலும் அன்னதானம் அளித்துவருகின்றார்கள்.

அதுபோலவே இந்த ஏழைகளை ஈடேற்றும் சங்கத்தோரும் தங்கள் கூட்டத்தில் பணஞ் சேர்ந்தவுடன் சாதியுள்ள ஏழைகளை சீர்திருத்திவிட்டு சாதியில்லா ஏழைகளை ஏதுவிசாரணையின்றி விட்டுவிடவேண்டியதேயாகும்.

ஆதலின் ஏழைகளை யீடேற்ற வெளிவந்த கனவான்கள், சாதி பேதமுள்ள ஏழைகளையும் சாதிபேதமில்லா ஏழைகளையும் ஈடேற்றுவோம் என்பது வீண்முயற்சியேயாகும்.

அத்தகைய ஈடேற்றக் கூட்டம் யதார்த்தமாக ஏற்படுத்த வேண்டுமாயின் அக்கூட்ட அங்கங்கள் சாதிபேதமுள்ளவர்கள் ஐந்துபேர்களிருப்பார்களாயின், சாதிபேதமில்லாதவர்கள் பத்துபேரிருந்து நடத்துவார்களாயின் சகல ஏழைகளும் ஈடேறி முன்னுக்கு வருவார்கள்.

அங்ஙனமின்றி சாதிபேதம் உள்ளவர்கள் கூடிக்கொண்டு சாதிபேதமில்லா ஏழைகளை ஈடேற்றப்போகின்றார்கள் என்பது இந்த கலியுலகத்திலுமில்லை, இனிவருங் கலியுலகத்திலும் இல்லை என்பது திண்ணமாம்.

சென்றவாரம் இக்கூட்டத்தோரைப் பற்றி வரைந்திருந்தோம். அதாவது, விவேகக் குறைவால் தாழ்ந்துள்ள வகுப்பாரொருவரும் சாதித் தலைவர்களாலும், அவர்களின் அடியார்களாலும் விரோதச்சிந்தையால் தாழ்த்திக் கொண்டே வருவதினால் தாழ்ந்துள்ள வகுப்பார் ஒருவரும் ஆக இரு வகுப்பாருள் இவர்களுள் சாதித்தலைவர்களால் தாழ்த்தப்பட்ட வகுப்பாரை சிலசாதித் தலைவர்கள் கூடி உயர்த்திவிடப் போகிறோமென வெளிவந்தது விந்தை என்றே கூறியுள்ளோம்.

அதற்குப் பகரமாய் ஜனவரிமீ 6உ புதவாரம் வெளிவந்த சுதேசமித்திரன் பத்திரிகையில் தாழ்ந்த வகுப்பாரை சீர்திருந்த ஏற்பட்டக் கூட்டத்தில் மேற்கண்டபடி வகுப்பை சீர்திருத்த மிஸ்டர் எம்.ஐ. நெல்லப்பா என்பவர் ஒருவர் வந்து தோன்றி பஞ்சமர்களுக்காய் பன்னிரண்டு சீர்திருத்த முறைகளை வாசித்ததாக குறித்திருக்கின்றது.

இவ்வகை ஓர் தாழ்த்தப்பட்ட வகுப்பாருக்காக ஓர் பிரதிநிதிவந்து அவர்களின் குறைவுகளை நிறைவு செய்யக் கேட்டுக் கொண்டபோது அவருக்கு உதவியாக ஆமோதித்துப் பேசினவர்கள் ஒருவரையும் காணோம். இவ்வகையாக அதே கூட்டத்தோரில் ஒருவர் வந்து பேசியபோது அவர் வார்த்தைகளை அமோதித்துப் பேச அன்பில்லாதவர்கள் தாழ்த்தப்பட்ட கூட்டத்தோரை உயர்த்துகிறோமென்று கூடியவை விந்தையிலும் விந்தையேயாம்.

இத்தகைய வீண் கூட்டங்களைக்கூட்டி அப்பிரயோசன வார்த்தைகளைப் பேசிவிட்டு அன்புடன் ஆதரிப்பவர்களையும் கெடுக்காமலிருக்கக் கோருகிறோம்.

- 2:31; சனவரி 13, 1909 -

38. சொல்லத்துலையா சாதிகளில் சுயராட்சியம் யாருக்காம்

கருணையும் கனமுத்தங்கி கண்ணிமைப்போல் நம்மை ஆதரிக்கும் பிரிட்டிஷ் ஆட்சியில் கனமும், மேன்மெயுந்தங்கிய இந்துதேச சக்கிரவர்த்தியார் ஏழாவது எட்வர்ட் அரசரவர்கள் தனது அன்புமிகுத்த அமுதவாக்கால் தனதாளுகையில் சருவசாதியோரையும் சமரசமாக பாதுகாப்போம் என்று அருளியதும்,

அவரது முதன்மந்திரியாக விளங்கும் மகாகனந்தங்கிய லார்ட் மார்லி அவர்கள் இந்துதேசக் குடிகள் யாவரும் பலசாதிப் பிரிவினைகளை ஏற்படுத்திக் கொண்டுள்ளவர்களாதலின் அவர்கள் ஏற்பாட்டிற்கு ஓர் குறைவும் நேரிடாமல் இராஜாங்கத்தோர் இயற்றியுள்ள ஆலோசனை சபைக்கு அந்தந்த சாதியோர்களுக்குத் தக்கவாறு பிரிதிநிதிகளை அனுப்பி சங்கத்தில் பேசலாம் என்று முடிவுசெய்திருக்கின்றார்.

இத்தேசத்தோர் சாதிபேதச் செயலுக்குத் தக்க சுயராட்சியம் இதுவேயாகும். இத்தேசத்துள் சிலர்கள் கூடி தங்களுக்கு சுயராட்சியம் வேண்டும் என்று கேட்டுக் கொண்டபடி சகல சாதியோரும் சேர்ந்து ஆளக்கூடிய சுயராட்சிய ஆளுகையைக் கொடுத்திருக்கின்றார்கள்.

அங்ஙனமிருக்க சில பத்திரிகைகளில் இந்து தேசத்தோராகிய நாங்கள் சுயராட்சியம் கேட்டிருக்க அவற்றை பிரிட்டிஷ் ராஜாங்கத்தோர் கவனியாது வேறுவேறு விஷயங்களை ஏற்படுத்தி விட்டார்கள் என்று தங்கள் மனம் போனபோக்கில் எழுதிவைத்திருக்கின்றார்கள்.

கன்னாடாதேசத்தார் ஒரே சாதியோராயிருந்துக் கொண்டு சுயராட்சியம் வினவியபோது யாதோர் ஆட்சேபனையுமின்றி கொடுத்து ஆதரித்து வருகின்றார்கள்.

நெட்டால் முதலிய சௌத் ஆபிரிக்கா வாசிகள் பேதமற்ற ஒரேசாதியோரா இருந்தது கொண்டு அவர்களுக்கு வேண்டிய ஆட்சியைக் கேட்டுக் கொண்டதின் பேரில் யாதோராட்சேபனையுமின்றி அவர்களுக்கு சுயராட்சியம் அளித்து ஆதரித்துவருகின்றார்கள்.

அதுபோல் இந்துதேசக் குடிகள் யாவரும் ஒரேசாதியினராய் இருப்பார்களாயின் சுயராட்சியம் இராஜாங்க ரீதியாய் கேட்டவுடன் கொடுத்திருப்பார்கள்.

ஆயினும் சுயராட்சியம் என்று சொல்லாமலே சுதந்திரங்களை அநுபவிக்கும்படி இத்தேசத்துள்ள சகல சாதியோருக்கும் சுதந்திரத்தை அளித்துவிட்டார்கள்.

இத்தகைய சுதந்திரத்தை ஒருவருக்கொருவர் சகோதிரவாஞ்சையினின்று பாதுகார்த்துக் கொள்ளுவதாயின் இதுவே பெருத்த சுயராஜரீகமாகும்.

வடகலை ஐயருடன் தென்கலை ஐயர் பொருந்தமாட்டார். பட்டவையருடன் இஸ்மார்த்தவையர் பொருந்தமாட்டார். கொண்டைகட்டி முதலியார் மற்றும் முதலியாருடன் பொருந்தமாட்டார். துளுவவேளாளர், காரைக்காட்டு வேளாளரை பொருத்தமாட்டார். தமிழ்ச் செட்டியார் வடுக செட்டியாரைப் பொருந்தமாட்டார். காஜுலு நாயுடு தெலுகுபாடை, இடைய நாயுடைப் பொருந்தமாட்டார். இவ்வகை பொருந்தாதிருப்பினும் சமயம் நேர்ந்தபோது சகலரும் ஒன்றாய்க் கூடிக்கொண்டு இவர்களால் தாழ்ந்தவர்கள் என்று ஏற்படுத்திக் கொண்ட பறையர்களைப் பொருந்தமாட்டார்கள்.

இத்தியாதி சாதிபேதங்களையும், குணபேதங்களையும் நூற்றாண்டுகளாய் அறிந்துவந்த பிரிட்டிஷ் ராஜாங்கத்தார் சகல சாதியோரும் பொருந்தியாளும் இராஜரீகத்தைத் தடுத்து சுயராஜரீகத்தை எந்த சுயஜாதிக்கு அளிப்பார்கள். இத்தியாதி பேதங்களையும் நன்கறிந்த நமது சோதிரர்கள் சுயராட்சியம் சுயராட்சியம் என்று வீணே கூறுவது சுகமின்மெயேயாம்.

சொல்லொண்ணா சாதிகள் நிறைந்த இச்சுதேசத்தில் மகா கனந்தங்கிய லார்ட் மார்லி அவர்கள் சகல சாதியோருக்கும் அளித்துள்ள சுதந்திரமே சுயராட்சியம் எனப்படும். இத்தகைய பேதமற்ற சுயராட்சிய சுதந்திரத்தை விடுத்து வேறு சுயராட்சியம் வேண்டும் என்பது உமிகுத்தி மணிதேடுவதே போலாகும்.

- 2:32; சனவரி 20, 1909 -

39. பழயராஜரீக அநுபவமறியாதவர்கள் புது ராஜரீகத்தைப் போற்றமாட்டார்கள்

நமது இந்துக்களின் முற்கால ராஜரீகத்தில் குடிகளின் சுகமும், அவர்களின் ஆதிபத்தியமும் எவ்வகையிலிருந்தது. அதன்பின் மகமதியர் ஆளுகையில் குடிகளின் சுகமும், அவர்கள் ஆதிபத்தியமும் எவ்வகையிலிருந்தது. தற்காலம் நம்மை ஆண்டுவரும் பிரிட்டிஷ் ராஜரீகத்தில் குடிகளின் சுகமும், அவர்கள் ஆதிபத்தியமும் எவ்வகையிலிருக்கின்றதென்று தேற விசாரித்துத் தெளிவோமாயின் இந்துக்கள் ராஜரீகத்தில் இராயன் எதிர்வருகையில் எத்தகைய் பிரபுவாயிருப்பினும் வஸ்திரத்தை இடுப்பில் இருகக்கட்டிக் கொண்டு அரயன்ரதம் ஏகுமளவும் கைகூப்பி ஓரமாக நிற்கவேண்டியது. மற்றும் அனந்த ஒடுக்கங்களுண்டு, எழுதவேண்டுமாயின் விரியும்.

மகமதியர் துரைத்தனத்திலோ கிஞ்சித்து பிரபுத்துவமுள்ளவர்கள் வீடுகடோரும் நாபாப்புகளுக்கு ஊழியஞ்செய்யும் யானை குதிரைகளைப் போஷிக்கவேண்டியதேயாகும். மற்றும் விசாரிணையற்ற செயல்களை விளக்கவேண்டுமாயின் விரியும்.

பிரிட்டிஷ் ராஜரீகமோ அவ்வகையின்றி தங்கள் ஆளுகைக்கு உட்பட்ட குடிகளின் சுகத்தை தங்கள் சுகம்போல் கருதி ஆனந்திப்பதும், தங்கட் குடிகளுக்கு நேரிடுந் துக்கங்களை தங்கள் துக்கம்போல் கருதி ஆதரிப்பதுமாகிய நீதியின் செங்கோலைத் தாங்கினவர்கள்.

இத்தகைய தன்ம ராஜரீகத்தை அகற்றி தங்கள் சுயப்பிரயோசனத்தை நாடித் திரியும் சொற்ப ஜனங்களின் வார்த்தைகளை நம்பிக்கொண்டு பெருங்குடிகள் ஒன்றுகூடி சுயராட்சியம் வேண்டும் என்பது விசாரிணைக் குறைவேயாம்.

- 2:32; சனவரி 20, 1909 -

40. பிரைமரி ஸ்கூல்களும் அதன் சூப்பர்வைசர்களும்

அதாவது சிறுவர் சிறுமிகளின் கலாசாலைகளில் அவர்கள் கல்வியின் அதிவிருத்தியை மேலுமேலும் கோரி அவர்களைக் கண்ணிமைப்போல் பாதுகார்த்து இடைவிடா விசாரிணையும் மேல்பார்வையுஞ் செய்துவரும் உத்தியோகஸ்தர்களுக்கு இஸ்கூல் சூப்பர்வைசர்கள் என்று கூறப்படும்.

இத்தகைய உத்தியோகஸ்தர்களை நமது காருண்ய கவர்ன்மெண்டார் ராஜாங்க உத்தியோகஸ்தர்களுக்குச் சமதையாய்ச்சேர்த்து சிறுவர்களின் கல்வியை ஆரம்பத்திலே செவ்வைப்படுத்தி விருத்திபெறச் செய்யும் வழிகளைத் தேடுகின்றார்கள்.

இராஜாங்கத்தோரின் இத்தகைய பரோபகார எண்ணத்தையும், எழிய சிறுவர்கள்மீதுண்டாய இதக்கத்தையும் நிலைபெறச் செய்யும் சூப்பர்வைசர்களின் எண்ணங்களும், செயல்களும் எவ்வகையில் இருக்கவேண்டும் என்னும் பொது ஆராய்ச்சியையும், இதன்பொறுப்பையும் கண்டு அவ்வத்தியோகத்திற்குப் பெரும்பாலும் எச்சாதியோரை நியமித்தால் இராஜாங்கத்தோரின் நல்லெண்ணம் விருத்திபெருமென்பதை குடிகளே விளக்கி அவற்றை நிலை நிறுத்தல்வேண்டும்.

அதாவது:- பெரிய சாதிகளென்று பெயர் வைத்துக் கொண்டிருப்போர்கள் சிறியசாதிகள் என்று அழைக்கப்படுவோர் வாசஞ்செய்யும் கிராமங்களிலுள்ளப் பள்ளிக்கூடத்து சிறுவர்களை அவர்கள் வாசிக்கும் சாலைகளுக்கே நேரில் போய் பார்வையிடவும், பரிட்சை செய்யவுமில்லாமல் தூரவிலகி சில தோப்புகளிலும், தங்களுக்கு வசதியான இடங்களிலும், உழ்க்கார்ந்து கொண்டு பிள்ளைகளை தருவித்து தூர நிறுத்திக் கொண்டு தாங்களும் பரிட்சை செய்துவிட்டோம் தாங்களும் பார்வையிட்டோமென்று (ரிப்போர்டுகள்) எழுதிவிடும்படியான சிலசாதியாரிருக்கின்றார்கள்.

அவ்வகை சாதியோரை இச்சூப்பர்வைசர்வேலைகளுக்கு நியமிப்பதானால் இராஜாங்கத்தோரின் நல்லெண்ணம் முற்றும் பாழடைந்து போவதுடன் இராஜாங்கத்தின் பணமும் வீண்விரயமாகும். ஆதலின் சாதிபேதமற்றவர்களும், சமயபேதமற்றவர்களும், தன்னவர் அன்னியரென்னும் பட்சமற்றவர்களும், மனிதர்களை மனிதர்களாக எண்ணுகிறவர்களும், பேராசை அற்றவர்களுமாகிய பெரியோர்களையே பார்த்து சூப்பர்வைசர் உத்தியோகங்களில் நியமிப்பதானால் சகலசாதி சிறுவர்களைக் கல்வி விருத்திச்செய்து காப்பாற்றுவதுடன் கருணைதங்கிய ராஜாங்கத்தோர் கருத்தையும் ஈடேற்றுவார்கள்.

- 2:33; சனவரி 27, 1909 -

41. பார்ப்பார்களென்று சொல்லிக்கொள்ளுவோர்களுக்கும் பறையர்களென்று அழைக்கப்படுவோர்களுக்குமுள்ளப் பழயவிரோதத்தை பரக்கப்பாருங்கள்

நாம் இப்பத்திரிகையின் வாயலாய் பார்ப்பார்களென்போருக்கும், பறையர்கள் என்போருக்கும் பௌத்தமார்க்கத்தை அழிக்கவேண்டி நேரிட்ட பூர்வ விரோதமே நாளதுவரையில் வைத்துக் கொண்டு திராவிட பௌத்தர்களைத் தலையெடுக்கவிடாமல் தாழ்த்தி பறையர் பறையரென்று பதிகுலையச் செய்துவருகின்றார்களென்று விளக்கிவருகின்றோம்.

அதற்குப் பகரமாக இப்போதும் நடந்துவரும் அக்கிரமத்தைப்பாருங்கள்.

அதாவது:- செங்கற்பட்டு ஜில்லா மதுராந்தகம் தாலுக்கா, 96-நெம்பர் ஓரத்தூர் கிராமத்தில் வாசஞ்செய்யும் பாப்பார்களெல்லாம் ஒன்றுகூடிக்கொண்டுப் பறையர்களென்னும் ஏழைக் குடிகளைப் பலவகைத் துன்பங்கள் செய்திருக்கின்றார்களாம்.

அவைகளை சகிக்கமுடியாமல் அக்குறைகள் யாவற்றையும் நமது ராஜாங்கத்தோருக்கு விளக்கவேண்டுமென்று கருதி யாவருங்கூடி கைச்சாத்திட்டு நமது பத்திரிகைக்கு எழுதியிருக்கின்றார்கள். அவற்றை இதனடியில் பிரசுரஞ் செய்திருக்கின்றோம். இதனைக் கண்ணுறும் கருணை தங்கிய நமது ராஜாங்கத்தார் எழியகுடிகளின்மீது இதக்கம் வைத்து இராஜாங்க யூரேஷிய அதிகாரிகளிலேனும், மகமதிய அதிகாரிகளிலேனும் ஒருவரை அனுப்பி அவற்றைத் தேறவிசாரிணைக்குக் கொண்டுவந்து அக்கிராமவாசிகளின் அக்கிரமங்களை அடக்கி ஏழைகளைப் பாதுகாப்பார்களென்று எதிர்பார்க்கின்றோம்.

பத்திராதிபர்

கடிதம்

நெ, 96, ஓரத்தூர் கிராமம்

ம-எம்-ஸ்ரீ,

க. அயோத்திதாஸ் பண்டிதரவர்கட்கு 96-ம் கிராமச்சேரியில் நீடூழியாய் வாசஞ்செய்யுங்குடிகள் யாவரும் தங்கள் மேலானகனத்தை வருந்தியெழுதுவது யாதெனில்:- தங்கள் பத்திரிகையில் யாங்கள் எழுதியதை பிரசுரிக்கக் கோருகிறோம்.

மேல்கண்ட நெ96 மதுராந்தகம் தாலுக்காவைச் சேர்ந்த ஓரத்தூர் கிராமத்தில் வசிக்கும் பாப்பார்கள் சுமார் 27 வீட்டுக்காரர்களும் ஒன்றாய் சேர்ந்து சேரியில் வசிக்கும் 28 வீட்டுக்காரரையும் பறையர்கள் நீங்கள் எங்கள் பட்டாபூமியின் வழியாய்ப் போகப்படாதென்றும், ஏரியில் ஜலம் யாங்கள் மொள்ளக்கூடாதென்றும், அப்படி மீறி மொள்ளுபவர் குடங்களை உடைத்துவிடுவதாகவும் சொன்னதை கேட்டு சிலகாலம் பயந்து ஜலமெடுக்காமலிருந்தோம். எங்களுக்குள் சிலர் அவர்களிடந்தான் தொண்டுசெய்கிறவர்கள். ஆனதால் நாங்கள் ஞாயங்கேட்கப் போனால் எங்களை தடிகளாலும், மண்கட்டிகளாலும் அடிக்க வருகிறார்கள். கிராம கணக்கப்பிள்ளை, முன்சீப் இவர்களிடஞ் சொன்னாலும் அவர்கள் இரு தரத்தாரையும் பறையர்களுக்கு உதவியாயிருப்பதைக் கண்டால் உங்களையும் பல்வித வாதைகள் செய்வோமென்று பயமுறுத்துகிறார்கள். யாங்களோ கல்வியில்லாதவர்கள். எங்கள் பிள்ளைகள் வாசிக்கவும் பள்ளிக்கூடம் இவ்விடங் கிடையாது. அப்படியிருந்தாலும் பறையர்கள் படிக்கப்படாது. மாடுகளை காலையில் ஓட்டிக்கொண்டு போய் அவர்கள் மாட்டில் மடக்கிக்கொண்டு அதுகள் போடும் சாணத்தையும் எடுத்துக்கொள்கிறார்கள். காரணம் அந்த சாணத்தால் நாங்கள் முன்னுக்கு வந்துவிடுவோமென்னும் கெட்ட எண்ணமே தவிர மேய்காட்டில் எங்கள் மாடுகளும், ஆடுகளும் மேயக்கூடாதென்றும் காட்டில் காய்ந்தவிரகு பொருக்கி சமைக்கக் கூடாதென்றும், எங்களுக்கு ஏர்மாடுகள் இருக்கப்படாதென்றும், யாங்கள் சுத்த ஜலம் சாப்பிடக்கூடாதென்றும், வஸ்திரங்கள் சுத்தமாய் கட்டக் கூடாதென்றும், மாட்டிற்கு யாங்கள் புல் அறுக்கக்கூடாதென்றும் தடுத்து எங்கள் பயிறுகளுக்கும், ஆடுமாடுகளுக்கும் இடஞ்சல் செய்துவருகின்றார்கள். இந்தவூரில் யாங்கள் நஞ்சை, புஞ்சை மானியதீர்வை ஏறக்குறைய 100 ரூபாய் சர்க்காருக்கு செலுத்திக்கொண்டு வருகிறோம்.

நாட்டுப்புரத்தில் நாங்கள் படும்ட கஷ்டங்களை கவனிப்பார் யாருங்காணோம். சென்னையில் மாத்திரம் சுதேசிகள் சுயராட்சியங் கேட்கிறார்களே இப்பேர்கொத்த கொடும்நெஞ்சமுடையவர்களுக்கு சுயராட்சியங் கொடுத்துவிட்டால் முற்காலத்தில் எங்களை கற்காணத்திலும், கழுவிலும் ஏற்றியதாய் பெரியபுராணம் முதல் தற்கால சாட்சியிருக்கிறது.

அப்பகையையும் உடனே தேடுவார்கள் அப்படி வராமல் கவர்ன்மெண்டார் எங்களை சீர்தூக்குவார்களென்று கோருகிறோம்.

எங்களை வாதை செய்வதின் காரணம் நாங்கள் நாளுக்குநாள் சொந்தபூமியும் பயிரிடுஞ் சமுசாரிகளாகிவிடுகிறோம் என்றுதான். அன்றியும் சர்க்கார் தீர்வை கட்டப்போனால் அக்கிராரத்தை சுற்றிச்சுற்றி வரவேண்டியதாயிருக்கிறது. அப்படி அவதிப்பட்டு பணம் வைத்துக்கொண்டு முன்சீப் ஐயரைக்கண்டால் அவர் வாங்கிக் கொள்ளாமல் கௌண்டனென்னுஞ் சாதியான் மூலமாய் பெற்றுக் கொள்ளுவது வழக்கம். இதுவும் தவிர போஸ்ட் பெட்டியை அக்கிராரத்துக்குள் வைத்துக்கொண்டிருப்பதால் எங்கள் அவசரக் கடிதங்கள் தாமதப்பட்டுப்போகிறது. இப்படி பிராமணாளிடத்தில் பலவித ஹிம்சைகளை அனுபவித்துவரும் எங்களை கருணைதங்கிய பிரிட்டீஷ் கவர்ன்மெண்டார் முன்னுக்குக் கொண்டுவரும்படியாயும், கனந்தங்கிய (தமிழன்) பத்திராதிபர் எங்கள் இடுக்கங்களை கவனித்து காருண்ணிய கவர்மெண்டாருக்கு தெரியப்படுத்தவும் இதனடியில் கையொப்பமிட்ட யாங்கள் தெரிவித்துக் கொண்டோம்.

எங்களுக்குள் வரதனென்பவன் இந்த எடஞ்சல்களைப் போய் கேட்டதின்பேரில் நாலுபாப்பார்கள் அவனைக் கல்லுகளாலும், தடிகளாலும் அடித்து உதிரமே வரச்செய்துவிட்டார்கள். அவன் அதிகாரிகளிடம் பிரையாது செய்யப்போனப்பின் ஒரு வாழைக் குலையை வெட்டி வந்து முன்சீப் வீட்டுத் திண்ணையின்பேரில் வைத்து இந்த வாழைக்குலையைத் திருடினான் அடித்தோமென்று பொய்யைச்சொல்லுகிறார்கள்.

இப்படியாக எங்களுக்கு நேரிட்டுள்ள கஷ்டங்களை இங்கிலீஷ் ராஜாங்கத்தோருக்குத் தெரிவிப்பதுடன் மாஜிஸ்டிரேட்டவர்களும் சரியாக விசாரித்து ஏழைகளைக் காப்பாற்றும்படிக் கோருகிறோம்.

ஓரத்தூர் சேரிவாசிகள்,

- 2:33, சனவரி 27, 1909 -

42. கனந்தங்கிய லார்ட் மார்லியவர்களின் அபிப்பிராயமும் அவரது முடிவும்

கனந்தங்கிய லார்ட் மார்லியவர்கள் ஏற்படுத்தியுள்ள தற்கால ஏற்பாட்டினால் இந்தியர்களுக்கும், மகமதியர்களுக்கும் சிலமனத்தாபங்கள் உண்டாகும்போல் காண்கின்றதென்று சில பத்தராதிபர்கள் கூறுவது வீண் பிரளியேயாம்.

அதாவது இந்தியர்கள் என்றும், மகமதியர்கள் என்றும் பிரிவினையாகக் கூறுவதால் பேதமுண்டாயதேயன்றி அவர்களையும் இந்தியர்கள் என்றே கூறுவோமாயின் பேதந் தோன்றாவாம்.

எவ்வகையிலென்பீரேல், மகமதியர் வருகைக்கு சில காலங்களுக்கு முன்பு இத்தேசத்தில் வந்து குடியேறியவர்கள் பிராமணர் பிராமணரென்று சொல்லிக்கொண்டு வந்து இப்போது நாங்களும் இந்தியர்கள் என்று சொல்லிக் கொண்டு சகல சுதந்திரங்களும் வேண்டும் என்று கேட்கும்போது இத்தேசத்தையே சிற்சில இடங்களில் அரசாண்டுவந்த மகமதியர்களையும் ஏன் இந்தியர்கள் என்று சொல்லப்படாது.

அவர்களும் ஓர்வகையாய் இந்தியர்களேயாவர். மகமதியர்களை இந்தியர்கள் என்று கூறலாகாதென வெளிவருவார்களாயின் வைணவர், சைவர், வேதாந்திகளென்னும் மூவருக்கும் இந்தியர்கள் என்னும் பெயர் பொருந்தாது.

பௌத்தமார்க்கத்தார் ஒருவருக்கே இந்தியரென்னும் பெயர் பொருந்தும்.

அதாவது, புத்தபிரான் ஐயிந்திரியங்களை வென்று இந்திரரென்னும் பெயர்பெற்று தேசமெங்கும் இந்திரவியாரங்களைக் கட்டி இந்திரவிழாக்கோல், இந்திரவிழாவணி, இந்திரபூஜையென்றும் எங்கும் கொண்டாடி அவரது தன்மத்தை இந்தியதன்மமென்றும் அந்த தன்மத்தைக் கொண்டாடிவந்த மக்களை இந்தியர்கள் என்றும், அவர்கள் வாசஞ்செய்திருந்த தேசத்தை இந்தியர் தேசமென்றும் வழங்கிவந்தவற்றுள் வடயிந்தியர் வாசஞ்செய்த இடத்தை வடயிந்தியமென்றும் தென்னிந்தியர் வாசஞ்செய்த இடத்தை தென்னிந்திய மென்றும் வழங்கிவந்தார்கள்.

இத்தகைய புத்ததன்ம சார்பினருக்குரிய இந்தியரென்னும் பெயரை பொதுவாக, சகல மதஸ்தர்களும் ஏற்றுக்கொண்டு தங்களை இந்தியர்களென்று கூறுங்கால் மகமதியர்களையும் ஏன் இந்தியர்களென்று கூறப்படாது.

தாங்கள் சுகமடையவேண்டிய இடங்களில் எல்லாம் பிரிவினைகள் கிடையாது, அன்னியர்கள் சுகமடையவேண்டிய இடங்களில் எல்லாம் பிரிவினைகளை உண்டு செய்து வருவது அவர்கள் கோரிக்கைபோலும்.

இவ்வகையான கோரிக்கையை சரிவர நிறைவேற்றி சகல குடிகளையும் சமரசமாக இப்பிரிட்டிஷ் ராஜரீகத்தில் சுகத்திற்கும், ஆட்சிக்கும் கொண்டுவரும்படியான சட்டத்தை மகா கனந்தங்கிய மந்திரி லார்ட் மார்லியவர்கள் கொண்டு வந்திருக்கின்றார். அவற்றை நமது கருணைதங்கிய கவர்னரவர்கள் அடியில் குறித்துள்ளவாறு இராஜாங்க ஆலோசனை சங்கங்களிலும், முநிசபில் சங்கங்களிலும், இராஜாங்க உத்தியோக சாலைகளிலும், இராணுவ வகுப்பிலும், வைத்திய இலாக்காகளிலும், போலீஸ் உத்தியோகங்களிலும், இரயில்வே இலாக்காக்களிலும், கல்வியிலாக்காக்களிலும், அந்தந்த இலாக்காவின் மொத்தத் தொகைப்படிக்கு இவ்வகுப்பார் பிரிவினைப்படி, சேர்த்து விடுவார்களானால் சகல சாதியோரும் சீரும், சிறப்பையும் அடைவார்கள். பிரிட்டிஷ் ஆட்சியும் நீடித்த சுகநிலைபெறும்.

இராஜாங்க ஆலோசனா சங்கத்துள் நூறு பெயர் நியமனமாக வேண்டுமானால் சாதிபேதமற்ற திராவிடர்களாம் இந்தியர்கள் 25-பெயரையும், சாதிபேதமுள்ள இந்தியர்கள் 25-பெயரையும், மகமதியர்கள் 25-பெயரையும், யூரேஷியர்கள் 13-பெயர்களையும், நேட்டிவ் கிறிஸ்ட்டியன்ஸ்கள் 12 பெயர்களையும் நியமித்து ஆலோசனைகளை நிறைவேற்றுவதானால் சகல குடிகளும் சுகம் பெறுவார்கள்.

இராஜாங்க உத்தியோகசாலைகளிலும், இம்மேறையே நியமித்து அலுவல்களை நடத்திவருவதானால் சகலசாதி மக்களும் மேலுமேலும் சுகமடைந்து விருத்தி பெறுவார்கள்.

இவற்றுள் முக்கியமாக இராஜாங்க எக்சிகூட்டிவ் மெம்பர் ஒருவரை தெரிந்து எடுத்துக் கொள்ளவேண்டியவற்றுள் ஒரு வருஷத்திற்கு தான் ஒவ்வொருவரை நியமிப்பது சுகமாகும். அவற்றுள் சாதிபேதமற்ற திராவிடருள் ஒருவரை ஒருவருஷத்திற்கும், சாதிபேதமுள்ள இந்தியருள் ஒருவரை ஒருவருஷத்திற்கும், மகமதியருள் ஒருவரை ஒருவருஷத்திற்கும், யூரேஷியருள் ஒருவரை ஒருவருஷத்திற்கும், நேட்டிவ் கிறிஸ்தவருள் ஒருவரை ஒருவருஷத்திற்கும் நியமித்து இராஜாங்க காரியாதிகளை நடத்துவதே மிக்க சுகமாகும்.

சாதிபேதமற்ற திராவிடர்கள் யாவரென்பீரேல்:- சிலகாலங்களுக்கு முன் இத்தேசத்துள் நூதனமாகக் குடியேறியுள்ள பராயசாதியோர்களின் வஞ்சினத்தால் பறையர்கள் என்றும், சாம்பான்கள் என்றும், வலங்கையரென்றும் அழைக்கப்பெற்ற பூர்வ பௌத்தக் குடிகளேயாம்.

- 2:34; பிப்ரவரி 3, 1909 -

43. செங்கல்பட்டு ஜில்லா மதுராந்தகம் தாலுகா 96-வது நெம்பர் ஓரத்தூர் கிராமம்

ஓரத்தூர் அக்கிராரவாசிகளுக்குள் சிலர் ஏழைக்குடிகளை ஏரிகளில் ஜலம் மொள்ளப்படாதென்றும், மாடுகளுக்குப் புல்லுகள் அறுக்கப்படாதென்றும், அவர்கள் ஆடுமாடுகளை மேய்வுகாட்டில் மேயப்படாதென்றும், புறம்போக்குக் காடுகளில் விழுந்துள்ள விறகுசுள்ளிகளைப் பொருக்கப்படா தென்றும் தடுப்பதற்கு யாதாமோர் அதிகாரமும் கிடையாது.

சிலர்கள் அவர்களிடம் பண்ணையாட்களாயிருக்கின்றபடியால் தங்கள் அதிகாரத்தை செலுத்தியிருப்பார்கள்.

அவ்வதிகாரம் அவர்கள் வேலைக்கு மட்டுமேயன்றி மற்ற விஷயங்களில் நடத்தப்படாது. இத்தகைய விரோதந் தோன்றியுள்ள காரணங்களை ஆலோசிக்குங்கால் ஏழைக்குடிகள் நாளுக்குநாள் விருத்தியடைந்து சொந்த பூமிகளும், ஆடுமாடுகளும் சேகரித்து சீர்பெற்றுவருவது அக்கிராமத்துப் பாப்பார் கண்ணுக்குப் பொருக்காமல் ஏழை குடிகளை இடுக்கஞ்செய்து வருகின்றார்கள் என்பது ஓர் காரணமாகும்.

இரண்டாவது காரணத்தை ஆலோசிக்குங்கால் ஏழைக்குடிகள் கிஸ்தியாகும் நிலவரிகளைக் கொண்டுபோய் கட்டுதற்கும், ஏதோ தங்கள் பிரசாதுகளைக் கொண்டுபோய் முறையிடுவதற்கும் பொதுவாகிய ஓர் இடமில்லாமல் அக்கிராரத்தில் வாசஞ்செய்யும் ஐயர்வீட்டிற்கே போக-

வேண்டுமானால் அவருக்குத் தக்க சாதியாள் தேடி அந்த ஆளின்மூலமாக ஐயரிடமுஞ் சேர்ப்பது ஒரு கஷ்டம்.

(போஸ்ட் பில்லர் பாக்ஸாகும்) காகிதம் போடவேண்டிய பெட்டியை பொதுவானவிடத்தில் வைக்காமல் அக்கிராரத்திற்கு உள்ளாக வைத்து ஏழைக்குடிகள் தங்கள் அவசரக் காகிதங்களைப் (பில்லர் பாக்ஸில்) போடுவதற்கு சாத்தியப்படாமல் ஐயமாருக்குப் பிரியமான சாதி ஆள் ஒருவனைத் தேடி அவனிடம் தங்கள் காகிதங்களைக் கொடுத்து (பில்லர் பாக்ஸில்) போடவேண்டியது ஒரு கஷ்டம். அவ்வகையாகக் கொடுத்த காகிதத்தை அவன் (பில்லரில்) போட்டானோ போடவில்லையோ என்று கலங்கிநிற்பது பின்னோர் கஷ்டம்.

இத்தியாதி கஷ்டங்களினால் ஏழைக்குடிகள் ஏதோ தங்களுக்குள்ள மனத்தாங்கலை வெளியிட்டிருக்கலாம்.

இதன் காரணங்களைக்கொண்டும் சில பார்ப்பார்கள் ஏழைக்குடிகளை இடுக்கஞ் செய்துவருவதாக விளங்குகின்றது.

இத்தகைய இடுக்கங்களை அவ்விடமுள்ள பெரியோர்களும் கவனிப்பதில்லைபோலும். அக்கிராமவாசிகள் இவற்றை செய்யலாமா செய்யக்கூடாதா என்று உணராமல் ஏழைக்குடிகளுக்குத் துன்பத்தை உண்டு செய்வார்களாயின் சென்னை சாதிபேதமற்ற திராவிட ஜன மகாசபையோரால் இராஜாங்கத்தோரிடம் விசாரிணைக்கே வந்து தீரும்.

- 2:34; பிப்ரவரி 3, 1909 -

44. நமது கருணைதங்கிய பிரிட்டிஷ் ராஜரீகம் உலகிலுள்ள சகல ராஜரீகத்திற்கும் மேலான பாதுகாப்புற்ற ராஜரீகமென்று கொண்டாடப்பெற்ற தாயிருந்தும் சிற்சில கிராமக்குடிகள் மட்டிலும் வருத்தமடைகின்றார்கள்

அதாவது - பயிரிடுந் தொழிலாளிகளாகும் ஏழை கிராமவாசிகளுக்கு கணக்கர்களாலும், முனிஷீப்புகளாலும், தாசில்களாலும், நேரிடுங் குறைகளை அந்த ஜில்லாக் கலைக்ட்டரிடம் எழுதிக் கொடுப்பார்களானால் அக்குடிகளின் மநுவை கலைக்ட்டர் நேரில் வந்து ஒவ்வோர் சங்கதிகளையும் கண்ணினால் பார்வையிட்டு விசாரிணைக்குக் கொண்டுவந்து நீதி செலுத்திவிடுவார்களாயின் குடிகளும் சுகவாழ்க்கையில் நிலைப்பார்கள். கிராம உத்தியோகஸ்தர்களும் அதிகாரத்திற்கு பயந்து தங்கள் காரியாதிகளை செவ்வனே நடத்திவருவார்கள்.

அங்ஙனமின்றி குடிகள் சேர்ந்து கலைக்ட்டருக்கு எழுதும் மநுவை கலைக்ட்டர், தாசில்தாரருக்கு அனுப்புவதும், தாசில்தார் முனிஷிப்புக்கு அனுப்புவது முனிஷிப்புக் கணக்கனைத் தருவித்து சகல சங்கதிகளையும் ஒன்றுகூடி பேசிக்கொண்டு சகல குற்றங்களையும் குடிகளின் பேரில் சுமத்தி தங்களைக் குற்றமற்றவர்களாகக் கலைக்ட்டர்களுக்கு எழுதி அனுப்பிவிட்டு தங்கள் குறைகளை கலைக்ட்டர்களுக்குத் தெரிவித்த குடிகளை சமயம்பார்த்து கெடுத்து பாழாக்கிவிடுகின்றார்கள். சில கிராமங்கள் விளைவுகுன்றி பாழடைவதற்கும் இதுவே காரணமாகும்.

இவ்வகையாகத் தங்கள் சுதேசிகளின் இடுக்கத்தால் பாழடையும் குடிகள் நமது சுதேசிகளால் கஷ்டமடைகின்றோமென்று உணராமல் இராஜாங்கத்தோரை நோக்கி துக்கிக்கின்றார்கள்.

இவற்றுள் பெரும்பாலும் நமது கருணைதங்கிய இராஜாங்கத்தோர் ஏழைக்குடிகளின் குறைகளை நேரில் விசாரித்து செய்யவேண்டிய காரியங்களும் சிலதுண்டு.

அதாவது - இத்தேசத்தில் வாசஞ்செய்யும் சில சாதியோர் தங்களிடம் 10,000 ரூபாய் கையிருப்பிருப்பினும் பத்துகாத தூரத்தில் ஓர் பிரபு ஆளொன்றுக்கு ஓரணா தானங்கொடுக்கின்றாரென்று கேழ்விப்பட்டவுடன் பணத்தின் பேரிலுள்ளப் பேராசையால் தூரத்தைக் கவனிக்காமல் ஓடி யாசகம்பெறுவது வழக்கம்.

இத்தகையப் பேராசை கொண்ட சாதியோருக்கு இராஜாங்க உத்தியோகங்களைக் கொடுத்து விடுவதினால் ஆயிரங்குடிகள் அர்த்தநாசமானாலும் ஆகட்டும் ஆனவரையில் பணத்தை சம்பாதிக்கும் சமயம் இதுதான் என்று எண்ணி தங்கள் வரவைப் பார்த்துக் கொண்டு இராஜாங்கத்தோரை நிந்தனைக்கு ஆளாக்கிவிடுகின்றார்கள்.

இதுபோன்ற விஷயங்கள் யாவற்றின்மீதும் நமது கருணைதங்கிய இராஜாங்கத்தோர் கண்ணோக்கம் வைத்துக் கார்ப்பதே ஏழைக்குடிகளுக்கு ஈடேற்றமாகும்.

அந்தந்த கிராமங்களிலுள்ள தாசில்தாரர்களுக்கும், முனிஷிப்புகளுக்கும், கணக்கர்களுக்கும் அங்கு சொந்தபூமிகள் இருக்கப்படாது.

அவ்வகைச் சொந்தபூமிகள் உத்தியோகஸ்தர்களுக்கு இருப்பதினால்தான் ஏழைக்குடிகளை இலவசமாக வேலைவாங்குதலும், அவ்வேலைச் செய்யாதவர்களின் பூமிகளையும், ஆடுமாடுகளையும் அலக்கழிக்கச் செய்து அடியோடும் பாழாக்கி விடுகின்றார்கள்.

போலீசு உத்தியோகஸ்தர்களின் மேல்பார்வைக்கென்று ஒவ்வோர் ஐரோப்பியர்களை சூப்பிரின்டென்டாக நியமித்திருப்பதுபோல் இரெவின்யூ இலாக்காவில் குடிகளுக்கு நேரிட்டுவருங் கஷ்டநஷ்டங்களை நேரிலறிந்து கலைக்ட்டரவர்களுக்குத் தெரிவிக்கும்படியான யூரோப்பிய ரெவின்யூ சூப்பிரின்டென்டென்ட் ஒருவரை நியமிப்பதானால் ஏழைக்குடிகளும் ஆனந்தமாகத் தங்கட் குறைகளை முறையிட்டு சீர்பெறுவதுடன் கிராம உத்தியோகஸ்தர்களும் நீதியில் நடப்பார்கள். பிரிட்டிஷ் இராஜரீக செங்கோலும் பிரகாசிக்கும்.

- 2:35; பிப்ரவரி 10, 1909 -

45. கனந்தங்கிய லார்ட் மார்லியவர்களின் திருத்தம்

கனந்தங்கிய மந்திரி லார்ட் மார்லியவர்களின் சீர்திருத்தத்தின்பேரில் நமது பத்திரிகையில் சென்றவாரம் எழுதியுள்ள ஆலோசனை சங்கத்தோர் தொகை நியமனத்தைப்பற்றி சில இந்துக்கள் விரோதசிந்தையால் தூற்றியதாகக் கேழ்வியுற்று மிக்க விசனிக்கின்றோம்.

சாதி வித்தியாசப் பிரிவினைகளும், சமய வித்தியாசப் பிரிவினைகளும் நிறைந்த இத்தேசத்தில் எடுத்தகாரியத்தை ஒற்றுமெயில் நடத்துவது மிக்க கஷ்டமேயாகும்.

ஆதலின் மற்றோர் வகையாலும் இவற்றை நிலை நிறுத்தற்கூடும், அதாவது ஆலோசினை சங்கத்திற்கு நூறுபெயரை நியமிக்க வேண்டு-மானால் சாதிபேதமுள்ள இந்தியருள் 20-பெயரையும், சாதிபேதமில்லாத பூர்வ பௌத்தருள் 20-பெயரையும், மகமதியருள் 20-பெயரையும், யூரேஷியருள் 20-பெயரையும், நேட்டிவ் கிறிஸ்தவருள் 20-பெயரையும் நியமித்து ஆலோசினைகளை முடிப்பதானால் சகல குடிகளுஞ் சுகம்-பெறுவார்கள்.

கமிஷன் நியமனத்தில் தெரிந்தெடுக்கும் கலாசாலைக்கு 500-பேரை நியமிப்பதானால் சாதிபேதமில்லா பூர்வபௌத்தர்களில் 100-பெய-ரையும், சாதிபேதமுள்ள இந்துக்களில் 100-பெயரையும், மகமதியருள் 100-பெயரையும், யூரேஷியருள் 100-பெயரையும் இராஜாங்கத்தோரே கண்டெடுத்து நியமித்து விடுவார்களாயின் சகல காரியாதிகளும் யாதோமோர் இடையூரின்றி நிறைவேறுவதுடன் இராஜாங்கமும் ஆறுதலடை-யும். அந்தந்த வகுப்பார் நூறுபெயருந் தங்களுக்குள் உள்ள விவேகிகளைத் தெரிந்தெடுத்து ஆலோசினைகளை சங்கத்திற்கும் அநுப்புவார்கள். அதினால் இந்துக்கள் சம்பந்த நியமனத்திற்கு மகமதியர் பிரவேசிக்கமாட்டார்கள். மகமதியர் சம்பந்த நியமனத்திற்கு இந்துக்கள் பிரவேசிக்-கமாட்டார்கள். சாதிபேதமில்லா பூர்வ பௌத்தர்கள் நியமனசம்மதத்தில் சாதிபேதமுள்ள இந்துக்கள் பிரவேசிக்க மாட்டார்கள். காரியாதிகளும் அந்தந்த வகுப்பார் பிரியசித்தம்போல் நிறைவேறிவரும் சகல ஏழைக்குடிகளும் இடுக்கமில்லா சுகவாழ்க்கைகளை அடைவார்கள் என்பதேயாம்.

- 2:35; பிப்ரவரி 10, 1909 -

46. இன்னுஞ் சுயராட்சியம் வேண்டுமோ

எண்ணவெண்ணப்பெருகிவரும் சாதிகளமைந்த இத்தேசத்தோருட் சிலர் இன்னுஞ் சுயராட்சியத்திற்கு முயற்சிக்கவேண்டும் என்பது வீணிழிவே-யாம்.

அதாவது சுயராட்சியம் என்பதுள் இராட்சியம் பொதுவாயினும் அதன் சுயாதீனமுள்ளவர்கள் இன்னாரென்று யாரைக் குறிப்பிடக்கூடும்.

இவ்விராட்சிய சுயாதனக்காரர் இன்னார்தான் என்று ரூபிக்க பாங்கற்றவர்கள் சுயராட்சிய சங்கதிகளைப் பேசுமொழி அவலமென்பதை புதுவை சுயராட்சியத்தால் உணர்ந்து கொள்ளலாம்.

புதுச்சேரி என்னும் சிற்றூர் பிரன்ச்சு ராஜரீகத்தைச் சேர்ந்தது. அதை அவர்களே சகல அதிகாரத்தையும் ஏற்றுக்கொண்டு நடத்திவந்தி-ருப்பார்களாயின் யாதொரு கலகமுமின்றி சீராக நடத்திவருவார்கள்.

அவ்வகை அவர்கள் கவனிக்காது புதுச்சேரியிலுள்ள மேல்சாதி என வழங்குஞ் சிலக் குடிகளிடத்தில் தங்களதிகாரங்களில் சிலதைக் கொடுத்து விட்டபடியால் வருஷத்திற்கு ஒருமுறைக் குடிகள் யாவரும் வயிற்றில் நெருப்பைக் கட்டிக்கொண்டு இவ்வருஷத்திய முநிசபில் எலக்-ஷனில் எத்தனைப் பிரேதங்கள் விழுமோ, எத்தனை பெயர் வைத்தியசாலைகளுக் கேகுவார்களோ, எத்தனைவீடுகள் மூடப்பட்டுப் போமோ-வென்று கலங்குகின்றார்கள்.

இத்தியாதி துக்கங்களுக்குக் காரணம் பெரியசாதி என்போர்கள் வசம் சுயவாட்சிகள் சிலது கொடுத்துள்ளபடியினாலேயாம்.

பிரான்ச்சியர் புதுச்சேரியென்னுஞ் சிற்றூரிலுள்ள சாதிபேத சிலகுடிகளுக்கு சுயவதிகாரங்கொடுத்துவிட்டு வருஷந்தோரும் படுங்கஷ்டம் அவர்கள் சுயதேசத்திலும் பட்டிருக்கமாட்டார்கள்.

சொற்பதேசத்தில் சொற்பசுயராட்சியங்கொடுத்துவிட்டு படும் கஷ்டம் இவ்வளவாயிருக்குமானால் இவ்விந்துதேசம் முழுவதையும் சுயராட்சி-யம் கொடுத்துவிட்டால் நாளொன்றுக்கு எத்தனைப் பிணங்கள் விழுமோ, எத்தனைப்பெயர் வைத்தியசாலைக்கேகுவார்களோ, எத்தனை வீடுக-ளடைப்பட்டுப் போமோ என்பதை எங்குமில்லாப் பெரியசாதியோர்களே அறிந்துக் கொள்ளுவதுடன் எங்குமுள்ள பிரிட்டிஷ் ராஜாங்கத்தோரும் இவற்றை உணர்ந்து இந்துதேசத்திலுள்ள தங்கள் ஆட்சியை இன்னும் நிலைபெற நிறுத்தி அதிகார உத்தியோகங்கள் யாவையும் தாங்களே நடத்திக் கொண்டுவருவார்களாயின் சகலசாதிகுடிகளும் சுகமடைவார்கள். சுயராட்சியம் சுயராட்சியமென்று சொல்லித் திரிபவர்களுக்குஞ் சுரு-சுருப்புத் தோன்றி சுயமுயற்சியினின்று சுதேசவித்தையைப் பெருக்கி சூதுவித்தையை சுருக்கி சுகம்பெருவார்கள்.

- 2:37; பிப்ரவரி 24, 1909 -

47. சிறப்புற்று ஓங்கும் நமது சக்கிரவர்த்தியாரவர்கள் அமுதவாக்கும் அதனை முற்றுந்தழுவாத மகாகனந்தங்கிய லார்ட்மார்லியவர்களின் போக்கும்

இந்து தேசசக்கிரவர்த்தியாய் நம்மையாண்டு வரும் ஸ்ரீமான் ஏழாவது எட்வர்ட்பிரபு அவர்கள் தனது பூரணக் கருணையால் இந்து தேசத்தில் இடியுண்டிருக்கும் ஏழைக்குடிகளை முன்பு சீர்திருத்தி சகல விஷயங்களிலும் சமரசநிலைக்குக் கொண்டுவந்தப்பின்பு இந்துக்களுக்கு சிற்சில அதிகாரநியமனங் கொடுக்கவேண்டும் என்னும் உத்தேசம் உடையவராய் லார்ட்மார்லியவர்களின் பிரேரேபனைக்கு முன்பே தனதபிப்பிராயத்தை வெளியிட்டிருக்கின்றார்.

சக்கிரவர்த்தியார் கருணை நிறைந்த அமுதவாக்கை லார்ட் மார்லியவர்கள் கவனியாமல் இந்து தேசத்திலிருந்து கமிஷன் விஷயமாகப் பல வகுப்பார் அநுப்பியிருக்கும் விண்ணப்பங்களைக் கருணைகொண்டு ஆலோசியாமலும், தனது விசாரிணைக்கெட்டிய வரையில் இந்துதேசத்தில் வாசஞ் செய்பவர்கள் யாவரையும் இந்துக்கள் என்ற எண்ணம் கொண்டு நூதனசட்டங்களை நிரூபிக்க ஆரம்பித்துக் கொண்டார். அத்தகைய எண்ணம் கொண்டவர் இந்துதேசத்தில் வாசஞ்செய்யும் மகமதியர்களையும் இந்துக்களாக பாவிக்காது மகமதியர்கள் வேறு இந்துக்கள் வேறு என்று பிரிக்க ஆரம்பித்துக் கொண்டார். ஆனால் இந்துக்களுக்குள் இடிபட்டு நசிந்துவரும் முக்கிய வகுப்பாரைக் கவனித்தாரில்லை. லார்ட் மார்லியவர்கள் இந்து தேசத்துள் வந்து இந்துக்களுடன் பழகி ஒவ்வொரு வகுப்பார்களின் குணாகுணங்களையும் நன்காராய்ந்திருப்பாராயின் சாதிபேதம், சமய பேதம், பாஷை பேதம், குணபேதம் நிறைந்துள்ள இந்துக்களை பேதமற்றவர்கள் போலெண்ணி இந்துக்களில் ஒருவரை எக்சிகூட்டிவ்மெம்பரில் சேர்க்கலாம் என்னும் அவசர வாக்களித்திருக்கமாட்டார்.

ஈதன்றி கமிஷனென்று வெளிவந்த சட்டத்தை கொண்ட எண்ணப்படி குறிப்பிடாமல் சாதிபேதம் நிறைந்துள்ளவர்கள் வசம் எக்சிகூட்டிவ் மெம்பர் அலுவலை நியமிக்குஞ் சட்டத்தை ஆலோசித்தபடியால் இந்தியர்களின் குணாகுணங்களை அறிந்தோர்களும் பார்லிமெண்டு மெம்பர்களுமாகியக் கனவான்கள் தற்கால பார்கலி மெண்டில் லார்ட் மார்லியவர்களின் அபிப்பிராயத்திற்கு மறுப்புக் கூறும்படி ஆரம்பித்துக் கொண்டார்கள்.

மறுப்புகளுக்கு எல்லாம் காரணம் இந்து தேச சாதிபேத சமயபேதங்களேயாகும். இந்தசாதி பேதவிஷயங்களினால் ஒருவனை என்னசாதி என்று கேட்பார்களாயின் அவன் தன்னைப் பட்டரசாதி, முட்டரசாதி, கொட்டரசாதி என ஏதேனும் ஓர் பெயரைச் சொல்லிவிடுவானாயின் அவனைப் பெரிய சாதிகளைச் சேர்ந்தவன் என்று தங்களுக்குள் சேர்த்துக் கொள்ளுவார்கள்.

சாதிபேதமில்லா திராவிடன் ஒருவனைப் பார்த்து நீவிரென்ன சாதியென்றால் அவன் ஒருசாதிரையும் ஏற்படுத்திக் கொள்ளாதவனாதலின் வெறுமனே மறுமொழி கூறாமலிருப்பானான் தங்களுக்கு அப்புறப்பட்ட பராயன் பறையன் என்றுந் தாழ்ந்த சாதி என்றும் கூறி நசித்துவருவது சாதிபேதம் உள்ளோர் சுவாபம்.

இத்தகைய சாதிபேதமுள்ளோர் மத்தியில் வாசஞ்செய்யும் அறுபதுலட்சத்திற்கு மேற்பட்ட சாதிபேதமில்லாப் பூர்வ திராவிடக் குடிகளை கருணைதங்கிய பிரிட்டிஷ் ராஜாங்கத்தோரே கவனிக்காமல் விட்டுவிடுவதானால் தாய்தந்தையற்ற குழவிபோல் உண்ண அமுதுக்கும் புசிக்க வன்னத்திற்கும் அலைந்துமடிய வேண்டியதேயாம். லார்ட் மார்லியவர்கள் கனத்தின் பேரில்வளைவென்னும் பழமொழிக்கிணங்க கனவான்களுக்கே கனமளித்து ஏழைகளின் மீது இதக்கம் வைக்காத காரணம் விளங்கவில்லை.

'- 2:38; மார்ச் 3, 1909 -

48. விருதுபட்டி பறையர்கள் விஷபேதியால் மடிகின்றார்களாமே!

அந்தோ விருதுபட்டியில் வாசஞ்செய்யும் பெரியசாதிகளென்போர்களே இன்னும் உங்களுக்கு இதக்கம் வரவில்லையா. வன்னெஞ்சமாறவில்லையா. பறையர்கள் என்போர் உங்களை ஒத்த மக்களல்லவா.

பொதுவாகக் கட்டி வைத்துள்ள திருக்குளங்களிலும் கிணறுகளிலும் அவர்களைத் தண்ணீர் மொண்டு குடிக்கவிடாமல் உப்புத்தண்ணீரையும் குட்டைகளிலுள்ள அசுத்த நீர்களையும் அருந்தி விஷபேதிகண்டு, வெகு ஏழைக்குடிகள் மடிகின்றார்களாமே, அவைகளைக்கண்டேனும் உங்களுக்கு இதக்கம் பிறக்கவில்லையா. மிருகங்களுக்கு ஜலம் மொண்டுகொடுத்து காப்பவர்கள் இந்த மக்களை ஆதரிக்கமனமில்லையா.

இத்தகையாய் மனிதர்களை மனிதர்களாக பாவிக்காத இந்துக்கள்வசம் சுயராட்சியங்கொடுத்துவிட்டால் பறையர்கள் என்னும் இப்பரதேசிகளை இன்னும் எங்கு பரக்கடிப்பார்களோ விளங்கவில்லை, இந்து தேசத்திலுள்ளவர்களின் இவ்வகைக்கொடூரச் செயல்களையறியா, கனம் லார்ட்மார்லியவர்கள் இந்தியர்களில் ஒருவருக்கு எக்சிகூட்டி மெம்பர் உத்தியோகமளிக்க வழிபார்க்கின்றார் இதுவும் ஏழைகளின் துர்ப்பாக்கியமே.

- 2:38; மார்ச் 3, 1909 -

49. இந்தியர்களுக்குள் எக்சிகூட்டிவ் மெம்பர்

அதாவது இந்தியர்களில் ஒருவரை எக்சிகூட்டிவ் மெம்பரில் சேர்க்க வேண்டும் என்பது கனந்தங்கிய லார்ட் மார்லியவர்களின் அபிப்பிராயம். எக்சிகூட்டிவ் மெம்பர் என்பது யாதெனில் தற்கால கவர்னரவர்கள் ஆலோசினை சங்கத்தில் செக்கண்டகவர்னர், தர்ட்கவர்னர், போர்த் கவர்னர், என வழங்கி வரும் இஸ்தானத்திற்கு உரியவர்களின் பெயராம், எக்சிகூட்டிவ் மெம்பரென்னும் இப்பெயரும், இவர்கள் செய்யவேண்டிய செயலும் ஆலோசிக்க வேண்டிய மந்திரங்களும் இவ்விந்து தேசத்தில் வாசஞ் செய்யும் முப்பது பெயர் அல்லது முன்னூறுபெயருக்கு விளங்கக்கூடியதாயிருக்கு மாயின், முப்பது கோடி பெயருக்கு, எக்சிகூட்டிவ் மெம்பரென்னும் பெயரும், அவர்கள் செய்யவேண்டிய செயல்களும், அவர்கள் ஆலோசனையின் மந்திரவாதங்களும் இன்னது இனியதென்று விளங்காமலிருப்பதுடன் எக்சிகூட்டிவ் மெம்பரென்னும் சொல்லின் சப்தமும் அவர்கள் செவிகளுக்குள் நுழைந்திருக்கமாட்டாது.

இத்தேசத்தோர் செவிகளில் இடைவிடாது நுழைந்து வரும் சங்கதிகள் யாதெனில்.

நீ என்ன சாதி, அவனென்னசாதி நான் உயர்ந்த சாதி, அவன் தாழ்ந்த சாதி என்பவைகளேயாம்.

இத்தகைய சாதிபேத சப்தங்களே பெரும்பாலும் நிறைந்துள்ள இந்தியர்கள் ஒருவருக்கு எச்சிகூட்டிவ் மெம்பர் நியமனஞ் செய்வதானால் எந்த சாதியோரை ஏற்கலாகும். பிராமணரென்று சொல்லிக்கொள்ளும் படியானவர்களே பெரிய சாதிகளாகவும் வாசித்தவர்களாகவும் இருக்கின்றார்கள். அவர்களுக்கே கொடுக்கலாம் என்று அவர்களை அடுத்த சாதிபேதம் உள்ளோர் கூறுவதாக வதந்தி,

அவ்வதந்தியை மகமதியர்களும், சாதிபேதமற்ற திராவிடர்களும், சுதேச கிறீஸ்தவர்களும், யூரேஷியர்களும், மற்றுமுள்ள சிற்றரசர்களும் ஒப்புக்கொள்ளப்போகிறதில்லை. பிராமணரென்பவர்களுள் ஒருவருக்கு எக்சிகூட்டிவ் மெம்பர் அலுவலைக் கொடுப்பதானால் அவ்வகுப்பாருக்குள் தர்ம்மங்கள் எப்படி நடத்துகின்றார்களோ அதுபோலவே தங்கள் கர்ம்மங்களையும் நடாத்த ஆரம்பிப்பார்கள். அதாவது சாதிபேதம் வைத்துள்ள ஓர் மனிதனாயிருப்பினும் அவன் இரண்டு நாள் பசி பட்டிணியாற்றி கைத்து பிராமணரென்போர் வீட்டண்டை வந்து பசியின் குறையைக் கூறுவானாயின் அவனை கடிந்தே துறத்தி விடுவார்கள். அவர்களை ஒத்த பிராமணர்களுக்கே தானஞ்செய்துக் கொள்வது அவர்களுடைய சுவாபம்.

நாளது வரையில் அவர்கள் செய்துவரும் தன்ம கன்மாதிகளில் தங்கடங்கள் சுயசாதிகளுக்கே தர்மஞ்செய்துக் கொள்ளுவார்களன்றி ஏனய சாதியோர்களுக்கும் ஈவதே கிடையாது.

இத்தகைய சுயசாதியபிமான பிராமண வகுப்போரை இராஜாங்க ஆலோசனை சங்கத்தோருள் ஒருவராக சேர்ப்பதானால் சுயசாதியோரபிமானத்தையும் அவர்கள் சுகத்தையுங்கோறுவாரா, அன்றேல் ஏனைய சாதியோரை ஈடேற்ற முயலுவாரா என்பது சொல்லாமலே விளங்கும்.

பெரும்பாலும் எக்சிகூட்டிவ் மெம்பரில் நியமிக்கப்படுவோர் இந்து தேசத்தில் அரசாட்சி செய்து வரும் அரசருக்குள் ஒருவரையே தெரிந்தெடுப்பது பிரிட்டிஷ் ராஜாங்கத்திற்கு மிக்க கனமாக விளங்கும்.

அவ்வரசனும் சாதிபேதம் சமயபேதங்களை ஒழித்தவராக இருப்பதுமன்றி குடிகளின் கேடுபாடுகளையும் படைகளின் பாகுபாடுகளையும் அமைச்சர்களின் ஆலோசனைகளையும் நன்காராய்ந்து ஏழைக்குடிகளை ஈடேற்றுங் குணமுடையவராயிருத்தல் வேண்டும்.

இத்தகைய பொது நலப்பிரிய அரசரிராவிடின் எக்சிகூட்டிவ் மெம்பரென்னும் வார்த்தையை எடுக்காமலே விட்டொழிவது அழகாகும்.

- 2:40; மார்ச் 17, 1909 -

50. கிராம உத்தியோகஸ்தர்களுக்கேனும் அவர்களைச் சார்ந்த குடும்பத்தோர்களுக்கேனும் அந்த கிராமங்களில் சொந்த பூமிகள் இருக்கப்படாது

இத்தேசத்தில் வாசஞ்செய்யும் பற்பல சாதியோரில் அவர்களுக்குள்ள குணாகுணங்களும் செயல்களும் பிரிட்டிஷ் ராஜாங்கத்தோருக்குத் தெரிந்த விஷயமே.

அதாவது - சிலசாதியோர் தங்கள் கையிருப்பில் பத்தாயிரம் ரூபாய் ரொக்கமாய் இருந்தபோதிலும் பத்துகாதவழியில் ஒரு அணா தானம் கொடுப்பதாயிருந்தால் இடுப்பின் துணியை இறுகக் கட்டிக் கொண்டோடி இரப்பது வழக்கமாகும்.

அத்தகைய சாதியோருக்கு அந்தஸ்தான உத்தியோகங்களைக் கொடுத்து அதிக சம்பளங்களை அளித்தபோதினும் அவர்களுக்குள்ள பேராசை ஒழியாமல் ஏழைக்குடிகளை இதக்கமின்றி வாதித்து இன்னும் பணஞ்சேர்க்க முயலுகின்றார்கள். எவ்வகையிலென்னில்:

இதக்கமற்றவர்களும் பேராசையுள்ள சாதியோருக்கு கிராமங்களில் உத்தியோகமும் கொடுத்து அக்கிராமத்தில் சொந்தபூமியும் இருக்குமாயின் பரம்பரையாய் அக்கிராமத்தில் வாசஞ் செய்யும் பறையனென்னும் ஏழைக்குடியானவன் பதிகுலைந்து பாழடைய வேண்டியதேயாம்.

அதாவது ஓர் கிராம உத்தியோகஸ்தருக்கு ஒருகாணி பூமி அக்கிராமத்தில் இருந்து விடுமாயின் அவருக்கு ஏறு வேண்டியதில்லை, ஆளும் வேண்டியதில்லை, விதைமுதலுக்கு பணமும் வேண்டியதில்லை.

மற்றும் கிராம உத்தியோகஸ்தர்களின் பூமி எவ்வகையில் விளையுமென்பீரேல், ஒரு குடியானவன் ஏறுமுதுவிட வேண்டியது. ஒருகுடியானவன் விதை விதைத்து விடவேண்டியது. ஒரு குடியானவன் களை பிடுங்கி நாத்துநட்டு நீர்பாய்த்து பயிரை வளர்த்துவிடவேண்டியது. ஒரு குடியானவன் அறுப்பறுத்து அடித்து தூற்றி மணிகுவித்து கிராமவுத்தியோகஸ்தர் வீட்டில் சேர்த்து விடவேண்டியது. கிராம உத்தியோகஸ்தர் ஆண்டே அம்மாள் அடுக்கல் பானையையும், நெல்லுறை பண்டியை நிறப்பிக்கொள்ளுவது தான் அவர்களது கஷ்டம்.

கிராம உத்தியோகஸ்தர்களின் காணிவேலையை ஓர் குடியானவன் கவனிக்காமல் விட்டுவிடுவானாயின் அவனுக்கும், அவன் பூமிக்கும், அவனது ஏறுக்கும், உழவு மாட்டுக்கும் அன்றே அஷ்டமத்துச்சனியன் பிடித்ததுபோலாம்.

இத்தகைய சொந்தபூமி வாய்த்த கிராம உத்தியோகஸ்தர்களால் ஏழைக்குடிகள் படாதபாடுகளும் பட்டு உள்ள பூமிகளையும் விட்டு நாடோடி சீவிக்கப் போய்விடுகின்றார்கள்.

இவ்வகை உழுது பயிரிடும் உழைப்பாளிகள் ஊரைவிட்டுப் போய்விடுவார்களானால் கிராமங்களின் வயிறுகள் ஓங்குமோ, குடிகள் சீர்பெறுமோ, அரசர்களுக்கு ஆறுதல் உண்டாமோ, இல்லை.

குடியானவர்கள் உழைப்பினால் வரப்புயர நீருயரும், நீருயர பயிருயரும், பயிருயர குடிவுயரும், குடியுயர கோனுயரும் எனும் முதுமொழிக்கிணங்க கிராமக் குடிகள் ஆனந்தமாக உழைத்து பயிறோங்குமாயின் சகல சுகமுமுண்டாம். ஆதலின் குடில்களுக்கு இடுக்கங்கள் நேரிடா விஷயங்களை இராஜாங்கத்தோர் ஆலோசித்து கிராம உத்தியோகஸ்தர்களுக்காயினும், அவர்கள் பந்துக்களுக்காயினும் அக்கிராமத்தில் சொந்த பூமிகளிராமல் செய்யவேண்டும். இதுதான் கிராமங்களில் செய்யவேண்டிய முதல் சீர்திருத்தமாகும்.

- 2:44; ஏப்ரல் 14, 1909 -

51. இராஜாங்க நூதன சட்டத்திற்காய் இந்துக்களும் மகமதியர்களும் வாதிடல்

தற்காலங் கனந்தங்கிய லார்ட் மார்லி அவர்களின் நூதன சட்டத்தை ஒட்டி, மகமதியர்கள் தங்களுக்குப் பிரத்தியேக நியமனம் வேண்டுமென்றும், இந்துக்களோ அவ்வகைப் பிரத்தியேகஞ் செய்யப்படாதென்றும், இந்துக்களோ இத்தேசத்தில் முக்கால் பாகம் இருக்கின்றோமென்றும் சகலரையும் பொதுவாக இந்துக்களென்றே கொள்ளவேண்டியதென்றும் சமயயுக்த்த வார்த்தைகளாடிக் கொண்டுவருகின்றார்கள்.

அத்தகைய வார்த்தைகளை மகமதியர்கள் நம்பி தாங்கள் கேட்டிருக்கும் பிரத்தியேக நியமன சுதந்தரத்தை விட்டுவிடுவார்களாயின், நரியினிடம் ஏமார்ந்த காக்கை கதைபோல் முடியும்.

இவற்றை நமது மகமதிய சகோதரர்கள் சற்று நிதானித்து எடுத்த காரியத்தை முடித்தே தீர்க்க வேண்டும்.

இத்தேசத்துள் வாழும் ஜனத்தொகையில் இந்துக்கள் முக்கால்பாகம் இருக்கின்றோமென்று கூறுவதற்கு அவர்களுக்கு ஆதாரங்கிடையாது.

எவ்வகையதென்னில் - இத்தேசத்துப் பூர்வக்குடிகளாகும் திராவிட பௌத்தர்களை பறையர்கள் பறையர்களென்று தாழ்த்தி இந்துக்களென்போர் வேறாய் பிரித்துகொண்டு யாதுசுதந்திரமும் அவர்களுக்குக் கொடுக்காமல் இந்துக்களென்பவர்களே அநுபவித்து வருகின்றார்கள்.

அங்ஙனமிருக்க தற்கால கவுன்சல் நியமன சுதந்தரத்தில் அறுபது லட்சத்திற்கும் மேற்பட்டக் குடிகளும் ஜனத்தொகை ஐந்து பாகத்தில் ஒருபாகம் உடையவர்களுமாகிய சாதிபேதமற்ற திராவிடர்களாம் பௌத்தர்களுக்கு பிரத்தியேகமான ஓர் நியமனமளித்தே தீரவேண்டும்.

சாதிபேதமுள்ள இந்துக்களென்னும் பிராமண மதஸ்தர்களுக்கும், சாதிபேதமற்ற திராவிடர்களாம் பௌத்தமதஸ்தர்களுக்கும் யாதொரு சம்மந்தமும் கிடையாது.

பிராமணர்கள் என்போருக்கும், பறையர்கள் என்போருக்கும் பூர்வபுத்தமார்க்க சம்மந்த பெரும்விரோதமுண்டு. ஆதலின் இந்துக்களுக்கு சம்மந்தப்படாத இவர்கள் ஆறுகோடி ஜனத்தொகை உடையவர்களாயிருத்தலின் மகமதியசகோதரர்கள் தங்களுக்கு வேண்டிய சுதந்திரங்களைப் பெற்றுக் கொள்ளுவதுடன் சாதிபேதமற்ற ஏழைக்குடிகளின் முறைப்பாடுகளுக்கும் உதவியாயிருந்து அவர்களெடுத்துள்ள முயற்சிக்கும் ஆதரவுபுரிவார்களென்று நம்புகிறோம்.

- 2:45; ஏப்ரல் 21, 1909 -

52. நமது கருணைதங்கிய பிரிட்டிஷ் ஆட்சியின் பிரபலம்

உலகத்தில் பற்பல நாடுகளை அரசாண்டுவரும் அரசர்களுக்குள் நம்மெய் ஆண்டு வரும் ஆங்கிலேய அரசாட்சியானது சகலதேச அரசர்களாலும், குடிகளாலும் புகழ்ப்பெற்ற அரசாட்சியேயாம்.

அதாவது - தங்களுடைய அரசாட்சியையும் அநுபவ சுகங்களையும் தாங்களே அனுபவித்து சுகமடையாமல் சகலசாதி, சகலபாஷை, சகலமதஸ்தர்களுக்கும் கொடுத்து தங்கள் அரசாட்சியின் நீதியை அவர்களுஞ் செலுத்தவும் தாங்கள் அடைந்த சுகங்களை அவர்களும் அடையவும் பட்சபாதமின்றி ராட்சியபரிபாலனஞ் செய்துவருகிறார்கள்.

இத்தகைய நீதிநெறிவாய்த்த அரசாட்சியானது எத்திக்கிலுமில்லை என்பது நிட்சயம்.

இந்துதேசத்திலுள்ள பத்துகோடி ஜனங்களும் பிரிட்டிஷ் அரசாட்சியை விரும்பி அவர்கள் ஆட்சியில் வாழ்கவேண்டுமென்னும் விருப்பமுடையவர்களாய் இருப்பார்களாயின்.

பத்துபெயர் அவ்விருப்பத்திற்கிசையாமல் எங்களுக்கு பிரிட்டிஷ் ஆட்சி வேண்டாம் தாங்களே சுயவரசாட்சி செய்துக் கொள்ளுகிறோம் என்னும் கூச்சலிடுகின்றார்கள்.

இத்தகைய சுயராட்சியம் வேண்டுமென்று கூச்சலிடும் பத்து பெயர்களோ, பெரும்பாலும் பெரியசாதிகளென்று சொல்லும் சாதித்தலைவர்களேயாகும்.

அந்த சாதித்தலைவர்களுடையப் போதனைக்குள் அடங்கி அவர்களை சுவாமி சுவாமி என்று வணங்கிவரும் பத்தாயிரம் பெயர்கள் அப்பத்து சாதித்தலைவர்கள் வார்த்தைகளை நம்பிக் கொண்டு, அல்லாசாமி பண்டிகையில் ஒருவன் ஆலிஜூலா என்பானாயின் சகலசாதியோரும் அதன் பொருளறியாது ஆலிஜூலா என்பது **(சில வரிகள் தெளிவில்லை)**. சாதிபேதமில்லாமல் வாழும் பேதை ஜனங்களின் நிலையற்ற வாழ்வையும் நாளுக்குநாள் கண்ணுற்று வரும் நமது கருணைதங்கிய ராஜாங்கத்தார் தங்களுடைய ஆட்சியை இன்னும் பலப்படுத்தி சகலசாதியோரும் சுகமடையவேண்டிய வழிகளைத் திரவாமலும், சாதிபேதமுள்ளோர் சுகம்பெற்றுவருவதையும், சாதி பேதமில்லாதோர் சுகமற்றுப் போவதையும் காணாமலும் பொதுவாக இந்துக்கள் என்று கூறி, இந்துக்களுக்கு அந்தஸ்தான உத்தியோகங்கள் கொடுக்கப்படும் **(இரு வரிகள் தெளிவில்லை)**.

வாசஞ்செய்யும் குடிகளாகிய யூரோப்பியர், யூரோஷியர், பௌத்தர், இந்துக்கள், மகமதியர், பாரசீகர், சிக்ஸ், என்று பிரித்து அந்தந்த இராஜாங்க உத்தியோகசாலைகளில் உள்ள தொகைக்குத் தக்கவாறு இன்னின்ன வகுப்பார் இத்தனை பெயர்கள் இருக்கவேண்டும் என்னும் கண்டிப்பான உத்திரவை ஊர்ஜிதஞ்செய்தவுடன் அந்தஸ்தான உத்தியோக நியமனங்கள் யாவற்றையும் அரசாட்சி செய்யும் ஆங்கிலேயர்களைப்போல் சாதிபேதம், சமயபேத மற்றவர்களுக்கே கொடுத்துவரும்படியான சட்டதிட்டங்கள் வகுத்து விடுவார்களாயின் சகல குடிகளும் சிறப்புற்று சுகவாழ்க்கையைப் பெருவதுடன் பிரிட்டிஷ் ஆட்சியே நிலைக்கவேண்டுமென்னும் ஆனந்தக் கூத்தாடி நன்றியறிந்த வந்தனஞ்செலுத்தி

இராஜவிசுவாசத்தில் என்றும் நிலைப்பார்கள்.

- 2:48; ஏப்ரல் 28, 1909 -

53. பறையனென்னும் மொழிமேலுள்ள பகையைப் பரக்கப்பாருங்கள்

பௌத்ததன்மத்திற்கும், பௌத்தர்களாம் மேன்மக்களுக்குஞ் சத்துருவாகத் தோன்றிய வேஷபிராமணர்கள் பௌத்தர்களைத் தாழ்த்தி பறையனென்று **(மூன்று வரிகள் தெளிவில்லை)**நாவிலும் பரவிவருதற்காய் பறைப்பருந்து பாப்பாரப்பருந்தென்றும், பறை மயினா பாப்பார மயினாவென்றும், பறைப்பாம்பு - பாப்பாரப்பாம்பென்றும் வழங்கி வருபவற்றுள் பறைநாயென்னும் வார்த்தையையும் ஆரம்பித்தவர்கள் அதற்கு எதிர் மொழியாம் பாப்பாரநாய் என்பதை வழங்கினால் அஃது தங்களை இழிவுபடுத்தும் என்று உணர்ந்து பறைநாயென்னும் மொழியை மட்டிலும் வழங்கிவருகின்றார்கள் என்பதை முன்பொருகால் இப்பத்திரிகையில் தெள்ளற விளக்கியிருக்கின்றோம்.

பௌத்தர்களைப் பாழ்படுத்தி நசிப்பதற்கும் அவர்களை இழிவடையச் செய்வதற்கும் பறைநாயென்னும் மொழியைமட்டிலும் வழங்கிவருகின்றார்கள் என்று கூறியவற்றிற்குப் பகரமாய் வங்காளதேசத்தில் உண்டாய சங்கதியை கனந்தங்கிய இங்கிலீஷ், இஸ்டாண்டார்ட் பத்திராதிபர் தனது பத்திரிகையில் எழுதியுள்ள நயத்தையும்,

கனந்தங்கிய விஜயா பத்திராதிபர் தனது பத்திரிகையில் வரைந்துள்ள நயத்தையும்,

சுதேசமித்திரன் பத்திராதிபர் தனது பத்திரிகையில் வரைந்துள்ள வாக்கியங்களையும், விவேகிகள் நோக்குவார்களாயின் பௌத்த மார்க்கத்தோருக்கும் பிராமண மதத்தோருக்குமுள்ள விரோதம் தெள்ளற விளங்கும்,

சுதேசமித்திரன் பத்திராதிபரே, இவற்றை வரைந்ததாயிருப்பினும் வேறொருவர் வரைந்ததாயிருப்பினும் முன் இரு பத்திரிகைகளிலும் இல்லா மொழியை இப்பத்திரிகையில் மட்டும் உறுத்தியுறுத்திக் கூறும் உள்ள விரோதத்தை தெள்ளத் தெளிந்துக் கொள்ளும்படிக் கோருகிறோம்.

A RABID ANIMAL ATTACKS THE VICEROY'S DOG.

LORD AND LADY MINTO UNDER PASTEUR TREATMENT.

Simla, May 11. Last Friday while the Viceroy and Lady Minto were walking in Simla with their pet dog a strange dog attacked it. Their Excellencies drove the attacking animal away and afterwards handled their own animal which was covered with the saliva from the other dog's mouth. Neither of their Excellencies were bitten, but as the strange dog was afterwards declared to be mad, the Viceroy and Lady Minto are now undergoing Pasteur treatment in Simla. Capt. Carter of the Kasauli Institute is attending to their Excellencies. The Viceroy's chef Mr. Oiler, and an ayah were bitten by the rabid animal. The latter has gone to Kasauli while the former is being treated here. The Viceroy has not cancelled any dates of public functions or Viceregal fixtures.

இங்கிலீஷ் இஸ்டாண்டார்ட் பத்திரிகை, மேமீ 12உ 5-பக்கம், 6-வது கலம்.

ஒரு பெருத்த தந்தி சமாச்சாரம்

ஸிம்லா, மேமீ 11உ-சென்ற வெள்ளிக்கிழமை வைஸிராயவர்களும், லேடி மிண்டோவும் தங்கள் சிறிய நாய்க்குட்டியுடன் தெருவில் நடந்து சென்றுகொண்டிருக்கையில் வேறொரு நாய் ஓடிவந்து அந்நாய்க்குட்டியை எதிர்த்ததாம் மகிமைதங்கிய அவ்விருவரும் அப்புதுநாயை ஓட்டிவிட்டார்கள். பிறகு புது நாயால் கவ்வப்பட்ட அந்த நாய்க்குட்டியின் சரீரம் முழுமையும் புதியநாயின் உமிழ்நீரால் நனைக்கப்பட்டிருந்ததைக் கண்டார்கள். அப்புதிய நாய் வெறிநாய் என்று தெரியவந்தது. அதிர்ஷ்டவசத்தால் அவ்விருவர்களையும் கடிக்கவில்லை, ஆயினும் அவர்கள் சிம்லாவில் வைத்தியபார்வையிலிருக்கிறார்களாம். அவர்களின் கூடச்சென்ற ஆயா ஒருத்தியையும், மற்றொருவனையும் அவ்வெறிநாய் கடித்துவிட்டதாம். அவ்விருவர்களும் வைத்தியம் செய்யப்பட்டு வருகிறார்களாம். **(சில வரிகள் தெளிவில்லை).**

தமிழ் விஜயா பத்திரிகையில் மேமீ 13உ 3-1ம் பக்கம், 1-வது கலம். ராஜப்பிரதிநிதியும் லேடி மின்டோவும்.

ராஜப்பிரதிநிதி லார்ட் மிண்டோவும், லேடி மிண்டோவும் தாங்கள் வெகு அருமையாய் வளர்க்கும் ஒரு நாயுடன் சிம்லாவில் வெளியே உலாத்தப்போயிருந்த போது பறைநாய் ஒன்று அவர்களுடைய நாயைத் தாக்கிக் கடித்ததாம். அந்தப் பறைநாயை அடித்துத் துரத்தி அவர்களிருவரும் தங்களுடைய நாயை தடவிக்கொடுத்தபோது அதன்மேல் அப்பறைநாயின் எச்சில் பட்டிருந்ததால் லார்ட் மிண்டோவும், லேடி மிண்டோவும் வைத்தியஞ் செய்துகொள்ளுகிறார்களாம்.

சுதேசமித்திரன் பத்திரிகை மேமீ 12உ 4-ம் பக்கம் 3-வது கலம்.

- 2:49, மே 19, 1909 -

54. சாதிபேதமற்ற திராவிட மஹாஜன சங்கம்

சாதிபேதமற்ற திராவிட மஹாஜன சபையார் இக்குலத்தோருள் கவர்ன்மெண்டாபீசு உத்தியோகஸ்தர்களிடத்திலும், மற்றுங் கம்பனி இரயில்வே, அவுஸ், ஆபீசு உத்தியோகஸ்தர்களிடத்திலும், கனதன வியாபாரிகளிடத்திலும், காண்டிராக்ட்டர்களிடத்திலும், சொந்த பூமிகள் வைத்துள்ள

பட்டாதாரர்களிடத்திலும், அரண்மனை உத்தியோகஸ்தர்களிடத்திலும் ஆக இரண்டாயிரத்தி எழுநூற்றி பதின்மூன்று பெயர்களின் அதிகாரக் கையொப்பம் பெற்று இவ்வெழிய குலத்தோர் அறுபது லட்சக் குடிகளுக்கும் உள்ளக் குறைகளைத் தெள்ளற விளக்கி இவர்களுக்கென்று ஓர் பிரதிநிதியை அருளவேண்டும் என்று கோறி நமது கருணைதங்கிய கவர்னரவர்களுக்கு ஓர் விண்ணப்பம் அனுப்ப, அவரும் நமக்கு அன்பான மாறுத்திரங் கொடுத்துவிட்டு கவர்னர் ஜெனரல் அவர்களுக்கு அனுப்ப, அவர்களும் நமது இந்துதேச சக்கிரவர்த்தியார் அவர்களுக்கும், பார்லிமெண்டாருக்கும் அனுப்பி இக்குலத்தோருக்குள்ள உத்தியோகபீட சாதிபேத இடுக்கங்கள் சிலது நீங்கியுள்ளதுமன்றி இவ்வெழிய குலத்தோருக்காகும் மைனர் நியமனம் ஆறுபெயரிருக்க வேண்டும் என்று ஆக்கியாபித்தும் விட்டார்கள்.

இத்தியாதி சங்கதிகள் சகலரும் அறிய நிறைவேறிவருங்கால் இவைகளை நன்கு விசாரியாமலும், அந்த சங்காதிபர்களை நேரிற்கண்டு தெரிந்து கொள்ளாமலும் வீணே சில அன்பர்கள் கூட்டங்கள் கூடி சத்துருக்களால் வைத்துள்ள இழிவு பெயரை வைத்துக் கொண்டு அதற்கு மஹாஜன சபை என்னும் நாமகரணமிட்டு இராஜாங்கத்தோருக்கு விண்ணப்பம் அனுப்புவதாகக் கேழ்வியுற்று மிக்க விசனப்படுகின்றோம்.

காரணம் யாதென்பீரேல், இக்குலத்தோருக்கென்று முன்பே அனுப்பியுள்ள விண்ணப்பம் விசாரிணையில் இருக்குங்கால் இன்னொரு விண்ணப்பம் மற்றொரு கூட்டத்தோர் அனுப்புவதானால் அதனை ஏற்றுக் கொள்ளுவார்களா என்பதை ஊன்றி ஆலோசிக்கவேண்டியது.

ஆதலின் வீணே ஏழைக்குடிகளுக்குள் பிரிவினையை உண்டு படுத்துவதுடன் இராஜாங்கத்தோரும் தங்கள் விண்ணப்பத்தைத் திருப்பியனுப்பும் வழியைத் தேடிக் கொள்ளாதிருக்க வேண்டுகிறோம்.

சாதிபேதமற்ற திராவிடமஹாஜன சபையோர் அனுப்பியுள்ள விண்ணப்பத்தினால் உண்டாயதும், உண்டாகப்போவதுமாகிய சுகப்பலன்களைத் தெரிந்துக்கொள்ள வேண்டியவர்கள்.

1908 வரும் நவம்பர் மீ 4உ நம்மெய் அரசாண்டு வரும் கருணைக்கடல் போன்ற இந்துதேச சக்கிரவர்த்தி என்னும் தலைத்தார்வேந்தனாம் ஏழாவது எர்வர்ட் பிரபு அவர்கள் இந்திய மன்னர்களுக்கும், பிரஜைகளுக்கும் அனுப்பியுள்ள அன்பார்ந்த செய்தியின் எட்டாவது, ஒன்பதாவது வசனங்களை நிதானிப்பதுடன் வாசித்துப் பார்ப்பார்களாயின் தெள்ளற விளங்கும்.

கருணைதங்கிய ராஜாங்கத்தோர் நன்னோக்கங்களையும், அன்னிய சாதியோர் குணாகுணங்களையும் இவ்வெழிய குலத்தோர்க்கு உண்டாயுள்ள இடுக்கண்களையும் நன்காரராய்ந்து செய்வதே உசித்தமாகும்.

அங்ஙனமின்றி வீணேகூட்டங்களியற்றி (ஆறு வரிகள் தெளிவில்லை).

- 2:50: மே 28, 1909 -

55. திருவாங்கூர் திவான் ம-அ-அ-ஸ்ரீ இராஜகோபாலச்சாரியார் சி.ஐ.இ. அவர்கள் சீர்திருத்தம்

பூர்வத்தில் சோழதேசமென்றும், மலையாளு வாசமென்றும், கொடுந்தமிழ் நாடென்றும் வழங்கப்பெற்ற திருவாங்கூர் தேசத்தில் பௌத்த மடங்கள் நிறைந்து சகல ஏழைகளுக்கும் புசிப்பளித்து பாதுகாக்கும் அன்னசத்திரங்கள் நிறைந்தும் விளங்கிவந்ததாக பௌத்த சரித்திரங்களால் தெரிகின்றது. அத்தகைய அன்னசத்திரங்களில் தற்காலம் பிராமணர்கள் என்று சொல்லிக் கொள்ளும்படியானவர்கள் சேர்ந்துக் கொண்டு தங்கள் பிள்ளை பெண்சாதிகளுடன் புசித்துக் கொண்டு வேறொரு தொழிலுமின்றி சோம்பேரிகளாய்த் திரிவதைக் கண்ணாறக் கண்டதிவானவர்கள் சத்திரங்களில் வட்டிக்கும் அன்னத்தை தூரதேச வழிப்பிரயாணிகளுக்கு அளிக்க வேண்டுமேயன்றி உள்ளூரில் உக்கார்ந்து தின்னும் பிராமணர்களுக்கு சத்திரத்தின் அன்னம் அளிக்கப்படாதென திருவாங்கூர் கெஜட்டில் பிரசுரித்திருப்பதாக 28-5-09 சுதேசமித்திரனில் எம்.எஸ்.ஏ அவர்கள் விடுத்துள்ள கடிதத்தால் தெரிகின்றது. சகலரும் சத்திர சாதத்தைத் தின்று சோம்பேரிகளாகத் திரியாது சுருசுருப்பினின்று உழைத்து பாடுபட்டு முன்னேறுவதற்காய் திவானவர்கள் செய்துள்ள சீர்திருத்தமே மிக்க மேலானதாகும். ஆயினும் சிலர் முறுமுறுப்பார்கள் அதன் சுகம் பின்னால் விளங்கும்.

- 2:51; சூன் 2, 1909 -

56. சுதேச சீர்திருத்தத்துள் சாதிபேதமற்ற திராவிடர்களாம் சுதேசிகளின் திருத்தம்

சாதிபேதமற்ற திராவிடர்களே இத்தேசத்தின் பூர்வக்குடிகளாகும். இவர்கள் பெரும்பாலும் தமிழ் பாஷா விருத்தியைக் கோரிநின்றவர்களாதலின் தென்னாட்டுள் தமிழரென்றும், வடநாட்டார் திராவிடரென்றும், திராவிட பௌத்தாளென்றும் வழங்கிவந்ததுமன்றி இலங்காதீவத்திலுள்ளோர் சாஸ்திரங்களிலும், சரித்திரங்களிலும் இப்பூர்வக்குடிகளை திராவிட பௌத்தர்கள் என்று வரைந்திருப்பதுமன்றி வழங்கிக்கொண்டும் வருகின்றார்கள்.

சாக்கைய முநிவரால் அருளிச்செய்த சத்திய தன்மமானது இவ் விந்துதேச முழுவதும் பரவி இருந்தகாலத்தில் இவர்களும் எங்கும் பரவி கணிதசாஸ்திர வல்லபத்தால் வள்ளுவர், சாக்கையர், நிமித்தகர்கள் என்றும், தமிழ்பாஷை இலக்கிய இலக்கணம் வாசித்துக் கவிபாடும் திறத்தால் கவிவாணர், பாணரென்றும், அக்கவிகளை யாழுடன் கலந்து பாடுவோரை யாழ்ப்பாணரென்றும், பூமிகளைப் பண்படுத்திப் பயிரிட்டு சருவ சீவர்களுக்கும் உபகாரிகளாகவும், ஈகையுள்ளோராகவும் இருப்போர்களை வேளாளர்கள் என்றும், ஒன்றைக் கொடுத்து மற்றொன்றை செட்டாக மாறி வியாபாரஞ் செய்வோர்களை வாணிபரென்றும், குடிகளைக் கார்த்து இராட்சிய பாரந் தாங்குவோர்களை மன்னவர்கள் என்றும், புத்தசங்-

கஞ்சேர்ந்து ஞானவிசாரிணை உள்ளவர்களை சிரமணர், சமணர்கள் என்றும், சமண நிலை முதிர்ந்து உபநயனம் பெற்று சருவ வுயிர்களையும் தன்னுயிர்போல் பாதுகாக்கும் தண் மெயாம் சாந்த நிலைபெற்று இரு பிறப்பாய் மாற்றிப் பிறக்கும் வல்ல மெய் உற்றோர்களை அறஹத்துக்கள், அந்தணர்கள் என்றும் வழங்கிவந்தார்கள்.

இப்பெயர்கள் யாவும் அவரவர்கள் தொழிலுக்கும், செயலுக்குத் தக்கவாறு விவேகிகளால் வகுத்தப் பெயர்களாகும்.

எவ்வகையிலென்னில் நமது விவேகடமிகுத்த பிரிட்டிஷ் துரைத்தனத்தார் தங்கள் ஆங்கிலோ பாஷையில் போதகர்களுக்குப் (பிரீஸ்டென்றும்) அரசர்களுக்குக் (கிங்கென்றும்) யுத்தவல்லவர்களுக்கு (சோல்ஜர்களென்றும்) வியாபாரிகளுக்கு (மெர்ச்சென்டுகளென்றும்) பயிரிடுவோர்களுக்கு (அக்கிரிகல்ச்சரர்களென்றும்) வானசாஸ்திரிகளுக்கு (அஸ்டிரானமர்கள் என்றும்) அவரவர்கள் தொழிலுக்கும், செயலுக்கும் பெயர்கொடுத்திருப்பது போல் தமிழ்பாஷையில் வல்லவர்களான சமணமுனிவர்களால் மேற்கூறியுள்ள தொழிற்பெயர்களையும், செயற்பெயர்களையும் வகுத்து அழைத்து வந்தார்கள்.

இத்தகையத் தொழிற்பெயர்களையும், செயற் பெயர்களையும் பெற்றிருந்தபோதிலும் ஒவ்வொருவருக்குள்ள அன்பும், ஐக்கியமும் மாறாமல் திராவிடர்கள் என்னும் பொதுப்பெயரால் அழைக்கப்பெற்று திராவிடராஜன் மகளை சிங்களராஜன் மணம் புரிந்துக் கொள்ளுவதும், சிங்களராஜன் மகளை வங்காளராஜன் மணம் புரிந்துக் கொள்ளுவதும், வங்காளராஜன் மகளை சீனராஜன் மணம் புரிந்துக் கொள்ளுவதுமாகிய பேதமற்று ஒற்றுமெயுற்று வாழ்ந்துவந்தார்கள்.

அஃதெவ்வகையில் எனில் நமது கருணைதங்கிய பிரிட்டிஷ் துரைத்தனத்தாராகும் ஆங்கில அரசன் மகளை இருஷியராஜன் மணம் புரிவதும், ருஷியராஜன் மகளை பிரான்சிராஜன் மணம்புரிவதும், பிரான்சிராஜன் மகளை ஜெர்மனிராஜன் மணம் புரிவதுமாகிய பேதமற்றச் செயல்போல் இவ்விந்துதேச மன்னர்களும் கொள்வினை, கொடுப்பினை, உண்பினை, உடுப்பினை முதலிய விஷயங்களில் யாதொரு பேதமில்லாமல் ஒற்றுமெயுற்று வாழ்ந்து வந்தார்கள்.

அரசன் எவ்வழியோ குடிகளும் அவ்வழி என்பதற்கிணங்க பூர்வ சுதேசக்குடிகளாம் திராவிடர்களும், வேளாளத் தொழிலாளியின் மகளை வாணிபத் தொழிலாளனும், வாணிபத் தொழிலாளியின் மகளை மன்னு தொழிலாளனும் மணம் புரிந்து ஒருவருக்கொருவர் பேதமின்றி சுகவாழ்க்கையிலிருந்தார்கள்.

இத்தகைய ஒற்றுமொற்று சிறப்படைந்த வாழ்க்கைக்கும் ஒழுக்கத்திற்கும் புத்ததன்ம சீர்திருத்தங்களே ஆதாரமாகும்.

அஃது எவ்வகையதென்னில் தற்காலமுள்ள சீனதேச பௌத்தர்களும், ஜப்பான் தேச பௌத்தர்களும், மங்கோலிய தேசப் பௌத்தர்களும், திபெத்திய தேசப் பௌத்தர்களும், பிரம்மதேசப் பௌத்தர்களும், இலங்கா தேசப் பௌத்தர்களுமாகிய உலகத்தோற்ற மனுக்களுள் அரையே அரைக்கால் பாகம் பௌத்த மாக்கள் கொள்வினை, கொடுப்பினை உண்டனை முதலியவற்றுள் யாதொரு பேதமுமின்றி வாழ்க்கைச் சுகம் பெற்றிருப்பது போல் சுதேசிகளாகும் திராவிட பௌத்தர்களும் கொள்வினை, கொடுப்பினை, உண்பினை முதலிய விஷயங்களில் யாதாமொரு பேதமின்றி ஒற்றுமெயுற்று சுகசீவிகளாக வாழ்ந்து வந்தார்கள்.

அத்தகைய பேதமற்ற வாழ்க்கையை அநுசரித்தே நாளது வரையில் சாதிபேதமற்ற வாழ்க்கையிலிருந்து பலதேசங்களுக்கும் களங்கமில்லாமல் சென்று சகலருக்கும் உபகாரிகளாக விளங்கிவருகிறவர்கள் சாதிபேதமற்ற திராவிடர்களேயாகும்.

சாதிபேதமற்ற செயலைக்கொண்டும் முயற்சியும் உபகாரமுமுற்ற குணத்தைக் கொண்டும் இவர்களை புத்த தருமத்தைச் சார்ந்தவர்கள் என்று ஏற்றுக் கொள்ளலாமோ எனில் இன்னும் அனந்த ஆதாரங்களுண்டு.

அதாவது - அந்தோனி, ஜோசேப், மநுவேல் என்னும் பெயர்களைப் பெற்றபோது கிறீஸ்துவின் மார்க்கத்தைச் சார்ந்தவர்கள் என்பார்கள். உசேன் சாயப், மீராசாயப், காசிம் சாயப் என்னும் பெயர்களைப் பெற்றபோது மகமது மார்க்கத்தைச் சார்ந்தவர்கள் என்பார்கள். கிருஷ்ணன் நாராயணன், சீனிவாசன் என்னும் பெயர்களைப் பெற்ற போது விஷ்ணு மதத்தைச் சார்ந்தவர்கள் என்பார்கள். ஏகாம்பரன், வேலாயுதன், சுப்பிரமணியன் என்னும் பெயர்களைப் பெற்றபோது சிவமதத்தைச் சார்ந்தவர்கள் என்பார்கள். அவரவர்கள் பெயரால் அவரவர்கள் மதக்குறிப்பை அறிந்துக் கொள்ளுவதுபோல், சாதிபேதமற்ற திராவிடர்களுக்குள் நாட்டுப் புறங்களில் வேளாளத் தொழில் செய்வோர்களுக்கு பெரும்பாலும் முத்தன், முநியன், கறுப்பன், செல்லனென்னும் பெயர்களையே வழங்கி வருகிறார்கள். இப்பெயர்கள் யாவும் புத்தபிரானுக்குரிய ஆயிரத்தெட்டு நாமங்களில் சிலதுகளாகும்.

பின்கலை நிகண்டு

முத்தன் மாமுநி சுறுத்தன் / முக்குடைச் செல்வன் முன்னோன்

- 2:21; நவம்பர் 4, 1908 -

சாதிபேதமற்ற திராவிடர்கள் புத்ததன்ம சார்பால் மேற்குறித்தப் பெயர்களை நாளதுவரையில் வழங்கிவந்தபோதிலும் புத்தர் பெயர்களில் ஒன்றாகும் கடவுள் என்னும் பெயரையே நாளதுவரையில் சிந்தித்தும் வருகின்றார்கள்.

இவ்வகையாய் புத்தரை சிந்தித்துவருவதுமன்றி புத்ததன்மத்தைச் சார்ந்த அரசர், வணிகர், வேளாளரென்ற முத்தொழிலாளருக்குங் கன்மகுருக்களாகவும் வழங்கி வந்தார்கள்.

முன்கலை திவாகரம்

வள்ளுவர் சாக்கையரெனும் பெயர்மன்னர்க் குன்படு / கருமத் தலைவர்க்கொக்கும்.

இத்தகைய கன்மகுருக்கள் வடநாட்டில் பிரபலமாயிருந்ததை புத்தபிரான் பிறந்த வம்சவரிசையோர் பெயராலும், வடநாட்டிலுள்ள சாக்கையர் தோப்பின் பெயராலும் தெரிந்துக் கொள்ளுவதுடன், தென்னாடு திருவனந்தபுரச்சார்பில் வள்ளுவர் நாடென்று வழங்கும் நாட்டின் பெயராலுந்

தெரிந்துக் கொள்ளலாம்.

வள்ளுவர், சாக்கையர், நிமித்தகர் என்னும் பெயர் பெற்றிருந்த கன்மகுருக்களே புத்ததன்மத்தைத் தழுவிய அரசர்களாகும் சீவகன், மணி-வண்ணன் முதலியவர்களுக்கு கன்மகுருக்களாயிருந்து காரியாதிகளை நடாத்திவந்த அநுபவசரித்திரங்களை அடியிற் குறித்துள்ள காவியங்க-ளாலும் அறிந்துக் கொள்ளலாம்.

சீவகசிந்தாமணி

பூத்த கொங்கு போற் பொன்கமந்துளா / ராச்சியார் நலக் காசெறூணனான்
கோத்த நிதித்தலக் கோதைமார்பினான் / வாய்த்த வன்னிரை வள்ளுவன் சொனான்

சூளாமணி

நிமித்தக னுரைத்தலு நிறைந்த சோதியா
னுமைத்தொகையிலாததோ ருவகை யாழ்ந்துகண்
ணிமைத்தில னெத்துணை தொழுதுமீர்மலர்
சுமைத்தொகை நெடுமுடி சுடரத்தூக்கினான்.

வேறு

தலைமகன்றானக்காகச் சாக்கைய / நிலைமைகொண்மனைவியா நிமிர்ந்தபூந்துணர்
நலமிகு மக்களா முநியர் தேன்களா / குலமிகுகற்பகங் குளிர்ந்துதோன்றுமே.

இவ்வகையாய் புத்ததன்மத்தைத் தழுவிய அரசர், வணிகர், வேளாளரென்ற மூன்று தொழிலாளர்களுக்குங் கன்மகுருக்களாக விளங்கின-வர்கள் வள்ளுவர்களன்றி புத்தசங்கஞ்சேர்ந்து அறஹத்துக்களாகி ஞானகுருக்களாக விளங்கியவர்களும் வள்ளுவர்களே என்பதற்கு நாயனாரி-யற்றியுள்ள திரிக்குறள் ஒன்றே போதுஞ் சான்றாம்.

புத்தசங்கஞ்சார்ந்த சமணமுனிவர்களாலியற்றியிருந்த இலக்கிய இலக்கணங்களையும், ஞான நூற்களையும், சித்து நூற்களையும், சோதிட நூற்களையும், வைத்திய நூற்களையும் பரம்பரையாகத் தங்கள் கையிருப்பில் வைத்திருந்து அச்சிட்டுப் பிரசுரப்படுத்தியவர்கள் பெரும்பாலும் சாதிபேதமற்ற திராவிடர்கள் என்றே அந்தந்த நூன்முகங்களில் விளங்குகிறபடியால் அந்நூற்களின் தோற்றத்தாலும் இவர்களை புத்ததன்மத்தைச் சார்ந்தவர்கள் என்று கூறத்தகும்.

- 2:22; நவம்பர் 11, 1908 -

இவர்களது குணநிலை, பஞ்சகாவியங்களின் சரித்திர வாதரவினாலும் இவர்களுக்குள் அழைத்துக்கொள்ளும் பெயர்களினாலும், சிந்தித்-துவரும் தெய்வத்தாலும் நெடுங்காலமாகவும், பரம்பரையாகவும் தங்கள் கையிருப்பில் வைத்திருந்து தற்காலம் அச்சிட்டு வெளிக்குக் கொண்டு வந்திருக்கும் வைத்திய நூல், நீதிநூல், ஞானநூல், கணித நூல் முதலிய சாஸ்திரங்களாலும், இவர்களை சாக்கைய பௌத்தர்கள் என்றேனும், திராவிடபௌத்தர்கள் என்றேனும் திட்டமாகக் கூறத்தகும்.

இத்தகைய ஆதாரமுள்ளவர்கள் தங்கள் குணச்செயல்களிலேனும் புத்ததருமத்தைத் தழுவி நிற்கின்றார்களா என்று ஆராயுங்கால் தங்களை பலவகை இம்சைகள் செய்தும், ஜீவனவிருத்திகளைக் கெடுத்தும், சுத்தஜலங்களை மொண்டு குடிக்கவிடாமலும், வண்ணார்களை வஸ்திரம் எடுக்கவிடாமலும், அம்மட்டர்களை சவரஞ் செய்யவிடாமலும் பல்வலி, இடுக்கங்களால் பதங்குலைத்துவரும் பராயசாதியோர்களில் ஒருவன் வியாதியால் பீடிக்கப்பட்டு வீதியில் விழுந்தபோதிலும், தவறி ஓர் கிணற்றில் விழுந்தபோதிலும், வண்டி குதிரைகளால் ஓர் விபத்து நேரிட்ட-போதிலும் அதைக் கண்டுவிடுவார்களானால் தங்கள் சத்துருக்களாச்சுதே, தங்களை சீருக்கு வரவிடாமல் தடுப்பவர்களாச்சுதே என்று அவர்கள் செய்துவரும் தீங்குகள் யாவையும் எண்ணாமல் அவர்களுக்கு நேரிட்டுள்ள ஆபத்துகளினின்று நீக்கியெடுத்து சுகம்பெறச் செய்து வருகின்றார்-கள்.

ஈதன்றி பராயசாதியோர்களின் பலவகை இடுக்கங்களால் சுகசீவனம் கிடைக்காவிடில் ஓர் வண்டியை இழுத்தேனும், விறகு சுமந்தேனும், புல் விற்றேனும் தன்னுடையக் குடும்பத்தை போஷிப்பார்களேயன்றி சூதினாலும், மோசத்தாலும், பொய்யாலும், வஞ்சினத்தாலும் சீவிக்கமாட்-டார்கள்.

இவ்வகை குணச்செயல்களாலும் இவர்கள் புத்ததன்மத்தைத் தழுவிய ஜீவகாருண்யமும், முயற்சியும் உள்ளவர்கள் என்று கூறத்தகும்.

இவர்கள் நெடுங்காலமாக நல்ல அந்தஸ்திலும் விவேக விருத்தியிலும் இருந்த நிலை.

சாதிபேதமற்ற திராவிடர்கள் பராயசாதியோர்களால், பலவகை இடுக்கங்களைப் பெற்று சீரழிந்திருந்தபோதிலும்,

கிறிஸ்துவ மிஷநெரியார்களின் கருணையால் பி.ஏ., எம்.ஏ. முதலிய கவுரதாபட்டங்களைப் பெற்றுள்ளதுமன்றி அஜூர் செரஸ்ததார், ஆனரெரி சர்ஜன், ஸ்கூல் இன்ஸ்பெக்டர், ரிஜிஸ்டிரார், ஆனரெரி மாஜிஸ்டிரேட் என்னும் கௌரதா உத்தியோகங்களிலும் இருந்து இரா-யபாதூரென்னும் சிறந்த பட்டங்களும் பெற்று இராஜவிசுவாசத்தினின்று காரியாதிகளை நடத்தி வந்ததுமன்றி நாளதுவரையில் நடாத்தியும் வருகின்றார்கள்.

இத்தகைய கல்வி கற்கக்கூடிய விவேகவிருத்தியும் உத்தியோகங்களைக் காப்பாற்றக் கூடிய ஜாக்கிரதையும், இராஜவிசுவாசத்தில் நிலைத்த-லுமாகியச் செயல்களும் இவர்கள் ஆர்வத்திலிருந்த நல்ல அந்தஸ்தினாலும், விவேக விருத்தியாலும், புத்ததன்ம ஒழுக்கத்தினாலும் எங்கெங்கு தங்களை ஆதரித்தக் கூடிய இடங்கள் கிடைத்ததோ அங்கங்கு விவேக விருத்தியிலும், உத்தியோக, விருத்தியிலும், இராஜவிசுவாச விருத்தி-யிலும் நிலைத்திருக்கின்றார்கள்.

சாதிபேதமற்ற திராவிடர்களைப்போல் பராய சாதியோர்களால் நசுங்கி குன்றாமல் அவர்கள் சார்பாய் நிற்கும் படுகர், தொதுவர், கோத்தர், குறும்பர், வில்லியர், குறவர் இவர்கள் மீது மிஷநெரிமார்கள் வேண கருணைவைத்து கல்விபயிற்சி செய்துவந்தபோதினும் கல்வி விருத்தியும் உத்தியோக விருத்தியும் இல்லாமலே மயங்கி நிற்கின்றார்கள். காரணம் - இவர்கள் பூர்வம் நல்ல அந்தஸ்தில் இல்லாமல் தற்காலம் இருக்கும் நிலையிலேயே இருந்தவர்களாதலின் கருணை தங்கிய. மிஷநெரியார்கள் யாதுவிருத்தி செய்யினும் முழு விருத்தியடையாமல் இயங்குகின்றார்கள்.

சாதிபேதமற்ற திராவிடர்களோ அத்தகைய திகைப்பின்றி எங்கு கல்விவிருத்திக் கிடைக்கின்றதோ அங்கு விருத்தி பெற்று சுகமடைகின்றார்கள்.

இவ்விருத்தி சாதுரியத்தினாலேயே இவர்கள் பூர்வ புத்ததன்மத்தைத் தழுவி வித்தை, புத்தி, ஈகை, சன்மார்க்கத்தில் இருந்தவர்கள் என்பதை எளிதில் அறிந்துக் கொள்ளலாம்.

- 2:23; நவம்பர் 18, 1908 -

சாதிபேதமற்ற திராவிடர்கள் புத்த தன்மத்தை தழுவியக் களங்கமற்றச் செயல்கள்

சாதிபேதக் குறூரச் செயல்கள் அற்று வாழ்ந்து வந்தவர்களாதலின் எத்தேச எச்சாதியோர்களுடனும் கலந்து பேதமில்லா போக்குவருத்தில் இருக்கின்றார்கள்.

அதிககஷ்டத்துடன் பலதேசங்களுக்குச் சென்று பணம் சம்பாதித்த போதிலும் அவற்றை தான்மட்டிலும் அநுபவிக்காமல் தனது பந்து மித்திரர்களுக்கும் அளித்து போஷித்து வருவார்கள்.

இக்கூட்டத்தார் ஒருவருக்கொருவர் உதவி புரிந்து வருவதினால் சத்துருக்கள் முன்னிலையில் சீவித்திருக்கின்றார்கள். இத்தகைய சீவ காருண்யமும், பரோபகாரச் செயலும் புத்ததன்ம அநுபவங்களேயாம்.

சாதிபேதமற்ற திராவிடர்கள் எதுவரையில் சுகநிலை பெற்றிருந்தார்கள் என்னும் காலவரை.

மகதநாட்டரசர்கள் அசோகச் சக்கிரவர்த்தி, மணிவண்ணன், சீவகன் முதலிய அரசர்கள் ஆளுகைவரையிலும் யாதொரு குறைவுமின்றி சகல சுகங்களையும் அநுபவித்துக் கொண்டு வித்தை, புத்தி, ஈகை, சன்மார்க்கங்களில் நிறைந்திருந்தபடியால் இவ்விந்துதேசம் முழுவதும் சீரும் சிறப்பும், அமைதியும், ஆற்றலும் பெற்றிருந்தது. இத்தேசத்தை பரதகண்டம் என்றும் இந்தியா என்றும் வழங்கிவருங்காரணம். பரதரென்பதும், வரதரென்பதும் புத்த பிரானுக்குரிய ஆயிரநாமங்களில் ஒன்றாகும். அவற்றுள் புத்தரது தன்மமும், பௌத்தவரசர் அரசாட்சியும் இத்தேசமெங்கும் நிறைந்திருந்தபடியால் வடபரதகண்டமென்றும், தென்பரத கண்டம் என்றும் சிலகால் வழங்கிவந்தார்கள்.

வீரசோழியம்

தோடாரிலங்குமலர் கோதிவண்டு / வரிபாடு நீடு துணச்சேர்
வாடாதபோதி நெறிநீழன்மேய / வர தன் பயந்த வறநூல்.

சூளாமணி

மற்றவர் மண்டில மதனுஞூழியா / லேற்றிழிபுடையன விரண்டு கண்டமாந்
தேற்றிய விரண்டினுந் எலுந் தென்முகத்தது / பாற்றிரும் பகழினாய் பரதகண்டமே.

இவ்வகையாக வடபரதம், தென்பரதமென்று சிற்சிலர் வழங்கிவந்த போதிலும் பெரும்பாலும் புத்தபிரானை ஐந்தவித்து இந்தியத்தை வென்ற வல்லபங்கொண்டு இந்திரரென்னும் ஓர் பெயரால் அழைத்ததுமன்றி இத்தேசம் எங்கும் இந்திரர்விழா, இந்திரவிழாவென்று புத்தபிரான் பிறந்தநாளையும், அவர் பரிநிருவாணம் பெற்ற நாளையும் கொண்டாடிய குதூகலத்தால் புத்ததன்மத்தை இந்திர அறநூல், இந்திரர் தன்மமென்றும், புத்ததன்மத்தை அநுசரித்த மக்களை இந்தியர்கள் என்றும், அவ்விந்தியர்கள் வாசஞ்செய்த தேசத்தையும் இந்தியாவென்றும் அதனை எல்லைபகுப்பால் தென்னிந்தியா வடயிந்தியா என்றும் நாளது வரையில் வழங்கிவருகின்றார்கள்.

மணிமேகலை

இந்திரரெனப்படு மிறைவ தம்மிறைவன்றந்தநூற் பிடகம்.
இந்திர விழாக்கோல்.

சிலப்பதிகாரம்

இந்திரர்விழா

திரிக்குறள்

ஐந்தவித்தானாற்றலகல் விசும்புளார்க்கோமான் / இந்திரனேசாலுங்கரி.

அருங்கலைச்செப்பு

இந்தியத்தை வென்றான் றொடர்பாட்டோ டாரம்ப முந்தி துறந்தான் முநி.
இந்திராநகரென்று பெயர்வழங்கிவந்த விவரம்

சீவகசிந்தாமணி

சங்குவிம்முநித்திலஞ் / சாந்தோடேந்து பூண்முலை
கொங்குவிம்மு தோதைதாழ் / கூந்தலேந்து சாயலா
ரிங்கிதர் களிப்பினா / லெய்தியாடும் பூம்பொழில்

செங்கணிந்திர நகர்ச் / செல்வமென்ன தன்னதே.

காசிக்கலம்பகம்

பரவுபூண்டிந்திரர் திருவொடும் பொலிந்து / முடிவினு முடியா முழுநலங்கொடுக்குஞ்

புத்தபிரானை இந்திரரென்று கொண்டாடி இந்தியர்களெனப் பெயர் பெற்றவர்களுள் ஆந்திரசாதி, கன்னடசாதி, மராஷ்டகசாதி, திராவிடசாதியென ஒவ்வோர் பாஷையை சாதிக்குங் கூட்டத்தோருள் இந்திரர் தன்மத்தை எங்கும் பரவச் செய்து பெரும்பாலும் இந்திரவிழா கொண்டாடிவந்தவர்கள் திராவிடர்களேயாகும்.

இத்தகைய திராவிடர்கள் புத்தசங்கம் என்னும் இந்திர வியாரத்துட் சேர்ந்து சத்திய தன்மத்தைப் பின்பற்றி சமணநிலையினின்று தன்னைப் பார்ப்போர்களை பார்ப்பார்களென்றும், இஸ்திரீகள் சங்கத்துள் சேர்ந்தோர்களைப் பார்ப்பினிகள் என்றும் வழங்கிவந்ததுமன்றி பசுக்களையும், துறவிகளையும், பாலர்களையும், பெண்களையும், பார்ப்பார்களையும் இடுக்கஞ்செய்யாது காக்கும் அரசர்களாகவும் இருந்தார்கள்.

சீவகசிந்தாமணி

தன்பான் மனையா ளயலான் / றலைக்கண்டு பின்னு
மின்பா லடிசிற் கவர்கின்ற / கைப்பேடிபோல
நன்பால் பசுவேதுறந்தார் / பெண்டீர் பாலர் பார்ப்பா
ரென்பாரை யோம்பே ணெனின் / யானவனாவனென்றான்.

- 2:24: நவம்பர் 25, 1908 -

சாதிபேதமற்ற திராவிடர்களின் புத்ததன்ம தொழிற்பெயர்கள்

புத்தசங்கஞ் சேர்ந்து உண்மெய் உணர்ந்து தண்மெயுற்ற இரு பிறப்பாளருக்கு வடமொழியில் பிராமணரென்றும், தென்மொழியில் அந்தணர் என்றும்,

புஜபலபராக்கிரம க்ஷாத்திரியமிகுத்த சம்மாரகர்த்தர்களுக்கு வடமொழியில் க்ஷத்திரியரென்றும், தென்மொழியில் அரயரென்றும்,

ஒரு சரக்கைக்கொடுத்து மற்றொரு சரக்கை வாங்கி வியாபாரஞ் செய்வோர்களுக்கு வடமொழியில் வைசியரென்றும், தென்மொழியில் வாணிபர், செட்டியர், நாயகர், ரெட்டியரென்றும்,

கையையுங் காலையும் ஓர் இயந்திரமாகக் கொண்டு பலவகை சூஸ்திரங்களைச் செய்து பூமியைத் திருத்தி தானியவிருத்திச் செய்து சருவ சீவர்களுக்கும் உபகாரியானோர்களை வடமொழியில் சூஸ்திரர் சூத்திரரென்றும், தென்மொழியில் வேளாளர், மேழிச்செல்வர், பூபாக்கியரென்றும்,

இப்பூபாலர்களுக்கு தானியமுதலும் தனமுதலும் ஈய்ந்துக் காப்போர்களுக்கு முதலீவோர் முதலுடையோர் முதலியார்களென்றும்,

இவற்றுள் பயிரிடுந் தானியங்களை விற்கவும் வாங்கவும் உடையவர்களுக்கு பூவைசியரென்றும் மாடு முதலியவைகளைக் கொண்டு நெய், தயிறு, பால் விற்று தானியங்களை வாங்கிக் கொள்வோர்களுக்கு கோவைசியரென்றும், பொருள் கொடுத்து தானியம், நெய், பால் வாங்கி வியாபாரஞ் செய்வோருக்கு தனவைசியர் என்றும்,

மூன்றுபாகமாகப் பிரித்ததுமன்றி பூமியைத் திருத்தி விருத்தி செய்வோருக்கு உழவர், பள்ளர், உழவாளர், மேழியர், வேளாளரென்றும், பசுக்களின் விருத்திசெய்து அதன் பலனுகர்வோருக்கு கோவலர், இடையர், கோவிருத்தினர், இப்பரென்றும்,

பலப் பொருட்களை விற்று தனவிருத்திசெய்வோருக்கு வணிகர், நாய்க்கர், பரதரென்றும்,

உப்புவிற்போருக்குப் பெயர் உவணரென்றும்,

கல்வியிற் தேறினோருக்குப் பெயர் கலைஞர், கலைவல்லோரென்றும்,

சகலகலை தெரிந்தோத வல்லோர்க்குப்பெயர் மூத்தோர், மேதையர், மேலோர், கற்றவர், விற்பன்னர், பண்டிதர், கவிஞர், அறிஞர், அவை வித்தையோரென்றும்,

தேகலட்சணங்களும், வியாதியின் குணாகுணங்களும் அறிந்து பரிகரிப்போருக்குப் பெயர் மருத்துவர், வைத்தியர், பிடகர், ஆயுள்வேதியர் மாமாத்திரரென்றும்,

மண்ணினாற் பாத்திரம் வனைவோருக்குப் பெயர் மண்ணீட்டாளர், குலாலர், குயவர், கும்பக்கரர், வேட்கோவர், சக்கிரி, மடப்பகைவரென்றும்,

கரும்பொன்னாகிய இரும்பை ஆளுவோருக்குப் பெயர் கன்னாளர், கருமார், கொல்லர், மருவரென்றும்,

மரங்களை அறுத்து வேலை செய்வோர்க்குப் பெயர் மரவினையாளர், மயன், தபதி, தச்சரென்றும் பொன்வேலை செய்வோர்க்குப் பெயர் பொற்கொல்லர் தட்டார், சொர்ணவாளர், அக்கரசாலையர் என்றும்

கல்லினும், மண்ணினும், மனை யுண்டுசெய்வோருக்குப் பெயர் மண்ணீட்டாளர், சிற்பாசிரியர் என்றும்

வஸ்திரங்களை வண்ணமாக்குவோர் பெயர் தூசர், ஈரங்கோலியர், வண்ணாரென்றும்,

வஸ்திரங்களைத் தைப்போருக்குப் பெயர் துன்னர், பொல்லர், தையற்காரரென்றும்,

உயிர்வதையாகிய கொலைபுரிவோர்க்குப் பெயர் களைஞர், வங்கர், குணுங்கர், மாதங்கர், புலைஞர், இழிஞரென்றும்,

செக்காட்டுவோர்க்குப் பெயர் சக்கிரி, செக்கார், கந்திகளென்றும்,

கள் விற்போர்க்குப் பெயர் துவசர், பிழியர், பிடியரென்றும்,

மதகரி யாள்வோர்க்குப் பெயர் பாகர், யானை பாகர், ஆதோணரென்றும்,

அரண்மனை காப்போர்க்கு பெயர் மெய்காப்பாளர், காவலர், கஞ்சுகி யென்றும்

மரக்கலம் ஓட்டுவோர்க்குப் பெயர் மாலுமி, மீகாமன், நீகாமனென்றும்,

இரதமோட்டுவோர்க்குப் பெயர் சூதன், வலவன், சாரதி, தேர்ப்பாகனென்றும்,

தோல்களை பதமிடுவோர்க்குப் பெயர் இயவர் தோற் கருவியாளர் என்றும்

தோற்பறைக்கொட்டி துளைக்குழலூதும் நரம்பு கருவியாளருக்குப் பெயர் குயிலுவரென்றும்,

ஓர் சங்கதியை மற்றவர்க்கு அறிவிப்போர்க்குப் பெயர் வழியுரைப்போர், தூதர், பண்புரைப்போர், வினையுரைப்போர், வித்தகரென்றும்,

இஸ்திரிபோகத் தழுந்தினோருக்குப் பெயர் பல்லவர், படிறர், இடங்கழியாளர், தூர்த்தர், விலங்கர், காமுகரென்றும்,

பொறாமெயுடையோர்க்குப் பெயர் நிசாதர், வஞ்சகரென்றும்,

பயமுடையோர்க்குப் பெயர் பீதர், சகிதர், பீறு, அச்சமுள்ளோரென்றும்,

அன்னியர்பொருளை அபகரித்து சீவிப்போருக்குப் பெயர் கரவடர், சோரர், தேனர், பட்டிகர், புறையோர், கள்ளரென்றும்,

கொடையாளருக்குப் பெயர் புரவலர், ஈகையாளர், வேளாளர், தியாகி, வேள்வியாளர் உபகாரரென்றும்,

தரித்திரர்க்குப் பெயர் நல்கூர்ந்தோர், அகிஞ்சர், பேதை, இல்லோர், வறியர், ஆதுலர், ஏழை உறுகணாளர், மிடியரென்றும், மாணாக்கருக்கு பெயர் கற்போரென்றும். ஆசாரியர்க்குப் பெயர் ஆசான், தேசிகர், உபாத்தியாயர், பணிக்கரென்றும்,

அரசர் முதல் வணிகர், வேளாளர் வரை முக்குலத்தோர்க்கும் கருமக்கிரியைகளை நடத்துவோர்க்கு பெயர் சாக்கையர், வள்ளுவர், கருமத்தலைவர், நிமித்தகரென்றும்,

அறிவுள்ளோர்க்குப் பெயர் அறிஞர், சான்றோர், மிக்கோர், மேலோர், தகுதியோர், ஆய்ந்தோர். ஆன்றவர், உலக மேதாவியர், மேன்மக்களென்றும்,

அறிவில்லார்க்குப் பெயர் பொறியிலார், கவர், நீசர், புள்ளுவர், புல்லர், தீயோர், சிறியசிந்தையர், கனிட்டர், தீக்குணர், தீம்பர், தேறார், முறையிலார், முகண்டர், மூர்க்கர், முசுடர், கீழோர், புல்லவர், கீழ்மக்களென்றும்,

- 2:25: டிசம்பர் 2, 1908 -

இத்தியாதி தொழிற்பெயருள் வேளாளரென்பதும், வாணியரென்பதும் சாதிப்பெயர்களாயிருக்க அவைகளையுந் தொழிற்பெயரிற் சேர்க்கலாமோ என்பாருமுண்டு.

முன்கலை திவாகரம், பின்கலை நிகண்டு முதலியவைகளில் அவற்றை தொழிற் பெயருள் சேர்த்துள்ளவற்றிற்குப் பகரமாய்

நறுந்தொகை - வாணிபம்

முதலுள பண்டங் கொண்டு வாணிபஞ்செய்
ததன்பய னுண்ணா வணிகரும் பதுரே

ஏறெழுபது - வேளாண்மெய்

ளெங்கோபக்கலிக்கடந்த / வேளாளர் வினைவயலு
பைங்கோல் முடிதிருத்த / பார்வேந்தர் முடிதிருத்தும்
பொங்கோதக் கனியானை / போர்வேந்தர் நடத்துகின்ற
செங்கோலைத் தாங்குங்கோல் ஏறடிக்குஞ் சிறுகோலே.

திராவிட பௌத்தர்கள் அதனதன் செயலுக்கும், குணத்திற்கும், இடத்திற்கும் தக்கப்பெயர்களைக் கொடுத்து சாதிபேதமென்னும் களங்கின்றி சுகசீவிகளாக வாழ்ந்ததுமன்றி கிறீஸ்து பிறப்பதற்கு முன்பு 7-வது நூற்றாண்டில் இந்தியாவிலிருந்து தென்மேற்குக் கரையோரமாக பாபிலோனியாவுக்கு இதே திராவிட பௌத்தர்கள் சென்று வியாபாரங் கொண்டுங் கொடுத்தும் இருக்கின்றார்கள். இதனை, புட்டிஸ்ட் இண்டியா 116-வது பக்கம் காணலாம்.

புத்தபிரானால் பாணினியாருக்கு வடமொழியையும், அகஸ்தியருக்குத் தென்மொழியையும் ஈய்ந்து இந்துதேசம் எங்கும் பரவச் செய்தகாலத்திலும் அவ்வட்சரங்களை பட்டைகளிலும், ஓலைகளிலும், கற்பாறைகளிலும், செப்பேடுகளிலும், பொன்னேடுகளிலும் பதிந்து ஆதியிற் பாதுகாத்து வந்தவர்களும் திராவிட பௌத்தர்களேயாவர். மேற்கண்டபடி இண்டியா 119-ம் பக்கம் காணலாம்.

வீரசோழிய விளக்கம்

திடமுடைய மும்மொழியாத் / திரிபிடக நிறைவிற்காய்
வடமொழியை பாணினுக்கு / வருத்தருவி யதற்கிணையாய்
தொடர்புடைய தென்மொழியை / யுலகெலாத் தொழுதேத்த
குடமுனிக்கு வற்புறுத்தார் / கொல்லாற்று பாகர்.

இந்துதேசத்தில் புத்ததன்மம் பரவியிருந்த காலம் அசோகச் சக்கிரவர்த்தியின் காலமுதல் கானிஷ்க்காவலரயில் எங்கும் சிறப்புற்று சாதிபேதமென்னும் ஒற்றுமெய்க்கேடு இல்லாமல் ஒருவருக்கொருவர் ஐக்கியமுற்று வித்தையிலும், புத்தியிலும், ஈகையிலும், சன்மார்க்கத்திலும் விளங்கி

இந்திரவியாரங்கள்தோரும் வானசாஸ்திரிகளாகவும், ஞானசாஸ்திரிகளாகவும், வித்தியா சாஸ்திரிகளாகவும், வைத்தியசாஸ்திரிகளாகவும் விளங்கி சகல சுகமும் அனுபவித்து வந்தார்கள்.

கிறீஸ்து பிறந்த ஐந்தாவது நூற்றாண்டுகளுக்குப் பின்னும் மணிவண்ணன், சீவகன் என்னும் அரசர்களுடைய காலத்தில் வட இந்தியா குமானுடரென்னும்

தேசத்தில் மிலைச்சர், மிலேச்சர், ஆரியரென்னும் ஓர் கூட்டத்தார் வந்து குடியேறி மண்ணைத்துளைத்து அவைகளில் குடியிருந்து கொண்டு இத்தேசத்தோர் உதவியால் சீவித்துவந்தார்கள். அவர்கள் நிறமோ ஓர்வகை வெண்மையுடையவர்களும், அதிக உயரமுள்ளவர்களும், சீலமில்லாதவர்களும், நாணமில்லாதவர்களும், கொடுந்தொழில் உள்ளவர்களுமாக விளங்கி வந்தார்கள்.

சூளாமணி மக்கள்கதி

தீவினுள் வாழுங் குமானிடர் தேசத்து / மேவியுறைவு மிலைச்சரெனப்பெய

ராவரவருண் மிலைச்ச ரவரையும் / வீவருத் தாரோய் விலங்கினுள்வைப்பாம்.

வாலுநெடியவர் வளைந்த வெயிற்றினர் / காலுமொரோவொன் துடையர் கலையிலர்

நாலுஞ் செவியர் நவை செய் மருப்பினர் / சீலமடைவிலர் தீவினுள் வாழ்வார். மக்கட்பிறப்பினு மாத்திரமல்லது / மிக்கவெளிற்று விலங்குகளேயவர்

நக்கவுருவினர் நாணாவொழுக்கினர் / தொக்கனர் மண்ணே துளைத்துண்டுவாழ்வார். பூவும்பழனு நுகர்ந்துபொழின்மர / மேவியுரையு மிலைச்சர் மிகபல

ரோவலர் வாழ்வ தொருபளிதோமென் / றேவல் சிலைமன்ன வெண்ணி யுணர்நீ. தேசமிலைச்சரிற் சேர்வுடையாரவர் / மாசின் மனிதர் வடிவின ராயினுங்

கூசின்மனத்தர் கொடுந்தொழில் வாழ்க்கையர் / நீச ரவரை நீறினிழிப்பாம்.

- 2:26: டிசம்பர் 9, 1908 -

மிலைச்சரென்றும், மிலேச்சரென்றும் வழங்கி வந்தக் கூட்டத்தார் சீவனோபாயத்திற்காய் சில மித்திரபேதங்களைச் செய்து கொண்டு சீவகனிடஞ் சென்றபோது இவர்களது கொடுஞ் செயற்களை அறிந்த சீவகன் சீறிச் சினந்து துறத்தியிருக்கின்றான்.

சீவகசிந்தாமணி

செங்கட் புன்மயிர்த்தோல் திரைச்செம்முகஷ / வெங்கணோக்கிற்குப் பாக மிலேச்சனை செங்கட் விழியாற் றெறித்தான்கையா / ளங்கட்போது பிசைந்தடு கூற்றனான்.

இவ்வகையாய் மிலேச்சரென்றும், மிலைச்சரென்றும், ஆரியரென்றும் வழங்கிவந்த கூட்டத்தார் நாளுக்குநாள் வடயிந்தியா, தென்னிந்தியா எங்கும் பரவிவந்த காலத்தில் பௌத்த சங்கத்தோர் வாழும் இந்திரவியாரங்களில் தங்கியிருந்த சமணமுனிவர்கள் இயற்றியுள்ள கலைநூற்களில் மக்கட்பெயர்களுடன் இவர்கள் பெயரையும் கண்டிருக்கின்றார்கள்.

முன்கலை திவாகரம்

மிலைச்சர் பெயர் - மிலேச்ச ராரியர்.

பின்கலை நிகண்டு

மிலைச்சர்பே ராரியற்கா மிலேச்சரென்று ரைக்கலாமே.

ஆரியரென்றால் சிறந்தவர்கள் என்றும் மேன் மக்கள் என்றும், அந்தணர்கள் என்றும், பௌத்த சாஸ்திரங்களில் கூறியிருக்க இத்தமிழ் நூற்களில் ஆரியரென்னும் மொழிக்கு மிலேச்சர் என்னும் பொருளை எவ்வகையால் கூறக்கூடும் என்பாரும் உண்டு.

பிராக்கிருத பாஷையாகும் பாலியினின்று வடமொழியுந் தென்மொழியுந் தோன்றியுள்ளதினால் பெரும்பாலும் பௌத்தன்ம சாஸ்திரங்களில் பாலிமொழிகளையே தழுவிவருதலுண்டு.

அவற்றுள் அரிய அஷ்டங்க மார்க்கமென்றும், அரிய அரசர்கள் என்றும், அரிய அந்தணர்கள் என்றும், அரிய தன்மமென்றும் கூறியுள்ளார்களன்றி ஆரிய அஷ்டாங்க மார்க்கமென்றும், ஆரிய அரசர்கள் என்றும், ஆரிய அந்தணர்கள் என்றும், ஆரியதன்மமென்றும் கூறினார்களில்லை.

அதனினும் பாலிபாஷையில் தேவவென்னும் இத்திசித்தும், பிரமமென்னும் அதிசேனாசித்தும், அரியவென்னும் அநுசாசனிசித்தும் கூறியுள்ளவற்றுள் இம்மூன்றுக்கும் பொதுப் பெயர் பத்தி அரியாஸ் என்று மூன்றுவகை சிறந்த சித்துக்களுக்கும் பொதுப்பெயர் அரியரென்றே கூறியிருக்கின்றார்கள். இவற்றை தீக்கநிக்காயாவின் உட்பிரிவு சங்கித்தசுத்தாவிற் காணலாம்.

ஆதலின் பௌத்த நூற்கள் யாவற்றிலும் அரிய என்னும் மொழியை வழங்கிவந்திருக்கின்றார்களன்றி ஆரியவென்னும் மொழி வழங்கியதில்லை.

மற்றும் பௌத்தநூல் சுத்தனியாதாவின் உட்பிரிவு சப்பியசுத்தாவில் மண், பெண், பொன்னென்னும் மூவாசைகளையுந் தவிர்த்து பிறவியை ஜெயித்த மகாஞானி எவனோ அவனை அரியனென்றும், சிறந்தோனென்றும் வரையப்பட்டிருக்கின்றது.

மற்றும் சுத்தனிபாதா அதனுட்பிரிவு அத்த கவர்க்கா சுத்தகசுத்தாவில் அரியமாக்கா அதாவது பிணி, மூப்பை ஜெயித்தலே அரியமார்க்கமென்றும் வரைந்துள்ளார்கள்.

பாலிசுத்தம்

ஸத்தனு பஸிதி பக்கதிஞான / திஷடியி பாப ததாவநானம்.

சுத்த

அறிய அட்டாங்கிக் கோமாக்கா / நிர்புத்தி ஷர்மா காமீனோ
பத்தியனிபாதா.

சுத்த

நிஸ்ஸோ விஹா ரோ / நெய்பா விஹா ரோ
பிரஹமா விஹா ரோ / அரியா விஹா ரோ.

இத்தியாதி பௌத்த சூத்திரங்களிலும், அரியவென்னும் மொழியை சிறந்த நிலைகளில் குறிப்பிட்டிருக்கின்றார்களன்றி ஆரியவென்னும் மொழி கிடையாது.

ஆதலின் பௌத்தர்கள் எழுதியுள்ள கலைநூற்களில் அரிய வென்னு மொழிக்கு சிறந்த, சிரேஷ்டவென்னும் பொருளும், ஆரியரென்னு மொழிக்கு மிலைச்சர், மிலேச்சரென்னும் பொருளுங் குறித்திருக்கின்றார்கள்.

ஈதன்றி தம்மபாதா வென்னும் நூலில் தன்மமார்க்க நீதியில் நின்று ஆனந்தத்துடன் சாந்தமன அமைதி பெற்றவரெவரோ அவரே அரியர், நித்தியர், போதித்த நீதியில் ஆனந்தத்துடன் இருப்பர். பண்டிதாவென்று புத்தபிரானுக்குரிய நற்செயல் பெருக்கப்பெயராகவும், விவேகவிருத்தியின் பெயராகவும் குறித்திருக்கின்றார்கள்.

அப்பாலிமொழியை தற்காலம் இங்கிலீஷ்பாஷையில் அரியவென்றும், ஆரியவென்றும் சப்தபேதமின்றி வழங்கிவருகிறபடியால் பொருள் பேதப்பட்டிருக்கின்றது.

அரியரென்பது சிறந்தோரென்றும் ஆரியரென்பது மிலேச்சர்களென்றுங் கூறத்தகும். குமானிடர்தேசத்தில் தங்கியிருந்த மிலேச்சர்கள் இந்துதேசமெங்கும் பரவி யாசகசீவனத்தால் சீவித்து வந்தவர்கள் நாளுக்குநாள் இத்தேசத்தோர் புத்தமார்க்கத்தைத் தழுவி ஒற்றுமெயிலும், ஒழுக்கத்திலும் சுகம் பெற்று ஆந்தர், கன்னட, மராஷ்டக, திராவிடமென்னும் பாஷை பேதங்களன்றி மற்றுமோர் பேதங்களில்லாமல் வாழ்ந்துவருவதுடன் அரசர், வணிகர், வேளாளரென்ற முத்தொழிலாளர்களும், இந்திர வியாரங்களாகும் புத்தமடங்களிற்றங்கிய அறஹத்துக்களென்னும் அந்தணர்களையே பயபக்தியுடன் வணங்குவதையும் அவர்களுக்கு வேண்டிய உதவிகளைப் புரிவதையும் பார்த்துவந்தார்கள்.

- 2:27, டிசம்பர் 16. 1908 -

அந்தணர், அரசர், வணிகர், வேளாளர் நால்வரின் தொழில் விவரம்

முன்கலை திவாகரம்

அந்தண ரறுதொழில்

ஒத லோதுவித்தல் வேட்டல் வேட்பித்தல் / யீத வேற்றவென் னிரு மூவகை
ஆதிகாலத் தந்தண ரறுதொழில்.

அரசரறுதொழில்

அரசரறு தொழிலோதல் வேட்டல் / புரைதீரப் பெரும்பார்ப் புரத்தவீதல்
கரையாறு படைக்கலங்கற்றல் விசயம்.

வணிகரறுதொழில்

வணிகரறுதொழில் ஒதல் வேட்டல் / யீத லுழவு பசுக்காத்தல் வாணிபம்

வேளாள ரறுதொழில்

வேளாளரறு தொழிலுழவு பசுக்கால
ரெள்ளிதின் வாணிபங்குயிலுவங்காருகவினை.
யொள்ளிய லிருபிறப்பாளர்க் கேவற்செயல்.

ஆந்திரசாதி, கன்னடசாதி, மராஷ்டக சாதி, திராவிடசாதியென்னும் நான்கு பாஷையை சாதிக்குங் கூட்டத்தோருள் அந்தந்த அறுவகைத் தொழில்களை எவ்வெவர் சரிவர சாதிக்கின்றார்களோ அவரவர் தொழிலையும், விவேகமிகுதியையும் கண்டு அந்தணரென்றும், அரசரென்றும், வணிகரென்றும், வேளாளரென்றும் அழைத்து வந்தார்கள்.

இத்தகைய நான்கு வகுப்பிற்கும் ஆதியாய் அறநெறியாம் மறையருளி ஆதியந்தணரென்று அழைக்கப் பெற்றவரும்,

சக்கிரவர்த்தித் திருமகனாகத் தோன்றி சந்திரபிறை முடியணிந்த இனிய தமிழ்மொழி ஈய்ந்து மன்னும் இறைகொண்டு இறையவனென்று அழைக்கப் பெற்றவரும்,

நவமணிகளாம் இரத்தினவர்க்கங்களையும், பவழம் முத்து முதலியவைகளையும், நவதானியங்களையும் விளக்கி ஒன்றைக் கொடுத்து மற்றொன்றை மாறிக்கொள்ளும் வகைகளை விளக்கி வணிகரென்று அழைக்கப்பெற்றவரும்,

பூமியை சீர்திருத்தி நஞ்சை, புன்செய் என்னும் தானியபேதங்களை விளக்கி அதனதன் விளைவு காலங்களையும் வகுத்து அதன் விளைவுகளுக்கும், விருத்திகளுக்கும் உங்கள் உள்ளத்தில் எழும் அன்பும், ஈகையுமே காரணமென்றும் விளக்கியச் செயலால் வேளாளருக்குத் தலைவன் என்று அழைக்கப்பெற்றவரும் புத்தபிரானேயாகும்.

இவைகள் யாவும் தொழிலைப் பற்றிவந்தப் பெயர்களாதலின் அத்தொழில்களின் விருத்தியை விளக்கிக்காட்டிய வேதமுதல்வனுக்கே அந்நான்கு பெயரையும் அளித்துள்ளார்கள்.

கல்லாடம்

மூன்றழல் நான்மறை முநிவறத்தோய்த்து / மறைதீருகுத்தலின் மறையோனாகியும்
அந்தணநிலையும் மீனுரு கொடியும் / விரிதிலை யைந்தும் தேனுறை தமிழும்
திருவுரை கூடலும் மணத்தலின் / மதிக்குல மன்னனாகியும்
நவமணியெடுத்து நற்புலங் காட்டலின் / வளர்குறி மயங்கா வணிகனாகியும்
விழைதரு முழவும் வித்துநாறுந் / தழைதலின் வெள்ளான் தலைவனாகியும்.

அருங்கலைச்செப்பு - நாற்செயற்பத்து

அறநெறி யோதி ஆதியந்தணனா / மறை யருளித்தான் மநு.
குடியிறைக்கொண்டு குலவிறையாகி / படிதனை யாண்டான் பரன்.
நவமணியேற்று நறுநெல் வாணிபஞ்செய் / குவலய மீயந்தான் குரு.
மேழியைவிளக்கி விளைவெள்ளானென் / நாழியை யீய்ந்தா னறன்

இத்தகையத் தொழிற்கொண்டு புத்தமடங்களென்னும் இந்திர வியாரங்களில் தங்கி உபநயனம் பெற்று செல்லல், நிகழல், வருங்காலம் மூன்றினையுஞ் சொல்லும் இருபிறப்பாளனாகி மகடபாஷையில் அறஹத்தென்றும், மகட பாஷையில் பிராமணனென்றும், திராவிட பாஷையில் அந்தணரென்றும் அழைக்கப்பெற்ற சங்கத்து (மகாஞானிகளைக் கண்டவுடன் அரசர், வணிகர், வேளாளரென்ற முத்தொழிலாளர்களும் மிக்க பயபக்த்தியுடன் வணங்கி அவர்களுக்கு வேண்டியவைகளைக் கொடுத்து ஆசீர்பெற்றுவந்தார்கள். இவ்வகைக் குடிகளால் புத்தமடங்களிற்றங்கியுள்ள மகாஞானிகளாகும் அந்தணர்களுக்குள்ள சிறப்பையும், அரசர் முதல் சகல குடிகளும் அவர்களுக்கு அடங்கி ஒடிங்கிநிற்கும் அன்பையும் நாளுக்குநாள் பார்த்துவந்த மிலைச்சர்கள் இவ்வேஷத்தால்தான் நாம் சீர்பெற வேண்டுமென்றாலோசித்தார்கள்.

மிலைச்சர் பிராமணவேஷமெடுத்த விவரம்

வடயிந்தியாவில் சாக்கையர் வியாரம், சாக்கையர் தோப்பென்றும், தென்னிந்தியாவில் இந்திரவியாரம், இந்திரவனமென்றும் வழங்கிவந்த கூடங்களில் வசிக்கும் புத்தசங்கத்தோர் வடநாடெங்கும் பாலிபாஷையையும், தென்னாடு எங்கும் சமஸ்கிருதமும் தமிழ் பாஷையையும் வழங்கிவந்தார்கள்.

அவற்றுள் மிலேச்சர்களோ எனில் தமிழ் பாஷையை சரிவரப் பேசுதற்கில்லாமல் கற்று கொண்டபோதிலும் சமஸ்கிருத பாஷையையும் அதனதன் சுலோகங்களையும் நாளுக்குநாள் கற்று புத்தசங்கத்து புருஷர் மடங்களில் புருஷர்களும், இஸ்திரீகள் மடங்களில் இஸ்திரீகளுஞ் சேர்ந்து விசாரிணைகளில் இருந்தபோதிலும் ஆரியக் கூத்தாடினாலுங் காரியத்தின் பேரில் கண்ணென்னும் முதுமொழிக்கு இணங்கத் தங்கள் நாணமற்ற மிலேச்சகுணம் மாறாது இஸ்திரீகள் விபச்சாரத் தொழிலிலும், புருஷர்கள் பணவாசைப் பெருக்கிலும் மாறாமலிருந்தார்கள்.

- 2:28; டிசம்பர் 23, 1908 -

வேஷபார்ப்பான் வேஷ பார்ப்பினி விவரம்

மணிமேகலை

பார்ப்பினிசாலி காப்புக்கடைகழித்து / கொண்டோர் பிழைத்த கண்டமஞ்சித்
தென்றிசை குமரி யாடிய வருவோன் / சூன்முதிருய்க்க துஞ்சியருள்யாமத்
தீன்றகுழவிக் கீன்றாளாகி / தோன்றாதொடைவயி னிட்டனநீங்க
புரிநூன் மார்பீர் பொய்யுரையாமோ / சாலிக்குண்டோ நவரெனவுரைத்து
நான்மறை மாக்களை நகுவணநிற்ப / வோதவந்தணர்க் கொவ்வாவென்றே
தாதைபூதியந் தன்மனைகடிதர / வாங்கவர் கள்வனென் றந்தணருறைதருங் கிராமமெங்கணுங் கடிஞையிற் கல்லிட / மிக்கசெல்வத்து விளங்கியோம் வாழுந்
தக்கணமதுரைதான் சென்றெய்தி.

இச்செய்யுள் பேதபாடம், பாகுபலி நாயனார் ஏட்டுப்பிரிதியிலும், மார்க்கலிங்கப் பண்டாரம் ஏட்டுப்பிரிதியிலும், பார்ப்பினி சீலி என்றும் சீலிக்குண்டோ தவரென்றும் வரைந்து வைத்திருக்கின்றார்கள்.

அஃது எவ்வகைப் பாடபேதமாகினுமாகுக. பாலிபாஷையில் புருஷமடங்களில் உள்ளோரை பிக்குகள் என்றும், இஸ்திரீமடங்களில் உள்ளோர்களை பிக்குணிகள் என்றும் திராவிட பாஷையில் புருடமடங்களில் உள்ளோர்களை பார்ப்பார்கள், சீலர்கள் என்றும், இஸ்திரீமடங்களில் உள்ளோர்களை பார்ப்பினிகள், சீலிகள் என்றும் வழங்கி வந்தவற்றுள் மிலைச்சப் புருஷர்களும் மிலைச்சஸ்திரீகளும் மடங்களுட் சேர்ந்தவர்களில் ஓர் பார்ப்பினி தங்கள் நாணமற்றச் செய்கையால் கள்ள புருஷனைச் சேர்ந்து கர்ப்பமுண்டாகி அதை மறைப்பதற்குத் தீர்த்தயாத்திரைப் போவதாகச் சொல்லி வெளியேறி சிலதினத்துள் யீன்ற குழவியை இதக்கமின்றி காட்டில் போட்டுவிட்டு ஒன்றுமறியாதவள் போல் வந்துசேர்ந்தும் அப்பிள்ளை மற்றொருவன் எடுத்து வளர்த்து வருங்கால் பார்ப்பினி தவருள்ளவளென்றும், அப்பிள்ளையும் களவுபிள்ளையாம் புலைச்சி மகனென்றும், மிலைச்சி மகனென்றும் அறிந்த பௌத்தர்கள் அவர்கள் மீது கல்லெறிந்து கிராமத்தைவிட்டு நீக்கதென்மதுரைப்போய் சேர்ந்துவிட்டார்கள்.

அதுபோல் புருஷர் மடங்களில் சேர்ந்திருந்த பார்ப்பார்களும் பொருளாசைவிடாது களவாடுவதை உணர்ந்து அவர்களையுந் துறத்தி சிறையில் இட்டுக்கொண்டு வந்தார்கள்.

சிலப்பதிகாரம்

வார்த்திகன்றன்னைக் காத்தனரோம்பி / கோத்தொழி லிளையவர் கோமுறையின்றிப் படுபொருள் வவ்வும் பார்ப்பா னிவனென / விடுசிறைக்கோட்டத் திட்டனராக.

இத்தகையாய் மிலைச்சர்களின் நாணாச்செயல்களை நாளுக்குநாள் அறிந்துவந்த திராவிடபௌத்தாள் இவர்களைச் சங்கங்களில் சேர்க்காமல் துறத்திவிட்டதின்பேரில் மிலைச்சக் கூட்டத்தோர் யாவரும் ஒன்றுகூடிக் கொண்டு வடமொழி சுலோகங்களில் சிலவற்றையும் கணிதங்களில் சிலவற்றையும் கற்று வடநாட்டில் உள்ளக் கல்வியற்றக் குடிகளுக்குத் தங்களை பிராமணர்கள் என்றும், தென்னாட்டில் உள்ளக் கல்வியற்றக் குடிகளுக்குத் தங்களை அந்தணர்கள் என்றுஞ் சொல்லி வஞ்சித்தும் பொருள் பறித்து தின்று வந்ததுமன்றி ஒடிங்கிப் பிச்சையேற்றுத் தின்றுவந்தவர்கள் அதிகாரப்பிச்சையில் ஆரம்பித்துக் கொண்டார்கள்.

மடங்களைச் சார்ந்த பிராமணர்களாகும் ஞான குருக்களும், சாக்கையர். வள்ளுவர், நிமித்தகர் என்னும் கன்மகுருக்களும், பாணர், கவிவாணரென்னும் வித்தியா குருக்களுமாகிய இவர்கள் கலை நூற்கள் யாவற்றிலும் தேர்ச்சியுள்ளவர்களாய் இருந்தார்கள்.

மற்றப் பெருந்தொகைக்குடிகளும் சிற்றரசர்களும் கலை நூற் பழக்கமின்றி கைத்தொழிலிலும், வியாபாரத்திலும், வேளாண்மெய்த் தொழிலிலும் மிக்க விருத்திபெற்றவர்களா இருந்தார்கள்.

அத்தகையக் கல்விக்குறைவால் மிலைச்சர்களின் மித்திரபேதம் அறியாது அவர்களையே அந்தணரென்றும், பிராமணரென்றும் எண்ணி அவர்களுக்கு வேண்டிய உதவிகள் செய்துவந்ததுமன்றி அரசர், வணிகர், வேளாளரென்ற முத்தொழிலாளருக்கும் கன்மகுருக்களா இருந்து தன்மகன்மங்களை நிறைவேற்றிவந்த வள்ளுவர், சாக்கையர், நிமித்தகர்கள் என்போர் தொழிலையும் அவர்களையே செய்யும்படி விட்டுவிட்டார்கள்.

வேஷபிராமணர்கள் தோன்றிய காலம் ஆதியந்தணர்கள் என்று கூறும் அறஹத்துக்கள் யாவரும் ஓடுகள் கையிலேந்தி பிச்சையேற்று உண்ண வேண்டியதுடன் தங்கட் கைகளில் பொக்கிஷங்களையேனும், வஸ்திரங்களை ஏனும் நாளைக்கு மறுநாளைக்கென்று சேர்த்துவைக்கலாகாதென்பது புத்தசங்கத்தோர் நிபந்தனையாகும்.

இவ்வேஷபிராமணர்களோ பொருளாசை மிகுந்தோர்களாதலின் தங்களுக்குத் தங்கள் குடும்பத்தோருக்கும் புசிப்புக்கும் வேண்டுமென்னும் ஆதரவுக்காய் பூமிகளை மானியமாகப்பெற்றுக் கொண்டுள்ள காலம் கிறீஸ்துப்பிறந்து நான்காம் நூற்றாண்டுகளுக்குப்பின்பே ஏற்பட்டுள்ளதாய் சிலாசாஸனங்களிலுள்ள ஆதாரங்களைக் கொண்டு பிரோபசர் பந்தார்க்கர் இந்திய சரித்திரத்தில் வரைந்திருக்கின்றார்.

- 2:29; டிசம்பர் 30, 1908 -

மிலைச்சர் ஆரியரென்ற கூட்டத்தார் வேஷபிராமண விருத்தி பெற்ற விவரம்

ஆயிரத்தி ஐந்நூறு வருடத்திற்குட்பட்ட இந்திரர் தேசமென்னும் இவ் விந்தியாவில் வந்து குடியேறிய மிலைச்சர்கள் நாளுக்குநாள் கல்வியற்ற சிற்றரசர்களையும், பெருங்குடிகளையுந் தங்கள் வசப்படுத்திக் கொண்டு அந்தணர், அரசர், வணிகர், வேளாளரென்ற தொழிற் பெயர்களை மேற்சாதி கீழ்ச்சாதி என்னும் சாதிப்பெயர்களாக மாற்றி கல்வியற்றோர் வாக்கால் வழங்கும் பாதையில் விட்டு வடநாட்டில் பிராமணர், க்ஷத்திரியர், வைசியர், சூத்திரரென்னும் நான்கு தொழிற்பிரிவோருள் ஒவ்வொருவருக்கென்று வகுத்துள்ள அறுவகைத் தொழிலையுஞ் சரிவரச்செய்து வருபவர்களை சண் ஆளர் சண்ணாளரென சிறப்பித்து வழங்கிவந்தார்கள்.

வடநாட்டு பௌத்தர்கள் மிக்கக் கல்வியில் தேர்ந்தவர்களாயிருந்தபடியால் இம்மிலைச்சரின் வேஷபிராமணச் செய்கைகளை அறிந்து அடித்துத் துறத்த ஆரம்பித்துக் கொண்டார்கள்.

அதை தங்கள் வஞ்சநெஞ்சத்தில் பதித்துக் கொண்டு தங்கள் வேஷபிராமணத்தை அறிந்து துரத்தும் அறுதொழிலாளரை சண் ஆளர் சண்டாளரென்று கூறிவந்து தங்களை அடுத்தக் கல்வியற்ற சிற்றரசர்களுக்கும், பெருங்குடிகளுக்கும் சண்டாளர்கள் என்றால் ஓர்வகைத் தாழ்ந்த சாதியார், நீங்கள் அவர்களைத் தீண்டலாகாது நெருங்கிப் பேசலாகாதென்று கற்பித்துவந்தார்கள். இவர்கள் கற்பனைகளை மெய்யென்று நம்புங் கல்வியற்றக் குடிகள் சண் ஆளராம் மேன்மக்கள் வார்த்தைகளை நம்பாமல் கீழ்மக்களாம் மிலைச்சர்களின் வார்த்தைகளை நம்பிக்கொண்டு சண் ஆளரென்னும் சிறப்புமொழியை குணசந்தியால் சண்டாளர் சண்டாளரென்றும் இழிந்த குலத்தோரென்றும் வழங்கிவந்தார்கள்.

சண்முகமென்பது அறுமுகத்தையும் சண்மதமென்பது அறு சமயத்தையும் குறிப்பதுபோல் சண் ஆளமென்பது அறுவகைத் தொழிலைக் குறிப்பதாகும்.

மேன்மக்களாம் சண் ஆளர்களை சண்டாளர்களென்று இழிவுபடக் கூறிவருங்கால் விவேகிகளால் அவற்றைக் கண்டித்து பாலிபாஷையில் எழுதியுள்ள வசலசூத்திரம் :

கோபமுள்ளோனும், வஞ்சகனும், தப்பபிப்பிராயங்கொண்டவனும், பேதைகளை ஏமாற்றுபவனுமாய் உள்ளவன் எவனோ அவனே சண்டாளன்.

சீவயிம்சைகளைச் செய்வோனும், சீவர்கள் பேரில் அன்பில்லாதவன் எவனோ அவனே சண்டாளன்.

எவனொருவன் பட்டினங்களையும், கிராமங்களையும் கொள்ளையடித்து துன்பம் விளைவிக்கின்றானோ அவனே சண்டாளன்.

எவனொருவன் கிராமத்திலோ, காட்டிலோ, எவ்விடத்தும் தனதல்லாத ஏனையோர் பொருளை அபகரிக்கின்றானோ அவனே சண்டாளன்.

எவனொருவன் கடன் வாங்கி கேட்டபோது இல்லையென்று மறுதலிக்கின்றானோ அவனே சண்டாளன்.

சிறுபொருட்களின்பேரில் ஆசைவைத்து வழிபோக்கனைக் கொலைச் செய்து அப்பொருளை அபகரிப்பவன் எவனோ அவனே சண்டாளன். எவனொருவன் தனக்காகவேனும், ஏனையோர்க்காகவேனும் பொய்சாட்சி சொல்லுகின்றானோ அவனே சண்டாளன்.

என்றும் இருபது கீதைகளால் மிலைச்சராம் ஆரியர்களின் செயல்களாகும் பொல்லாங்கென்பவை யாவையுமே சண்டாளமென்று கூறி அன்னூலுக்கு வசலசூத்திரமென்னும் பெயரும் கொடுத்து விவேகிகளால் அவற்றைக் கண்டித்தும் வந்தார்கள்.

தென்னாட்டு திராவிட பௌத்தர்களை தீயரென்றும், பறையரென்றுந் தாழ்த்திய விவரம்

மிலைச்சராம் ஆரியர்கள் அரசர்களையும், பெருங்குடிகளையும் வயப்படுத்திக் கொண்டு இந்திர வியாரங்களைப் பற்றிக்கொண்டும், சங்கத்தோர்களை பலவகைத் துன்பஞ்செய்து ஓட்டியும், தன்மங்களை மாறுபடுத்திக் கொண்டும் வருங்கால் கலை நூல் வல்ல சங்கத்தோர்களுக்கும், கணிதவல்ல சாக்கையர், வள்ளுவர்களுக்கும், வித்துவ வல்லபாணர்களுக்கும் மனத்தாங்கலுண்டாகி இம்மிலைச்சர்களாம் ஆரியர்களை கிராமங்களுக்குள் வரவிடாமல் துரத்தியும் அவர்கள் அடிவைத்தயிடங்களிலெல்லாம் சாணத்தைக் கரைத்துத் தெளித்து அச்சட்டியையும் அவர்கள் ஓடிப்போன வழியில் உடைத்தும் வருவது வழக்கமாயிருந்தது.

இவ்வகையால் விவேகமிகுத்த சமணர்களும், சாக்கையர், வள்ளுவர்களும், பாணர்களுமாகிய திராவிடபௌத்தர்கள் யாவரும் வேஷபிராமணர்கட்டுக்குள் அடங்காமல் பராயர்களாகவேயிருந்துக் கொண்டு, மிலைச்சராம் ஆரியர்களின் வஞ்சகச் செய்கைகளைப் பறைந்துகொண்டே வந்தபடியால் மலையாளுவாசிகளாகுங் கொடுந்தமிழ் பௌத்தர்களை தீயர் தீயர்களென்றும், செந்தமிழ் பௌத்தர்களை பறையர் பறையர்களென்றும் வகுத்து வழங்கிவந்தவற்றுள் திராவிடபௌத்தர்களை மிலைச்சராம் ஆரியர்கள் கண்டவுடன் அவர்களடிக்கும் சாண நீருக்கு பயந்து ஓடுவது வழக்கமாயிருந்தது. அச்சமயம் இவர்களைக் கண்டோர்கள் அவர்களைக்கண்டு ஏன் ஓடுகிறீர்கள் என்றால் அவர்கள் தீயர்கள், பறையர்கள், தாழ்ந்த சாதியார் அவர்களைத் தீண்டலாகாது என்று சொல்லிக் கொண்டே ஓடிப்போவது மிலைச்சர்களின் வழக்கமாயிருந்தது.

- 2:30; சனவரி 6, 1909 -

இத்தேசக் குடிகளாகும் ஆந்திர கன்னட மராஷ்டக திராவிடர்களும் பிராமணவேஷம் ஆரம்பித்துக்கொண்ட விவரம்

இவ்வகையாக இன்னுஞ் சிலகாலம் மிலைச்சர்களை திராவிட பௌத்தர்கள் துறத்திக் கொண்டே வந்திருப்பார்களாயின் கல்வியற்ற சிற்றரசர்களும் பெருங்குடிகளும், மிலைச்சர்களின் வேஷபிராமணச் செயல்களை அறிந்துக் கொள்ளுவதுடன் விவேகமற்றவர்களுக்கு யதார்த்த பிராமணர்களின் செயல்களும் விளங்கிக்கொண்டே வரும்.

இதன் மத்தியில் இத்தேசக்குடிகளாகும் ஆந்திர, கன்னட, மராஷ்டக, திராவிடர்களுக்குட் சிலர் மிலைச்சர்கள் வேஷபிராமணச் செயல்களால் பெண்சாதிப் பிள்ளைகளுடன் சுகமாக வாழ்ந்து வருவதையும், சிற்றரசர்களும், பெருங்குடிகளும் அவர்களுக்கு வேண்டிய உபகாரங்களைச் செய்துவருதலையும் நாளுக்குநாள் பார்த்துவந்தவர்கள் இதுவே தந்திரமான சுகசீவனமென்று இவர்களும் பிராமண வேஷம் எடுத்துக் கொண்டார்கள்.

இவ்வகையாக மிலைச்சராம் ஆரியருடன் இத்தேச பலபாஷைக் குடிகளும் பிராமண வேஷமெடுத்துக் கொண்டபடியால் ஒருவருக்கொருவர் தங்கள் தங்கள் வேஷங்களை வெளிவிடாமல் உள்ளுக்குள் விரோதத்தை வைத்துக்கொண்டு பிராமணரென்னும் பொதுப்பெயரை வைத்துக் கொண்டாலும் ஒருவர் பெண்ணை ஒருவர் விவாகஞ் செய்துக்கொள்ளாமலும், ஒருவர் வீட்டில் ஒருவர் புசிப்பெடுக்காமலும், நீங்கள் எப்படி பிராமணரானீர்கள் என்றால் தாங்களெப்படி பிராமணரானீர்கள் என்னும் கேழ்விபிறக்குமென்று உள்ளுக்குள் விரோதசிந்தை இருந்தபோதிலும் வெளிக்குக்காட்டிக் கொள்ளாது எல்லோரும் கூடிக்கொண்டு சிற்றரசர்களையும், பெருங் குடிகளையும் தங்களுக்கடங்கியும் தங்களை தொழுதும் வரும் ஏதுக்களை செய்துவிட்டு விவேகமிகுதியால் சகல வேஷபிராமணர்களின் விவரங்களையும் வெளிக்குப் பறைந்துவந்த சமணமுனிவர்களையும், கணிதவல்லவர்களாகும் சாக்கையர் வள்ளுவர்களையும், வித்தியா வல்லவர்களாகும் பாணர்களையும், தீயரென்றும், பறையரென்றுந் தாழ்ந்த சாதிகள் என்றுகூறி மிலைச்ச வேஷபிராமணர்களும், இத்தேச வேஷபிராமணர்களும் ஒன்றுகூடிக்கொண்டு தங்களைச்சார்ந்த கல்வியற்ற சிற்றரசர்களாலும், பெருங்குடிகளாலும் அவமதிக்கச்செய்து வந்தார்கள்.

விவேகிகளை விரோதச்சிந்தையால் தீயரென்று கூறிவந்தபோது சமணமுநிவர்கள் மேலோரின்னாரென்றும் கீழோரின்னாரென்றும் விளக்கிய விவரம்.

பின்கலை நிகண்டு - மேன்மக்கள் பெயர்

சான்றவர் மிக்கோர் நல்லோர் / தகுதியோர் மேலோராய்ந்தோர்
ஆன்றவ ருலகமேதா / வியரறிஞர்கள் பேராசான்.

கீழ்மக்கள் பெயர்

பொறியிலார் கயவர் நீசர் / புள்ளுவர் புல்லர் தீயோர்
சிறியசிந்தையர் கனிட்டர் / தீக்குணர் தீம்பர் தேரார்
முறையிலார் முசுடர் மூர்க்கர் / மூகை பல்லவரே யாவர்
மறையிலாக் கலர்மூவாறு / வின்னவா ரியருங் கீழோர்.

மிலைச்சர்கள் மித்திரபேதமாங் கொடுஞ் செயல்களை அறிந்து தீயோரை அணுகா திருக்கவேண்டுமென்று கூறியச்செய்யுள்.

மூதுரை

தீயோரைக் காண்பதுவும் தீதேதிருவற்ற / தீயாச்சொற் கேட்பதுவும் தீது - தீயோர்
குணங்களுரைப்பதுவுந் தீது அவரோ / டிணங்கியிருப்பதுவும் தீது.

மேன்மக்களாகும் திராவிடபௌத்தர்களைத் தீயரென்றும், பறையரென்றும் கூறி வேஷபிராமணர்கள் தங்களை உயர்ந்தசாதியென்றும் திரா-விட பௌத்தர்களை தாழ்ந்தசாதி என்றும் வகுத்து வழங்கிவந்த காலத்தில் மேன்மக்கள் மிலைச்சர்களைக் கண்டித்தெழுதிய பாடல்கள்.

சிவவாக்கியர்

சாதியாவதேதடா சலந்திரண்ட நீரலோ
பூதிவாசமொன்றலோ பூதமைந்து மொன்றலோ
வேதுவேதகீதமும் ஊனுரக்க மொன்றலோ
சாதியாவதென்பதேது சாவுவாழ்வு திண்ணமே.
பறைச்சியாவதேதடா பாணத்தியாவதேதடா
யிறைச்சிதோலெலும்பிலே யிலக்கமிட்டிருக்குதோ
பறைச்சி போகம் வேறதோ பாணத்தி போகம் வேறதோ
பறைச்சியும் பாணத்தியும் பரிந்து பாருமும் முளே

அவிரோதவுந்தியார்

அறுவகை சமயத்தரையு மெய்ப்பொருளு / மறுப்பத்து நாலுதற்கலையு
மறுவறப்பயின்று மாசறத்திகழு / மதிஞரா மவர்களே யெனினுங்
குறைவறத் தன்னைக்கொடுத்திடுங் குரவன் / குறைகழல் புனைந்தவரன்றேல்
பறையர் மற்றவரை பறையரே யெனினும் / அருளுடையவர் பரம்பரரே.

திருவாசகம்

வேதமொழியர் வெண்ணீற்றர் செம்மேனியர் / நாதப்பறையனர் என்னே என்னும்
நாதப் பறையினர் நான்முகன் மாலுக்கு / நாதரின் னாதனா ரன்னே என்னும்.

- 2:31; சனவரி 13, 1909 -

சாதித்தலைவர்கள் பறையரென்னும் மொழியை பரவச்செய்த விவரம்

மிலைச்சர்கள் தங்களை உயர்ந்தசாதி பிராமணர்கள் என்றும், திராவிட பௌத்தர்களைத் தாழ்ந்தசாதி பறையர்கள் என்றும் கூறிவந்தவற்றுள் தாழ்ந்தசாதிகள் என்னும் மொழியையும், பறையரென்னும் மொழியையுந் திராவிட பௌத்தர்கள் கண்டித்துவந்தபடியால் இப்பறையன் என்னும் மொழியை எவ்விதத்தும் பரவச்செய்து இவர்களைப் பாழ்படுத்திவிட்டால்தான் புத்தமார்க்கமும் நசிந்துபோகும், நம்முடைய பிராமண வேஷங்-களும் நிலைத்து சுகமடையலாம் என்று எண்ணி மிலைச்ச வேஷப்பிராமணர்களும், இத்தேச வேஷ பிராமணர்களும் ஒன்றுகூடிக் கொண்டு தங்களைச்சார்ந்த குடிகளுக்கும், சிற்றரசர்களுக்கும், கறுப்பாக இருக்கும் பருந்தைப் பறைப் பருந்தென்றும், வெண்மெயாயிருக்கும் பருந்தைப் பாப்பாரப் பருந்தென்றும், கறுப்பாயிருக்கும் மயினாவைப் பறை மயினாவென்றும் வெண்மெயாயிருக்கும் மயினாவை பாப்பார மயினாவென்-றும், கறுப்பாயிருக்கும் பாம்பை பறைப்பாம்பு என்றும், வெண்மெயாய் இருக்கும் பாம்பைப் பாப்பாரப் பாம்பென்றும் சொல்லிவரும்படியானக் கற்பனையில் விடுத்து பார்ப்பானென்னும் மொழியையும், பறையன் என்னும் மொழியையும் பரவச் செய்துவந்தார்கள்.

அவர்கள் கற்பித்துள்ளவாறு கறுப்பாயிருக்கும் நாயைப் பறைநாயென்றும், வெண்மெயாயிருக்கும் நாயைப் பாப்பாரநாயென்றும் வழங்கினால் அம்மொழி தங்களை இழிவுபடுத்தும் என்று கருதி பறைநாயென்னும் மொழியை மட்டிலும் பரவச் செய்து திராவிட பௌத்தர்களை இழிவு படுத்திவந்தார்கள்.

மிலைச்சர்களை அடுத்தோர்கள் யாவரும் அக்காலத்தில் கல்வியற்றோர்களாதலின் பறைப்பருந்து யாது, பாப்பாரப்பருந்து யாது, பறைமயினா யாது, பாப்பாரமயினா யாது, பறைப் பாம்பு யாது, பாப்பாரப்பாம்பு யாதென்னும் பெயர் பேதங்களும், பொருள் பேதங்களும் அறியாது அவர்க-ளின் போதனை மேறை சொல்லிவந்தார்கள்.

இவ்வகையாகப் பறையன் என்னும் மொழியை பல சீவர்களுக்கும் அளித்துப் பரவச்செய்ததுடன் புத்தபிரான் தாதையாகவிளங்கிய வீரவா-குச் சக்கிரவர்த்தியை சுடலைகாக்கும் பறையன் என்று கூறி அரிச்சந்திரவிலாசம் என்னும் ஓர்க் கட்டுக்கதையைப் புராணமாகவும், விலாசமா-கவும் எழுதி அதினாலும் பறையென்னும் பெயரைப் பரவச் செய்தார்கள்.

அதற்காதரவாக பௌத்தமார்க்க நந்தனென்னும் அரசனை நந்தனென்னும் பறையன் என்று கூறி நந்தன் சரித்திரமென்றோர் கட்டுக்கதை-யும், நந்தன் சரித்திர கீர்த்தனமென்றோர் கட்டுக்கதையும் எழுதி அதன்மூலமாகவும் பறையன் என்னும் பெயரைப் பரவச்செய்தார்கள்.

சீவசெந்துக்களின் மூலமாகவும், புராணங்களின் மூலமாகவும், கீர்த்தனைகளின் மூலமாகவும் பறையன் என்னும் பெயரைப் பரவச் செய்த-துமன்றி ரெவரெண்டு ஜெபி. ராட்ளரென்னுந்துரை அகராதி ஒன்று எழுதிய காலத்தில் அவருக்கு எழுத்துதவியோராயிருந்தவர்கள் 1. வள்-ளுவப்பறை, 2. தாதப் பறை, 3. தங்கலான் பறை, 4. துற்சாலிப்பறை, 5. குழிப் பறை, 6. தீப்பறை, 7. முரசப்பறை, 8, அம்புப்பறை, 9. வடுகப்பறை, 10. ஆலியப் பறை, 11. வழிப்பறை, 12. வெட்டியாரப் பறை, 13. கோலியப்பறை என்று இன்னுஞ்சில நூதனப்பெயர்களை வகுத்து அப்புத்தகத்தில் பதியவைத்து அதினாலும் பறையன் என்னும் பெயரைப் பரவச் செய்தார்கள்.

ஆனால் பாப்பார்களில் இன்னின்னப் பாப்பார்கள் என்று குறிப்பிடவில்லை. காரணம் - பிரம்மா முகத்திய குறிகள் அதிகப்பட வேண்டிய-துடன் தங்களையும் இழிவுபடுத்தும் என்பதேயாம்.

திராவிடபௌத்தர்களாகும் மேன்மக்களை பறையர்கள் என்றே தாழ்த்தி பாழ்படுத்தவேண்டும் என்னும் அவர்களுக்குள்ள கெட்ட எண்ணத்தை இன்னும் அறியவேண்டுமாயின் முநிசபில் எல்லைகளுக்குள்ள வீதியின் முகப்பில் அடித்திருக்கும் பலகைகளிலுள்ளப் பெயர்களாலும் அறிந்துக் கொள்ளலாம்.

அதாவது - இப்பறையனென்னும் பெயரை பள்ளிக்கூடத்து சிறுவர்களும் ஒப்புக்கொள்ளாமல் அறுவெறுத்துவந்தபடியால் நமது கருணை தங்கிய ராஜாங்கத்தார் பறையரென்னும் பெயரை மாற்றிப் பஞ்சமரென்னும் பெயரை அளித்துக் கலாசாலைகளில் வழங்கச்செய்தார்கள்.

திராவிட பௌத்தர்களுக்கு எதிரிகளாகிய சாதித்தலைவர்கள் இவற்றை அறிந்து ஆ! ஆ! இப்பறையரென்னும் பெயரை எவ்வளவு பிரையாசையுடன் உரவச்செய்திருக்க அப்பெயரை மாற்றி பஞ்சமரென்று எழுதும்படி ஆரம்பித்துக் கொண்டார்களே, இப்பறையன் என்னும் பெயர் இனி மறைந்துபோய்விடுமே. இது மறையாமலிருப்பதற்கு யாது உபாயம் என்று கருதி மேன்மக்களாம் திராவிட பௌத்தர்கள் வாசஞ் செய்யும் வீதிகளில் எழுதி வைத்துள்ள பலகைகளில் பறைச்சேரி வீதி, பறைச்சேரி வீதி என்று நூதனமாக எழுதிப் பதிவுசெய்திருக்கின்றார்கள்.

இதன் மெய் பொய் அறியவேண்டியவர்கள் இவ்வெழிய குலத்தோர் வாசஞ்செய்யும் வீதிகளின் முகப்பில் பத்துவருஷங்களுக்கு முன்பு பலகைகளில் எழுதிவைத்திருந்த பெயர்களையும், இப்போது எழுதிவைத்திருந்த பெயர்களையும், ஒத்திட்டுப் பார்த்துக்கொள்ளலாம்.

இவ்வகையாக மாற்றியவற்றுள் மயிலாப்பூரைச்சார்ந்த வெங்கிடாஜலமுதலி வீதியென்று வழங்கி இக்குலத்தோர் வாசஞ்செய்துவந்த இடத்தை வெங்கிடாஜல முதலி பறைச்சேரி தெருவென்று நூதனமாக எழுதிக்கொண்டுபோய் பதித்தார்கள். அவ்விடமிருந்த விவேகிகள் அவற்றை முநிசபில் பிரசிடெண்டுக்கெழுதி தடுத்து முன்போலவே பதிவு செய்திருக்கின்றார்கள். தடுத்துக் கேழ்க்காதவிடங்களில் நூதனமாக பறைச்சேரித் தெருவென்றே முன்பு அப்பலகைகளில் இல்லா நூதன பெயரை வேண்டும் என்று பதிவு செய்துவைத்திருக்கின்றார்கள்.

- 2:32; சனவரி 20, 1909 -

வள்ளுவர்களை முதற்பறையர்களாகச் சேர்த்த விவரம்

சாக்கையர் வள்ளுவரென்று அழைக்கப்பெற்ற கணிதசாஸ்திர மேன்மக்கள் அரசர், வணிகர், வேளாளரென்ற முத்தொழிலாளருக்கும் கர்மம குருக்களாயிருந்து அரசர் முதலியவர்களுக்குள்ள விவாக கன்மாதிகளையும், மரண கன்மாதிகளையும், புத்ததன்ம ஒழுக்கப்படி நிறைவேற்றிவந்தார்கள்.

முன்கலை திவாகரம்

வள்ளுவர் சாக்கியரெனும்பெயர் மன்னர்க் / குள்படு கருமத்தலைவர்க் கொக்கும்.

இத்தகைய கன்மகுருக்கள் தொழில்கள் யாவையும் வேஷபிராமணர்கள் தங்கள் மித்திரதேத்தால் அபகரித்துக் கொண்டபடியால், சாக்கையர், வள்ளுவர், நிமித்தகர் என்னும் மேன்மக்களும், அவர்களைச் சார்ந்தவர்களும் வேஷபிராமணர்களைக் கண்டவிண்டங்களில் எல்லாம் அடித்துத் துரத்த ஆரம்பித்துக் கொண்டார்கள். வள்ளுவர்களின் குருபட்டங்களை தாங்கள் அபகரித்துக் கொண்டு சீவிக்க ஏற்பட்டுவிட்டபடியாலும் வள்ளுவர்களாலேயே வேஷபிராமணர்கள் பெரும்பாலும் தேசத்தைவிட்டு துரத்தப்பட்டதினாலும் வஞ்சினமிகுதியால் வள்ளுவர்களை முதற்பறையர்கள் என்று வகுத்து விட்டார்கள்.

அடியிற்குறித்துள்ள பாடலால் வள்ளுவர்கள் புத்தமார்க்க அரசர்களுக்குக் கன்மகுருக்களாயிருந்தது தெளிவாக விளங்கும்.

சீவகசிந்தாமணி

பூத்தகோங்குபோல் பொன்சுமந்துளா / ராச்சியார்நலக் காசேறுணானான்
கோத்தநித்திலக் கோதைமார்பினான் / வாய்த்தவன்னிரை வள்ளுவன் சொன்னான்.

திராவிட பௌத்தர்களுக்கு சத்துருக்களாகிய பராயசாதியோர்கள் தங்களுக்குள்ள விரோதச் சிந்தையாலும், பொறாமேயாலும் ரெவரன்ட் ராட்ளர் டிக்ஷ்நெரியில் கொடுத்துள்ள பதின்மூன்று பறையன் என்னும் பெயர்கள் தமிழ் பாஷை விருத்தி கலை நூற்களாகும் திவாகரம், நிகண்டு முதலிய இலக்கிய நூற்களிலும், இலக்கண நூற்களிலும், பூர்வகாவியங்களிலும் ஒன்றிலும் கிடையாது. வேபிராமணர்களின் கட்டுக்கதை நூற்களிலுங் கிடையாது.

திராவிட பௌத்தர்களாகும் மேன் மக்களைத் தாழ்த்திப் பாழ்படுத்த வேண்டுமென்னும் கெட்ட எண்ணத்தினால் பதின்மூன்றுவகைப் பறையர்களுண்டென்று பொய்யாக வகுத்து மணிகளையும், குப்பைகளையும் ஒன்றுசேர்த்துவைத்திருக்கின்றார்கள்.

இவ்வகையாக திராவிட பௌத்தர்களாம் மேன்மக்களை பறையர்கள் என்றும், தாழ்ந்த சாதியோர் என்றும் கூறிவந்த பெயர்கள் மகமதியர்கள் ஆளுகை வரையில் கேழ்வியில்லாமல் இருந்தது, கருணையும், விவேகமும் மிகுத்த பிரிட்டிஷ் ராஜாங்கம் வந்து தோன்றியபோது இவர்களைத் தாழ்த்தி வரும் விஷயங்கள் சிலது விசாரிணைக்கு வந்ததுடன் எலீஸ்துரை அவர்களால் கணிதசாஸ்திரிகளாகும் வள்ளுவர்கள் நூற்களையும், வித்துவ சாஸ்திரிகளாகும் பாணர்கள் நூற்களையும் அச்சிட்டு வெளிக்குக் கொண்டுவந்து விட்டார்.

இவற்றுள் நாயனார் இயற்றியுள்ளத் திரிக்குறளுக்கு நிகரான நீதிபோதங்கள் வேஷ பிராமணர்கள் வேதத்தினும் கிடையாது, ஸ்மிருதியிலும் கிடையாது. ஆதலின் திரிக்குறளியற்றியுள்ள நீதிசாஸ்திர நிபுணர்களைப் பறையரென்றும், தாழ்ந்தசாதிகளென்றும் கூறுவது காரணம் என்னை என்று கேட்க ஆரம்பித்துக் கொண்டார்கள்.

அக்கேழ்விக்கு ஆதாரமற்ற உத்திரவு கொடுக்கும் ஓர் கட்டுக்கதையை ஏற்படுத்திவிட்டார்கள்.

அதாவது, பகவன் என்னும் பிராமணனுக்கும், ஆதி என்னும் பறைச்சிக்கும், ஏழு பிள்ளைகள் பிறந்ததென்றும், அவைகள் பிறந்தபோதே ஒவ்வோர் வெண்பாக்களைப் பாடி விட்டதென்றும், பொருந்தா பொய்க்கதையை எழுதிவைத்துக் கொண்டு பிராமண வித்துக்கு நாயனார் பிறந்தபடியால் குறள்பாடக்கூடிய விவேகம் உண்டாயதென்று கூறுவதுடன் 1892 வருடம் நடந்தேறிய மகாஜனசபையில் சிவராம் சாஸ்திரியும் தனது

நாவினால் இவ்வகையாகக் கூறினார்.

- 2:33; சனவரி 27, 1909 -

அதாவது, பிராமண வித்திற்கு வள்ளுவர் பிறந்தபடியால் சிறந்த திருக்குறளைப் பாடினாரென்று கூறினார். உடனே நாமெழுந்து அவ் வார்த்தையை அங்கீகரித்துக் கொள்ளுவதற்கு யாம் கேழ்க்கவேண்டிய கேழ்விகள் சிலதுண்டு. அவற்றை வினவலாமோ என்றோம்.

ஆட்சேபமின்றி கேழ்க்கலாமென்றார். தற்காலம் பறையர்கள் என்று அழைக்கப்படுவோர் மிஷநெரிமார்கள் கருணையால் பி.ஏ, எம்.ஏ, முதலிய கௌரதா பட்டங்களை பெறுகின்றார்களே அவர்கள் யார் வித்துக்குப் பிறந்திருப்பார்கள். ஜேயிலென்னுஞ் சிறைச்சாலைகளில் அடைப்பட்டிருக்கும் ஐயர்மார்கள் யாவரும் யாருடைய வித்துக்களுக்குப் பிறந்திருப்பார்கள் என்று யோசிக்கின்றீரென்றோம். ஒன்றும் பேசாமல் உட்கார்ந்து கொண்டார்.

ஆனரேபில் பி. அரங்கைய நாயுடுகாரவர்களும், எம். வீரராகவாச்சாரியாரவர்களும் எம்மை கையமர்த்தி வேறுசங்கதிகளைப் பேச ஆரம்பித்துக் கொண்டார்கள்.

இவ்வகையாகத் தங்களை பிராமணர்கள் என்று உயர்த்தி சகல சுகமுமடைந்து கொள்ளுவதற்கும் மேன்மக்களாம் திராவிட பௌத்தர்களைப் பறையர்கள் என்றும், தாழ்ந்தசாதிகள் என்றும் கூறிப் பலக் கட்டுக்கதைகளை ஏற்படுத்திக் கொண்டதுடன் தங்கள் சுகசீவனத்திற்காக ஏற்படுத்திக் கொண்ட மனு தருமசாஸ்திரம் என்னும் கற்பனா நூலில் இப்பறையன் தாழ்ந்தவன் என்றும் குறிப்பிட்டு வைத்திருக்கின்றார்கள். ஆயினும் பதின்மூன்று பறையர்கள் பெயர்கள் அவற்றுள் கிடையா.

மநுதருமசாஸ்திரத்திலுள்ள வார்த்தையைக் கொண்டே அந்த சாஸ்திரத்திற்குரிய சிலர்களை அடுத்து இம்மநு நூல் சமஸ்கிருதத்தினின்று, தமிழில் மொழி பெயர்த்துள்ளதாகக் கூறியிருக்கின்றீர்களே, இப்பறையன் என்னும் மொழிக்கு சமஸ்கிருதத்தில் எம்மொழிக் கூறப்பட்டிருக்கின்றது, அவற்றை சரிவர விளக்கவேண்டும் என்று பலபேரை வினவியும் சமஸ்கிருத மொழி எம்மொழியினின்று இப்பறையன் என்னும் மொழிப் பெயர்த்த விவரத்தைக் கூறியவர்கள் ஒருவரையும் காணேன்.

இத்தகைய மநுதருமசாஸ்திரத்தை நம்பி நடத்தற்கு ஆரம்பித்து விட்டபடியால் ரூபாயிற்கு நான்குபடி அரிசி விற்கவும், தான்யங்கள் யாவும் குறையவும், குடிகள் யாவரும் பசி பட்டினியால் மடியவும் நேர்ந்துவிட்டது.

காரணம், மனுதர்மசாத்திரம். அந்தணர் ஆபத்தருமம் 84-ம் வசனம்.

"சிலர் பயிரிடுந்தொழிலை நல்லத் தொழிலென்று நினைக்கின்றார்கள். அந்த பிழைப்பு பெரியோர்களால் நிந்திக்கப்பட்டது"

என வரைந்திருக்கும் இம்மநுதர்மமசாஸ்திரத்திற்குரியவர்கள் பயிரிடுந்தொழில் நிந்திக்கப் பட்ட தொழிலென்று நீக்கிக்கொண்டே வந்துவிட்டபடியால் பூமிவிருத்திகள் குறைந்து பாழுக்கு வந்துவிட்டது.

இத்தகைய மநுசாஸ்திரத்தை நம்பாமல் பூமியை சீர்திருத்தி பயிரிடுந்தொழிலையே மேலாகக் கருதிச் செய்துவந்த பௌத்தர்களைப் பறையர் பறையர் என்று தாழ்த்திப் பலவகையிடுக்கண்களைச் செய்து பலதேசங்களுக்குஞ் சிதறியோடும்படிச் செய்துவிட்டார்கள்.

மற்றும் உள்ளவர்களையும் எலும்புந் தோலுமாகக் காயவைத்து அவர்களுக்கு உள்ள ஆடுமாடுகளையும், பூமிகளையும் அங்கங்கு விட்டு வோட்டும்படியான வழிகளையும் தேடிக்கொண்டும் வருகின்றார்கள்.

இவர்களை சுத்தசலத்தண்டைநாடவிடாமலும், அம்மட்டர்களை சவரஞ் செய்யவிடாமலும், வண்ணார்களை வஸ்திரம் எடுக்கவிடாமலும் செய்தவிவரம்.

திராவிட பௌத்தர்களை சுத்தஜலத்தில் குளிக்கவிடாமலும், சவரஞ் செய்யவிடாமலும், வஸ்திரங்களை வெளுக்கவிடாமலும் அசுத்த நிலையில் வைத்துக் கொண்டிருந்தால் தாங்களவர்களைத் தாழ்ந்த சாதியோரென்றும், பறையரென்றும் தாழ்த்திக் கொண்டு வருவதற்கு ஆதாரமாக இருப்பதுடன் பறையர் என்றும் தாழ்ந்த சாதியோர் என்றும் கூறுகின்றீர்களே அதன் காரணம் என்ன என்று சில விவேகிகள் கேழ்ப்பார்களாயின் அவர்கள் அசுத்தமுள்ளவர்கள், தேக முதலிய சுத்தமில்லாதவர்கள், நீச்சர்களென்று கூறி அவர்களை அருகில் நெருங்கவிடாமலும், சங்கதிகளை விசாரிக்கவிடாமல் தூரத்தில் விலக்கிவைப்பதற்கே செய்துவந்தார்கள். இன்னுஞ் சில கிராமங்களில் செய்தும் வருகின்றார்கள்.

- 2:34: பிப்ரவரி 3, 1909 -

பௌத்தர்களுக்கு விரோதிகளாகத் தோன்றிய வேஷப்பிராமணர்களாகும் பராயசாதியோர்களும் அவர்களையே சுவாமி சுவாமியென்று தொழுது கொண்டுவருகிறவர்களும், பௌத்தர்களைப் பறையரென்றும், தாழ்ந்த சாதிகளென்றுங் கூறிப் பலவகை இடுக்கங்களைச் செய்துவருவதுடன் அவர்களைச் சார்ந்த கல்வியற்ற புருஷர்கள் நாவிலும், இஸ்திரீகளினாவிலும் இப்பறையனென்னும் பெயரை இழிவாகவும், பொறாமெயாகவும் வழங்கிவருபவற்றை விளங்க எழுத வேண்டுமாயின் விரியுமென்றஞ்சி விடுத்திருக்கின்றோம்.

இப்பறையனென்னும் பெயரை இழிவாக உபயோகப்படுத்திவரும் புருஷர்களின் செய்கைகளையும், இஸ்திரீகளின் செய்கைகளையும், அவர்கள் குணாகுணங்களையும், அந்தஸ்துகளையும், சீலங்களையும், அவர்களிருக்கும் நிலைகளையும் விவேகிகள் உய்த்துநோக்குவார்களாயின் பொறாமெயினாலும், பற்கடிப்பினாலும், மேன்மக்களை வேண்டுமென்றே இழிவுகூறி வருகிறார்கள் என்பது வெள்ளென விளங்கும்.

இவர்களைக் கோவில்களுக்குள் சேர்க்காமல் துரத்தும் விவரம்

இத்தேசத்துள் கோவில்கள் என்று வழங்கும் புராதனக் கட்டிடங்கள் யாவும் பூர்வ பௌத்தர்கள் வாசஞ்செய்துவந்த மடங்களேயாகும்.

அரசனே தனது நற்கரும ஒழுக்கத்தின் மிகுதியால் ஆதிதேவனென்றும், புத்தரென்றும், இந்திரரென்றும், உலகெங்கும் கொண்டாடியவற்றுள் இத்தென்னிந்திய திராவிடர்கள் யாவரும் அரசர்கள் வாழும் இல்லத்தைக் கோவில் என்று வழங்கிவந்ததுபோல் அரசராகிய புத்தரை தெய்வம் என்றும், மன்னர்சாமி என்றும் கொண்டாடிவந்த மடங்கள் யாவற்றையும் கோவிலென்றே வழங்கிவந்தார்கள், நாளதுவரையில் வழங்கியும் வரு-

கின்றார்கள்.

இவற்றுள் பெரும்பாலும் சிறப்புற்று விளங்கிய பௌத்தமார்க்கக் கோவில்களாகும் கன்ச்சிபுரம், திரிசிரபுரம், சிதம்பரம், மாவலிபுரம், அலர்மேலுமங்கைபுரம் ஆகிய மடங்கள் பாவற்றையும் நூதன பராயசாதியோர்களும், பராய மதஸ்தோர்களும் பற்றிக்கொண்டு அவைகளுக்குள் வைத்திருந்த புத்தரைப்போன்ற சின்முத்திறாங்கச் சிலை, சம்மாமுத்திராச்சிலை, பைரவமுத்திறாச் சிலை முதலியவற்றை மாற்றிவிட்டும், சிலதை எடுத்து விட்டதுபோக புத்தரது யோகசயன சிலைகள் யாவும் மெத்த பெரிதாக செய்துவைத்திருந்தபடியால் அவைகளை எடுப்பதற்கும், மாற்றுவதற்கும் ஏதுவில்லாமல் நூதனமதஸ்தர்களாகும் சைவர்கள் கைப்பற்றிக்கொண்ட மடங்களிலுள்ள புத்தரது யோகசயன நிலைகளினெற்றியில் சைவர்கள் சின்னமாகும் நாமத்தைச் சாற்றி கோவிந்தராஜர் பள்ளிகொண்டிருக்கின்றாரென்றும், வைணவர்கள் பற்றிக்கொண்ட மடங்களிலுள்ள புத்தரது யோகசயன சிலையை அரங்கநாதர் பள்ளி கொண்டிருக்கின்றாரென்றும் தங்கள் தங்கள் நூதன மதக்கோட்பாடுகளுக்குத் தக்கதுபோல் கூட்டியும் குறைத்தும் அதற்குத் தக்கப் பொய்ப் புராணக் கட்டுக்கதைகளையும் ஏற்படுத்தி வைத்துக்கொண்டும், எங்கள் மதமே மதம், எங்கள் சாமியே சாமியென்று உயர்த்தி மதக்கடைகளைப் பரப்பி வேஷபிராமணர்கள் யாவரும் அதனால் சீவிக்க ஆரம்பித்துக் கொண்டார்கள்.

இத்தகைய மதக்கடைகளுக்கு தட்சணை, தாம்பூலங் கொண்டு வருகிறவர்கள் எந்தசாதிகளாயிருந்தாலும் கொண்டுவரலாம். இப்பறையர்கள் என்றழைக்கும் படியானக் கூட்டத்தோர்கள் மட்டிலும் உள்ளுக்கு வரப்படாதென்றும், தெரியாமல் வந்துவிடுவார்களானால் அடித்துத் துன்பப்படுத்துவதுடன் தீட்டு கழிக்கவேண்டும் என்று துட்டுபரித்து பயமுறுத்தி உள்ளுக்கு நுழையவிடாத ஏற்பாடுகளைச் செய்துவந்ததுமன்றி நாளதுவரையில் செய்தும் வருகின்றார்கள்.

இவ்வகையாக இவர்களை மட்டிலுஞ் சேராமல் துரத்திவருங் காரணம் யாதென்பீரேல் - சகல சாதியோர்களைப்போல் இவர்களுங் கோவிலுக்குள் வருத்துப்போக்காய் இருப்பார்களானால் தங்களுக்குள்ள முத்தன், முநியன், கறுப்பன், செல்லனென்னும் புத்தருக்குரிய பெயர்களின் ஆதரவினாலும், ஞானயோக நிருவாணசிலையின் குறிப்பினாலும் இக்கோவில்கள் தங்களுடைய புராதன கட்டிடங்கள் என்று கைப்பற்றிக்கொள்ளுவார்கள்.

- 2:35; பிப்ரவரி 10, 1909 -

அவ்வகையாகக் கைப்பற்றி கொள்ளுவார்களானால் சரித்திரவாதாரங்களின்படி அவர்களுக்கே ஒப்படைத்துவிட நேரிடும். ஆதலின் கண்களுக்குப் புலப்படாமல் இருக்க வேண்டும் என்றே அவர்களை உள்ளுக்குப் பிரவேசிக்கவிடாத எத்தனங்கள் எல்லாம் செய்துக் கொண்டே வருகின்றார்கள்.

இக்கோவில்களைப் பற்றிய இன்னும் சில விவரங்களைத் தெரிந்துக் கொள்ள வேண்டுமானால் மைலாப்பூரிலுள்ள சாக்கையர் வம்மிஷ வரிசையைச் சார்ந்த குழந்தைவேலு பரதேசியவர்கள் மடமாகிய கபோலீசராலயமும், திருப்போரூரில் வழங்கும் போரூரார் மடமும், திருவளூர் மடமும் பௌத்தர் வியாரங்களேயாம்.

அதனாதாரங்களை அறியவேண்டுமானால் அதற்குள் இஸ்தாபித்துள்ள நிஷ்டசாதன சிலைகளும் யோகசயன சிலைகளும் போதும் சாட்சி. அஃதன்றி அஸ்திபாரக் கற்களிலுள்ள சிலா சாசனங்களாலும் விளங்கும்.

ஈதன்றி திராவிட பௌத்தர்களாம் மேன்மக்களை பறையர்கள் பறையர்கள் என்று தாங்கள் பலவகை இம்சைகளைச் செய்து ஆலயங்கள் அருகில் நெருங்கவிடாது துரத்திக் கொண்டேயிருந்தபோதிலும் பூர்வ பழக்கம் மாறாமல் மாசி பௌர்ணமியில் மயிலாப்பூர் குழந்தைவேலு பரதேசி மடத்திற்கும், கிருத்திகைதோரும் போரூரார் மடத்திற்கும், அமாவாசிதோரும் திருவள்ளூர் மடத்திற்கும் மட்டிலும் தூறநின்றேனும் தெரிசித்துவருவார்கள்.

மற்றும் இச் சென்னையில் நூதனமாகக் கட்டியிருக்கும் கந்தசாமிக் கோவில், கச்சாலீஸ்வரன் கோவில், ஏகாம்பர வீஸ்வரன்கோவில், பெருமாள் கோவில்களுக்குப் போகவேமாட்டார்கள்.

திராவிட பௌத்தர்களாம் மேன்மக்களுக்கு சாம்பான் குலத்தாரென்னும் பெயர் வாய்த்த விவரம்.

மதுராபுரி என்றும், மதுரை என்றும், வட மதுரை - தென்மதுரை என்றும் வழங்கிவரும் தேசமெங்கும் புத்தசங்கங்களே நிறைந்திருந்தது. அவைகள் யாவற்றையும் வேஷபிராமணர்கள் கைப்பற்றிக் கொள்ளுவதற்காய், தங்கள் போதனைகளுக்கு உட்பட்ட சிற்றரசர்களாலும், பெருங்குடிகளாலும் பௌத்தர்களை வசிகளிலும், கற்காணங்களிலும், வதைத்துக் கொன்று மடங்கள் யாவற்றையும் இடித்து தங்கள் குடிவாழ்க்கைக்கு நிருமித்துக் கொண்டதுபோக திரவியம் அதிகவருத்தத்துள்ள மடங்களை விஷ்ணு கோவிலென்றும், சிவன் கோவிலென்றும் நூதன மதக்கடைகளைப் பரப்பி அதினால் சீவிக்கும்படி ஆரம்பித்த காலத்தில் கிராமவாசிகளாகத் தங்கியிருந்த பௌத்தர்கள் யாவரையும் பறையரென்று அழைக்க ஆரம்பித்தார்கள். அவற்றை உணர்ந்த விவேகிகள் யாவரும் அங்கு ஒன்றுகூடி தாங்கள் பறையர்கள் என்று ஒப்புக்கொள்ளாமல் தாங்கள் யாவரும் சாம்பவமூர்த்தியாகிய புத்தபிரான் தன்மவம்மிஷ வரிசையோராதலின் சாம்பன் குலத்தாரென்றும், சாம்பான்கள் என்றும் அழைக்க வேண்டும் என்னும் ஓர் கட்டில் நின்று பறையரென்னும் பெயரை ஒப்புக்கொள்ளாமல் சாதித்துவிட்டார்கள்.

பாலிபாஷையில் சம்மா சம்புவென்னும் வார்த்தையின் பொருள் குன்றாத மனபாக்கியம் பெற்றவ ரென்னப்படும்.

புத்தர் தியானம்

"தமோதஸ்ஸ பகவதோ ஹறஅத்தோ சம்மா சம்புத்தஸ்ஸ"

ஞானவெட்டி

வீம்புகள் பேசுகிறீர் வினைவழி / வேடிக்கையாயின்பம் விளம்புகிறீர்
மேம்புங் கரும்பாமோ மகத்துக்களின் / விற்பனத்தைக் கண்டறியா வீணர்களே
சம்பவ மூர்த்தியர்க்கே பட்ட மது / ஸ்தாபித்த சாம்பார்கள் யாங்காணும்
தீம்புகளுறபேசி தெளிந்தவர்தன் / சீர்பாதங் கண்டவர்போல் தீட்டுகிறீர், (தந்தன)

அவ்வகைய சாம்பான்குலத்தாரென்று சாதித்துவந்தபோதிலும் வேஷப் பிராமணர்களின் பொய்மதக் கட்டுக்குள் அடங்காதவர்களாகும் பௌத்தர்கள் யாவரையும் பறையர்கள் என்றும், தாழ்ந்தசாதிகள் என்றும் கூறி பலவகை இடுக்கங்களைச் செய்து பதிகுலைய வைப்பது அவர்கள் பழக்கமாதலின் சாம்பான் குலத்தாரென்று தங்களை அவர்கள் கூறிவந்த போதினும் தாழ்ந்தசாதியோர்கள் என்றே தலையெடுக்கவிடாமல் செய்து வந்ததுமன்றி நாளதுவரையிலும் செய்துவருகின்றார்கள்.

பௌத்தர்களாயிருப்பினும் அல்லது வேஷப்பிராமணர்கள் பொய்மதங்களை விட்டுநீங்கி அன்னியர் மதத்தில் பிரவேசித்தவர் களாயிருப்பினும் அவர்கள் யாவரையும் பறையர்கள் என்று தாழ்த்திவரும் விவரம்.

பூர்வத்தில் இலங்காதேசமென்றும், தற்காலம் கொளம்பு, கண்டி என்றும் வழங்கும்படியான தேசத்தில் வாழும் குடிகள் யாவரும் பெரும்பாலும் பௌத்தர்கள் என்பது சகலருக்கும் தெரிந்தவிஷயமாகும். சமஸ்கிருதத்தில் வரைந்துள்ள சந்திரகாண்டத்தில் அநுமார் இலங்கை சேர்ந்து அவ்விடமுள்ள மாளிகையில் உட்கார்ந்து அதனை புத்தர் வியாரமென்றும் கூறியதாக விளங்குகின்றது.

அவ்வகை பௌத்தநாடென்று தெரிந்தே தற்காலம் இராமநாடகம் பாடிய அருணாசலக் கவிராயரென்பவர் தானியற்றியுள்ள சுந்தரகாண்டத்தில் இலங்காதீவத்தை பறையர் ஊரென்று இழிவுபடுத்தியே பாடிவைத்திருக்கின்றார்.

இராம நாடகம் - சுந்தரகாண்டம்

"நிறைதவசுக்குக் ரூறைவளென்று நினைத்துகைவிடுவாரோ
பறையர் வூரிலே சிறையிருந்த வென்னை பரிந்துகைதொடுவாரோ.

ஈதன்றி வேஷபிராமண மதக்கடை வியாபாரஞ் செய்வோர்களாயிருந்த விஷ்ணுமதம் சிவமதம் இவைகளை விட்டுநீங்கி கிறீஸ்துமதத்தைச் சார்ந்த ஒருவர் முதலியாராயிருப்பினும், செட்டியாராயிருப்பினும் பறையனாகி விட்டான் அவனை வீட்டிற்குள் சேர்க்கப்படாது அவன் வீட்டிற்கு சாதியோர்கள் போகப்படாதென்று கட்டுப்பாடுசெய்து இழிவுகூறிவருவது தற்கால அனுபவத்திலும் காணலாம்.

- 2:36; பிப்ரவரி 17, 1909 -

நூதன மதங்களைக்கொண்டு தாங்கள் சுகமாக சீவிப்பதற்கும் நூதன சாதி வேஷத்தால் தங்களை உயர்த்திக் கொண்டு மற்றவர்களை அடக்கி ஆளும் வழியேயாம்,

அதாவது தங்கள் நூதன மதங்களுக்கும், நூதனசாதிகளுக்கும் எதிரிகளாயிருந்த பௌத்தர்களைப் பறையர்கள் என்றும், தாழ்ந்த சாதிகள் என்றும் கூறிவந்தவற்றிற்குப் பகரமாய்த் தற்காலமுள்ள முதலி, நாயுடு, செட்டியென்பவருக்குள் ஒருவர் வேஷபிராமண மதத்தைவிட்டுவிலகி கிறீஸ்துமதத்தில் சேர்ந்தவுடன் பறையனாகிவிட்டான் என்று சாதிக்கட்டு ஏற்படுவதினால் சீவனமதத்தையும், அதிகாரசாதியையும், நிலைப்படுத்துவதற்கே மற்ற மதத்தோரை இழிவுகூறி தாழ்ந்த சாதிகளென வகுத்துவருவது வெள்ளென விளங்கும்.

அதனினும் வேஷபிராமண மதத்தைச் சார்ந்த ஒருவன் பஞ்சபாதகங்களாகும் பொய்யாலேனும், களவாலேனும், குடியாலேனும், விபச்சாரத்தாலேனும், கொலையாலேனும் குற்றவாளியாகி சிறைச்சாலை சேர்ந்து சாதிக்கும், மதத்திற்கும் பலவகை மாறுதலடைந்திருப்பினும் சிறைநீங்கி வீட்டிற்கு`வந்தவுடன் தங்கள் மதக் கோவிலுக்குட் சென்று தேங்காய், பழத்துடன் தட்சணை அளித்துவிட்டு வீட்டிற்கு வருவானாயின் சாதியும் கெடவில்லை, சமயமும் கெடவில்லை என்று வீட்டில் சேர்த்துக் கொண்டு சகல குடும்பத்தோரும் பேதமின்றி வாழ்வார்கள்.

சிவனைத் தொழுவதை நீங்கி கிறீஸ்துவைத் தொழலானான், விஷ்ணுவைத் தொழுவதை நீங்கி கிறீஸ்துவைத் தொழலானான் என்றவுடன் பறையனாகி விட்டான் என்று இழிவுகூறும் குரோதத்தால் சாதிகளுக்கு ஆதாரமாக சமயங்களையும், சமயங்களுக்கு ஆதாரமாக சாதிகளையும் வகுத்துக் கொண்டு மற்றவர்களைத் தாழ்த்தியும் குறைகூறியும் வருகின்றார்கள்.

திராவிடபௌத்தர்களுக்கு வலங்கையரென்னும் பெயர் வாய்த்த விவரம்

1814-வது வருடத்தில் விஸ்வபிரம வம்மிஷத்தாரெனும் கம்மாளருக்கும், பிராமணரென வழங்கும் விப்பிராளுக்கும் விவாக சம்மந்தவிஷயமாய் வியாஜியங்கள் நேரிட்டு மாஜிஸ்டிரேட்டு கோர்ட்டிலும், சித்தூர்ஜில்லா அதவுலத் கோர்ட்டிலும், கம்மாளர்களே ஜெயமடைந்துவிட்டபடியால் இப்பிராளென்னும் பிராமணர்களென்னப்பட்டவர்கள் சகலசாதியோரையும் தங்கள் வசப்படுத்திக் கொண்டதுபோக கம்மாளர்களுடன் சண்டை சச்சரவுசெய்து தங்களைக் காப்பதற்கு தங்களால் பறையரென்று தாழ்த்தி வந்த சாதியோரை சினேகப்படுத்திக் கொண்டு அவர்களைக் கிஞ்சித்து உயர்த்திவைத்தார்கள்.

அதாவது நாற்பது வருடங்களுக்குமுன்பு பஞ்சாயத்துக் கூடுவோர் தேசாயச்செட்டி பஞ்சாயத்தென்று வகுத்துவைத்திருந்தவற்றுள், சுங்கச்சாவடியண்டையிருந்து கங்கம் அல்லது ஆயம் வாங்குவோர்களுக்கு தேச ஆயச் செட்டியென்று கூறப்படும் அவர்களிடம் பஞ்சாயத்து செய்யப்போகிறவர்கள் மீனாட்சியம்மன் முத்திரையையும், மணியையும் மத்தியில் வைத்து அதன் வலங்கைபுரமாக பிராமணர்கள், வேளாளர்கள், பறையர்கள் வீற்றிருக்கலாமென்றும், அதன் இடங்கைபுரமாக கோமுட்டியர், சக்கிலியர், கம்மாளர்கள் வீற்றிருக்கலாம் என்றும் ஓர் நூதன ஏற்பாட்டைச் செய்து காரைக்கால், புதுச்சேரி முதலிய தேசங்களிலுள்ள பௌத்தக் குடிகளை கம்மாளர் அடிதடிக்கு பயந்து வலங்கைசாதியார் வலங்கை சாதியாரென சிறப்பில் வைத்திருந்தார்கள்.

என்ன உயர்த்தி வைத்திருந்தபோதிலும் அவர்களுக்கு கம்மாளர்களால் ஆபத்து நேரிடுங்காலத்தில் வலங்கையர்களும்,

வலங்கை சாதியென்போர் முன்னுக்கு வர ஏற்படுங்கால் பழயப் பறையர்கள் என்றே தாழ்த்தப்படுவார்கள். இஃது நாளதுவரையில் நிறைவேறிவரும் அநுபவங்களாகும்.

இன்னும் இக்குலத்தோருக்கு உற்சாகம் உண்டாக்கித் தாங்கள் கோவில்களுக்கு வலுதேடிக் கொள்ளுவதற்கும், கம்மாளர்களைத் தாழ்த்தி வைப்பதற்கும், சிவன்கோவிலில் பறையனென்னும் ஓர் அடியான் இருக்கின்றான் என்றும், விஷ்ணு கோவிலில் பறையனென்னும் ஓர் அடியானிருக்கின்றான் என்றும் பொய்க்கதைகளால் இவர்களை உற்சாகப்படுத்தி வைத்துக் கொண்டு தற்காலந் தங்களுக்கு எதிரிகளாகத் தோன்றிய கம்மாளர்களுக்குள் ஓரடியாரையுஞ் சேர்க்காமல் தொழுதுவருகிறார்கள்.

திராவிட பௌத்தர்களுக்கு வலங்கையரென்னும் பெயர் விப்பிராளென்னும் பிராமணர்கள் கம்மாளர்கள் அடிதடிக்கு பயந்து மீனாட்சி முத்திரையின் வலபுரம் நிறுத்தி பறையனென்னும் பெயரை தாட்சண்ணியத்தினால் அகற்றி, முத்திரைக்கு வலங்கையிலிருந்தபடியால் வலங்கைசாதியோர்கள் என வகுத்து நாளதுவரையில் புதுச்சேரிக், காரைக்கால் முதலிய இடங்களில் வழங்கிவருகின்றார்கள்.

- 2:37; பிப்ரவரி 24, 1909 -

திராவிட பௌத்தர்களாகும் மேன்மக்களுக்குப் பஞ்சமரென்னும் பெயர் வாய்த்த விவரம்

நாற்பது வருடங்களுக்குமுன் டம்பாச்சாரி விலாசம் ஆடியவர்களுக்குள் சிலர் தங்கள் விளம்பரப் பத்திரிகைகளில் அவர்களுடையக் கூத்துமேடைக்குள் பஞ்சமர்கள் வரப்பட்டாதென்று பிரசுரஞ் செய்திருந்தார்கள்.

அவற்றைக் கண்ணுற்ற சாதிபேதமற்ற திராவிடர்கள் தங்கள் பத்திரிகைகளில் பஞ்சமர்கள் என்றால் யார், பஞ்சபாண்டவர் வம்மிஷத்தாரா, பஞ்சநதியோரங்களில் வாழ்ந்தவர்களா, பஞ்சுபோல் பரக்கப்பட்டவர்களா, பஞ்சைகளென்னும் ஏழைகளா, பஞ்சபூதியங்கள் சரிவர வமைந்தவர்களா என்று உசாவினார்கள். சாதிபேதமுள்ள ஒருவரும் அதற்குத் தக்க மறுமொழி கூறவில்லை.

அதன்பின் 1891 வருஷம் காங்கிரஸ் கமிட்டியாருக்கு சாதிபேதமற்ற திராவிடர் யாவரும் ஒன்றுகூடி, தங்களைப் பூர்வீக திராவிடர்கள் என விளக்கி ஓர் விண்ணப்பம் அநுப்பினார்கள். அவர்கள் அதற்கு யாதொரு பதிலும் கூறவில்லை.

1892 வருஷம் கூடிய மகாஜனசபைக்கு பூர்வீக திராவிடர்களால் ஓர் பிரதிநிதியை அநுப்பி கலாசாலை விஷயமாகவும், பூமிகளின் விஷயமாகவும் (ரெக்கமெண்ட்) கேட்டபோதும் பறையர், சாம்பான், வலங்கையரென்னும் பெயர்களைக் குறிக்காமல் பூர்வீக திராவிடர்கள் என்றே குறிப்பித்திருந்தார்கள்.

அக்காலத்தில் பள்ளிக்கூடங்களில் வாசிக்கும் சிறுவர்கள் யாவரும் பறையன் என்னும் பெயரை ஒப்புக் கொள்ளாமலும் இருந்தார்கள்.

இந்த எழியகுலத்து சிறுவர்களுக்குக் கருணைதங்கிய ராஜாங்கத்தார் (பிரைமெரி) வகுப்பு வரையில் இலவசக் கல்விகற்பிக்கும்படி ஆரம்பித்தபோது இந்த பிள்ளைகளுக்கென்று பெயர் வைத்தவர்கள் சாதிபேதமற்ற எழிய பிள்ளைகளின் இலவச கலாசாலை என வகுத்திருப்பார்களானால் பொதுவாகவும், இராஜாங்கத்தோர் செய்தது பேரூபகாரமாகவும் விளங்கும். அங்ஙனமின்றி இக்கூட்டத்தோருக்கு எதிரிகளாகவும், சத்துருக்களாகவும் விளங்குவோரின் சிலர் அபிப்பிராயங்களைக் கேட்டுக் கொண்டு பஞ்சமர்கள் கலாசாலை என்று வகுத்துவிட்டார்கள். ஆயிரத்தி ஐந்நூறு வருடகாலமாக இந்த திராவிட பௌத்தர்களை தலையெடுக்கவிடாமல் தாழ்த்தி பலவகை இடுக்கங்களைச் செய்துவந்த சத்துருக்களாகிய வேஷபிராமணர்களுக்கு பருப்பில் நெய்யைவிட்டதுபோலும், பாலில் பழம் விழுந்ததுபோலும் மென்மேலும் ஆனந்தம் பிறந்து தங்கள் வஞ்சங்கள் யாவையும் சரிவர நிறைவேற்றிவிடுவதற்காய் தோட்டிகள் பிள்ளைகளுக்குக் கல்விசாலை வகுத்து அதையும் பஞ்சமர் பாடசாலை எனக் குறித்துவிட்டார்கள்.

இவ்வகைக் கருத்து யாதெனில் - இன்னுஞ் சிலகாலங்களுக்குப்பின் தோட்டிகள் பறையர்கள் யாவரும் ஒருவகுப்பாரென்றுங் கூறி இன்னுந் தலையெடுக்கவிடாமல் நாசஞ்செய்வதற்கேயாம்.

பார்ப்பாரென்பவர்களுக்கும், பறையரென்பவர்களுக்கும் விரோதமுண்டென்பதை பார்ப்பார்கள் வார்த்தையினாலேயே சில துரைமக்கள் அறிந்தும் சிற்சில விசாரிணைகளும் நடந்திருக்கின்றது.

- 2:38; மார்ச் 3, 1909 -

பார்ப்பார்களென்போர்களுக்கும் பறையர்கள் என்போருக்கும் பூர்வவிரோத முண்டென்பதை சில துரைமக்கள் உணர்ந்த விவரம்

1853 வருஷம் சாணாரக்குப்பத்தைச் சார்ந்த அதாவுலத் கோர்ட்டில் இஞ்சினியர் உத்தியோகத்திற்காக வாசித்திருந்த டபல்யூ. ஆரிங்கடன் என்னும் துரையும் மற்றுமோர் துரையும் முநிஷிகளிடம் தமிழ் வாசித்துக் கொண்டார்கள். அவ்விரண்டு முநிஷிகளும் பார்ப்பார்களாயிருந்து இருதுரை மக்களுக்கும் தமிழ்க்கற்பித்து வருங்கால், ஐயா தங்களிடம் ஊழியஞ் செய்பவர்கள் பறையர்கள் தாழ்ந்த ஜாதியார், நீச்சர்கள் இவர்களை நாங்கள் உள்ளுக்கு சேர்ப்பதில்லை, தீண்டுகிறதுமில்லை உங்களுடைய காலத்தில் ஊருக்குள் வந்து சேர்ந்துவிட்டார்கள் என்று பாடங்கற்பிக்கும் போதே இந்த சங்கதிகளை எடுத்துக் கூறினார்களாம்.

அதை உணர்ந்த துரைமக்களிருவரும் ஒன்றுகூடி பேசுங்கால் இரண்டு பாப்பார்களும் தமிழ் பாடம் சொல்லிக் கொடுக்கும்போதே நம்முடைய வேலைக்காரர்களைத் தாழ்த்தியும் இழிவு கூறியும் பேசுகின்றார்களே அதன் காரணம் விளங்கவில்ல .

ஆதலின் டீச்சர்கள் வருங்கால் நமது வேலைக்காரர்களை நேரில் தருவித்து சந்தேகத்தை நிவர்த்தி செய்ய வேண்டும் என்று காத்திருந்து டீச்சர்கள் வந்தவுடன் ஆரிங்டன் துரையவர்கள் தனது பட்ளர் கந்தசுவாமி என்பவரையும், மற்றொரு துரை தனது பட்ளர் கிருஷ்ணப்பன் என்பவரையும் தருவித்து இதோ எங்களுக்குத் தமிழ் பாடம் கற்பித்து வரும் பார்ப்பார்கள் உங்களைத் தாழ்த்தி சாதிகளென்றும் பறையர்கள் என்றும் நீச்சர்கள் என்றும் கூறுகின்றார்களே அது வாஸ்தவந்தானோ என்றார்கள்.

கந்தசுவாமி என்பவர் தனது துரையை நோக்கி ஐயா எங்கள் குலத்தோருக்கும் இவர்கள் குலத்தோருக்கும் ஏதோ பூர்வவிரோதம் இருக்கின்றது. அதினால் எங்களை இவர்கள் இழிவுகூறி துறத்துவது வழக்கம். எங்கள் குலத்தோர் வாசஞ்செய்யும் வீதிக்குள் இவர்கள் வந்து விடுவார்களானால் இவர்களை இழிவு கூறி உங்கள் பாதம் பட்டவிடம் பாழாகிவிடுமே என்று சொல்லிக் கொண்டு இவர்களைத்துறத்தி வந்தவழியிலுஞ் சென்ற வழியிலுஞ் சாணத்தைக் கரைத்து தெளித்து இவர்கள் ஓடியவழியில் சாணச்சட்டியை உடைத்து வருகின்றார்கள். இத்தகையச் செயல் பெரும்பாலும் எங்கள் கிராமங்களுக்குள் வழங்கிவந்தபோதிலும் பூர்வவிரோதமும் அதன் காரணங்களும் எங்களுக்கு சரிவர விளங்கவில்லை.

ஆயினும் எங்கள் குலத்தோர் பெரும்பாலும் பயிரிடுந் தொழிலையே செய்கின்றவர்கள். இவர்கள் குலத்தாரோ பெரும்பாலும் பிச்சையிரந்துண்பவர்கள்.

இவ்விருதிறத்தார் செய்யுந் தொழில்களுக்குள் எவர்கள் செய்யும் தொழில் நீச்சத் தொழிலென்று துரைமக்களாகியத் தாங்களே தெரிந்துக் கொள்ள வேண்டும் என்று கூறினாராம்.

அவற்றை வினவிய ஆரிங்டன் துரையவர்கள் இருபாப்பார்களையும் நோக்கி இப்போது நீங்கள் என்ன சொல்லப் போகின்றீர்கள் என்றாராம். பாப்பார்களிருவரும் அவ்வார்த்தையை செவிகளிலேற்காது உங்கள் பாடங்களை வாசித்துக் கொள்ளுங்கள் என்று மறுத்துவிட்டார்களாம்.

துரைமக்களுக்கு அஃதுவிரோத வாக்குகள் என்று விளங்கினபோதிலும், பாப்பார்கள் என்போர் தங்கள் ஜீவனங்களுக்காக நூதனமதங்களையும் நூதனசாதிகளையும் ஏற்படுத்திக் கொண்டு பூர்வபுத்தமார்க்கத்தை அழித்தும் புத்தமார்க்கத்தை விடாமல் கைப்பற்றி வந்தவர்களைத் தங்களுக்குப் பராயரென்றும் பறையரென்றுந் தாழ்ந்த ஜாதிகள் என்றும் வகுத்து துன்பப்படுத்தி வருகின்றார்கள் என்று விளக்குவாரில்லாமல் போய்விட்டார்கள்.

- 2:39: மார்ச் 10, 1909 -

மிஷநெரிமார்களின் கருணையும் அஃது நீடிக்கா விவரமும்

இத்தேசம் எங்கும் பௌத்த மார்க்கம் நிறைந்திருந்த வரலாறுகளையும் நூதன மதங்களும் நூதன சாதிகளும் தோன்றிய விவரங்களையும் தங்கள் சாதிகளையும் மதங்களையும் பரவச் செய்தற்கு பௌத்தமார்க்கத்தை இடைவிடாது பற்றி நின்ற சீலர்களாகும் மேன்மக்களை பறையர்கள், தாழ்ந்த சாதியோர்கள் என்று கூறிவரும் விவரங்களையும் அநுபவ ஆதாரங்களுடன் திரட்டி பிரிட்டிஷ் துரைத்தன மேலோர்களுக்கு விளக்கியிருப்பார்களானால் கேவல நீச்ச செய்கையுள்ளோர் நாவிலும் பறையரென்றும் தாழ்ந்த சாதி என்றும் வழங்கும்படியான வார்த்தைகள் தடைபடுவதுமன்றி இராஜாங்க அந்தஸ்துள்ள உத்தியோகஸ்த்தர்களுடன் களங்கமின்றி தாங்களும் அந்தஸ்தான உத்தியோகங்களில் நிறைந்திருப்பார்கள். அங்ஙனம் கருணைதங்கிய பிரிட்டிஷ் துரைத்தனத்தோருக்கு தங்கள் சரித்திரங்களை விளக்கி தங்களுக்கு நூதன சாதியோர்களால் நேரிட்டு வரும் இடுக்கங்களையும் தாழ்ச்சிகளையும் முன்னுக்கு ஏறவிடாத குறைகளையும் நீக்கிக் கொள்ளாமல்.

நாங்கள் பூர்வம் இராஜாங்க அந்தஸ்தில் வாழ்ந்து பதினெட்டு விருதுகளாகிய வெள்ளையங்கி வெள்ளை நடுக்கட்டு, கலிவாகு, குலவாகு, இட்சுவாகு, வீரவாகு, வம்மிஷவரிசா வாகுவல்லயம், வெண்பிறை முடி என்னும் வெள்ளைப்பாகை வெள்ளைக்குதிரை வெண்சாமரை வெள்ளைக்கொடி வெள்ளைக்குடை முதலிய பௌத்தவரச சின்னங்களை மட்டிலுந்தங்கள் விவாக காலங்களில் ஆடம்பரஞ் செய்துக் கொண்டுவந்தார்கள். நாளது வரையில் அவ்விருதுகளைக் கொண்டே தங்கள் விவாக காலங்களில் ஊர்வலம் வருகின்றார்கள்.

சாதிபேதமற்ற திராவிடர்கள் தங்கள் சுப அசுப காரியாதிகளில் மட்டிலும் பௌத்ததன்மத்தையும் செயலையும் அநுஷ்டித்து வந்தபோதிலும் இவர்களுக்கு எதிரிகளாகிய வேஷபிராமணர்கள் இவர்களை முன்னுக்கு ஏறவிடாத செய்கைகளிலேயே ஜாக்கிரதையாயிருந்துக் கொண்டு அன்னிய தேசத்திலிருந்து நூதனமாகக் குடியேறி இவ்விடம் வரும் யாவருக்கும் தங்களை உயர்ந்த சாதிபிராமணர்கள் என சொல்லிக் கொண்டு, தங்கள் வேஷபிராமணத்திற்கு எதிரிகளாக இருந்த திராவிட பௌத்தர்களை சகலசாதியோருக்குந் தாழ்ந்த சாதியோர் என்றும் பறையர் என்றும் இழிவு கூறி தலையெடுக்கவிடாமல் செய்துவந்ததும் அன்றி மற்றும் செய்துவந்த விருத்திகேடுகள் யாதெனில்

கருணைதங்கிய மிஷநெரிமார்கள் இவ்விடம் வந்து தோன்றி எங்குங்கலாசாலைகளை வகுத்தபோது அக்கலாசாலைகளுள் இவ்வெழிய நிலையுற்ற சிறுவர்கள் வாசிக்கப்போவார்களானால் தாழ்ந்த சாதி பறையர்களுடையப் பிள்ளைகள் எங்கள் உயர்ந்த சாதிப்பிள்ளைகளுடன் உழ்க்கார்ந்து வாசிக்கப்படாது அப்படி அவர்களையும் கலாசாலைகளில் சேர்ப்பீர்களானால் எங்கள் சாதிப்பிள்ளைகளை உங்கள் பள்ளிக்கூடங்களுக்கு அனுப்ப மாட்டோம் என்று சாதிபேதமுள்ள சகலரும் தங்கள் பிள்ளைகளை அனுப்பாமல் நிறுத்தியிருந்தார்கள்.

அவ்வகை நிறுத்திவிட்டபோதிலும் கருணைதங்கிய மிஷநெரிமார்கள் அவர்களுக்கு யாது மறுமொழி கூறிவந்தார்களெனில் நீங்கள் தாழ்ந்த சாதி பறையர்கள் என்று கூறும் சிறுவர்களில் ஒருவன் இக்கலாசாலைக்கு வருவானாயின் அவனுக்காக கலாசாலையை திறந்து சகல கலைகளையும் கற்பித்து வருவோம். சாதிபேதமுள்ள நூறுபிள்ளைகளை நீங்கள் நிறுத்திவிட்டபோதிலும் எங்கள் கலாசாலைகளுக்கு உங்கள் சிறுவர்கள் வரவை எதிர்பார்க்கமாட்டோம் என்று கூறிவந்தார்கள்.

அதினால் சாதிபேதமுள்ளோருக்கு வேறுவழியில்லாமல் தாழ்ந்த சாதிபறையர்கள் என்போருடன் உயர்ந்த சாதிகள் என்போரும் கலந்து வாசித்து வந்தார்கள்.

காரணம், இந்த சாதிபேதக் கொள்கைகளோ பொய்க்கட்டுப்பாடு. அப்பொய்க் கட்டுப்பாடு தோன்றியதோ பௌத்தர்கள் யாவரையும் தாழ்ந்த சாதிகள் என்று தலையெடுக்க விடாமல் நசித்து வருவதற்கேயாம். பௌத்தர்களை நசிக்க வேண்டிய முயற்சிகள் எங்கெங்கு கைகூடி வருகின்றதோ அங்கங்கு தங்கள் சாதிகளை உயர்த்திக் கொள்ளுவதும்.

பௌத்தர்களை நசிக்க வேண்டிய முயற்சிகள் எங்கெங்கு கெடுகின்றதோ அங்கங்கு தங்கள் நூதன சாதிபேதங்களை ஒடுக்கி பூர்வசாதிபேதமற்ற நிலையில் வந்து விடுவதும் அவர்கள் சமயதந்திரங்களேயாம்.

- 2:40; மார்ச் 17, 1809 -

இவ்வகையாய் சாதிபேதமற்ற திராவிட சிறுவர்கள் சாதிபேதமுள்ளோருடன் கலந்து வாசித்து வருங்கால் கனந்தங்கிய மிஷநெரிமார்களின் கருணை மிகுதியாலும் சாதிபேதமற்ற திராவிட சிறுவர்களின் வம்மிஷ வரிசையோர் முன்பே அந்தஸ்துள்ள நிலையிலும் விவேகமிகுதியிலுமிருந்து வேஷபிராமணர்களின் இடுக்கங்களால் நசுங்குண்டு எழிய நிலையிலிருந்த போதிலும் பூர்வவித்தியா வம்மிஷ விருத்தி பலத்தால் மெட்டிக்குலேஷன், எப்.ஏ., பி.ஏ, எம்.ஏ. முதலிய கௌரதாபட்டங்களை சகல பெரிய சாதிகள் என்போருடன் சமரசமாகவும் கல்வியின் அதிவிருத்தியடைந்தும் வந்தார்கள்.

அத்தகைய விருத்தியை உணர்ந்த பிரிட்டிஷ் துரைத்தனத்தாரும் இவ்வெழிய குலத்தோர்மீது அன்பை வளர்த்தி இராஜாங்கவுத்தியோகங்களில் சகல சாதியோருடன் கலந்து சீவிக்கும் படியான செருசதார் அஜீர் செருசதார், ஆனரரிசர்ஜன் ஆனரரிமாஜிஸ்டிரேட், இஸ்கூல் இன்ஸ்பெக்டர் முதலிய உத்தியோகம் கொடுத்து வந்ததுமன்றி பிரிட்டிஷ் ஆட்சியோர் ஆக்கியாபனைப்படி தங்கடங்கள் உத்தியோகங்களை சரிவர நடாத்தி வந்தபடியால் இஸ்டார் ஆப் இண்டியாவென்றும், இராய பாதூரென்றும் கௌரதாபட்டங்களையும் பெற்றுவந்தார்கள்.

சாதிபேதமற்ற திராவிடர்கள் நாளுக்கு நாள் கல்வியிலும் அந்தஸ்திலும் உத்தியோகங்களிலும் முன்னேறி வருவதைக் கண்டு பொருக்கா சாதிபேதமுள்ளோர்கள்,

ஆ,ஆ, இவர்கள் மிஷநெரிமார்கள் கருணையால் அம்மார்க்கத்தில் பிரவேசித்தும் அவர்கள் கலாசாலையில் வாசித்தும் விருத்தியடைந்து விடுகின்றார்கள் இவர்களை அம்மார்க்கத்தில் பிரவேசித்தே அடக்கி விடவேண்டும் என்னும் வஞ்சகங்கொண்டு லூத்தர்மிஷநெரி சங்கத்தில் சேர்ந்து பரிசுத்தமாகிய கிறீஸ்து மார்க்கத்திலும் அசுத்தமாகிய சாதிபேதத்தை உண்டுசெய்ய ஆரம்பித்துக் கொண்டார்கள்.

பூர்வத்தில் இவ்விடம் வந்து தோன்றிய மிஷநெரிபாதிரிகளாகும் துரைமக்கள் யாவருக்கும் இந்தியாவிலுள்ள சாதிபேத வகுப்புகள் யாவும் பொய்யென்றும் காலத்திற்குக் காலம் மாறுஞ்செய்கையை உடையவர்கள் என்றும் தங்கள் விவேகமிகுதியால் தெரிந்துக் கொண்டவர்களாதலின், பெரியசாதியோர் என்பவர்களை சட்டைசெய்யாமல் தாழ்ந்த சாதி என்போர்கள் மீது தயைகூர்ந்து அவர்களைக் கல்விவிருத்தியிலும், செல்வவிருத்தியிலும் உத்தியோகவிருத்தியிலும் முன்னேற்றி பெரியசாதிகள் என்போர் அந்தஸ்திற்கும் மேலாகக்கொண்டு வந்தார்கள் அதனால் கிறீஸ்துமார்க்கப் பரவுதலும் கிறிஸ்துவின் சிறப்பும் இந்துதேசம் எங்கும் கொண்டாடப்பட்டது.

அவர்களுக்குப் பின்பு இவ்விடம் வந்து தோன்றிய மிஷநெரி பாதிரிகளாகும் துரைமக்கள் பெரிய சாதிகளென்றவுடன், பெரிய பெரிய சாதிகளென்று எண்ணிக்கொண்டு, பெரியசாதியோன் என்பவன் ஒருவனைக் கிறீஸ்தவனாக்கிவிட்டால் பெரிய பெரிய பாதிரிகளாகிவிடுவதுமன்றி அரிய பெரிய சம்பளமும் பெறலாம் என்னும் ஆசையினால் பெரிய சாதிகளைக் கிறீஸ்தவர்களாக்கும் முயற்சியில் நின்றுவிட்டார்கள்.

அப்பெரிய சாதிகள் என்போரும் கிறீஸ்து மார்க்கத்துள் பிரவேசித்து பறையர்கள் என்று வழங்கும் பூர்வ பவுத்தர்களை கிறீஸ்து மார்க்கத்திலுந் தலையெடுக்க விடாமல் செய்யவேண்டும் என்னும் முயற்சியிலிருந்தவர்களாதலின் பழம் நழுவி பாலில் விழுந்ததுபோல் வேதபாதிரிகளின் ஆசைக்கும் நூதன சாதிக் கிறிஸ்தவர்களின் பொறாமைக்கும் வழியுண்டாக்கிவிட்டது.

ஆசை மிகுத்த பாதிரிகளாலும் பொறாமெய் மிகுத்த சாதிபேத முள்ளோர்களாலும் சாதிபேதமற்ற திராவிடர்கள் முன்னேறுதற்கு வழியின்றி சாதிபேதமுள்ளோர்களால் முன்பு எவ்வகையால் நசுங்குண்டு சீர்குலைந்திருந்தார்களோ அதே நிலைக்கே வந்துவிட்டார்கள்.

இவர்களுடைய முன்னேறுதல் எப்போது தவிர்க்கப்பட்டதோ அப்போதே கிறிஸ்துமார்க்கத்தின் பரவுதலும் கிறிஸ்தவ மார்க்கத்தின் சிறப்பும் மறைந்துக் கொண்டே வந்துவிட்டது.

சிறப்பாகவும் மும்முரமாகவும் பரவிவந்த கிறீஸ்துமார்க்கம் நாளுக்குநாள் பரவுதல் குன்றி வருங்காரணம் யாதென்று மிஷநெரி சங்கத்தோரும் கவனித்தாரில்லை. தன்னலரன்னிய ரென்னும் சாதிபேதமற்றவர்களும் சகலசாதியோரும் தங்களைப்போல் வாழ்கவேண்டும் என்னும் கருணைமிகுத்தோர்களுமாகிய பிரிட்டிஷ் துரைத்தனத்தின் உத்தியோகஸ்தர்களாக ஆதியில் இவ்விடம் குடியேறிய துரைமக்கள் யாவரும் சாதிபேதமற்ற திராவிடர்களின்மீது கருணைவைத்து சாதிபேதமுள்ளோர் வார்த்தைகளை சட்டை செய்யாமல் தாழ்ந்தசாதி என்போருக்கே, கல்வியின் விருத்தியும் செல்வ விருத்தியும் செய்து ஈடேற்றி வந்தார்கள்.

மற்றும் பிரிட்டிஷ் உத்தியோகஸ்தர்களாக வந்து தோன்றிய துரைமக்களும் அதேயன்பு பாராட்டி ஏழைமக்களை ஈடேற்றஞ் செய்திருப்பார்களாயின் தற்காலம் சாதிபேதமுள்ளோர்கள் எல்லாம் ஒன்று கூட்டிக்கொண்டு சுயராட்சியம் கேட்க ஆரம்பித்தார்களே அவ்வகையானக் கூட்டங்களை கூடியும் இருக்கமாட்டார்கள். அந்த சப்தமும் பிறந்திருக்கமாட்டாது.

பின்பு வந்துதோன்றிய துரைமக்கள் யாவரும் பெரியசாதிகள் என்போர் வார்த்தைகளையே பெரிதென்றெண்ணிக் கொண்டும் தாழ்ந்த சாதி என்றழைக்கப்பட்டார்களை தாழ்ந்தவர்கள் என்றே எண்ணிக் கொண்டும் தலையெடுக்கவிடாமலும் ஏழைகளை ஈடேற்றாமலும் விட்டுவிட்டார்கள்.

தற்கால துரைமக்கள் யாவரும் ஏழைமக்களின் ஈடேற்றத்தைக் கவனியாமல் பெரியசாதி என்போர்களையே பெருமைப்படுத்தி வந்தபடியால் செய்நன்றிக்கு மாறுதலாக சுயராட்சிய சுதந்திரம் வேண்டும் என்று வெளிவந்து துரைமக்களை துறத்த ஆரம்பித்துக் கொண்டார்கள்.

- 2:41; மார்ச் 24, 1909 -

தற்காலம் பறையர்கள் என்று அழைக்கப்படுவோர்கள் யாவரும் பூர்வபௌத்தர்கள் என்பதின் விவரம்

இந்த சாதிபேதம் வைத்துக் கொண்டிருப்பவர்களின் தயாள குணத்தையும் புண்ணியச்செயலையும் ஆங்கில வித்வான்கள் நன்றே தெரிந்திருக்கின்றார்கள்.

அதாவது உலகத்தில் கடவுளென்றும் சுவாமி என்றும் வழங்கும்படியான மெய்ப்பொருள் சகலருக்கும் பொதுவாயதென்று ஓர் வேடனும் புகலுவான், வில்லியனும் புகலுவான். ஆனால் இச்சாதி பேதமுள்ளவர்களுக்கு மட்டிலும் அஃது பொதுவாயதன்றென்று கூறி சாதி சாமிகளை வகுத்து வைத்துக் கொண்டிருக்கின்றார்கள்.

அந்த சுவாமிகளில் சிவனென்னுஞ் சுவாமியைக் கும்பிடும் கூட்டத்தோரிடமாயினும், விஷ்ணுவென்னும் சுவாமியைக் கும்பிடும் கூட்டத்தோரிடமாயினும், ஓர் மகமதியன் அல்லது ஓர் யூரோப்பியன் சென்று உங்கள் சிவன் என்னும் சுவாமியை அல்லது விஷ்ணுவென்னும் சுவாமியைத் தொழுது முத்திபெற ஆவல் கொண்டேன் என்னையும் உங்கள் கூட்டத்திற் சேர்த்து உங்கள் கோவிலுக்குள் பூசிக்கயிடந்தர வேண்டும் என்றால் சேர்ப்பார்களோ இடங்கொடுப்பார்களோ, ஒருக்காலும் கிடையாவாம்.

இத்தகையப் பொதுவாய சுவாமிகளைத் தொழும் விஷயத்தில் இடம் கொடாதவர்களும் சேர்க்காதவர்களுமாகிய புண்ணிய புருஷர்கள் அரசாங்க விஷயத்தில் மற்றவர்களை சேர்ப்பர்களோ, உத்தியோக விஷயங்களில் மற்றவர்களை சேர்ப்பர்களோ, உண்பனை விஷயங்களில் மற்றவர்களை சேர்ப்பர்களோ, உடுப்பினை விஷயங்களில் மற்றவர்களை சேர்ப்பர்களோ ஒருக்காலும் சேர்க்கப்போகிறதில்லை.

இவ்வகை சாதித் தலைவர்களின் குணங்களை படம் செயல்களையும் உள்ளங்கை நெல்லிக்கனிபோல் கண்டுவருங் கருணைதங்கிய பிரிட்டிஷ் துரைத்தனத்தார் அவர்கள் வார்த்தைகளையே பெரிதென்று நம்பிக்கொண்டு அவர்களுக்கே அந்தஸ்தான உத்தியோகங்களைக் கொடுத்து வருவதினால் சாதிபேதமற்ற திராவிடர்களும் யூரேஷியர்களும், மகமதியர்களும் சுதேசிக் கிறிஸ்தவர்களும் சுகமடைவதற்கேதுவில்லாமல் போகின்றது.

சாதிபேதமற்ற திராவிடர்களோ பெரும்பாலும் ஆஸ்பிட்டல் அசிஸ்டென்டுகளாயிருந்த காலத்தில் வியாதியஸ்தர்களை பாதுகாத்தும் அன்புடன் சிகிட்சை செய்தும் வந்ததுபோல் தற்கால சாதிபேதமுள்ள ஆஸ்பிட்டல் அசிஸ்டென்டுகள் அன்பு பாராட்டுகின்றார்களா என்பதை கருணைதங்கிய ராஜாங்கத்தார் கவனித்தார்களில்லை.

இவ்வகையாகவே ஒவ்வோர் உத்தியோகங்களிலும் பிரவேசிக்காமல் தடுக்க விடாமுயற்சிகளினின்று கபடற்ற நெஞ்சமும் சாதிபேதமற்றக் கூட்டமுமாகிய பௌத்தர்களையே பாழ்படுத்தி வருகின்றார்கள்.

வேஷபிராமணர்களால் பறையரென்று தாழ்த்தப்பட்ட கூட்டத்தோர்கள் யாவரும் பூர்வபௌத்தர்கள் என்பதை நாளதுவரையிலவர்கள் வழங்கிவரும் பெயர்களினால் அறிந்துக் கொள்ளலாம்,

எவ்வகையிலென்னில், ஜோசேப், பீட்டர், ஜான், என்னும் பெயர்களைக்குறித்து இவர்கள் எம்மதத்தைச் சார்ந்தவர்களாயிருக்க வேண்டும் என்பாராயின் அப்பெயர்களைக் கொண்டே கிறீஸ்து மார்க்கத்தோரென்பார்கள்.

அதுபோல் அல்லிகான், அசேன்கான், தாவுத்கான் என்பார்களாயின், அப்பெயர்களைக் கொண்டே முகமது மார்க்கத்தானென்பார்கள்,

இராமானுஜன், மணவாளமுநி, பார்த்தசாரதி என்பார்களாயின் அப்பெயர்களைக்கொண்டே தற்காலவைணவ மார்க்கத்தோரென்பார்கள்.

வடிவேலன், வஜ்ஜிர்வேலன், சூரவேலன் என்பார்களாயின் அப்பெயர்களைக் கொண்டே தற்கால சிவசமயத்தோரென்பார்கள்,

அவர்கள் பெயர்களைக் கொண்டே மார்க்கங்களை அறிந்து கொள்ளுவதும் மார்க்கங்களிலிருந்தே பெயர்கள் தோன்றுவதுபோல், பூர்வமுதல் நாளதுவரையில் இக்குலத்தோருக்கு, முத்தன், முனியன், கருப்பன், செல்லன், என்னும் பெயர்கள் வழங்கும் ஆதாரங்களே முதலானதாகும்.

பின்கலை நிகண்டு - தெய்வப்பெயர்தொகுதி

முத்தன், மாமுநி, கருத்தன், முக்குடைச் செல்வன் முன்னோன்

இத்தேசதிராவிட பௌத்தர்கள் யாவரும் புத்தபிரானை, கடவுளென்றே சிந்தித்துவந்ததுமன்றி தற்காலம் வேஷபிராமணர்களால் நசுக்குண்டு நிலை குலைந்திருந்தபோதிலும் அக்கடவுள் கடவுளென்னு மொழியையே மனனித்தும் வருகின்றார்,

புத்தபிரானுக்கே கடவுளென்னும் பெயர் வழங்கி வந்தவற்றை அடியில் குறித்துள்ள நூலாதாரங்களால் அறிந்துக் கொள்ளலாம்.

சூளாமணி

ஆதியங் கடவுளை யருமறை பயந்தனை / போதியக் கிழவனை பூமிசையொதிங்கினை
போதியங்கிழவனை பூமிசையொதிங்கிய / சேதியென் செல்வநின்றிருவடி வணங்கினம்.

ஈதன்றி திருவள்ளுவ நாயனாரியற்றியுள்ளத் திரிக்குறள் பாயிரத்தின் பத்துப்பாடலிலும் புத்தபிரானையே சிந்தித்து அவற்றிற்குக் கடவுள் வாழ்த்து என்று கூறியுள்ளதையும் கண்டுக் கொள்ளலாம், இஃது இரண்டாவது ஆதாரமாகும்.

- 2:42; மார்ச் 31, 1909 -

இக்குலத்தோருக்குரிய தன்மகன்மங்கள் யாவையும் நாளதுவரையில் நிறைவேற்றி வருவோர் வள்ளுவர், சாக்கையர், நிமித்தகரென்னும் கன்மகுருக்களேயாம்.

அத்தகைய கன்மகுருக்களே பூர்வ பௌத்த மார்க்க அரசர், வணிகர், வேளாளரென்ற முத்தொழிலாளருக்குங் கன்மகுருக்களாய் இருந்தவைகளை அடியில் குறித்துள்ள பூர்வகாவியத்தினால் அறிந்துக் கொள்ளலாம்.

சீவகசிந்தாமணி

பூத்த கொங்குபோற் பொன்சுமந்துளா / ராச்சியார் நலத்தா செறூணனான்
கோத்தநித்திலக் கோதைமார்பினான் / வாய்த்தவன்னிரை வள்ளுவன் சொனான்.

முன்கலை திவாகரம்

வள்ளுவர் சாக்கையரெனும் பெயர் மன்னர்க் / குன்படு கருமத் தலைவர்க் கொக்கும்.

இஃது மூன்றாவது ஆதாரமாகும்.

இக்குலத்தோர் பூர்வமுதல் நாளதுவரையில் நிறைவேற்றிவரும் விவாககாலங்களில் பௌத்தமார்க்கச் சின்னங்களாகும்,

வெள்ளையங்கி, வெள்ளைநடுக்கட்டு, வெண்பிறைமுடி என்னும் வெள்ளைப்பாகை, வெள்ளைக்குதிரை, வெள்ளைக்குடை, வெள்ளைக்கொடி, வெண்சாமரை, சக்கிரவர்த்திகளின் ஆயுதமாகும் வாகுவல்லயம், கொடை, செடி முதலியப் பதினெட்டு விருதுகளுடன் ஊர்வலம் வந்து விவாக காரியங்களை நிறைவேற்றிவருகின்றார்கள்.

வீரசோழியம்

மேலிய வெண்குடைச் செம்பியன் / வீரராஜேந்திரன்றன்
நாவியால் செந்தமிட் சொல்லின் / மொழிமுத னன்னுதலே.

சிலப்பதிகாரம்

திங்கண்மாலை வெண்குடையோன் / சென்னி செங்கோல துவோச்சி

சூளாமணி

எல்லாவிருது மீனும் பொழிலின / தெல்லாநிதியு மியன்றவிடத்தின்
தெல்லாவமரர் கணமுமிராப்பக / வெல்லாபுலமு நுகர்தற்கினிதே.

வேஷப்பிராமணர்களாலும் மற்றுஞ் சாதிபேதமுள்ளோர்களாலும் இக்குலத்தோர் நசுங்குண்டு பலவகைத் துன்பங்களை அனுபவித்து எழிய நிலையிலிருந்தபோதிலும் பூர்வ புத்தமார்க்க அரச சின்னங்களை விடாது தங்கள் விவாககாலங்களில் சத்துருக்கள் காணும்படியே பதிநெட்டு விருதுகளையும் அனுபவித்து வந்தார்கள். நாளதுவரையிலும் அநுபவித்து வருகின்றார்கள்.

இஃது நான்காவது ஆதாரமாகும்.

இத்தேசமெங்கும் பௌத்தமார்க்கம் நிறைந்திருந்தகாலத்தில் செல்வரென்றும், செல்வராயரென்றும், செல்வராசரென்றும், தியாகராயரென்றும், தியாகராசரென்றும் வழங்கும்படியான புத்தபிரான் சிலையை யானையின் மீதேற்றி அரசனாயினும் இக்குலத்தோர் கிராமத்தலைவனாயினும் கூடவே யானையின் மீது உட்கார்ந்து போதி விழாக்காலங்களில் ஊர்வலம் வருவது வழக்கமாயிருந்தது.

சூளாமணி

நகரமாங்கெழுந்தன னரலுஞ் சங்கொடு
முகரவாய் மணிமுர சதிருமுரிநீர்
மகரமால் கருங்கடன் மருளுந் தானையான்
சிகரமால் சாலைமேற் செல்வன் தோன்றினான்.

இதை அனுசரித்தே நாளதுவரையில் திருவாளுரைச்சார்ந்த செல்வராயர் ஆலய உற்சவகாலத்தில் இக்குலத்துப் பெரியதனக்காரன் ஒருவனை சுவாமியுடன் யானைமீதேற்றி வளர்வலம் கொண்டுவருகின்றார்கள். அவ்வாலயத்தில் இவர்கள் மூன்றுநாள் உள்பிரவேசித்து வணங்கும்படியான அதிகாரம் நாளதுவரையிலும் உண்டு. இவ்வநுபவத்தாலும் இக்குலத்தோர் புத்த மார்க்கத்தோர் என்பதை ரூபிக்கும் ஐந்தாவது ஆதாரமாகும்.

பூர்வ பௌத்தமார்க்க அரசர்களாகும் அசோகன், சந்திரகுப்தன், நந்தன், சீவகன், மணிவண்ணன், பாண்டியன் முதலிய அரசர்கள் முதல் மருதனார், பெருந்தேவனார், சாத்தனார், திருத்தக்கர் ஈறாகவுள்ளக் குடிகள் யாவரும் தங்கடங்கட் பெயர்களினீற்றில் ஐயர், ராவ், முதலி, நாயுடு, செட்டி, எனும் தொடர்மொழிகள் யாதொன்றும் சேர்த்துவந்தது கிடையாது.

அம்மார்க்கப் பெயர்களை அனுசரித்தே நாளது வரையிலும் இக்குலத்தோர் இராமன், இலட்சுமணன், கோவிந்தன், கோபாலனெனும் பெயர்களை வைத்துக் கொண்டபோதினும் அவைகளினீற்றில் ஐயர், ராவ், முதலி, நாயுடு, செட்டி என்னும் தொடர்மொழிகளை சேர்ப்பது கிடையாது பூர்வ புத்தமார்க்க மக்கட் பெயர்களையும் தற்காலம் இவர்கள் வழங்கிவரும் பெயர்களையும் கொண்டே இக்குலத்தோர் பூர்வ புத்தமார்க்கத்தோரென்னும் ஆறாவது ஆதாரமாகும்.

- 2:43; ஏப்ரல் 7, 1909 -

ஜப்பான், சைனா, தீபேத், மங்கோலியா, சையாம், பர்ம்மா , இலங்காதீவக முதலிய தேசங்களிலுள்ள பௌத்தர்கள் யாவரும் உலகத்திலுள்ள மநுகுலத்தோர் ஜனத்தொகையில் அரையரிக்கால் பாகம் பௌத்தர்களே நிறைந்திருக்கின்றார்கள்.

இத்தகைய பெருந்தொகையார் எத்தேச யாத்திரைகள் செய்தபோதினும் அத்தேசவாசிகளிடம் சாதிபேதமின்றியும், சமய பேதமின்றியும், உணவு பேதமின்றியும் உலாவிவருவார்கள்.

நாளதுவரையிலும் அத்தகைய பேதங்களின்றியே உலாவியும் வருகின்றார்கள். பூர்வம் புத்ததன்மத்தை அனுசரித்து தற்காலம், பறையர்கள் என்று அழைக்கப் பெற்றவர்களும் மேற்கூறியுள்ள பௌத்தர்களைப்போன்றே சாதிபேதம், உணவுபேதமின்றி சகல தேசயாத்திரைகளும் களங்கமின்றி சுற்றிவரும் சாதிபேதமற்ற செயலைக் கொண்டு இவர்களை பௌத்த மார்க்கத்தோரென்னும் ஏழாவது ஆதாரமாகும்.

சாதிபேத, உணவுபேதமற்றச் செயல்களுடன் தீபேத், பர்ம்மா முதலிய பௌத்தர்களுக்குள்ள அன்பின் ஆதரிப்புகள் யாதெனில், அவர்களைக் காணவேண்டி தங்கள் பந்துக்களாயினும், நேயர்களாயினும், அன்னியர்களாயினும் வீட்டிற்கு வந்துவிடுவார்களாயின், அவர்களுக்கு வேண்டிய

புசிப்பு, தாகசாந்தி, தாம்பூலம் முதலியவைகளை அளித்து திருப்த்தி செய்துவிட்டு அவர்களுடன் வார்த்தையாடுவது வழக்கமாயிருக்கின்றது.

அதுபோலவே தற்காலம் பறையர்கள் என்று அழைக்கப்பெற்ற பூர்வ பௌத்தர்களும் வேஷப் பிராமணர்களால் பலவகை இடுக்கமுற்று நசிந்திருந்தபோதினும் புத்ததன்ம அன்பின் குணம் மாறாது தங்கள் பந்துக்களேனும், நேயர்களேனும், அன்னியர்களேனும் வீட்டிற்கு வந்துவிடுவார்களாயின் தங்களால் கூடிய உணவு, தாகசாந்தி முதலியவைகளை அளித்து ஆதரித்துவரும் தன்மப்பிரிய குணச் செயலாலும் இக்குலத்தோர் பூர்வ புத்தமார்க்கத்தோரென்னும் எட்டாவது ஆதாரமாகும்.

பர்ம்மா, தீபேத், சிலோன் முதலிய தேசங்களில் வாசஞ்செய்யும் பௌத்தர்கள் யாவரும் அவுடத விஷயங்களிலும், வியாதி விஷயங்களிலும், கணிதாதியாம் சோதிட விஷயங்களிலும் ஆராய்ச்சியுடையவர்களாய் தேசக் குடிகளுக்கு உபகாரிகளாக விளங்குகின்றார்கள்.

அதுபோலவே பறையர்கள் என்று அழைக்கப்பெற்ற பூர்வபௌத்தர்கள் வைத்திய விஷயங்களிலும், சோதிட விஷயங்களிலும், வித்துவ விஷயங்களிலும் அநுபவமுடையவர்களாய் பூர்வத்தில் நடத்திவந்தது போலவே தற்காலமுந் தக்க விவேகமுடன் நடத்திவரும் கணித அனுபவத்தைக் கொண்டும் வைத்திய அநுபவத்தைக் கொண்டும் வித்துவ அநுபவத்தைக் கொண்டும் இவர்கள் பூர்வ பௌத்தர்களே என்பதின் ஒன்பதாவது ஆதாரமாகும்.

புத்ததன்மத்தைத் தழுவிய சமணமுனிவர்களால் வரைந்து வைத்திருந்த கணித நூற்கள், வைத்திய நூற்கள், நீதி நூற்கள், ஞான நூற்கள் யாவையும் பெரும்பாலும் இக்குலத்தோர் கையிருப்பில் வைத்திருந்து தற்காலம் அச்சிட்டு வெளிக்குக் கொண்டுவந்திருக்கும் விவேக சுதந்தரத்தாலும் இவர்கள் பூர்வ பௌத்தர்களே என்னும் பத்தாவது ஆதாரமாகும்.

இத்தேசத்துள் நூதனமாகக் குடியேறியுள்ள வேஷ பிராமணர்களால் பறையர்களென்றும், பஞ்சமரென்றும், வலங்கையரென்றும் அழைக்கப்பெற்ற கூட்டத்தோர் பூர்வ பௌத்தர்கள் என்பதை

முதலாவது இவர்கள் வழங்கிவரும் பெயர்களினாலும்,

இரண்டாவது இவர்கள் சிந்தித்துவரும் தெய்வப்பெயராலும்,

மூன்றாவது இவர்கள் தன்ம கன்மங்களை நிறைவேற்றிவரும் கன்மகுருக்களாலும்,

நான்காவது இவர்கள் விவாக காலங்களில் அநுபவித்துவரும் சின்னங்களாம் விருதுகளினாலும்,

ஐந்தாவது திருவாரூரில் இவர்கள் யானையின் மீது ஊர்வலம் வரும் அதிகாரத்தினாலும், செல்வராயர் ஆலயத்தில் உள்பிரவேசித்து பூசிக்கும் சுதந்தரத்தினாலும்,

ஆறாவது பூர்வ பௌத்தர் தங்கட் பெயர்களினீற்றில் யாதொரு தொடர்மொழியுஞ் சேர்க்காது வாழ்ந்துவந்ததுபோல் இவர்களுந் தங்கட் பெயர்களினீற்றில் யாதொரு தொடர்மொழியும் சேர்க்கா பெயர்களினாலும்,

ஏழாவது இவர்களுக்குள்ள சாதிபேத, உணவுபேதங்களற்ற செயல்களாலும்,

எட்டாவது தங்களை அடுப்போரை ஆதரிக்கும் அன்பின் பெருக்கத்தாலும்,

ஒன்பதாவது கணிதமோதுதலிலும், வைத்திய அநுபவத்தினாலும்,

பத்தாவது சமணமுநிவர்கள் இயற்றியிருந்த கணித நூற்களையும், வைத்திய நூற்களையும், நீதி நூற்களையும், ஞான நூற்களையும் தங்கடங்கள் கையிருப்பில் வைத்திருந்து தற்காலம் அச்சுக்கு வெளிக்குக் கொண்டுவந்த சாஸ்திர சுதந்தரத்தினாலும் நிரூபித்திருக்கின்றோம்.

- 2:44: ஏப்ர ல் 14, 1809 -

வேஷப்பிராமணர்களால் இக்குலத்தோர் நிலைகுலைந்து பலவகைத் துன்பங்களை அநுபவித்து பௌத்தசாஸ்திரிகள் நிலைகுலைந்தும், சாஸ்திரங்கள் சிதலுண்டும் நசிந்துபோனவைபோக கையிருப்பில் மிகுந்திருந்த சாஸ்திரங்களாகும் குமாரசாமியம், மணிகண்டகேரளம், சோதிடலங்காரம், வருஷாதி நூல், மற்றுமுள்ள கணித நூற்களை வள்ளுவ மார்க்கலிங்க பண்டாரமவர்களாலும், மணிகண்ட கேரள முதலியவைகளை குழந்தை வேலுபரதேசியவர்களாலும், நாயனார் திரிக்குறள், நாலடி நானூறு, அறநெறித்தீபம் இவைகளை ஜர்ஜ ஆரங்டியன் துரை பட்லர் கந்தப்பன் அவர்கள் கையிருப்பில் வைத்திருந்து தமிழ்ச்சங்கத்து அதிபர் கனம் எலீஸ்துரையவர்களிடங்கொடுத்து மானேஜர் முத்துசாமிப் பிள்ளையவர்களால் அச்சிட்டு பரவச்செய்திருக்கின்றார்.

சித்தர்களின் பாடல்களை மயிலை குழந்தைவேலு பண்டாரமவர்கள் அச்சிட்டு வெளிக்குக் கொண்டு வந்திருக்கிறார்.

வைத்திய காவியம், சிவவாக்கியம், இரத்தின கரண்டகம் இவைகளை புதுப்பேட்டை திருவேங்கிடசுவாமி பண்டிதரவர்களாலச்சிட்டு வெளிக்குக் கொண்டு வந்திருக்கின்றார்.

போகர் எழுநூறு, அகஸ்தியர் இருநூறு, சிமிட்டு ரத்தனச்சுருக்கம், பாலவாகடம் முதலிய வைத்திய நூற்களை வீ. அயோத்திதாச கவிராஜ பண்டிதரவர்களால் அச்சிட்டு வெளிக்குக் கொண்டுவந்திருக்கின்றார்.

இதுவுமின்றி பூர்வமுதல் நாளது வரையில் கையேட்டுப்பிரிதிகளாய் சிறுவர்கள் முதல் பெரியோர்கள் வரையில் கற்பித்துவரும் அரிச்சுவடி, வரிக்குவாய்பாடம், பெயர்ச்சுவடி, ஆத்திச்சுவடி, கொன்றைவேந்தன், வெற்றிவேற்கை, மூதுறை, திவாகரம், நிகண்டு, எண்சுவடி, நெல்லிலக்கம், பொன்னிலக்கம், மற்றுமுள்ள சிறந்த தமிழ் தாற்களை பூர்வ விவேகமிகுத்த குடும்பத்தோர் நாளதுவரையில் தங்கடங்கட் கையிருப்பில் வைத்திருக்கின்றார்கள்.

இச்சென்னை ராஜதானியில் ஆதியாகத் தமிழ்ப் பத்திரிகை ஒன்றை வெளியிட்டவர்களும் இக்குலத்தோர்களேயாகும்.

அதாவது - புதுப்பேட்டை திருவேங்கிடசுவாமி பண்டிதர் "சூரியோதய" ப்பத்திரிகை என்னும் ஒன்றை வெளியிட்டிருந்தார். இரண்டாவது சுவாமி அரங்கையதாஸவர்களால் "சுகிர்தவசனி" என்னும் பத்திரிகை வெளியிட்டிருந்தார். மற்றும் இக்குலத்தோருள் அனந்த பத்திரிகைகளும்,

புத்தகங்களும் வெளியிட்டிருக்கின்றார்கள். நாளதுவரையிலும் வெளியிட்டும் வருகின்றார்கள்.

இத்தியாதி பூர்வபௌத்த வம்மிஷ வரிசையோர் பெயர்களினாதாரங்களையும், செயல்களினாதாரங்களையும், சாஸ்திர ஆதாரங்களையும், சாஸ்திரிகளின் ஆதாரங்களையும் தற்காலம் யாம் ரூபிப்பதற்கும், வெளியிடுவதற்கும் எமக்காதாரம் யாதென்பீரேல், கனந்தங்கிய பிரிட்டிஷ் ராஜரீகமேயாகும்.

எவ்வகையிலென்பீரேல் - வேஷபிராமணர்கள் தங்கள் வயிற்று சீவனத்திற்காக ஏற்படுத்திக்கொண்ட நூதனங்களையும், சாதிகளையும், பரவச் செய்வதற்காய் சத்திய தன்மங்களாம் பௌத்தசாஸ்திரங்களை அழித்து பௌத்தர்களையும் தாழ்ந்த சாதி பறையர்களென்று அழித்து வசியிலும், கற்காணங்களிலும், கழுவிலும் வதைத்துக் கொன்றுவந்த அநுபவக்காட்சிகளை கர்னல் ஆல்காட் துரையவர்கள் எழுதியுள்ள (பூவர்பறையா) என்னும் புத்தகத்தில் பரக்கக் காணலாம்.

அத்தகையக் கொரூரத் துன்பங்களை வேஷப்பிராமணர்கள் இது வரையில் செய்துக்கொண்டும், பறையர்களென்னும் பூர்வபௌத்தர்கள் அவற்றை இதுவரையில் அநுபவித்தும் வந்திருப்பார்களாயின் இவர்கள் தேகங்கிடந்த இடங்களில் எலும்புங் காணாமற்போயிருக்குமென்பது சத்தியமாம்.

இத்தகைய கொரூர்காலத்தில் பூர்வபுண்ணிய வசத்தால் பிரிட்டிஷ் துரைத்தனம் வந்து தோன்றி சத்துருக்களின் கொரூரம் ஒடுங்கி இக்குலத்தோர் கிஞ்சித்து சீர்பெறவும் தங்கடங்கட் கையிருப்பின் சாஸ்திரங்கள் வெளிவரவும் அவைகள் யாவையும் முப்பது வருட காலமாக தேறவிசாரித்து நாங்கள் பூர்வ பௌத்தர்களே என்று வெளியேறவுஞ் செய்தது பிரிட்டிஷ் துரைத்தனத்தின் நீதிநெறி அமைந்த செங்கோலே ஆதலின் எமக்காதாரம் பிரிட்டிஷ் ஆட்சியேயென்று துணிந்துங் கூறியுள்ளோம்.

- 2:45; ஏப்ரல் 21, 1909 -

வேஷப்பிராமணர்கள் இந்தியாவில் தோன்றிய காலவரை

நாளது வரையில் தமிழ் பாஷைக்கு மூலாதாரமாக விளங்கும் கருவிகளாகிய ஆத்திச்சுவடி, கொன்றைவேந்தன், மூதுரை, குறள், நீதிவெண்பா, விவேகசிந்தாமணி மற்றுமுள்ள கலை நூற்கள் யாவும் பறையர்களென்று தாழ்த்தப்பட்டுள்ள பூர்வபௌத்தர்களே இயற்றியுள்ளாரென்பது அநுபவக் காட்சியேயாம்.

இத்தகையவித்தையிலும், புத்தியிலும், ஈகையிலும், சன்மார்க்கத்திலும் கீர்த்தி மிகுத்திருந்த பௌத்தர்களை பறையர்கள், பறையர்களென்றும், தாழ்ந்த சாதியோர், தாழ்ந்த சாதியோரென்றும் சீர்கெடுத்த காலத்தையும்,

மிலேச்சர்களாகிய ஆரியர்கள் பிராமணர், பிராமணரென்று வேஷமிட்டுக் கொண்டு உயர்ந்த சாதியோர் உயர்ந்த சாதியோரென்று சீர்பெற்ற காலத்தையும் ஆராய்வோமாக.

மகட பாஷையில் அறஹத்தென்றும். சகட பாஷையில் பிராமணரென்றும், திராவிட பாஷையில் அந்தணரென்றும் அழைக்கப் பெற்றபெயர் ஆதியில் புத்த பிரானொருவருக்கே உரியதாயிருந்தது. அது கண்டு சீவக சிந்தாமணியில் "ஆதிகாலத்து அந்தணன் காதன் மாகனொத்தா"னென்றும் காக்கை பாடியத்தில் "ஆதிகாலத்தந்தணனறவோ னென்றும்" புத்த சங்கவடியார்கள் அந்தண நிலையடைந்து அறஹத்துக்களான காலத்தில் புத்தபிரானை சீவகசிந்தாமணியில் அந்தணர்கள் தாதையென்றும் வரைந்திருக்கிறார்கள்.

பெண்ணாசை, மண்ணாசை, பொன்னாசை என்னும் மூன்றையும் ஒழித்து இந்திரர்களாய் சருவவுயிர்களை உந்தன் உயிர்போல் ஆதரிக்கும் தன்மகுணமாம் சாந்தம் நிறைந்தவர்கள் எத்தேச, எப்பாஷை எச்சாதி எச்சமயத்தோர்களாயிருப்பினும் பௌத்த தன்மகாலத்தில் அந்தணர்களென்றும், பிராமணர்களென்றும் அழைத்து வந்தார்கள்.

சீவகசிந்தாமணி

ஆசையார்வ மோடையபின்றியே / யோசைபோ யுலகுண்ணதோற்றபி
னேகபெண்ணாழித் நிந்திரர்களாய் / தூயஞானமாய்த் துறக்கமெய்தினார்.

திரிக்குறள்

அந்தணரென்போரறவோர் மற்றெவ்வுயிக்குஞ்
செந்தண்மெய்ப் பூண்டொழுகலால்.

புத்தவியாரங்களில் இத்தகைய சுத்த இதயமுண்டாய் சாந்தமாந்தண்மெய் நிறைந்தவர்களையே அரசர்கள் முதல்வணிகர், வேளாளரென்ற முத்தொழிலாளர்களும் வணங்கி அவர்களுக்கு வேணவுதவி புரிந்து வருவது இயல்பாயிருந்தது.

அந்தணர்களுக்குள்ள வித்தகைய சிறப்பையும், சுகத்தையும், மணிவண்ணனென்றும், சீவகனென்றும் வழங்கிவந்த பௌத்தவரசர்களின் காலத்தில் இந்தியாவிற் குடியேறியிருந்த மிலேச்சர்களாம் ஆரியர்களிருந்து சகடபாஷையிற் சிலத்தைக் கற்று தங்கள் பெண் சாதி பிள்ளைகளுடன் சுகத்திலிருந்துக்கொண்டே அந்தணர்களென்றும் வேஷமிட்டுக் கொண்டு கல்வியற்ற சிற்றரசர்களையும், பெருங்குடிகளையும் தங்கள் வயமாக்கி பயந்து பிச்சை இரந்தும் பயத்துடன் உயிர்வதை செய்து மாமிஷங்களைச் சுட்டுத்தின்றவர்கள் தங்கள் வாய் மொழியேற்ற கூட்டத்தார் மிகுத்தவுடன் அதிகாரப்பிச்சையிரந்து தின்னவும், அதிகாரயாகமென்னும் ஆடுமாடுகளைச் சுட்டுத்தின்னவும் ஆரம்பித்துக்கொண்டார்கள்.

கொலையும் புலையுமில்லாதிருந்த நாட்டில் உயிருடன் ஆடுமாடுகளை நெருப்பிலிட்டு உயிர்வதை செய்து தின்னும் படும்பாவிகளைக் கண்டபௌத்தர்கள் மனஞ்சகியாறாய் வேஷப்பிராமணர்களை அடித்துத் துறத்தியும் அவர்கள் போதனைக்கு இசையாமலுமிருந்தார்கள்.

விவேகமிகுந்த பௌத்தர்கள் வேஷபிராமணர்கள் போதனைக்குட்படாமல் அன்னியப்பட்டிருந்தபடியால் அவர்களை பராயர்களென்றும் அந்தரங்கக் கூற்றை சகலருக்கும் பறைந்துக்கொண்டு வந்தபடியால், பௌத்தர்களை பறையர்களென்றும், பராயர்களென்றுங் கூறிக்கொண்டே வந்து

தங்கள் கட்சியோர் பிலத்தவுடன் பறையர்களென்றும், தாழ்ந்த சாதிகளென்றுங் கூறி அப்பெயரைப் பரவச் செய்யவும், பலப்படுத்தவும் ஆரம்பித்துக்கொண்டார்கள்.

இம்மிலேச்சர்களாம் ஆரியர்கள் தோன்றி வேஷ பிராமணர்களான காலமும் விவேகமிகுத்த பௌத்தர்கள் பறையர்களென்று தாழ்த்தப்பட்ட காலமும், மணிவண்ணன் அரசாட்சிக்கும், சீவகன் ஆட்சிக்கும் உட்பட்ட காலமாதலின் ஆயிர வருடங்களுக்கு உட்பட்டதென்றே வரையறுத்துக் கூறத்தகும்.

ஈதன்றி கிறீஸ்து பிறப்பதற்கு முன்பு 543-வருடம் மகத நாட்டைச் சார்ந்த இராஜ கிரகமென்னும் பட்டணத்தில் அஜாத சத்துருவென்னும் அரசனால் ஞான விசாரணை சங்கங் கூட்டப்பட்டது.

இரண்டாவது கி.மு 413-வருடம் வைசாலி என்னும் நகரத்தில் பௌத்தர்கள் யாவருஞ் சேர்ந்து விசாரிணை சங்கங் கூட்டப்பட்டது.

மூன்றாவது கி.மு. 255-வருடம் பாடலிபுரத்தில் அசோக அரசனால் விசாரிணை சங்கங் கூடப்பட்டது.

நான்காவது கீறீஸ்துவுக்கு பின்பு 78- வருடம் ஜலந்தராவில் கானிஷ்காவென்னும் அரசனால் விசாரியை சங்கங் கூட்டப்பட்டது.

இந்த கானிஷ்காவென்னும் அரசனின் காலமோ 800-வருடமென்று வரையறுத்திருக்கின்றது. இத்தியாதி விசாரிணை சங்கங்களில் இந்த வேஷ பிராமண சங்கத்தோரிருந்தார்களென்றாயினும், வேஷ பிராமணர்கள் வேதங்களை வாசிக்கப்பட்டதென்றாயினும், வேஷ பிராமணர்கள் வேதங்களை சாதிக்கப்பட்ட தென்றாயினும், சரித்திரக்காரர்களால் விளங்கியது கிடையாது.

அங்ஙனமிருக்கின் புத்தபிரான் காலத்திலேயே பிராமணர்கள் வந்து பகவனுடன் தரிசித்து பௌத்தர்களாகி விட்டார்களென வரைந்திருப்பது பொய்யாமோ என்பாருமுண்டு.

அஃது முழுப்பொய்யென்றே துணிந்து கூறுவோம். எங்ஙனமென்னில் (கமான்டிரன்சீப்) என்று ஆங்கிலேய பாஷையில் வழங்குவது படைத்தலைவனுக்குரிய பெயரேயாகும்.

அத்தகையப் பெயரை பிச்சையிரந்துண்ணும் ஓர்தடிச் சோம்பேறி வைத்துக்கொண்டு நான் படைத்தலைவன் நான் படைத் தலைவனென்று கூறுவானாயின் அவனை விவேகிகள் படைத் தலைவனென ஏற்பரோ ஒருக்காலும் ஏற்க மாட்டார்கள்.

அதுபோல் பிராமணர், அந்தணரென்னும், பெயர் சகலபற்றுக் களையுமறுத்து சாந்தம் நிறைந்த மகா ஞானிகளுக்குரியவைகளாகும் அதனுட்பொருளை உணராது குடிகெடுப்பு, வஞ்சினம், பொருளாசை மிகுத்தக் குடும்பியொருவன் தன்னை பிராமணனென்றும், அந்தணரென்றும், கூறுவானாயின் அப்பெயரை விவேகிகள் ஏற்பரோ, ஒருகாலும் ஏற்கமாட்டார்கள்.

புத்த பிரானிருக்குங்கால் வேஷ பிராமணர்களிருந்தார்கள் என்னும் பொய் சரித்திரங்கள் தோன்றிய காரணம் யாதென்பீரேல்,

புத்தபிரான் பிறந்து வளர்ந்து பரிநிருவாண முற்றதேசம் இந்த தேசமேயாதலின் சீன யாத்திரைக்காரரும், ஜெர்மன் யாத்திரைக்காரரும் பர்மா யாத்திரைக்காரரும், இவ்விடம் வந்து புத்தரது திவ்விய சரித்திரத்தையும் அவரது தர்மங்களையும், கேட்டு எழுதிக்கொண்டு போவது வழக்கமாயிருந்தது.

அக்காலத்தில் மிலேச்சர்களாம் ஆரியர்கள் பிராமண வேஷமிட்டுக் கொண்டிருந்தவர்களாதலின் தங்கள் பிராமண வேஷம் புத்தர் காலத்திலேயே இருந்ததுபோலும் அவரிடம் தருக்கம் புரிந்து பௌத்தர்களாகிவிட்டது போலும் சில கட்டுக்கதைகளை வரைந்து கொடுக்க அவைகளை மெய் சரித்திரமென்று நம்பிக்கொண்டுபோய் தாங்கள் வெளியிட்டுள்ள புத்ததன்மங்களிற் சேர்த்துவிட்டார்கள்.

பகவன் வேஷ பிராமணர்களுடன் வாதிட்டாரென்று வரைந்திருந்த போதினும் வேஷ பிராமணர்களின் வேதவாக்கியங்களைக் கொண்டேனும், இன்னின்ன வினாக்களுக்கு இன்னின்ன விடைகள் அறிந்தார்களென்றும் ஓர் மொழியுங் கிடையாது. வெறுமனே பிராமணர்கள் புத்தரிடம் வாதிட்டார்கள். புத்தரவர்கள் போதித்த தன்மத்தைக் கேட்டு பிராமணர்கள் பௌத்தர்களானார்களென்பதே கதாசுருக்கம்.

இத்தகையக் கட்டுக்கதைகளால் வேஷபிராமணர்களும், வேஷ பிராமணர்களின் வேதங்களும், புத்தபிரானுக்கு முன்பேயிருந்ததென்று சமயோசிதமாறுபாடுகளை உண்டு செய்து சத்திய தன்மங்களைப் பாழ்படுத்தி அசத்திய தன்மத்தை மெய்ப்பிப்பதற்குக் கடைகாலிட்டுருக்கின்றார்கள்.

இதற்குப் பகரமாய் கபிலர் காலத்தில் வேஷபிராமணர்களிருந்துள்ளார்களென்னுங் கட்டுக்கதை அகவலும் ஒன்றை வரைந்து வைத்திருக்கின்றார்கள்.

- 2:46; ஏப்ரல் 28. 1909 -

கபிலரகவலையும், அதன் உட்கருத்தையும் இவ்விடம் விளக்கவேண்டிய காரணம் யாதென்பீரேல் :-

இக்கபிலரகவலிலுள்ளக் கதைகள் யாவும் பொய்க்கதைகளென்று தெள்ளறவிளங்குமாயின் புத்தபிரான்காலத்திலும் வேஷ பிராமணர்களிருந்துள்ளார்களென்னும் பொய்க் கதைகளின் விவரம் வெள்ளிடை மலை போல் விளங்கும்.

கபிலர் அகவலேற்படுத்த நேரிட்ட காரணமோவெனில், தன்னை அன்னிய சாதியானென்று பிராமணர்கள் கூறி உபநயனங்கொடாது தடை செய்ததேயாகும்.

இத்தகைய உபநயனத்தை ஞானாசிரியர்கள் மாணாக்கர்களுக்கு அளிக்குங்கால் அவனது ஞான விசாரணையின் அதி தீவிரத்தையும், பரிபக்குவத்தையுங் கேட்பார்களன்றி நீவிர் சின்ன சாதியினனா பெரிய சாதியினனாவென்று அஞ்ஞான வினாக்கள் வினவமாட்டார்கள்.

யாதுகாரணமென்பீரேல், பாலியாம் மகடபாஷையில் உபநயன மென்றும், சகடபாஷையில் கியானநேத்திரமென்றும், திராவிட பாஷையில் ஞானக்கண் உள்விழியென்றுங் கூறப்படும்.

இவற்றையே ஞான ஆசிரியர் மாணாக்கனுக்களித்து அநுபவங்கேட்பது சுவாபமாகும்.

கியானதீபம்

ஊனக்கண் அன்றென் றுளக்கண் அளித்தபின் ஞானவதுபவு முரையென்றுரைத்தது.

கைவல்யம்

அசத்திலெம்மட்டுண்டம்மட்டும் பராமுகமாகினாய்
நிசத்திலுள்விழிபார்வையிப்படி நிறத்தர பழக்கத்தால்
வசத்திலுன் மனனின்று சின்மாத்திர வடிவமாகிடின் மைந்தா
கசத்ததேகத்திலிருக்கினு மானந்தக் கடல்வடி வாவாயே.

இத்தகைய உபநயனத்தை முப்பதாவது வயதிலளிப்பது ஞான குருக்களியல்பாம் கபிலருக்கு ஏழுவயதில் ஞானவிழி திரக்க வாரம்பித்தார்கள் என்பது முதற் பொய்யாகும்.

கபிலரோ புத்ததன்மத்தைச் சார்ந்தவர். அவரிடம் ஒருவன் உலகத்தை உண்டு செய்தானென்னில் உண்டுசெய்தவன் யார், அவற்றைக் கண்டவன் யார், கண்டதை வரைந்துள்ளவன் யார் என்று வினவுவதுடன் உள்ளதினின்று உலகந்தோன்றிற்றா இல்லாததின்று உலகந் தோன்றிற்றா என்றும் வினாவுவார்.

இத்தகைய விவேகமிகுத்தோர் தான்பாடும் அகவலின் உலகத்தை நான்முகன் படைத்தானென்று கூறியுள்ளாரென்பது இரண்டாவது பொய்.

சூளாமணி

யாவனாற் படைக்கப்பட்ட துலகெலாம் யாவன் பார்த்த
தேவனால் படைக்கப்பட்ட நியாவன தகலஞ்சேர்ந்து
பூவினாற் பொறியொன்றானாள் புண்ணிய வுலகங்காண
யேபினான் யாவனம்மெய் யாவனதுலகமெல்லாம்

நான்முகனென்றும் பெயர் புத்தருக்குரிய ஆயிரநாமங்களிலொன்று.

கமலசூத்திரம்

சகஸ்திர நாம பகவன்

மணிமேகலை

ஆயிர நாமத்தாழியன் திருவடி

நன்னூல்

பூமலியசோகின் புனைநிழ லமர்ந்த / நன்முகற்றொழுது நன்கியம்புவ னெழுத்தே

தனது செயல்களையும், தன் ஒழுக்க நிலைகளையும் நன்காராய்ந்து பார்ப்போன் எத்தேச எப்பாஷைக்காரனாயினும் அவனையே பார்ப்போன் பார்ப்பானென்று கூறப்படும்.

புத்த சங்கத்திற் சேர்ந்து நீதிநெறி ஒழுக்கத்தில் நிற்கப்பார்க்கும் புருஷர்களுக்கு பார்ப்பாரென்றும், இஸ்திரீகளுக்கு பார்ப்பினிகளென்றுங் கூறப்படும்.

இவற்றையே பாலிபாஷையில் பிக்கு பிக்குணியென்றுங் கூறப்படும்.

ஒட்டியர் மிலேச்ச ரூணர் சிங்களர்
இட்டிடை சோனகர் யவனர் சீனத்தார்
பற்பல நாட்டினும் பார்ப்பா ரிலையால்

என்று தான் கூறியுள்ள நாடுகளில் பார்ப்பார்களில்லையென்று கூறியுள்ளது மூன்றாவது பொய், பௌத்தர்களால் ஆரியர்களையே மிலேச்சர்களென்று கூறியுள்ளதை மறுப்பதற்காய் தங்களைவிட வேறு மிலேச்சர்களிருப்பது போல் வரைந்தும் வைத்துக்கொண்டார்கள்.

தற்காலம் அந்தணரென்றும், பிராமணரென்றும் வேஷமிட்டுருப்போர் தங்கள் தங்கள் சுய சாதிகளுக்கும், சுயமதஸ்தர்களுக்கும் அன்னமளித்துக் கொள்ளுவது வழக்கமேயன்றி மற்றயயேழை எளியோர்களுக்குக் கொடுப்பதுங் கிடையாது. தாங்கள் புசிக்குமுந்தி அவர்களில்லங்களில் ஏனையோர் செல்லவும் போகாது.

இத்தியாதிசுசாதி யபிமானிகள் ஓர் காட்டில் விழுந்து கிடக்கும் பிள்ளையை இன்னசாதி, யினியசாதியென்றறியாது எடுத்து வளர்த்ததும் காரணமின்றி கபிலரென்னும் பெயர்கொடுத்தும் நான்காவது பொய்.

தென்திசைப்புலையன் வடதிசைக்கேகி
பழுதறவோதி பார்ப்பானாவான்
வடதிசைப்பார்ப்பான் தென்திசைக்கேகி
நடையதுகோணி புலையனாவான்

இத்தகையாகப் பிறப்பில் சாதியில்லையென்று கூறியவர் பாணர்வீட்டில் ஔவை வளர்ந்தாள், பறையர் வீட்டில் ஔவை வளர்ந்தாள், பறையர் வீட்டில் வள்ளுவர் வளர்ந்தார், அந்தணர் வீட்டில் கபிலர் வளர்ந்தாரென்றும் சாதிகளை நிலைநிற்கக் கூறியது ஐந்தாவது பொய்.

காரணம் - தொழிலால் சாதிகள் ஏற்பட்டுள்ளதென்பதை வற்புருத்திக் கூறியிருப்பாராயின், அவனவன் தொழிலுக்குஞ் செய்கைக்குத் தக்கவாறு அந்தணர் வீட்டிலேயே பறையன், பாணனிருக்கமாட்டானா, பறையன் வீட்டிலேயே பாணன் பார்ப்பானிருக்கமாட்டானா. இவைகள் யாவையும் நோக்காமல்,

பறையர் வீட்டில் வள்ளுவர் வளர்ந்தாரென்றும், அந்தணர் வீட்டில் கபிலர் வளர்ந்தாரென்றும் பிறப்பினிடத்திலேயே சாதியுண்டென்பதை நிலைநிறுத்தி கபிலர் காலத்திலேயே இவ்வேஷ பிராமணர்களிருந்தார்களென்றும் சாதிகளிருந்ததென்றுங் கதா வஸ்திபாரமிட்டுக் கொண்டார்கள்.

இக்கபிலரகவ லென்னுங் கட்டுக்கதையானது பிறப்பிலேயே சாதிகளுமுண்டு. பூர்வத்திலேயே இவ்வேஷபிராமணர்களும் உண்டென்று சமயோசிதமாக தங்களை சிறப்பித்துக் கொள்ளுவதற்கேயாம்.

பூர்வ பௌத்த தர்மத்தைச் சார்ந்த கபிலரே இவ்வகவலை இயற்றியுள்ளாரென்னும் பொய்யை அடியிற் குறித்துள்ள செய்யுட்களால் அறிந்துக் கொள்ளலாம்.

பூர்வ பௌத்த தர்ம்ம கர்ம்மகுருக்களாக விளங்கிய வள்ளுவர்களையே வேஷ பிராமணர்கள் முதற் பறையராக வகுத்துள்ளதை ராட்ளர் டிக்ஷநெரியில் பதிந்துள்ளதும் அன்றி வள்ளுவர்களையே பறையர்களென்று கூறி பலவகையிடுக்கங்களினாற் பாழ்படுத்தி வருகின்றார்களென்றும்,

எங்கள் பரம்பரை மகத்துவம் இப்போது உங்களுக்கு விளங்காது இன்னுஞ் சில நாளையில் அஃது விளங்குமென்றும் திருவள்ளுவு சாம்பனார் தானியற்றியுள்ள ஞானவெட்டியில் கூறியிருக்கின்றார்.

ஞானவெட்டி

விட்டகுறை வருமளவும் உபதேசங்காண்
மெய்யுடலுந்தளர்ந்து புவிமேலு நோக்கி
தட்டழிந்து விழும்போது வோதிவைத்த
சாத்திரத்தை க்ஷணப்போது மறியப்போமோ
எட்டிரண்டுமறியாதார் குருக்களாமோ
யென்னையினி பறையனென்று தள்ளப்போமோமட்டமரும்
பூங்குழல்வா லாம்பிகைப்பெண்
வங்கிஷத்திலுதித்த சாம்பவனும் தானே.

ஆதியில்லை அந்தமில்லை ரூபமுல்லை-காலம்
அண்டரண்ட பேரண்டமும் பிண்டமுமில்லை
சாதியில்லை நாதியில்லை ஆண் பெண்ணிலாக்- காலந்
நாணுவாய் நாதவிந்து வூணுதலாக்
ஓதியதோர் வேதமில்லை மறையோரில்லை-சாதி
வொன்றுமில்லை யன்றுமின்று மொன்றதாச்சு - இந்த
சேதிவரலாரறிய சிவநாட்செல்லும் - செகம்
ஜெநநமெடுத்த நிலை ஏதுவதுகாண்.

இவ்வகையாய் வள்ளுவர்களையே பறையர்களென்று பாழ்படுத்தியது பரக்க விளங்குங்கால் பறையர் வீட்டில் வள்ளுவர் வளர்ந்தாரென்று கபிலர் அகவல் பாடியுள்ளாரென்பது கற்பனாகதை என்றே கூறத்தகும்.

இத்தகையப் பொய்க்கதா பிறட்டுகளைக்கொண்டே புத்தர்காலத்திலும் வேஷபிராமணர்கள் இருந்துள்ளார்கள் என்னுங் கட்டுக்கதை புறட்டுகளை திட்டமாக அறிந்துக் கொள்ளுவதுடன் அந்தணனென்னும் நிலை வாய்த்தவனுக்கு பிள்ளை வளர்க்கவேண்டுமென்னும் பாச பந்தமுண்டோவென்பதை கபிலரே அறியாமற் பாடிவிட்டாரோ, கற்பனா கதையாம் விவேகக் குறைவோ அவற்றைக் கற்றவர்களே அறிந்துக் கொள்ள வேண்டியதாகும்.

- 2:47: மே 5, 1909 -

புத்தபிரான் காலத்திற்கு முன்பே வேஷபிராமணர்களும் வேஷபிராமணர்கள் வேதங்களும் வேஷபிராமணர் வேதாந்தங்களும் ஒற்றுமெய்க் கேட்டிற்கு ஆதாரமாகும் சாதி பேதங்களும் இருந்ததென்று கூறித்தங்களைச் சிறப்பித்துக் கொள்ளுவதற்கு இத்தியாதி கட்டுக்கதைகளை ஏற்படுத்தி வைத்துக் கொண்டிருக்கின்றார்கள்.

வேஷபிராமணர்கள் இத்தேசக் குடிகளல்ல வென்பதையும் இத்தேசக் குடிகளுக்கு இவர்கள் யதார்த்த குருக்களல்ல என்பதையும் அடியிற்குறித்துள்ள செயலால் அறிந்து கொள்ளலாம்.

அதாவது பௌத்தர்களுக்குள்ளும் மகமதியருக்குள்ளும், கிறிஸ்தவர்களுக்குள்ளும் உள்ள அவரவர்களைச் சார்ந்த குருக்களுக்கு ஏதேனும் சுகா சுகங்கள் நேரிடுமாயின் அந்தந்த கூட்ட மார்க்கத்தார் சென்று அவரவர் குருக்களுக்கு வேண்டிய உதவிபுரிந்து சுகவாக செயல்களுக்கும் கூடவே கலந்திருந்து சகல காரியாதிகளையும் நடத்திவிட்டு அவரவர்கள் இல்லம் சேர்வது வழக்கமாகும்.

இவ்வேஷ பிராமணர்களாம் பொய்க்குருக்களின் சுபா அசுபங்களுக்கு அவர்கள் மதத்தைச் சேர்ந்த கூட்டத்தார் தங்கள் குருக்களுக்குண்டாகும் சுப அசுப காரியங்களாச்சுதேயென்றுஞ் செல்லவும் மாட்டார்கள்.

தங்களைச் சேர்ந்த மாணாக்கர்களாச்சுதே அவர்களெல்லோரும் நமது சுப அசுபகாரியங்களிலிருக்க வேண்டும் என்று அவர்களும் அழைக்க மாட்டார்கள்.

யதார்த்தபிராமணர்களுக்குரிய அறுவகைத் தொழிலில் ஏற்றல், ஈதல் என்னும் இருவகைத் தொழிலாம். தங்கள் மார்க்கத்தைச் சார்ந்த சகல குடிகளிடத்தும் தானமேற்றலும், உள்ளமிகுதி வஸ்துக்களை இல்லாத சகல ஏழைகளுக்கும் பேதமில்லாமல் தன்மம் யீதலும் ஆகியத் தொழிலினுள் வேஷபிராமணர்கள் தொழிலோவெனில், தங்கடங்கள் மதத்தைச் சேர்ந்தவர்களிடத்திலும் ஏனையோரிடத்திலும் தானமேற்றுக் கொள்ளுவார்கள்.

தாங்கள் ஈயும் தன்மத்தை சகலருக்கும் பொதுவாகக் கொடாது தங்கள் சுயசாதிகளுக்கு மட்டிலும் கொடுத்துக் கொள்ளுவார்கள்.

இத்தேசக்குடிகளுக்கும், இவர்கள் தன்மத்திற்கும், மாறுபட்டவர்களாதலின் இத்தேசத்தோருடன் சகலகாரியாதிகளிலும் பொருந்தாமலும், இவர்கள்மீது அன்பு பாராட்டாமலும் தங்கள் சுயசாதிகளின் விருத்தியையே நாடியிருப்பதை இவர்கள் இத்தேசத்தில் குடியேறி குடிகெடுத்த நாள் முதல் நாளதுவரையிலுமுள்ள அநுபவத்தாலும் கண்டுக் கொள்ளலாம்.

இத்தியாதி காரியங்களில் கலவாமலும் சுபா சுபகாரியங்களில் மற்றவர்களை சேரவிடாமலும் இருப்பது, புத்தபிரான் காலத்தில் வேஷபிராமணர்கள் இருந்தார்கள் என்றும் கபிலர் காலத்திலும் வேஷபிராமணர்கள் இருந்தார்கள் என்றும், கட்டுக்கதைகளை ஏற்படுத்திவிட்டிருப்பது போல் சமயோசிதமாக இத்தேசத்தோருடன் கலவாது விலகிநின்றே நாங்கள் பிரம்மா முகத்தினின்று பிறந்த பெரியசாதிகளென்றும், பிராமணர்கள் என்றும் கூறிக்கொண்டே தங்கள் யாசகசீவனத்தை நிறைவேற்றி வந்தார்கள்.

கருணைதங்கிய பிரிட்டிஷ் ராஜரீகம் வந்து தோன்றி சகல மதங்களையும், சகல சாதிகளையும் சகல சிலாசாசனங்களை விசாரிணை செய்ய ஆரம்பித்ததின் பேரில் தங்கநிறமான முட்டையிலிருந்து பிறந்த கதைகளையும், பிரம்மா முகத்தினின்று பிறந்த கதைகளையும் ஓர் போக்கில் விட்டுவிட்டு ஆரியவர்த்தத்தினின்று இவ்விடம் சிலர் குடியேறியதாயும், ஐரோப்பா கண்டத்தில் சிலர் குடியேறியதாயும் கற்பனா கோலூன்றி வருகின்றார்கள்.

இத்தகைய சமயோசித கதைகளை உற்பத்தி செய்யும் காரணங்கள் யாதென்பீரேல், இத்தேசப் பூர்வக்குடிகள் யாவரும் விவேக மிகுதியால் ஒன்றுசேர்ந்துக் கொண்டு நாங்கள் எந்தசாதியோருக்குந் தாழ்ந்தவர்களுமன்று, உயர்ந்தவர்களுமன்றென்று கூறி தாங்கள் முன்னேறும் வழிகளைத் தேடுவார்களாயின் தாங்கள் இத்தேசத்து பிரம்மாவைச் சேர்ந்தவர்களில்லை. ஐரோப்பியரைச் சேர்ந்தவர்கள் என்று விலகிக்கொள்ளவும், ஐரோப்பியர் விழித்துக் கொண்டு நாங்களாரியரல்லவென்று இவர்களை விரட்டுவார்களாயின், இந்துக்களுடன் சேர்ந்துகொண்டு பிரம்ம வம்மிஷத்தோரென்று மாறுபடுத்திக் கொள்ளுவதற்கேயாம்.

இவர்கள் இத்தேசத்தில் குடியேறி இத்தேசத்தோரால் மிலேச்சர் ஆரியரென்று பெயர்பெற்று யாசக சீவனத்தால் வயிறுவளர்த்து சமயோசிதமாய் பிராமணவேஷம் எடுத்துக் கொண்டகாலம் ஆயிரம் வருடங்களுக்கு உட்பட்டதேயாகும்.

வேஷபிராமணர்கள் வேதம், சிற்சில வேஷபிராமணர்களாலெழுதி, சிற்சில ஐரோப்பிய துரைமக்களிடம் கொடுத்து அவர்களால் கிடைத்த வரையில் சேர்த்து புத்தகருபப்படுத்தி வேதமென்று வெளிவந்தகாலம் நூறுவருஷத்திற்கு உட்பட்டதேயாகும்.

வேஷபிராமணர்கள் வேதாந்தம், சங்கராச்சாரியாரால் உண்டு செய்ததென்று வெளிவந்தகாலம் தொண்ணூறு வருஷத்திற்கு உட்பட்டதேயாகும்.

அதாவது, இச்சங்கரவிஜயமானது பஞ்சாங்க குண்டையனுக்கும், மார்க்கசகாய ஆச்சாரிக்கும் சித்தூர் ஜில்லா அதவுலத் கோர்ட்டில் வழக்கு நடப்பதற்கு முன்பு தோன்றியிருக்குமாயின் சிவனென்னும் கடவுளே சங்கராச்சாரியாக பிராமணர் குலத்தில் அவதரித்துள்ளபடியால் மார்க்கசகாய வாச்சாரிகுலத்தினும் பஞ்சாங்க குண்டையன் குலமே விசேஷித்ததென்று கோர்ட்டில் நிரூபித்து ஜெயம் பெற்றிருப்பார்கள். அக்காலத்திலில்லாமல் பிற்காலத்தில் தோன்றியபடியால் வேஷபிராமணர் வேதாந்தம் தொண்ணூறு வருடத்திற்கு உட்பட தோன்றியதென்றே துணிந்து கூறியுள்ளோம்.

ஆயிரவருடங்களுக்குட்பட இத்தேசத்தில் குடியேறியுள்ள ஆரியர்களென்னும் மிலேச்சர்கள் இத்தேசப் பூர்வபௌத்தர்களுக்கு மித்திரபேதச் சத்துருக்களாகத் தோன்றி புத்ததன்மங்களைப் பலவகையாலும் பாழ்படுத்தி தேசச் சிறப்பையும் சீர்கெடுத்து மேன்மக்களாம் பௌத்தர்களையும் பறையர்கள் என்று தாழ்த்தி பல வகையாலும் நிலைகுலையச் செய்ததுமன்றி தன்னவரன்னியரென்னும் பட்சபாதமின்றி நீதிசெலுத்தும் பிரிட்டிஷ் ஆட்சியிலும் பூர்வ பௌத்தர்களை முன்னேறாவண்ணம் வேண்டிய தடைகளை செய்து கொண்டும் வருகின்றார்கள்.

ஆதலின் இச்சரித்திரத்தைக் கண்ணுறும் சத்திய தன்மப் பிரியர்களும் நீதிவழுவாக்கனவான்களும் இவ்வெழிய நிலையிலுள்ள பூர்வ பௌத்தர்கள் மீது இதக்கம் வைத்து இவர்களுக்குற்றுள்ள இடுக்கங்களை நீக்கி ஆதரிக்கும்படி வேண்டுகிறேன்.

- 2:48, மே 12, 1909 -

57. முநிசிபாலிட்டி என்றால் என்னை

முநிசிபாலிட்டி என்பது நகர சீர்திருத்த சங்கமென்றும், நகர சுகாதார சங்கமென்றுங் கூறப்படும்.

கவர்ன்மென்றாரின் அதிகாரமும் ஆலோசனையும் பெற்று இச்சங்கம் கூடியுள்ளபடியால் தக்க ஆதாரத்துடனும் நியாயவாயலாகவும் சேர்க்கப்பட்டுள்ளது.

ரோடுகள் உண்டு செய்வதற்கும் வீதிகள் உண்டு செய்வதற்கும் ஆதாரம் இச்சங்கமே. ரோடுகளை சுத்திசெய்வதற்கும் ஆதாரம் இச்சங்கமே. வீதிகளுக்குக் கால்வாய்கள் உண்டுசெய்வதற்கும், செப்பனிட்டுவருவதற்கும் ஆதாரம் இச்சங்கமே. அசுத்த ஜலங்களைப்போக்கி சுத்தஜலங்களை நகரத்துள் கொண்டுவந்து சுகிக்கச் செய்வதற்கும் ஆதாரம் இச்சங்கமே. வீதிகள் தோரும் தீபங்களைவைத்து பயமற்று சுகமாக உலாவச்செய்வதற்கும் ஆதாரம் இச்சங்கமே. குடிகளின் பாதுகாப்புக்காக போலீசென்னும் காவற்காரரை நியமித்து கார்த்துவருதற்கும் ஆதாரம் இச்சங்கமே.

ஏழைகளுக்குண்டாகும் வியாதிகளைப் பரிகரிப்பதற்கும் அபாயத்தாலுண்டாகுங் காயங்களை ஆற்றி சுகப்படுத்துவதற்கும் நகர பலபக்கங்களிலும் வைத்தியசாலைகளை வைத்து ரட்சிப்பதற்கும் ஆதாரம் இச்சங்கமே.

சிறுவர்கள் கல்விவிருத்தியடைந்து விவேகமுண்டாவதற்காய் கிராமங்கள் தோரும் கலாசாலைகளை நாட்டிவருவதற்கும் ஆதாரம் இச்சங்கமே.

வியாபாரிகள் பலவகை சரக்குகளை கலப்புசெய்தும் பழைய பண்டங்களைத் தெரியாமல் வித்தும் குடிகளுக்கு வியாதிகளை உண்டு செய்வோரைக்கண்டு தெண்டிப்பதற்கும் ஆதாரம் இச்சங்கமே.

தொத்துவியாதிகள் ஒன்றுக்கொன்று தொடரவிடாமலும் தொடர்ந்த வியாதிகளைப் பரவவிடாமலும் பாதுகாத்து குடிகளுக்கு சுகங்கொடுப்பதற்கும் ஆதாரம் இச்சங்கமே.

ரோடுகளெங்கும் மரங்களை வைத்துப் பாதுகார்த்து குடிகளுக்கு நிழலளிக்கச் செய்வதற்கும், பொதுவாகிய தோட்டங்களை விருத்தி செய்து தங்கி சுகிப்பதற்கும் ஆதாரம் இச்சங்கமே.

- 3:1; சூன் 16, 1909 -

இத்தியாதி காரியங்களும் குடிகளின் பணங்களைக்கொண்டே குடிகளுக்கு வேண்டிய சுகங்களை ஏற்படுத்தி சகல சீர்திருத்தங்களையுஞ் செய்து வருகின்றார்கள்.

அத்தகைய சீர்திருத்த அதிபர்களோ ஒரு சபாநாயகர், ஒரு உப சபாநாயகர், அந்தந்த டிவிஷன் கமிஷனர்கள் மற்றுமுள்ளோரும் இருந்து காரியாதிகளை நடாத்திவருகின்றார்கள்.

நடாத்துங் காரியாதிகளில் குப்பைவரி, ரோட்டுவரி, மேட்டுவரி, நீர்வரி, விளக்குவரி முதலியவைகளை அந்தந்த வீட்டின் விஸ்தீரணங்களுக்கும், உபயோகத்திற்கும் அவரவர்கள் வருமானத்திற்கும் தக்கவாறு வரிகளை நியமித்து வசூல் செய்து சகல சிலவுகளுக்கும் நிறுவிவருகின்றார்கள்.

வரி நியமனங்கள் யாவற்றிலும் பிரசிடன்டும் கமிஷனர்களும் கலந்தே ஏற்படுத்துவது இயல்பாகும்.

சங்கத்தோர் ஏற்படுத்தியுள்ள நிபந்தனைகளை நடாத்திவருகிறவர்கள் மற்ற உத்தியோகஸ்தர்களாகும்.

அவ்வகை உத்தியோகஸ்தர்கள் யாவரும் பெரும்பாலும் சுதேசிகளாகவே விளங்குகின்றார்கள். அவ்வகை விளங்கினும் சுதேச குடிகளுக்குள்ள கஷ்டநஷ்டங்களை நன்காராய்ந்து வரிகளை விதிக்கவும் வசூல் செய்யவும் ஏற்படுவார்களாயின் அந்தந்த வரிவசூல்களுக்கு ஒவ்வோர் இன்ஸ்பெக்டர்களை ஏற்படுத்தவேண்டிய அவசரமிராது.

சரிவர நடாத்த வேண்டிய மேல்பார்வைகளுக்கு இன்ஸ்பெக்டர்களை நியமித்துக் குடிகளுடைய குறைகள் கடிதமூலமாக பிரசிடன்டுக்கு மேலுமேலும் போகிறபடியால் சுதேசிகள்மீது சுதேசிகளே அன்புபாராட்டாமல் செய்துவரும் செய்கைகளை பிரசிடன்டே அந்தந்த வீடுகளுக்கும் வீதிகளுக்கும் வந்து ஒவ்வொன்றையும் நேரில் பார்வையிட்டு உத்தியோகஸ்தர்கள் செயல்களையும் குடிகளின் குறைகளையும் தேறவிசாரித்துவருகின்றார்கள்.

அவற்றை பார்க்குங் குடிகளுள் பிரசிடென்டே நேரில் வந்து வரிகளை நியமிக்கின்றாரென்று வீண் பீதி அடைகின்றார்கள்.

எப்போது பிரசிடென்டானவர் ஒவ்வோர் வீதிக்கும் வருகின்றாரோ அப்போதே குடிகள் யாவரும் அவரருகிற்சென்று தங்களுடையக் குறைகளை நேரிற் சொல்லிக்கொள்ளுவதுமன்றி அதிகமாக ஏற்படுத்தியுள்ள வரியின் ரசீதுகளையும் தங்களுக்குள்ள வீடுகளையுங் காண்பிப்பார்களானால் வேண சுகங்கிடைக்கும்.

சகல சீர்திருத்தங்களையும் நேரில் வந்து பார்வையிட்டு நடத்தும் பிரசிடென்டே வரிபோட்டுவிடுகின்றாரென்னில் அதிகமுள்ள வரிகளை ஆராய்ந்து குறைக்கவும் வரியில்லாமலே முநிசிபாலிட்டியை வஞ்சிக்கும் வியாபாரிகளுக்கு வரிகளை ஏற்படுத்தத்தக்க முயற்சிகளைத் தேடுவதுமாகிய அதிகாரம் பிரசிடென்டவர்களுக்கு உண்டு. அத்தகைய ஏற்பாடுகளையும் அவர் கவனியாவிடில் நகர சுகாதாரமென்னும் பெயரற்றுப்போம்.

ஓர் ஐரோப்பியப் பிரசிடென்டே தனது சுகத்தைப் பாராது வெய்யிலிலுங் கானலிலும் அலைந்து தனதலுவலை நடாத்திவருவதுபோல் சுதேசிகளே கமிஷனர்களாக ஏற்படுங்கால் அவரவர்கள் வீடுகள் தோரும் வண்டிகளைக் கொண்டுவந்து ஏற்றிக்கொண்டுபோய் (வோட்டு) வாங்கும்படியானவர்கள் மறுபடியும் அவரவர்கள் வீட்டண்டை வந்ததைப்பார்த்ததுண்டா. குடிகளே உங்களுக்கு என்ன வரிப் போட்டிருக்கின்றார்களென்னும் விசாரிணை உண்டா. அந்தந்த வீதிகளில் விளக்குகளுண்டா என்னும் பார்வையுண்டா. வீதிகளெங்கும் குழாய் ஜலங்கள் வருத்துண்டா என்னும் நோக்கமுண்டா. அந்தந்த கமிஷனர்களின் டிவிஷன்களின் சாக்கடை நாற்றமில்லாத சுகமுண்டா என்னும் பார்வையுண்டா இல்லை.

சுதேச கமிஷனர்களாயிருந்தும் சுதேசகுடிகளின் சுகாதாரங்களை கண்ணோக்காதவர்களாகவும் குடிகள்பார்வைக்கு அடுத்து தோன்றாதவர்களாகவும் இருக்கின்றபடியால் பிரசிடென்டின் தெரிசனத்தை அடுத்துக் காண்பவர்களுக்குக் கடுப்பாகவே காணப்படுகின்றது. அது பிசகேயாம். ஒவ்வோர் காரியாதிகளையும் அவர் நேரில் பார்வையிட்டு செய்வதே இயல்பாகும்.

- 3:2; சூன் 23, 1909 -

58. கனந்தங்கிய லார்ட் மார்லியவர்களின் கருத்து

பிரபலமிகுத்த பிரிட்டிஷ் ஆட்சியில் மதியூகியாக விளங்கும் லார்ட் மார்லியவர்களின் மந்திராலோசினையை ஒவ்வொருவரும் மிக்க ஆலோசிக்க வேண்டியதாகும்.

அதாவது, லார்ட் மார்லியவர்கள் ஐரோட்டா தேசக் குடிகளின் ஆரவாரத்தை அறிந்தவரேயன்றி இந்துதேசத்தோர் இடியும் புடையும் அவர் கண்டறியார்.

ஐரோப்பாவிலுள்ளப் பிரபுக்கள் கமிஷனராக ஏற்படுவார்களானால் முநிசபில் பணத்தில் யாதொரு பலனையுங் கருதாது தங்கள் சொந்த சிலவிலேயே வீதிவீதியாய் உலாவி குடிகளுக்குள்ள கஷ்டநிஷ்டூரங்களை அறிந்து அவர்களுக்கு வேண்டிய சுகங்களை அளித்து வருகின்றார்கள்.

இந்துக்களில் ஏற்படும் முநிசபில் கமிஷனர்களோ வருஷத்திற்கு ஒரு முறை (ஓட்டு) வாங்குவதற்கு வீட்டண்டை வண்டி கொண்டுவருங்கால் காணப்பட்டவர்கள் மறுபடியுங் காணுவது கிடையாது.

இப்பேர்கொற்ற சிரத்தையுள்ள இந்துக்கள்வசம் பெருத்த உத்தியோகங்களை அளிக்கலாமென இவர் யோசிப்பது மிக்க விந்தையாம்.

சிலகால் கனந்தங்கிய லஜ்ஜிபதி ராய், கோக்கேல் முதலிய பெரியோர்களுடன் சினேகஞ்செய்பவராதலின் அவர்களிடமுள்ள வித்தை, புத்தி, பகை, சன்மார்க்க முதலியப் பெருந்தகமெகளைக் கண்டு இந்தியாவில் இருப்போரெல்லாம் இவர்களைப் போலவே இருப்பார்களென்று நம்பிக் கொண்டு ஐரோப்பியர்கள் பார்த்துவரும் அந்தஸ்தான உத்தியோகங்களை இந்துக்களுக்குங் கொடுக்கலாமென்று உத்தேசிக்கின்றார்போலும்.

அத்தகைய உத்தேசம் அவர் இந்தியாவை வந்து பாராத திறையும், இந்துக்களுடன் பழகாத குறையுமேயாம்.

கண்டும் பழகியும் இருப்பாராயின் அப்பா! அப்பா!! இந்துக்களுக்கும் அந்தஸ்தான உத்தியோகங்களுங் கொடுக்கப் போமோவென்று குப்புறப்படுத்துக்கொள்ளுவார். காணாதவரும், பழகாதவரும் ஆதலின் அவர் கருத்துகள் யாவும் விருத்தமாக விளங்குகின்றது.

ஒரு ஆபீசில் பெரியஉத்தியோகஸ்தர் ஒரு ஐயங்கார் சேர்வாராயின் ஐந்து வருஷத்துக்குள் அவ்வாபீசிலுள்ள முதலி, செட்டி, நாயுடு, மற்றுமுள்ளவர்கள் எல்லாம் மறைந்து போய் எல்லாம் ஐயங்காரர்கள் மயமாகவே தோன்றுவதியல்பாம்.

இத்தகையான மாறுதல்களை அறிந்த ஐரோப்பியர்களும் இருக்கின்றார்கள். ஏழைக்குடிகள் வாழும் கிராமங்களை எட்டிப்பார்க்காத ஐரோப்பியர்களும், சாதிவேஷத்தின் இடுக்கத்தால் நசுங்குவோர்களைக் காணாத ஐரோப்பியர்களும் அனந்தம்பேர் இருக்கின்றார்கள்.

இந்துதேசத்தைக் கண்ணுற்றும், பழகியுமுள்ள ஐரோப்பியர்களுக்கே இத்தேசத்தின் சாதிகளின் முடுக்குகளும் அத்தகையக் கொடுஞ்செயலால் ஏழைக்குடிகள் படும் இடுக்கங்களும் இன்னும் விளங்காமலிருக்கின்றது.

அங்ஙனமிருக்க நமது கனந்தங்கிய லார்ட் மார்லியவர்கள் இந்தியாவுக்கு வந்து தேசநிலைகளையும், கிராமநிலைகளையும் கண்டவருமன்று, பெரியசாதி சின்னசாதி என்னுங் குடிகளுடன் பழகியவருமன்று.

தான் வாசஞ்செய்யும் ஐரோப்பியக் குடிகள் ஏழைகளாயினும், கனவான்களாயினும், கற்றவர்களாயினும் கல்லாதவர்களாயினும் களங்கமற்ற வாழ்க்கையிலிருப்பதுமன்றி கனவான்கள் யாவரும் ஏழைகளை ஈடேற்ற வேண்டும் என்னும் முயற்சியிலிருக்கின்றார்கள்.

அதுபோல் இந்துக்களுக்குள் அன்பும், ஒற்றுமையுமுண்டோ? கனவான்களாயுள்ளவர்கள் ஏழைகளை சீர்திருத்தி முன்னேறச்செய்வதுண்டோ? யாதுங் கிடையாது செயல்களுங் குணங்களும் இவற்றிற்கு மாறாகவே விளங்கும்.

இத்தியாதி வித்தியாசங்களையும் இந்துக்களின் குணாகுணங்களையும் நன்காராய்ந்து அறியாத லார்ட் மார்லியவர்கள் இந்துக்களுக்கு பெருத்த உத்தியோகங்களை அளிக்கலாமென்றாலோசிப்பது உள்ள ஏழைக்குடிகள் ஒருவரையுந் தலையெடுக்கவிடாமல் நசித்துவிட்டு சாதித்தலைவர்களை மட்டிலும் சுகமடையச் செய்வதற்கேயாகும். ஆதலின் நமது பிரிட்டிஷ் ஆட்சியின் ஆலோசினையதிபர்கள் இந்தியகுடிகளை இடுக்கத்திற்கு ஆளாக்காமல் காக்க வேண்டிய தேவர்கள் கடனாகும்.

- 3:3; சூன் 30, 1909 -

59. நமது கருணைதங்கிய ராஜாங்கத்தார் கண்ணோக்கம் வேண்டும்

அதாவது, காயப்பட்டுள்ள மாடுகளையும் குதிரைகளையும் காப்பாற்றும்படியான ஓர்கூட்டம் இயற்றி வண்டிக்காரர்களால் ஏழை ஜெந்துக்களின் இடுக்கங்களையும், உபத்திரவங்களையும் நீக்கும்படியான கண்ணோக்கம் வைத்துக் காப்பாற்றி வருகின்றார்கள்.

வண்டிக்காரர்களோ தங்கள் வண்டிகளில் ஏற்றியுள்ள மநுக்களுக்கு ஓரிடையூறு செய்யாமலும், அவர்களின் பொருட்களை அபகரித்து ஒளியமுடியாமலும் இருக்கக்கூடிய பித்தளை பில்லைகளை வண்டிக்காரர்கள் கைகளில் கட்டி கண்ணோக்கம் வைத்து ஏழைமநுக்களைக் காப்-

பாற்றி வருகின்றார்கள். அதுபோல் இந்த ரெயில்வேவிஷயங்களிலும் தக்க ஏற்பாடுகளைச் செய்து அவைகண்மீதுங் கண்ணோக்கம் வைத்துக் காப்பாற்றக் கோறுகிறோம்.

இரயில்வே ஏஜண்டுகளோ தங்கள் மனம்போன போக்கில் ஒவ்வோர் ஏற்பாடுகளை செய்துவிடுகிறார்கள். மானேஜர்களோ அம்மேறை நடந்துக்கொள்ளுகிறார்கள். டிரைவர்களோ தங்கள் உழைப்பிற்குத் தக்கக் கூலியில்லையென்று வாயிலும், வயிற்றிலும் அடித்துக்கொண்டு வண்டிகளை ஓட்டாமல் நின்றுவிடுகின்றார்கள். ஏஜண்டுகளோ தாங்கள் சொன்ன வார்த்தையை மீறிய டிரைவர்களை நீக்கிவிட்டு புதுடிரைவர்களைப் போட ஆரம்பிக்கின்றார்களன்றி பழைய டிரைவர்களுக்கே வேண புத்திகளைக்கூறி அவர்கள் உழைப்பிற்கேற்ற கூலிகளைக் கொடுத்து காப்பாற்றுவதுடன் தங்கள் வண்டிகளை நம்பியேறுகிறவர்களுக்கு இடுக்கம் வராது காப்பாற்றுவதைக் காணோம்.

மங்கப்பட்டினத்து இரயில்வேயின் துக்கம் இன்னும் மாறாதிருக்க என்னூர் இரயில்வே துக்கம் எழும்பிவிட்டது.

இவ்வகையான துக்கம் இன்னும் நேரிடுமாயின் இஸ்டீமருக்கு பயந்து இரயில் ஏறுகிறவர்களெல்லாம் இரயிலுக்கு பயந்து பிரயாணஞ்செய்வார்களோ செய்யமாட்டார்களோ தெரியவில்லை.

ஓர்வகையால் துணிந்து ஏறியபோதினும் சுகமாகத் தூங்கமாட்டார்களென்பது நிட்சயம்.

குடிகளுக்குத் தாய்தந்தையர்போல் விளங்கும் கருணை தங்கிய ராஜாங்கத்தோரே சற்றுக் கண்ணோக்கம் வைத்து இரயில்வே ஏஜண்டுகள் ஏற்படுத்தும் சட்டதிட்டங்கள் யாவையுந் தங்களுக்குத் தெரிவித்தே நடத்திவரவும் தெரிவிக்காமல் நடத்தும் காரியாதிகளில் குடிகளுக்கு ஏதேனும் குறைகள் நேரிடுமாயின் அதின் நஷ்டங்களுக்கு ஏஜண்டுகளே உத்திரவாதமென்றும் கூறுவதுடன் பழைய டிரைவர்களுக்கு ஓர்வகை அடையாளமும் புது டிரைவர்களுக்கு ஓர்வகை அடையாளமும் கொடுத்து கைகளில் கட்டிக்கொள்ளச்செய்து வண்டிகளை ஜாக்கிரதையில் ஓட்டும்படியான ஏதுக்களைத் தேடி, இடைவிடாது கண்ணோக்கம் வைத்துக் காப்பாற்றக்கோறுகிறோம்.

- 3:3; சூன் 30, 1909 -

60. இந்தியரைப்பற்றி கனம் லார்ட் மார்லிபிரபு அவர்கள் அறியவேண்டியவை இன்னும் அனந்தமாம்

ஐரோப்பா தேசத்தில் வாழுங் குடிகள் யாவரும் ஆங்கிலேயர்களே. அவர்கள் பேசுவதும் ஆங்கிலேயம்.

குணங்களோ, தங்களிருப்பில் பணங்களிருக்குமாயின் அவற்றைப் பெட்டியில் இருத்திப்பூட்டிட்டாமல் விருத்தி பெறும் (லிமிடெட்) கம்பனிகளிற் சேர்த்து மேலு மேலும் பாக்கியம் பெருகி சகலருக்கும் உபகாரிகளாக விளங்கிவருவதுமன்றி வித்தியா விருத்தியுள்ள விவேகிகளுக்கும் வேணப் பொருளளித்துப் பிரகாசிக்கச் செய்கின்றார்கள்.

இந்துதேயத்திலோ இன்ன பாஷைக்குடிகள்தான் இந்தியரென்று கூறதற்கியலாது, இன்னசாதிதான் இந்தியர்களென்று வகுக்க இயலாது.

இத்தகையோர் சொற்பப் பணம் சேர்த்துவிடிலோ வீட்டைவிட்டு வெளிப்படாது. அப்பணப்பெட்டியின் சாவியோ, அரைஞாண் கயிற்றைவிட்டு அப்புறப்படாது. ஓர்வகை துணிபுகொண்டு பணம் வெளிவரினும் லிமிடெட் கம்பனிகளிற் சேர்க்கவோ மனத்துணிவுபடாது. துணிந்து சேர்த்தும் இலாபம் பெறுமோ பெறாதோ என்னுஞ் சந்தேகத்தில் நஷ்டம் வந்துவிடுமாயின் அவர்கள் பிராணனோ நிலைப்படாது.

இவ்விருதிரத்தாருள் ஐரோப்பியர் செயல்களையுங் குணாகுணங்களையும் நன்காராய்ந்துள்ளவர் இந்தியர்களின் செயல்களையுங் குணாகுணங்களையும் நன்காராயாது எண்ணிய கன்மங்களில் துணிவது இழுக்கேயாம்.

அதாவது, ஐரோப்பியர்களில் பாக்கிய வந்தர்களிருப்பார்களாயின் பலருக்கு உபகாரிகளாயிருப்பது இயல்பாகும். இந்துக்களோ வட்டியாலும், வாடகையாலும் பலர் பணங்களையுங்கொண்டு ஒவ்வோர் பாக்கிய வந்தர்களாகத் தோன்றுவதியல்பாகும்.

அவ்வகைத் தோன்றிய பாக்கியவான் வித்தியாவிருத்தியையும் தேச க்ஷேமத்தையும் குடிகளின் சுகத்தையுங்கருதி அவற்றிற்கு சிலவிட மனம்வராது மடிந்தபின் விதரணையற்ற விதவைகளிடஞ் சேர, வீணே அழிவதைக் காண்கின்றோம்.

விருத்தியின்றி வீணேயழியுங் காரணம் சேர்த்த பொருளைக் கைவிடக்கூடாதென்னும் பேரவாவேயாம்.

இத்தகைய அவாவில் மிகுத்தவர்களும், சாதிபேதத்தில் பெருத்தவர்களும், சமய பேதங்களில் உறத்தவர்களுமாயிருப்போர்வசம் சுயராட்சிய பாரத்தைத் தாங்குங்கோள் என்று விடுவதானால் 1. அவாவின் மிகுதியால் உண்டாகும் கலகம் பெருகும். 2. சாதிபேதங்களால் உண்டாகுங் கலகம் பெருகும். 3. சமயபேதங்களால் உண்டாகுங் கலகம் பெருகும்.

இவற்றிற்குப் பகரமாய் ஒருவர் பொருளை மற்றொருவர் அபகரித்து அதினால் அடிதடி நேரிடுவதும், என்சாதி பெரிது, உன்சாதி சிறிதென்று கூறி அதனால் அடிதடி சண்டை நேரிடுவதும், என்சாமிபெரிது, உன்சாமி சிறிது, என்னாமம் வடகலை, உன்னாமம் தென்கலை, என்பூச்சு முன்றுகோடு, உன்பூச்சு குழைப்பூச்சென்று ஒருவருக்கொருவர் அடிதடி சண்டை நேரிடுவதும், அவைகளை விசாரித்து நீதி செலுத்துவதற்கு ஆங்கிலேயே அதிகாரிகளிடம் நீதிபெற்று வருவதுமாகிய கண்காட்சிகள் அமைந்த (ரிகார்டு)களிலும் அநுபவத்திலும் தெரிந்திருக்க, சுயராட்சிய ஆளுகையை அளிப்பதானால் எந்தசாதியாரை உயர்த்திக் கொண்டு எச்சாதியோரை நாசப்படுத்துவார்களென்றும் எந்தசமயத்தோரை உயர்த்திக்கொண்டு எச்சமயத்தோர்களை அழித்துவிடுவார்களென்றும் தீர்க்கவாலோசிக்க வேண்டியதாகும்.

இந்தியருக்குள்ள இத்தியாதி பேதங்களையும் கனந்தங்கிய லார்ட் மார்லியவர்கள் கண்ணோக்கம் வையாது ஐரோப்பியர்களுக்குள்ள அதிகாரத்தை எடுத்துவிட்டு இந்துக்கள் வசம் ஒப்பிவைப்பாராயின் இந்துக்களுக்குள் உண்டாகுங் கலகத்தை நிவர்த்திச் செய்துக்கொள்ளுவதற்கு ஐரோப்பியர்களைக் கோறுவார்களோ, அன்றேல் வேறு ராட்சிய ராஜாங்கத்தோரைக் கோறிக்கொள்ளுவார்களோ அதுவிஷயத்தை நமது பிரிட்-

டிஷ் ஆட்சியோர் பெரும்பாலும் ஆலோசிக்க வேண்டியதாகும்.

- 3:4; சூலை 7, 1909 -

61. கனந்தங்கிய லார்ட் கிச்சினரவர்களை இராஜாங்க ஆலோசனை சங்கத்தில் சேர்க்கப்படாதென்று மறுக்கின்றார்களாம்

பிரிட்டிஷ் ராஜரீகம் இந்தியாவில் தோன்றிய காலத்தில் மிலிட்டேரி கவர்னர்களும், மிலிட்டேரி கமிஷனர்களும், மிலிட்டேரி டிஸ்டிரிக்ட்டு மாஜிஸ்டிரேட்டுகளுமிருந்து ஆளுகை செய்துவந்தார்கள், குடிகளும் அவர்களுக்கடங்கி இராஜவிசுவாசத்தில் நிலைத்திருந்தார்கள்.

அத்தகைய மிலிட்டேரிகளின் ஆளுகை நாளுக்குநாள் குறைந்துவிட்டபடியால், "கொட்டினால் தேள் கொட்டாவிட்டால் பிள்ளைப்பூச்சி" என்னும் பழமொழிக்கிணங்க சுதேசியக் கூச்சல் தோன்றிவிட்டது.

அக்கூச்சல்களுக்குக் காரணம்! இரண்டொரு மித்திரபேத சத்துருக்களிருந்து ஏழைக்குடிகளை முன்னிழுத்து விட்டு தாங்கள் யாதுமறியாதவர்கள்போல் பின் பதுங்கி இராஜவிசுவாசமற்ற காரியங்களை நடத்தி வருகின்றார்கள்.

இத்தியாதி மித்திரபேத சத்துருக்கள் தோன்றுவதற்கு தைரியம் இராஜாங்கக் காரியாதிகளை நடத்துபவர்களில் ஓர் மிலிட்டேரி உத்தியோகஸ்தரும் இல்லாதபடியினாலேயாம்.

இதன் உளவறிந்தவர்களே தற்காலம் வெளிதோன்றி லார்ட் கிச்சினரவர்களை ஆலோசினை சங்கத்தில் அமைக்கப்படாதென்று கூச்சலிடுகின்றார்கள். கருணைதாங்கிய இராஜாங்கத்தோர் இவைகளை சீர்தூக்கி வங்காளக் கவுன்சலில் ஓர் மிலிட்டேரி அதிபதியை நியமிப்பதுடன் சென்னை பம்பாய் முதலிய இராஜதானி கவுன்சல்களிலும் ஒவ்வோர் மிலிட்டேரி அதிபதிகளை நியமித்து ஆலோசினை சங்கங்களை வலுச்செய்யவேண்டும்.

ஈதன்றி ஒவ்வோர் ராஜதானியிலும் பிரிகடியர் ஜெனரல்களும், ஜெனரல்களும் அவர்களுக்குப் போதுமான பிரிட்டிஷ் இராணுவ வீரர்களுமிருத்தல் வேண்டும்.

இராஜாங்கத்தோர் அத்தகைய ஏற்பாடுகளை செய்து விடுவார்களாயின் "பூனைக்குந்தோழர் பாலுக்கும் காவல்" போலிருக்கும் மித்திரபேதச் சத்துருக்கள் அடங்குவதுடன் அவர்கள் தூண்டுதலால் சுதேசியம் என்பது இன்னது இனியதென்றறியாதபேதை ஜனங்கள் யாவரும் பாழடையாமல் சுகம் பெற்று வாழ்வார்கள்.

நூறுகுடிகளைக் கெடுத்து தாங்கள் ஒருகுடி சுகமடையக் கோறும் சாதித்தலைவர்களின் கொடியச்செயல்களை அடக்கியாளுவதற்கு அறக் கருணையாம் செங்கோலுதவாது, மறக்கருணையாம் கொடுங்கோல் கிஞ்சித்திருந்தே தீரவேண்டும்.

மிஞ்சினால் கெஞ்சுவதும், கெஞ்சினால் மிஞ்சுவதுமாகிய வஞ்சநெஞ்சமுள்ளோர் வாசஞ்செய்யும் இடங்கடோரும் பிரிட்டிஷ் இராணுவத் தலைவர்களும் இருப்பார்களாயின் தேசம் சிறப்படைவதுமன்றி சகலசாதி குடிகளும் ஆறுதலடைடவார்கள்.

- 3:5; சூலை 14, 1909 -

62. இந்தியர்களை இன்னும் இழிவடையச் செய்த மாகொடிய மாணாக்கன்

பஞ்சாப் தேயத்தோனாகும் மதார் லாலென்னும் ஓர் மதம்பிடித்த மாணாக்கன் விருத்தாப்பிய ஐரோப்பியராகும் சர் உல்லியம் கர்ஜன் உவில்லியென்னும் ஓர் துரைமகனை சுட்டுக் கொன்றுவிட்டானாம்.

இத்தகையக் கொடுங் கோபியும், படும்பாவியுமாயினோனுக்கும் படிப்பு ஒருகேடோ, "பொல்லார்க்குக் கல்விவரில் கர்வமுண்டாமென்னுந்" தனது மிலேச்சகுணத்தைக் காட்டிவிட்டான் போலும்.

அந்தோ! இப்படுபாவி கொடுங்கோபத்தினால் மற்ற இந்திய மாணாக்கர்களையும் நிந்தைக்கு ஆளாக்கிவிட்டானே.

இந்தியாவிலிருந்து ஐரோப்பாவிற்கேகி வித்தைக் கற்றுக்கொள்ளும் மாணாக்கர் மீதுள்ள மகிழ்ச்சியைக் கெடுத்து அதிகாரிகளை மாளா சந்தேகத்திற்குள்ளாக்கி விட்டானே.

அன்புடன் கற்பிக்கும் போதனாசிரியர்கட்கும் அகத்துட் சந்தேகத்தை விளைத்து விட்டானே.

இத்தியாதி மித்திரபேத சத்துருக்கள் ஒவ்வொருவர் தோன்றி இந்தியர்களின் மீதுள்ள அன்பையுங் கெடுத்துவருகின்றார்கள்.

இவ்வகைப் படுபாவிகள்மீது இந்தியர்கள் பரிதாபப்படாது மாணாக்கர்களை வித்தையில் விரும்பியிருக்கும்படிச் செய்தல் வேண்டும். வித்தையை விரும்பாமல் இராஜாங்க சத்துருவாக விரும்புவார்களாயின் அவர்கள் கெடுவதுடன் நாமுங் கெடவேண்டியதேயாம். அதாவது இரும்பையடிக்கும் அடிதுரும்பையும் பற்றுமென்பது துணிபு. இத்தகையக்கொரூரச்செயல்கள் தோன்றுங் காரணங்களை கனந்தங்கிய லார்ட் மார்லி அவர்கள் சீர்தூக்கி ஆலோசித்தல் வேண்டும்.

அஃது யாதுக்கென்பீரேல், லார்ட் மார்லியவர்களோ இந்தியர்களுக்குப் பெருத்த உத்தியோகங்களை அளிக்கவேண்டுமென்னும் வீண்வார்த்தைகளை பேசிக்கொண்டு வருகின்றார். அவர்வார்த்தையைத் தடுத்து, உள்ள கெடுதிகளை
விளக்கிவருவோர் மீது இந்தியர்களில் சிலருக்கு பொறாமெ யுண்டாகி அவர்களைக் கொல்லுதற்கு எத்தனிக்கின்றார்கள்.

இத்தியாதிச் செயல்களை நாளுக்குநாள் கண்ணுற்றுவரும் லார்ட் மார்லியவர்கள் தான் பேசும் வார்த்தைகளையும், செயல்களையும் சீர்தூக்கிச்செய்ய வேண்டுகிறோம்.

இந்தியர்களுக்காகப் பரிந்துபேசுவதால் மார்லி நல்லவரென்றும், இந்தியர்களுக்குள்ள சாதி வேற்றுமெகளையும், சமய போராட்டங்களையும் எடுத்துப்பேசுவதால் ஏனைய ஆலோசனை சங்கத்தவர்களை கெட்டவர்களென்றும் எண்ணுதற்கேதுவுண்டாகின்றது. ஆதலின் எண்ணித்துணிவது கருமமாகும்.

தற்காலம் சர்.உல்லியம் கர்ஜன் உவில்லி என்பவரைக் கொலைசெய்த படுபாவியின் (பாக்கட்டில்) இருந்தக் கடிதங்களில் இந்தியாவின் சுவாதீனத்தையடைய அதிகாரிகளைக் கொலைச்செய்வது நியாயந்தானென வரைந்திருந்ததாம். இத்தகையக் கொடூர எண்ணமுள்ளோர் மத்தியில் எரியுங்கொள்ளியை ஏறத்தள்ளுவது போலும், அவியும் விளக்கைத் தூண்டிவிடுதல் போலும் நமது கனந்தங்கிய லார்ட் மார்லியவர்கள் இந்தியர்களுக்கு அந்தஸ்தான உத்தியோகங்களை அளிக்கவேண்டுமென்று கூறவும், அவற்றிற்கு மாறாக சில விவேகிகளெழுந்து தடுக்கவும், சுயராட்சியம் விரும்பும் இந்தியர்களிற் சிலர் அவர்களைக் கெடுக்கவும், கொல்லவும் முயலுகிறார்கள். ஈதன்றி இந்தியப் பத்திராதிபரில் ஒருவராகும் கனந்தங்கிய சுரேந்திரநாத் பானர்ஜியவர்களுக்கு இந்திய மாணாக்கர்கள் விருந்தளித்தவன்று, மிஸ்டர் கேயர் ஆர்டி முதலிய துரைமக்களும் வந்திருந்தார்களாம். அப்போது இந்தியாவில் அரசிறை வருமானக் கண்காணிப்பு இந்தியா உத்தியோகஸ்தர்களிடம் இருக்கவேண்டுமென்று பேசியதாக சிலப்பத்திரிகைகள் கூறுகின்றது.

இத்தியாதி சங்கதிகளையும் லார்ட் மார்லியவர்கள் கவனியாது தனதிஷ்டம்போல் நடத்துவராயின் சொற்ப உத்தியோகஸ்தர் காலத்திலேயே அரசிறை வரவுசிலவு கணக்குகள் தங்களிடமிருக்கவேண்டுமென்று ஆலோசிப்பவர்கள் மற்றும் பெருத்த உத்தியோகங்களைக் கொடுத்து விட்டால் ஆங்கிலேயர்களின் (பூட்சு) களில் பதிந்துள்ள இந்திய தூசுகளையுந் தட்டிவிட்டு ஐரோப்பாவிற்குப் போகும்படிச் செய்துவிடுவார்கள்.

இத்தகையோர் குணாகுணங்களை அறிந்தவர்களும், இந்தியாவிலுள்ளவர்களிடம் நெடுங்காலம் பழகியவர்களுமாகிய துரைமக்கள், சாதிபேதம் நிறைந்துள்ள இந்தியர்களுக்கு பெருத்த உத்தியோகங்களைக் கொடுத்துவிடுவதானால் தங்கள் சுயசாதிகளை சுகப்படுத்திக் கொண்டு மற்ற சாதியோர்களை நாசஞ்செய்துவிடுவார்களென வற்புறுத்தி பேசிவருகின்றார்கள்.

இந்தியாவில் வந்து உத்தியோகம் நடத்தாதவரும், இந்தியர்களின் பெருங்கூட்டத்திற் பழகாதவரும், உள்ள சாதிபேதக் கட்சிகளை உணராதவரும், சமயபேத சண்டைகளைக் காணாதவருமாகிய லார்ட் மார்லி பிரபு அவர்கள் இந்தியாவின் விஷயமாக செய்துவரும் மந்திரங்கள் யாவும் அவரது சுதேச சிறப்பையே கெடுப்பதற்கு ஆதாரமாக விளங்குகின்றது.

ஆதலின் நமது கனம் லார்ட் மார்லி பிரபு இந்தியாவுக்கு ஓர் பிரயாணம் வந்து சாதிபேதத்தாலுள்ள ஊழல்களைக் கண்ணாறக்கண்டு தனது கருத்துக்களை நிறைவேற்றும்படிக் கோருகிறோம்.

- 3:5; சூலை 14, 1909 -

63. சுதேசத்தை ஆளுஞ்செய்கை சுயச் செயலால் விளங்கவேண்டும்

அதாவது ஓர் தேசத்தை ஆளவேண்டுமென்போர் தனியரசா, குடியரசா என்பதை விசாரித்தல் வேண்டும். குடியரசாயின் அக்குடிகளின் குணா குணங்களையும், செயலையும் ஆராய்தல் வேண்டும். அத்தகைய ஆராய்ச்சியில் ஐரோப்பியர்கள் செயலையும், இந்துக்களின் செயலையும் ஆராய்வதில் ஐரோப்பியர்கள் தக்க திரவியத்தை சேகரித்து பந்துக்களில்லாது தனித்திருப்போர் தங்கள் மரணகாலத்தில் உள்ள திரவியத்தை பொதுவாய் தங்கள் சுதேச விருத்தியையும், சுதேசிகளின் சிறப்பையுங் கருதி வித்தியா சாலைகளுக்கும், வேதசாலைகளுக்கும், கைத்தொழில்சாலைகளுக்கும், கைம்பெண்களை போஷிக்குஞ்சாலைகளுக்கும், அநாதைமக்களை ஆதரிக்குஞ் சாலைகளுக்கும் எழுதிவைத்துவிடுகின்றார்கள்.

அத்திரவியத்தைக் கைப்பற்றியக் கூட்டத்தார் தேச விருத்தியையும், தேச மக்கள் சிறப்பையும் விருத்திசெய்துவருகின்றார்கள்.

இத்தகையப் பரோபகாரச் சிந்தையுள்ள ஐரோப்பியர்கள் எத்தேசம் புகினும் தங்களுக்குள்ள சாதிபேதமில்லாத களங்கமற்ற எண்ணத்தால் அத்தேசத்தையும், அத்தேசக் குடிகளையும் தங்களைப்போல் சுகமடையவும், சீர்பெறவும் செய்துவருவது பிரத்தியட்ச அநுபவமாகும்.

இந்தியர்களுக்குள் சிலர் ஏராள திரவியத்தை சேகரித்து இறக்குங்கால் பணத்தை விட்டுப் போகின்றோமே என்னும் ஏங்கலால் சடுதியிற் பிராணன் நீங்காது சிலேத்தும் வாதைக்குள்ளாகி தனது சொத்தை அநுபவிக்க யாருமில்லாதிருப்பதை உணர்ந்தும் சுதேச சீர்திருத்தசாலைகளில் ஒன்றுக்கேனும் ஈய்ய மனம்வராது இறந்தபின் பணத்தை சம்பாதித்தவழி எவ்வழியோ அவ்வழியாற் பாழாகிவிடுகின்றது. இதுவும் பிரத்தியட்ச அநுபவமாகும்.

இவ்விருதிரத்தார் குணத்திலும், செயலிலும் ஐரோப்பியர்களே இவ்விந்து தேசத்தை ஆண்டுவருவதால் சகல குடிகளும் சுகமடைவார்களா அன்றேல் இந்தியர்கள் வசம் ஆளுகையைக்கொடுத்துவிட்டால் சகல குடிகளும் சுகமடைவார்களா என்பதை ஒவ்வோர் விசாரிணை புருஷருந் தெரிந்துக் கொள்ள வேண்டியது அவசியமாகும்.

சாதிநாற்றம் பெருகியுள்ள இத்தேசத்துள் சகல குடிகளும் சுகம்பெறவாளும் ஆளுகை முக்கியமானதா அன்றேல் சுயசாதியோர்களை மட்டிலும் சீர்படுத்திக்கொண்டு ஏனைய சாதியோரை இடுக்கஞ்செய்யும் ஆளுகை முக்கியமானதா என்றுணர்ந்து சுயராட்சியமென்னும் வார்த்தையை மறந்தும் பேசாமலிருப்பது அழகாம்.

- 3:5; சூலை 14, 1909 -

64. இராயல் ஆர்ஸ் ஆர்ட்டில்லரி

சிலவருஷங்களுக்குமுன் செக்கன்ட்ராபாத்திலிருந்து ஓர் ஜெனரல் சாதிபேதமற்ற திராவிடர்களில் தக்க சுகதேகிகளாயிருப்பவர்களைப் பொறுக்கியெடுத்து ஆர்ட்டில்லேரி உண்டுசெய்யும்படி ஆரம்பித்தார்.

அவ்வகை ஆரம்பித்தவர் குதிரைகளையேறி சவாரிசெய்யும் விஷயத்திலும், பீரங்கிகளைத் திருப்பி மாற்றுவதற்கும், நிறுத்துவதற்கும், மருந்துகளை கெட்டித்து சுடுவதற்கும் உள்ள வல்லபத்தையும், தைரியத்தையும், யுக்தியையும், இராஜவிசுவாசத்தையும் ஆராய்ச்சி செய்தே ஆரம்பித்தார்.

சாதிபேதமற்ற திராவிடர்களுக்குள்ள வல்லபத்தையும், தைரியத்தையும், பக்தியையுங் கண்டுகொண்டபோதிலும் இராஜவிசுவாசிகளென எவ்வகையில் கண்டுகொண்டாரென்பீரேல்,

வங்காள மியூட்டினி நடந்தகாலத்தில் ஒவ்வோர் துரைமக்களுக்கும் அரண்மனை உத்தியோகஸ்தர்களாகச் சென்றவர்கள் சாதிபேதமற்ற திராவிடர்களேயாகும்.

அந்த யுத்தத்திலிருந்த துரைமக்கள் அந்த மியூட்டினியாகிய யுத்தகளங்களுக்குச் செல்லுங்கால் தங்கள் பெண்டு பிள்ளைகளுடன் சொத்துக்களையும் இந்த ஏழைமக்களையே நம்பிவிட்டுப் போவதுமன்றி இவர்களிடமும் ஆயுதங்களைக் கொடுத்துவைத்து பாதுகார்க்கச் செய்திருக்கின்றார்கள்.

சாதிபேதமற்ற திராவிடர்களும் சாதித்தலைவர்களால் பலவகைத் துன்பங்களை அநுபவித்துவந்து ஆங்கிலேய துரைமக்கள் வந்து இத்தேசத்திற்கு குடியேறியது முதல் அவர்களது கருணையால் சாதித்தலைவர்களின் துன்பங்கள் சிலது நீங்கி சுகமடைந்தவர்களாதலின் ஆங்கிலேய துரைமக்களைத் தங்கள் தாய் தந்தையர்கள் போல் கருதி அவர்கள் செய்த நன்றியை மறவாது அம்மியூட்டினியில் பாதுகார்த்தார்கள்.

அம்மியூட்டினியிலிருந்து துரைமக்கள், யாவருக்கும் இது தெரிந்த விஷயமாதலின் இராஜவிசுவாசமும், நன்றியும் உள்ளவர்களென்றறிந்த அந்த ஜெனரல் இவர்களையே ஒன்று கூட்டி இராயல் ஆர்ஸ் ஆர்ட்டிலேரி சேர்க்கும்படி ஆரம்பித்தார்.

அக்காலத்திலிருந்து படைத்தலைவராகும் லார்ட் ராபர்ட் துரையவர்களாலோ, மற்றவர்களாலோ அப்பட்டாளம் சேர்க்காமல் தவிற்கப்பட்டுவிட்டது.

சாதிபேதமற்ற திராவிடர்களின் ஆர்ட்டில்லேரி தற்காலம் இருந்திருக்குமாயின் எவ்வளவோ விருத்தி அடைந்திருப்பதுமன்றி பிரிட்டிஷ் ராஜாங்கத்திற்கும் பேராதரவாயிருக்கும்.

ஆங்கிலேய துரைமக்கள் சாதிபேதமற்ற திராவிடர்களைத் தங்கள் அரியமக்களைப்போல் அன்பு பாராட்டி ஆதரித்து வந்தார்கள்.

சாதிபேதமற்ற திராவிடர்களோ ஆங்கிலேய துரைமக்களைத் தங்கள் தாய்தந்தையர்கள் போலும் சகோதரர்கள் போலும் பாதுகாத்துவந்தார்கள்.

இத்தகையோர் அன்பையும் ஒற்றுமெய்யும் நாளுக்கு நாள் உணர்ந்து வந்த சாதித்தலைவர்கள் ஆங்கிலேய துரைமக்களை அணுகி சாதிபேதமற்ற திராவிடர்கள் மீதுள்ள அன்பைக் கெடுக்கத்தக்கப் போதனைகளைச் செய்துக்கொண்டு வருகின்றார்கள்.

தற்காலம் வந்துள்ள துரைமக்களோ சாதிபேதமற்ற திராவிடர்கள் அன்பையும் இராஜவிசுவாசத்தையும் உணராது சாதித்தலைவர்கள் வார்த்தைகளை நம்பிக்கொண்டு அவர்களுக்குள்ள இராஜவிசுவாசத்தையும் அன்பையும் வெறுப்படைய செய்துவருகின்றார்கள்.

இத்தியாதி மித்திரபேதங்களையும் சாதித்தலைவர்களே சமயோசிதமாக துரைமக்களிடம் பேசி ஏழை உத்தியோகஸ்தர்கள் மீதுள்ள அன்பைக் கெடுத்துவிட்டு தாங்கள் ஏதோ உதவிபுரிவதுபோல் கூட்டங்கள் கூடி படாடம்பங்கள் காட்டி வருகின்றார்கள்.

சாதிபேதமற்ற திராவிட பேதைமக்கள் சாதித்தலைவர்களின் கூட்டத்தோர் ஏதோ உதவி புரிந்துவிடுகின்றார்களென்றெண்ணிக் கொண்டு துரைமக்களை விரோதித்துக் கொள்ளுவார்களாயின் தங்கள் சுதேசியமென்னுங் கூட்டத்தோருடன் சேர்த்துக்கொள்ளுவதற்காக "பாலுக்குங் காவல் பூனைக்குந் தோழனைப்போல்" மித்திரபேதஞ் செய்துவருகின்றார்கள்.

இத்தகைய மித்திரபேதச் சத்துருக்களின் வார்த்தைகளையும், செயல்களையும் கருணை தங்கிய துரைமக்களும் லேடிகளும் நம்பிக் கொண்டு சாதிபேதமற்ற திராவிடர்களாம் ஏழை குடிகளுக்குள்ள அன்பையும் இராஜ விசுவாசத்தையும் மாற்றாமலிருக்க வேண்டுகிறோம்.

பூர்வம் இத்தேசத்திற் குடியேறியதுரை மக்கள் யாவரும் இவ்வெழிய கூட்டத்தோரைத் தங்கள் பிள்ளைகள் போலவே ஆதரித்துவந்தார்கள். அந்த நன்றி மறவாமலே இவ்வேழைக்குடிகள் நாளது வரையிலும் துரைமக்களையும், லேடிகளையுந் தங்கள் தாய்தந்தையர்களைபோல் கருதி இரவும் பகலும் கட்டிக் கார்த்து உழைத்து வருகின்றார்கள்.

இவ்வகையாய் துரைமக்களை நெருங்கிவாசஞ் செய்யும் சாதிபேதமற்ற திராவிடர்களுக்குள் தக்கதேகிகளைக் கண்டெடுத்து இராயல் ஆர்ட்ஸ் ஆர்டில்லரி ஒன்றைச் சேர்த்து உறுதி செய்வதுடன் ஒவ்வோர் துரைமக்கள் அரண்மனை உத்தியோகஸ்தருக்குள் தக்க பாலியர்களை தேர்ந்தெடுத்து வாலண்டியர்கார்ட் ஏற்படுத்தி, அவர்களுக்குக் கொடுக்குந் துப்பாக்கி முதலிய ஆயுதங்களையும் தாங்கள் உத்தியோகஞ்செய்யும் அந்தந்த துரைமக்கள் வீட்டிலேயே வைக்கும்படிச் செய்து (பிரேட்) பழகுவதற்குப் போகுங்கால் கொண்டுபோய் மறுபடியும் கொண்டுவந்து துரைமக்க ளடைக்கலத்தில் வைத்துவிட்டு அவ்வீட்டிற்குப் பாதுகாப்புள்ளவனாகவுஞ் செய்துவரல் வேண்டும். தாங்கள் சீர்மெய்க்குப் போகுங்கால் வாலண்டியரில் சேர்ந்துள்ளவன் விருத்தாப்பிய காலவுதவிக்காய் சொற்பப் பொருளுதவி செய்துவிட்டுப் போவதுடன் அவன் உத்தியோகஞ் செய்யக் கூடிய சுகதேகியாயிருக்குமளவும் துரைகள் உத்தியோகத்தில் மாறாமலிருக்குப்படியான கருணை செய்துவர வேண்டியது. அதாவது அவன்

வாலன்டியர்கார்டைச்சார்ந்தவனாதலின், அவனது உடுப்பும், ஆயுதங்களும் துரைமக்கள் வசமிருக்கவேண்டியதாதலின் தாங்கள் சீர்மெய்க்குப்போகுங்கால் இருக்கும் மற்ற துரைமக்களிடம் அமர்த்திவிட்டுப் போவது சுகமாகும். அரண்மனை உத்தியோகத்தில் இவர்கள் சம்பளத்திற்குத் தக்கவாறு சொற்பதொகை பிடித்து (நன் காஸ்ட் டிரவீடியன் வாலன்டியர் பென்ஷன் பண்டிற்கு) சேர்த்துவிடுவதுடன் ஒவ்வோர் துரைமக்களும் அந்த பென்ஷன் பண்டிற்கு உதவிபுரிந்து வரும்படியான ஏற்பாடு செய்துவிடுவது உசிதமாகும்.

தங்கள் விருத்தாப்பிய காலத்தில் (பென்ஷன்) இருக்கின்றதென்று தெரிந்துக்கொள்ளுவார்களானால் அரண்மனை உத்தியோகத்தில் அதிக ஜாக்கிரதையில் உழைப்பதுமன்றி தற்காலம் உள்ள அன்பிலும் விசுவாசத்திலும் மிகுந்து மேலான நன்றியறிதலுள்ளவர்களாய் இருப்பார்கள்.

இவ்வகையான ஓர் ஏற்பாட்டை நமது கருணைதங்கிய ராஜாங்கத்தோர் தாமதத்தில் ஆலோசித்த போதிலும் மற்றுமுள்ள துரைமக்களும், லேடிமார்களும் சீர்தூக்கி ஆலோசித்துக் கூடிய சீக்கிரத்தில் அரண்மனை உத்தியோகஸ்தர்களுக்குள் (நன் காஸ்ட்டிரவீடியன் வாலன்டியர் கார்டாம்) துரைமக்கள் வீடுகளைப் பாதுகாக்கும் பட்டாளம் ஏற்படுத்துவார்களென்று எதிர்பார்க்கின்றோம்.

- 3:6; சூலை 21, 1909 -

65. கனந்தங்கிய பாபு சுரேந்திரநாத் பானர்ஜியும் சுதேசீயமும்

கனந்தங்கிய பாபு சுரேந்திரநாத் பானர்ஜியவர்கள் இந்தியர்களுக்கு சுதேசியங் கொடுப்பதால் பிரிட்டிஷ் அதிபர்களுக்கு சுகமுண்டாகுமேயன்றி கெடுதி நேரிடாதென்று கூறுகின்றாராம்.

நமது பானர்ஜியவர்கள் வித்தை, புத்தி, ஈகை, சன்மார்க்கமும், சகலகலாவல்லவரென்றுஞ் சொல்லுதற்கு யாதோர் ஆட்சேபனையுமன்று.

இத்தகைய விவேகமிகுத்த வல்லவராயினும் இந்தியர்களின் சாதிவூழற் சண்டைகளையும், சமயபுறட்டு மாறல்களையும் தேறக் கண்டறிந்தவரென்று சொல்லுவதற்கு ஆதாரமில்லை.

இவ்விரு கட்சியின் பிரிவுகளில் சாதியால் தங்களை உயர்த்திக்கொண்டு ஏமாற்றி சீவிப்பவர்களும் சமயங்களினால் தங்கள்சாமி உயர்ந்ததென்றே மாற்றி சீவிப்பவர்களுமே பெருங்கூட்டத்தோராகும்.

இப்பெரும்போர் மிகுத்தோர்களில் வங்காளிகள் வசம் சுயராட்சியமளித்தால் பாரசீகர்களுக்கு மனத்தாங்கலுண்டாகும். பாரசீகர்கள் வசம் சுயராட்சியம் அளித்தால் மகம்மதியர்களுக்கு மனத்தாங்கலுண்டாகும். மகம்மதியர்கள் வசம் சுயராட்சியமளித்தால் மராஷ்டர்களுக்கு மனத் தாங்கலுண்டாகும் மராஷ்டர்கள் வசம் சுயராட்சியமளித்தால் கன்னடர்களுக்கு மனத்தாங்க லுண்டாகும். கன்னடர்கள் வசம் சுயராட்சியமளித்தால் திராவிடர்களுக்கு மனத்தாங்கலுண்டாகும்.

இத்தகைய மனத்தாங்கலால் ஒருவருக்கொருவர் போர்மிகுந்துவிடுமாயின் பிரிட்டிஷார்களே அப்போரை வந்தடக்கவேண்டியதாகும்.

சாதிவிஷயத்தாலோ, சமய விஷயத்தாலோ, பாஷைவிஷயத்தாலோ, கலகம் பெருகிவிடுமாயின் பல்லைக்கடித்துக் கொண்டு புறதேச சரக்குகளை (பாய்காட்) செய்வோர்கள் பிரிட்டிஷார்களை (பாய்காட்) செய்துவிட்டு இரஷியரேனும் பெர்ஷியரேனும், சீனரேனும், ஜப்பானியாரேனும் வந்து எங்கள் கலகத்தை நீக்கிவிடவேண்டுமென்று கோறிக் கொள்ளுவார்களாயின் நமது பானர்ஜியவர்கள் யார் பக்கம் சாருவரோ.

இல்லையில்லையே, இக்கலகத்தை நீக்குவதற்கு பிரிட்டிஷார்களே வரவேண்டுமென்பாராயின் இவரையுஞ்சேர்த்து (பாய்காட்) செய்துவிடுவார்கள். சுதேசியமளித்துவிட்டால் பிரிட்டிஷாருக்கு சுகமுண்டாகுமென்று கூறுமிவர் பிரிட்டிஷாரையும், இவரையும் சுதேசிகள் (பாய்காட்) செய்ய ஆரம்பித்துக் கொள்ளுவார்களாயின் இப்போது கூறுமிவர் (பஞ்சாயத்தை) அப்போது யாரிடங் கூறுவரோ விளங்கவில்லை.

ஆதலின் நமது கனந்தங்கிய சி.பாபு சுரேந்திரநாத் பானர்ஜியவர்கள் சுதேசியமென்றால் எந்த எல்லைமுதல் எவ்வெல்லை வரையிலுமென்றும், சுதேசிகளென்றால் எந்தச் சாதிமுதல் எச்சாதி வரையிலென்றும், சுதேசிகள் சமயமென்றால் எச்சமயமுதல் எந்தசமயம்வரையிலென்றுங் கண்டறிந்து கூறவேண்டும்.

அங்ஙனமின்றி எத்தேசத்தை சுதேசியமென்றும், எச்சாதியோரை சுதேசிகளென்றும் வகுப்பதற் கேதுவின்றி சுதேசிய மளித்துவிட்டால் பிரிட்டிஷாருக்கு சுகமுண்டாகுமென்று கூறுவது யாது நியாயாதாரமோ விளங்கவில்லை.

அல்லது இந்தியர்கள் யாவரும் தன்னைப்போல் விவேகமிகுத்தவர்களென்றும், தன்னைப்போல் இராஜரீக மந்திராலோசனை மிகுத்தவர்களென்றும், தன்னைப்போல் சாதிபேதமில்லா களங்கமற்ற குணத்தோரென்றும், தன்னைப்போல் சமயபேத மதபேதமில்லா சாந்தமுள்ளோரென்று எண்ணிக் கொண்டு சுதேசியம் அளிக்கலாமென்று கூறிவிட்டனர்போலும்.

இந்தியர்கள் சகலரும் இராஜரீகமந்திராலோசனை விஷயத்திலும், குடிகளை சீர்திருத்தும் விஷயத்திலும் தெளிந்தவர்களாயிருப்பார்களாயின் குடிகளால் ஏற்படுத்தும் முநிசபில் கமிஷனர்களை ஓட்டுவாங்கும் அன்றயதினங் காணுவதே கண்டபலன். குடிகள் மறுபடியுங் கமிஷனர்களைக் காணுவதே கிடையாது.

இந்தியர்கள் சாதிபேதமற்றவர்களாயிருப்பார்களாயின் தற்காலம் பச்சையப்பன் காலேஜில் கூடியுள்ள கைத்தொழிற்சாலையில் சாதிபேதமுள்ளவர்களை மட்டிலும் அதிற் சேர்க்கப்படுமென்று விளம்பரத்தில் வெளியிட்டிருக்கமாட்டார்கள். பொதுவாகியக் கடவுளைத் தொழுமிடத்திற்கு சகலசாதியோரும் வரப்படாதென்று தடை செய்யமாட்டார்கள்.

இந்தியர்கள் மதபேதமற்றவர்களாயிருப்பார்களாயின் வடகலை தென்கலை நாமச் சண்டையிட்டுக்கொண்டு மாளாக் கோட்டு வழக்குச் செய்யமாட்டார்கள்.

ஆபிரிக்க, அமேரிக்கா முதலிய கண்டங்களில் சுதேசியம் நிறைவேறுவது போல் இந்தியாவிலும் நிறைவேற்றலாமென்று எண்ணிக்கொண்டனர் போலும்.

எண்ணத்தால் சுதேசியம் நிலைக்கமாட்டாது வித்தையினாலும், புத்தியினாலும், ஒற்றுமெயாலும், இராஜவிசுவாசத்தினாலும் சுதேசியம் நிறைவேறும்.

இந்தியர்கள் யாவரும் வித்தையில் மிகுத்தோர்களாயிருப்பார்களாயின் வேண்டியவித்தைகளைக் கற்றுக்கொள்ளுவதற்கு இங்கிலாண்டிற்கும் ஜப்பானுக்கும் போயிருக்கமாட்டார்கள்.

இந்தியர்கள் யாவரும் புத்தியில் மிகுத்தோர்களாயிருப்பார்களாயின் இந்தியர்கள் ரைல்வே, இந்தியர்கள் டெல்லகிராப், இந்தியர்கள் பொட்டகிராப், இந்தியர்கள் லெத்தகிராப், இந்தியர்கள் போனகிராப்பென்னுந் தொழிற்களை விருத்திசெய்து சகல இந்துக்களையும் சுகமடையச் செய்விப்பார்கள். அத்தகைய புத்தியின் விருத்தியின்றி பொன்னால் கொட்டை சிறப்புப் பெற்றதா, கொட்டையால் பொன் சிறப்புப்பெற்றதா என்றுணராமல் உருத்திராட்சக்கொட்டைக் கட்டிக்கொள்ளும் விவேகவிருத்தியும், நெற்றியால் நாமம் சிறப்புப்பெற்றதா, நாமத்தால் நெற்றிச் சிறப்புப்பெற்றதா என்றுணராது சிறியநாமம் போடப்படாது நெற்றி நிறையப் பெரியநாமம் போடவேண்டுமென்னும் விவேகவிருத்தியும், நெற்றியால் குழைத்துப்பூச்சும் சாம்பல் சிறப்பு பெற்றதா, குழைத்துப்பூச்சும் சாம்பலால் நெற்றிச் சிறப்புப்பெற்றதா என்றுணராது கோடிட்டுப் பூச வேண்டுமென்னும் விவேகவிருத்தி கூறும்படியானவர்களுக்கு என்ன விருத்தி உண்டென்பதைக் கண்டறிந்துக் கொள்ளலாம்.

இந்தியர்கள் யாவரும் ஒற்றுமெய் மிகுத்தோர்களென்பதாயின் ஒவ்வோர் சாதிகளுக்குள்ளும் கொள்வினை, கொடுப்பினை, உண்பினை, உடுப்பினை யாவும் பேதப்பட்டு நாளுக்குநாள் ஜாதிக்கிளைகள் பிரிந்து கொண்டே வருகிறபடியால் இந்தியர்களுக்குள் ஒற்றுமெ யில்லையென்பது துணிபு.

இந்தியர்கள் யாவரும் இராஜ விசுவாசிகளென்பதாயின் குடிகளுக்கும், மாணாக்கர்களுக்கும் மதி யூட்டிவரும் ஐரோப்பியர்களையே சுட்டுக் கொன்றுவிடுகிறார்களென்னும் வதந்தியால் இந்தியர்கள் இராஜவிசுவாசிகள் அன்று. இராஜவிரோதிகளென்றே கூறுதற் கேதுவுண்டாகின்றது.

இத்தியாதி பேதாபேதங்கள் யாவையும் கனந்தங்கிய பானர்ஜியவர்கள் சீர் தூக்கிப்பார்த்து சுதேசியம் பேசுவாரென்று நம்புகிறோம்.

- 3:6; குலை 21, 1909 -

66. இராஜாங்க ஆலோசினை சங்க நியமனம்

பிரிட்டிஷ் ஆட்சியின் ஆலோசினை சங்க நியமனமாவது தாங்கள் இந்தியாவில் நடத்திவரும் அரசாட்சியில் பலவகை மனுக்கள் சாதிபேதத்தாலும், மத பேதத்தாலும், பாஷை பேதத்தாலும் ஒற்றுமெய்க் கெட்டிருப்பதுமன்றி இத்தகைய பேதங்களைக்கொண்டே பற்பலக் கலகங்களுந்தோன்றி வருகின்றது.

அடுத்தடுத்து சாதிபேத சமயபேத கலகங்கள்தோன்றி கெடுவதுடன் உயர்ந்த சாதியென்றுவேஷம் போட்டுக்கொண்டிருப்போர் தங்களால் தாழ்ந்த சாதியென்று வகுத்திருப்பவர்களை பல்வகையாலுந் தலையெடுக்க விடாமற் செய்து சகல சுதந்திரங்களையுந் தாங்களே அநுவித்துக் கொண்டு பெருந் தொகையாயுள்ள ஏழைக்குடிகளைப் பாழாக்கிக் கொண்டு வருகின்றார்கள்.

இவைகள் யாவற்றையும் நாளுக்குநாளுணர்ந்துவருங் கருணைதங்கிய ராஜாங்கத்தார் இந்தியர்களென்று பொதுவாகக் காரியாதிகளை நடத்தவிடாமல் அவர்கள் எவ்வெவ்வகையாகப் பிரித்துக்கொண்டுபோகின்றார்களோ அதுபோலவே இராஜாங்க ஆலோசினை சங்கத்திலும், சாதிப்பிரிவு, மதப்பிரிவு, பாஷைப்பிரிவு முதலியவைகளில் பெருந்தொகையாய் உள்ளவர்களுக்குத் தக்கவாறு ஒவ்வொருவரை நியமித்து அவரவர்களுக்குள்ள குறைகளை இராஜாங்கத்தோருக்கு விளக்கி சகல சாதியோரும் சகலமதஸ்தரும், சகல பாஷைக்காரர்களும் சமரச சுகம் அனுபவிக்கும்படியான பேரானந்தக்கருத்தை வெளியிட்டிருக்கின்றார்கள்.

அக்கருத்தானது கூடிய சீக்கிரத்தில் நிறைவேறுமாயின் பொதுவாகிய இராஜாங்க ஆபீசுகளிலும், சாதி வைத்துள்ள (பியூன்கள்) வேண்டுமென்று வைத்துக்கொண்டு தங்கள் வீட்டுவேலையையும், அப்பியூனைக்கொண்டு செய்வித்துக்கொள்ளும் சுயப்பிரயோசனக்காரர்களின் செய்கைகள் யாவும் வெளிவருவதுடன் சகலசாதியோர்களிலும் ஒவ்வோர் பியூன்கள் நியமிக்கவும் வழிகளுண்டாகும்.

பெரியசாதியென்று உயர்த்திக்கொள்ளுகிறவர்களுக்கும், சிறியசாதி யென்று தாழ்த்தியுள்ளவர்களுக்கும், ஏழைகளுக்கும், கனவான்களுக்கும் பிரிட்டிஷ் ஆட்சியின் சுகந்தோன்றும், ஆதலின் நமது கருணைதங்கிய ராஜாங்கத்தார் எடுத்தநோக்கத்தை சோர்வடையாமல் நடத்தி சகலசாதியோரிலும் பெருந்தொகையினராயிருந்து பலவகைக் கஷ்டங்களை அநுபவித்து வரும் ஏழைக்குடிகளை சகலரைப் போலும் சுகமடையுஞ் சட்டதிட்டங்களை முன்னுக்குக் கொண்டு வருவார்களென்று நம்புகிறோம்.

- 3:7; குலை 28, 1909 -

67. கனந்தங்கிய பாபு சுரேந்திரநாத் பானர்ஜியவர்களின் உபந்நியாசம்

கனந்தங்கிய பானர்ஜியவர்கள் இங்கிலாந்தில் செய்த ஓர் உபந்நியாசத்தில் இந்தியாவில் கொலைப் பாதகர்களில்லை. கிரீஸ்துப்பிறப்பதற்கு ஐந்நூறு வருடங்களுக்கு முன்பே கொலைமுதலியவைகளை அற்று சீர்திருந்தினவர்கள் என்று புத்ததன்மத்தை விளக்கியிருக்கின்றார் அது சாத்தியமே.

ஆயினும் சங்கராச்சாரி அவதரித்து புத்ததன்மத்தையே ஓட்டிவிட்டாரென்று இந்தியர்கள் கூறிவருவதை நமது பானர்ஜியார் அறியார் போலும்.

ஈதன்றி பாரதியுத்தத்தில் கிருஷ்ணரென்னுங் கடவுளே சாரதியாகத் தோன்றி அர்ச்சுனனைக்கொண்டு குருட்சேத்திர பூமியிற் தோன்றியவர்கள் யாவரையுங் கொல்லும்படிச் செய்தது போதாமல் அப்பாவங்கள் துலைவதற்காய அஸ்வமேத யாகஞ்செய்து மற்றும் சிற்றூர்களிலிருப்பவர்கள் யாவரையுஞ் சுற்றிக் கொல்லும்படிச்செய்தக் கதையைக் கண்டாரில்லைபோலும்.

இராமரென்னுங் கடவுள் தோன்றி இலங்கையென்னுந் தேசத்திலுள்ள சகலரையுங் கொன்றாரென்னுஞ் சங்கதிகளைக் கேட்டாரில்லைபோலும். மற்றுமுள்ள தேவர்கள்தோன்றி அவன் தலையை வெட்டிவிட்டார், காலைவெட்டிவிட்டாரென்பதுபோக எண்ணாயிரம் பௌத்தர்களை பத்தாயிரம் பௌத்தர்களை கழுவிலும் வசியிலும் கற்காணங்களிலும் வதைத்துக் கொன்றார்களென்று கூறும் கழுவேற்றிய படலத்தையும் கண்ணாரக் கண்டாரில்லைபோலும்.

இத்தியாதி மக்களைக் கொன்று மாளாக் கீர்த்தியைப் பெற்ற படுகொலைபோராது பசுமாடுகளையும் ஆடுகளையும், குதிரைகளையும் பதைபதைக்க நெருப்பிலிட்டுக் கொலைசெய்து தின்ற கொறூரக் கதைகளையும் கண்டிலர் போலும்.

இந்தக் கொலைக்களப்போர் ஓர்வகையிருப்பினும் பாரதக்கதை இராமாயணக்கதை கழுவேற்றுங்கதை சீவப்பிராணிகளை நெருப்பில் சுட்டுத்தின்னும் யாகக்கதை முதலியவற்றிற்குத் தலைவர்களாக விளங்குவோர் பூர்வ பௌத்தர்கள் யாவரையுந் தாழ்ந்த சாதிப் பறையர்களென்று வகுத்து, பலவகையாலும் நிலைகுலையச் செய்து சுத்த சலங்களை கொண்டு குடிக்கவிடாமலும், அம்மட்டர்களை சவரஞ்செய்யவிடாமலும், வண்ணார்களை வஸ்திரமெடுக்கவிடாமலும், கருணைதங்கிய ராஜாங்க உத்தியோகங்களிலும் மற்றவர்களைப்போல இவர்களையும் சுகமடைய விடாமலும் கொல்லாமற்கொன்றுவரும் கொலைபாதகச்செயலைக் கண்ணாரக் கண்டேனும் காதாரக்கேட்டேனும் இரார்போலும்.

அந்தோ! ஆயிரத்தி ஐந்நூறு வருடமாக சத்தியதன்மங்கள் அயர்ந்தும் அசத்திய தன்மங்கள் உயர்ந்தும் இந்தியா படும்பாட்டையும், இந்தியர் கொடுங்கேட்டையும் கனந்தங்கிய பானர்ஜியவர்கள் நோக்காது அவரது சிவகாருண்யச் செயலைப்போல் இந்தியர்கள் யாவரும் சீவகாருண்யம் உள்ளவர்களாய் இருப்பார்களென்றெண்ணி பூர்வதன்மத்தின் படி இந்தியர்கள் கொலைப்பாதகர் அன்றென்று கூறுகின்றார். இந்தியர்களாம் பூர்வபௌத்தர்களை பறையர்களென்று தாழ்த்திக் கொல்லாமற் கொன்றுவருங் கொலையை நேரில்வந்து பார்வையிட்டு பரிந்து பேசுவாரென்று நம்புகிறோம்.

- 3:7; சூலை 28, 1909 —

68. மந்திரிகள் என்னும் மந்திரவாதிகள்

ஓரரசனுக்கு ஆலோசினைத் தலைவனாக வீற்றிருப்பவர்கள் தாங்கள் வாசஞ்செய்யும் இடத்தின் பேதாபேதங்களையும், அதன் வசதிகளையும் செவ்வைப்படுத்தல் வேண்டும்.

2-வது தனப்பொருள், தானியப்பொருள் யாவும் விருத்தியடையும் ஏதுக்களையும், அவற்றை பண்டிகளிலடைக்கும் பக்குவங்களையும், பாதுகாக்கும் ஏவல்களையும் நியமித்தல் வேண்டும்.

3-வது பூமியின் உழவுக் கருவியின் விருத்திகளையும், வித்தியா கருவிகளின் விருத்திகளையும் நன்காராய்ந்து உழவின் விருத்திக்கும், வித்தியாவிருத்திக்கும், ஆயுதவிருத்திக்குத் தக்கமுயற்சிகளை செய்துவரல்வேண்டும்.

4-வது தங்களுக்குப் பாதுகாப்பாம் படைவீரர்களாகும் சேனைகளை எவ்விடத்தில் அதிகப்படுத்திவைக்க வேண்டுமென்றும், அந்தந்த இடங்களில் வாசஞ்செய்வோர் குணாகுணங்களைக் கண்டறிந்து பொருட்சிலவை பாராது சேனைகளை நிருமித்தல்வேண்டும்.

5-வது ஓர் காலத்தில் குடிகள் யாவரும் ஒன்றுகூடி அரசை விரோதிக்க ஆரம்பிப்பார்கள். ஓர்கால் குடிகள் யாவரும் ஒன்றுகூடி அரசரைக் கொண்டாட ஆரம்பிப்பார்கள். இவ்விரண்டுங் குடிகளுக்கும் அரசர்களுக்குமுள்ளக் காலபேதங்களாதலின் குடிகள் அரசரைக் கொண்டாடுகின்றார்களென்று குதூகலிக்காமலும் குடிகள் அரசரை விரோதிக்கின்றார்களென்று சினங்கொள்ளாமலும், காலபேதங்களை உணர்ந்து அப்பேதங்கள் நேரிட்டு அரசரை குடிகள் விரோதிப்பதற்கு மூலகாரணமாக இருப்பவர்கள் யாரென்று உணர்ந்து அவர்கள் செயலையும் அறிந்து காலத்திற்குக்காலம் அடக்கிவிடும் உபாயங்களைத் தேடல் வேண்டும்.

மந்திரவாதிகள் தாமெடுத்துள்ள காரியாதிகளை முடிப்பதற்கு முன்பு அத்தகையக் காரியாதிகளை முன்பு யாவரேனும் எடுத்து நடத்தியிருக்கின்றார்களா நடத்திய விஷயங்கள் சுகபேருற்றிருக்கின்றதாவென்று ஆராய்ந்து முன் ஆக்கியோன்செயலைப் பின்பற்றி அக்காரியாதிகளை முடித்தல் வேண்டும்.

தோன்றிய விரோதிகளுக்குள் சிலரடங்கி கிஞ்சித்து விரோதிகள் இருப்பார்களாயின் ஓர்கால் அந்த சொற்ப விரோதிகளே பெரும் விரோதிகளாக எழும்பி நிலைகுலையச் செய்வார்கள். ஆதலின் அந்த சொற்ப விரோதிகளும் தோன்றாவண்ணம் அமைதிசெய்துவிடுதலே ஆறுதலாகும். அங்ஙனம் அமைதியின்றி ஒவ்வோர் விரோதிகள் தோற்றிக்கொண்டே வருவார்களாயின் சிறுபாம்பாயினும் பெருந்தடிக்கொண்டடிப்பதே பயனாதலின் நேரம் பொருட்சிலவுகளைக் கவனியாது உள்ள விரோதிகளை ஒடுங்க வைத்தல் வேண்டும்.

நமது அரசர்மீது யாரும் விரோதிகளில்லை. சகலரும் அவிரோதிகளென்றெண்ணி உள்ள படை வீரரையும் அவர்கள் பராக்கிரமங்களையும் ஒடுக்கி வைப்பதாயின் வீரரை நோக்கி அடங்கியிருந்த விரோதிகளாம் வீணர்கள் யாவருக்கும் ஓர் அறிவிலி உற்சாகந்தோன்றி தங்களுக்குள்ள விரோதத்தைக் காட்டுவார்கள். அக்காலத்தில் படையை பிலப்படுத்துவதாயின் தாமதமாகும். ஆதலின் உள்ளப் படைகளின் சிலவைக் குறைக்-

காது மற்ற சிலவுகளைக் குறைத்து படைகளை விருத்தியில் வைக்கவேண்டும்.

- 3:7; சூலை 28, 1909 -

அரசுக்கும், அமைச்சுக்கும் படையே பக்கத்துணையென்னும் பழமொழியாதலின் பலவகை வீண்சிலவுகளைக் குறைத்து படைகளை விருத்தி செய்தல் வேண்டும்.

அத்தகைய படைகளினும் ஓர்கால் அரசுக்கு சத்துருக்களாயிருந்தவர்களையேனும் அந்தரங்க சத்துருக்களாய்க் காணபடுகிறவர்களையேனும் சேர்க்காது இராஜவிசுவாசத்துடன் பாதுகாக்கும் படைவீரர்களையே நியமித்தல்வேண்டும். மந்திரவாதிகளின் முழுநோக்கம் அரசைப்பாதுகாத்தலிலும் படை நிறப்புவதிலுமிருக்கவேண்டியது அவசியமாதலின் ஓர்கால் சத்துருக்களாயிருப்பவர்களே நீடித்தச் சத்துருக்களாயிருப்பார்களா. அன்றேல் மித்துருக்களாயிருப்பவர்களே நீடித்த மித்துருக்களாயிருப்பார்களா என்று அவரவர்களுக்குள்ள அவாக்களையும் குணாகுணங்களையும் சீவிக்கும் செயல்களையும் நன்காராய்ந்து படைநிறப்பல் வேண்டும்.

அதாவது பூமியின்மீதும், பொருளின் மீதும் அவாமிகுத்தோர்களைப் படைகளிற் சேர்ப்பதாயின் அவாவின் மிகுதியே அரசுக்கு பின்னந்தேடி அழித்துவிட்டுத் தாங்களே அனுபவிக்கத்தக்க ஏதுக்களைத் தேடுவார்கள்.

குணங்களில் மிஞ்சினால் கெஞ்சுவதும், கெஞ்சினால் மிஞ்சுவதுமாகிய எட்டினாற் குடிமியைப் பிடித்துக்கொள்ளுவதும் எட்டாவிட்டால் பாதத்தில் விழுபவர்களாகவும் இருப்பார்களாயின் எவ்வகையாலும் அரசக்குக் கெடுதியைத் தேடுவார்கள்.

சீவிக்கும் விஷயங்களில் வித்தையையும் புத்தியையும் விருத்திசெய்து தேகங் களைக்கினும் சோர்வடையாது உழைக்கக்கூடிய ஏதுக்களின்றி பொய்யைச்சொல்லி வஞ்சினத்தாலும் சூதுகளினாலும் சோம்பேறிகளாய்த் திரிந்து சீவிக்குங்கூட்டத்தோர்களாய் இருப்பார்களாயின் ஏழைக்குடிகளை ஏமாற்றிப் பிழைப்பதற்காய் தங்களை அடக்கியாளும் அரசைக் கெடுத்து விட்டு அநுபவிக்கும் வழிகளைத் தேடுவார்கள்.

இத்தகைய விஷயாதிகள் யாவையுந் தேற ஆய்ந்தறிந்து படை நிறப்பல்வேண்டும்.

இவர்களுள் இராஜவிசுவாசத்திலும் இராஜகாரியாதிகளிலும் ஊக்கம்வைத்து உழைப்பவர்களையே எக்காலும் நம்பலாம். இராஜ விசுவாசமின்றி இராஜ காரியாதிகளிலும் ஊக்கமின்றி உழைப்பிலும் முயற்சியின்றி அரசையும் அமைச்சையும் அடுத்து வசியவார்த்தைகளாடி தன்னை அதிஜாக்கிரதையுடையக் காரியஸ்தனைப்போல் அபிநயித்துக் காட்டுவோனை அரசர் அப்புற வேலைக்கேனும் அமர்த்தலாகாது.

ஏகசாதி, ஏக மதம், ஏகபாஷையோரென்று சொல்லுவோர் மத்தியில் இத்தியாதி ஆராய்ச்சிகளும் தேற விசாரிப்புகளும் வேண்டியதிருக்க பலசாதி, பலமதம், பலபாஷையுள்ளவர்கள் மத்தியில் அரசுபுரிவோரும், அமைச்சரும் எத்தகைய ஜாக்கிரதையில் அவரவர்கள் குணாகுணச் செயல்களை அறிந்து சகலரையுஞ் சுகமடையச் செய்யலாமென்று மேலுமேலுந் தங்களுடைய ஆராய்ச்சியில் நிறுத்தல் வேண்டும்.

- 3:8; ஆகஸ்டு 4, 1909 -

ஒரு பாஷைக்காரர்களாகுங் கூட்டத்தாருக்குள் நல்லினத்தோரென்றும், தீயினத்தோரென்றுங் கண்டறியவேண்டியது விசேஷமாம்.

தீயவினத்தோர் யாவரெனில்:- வஞ்சித்தல், குடிகெடுத்தல், பொய்யைச் சொல்லி பொருள் பறித்தல், தனது ஒரு குடும்பம் பிழைப்பதற்கு பத்துக்குடும்பங்களை பாழாக்குதல், எக்காலும் அடுத்தவர்களைக் கெடுக்கத்தக்க எண்ணங்கொள்ளுதல், தங்களுக்கு வேண்டிய பிரயோசனத்திற்காய் எதிரியை அடுத்துக்கேட்டபோது அவர்களால் கொடாவிட்டால் எவ்விதத்தாலும் அவர்கள் குடியை கெடுக்க ஆரம்பித்தல், தங்களுக்காக வேண்டிய காரியங்கள் நிறைவேறும் வரையில் எதிரியின் பாதத்தைப்பற்றி தொழுதிருந்து தனக்கான காரியம் நிறைவேறியவுடன் எதிரியின் குடிமியை எட்டிப்பிடித்துக் கெடுத்தல் ஆகிய வன்நெஞ்சத்தை நன்நெஞ்சம் போல் நடித்துக்காட்டுவோர் தீய இனத்தவர்களாகும்.

நல்லினத்தோர் யாவரென்னில், கல்விகற்பித்தவர்களை தந்தைபோல் கருதும் நன்றியறிந்தவர்களும், வித்தை கற்பிப்பவர்களை தந்தைபோல் கருதும் நன்றியறிந்தவர்களும், உத்தியோகமளித்துக் காப்பவர்களை தந்தைபோல் கருதும் நன்றியறிந்தவர்களும், தாங்கள் சுகமடைவதுபோல் சகலருஞ் சுகமடைய வேண்டுமென்று முயற்சிப்பவர்களும், புல் விற்றேனும் வண்டியிழுத்தேனும்
தேகத்தை வருத்தி சம்பாதிப்பவர்களும், ஆகிய நன்நெஞ்சத்தை உடையவர்களே நல்லினத்தோர்களாகும்.

ஒரு பாஷையின்கண்ணே இருவினையோர் தோன்றி ஈடேற்றங்களை யழிப்பார்களாயின் அவர்களுள் தீயோரை அடக்கி ஆள்வதே அரசர்களுக்குக் அதிகஷ்டமாவது அநுபவத்திலிருக்குங்கால் பலசாதி, பலமதம், பலபாஷையுமுள்ளவர்களுக்குள்ள நல்வினைச்செயலுள்ளோர் யாவரென்றாராய்ந்து பிரதம உத்தியோகங்களில் வைக்க வேண்டியது அமைச்சர்களின் கடனாகும்.

நல்வினைச்செயலோர் இன்னாரின்னார், தீவினைச்செயலோர் இன்னாரின்னாரென்றறிந்து நல்லினத்தோர்களுக்கு இராஜகீயே பிரதம உத்தியோகங்களை அளித்து சிறப்புறச்செய்யல் வேண்டும்.

இனமறிந்தளிக்கும் எத்தனங்களினால் ஏழைகள் யாவரும் முன்னேறி கனவான்களாவதுமன்றி தீய வினங்களுக்குள்ள தீயச்செயல்களும் நாளுக்குநாளற்று நல்லினத்தோராவார்கள்.

காரணம், நல்லினத்தோர் இவர்கள், தீயினத்தோர் இவர்களென்று கண்டறிந்த வமைச்சர்கள் இராஜகீய பிரதம உத்தியோகங்களில் தீயோர்களை அகற்றி நல்லோர்களை சேர்ப்பதினால் அவற்றைக்காணுந் தீயவினத்தோர் தங்களுக்குத் தாங்களே தங்கள் தீயகுணங்களை அகற்றி நற்குணங்களைப் பின்பற்றுவார்கள்.

பெருங்காய மென்னும் ஓர் பதார்த்தத்தை எடுத்துவிட்டபோதிலும் அஃதிருந்த பாண்டத்தின் நாற்றம் விடாததுபோல் தீயோர் நல்லோரை அடுத்தபோதினும் அவர்களது தீயனாற்றம் விடாதிருப்பின் நல்லின பிரதம உத்தியோகஸ்தர்கள் மறக்கருணையாம் சொற்பக் கொடுங்கோலால் அடக்கி உள்ளக் கெட்ட நாற்றங்களாம் தீயச்செயல்களைப் போக்கிவிடுவார்கள்.

இத்தகைய குணாகுணங்களை அறிந்து பிரதம உத்தியோகங்களை அளிக்காது தீயவினத்தோர்களை பிரதம உத்தியோகங்களில் நியமிப்பதாயின் தங்களையொத்த தீயர்களுக்கே சகல சுகங்களையும் அளித்து இராஜகீய காரியாதிகளையுங் கெடுத்து இராஜகீய சுதந்திரங்களைத் தாங்களே எடுத்தாள ஆரம்பித்துக்கொள்ளுவார்கள்.

இத்தகையத் தீயச்செயலால் நல்லினத்தோர் யாவரும் நாசமடைந்து, அரசருக்கும், அமைச்சருக்கும் அல்லலுண்டாகி தீயர்கள் பெருகி தேசமும் பாழடைந்துபோம். ஆதலின் நல்லினத்தோர்களை தெரிந்தெடுத்து பிரதம உத்தியோகங்களை அளித்தாள்வதே அமைச்சர் செயலாகும்.

அங்ஙனமின்றி அமைச்சர்கள் தாங்கள் பிடித்த முயலுக்கு மூன்றே காலென்று கூறும் பிடிவாதம்போல் எடுத்த ஆலோசனையை முன்பின்னுணராது முடிக்க ஆரம்பிப்பார்களாயின் தன்னையும் தனதரசையுங் கெடுத்துக்கொள்ளத் தக்க அஸ்திபாரப்படையிட்டுக்கொண்டதாக முடியும்.

- 3:9; ஆகஸ்டு 11, 1909 -

தேசத்தை ஆளுவோன் அரசனாயினும் அவ்வாளுகையை முற்றும் ஆராய்ந்து நடத்துபவன் அமைச்சனேயாவன்.

ஆதலின் சுதேச மந்திரவாதச் செயல்களையும், புறதேச மந்திரவாதச்செயல்களையும் ஒரேயமைச்சன்வசம் ஒப்பி விடலாகாது.

காரணம்:- சுதேசத்துள் தனது தேசாச்சார செயலும், மதாச்சாரச் செயலும் உள்ளபடித் தெள்ளற விளங்கும். அத்தகைய விளக்கத்தால் செய்யப்படுந் தொழில்களும், தொழிலின் விருத்திகளும், வேண்டிய கருவிகளும், அதனை ஆளும் வல்லபங்களும், செங்கோலால் நடத்தும் சீருகளும், கொடுங்கோலால் அடக்கும் உபாயங்களையுங் காலமறிந்து நடத்தி அரயனுக்கு யாதாமோர் ஆயாசமுந் தோன்றாது செய்துவருவார்கள்.

புறதேசச் செயலை சீர்திருத்தும் அமைச்சன் அத்தேசத்திற் சென்று தங்களது அரசுக்குள் அடங்கிய குடிகள் யாவரும் சுகவாழ்க்கையில் இருக்கின்றார்களா, அசுகவாழ்க்கையில் இருக்கின்றார்களா, சுகவாழ்க்கையில் உள்ளவர்கள் யாவர், அசுகவாழ்க்கையில் உள்ளவர்கள் யாவரென்று ஆராய்ந்து தங்களது செங்கோலில் சிலர் சுகமுற்றுவாழ்வதும், சிலர் அசுகமுற்று வாழ்வதுமாகிய காரணங் கண்டுணர்ந்து சகலருஞ் சுகமுற்று வாழும் விதிவிலக்குகளை வகுத்தல் வேண்டும்.

விதிவிலக்குகளாவது:- தங்களது ராஜகீய சங்கங்களிலும், உத்தியோக சாலைகளிலும் சகலசாதியோரும் சமரசமாய் விற்றிருந்து உத்தியோகங்களை நடாத்தி சுகம்பெறவேண்டிய சட்டதிட்டங்களையும், அவற்றிற்கு மாறுபட்ட வேறுபாட்டுகளை விலக்கவேண்டிய சட்டதிட்டங்களையும் அமைத்தல் வேண்டும்.

ஒருதேசத்துள் ஒரேசாதி, ஒரேபாஷைக்காரர்களிருக்கின்றார்கள். அவர்களை ஆளுவதுபோல் பலசாதி, பலபாஷை, பலமதம் உள்ளவர்களையும் ஆளவேண்டுமாயின் ஒவ்வொருவரின் தேசாச்சாரம், மதாச்சாரம், சாதியாசாரம் இவற்றுள் ஒற்றுமெயற்றப் பிரிவுகள் இருந்து கொண்டேயிருக்கும்.

அத்தகையப் பிரிவுள்ளோர்களை ஆளுவோர் மதபேதம், சாதிபேதமற்ற மதியூகிகளாகவும், சகலமக்கள்மீதும் அன்பு பாராட்டுகிறவர்களாகவும், நீதிநெறியில் மிக்கோர்களாகவும் உள்ளவர்களையே தெரிந்தெடுத்து பிரதம காரியாதிகளில் அமைத்து சகலசாதி, சகல மதக்குடிகளையும் ஆதரித்தல் வேண்டும்.

தங்கள் சாதியே உயர்ந்த சாதி மற்ற சாதிகள் தாழ்ந்த சாதிகளெனக் கூறித்திரியும் சாதிகர்வம் உள்ளோர் இடத்தில் பிரதம உத்தியோகங்களை அளிக்கினும், தன் மதமே மதமென்று ஏனையோர் மதத்தைத் தூற்றித்திரியும் மதகர்வமுற்றோர்களிடத்தில் பிரதம உத்தியோகங்களை அளிக்கினும், மிக்க திரவியமிருந்தும் மற்றவர்களுக்கு உபகாரமற்றவனாகவும், தன்மானம் போனாலும் போகட்டும் பிறர்மானம் போனாலும் போகட்டும் பணங்கிடைத்தால் போதுமென்னும் பேராசையுள்ள லோபிகளிடத்தில் பிரதம, உத்தியாகங்களை அளிக்கினும், குடும்ப அந்தஸ்துகளிலும், சீவனங்களிலும், ஒழுக்கங்களிலும் மிகத் தாழ்ச்சியிலிருந்து கல்விகற்றுக் கொண்டவர்கள் வசம் பிரதம உத்தியோகங்களை அளிக்கினும் தங்களது பிறவிகுணமாம் நீச்சசெயலும், பேராசையும் மாறாது தங்கள் சாதி தங்கள் மதத்தோருக்கு மட்டிலும் உபகாரியாக இருந்து ஏனைய மதத்தோர்களுக்கு இடுக்கண்களை உண்டாக்கி தங்களுக்கு மேலதிகாரிகளாயுள்ளவர்களுக்கும் அஞ்சாது பணம் சம்பாதிக்க ஆரம்பித்துக்கொள்ளுவார்கள்.

- 3:11: ஆகஸ்டு 25, 1909 -

எக்காலும் தானமைச்சு நடாத்தும் தேசத்தின்மீதும் விழித்த நோக்கமுற்றிருத்தல், குடிகளில் அவரவர்கள் குணாகுணங்களை அறியத் தக்கவைகளை கற்றல், இடைவிடா நீதி நூலாராய்ச்சியில் நிற்றல், விதிவிலக்குகளை நோக்கி கூட்டவேண்டியவைகளைக் கூட்டி, குறைக்க வேண்டியவைகளைக் குறைத்தல், குடிகளுக்குள்ள முயற்சியையும், அவர்கள் தொழில் விருத்திகளையும் நோக்குதல் ஆகிய தனது ஜாக்கிறதையில் இருக்க வேண்டுமேயன்றி மற்றவர்கள் வார்த்தைகளை மெய்யென்று நம்பி மோசம் போகலாகாது.

குடிகள் சீர்திருத்தத்திற்காக முன்பு ஆலோசித்துள்ள காரணங்களுக்கு சிலது கூடியும் கூடாததுமாக நிற்கும் அவற்றை தேறவிசாரித்து கூடியவற்றைக் கூட்டியும் கூடாதனவற்றை அகற்றியும் எண்ணிய காரியத்தை முடித்தல் வேண்டும்.

அரசனுக்கு அத்தியந்த அமைச்சனாய் அருகிருப்போன் தனது அறிவுக்கு எட்டாமலோ, கெடு எண்ணத்தினாலோ அரசுக்குங் குடிகளுக்குமுள்ள அன்பை மாற்றிவிடுவானாயின் அன்றே தனதரசுக்கு விரோதமாய் ஆயிரங்கோடி படைகளை அமைத்துவிட்டதொக்கும்.

ஒருவர் சொல்லும் வழிகளைக் கேளாமலும் அதனந்தரார்த்தங்களைத் தானும் ஆராய்ந்து செய்யாமலும், நம்மெய்விட வேறு விவேகிகளில்லையென்று இருமாப்புற்று அமைச்சுக்குக்கேடாம் அமையா நிலைகளை உண்டு செய்வானாயின் உடனே அவ்வமைச்சனை அரசனகற்றி விவேகமும் பெருந்தண்மெயுமிகுத்த வேறமைச்சை நியமித்தல் வேண்டும். விவேகவிருத்தியும், பெருந்தண்மெயும் அமைந்திருப்பதுடன் குணத்திலும் அமைச்சு, வார்த்தையிலும் அமைச்சு, செய்கையிலும் அமைச்சுள்ளவனே பிரதம அமைச்சனாவான்.

பொய்ப்பொருளாசை யற்று மெய்ப்பொருளாசையுற்று நீதிநெறிகளையே அன்னமும் நீருமாகக்கொண்டுள்ளக் குடும்பங்களை ஆய்ந்து அக்குடும்பத்துள் தோன்றிய விவேகிகளைத் தெரிந்தெடுத்து அமைச்சுக்கு அமர்த்துவதே அரசுக்கழகாகும், அமைச்சுக்கும் நிலையாகும். **(இத்தொடர் நிறைவு பெறவில்லை)**

- 3:12; செப்டம்பர் 1, 1909 -

69. நமது கருணைதங்கிய இராஜாங்கத்தோரின் விசேஷ சுகாதாரம்

உலகெங்கும் பிரபலமிகுத்த பிரிட்டிஷ் ராஜாங்கத்தோர் தங்கள் ஆளுகைக்குட்பட்ட குடிகள் யாவருக்கும் குப்பைகளாலுண்டாகும் கெடுதிகளைப் போக்கும் சுகாதாரங்களையும், கால்வாய்களாலுண்டாகுங் கெடுதிகளைப்போக்கும் சுகாதாரங்களையும் தொத்துவியாதிகளாலுண்டாகுங் கெடுதிகளைப்போக்கும் சுகாதாரங்களையும் கள்ளர்களாலுண்டாகுங் கெடுதிகளைப்போக்கும் சுகாதாரங்களையும் அளித்து கோழியானது தனது குஞ்சுகளை செட்டையில் பாதுகாத்துவருகிறதுபோல் ரட்சித்து வருகின்றார்கள்.

இத்தகைய பாதுகாப்பில் தங்கள் பார்வைக்கு அகப்படாததும், கேள்வியிற் படாததுமாகிய சிற்சில சுகக்கேடுகளுமுண்டு.

கிராமங்களில் வாசஞ்செய்யும் சில பெரியசாதிகளென்போர் தங்கள் கிராமத்திலுள்ள ஆடுகளை, மாடுகளை, கழுதைகளை, நாய்களைத் தீண்டிக்கொள்ளுவார்கள். ஆனால் சில மனிதசீவர்களை அம்மிருகசீலர்களிலுந் தாழ்ந்தவர்களென வகுத்து தீண்டாமலும் அவர்களைத்தலையெடுக்கவிடாமற் செய்துவருகின்றார்கள்.

இவற்றுள் கிராமவாசிகளில் பெரியசாதியென்பவன் ஒருவன் இறந்து போனால் என்ன வியாதியால் இறந்தான், ஏதுவியாதியால் இறந்தானென்னும் விசாரிணை உண்டு.

மிருகாதிகளிலும் தாழ்ந்தவர்களாக எண்ணப்பட்டிருக்கும் மனித கூட்டத்தோருள் ஒருவன் இறந்துபோவானாயின் அவன் என்ன வியாதியால் இறந்தான், ஏது வியாதியால் இறந்தானென்னும் விசாரிணையே கிடையாது.

காரணம், எவ்விதத்திலேனும் அக்கூட்டத்தோர் தலைகாட்டாது நசிந்துவிடவேண்டுமென்னுங் கருத்தேயாகும்.

இத்தகைய கொடுங்கருத்துடன் சாதிபேதம் வைத்துள்ள கனவான்களின் மத்தியில் ஓர் மாடேனும், ஆடேனும் செத்துப்போய்விடுமாயின் அதுபாம்பு முதலிய விஷ செந்துக்களால் மடிந்திருப்பினும் அவற்றைக் கருதாது அவ்விடம் மிக்க ஏழைகளாயுள்ள பேதை ஜனங்களைத் தருவித்து செத்த செந்துக்களை எடுத்துக்கொண்டுபோய் மாமிஷங்களை எடுத்துக்கொண்டு தோலைக் கொண்டுவந்து கொடுக்கும்படி உத்திரவு செய்துவிடுகின்றார்கள்.

அவ்வேழைமக்களோ தங்கள் பசியின் கொடுமெயால் அம்மாமிஷத்தை சமைத்துத்தின்று விஷவாயுவாலும், விஷபேதியாலும் நைந்து நாளுக்குநாள் க்ஷீணமடைந்துப்போகின்றார்கள்.

இவ்வேழைகுடிகளுக்கு நேரிட்டுவரும் கெடுதிகளை நீக்கி சுகாதாரமளிக்கக் கோருகிறோம்.

அதாவது ஒவ்வோர் முநிசபில் எல்லைகளுக்குள்ளும், கிராமங்களுக்குள்ளும் மரித்த மிருகசீவன்களை புதைக்குமிடமெனக் குறித்து அந்தந்த முநிசபில் எல்லைக்குள்ளும், முநிசபில் எல்லைகளுக்கு அப்புறப்பட்ட கிராமங்களுக்குள்ளும் மடியத்தக்க ஆடுகளையும், மாடுகளையும், குதிரைகளையுங் குறிக்கும் இடங்களில் கண்டிப்பாக புதைக்கும்படி உத்திரவு செய்தல் வேண்டும்.

அவ்வகையாயப் புதைக்கப்பெற்ற மிருகஜெந்துக்களின் எருவானது விருட்சங்களுக்கும், பயிருகளுக்கும் மிக்க உபயோகமாகும்.

மடிந்த மாடுகளையேனும், ஆடுகளையேனும், குதிரைகளையேனும் குறித்த இடங்களில் புதைக்காமல் மறைத்து உபயோகிப்பார்களாயின் அவற்றிற்கு உடையவர்களை கண்டிக்குஞ் சட்டங்களை வகுத்தல்வேண்டும்.

குடிகளுக்காய் கருணைதங்கிய ராஜாங்கத்தால் செய்திருக்கும் சுகாதாரங்களில் ஏழைகளை கண்ணோக்கி ரட்சிக்கும் சுகாதாரமே மிக்க மேலானதாகும்.

இத்தேசத்தில் பயிரிடும் விருத்தியை முன்னிட்டு உழைத்துவரும் சங்கத்தார் மிருகங்களின் எருவிருத்தியைக் கருதுவார்களாயின் தானியங்கள் விருத்தியடைவதுடன் ஏழைக்குடிகளும் வியாதியின்றி சுகமாக வாழ்வார்கள்.

- 3:9; ஆகஸ்டு 11, 1909 -

70. வேஷ வேதாந்திகள் பிறவி

தற்காலம் வேதம் இன்னது இனியதென்றறியாத வேஷவேதாந்திகள் சமட்டியென்றும் வியட்டியென்றும் ஆரோபமென்றும், அபவாதமென்றும் உள்ள வடமொழிகளை புகட்டி ஏனையோரை மருட்டி பிரமம் எங்கும் நிறைந்திருக்கின்றாரென்று சொல்லுவேன், ஆயினும் பறையனிடமட்டிலும் இல்லையென்பேன், பிரமம் சருவமயமென்பேன், பிராமணன் தனியென்பேன்.

பிரமம் எங்கு நிறைந்திருக்கினும் சூத்திரனுள் பிரமம் வேறு, வைசியனுள் பிரமம் வேறு, க்ஷத்திரியனுள் பிரமம் வேறு, பிராமணனுள் பிரமம் வேறென்பேன்.

காரணம், சூத்திரனாகப் பிறந்தவன் வைசியனுக்கு ஏவல்செய்து அவனிடம் நற்சாட்சிப் பெறுவனேல், மறுபிறவியில் வைசியனாகப் பிறப்பான்.

வைசியனாகப் பிறந்தவன் க்ஷத்திரியனுக்கு ஏவல் செய்து அவனிடம் நற்சாட்சி பெறுவனேல் மறுபிறவியில் க்ஷத்திரியனாகப் பிறப்பான்.

க்ஷத்திரியனாகப் பிறந்தவன் பிராமணனுக்கு ஏவல் செய்து அவனிடம் நற்சாட்சிப் பெறுவனேல் மறு பிறவியில் பிராமணனாகப் பிறப்பான்.

என்பேன், எனக் கூறும் வேஷவேதாந்திகள் விசாரிணையால் அறிந்துள்ள பிரம்மத்தின் செயலையும், சாதிகளின் பிரிவையும் ஆராயுங்கால் சூத்திர பிரமம் வேறு, வைசிய பிரமம் வேறு, க்ஷத்திரிய பிரமம் வேறு, பிராமண பிரமம் வேறாகவுள்ளனபோலும்.

அவற்றிற்கு ஆதாரமாம் செட்டி பிரமம் வேறு, ஆச்சாரி பிரமம் வேறு, அவர்கள்பால் தூர நின்று தேறவிசாரிக்கும் பறையன் பிரமம் வேறுபோலும்.

இத்தியாதி சாதிபிரம்ம ஜமாத்து பிரம்மவிசாரிணைப் புருஷர்களுக்கு வேதபிரம், வேதாந்த பிரம்மவிசாரிணையுமாமோ.

வேதத்திற் கூறாத சாதியாசாரம் வேதாந்தத்திற் கூறவந்தது விந்தையேயாம். சூத்திர பிரம்மம் வைசியப் பிரம்மமாகிறதும், வைசியப்பிரம்மம் க்ஷத்திரியப்பிரம்மமாகிறதும், க்ஷத்திரியப்பிரம்மம் பிராம்மணப்பிரம்மமாகிறதுமாயின் பிராம்மணப் பிரம்மம் யாதாகுமோ விளங்கவில்லை.

சூத்திரனிலிருந்து மேலுமேலும் நோக்கி பிராம்மணனெனும் உயர்ந்த சாதியாகவும், பிராம்மண பிரம்மமுமாகவும் விளங்கியவன் கைதியாகி சிறைச்சாலைக்கு ஏகுவானாயின் (ஜெயில் வார்டர்களாகும்) பறை பிரம்மங்கள் பிராம்மண பிரம்மங்களை வேலைவாங்குகின்றார்கள்.

சூத்திரனின்று வைசியனாகவும், வைசியனின்று க்ஷத்திரியனாகவும், க்ஷத்திரியனின்று பிராம்மணனாகவும் உயர்ந்து சிறக்கவேண்டிய சாதி வேதாந்தம், சிறைச்சாலைகளில் பரக்க விளங்குகின்றபடியால் உயர்ந்த பிறவியில் உழைத்துச்சென்ற உல்லாசமென்னை.

பிரம்மத்தால் சாதிப்பெயர் தோன்றிற்றா அன்றேல் கர்ம்மத்தால் சாதிப்பெயர்தோன்றிற்றா.

பிரம்மா முகத்தில் பிராம்மணன் தோன்றினான் என்பானாயின் பிராம்மணத்தி எம்முகத்திற் தோன்றினாள். இஃது வேதாந்தவிசாரிணையன்று, சித்தாந்த விசாரிணை யென்பார்போலும். வேதாந்தத்திற்கு எதிரடை சித்தாந்தமாயின் வேதத்திற் கெதிரடை அபேதமென்பார்போலும்.

பாலிமொழியில் பிம்ம மென வழங்கி சகட மொழியில் பிரம்ம மெனுங் குணசந்திப்பெற்று ஞானவொளிவையும், அதைக்கண்டறியும் வழி-யையும், அதன் பலனையும் நன்குணராது, வீணே பொருளறியா பிரம்ம கதையால் மதக்கடைபரப்பி தாங்களறியாததும், தங்களை அடுத்தவர்-கள் அறியாததுமாகிய வேதகதையென்றும் வேதாந்த கதையென்றும், நீதி கதையென்றும், சாதிகதையென்றும் வழங்கும் புத்தகங்களைப் பரப்பி அவற்றால் சீவிப்பவர்கள்பால் வேதாந்த விசாரணைச் செய்வதாயின், “பசியில்லா வரங்கொடுப்போம் பழையதிருந்தால் போடும்” என்பார்போல் தங்கள் சுயப்பிரயோசனங்களையும், சுசாதி அபிமானங்களை விருத்தி செய்வார்களன்றி யதார்த்த வேதாந்தம் விளக்க அறியார்கள்.

யதார்த்த வேதாந்தம் விளங்கவேண்டியவர்கள் சாதிபேதங்களையும், சமயபேதங்களையும் ஒழித்து பொய்ப்பொருளாசையை வெறுத்து யதார்த்த பிராம்மண நிலை அடைதல் வேண்டும்.

அஃது எக்கூட்டத்தோர்பால் சேர்ந்தடைய வேண்டுமென்பீரேல், ஆற்று நீர்களும், கால்வாய்நீர்களும், சாக்கடைநீர்களும், சாரளநீர்களும் சமுத்திரத்திற் சேர்ந்து சுத்தமடைவதுபோல், சாதிபேதத்தால் பொறாமெ நாற்றம், சமயபேதத்தால் விரோதநாற்றம், அடைந்தோர்கள் யாவரும் சாதிபேதமற்ற திராவிடர்களாம் பூர்வபௌத்தர்களை அடைவார்களாயின் சாதிநாற்றம், சமய நாற்றங்கள் யாவுமகன்று களங்கமற்ற சுத்தவிதய-முண்டடாகி சுயஞானமுற்று சுப்பிரவொளியாவார்கள்.

இன்னிலைக்கே பிம்மநிலையென்றும், பிரம்மநிலையென்றும், பிறவியற்ற நிலையென்றுங்கூறப்படும்.

இத்தகைய யதார்த்த வேதாந்த பாதையை விட்டு வேஷவேதாந்த பாதையாகும் சூத்திரனினின்று வைசியனாகப் பிறப்பதும், வைசியனி-னின்று க்ஷத்திரியனாகப் பிறப்பதும், க்ஷத்திரியனினின்று பிராமணனாகப் பிறப்பதும் பெரும் பொய்யேயாம்.

இஃது மெய்யாயின் க்ஷத்திரியர் வம்மிஷம் யாவையும் பரசுராமன் கருவறுத்து விட்டான் என்னும் கதையின் போக்கென்னை?

வேஷவேதாந்தம் சகலருக்கும் பொதுவாயின் சூத்திரன் தபசு செய்வதால் பிராமணர்களுக்கு அனந்தங் கெடுதி பூண்டாயதென்று இராமரி-டங்கூற, இராமர் அம்பெய்தி தபசுசெய்துள்ள அச்சூத்திரனைக் கொன்றுவிட்டாரென்னும் கதையின் சாக்கென்னை.

இத்தியாதி மித்திரபேதக் கதைகள் யாவும் வேஷ வேதாந்திகள் சுயப்பிரயோசனத்திற்காய்த் தங்களை உயர்த்திக்கொண்டு பூர்வபௌத்தர்க-ளைத் தலையெடுக்கவிடாமல் தாழ்த்துவதற்கேயாம்.

ஆதலின் அவனவன் துற்கன்மத்தால் துற்குணனாகவும், நற்கன்மத்தால் நற்குணனாகவும் பிறப்பானென்பது சத்தியமாகும்.

துற்கன்மத்தால் பிராம்மணனென்று பெயர் வைத்துக்கொண்டவன் சிறைச்சாலை சேருவதும், நற்கருமத்தால் பறையனென்று அழைக்கப்-பெற்றவன் அவனை வேலைவாங்குவதுமாகியச் செயலே முன்வினையின் பயனை விளக்கும் அநுபவக்காட்சியாம்.

- 3:9; ஆகஸ்டு 11. 1909 -

71. தமிழன் பத்திரிகை சுதேசிகளுக்காகப் பேசுகிறதில்லையாம்

அந்தோ! நாம் சுதேசிகளை தூற்றுவதற்கும், பரதேசிகளை போற்றுவதற்கும் வந்தோமில்லை. சகலமக்களின் சுகங்களைக்கருதி தங்களது நீதியை செலுத்துகிறவர்கள் யாரோ அவர்களைப் போற்றியும், ஏற்றியும் கொண்டாடுவோம். இதுவே எமது சத்தியதன்மமாகும்.

அங்ஙனமின்றி சுதேசி சுதேசியென தம்பட்டம் அடித்துக்கொண்டு சுயப்பிரயோசனங் கருதோம். அதாவது தற்காலம் சென்னையில் நிறை-வேறிவரும் கோவில் வழக்குகளில் வாதிகளும், சுதேசிகளாயிருக்கின்றார்கள். பிரதிவாதிகளும் சுதேசிகளாய் இருக்கின்றார்கள். வாதிகளின் லாயர்களும் சுதேசிகளாய் இருக்கின்றார்கள். பிரதிவாதிகளின் லாயர்களும் சுதேசிகளாயிருக்கின்றார்கள். அவர்கள் எல்லோரும் ஒன்றுகூடி

சுதேசக்கோவில் சொத்தை அழியவிடாது சீர்திருத்தக்கூடாதோ அல்லது தாங்களே ஒருவர் முதன்மெயாயிருந்து நியாயவாயலானத் தீர்ப்பளிக்கலாகாதோ.

இல்லை அதன் காரணமோ சுயப்பிரயோசனத்தைக் கருதுவோர் சுதேசிகளென்று ஏற்பட்டுள்ளபடியால் சுதேசிகளுக்கு சுதேசிகளே நம்பிக்கையற்று பரதேசிகளை அடுத்து நியாயங்கேட்கின்றார்கள்.

பரதேசிகளோ தன்சாதி புறசாதி என்னும் சாதியற்றவர்களும், தன்மதம் புறமதமென்னும் மதமற்றவர்களுமாதலின் சகலருக்கும் பொதுவாய் நியாயங்கூறி சீர்படுத்திவருகின்றார்கள்.

ஆதலின் சுதேசிகளுக்கு சுதேசிகளே நம்பாமல் பரதேசிகளிடம் முறையிட்டு தங்கள் நியாயங்களைப் பெற்று வருகின்றார்கள்.

சுதேசமென்றாலென்னை, சுதேசிகளென்றால் யாவர், சுதேசக் கிருத்தியமென்றால் யாது, சுதேசிய பலன்களென்றால் யாவையென்று உணராதோர் யாவரும் தமிழன் பத்திரிகை சுதேசிகளுக்காக பேசுகிறதில்லை என்பது வீண் வாக்கியங்களேயாகும்.

பல அரசர்களிடம் சண்டையிட்டு தங்கள் உதிரங்களைச்சிந்தி கைப்பற்றி ஆண்டுவருகிறவர்களுக்கு இத்தேசம் சுதேசமா அன்றேல் அவர்களிடம் ஊழியஞ்செய்பவர்களுக்கும், அவர்களது ஆளுகைக்கு உட்பட்டவர்களுக்கும் இத்தேசம் சுதேசமா என்பதை உசாவி உணர்வார்களாயின் தமிழன் பத்திரிகையிற் கூறிவரும் திருத்தங்கள் யாவும் சுதேச சீர்திருத்தங்களே என்பது உள்ளங்கை நெல்லிக்கனிபோல் விளங்கும்.

- 3:10; ஆகஸ்டு 18, 1909 -

72. சுரேந்திரநாத் பானர்ஜியார் கூறிய இந்தியா அமைதியில்லா காரணங்களும் அதன் மறுப்பும்

நமது கனந்தங்கிய பாபு சுரேந்திரநாத் பானர்ஜியாரவர்கள் இந்தியாவில் நேரிட்டுவரும் அமைதியுறா செயல்களுக்குக் காரணம் ஆறுவகையாகத் தெரிவித்திருக்கின்றார்.

அவிவேகிகளால் செய்யப்பட்டு வரும் அமைதியுறாச் செயல்களுக்கு அறிவுள்ளவர்களைக் காரணங் காட்டுவது ஆதாரமின்மெயேயாம்.

அதாவது இந்திய வாசிகளில் இராஜகீய சட்டதிட்டங்களும் பிரிட்டிஷ் ஆட்சியின் தன்னவர் அன்னியரென்னும் பட்சபாதமற்ற நிலையும், பெரியசாதி சின்னசாதியென்னும் பேதமற்ற அன்பையுங்கண்டு களிப்பவர்கள் நூற்றுக்கு ஒருவர் உளரோ, இலரோ என்பது சந்தேகமேயாம்.

எவ்வகையி லென்பீரேல், இந்தியருக்குள் ஆங்கில பாஷையைத் தெளிவற வாசித்து அவர்களது குணாகுணங்களை நன்குணரக்கூடியவர்கள் நூற்றிற்கு ஒருவரைத் தெரிந்தெடுப்பது கஷ்டமாம்.

ஆதலின் குடிகளின் அபிப்பிராயங்களை கவர்ன்மெண்டார் அடியோடு அவமதிப்பதினால் அமைதியில்லாமற் போயதென்று கூறுவது ஆதாரமற்ற வாக்கென்று கூறினோம்.

ஈதன்றி பிரிட்டிஷ் ஆட்சியின் ஒரு டிஸ்டிரிக்ட்டில் ஒரு ஐரோப்பிய கலைக்ட்டரிருப்பாராயின் மற்றயப் பியூன் முதற்கொண்டு ஆபீசு உத்தியோகஸ்தர்கள் யாவரும் இந்தியக் குடிகளாயிருக்க எக்குடிகளை கவர்ன்மெண்டார் அவமதித்து வருகிறார்களென்பது விளங்கவில்லை.

அவற்றினும் இந்தியரில் ஒருவனை கொலை குற்றத்திற்குத் தூக்க வேண்டுமாயினும் நான்கு இந்தியக் குடிகளின் அபிப்பிராயங்களைக் கேட்டே தூக்கிவிடுகின்றார்கள். காக்கவேண்டுமாயினும் நான்கு இந்தியர்களின் அபிப்பிராயங்களைக் கேட்டே காத்துவருகின்றார்கள்.

ஆதலின் நமது பானர்ஜியாரவர்கள் கூறியுள்ள முதலாவதபிப்பிராயம் ஆதாரமற்றதேயாகும். இரண்டாவது அபிப்பிராயத்தில் கவர்ன்மெண்டார் சில சாதியோர்களைமட்டிலும் பட்சபாதமாக நடத்துவது அமைதியுறாச் செயலுக்குக் காரணமென்று கூறுகின்றார்.

அங்ஙனம் சிலசாதியோரைமட்டிலும் கவர்ன்மெண்டார் பட்சபாதத்துடன் நடத்துவதாயின் இந்தியக் குடிகளில் அவர்கள் யாராயிருப்பர். கவர்ன்மெண்டாரால் பட்சபாதகமாக நடத்தப்படுவதால் அமைதியில்லாததற்கு காரணமுண்டாகிறதென்று கூறுவாராயின் அக்காரணஸ்தர் யாவரும் இவருக்குத் தெரிந்தே இருக்கும்போலும்.

அவ்வகைத் தெரியாதிருக்குமாயின் முதற் கூறியுள்ள வாக்கியத்தில் பொதுவாக ஜனங்களின் அபிப்பிராயத்தைக் கவர்ன்மெண்டார் அடியோடு அவமதித்துள்ளார்கள் என்று கூறியவர் இரண்டாவது வாக்கியத்தில் சிலசாதியாரை பட்சபாதகமாக நடத்துங்காரணமென்று கூறுவதில் அச்சாதியாரிவருக்குத் தெரிந்தவர்களாயிருக்கவேண்டுமென்று உத்தேசிக்க நேரிடுகின்றது.

அத்தகைய சில சாதியோரால் பலசாதியோருக்குத் துன்பமுண்டாவதைக் கண்ட நமது பானர்ஜியார் அச்சாதியாருக்கு மதி கூறி சீர்திருத்தாத காரணமென்னை? சிலசாதியோர்களை கவர்ன்மெண்டார் பட்ச பாதகமாக நடத்துகிறார்கள் என்பதில் அச்சாதியோருக்கு சுகத்தைக் கொடுத்து ரட்சிக்கின்றார்களா அன்றேல் அசுகத்தை கொடுத்து சிட்சிக்கின்றார்களா, விளங்கவில்லை.

சுகத்தைக் கொடுத்து இரட்சித்தார்களென்பரேல் இரட்சிக்கப் பெற்றவர்களைக் காணோம். அசுகத்தைக் கொடுத்து சிட்சித்தார்கள் என்பரேல் சிட்சிக்கப்பெற்றவர்களையுங் காணோம். ஆதலின் நமது பானர்ஜியார் கூறியுள்ள இரண்டாவது வாக்கும் ஆதாரமற்றதேயாம்.

மூன்றாவது, காலஞ் சென்ற மகாராணியாரவர்கள் இந்தியர்களுக்குக் கொடுத்த வாக்குறுதிகளை பூர்த்தி செய்யாமல் இராஜாங்க நிருவாகத்தினின்று நீக்கி வைப்பதே அமைதியில்லாததற்கு காரணம் என்கிறார்.

கவர்ன்மெண்டார் இராணியார் வாக்கை பூர்த்தி செய்வதற்காகவே இந்தியர்களை தங்களைப்போல் ஜர்ஜிகள் நியமனங்களிலும், தங்களைப்போல் கலைக்ட்டர்கள் நியமனங்களிலும், தங்களைப்போல் அட்வோகேட்ஜனரல் நியமனங்களிலும், தங்களைப்போல் அட்மினிஸ்டிரேட்டர்

நியமனங்களிலும் நியமித்தே முன்னுக்குக் கொண்டு வந்தார்கள்.

இதற்குள்ளாக இந்துக்களாகிய யாங்கள் சகல ராஜகீய காரியாதிகளையுந் தெரிந்துக்கொண்டோம், பிரிட்டிஷார் ஐரோப்பா கண்டம் போய் சேர்ந்துவிடுங்கள், எங்களுக்கு சுயராட்சியங் கொடுத்துவிடுங்கோளென்று குயின் விக்டோரியா மகாராணியாரவர்கள் தனது (பிராக்ளமேஷனில்) கூறாத வாக்கியத்தைக் கேட்க ஆரம்பித்துக் கொண்டபடியால் இராணியாரவர்கள் கொடுத்துள்ள வாக்கியச் செயல்களும் குறைந்து கொண்டே வருகிறது போலும்.

இராணியாரவர்கள் கொடுத்துள்ள வாக்கியங்களை இந்தியர்களுக்கு கவர்ன்மெண்டார் நிறைவேற்றிவருங்கால் இராணியார் கொடாத வாக்கியமாகும் சுதேசியத்திற்கு ஆரம்பித்துக்கொண்டபடியால் சொற்ப ராஜயே உத்தியோகங்களை அளித்து வருங்கால் சுயராட்சியம் வேண்டுமென்று வெளிதோன்றியவர்களுக்கு முற்றும் ராஜகீய சுதந்திரங்களை அளித்து விடுவதனால் கேட்காமலே சுயராட்சியஞ் செய்துக்கொள்ளுவார்களென்று உணர்ந்தோ இந்துதேசராட்சிய பரிபாலர்கள் கொடுத்துவந்த சுதந்திரங்களை குறைத்துவர ஆரம்பித்துக் கொண்டார்கள் போலும். ஆதலின் நமது பானர்ஜியாரவர்கள் இராஜகாரியா சுதந்திரத்தில் உள்ள குறைகள் யாவரால் உண்டாயதென்று உணராது கூறிய மூன்றாவது வாக்கியமும் ஆதாரமற்றதேயாம்.

நான்காவது இந்தியர்களை ஐரோப்பியர்கள் இழிவாக நடத்துவதால் இந்தியா அமைதியில்லா நிலையிலிருக்கின்றதென்று கூறுகின்றார். அதுவும் பிசகேயாம்.

ஐரோப்பியர்கள் இந்தியர்களை இழிவாக நடத்துவதானால் ஆலோசினை சங்கங்களில் இந்தியர்களை தங்களுடன் உட்கார வைத்து கலஞ்செய்வார்களா, ஜட்ஜி உத்தியோகங்களை அளித்துக் கனஞ்செய்வார்களா, கலைக்ட்டர் உத்தியோகங்களை அளித்துக் கனஞ்செய்வார்களா.

இந்தியர்களுக்கு ஆனரேபில் பட்டமளித்துவருவது இகழ்ச்சியா, புகழ்ச்சியா. இஸ்டார் ஆப் இன்டியா பட்டமளித்துவருவது இகழ்ச்சியா, புகழ்ச்சியா. திவான் பாதூர் பட்டமளித்துவருவது இகழ்ச்சியா, புகழ்ச்சியா. இராயபாதுர் பட்டமளித்து வருவது இகழ்ச்சியா, புகழ்ச்சியா, இத்தியாதி புகழ்ச்சிகள் யாவும் இந்தியருக்களித்து வருவதை உள்ளங்கை நெல்லிக்கனிபோல் கண்டுவரும் நமது பானர்ஜியாரவர்கள் கவர்ன்மெண்டார் இந்தியர்களை இழிவுபடுத்தி வருகின்றார்களென்பது சாட்சியமற்ற சொற்களேயாம். ஆதலின் நமது பானர்ஜியார் அமைதியில்லாததற்குக் கூறியுள்ள நான்காவது காரணமும் ஆதாரமற்றதேயாம்.

ஐந்தாவது, ஆங்கிலோ இந்திய பத்திரிகைகளில் சில இந்தியரது நியாயமானவிருப்பங்களையும், மனோரதங்களையும் நிந்தித்து அவர்களுக்கு மனவருத்தம் உண்டாகும்படி எழுத, அப்பத்திரிகைகள் எழுதுவதை கவர்ன்மெண்டார் மதித்து ராஜாங்கம் நடத்துவதே அமைதியில்லாததற்குக் காரணமென்று கூறுகின்றார். இஃது முற்றும் பிசகேயாம்.

எவ்வகையாலென்பரேல், அமைதியுறாச் செயல்களாகும் சுதேசியக் கூச்சல்களும், புறதேச சரக்குகளைத் தடுக்கும் (பாய்காட்) கூச்சல்களும், வெடிகுண்டுக் கூச்சல்களும் உண்டாயப்பின்பு ஆங்கிலோ இந்தியப் பத்திரிகைகள் அவ்வகையாகப் பேசவர ஆரம்பித்ததா, இத்தகைய கூச்சல்கள் எழுவதற்கு முன்பே பத்திரிக்கைகளில் வரைந்துள்ளதாவென்பதை விசாரித்திருப்பாரேல் அமைதியுறாதிருப்பதற்குகாரணம் ஆங்கிலோ பத்திரிகைகள் என்று கூற மாட்டார். இந்தியர்களுக்குள் அமைதியுறாச் செயல்கள் தோன்றிய பின்னரே ஆங்கிலோ இந்தியப்பத்திரிகைகள் இந்தியர்களைக் கண்டித்துப் பேசியுள்ளவை அநுபவக்காட்சியாதலின் நமது பானர்ஜியார் இந்தியர்கள் அமைதியறாசெயலுக்குக் கூறியுள்ள ஐந்தாவது காரணமும் ஆதாரமற்றதேயாம்.

ஆறாவது வங்காளப் பிரிவினையே அமைதியுறாச் செயலுக்கு காரணம் என்கிறார். அதுவும் பிசகேயாம்.

காரணம் வங்காளப்பிரிவினையால் தூத்துக்குடியிலுள்ள இந்தியர்களுக்கு நேரிட்ட குறை என்னை, சென்னையிலுள்ள இந்தியர்களுக்கு நேரிட்டுள்ள குறை என்னை, மற்றுமுள்ள தேசத்தோருக்கு உண்டாய குறை சென்னை, அமைதியுறாசெயல்நேரிட்டதென்று நமது பானர்ஜியார் கூறியுள்ள ஆறாவது காரணமும் ஆதாரமற்றுள்ளபடியால் அவைகளை ஏற்பதில் பயனில்லையென்பது துணிபு.

- 3:10; ஆகஸ்டு 18, 1909 -

கனந்தங்கிய சுரேந்திரநாத் அவர்கள் கூறியுள்ள இந்தியாவின் அமைதியற்ற காரணங்களும், அதன் மறுமறுப்புங் காரணமுங் கூறுவாம்.

1-வது இந்தியக் குடிகளை கவர்ன்மென்டார் அடியோடு அவமதித்ததே அமைதியற்ற நிலைக்குக் காரணமென்கின்றார்.

இந்தியாவில் வாசஞ்செய்யும் அறுபது லட்சத்திற்கு மேற்பட்ட மநுக்களை மாடு, ஆடு, குதிரை, கழுதை, நாய் முதலிய மிருகஜெந்துக்களினுந் தாழ்ச்சியாக அவமதித்து வருவதுடன் மிக்க இழிவுகூறி நாணமடையச் செய்தும் வருகின்றார்களே இதை நமது பானர்ஜியார் அறிவார்போலும்,

2-வது. சில சாதியோரை கவர்ன்மென்டார் பட்சபாதமாக நடத்துவதே அமைதியற்ற நிலைக்குக் காரணமென்கின்றார்.

ஓர் ஐரோப்பியர் கலைக்ட்டராக வருவாராயின் மற்றும் வேண்டிய எட்கிளார்க், அஜூர் செருசதார், தாசில்தார், உத்தியோகங்களுக்காக ஐரோப்பியர்களையே தருவித்து வைத்துக்கொள்ளுகின்றார்களா, இல்லையே.

இவ் இந்துதேசத்திலுள்ளவர்களில் பிராமணரென்று சொல்லிக்கொள்ளுவோர்களில் ஒருவர் செருசதாராயினும் தாசில்தாராயினும் சேர்க்கப்படுவாராயின் நாலைந்து வருஷத்துக்குள் அந்த ஆபீசு முழுவதும் பிராமணரென்று சொல்லிக்கொள்ளுகிறவர்களே நிறைந்து விடுகின்றார்கள்.

இத்தகைய செயலுள் ஐரோப்பியர்கள் பாரபட்சமுடையவர்களா இந்தியர்களே பாரபட்சமுடையவர்களா என்பதை பானர்ஜியார் அறியார் போலும்.

3-வது. இராணியார் இந்துக்களுக்குக் கொடுத்துள்ள வாக்குறுதிகளை பூர்த்தி செய்யாது இராஜாங்க நிருவாகத்தில் ஒதுக்கிவைத்தலே அமைதியற்ற செயலுக்குக் காரணமென்கின்றார்.

இந்தியர்களுக்குக்கொடுத்துள்ள சுதந்திரங்களைக் கேட்போர்கள் தற்காலம் பெற்றிருக்கும் சுதந்திரங்களில் சகல சாதியோர்களும் அநுபவிக்கும் படியான வழிகளைத் திறந்திருக்கின்றார்களா, அடைத்திருக்கின்றார்களா என்பதை நமது பானர்ஜியார் அறியார்போலும்.

4-வது. ஐரோப்பியர்கள் இந்தியர்களை இழிவாக நடத்துவதே அமைதியற்ற செயலுக்குக் காரணமென்கின்றார்.

இந்துதேசத்திலுள்ள மநுக்களில் ஆறுபேருக்கு ஒருவராகத் தோன்றி தேகத்தை வருத்திசம்பாதிக்கக்கூடியவர்களும், சாதிபேதமில்லா விவேகிகளும் ஆனோர்களை பறையர்களென்றும் தீயர்களென்றும் சண்டாளர்களென்றும் இழிவு கூறிவருவதுமன்றி மற்றவர்கள் பிரிட்டிஷ் துரைத்தனத்தில் அடைந்து வருடம் சுதந்திரங்களை இவர்களை அடையவிடாமலும் இழிவுகூறி தாழ்த்தி வருவதை நமது பானர்ஜியார் அறியார்போலும்.

5-வது. ஆங்கிலோ இந்தியப் பத்திரிகைகள் இந்தியர்களின் நியாயமான விருப்பங்களை நிந்தித்துப் பேசிவர அப்பத்திரிக்கைகளை மதித்து கவர்மென்டார் நடத்துவதே அமைதியற்ற செயலுக்குக் காரணமென்கிறார்.

இந்து தேசத்தின் பூர்வக்குடிகளும் சகல சாதியாருக்குள்ளும் பெருந்தொகையினரான பூர்வபௌத்தர்களை பறையர்களென்றும், தாழ்ந்த சாதிகளென்றும் வகுத்து பொய்சரித்திரங்களை ஏற்படுத்தி புத்தகங்களில் அச்சிட்டுக்கொண்டு கூத்துமேடைகளில் அவமானப்படுத்தி வருவதும் ஆகிய பொறாமெய்ச் செயல்களை நமது பானர்ஜியார் அறியார்போலும்.

6-வது. வங்காளத்தை இரண்டு பிரிவினையாகப் பிரித்துவிட்டதே அமைதியில்லாச் செயலுக்குக் காரணமென்கின்றார்.

இந்துதேசத்தில் சாதியுள்ளவர்கள் யாவரும் ஒரு பிரிவு சாதியில்லாதவர்கள் யாவரும் ஒரு பிரிவென்று இரண்டாகப் பிரித்து சாதியள்ளவர்கள் மட்டிலும் தங்கள் கலாசாலைகளிலும், கைத்தொழிற் சாலைகளிலும் வந்து கற்றுக்கொள்ளலாமென்றும், சாதியில்லாதவர்கள் வரலாகாதென்றும், ஐயர்கள் வாசஞ்செய்யும் இடங்களை ஐயர்கள் வீதியென்றுகூறாமலும், நாயுடுகள் வாசஞ்செய்யும் வீதிகளை நாயுடு வீதிகளென்று கூறாமலும், முதலிகள் வாசஞ்செய்யும் வீதிகளை முதலிகள் வீதிகளென்று கூறாமலும், பூர்வ ஏழைக்குடிகள் வாசஞ்செய்யும் இடங்களுக்கு மட்டிலும் மயிலாப்பூரான் பறைச்சேரி வீதி, இராமசாமி முதலி பறைச்சேரி வீதியென்று போர்டுகளில் எழுதியே பிரித்து இழிவுகூறி வருகின்றார்கள்.

ஓர் தேசத்தை இரண்டாகப் பிரித்ததற்கே தோஷங்கூறிய பானர்ஜியாரவர்கள் மநுக்கூட்டத்தோர்களையே இருவகையாகப் பிரித்து இழிவு கூறிவருவதை அறியார் போலும்.

அந்தோ நமது கனந்தங்கிய பானர்ஜியர் இந்தியாவிலுள்ள இத்தியாதி ஒற்றுமெய்க்கேடுகளையும் உணராது அமைதியற்ற நிலைக்குக் கூறிய அறுவகைக் காரணங்களும் வீணேயாம்.

பானர்ஜியார் கூறியுள்ளது வீணாயின், இந்தியா அமைதியற்றச் செயலுக்கு நீவிர் ஏதேனும் காரணங் கூறப்போமோவென்பாராயின் கூறுவோமென்போம்.

அவைகள் யாதென்பீரேல், பிரிட்டிஷ் துரைத்தனம் இந்தியாவைக் கைப்பற்றி அரசாண்டகாலத்தில் கல்வியின் விருத்தியை மிக்கக்கவனியாது அவரவர்கள் அந்தஸ்துகளையும், யோக்கியதைகளையும், விவேகப் பெருந்தண்மெயுங் கண்டு உத்தியோகங்கொடுத்துக்கொண்டு வந்ததினால் நீதிவழுவாது குடிகளும், அரசும் அன்புபொருந்தி அமைதியுற்று வாழ்ந்துவந்தார்கள்.

அத்தகைய செயல்கள் நீங்கி பி.ஏ., எம்.ஏ., முதலிய கௌரதாட்டம் பெற்றவர்களுக்குத்தான் அந்தஸ்தான உத்தியோகங்கள் கொடுக்கப்படுமென்று ஓர் நிபந்தனை ஏற்பட்டடதின் பேரில் அந்நிபந்தனையை மலையிலக்காகக் கொண்டவர்கள் இரவும் பகலும் உருபோட்டு பி.ஏ., எம்.ஏ., முதலியப் பட்டங்களைப் பெற்று வேலையற்ற வாசித்தக் கூட்டங்கள் பெருகிவிட்டது.

அவ்வகையாகப் பெருகி உள்ளவர்களில் சில கூட்டத்தோருக்கு வேறு வேலைகள் தெரியாத விஷயத்தினாலும், கவர்ன்மென்டு வேலைகள் கிடைக்காத விஷயத்தினாலும் கல்வியற்றக் குடிகளைத் தூண்டிவிட்டு கடக்க நின்று பாலுக்குங் காவல் பூனைக்குந் தோழரைப்போலிருப்பவர்களே அமைதியற்ற செயலுக்கு முதற்காரணர்களாவர்.

இந்தியா அமைதியில்லாச் செயலுக்கு இரண்டாவது காரணம் யாதென்பீரேல்:-

பிரிட்டிஷ் ஆட்சி இந்தியாவில் நிலைத்த காலத்தில் பெருத்த ராஜகீய உத்தியோகங்கள் யாவும் மிலிட்டேரி துரைமக்களே ஆண்டுவந்தார்கள்.

தற்காலம் அத்தகைய மிலிட்டேரி துரை மக்கள் பெயர்களுமற்று இராணுவவீரர்களையும் குறைத்து இராணுவவீரர்கள் வீடுகடோரும் பறக்குங் கொடிகளும் மறைந்து விட்டபடியால் பிரிட்டிஷ் துரைத்தனத்தை அரசர்களென்னும் சம்மார கர்த்தர்களாக எண்ணாது “அண்டைவீட்டுக்கார அப்பாசாமி” தானென் றெண்ணிக்கொள்ளும் பழமொழிபோல் அமைதியற்ற செயல்களை ஆனந்தமாகச் செய்துவருகின்றார்கள்.

நமது கருணைக்கடலாம் பிரிட்டிஷ் ராஜாங்கத்தோர் பெரிய (பாஸ்) எம்.ஏ, சின்ன (பாஸ்) பி.ஏ, என்னுஞ் சட்டதிட்டங்களைக் கட்டோடொழித்து அவரவர்கள் அந்தஸ்திற்கும், விவேகத்திற்கும் தக்கவாறு அந்தந்த டிபார்ட்மென்ட் பரிட்சைகளை வைத்து உத்தியோகங்களைக் கொடுப்பதுமன்றி அந்தந்த டிஸ்டிரிக்ட்களில் இராணுவங்களையும் நிலைக்கச் செய்வார்களாயின் இந்துதேசக்குடிகள் யாவரும் அன்றே அமைதியடைவதுடன் சகலகுடிகளும் சுகமுற்று வாழ்வார்கள்.

- 3:11: ஆகஸ்டு 25, 1909 -

73. சட்ட நிரூபண சங்கத்தார் நியமனம்

தற்காலம் நமது கருணைதங்கிய ராஜாங்கத்தோர் செய்திருக்கும் சட்ட நிரூபண ஆலோசனை சங்கத்திற்காக அங்கங்களை நியமிப்பான் வேண்டி, ஒவ்வொரங்கங்களையும் குடிகளின் சம்மதத்தின்பேரிலும் நியமிப்பதா அன்றேல் கவர்ன்மெண்டாரே தெரிந்தெடுத்து நியமித்து விடுவதாவென்னும் இருகருத்தையும் ஆலோசிப்போம்.

குடிகளே ஒவ்வொரங்கங்களைத் தெரிந்தெடுத்து சட்டசபைக்கு அதுப்புவதே நியாயமென்பாராயின் தற்கால முநிசிபாலிட்டியில் நிறைவேறிவரும் அங்கங்களின் நியமிப்பை ஆராய்வோமாக.

முநிசபில் பிரசிடெண்டும், மற்றவங்கங்களும் சேர்ந்து அந்த டிவிஷனிலுள்ள இரண்டு மூன்று பெயர்களைத் தெரிந்துதெடுத்து இவர்களுக்குள் யாரை டிவிஷன் கமிஷனராக நியமிக்கலாமென்று குடிகளிடம் ஒப்படைக்கின்றார்கள்.

குடிகளுக்கு விளக்கிக் கேட்டிருக்கும் சம்மதம் நூற்றிற்கு ஒருவருக்குத் தெரிந்திருக்குமோ தெரியாதோ விளங்கவில்லை, ஈதன்றி ஒவ்வோர் டிவிஷன்களுக்கும் ஒவ்வோர் கமிஷனர்களை நியமிப்பது யாதுக்கென்று பெருந்தொகைக் குடிகளுக்கு தெரியவே மாட்டாது.

இவற்றுள் முநிசிபாலிட்டியாரே தெரிந்தெடுத்துள்ள அங்கங்களில் ஒவ்வொருவரும் கோச்சு வண்டிகளையும் பீட்டன் வண்டிகளையும் அழைத்துக் கொண்டு அந்தந்த டிவிஷனிலுள்ள குடிகளின் வீட்டண்டை வந்து என் பெயருக்கு ஓட்டுக் கொடுக்க வாருங்கள் என்றால், ஓட்டு வாங்குவதற்கு இவ்வளவு பெரிய ஐயர் வந்தால் எப்படி மாட்டேனென்று சொல்லுகிறது. இவ்வளவு பெரிய முதலியார் வந்தால் எப்படி மாட்டேனென்று சொல்கிறதெனப் பேசிக்கொண்டே கோச்சு வண்டியிலேறிக் கொண்டு ஓட்டு வாங்கிக் கொள்ளுகின்றவர்கள் எவ்வகை எழுதிப் பெட்டியில் போடும்படிச் சொல்லுகின்றார்களோ அம்மேறையே நடந்துவருவது இக்குடிகளின் அநுபவமாயிருக்கின்றது.

இத்தகையாய் முநிசபில் கமிஷனர் நியமனங்களே இன்னவையாயது இனியவையாதென்றறியாதப் பெருந்தொகைக் குடிகளுக்கு சட்டநிரூபண சங்க நியமனம் யாது விளங்கி அங்கங்களை நியமிக்கப் போகின்றார்கள். குடிகளே நியமிப்பார்களென்பது வீண் முயற்சியேயாகும்.

சட்டநிரூபண சபைக்குக் குடிகளே அங்கங்களை நியமிப்பதைப் பார்க்கினும் கருணைத் தங்கிய கவர்ன்மெண்டாரே ஒவ்வோர் அங்கங்களைத் தெரிந்தெடுத்து சங்கத்திற்கு சேர்த்துவிடுவது அழகாகும்.

அங்ஙனமின்றி கவர்ன்மெண்டார் ஒவ்வொருவரை தெரிந்தெடுத்து மறுபடியும் அவற்றை நிலைக்கச் செய்ய குடிகளின் சம்மதத்திற்கு விடுவது வீண் முயற்சியாகும்.

சாதிபேதமற்றதும், சமய பேதமற்றதும், தன்னவ ரன்னியரென்னும் பட்சபாத மற்றதுமாகிய பிரிட்டிஷ் துரைத்தனமானது இன்னும் நூறுவருடம் அங்கு ராட்சியபாரஞ்செய்யுமாயின் அப்போதுதான் குடிகள் ஒவ்வொருவரும் இவற்றை சீர்தூக்கி ஆலோசித்து தங்கள் அறிவுக்கு கெட்டிய வரையில் அறிவாளிகளைத் தெரிந்தெடுத்து அங்கங்களை நியமிப்பார்கள்.

இதற்கு மத்தியில் குடிகள் யாவரும் விவேகமிகுந்து இன்னாரை நியமிக்கலாம், இன்னாரை நியமிக்கலாகாதென்னும் பகுத்தறிவு உண்டாயிருக்கின்றனரென்று எண்ணி குடிகள் சம்மதத்தை நோக்குவது வீணேயாகும்.

ஆதலின் நமது கருணைதங்கிய ராஜாங்கத்தோரே சட்டநிரூபண சபைக்கு அங்கங்களைத் தெரிந்தெடுத்து நியமித்து இராஜ காரியாதிகளை சீர்படுத்தி வைக்கும்படி வேண்டுகிறோம்.

- 3:11; ஆகஸ்டு 25, 1909 -

74. சட்ட நிரூபண சபைக்குப் பலவகுப்பார் வேண்டாமாம்

பாரசீகர், ஜைனியர், தீயர் முதலிய வகுப்போர் அவரவர்களுக்குத் தனித்தனியாக ஒவ்வோர் அங்கங்களை நியமிக்கும்படி வெளிதோன்றி விட்டார்கள். இதற்குக் காரணம் கவர்ன்மெண்டார் மகமதியருக்குத் தனியாகக் கொடுத்துள்ளபடியால் மற்றவர்கள் கேட்பதற்கும் இடமுண்டாதென்று சில பத்திரிகைகள் கூறுகின்றது.

அவற்றுள் பலசாதியோர்களிலும் ஒவ்வோர் அங்கங்கள் உட்கார்ந்து சகல குறைகளையும் சரிவர ஆலோசித்து சீர்படுத்துவதினால் ஒற்றுமெயுற்று சகலசாதி குடிகளும் பொதுவான சுகத்தை அடைவார்களா அன்றேல் தற்காலமனுபவிப்பவர்களே சட்டசபைக்கு அங்கங்களாயிருப்பார்களாயின் சகலசாதியோரும் சுகமனுபவிப்பார்களா இவைகளைப் பத்திராதிபர்கள் ஆலோசிக்கவேண்டியதே.

இந்துக்களென்போருக்கும் ஒற்றுமெயடையவேண்டும் என்னும் சுகமடைய வேண்டுமென்னும் எண்ணம் இருக்குமாயின் சகலசாதியோரும் கூடி இராஜாங்க சட்டதிட்டங்களை செய்தலே நலமென்று கூறியுள்ளார்கள்.

யதார்த்தத்தில் சகலசாதியோரும் பெறுமையடையவேண்டும், சுகம்பெறவேண்டும் என்ற நல்லெண்ணம் இருக்குமாயின் கருணைதங்கிய கவர்ன்மெண்டார் சகலசாதியோர்களுக்குத் தனித்தனி சுதந்திரங் கொடுத்து **(தெளிவில்லை)**ஓரிடத்தில் உட்கார வைக்க மாட்டார்கள்.

பெரியசாதி, சின்னசாதிகளை வைத்துக்கொண்டு தங்கள் சுயப்பிரசோசனங் கருதுபவர்களே இதற்குத் தடைகளை யுண்டுசெய்யும் வார்த்தைகளைப் பேசிவருகின்றார்கள். **(சில வரிகள் தெளிவில்லை)**

- 3:11; ஆகஸ்டு 25, 1909 -

75. சென்னை ராஜதானியைச்சார்ந்த சானிட்டேரி கமிஷனர் அவர்களுக்கு விண்ணப்பம்

சென்னை ராஜதானியெங்கும் சுகாதாரங்களை விளக்கி சகலரையும் சுகதேகிகளாக வைக்கவேண்டுமென்னும் அன்பின் மிகுதியால் ஒவ்வோர் டிஸ்டிரிக்ட்டுகளுக்கும் ஹெல்த் ஆபீசர்களை நியமித்துள்ளதுடன் சானிட்டேரி இனிஸ்பெக்ட்டர்களையும் நியமித்து வேண்டிய மருந்துகளையுங் கொடுத்து ஆதரித்துவருவது சகலருக்குந் தெரிந்தவிஷயமேயாம்.

ஈதன்றி ஆடுகளடிக்கும் இடங்களிலும், மாடுகளை கடிக்கும் இடங்களிலும் இனிஸ்பெக்ட்டர்களை நியமித்து நோயில்லா ஜெந்துக்களாக அடித்து மநுக்களுக்கு உபயோகப்படுத்தி சுகதேகிகளாக வாழும்படி செய்விக்கின்றார்கள்.

இத்தகைய கருணை கொண்டு நடாத்திவரும் சுகாதாரங்களில் விஷக்கடியாலும், விஷரோகங்களாலும் தானே மடிந்துள்ள ஆட்டின் மாமிஷங்களையும், மாட்டின் மாமிஷங்களையும் ஏழைமநுக்கள் புசித்து விஷவாயுவாலும், விஷநீர்களாலும் பீடிக்கப்பட்டு அவர்களுக்குள்ள சுத்ததேகங்களுங்கெட்டு கஷ்டப்படும் உழைப்பையும் விட்டு நாளுக்குநாள் க்ஷீணமடைந்து சீக்கிரத்தில் மரணத்துக்குள்ளாகின்றார்கள்.

விஷஜெந்துவாலும், விஷரோகங்களாலும், மடிந்துவரும் ஆட்டு மாமிஷம், மாட்டின் மாமிஷங்களால் மக்களுக்குண்டாகும் தோஷங்கள் முநிசபிசில் எல்லைக்குள் விசேஷமில்லாவிடினும் நாட்டு கிராமங்களில் அதிகமாக நேரிட்டுவருகின்றது.

ஏழைக்குடிகளுக்கு நேரிட்டுவரும் விஷரோகங்களை அகற்றி அவர்களுக்கு சுகாதாரங்களை உண்டு செய்வதே விசேஷ தன்மமாகும்.

அவ்வேழைக்குடிகளோ பூமியை உழுது பண்படுத்தி சீவராசிகளைப் போஷிக்கும் வேளாண்மெயுற்றவர்கள்.

சகலராலும் சிறப்புப்பெற்ற வேளாண்மெயுற்றவர்கள் விஷமாமிஷங்களை புசிப்பதால் நாளுக்குநாள் தாளாண்மெயற்றுமடிந்து போகின்றார்கள்.

சகல குடிகளுக்கும் சுகாதாரமளித்துக் காத்து வரும் சானிட்டேரி கமிஷனரவர்கள் வேளாண்மெயுற்று சீவிக்கும் ஏழைக்குடிகள்மீதும் இதக்கம் வைத்து வியாதிகளால் தானே மடியும் ஆடுகளையும், மாடுகளையும் பூமியிற் புதைக்கும்படியான சட்டதிட்டங்களையும், புதைக்கும்படியான இடங்களையும் ஏற்படுத்தி சுகாதார நிலைகளை மேலுமேலும் விருத்திச் செய்ய வேண்டுகிறோம்.

மடிந்த ஆடுமாடுகளின் தோல்களை உரித்துக்கொண்டு மாமிஷங்களை புதைத்து விடலாமென்னும் சுயப் பிரயோசன ஆலோசனையும் சிலர் கொடுப்பார்கள். அவ்வகையான ஆலோசனைகளுக்கு சானிட்டேரி கமிஷனரவர்கள் இடங்கொடாது மடித்த ஜெந்துக்களை குறித்த இடங்களில் தோலை உரிக்காது உடனுக்குடன் புதைத்துவிட வேண்டுமென்னும் உத்திரவைப் பிறப்பித்தல் வேண்டும்.

விஷமாமிஷங்களைப் புசித்து துன்பமடைவது கிராமங்களில் விசேஷமாயினும் முநிசபில் எல்லைக்குள் வாசஞ்செய்யும் சகலபாஷை சிறுவர்களுக்குத் தோன்றும் வியாதிகளின் விஷயம் நூதனமாகவே விளங்குகின்றது.

எவ்வகையில் என்பீரேல் பத்து பனிரண்டுவயது சிறுவர்கள் சிகரெட்டென்றும், பீடியென்றும், சுருட்டென்றும் வழங்கும் புகை வஸ்துக்களைப் பிடிக்க ஆரம்பித்துக் கொண்டார்கள்.

அப்புகைப்பிடிப்பதிலும், புகையை மூக்கில்விடுவதும், வாயில் விடுவதுமாகிய ஓர் புகைபிடிக்குஞ் செய்கையால் அனந்தஞ்சிறுவர்கள் ஊஷ்ணரோகங்களால் நைந்துப்போகின்றார்கள். அவற்றையும் நமது சானிட்டேரி கமிஷனரவர்கள் ஆலோசனைக்குக் கொண்டுவருவாரென்று நம்புகிறோம்.

- 3:12; செப்டம்பர் 1, 1909 -

ஈதன்றி தற்கால கடைகளில் விற்கும் சரக்குகளில் நல்ல அரிசிகளுடன் மட்ட அரிசிகளைக் கலப்பதும், நெய்களிற் பல வித நெய்களைக் கலப்பதுமாகிய செய்கைகளிலும் பற்பல வியாதிகள் தோன்றுதற்கிடமுண்டாகின்றது.

இத்தகையக் கலப்புள்ள நெய்களால் பலகாரஞ்செய்து விற்பனைச் செய்கின்றவர்களோ இரண்டுநாள் மூன்றுநாளைய பலகாரங்களை வைத்துக்கொண்டு கஷ்டப்பட்டு சம்பாதிக்கும் ஏழைக் குடிகளுக்கு விற்றுவருகின்றார்கள். அவர்களதைக் கையில் வாங்கிப்பார்த்து இது பழயப் பலகாரமாச்சுதே இவற்றை மாற்றிக்கொண்டு வேறு கொடுங்கோள் என்பாராயின் நீங்கள் தொட்டுவிட்டதை யாங்கள் வாங்கமாட்டோமென்று துரத்திவிடுகின்றார்கள்.

ஏழைகளோ துட்டுகொடுத்து வாங்கியப் பலகாரமாச்சுதே என்று தின்றுவிடுவார்களாயின் உழைத்து சம்பாதிக்கக்கூடிய சுத்ததேகிகள் புழுத்தப் பலகாரங்களைத் தின்று பலவகை வியாதிதோன்றி பதிகுலைந்துபோகின்றார்கள்.

சில வாசித்தக் குடும்பங்களிலும் சாராயங்குடிக்கும் வழக்கங்களில் இரவும் பகலும் அன்ன ஆகாரமின்றி சாராயத்தையே குடித்துக்கொண்டு இரத்தங் கக்குகிறவர்கள் சிலரும், மார்பு வரட்சியுண்டாய் இருமல் கண்டு வாதைப்படுகிறவர்கள் சிலரும், குடியின் அதிகரிப்பால் வெட்டை மீறி நீரடைப்பு தோன்றி அதினால் வாதைப்படுகிறவர்கள் சிலரும், தங்களது தேகசக்திக்கும் பிரமாணத்திற்கும் மீறியக் குடியினாலும் அனந்தம்பேர் தேகத்தைப் பாழாக்கிக்கொள்ளுகின்றார்கள்.

இவ்வகையாய் சாராயத்தை வாங்கிவைத்துக்கொண்டு ஓயாது குடித்துக்கொண்டிருப்பவர்களை தற்கொலை செய்துக் கொள்ளுவோர்களுக்கு சமதையாகவே யோசிக்கவேண்டியதா யிருக்கின்றது.

ஆதலின் சுகக்கேடுகளுக்கு ஆதாரமாகும் செய்கைகளை விலக்கத்தக்க சட்டதிட்டங்களை வகுத்து சுகாதார மளிக்கும்படி வேண்டுகிறோம்.

- 3:13: செப்டம்பர் 8, 1909 -

76. லாகூரில் இந்து கான்பெரென்சாமே

இந்துவென்பது ஓர் மதத்தைக் குறிக்கும் பெயராயிருக்கின்றது. அத்தகையப் பெயரால் ஓர் கூட்டங் கூடுவதாயின் வைணவர், சைவர், வேதாந்திகளென்னும் மூன்று மதஸ்தர்களே சேருவார்கள் போலும்.

இந்துமதத்திற்கு சாதிப்பிரிவினைகள் ஆதாரமும், சாதி பிரிவினைகளுக்கு இந்துமதம் ஆதாரமுமாகயிருப்பதென்பது சகலருக்குத் தெரிந்தவிஷயம்.

தங்களுக்குத்தாங்களே சாதிமத சம்பந்தங்களை உணர்ந்து காங்கிரஸ் கூட்டத்திற்கு நாஷனல் காங்கிரசென்று கூடி அநுபவத்தில் இந்து காங்கிரசாகவே நடத்தி வருகின்றார்கள்.

அதாவது 1897 வருஷம் சாதிபேதமற்ற திராவிடர்கள் ஒன்றுகூடி தங்களுக்கு வேண்டியப் பத்துக் குறைகளை விளக்கிக் காங்கிரஸ் கமிட்டியாருக்கு ஓர் விண்ணப்பமனுப்பியிருக்கின்றார்கள்.

அவ்விண்ணப்பத்திலுள்ளக் குறைகளை இதுவரையிலும் காங்கிரஸ் கமிட்டியார் கவனித்தலே கிடையாது. அது கொண்டே இவர்களுக்கு நாஷனல் காங்கிரசென்னும் பெயர் ஏற்காதென்று துணிந்து கூறுகிறோம்.

அவர்களைச்சேர்ந்த இந்துக்களில் சிலர் கூடி லாகூரில் இந்து கான்பிரன்ஸ் என்னும் ஓர் கூட்டம் கூடுவதாகவும் அக்கூட்டத்தில் இந்துக்களென்போர் நாளுக்கு நாள் குறைந்துக்கொண்டுவரும் காரணங்களை ஆலோசிக்கப் போகின்றார்களாம்.

இத்தகைய காரணத்தால் இந்துக்களென்போர் ஓர்மத சார்பினர்களென்றே திட்டமாகத் தெரிந்துக்கொள்ளலாம். மதத்தையும், சாதியையும் விடாமல் கைப்பற்றியிருப்பவர்கள் மகமதியர்களையும், கிறிஸ்தவர்களையும், சாதிபேதமற்ற திராவிடர்களையும் தங்களுடன் சேர்த்து இந்தியர்களென்றும், இந்துக்களென்றுங் கூறுவதற்கு ஆதாரமென்னை.

இந்திய தேசத்தில் வாசஞ் செய்கின்றபடியால் சகலசாதி, சகல பாஷைக்காரர்களையும் இந்தியர்களென்று கூறுவார்களாயின் இந்தியாவைக் கைப்பற்றி ராட்சிய பாரஞ் செய்யும் ஐரோப்பியர்களையே இந்தியர்களென்று கூறல்வேண்டும்.

காரணம் ஐரோப்பியர்கள் இந்தியாவைக் கைப்பற்றி எங்கும் தங்களது பிரிட்டிஷ் கொடிகளை நாட்டி இந்திய சக்கிரவர்த்தியென ராட்சியபாரஞ் செய்துவரும் அநுபவத்தைக்கொண்டு இந்தியாவுக்கு உடையவர்கள் பிரிட்டிஷ் துரைத்தனத்தாராதலின் அவர்கள் அரசாட்சியின் ஆதாரத்தைக்கொண்டு அவர்களையே இந்தியர்களென்று கூறுவதற்காதாரமிருக்கின்றது.

இவற்றுள் இந்துக்கள் நாளுக்குநாள் குறைந்துபோகின்றார்களென்று கான்பிரன்ஸ் கூடும் பெரியோர்கள் தாழ்ந்த வகுப்பினரை உயர்த்தப் போகின்றார்களாம். இதன் விவரம் விளங்கவில்லை. தாழ்ந்தவர்கள் என்னும் ஓர் அட்டவணைப் போட்டுக் கொண்டு அவர்களை உயர்த்துகிறோம் என்பது எந்த தன்மசாஸ்திரமோ அதனை அறியவேண்டியதேயாம்.

ஏழைகளுக்கு உத்தியோகங்களும், பொருளுதவியுஞ்செய்து ஆதரிப்போம் என்பதாயினும் கல்வியில்லாதோருக்கு தரும் கலாசாலைகள் ஏற்படுத்தி கலாவிருத்தி செய்யப்போகின்றோம் என்பாராயினும் அஃதோர் தேச சீர்திருத்தத்திற் கழகாகும். அங்ஙனமின்றி தாழ்ந்த வகுப்போரை உயர்த்தப்போகின்றோம் என்பாராயின் தென்னாலிராமன் கறுப்பு நாயை வெள்ளை நாயாக்கிய கதைக்கொக்கும்.

தங்களை உயர்ந்தவர்களென்று சிறப்பித்து சகல சுகமும் அநுபவித்துக் கொண்டு சிலரைத் தாழ்ந்தவர்களென்று வகுத்து அவர்களை தலையெடுக்க விடாமல் நசித்து சீர்கெடுத்தவர்கள் தற்காலங் கூட்டங்கள் கூடி, தாழ்த்தப்பட்டவர்களை உயர்த்தப்போகின்றோமென்பது விசேஷ விளம்பரமேயாம்.

இவர்களது ஏற்பாடுகளைக்கொண்டும் அனுபவங்களைக் கொண்டும் தற்காலம் தாழ்ந்த வகுப்போரெனக் கூறப்பெற்றவர்களும் எழிய நிலையில் உள்ளவர்களும் இந்துக்களாலேயே தாழ்த்தி நகங்குண்டவர்களென்று திட்டமாகத் தெரிந்து கொள்ளலாம்.

- 3:13; செப்டம்பர் 8, 1909 -

77. தற்கால கவுன்சல் சட்ட சங்கை

தற்காலம் வெளிவந்துள்ள இராஜாங்க கவுன்சல் நியமனங்களில் மகமதியர்களென்றும், இந்துக்களென்றும் பிரிக்கப்படாது. அவ்வகைப் பிரிப்பதினால் எங்களுடைய ஒற்றுமெய்க் கெட்டுப்போகுமென்று பயிரங்கப் பத்திரிகைகளில் கூச்சலிடுகின்றார்கள்.

இத்தகையாய்க் கூச்சலிடுவோர் தங்கடங்கள் அனுஷ்டானங்களில் வழங்கிவரும் வாக்கியங்களை நோக்குவதைக் காணோம்.

அதாவது நீவிரென்னசாதியென்று கேழ்க்கும் வார்த்தை இந்துக்களில் ஒருவரையும் விட்டகன்றதில்லை. அத்தகைய வினாவிற்கு தான் இந்து என்று ஒருவன் சொல்லிவிடுவானாயின் உனது குறுக்குப்பூச்சுனாலும், நெடுக்குப் பூச்சுனாலும் தெரிந்துக்கொண்டேன், உட்பிரிவென்ன சாதியெனவென்று கேழ்க்கின்றார்கள்.

இத்தியாதி குறுக்குப்பூச்சு, நெடுக்குப் பூச்சு, வேதாந்தவேஷ முதியோர்களையும் இந்துக்களென்றால் ஒப்புக்கொள்ளாது உன்சாதியென்ன சமாத்தென்னையென்று கேட்கும்படியானக் கூட்டத்தார் தங்கள் மதத்திற்கும், சாதிக்கும் சம்மதப்படாத மகமதியர்களையும் இந்துக்களென்று கூறி வெளிவந்தது விந்தையேயாம்.

சகல சாதியோரையும், மதத்தோரையும் இந்துக்களென்றே பாவிக்க வேண்டுமென்னும் நல்லெண்ணம் இவர்களுக்கு இருக்குமாயின் சகலசாதி, சகல மதம், சகலபாஷைக்குடிகளில் விவேகமிகுத்த ஒவ்வொருவரும் ஆலோசினை சங்கத்தில் உட்கார்ந்து குடிகளுக்கு நேரிட்டுவருங்

கஷ்ட நஷ்டங்களை அகற்றி ஆதரிக்கலாமென்று கூறலாகாதோ.

இந்தியாவில் சகலசாதி, சகலமதம், சகலபாஷையோர் இருக்கின்றபடியால் சகலசாதியோர்களிலும் ஒவ்வோர் அங்கங்களை நியமித்து ஆலோசினைச் செய்வதால் சகலரும் சுகமடைவார்களா அன்றேல் இந்தியர்களென்று கூறி ஒரே சாதியோரை ஆலோசினை சங்கத்தில் சேர்ப்பதால் சகலசாதியோரும் சுகமடைவார்களா.

பிச்சைக் கொடுப்பதில் தங்கள் சாதியோரைமட்டிலும் பார்த்துப் பிச்சைக் கொடுப்போர் வசம் இராஜாங்கப்பார்வையையுங் கிஞ்சித்து விட்டுவிடுவார்களாயின் யாருக்கு சுகமளித்து யாரைப் பாழாக்கிவிடுவார்களென்பதற்கு சாட்சியம் வேண்டுமோ.

வேண்டுவதில்லை. ஆதலின், கருணைதங்கிய இராஜாங்கத்தார் தாங்கள் ஏற்படுத்தும் ஆலோசினை சங்கத்தில் சகல சாதியோர்களையும் சேர்த்து அவரவர்கள் குறைகளைத் தேறவிசாரித்து தேச சீர்திருத்தஞ் செய்வதே சிறப்பாகும். அச்சிறப்பே பிரிட்டிஷ் ராட்சியபாரத்தை நிலைக்கச் செய்யும். அந்நிலையே சகல குடிகளுக்கும் இராஜவிசுவாசத்தைப் பரவச்செய்து சுகமளிக்குமென்பதாம்.

- 3:14; செப்டம்பர் 15, 1909 -

78. நன்பிராமன் கூட்டத்தோரென்றால் யாவர்

தற்காலம், பிராமணர்கள் என்று பெயர் வைத்துள்ள வகுப்பாருள் கீழ்ச்சாதி மேற்சாதியென்னும் வரம்புகளை ஏற்படுத்தி இருக்கின்றார்கள். அவ்வரம்புக்குள் அடங்கி சாதிபேதம் வைத்துள்ளவர்கள் யாவரும் பிராமணக் கூட்டத்தோர்களையே சேர்ந்தவர்களாகும்.

சைவம், வைணவம், வேதாந்தமென்னும், சமயங்களையும் அப்பிராமணரென்போர்களே ஏற்படுத்தி அச்சமயத்தை எவரெவர் தழுவிநிற்கின்றனரோ அவர்களும் பிராமணச் சார்புடையவர்களேயாவர்.

இத்தகையச் செயலுள் சாதி ஆசாரங்களையும், சமய ஆசாரங்களையுந் தழுவிக் கொண்டே (நன்பிராமன்ஸ்) என்று சங்கங்கூடியிருக்கின்றனரா அன்றேல் சாதியாசாரங்களையும் சமயவாசாரங்களையும் ஒழித்து (நன்பிராமன்ஸ்) (NonBrahmin) என்ற சங்கங்கூடியிருக்கின்றனரா விளங்கவில்லை.

அங்ஙனம் சாதியாசாரங்களையும், சமயவாசாரங்களையும் ஒழித்துள்ளக் கூட்டமாயிருக்குமாயின் அவர்களுடன் சேர்ந்துழைப்பதற்கு அனந்தம்பெயர் கார்த்திருக்கின்றார்கள்.

பிராமணர் என்போரால் வகுத்துள்ள சாதி ஆசாரங்களையும், சமய ஆசாரங்களையும் வைத்துக்கொண்டு (நன்பிராமன்ஸ்) எனக் கூறுவது வீணேயாகும்.

காரணம், சாதியாசாரக் கிரியைகளிலும் பிராமணர்களென்போர் வரவேண்டியவர்களாய் இருக்கின்றார்கள். ஆதலின் இவ்விரண்டிற்குஞ் சம்பந்தப்பட்டவர்கள் யாவரும் நன்பிராமன் ஆகார்கள்.

உள் சீர்திருத்தமென்றும், இராஜகீய சீர்திருத்தமென்றும் இருவகுப்புண்டு. அவற்றுள் சாதிசமய சம்மந்தங்கள் யாவும் உட்சீர்திருத்தங்களென்றும், மற்றவை ராஜாங்க திருத்தமென்றுங் கூறி யாங்கள் ராஜாங்க சம்பந்தத்தில் (நன் பிராமன்ஸ்). என வெளிவந்தோமென்பாராயின், இந்துக்கள், மகமதியர், பௌத்தர், கிறீஸ்தவர்களென்னும் பிரிவினைகளுக்கு மதசம்மதங்களே காரணமாயிருப்பது கொண்டு இந்துக்களென வெளிவந்துள்ளோர் இராஜகீயே காரியாதிகளிலும் (நன்பிராமன்ஸ்) எனப் பிரித்துக் கொள்ளுவதற்கு ஆதாரமில்லை.

ஆதலின் இவற்றைக் கண்ணுறும் அன்பர்கள் ஒவ்வொருவரும் தற்காலம் தோன்றியிருக்கும் (நன் பிராமன்ஸ்) என்போர் யாவரென்றும், அவர்கள் கூட்டத்தின் கருத்துக்கள் யாதென்றும் தெரிவிக்கும்படிக் கோருகிறோம்.

கூட்ட வோட்டச் சிலவுகள் யாவும் எங்களைச்சார்ந்தது. ஆட்டபாட்டச் சுகங்கள்யாவும் ஐயரைச் சார்ந்தது என்பாராயின் யாது பலனென்பதேயாம்.

- 3:14; செப்டம்பர் 15, 1909 -

79. திராவிடசபையோரால் நடந்துவருஞ் செயல்களும் அடைந்து வருஞ்சுகங்களும் நீலகிரியில் 1891 வருஷம் சபையோரால் காங்கிரஸ் கம்மிட்டியாருக்கு அநுப்பிய விண்ணப்ப பாபிர சுருக்கம்

கனந்தங்கிய காங்கிரஸ் கமிட்டியாரவர்களுக்கு மிக்கப் பணிதலான வந்தனத்தோடு அறிவிக்கும் விண்ணப்பமாவது:-

மநுமக்கள் தோற்றத்தில் கன்மத்தால் சாதியா, ஜென்மத்தால் சாதியா; அதாவது தொழிலால் சாதியா, பிறவியால் சாதியா என்பதும், திராவிடமெனுந் தமிழ்பாஷை வழங்கிய பெயரும், நான்குசாதிப்பெயருடன் உண்டான விஷயங்களும், பறையரெனும் பெயர் எக்காலத்து அனுஷ்டிக்கப்பட்ட தென்பதும்,

முத்துசாமி ஐயர், முத்துசாமி முதலி, முத்துசாமி நாயுடுவெனத் தங்கள் தங்கள் பெயர்களினீற்றில் இத்தொடர்மொழிகளை எக்காலத்துச் சேர்த்துக் கொண்டனர் என்பதும், ஆசார அனாசார துர்க்கிருத்தியங்கள் யாவரிடத்து நிறைந்துளது என்பதும், வேதம் ஆதியா அனாதியா, யாவர்க்கும் பொதுவாயுளதா, பட்சபாதம் உடையதா என்பதும், பறையரென்னும் பெயர் சகலருக்கும் பொருந்துமென்பதும், சாஸ்திராதார அநுபவ திருஷ்டாந்த தாட்டாந்தங்களுடன் வரைந்துக் கேட்டுக்கொள்ளுவது.

ஓர் யாசகத் தொழிலாளனைப் பத்து பெயர் சேர்ந்து இவன் மெத்த வாசித்தவன், மிகவும் யோக்கியதா பட்சமுடையவன், உயர்ந்த சாதியினன் என்று புகழ்ந்துகொண்டே வருவாராயின் அவன் செய்யும் பிக்ஷைத்தொழில் கேவலமாயிருப்பினும் பத்துப்பெயர் புகழ்ச்சி செய்வதனால் நாளுக்குநாள் அவன் விருத்தியடைந்து முன்னுக்கு வந்துவிடுவான்.

ஆனால் ஆசாரம் நல்லொழுக்கம், கீர்த்தி, கல்வி, கேள்விகளில் சிறந்த ஓர் மனிதனைப் பத்து பெயர் சேர்ந்து அவன் கேவலன், நீசன், அனாசாரமுடையவன், நீசசாதியான் எனத் தாழ்த்திக் கொண்டே வருவாராயின் அவன் தேகங்குன்றி நாணமடைந்து அறிவு மழுங்கி சீர்க்கேடனாய்த் தாழ்ந்து விடுவானேயன்றி முன்னுக்கு வரான். இஃதனுபவப் பிரத்தியட்சமாகையால் காங்கிரஸ் கமிட்டியார் பறையர்களென்று தாழ்த்தப்பட்டுள்ள பெருங் குடிகளின்மீது கருணை பாவித்து கவர்ன்மெண்டாரைத் தாங்கள் கேட்டுவருங் குறைகளுடன் அடியிற் குறித்துள்ள பத்துக்குறைகளையும் விளக்கி ஆதரிக்கக் கோருகிறோம்.

அதாவது,

1. பறையரென்பதில் இழிவாகக் கூறி மனங் குன்றச்செய்வரேல் பழித்தல், அவதூறென்னும் இரண்டுகுற்றங்களுக்கு ஆளாகவேண்டிய தென்றும்,

2. இக்குலத்து ஏழைக்குடிகள் விருத்தியடையும் பொருட்டு கல்விசாலைகள் பிரத்தியேகமாக அமைத்து உபாத்தியாயர்களையும் இக்குலத்தோரில் நியமித்து மாணாக்கரின் சம்பளங்களையும் அரைபாகங் குறைக்கவேண்டியதென்றும்,

3. இக்குலத்தோரில் பிரவேச மெற்றிக்குலேஷன் பரிட்சையில் தேறிய மூன்று பிள்ளைகளுக்கு ஸ்காலர்ஷிப் கொடுக்கவேண்டியதென்றும்.

4. இங்ஙனங் கல்வியில் தேறினோர்களில் ஒவ்வொருவரை இத்தமிழ் நாட்டிலுள்ள ஒவ்வொரு கவர்ன்மெண்டாபீசுகளிலும் வைக்கவேண்டியதென்றும்,

5. இவர்கள் கல்வி நல்லொழுக்கத்துக்குத் தக்கபடி எவ்வகை உத்தியோகமுந் தடையின்றிக் கொடுக்கவேண்டியதென்றும்,

6. முநிசபில் சங்கத்திலும், கிராம சங்கத்திலும் இக்குலத்தோரின் கஷ்டநிஷ்டூரங்களை அறிந்து பேசுதற்குச் சகல டிஸ்டிரிகட்டுகளிலும் ஜில்லாக்களிலும் ஒருவர் பெருந்தொகையான வரி செலுத்தக்கூடாதவராயினும் கல்வி, நல்லொழுக்கத்தின்படி இவர்கள் யாரை நியமிப்பார்களோ அவரை அக்கிராசனாதிபதி ஓர் அங்கமாக ஏற்றுக்கொள்ளவேண்டியதென்றும்,

7. ஜேயில் கோட் 464-வது சட்டடத்தில் பறையர்களைச் சகல தாழ்ந்த வேலையும் செய்விக்கலாமென்பதை எடுத்துவிடவேண்டியதென்றும்,

8. இத்தமிழ்நாட்டிலுள்ள சகல குளங்களிலும், கிணறுகளிலும் இவர்கள் தடையின்றி சலம் மொண்டுக்கொள்ள வேண்டியதென்றும்,

9.ஆங்கிலேய துரைமக்களிராது இந்துக்கள் உத்தியோகஞ்செய்யும் ஆபீசுகளிலும், கச்சேரிகளிலும் இக்குலத்தோர் உள்ளுக்கு வரப்போகாது, உட்காரப்போகாது என்று தடுக்குஞ் செய்கையை விடுத்து கஷ்டநிஷ்டூரங்களை உடனுக்குடன் விசாரித்து நீதியளித்தனுப்ப வேண்டியதென்றும்,

10. இவர்கள் வசிக்கும் கிராமங்களில் மணியகாரன், முனிசிப்பாக இக்குலத்தோருள் ஒவ்வொருவரை நியமிப்பதுடன் ஆங்கிலேய கலெக்டர் துரையவர்கள் கிராமங்களுக்கு வருங்கால் நேரில் இவர்களை விசாரித்து நீதியளிக்க வேண்டும் என்னும் பத்தாவது கோரிக்கையும் குறிப்பித்திருந்தோம்.

- 3:14; செப்டம்பர் 15, 1909 -

நீலகிரியில் 1891 வருஷம் நிலைநாட்டிய திராவிட சபையோரால் சென்னை மகாசபைக்கு பிரதிநிதியை அனுப்பி அனுகூலம் பெற்ற விஷயங்கள்

அதாவது,

1892 வருஷம் ஏப்ரல் மீ சென்னையிற்கூடிய மகாஜனசபைக்கு நீலகிரியிலுள்ள திராவிட சபையோர் ஓர் பிரதிநிதியை அனுப்பி இக்குலத்து ஏழைகளுக்கு மேலுமேலுங் கலாசாலைகள் வகுத்து இலவச கல்வி கற்பிப்பதுடன் கிராமங்களிலுள்ள விவசாய ஏழைகளுக்கு பூமிகளுங்கொடுத்து ஆதரிக்கவேண்டுமென்று கேட்டு, மகாஜன சபையாருள் இராஜா சர் சவலை இராமசுவாமி முதலியாரவர்கள் அவற்றை ஏற்கவும், எல்லூர் சங்கரம் ஐயரவர்கள் ஆமோதிக்கவும், திராவிடபிரதிநிதி க. அயோத்திதாஸ் பண்டிதரவர்கள். உதவி ஆமோதகராகவும் விளங்கியதன்பின், சபாநாயகர் ஆனரெபில் பி, அரங்கைய நாயுடுகாரவர்களும், காரியதரிசி எம். வீரராகவாச்சாரியர், பி.ஏ. அவர்களும் சங்கத்தோருக்கு விளக்கி பெருந்தொகையார் சம்மதப்படி, கிராமங்கபோரும் இக்குலத்து சிறுவர்களுக்குக் கலாசாலைகள் ஏற்படுத்தவும், இக்குலத்து விவசாயிகளுக்கு பூமிகள் கொடுத்து ஆதரிக்கவும் வேண்டுமென்று கருணை தங்கிய ராஜாங்கத்தோருக்கு (ரெக்கமெண்டு) செய்தார்கள். அதனைக்கண்ட கருணை வள்ளலர்களாம் கவர்ன்மெண்டார் கிராமமெங்கணும் இக்குலத்து ஏழை சிறுவர்களுக்குக் கலாசாலைகள் நியமிக்கலாமென்று உத்திரவளித்ததுடன் கவர்ன்மெண்டாரும், லோக்கல் பண்டு போர்டாரும், முநிசிபாலிட்டியாரும் அதற்கு உதவிபுரிய வேண்டுமென்று கவர்ன்மெண்டு ஆர்டர் வெளியிட்டதுடன் பூமிகளுங் கொடுத்து ஆதரிக்க வேண்டுமென்று உத்திரவளித்துவிட்டார்கள்.

அவ்வுத்திரவின்பேரில் பல கிராமங்களிலும் கலாசாலைகள் ஏற்படுத்தி அனந்தமாயிரம் ஏழைச் சிறுபிள்ளைகள் வாசித்துவருவதுடன் இக்குலத்து விவசாயிகளில் அனந்தம் பட்டாதாரர்களுந் தோன்றினார்கள்.

இஃது எச்சபையோரால் நடந்த சுகமென்பீரேல், திராவிட சபையோரால் நடாத்திய முயற்சியேயாம்.

திருவாங்கூரிலுள்ள இக்குலத்து ஏழைகளிச்சங்கதிகளை பத்திரிகைகள் வாயலாகவும் கேழ்வியாலும் உணர்ந்து தாங்களும் திராவிட ஜனக் கிளைச்சபையோரெனக் கூடி அவ்விடத்திய திவானவர்களுக்கு ஓர் விண்ணப்பமனுப்பி சில தருமகலாசாலைகள் வகுத்து தங்கள் சிறுவர்களை விருத்திசெய்ய வேண்டுமென்று கோரினார்கள். அதனைக் கண்ணுற்றதிவானவர்கள் அடியிற்குறித்துள்ள வினாக்களை வினவினார்.

திருவிதாங் கோட்டிலுள்ள திவான் ஆபீசிலிருந்து மேற்சொன்னபடி நாகர்க்கோவில் ஆதிதிராவிடஜனக்கிளை சபையாருக்கு அனுப்பிக் கேட்டிருக்கும் கேள்விகளுக்கு சென்னை ஆதி திராவிடஜன தலைமெய்ச்சபை யோரால் 1892 வருஷம் அக்டோபர் மீ கொடுத்த உத்திரவுகள்

1-வது வினா பறையர்கள் இவர்களுக்கு வக்கணை என்ன, அதன் உற்பத்தியென்ன?

விடை: முதலாவது வினாவில் பறையர்கள் என்னும் பெயர் பூர்வீக திராவிட சாதியோருக்கு வந்த வகை கல்வியற்ற அவிவேகிகளிற் சிலர் தங்கள் விரோதத்தினால் வைத்தப் பெயராகக் காண்கிறதேயன்றி தொழிலைப்பற்றி வந்ததாகக் காணவில்லை. அதாவது (பறை) என்னு மொழிப்பகுதியாகி, தோல் கருவியடித்து விவாகக் குறிப்பு, மரணக்குறிப்பை பறைகிறதும் நாவினாற் சொல்லென்னும் ஏவலைப் பறைகிறதுமாகி சொற்றிரிந்து பறை-பகுதி, அர் - விகுதியினால் வாய்பறை, தோற்பறை பறையுஞ் சகலதேச மனுக்களையும் பறையரென்று சொல்லும்படியான ஆதரவிருக்க திராவிடசாதியோர்களை மட்டும் பறையர்களென்கிற நோக்கங்கொண்டு கேட்டக்கேழ்விகளுக்கு உத்திரவு கொடுக்கப்பட்டிருக்கிறது.

வக்கணை என்பதற்கு சினேகமென்னும் பொருளைத்தரும். அதற்கு உற்பத்தி சத்துவநிலையேயாம்.

இதனை வினவியவர் கருத்து ஒவ்வொரு தேசபாஷைக்காரர்களும் தங்கடங்கள் பெயர்களினீற்றில் ஐயர், முதலி, பட்டர், ராவு, சாஸ்திரியென ஒவ்வொரு தொடர்மொழிகளை வைத்திருக்கின்றார்களே அதுபோல் தற்காலம் பறையரென்று வழங்கிவரும்படியானவர்களுக்கு ஏதேனும் தொடர்மொழிகள் உண்டாவென்று கேட்டிருப்பாரானால் இந்துதேசத்தின் ஓர்பாகத்தில் நான்கு சாதியோராய் விளங்கினோர்களில் திராவிடசாதியோராகிய தமிழ்பாஷைக் குடிகளை ஐந்துபாகமாகப் பிரித்து அதில் மலைகளைச் சார்ந்து வசிப்பவர்களுக்கு குறிஞ்சி நிலத்தாரென்றும், கடலைச்சார்ந்து வசிப்பவர்களுக்கு நெய்த நிலத்தாரென்றும், காடுசார்ந்து வசிப்பவர்களுக்கு முல்லை நிலத்தாரென்றும், படுநிலஞ்சார்ந்து வசிப்பவர்களுக்குப் பாலைநிலத்தாரென்றும், நாடுசார்ந்து வசிப்பவர்களுக்கு மருதநிலத்தாரென்றும் வழங்கிவந்தவர்களில் இவர்கள் மருதநில வாசிகளாகையால் தங்கள் பெயர்களினீற்றில் நாயனார், கீரனார், போகனார், புலிப்பாணியார், பாண்டியனார், அகத்தியனார், நத்தத்தனார், என ஒவ்வொருவர் பெயர்களினீற்றிலும் விகுதியாக நிற்குமேயன்றி பகுதியாக நிற்கமாட்டாது. மரியாதையோவென்றால் பெரியோர்களுக்கு தேவரீரென்றும், சிறியோர்களுக்கு சிறந்திரு அல்லது சுகநிதியென்றும் அமைவித்த நிச்சயமாகும். இவர்களுக்குள்ளுந் தற்காலத்தில் சிலர் பிள்ளை, ரெட்டி, பத்தர், ராவு பொன்னுத் தொடர்மொழிகளை சேர்த்துக்கொண்டுவருகின்றார்கள்.

2-வது வினா. சேரி என்பதற்குப் பொருள் என்ன?

- 3:15; செப்டம்பர் 22, 1909 -

விடை : சேரி என்பதற்குப் பொருள் பாடி. அதாவது - பத்து குடிகள் அல்லது அதற்கு மேற்பட்ட குடிகள் சேர்ந்து வாசஞ்செய்யுமிடத்திற்கு சேரி என்னும் பெயரைக் கொடுத்தார்கள். அஃது முல்லைநிலவாசிகளாகிய இடையர்கள் வசிக்கும் இடத்திற்கே இடைச்சேரியென்றும், ஆயர்பாடியென்றும் சகலசாஸ்திரங்களும் வழங்கிவந்ததேயன்றி பறைச்சேரியென்று எந்த சாஸ்திரங்களும் முறையிடவில்லை. தற்காலம் பெரியசாதிகளென்போர் வாசஞ் செய்யுமிடம் கூடுவான்சேரி, புதுச்சேரி, தலைச்சேரி முதலியவைகளேயாம்.

3 - வது வினா- இவர்களுடைய மதம் என்ன, அதை சம்மந்தித்த கன்மாதிகள் என்ன.

விடை: இவர்கள் துவிதபாவனையில், இந்திரரை தேவராகப் பூசித்தவர்கள் ஆகையால் இந்திய மதத்தினரானார்கள். இதன் கன்மாதியோவென்றால் மார்கழி, தைமாதங்களில் முன் பனிகால தானியங்களை அறுத்து புதுப்பானைகளில் பொங்கலிட்டு இந்திரனுக்குப் பூசைசெய்து, இக்குலத்தோரில் உள்ளொளி உணர்ந்து செவ்விய தண்மெயில் இருக்கும் அந்தணர்களை முந்தி புசிக்கச்செய்து, யாசகர்களுக்கிட்டு தாங்களும் புசித்து ஆனந்தித்து நிற்பதே இவர்களது கன்மாதியாகும்.

4 - வது வினா:- இவர்களை நடத்திவருகிற ஆசிரியன்மார்கள் யார்.

விடை : இவர்களுடைய ஆசிரியர்களில் ஞானாசிரியர்களென்றும், கன்மாசிரியர்களென்றும் இருவகையுண்டு. அதில் ஞானாசிரியர்களின் விவரம்: இக்குலத்தோர்களில் சிலர் சகலசாஸ்திரங்களையும் உணர்ந்து விவேக முதிர்ந்தபோது ஞானக்கூட்டங்களை ஏற்படுத்தி சகல தத்துவசாஸ்திரங்களையும் அமைத்து தென்காசிமடம், தென்பாண்டிமடம், பூதூர்மடம், கருவூர்மடம், திருப்புளிமடம் என்னும் பெயர்களிட்டு ஞானமார்க்கத்தைப் போதித்து வந்தார்கள்,

இவர்களின் பெயர்கள்:

அருமெயாகிய தவத்தை செய்பவராகையால் அருந்தவரென்றும், மேன்மெய்தங்கிய நிலமெயுடையவராகையால் மாதவரென்றும், உள்ளொளி உணர்ந்தவராகையால் அந்தணரென்றும், அறிவு முதிர்ந்தவராகையால் ஞானிகளென்றும், வேதமோதுவதினால் வேதியொன்றும், தன்னைப் பார்ப்போராகையால் பார்ப்பாரென்றும், சகல தோற்றமும் ஒடுக்கமுடையவர்களாதலால் சித்தர்களென்றும் அழைக்கப்பெற்றார்கள்.

கன்மாசிரியர்கள் விவரம்: இக்குலத்தோர்களிற் சிலர் கணிதாதி சோதிடவிஷயங்களை நன்காராய்ந்து அரசர் முதல் வணிகர் வேளாளரென்ற முத்தொழிலாளருக்கும் விவாகபந்த அஷ்ட முகூர்த்தங்களையும் நியமித்து கிரியைகளை நடத்தி வருவதும், மரணசம்மந்தமான தன்மகன்மங்களையுஞ் செய்துவருகின்றார்கள். இவர்களின் பெயர்: ஈகையுடன் சகல தன்மகன்மங்களையும் செய்துவருகிறவர்களாகையால் வள்ளுவரென்றும், வருங்காரியம் போங்காரியங்களை அறிந்து ஓதவல்லவராகையால் சாக்கையரென்றும் அழைக்கப்பெற்றார்கள்.

- 3:16; செப்டம்பர் 29, 1909 -

5-வது வினா - இவர்களை சம்மந்தித்த சாதிகள் யார்?

விடை : இவர்கள் பூர்வத்தில் ஆந்திரசாதி, மராஷ்டகசாதி, கன்னடசாதி என்ற மூன்று சாதிகளுடன் சம்மந்தித்திருந்தார்கள். தற்காலத்திலோ, சிங்களர், சீனர், பர்மியர், வங்காளர், ஆங்கிலேயர், பிரான்சியர், பார்சியர், ஆரியர்களாகிய சகலசாதிகளிடத்தும் சம்பந்தித்திருக்கின்றார்கள்.

6-வது வினா. - பூர்வத்தொழிலென்ன? தற்காலத் தொழிலென்ன?

விடை : பூர்வத்தில் இவர்கள் அந்தண, அரச, வணிக, வேளாளமென்ற நான்கு தொழில்களையுஞ் சரிவரத் செய்துவந்தார்கள். தற்காலத்தில் மேற்சொன்னபடி தொழில்களை சிலர் செய்துவந்தபோதிலும் பெரும்பாலும் வேளாளத்தொழிலும், ஆங்கிலேயர் அரண்மனைத்தொழிலும், செரஸதார், இஞ்சினியர், சர்ஜன், இனிஸ்பெக்ட்டர், மானேஜர், ரிஜிஸ்ட்ரார், எட்ரயிட்டர் முதலிய ராஜாங்கத் தொழிலுஞ் செய்துவருகின்றார்கள்.

7 - வது வினா. - பூனூல் உண்டா? ஆசிரியன்மாரின் விவரம் என்ன?

விடை: பூனூல் உண்டு. ஆசிரியன்மாரின் விவரம் நான்காவது விடையில் கூறி இருக்கின்றன.

8 - வது வினா. - ஜனன அடியாந்தரங்கள் என்ன?

விடை : பரதகண்ட பஞ்ச பூத அடியந்திரமும், திராவிடம் பரவச் செய்த அகஸ்திய கோத்திரமும், இந்திர பரம்பரையும், பாண்டிய வம்மிஷமுமாம். இதன் கன்மாதியோ நைடதத்திற் கூறியுள்ள செயல்களேயாம்.

9-வது வினா. - கலியாண சம்மந்தமான கன்மாதிகள் என்ன?

விடை : இவர்களின் கலியாண சம்மந்தம் பனிரண்டுமுதல் பதின்மூன்று வயசளவுள்ள மங்கை பருவப்பெண்ணை மணமகனுக்கு உரியோர் கேட்கவும், மணமகளுக்கு உரியோர் சம்மதப்பட்டு கொடுக்கும் பிரசாபத்தய மணமே பூர்வத்திலிருந்து நிறைவேறி தற்காலத்திலும் அனுஷ்டித்து வருகின்றார்கள்.

இதன் கன்மாதியோவென்றால் கன்ம குருக்களாகிய வள்ளுவர்களால் சுபதினம் வைத்து மாதிடையிலிங்க உருவகமாக தங்கத்தினால் ஒரு சின்னஞ்செய்து மஞ்சள் சரடு கோர்த்து பஞ்சகன்னிகைகளால் பந்தற்கால் அமைத்து, ஏழுசால்களை சப்த கன்னிகைகளாகவும், மேல் கும்பத்தை அகத்தியராகவும், கரகசித்திர வருணங்களை இந்திரராகவும், இந்திர ஆவாகன நவதானிய முளைகள் கட்டி, குடவிளக்குடன் அஷ்டமங்கள ஓசையால் ஓம் சப்தாக்கினி வளர்த்தி, கன்மகுருவானவர் தாலியை கரத்திலேந்தி அஷ்டமூர்த்த சாட்சியும் சபைசாட்சியும் இட்டு மணமகன் கரத்தில் கொடுக்க மணநாயகன் மணநாயகியின் கழுத்தில் கட்டிவிடுவதே இதன் கன்மாதியாம். இஸ்திரீயானவள் தன் புருஷனை இடைவிடாது இதயத்தில் வைத்துக்கொண்டிருக்கும் சாட்சிக்காக மார்பின் மத்தியில் தாவிக்கொண்டிருக்கின்றபடியால் (தாலி) என்னும் பெயரைப் பெற்றது.

- 3:17; அக்டோபர் 6, 1909 -

10-வது வினா. மரண சம்மந்தமான நடவடிக்கைகள் என்ன.

விடை : பூர்வத்தில் இவர்களில் யோகசாதனமாம் ஞானசாதனம் உடையோர்களை மட்டும் பூமியில் அரைவீடுகட்டி சமாதிசெய்து விடுவது வழக்கமாம். இதன் கன்மாதிரியோவென்றால் மரணமடைந்தவன் உச்சியிலிருக்குஞ் சோதியானது வெளிப்புறப்பட்டு விட்டபடியால் இறந்தவன் சிரசினருகே ஓர் தீபத்தை ஏற்றிவைத்து, பிறவிபந்தத்திற்கு ஆளானதினால் இருகாலின் பெருவிரலிலும் நிகளபந்தக் கட்டிட்டு, மனைவியின் பதிவிரதா குணமறிய செந்நெற் பொரி வறுத்து தோஷமின்றி வெளுத்தபோது பத்தாவுக்கு அன்னமிட்ட கையினால் பொரியை ஆவாகனஞ்செய்து, இல்லறதருமத்தைக் காட்டும்படியான அக்கினியும், அரிசியும், அமுதமும், நீர்க்குடமும் மைந்தன்கையில் கொடுத்து, இடுகாடு வரையிலுங் கொண்டுபோய் பிரேதத்தைக் கொளுத்தி அக்கினியும், அரிசியும், பாலும், நீரும் உன்னைவிட்டு நீங்கவில்லையென்று உடைத்து இல்லுக்குத் திரும்பி சோதியைப்பெற்ற தேகம் போய்விட்டபடியால் தீபசோதியைத் தரிசித்துக் கொண்டு அவரவர்கள் வீட்டிற்குப்போய் சமாதியடைந்தானென்னும் புகழுக்குப் போகாமல் இறந்தானென்னும் இழிவுக்குப் போனபடியால் ஒவ்வொருவரும் இஸ்னானஞ் செய்து எட்டாநாள் மனைவியின் இதயத்தில் புருஷனை மறவாமல் ஊன்றிநிற்க ஓர் அடையாளமாகக் கட்டிவைத்திருந்த, பத்தா இறந்துபோனபடியால் அவனை மறந்துபோகவேணுமென்று கருதி குடும்ப ஸ்திரீகள் கூடி துக்கித்து கழுத்திற் கட்டியிருக்கும் தாலிசரடை அறுத்து நீரில் விடுவது பூர்வமுதல் நாளதுவரையில் நடந்தேறிவரும் மரணசம்மந்த கன்மாதியாம்.

11-வது வினா. எதுவரையில் விவாகம் நடந்தது; ருது சாந்தி கலியாணம், இரண்டாம் கலியாணம் எப்படி நடக்கிறது?

விடை : புருஷர்களுக்கு குமரபருவம் 22-வயதிலும், இஸ்திரீகளுக்கு மங்கைபருவம் 12-வயதிலும் மணஞ்செய்வது வழக்கமாம். மனைவி மரணமடைந்துபோய் இரண்டாவது விவாகம் செய்வதாயினும் விவாக விதிப்படியே செய்துவருகிறார்கள்.

ஒரு விவாகஞ்செய்த மனைவி இருப்பாளாயின் மறுவிவாவாகஞ்செய்வது வழக்கமில்லை. தற்காலம் பலதேசத்தோர் சேர்க்கையினால் ஒரு விவாக மனைவியிருக்க மறுவிவாகமுஞ் செய்துவருகிறார்கள்.

ருது சாந்தி கலியாணமோவென்றால் பெண் மங்கை பருவத்துக்கு வந்தாளென்பதை பந்துக்களுக்குத் தெரிவித்து பெண்ணையலங்கரித்து வாத்தியகோஷமுடன் ஆனந்தங் கொண்டாடினால் சீக்கிரத்தில் விவாகம் முடியுமென்று கோறி ருது பந்து சேர்க்கை நடக்கும் வழக்கமானது பூர்வமுதல் நாளதுவரையில் நடந்தேறிவருகின்றது.

- 3:20; அக்டோபர் 27, 1909 -

12 - வது வினா. பெண்களுடைய விவாக சம்மந்தத்தை தொந்தந்தீர்க்கிற விபரமென்ன, அப்படிப்பட்டவர்களை திரும்ப சேர்த்துவைக்கிற விபரம் என்ன?

விடை: புருஷனும், இஸ்திரீயும் அட்டமூர்த்த முன்னிலையிலும், சபையோர் முன்னிலையிலும் ஒருவரைவிட்டு ஒருவரைப் பிரியோமென சத்தியபூமணஞ் செய்துக்கொண்டவர்களாகையால் விவாகபந்த விலக்கமானது விபசாரதோஷம் புலப்படுமானால் பெரியோர்களைக்கொண்டு ரூபித்து அவளை நீக்கிவிடுவது பூர்வமுதல் நாளதுவரையில் நடந்தேறிவருகிற தொந்தந்தீர்க்கும் வழக்கமாம். திரும்ப சேர்க்கும் வழக்கமானது மனைவியானவள் விபசார தோஷமின்றி ஏதோசில மனத்தாங்கலால் ஒருவருக்கொருவர் நீங்கியிருப்பார்களானால் மணவரையிற் செய்த சத்திய

பயமும், பெரியோர்களின் வாக்கும் இவர்களை மறுபடியுஞ் சேர்த்து விடச்செய்கிறது.

13 - வது வினா. சாதாரண விவாகம், புனர் விவாகம் இவைகள் எப்படி நடந்துவருகிறது. அதற்குண்டாயிருக்கும் அநுமதி என்ன, அது நடந்து வருகிறதா?

விடை : சாதாரண விவாகம் ஒன்பதாவது விடையிற் கூறியிருக்கின்றன. பத்தாவானவன் சிறுவயதில் இறந்துவிடுவானாயின் அவனை மறந்துவிடும்படி அவனால் கழுத்திற் கட்டிய ஓர் அடையாளத்தை அறுத்து எடுத்துவிடுகிறபடியால் அவள் மறுவிவாகத்துக்குரியவளாயிருக்கின்றாள். இதற்கு அநுமதி தமயந்தியின் இரண்டாவது சுயம்வர ஆதரவைக்கொண்டு நாளது வரையில் விதவா விவாகமாம் புனர்விவாகம் நடந்தேறிவருகிறது.

14 - வது வினா. ஒவ்வொரு சாதிக்கும் விதம்விதமானப் பெயர்கள் என்ன, அவர்கள் எப்படி அழைக்கப்படுகிறார்கள்?

விடை : இந்தக் கேள்வியானது இவர்களைக் கேழ்க்கக்கூடியதல்ல, ஆரடா மானியம் விட்டதென்றால் நான்தான் விட்டுக்கொண்டேனென்னும் பழமொழிக்கிணங்க தங்கள் தங்கள் இஷ்டம்போல் ஒவ்வொரு சாதிப் பெயர்களை வைத்துக்கொண்டார்கள். தங்களாற் சொன்னப்பெயர்களை எதிரிகளால் அழைக்கப்பெற்று வருகிறது.

இதன் விவரம் திராவிடசாதியோராகிய தமிழ்பாஷைக்குடிகளில் துற்குணமும், துற்செய்கை உடையவர்களுக்கு சுரசம்பத்தோரென்றும் நற்செய்கையும், நற்குணமுமுடையவர்களுக்கு தெய்வசம்பத்தோரென்றும் பிரித்ததுபோல் மலையாள பாஷையில் துற்குணமும், துற்செயலுமுள்ளவர்களுக்கு தீயரென்றும், நற்குணமும், நற்செய்கையுமுடையவர்களுக்கு நியாயரென்றும் அவரவர்கள் குணத்திற்கும் செயலுக்கும் உள்ள பேதங்கண்டு எழுதிவைத்திருந்த பெயர்களை கீழ்ச்சாதி மேற்சாதியென்று வழங்கிவருங் காரணமென்னவென்று உய்த்து நோக்குவாரானால் ஒவ்வொரு சாதிகளுக்கும் விதம்விதமானப் பெயர்கள் வந்தவகை உள்ளங்கை நெல்லிக்கனி போல் விளங்கும்.

15 - வது வினா. அவர்கள் தரிக்கிற வஸ்திரங்கள், ஆபரணங்கள் எவை?

விடை: மலைகளைச்சார்ந்த குறிஞ்சிநிலப் பொருள்களும், கடலைச்சார்ந்த நெய்தநிலப் பொருள்களும், காடுசார்ந்த முல்லைநிலப் பொருள்களும், நீரின்றி படும் பாலைநிலப் பொருள்களும், மருத நிலமாகிய நாட்டிற் கொண்டுவந்து சகலரும் உபயோகிக்க வேண்டியிருக்கின்றபடியால் மருதநிலவாசிகளாகிய இவர்களுக்கு பட்டு, பருத்தி முதலிய ஆடைகளும்; அம்பர், வெள்ளி, நவமணி முதலிய ஆபரணங்களும் பூர்வமுதலணையப்பட்டு தற்காலத்திலும் உபயோகித்து வருகிறார்கள்.

- 3:21; நவம்பர் 3, 1909 -

16 - வது வினா. ஆகாரத்தை சம்மந்தித்த விவரமென்ன? அதை எப்படி புசித்துவருகிறார்கள்?

விடை : மருதநில தானியமாகிய சென்னெல், சிறுபயிறு, வாழை, பலா, மா, முதலிய ஆகாரங்கள் இவர்கள் சூத்திரத்தால் விளைகிறபடியால் பூர்வமுதல் நாளதுவரையில் அறுசுவை உண்டியோடும் புசித்துவருகின்றார்கள்.

17 - வது வினா. மத்தியபானங் குடிக்க அநுமதியுண்டா ? அவைகளை அதிகமாக உபயோகிக்கிறவர்கள் யார்?

விடை : பூர்வத்தில் இவர்கள் வம்மிஷத்தோர்களால் ஏற்படுத்தியுள்ள சகல சாஸ்திரங்களிலும் மதுவைப்பற்றியும், மது விற்போரைப்பற்றியும், அதைப் புசிப்போரைப்பற்றியும் இழிவாகக் கூறியிருக்கின்றபடியால் அவைகளைப் பானஞ்செய்ய அநுமதியில்லை. தற்காலம் இவர்களிற் சிலர் தங்கள் சம்பாதனைக்குத் தக்கதுபோல் புசித்துவந்தபோதிலும் பெரும்பாலும் உபயோகிப்பவர்கள் யாரென்று அறியவேண்டுமானால் ஆப்காரி இனிஸ்பெக்ட்டர் மூலமாகவும், இரட்டேயில் ஷாப் வியாபாரிகள் மூலமாகவும், புட்டி வியாபாரிகளாலும் எளிதாகத் தெரிந்துக் கொள்ளலாம்.

18 - வது வினா. பிரதான சாதிகள் எவை? அவைகளின் உட்பிரிவுகள் எவை?

விடை : அந்தந்த தேசத்தில் சாதிக்கும்படியான பார்வைக்காரர்களே அங்கு பிரதான சாதிகளானார்கள். அந்தந்த பாஷையில் வழுவினின்றதே உட்பிரிவாகும்.

19 - வது வினா. மேல் விபரத்தில் உட்படாத ஆசார விளக்கங்கள் என்ன?

1. விடை: தன் பாஷையில் வக்கணையுள்ளத் தொழிற்பெயர்களை கீழ்ச்சாதி மேற்சாதியென்று ஏற்படுத்திக்கொண்டு சுதேச ஒற்றுமெயைக் கெடுத்துக் கொள்ளக் கூடாது.

2. விடை : சகல சீவசெந்துக்களும் மண்ணாகிய பிரம்மாபேரில் வாசஞ் செய்கிறபடியால் மநுக்கள் வாழும் பதியை இழிவு கூறக்கூடாது.

3. விடை : ஒவ்வொருவரின் சம்மதமே மதமாகையால் எம்மதத்தையும் தூஷிக்கக்கூடாது.

4. விடை : ஓதிவைப்பவனே ஆசானாகையால் தன்னவரன்னியரெனப் புறங்கூறக்கூடாது.

5. விடை : ஒவ்வொருவரையுஞ்சேர்த்துக்கொள்ளுவது பிரியசித்தமாகையால் பிராயசித்தம் உண்டாக்கிக்கொண்ட போது மற்றவர்களை இழிவுகூறக்கூடாது.

6. விடை : சகல தொழில்களும் ஜீவாதாரமாயிருக்கின்றபடியால் எத்தொழிலையும் இழிவுகூறக்கூடாது.

7. விடை : இகத்துக்கும், பரத்துக்கும் உள்ள சகல நன்மெகளும் மனுக்களுக்கென்று ஏற்படுத்திக்கொண்டிருக்க, அதில் சிலருக்குண்டு சிலருக்கில்லையென்று புறங்கூறக்கூடாது.

8. விடை : சகலமனிதர்களும் பஞ்ச பூதவடிவ சுக்கில சுரோணிக உற்பத்தியாகையால் நான் பெரிய உற்பத்தியென்று ஒருவனுஞ் சொல்லக் கூடாது.

9. விடை: புருஷனுக்கு வாலைவயதிலும், பெண்களுக்கு பேதை பெதும்பை வயதிலும் விவாகஞ்செய்யக்கூடாது.

10. விடை : மனுக்களாக அவதரித்தும் மரணத்திற்கு ஆளானால் மறுபிறவி உண்டென்று சகல ஞானசாஸ்திரிகளும் கூறுகிறபடியால் மரணத்திற்கு ஏதுவான விஷயங்களை செய்யக்கூடாது.

11. விடை : பெண்களுக்கு ருதுசாந்தியாகும் மங்கைப்பருவமாகாமல் விவாகஞ் செய்யக்கூடாது.

12. விடை: மணவரையில் சத்தியஞ்செய்து சேர்த்துக்கொண்ட பெண்ணை அவள் சத்தியம் மீறாமலிருக்க நீக்கக்கூடாது.

13. விடை : மங்கை பருவத்தில் விதவையானப் பெண்ணை மறுமணமில்லாமல் வீட்டில்வைக்கப்படாது.

14. விடை: தங்கடங்கட் பெயர்களினீற்றில் ஒவ்வொரு தொடர்மொழிகளை சேர்த்துக்கொண்டு மற்றவர்களை இழிவுகூறக்கூடாது.

15. விடை : ஒவ்வொரு தேசத்து மனிதர்களும் பூர்வத்தில் மிருகத்திற்கு சமானமாகவிருந்து விவேக முதிர்ந்தபோது நாகரீகத்திற்கு வந்தவர்களாயிருக்கின்றபடியால் சிலர்கள் சீலமாயிருக்கலாம் மற்றவர்கள் சீலத்துக்கு வரலாகாதென்று பொறாமெய்க்கொள்ளக் கூடாது.

16. விடை : ஒவ்வொரு தேசங்களில் விளையப்பட்ட பதார்த்தங்களே அத்தேசவாசிகளுக்கு ஆகாரங்களா இருக்கின்றபடியால் மற்றதேசத்தோர் ஆகாரங்களை இழிவுகூறக்கூடாது.

17. விடை: மனிதன் சுயபுத்தியோடுங்கூடி இருக்கின்றகாலத்திலும் தவருதலடைகிறபடியால் அறிவை மயக்கும் மதுபானங்களை புசிக்கக்கூடாது.

18. விடை : சகல தத்துவ சாஸ்திரங்களிலும் இஸ்திரீயின் கருப்பத்தில் கட்டுப்பட்டுப் பிறப்பது இழிவு. பிறந்துந் தன்னை அறியாமல் இறந்துவிடுவது பேரிழிவென்றுங் கூறியிருக்கின்றபடியால் பெண்களின் கருப்பத்திற் கட்டுபட்டு வெளிவந்த ஒவ்வொரு மனிதனும் நான்தான் பிரதமசாதியென்று சொல்லக்கூடாது.

மேற்கூறிய பதினெட்டு வினாக்களுக்கும் உட்படாத ஆசாரவிளக்கங்கள் இவைகளேயாம்.

PUNDIT, C. IYOTHEE THOSS,
A.D.J, SABHA.
MADRAS, NORTH BLACK TOWN, OCTOBER 1892.

- 3:23; நவம்பர் 17, 1909 -

கனந்தங்கிய திருவாங்கூர் திவான் ஆபீசார் கேட்டகேள்விகளுக்கு உத்திரவெழுதி அச்சிட்டுப் புத்தகங்களை திருவாங்கூர் திராவிடசபையோருக்கு அனுப்பி அவர்களால் வந்தனையுடன் திவான் ஆபீசோருக்கு அனுப்பியதின்பேரில் அவர்களுங் கண்டு சந்தோஷித்து இவ்வேழை சிறுவர்களுக்குப் போதுமான கலாசாலைகள் வகுத்து இலவசக்கல்வி கற்பிக்கும்படியான தயாள உத்திரவை அளித்தார்கள்.

அவ்விடமுள்ள சிறுவர்களுக்குக் கலாசாலைகள் ஏற்பட்ட பின்னர் சிலகாலஞ்சென்று கனந்தங்கிய ரிஜிஸ்டிரார் ஜெனரல் ஸ்ரீனிவாச ராகவையங்காரவர்கள் (Forty years report) பார்ட்டியியர்ஸ் ரிபோர்ட் என்னும் ஓர் புத்தகம் அச்சிட்டு கவர்ன்மென்டாருக்கு அநுப்பியுள்ளதில் இந்த பறையரென்னும் வகுப்பார் சீர்பெறவேண்டுமானால் ஒன்று துலுக்கர்களாகிவிட வேண்டியது. அல்லது கிறிஸ்தவர்களாகிவிடவேண்டியது என்று தனது அபிப்பிராயத்தை வெளியிட்டிருந்ததைக் கண்ணுற்ற திராவிடர்கள் நமது கனந்தங்கிய சீனிவாசையங்காரவர்கள் மக்கான் அருகே பங்கியடித்திருக்குந் துலுக்கர்களையும், புறாவிட்டுத் திரியுந் துலுக்கர்களையும், சேரிகளில் ஓடேந்தித்திரியுங் கிறிஸ்தவர்களையுங் கண்ணுற்றுப்பாராமல் இத்தகைய ரிப்போர்ட்டு அநுப்பியது பிசகென்றும், அவர்கள் நசுங்குண்டுவருங்காரணங் கண்டறிந்து சீர்திருத்த வேண்டுமென்றும், சென்னையில் மத்தியிலுள்ள கிராமமாகும் ஆல்தோட்டத்தில் ஜலவசதியில்லா சுகக்கேடுகளையும், துர்நீர் போக்கில்லாப் பாதை கேடுகளையும், விளக்கியதின்பேரில் சில சுகாதார சீர்திருத்தங்கள் ஏற்பட்டது.

அதன்பின் 1898 வருஷம் ஜூன்மீ கனந்தங்கிய கர்னல் ஆல்காட் துரையவர்கள் அடையாற்றில் ஏற்படுத்தியிருந்த கலாசாலைவிஷயமாக சில ஆலோசினைச்செய்து இப்போது சென்னை ராஜதானியிலும்), திருவாங்கூர் ராஜதானியிலும் சிறுவர்களுக்கு இலவசக்கல்வி நிறைவேறிவரும் முயற்சிக்கு மூலம் யாரென்று சென்னை மகா ஜனசபையோரை வினவிதெரிந்துகொண்டு அயோத்தி தாஸப்பண்டிதரைத்தருவித்து தனது அடையாற்றிலுள்ள கலாசாலையை எடுத்து நடத்திக்கொள்ளும் சொன்னார். அதற்குப் பண்டிதரவர்கள் தங்கள் கூட்டத்தார் எழியநிலைமையையும், அவர்கள் பேதத்தையும், பூர்வ சமயப்போக்கையும் விளக்கி அடையாற்றிலுள்ள கலாசாலையுடன் மற்றுஞ் சில கலாசாலைகளை வகுத்து சிறுவர்களை சீர்படுத்தவேண்டுமென்று கேட்டுக் கொண்டதின்பேரில் அமேரிக்காவினின்று கனந்தங்கிய மிஸ், சாரா.இ. பால்மரென்னும் லேடியைத் தருவித்தார். அவ்வம்மை ஆல்காட் தியாசபி சங்கத்தில் வந்திரங்கியவுடன் காரியதரிசியாரால் வாசித்த வாழ்த்துபத்திரம்.

To

Miss. SARAH.E. PALMER, F.T.S.

RESPECTED MADAM,

We come to greet you on your arrival at Madras as a committee of the Dravidian or so called Panchama Community, to contribute to whose highest welfare, you have come. Words fail us to express our gratitude for your self-denial and holy sympathy for our long oppressed and wronged race. We hope that this day will mark a new and bright epoch in our history, and you may feel assured that your name will be mentioned to our children as that of a true friend and a benefactress in ameliorating our miserable condition and reviving our old Buddhistic faith.

PUNDIT C. IYODHI DOSS.

Secretary,

12-12-98

No.7 MOBRAY'S ROAD, Royapettah,

- 3:24: நவம்பர் 24, 1909 -

கனந்தங்கிய எச்.இ. பால்மர் அம்மைக்கு வந்தனோபசார பத்திரம் வாசித்தவுடன் அவ்வம்மனும் மிக்க ஆனந்தமுடன் எழுந்து திராவிட சாக்கைய பௌத்தசங்கத்தோரை நோக்கி சகோதரர்களே நீங்கள் கோரியவிண்ணப்பம் ஏழை, என்னாற் கூடியக் கல்விவிருத்தி செய்துவைப்பே-னென்று வாக்களித்தார்கள்.

அவ்வாக்கு பிசகாது பண்டிதரை அழைத்து வேளாளத் தேனாம் பேட்டையிலும், மற்றுமுள்ள இடங்களிலிருக்கும் சாதிபேதமற்ற திராவிடர்-களை அழைத்து கலாசாலை அமைக்கும் விஷயங்களை எடுத்தோதும்படிச் செய்து அங்கோர் கலாசாலையும், மயிலாப்பூரில் ஓர் கலாசாலை-யும், கோடம்பாக்கத்தில் ஓர் கலாசாலையும் நிலைக்கச்செய்தார்கள்.

அம்மூன்று நூதன கலா சாலைகளின் கட்டிடங்களை சொந்தமாகவே கட்டி முடித்ததுமன்றி வாசிக்கும் பிள்ளைகளுக்கு சம்பளமில்லாமற் கற்பிப்பதுடன் நான்காவது வகுப்புப் பிள்ளைகள் வரையில் வாசிக்கக்கூடிய புத்தகங்களும், கடிதங்களும், சிலேட்டுகளும், பென்சல்களும் (கிண்-டர்காட்டன்வர்க் கென்னும்) சித்திர வேலைகள் செய்யும் சாபுரான்களும் இலவசமா கக்கொடுத்துக் கற்பித்து வந்தார்கள்.

அத்தகைய கற்பனா உபகாரம் போதாது மத்தியானத்தில் பொசிப்பில்லா ஏழை சிறுவர்களுக்கு சிறுதிண்டியாம் புசிப்புமளித்துவருவதுடன் அம்மை பால்மர் துரைசானியிருக்குமளவும் ஏழை சிறு பிள்ளைகளுக்கு வேண்டிய உடைகளுந் தைத்து உடுத்திவந்தார்கள்.

கர்னல் ஆல்காட் துரையவர்களின் கருணையாலும், அவரை அடுத்தோரின் பேருபகாரத்தாலும் கலாசாலை சம்பளமின்றி மேற்கூறிய உபகாரம் பெற்று வாசித்துவரும் பிள்ளைகளின் தொகை 700-க்கு மேலதாகும்.

ஏழை சிறுவர்களின் கலாசாலை விருத்திபெற்றுவருங்கால் பிள்ளைகளின் துற்பாக்கியம் கர்னல் ஆல்காட் துரை இறந்துவிட்டார். அதன்பின் கலாசாலைவிருத்தி ஏதேனும் மாறிப்போமென்றெண்ணிய பண்டிதரவர்கள் தியாசபி சங்கத்திற்குத் தலைவராகத் தோன்றியுள்ள கனந்தங்கிய ஆனிபீசென்டம்மையவர்களுக்கு ஓர் விண்ணப்பமெழுதி நேரிற்போய் கண்டு கலாசாலைகளை கர்னலவர்கள் ஆதரித்து வந்தது போல் தாங்க-ளும் ஆதரிப்பதுடன் கைத்தொழிற்சாலையும் ஒன்றை வகுத்து சிறுவர்களை ஆதரிக்க வேண்டுமென்று கேட்டுக் கொண்டார்.

பண்டிதர் கேட்டுக்கொண்ட விண்ணப்பத்தின்படி பிரசிடெண்ட் ஆனிபீசெண்டம்மனால் கலாசாலைகள் நிறைவேறிவருகின்றது.

கனந்தங்கிய ஆனிபீசெண்டம்மை அவர்களுக்கு பண்டிதரவர்கள் விண்ணப்பங்கொடுக்கவேண்டிய காரணம் யாதென்பீரேல் கர்னல் இறந்த-வுடன் அவரது கலாசாலைகளை முநிசிபாலிட்டியாரிடம் ஒப்படைத்துவிட வேண்டுமென்னும் வதந்தி வெளிவந்தபடியால் அம்மனுக்கு விண்-ணப்பமளிக்கவும், நேரில் கண்டு பேசவும் நேரிட்டு ஆனிபீசண்டம்மனுடைய ஆதரவில் நிலைக்கப்பெற்றிருக்கின்றது.

இத்தியாதி சிறுவர்களின் கல்வி விருத்தியும் திராவிடசங்கத்தோர் முயற்சியேயாம்.

- 3:25; டிசம்பர் 1, 1909 -

80. தென்னிந்திய விவசாயக்கேடு

விவசாயமென்பது பூமியை உழுது பண்படுத்தி பயிர்செய்து சீவிப்பதேயாம்.

இத்தகைய மேழியாம் விவசாயஞ் செய்வோன் நஞ்சை, புஞ்சை என்னும், இருவகை பூமிகளுள் நஞ்சை பூமிகளை எக்காலத்து உழுது பண்படுத்த வேண்டும் என்றும், புஞ்சை பூமிகளை எக்காலத்து உழுது பயிர்செய்ய வேண்டியதென்றும் அநுபவவாயலாலும் கேழ்வியாலுமுயன்று செய்வதில் உழவுமாடுகள் எத்தனைக்குழி, எத்தனைக்காணி உழக்கூடியதென்றும், உழுது பண்படுத்துவோனாகும் பண்ணையாள் எத்தனை ஏக்கர், எத்தனைக்காணி திருத்துவானென்றும் ஆராய்ந்து உழவின் ஆளுக்கும், உழவின் மாட்டிற்கும் தக்க போஷிப்பைக் கொடுத்து விவ-சாயத்தை நோக்குவானாயின் பூமியும் பண்பட்டு தானியமும் விருத்தியடைந்து குடித்தனக்காரனும் சுகமுற்று குடிகளும் பசியற்று சுகசீவிகளாக வாழ்வதுடன் அரசாங்கமும் கவலையற்று ஆனந்திக்கும்.

இதுவே விவசாய வேளாளத் தொழிலென்னப்படும். பூமியின் பலனை அடைய வேண்டியவன் தனது உள்ளத்தை அன்பென்னும் நீரைப்-பாய்த்து உழுது பண்படுத்தி ஈகையென்னும் விதையை விதைத்து அதன் பலனாம் நற்குணத்தை உழவுமாடுகளின் மீதும், பண்ணையாட்களின்-மீதும் ஏழைக் குடிகளின் மீதும் அருளுவனேல் வேளாண்மெ ஓங்கி வேளாளன் என்னும் சிறப்புமடைவான்.

வேளாளனென்னும் பூமிதிருத்தி உண்போன் ஞானிகளாம் அந்தணர்களுக்கும், சம்மாரக் கர்த்தர்களாம் அரசர்களுக்கும், செட்டுச் செய்-வோர்களாம் வாணிபர்களுக்கும் உபகாரியாதவின் அவனது உபகாரகுணமும், அன்பின் செயலுமே கொண்டு வானமும் பெய்து பூமியுங் குளிர்ந்து தானியமும் விருத்தி பெருமென்பது இயல்பாம். இத்தகைய அனுபவங்கொண்டே பூமியை உழுதுண்போனை வேளாளனென்று வகுத்-திருக்கின்றார்கள்.

அன்பாங் குணமும், ஈகையாம் செயலுமற்று அவன் சின்னசாதி, நான் பெரியசாதி என்று கூறும் வேஷமிட்டுக்கொண்டு தங்களுக்குள்ள சாதிகர்வத்தால் பூமியை உழுது பண்படுத்தும் வேளாளர்களாம் எழியக்குடிகளை தாழ்ந்த சாதி, பறையர்களென்று வகுத்து, மிருகங்களிலும் கேவலமாக அவர்களை நடத்தி, அரைவயிற்றுக் கஞ்சேனும் அவர்களுக்கு சரிவரக் கொடுக்காமல் க்ஷீணமடையச் செய்துவிட்டு, தங்களையும் தங்கள் குடும்பத்தோரையும் சுகமாகப் பாதுகாத்துக் கொள்ளுவோர்களின் பூமியின்மீது வானம் பெய்யுமோ, அவ்வகை பெய்யினும் சரிவர

தானியம் விளையுமோ, விளையினும் வெட்டுக்கிளிக்கும் விழலுக்கு மின்றி தானியம் பெருகுமோ, ஒருக்காலும் பெருகாவாம். காரணம் பூமியானது குடியானவனுக்குப் பலனைத் தருவதுபோல் குடியானவன் பூமிக்கேதேனும் பலனை அளிக்கின்றானோ, மழையானது குடியானவனுக்குப் பலனை அளிப்பதுபோல குடியானவன் மழைக்கேதேனும் பிரிதிபலன் அளிக்கின்றானோ இல்லை.

மழைபெய்யாவிடில் குடியானவன் வானத்தை நோக்குவான், பண்ணையாட்களும் உழவுமாடுகளும் தங்கள் பசியால் குடியானவனை நோக்குவார்கள். இவ்விருவர்நோக்கில் குடியானவன் பண்ணையாட்களின் பசியையும், உழவுமாடுகளின் பசியையும் உணர்ந்து ஜீவகாருண்யமிகுத்து அவைகளின் பசியைத் தவிர்த்து ஆதரிப்பனேல் குடியானவன் வானத்தை நோக்குமுன் மழைபெய்யும். அங்ஙனமின்றி பத்து ஏழைக்குடிகளை இன்னும் நசித்து எலும்புந் தோலுமாக விடுத்து தாங்கள் மட்டிலும் சுகமடைய வேண்டுமென்னுங் குடியானவனுக்கு பூமி விளையுமோ, வானம் பெய்யுமோ, தானியமணிகள் நிலைக்குமோ, ஒருக்காலும் நிலைக்காவாம்.

பூர்வம் இத்தேசமெங்கும் சத்திய தன்மமாம் புத்ததன்மம் பெருகி ஜீவகாருண்யமும், அன்பும் நிலைத்திருந்தபடியால் மாதமும்மாரி பெய்யவும், பூமிகளெங்கும் செழிக்கவும், தானியவிருத்தி பெறவும், அப்பெருக்கத்தால் குடியானவன் தன் சுகத்தைப்பாராது பண்ணை ஆட்களின் மீதும், உழவுமாடுகளின்மீதும், ஏழைக்குடிகளின் மீதும் இதக்கமுற்று காப்பாற்றுஞ் செய்கையால் பூமியை உழுதுண்போர் யாவரும் ஈகையாளராம் வேளாளரென்று அழைக்கப்பெற்றார்கள்.

புத்ததன்மமாம் சத்தியதன்மம் மாறுபட்டு அசத்தியர்கள் செயலும், அசப்பியர்கள் செயலும், துன்மார்க்கர்கள் செயலும், வஞ்சகர்கள் செயலும் மென்மேலும் பெருகிவிட்டபடியால் வானம் பெய்யாது பூமியும் விளைவுகுன்றி தானியமும் அழிந்துபோகின்றது.

சுயப்பிரயோசனத்தை நாடும் சோம்பேரி மதஸ்தர்களும், சோம்பேரி சாமிகளும் அதிகரித்துவிட்டபடியால் பஞ்சமும் அதிகரித்துக்கொண்டே வருகின்றது.

பஞ்சமானது மாறாமல் நாளுக்குநாள் விருத்தி பெற்று குடிகளை க்ஷீணமடையச்செய்வது காரணம் யாதென்பீரேல்:-

பத்து கள்ளர்கள் மத்தியில் ஓர் களவற்றோன் அணுகுவானாயின் தங்கள் கள்ளசமயத்திற்கு புற சமயத்தோனென்று விலக்கி விடுகின்றார்கள்.

பத்து கொலைஞர்கள் மத்தியில் ஓர்கொலையற்றோன் அணுகுவானாயின் தங்கள் கொலைசமயத்தோர்க்கு புறசமயத்தோனென்று விலக்கி விடுகின்றார்கள்.

பத்து பொய்யர்கள் மத்தியில் ஓர் பொய்யற்றோன் அணுகுவானாயின் தங்கள் பொய் சமயத்திற்குப் புறச்சமயத்தோனென்று அவனை விலக்கி விடுகின்றார்கள்.

பத்து கள்ளுக்குடியர்கள் மத்தியில் ஓர் குடியாதவன் அணுகுவானாயின் தாங்கள் கள்ளுருந்துஞ் சமயத்திற்குப் புறச்சமயத்தோனென்று அவனை விலக்கி விடுகின்றார்கள்.

பத்து விபச்சாரப்பிரியர்கள் மத்தியில் ஓர் விபச்சாரமற்றோன் அணுகுவானாயின் தங்கள் விபச்சார சமயத்திற்குப் புறச்சமயத்தோனென்று அவனை விலக்கிவிடுகின்றார்கள்.

இவ்வகையாய்ப் பஞ்சபாதகங்கள் மிகுத்து பஞ்சசீலங்கள் பாழடைந்து வருகிறபடியால் பஞ்சமானது மாறாமல் நிற்கின்றது.

எக்காலத்து பஞ்சபாதகங்கள் அகன்று பஞ்சசீலங்கள் பெருகுகின்றதோ அக்காலமே வஞ்சநெஞ்சர்களுங் குறைந்து பஞ்சமும் நீங்குமென்பது சத்தியம் சத்தியமேயாம்.

- 3:15: செப்டம்பர் 22, 1909 -

81. சுதேசமென்றும் சீர்பெற விரும்புவோர் பராயதேசத்தை பகைக்கலாகாதே

சுதேசமாகிய நமது நகரம் சீரும், சிறப்பும் பெற விரும்புவோர் அன்னியதேசத்தோரை விரோதித்துக் கொள்ளுவதினால் எடுக்கும் முயற்சிக்கு ஈதோர் கெடுக்கும் வழியென்றே எண்ணல் வேண்டும்.

அதாவது, அன்னியதேசத்தோருடன் சுதேசிகள் அன்பு பாராட்டுவோமாயின் அன்னியதேசத்தோர் சுதேசிகண்மீது அன்பு பாராட்டுவர்.

இத்தகைய இருவருக்குள்ள அன்பின் பெருக்கத்தாலும், சிநேக வாஞ்சையாலும் அன்னியதேசத்தோர் வித்தியா விருத்திகளை சுதேசி கண்டறிவதற்கும், சுதேசிகளின் வித்தியாவிருத்திகளை அன்னியதேசத்தோர் கண்டறிவதற்கும் ஏதுக்களுண்டாகும்.

அன்பின் பெருக்கமும், சிநேக வாஞ்சையும் எவ்வளவுக்கெவ்வளவு பெருகுகின்றதோ அவ்வளவுக்கவ்வளவு இருதேசமும் சீர்பெறும்.

அன்பின் பெருக்கத்தையும், சிநேகவாஞ்சையையும் மாற்றி வித்தியா சுருக்கத்தையும், விரோதப் பெருக்கத்தையும் தேடிக் கொள்ளுவோமாயின் சருவ நாகரீகமும் விட்டு அடைந்துவரும் வித்தியாவிருத்தியுங் கெட்டு பாழடைவதுடன் மற்றுமுள்ள அன்னியதேசத்தோரும் நமது சுதேசிகளை விரோதிகளாகவே பாவிப்பர். அத்தகைய பாவனையால் சுதேச சீரும் சிறப்பும் கெடுமென்பது திண்ணம்.

சுதேசத்தை சிறப்பிக்கச் செய்ய வேண்டியவர்கள் விரோத சிந்தையை விருத்தி செய்துக்கொள்ளுவது குளிக்கப் போய் சேற்றைப் பூசிக்கொண்டதற்கொக்கும்.

சுதேசிகளின் விரோதவிருத்தியை ஆராய்வோமாக. அன்னியதேசத்தோர் செய்யும் குல்லாக்களை வாங்கப்படாதென்று தடுக்க முயல்வதினால் சுதேசிகளுக்குள் அக்குல்லாவை விருப்புடன் அணைபவர்களுக்கும் விரோதம், அக்குல்லாக்களை அன்னியதேசங்களிலிருந்து தருவித்து

வியாபாரஞ்செய்யும் சுதேசிகளுக்கும் விரோதம், அன்னியதேசத்தில் அக்குல்லாக்களை செய்வோருக்கும் விரோதம், இத்தியாதிவிரோதங்களினால் சுதேசிகளுக்கே ஒற்றுமெய்க்கேடு உண்டாகி சுதேசங் கெடுவதற்கு ஈதோரறிகுறியாகும்.

இத்தகைய விரோத சிந்தைகளையும் வீணடம்ப வார்த்தைகளையும் அகற்றி சுதேச கனவான்களும், சுதேச வித்தியா விவேகிகளும் ஒன்றுகூடி அன்னிய தேசத்தோர் குல்லாக்களைக் கையிலேந்தி இஃது எத்தகைய பஞ்சினால், நாரினால், கம்பளத்தினால் செய்துள்ளார்களென்று கண்டறிந்து அக்குல்லாக்களை சுதேசிகளே செய்து குறைந்த விலைக்கு விற்பனைச் செய்வரேல், விரோத சிந்தனைகள் யாவுமற்று சுதேசிகள் யாவரும் வித்தியா விருத்தியை நாடுவார்கள்.

அங்ஙனமின்றி அக்குல்லாவை செய்யும் பொருட்களும், அதன் கருவிகளும் இத்தேச வித்தியா புருடர்களுக்கு விளங்காவிடின் அன்னியதேச வித்தியாசாலைகளுக்கு அனுப்பி கற்றுவரத்தக்க முயற்சிகளைச் செய்து அக்குல்லாவை அணைபவர்களுக்கும், அதனை தருவித்து வியாபாரஞ் செய்பவர்களுக்கும் விரோதமில்லாச் செயலை விருத்தி செய்வதாயின் சுதேசிகளுக்குள்ளாகவே அன்பும், ஐக்கியமும், அறிவும் பெருகி வித்தியா விவேகிகள் தோன்றுவதுடன் அன்னியதேசத்தோரும், சுதேசிகளும் அன்பு பொருந்தி வாழ்வார்கள்.

- 3:16; செப்டம்பர் 29, 1909 —

82. விண்ணப்ப வேடிக்கை

தென்னிந்தியாவென்னும் இத்தேசத்தில் புத்ததன்மங்களையும், அவற்றை அநுசரித்துவந்த பௌத்தர்களையும் கழுவு, கற்காணமுதலிய கொலை இயந்திரங்களில் வைத்துக் கொன்றதுமன்றி பௌத்தர் மடங்களையும் அழித்து மாறுபடுத்தி புத்தரது நிஷ்டாசாதன சிலைகளையும், பரிநிருவாண சிலைகளையும், சின்முத்திராங்க சிலைகளையுஞ் சின்னாபின்னமாக சிரத்தை ஒடித்து கரத்தை ஒடித்தும் கனஞ்செய்து வைத்துள்ளதுமன்றி புத்தரது தன்மத்தை சிரமேற்று சாதிபேதமற்று நடந்துவந்த பௌத்தர்கள் யாவரையும் பறையர்கள், தாழ்ந்தசாதியோரென்று வகுத்து பல்வகையாலும் பாழ்படுத்தியதுமன்றி நாளது வரையிலும் பாழ்படுத்திவருவது அநுபவக் காட்சியாகும்.

புத்தரது சத்தியதன்மத்தையும் பௌத்தர்களையும் பாழ்படுத்திய இத்தேசத்தில் புத்தரது அஸ்தியும், சாம்பலுந் தோன்றிற்று என்றவுடன் அவற்றை புறத்தேசத்தோரிடங் கொடுக்கப்படாது எங்கள் சுதேசத்திலேயே வைக்க வேண்டுமென்று கவர்ன்மெண்டாருக்கு விண்ணப்பம் அநுப்பியவர்கள் யாவரும் சாதிபேதமற்ற பௌத்தர்களாகத் தோன்றாமல் சாதிபேதமுற்ற இந்துக்களாகவே விளங்குகின்றது.

புத்தரது அஸ்தியின்மீது இத்தகைய அன்பு தோன்றி விண்ணப்பம் விடுப்பது யாதார்த்த அன்புதானோ?

சரித்திராதார யாதார்த்த அன்பாயின் விஷ்ணுவே அவதாரமாக வந்தவரென்னும் பொடி கலப்பானேன்?

அத்தகைய பொடி கலப்புடன் புத்தரது அஸ்தியை உலக மாதா எடுத்து வெளியில் கொடுத்தாள் என்னும் மாதா கதை எழுதுவானேன்?

இத்தகைய இந்திய மாதாவும், விஷ்ணுவும் சாக்கையதோப்பில் கண்டெடுத்த சாம்பலையும். கிருஷ்ணா டிஸ்டிரிக்டில் கண்டெடுத்த சாம்பலையும் வெளிபடுத்தியபோது தோன்றாத காரணமென்னை. சிவமத விஷ்ணுமத விண்ணப்பதாரிகள் அக்காலம் அன்பு பாராட்டாததென்னை.

புத்தர் பிறந்து வளர்ந்து நிருவாணமடைந்த இத்தேசத்திலுள்ள புத்ததர்ம சங்கங்களையும், தன்ம கலை நூற்களையும், பௌத்தர்களையும் பாழ்படுத்தி பதிகுலையச் செய்தவர்கள் அவரது அஸ்தியின்மீது அன்பு கொண்டார்களென்றால் எவ்வாதாரத்தால் ஏற்பதென்றும், சீனர்களும், ஜப்பானியர்களும், பர்மியர்களும், தீபேத்தியர்களும், மங்கோலியர்களும், சிங்களர்களுமாகிய யாங்கள் இந்தியர்களைப்போல் புத்தரையும், அவரது தன்மத்தையும், அவரது சங்கத்தையும் அழித்து பாழ்படுத்தி இருப்போமாயின் அவரது அஸ்தியைக் கண்டெடுப்பதற்கு யார் முயலுவார்கள். யாரவற்றைநோக்க அவாக் கொள்ளுவார்கள். புத்தரையும், புத்தரது தன்மத்தையும் இதுவரையுங் கார்த்துப் பரவச்செய்துவரும் எங்களுக்கில்லாத சுதந்திரம் புத்தரது சிறப்பையும், புத்ததன்மங்களையும், பௌத்தர்களையும் அழித்து கழுவிலுங் கற்காணங்களிலும் வதைத்துக் கொன்றவர்களுக்கு எங்கிருந்துவந்ததென்றும், இந்தியர்களைப்போல யாங்களும் புத்ததன்மத்தை அழித்திருப்போமாயின் தோன்றிய அஸ்திக்கு இந்தியர்கள் விண்ணப்பம் அநுப்புவார்களோவென்றும், ஒவ்வோர் பௌத்த தேசத்தவர்களுங் கூறுகின்றார்களாம்.

இந்துமதஸ்தர்களோ விண்ணப்பங்களை விடுத்துவருகின்றார்கள். புறதேசவாசிகளாம் பௌத்தர்கள் ஈதோர் விந்தையென்றே எதிர்பார்த்திருக்கின்றார்கள். இராஜப்பிரதிநிதியாயிருந்துச் சென்ற நமது கனந்தங்கிய கவர்ன்ஜனரல் கர்ஜன்பிரபு கருணை கொண்டு ஏற்படுத்தியுள்ள சட்டமோ இந்துமதத்தினரை உற்றுநோக்குகின்றது. காரணம் யாதெனில், இத்து தேசத்திலுள்ளப் புராதனக் கட்டிடங்கள் தோன்றுமாயின் அதிலடங்கியுள்ள சிலைகளையேனும், மற்றும் வஸ்துக்களையேனும் சேதப்படுத்தாது அவ்விடத்திலேயே வைத்து கட்டிடத்தை செப்பனிட்டு அதிஜாக்கிரதையில் வைக்க வேண்டுமென்னுஞ் சட்டத்தை வகுத்து வைத்திருக்கின்றார். அத்தகைய சட்டத்தைக் கனஞ்செய்ய வேண்டியதே அன்பர்களின் அத்தியாவசியம் போலும்.

- 3:17; அக்டோபர் 6, 1909 -

83. ஐரோப்பிய போலீசும் இந்திய போலீசும்

ஐரோப்பாவிற்குச் சென்றிருந்த பஞ்சாபி ஒருவன் ஓர் ஐரோப்பியரை சுட்டவிட்டபோது ஐரோப்பிய போலீஸ் உத்தியோகஸ்தர்கள் யாவரும் பஞ்சாபி ஒருவனை மட்டிலும் பிடித்துக்கொண்டு அவனை கைதியாக்கி கொலையின் குற்றத்தை ரூபித்துள்ளார்களன்றி அவனருகிலிருந்தவர்களையும், அவனது நேயர்களையும் பிடித்து உபத்திரவஞ்செய்தது கிடையாது.

நமது இந்து தேசத்திலுள்ள இந்திய போலீசு உத்தியோகஸ்தர்களோ என்றால் கொலைச்செய்தவன், கொலைச்செய்தவனுக்கு அருகினின்றவன், அருகினின்றவனை அடுத்துப்பார்த்தவன், அடுத்துப்பார்த்தவனை முடுத்துப்பார்த்தவன் யாவரையும் சேர்த்துக்கொண்டுபோய் கைதியாக்கி விசாரிணை நிறைவேறுங்கால் கொலைசெய்தவனின்னான் கொலைக்கு உதவியானோனின்னான் கொலைச்செய்யாதவன் இன்னானென்று ரூபிக்கப் பாங்கில்லாது கொலைச்செய்தவனே தப்பித்துக்கொள்ளுகின்றான்.

அவ்வகை தப்பித்துக் கொள்ளுவதினால் ''அப்பியாசங் கூசாவித்தை'' என்பது போல் மற்றும் கொலைக்குற்றங்களை மிக்க உச்சாகத்துடன் செய்யப் பார்க்கின்றார்கள்.

ஆதலின் இந்திய போலீசார் ஐரோப்பிய போலீசு உத்தியோகஸ்தர்களைப் போல் கொலைக் குற்றவாளியை மட்டிலும் நன்றாய் கண்டுபிடித்து குற்றத்தை ரூபித்து வருவார்களாயின் குற்றவாளி தெண்டனைக்கு உள்ளாவதுமன்றி போலீசாருக்கும் தக்கக் கீர்த்தியுண்டாகும்.

அங்ஙனமின்றி ஒரு குற்றவாளிக்குப் பத்துப் பனிரண்டு பெயரை சேர்த்துக் குற்றவாளிகளாக்குவதால் யதார்த்தக் குற்றவாளிகள் தப்பித்துக் கொள்ளுவதுடன் யாது குற்றங்களும் அறியாதவர்களுக்கு வீண்சிலவுகள் நேரிட்டு இந்தியப் போலீசு உத்தியோகஸ்தர்களுக்கும் நற்பெயர் கிடைக்காமற்போய்விடுகின்றது,

நற்பெயரும், கீர்த்தியும் பெறவேண்டிய போலீசு உத்தியோகஸ்தர்கள் ஐரோப்பிய போலீசு உத்தியோகஸ்தர்களின் நோக்கங்களையும், செயல்களையும் நன்குணர்ந்து தங்கள் உத்தியோகங்களை நடத்துவார்களாயின் இந்திய போலீசார் தங்கள் தேசத்தோரால் கொண்டாட்டப்படுவதுடன் உலகெங்குங் கொண்டாடப்படுவார்கள்.

- 3:18; அக்டோபர் 13, 1909 -

84. வேளாளர் விருத்தி

பெரும்பாலும் தமிழ்பாஷை வழங்குமிடத்தில் பூமியைத் திருத்திப் பயிரிட்டு சீவிப்பவர்கள் சீனராயினும், பர்மியராயினும், ஐரோப்பியராயினும் அவர்களை வேளாளரென்றே கூறத்தகும். வேளாளரென்பது பூமியை உழுது பயிரிடுந் தொழிற்பெயர், இத்தகைய சிறந்தத் தொழிலை பிராமணனென்னும் பெயரை வைத்துக்கொண்டிருப்பவனாயினும், க்ஷத்திரியனென்னும் பெயரை வைத்துக் கொண்டிருப்பவனாயினும், வைசியனென்னும் பெயரை வைத்துக்கொண்டிருப்பவனாயினும் செய்வானாயின் அவனையும் வேளாளனென்றே கூறத்தகும்.

சகலசீவர்களையும் ஆதரிக்கக்கூடிய வேளாளத்தொழில் குன்றவும், திரவியவிருத்திக் குறையவும், நாளுக்குநாள் பஞ்சமதிகரிக்கவும் நேரிட்டக் காரணங்கள் யாதெனில், தொழிற் பெயர்கள் யாவையும் சாதிப்பெயர்களாக மாற்றி, கீழ்ச்சாதி மேற்சாதியென்னும் பொய்க் கட்டுக்கதைகளை ஏற்படுத்தி, பிராமணனென்பவன் உயர்ந்தசாதி, அவன் ஏறுபிடித்து உழலாகாது, தாழ்ந்தசாதியோனென்பவனே அவன் பூமியை உழுது சீர்படுத்த வேண்டும், அவனுக்கு அரை வயிற்றுக் கஞ்சிவார்த்து ஒருநாள் முழுவதும் வேலை வாங்கவேண்டும் அவன் வயிற்றிற்கு சரியான ஆகாரமின்றி எலும்புத் தோலுமாய்மடிந்தாலும் சந்தோஷமடைந்து அறுத்த தானியத்தை வீட்டில் சேர்த்துவைத்துக்கொண்டு தங்கள் சுகத்தைப் பார்ப்பதினால் வேளாளம் சுகம்பெருமோ, தானியவிருத்தியடையுமோ, பஞ்சம்போமோ, சீவராசிகள் செழிப்புறுமோ, ஒருக்காலுமில்லை.

தன் மெய்ப் போலொத்த மனிதன் தனது பூமியை உழுது பயிரிட்டு தானியங்களை அளித்து தனக்கு சுகந்தருவோனை தாழ்ந்தசாதியோனென வகுத்து அவன் கஷ்டத்திற்குத் தக்கக் கூலிகொடாமல் கொல்லுவோர்களது பூமி சிறக்குமோ, தானியம் பெருகுமோ, அவர்களின் கன்மபல விருத்தியை அவர்களே தெரிந்துக்கொள்ள வேண்டியதுதான்.

ஐரோப்பிய துரைமக்களின் சிறப்பையும், அவர்கள் உழைப்பையும் சற்று கண்ணோக்குங்கள், ஐரோப்பியருள் பி.ஏ, எம்.ஏ., பட்டம்பெற்று உபாத்தியாயராக விருப்பவர்கள் தங்கள் கலாசாலைப் பிள்ளைகளுக்குக் கல்வி கற்பிப்பதுடன் பூமியை உழுது பயிரிடும் வித்தைகளையும் அவர்களுக்குக் கற்பித்து கலப்பை முதலிய ஆயுதங்களையுந் தங்கள் தோளின்பேரில் ஏந்தி வீடுசேருவது வழக்கமாம்.

விவேக மிகுத்தோரின் இத்தகைய கற்பனையால் மற்ற வாசிக்கும் பிள்ளைகள் தங்கள் டம்பத்தையும், கர்வத்தையும் ஒழித்து தாங்களுங் கலப்பை கொண்டு பூமி உழுது பயிரிட ஆரம்பிக்கின்றார்கள். கல்வி பெருக்குற்றும், டம்பம் கர்வமுதலியவைகளில்லாத தேசம் சீர்பெறுமா. கல்விபெருக்கற்று நாங்கள் பிராமணசாதியோர் உயர்ந்தவர்கள் ஏறுபிடித்து உழலாகாதென்னும் தேசம் சீர்பெறுமா.

இவர்கள் செய்யும் இடுக்கங்கள் சகிக்க முடியா ஏழை ஜனங்கள் வெளிதேசங்களுக்குப்போய் பிழைக்க ஆரம்பித்தபோதினும் அவர்களை வெளியேறவிடாது தடுக்க ஆரம்பிக்கின்றார்கள். காரணம் அவர்கள் போய்விட்டால் இவர்கள் பூமியை உழுது பயிரிடுவதற்கு ஆளில்லாமற் போய்விடுமாம்.

அந்தோ! பூமிகளை ஏராளமாக அனுபவிக்க ஆசை கொண்டவர்கள் ஏனப்பூமிகளை உழுது பயிரிடலாகாது. அத்தகைய பூமியைத் திருத்தி உண்பதற்கு சக்தியற்றவர்கள் பூமியின் பலனைத் தேடுவானேன். சிணங்களை அறுக்கவும், சாராயக் கடை பார்க்கவும், தோல் பதனிடவும், உத்திரவு கொடுத்துள்ள வேதமும், மநுதர்ம்மசாஸ்திரமும், ஏறுபிடித்து வுழு துண்பதற்கு உத்திரவுகொடாதோ, தாழ்ந்த சாதி என்று தங்களிஷ்டம் போல் வகுத்துவிட்ட ஏழை தான் பூமியிற் கஷ்டப்படவேண்டுமோ, அவர்கள் வெளிதேசஞ்சென்று சுகமாகப் பிழைக்கலாகாதோ. உயர்ந்த சாதி என்போர் பணம் சம்பாதிக்க வேண்டிய இடங்களிலெல்லாம் சாதி சாஸ்திரங் கிடையாது. தாழ்ந்த சாதியென்று அழைக்கப்படுவோர் பணம் சம்பாதிக்க வேண்டிய இடங்களில் மட்டும் சாதிசாஸ்திரம் உண்டுபோலும்.

- 3:19: அக்டோபர் 19, 1909 -

85. தாழ்ந்த சாதியார் அல்லது தாழ்ந்த வகுப்பார் என்பவர்கள் யார்

இத்தேசத்துள் பிச்சை இரந்து தின்கின்றார்களே அவர்கள் தாழ்ந்த வகுப்பார்களா, பொய்யைச் சொல்லி சீவிக்கின்றார்களே அவர்கள் தாழ்ந்தவகுப்பார்களா, களவுசெய்து சீவிக்கின்றார்களே அவர்கள் தாழ்ந்தவகுப்பார்களா இதன் விவரந் தெரியவில்லை.

பூர்வ புத்ததன்ம காலத்தில், பஞ்சபாதகர்களை மிலேச்சர்களென்றும், தீயர்களென்றும், தாழ்ந்த வகுப்பாரென்றும், இழிந்தோ ரென்றும் வகுத்துவைத்திருந்தார்கள். காரணம் யாதென்பீரேல், பெண்சாதி பிள்ளைகளுடன் குடும்பவாழ்க்கையிலிருந்து உழைக்கக்கூடிய தேகபலமிருந்தும் சோம்பேரிகளாய் பிச்சை இரந்து தின்பவர்களை மிலேச்சர்களென்றும், கொலை, களவு முதலியவைகளால் சீவிப்பவர்களை தீயர்களென்றும், விபச்சாரம் கள்ளருந்தல் முதலியச் செயலுடையோரை இழிந்தோரென்றும், தங்கள் சுயத்தொழிலின்றி எக்காலும் ஒருவரை வணங்கி சீவிப்பவர்களும் விவேகமற்றவர்களுமானோரை தாழ்ந்தவர்களென்றும் வகுத்திருந்தார்கள்.

இத்தகைய செயலுள்ளோர் யாவரென்றாயுங்கால் சகலசாதியிலும் கல்வியற்றோரிடம் அமைந்தேயிருக்கின்றது. கல்வி கற்றவர்களிடத்து உயர்ந்த குணத்தையும், உயர்ந்த செயலையுங் காணலாம். கல்வி கல்லாரிடத்து தாழ்ந்த குணத்தையும் தாழ்ந்த செயலையுங் காணலாம். இஃது அநுபவப் பிரத்தியட்சமாதலின், எச்சாதியோனாயிருப்பினும் கல்விகற்று விவேக முதிர்ந்தோனை உயர்ந்த வகுப்போனென்றும், கல்லாது அவிவேகமிகுப்போனை தாழ்ந்த வகுப்போனென்றுங் கூறல்வேண்டும்.

இதுவே சகலதேச விவேகமிகுத்தோர்களின் சம்மதமாகும். அங்ஙனமின்றி கல்விகல்லாது அவிவேக தாழ்ந்தசெயலை உடையவர்களிற் சிலர் தங்களுக்குள்ள தனச்செருக்கினால் கல்விகற்றவர்களும், விவேகமிகுத்தவர்களும் உயர்ந்த குணமும், உயர்ந்த செயலும் உள்ளோர்களை தாழ்ந்தசாதியோர் என்றும், தாழ்ந்த வகுப்போரென்றுங் கூறுவது நியாயமாகுமோ. அத்தகைய அந்நியாய வார்த்தைகளை விவேகிகளும் ஒப்புக்கொண்டு தாழ்ந்த சாதியோன் யார், தாழ்ந்த வகுப்போன் யார், அவன் எவ்வகையால் தாழ்ந்த சாதியானான், நீரெவ்வகையால் உயர்ந்தசாதியானீரென்று விசாரியாத பத்துப்பெயர் தங்களுக்குத் தாங்களே உயர்ந்தவர்கள், உயர்சாதியோரென்னும் பெயரை வைத்துக்கொண்டு அவர்களுக்கு விரோதிகளாயுள்ள நூறுபெயர்களைத் தாழ்ந்த வகுப்போர்களென்றும், தாழ்ந்த சாதியோர்களென்றுங் கூறுவதானால் அம்மொழி விவேகமிகுத்த நீதியதிபர்களுக்குப் பொருந்துமோ. கருணானந்த நீதியதிபர்களும் நீரெப்படி உயர்ந்தவனானீர், அவனெப்படி தாழ்ந்தவன் ஆனானென்னும் விசாரிணையின்றி ஒருசார்பினர் மொழிகளைக் கேட்டுக் கொண்டே தீர்ப்பளிக்கப்போமோ.

உலகவாழ்க்கையோ தேருருளை ஒத்தது. தேருருளை கீழதுமேலதாய் வருவதுபோல் தாழ்ந்தவன் உயர்ந்தவனாகவும், ஏழை கனவானாகவும், உயரும்படியானக் காலமுண்டாகும். அக்காலத்தில் தற்காலத்து உயர்ந்துள்ளவர்களின் பலன் செய்துள்ள கன்மத்துக்கீடாய் அநுபவித்தே தீரல்வேண்டும்.

மற்றவர்களை மனங்குன்ற தாழ்த்தியச்செய்கை தங்களை மனங்குன்ற மற்றவர்கள் தாழ்த்தாமல் விடார்களென்பது சத்தியம் சத்தியமேயாம்.

- 3:19; அக்டோபர் 20, 1909 -

86. சௌத்தாபிரிக்காவிலும் சுதந்திரம் வேண்டுமாம்

இந்தியாவிலிருந்து சௌத்தாபிரிக்காவுக்குக் குடியேறியுள்ளவர்களுக்கு சமரசவாட்சி கேழ்பவர்கள் இந்தியப் பூர்வக்குடிகளாகிய திராவிடர்களாம் ஆறுகோடி மக்களை அடியோடு தாழ்த்தி அலக்கழிக்கலாமோ. அன்னியதேசத்திற் சென்றிருக்குங் குடிகளுக்காக அதிகப் பிரயாசைப்படுகிறவர்கள் சுதேசத்திற் கஷ்டப்படும் பெருந்தொகைக் குடிகளுக்கு சமரச சுகம், சமரச வாட்சி, சமரச சேர்க்கை ஏன் கொடுக்கலாகாது. அன்னியதேசவாசிகளாகிய சௌத்தாபிரிக்கரிடம் இந்தியாவிலிருந்து குடியேறியுள்ளவர்களுக்கு சமரச சுகங் கேட்கும் நீதிமான்கள் இந்தியாவிலுள்ள ஏழைக்குடிகளுக்கும் சமரச சுகத்தை அளிக்க வேண்டுமென்னும் முயற்சியை ஏனெடுக்கப்படாது.

இந்தியாவிலுள்ள ஏழைக் குடிகளின் கஷ்டநிஷ்டூரங்களை கவனியாது, சௌத்தாபிரிக்காவுக்கு குடியேறியுள்ள இந்தியர்க்கு சமரச சுகங் கேட்பது என்ன விந்தையோ விளங்கவில்லை. அன்னியதேசத்திற் குடியேறியுள்ளவர் களுக்கு மட்டிலும் சமரசசுகம் வேண்டும் சுதேச ஏழைக்குடிகள் தாழ்ந்த நிலையிலேயே இருக்கவேண்டும்போலும்.

அந்தோ, இத்தகையக் கொடூரச் சிந்தையங் காருண்யமற்றச் செயலுமுள்ளார் நீதிமக்களாமோ. இத்தேச சுதேசிகளும் பூர்வக் குடிகளுமானோர்களை அன்னியதேசங்களிலிருந்து இவ்விடம்வந்து குடியேறியுள்ளவர்கள் சுத்தசலம் மொண்டுகுடிக்கவிடாமலும், அம்பட்டர்களை வஸ்திரமெடுக்கவிடாமலும், கிராமபாதைகளில் நடக்கவிடாமலும், பொதுவாயுள்ள கலாசாலைகளில் வாசிக்கவிடாமலும், பொதுவாகியக் கைத்தொழிற்சாலைகளிற் சேரவிடாமலும், கருணைதங்கிய ராஜாங்க உத்தியோகங்களில் நுழையவிடாமலும், மிருகங்களிலுத்தாழ்ச்சியாய் நடாத்திவருகின்றார்கள். அதன் மூலகாரணமோ வெனில் தங்கள் பொய்மதங்களைப் பரவச் செய்து புத்த தன்மத்தை அழிப்பதற்காக பூர்வக்குடிகள் யாவரையும் சாதிபேதமென்னும் ஓர் கட்டுக்கதையை ஏற்படுத்திக்கொண்டு நீதியில்லாமல் நசித்து வருகின்றார்கள்.

இந்துதேசத்திலுள்ள சகலகுடிகளும் இதனையறிந்தும் இருக்கின்றார்கள். ஏழைக்குடிகளின் கஷ்டநஷ்டங்களை ஸ்பஷ்டமாகத் தெரிந்தும் அவர்கள்மீது பரிதாபஞ்கொள்ளாது சௌத்தாபிரிக்காவுக்குச் சென்றுள்ள இந்தியர்களின் மீதுமட்டிலும் பரிந்துநிற்பது விந்தையென்றே கூறல்வேண்டும். அன்னிய தேசத்தோரிடம் சுதந்திரம் கேட்கப் பாடுபடுகிறவர்கள் சுதேசக் குடிகளுக்கு வேண்டிய சுகங்களை ஏன் கருதலாகாது. சாதிபேதம் வைத்துள்ள இத்தேசக்குடிகள் சாதிபேதமின்றி வாழ்ந்திருந்தப் பூர்வக் குடிகளை நாயினுங் கடையினராக நடாத்திவருகின்றார்களே. பெரியசாதி சென்று பெயர் வைத்துள்ளார்களில் குஷ்டரோகிகளாயினும், வைசூரிகண்டவர்களாயினும் அவர்களது பொதுவாகிய குளங்களில்

குளிக்கலாம் நீரருந்தலாம். ஓர் சொரிபிடித்த நாயேனும் அவர்களது பொதுவாகிய குளத்தில் நீரருந்தலாம் பூர்வ ஏழைக்குடிகளையோ அந்நீ-ரையும் அருந்தலாகாதென்று துரத்துகின்றார்கள்.

இத்தகைய நியாயதிபதிகள் ஒன்றுகூடிக்கொண்டுசௌத்தாபிரிக்கா விற்குச் சென்றுள்ள இந்தியக் குடிகளுக்காய் பாடுபடுகின்றார்களாம். ஆ! ஆ! சுதேசக்குடிகளை சுத்தசலம் மொண்டு குடிக்கவிடாமல் துரத்திவிட்டு புறதேச வாசிகளுக்குப் பாடுபடுகிறோமென்பது பழிக்கிடமேயாம்.

- 3:20; அக்டோபர் 27, 1909 -

87. பிராமணனென்று பெயர்வைத்துள்ளானில் ஒருவன் கொலை செய்வானாயின் அவனுக்கு தூக்குதெண்டனை இல்லையாம்

அந்தோ ஆட்சரியம், ஆட்சரியம், தன்னவரன்னியரென்னும் பட்சபாதமின்றி நீதி செலுத்தும் பிரிட்டிஷ் ஆட்சிக்குட்பட்ட திருவனந்தபுரமென்-னும் ஓர் தேசத்தில் பிராமணனென்னும் பெயர் வைத்துக் கொண்டிருந்தவனொருவன் தனக்கிசைந்த சூதாட்டத்திற்குப் பொருளுதவி செய்யாத தனது மனைவியை தேக முழுவதும் கத்தியால் வெட்டி வதைத்து கொலை செய்துவிட்டானாம். இத்தகைய கொலைபாதகனை அதிகாரிகளின் முன்விடுத்து குற்றத்தை ரூபித்தும் அவனைத்தூக்கிலிட்டால் தீபாந்திர சிட்சை செய்துவிட்டார்களாம்.

காரணம், பூர்வ இந்து சட்டத்தின்படி பிராமணனைக் கொலைச் செய்யப் போகாதென்று வரைந்துள்ளபடியால் திருவனந்தபுர ராஜாங்கத்தார் அச்சட்டத்தை அநுசரித்து கொலைக்குற்றத்தைத் தள்ளிவிட்டார்களென்று கூறுகின்றார்கள். இது யாதுநீதியோ விளங்கவில்லை. வடமொழியில் பிராமணன் என்றும், தென் மொழியில் அந்தணனென்றும் வழங்கி வந்தப் பெயருள் தன்னுயிர்போல் மன்னுயிர்களைப் பாதுகாக்கும் சாந்த குணமுள்ளவன் எவனோ அவனையோ பிராமணனென்று சாஸ்திரங்கள் முறையிடுகின்றது.

திரிக்குறள்

அந்தணரென்போர் அறவோர் மற்றெவ்வுயிர்க்குஞ்
செந்தண்மெய்ப் பூண்டொழுகலால்

பாரதம்

நீதியும் நெறியும் வாய்மெயு முலகில் நிறுத்தினோன் வேதியனன்றி
வேதியனேனு மிழுக்குறி வவனை விளம்பும் சூத்திரனெ வேத
மாதவர்புகன்றா ராதலாலுடல மாய்ந்தபின் பாவதோர் பொருளோ
கோதிலாவிந்தப் பிறவியில் வேதக் குரவனீயல்லையோ குறியாய்.

அத்தகைய நீதிசாஸ்திரங்களுக்கு மாறுதலாக கொலை, சூது மிகுத்த துற்கருமியாம் பாபியும், இல்லாளை வதைத்த இடும்பனுமாகிய கொடும்பாபியை பிராமணனென்று ஏற்றுக்கொண்டது எந்தசாஸ்திரவிதியோ விளங்கவில்லை.

இத்தகைய சட்டத்தை சுயராட்சியம்வேண்டுவோர் சீர்தூக்கி ஆலோசிக்கவேண்டியதாகும். ஏனென்பீரேல், கருணைதங்கிய பிரிட்டிஷ் ஆட்-சிக்குள் அடங்கியவோர் சுதேசசிற்றரசுக்குள் இவ்வகையான சட்டமும் நீதியும் நிறைவேறுவருமாயின் நீதிநிறைந்த பிரிட்டிஷ் ராட்சியபாரம் அகன்று சுயராட்சியம் நிலைக்குமாயின் தங்களுக்கு இசையாத சூத்திரனையும், தங்களுக்கு இசையாத வைசியனையும் தங்களுக்கு இசையாத க்ஷத்திரியனையும் ஓர் பிராமணனென்னும் பெயர் வைத்துள்ளோன் கொன்றுவிடுவானாயின் அவனைக் கொலைக்குற்றவாளி அல்லவென்று இந்து சட்டத்தின்படி நீக்கிவிடப்போகின்றார்கள்.

அவ்வகையாக நீங்கினோனும் மற்றுமுள்ள பிராமணர்களென்போரும் என்னவதிகாரச் செயலை நடத்துவார்களென்பதையும் அவர்களுக்கு அடங்கியுள்ள சாதியோர் என்ன என்ன துன்பத்திற்கு ஆளாவார்களென்பதையும் சுயராட்சியங் கேழ்ப்போர் சீர்தூக்கி ஆலோசிக்க வேண்டிய-தேயாம்.

அவர்கள் ஆலோசிக்கினும் ஆலோசிக்காது விட்டுவிடினும் நமது கருணைதங்கிய பிரிட்டிஷ் ராஜாங்கத்தோர் இத்தகைய அநீதி சட்டங்க-ளைக் கண்ணோக்கி அவைகளை என்றுமில்லாது நீக்கி சகலகுடிகளுக்கும் பொதுவாயுள்ள சட்டத்தை நிருமிக்கவேண்டுகிறோம்.

நீதியில்லா சட்டம் நிலைத்துப்போமாயின் அத்தேசத்திற்கு ஓர் ஆங்கில துரை மகனேனும், ஓர் மகமதியக் கனவானேனும், உத்தியோக விஷயமாகச் சென்று தங்கள் நீதியைச் சரிவரச்செய்து வருவார்களாயின் அவர்கள் மீது பொறாமெய் கொண்ட பிராமணர்களென்போர் கொலைத் தொழிலை அஞ்சாது செய்வார்கள்.

அவ்வகை செய்தபின் சட்டங்களை நோக்குவதினும் தற்காலம் மனையாளைக் கொன்ற மாபாதகனைவிடாது தூக்கிலிட்டுக் கொல்லும் பொதுச் சட்டத்தை அத்தேசத்திலும் நடவடிக்கைக்குக் கொண்டுவந்து அவர்களது அநீதியுள்ள சட்டத்தை அகற்றுவதே அழகாகும்.

- 3:21; நவம்பர் 3, 1909 -

88. சாதிபேதமுள்ள இந்தியர்களுக்கு ஆங்கிலேயர்களைப்போல் பெருத்த உத்தியோகம் வேண்டுமாம். சாதிபேதமற்ற இந்தியர்களுக்கு யாதும் வேண்டாம் போலும்

ஆங்கிலேயர்களுக்கு மட்டிலும் உயர்ந்த உத்தியோகங்களைக் கொடுத்து வருகின்றார்கள், இந்தியர்களுக்குக் கொடுப்பதில்லை என்று நியாயங் கூறுகிறவர்கள் தங்களுடன் இந்து தேசத்தில் வாழும் மற்ற ஏழைக்குடிகளும் அத்தகைய சுகமடைய வேண்டுமென்னும் சீர்திருத்தம் ஏதேனும் செய்திருக்கின்றார்களா.

இல்லை. அதாவது, ஒருவனுக்கும் சொந்தமில்லாத பொதுவாகிய குளங்களிலும் கிணறுகளிலும், பெரியசாதி என்னும் பெயர்வகித்துக் கொண்டுள்ளார்களில் ஒருவன் குஷ்டரோகியாயினும், வைசூரி கண்டவனாயினும் போய்த் தடையின்றி குளிக்கலாம். சொரிபிடித்த நாய் அதி-லிரங்கி நீரருந்தலாம். அவர்களது சொரிபிடித்தமாடு சொரிபிடித்தக் குதிரைகளைக் கழுவலாம். அவர்களால் தாழ்ந்த சாதியோர்களென்று வகுக்கப்பட்ட ஆதி திராவிடர்கள் மட்.டி. லும் அந்நீரில் இரங்கப்படாது. தாகவிடாயால் தவித்தபோதிலும் அந்நீரை அருந்தப்படாது.

இத்தகைய சீவகாருண்ய மற்றவர்கள் ஆங்கிலேயர்கள் அநுபவிக்கும் பெரும் உத்தியோகங்களை வேண்டுமென்பது நீதியாமோ. பொதுவா-கியக் குளங்களில் நீரருந்தவிடாத புண்ணிய புருஷர்களுக்கு பெரும் உத்தியோகம் வேண்டுமென்று கேழ்ப்பதற்கு என்ன சுதந்திரமிருக்கின்றது.

இந்துதேசத்தின் பூர்வக் குடிகளாகிய ஆதிதிராவிடர்களுக்கு பொதுவாகிய குளங்களில் நீரருந்தும் சுவாதீனமில்லாதபோது மத்தியிற் குடியேறி உள்ளவர்களுக்கு ஆங்கிலேயர்களைப் போல் பெரும் உத்தியோகங்கள் வேண்டுமென்று கேட்பதற்கும், அவ்வகைக் கொடாததால் மனத்தாங்கல் உண்டாகுமென்று கூறுவதற்கும் என்ன நியாயம் இருக்கின்றது.

இத்தேசத்துள்ள சகல குடிகளுக்கும் சமரச சுகமும், சமரச ஆட்சியம் நடத்தி விட்டு தங்கள் சுகத்தைக் கருதுவார்களாயின் அதனைத் தடையின்றி அநுபவிப்பார்கள். அங்ஙனமின்றி தங்கள் மித்திரபேதத்தால் தாழ்ந்த சாதிகளென்று வகுக்கப்பட்ட ஆறுகோடி ஏழைமக்களும் அடியோடு நாசமாகவேண்டும். ஆங்கிலேயர்களைப் போல் தாங்கள் மட்டும் சுகமடைய வேண்டுமென்றால் பொதுவுள்ளமிடங்கொடுக்குமோ ஒருகாலுங் கொடாவாம்.

இத்தகைய ராஜாங்க சீர்திருத்த உத்தியோகத்துள் பெருத்த உத்தியோகத்தை ஓர் ஆங்கிலேயர் அநுபவிப்பாராயின் அவருடைய ஆதரவால் இத்தேசக் குடிகளில் பிள்ளை பெண்சாதிகளுடன் ஆயிரம் பேர் பிழைப்பார்கள். அவ்உத்தியோகத்தை இந்தியர் ஒருவருக்குக் கொடுத்தாலோ பத்துபேர் பிழைப்பது அரிதாகும். இவற்றுள் ஆயிரம்பேர் பிழைப்பது சுகமும் சீருமாகுமா. பத்துபேர் பிழைப்பது சுகமும் சீருமாகுமா. பெருந்-தொகைபார் சீருஞ் சிறப்புமடைவதே தேசசீர்திருத்தத்திற்கு ஆதாரமாதலின் அந்தஸ்தான பெருத்த உத்தியோகங்களை ஆங்கிலேயர்களுக்கு அளிப்பதே அழகாகும்.

அதை தவிர்த்து மற்றவர்களுக்குப் பெருத்த உத்தியோகங்களைக் கொடுப்பது அவர்கள் குடும்பத்தோர்மட்டிலும் சுகத்தை அநுபவித்துக் கொண்டு வியாபாரிகளும் குடும்பிகளும் நசிந்து போவார்கள். நமது தேசமும், தேசத்தோரும் சீர்பெறவேண்டுமென்போர் ஆங்கிலேயர்கள் சிறப்-பையும் அவர்கள் சுகத்தையும் விரும்பபல்வேண்டும்.

- 3:21; நவம்பர் 3, 1909 -

89. டிப்பிரஸ் கிளாஸென்றால் யாவர்?

கனந்தங்கிய பரோடா மகாராஜனவர்கள் தன்னுடைய தேசத்தில் கனத்திலும், தனத்தினும் தாழ்ந்தவர்கள் அனந்தம்பேரிருக்கின்றபடியால் அவர்-கள் யாவரும் சமரச சுகம் பெறவேண்டுமென்னும் அன்பின் மிகுதியால் ஏழைகளுக்குக் கலாசாலைகளும், கைத்தொழிற்சாலைகளும் அமைக்-கவேண்டிய நற்போதகங்களையும், நல்லுதவியையுஞ் செய்துவருகின்றார். ஆனால் சாதியில் தாழ்ந்தசாதி, உயர்ந்த சாதி என்னும் பேத-மில்லாமலும், தன்னுடைய அரசாட்சியினுள் சாதிபேதமென்னும் ஒற்றுமெய்த் தேடி, எல்லாமலே சகலரும் சுகமநுபவிக்க வேண்டுமென்னும் நீதி செலுத்திவருகின்றார். இத்தகைய செயலால் டிப்பிரஸ் கிளாசென்னுங் கருத்தை அவர்கள் எவ்வகையால் எடுத்து ஆண்டுவருகிறார்கள் என்னில் கனத்திலும், தனத்திலும் தாழ்ந்தவர்களையே சமரச நிலைக்குக் கொண்டுவரவேண்டுமென்பதேயாகும். இத்தென்னிந்தியாவிலுள்ளக் கனவான்களும், வட இந்தியர் கண்டுள்ளப் பெயரையொட்டி (டிப்பிரஸ் கிளாசை) முன்னுக்குக் கொண்டுவர வேண்டுமென்று வெளிதோன்றி-யிருக்கின்றார்கள். இவர்களது நன்னோக்கம் சாதியில் தாழ்ந்தவர்களென்று தாங்களே ஏற்படுத்தி தாங்களே தலையெடுக்கவிடாமல் நசித்துவ-ருகின்றார்களே அவர்களை சீருக்குக் கொண்டுவரப்போகின்றார்களா, அன்றேல் சகலசாதியோரினும் தனத்திலுங் கனத்திலுந் தாழ்ந்துள்ளவர்-களை சீருக்குக் கொண்டுவரப்போகின்றார்களா, இவர்களின் அந்தரார்த்தம் விளங்கவில்லை.

தங்களால் தாழ்த்தப்பட்டவர்களை உயர்த்தப்போகிறோம் என்பாராயின் எந்த செயலால் எம்மொழியால் தாழ்த்தி இழிவடையச் செய்தார்-களோ அச்செயலையும், அம்மொழியையும் அவரவர்களைக்கொண்டே அகற்றி அவரவர்கள் கல்விக்கும், அந்தஸ்திற்குத் தக்கவாறு சமரச-மாக சேர்த்துக்கொள்ளுவதுடன் சாதிபேதமற்ற திராவிடர்களை சாதிபேதம் வைத்துள்ளோர் மிருகங்களிலுந் தாழ்ச்சியாக நடத்திவரும் செயலை அகற்றும்படியான நல்லெண்ணத்தைக்கொண்டு நடத்துவார்களாயின் அஃது தென்னிந்தியர் செய்யும் சீர்திருத்தத்திற்கு அழகாகும். அங்ஙன-மின்றி பொதுவாக டிப்பிரஸ் கிளாசை சீர்திருத்தப்போகிறோமென்பதில் ஐயர், ஐயங்காருக்குள்ளும் டிப்பிரஸ்கள் இருக்கின்றார்கள், முதலியார்-களுக்குள்ளும் டிப்பிரஸ்சுகள் இருக்கின்றார்கள், நாயுடுகளுக்குள்ளும் டிப்பிரசுகளிருக்கின்றார்கள், செட்டிகளுக்குள்ளும் டிப்பிரஸ்சுகளிருக்கின்-

றார்கள். இவர்களுக்குள் எந்த டிப்பிரஸ் கிளாசை சீர்திருத்தப்போகின்றார்கள்.

இவற்றுள் தங்களாலேயே தாழ்த்தி தாங்களே தலையெடுக்கவிடாமற் செய்து நசித்துவிட்டவர்களை தாங்களே சீர்திருத்தப் போகின்றோமென்னும் பத்து பெயருக்கு இத்தகைய நல்லெண்ணம் உண்டாயிருக்குமாயின் அவர்களைச் சேர்ந்த ஆயிரம் பேருக்கு அஃது எதிரடையாகவே தோன்றும். ஆயிரம் பெயர் தாழ்த்திவரும் செயலையும், இழிவுகூறு மொழியையும் பத்து பெயராலடக்கி சிறப்புச் செய்யப்போமோ. பத்துப்பெயரும் விடாமுயற்சியிற்கூட்டி பணங்களை சேகரித்து தங்கள் குலத்தோர் பார்வையில் வைப்பார்களாயின் நெடுங்கால விரோதத்தால் தாழ்த்திக்கொண்டே வந்த அநுபவம் ஒழிந்து கல்வியையும், கைத்தொழிலையும் போதித்து களங்கமற சீர்படுத்துவார்களோ, ஒருக்காலும் ஆகா.

காரணம், தன்னவ ரன்னிய ரென்னும் சாதிபேதமில்லாமலும், தன்மதம் பிரமதமென்னும் மதபேதமில்லாமலும், கறுப்பு வெள்ளை என்னும் நிறபேதமில்லாதவர்களுமாகிய மிஷநெரிமார்கள் கருணைகொண்டு சாதிபேதமுள்ளவர்களால் தாழ்த்தப்பட்டு நசிந்து நிலைகுலைந்திருக்கும் சாதி பேதமற்ற திராவிடர்களை சீர்திருத்தவேண்டி கல்விசாலைகள் வைக்கமுயலுங்கால் எவ்வளவோ இடுக்கங்களைச் செய்து எழியவகுப்பாரை முன்னுக்குக் கொண்டு வரவிடாத ஏதுக்களைச் செய்து வந்தார்கள்.

அத்தகைய விரோதச்சிந்தையைச் சாதிபேதமுள்ளோர் சாதிபேதமில்லார்மீது வைத்துள்ளார்கள் என்பதை கனந்தங்கிய பச்சையப்பன் கலாசாலையுள் கைத்தொழிற்சாலை ஏற்படுத்தி சாதிபேதம் வைத்துள்ளவர்கள் மட்டிலும் அக்கைத்தொழிற்சாலயில் வந்துக் கற்றுக்கொள்ளலாமென வெளியிட்டுள்ள விளம்பரமே போதுஞ் சான்றாகும். இத்தியாதி விரோதச் சிந்தையுள்ளார் மத்தியில் பத்து பெயர் கூடிக்கொண்டு ஆறுகோடி மக்களை சீர்திருத்துகிறோமென்பது அதிசயமேயாகும்.

சாதிபேதமென்னுந் துர்நாற்றமானது நீங்குமளவும் சாதிபேத மற்றுள்ளாரை அவர்கள் நல்லெண்ணப் பூர்த்தியாக சீர்திருத்துவார்களென்பது சந்தேகமேயாம்.

ஆதலின் சீர்திருத்தக் கனவான்கள் அன்புகூர்ந்து (டிப்பிரஸ் கிளாசென்போர்) யாவரென்று தெரிவிக்கும்படி வெகுவாகக் கேட்டுக் கொள்ளுகிறோம்.

- 3:22; நவம்பர் 10, 1908 —

90. சாதிபேதமற்ற திராவிடர்களே! சற்று கவனியுங்கள்

தற்காலம் (டிப்பிரஸ்கிளாசை) சீர்படுத்தவேண்டுமென்று வெளிவந்துள்ள கனவான்களில் மகாகனந்தங்கிய பரோடா இராஜா அவர்கள் செய்துள்ள சீர்திருத்தப் பாதையானது தன்னுடைய அரசாட்சியினுள் தாழ்ந்த சாதியார் உயர்ந்தசாதியார் என்னும் பேதமின்றி உத்தியோகம் பெறவேண்டிய சீர்திருத்தத்தை முன்பு செய்துவிட்டு தற்காலமுள்ள ஏழைகளுக்கு கல்வியும் கைத்தொழிலும் கொடுக்கவேண்டிய சீர்திருத்தங்களை செய்து வருகின்றார்.

ஆனால் தென்னிந்தியாவிலுள்ளவர்களோ அவர்கள் ஏற்படுத்திக் கொண்ட சாதிகளுமிருக்கவேண்டும். (டிப்பிரஸ் கிளாசை) சீர்படுத்தவும் வேண்டுமென வெளிதோன்றியிருக்கின்றார்கள். இவர்களது கருத்து யதார்த்தத்தில் அன்புகொண்டு யேழைகளை சீர்திருத்தப் போகின்றார்களா அன்றேல் தங்கள் சுகத்திற்காக ஏழைகளை சீர்திருத்துகிறோமென்று வெளிதோன்றினராவென்று ஆராயுங்கால் தங்கள் சுகத்தை நாடியே ஏழைகளை சீர்திருத்துகிறோமென்று வெளிதோன்றியிருக்கின்றார்கள்.

எவ்வகையிலென்பீரேல், 1909 வருஷம் நவம்பர் மீ 5உ சனிவாரங்காலை வெளிவந்துள்ள இஸ்டாண்டார்ட் இங்கிலீஷ் பத்திரிகை ஐந்தாம் பக்கம் ஐந்தாவது கலம் தந்திசெய்தியில் மிஸ்டர் அம்பிகாசரன் செய்துள்ளப் பிரசங்கத்தில் (டிப்பிரஸ் கிளாசை) சீர்படுத்துவதினால் நமது சுதேசியத்திற்கு வலுவென்று கூறியிருக்கின்றார். இதற்காதரவாக இம்மாதம் 6உ சல்வாரம் வெளிவந்த சென்னை சுதேசமித்திரன் பத்திரிகை நான்காம் பக்கம் நான்காவது கலத்தில் "கீழ்வகுப்பு சாதியாரை உயர்த்தல்" என்னுங் காப்பிட்டு (ப்ரீத்பூர்) என்னுந் தேசத்துள் கூடியக் கூட்டத்தில் சில பிராமணர்கள் வந்திருந்து அவ்விடமுள்ளோர்களைப் பார்த்து அன்னியதேச சரக்குகளை (பாய்காட்) அதாவது (வர்ஜ்ஜனம்) செய்வோர்களை உயர்த்திவிடுவதாகக் கூறினார்களாம். இதன் ஆதரவைக்கொண்டே சாதிபேதம் வைத்துள்ளக் கூட்டத்தார் தங்கள் சுதேசியக் கூட்டத்தை வலுவுசெய்துக் கொள்ள வேண்டுமென்னுங் கருத்தால் (டிப்பிரஸ்கிளாசை) சீர்படுத்தப்போகின்றோமென வெளிதோன்றியுள்ளார்களென்று கூறியுள்ளோம்.

இதனைக் கண்ணுறும் சாதிபேதமற்ற திராவிடர்கள் ஒவ்வொருவரும் சற்று நிதானித்து மேற்கூறியுள்ள கூட்டத்தோரின் அபிப்பிராயங்களை ஆராய்ந்தறியும்படி வேண்டுகிறோம். அதாவது தற்காலம் பிராமணர்களென்று சொல்லிக்கொள்ளும்படியானவர்களுக்கும், கம்மாளர்கள் என்பவர்களுக்கும் சிலக் கலகங்கள் நேரிட்ட போது பிராமணர்களென்போர் கம்மாளர்களுக்குப் பயந்து பறையர்களென்றழைப்போர்களை தங்கள் வசப்படுத்திக்கொண்டு நீங்கள் வலங்கையர்கள், உங்களுக்கு சகல சுகங்களும் உண்டு, எங்களுடன் வலது கைபக்கம் நீங்களிருக்கவேண்டுமென்று வெறுஞ் சுதந்திரமும், வெறும் உற்சாகமுங் கொடுத்து தங்கள் காரியங்கள் யாவும் கைகூடியவுடன் நீங்கள் பழைய பறையர் பறையகர்களேயென்று பாழ்படுத்தி வருவது அநுபவமேயாகும்.

அதுபோல் ஏழைகளாகிய உங்களெல்லோரையும் சீர்ப்படுத்தி விடுகின்றோம், சீர்படுத்திவிடுகின்றோமென்றே கூட்டங்கள் கூடிய சொற்பப் பிரயோசனத்தைக் காட்டி சுதேசியத்தை வலுவு செய்துக்கொண்டவுடன் பிரிட்டிஷ் அரசாட்சியில் குழாய் நீரை ஏனுங் குண்டிகுளிர குடிக்கவிட்டவர்கள் அக்குழாய்களின் அருகிலேனும் அக்குழாய் வைத்துள்ள வீதிகளிலேனும் வரவிடாமல் துரத்துவார்கள் என்பது சத்தியம். இவைகள் யாவையும் சாதிபேதமற்ற திராவிடர்கள் சீர்தூக்கி காரியாதிகளில் பிரவேசிக்க வேண்டுகிறோம்.

தற்காலம் நமது கருணைதங்கிய பிராட்டிஸ்டென்ட் மிஷநெறி துரைமக்கள் செய்துவரும் சீர்திருத்தங்களைக் கண்ணோக்கிப்பாருங்கள். அவர்களைவிட நம்மெய் அன்புகொண்டு ஆதரிப்பவர்களும், பிரதிபலன் கருதாது சீர்திருத்துகிறவர்களும் இத்தேசத்திலுண்டோ ஆராய்ந்துணருங்கள். சாதிபேதமற்ற திராவிடர்களுக்குப் பிராணபிச்சைக்கொடுத்து ஆதரிப்பது பிரிட்டிஷ் துரைத்தனம். கல்வி கொடுத்து காப்பாற்றிவருவது பிரோட்டிஸ்டென்ட் பாதிரிகளின் கருணை, இவ்விருதிரத்தோர் செய்துவரும் நன்றியை மறந்து சாண் தண்ணீரில் மல்லாந்து விடுவது போலும், வெல்லமென்னும் வாயை நக்குவது போலும் சத்துருக்களின் சொற்பப் பிரயோசனத்தை நாடியவர்பாற் சேருவதாயின் உள்ள சுகமுங்கெட்டு கூடியசீக்கிரத்தில் நாசமடைவோம் என்பது சத்தியம். இதனை உண்மெய்க்கு உத்தாரமாய் நம்புங்கள், நம்புங்கள். பிரிட்டிஷ் ஆட்சியே என்றும் நிலைக்க வன்புகூறுங்கள் அன்பு கூறுங்கள்.

- 3:22; நவம்ப ர் 10, 1909 -

91. போலீஸ் உத்தியோகம்

தற்காலம் இத்தேசத்தில் போலீஸ் உத்தியோகஸ்தர்களை அதிகரிக்கச்செய்யவும், பணச்சிலவுண்டாகவும் நேரிடுங் காரணம் யாதெனில்:- தேசத்தில் துற்செய்கை மிகுத்தோரும், கள்ளரும், பொய்யரும், கொலையரும், வெறியரும் அதிகரிப்பதினால் போலீஸ் உத்தியோகஸ்தர்களை அதிகரிக்கச்செய்யவும் பணவிரையமாக்கவும் நேரிடுகின்றது.

அத்தகைய துற்சனர்களும், கள்ளரும் பெருகுவதற்குக் காரணம் யாதென்பீரேல், கைத்தொழில் பெருக்கமில்லாமலும், விவசாயப் பெருக்கமில்லாமலும் சோம்பேரிகள் அதிகரித்துவிட்டபடியால் கொலைத் தொழிலிலும், களவுத் தொழிலிலும் பிரவேசித்து கஷ்டப்பட்டு சம்பாதிக்கும் குடிகளைக் கண்கலங்கச் செய்துவருகின்றார்கள்.

யாதொரு தொழிலுமின்றி சோம்பேரிகளாய்த் திரிபவர்களையும் சாமிகள் வேஷம் போட்டு ஏழைகளை வஞ்சிப்பவர்களையும் பெரியசாமிகளென்று வேஷமிட்டுப் பிச்சையிரந்து தின்பவர்களையும் இராஜாங்கத்தோர் கணக்கெடுத்து அவரவர்களுக்குத் தக்கக் கைத்தொழிலையும் விவசாயத் தொழிலையுங் கொடுத்து வேலைவாங்குவார்களானால் தானிய விருத்தியும், கைத்தொழில் விருத்தியும் பெருகுவதுடன் போலீசுக்குச் சிலவிட்டுவரும் பணமும் மிகுதியாகும். சோம்பலில் தேகத்தை வளர்ப்பதால் வியாதிகளும் அதிகரித்து வைத்தியசாலைகளுக்கும் பணச்சிலவு அதிகரிக்கின்றது. சோம்பேரிகள் கைத்தொழில்களிலும் விவசாயத் தொழில்களிலும் பிரவேசிப்பார்களானால் சோம்பலும் நீங்கி வியாதியுங் குறைந்து வைத்திய சாலைச்சிலவும் மிகுந்துபோம்.

இவற்றை நமது கருணைதங்கிய ராஜாங்கத்தோர் கண்ணோக்கம் வைத்து கைத்தொழிலையும், விவசாயத்தையும் முன்பு கூறியுள்ள மூன்று வகை சோம்பேரிகளைக் கொண்டு நடத்துவார்களாயின் போலீஸ் உத்தியோகஸ்தர்களையும் அதிகப்படுத்தவேண்டியதில்லை. போலீஸாருக்கும் அதிக கஷ்டமிருக்கமாட்டாது. ஒவ்வோர் கிராமங்களிலும், பட்டினங்களிலும் ஓர் தொழிலும் அற்றிருப்பவர்களை விடாமற் கணக்கெடுத்து தொழிலளித்தா தரிக்க வேண்டுகிறோம்.

- 3:22; நவம்பர் 10, 1909 -

92. வர்ஜனஞ்செய்தால் வழிவிடும்போலும்

அந்தோ, நம்தேயத்தில் சூத்திரரென்று வழங்கப்படுவோர் (வர்ஜனமென்னும்) அந்நியதேச சரக்குகளை பாய்க்காட் செய்தல் அதாவது அந்நியதேசத்தோர் சரக்குகளை வாங்குவதில்லையென்று நிபந்தனை செய்வதுடன் கண்டிப்பாக வாங்காமலிருப்பார்களானால் அந்த சூத்திர சாதியோரை பிராமண சாதிகளென்போர் உயர்த்திவிடப்போகின்றார்களாம்.

அவ்வகையாய் பிராமணர்கள் என்போர் வார்த்தைக்கு இசைந்து சூத்திரர்கள் என்போர் அந்நியதேச சரக்குகளை பாய்காட் செய்து விடுவார்களாயின் அச்சூத்திரரை வைசியராக்கி விடுவார்களோ, க்ஷத்திரியராக்கி விடுவார்களோ அன்றேல் பிராமணர்களாகத்தான் செய்துவிடுவார்களோ விளங்கவில்லை.

அல்லது பிராமணர்கள் என்போர் யாவருங் கூடிக்கொண்டு வைசியர்களை அழைத்து நீங்கள் சூத்திரர்களை சேர்த்துக்கொள்ளுங் கோள் என்றால் அவர்கள் செத்தாலும் சேர்க்கப்போகிறதில்லை, க்ஷத்திரியர்களை அழைத்து நீங்கள் சூத்திரர்களை சேர்த்துக் கொள்ளுங்கோளென்று கூறுதற்கு பரசுராமன் கதைபடிக்கு க்ஷத்திரியர்கள் இல்லையென்றே விளங்குகின்றது. ஆதலின் சூத்திரர்கள் பிராஹமணர்கள் சொல்லிக் கேட்பார்களாயின் பிராமணர்களின் வார்த்தைபடி சூத்திரர்களை பிராமணர்களாகத்தான் சேர்த்துக் கொள்ளவேண்டும். அங்ஙனம் சூத்திரர்களை பிராமணர்களாக உயர்த்தி விடுவதற்கு எந்தத் தென்னாட்டு ராமையர், வடநாட்டுராமையர் குருவாகத் தோன்றுவரோ அதுவும் விளங்கவில்லை. தற்காலம் உள்ள பிராமணர்களுக்குள்ளாகவே நூற்றியெட்டுக்கிளைகள் பிரிந்து குறுக்குப்பூசு பிராமணனைக் கண்டால் நெடுக்குப்பூசு பிராமணன் மொறுமொறுப்பதுமாகியச் செயல்களுள் சாதியில் சூத்திரனை பிராமணனாக உயர்த்திக் கொண்டால் மதங்களில் அச்சூத்திரனை எம்மதமாக உயர்த்திவிடக்கூடும். சாதிப்பிரிவினை வைத்துள்ளோர்க்கு எம்மதமும் சம்மதந்தான் என்பாராயின் ஒருமதத்துள் வடகலை தென்கலையென்னுஞ் சண்டைகளுண்டாகி மண்டைகள் உருளுமோ. சிவமத விஷ்ணுமதச் சண்டைகளால் அபராதங்கள் நேரிடுமோ. இத்தகைய பேதத்தால் சூத்திரனை பிராமணனாக உயர்த்திக் கொண்டபோதிலும் மதத்தில் உயர்த்திக்கொள்ளுவதற்கு ஆதாரம் ஏதுமில்லையென்பது துணிபு.

தற்காலமுள்ள பிராமணர்களுள் ஒருவர் வீட்டில் ஒருவர் புசியாமலும், ஒருவர் பெண்ணை மற்றொருவர் கொள்ளாமலும் இருக்கின்றபடியால் சூத்திரனை பிராமணனாக உயர்த்தி குடிமியும் பூநூலுங் கொடுத்து விட்டபோதிலும் சூத்திர பிராமணன், சூத்திரபிராமண னென்றே சொல்லிக்கொண்டே வருவார்களாயின் இவர்களை உயர்த்தி விட்டப் பயனென்னை.

சூத்திரரென்று அழைக்கப்பெற்ற சோதரர்களே, சாதிபேதமென்னும் பொய்யாகிய அழுக்கின் மூட்டையை இங்குதான் சற்று அவிழ்த்துப்பார்க்கக் கோறுகிறோம்.

தற்காலம் பிராமணர்களென்று பெயர் வைத்துள்ளவர்கள் ஒன்றுகூடி சூத்திரர்களை உயர்ந்த சாதிகளாக்கிவிடுவதாய் வெளிதோன்றியுள்ளவர்களின் வார்த்தைகளைக் கொண்டே இப்பிராமணர்களென்று வேஷமிட்டுள்ளோர் தந்திரங்களினால்தான் பொய்யாகிய சாதிபேத வரம்புகளை வகுத்துவைத்திருக்கின்றார்களென்பதை எளிதில் அறிந்துக்கொள்ளுங்கள்.

சூத்திரர்களை உயர்த்தும்படியான அதிகாரம் எப்போது அவர்களிடமிருக்கின்றதோ அப்போதே அவர்களுக்கு எதிரிகளாயுள்ளவர்களை சூத்திரனினுங் கடையாகத் தாழ்த்திப் பாழ்படுத்தும் அதிகாரமும் அவர்களிடத்து இருப்பதாக விளங்குகின்றது.

சூத்திரர்களென்று அழைக்கப்படுகிறவர்களே, நம்மெய்ப்போலொத்த மனிதன் ஓர் பயந்திரக் கருவியைப்போல் நம்மெல்லோரையும் உயர்த்தவும் தாழ்த்தவு மிருப்பானான் அவனாக்கினைக்கு உட்பட்டவன் மரக்கருவி, இரும்புக் கருவிக்கு ஒப்பானவனா இருப்பானன்றி மநுரூபியல்லவென்று விளங்குகின்றது.

மநுரூபிகளாயின் சகலதேச மக்களும் எவ்வதை விவேகவிருத்திப்பெற்று தன்னிற்றானோ எவ்வகையால் உயர்ந்துவருகின்றார்களோ அவ்வகையாக உயர்ந்து கீர்த்திப் பெறுவார்கள். அங்ஙனமின்றி ஒருவன்வுயர்த்தவும், மற்றொருவன் உயர்வானென்பதில் சொல்லில் மட்டும் உயர்வு தாழ்வென்னும் பேதம் விளங்குமேயன்றி குணத்திலும் அநுபவத்திலும் வெறும் மொழியேயாகும்.

இச்சமய யுக்த்த கதைகளால் பிராமணர்களென்று பெயர் வைத்துக்கொண்டிருப்பவர்கள் தங்கள் சுயப்பிரயோசனங்களுக்காகவும், தங்கள் சுகஜீவனத்திற்காகவும், சாதிபேத சமயபேதக் கட்டுக்களை ஏற்படுத்திவைத்துக் கொண்டு "உப்புமிஞ்சினால் தண்ணீரும், தண்ணீர் மிஞ்சினால் உப்பும்" என்பது போல் கருணை தங்கிய பிரிட்டிஷ் ராஜாங்கத்தோர் பிராமணர்களென்போர் மீது சற்று கருணை வைத்து காரியாதிகளை நடத்திவருமளவும் தங்கள் பிராமணசாதியே உயர்ந்த சாதி மற்றசாதிகளெல்லாம் தாழ்ந்த சாதியென்று நீக்கிக்கொண்டு தங்கள் சாதியோர்கள் மட்டிலும் சுகமடையும் வழிகளை ஏற்படுத்தி வந்தார்கள். நாளுக்குநாள் இவர்கள் சுயப்பிரயோசனச்செயலைக் கண்ணுற்றுவந்தக் கருணை தங்கிய ராஜாங்கத்தார் சகலசாதியோரும் முன்னுக்கு வரவேண்டிய ஏதுக்களை செய்ய ஆரம்பித்ததின்பேரில் ஆங்கிலேயர்களுக்கு எதிரடையாய் காரியாதிகளை நடத்துவதற்காக வேண்டி முன்பு தாழ்ந்தவர்களென்று கூறி வந்த சூத்திரர்களென்போரை உயர்ந்தவர்களென்று கூறி தங்களுடன் சேர்த்துக் கொள்ள ஆரம்பிக்கின்றார்கள்.

இத்தகைய சமயபேத தந்திரச்செயல்களைக்கொண்டே சாதிபேதக் கட்டுக்கதா வகுப்புகள் யாவும் பொய்யென்று கருணைதங்கிய ராஜாங்கத்தார் கண்டு ஏழைகளை ஈடேற்றுவார்களென்று எதிர்பார்க்கின்றோம்.

- 3:23: நவம்பர் 17, 1909 -

93. வங்காளப் பத்திராதிபரே கேண்மின்

வடநாட்டு பெங்கால்பத்திராதிபரே தென்னாட்டார் திகைப்பை நோக்காததென்னோ ?

இந்தியர்களுக்குத் தற்காலங் கொடுத்துள்ள கௌன்சல் மெம்பர்களை யாங்கள் கேட்கவில்லை. ஐரோப்பியர்கள் இந்தியர்களை சமமாக நடத்தாமல் அதி கேவலமாக நடத்துகின்றார்களே அதை நீக்கும்படி கேட்டுள்ளோம்.

அவற்றை இராஜாங்கத்தோர் சீர்திருத்தாது கௌன்சல் மெம்பரை அதிகப்படுத்தினாலும் படுத்திக்கொள்ளட்டும் இந்தியர்களை மட்டிலும் ஐரோப்பியர் சமமாக நடத்தவேண்டுமென்று கேட்கின்றீர். அவ்வகை சமரசங் கேட்போர் தென்னிந்தியாவில் பார்ப்பானென்றும், பறையனென்றும் வகுத்துள்ள பொய் சாதிக் கட்டுக்களை ஏன் அகற்றினீரில்லை. பார்ப்பானென்பவனும் இந்துதேச மனிதவகுப்பைச் சார்ந்தவன் பறையனென்பவனும், இந்துதேச மனிதவகுப்பைச் சார்ந்தவன். இவ்விருவரும் ஒரு தேசக் குடிகளாக இருந்து கொண்டு ஒருவர் சுகமடைவதுபோல் மற்றவர்கள் சுகமடையப் போகாதென்று சகலவிஷயங்களிலுந் தாழ்த்தி சீர்கெடுத்து வந்ததையும் வருவதையும் உணராது ஐரோப்பியர் மட்டிலும் சமரச சுதந்திரங் கொடுப்பதில்லையென்று கேட்பது நியாயமாகுமோ.

புத்ததன்மத்தின்படி அவனவன் செய்த கன்மங்களை அவனவன் அநுபவிக்கவேண்டுமென்னுங் கன்மபலனை தாங்கள் அறிந்திருந்தும் ஐரோப்பியர்கள் சமரச சுதந்திரங் கொடுப்பதில்லையென்பது நீதியாமோ பார்ப்பானுக்குள்ள சமரச சுதந்திரம் பறையனுக்கு எப்போது ஏற்படுகின்றதோ அப்போதே ஐரோப்பியர்களுக்குள்ள சமரச சுதந்திரம் மற்றவர்களுக்குங் களங்கமற ஏற்படும்.

சொற்ப சுதந்திரம் இந்தியர்களுக்குக் கொடுத்துள்ளவிடத்தில் இந்திய ஏழைகள் படும் கஷ்டங்களை சற்று நோக்குவீராக. ஓர் பார்ப்பான் இரயில்வே ஸ்டேஷன் மாஸ்டராயிருந்து மற்றோர் பார்ப்பான் இனிஸ்பெக்ட்டராக வாயினும், தாசில்தாராகவாயினும் இருந்து தன் குடும்பத்தோரை ரயிலிலேற்ற வந்தபோது தங்களுக்கிடங்கிடையாமற் போமாயின் ஏழை இந்துக்கள் யாவரையும் வெளியில் இழுத்துவிட்டு தவிக்கச் செய்து தங்கள் குடும்பத்தோரை ஏற்றிவிடுகிறார்கள்.

ஏழைகள் அநுபவித்துவரும் குளங்குட்டை தங்களுக்கு வசதியாகத் தோன்றுமாயின் சாதித்தலைவர்களாம் அதிகார உத்தியோகஸ்தர்களை தங்கள் வசப்படுத்திக் கொண்டு ஏழைகளை ஊரைவிட்டே ஓட்டி குளங்குட்டைகளைத் தங்கள் வசப்படுத்திக் கொள்ளுகின்றார்கள்.

ஏழைகள் பார்ப்பார்கள் பூமியை இலவசமாக உழுது பயிர் செய்யாமல் தங்கள் பூமிகளை மட்டிலும் சீர்படுத்திக் கொண்டிருப்பார்களாயின் அதிகாரப் பார்ப்பார் ஆதரவைக்கொண்டு உள்ள பூமியையும் விட்டோட்டி விடுகின்றார்கள்.

இவ்வகையாய் பார்ப்பான் வீட்டு பல்லிமுட்டை , பறையன் வீட்டு அம்மிக்கல்லை உடைக்கும் அதிகாரத்திலிருப்பதை பெங்கால் பத்திராதிபர் கண்ணோக்கி சீர்திருத்தாது ஐரோப்பியரை நிந்திப்பதால் யாதுபயன். தாங்கள் ஐரோப்பியர்களின் மீது கூறியுள்ள குறைகளில் பதின்மடங்கு குறை சாதித்தலைவர்களால் தாழ்த்தப்பட்ட சாதியோர்களை நடத்தி வருகின்றார்கள்.

இத்தகையக் கன்மத்துக்கீடாய் பெரிய சாதிகளென்போர் பிரிதிபலன் பெருவதைப் பத்திராதிபர் அறியாது ஐரோப்பியரை நிந்திப்பது அழகின்மெயேயாம்.

இத்தேசத்தோருக்குள்ள சுவாபம் யாதெனில், சாதித்தலைவர்களாய் ஏற்படுத்திக் கொண்டவர்களுக்கு சகல சாதியோரும் அடங்கி வாழ்வார்களாயின் அதிக சந்தோஷம். இராஜாங்கத்தோரும் அதை அநுசரித்தே நடந்துக்கொள்ளவார்களாயின் அதனினு மிக்கசந்தோஷம்.

அலைகள் யாவற்றையும் கருணை தங்கிய ராஜாங்கத்தோர் கவனியாது தாழ்ந்தசாதியோனும் மனிதனே, உயர்ந்த சாதியோனும் மனிதனேயென்று சமரசமாக நடாத்தி வருவதில் முன்னிருந்ததுபோல் தங்களை சற்று உயர்த்திக்கொள்ள வழிதேடுகின்றார்கள்.

அத்தகைய வழி தங்களால் தாழ்த்தப்பட்டவர்களை எக்காலத்து உயர்த்துகின்றார்களோ அக்காலத்தில் தான் அவ்வழி திரந்து சமரசுகத்தைக் கொடுக்கும். இதன் மத்தியில் அதன் சுகங் கிடைக்காதென்பது திண்ணம் திண்ணமேயாம்.

- 3:24: நவம்பர் 24, 1909 -

94. கல்விகற்றும் மனோகலக்க விருத்தி உண்டாவதென்னோ

தற்காலம் நமது கருணைதங்கிய பிரிட்டிஷ் ஆட்சியினுட்பட்ட லண்டனிலும் இந்தியாவிலும், கல்வி கற்றவர்கள் நூற்றிற்கு ஒருவரிருவர் இருப்பினும் பிரிட்டிஷ் ஆட்சியின் நன்னோக்கத்தால் நூற்றிற்கு பத்து பதினைந்துபேர் கல்வி கற்றவர்களென்று கூறுதற்கு ஆதாரமாயிருக்கின்றது.

கல்வி கற்கக்கற்க கசடறுமென்னும் முதுமொழிக்கு மாறாக கற்கக்கற்க மனோகலக்கவிருத்தி பெற்றுக் கலகவிருத்தி செய்துவருகின்றார்கள்.

அதாவது லண்டனில் முன்பு கற்றறிந்த விவேகிகள் யாவரும் தேச விருத்தியையும், மக்கள் விருத்தியையும் மிக்கக் கருதி தாம்கற்ற பலனை அளித்துவந்தார்கள். தற்காலத்திலோ தாங்கள் கற்றக் கல்வியை வீண்கலகத்தில் உபயோகித்து தங்கள் தேசச்சீரையும் மக்கட்சீரையுங் கெடுக்க ஆரம்பிக்கின்றார்கள்.

அவைகள் யாதெனில், அன்னிய தேசத்தானொருவன் அவ்விடஞ்சென்று எங்கள் தேசத்தோரை ஐரோப்பியர்வந்து சீர்கெடுத்துவிடுகின்றார்களென்று கூறுவானாயின் அவன் வார்த்தைகளை மெய்யென்று நம்பிக்கொண்டு கட்சி பிரிதிகட்சிகளை ஏற்படுத்தி வீண்வாதங்களை வளர்த்து ஒருவருக்கொருவர் மனத்தாங்கலைப் பெருக்கித் தாங்கள் பிடித்த முயலுக்கு மூன்றே காலென்று சாதிக்க ஏற்படுகின்றார்கள்.

அத்தகைய சாதனைப் புருஷர்கள் எவனால் எத்தேசம் சீர்கெடுகிறதென்று கேழ்விப்படுகிறார்களோ அத்தேசத்திற்கே நேரிற்சென்று ஐரோப்பியர்களால் நாளுக்கு நாள் அத்தேசம், சீரும் சிறப்பும் பெற்று வருகின்றதா அன்றேல் முன்னிலையினுஞ் சீர்கெட்டுவருகின்றதாவென்று ஆய்வதுடன் அத்தேசக்குடிகளை அத்தேசத்தோரே பாழ்படுத்தி சீர்கெடுக்கின்றார்களா, ஐரோப்பியர்களால் சீர்கெடுகின்றார்களா என்றாராய்ந்து பேசுவார்களாயின் சகலரும் சீர்பெறுவார்கள்.

அங்ஙனமின்றி ஒருவர் சொல்லும் வார்த்தையை ஏற்றுக்கொண்டு ஒருவர் சார்பாய்ப் பேச ஆரம்பிப்பதால் கற்றக் கல்வியினளவும் நில்லாது மனோகலக்கத்தை மேலுமேலும் விருத்தி செய்துக்கொள்ளுகின்றார்கள்.

கல்வியில் மிகுத்தப் புருஷர்கள்தான் இவ்வகை மனோகலக்கத்தில் இருக்கின்றார்களென்னினும் கல்விகற்ற இஸ்திரீகளோ அவர்களினும் மிக்க மனோகலக்கமுற்றிருக்கின்றார்கள். அஃது யாதெனில், ஓட்டுக்கொடுக்கும் விஷயங்களிலும், சங்கங்களில் அங்கங்களாக சேரும் விஷயங்களிலும் கல்லுகளை எடுத்து கண்ணாடி ஜன்னல்களை உடைப்பவர்களும், கதவுகளை உடைத்து உள்ளுக்கு நுழைகிறவர்களுமாகிய மனோகலக்கமுற்றிருக்கின்றார்கள்.

ஐரோப்பாகண்ட புருஷர்களிற் சிலரும் இஸ்திரீகளிற் சிலருந் தாங்கள் கற்றக்கல்வியின் பயனை மனோகலக்கத்தில் விட்டு வாய்வாதங் கைவாதங்களை செய்துவந்தபோதிலும் இந்தியாவிலுள்ளப் புருஷர்களிற் சிலரோ வெடி குண்டின் விஷயத்தில் கற்றக்கல்வியை விடுத்து மனோகலக்கத்திற்குள்ளாகி மற்றுமுள்ளக் குடிகளையும் இராஜவிரோதத்திற்கு உள்ளாக்கி சீர்கெடுக்கப் பார்க்கின்றார்கள்.

இத்தகைய கற்றபலன் கலகத்திற்கேதுவாவதேதெனில், “கண்டுபடிப்பதே படிப்பு மற்றப்படிப்பெல்லாம் தெண்டபடிப்பென்னறி” என விவேகிகள் கூறியுள்ளவாறு நீதிநெறி ஒழுக்கங்களை யூட்டுங் கலைநூற்களைக் கற்றுத் தேறாது ஓர் கடவுளிருந்து உலகத்தைப் படைத்து அதினால் மிக்கக் கவலையும் பட்டார், பாடும் பட்டாரென்னுங் கட்டுக்கதைகளும், ஓர் கடவுள் அறியாதனத்தால் உலகை படைத்து அதிலொருவனைக் கொல்ல ஆமையாய்ப் பிறந்தார், மற்றொருவனைக்கொல்ல ஊமையாய்ப் பிறந்தாரென்னுங் கட்டுக் கதைகளும், மற்றோர் கடவுள் அனாதியாயிருந்து ஆதியாயிருந்த மற்றோர் மனிதனைக் கொல்ல ஆதியாய யானை தலைமகனை அநுப்பினார், பூனைதலை மகனை அநுப்பினாரென்னுங் கட்டுக்கதைகளையும் வாசித்து கலக்கத்திற்குள்ளாயதுடன் ஒருவன் பாகங் கொடுக்காவிட்டால் ஊராரெல்லோரையுங் கொல்லும் கதைகளையும் ஒருவன் மனைவியை மற்றொருவன் எடுத்துப்போய் விட்டால் அவன் ஊராரெல்லோரையுங் கொல்லுங் கதைகளையும், ஊராரெல்லோரும் அக்கிரமஞ்செய்தால் அவர்கள் குற்றத்திற்காக ஒருவரை பிடித்துக்கொல்லுங் கட்டுக்கதைகளையும், சிறுபோதினின்று வாசித்து வருங்கால் சீவகாருண்யமும் நீதிநெறிமாற்று கற்றக் கல்வியால் பொய்யை மெய்யாகச் சொல்லும் வல்லபமும் அவனை வெல்லுவதால் பலனுண்டு, கொல்லு-

வதால் பலனுண்டென்னும் விதண்டவாத மனோகலக்கத்தில் ஆழ்ந்துவிட்டார்கள்.

இத்தகையக் கெடுதிகளுக்கெல்லாம் காரணகர்த்தர் யாவரென்பீரேல், மதக்கடைகளைத் திறந்து சாமியென்னுஞ்சரக்குகளைப்பரப்பி எங்கள் தேவனே தேவன் எங்கள் மதமேமதமென வியாபாரஞ்செய்து அதினால் சீவிக்கும் பொய்க்குருக்களேயாகும்.

பொய்க்குருக்கள் யாரென்றும் தேறவிசாரித்தறிந்து பொய்யர்கள் போதகங்களை அகற்றி மெய்யர்களின் நீதிநெறியினின்று கலைநூற்களைக் கற்றுத்தெளிவார்களாயின் இராஜவிசுவாசமும், இராஜ நீதிநெறிகளிலன்பும், இராஜவாட்சியில் ஒடுக்கமும், இராஜவாளுகையில் அமைதியுமுற்று சுகித்திருப்பார்கள். அங்ஙனமின்றி இராஜகீயவதிகாரிகள் யாவரும் நீதிநூற்களை வாசித்து நீதியின் செங்கோலை நடாத்திவருங்கால் அநீதி நூற்களை வாசித்து அநீதிவாக்கியங்களை மெய்யென்றிருப்போருக்கு நீதிநெறியாம் பிரிட்டிஷ் ராட்சியபாரம்மிக்கக் கடினமாகவே விளங்கும்.

எவ்வகையில் என்பீரேல், பொதுவாயுள்ள ஓர்குளத்தில் சில மனுமக்களை சுத்தசல மொண்டு குடிக்கவிடாமற் செய்யுங் கூட்டத்தோர் முன்பு வீதிவீதிக்குக் குழாய் ஜலங்களை விடுத்து சகலருஞ் சுகமாக நீரருந்துங்கோள் என்றால் முன்பு சுத்தஜலமொண்டு குடிக்கவிடாமற் செய்துவந்தவர்களுக்குக் குழாய்ஜலம் விடுத்து சகலரையும் சுகமாக நீரருந்தவைத்த இராஜாங்கம் விரோதமாகத் தோன்றுமா அவிரோதமாகத் தோன்றுமா, கண்டறிந்து கொள்ளுங்கள், கண்டறிந்துகொள்ளுங்கள்.

- 3:25: டிசம்பர் 1, 1909 -

95. கள்ளுக்கடை கரிதோசைப் பலனையும், கடவுட்கடை கைம்பெண்கள் சொத்தையும் கணக்கெடுப்போமாக

கள்ளுக்கடைவிற்போன் தன்கைப்பொருளைக் கொடுத்துக் கள்ளைவாங்கி விற்று அதன் லாபத்தால்சீவிக்கின்றான். கரிதோசை விற்பவளோ தன் கைபொருள்கொண்டு சரக்குகளை வாங்கி கரிதோசை செய்து அவற்றை விற்று அதினால் சீவிக்கின்றாள்.

கள்ளென்னும் மயக்கவஸ்து பஞ்சபாதங்களில் ஒன்றாயினும் அதனைக் குடித்து வெரிப்பவன் இல்லானாயின் அதனை விற்பவனும் இருக்கமாட்டான். பஞ்சபாதகங்களில் ஒன்றென்றறியாதோன் குடித்து வெறிக்குங் களியாட்டத்தை மிக்க ஆனந்தமாகக்கொண்டு பெண்டு பிள்ளைகள் தவித்துப் பாழடையினும் துட்டு கிடைத்தவுடன் கள்ளுக்குஞ் சுள்ளுக்குஞ் கொடுத்து குடித்து வெறித்து கும்மாபெற்று வீடுவந்து சேர்ந்தாலுஞ் சேருகின்றான், சிறைச்சாலைக்குள் அடைப்பட்டேனும் அலறுகின்றான்.

அவ்வகை அலறினும் ''குடிப்பவன் விடுப்பது குதிரைக் கொம்பை பார்ப்பதற் கொப்பனை'' என்பதுபோல் துட்டுகிடைத்தவுடன் கள்ளுக்கடைத் தேடுவதே கடனாக, உள்ளோனுக்குக் கொடுக்க கள்ளுக்கடை விற்பவனும் கரிதோசை விற்பவளும் கார்த்திருக்கின்றார்கள்.

குடிப்பவர் ஒழிந்தால் விற்பவர்கள் இராரென்பது திண்ணம். ஓர் வஸ்துவை வாங்குவோரில்லாவிடத்து விற்போர் இராரென்பது கருத்து. ஆனாற் கடவுட்கடை வைத்திருப்பவர்களோ அவர்கள் சாமிசரக்கைத் தாங்களே காணாதிருப்பினும் பஞ்சபாதகங்களில் ஒன்றாகியப் பொய்யைச் சொல்லி எங்கள் தேவனே தேவன், மோட்சத்திற்கு நேரில் கொண்டுபோய் விட்டுவிடுவார், சாமியை நேருக்குநேரில் பார்த்து உட்கார்ந்திருக்கலாம். ஆயினும் எங்கள் உண்டிபெட்டிக்குபோடும் பணங்களை மட்டிலும் தடை செய்யாதீர்கள். எங்கள் கடைகளாம் கோவில்களுக்கு பிரார்த்தனை செலுத்துகிறவர்கள் முடிகளையும், வேல்களையும், கண்மலர்களையும், இரும்பினாலேனும் தகரங்களினாலேனும் செய்யாமல் வெள்ளியினாலும், பொன்னினாலுஞ் செய்துகொண்டு வந்தால்தான் உங்கள் பிரார்த்தனையுஞ் சீர்பெறும். நாங்களும் உருக்கிவிற்று துட்டு மொத்தங்கட்டுவோம்.

இதற்கு சாமியென்னும் முதலே கடைசரக்குகளாயிருக்கின்றபடியால் கள்ளுக்கடைக்குக் கைமுதல் வேண்டியிருப்பதுபோல் கடவுள் கடைகளுக்குக் கைம்முதல் வேண்டுவதில்லை. இன்னும் கடையை விருத்தி செய்யவேண்டுமாயின் சொத்துள்ளக் கைம்பெண்கள் எங்கிருக்கிறார்களென்றறிந்து அவர்களை அணுகி அம்மாதர்களை மிக்க பக்திசாலியென்று கூறக் கேழ்விப்பட்டேன், நீங்கள் நேரே மோட்சத்திற்குப் போய்விடுவீர்கள், நீங்களோர் மண்டபம் கட்டி விட்டால் அங்கு போய் அதேமண்டபத்தில் தங்கி சுகிப்பீர்கள், இந்த சொத்துக்கள் யாவும் நாளைக்கு அழிந்துபோகும். உங்கள் தருமம் மோட்சத்தில் இடம் கொடுக்கும் என்று பஞ்சபாதகப் பொய்யைச்சொல்லி கைம்பெண்கள் பொருட்கள் யாவற்றையும் அவள் குடும்பத்தோருக்கு உதவிபுரியவிடாது தடுத்து தங்கள் மதக்கடைக் கணக்கில் சேர்த்துக்கொண்டு சாமிவியாபாரத்தை சம்பிரமமாகச் செய்து வருவார்கள்.

தங்களுடைய சொத்துக்களை மறந்தும் மதக்கடை பெயரால் எழுதுவார்களோ, ஒருக்காலும் எழுதமாட்டார்கள்.

காரணம் யாதெனில், மோட்சமுண்டென்று கைம்பெண்களுக்குச் சொல்லி சாமிகடை வியாபாரஞ்செய்வதே சாதனமாதலின் காணாதமோட்சத்திற்கு தங்கள் பணத்தை மறந்துஞ் செலவுசெய்யமாட்டார்கள்.

பெண்களுக்குக் கல்வி கொடுக்காமல் தடுத்துவைத்தக் காரணமும் இதுவேயாகும். இதன் யதார்த்தமறியவேண்டியவர்கள் தங்கள் சொத்துக்களை கோவிலுக்கு எழுதி வைத்திருக்குங் கைம்பெண்கள் வாசித்துள்ளவர்களா வாசிப்பில்லாதவர்களாவென்பதை அவர்கள் தானபத்திரங்களைக் கொண்டே தெரிந்துக்கொள்ளலாம்.

இத்தகையோர் கள்ளையும் பொய்யையும் அகற்றாதிருப்பது பெரும்பாதகமேயாம்.

கள்ளுக்கடை அறிவைமயக்கிக் கேட்டுக்கொண்டுபோகும் பாதகமாகும். கடவுள் கடை தாங்கள் கேளாததும் காணாததுமானப் பொய்யைச்சொல்லிப் பொருள் பறிக்கும் பாதகமாகும்.

இவ்விரண்டின் செயலையும் முற்றாய்ந்த மயக்கமற்றத் தெளிவினின்று மெய்ப்பொருள்காண்பதே காட்சியென்னப்படும்.

- 3:25; டிசம்பர் 1, 1909 -

96. ஜோனாஸ்பர்க் தமிழ் மஹாஜனசபையார்

1909 வருஷம் டிசம்பர் மீ 1உ வெளிவந்த சுதேசமித்திரன் பத்திரிகையில் கனந்தங்கிய சென்னை மஹாஜன சபையோருக்கு ஜோனஸ்பர்க் தமிழ் மஹாஜனசபையோர் ஓர் விஞ்ஞாபனம் அனுப்பியுள்ளதாகக் கண்டிருக்கின்றது.

அவ்வகைக் கண்டுள்ள விஞ்ஞாபனத்தின் கருத்தோ யாதெனில், "அத்தேசத்தோர் கொடிய சட்டத்தை அநுசரித்து துன்பத்தை அநுபவிப்பதினும் சட்டத்தை அங்கிகரியாமைக்கு வருந் துன்பத்தை அநுபவிப்பதே மேலெனத் துணிந்து பதிவுப் பத்திரங்களை எல்லாம் அக்கினி பகவானுக்குச் சமர்ப்பித்துவிட்டு எதிர்த்து நிற்கின்றோம்." என்று கூறியதின்பின் இந்தியர்கள் அதிக துன்பத்தை அநுபவிக்கின்றோமென்று வரைந்திருக்கின்றார்கள்.

இத்தகைய தமிழ் சபையார் தங்களை இந்தியர்களென்று எப்போது பிரித்துக்கொண்டார்களோ அப்போதே ஜோனாஸ்பர்க் அன்னியர் தேசமென்பது சொல்லாமலே விளங்கும்.

அவ்வகை அன்னியர்தேசஞ் சென்றுள்ளவர்கள் அத்தேசத்தோர் சட்டத்திற்குப் பொருந்தியே வாழவேண்டுமென்பதும் சொல்லாமலே அமையும்.

அவர்கள் சட்டத்திற்குள் அமைந்து வாழ்கப்பிரியமில்லாதவர்கள் அத்தேசத்தை விட்டு நீங்கிவிடுவதே நியாயமாகும். அங்ஙனமின்றி ஈட்டிமுனையில் உதைத்து காலில் சீழ்பிடித்து அதி வாதைப்படுகிறோமென்றால் அன்னோயை சகித்து ஆற்றிக் கொள்ளவேண்டியவர்கள் அவர்களேயாகும்.

அத்தேசத்தில் இவர்கள் பழங்குடிகளாயிருந்து சட்டம் நூதனமாகத் தோன்றியிருக்குமாயின் அச்சட்டத்தின் நடவடிக்கையும், செயலும் நாளுக்குநாள் நிறைவேறி வருவதையறிந்து அதி உபத்திரவமாகக் காணப்படுமாயின் அதன் உபத்திரவத்தை பிரிட்டிஷ் ராஜாங்கத்தோருக்குத் தெள்ளற விளக்கிக் கேட்பார்களாயின் அச்சட்டத்தின் மாறுதலுக்காய் ஆலோசனைகளைச் செய்து சீர்திருத்துவார்கள். அவற்றிற்கு மாறாக அத்தேசத்திலிருந்துகொண்டே அவர்கள் சட்டத்திற்கு அடங்கமாட்டோமென்றால் எந்த ராஜாங்கத்தான் இவற்றை ஏற்றுக்கொள்ளும்.

இந்துதேசத்தில் வாசஞ்செய்யும் சில மனிதர்கள் தங்கள் வீடுகளிலும், பொதுவாய்க் கோவில்களிலும் சில மனிதர்களை வரலாகாதென்று தடுத்துவைத்திருக்கின்றார்கள். அம்மனிதர்கள் மீறி வந்துவிட்டாலோ, அவர்களைத் தெண்டிக்கத்தக்க சட்டத்தையும் வகுத்து வைத்திருக்கின்றார்கள். அவ்வகை தெண்டித்தும் வருகின்றார்கள். இத்தகைய சட்டத்தை நியாயந்தானெனப் பார்த்திருக்கும் இந்துதேச பாரதமாதாவானவள் ஜோனாஸ்பர்க்கிலுள்ளோர் நியாயந்தீர்க்கப்போகிறாளா, இல்லை. இந்தியாவிலுள்ளோர் கீழ்ச்சாதி மேற்சாதியொன்னுஞ் சட்டங்களை அக்கினிக்கு இரையாக்கிவிடுவார்களாயின் பாரதமாதா ஜோனாஸ்பர்க்கின் சட்டத்தை அன்றே சீர்திருத்திவிடுவாள்.

பாரதமாதா அத்தேசத்திற்கு சென்றிருக்கும் இந்தியர்களின் மீது கண்ணோக்கம் வைக்காதக்காரணம் யாதென்பீரேல், இந்தியாவில்தான் ஆயிரத்தெட்டு பொய்ச் சாதிப் பிரிவுகளை ஏற்படுத்திக்கொண்டு அதற்காதரவாய் சமய பேதங்களையும் வகுத்து ஒருவர் முகச் சின்னத்தை மற்றொருவர் பார்க்க விரோதமும், ஒருவர் சாதிப் பெயரை மற்றவர்கள் கேழ்க்க விரோதமும் பெருக்கிக்கொண்டு ஒற்றுமெய்க் கேட்டிலிருப்பவர்களிற் சிலர் சௌத்து ஆபிரிக்காவென்னுந் தேசத்திற்கு நெடும்பிரயாணஞ்செய்து கப்பலில் போகும்வரையில் சாதிபேதச் செயல்கள் ஒன்றுமில்லாமற் சென்று அவ்விடம்சேர்ந்து சொற்ப துட்டு சம்பாதித்துக்கொண்டவுடன் ஐயர், முதலி, நாயுடு, செட்டி என்னுந் தொடர் மொழிகளைச் சேர்த்துக்கொண்டு சாதிப் பிரிவினைகளை உண்டு செய்து வருகின்றார்கள். அத்தேச வாசிகளாகிய போயர்களோ சாதிபேதமென்னுங் கொடூரச்செயலற்று சிறந்த குணம் அமைந்த ஒற்றுமெயுற்றவர்கள் அத்தகைய சுத்தகுணமும், பொருந்தகமெயும் வாய்த்தவர்கள் மத்தயில் ஒற்றுமெய்க் கேட்டையும், விரோத சிந்தையையும் உண்டு செய்வதான சாதிபேதப் பிரிவினைப் பெயர்களை பரவச் செய்துவருகிறபடியால் பாரத மாதாவிற்கே மனந்தாளாது இந்தியர்களை அதிக கொறூரத்துடன் அவ்விடம் விட்டு அகற்றுகின்றாள் போலும்.

நற்கருமத்திற்கு ஈடா சுகபலனையும், துற்கருமத்திற்கு ஈடாய் துக்கபலனையும் அநுபவிக்க வேண்டுமென்பது இந்தியர்களின் தன்மசாஸ்திர அநுபவமாதலின் துற்கருமத்திற்கீடாய் வருந் துக்கங்களை கவனியாது கருணைதங்கிய பிரிட்டிஷ் ராஜாங்கத்தோர் மீது குறைகூறுதலிலும், மஹாஜன சபையோர் முன்பு முறைகூறுதலிலும் யாதுபயனுண்டாம்.

தாங்கள் தொழுந் தெய்வக் கோவிலுக்கு ஏனைய மநுக்கள் வரப்படாதென்றும், தாங்கள் நீர் மொள்ளுங் குளங் குட்டைகளில் ஏனைய மநுக்கள் நீர் மொள்ளப்படாதென்றும், தங்களுக்கு சவரஞ் செய்யும் அம்மட்டர்களை ஏனைய மக்களுக்கு சவரஞ்செய்யப்படாதென்றும், தங்களுக்கு வஸ்திரம் வெளுக்கும் வண்ணார்களை ஏனைய மக்களுக்கு வெளுக்கப்படாதென்றும் தமிழ்பாஷைக் குடிகளில் ஆறுகோடி மக்களை அலக்கழித்து எது விஷயத்திலும் தலையெடுக்கவிடாமல் நசித்துவரும் காரணங்களை எந்த நீதிமான்களுங் கண்டறிந்து ஏழைத் தமிழர்களின் இடுக்கங்களை நீக்கி ஆதரித்தவர்களைக் காணோம்.

இந்துதேசப்பூர்வக்குடிகளாகும் ஏழை மக்களின் இடுக்கம் நீங்கும் வரையில் ஜோனாரஸ்பர்க்குமட்டிலுமல்ல மற்றுமுள்ள இடங்களில் சுயநலங்கேட்குஞ் சாதியிற் பெரியோரென்பவரின் இடுக்கங்களும் நீங்கப் போகிறதில்லை.

- 3:26; டிசம்பர் 8, 1909 -

97. ஆல்காட் மரணக்கிரியை

வினா: தியாசபி சங்கத்தின் இஸ்தாபகரும், அச்சபையின் நாயகருமாகிய கர்னல் ஆல்காட் துரையவர்கள் இறந்துவிட்டபோது அவரை பௌத்தரும், பிராமணருங்கூடி தகனஞ்செய்ததாகவும், அவர் பௌத்தரே என்றும், அவர் இறப்பதற்கு முன்பு கனந்தங்கிய ஆனிபீசென்ட் அம்மன் மூலமாகத் தங்களுக்குக் கடிதமெழுதி தனது சிரசருகில் பௌத்தக்கொடி நாட்டவும் தாங்கள் வந்திருந்து தகன காரியாதிகளை நடத்தவும் உத்திரவளித்ததாக சிலர் சொல்லுகின்றார்கள். இதன் விவரத்தை அடியேனுக்குத் தெளிவாகத் தெரிவிக்கும்படி கோறுகின்றேன்.

வே.ப. குப்புசாமி, வேலூர்.

விடை : கனந்தாங்கிய கர்னல் ஆல்காட் துரையவர்கள் இறந்து தகனங்செய்தபின்னர் அவரால் எழுதிவைத்த சங்கதிகளையும், நடந்த வர்த்தமானங்களையும் அச்சிட்டு வெளியிட்டிருக்கின்றோம். அவற்றை அடியில் அச்சிட்டுள்ள சரித்திரத்தால் அறிந்துக்கொள்ளலாம்.

கனந்தங்கிய கர்னல் எச்.எஸ் ஆல்காட் துரையவர்கள் மரணகாலத்தில் எழுதிவைத்த நீதிவாக்கியங்களும் அவர் தேக தகனமும்.

1907ஆம் வருடம் பெப்ரவரி மாதம் 2உ எழுதியது.

சகோதரர்கள் என் ஞாபகத்திற்காக மேன்மையான சகோதிர ஐக்கியமார்க்கத்தை பிரசங்கத்தாலும், விசுவாசத்தாலும் நடத்துங்கள். எனக்குப் பிரியமும் சமநிலையுமுள்ள சகோதிரர்கள், நான் உங்களிடம் வந்து உங்களை வாழ்த்தி விண்ணப்பிப்பதாவது உலகத்திலுள்ள சருவ சகோதரர்களுக்கும் (சத்தியத்தை) விட வேறு மதங் கிடையாதென்று விளக்கி அதை சகோதிரவாஞ்சையாலும், அன்பினாலும் நடத்துவீர்களானால் கலகமில்லாமல் உலகம் சீர்பெரும்.

எச்.எஸ். ஆல்காட்

கர்னல் ஆல்காட் துரையவர்கள் தனது அந்தியகாலத்தை உணர்ந்து பஞ்சசீலம் பெற்று பௌத்தமார்க்கத்தைச் சேர்ந்தவராதலின் தன்சிரசின் பக்கமாக பௌத்தகொடி பரக்க வேண்டுமென்றும், தன் பிரேதத்தை எடுக்குங்கால் முதலாவது பௌத்தர்களும், இரண்டாவது பிராமணர்களும், மூன்றாவது ஜோராஸ்டர்களும், நான்காவது கிறிஸ்தவர்களும், ஐந்தாவது மகமதியர்களும் வந்திருந்து தங்கள் தங்கள் தியானங்களை நடத்தி பிரேதத்தை தகனஞ்செய்ய வேண்டுமென்று கேட்டுக்கொண்டார். அஃதை வினவிய எம்.ஆர்.எஸ். ஆனிபீசென்ட் அம்மாள் சென்னை இராயப்பேட்டையில் இஸ்தாபித்துள்ள சாக்கைய முனிவர் சங்கத்தின் பொதுக்காரியதரிசி க.அயோத்திதாஸ பண்டிதருக்கு ஓர் கடிதம் எழுதி பௌத்தாள் கொடி ஒன்று கொண்டுவந்து அவர் சிரசினருகே வைக்கும்படி உத்திரவளித்ததுடன் பிரேதம் எடுக்குங்கால் பௌத்தர்கள் யாவரும் வந்திருந்து தகன காரியாதிகளை நடத்தும்படிக் குறித்திருந்தார்கள். காரியதரிசியார் அதனை ஏற்றுக்கொண்டு பௌத்தக்கொடி கொண்டுபோய் அவர் சிரசினருகே வைத்த பதின்மூன்றாம் நாளாகிய 1908 ஆம் வருடம் பெப்ரவரி மாதம் 17 ஆம் நாள் காலை 7-17 மணிக்கு மரணமடைந்த சங்கதியை காரியதரிசிக்குத் தெரிவித்தவுடன் பௌத்த சகோதிரர்கள் ஆல்காட் துரையவர்கள்தரும பாடசாலைப் பிள்ளைகள் 100-பெயர்கைகளில் 100 பௌத்தக் கொடிகளுடன் சென்று பிரேதம் எடுக்குமுன் முதலாவது பௌத்தர்கள் தியானமும், இரண்டாவது பிராமணர் தியானமும், மூன்றாவது ஜோராஸ்டர் தியானமும், நான்காவது கிறிஸ்தவர்கள் தியானமும் நிறைவேறியவுடன் 6-பிராமணர்களும், 4-பௌத்தர்களும் பிரேதத்தைத் தூக்கிக் கொண்டு நடக்க அவர்களைச் சுற்றிலும் பௌத்தக் கொடிகள் பரக்க சகோதிர ஐக்கியஞ்சிறக்க ஆனந்தகோஷத்துடன் சென்று தென்னந்தோப்பின் மத்தியில் தகனஞ்செய்து மறுநாட் காலையில் காரியதரிசி அவர்களால் தணலை பால்கொண்டவிக்க மற்றவர்களுங் கலந்து அஸ்திகளைப் பொருக்கி பகவன் நிருவாணமடைந்த பீடத்திற்கருகிலுள்ள கங்கை நதியில் விடுவதற்கு ஓர் பாகமும், சங்கத்துள் ஸ்தாபிக்க ஓர் பாகமும், சாக்கைய சங்கத்தார் ஓர் சிரியபாகமும் எடுத்துக் கொண்டு மற்றவைகளை சமுத்திரத்தில் கரைத்துவிட்டார்கள். கர்னல் எச்.எஸ். ஆல்காட் துரையவர்கள் புத்ததன்மத்தைச்சார்ந்து இத்தியாதி நன்மெகளை உலகத்திற் செய்துவந்தாரென்று அவர் மரணகாலத்தில் சகலருக்கும் விளங்கியது சொல்லாமற் செய்த நன்மெயின் பயனாம். சுபநமஸ்து.

உலகுபுக முத்தமராங் கர்ன லால்காட்
டுவமகிழ் வாலுண்மெ யுணர் மார்க்கம் புக்கி
பல மதமும் புத்ததன் மப்பிரினீ தென்று
பகுத்துணர்ந்து தத்துவசங்கத்தை நாட்டி
நலங்களெங்குமெண்ணூற்றித் தொன்மான்மூன்று
துணைச்சபைகள் தாபித்த தவத்தின் மிக்கோன்
நிலைகுலையா வாச்சிரம மடையார் தன்னில்
நிலைக்கவைத்து நீநிலத்தை நீங்கினாரே.

- 3:26; டிசம்பர் 8, 1909 —

98. சுதேசக் கப்பலென்றுதான் பெயர் கொடுக்கவேண்டுமோ

நாம் சுதேசமென்று எப்போது பிரிக்கின்றோமோ அப்போதே புறதேசமென்பது சொல்லாமலே ஏற்படுகின்றது.

இத்தகைய ஏற்பாட்டில் ஒன்றை ஆரம்பிக்கும்போதே ஐரோப்பியர்களை ஓர் விரோதிகளைப் போல முன்னில் ஏற்படுத்திக்கொண்டு வியாபாரத்தை நடத்துவதினால் மிரண்டவன்கண்ணுக்கு இருண்டதெல்லாம் பேயென்பது போல் விரோதிகளாயெண்ணிக் கொண்டவர்கள் யாதொரு

தீங்கு செய்யாவிடினும் அவ்வெண்ணமே தங்களைத் தீங்குகளில் ஆழ்த்தி விடுகின்றது.

நாமும் நம்முடைய தேசத்தோரும் எத்தால் வாழலாமென்றால் "ஒத்தால் வாழலா" மென்பது பழமொழி. அவ்வகை மனமொத்து வாழும் வாழ்க்கை வியாபாரத்தை விடுத்து நம்முடைய தேசத்தைக் கல்வியிலுங் கைத்தொழிலிலும் விருத்திக்குக் கொண்டுவந்து சுகசீவனங்களைக் காட்டிவரும் ஐரோப்பியர்களை நாம் எதிரிகளாக எண்ணுவது இரவு முழுவதும் சிவபுராணங் கேட்டு விடிந்தவுடன் சிவன்கோவில்களை இடிப்பதற்கொக்கும்.

ஐரோப்பியர்கள் வருவதற்கு முன்பு இவ்விடம் தோணிகளென்றும், படகுகளென்றும், பாய்க்கப்பல்களென்றும் நடத்திவந்த திராவிடர்கள் இவ்வகை எதிரிகளை ஏற்படுத்திக் கொண்டா தங்கள் வியாபாரங்களை நடத்தியும் கப்பலையோட்டிக் கொண்டிருந்தார்கள். இல்லை, சகலதேசத்தோருடன் கலந்தும் சகோதிர ஐக்கியங்கொண்டும் அமேரிக்கா முதலிய பலதேசங்களுக்குஞ் சென்று தங்கள் வியாபாரவிருத்தி செய்திருக்கின்றார்கள்.

தற்காலம் ஒரு நீராவிகப்பல் ஏற்படுத்தி அதன்மூலமாக வியாபாரஞ்செய்ய ஏற்பட்டவர்கள் தங்களுக்குத் தாங்களே எதிரிகளுண்டென்னும் ஓர்க் கூச்சலை ஏற்படுத்திக் கொண்டு வியாபாரத்தை நடத்த முயல்வது வியாபாரத்தின் வழியாகக் காணவில்லை.

ஜப்பான், அமெரிக்கா, ஐரோப்பா முதலிய தேசங்களில் எத்தனையோ வகை வியாபாரங்களை உண்டு செய்து கோடி கோடி கணக்கான திரவியங்களை சேர்க்கின்றார்களே அவர்களில் யாரேனும் சுதேசஸ்டீமர், சுதேசமில், சுதேச ஷாப்பெனப் பெயர்வைத்துக் கொண்டிருக்கின்றார்களா.

காரணந் துரும்புங் கலத்தண்ணீரைத் தேக்குமென்னும் பழமொழியிருக்க பெருந்தூலம் ஓர் ஆற்றையே மடக்குமென்பது அறியாச் செயலோ. இவர்களுக்கு முன்பு இலட்சுமி ஸ்டீமரென்றும், இராமன் ஸ்டீரென்றும் ஒவ்வோர் பெயர்களைக்கொடுத்து நடத்திவந்தார்களே அவைகளெல்லாம் சீரான நடை பெறவில்லையா. சுதேச ஸ்டீமரென்று ஏற்படுத்திக்கொண்டு அதற்கு எதிரியும் உண்டென்று கூறுவதினால் தான் இது நடைபெறுமே விளங்கவில்லை.

ஓர் வீட்டிற்கு உடையவனை சொத்தக்காரனென்று சொல்லலாமா, அவ்வீட்டிற்கு வாடகை செலுத்திக் குடியிருப்பவனை சொந்தக்காரனென்று சொல்லலாமா. பிரிட்டிஷ் அரசருக்கு வரியிறை செலுத்தி குடியிருப்பவர்களாகிய நாம் சுதேசி சுதேசியென வீண் கூச்சலிடுவதுடன் ஐரோப்பயிர்களையே ஓர் எதிரிகளாயெண்ணிக் கொண்டு வியாபாரத்தை நடத்துவது விருத்திக்கே கேட்டை விளைக்கும்.

நமது இந்தியாவிற்குள் அனந்த வங்காளிகளும், பாரசீகரும், திராவிட செட்டிகளும் எத்தனையோ கம்பெனிகளை வைத்து நடத்திவருகின்றார்களே அவர்களேனும் சுதேசி சுதேசியென்று கூறிக்கொண்டு யாரேனும் எதிரிகளைச் சுட்டிக்காட்டிக்கொண்டு தங்கள் கம்பெனிகளை நடத்துகின்றார்களா.

இந்தியர் நடத்தி சுகம்பெறக் கோரிய கம்பெனிகளையேனும், சுகம்பெற்றுவருங் கம்பெனிகளையேனும் பிரிட்டிஷ் கவர்ன்மென்டாரேனும், மற்ற ஐரோப்பியர்களேனுந் தடுத்துக்கெடுத்திருக்கின்றார்களா, இல்லையே. சகலவிருத்திக்கும் நமது கருணைதங்கிய பிரிட்டிஷ் ராஜரீகமே ஆதாரமாகவும் மற்றும் ஐரோப்பியர்களே துணைக் கருவிகளாயிருந்து கார்த்துவருவது பிரத்தியட்ச அநுபவமாகும்.

இவைகள் யாவற்றையும் நம்தேயத்தோர் சீர்தூக்கி ஆலோசியாமல் வியாபாரத் துவக்கும் போதே விவகார வியாபாரந் தொடர்வதினால் சகல கையொப்ப நேயர்களும் சந்தேகத்திலாழ்ந்து சேராமல் விலகிவிடுகின்றார்கள்.

வியாபார விருத்தியை நாடுவோர் சுதேசியென்றும், பரதேசியென்றும் பாரபட்சம் பாராது சுதேசி கம்பெனி, பரதேசி கம்பெனி யென்னும் பிரிவினை செய்யாமலும், அந்த வியாபாரங்களுக்குத்தக்கப் பெயர்களைக் கொடுத்து பெருங் கம்பெனிகளாயின் அதற்கு ஒவ்வோர் ஐரோப்பிய நிபுணர்களையே தலைவர்களாக வைத்து சமரச சிந்தையில் வியாபாரத்தை நடத்துவதானால் சகல சாதியோருங் களங்கமின்றி சேர்ந்து அனந்த ஷேர்களுமெடுத்து கம்பெனியை விருத்தி செய்வார்கள். சேர்ந்தவர்களும் லாபம் பெறுவார்கள். தேசமும் சிறப்படையும் குடிகளும் சீர்பெறுவார்களென்பது சத்தியம்.

- 3:27; டிசம்பர் 15, 1909 -

99. இராஜவிசுவாசிகளுக்கும் மிதவாதிகளுக்கும் கேட்டசுகம் கிடைக்காமற் போமோ

எவ்விதத்துங் கிடைக்கும். ஆனால் இராஜதுரோகிகளுக்கும், அமிதவாதிகளுக்குங் கிடைக்காதென்பது திண்ணம்.

எவ்வகையிலென்பீரேல் அவனவன் அளந்தபடி அவனவனுக்கு அளக்கப்படும் என்றும், அவனவன் செய்தவினையை அவனவன் அனுபவிப்பான் என்பதுந் தரும் சாஸ்திர துணிபு. ஆனால் தருமசாஸ்திரங்களைப் பாராமலும், தரும் விதியின்படி நடவாமலும், அதன்மசாஸ்திரங்களை வாசித்து அதன்ம நடையில் நடந்து பொதுநலங் கருதாது சுயநலங் கருதுவோருக்கு நீதிநெறி அமைந்த ராஜாங்கம் விரோதமாகவே தோன்றும். மிதவாதமாம் நியாய நிலையிலிருக்குங் குடிகள் மிகுவிரோதிகளாகவே விளங்குவார்கள். அதினால் இராஜவிசுவாசிகளை இராஜதுரோகிகள் ஏசுவதும், மிதவாதிகளை அமிதவாதிகள் தூற்றுவதும் சுவாபமாகும். அத்தகைய இராஜதுரோகிகள் ஏசுதலுக்கும், அமிதவாதிகள் நூற்றுதலுக்கும் அஞ்சாது நீதியிலும், நெறியிலும் நடப்பதே சுகந்தரும்.

குடிகளிடத்து எவ்வளவு ஆறுதலும் அமைதலுமிருக்கின்றதோ அரசும் அன்னிலையில் நிற்கும். குடிகளிடத்து சீர்கேடும், கோபாவேஷமும் விளங்குமாயின் அவர்களை அடக்குமாறு செங்கோலை அடக்கி கொடுங்கோலை நடத்த நேரிடும். அக்கொடுங்கோல் தண்டனையை அநுபவிப்போரும் அவருற்றார் பெற்றோரும் அன்னோரையொற்ற ராஜ விரோதிகளும் நீதிநெறி அமைந்த ராஜாங்கத்தை நிந்திப்பதில் யாதுபயன்.

ஓர் குடும்பத்திலுள்ள பிள்ளை தனது அறிவில்லாக் குறையால் ஓர் குற்றஞ் செய்து விடுவானாயின் அக்குடும்பத்தோர் அவனை தெண்டித்தும், பயமுறுத்தியங் கெட்டச்செயலை நீக்கும்படிச் செய்வார்களாயின் அக்குடும்பத்தோருக்கு புகழுங் கீர்த்தியுமுண்டாகும். அங்ஙனஞ் சிறுவன் குற்றத்தைக் கண்டியாது இன்னும் அவனுக்கு உச்சாகம் உண்டாகத்தக்கப் போதனைகளையும் பொருளுதவியையுஞ் செய்வார்களாயின் அவன் சீர்கேடடைவதுடன் அவனது குடும்பமும் சீர்கெடுமென்பது திண்ணம். ஓர் குடும்பத்திற்கு நேரிட்ட பலனே ஓர் கிராமவாசிகளுக்கும் நேரிடும். ஓர் கிராமவாசிகளுக்கு நேரிட்ட பலனே ஓர்தேசவாசிகளுக்கும் நேரிடுமென்பது சொல்லாமல் அமையும்.

தேசத்திலுள்ள இராஜதுரோகிகளையும், அமிதவாதிகளையும் அத்தேசக் குடிகளேயடக்கி அறிவைப்புகட்டாது வாக்குறுதியும், பொருளுதவியுஞ் செய்து வருவார்களாயின் அவர்களுக்குண்டாகுங் கேட்டினது பாகம் இவர்களுக்கும் உண்டாகுமென்பது துணிபு.

அமிதவாதிகள் இருக்கின்றார்களேயன்றி இராஜதுரோகிகள் ஒருவருமில்லையென்று கூறினுங் கூறுவர். அக்கூற்று வீணேயாகும். எங்ஙனமென்பீரேல் தற்காலம் நமது தேசத்தைக் கண்ணாரக்கண்டுக் குறைவு நிறைவுகளை சீர்படுத்தவேண்டுமென்று வந்துள்ள கவர்னர் ஜெனரலானவர் இந்திர தேச சக்கிரவர்த்தியின் பிரதிநிதியேயாகும். அதாவது இந்திரதேசச் சக்கிரவர்த்தியாகிய ஏழாவது எட்வர்ட் இறைவனே இவ்விடம் வந்துள்ளாரென்று ஏற்க வேண்டும்.

இவரையே சக்கிரவர்த்தியென்று எண்ணி சகல ஆனந்தங்களுங் கொண்டாட வேண்டியிருக்க அவ்வானந்தச் செயல்களைவிட்டு குரோதச் சிந்தனையால் கோபாவேஷங் கொண்டு வெடிகுண்டெறிய ஏற்பட்டவர்கள் இராஜ துரோகிகளல்லவா. அவர்களை இன்னர்தானென்று இதுவரையிலுங் காட்டிக்கொடாதவர்கள் யாவரும் ராஜதுரோகிகளல்லவா. வாக்குறுதிக்கும், பொருளுதவிக்கும் உதவியாயுள்ளவர்கள் ராஜ துரோகிகளல்லவா.

இத்தகைய கொடூர சிந்தையும் வஞ்ச நெஞ்சமும் உள்ளவர்கள் அருகில் வாசஞ் செய்வதுங் கொடிதல்லவோ.

பிரிட்டிஷ் ஆட்சியில் அடங்கியுள்ள சில மித்திரபேதச் சத்துருக்கள் நாங்கள் ராஜவிசுவாசிகள் நாங்கள் ராஜவிசுவாசிகளென்று சொல்லிக்கொண்டே பசுவின் தோலை போர்த்துலாவும் புலிபோலிருப்பவர்களும் இங்கிருப்பதாக விளங்குகின்றது.

அத்தகைய வஞ்சநெஞ்சமுள்ள பாபிகளை குடிகளே கண்டுபிடித்து இராஜாங்கத்தோரிடம் ரூபித்து விடுவார்களாயின் நமது தேசமுந் தேசத்தோரும் அமைதியும் ஆற்றலுமுற்று களங்கமற்ற வாழ்க்கை பெருவார்கள்.

- 3:27; டிசம்பர் 15, 1909 -

100. ஐரோப்பியரை புகழ்ந்து கூறுவது அன்னோர் சார்பாமோ

அன்பார்ந்த நேயர்களே! நாம் நமது பத்திரிகையிற் கூறிவரும் சீர்திருத்தங்கள் யாவும் பொதுநலங்கருதி கூறிவருகின்றோமன்றி சுயநலங் கருதினோமில்லை.

ஆதலின் ஐரோப்பியரது குணாகுணங்களையும், அவர்களது வித்தியா விருத்திகளையும் அவர்கள் செய்துவரும் பொதுநலப்புண்ணியங்களை தன்னவரைப்போல் அன்னியர்களைப் பாதுகாக்குஞ் செயல்களையும், சகலவகுப்போரையும் பேதாபேதமின்றி சுகமளித்தாளும் அன்பின் மிகுதியையும் ஓர் தராசுதட்டிலிட்டு நமது தேசத்தோர் செயல்கள் யாவையும் ஓர் தராசு தட்டிலிட்டுப் பார்ப்போமாயின் யாம் ஐரோப்பியர்களை புகழ்ந்துவரும் சுகம் எளிதில் விளங்கும்.

அதாவது ஓர் ஐரோப்பிய துரைமகன் தேசத்திய கலைக்ட்டர் ஆபீசுக்கு அதிபராகவந்து அமர்வாராயின் அவரைச்சார்ந்த ஐரோப்பியர்களை டிப்ட்டி கலைக்ட்டராக வாயினும், செருஸ்ததாரர்களாவாயினும், தாசில்களாகவாயினும் சேர்த்துக் கொள்ளுகின்றார்களா, கிடையாது. சகல வகுப்போர்களையுந் தங்கள் வகுப்பினர்கள்போற் கருதி தாழ்ந்தவன் உயர்ந்தவனென்னும் பேதம்பாராது சகலரும் மனிதவகுப்போர்களேயென்றுணர்ந்து சகல வகுப்பாருக்கும் சமரச சுகமளித்து வருகின்றார்கள்.

யீதன்றி இத்தேசத்து குடிகளுக்கு நீரினாலேனும் நெருப்பினாலேனும் ஓர் விபத்து நேரிடுமாயின் தங்கட் பிராணனையும் தேகசுகத்தையுங் கருதாது முன்வந்து ரட்சிக்கின்றார்கள். கொடிய பஞ்ச காலம் வந்துவிடுமாயின் தங்களாற் கூடியவரையில் வேண்டிய முயற்சிகளெடுத்து பஞ்சத்தை நிவர்த்திக்கத்தக்க ஏதுக்களைத் தேடி ஏழைகளின் அருகிற்சென்று அவர்களுக்கு சமைத்துள்ள சாதங்களையுங் கஞ்சிகளையும் தாங்கள் முதற் புசித்துப்பார்த்து ஏழைகளுக்களித்து உயிர்பிச்சைத் தருகின்றார்கள்.

இரட்சண்ணியவான்களாம் ஐரோப்பியர்களின் காருண்யச்செயல்களையிம்மட்டில் நிறுத்தி நமது தேசத்தில் சாதித்தலைவர்களென்றும், சகலசாதியோருக்கும் பெரியசாதிகள் என்றும் பிராமணர்களென்றும் பெயர் வைத்துக்கொண்டும் இருக்கும்படியானக் கூட்டத்தோருள் ஒருவர் ஓர் கலைகட்டராபீசில் செருஸ்ததாரராக வாயினும், எட்கிளார்க்காகவாயினும் அமருவாராயின் நாலைந்து வருடத்திற்குள் அந்த ஆபீசி முழுவதும் பிராமணரென்று சொல்லிக்கொள்ளுங் கூட்டத்தோரையே காணலாம்.

இத்தகைய செயலால் சகல வகுப்பாரின் விருத்தியைக்கருதி சகலரையுஞ் சுகம் பெறச் செய்கிறவர்கள் ஐரோப்பியர்களா நமது தேயத்தோரா சீர்தூக்கிப் பாருங்கள்.

யீதன்றி நீரிலேனும், நெருப்பிலேனுங் குடிகளுக்கு ஆபத்துவந்து விடுமாயின் அடி சேஷி, அடா சுப்பாவென்று தங்களினத்தோரைமட்டுந் தேடிக்கொண்டு தங்களெதிரில் நீரிலேனும், நெருப்பிலேனும் தவிப்பவர்களை தூரவிலகிக்கொண்டே அடா, அவனென்னசாதி அடியா, அவளென்ன சாதியெனக் கேட்டுக் கொண்டிருப்பார்களன்றி சீவகாருண்யமென்னும் சிந்தையே அவர்களிடங் கிடையாது.

தங்களுக்குத் தாங்களே பெரியசாதி என்னும் பெயரை வைத்துக்கொண்டும் பெரியச்செயலாம் சீவகாருண்யம் இல்லாமற்போமாயின் அவர்களை சுயனலப்பிரியர்களென்று கூறலாமா, பொதுநலப்பிரியர்களென்று புகழலாமா சீர்தூக்கிப்பாருங்கள்.

சாதித்தலைவர்கள் என்போர் தருமஞ்செய்வதாயின் தங்கள் சுயசாதியோர்களுக்கே செய்துக்கொள்ளுவதன்றி ஏனையவகுப்போரை நெருங்கவிட மாட்டார்கள். இத்தகைய சுயநல தருமச்சிந்தையையுடையவர்கள் பஞ்சகாலம் வந்துவிடுமாயின் யாருக்கு தானம் ஈய்ந்து உயிர்பிச்சை அளிப்பார்கள் என்பதை தாங்களே தெரிந்துக் கொள்ளவேண்டியதுதான்.

தேயத்தோர் குணபேதங்களையும் செயல்பேதங்களையும் நன்காராயாது எம்மெய் ஐரோப்பியரைச் சார்ந்தவனென்றும் எமது பத்திரிகையை ஐரோப்பியர் வாலென்றும் அவமதிப்பாய்க் கூறுவது அழகின்மெயேயாம். ஒவ்வொன்றையுந் தேறவிசாரித்துக் குறைகூறுங்கள். ஆழ்ந்தறிந்து அவமானப்படுத்துங்கள். வீணே புறங்கூறாதிருக்க வேண்டுகிறோம்.

- 3:28; டிசம்பர் 22, 1909 -

101. நமது கருணைதங்கிய ராஜாங்கத்தோர் விவசாயவிருத்தியை விரும்புவார்களாயின் குடிகளின் குறைகளை நேரிற் சென்று விசாரிக்கும்படி வேண்டுகிறோம்

பெரும்பாலும் தென்னிந்தியாவிலுள்ள விவசாயக் குடிகளுள் தாசில்தார், முநிஷிப்பு, கணக்கன் முதலானவர்கள் தங்கள் பெயர்களால் பூமிகளை வாங்காவிட்டாலும் தங்கள் குடும்பத்தோர் பெயராலேனும் வாங்கி அநுபவித்துவருகின்றார்கள்.

இவற்றுள் சாதி வித்தியாசமாகிய பொய்க் கட்டுப்பாட்டினால் சாதித் தலைவர்களாயுள்ளவர்களுக்கு மட்டிலும் சகல சுகமும் காணலாம். தாழ்ந்த வகுப்பினரென்போர் நாளுக்குநாள் தாழ்ந்து உள்ளபூமிகளையும் ஊரையும் விட்டு ஓடவேண்டியதே அநுபவமாகும்.

பூமியை உழுது பண்படுத்தி சீருக்குக் கொண்டுவரவேண்டியவர்கள் ஊரைவிட்டு ஓடிவிடுவார்களாயின் சோம்பேரிகளால் பூமிவிருத்தி பெறுமோ, ஒருக்காலுமில்லை.

கிராம உத்தியோகஸ்தர்களுக்குள் சிற்சில பூமிகள் வைத்துக்கொண்டு பணச்செலவில்லாமலே பண்ணையாட்களால் வேலை வாங்கவும், பணச்செலவில்லாமலே ஏறு உழுது பயிர்செய்யவும் வேண்டுமென்கின்றார்கள். இவ்வகையானக் கஷ்டங்களை சகிக்காது தங்கள் பூமிகளைப் பார்த்துக் கொண்டும், தங்கள் வேலையிலிருந்துவிடுவார்களாயின் அவர்களை ஏதேனும் வேறுவகையாற் குற்றஞ்சாட்டி, கெடுத்து ஊரைவிட்டோட்டுகின்றார்கள்.

ஏழைக்குடிகள் தங்களுக்கு கிராம உத்தியோகஸ்தர்களால் நேரிட்டுள்ளக் குறைகளை கலைக்ட்டருக்கு எழுதுவார்களாயின் அவர்களதை நேரில் வந்து கண்டறிந்து விசாரித்துத் தெரிந்துகொள்ளாமல் கலைக்ட்டர் தாசிலைக் கேட்கவும், தாசில், முநிஷிப்பு, கணக்கனைக் கேட்கவுமாக ஏற்படுகிற விஷயத்தில் கிராம உத்தியோகஸ்தர்கள் தங்கள் தங்கள்மீது யாதொரு குறைவையுங் காட்டிக் கொள்ளாது முறையிட்டக் குடிகளின்பேரிலேயே குற்றத்தைச் சாட்டி கலைக்ட்டருக்குத் தெரிவித்துவிடுவதுடன் தங்கள் குறைகளைக் கலைக்டருக்கு வெளியிட்டக் குடிகளை எவ்விதத்தும் பாழ்படுத்தி கிராமத்தைவிட்டு ஓட்டிவிடுகின்றார்கள்.

‘முந்தி நாம் எழுதியுள்ளக் குறைகளையே கலைக்ட்டர் நேரில்வந்து விசாரியாமல் கிராமவுத்தியோகஸ்தரிடங் காட்டிவிட்டார்’, இனியேதேனும் எழுதினாலும் அப்படியாகவே நேருமென்று பயந்து பேசாமல் ஊரைவிட்டு ஓடிப்போய்விடுகின்றார்கள்.

ஆதலின் பூமிகளின் விருத்தியையும் விவசாயவிருத்தியையும் கருணை தங்கிய ராஜாங்கத்தோர் கவனிப்பதாயின் ஏழைக்குடிகளின் குறைகளை நேரில் வந்து விசாரித்து குறைகளை நீக்கிவிடுவார்களாயின் கிராமவுத்தி யோகஸ்தர்கள் சற்று பயந்து குடிகளை ஆதரிப்பார்கள். குடிகளும் கவலையின்றி தங்கள் வேலையில் சுறுசுறுப்பாயிருப்பார்கள். பூமிகளும் விருத்தியடையும்.

இத்தகைய கருணை நிறைந்த ராஜரீகத்திலும், மதுராந்தகத்தைச் சார்ந்த ஓரத்தூர் முதலிய கிராமங்களுள் சாதித்தலைவர்கள் வாசஞ்செய்யும் வீதிகளில் போஸ்ட் பில்லர்களை வைத்துக்கொண்டு சகலவகுப்போரும் நேரில்வந்து தங்கள் கடிதங்களைப் போடுவதற்கு விடாமல் யாவனேனும் ஓர் சாதித்தலைவன் வசங்கொடுத்துப்போடவேண்டுமென்று வைத்திருக்கின்றார்கள். நேரில் ஏழைக்குடிகள் பில்லர் பாக்சில் போட்டுவிடுவார்களாயின் கலைக்ட்ருக்குக் கடிதம் யெழுதினார்களோ வேறு யாருக்காவது கிராம உத்தியோகஸ்தர்கள் சங்கதியை எழுதியிருப்பார்களோ என்று தெரிந்துக்கொள்ளக் கூடாமற் போய்விடும். ஆதலின் சாதித்தலைவர்கள் வீடுகளினருகே போஸ்ட் பில்லரை வைத்துக்கொண்டு ஏழையெளியோர் கடிதங்ளை தங்களையே நேரிற் போடவிடாமல் தாங்களவற்றை பார்வையிட்டுப் போடும்படியாகவும் வைத்துக்கொண்டிருக்கின்றார்கள். இவைகள் யாவையுங் கருணை தங்கிய ராஜாங்கத்தோர் கண்ணோக்கம் வைத்து நேரில் கண்டு விசாரித்து ஆதரிப்பார்களென வேண்டுகிறோம்.

- 3:29: டிசம்பர் 29, 1909 -

102. கவுன்சல் ஓட்டுகள்

சென்னை ராஜதானியில் ஐயர், முதலி, ராவ், செட்டி , நாயுடு, பிள்ளை , நாயகர், ரெட்டி எனும் வகுப்பாருள் ஒவ்வொரு வகுப்பினருள்ளும் நன்குவாசித்தவர்களும் பட்டாதாரர்களும், பெருந்தொகையான வரி செலுத்துகிறவர்களும் இருக்கின்றபடியால் அந்தந்த வகுப்பாருள் விவேகமிகுத்த பெரியோர்களைக்கண்டெடுத்து கவுன்சல் மெம்பரிற் சேர்ப்பது சகல வகுப்பாருக்கும் சுகத்தை விளைவிப்பதுமன்றி அந்தந்த வகுப்பார்-

களுக்கு நேரிட்டுள்ள குறைகளையும் அகற்றி வாழ்வதற்கு ஆதாரமென்றுங் கூறியிருந்தோம்.

அவற்றைக் கண்ணுற்ற சுயப்பிரயோசன சோம்பேறிகள் அத்தகைய வகுப்பைப் பிரித்து ஒட்டுக் கொடுக்கப்படாதென்றும், சில மூடர்கள் அவ்வகையான அபிப்பிராயங் கொடுக்கின்றார்கள். அவர்கள் வார்த்தைகளைக் கேட்டுக்கொண்டு ஒவ்வொரு வகுப்பென பிரிக்கலாகாதென்றுங் கூறுகின்றார்கள்.

இவ்வகை பிரிக்கலாகாதென்று கூறுவோர் பிரிக்கத்தக்க தொடர் மொழிகளாகும் ஐயர், முதலி, செட்டி, நாயுடு, நாயகர் என்னும் ஈற்றிலுள்ள சாதிப்பெயர்களை எடுத்துவிட்டு முத்துசாமி, இராமசாமி, கோவிந்தன், கோபாலனென வழங்கிவருவாராயின் பிரிவினையாக்கும் யாதோர்வகுப்பு இல்லையெனக் கருதி சகலரையும் இந்தியரென்றே கூறலாம். அங்ஙனமின்றி சாதித்தலைவர்களும் இருத்தல் வேண்டும். அவர்கள் அடக்கியாண்டசாதிகளும் இருக்க வேண்டும். ஆயினும் அவைகளைப் பிரிக்காமல் பழயபடி நாங்களே சுகத்தை அநுபவிக்கவேண்டுமென்றால் செல்லுமோ, ஒருக்காலுஞ் செல்லாவாம். இந்துக்களென்பது சாதித்தலைவர்களுக்குரிய பெயரென்றெண்ணியிருந்தார்கள்.

தற்காலம் நமது கனந்தங்கிய இராஜப்பிரதிநிதியைக் காணவந்தவர்களோ, இந்திய ஆங்கிலர்களென்றும், இந்திய கிறிஸ்தவர்களென்றும், இந்திய கத்தோலிக்குக் கிறிஸ்தவர்களென்றும் வெளி வந்துவிட்டார்கள். இவர்களுள் சாதியாசாரம் வைத்துக் கொண்டிருப்பவர்களையும், சாதியாசாரம் வைக்காமலிருப்பவர்களையும் என்ன இந்தியரென்று கூறலாம். சாதித் தொடர் மொழிகளையும் விடாமல் சேர்த்துக்கொள்ளல் வேண்டும். ஆனால் வேறு வேறாகப் பிரிக்கப்படாதென்றால் இஃது சுயப்பிரயோசன மொழியா அன்றேல் பொதுப்பிரயோசன மொழியா விவேகிகளே கண்டறியவேண்டியதுதான்.

இத்தியாதி கவுன்சல் கூச்சலில் நமது ஜைனமத சோதிரர்கள் வெளிதோன்றாமலிருப்பது மிக்க விசனமே. இத்தென்னிந்தியாவில் பூஸ்திதியுள்ளவர்கள் அனந்தம் பேரிருக்கின்றார்கள். கல்வியில் பி.ஏ., எம்.ஏ. முதலிய கௌரதா பட்டம் பெற்றவர்களுமிருக்கின்றார்கள். இவர்களுக்குள் யாரையேனுத் தெரிந்தெடுத்து கவுன்சல் மெம்பரில் சேர்த்துவிடுவார்களாயின் அக்கூட்டத்தாருக்குள்ளக் குறைகளை இராஜாங்கத்தோருக்கு விளக்கி சுகம்பெறச் செய்வார்கள். ஆதலின் ஜைன சோதிரர்கள் உடனே வெளிவந்து தங்களுக்குள் கவுன்சலுக்கு ஓர் பிரதிநிதியை அநுப்புவார்களென்று நம்புகிறோம்.

- 3:29: டிசம்பர் 29, 1909 -

103. இவ்வருஷம் லாகோரில் நடந்தது நாஷனல் காங்கிரசாமோ

இந்தியன் நாஷனல் காங்கிரசென்று கூடிய கூட்டங்களில் மகமதியர்களை சிலகால் சேர்க்கமுயன்றவர்கள் தற்காலம் இராஜாங்கத்தோர்களால் சேர்த்திருக்கும் மகமதிய அங்கங்களின் நியமனங் கண்டவுடன் மகமதியரையும், இந்தியரையும் இராஜாங்கத்தோர் வேறாகப் பிரித்து குறுக்கில் பெரிய ஓர் மதிலைப்போட்டுவிட்டார்களென்று கூறுங் கருத்தில் கவுன்சலர் நியமனத்தை இந்தியருக்கென்று பொதுவான உத்திரவு கொடுத்திருப்பார்களாயின் அந்தக் கவுன்சலில் மகமதியர்களையே சேர்த்திருக்கமாட்டார்களென்பது திண்ணம்.

காரணம், மகமதியரென்று பிரித்தவுடன் காங்கிரஸ் மெம்பர்கள் கவலைகொண்டு பேசுகிறபடியால் இவர்களை நாஷனல் காங்கிரஸ் கூட்டத்தாரென்று கூறுவதற்கே ஆதாரமில்லாமல் இருக்கின்றது.

ஏனென்பீரேல், சகலசாதியோரும் சுகம்பெறவேண்டும், சகலசாதியோரும் பிரிட்டிஷ் ஆட்சியில் பாகமடையவேண்டுமென்னும் நல்லெண்ணம் இவர்களுக்குள் இருக்குமாயின் மகமதியருக்குக் கொடுத்துள்ள ஓர் சுதந்திரத்தை கண்டிக்கமாட்டார்கள். அத்தகைய நல்லெண்ணம் இல்லாமலும் நாஷனல் காங்கிரசென்னும் ஐக்கியமில்லாமலும் வெறுமனே நாஷனலென்று கூறுங்கூட்டத்தாராதலின் மகமதிய சோதிரர்களுக்குக் கொடுத்துள்ள சொற்ப சுதந்திரத்தை மனத்துள் சகியாது காங்கிரசில் கூச்சலிட்டிருக்கின்றார்கள்.

தற்காலம் சென்னை ராஜதானியில் சேர்த்திருக்கும் கவுன்சல் மெம்பர்கள் 47 பெயர்களில் மகமதியர்களை 23 பெயரையேதேனும் நியமித்துவிட்டார்களா இல்லையே. 47 மெம்பர்களில் மகமதியர் இரண்டு பெயரைத்தானே நியமித்திருக்கின்றார்கள். இவ்விரண்டுபேர் நியமனத்தில் இவ்வளவு மனஞ்சகியாத காங்கிரஸ் கூட்டத்தார் இன்னும் 4 மகமதியரை சேர்த்துவிட்டால் என்ன கூச்சலிடுவார்களோ தெரியவில்லை. மகமதியர்மட்டும் 16 பெயருக்கு ஒருவரிருக்கின்றாரென்று கணக்கெடுத்துப் பேசியவர் தாங்கள் எவ்வளவு பெயர் இருக்கின்றோமென்று கணக்கெடுக்கவில்லை போலும்.

சாதிபேதம் வைத்துள்ளோர் மத்தியில் சாதிபேதமில்லாமல் வாழும் ஆறுகோடி மக்களுடன் மகமதியர்களையும், பாரசீகர்களையும், ஆங்கிலோ இந்தியர்களையும், சுதேசக் கிறிஸ்தவர்களையும், மற்றுமுள்ள பர்மியர், சிங்களர், சீனர்முதலியவர்களையும் அப்புறப்படுத்தி இந்தியர் என்போர் கணக்கை எடுத்துப் பார்ப்பார்களாயின் யாதுமிகுமோ கண்டுபேசல்வேண்டும். கருணைதங்கிய இராஜாங்கத்தோர் மகமதியருக்கென்று யாதுசுகத்தைக் கொடுத்துவிட்டு இந்தியரைக் கெடுத்துவிட்டார்கள்.

இந்துக்களைப்போல் ஆறுகோடி மக்களைத் தீண்டப்படாது தீண்டப்படாதென்று தீட்டுமதில் போட்டுவிட்டார்களா, ஆறுகோடி மக்களை சுத்தஜலம் மொண்டு குடிக்கவிடாமல் சுற்றுமதில் போட்டுவிட்டார்களா, ஆறுகோடி மக்களுக்கு தங்களது அம்மட்டர்களை சவரஞ்செய்யவிடாது அடுக்குமதில் போட்டுவிட்டார்களா, ஆறுகோடி மக்களுக்குத் தங்கள் வண்ணார்களை வஸ்திரமெடுக்கவிடாது அண்ணாந்த மதில் போட்டுவிட்டார்களா, இல்லையே.

சுவாமியென்பது சகலருக்கும் பொதுவென்பதே உலகசம்மதம். ஆனால் இந்துக்களென்னும் கூட்டத்தோர் தொழுதுவரும் சுவாமிகள் இருக்குமிடத்திற்கு சாதிபேதமற்ற ஆறுகோடி மக்களும் போகப்படாது, ஆங்கிலோ இந்தியர்களும் போகப்படாது, மகம்மதியர்களும் போகப்படாது,

பாரசீகர்களும் போகப்படாது, கிறிஸ்தவர்களும் போகப்படாது.

பொதுவாகிய சுவாமியைத் தொழும் இடங்களுக்கு இத்தனைபேர் போகக்கூடாத பெருமதிலிட்டிருக்கும் இந்தியர்கள் வசம் பொதுவாகி ஆலோசினை சங்க நியமனத்தை விட்டிருப்பார்களாயின் சகலசாதியோரும் உள்பிரவேசிக்கக்கூடாத எப்பெரிய மதிலிட்டிருப்பார்களோ தெரியவில்லை,

சகலசாதியோரும் சமரச்சுகமுற்று வாழ்கவேண்டுமென்னுங் குணம் இல்லாது சகல சுகமுந் தாங்களே அநுபவிக்கவேண்டுமென்றும் பேராசையால் மற்றவர்களைத் தடுக்க மத்தியில் மதிலைப்போட்டுக்கொள்பவர்களாதலின் தங்கள் குணத்தை கருணை தங்கிய ராஜாங்கத்தோர்மீது விடுத்து மகமதியர்களுக்கும், இந்துக்களுக்கும் பெருமதில் போட்டுவிட்டார்களென்னும் பெருங்கூச்சலிடுகின்றார்கள்.

இந்த நாஷனல் காங்கிரஸ் கூட்டத்தோரென்போர் யதார்த்தத்தில் நாஷனல் கூட்டத்தாராகவும், பொதுநலப் பிரியர்களாகவும் சகலசாதியோரையும் தன்னபேரன்னியரென்னும் பட்சாதபாமில்லாமல் நடத்துவோராகவும் இருப்பார்களாயின் இவர்கள் காங்கிரஸ் கூடும் இரண்டு மூன்று தினங்களுக்கு முன்பு கனந்தங்கிய பரோடா ராஜனவர்கள் தீண்டப்படாதென்னும் ஆறுகோடி மக்கள் படும் அவமதிப்பையும் அவர்கள் முன்னேற வழியில்லா இடுக்கங்களையும் எடுத்தோதி முன்பு இவர்களை சீர்திருத்தும் வழிகளைத் தேடுங்கோளென்று கூறியுள்ளவற்றை தங்கள் காங்கிரஸ் கூட்டத்தில் எடுத்துப்பேசி ஆறுகோடி மக்களின் அல்லலை நீக்கும்வழி தேடியிருப்பார்கள்.

அத்தகையப் பொதுநலமற்று சுயநலங் கருதுவோர்களாதலின் ஆறுகோடி ஏழைகளின் அவமதிப்பைக்கருதாது தங்கள் சுகங்களை மட்டும் மேலெனக் கருதி மகமதியருக்குக் கொடுத்துள்ள இரண்டுபேர் சுதந்திரத்தையும் மனஞ்சகியாது வீணே கூச்சலிட்டிருக்கின்றார்கள்.

இந்துக்களென்னும் ஐயர், முதலி, செட்டி, நாயுடு என்பவர்களுள் முப்பது பெயரை சேர்த்துவிட்டு மகமதியருள் இரண்டு பெயர் சேர்த்துள்ளதை மனஞ்சகியாதவர்கள் மற்றுமுள்ளவர்களின் சேர்க்கையை எவ்வித சகிப்பார்களோ விளங்கவில்லை. ஆதலின் நமது கருணை தங்கிய ராஜாங்கத்தோர் இவர்களின் குணாகுணங்களை நன்காராய்ந்து ஏழைகளை ஈடேற்றுவார்களென்று நம்புகிறோம்.

- 3:30; சனவரி 5, 1910 -

104. புதிய கவுன்சல் நியமனம்

சென்னை ராஜதானியில் தற்காலம் ஆரம்பித்திருக்கும் ஆலோசினை சங்கத்தில் மகமதியருக்குள்ளும், இந்துக்களுக்குள்ளும் அங்கங்களை நியமித்ததுமன்றி யூரேஷியருக்குள் ஒருவரையும் சுதேசக் கிறிஸ்தவர்களுக்குள் ஒருவரையும் நியமித்துள்ளது கண்டு மிக்க ஆனந்தித்தோம். இத்தகைய நியமனங்களால் அந்தந்த வகுப்பார்களின் குறைகளை அவரவர்களின் பிரதிநிதிகளின்பால் தெரிவித்து ஆலோசனை சங்கத்திற் பேசவும் தங்களுக்கு நேரிட்டுள்ள குறைகளை நீக்கிக் கொள்ளவும். தக்கவழிகளுண்டாயின. இவ்வகை நியமனம் பிரிட்டிஷ் ஆட்சி இவ்விடம் நிலைத்தபோதே ஆரம்பித்திருப்பார்களாயின் சகலவகுப்பாரும் நற்சுகம் பெற்று ஆனதத்தில் இருப்பார்கள்.

அங்ஙனமின்றி இத்தேசத்தோர் இட்டிருக்கும் பெரியசாதி, சின்னசாதியென்னும் வேஷத்திற்குத் தக்க இடங்கொடுத்துவிட்டதின் பேரில் பெரியசாதிகளெனப் பெயர்வைத்துக் கொண்டுள்ளவர்களே வேண்டிய சுகங்களை அநுபவித்துக் கொண்டு மற்றவர்கள் யாவரையும் தலை எடுக்கவிடாமல் ஆண்டுவந்ததுமன்றி அரசையும் அநுபவிக்கவேண்டுமென்னும் ஆனந்தத்திலிருந்தார்கள்.

இத்தகைய ராட்சியபாரத்தை விரும்பினோர் ஆங்கிலேயர்களைப்போல் சாதிபேதமற்றவர்களும், சமயபேத மற்றவர்களும் தன்னவ ரன்னியரென்னும் பட்சபாதமற்றவர்களும் அவன் சின்னசாதி, நான் பெரியசாதியென்னும் பொறாமெயற்றவர்களுமாய் இருப்பார்களாயின் கருணை தங்கிய பிரிட்டிஷ் துரைத்தனத்தார் சுயராட்சியமளித்து சகலரையுஞ் சுகமடையச்செய்வார்கள்.

அங்ஙனமின்றி தங்கள் சாதிவரம்புக்குள் சம்மந்தப்பட்ட அனந்தம் பெயர்களுக்குத் தக்க சுகங்கொடாது அகற்றியதுமன்றி ஆரியர்களுக்கு எதிரிடையான சாதிபேதமற்ற திராவிடர்களாம் ஆறுகோடி மக்களை அல்லலடையச் செய்து முன்னேறி சுகமடையும் படியான வழிகளையும் அடைத்து பெரிய சாதிகள் குற்றஞ்செய்தால் சத்திரத்தில் உட்காரவைப்பதும், சின்ன சாதிகள் குற்றஞ்செய்தால் தொழுவில் மாட்டி வெய்யலில் காயவைப்பதுமாகிய அநீதிகளை வகுத்துவைத்துக் கொண்டவர்களாதலின் இவர்கள்பால் சுயராட்சியத்தையளிப்பதாயின் ஆறுகோடி திராவிடர்களை அடியோடு பாழக்கிவிட்டு அவர்களுக்கு அடங்கியுள்ள சாதியோர்களையும் நிலைகுலையச் செய்துவிடுவார்கள் என்றுணர்ந்த கருணை தங்கிய ராஜாங்கத்தோர் சகல வகுப்போரும் தங்கடங்கட் குறைகளை இராஜாங்கத்தோருக்கு விளக்கி குறைகளை அகற்றி முன்னேறி சுகம் பெரும் வழியாகிய நியமனத்தை செய்துவிட்டார்கள்.

இவ்வகையாய் கருணை மிகுத்த நியமனத்தில் ஆரியர்களுக்கு எதிரிடையானவர்களும், சாதிபேதமற்ற திராவிடர்களுமான ஆறுகோடி மக்களின் கஷ்டநஷ்டங்களையும் சாதிபேதம் வைத்துள்ளார் செய்துவரும் இடுக்கங்களையும் தங்கள் வீடு வாசல்களில் சாதியாசாராம் செய்துவரும் வழக்கம்போல் இராஜாங்க உத்தியோகசாலைகளில் செய்துவரும் அக்கிரமங்களையும் இராஜாங்கசங்கத்தில் எடுத்தோதி அவர்களின் கஷ்டங்களை நிவர்த்தி செய்வதற்காய் சாதிபேதமற்ற திராவிடர்களுக்குள்ளோர் பிரதிநிதியை கருணைதங்கிய கவர்னரவர்கள் நியமித்து ஏழைகளின் இடுக்கங்களை நீக்கி ஆதரிப்பாரென்று நம்புகிறோம்.

அவரது நன்னோக்கத்திற்கு உபபலனாக (டிபிரஸ் கிளாசை) முன்னுக்குக் கொண்டுவர வேண்டுமென்னும் நல்லெண்ணமுடையவர்களாய் வெளி வந்துள்ளப் பொதுநலப் பிரியர்களும் எடுத்தோதுவார்களாயின் நியமனமும் நிலைபெறும் ஏழைகளும் முன்னுக்குவருவார்கள்.

நாளுக்குநாள் சாதிபேதம் பெருகிவரும் இத்தேசத்தில் சாதிபேதமற்றோர் வாழ்க்கையானது சகல ஈடேற்றத்திற்கும் இடுக்கத்தை உண்டு செய்வதாய் இருக்கின்றபடியால் கருணைதங்கிய ராஜாங்கத்தோர் கண்ணோக்கம் வைத்து சகல சாதியார்களைப் போல் இவ்வேழைகளையும்

முன்னேறச் செய்வார்களென்று நம்புகின்றோம். இக்கூட்டத்தாரில் சிலர் லெஜிஸ்லேடிவ் கவுன்சிலில் உட்காரும்படியான யோக்கியதா பட்டம் இல்லையென்பது சொல்வதற்கு இடமில்லை. இப்போது சேர்ந்த சில லெஜிஸ்லேடிவ் கவுன்சில் மெம்பர்களுடைய வாசிப்புக்கும், யூகைக்குத் தக்க நிலை இவர்களுக்குள்ளும் சிலருக்கு உண்டென்று சொல்வதற்கு ஆட்சேபனை இல்லை. இக்கூட்டத்தார் இங்கிலீஷ் கவர்ன்மெண்ட் இந்தியாதேசத்தில் முதல் நாட்டினத்திலிருந்து இதுவரையில் அவர்களுக்காக உண்மெயோடும், அன்போடும் சேவித்து வருகின்றார்கள். இவர்களை கவர்ன்மெண்டார் முன்னுக்குக் கொண்டு வருவதினால் அவர்களுக்கு எக்காலத்திலும் எவ்விதமான சங்கடங்கள் அல்லது இடையூறுகளாவது உண்டாகுமென்பது கிஞ்சிற்றேனும் நினைக்கப்படாது.

லார்ட் கிளைவ் ஆர்காட் சண்டை முதல் இங்கிலீஷ் செய்த கடைசியாக நடந்த சண்டைகள் வரையிலும் இவர்கள் வெகு உண்மெயாகவும் தங்களுடைய சொந்த பிராணன்களை கவனியாமலும் இங்கிலீஷ்காரர் சண்டைபோடும் இடங்களுக்குச் சென்று அன்பான உதவி புரிந்திருக்கிறார்கள். இந்தியன் மியூட்டினி காலத்திலும் இங்கிலீஷ் துரைகளுடைய லேடிகளையும் பிள்ளைகளையும் இவர்களுடைய காபந்தில் விட்டு போயிருக்கிறார்கள். இக்கூட்டத்தார் மற்ற ஜாதி வகுப்பினர்கள் இடையூரினால் இவர்கள் அதிகமாக முன்னுக்கு வர இடமில்லாமற் போயிற்று.

சில இங்கிலீஷ் துரைகளினால் சிலர் முன்னுக்கு வந்திருந்தார்கள். இப்போதும் சிலர் போதுமான கல்வியை அடைந்து சில உத்தியோகங்களில் இருக்கிறார்கள்.

அவர்களில் ஒருவரை தெரிந்தெடுக்கும் எண்ணம் கவர்ன்மெண்டாருக்கு இருக்கும் பட்சத்தில் நாம் அவர்களுடைய பெயர்களையுங் கொடுப்போம். அப்படி கொடுக்கும்படியான பெயர்கள் லெஜிஸ்லேடிவ் கவுன்சில் நடக்கும் விஷயங்களை தெரிந்துக் கொள்வதுமன்றி எவ்விதமாக பேசவேண்டும் என்னும் பகுத்தறிவு இருக்குமென்பதற்கும் யாதொரு ஆட்சேபனையுமில்லை. மெட்றாஸ் பிரசிடென்சியில் ஜாதிபேதமற்ற திராவிடர்கள் அநேகமா இருக்கிறபடியால் அவர்களுக்குள்ளக் குறைகளை சங்கத்தில் விளக்குவதற்கு அவர்களுடைய மரபிலேயே ஒரு லெஜிஸ்லேடிவ் கவுன்சில் மெம்பர் இருக்கவேண்டியது அவசியமென்பது நமது கருத்து.

இந்த விஷயத்தைப்பற்றி 1908ம் வருடம் கவர்னரவர்களுக்கு ஒரு விண்ணப்பம் கொடுக்கப்பட்டது. அக்காலத்தில் எலெக்ஷன் சிஷ்டத்தைப்பற்றி அதிகமாக விளம்பரமிருந்தபடியால் இக்குலத்தாரைப்பற்றி பேசுவதற்கு ஒரு யூரோப்பியன் அல்லது யூரோஷிய கனவானை நியமனம் செய்யும்படி கேட்டுக் கொள்ளப்பட்டது.

இப்போது கவர்னரவர்கள் யூரேஷியன் வகுப்பையும், இந்தியன் கிறிஸ்டியன்வகுப்பையும் பிரதிநிதித்துவம் செய்வதற்காக அக்கூட்டத்தார்களில் இருவரை நாமினேட் செய்திருக்கிறதாகத் தெரிகிறபடியால் இக்குலத்தாரிலிருந்தும் ஒருவரை நாமினேட் பண்ணுவதில் மற்ற இந்துக்களுக்கும் மகமதியர்களுக்கும் யாதொரு ஆட்சேபனை செய்வதற்கு இடமில்லையென்பது நம்முடைய பூர்த்தியான அபிப்பிராயமானபடியால் நமது கவர்னர் கனந்தங்கிய ஸர் ஆர்தர் லாலியவர்கள் அன்புகூர்ந்து ஏழைக் குடிகளிலிருந்து ஒருவரை நாமினேட் செய்வாரென்பது நம்முடைய தாழ்மையான கோரிக்கை.

- 3:31; சனவரி 12, 1910 -

105. பி.ஏ. எம்.ஏ. முதலிய பட்டம் பெற்றவர்களுக்குத்தான் கவுன்சலர் மெம்பர் ஸ்தானம் அளிக்க வேண்டுமோ

பி.ஏ.எம்.ஏ. என்னுங் கல்வியானது ஓர்குணிப்பில் அடங்கியது. அவரவர்களின் சுயபாஷாகல்வி விருத்தியானது விவகார விருத்தியை எவ்வகையானும் அறியச்செய்யுமேயன்றி விழலாகாது. ஈதன்றி சுய பாஷையுடன் ஆங்கிலபாஷையும் நன்கு எழுதப்படிக்கக் கற்றுக் கொள்ளுவார்களாயின் உலகவிவகாரங்களை இன்னும் விளங்க சீர்திருத்துவார்கள். இஃது அநுபவப் பிரத்தியட்சமாகும்.

எவ்வகையிலென்பீரேல், பி.ஏ. எம்.ஏ. முதலிய கௌரதாபட்டங்களும் இன்ன பரிட்சையில் தேர்ந்தவர்களுக்கே இன்ன உத்தியோகங்கொடுக்கபடுமென்றும் நிபந்தனைகள் இல்லாதகாலத்தில் சொற்பக் கல்வியைக் கொண்டு நடாத்தி வந்த நியாயாதி நிலைகளும், விவகார நிலைகளும் சீர்திருத்த நிலைகளும் எவ்வளவோ சுகமாகி நிறைவேறிவந்ததை பூர்வநிலை கட்டுகளால் அறிந்துக்கொள்ளலாம்.

இவற்றுள் ஆஸ்பிட்டல் அசிஸ்டென்டுகளை முதலாவது எடுத்துக் கொள்ளுவோம். பிரிட்டிஷ் துரைத்தனம் நிலைத்து தரும் வைத்தியசாலைகளை வகுத்து ஆஸ்பிட்டல் அசிஸ்டென்டுகளை நியமித்த போது அவர்கள் யாவரும் பி.ஏ. எம்.ஏ. பட்டமின்றி எழுதவும் படிக்கவுங் கூடியவர்களாய் இருந்தபோதிலும் தேகலட்சணங்களையும் வியாதிகளின் பாகுபாடுகளையும், மருந்துகளின் குணாகுணங்களையும் நன்காராய்ந்து வியாதியஸ்தர்களை வைத்தியசாலைகளில் அன்புடனாதரித்து சுகப்படுத்தி வேண்டிய கீர்த்திகளும் நற்சாட்சி பத்திரங்களும், உபகாரச் சம்பளமும் பெற்று சுகித்திருக்கின்றார்கள்.

ஆனால் அவர்கள் செய்துவந்த வைத்திய சிகிட்சையோ காடுகளிலும், மலைகளிலும் சுற்றி மியூட்டினிகளிலும், யுத்தகளங்களிலும் நின்று செய்து அனந்தங் கீர்த்திப் பெற்றிருக்கின்றார்கள். இத்தகையக் கீர்த்திப் பெற்றவர்கள் யாதொரு கல்வியின் பட்டப்பெயரில்லாமல் இராஜவிசுவாசத்தினாலும், வியாதியஸ்தர் மீது அன்புபாராட்டி அதி பக்தியுடன் செய்துவந்த சிகிட்சையினாலுமே பெற்றார்கள்.

பி.ஏ, எம்.ஏ. முதலிய கௌரதாபட்டம் பெறாத நியாயாதிபதிகளும், சாட்சிகளின் வார்த்தைகளையே முக்கியமாக நம்பிக் கொள்ளாமல் தாங்கள் கேழ்க்குங் கேழ்விகளினால் மெய் பொய்யறிந்து சகலரும் மெச்சத்தக்க தீர்ப்புகளளித்திருக்கின்றார்கள்.

அதாவது, 50-வருடங்களுக்கு முன்பு நடந்த ஓர் சிவில் வியாஜ்ஜியத்தில் ஒரு வஞ்சகன் மற்றோர் கைம்பெண்ணிடம் பணமிருப்பதறிந்து யாருமற்ற ஓர் மரத்தடியிற் கொண்டுபோய் நிறுத்தி தனக்கு பத்து ரூபாய் கடன் கொடுக்கும்படிக் கேட்டுப் பெற்றுக்கொண்டு சிலகால் சென்றபின்

நான் வாங்கவில்லையென்று மறுதலித்து விட்டான். கைம்பெண்ணானவள் துக்கித்து அதிகாரிகளிடம் பிரையாது கொடுத்துவிட்டாள். வாதியும், பிரதிவாதியும் கோர்ட்டில் நின்றபோது நியாயாதிபதி கைம்பெண்ணைநோக்கி பிரதிவாதிக்கு நீர்பணங்கொடுக்கும் போது யாராவது பார்த்ததுண்டாவென்றார், யாரும் பார்க்கவில்லையென்றாள். மற்றும் அப்பணத்தை எங்கு நின்று கொடுத்தாய் என்றார், ஓர் மரத்தடியில் நின்று கொடுத்தேனென்றாள். அம்மரமேனும் பார்த்திருக்குமே என்றார், ஆம் பார்த்திருக்குமென்றாள். ஆனால் அம்மரத்தின் இலையோடுகூடிய ஓர் சிறு கிளையை ஒடித்துவாவென்று உத்திரவளித்தார்.

உடனே கைம்பெண்ணானவள் கோர்ட்டை விட்டிரங்கி 100-கெஜ தூரம் போகும்வரையில் நீதிபதி வேறு கியாபகங்காட்டி பிரதிவாதியை நோக்கி உன்மீது பிரையாது கொடுத்துள்ள வாதியானவள் அம்மரத்தடியில் சென்றிருப்பாளா வென்றார், அதைக்கேட்ட பிரதிவாதி அம்மரம் வெகு தூரத்திலிருக்கின்றது இன்னும் போய் சேரமாட்டாளென்றான். இவனது வார்த்தையைக் கொண்டே கைம்பெண் பணத்தை வாங்கிக்கொண்டு மோசஞ் செய்யும் பொய்யனென்றறிந்து வாதியாகியக் கைம்பெண்ணை வரவழைத்து அவள் பக்கம் தீர்ப்பளித்திருக்கின்றார்.

இன்னும் இவைபோன்ற வியாஜ்ஜியங்களில் நியாயாதிபதிகளும், நியாயவாதிகளும் மெய் பொய்யறிந்து நடத்தியுள்ள தீர்ப்புகளை நிலைவாய்ந்த கட்டுகளிற் காணலாம்.

சாட்சிகளின் வார்த்தைகளைப் பெரும்பாலும் நம்பாமலே தங்கள் யுக்தியால் மெய் பொய் கண்டுபிடித்து நீதியளித்து கீர்த்திபெற்றார்கள்.

அவர்கள் சாட்சிகளை பெரும்பாலும் நம்பாமல் மெய்யறியும் வரையில் தேறவிசாரித்து தீர்ப்பளித்து வந்த காரணம் யாதெனில், மெய்யைச் சொல்லுவோனும், வானமறியபூமியறிய சுவாமியறிய நான் சொல்லுவதெல்லாம் நிஜமென்றான், பொய்யைச் சொல்லுவோனும் வானமறிய பூமியறிய சுவாமியறிய நான் சொல்லுவதெல்லாம் நிஜமென்கின்றான். இவ்விருதிரத்தாருள் எவன் பொய்யைச் சொல்லுகின்றான், எவன் மெய்யைச் சொல்லுகிறானென்று நியாயாதிபதி நம்பக்கூடும். ஆதலின் இருவரையும் தேறவிசாரித்து மெய்கண்டு நீதியளித்திருக்கின்றார்கள்.

பிஏ.எம்.ஏ. முதலிய கௌரதாபட்டங்களைப் பெறாமலே தாங்கள் கற்றுள்ள சொற்பக் கல்வியைக் கொண்டே விவேகவிருத்தி பெற்று மேலாய கீர்த்தியடைந்த பேர் அனந்தமிருக்கின்றார்கள்.

ஈதன்றி இரயில்வே கண்டுபிடித்தவரும், டிராம்வே கண்டுபிடித்தவரும், பொட்டகிராப் கண்டுபிடித்தவரும், லெத்தகிராப் கண்டுபிடித்தவரும், டெலிபோன் கண்டுபிடித்தவரும், கிராமபோன் கண்டுபிடித்தவரும் என்ன பட்டங்களைப் பெற்றிருந்தார்கள். தாங்கள் சாதாரணமாகக் கற்றக் கல்வியால் விவேக விருத்திப் பெற்று வித்தியாவிருத்தியால் தாங்கள் குபேரசம்பத்தாக வாழ்வதுடன் தங்கள் வித்தையைப் பின்பற்றினோரையுஞ் சுகம்பெறச் செய்திருக்கின்றார்கள்,

அவர்களைப்போல் பி.ஏ.எம்.ஏ முதலிய கௌரதா பட்டம் பெற்றவர்கள் சகலோபகாரிகளாக விளங்காது தாங்களும் தங்கள் குடும்பத்தோரும் பிழைக்கின்றார்களன்றி ஏனையோர் யாவரேனும் சுகம் பெறுகின்றார்களா, இல்லையே. இத்தகைய பட்டம் பெற்றவர்களைக் கொண்டு கௌன்சல் மெம்பாரில் சேர்ப்பதினால் யாருக்கு என்ன சுகம் உண்டுசெய்வார்கள். தங்களுக்கு கொடுத்த பாடத்தை உருவுபோட்டு பெற்றுக்கொண்ட பி.ஏ, எம்.ஏ., கௌரதாபட்டங்களுடன் ஆனரேபில் பட்டத்தையுஞ் சேர்த்துக்கொண்டு தங்கள் சுகத்தைப் பார்ப்பார்களன்றி ஏனையோர் சுகத்தை கனவிலும் நினையாரென்பது திண்ணம். சாதியாசாரம் பெற்றவர்கள் கௌரதாபட்டம் பெறுவார்களாயின் யாருக்கு பலன் செய்வர் தங்களுக்கும், தங்கள் சாதியோர்களுக்கு மேயாம்.

இத்தியாதி செயல்களையும் நன்காராய்ந்து இராட்சியபாரஞ் செய்துவருங் கருணைதங்கிய ராஜாங்கத்தோர் பி.ஏ, எம்.ஏ. முதலிய கௌரதாபட்டம் பெற்றவர்களென்றும், பெறாதவர்களென்றும் பாரபட்சம் பாராது அவரவர்கள் யோக்கியதைக்கும், அந்தஸ்திற்கும், ஒழுக்கத்திற்கும் தக்கவாறு அந்தந்த வகுப்பினருள் கண்டெடுத்து ஆலோசனை சங்கத்திற்சேர்த்து அவரவர்கள் வகுப்பில் நேர்ந்துவருங் குறைகளை விசாரித்து ஏழைகளை ஆதரிப்பார்களென்று நம்புகிறோம்.

- 3:31: சனவரி 12, 1910 -

106. இராஜ துரோகிகளுக் காகிய சட்டம் சென்னையையும் சேர்த்துக்கொண்டது

பிரிட்டிஷ் அரசாங்கத்தோரை அந்தரங்கத்திற் கெடுக்கவேண்டுமென்று முயல்வோரையும், வஞ்சினத்தால் அரசை அழிக்க ஆயுதங்களை சேகரிப்போரையும், கெடு எண்ணத்தால் அந்தரங்கக் கூட்டங்கூடுவோரையும், வெடிகுண்டு முதலியவைகளை அந்தரங்கத்திற் செய்வோர்களையும் இராஜாங்கத்தோர்மீது விரோதத்தை உண்டுசெய்யத்தக்கப் போதனைகளைச் செய்து இரகசியக் கூட்டங்கள் கூடுவோரையும், திட்டமாகத் தெரிந்து கோர்ட்டு விசாரிணைச் செய்யாமலே தண்டிக்கத்தக்க ஓர் சட்டத்தை வகுத்து வடநாடுகளில் நிறைவேறிவந்தது. அதே சட்டத்தை நமது சென்னை ராஜதானிக்குங் கொண்டுவந்து விட்டார்கள். காரணம் சுயப்பிரயோசனத்தைக் கருதும் இராஜத்துரோகிகளும், தேசத்துவேஷிகளும் இந்தியாவில் நாளுக்குநாள் தோன்றுகிறார்களென்பதேயாம்.

நமது கருணைதங்கிய கர்ஜன் பிரபு இராஜப்பிரதிநிதியாக இந்தியாவுக்கு வந்திருந்த காலத்தில் இத்தேசக் குடிகளின் நன்றியறிதலையும் இராஜ விசுவாசத்தையுங் கண்டு மிக்கப் புகழ்ந்திருந்தார். சிலநாளைக்குள் சொற்ப இராஜதுரோகிகள் செய்துவந்த சீர்கேட்டினால் இந்தியர் யாவரையும் பொய்யரென்றும் நன்றியற்றவர்களென்றும் தீர்த்துவிட்டார். அவர் கூறியவற்றிற்குப் பகரமாக வடயிந்தியாவிலும் தென்னிந்தியாவிலும் நிறைவேறிவந்த இராஜத் துவேஷச் செயல்களே போதுஞ் சான்றாயின.

முப்பது பெயர் கூடி செய்யும் இராஜ துரோகச் செயலால் முப்பது கோடி மக்கள் இராஜத்துரோகப் பெயரை வகிக்காதிருக்க வேண்டுமாயின் துரோகிகளின் செயலையும், துரோகிகளையுங் கண்டவுடன் அதிகாரிகளிடம் பிடித்து ஒப்பித்துவிடுவார்களாயின் முப்பது பேர் கூடி செய்யும்

துரோக தோஷமானது முப்பது கோடி ஜனங்களைச் சாராது மிக்க விசுவாசிகளென விளங்கும். இத்தேசத்திலுள்ள விவேகிகளும், கனவான்களும் ஒன்றுகூடி இராஜதுரோகிகளையும், தேசத் துவேஷங்களையுங் கண்டுபிடித்து உடனுக்குடன் இராஜவதிகாரிகளிடம் ஒப்பித்து விடுவார்களாயின் கருணை தங்கிய இராஜாங்கத்தோரிடம் இத்தேசத்தோர் இராஜ விசுவாசிகளென்று நற்பெயரெடுப்பதுடன் தற்காலம் ஏற்படுத்தியுள்ள சட்டங்களையும் எடுத்து விடுவார்கள்.

அங்ஙனம் இராஜதுவேஷிகளைக் கவனியாமலும், இராஜதுவேஷிகளின் செயல்களைக் கண்டும் அதிகாரிகளுக்குத் தெரிவிக்காமலும், கண்டு பிடிக்காமலும் நமக்கென்னவென்று இருந்து விடுவார்களாயின் இரும்புக்கு உண்டா மடிதுரும்பையும் நசித்துவிடுவது போல சகல மக்களையும் இராஜத்துவேஷிகளென்று கூறுதற்கு ஏதுவாகிவிடும்.

ஆதலின் நமது தேசத்தோர் இராஜ துரோகிகளைக் கண்டுபிடித்து உடனுக்குடன் அதிகாரிகளிடம் ஒப்படைத்துவிடுவார்களாயின் துற்கிருத்தியமுள்ளோர் யாவரும் நீங்கி நற்கிருத்தியம் பெருகி குடிகளுங் கோனுங் கவலையற்ற வாழ்க்கை பெறும்.

- 3:32; சனவரி 18, 1910 -

107. டாக்டர் டி.எம் நாயர்

டாக்டர் டி.எம். நாயரவர்கள் இந்துக்களுடைய குணங்களைப்பற்றி சென்ற வாரத்திய இங்கிலீஷ் பத்திரிக்கைகளில் வெளிப்படுத்தினதை நாம் கவனிக்கும்போது அவர் உத்தமமாக இவர்களுடைய குணத்தை தெரியப்படித்தினதினால் நாம் சந்தோஷப்பட வேண்டியதாயிருக்கிறது. ஏனெனில், இந்துதேசத்திலிருக்கும் ஜனங்கள் தாங்கள் சொன்ன வார்த்தையின் படி நடக்காதிருப்பது சகஜமான குணம். இவ்வகைத்தான குணங்களை உடையவர்களுக்கு நல் அந்தஸ்தும், அதிகாரமுமுள்ள உத்தியோகங்களைக் கொடுப்பதினால் என்ன துன்பம் மற்றவர்களுக்கு லேசாக நேரிடுமென்பதற்கு நாம் கூறவேண்டியதில்லை. ஏனெனில், இவர்களுக்கு மற்றவர்களிடத்தில் அன்பு இல்லாததினால் இம்மாதிரியான குணம் பதியப்பட்டிருக்கின்றன. இப்படி அன்பில்லாதவர்களுக்கு சுயராட்சியம் கொடுத்தால் இவ்வூர் ஜனங்களுக்கும், சுயராட்சியம் கொடுக்கப்பட்ட இங்கிலீஷ் கவர்ன்மெண்டாருக்கும் ஏதுகெடுதி உண்டாகுமோ நாம் சொல்லவேண்டிய அவசியமில்லை. சில இங்கிலீஷ் கனவான்கள் நாயருக்கு உறுதிவாக்களித்தபடி கடைசி வரையிலும் அவ்வார்த்தையைக் காப்பாற்றி கடையில் ஒட்டிங் சமயத்தில் அவர்களுடைய உறுதிவாக்கை நிறைவேற்றினார்கள். இப்பேர்பட்ட குணமல்லவோ அதிகாரம் செலுத்தும் உத்தியோகஸ்தர்களுக்கு இருக்க வேண்டியது. அப்படியுள்ள குணங்களையுடைய உத்தியோகஸ்தர்களிடத்தில், கவர்ன்மெண்டைக் கொடுத்தாலல்லவோ சீராய் நடைபெறும்.

டி.எம். நாயர் முனிசிபல் விஷயங்களில் அதிகமாக ஊக்கமெடுத்து நுழைந்து சகலவிதமான காரியங்களையும் பார்த்ததில் அவருக்கு நல்லபெயர் கிடைக்காதபோதிலும் அநேக கீழான முனிசிபல் உத்தியோகஸ்தர்களுக்கு அவர் ஒரு நியாயவாதியாயிருந்தார். அவர் நடத்திவந்த முனிசிபாலிட்டிக்காக செய்த வேலையை அநேக ஜனங்கள் அங்கீகரித்து இருக்கிறார்கள். ஆனால் அவரை அநேக முனிசிபல் கவுன்சிலர்கள் பிரியப்படவில்லை. ஏனெனில் அவர் மற்ற சில முனிசிபல் கமிஷனர்களைப் போலத் தங்களுடைய பெருமையை நாடி தமது ஆசனத்தில் வெறுமனே உழ்க்கார்ந்துவர சேரவில்லை. ஆனால் ஜனங்களுடைய சுகத்தை நாடி சேர்ந்தவர். அவர் இங்கிலாந்துக்குப்போய் அவ்விடத்திலிருந்து வாசித்து ஆங்கிலேயர்களுடைய நடை உடை பாவனைகளைப் பின்பற்றினவரானபடியால் அவருக்கு ஆங்கிலேயர்களுக்குள் உண்டாகும் பொது ஊக்கம் இவருக்கும் உண்டாயிருக்கிறது. நேடிவ் முனிசிபல் கவுன்சிலர்கள் அவர்கள் முனிசிபல் கமிஷனர்களாகிற வரையிலுந்தான் அவர்களுடைய இலாகாவிலுள்ள ஜனங்களைப் பார்ப்பதும் அப்படி இப்படி செய்வோமென பகர்வதும் உண்டு. முனிசிபல் கமிஷனர்களானவுடனே அந்த இடங்களுக்கும் வருவதில்லை, அந்த ஜனங்களையும் பார்ப்பதில்லை. முனிசிபாலிடியாரால் அவர்களுக்கும் அவர்களுக்குப் பிரியமானவர்களுக்கும் வேண்டிய காரியங்களைப் பார்த்துக்கொண்டு இருப்பது வழக்கம். ஆனால் ஆங்கிலேயர்களோ முனிசிபல் கமிஷனர்களாக இருந்தால் அவர்களுடைய இலாக்காவில் அடிக்கடி சென்று பார்த்துக்கொண்டும், ஜனங்களை விசாரித்துக்கொண்டும் இருந்ததையும் நாம் பார்த்திருக்கிறோம். இம்மாதிரி யாகவே டி.எம். நாயரவர்களும் செய்து வந்ததாக கேள்விப்பட்டிருக்கிறோம்.

டி.எம் நாயர் வெளிப்படுத்திய குணங்களையுடைய லெஜிஸ்லேடிவ் கவுன்சில் நேடிவ் மெம்பர்கள் தங்களுக்கும், தங்கள் பந்துமித்திரர்களுக்கும் உண்டாகும்படியான சுகத்தைச் செய்வார்களேயொழிய ஜனங்களுக்கு பொதுவான சுகத்தைச் செய்விப்பார்களென்று நாம் கிஞ்சித்தும் நினைக்க இடமேயில்லை. இவர்களுக்குப் பதிலாக ஆங்கிலேயர்களுக்கே லெஜிஸ்லேடிவ் மெம்பர்களாக லார்ட் மார்லி ஸ்கீமில் ஏற்படுத்தியிருப்பாராயின் இந்தியாவுக்கு மிகுந்த சுகமும், ஆறுதலும் உண்டாகுமென்பதற்கு யாதொரு ஆட்சேபனையில்லை.

சாதிபேத மிக்கோர் வசத்திலும், சமயபேத மிக்கோர் வசத்திலும் பிரிட்டிஷ் பிரதம உத்தியோகங்களைக் கொடாமலிருப்பதே குடிகளுக்கு சுகமாகும். ஆதலின் பிரிட்டிஷ் ஆட்சியார் இவற்றைப் பெரும்பாலும் கண்ணோக்கி சாதிபேதமற்றோரை ஆதரிக்கப் பிராத்திக்கின்றோம்.

- 3:32; சனவரி 18, 1910 -

108. கத்தோலிக்கு கிறிஸ்தவர்களும் சாதியும்

சென்றமாதம் கத்தோலிக்கு கிறிஸ்தவர்கள் கூடிய (சோஷியல் காதரிங்) என்னும் உள் சீர்திருத்தக் கூட்டத்தில் சகல வகுப்பாரும் சகோதிர வாஞ்சையாய்க் கூடி சிறுதிண்டி முதலிய பட்சணங்களெடுத்துக்கொண்டும், ஒருவருக்கொருவர் கைலாகுக் கொடுத்தும் அன்பு பாராட்டிக் கிறிஸ்துவின் பிறப்பையும், அவரது சிறப்பையுங் கொண்டாடியவற்றைக் கேழ்வியுற்று மிக்க ஆனந்திக்கின்றோம்.

இத்தகையக் கூட்டத்தின் ஒற்றுமெயே கிரீஸ்து அவரானாரென்னும் அழகை தரும். இவ்வகையான பயிரங்கக் கூட்டத்தில் சாதிபேத மென்னும் பொய்ப்போர்வையை நீக்கி எறிந்து சகோதிர வைக்கியம் பாராட்டியவர்கள் தாங்களன்புடன் தொழும் கிறிஸ்துவின் ஆலயத்திற் பாராட்டாது நான் சாதிக் கிறிஸ்த்தவன், அவன் சாதியில்லாக் கிரீஸ்தவன், நான் தமிழ்க் கிறிஸ்தவன், அவன் வலங்கை கிறிஸ்தவனென்னும் பேதம் பிரித்து ஒருவருக்கொருவர் முறுமுறுத்துச் செய்யும் பூசையினால் ஏதேனும் பயனுண்டாமா. கிரீஸ்துவும் இவ்வகைப் பொறாமெயுள்ளோர் செய்யும் பூசையை ஏற்றுக்கொள்ளுவாரா. பிராமணமதத்தோர்களே, இச்சாதி நாற்றத்தால் தேசமக்களுக்கே கெடுதியுண்டாவதுடன் நாளுக்குநாள் தேசமும் பாழாகிவரகின்றதென்றுணர்ந்த விவேகிகளிற் சிலர் சாதிநாற்றங்களைக் கழுவிக் கொண்டே வருகின்றார்கள். அவர்களை அஞ்ஞானிகளென்று கூறும்படியான மெய்ஞ்ஞானக் கிறிஸ்தவர்கள் பிராமணமத சாதிக்கட்டை விடமாட்டோமென்றால் மற்றவர்களை இவர்கள் அஞ்ஞானிகளென்று கூறத்தகுமோ. பெரும் சாதியாசாரங்களை அநுசரித்து வந்தவர்களே அதினாற் கெடுதியுண்டென்றறிந்து அவற்றை அகற்றிவருங்கால் கிரீஸ்துவைப் பின்பற்றினோம் அவரது ஞானத்தைக் கைகொண்டோமென்று சொல்லிக்கொண்டே பிராமணர்களது குடிமியையும் பூனூலையும் இறுகப் பிடித்துக்கொண்டு சாதியை விடமாட்டோமென்றால் கிரீஸ்துவைப் பின்பற்றியது மெய்யாமோ, அவரைப் பூசிப்பதும் பூசையாமோ. யதார்த்தத்தில் அன்புகொண்டு கிரீஸ்துவை பூசிப்பதாயின் அருகிலுள்ள சகோதரர்கள் மீது அன்பு பாராட்டாது விரோதிக்கலாமோ. கிரீஸ்துவைப் பின்பற்றியும், அவரது போதனையாகும் தன்னைப்போல் பிறரை நேசியுங்கோளென்னும் அமுதவாக்கைத் தள்ளப்போமோ. அவரது போதனையைத் தள்ளிவிட்டு அவரைப் பின்பற்றினோமென்பது அபுத்தமேயாகும்.

வீட்டிலிருந்து கிறிஸ்துவை சிந்திப்பதால் குடும்ப விவகாரமும், பிள்ளைகளின் உபத்திரவமும், விருந்தினர்கஷ்டமும் மேற்கொள்ளுமென்று கருதி குறித்த நாளிற் கோவிலுக்குச் சென்று குடும்ப விவகாரங்கள் யாவையும் நீக்கிவிட்டு மனவமைதியும் ஆறுதலுங்கொண்டு சிந்திப்பதே தியானமாகும். அத்தகைய பரிசுத்த தியான காலத்தில் பக்கத்திலிருப்போன் பள்ளசாதி, முன்னாலிருப்போன் முக்கிட்டு சாதி, பின்னாலிருப்போன் பேயசாதியென்றெண்ணிக்கொண்டும், விரோத சிந்தையை வளர்த்துக்கொண்டும், பொறாமெ சிந்தையை பெருக்கிக்கொண்டும் பூசிப்பதினால் கோவிலுக்குப் போயும் குணமில்லை, ஆலையத்திற்குப்போயும் அருளில்லையென்றே முடியும்.

ஆதலின் (சோஷியல்) காதரிங்கென்று கூடுங் காத்தலிக்கு கனவான்கள் வெளிகளில் சாதி சீர்திருத்தம் செய்வதைவிடக் கோவில்களுக்குள் செய்துவரும் சாதிவித்தியாசக் கொடியநாற்றத்தை அகற்றி ஒற்றுமெயென்னும் பரிமளத் தைலத்தை வார்த்து சகல மனுமக்களின் இதயங்களையும் அன்பின் பெருக்கத்தால் குளிர்ச்சி செய்வார்களென்று நம்புகிறோம்.

- 3:32; சனவரி 18, 1910 -

109. சாதிபேதமற்ற திராவிடர்களே! பிரிட்டிஷ் துரைத்தனத்தார் செய்துவரும் நன்றியை மறவாதீர்கள் மறவாதீர்கள்

இச்சென்னையம் பதியில் குழாய் நீர் கொண்டுவருதற்கு முந்தி கிணற்றருகில் வரப்படாதென்றும், அவர்களது ஆடு மாடு நாம் முதலியது அந்நீர்களில் குளித்தாலுங் குளிக்கலாம். இவ்வெழிய திராவிடர்கள் குளத்தருகிலும், கிணற்றருகிலும் வரப்படாதென்றும் விரட்டி துறத்தி அதிக சுகக்கேட்டை செய்துவந்தவர்கள் யார் சாதிபேதமுடையவர்களேயாம்.

அத்தகைய இடுக்கங்கள் யாவையும் நீக்கி குழாய் நீரை யாதொரு பயமுமின்றி பிடிக்கவும், குடிக்கவும் தயிரியம் அளித்து சுகமடையச் செய்தவர்கள் யார், ஆங்கிலேய துரைமக்களே! பொதுவாகிய கல்விசாலைகளில் சேர விடாமலும் நன்கு வாசிக்கவிடாமலும் துறத்தியடித்து சீர்கெடுத்தவர்கள் யார், சாதிபேதமுடையார்களேயாம். பொதுவாய கலாசாலைகளை வகுத்து சாதிபேதமுள்ளோருடன் சாதிபேதமற்றவர்களையுஞ் சேர்த்து கல்விவிருத்தி செய்து சீர்படுத்தியவர்கள் யார். ஆங்கிலதுரைமக்களேயாம்.

பலவகை இடுக்கங்களிலுங் கல்வியைக் கற்று ஓர் உத்தியோகத்தை நாடிப்போவதாயின் இவன் தாழ்ந்த சாதியான் கிட்டவரப்படாது கூட உழ்க்காரப்படாதென கெடுத்து சீரழித்தவர்கள் யார், சாதிபேதமுள்ளவர்களேயாம்.

சாதிவேற்றுமெ யுள்ளோர் பலவகையிடுக்கங்களுக்கும் அஞ்சாது இவர்கள் வாசித்துள்ள கல்விக்குத் தக்கவாறு உத்தியோகங்களளித்து சத்துருக்களின் முன்பு சீருஞ்சிறப்பும் அடையச் செய்தவர்கள் யார், ஆங்கிலேய துரைமக்களேயாம்.

நாட்டுப்புறங்களில் நல்ல தண்ணீரை மொண்டு குடிக்கவிடாமலும், அம்மட்டர்களை சவரஞ்செய்யவிடாமலும், வண்ணார்களை வஸ்திரம் எடுக்கவிடாமலும், சுகமானயிருப்பிட கட்டிடங்களில் தங்கவிடாமலும், தங்கள் சொந்த பூமிகளை சரிவரப் பயிரிட்டு உண்ணவிடாமலும், தங்களிடந்தொழில் புரியினும் அரைவயிற்றுக் கஞ்சிக்கு மேல் அதிகங் கொடாமலும் கொல்லாமற் கொன்று வதைக்காமல் வதைத்து கோலையுங் குடுவையையுங் கொடுத்து குண்டிக்குத் துணியற்று கோமணம் கட்டவைத்து எலும்புந்தோலுமாய் ஏங்க மடியவைத்தவர்கள் யார், சாதிபேத முள்ளவர்களேயாம். கல்வியைக் கற்று கனமான உத்தியோகங்களைப் பெறவும், சுத்தசலங்களில் மூழ்கிக் குளிக்கவும், அம்பட்டர்கள் சவரஞ் செய்யவும், வண்ணார்கள் வஸ்திரமெடுக்கவும், சுத்த வாடைகளை அணைந்து நாகரீகத்தில் நிற்கவும், வீடு வாசல் பூமியென்று குடித்தனம் நிலைக்கவும், தேசம் பூரித்து சுகநிலை பெறவும், வெள்ளி பாத்திரம் செம்பு பாத்திரம் வெண்கலபாத்திர முதலியதை ஆளவும், அறுசுவை உண்டியை ஆனந்தமாக புசித்து மேடை, மாளிகைகளில் உலாவவும், சுகசீரளித்து ஆதரித்தவர்களும், ஆதரித்துவருபவர்களும் யார், ஆங்கில துரைமக்களேயாம்.

பொதுவாகிய பிரிட்டிஷ் ஆட்சியில் சுகம்பெற விடாமல் தடுத்து சீர்கெடுத்துவந்த சாதிபேதமுள்ளோர் தங்களுடைய சுய ஆட்சியிலிருக்குங்கால் இன்னும் என்னென்ன சீர்கேடுசெய்து நசித்திருப்பார்களென்பதை எண்ணித்துணியுங்கள்.

சாதியிலுந் தாழ்ந்தோர், சமயத்திலுந் தாழ்ந்தோர், தொழிலிலுந் தாழ்ந்தோர், பெயரிலுந் தாழ்ந்தோர்களென வகுத்து தலையெடுக்கவிடாமல் நசித்து வந்ததுமன்றி நூதனமாக இத்தேசத்திற் குடியேறியவர்களுக்குங் கற்பித்து அவர்களையும் இழிவுகூறச் செய்துவந்த அடாத சத்துருக்களிற் சிலர் தோன்றி கூட்டங்கள் கூடி (டிப்பிரஸ்) கிளாசாம் தாழ்ந்த வகுப்போரை முன்னுக்குக் கொண்டுவருவதாக வெளிவந்திருப்பது விந்தையிலும் விந்தையே.

ஆடுகள் நனைகிறதென்று புலிகள் புரண்டழுவது போலும், கோழிக்குஞ்சுகளுக்கு இரையில்லையென்று பருந்து பரிதவிப்பது போலும், சாதிபேதம் வைத்துள்ளோர் தங்களால் தாழ்த்தி சீர்கெட்டச் செய்திருக்கும் சாதிபேதமற்றோரை சீர்பெறச் செய்யப்போகிறோமென்று வெளிதோன்றியது சுயப்பிரயோசன சுதேசிய வழிமுறைகளென்றே தெரிந்துக்கொண்டு சத்துருக்களின் மித்திரபேதங்களை நம்பாது சகலசாதியோர்களைப் போல் நீங்களும் சிறப்படைய வழிதேடுங்கள்.

தாழ்ந்த வகுப்போரை உயர்த்தப்போகிரோமென்பது நல்லெண்ணமும், யதார்த்தமுமாயிருக்குமாயின் தற்கால கவுன்சல் நியமனத்தில் (டிப்பிரஸ்) கிளாசில் ஒருவரை தெரிந்தெடுத்து இராஜாங்கத்தோருக்குத் தெரிவித்து நியமிப்பதன்றோ உயர்த்துவதற்கு அறிகுறியாகும்.

காலமெல்லாந் தாழ்த்தி கடைத்தேறவிடாமற் செய்தவர்களும், செய்துவருகிறவர்களுமானோர்களிற் சிலர்தோன்றி ஏழைகளை சுகம்பெறச் செய்யப்போகின்றோமென்பாராயின் சாதிநாற்றத்தைக் கழுவினார்களா?

மதக்கடைகளை போக்கினார்களா? பெயரால் இழிவுபடுத்திவரும் பொய்ப்பாடல்களை நெருப்பிலிட்டுக் கொளுத்தினார்களா? இல்லையே. தாழ்வுபடுத்தக்கூடிய சாதிகளுமிருத்தல் வேண்டும். மதக்கடை பரப்பி வயிறுபிழைக்கக்கூடிய சமயங்களுமிருத்தல் வேண்டும். எக்காலும் இழிவுபடுத்திவரவேண்டிய பெயர்களும் இருத்தல் வேண்டுமென்னும் அஸ்திபாரமிட்டுக்கொண்டு தாழ்ந்த வகுப்போரை முன்னேறச் செய்வோமென்பது முற்றும் பிசகேயாம். அவர்கள் தங்களை முன்னேறச் செய்து விடுவார்களென்று நம்பி அவர்களது செயலை பின்பற்றுவது ஆடு கசாயிக்காரனை நம்புவதற்கொக்கும். இனி எவ்வாற்றால் முன்னேறி சீர்பெறலாமென்பீராயின், மதப்பற்றுக்கள் யாவையும் அவரவர்கள் மனதிலும், வீட்டிலும் வைத்துவிட்டு சாதிபேதமற்றத் தமிழ்க்கூட்டாபிமானம் வைத்து திராவிடஜன மகாசங்கத்தைச் சார்ந்து பிரிட்டிஷ் ராஜவிசுவாசத்தில் அமர்ந்து திராவிட கலாசாலைகளும், கைத்தொழிற்சாலைகளும், வியாபாரசாலைகளும் அமைத்து சிறுவர்களைக் கற்றுத்தேறச் செய்வதுடன் பெரியோர்களும் வியாபார முயற்சியிலிருப்பார்களாயின் சாதிபேதமற்ற திராவிடர்கள் யாவரும் சீர்பெறுவார்களென்பது சத்தியம். ஆதலின் நமதரிய திராவிட சோதிரர்கள் யாவரும் கருணைதங்கிய பிரிட்டிஷ் ராஜவிசுவாசத்தை நாடுங்கள். சாதிபேதமற்ற திராவிட மகாஜன சங்கக்கூட்டத்திற் கூடுங்கள். நீதிமார்க்கத்தையே என்றும் நாடுங்கள். ஆதிபரனையே என்றும் பாடுங்கள், பாடுங்கள் என்று வேண்டுகிறோம்.

உள்ளங்கையில் லக்கிரி இட்டவர்களை உள்ளகாலவரை நினையுங்கோள் என்னும் பழமொழியை மறவாது பிரிட்டிஷ் ராஜவிசுவாசத்தில் நிலைத்திருங்கள்.

- 3:33: சனவரி 26, 1910 -

110. நாளுக்குநாள் ராஜதுரோகிகள் தோன்றுவதென்னோ

கொடுங்கோல் ஆடாக்குறையேயாகும் சிலகாலங்களுக்கு முந்தி வெடிகுண்டைக் கையாடிவந்த வீணர்கள் நீங்கி தற்காலம் கைத்துப்பாக்கிகளைக் கரத்தில் ஒளித்து வைத்திருந்து இராஜாங்க உத்தியோகஸ்தர்களை சுட்டுக் கொலைபுரிந்துவருகின்றார்கள்.

நாஸிக் கலெக்ட்டரை சுட்டுக் கொன்ற கொலைபாதகனை பிடித்தவுடன் காணும் மநுக்கள் யாவரும் கண்டு பயப்படத்தக்க கொடுங்கோல் தண்டனை செய்திருப்பார்களாயின் இப்போது கல்கத்தாவில் இன்ஸ்பெக்ட்டரை சுட்டுக்கொன்ற கொலைபாதகன் தோன்றியிருக்கமாட்டான்.

கொலைப்பாதகனைக் கையோடு பிடித்தவுடன் சகல குடிகளும் நடுங்கத்தக்க தெண்டனையை விதிக்காது அவனுக்கு உதவியார், இவனுக்கு உதவியார், அவன் எங்கிருந்தான், இவன் எங்கிருந்தான் அவன் லாயர் என்ன பேசினான் இவன் லாயர் என்ன பேசினானென்னும் வீண் விசாரிணையில் அனந்தங் கொலைஞர்கள் தப்பித்துக்கொண்டிருக்கின்றபடியால் மற்றைய கொலை பாதகர்களுக்குக் கொலைத் தொழில் எளிதாகக் காணப்படுகின்றது.

இராஜாங்கத்தோர் கொலைப் பாதகரை மீட்பின்றி தண்டிப்பதும் இன்றி அத்தண்டனையானது சகலமக்கள் இதயங்களும் நடுங்கத்தக்க கொடுந் தண்டனையாகக் காணப்படுமாயின் கொலைஞர்களும் நடுக்குற்று தங்கள் கொடிய செயலை அகற்றுவார்கள் மற்றுமுள்ள சாந்தக் குடிகளும் சுகம் பெற்று வாழ்வார்கள்.

நாளுக்குநாள் தோன்றிவரும் ஒவ்வோர் கொலைப்பாதக மிலேச்சர்களால் அனந்தங் குடிகள் சுகக்கேட்டை அநுபவிக்கின்றார்கள். இராஜாங்கத்தோர் இலட்சங் குடிகள் சுகம்பெறுவதற்கு ஒரு கொலைப்பாதக மிலேச்சனை சகலருமறியக் கொடுந் தண்டனைப்புரிவதால் யாதொரு கெடுதியும் வாராது.

கொலைஞர்களுக்குக் கொடுங்கோல் தண்டனையுமின்றி லாயர்களை வைத்துத் தப்பித்துக்கொள்ளும் வழிகளும் கிடைத்திருப்பதால் கொலைத் தொழிலைக் கூசாமற் செய்ய ஆரம்பிக்கின்றார்கள். இத்தகைய செங்கோல் தண்டனையை குடிகள்பால் நடாத்தினும் அரசாங்க உத்தியோகஸ்தர்கள் மீது வஞ்சம்வைத்து கொலைபுரியும் கொலைப்பாதகர்களை உடனுக்குடன் கொடுங்கோலால் தண்டித்து சீர்திருத்துவதே உசிதமாகும். கொலைப் பாதகனாகும் கொலைஞனொருவனைக் கொடுங்கோலால் தண்டிப்பதினால் காணும் உலகோர் யாவரும் கண்டஞ்சி சீர்பெறுவார்களென்பது பூர்வ அரசாங்க விதியாதலின் குடிகள் யாவரும் சீர்பெறவேண்டுமென்னும் அரசர்கள் கொடுங்கோலை நடாத்துவதால் யாதொரு குறைவும் நேராதென்பது திண்ணம். இராஜாங்கத்தோருக்கு ஒருகோடி மக்கள் மீது மனத்தாங்கல் உண்டாவதினும் ஒருவனைக் கொடுங்கோலால்

தண்டிப்பது உசிதமேயாம். கோடி மக்களுக்கு ராஜதுரோகிகளென்னும் பெயர் வாய்ப்பதினும் ஒருக்கொலைப்பாதகனை கொடுங்கோலால் தண்டித்து மற்றக் குடிகள் யாவரையும் சீர்பெறச்செய்வது மன்னர்க்கு அழகாதலின் கருணைதங்கிய பிரிட்டிஷ் ராஜாங்கத்தார் வஞ்சகம், பொறாமெய், குடிகெடுப்பு, சுயநலம், கொலைபாதகம் முதலிய துற்குணங்கள் யாவரிடத்து நிறைந்துள்ளனவென்று ஆராய்ந்து அக்கூட்டத்தோரை அடக்கும் வகையால் அடக்கி ஆண்டுவந்தால்தான் பிரிட்டிஷ் ராட்சியம் ஆறுதலுற்று நிலைபெறும், அத்தகைய பேராசையுற்று வஞ்சகர்களைக் கண்டு அடக்காது அவர்களுக்கு வேண்டிய சுகங்களும், அதிகார உத்தியோகங்களுங் கொடுத்துக் கொண்டே வருவதாயின் வஞ்சகர்களின் கூட்டம் இராஜாங்க உத்தியோகக் கூட்டடத்தில் மிகுமாயின் அன்றே பிரிட்டிஷ் துரைமக்களை ஓட்டிவிட்டு தங்கள் சுற்றத்தார் சுகத்தை நிலைக்கச் செய்துக் கொள்ளுவார்கள்.

பிரிட்டிஷ் ராட்சியத்திற்கே வேர்புழுவாகத் தோன்றும் வஞ்சகக் கூட்டத்தோருக்குக் குடிகள் மீது அதிகாரஞ் செலுத்தக்கூடிய உத்தியோகங்களையும், பணங்களை வசூல்செய்யும் உத்தியோகங்களையும் கொடுப்பதாயின் தங்களுடைய அதிகாரத் தொழில்களினால் குடிகளை பயமுறுத்தி தங்கள் வசப்படுத்திவைத்திருந்து காலம் நேர்ந்தபோது பிரிட்டிஷ் அரசாட்சிக்கு பின்னமுண்டாக்கி தங்கள் காரியத்தை நிறைவேற்றிக்கொள்ளுவார்கள்.

இதற்கு ஆதாரமாகப் பூர்வ பௌத்தமார்க்க, விரோதத்தினால் சாதிபேதமற்ற திராவிடர்களாம் ஆறுகோடி மக்களை எதுவிஷயத்திலும் தலையெடுக்க விடாமல் நசித்து மிருகத்திற்குந் தாழ்ச்சியாக நடத்தி தாழ்ந்தசாதி களென்னும் கட்டுக்கதையும் ஏற்படுத்தி அவ்வழியாகவும் இழிவுகூறி முன்னேறவிடாமற் கொல்லாமற் கொன்று வந்ததுமன்றி நூதனமாக இத்தேசத்திற் குடியேறி வருகிறவர்களுக்கும் இவர்கள் தாழ்ந்த சாதியார் மெத்தக் கேவலமுடையவர் களென்றும் போதித்து அவர்களாலும் இழிவுபடுத்தச் செய்துவந்த சத்துருக்கள் தற்காலத்திய சில காரியங்கள் கைக்கூடாமல் இருக்கின்றதென்று கருதி தாழ்ந்த சாதியோர்களென்று சீர்கெடுத்து வந்தவர்களையே உயர்ந்த சாதிகளென்று சீர்படுத்திவிடுவதாய் சில கூட்டங்களை ஏற்படுத்தி வருகின்றார்கள்.

காருண்ய பிரிட்டிஷ் இராஜாங்கத்தோர் இதன் அந்தரார்த்தங்களை ஆழ்ந்தாலோசித்து சத்துருக்களின் கொரூரச் செயலால் சீர்கெட்டு சிந்தனை நைந்திருந்தவர்கள் தற்கால பிரிட்டிஷ் ஆட்சியின் கருணையால் சில இடுக்கங்களற்று சுகம்பெற்றுவருகின்றார்கள். இவ்வகை சீர்பெற்றுவரும் சாதிபேதமற்ற ஆறுகோடி மக்களை இன்னும் கைசோரவிடாது கார்த்து அவர்களை நசித்துப் பாழ்படுத்திவந்த சத்துருக்கள் முன்னிலையில் சீருஞ் சிறப்பும் பெற செய்து வைப்பார்களாயின் பிரிட்டிஷ் ஆட்சியின் நன்றியை என்றும் மறவாது தங்கட்பிராணனை முன்பு கொடுத்து பிரிட்டிஷ் துரைமக்களை காப்பார்களென்பது சத்தியம் சத்தியமேயாம்.

வித்தையும், புத்தியும், ஈகையும், நீதியும் நிறைந்த கருணைதங்கிய இராஜாங்கத்தோர் தற்காலத் தோன்றிவரும் இராஜதுவேஷ காலத்தில் சாதிபேதமற்ற மக்களை கைநழுவவிடாது தங்கள் அடைக்கலத்தில் வைத்து ஆதரிக்கவேண்டுகிறோம்.

- 3:34; பிப்ரவரி 2, 1910 -

111. மாறுவாடிகள் மோசம் மாறுவாடிகள் மோசம்

மாறுவாடிகளென்பது வாடிக்கையால் சிலவற்றை மாறும் வியாபாரிகளுக்குப் பெயர். அதாவது வெள்ளி நகை, பொன் நகை அல்லது செம்பு பாத்திரம், வெண்கலப் பாத்திரங்களை அடகுக்கு வைத்துக்கொண்டு அதற்கு மாறு பணங்கொடுப்பது.

அத்தகைய மாறுவாடிகளென்போர் பெரும்பாலும் வடதேசத்தோர்களேயன்றி தென்தேசத்தோர்களன்று. அவ்வடதேசத்தோருள் மிக்க திரவியம் சேர்த்துள்ளவன் தன் குலத்து ஏழைகளுக்குப் பணவுதவிபுரிந்து மாறுவாடி வியாபாரத்தை நடாத்தும்படி செய்து தங்கள் குலத்தோரை தனவான்களாகச் செய்துவருகின்றார்கள்.

இம்மாறுவாடிகள் கடைகளோ கிராமத்திற்கு இரண்டுகடை மூன்று கடைகளை வைத்துக்கொண்டு ஏழைகளை பெரும் வட்டியால் வதைத்துப் பொருள்சேர்ப்பதுடன் இன்னொருவகை மாறுவாடி தனமுஞ் செய்து வருகின்றார்கள்.

அவைகள் யாதெனில், அவர்கள் கணக்குவைக்கும் புத்தகங்களில் இரண்டு புத்தகங்கள் ஒன்றுபோல் வைத்திருப்பதாகத் தெரியவருகின்றது. அவைகளுள் ஏழைமக்கள் நல்ல பொன் நகைகளையும், மற்றும் சாமான்களையும் அடகு வைக்குங்கால் ஒரு புத்தகத்தில் நல்ல பொன் நகைகளையும், மற்ற சாமானங்களையும் கண்டெழுதிக்கொண்டு மற்றொரு புத்தகத்தில் நல்ல பொன் நகையை எழுதாமல் விட்டு மற்ற சாமானங்களை எழுதி வைத்துக்கொண்டு ஏழைகள் பணத்தையும் அதன் வட்டியையும் கொண்டுபோய்க் கொடுத்துக் கேழ்க்குங்கால் மற்ற சில்லரை சாமானங்களைக் கொடுத்துவிட்டு நல்ல பொன் நகையை வைக்கவில்லை என்று மறுதலிக்கின்றார்கள்.

உடனே அங்குள்ளப் பெரியோர்களைக்கொண்டு கேழ்க்க ஆரம்பித்தால் பொன்னகைக் கண்டெழுதாத புத்தகத்தை விரித்துக் காட்டி வைக்கவில்லை என்று சாதிக்கின்றார்கள். அதைக்காணும் ஏழைமக்கள் மனம் நொந்து வீடுசேருகின்றார்கள்.

மற்றோர் வகையானும் ஏழை மக்களைக் கெடுத்து வருகின்றார்கள். அதாவது ஐந்து ஆறு ரூபாய் பெரும்படியான நகைகளைக் கொண்டுபோய் ஒரு ரூபாய் இரண்டு ரூபாய் வாங்கிக்கொண்டு இரண்டொரு மாதம் சென்று வட்டியும் முதலுடன் கொண்டுபோய் கொடுத்து நகையைக் கேழ்ப்பார்களாயின் உடனே கொடாது நாளைக்குவா நாளைக்குவா என்று தவணை கூறி பத்து பனிரண்டு நாள் அலைய வைப்பதினால் ஏழைகள் கையில் வைத்துள்ள பணத்தை சிலவுசெய்து விட்டு ஏக்கங்கொள்ளுவதும் மாறுவாடிகள் மேலும் மேலும் முதலாளிகளாக வழிகள் ஏற்படுகின்றது.

வடதேச மாறுவாடிகள் இத்தகைய ஒரு ஏழை மக்களை பாழாக்குவதுடன் ஒவ்வொரு மாறுவாடிகள் ஏழைகள் வைத்துள்ள சாமானங்கள் யாவையும் சுருட்டிக்கொண்டு சொல்லாமல் ஓடிப்போய் விடுகின்றார்கள். அதினால் மெத்த ஏழைகள் கஷ்டப்பட்டு சம்பாதித்த சொத்துக்களை இழந்து தாங்களுங் கவலைகொண்டு தவிக்கின்றார்கள்.

இத்தியாதி ஏழைகளின் கஷ்டங்களையும், மாறுவாடிகளின் மாறுபாடுகளையும் நமது கனந்தங்கிய போலீஸ் கமிஷனரவர்களே கண்டறிந்து சீர்திருத்தல் வேண்டும்.

எவ்வகையிலென்னில், எந்தக் கிராமத்தில் ஓர் மார்வாடி கடை வைக்கின்றானோ அவன் அக்கிராம போலீஸ் ஸ்டேஷனில் தன் பெயரை-யும்,

ஊரையும் பதிவு செய்வதுடன் தகுந்த ஓர் ஜாமீன் கொடுத்து கடையை வைக்கவேண்டியது.

மார்வாடி தான் கணக்குவைக்கும் புத்தகத்தை போலீஸ் ஆபீசரிடங் காண்பித்து அப்புத்தகத்தில் போலீஸ் இன்ஸ்பெக்ட்டர் கையெழுத்துப் பெற்றுக்கொண்டு அக்கணக்கு புத்தகத்திலேயே தன்னுடைய வரவு சிலவு கணக்குகளை பதிந்துவரவேண்டியது.

பொருள் வைத்துப் பணம் வாங்கிய ஏழைகள் வட்டியும், முதலும் கொண்டுவந்து கொடுத்த இரண்டொரு தினத்தில் நகையை செலுத்திவிட வேண்டியதென்னும் ஏற்பாட்டைக் கருணை தங்கிய கமிஷனரவர்கள் ஏற்படுத்திவைப்பாராயின் ஏழைக் குடிகள் யாவரும் ஈடேறி சுகம் பெறு-வார்கள்.

- 3:35; பிப்ரவரி 9, 1910 -

112. கொடிது கொடிது இராஜதுரோகங் கொடிது

குலத்துரோகம் குருத்துரோகம் இரண்டும் செய்தவரைச் சாரும். இராஜதுரோகமோவெனில் தேசக் குடிகளையே சாருமென்பது திண்ணம்.

ஆதலின் இந்தியசோதிதரர்களே, நமது இந்திர நாடானது தெய்வ விசுவாசத்திலும், குரு விசுவாசத்திலும், இராஜ விசுவாசத்திலும், குடும்ப விசுவாசத்திலும், சிநேக விசுவாசத்திலும் மிக்கோரென சகலருங் கொண்டாடப் பெற்றிருந்தது.

இராஜ விசுவாசத்தை எவ்வகையால் விளக்கிவந்தார்களென்னில், சுதேச அரசர்கள் தேச க்ஷேமத்தையும், குடிகளின் சுகத்தையுங் காண-வேண்டுமென்னும் சாந்த அறிகுறியாய் வெண்பிறைமுடி, வெண்ணங்கி, வெள்ளைக்குதிரை அல்லது வெள்ளையானைமீதேறி வெண்சாமறைவீச வெள்ளைக்குடை வெள்ளை கொடி பிடித்து ஊர்வலம் வருவது வழக்கமாகும். அவற்றை அறிந்த குடிகள் யாவரும் வீதிகளெங்கும் சுத்தஞ்-செய்து பழய மணல்களை வாரி எறிந்துவிட்டு புது மணல்களைப் பரப்பி அரசிலை தோரணங்கள் கட்டி வாழை கமுகுகள் நாட்டி வீதிகளெங்-கும் வாசனைப் புகைகளிட்டு அரசன் மாடவீதிகளாகும் இராஜபாட்டை வருங்கால் இஸ்திரீகளும் புருஷர்களும் வெளிவந்து கற்பூர ஆலாத்தி ஏந்தியும் கன்னச்சாந்தாகும் ஆலங்களேந்தியும் அரசனை வாழ்த்துதல் கூறி மயில்விசிறி ஆலவட்டங்களால் விசிரியும் அரசன் யாதுகுறைவு-மின்றி பல்லாண்டு வாழ்கவென மங்களங்கள் வாழ்த்துதல் கூறி குடிகளுக்குள்ள இராஜவிசுவாசத்தைக் காட்டுதலும்; அரசனோ குடிகளுக்குற்ற குறைகளை நீக்கி அன்புடன் ஆதரித்துவருவதும் பூர்வ வழக்கமாயிருந்தது.

பூர்வ பௌத்த தர்மகாலத்தில் அரசர்களைச் செய்துவந்த உற்சாகங்களையே நாளதுவரையில் கோயில் என்னும் அரசன் மனையினின்று வீதிவலக் கொண்டாட்டத்தை சுவாமி உச்சவம் சுவாமி உச்சவமென வழங்கி வீணுச்சாகங் கொண்டாடி வருகின்றார்கள்.

இத்தியாதி அநுபவங்களை உணர்ந்த நாம் இராஜபக்தி, தெய்வபக்தி, குருபக்தி குடும்பபக்தி யாவையும் ஒழித்து உன் சாதி பெரிது என் சாதி பெரிதென்னும் பெரியசாதி சண்டைகளையும்; உன்சாமி பெரிது என்சாமி பெரிதென்னும் பொய்மதச் சண்டைகளையும் நாளுக்குநாள் பெருக்கி ஒற்றுமெய்க் கேடடைந்து ஒருவருக்கொருவர் உறுமிக்கொண்டு நிற்கும் பொறாமெய்ச்சொல் போராது இராஜதுரோகிகளென்னும் பெயர்களையும் ஏற்பது நியாயமாமோ.

இத்தகைய வித்தையும், புத்தியும், யீகைப்பும், நீதியுமமைந்த ராஜரீகம் உலகெங்குந் தேடிடினும் கிடைக்குமோ, ஒருக்காலும் கிடையா.

சாதிநாற்றம், சமய நாற்றமென்னும் இருவகைக் கேட்டினால் பிரிந்து நிற்போரைத் தங்கள் ஒருகுடைநீழலில் நிறுத்தி ஒற்றுமெயும், சுக-முமடையச் செய்துவருவது பிரிட்டிஷ் ஆட்சியல்லோ. ஒருவரோடொருவர் சேர்ந்து கப்பலேறி மறுதேசஞ்சென்று பொருள் சம்பாதித்து சுகம் பெறச்செய்தது பிரிட்டிஷ் ஆட்சியல்லோ. ஒருதேச விளைவு தானியங்களை இரயிலிலேற்றி மறுதேசஞ்சென்று அவ்விடத்திய பஞ்சங்களை அகற்றி சருவவுயிர்களையும் காத்து வியாபாரிகளையும் மிக்க தனவந்தர்களாகச் செய்துவருவது பிரிட்டிஷ் ஆட்சியல்லோ. ஒரு தேசத்தோர் குடும்ப சங்கதிகளை மறுதேசத்தோரறிந்து கொள்ள தபால் இலாக்காக்களை உண்டு செய்துள்ளது பிரிட்டிஷ் ஆட்சியல்லோ. அதனினுந் துரித சங்கதிகளை தந்தியிலாக் காக்களின் மூலமாக உடனுக்குடன் தெரிந்துக்கொள்ள செய்துள்ளது பிரிட்டிஷ் ஆட்சியல்லோ.

ஒருசாதியோருடன் மறுசாதியோர் சண்டையிட்டு மண்டைகள் உடைத்துக்கொள்ளுவதை சமாதானப்படுத்தி அடக்கியாளுவது பிரிட்டிஷ் ஆட்சியல்லோ. ஒருமதத்தோருடன் மறுமதத்தோர் போர்புரியும் மதகர்வத்தை அடக்கியாளுவது பிரிட்டிஷ் ஆட்சியல்லோ. தங்கடங்கள் சுய-பாஷையையே கல்லாது கையேந்தி நிற்பவர்களுக்கு இராஜாங்கத்தோர் கல்வியையும் சுயக்கல்வியையும் அளித்து இராஜாங்க உத்தியோகங்க-ளையுங் கொடுத்து வண்டி குதிரை ஏறி உலாவச்செய்தது பிரிட்டிஷ் ஆட்சியல்லோ, வேளாளத் தொழிலாளர்கள் யாவரும் நஞ்சைபூமி புஞ்சை பூமிகளை உழுது பயிர் செய்வதற்கு ஆற்றுப்பாய்ச்சல்களையும், ஏரிப் பாய்ச்சல்களையும் செவ்வை செய்து செருக்கடையவைத்தது பிரிட்டிஷ் ஆட்சியல்லோ. சருவ மக்களும் சுத்தநீரை மொண்டு குடிக்கவும், சுத்த ஆடைகளைக் கட்டவும், சுவையான பதார்த்தங்களைப் புசிக்கவும், வீதிவீதிக்கு வேதாந்த சங்கை விசாரிக்கச்செய்தது பிரிட்டிஷ் ஆட்சியல்லோ. மல்லு பீசுகளென்றும், உல்லன் பீசுகளென்றும், மாச்சிஸ்பெட்-

டிகளென்றும், வாக்சிஸ்பெட்டிகளென்றும், வாசனை சோப்புகளென்றும், பூசனை சோப்புகளென்றும், கொழுப்புக் காண்டிலென்றும், மெழுக்குக் காண்டிலென்றும் பெயர் வைத்து அதன் சுகத்தை அடையச் செய்தது பிரிட்டிஷ் ஆட்சியல்லோ.

இத்தியாதி சிறந்த செயல்களையும், செயலின் நன்றியையும் மறந்து பிரிட்டிஷ் இராஜதுரோகம் செய்வதாயின் இந்த துற்கருமம் யாரைச் சாரும். இந்தியாவையும் இந்தியக்குடிகளையே சாரும். இந்திய சோதிரர்களே, இந்திய கனவான்களே, இந்திய விவேகிகளே கருணை கூர்ந்து கண்ணோக்குங்கள்.

நீதியின் செங்கோலைக்கொண்டு நம்மொண்டுவரும் பிரிட்டிஷ் துரைமக்கள் பத்துநாள் நமது தேசத்தை விட்டகன்று அன்னியதேசத்தில் தங்கியிருப்பார்களாயின் இருபது தீவட்டிக் கொள்ளைக்காரர் ஒருவீதியில் நுழைந்து கொள்ளையடிக்குங்கால் பத்து வீதி சுதேசிகளும் சேர்ந்து பக்கத்துணை வருவார்களோ, ஒருக்காலும் வரமாட்டார்கள். தங்கள் சொத்துக்களையும், தங்கள் உயிரையும் பாதுகாத்துக்கொண்டு பதுங்குமிடத்தைப் பார்ப்பார்கள். அதற்குதவியாக அந்த வீதிக்காரன் என்ன சாதியென ஒற்றுமெய்க் கேட்டை ஊன்றிநிற்பார்கள்.

இவர்களை ஓர் கதேசிகளென்றும், இந்த சுதேசிகள் தன்னவரைப்போல் அன்னியர்களைப் பாதுகாப்பார்கள் என்றும் எண்ணிக்கொண்டு பிரிட்டிஷ் ஆட்சியின் நன்றியை மறப்பது நன்றன்று. அவர்கள் செய்நன்றியை மறந்திருப்பினும், அவர்களுக்குக் கேடுண்டுசெய்யும் வழிகளைத்தேடி இராஜ துரோகிகளென்னும் பெயரை ஏற்பது அதனினும் நன்றன்று. ஆதலின்,

கொடிது கொடிது குலக்கேடு கொடிது
கொடிது கொடிது குருநிந்தை கொடிது
கொடிது கொடிது கடவுட்குறை கொடிது
கொடிதுகொடிது ராஜதுரோகங்கொடிதே.

- 3:35; பிப்ரவரி 3, 1910 -

113. அச்சியந்திரங்களின் சட்டமும், அனந்தபத்திரிகாகோஷ்டமும்

அந்தோ, வாய்கொழுப்பு சீலையால் ஒழுகின்றதென்னும் பழமொழிக்கிணங்க பத்திரிகைகளுக்கு அதிகாரங் கொடுத்துவிட்டார்களென்னும் செருக்கால் தங்கள் ஒற்றுமெய்க் கேட்டையும், எதிரிகளின் ஒற்றுமெய் சுகத்தையும், தங்களுக்குள்ள வித்தையின் குறைவையும், எதிரிகளுக்குள்ள வித்தையின் சிறப்பையும், தங்களுக்குள்ள பலத்தின் குறைவையும், எதிரிகளுக்குள்ள பலத்தின் வீரியத்தையும் முன்பின் யோசியாது சுதேசியமென்றும், வந்தேமாதரமென்றும் வகையற்ற வார்தைகளைப் பத்திரிகைகளில் வரைந்து கருடனை சுட்டுக்குருவிகள் எதிர்ப்பதுபோலும் சிம்மத்தின்மீது செம்மறியாடுகள் முறிவதுபோலும் அறியாமக்களை அல்லலுக்காளாக்கி அலையவிட்டபடியால் பத்திரிகைகளுக்கு எவ்வளவு அதிகாரங் கொடுத்திருந்தார்களோ அவ்வளவுக்கவ்வளவு அடக்கிவிட்டார்கள். ஓர் மனிதனை மேலே தூக்கிவைக்கத் தெரிந்தவர்களுக்குக் கீழே இறக்கிவிடத் தெரியாதோ, எளிதில் இறக்கிவிடுவார்கள்.

பத்திராதிபர்கள் அவற்றை உணராதும் பத்திரிகைகளுக்கு யாது அதிகாரங் கொடுத்திருக்கின்றார்களென்று அறியாமலும் எழுதி வீண் கலகங்களை விருத்திசெய்துவந்தபடியால் பத்திரிகைகளின் வாய்பூட்டை பதைக்கப் பூட்டிவிட்டார்கள்.

பெரும்பாலும் இந்திய பத்திரிகைகளுக்கு என்ன அதிகாரங் கொடுத்திருந்தார்களென்னில், இந்து தேசத்தில் நாளுக்குநாள் சாதிநாற்றம் அதிகரித்து ஒருவருக்கொருவரைத் தாழ்த்தி சீர்குலைத்து வருகின்றபடியால் பெரியசாதியென்னும் பெயரை வைத்துள்ளவர்கள் இராஜாங்க உத்தியோகத்திலமர்ந்து ஏழைகளை இன்னும் தாழ்த்தி ஏதேனும் இடுக்கங்களைச் செய்து குடிகளைப் பாழாக்கிக் குடியோட்டிவிடுவார்கள். அத்தகையோர் அக்கிரம் செயல்களையும், அந்நியாய வழிகளையும் அப்போதைக்கப்போது பத்திரிகைகள் வாயலாய் வெளியிடுவார்களாயின் இராஜாங்கமும் கண்ணோக்கும். பெரியசாதியென்போர் அக்கிரமச்செயல்களும் குறைவுறும், ஏழைக்குடிகளும் ஈடேறுவார்களெனும் இதக்கத்தினால் பத்திரிகைகளுக்கோர் பேசும் அதிகாரம் கொடுத்தார்கள்.

அத்தகைய அதிகாரத்தை தீட்டியமரத்தில் கூர்ப்பார்ப்பதுபோல் குடிகள் ராஜாங்கத்தை விரோதிக்கத்தக்க விஷயங்களை யெழுதுவதும், குடிகளுக்கும் இராஜாங்கத்தோருக்கும் பிரிவினையை உண்டாக்கத் தக்கக் கடிதங்களையெழுதுவதும் கல்வி சாலைகளில் கற்கும் பிள்ளைகளுக்கும், இராஜாங்கத்தோருக்கும் அயிஷ்டத்தை உண்டாக்கத்தக்கக் கடிதங்களை எழுதுவதும் சுதேசியம், சுதேசியமென்னும் சுவையற்ற வார்த்தைகளை யெழுதுவதும், வந்தேமாதரம், வந்தேமாதரம் என்னும் வகையற்ற வார்த்தைகளை யெழுதுவதுமாகியச் செயலால் பத்திரிகைகளுக்கு கொடுத்திருந்த அதிகாரத்தைப் பட்சம்பாராது பறித்துவிட்டார்கள்.

ஈதன்றி வாழும் பெண்ணை தாயார் கெடுத்தாளென்னும் பழமொழிக்கிணங்க, படிக்கும் பிள்ளைகள் விருத்தியை பத்திராதிபர்கள் கொடுத்தார்களென்னும் புது மொழி தோன்ற பத்திராதிபர்களுக்கு கேட்டை உண்டாக்கி விட்டதுமன்றி பள்ளி பிள்ளைகளையும் கேடுபடச்செய்துக் கொண்டார்கள்.

இத்தியாதி குறைகளுடன் இன்னுங் குடிகள் கெட்டுபாழாகாமலிருப்பதற்காய் அச்சியந்திரசாலைகளின் அதிகாரங்களையும், பத்திராதிபர்களின் பதைபதைப்பையும் இராஜாங்கத்தார் ஒடிக்கி வைத்திருக்கின்றார்கள்.

இவற்றை யுணர்ந்த இந்திய தனவான்களும், இந்திய மேதாவிகளும் ஒன்றுகூடி இராஜதுவேஷங்கொண்டு இராஜதுரோகஞ் செய்யும் பாவிகளைக் கண்டறிந்து அவர்களை யடக்கி நீதிவழிக்குக் கொண்டு வருவார்களாயின் பத்திரிகைகளின் அதிகாரமும் பலிக்கும்; பள்ளி பிள்ளைகளின் படிப்பும் விருத்திபெறும். குடிகளும் சுகம் பெற்று வருவார்கள்; கோனும் ஆறுதல் பெறும். அங்ஙனமின்றி பத்திரிகைகளின் அதிகாரங்-

களும் போச்சு, பள்ளிப்பிள்ளைகளின் படிப்பும் போச்சுதென்று வீண் கூச்சலிடுவதினால் ஒரு பலனுங் காணமாட்டோம்.

அச்சியந்திர சட்டத்தைக் கண்டவுடன் அலறிக்கொண்டு பேசும் பத்திரிகைகள் வெடிகுண்டிட்டு இராஜாங்க உத்தியோகஸ்தர்களைக் கொலைசெய்யுங்கால் கூச்சலிட்டு இராஜதுரோகிகளுக்கு மதிகூறி எழுதி இருக்குமா. கைத் துப்பாக்கிகளைக் கொண்டு ராஜாங்க உத்தியோகஸ்தர்களைக் கொலை செய்துள்ள இராஜதுரோகிகளின் மனமிழகவும் இனி இத்தகைய ராஜதுரோகங்களெழாமலிருக்கவும் தங்கடங்கள் பத்திரிகைகளில் வரைந்து பரவச்செய்திருக்கின்றார்களா. அவ்வகை நீதிமொழிகளை பத்திரிகைகளுக்கெழுதி இராஜதுவேஷிகளுக்கு மதிகூறியிருப்பார்களாயின் ராஜதுரோகிகள் தோன்றுவார்களா. இராஜதுரோகிகள் தோன்றாமல் இருப்பார்களாயின் ஒருக்காலும் அச்சியந்திர அதிகாரம் குறையுமோ குறையாவாம். நம்தேய பத்திரிகைகள் யாவும் வீண் கூச்சலிடுவதை யொழித்து குடிகளுக்கு நீதிநெறியை போதித்து இராஜவிசுவாசத்தில் நிலைக்கச்செய்வார்களென்று நம்புகிறோம்.

- 3:37; பிப்ரவரி 23, 1910 -

114. கிறிஸ்தவர்களுக்குள் சாதிவைக்கலாமா வைக்கக்கூடாதா என்று ஆலோசிக்கின்றார்களாம்

அந்தோ, கிறீஸ்தவர்களுக்குள் சாதி வைக்கலாமா வைக்கலாகாதா வென்னும் ஆலோசினைத் தோன்றியது மிக்க விந்தையாகவே காண்கின்றது. எவ்வாறெனில் சாதாரண இந்துக்களாயுள்ளவர்களே சாதியைக் கழுவி சுத்தஞ் செய்வதற்கு அடையாளமாகத் தங்கட் பெயர்களின் ஈற்றில் வரைந்துவந்த ஐயர், முதலி, நாயுடு, செட்டி எனும் துடர்மொழிகளை வரையாமலே தள்ளிவருகின்றார்கள்.

சாதியை உண்டு செய்தவர்களே சாதிகளை ஒழித்துக் கொண்டுவரும்போது சாதிநாற்றமில்லாமல் இத்தேசத்திற்கு வந்துள்ள கிறீஸ்துமதத்தில் சாதிவைக்கலாமா வைக்கலாகாதா என்று ஆலோசிப்பது விந்தையே.

தற்காலம் கிறீஸ்தவர்களுக்குள் சாதிவைக்கலாமா வைக்கலாகாதா என்று ஆலோசிப்பவர்கள் கனந்தங்கிய வைஸ்ராயர்களைக் காணுதற்கு பிரதிநிதிகளை அனுப்பியபோது நாங்கள் இன்னசாதிக் கிறிஸ்தவர்களுக்குப் பிரதிநிதியாக வந்தோமென்று தங்கள் வந்தனப் பத்திரிகையில் கண்டுள்ளார்களா இல்லையே. அங்ஙனமிருக்க இப்போது கிறிஸ்தவர்களுக்குள் சாதிப்பிரிவினையை உண்டுசெய்ய ஆலோசிப்பது பிசகேயாம்.

இத்தகைய சாதிக்கிறீஸ்தவர்களென்றும், சாதியில்லாக் கிறீஸ்தவர்களென்றும் ஏற்படுவார்களாயின் கருணைதங்கிய ராஜாங்கத்தார் அவற்றைக் கண்ணோக்க வேண்டியதேயாகும். காரணம் கிறீஸ்தவர்களாகியும் சாதியை வைத்துக்கொண்டுள்ளவர்கள் ஏதோ ஓர் காலத்தில் சாதியை வைத்துள்ளக் கூட்டத்தோருடன் கூடிக்கொள்ளுவதற்கு ஏதுக்கள் தோன்றினும் தோன்றும். ஆதலின் கருணைதங்கிய பிரிட்டிஷ் அரசாட்சியார் சாதியில்லா கிறீஸ்தவர்களுக்குள்ளும், சாதியில்லா அரசாட்சிக்குள்ளும் சாதியுண்டென்று பிரிவினைச் செய்யும் கிறிஸ்தவர்கள் பால் கண்ணோக்கம் வைக்க வேண்டுமென்று கோரியுள்ளோம்.

கிறிஸ்தவர்களுக்குள்ளும் தீண்டப்படும் கிறிஸ்தவர்கள், தீண்டப்படா கிறீஸ்தவர்களுமுண்டோ. கிறீஸ்துவந்து நடுத்தீர்வையளிக்குங்கால் எந்தக் கிறீஸ்தவர்களை வலபுறத்திலும், எந்தக் கிறீஸ்தவரை இடபுறத்திலும் வைப்பாரோ தெரியவில்லை. தீண்டக்கூடாத கூட்டத்தாரென்றால் மநுமக்களுள் குடியர்களைத் தீண்டப்படாதா விபச்சாரிகளைத் தீண்டப்படாதா, பொய்யர்களைத் தீண்டப்படாதா, கொலைப்பாதகரைத் தீண்டப்படாதா, அல்லது வைத்திய சாஸ்திர விதிப்படி குஷ்டரோகிகளைத் தீண்டப்படாதா வைசூரி கண்டவர்களைத் தீண்டப்படாதா, பிளேக்கென்னுங் கண்டமாறிக் கண்டவர்களைத் தீண்டப்படாதா, இவற்றுள் யாரைத் தீண்டப்படாத கூட்டத்தாரென்று வகுத்திருக்கும் விவரந்தெரியவில்லை.

வேண்டுமென்னுங் கெட்ட எண்ணத்தால் ஓர் பெருங்கூட்டத்தோரை தீண்டாதவர்களென்றும், தாழ்ந்த சாதியோரென்றும் கூறி மனத்தாங்கல் உண்டாக்கிவரும் துற்கருமப் பலனானது இவ்வுலகத்திலும் விடாது நடுத்தீர்வையிலும் விடாதென்பது சத்தியம்.

கிறீஸ்துவின் சத்தியமொழி "தாழ்த்தப்பட்டவன் உயர்த்தப்படுவான்."

- 3:37; பிப்ரவரி 23, 1910 —

115. நெடால் கூலிகளும் இந்தியச் சாதி நாற்றமும்

இந்தியாவிலிருந்து நெட்டாலுக்குச் சென்றுள்ள கூலிகளை அவ்விடம் மெத்தக் கொடூரமாக நடத்துகிறார்களென்றும் அப்படி நடத்துகிறபடியால் இந்தியக் கூலிகளை இனிமேல் நெட்டாலுக்கு அனுப்பப்படாதென்றும் கனந்தங்கிய கோகேல் முதலிய பிரமுகர்கள் கேட்டுக்கொள்ளவும் அதை நமது கருணைதங்கிய கவர்ன்மெண்டார் அங்கீகரித்ததாகவும் கேழ்விப்பட்டு மிக்க விசனிக்கிறோம்.

அதாவது நெட்டாலுக்குச் சென்றுள்ள இந்திய வியாபாரிகளுக்கு சில இடுக்கங்கள் நேரிட்டுவந்ததாகப் பத்திரிகைகளின் வாயிலாகக் கண்டுள்ளோமன்றி கூலிகளுக்கு இடுக்கமுண்டாயதென்று கேழ்விப்படவில்லை. அங்ஙனம் இந்திய கூலிகளுக்கு என்ன இடுக்கம் உண்டாயிருக்குமென்றால் சில உழைப்புத் தொழில் அதிகரித்திருக்ககூடும். ஆயினும் இந்தியாவில் அரைவயிற்றுக் கஞ்சேனும் சரவரக் குடியாது நாள் முழுவதும் உழைப்பவர்களுக்கு பசியாற உண்டு அதிகம் உழைப்பதினால் யாதொரு கெடுதியும் நேரிடாது.

ஈதன்றி நெட்டாலுக்குச் செல்லும் ஏழைக்குடிகள் பெரும்பாலும் தென்னிந்தியவாசிகளேயாம். இத்தென்னிந்திய ஏழைகள் மட்டிலும் நெட்டாலுக்குப்போகும் காரணம் யாதென்றால், சாதிபேதக் கொடூரச் செயலால் நல்லத்தண்ணீரை மொண்டு குடிக்கவிடாமலும், வண்ணார்களை வஸ்திரமெடுக்க விடாமலும், அம்மட்டர்களை சவரம் செய்யவிடாமலும் நாள் முழுவதுங் கஷ்டப்பட்டபோதினும் அரைவயிற்றுப் பூசிக்காகும்

கூலியேனும் சரிவரக் கொடாமலும், கொல்லாமற் கொன்றும், வதைக்காமல் வதைத்தும் சாதித்தலைவர்கள் செய்துவரும் படும்பாவச் செயல்களுக்கு பயந்தே பரதேசமாம் நெட்டாலுக்குப் போய் சீவிக்கின்றார்கள். அவ்வகை நெட்டாலுக்குச் சென்று இந்தியாவுக்கு வந்துள்ள ஒவ்வோர் ஏழைக்குடிகளும் இரண்டு வீடு மூன்றுவீடுகளை வாங்கிக்கொண்டு சுகசீவிகளாக வாழ்வதுடன் நாடுகளிலும் இரண்டுகாணி மூன்றுகாணி பூரிகளை வாங்கிக்கொண்டு சொந்தத்தில் உழுது பயிர்செய்து சுகித்திருக்கின்றார்கள்.

இத்தகையாய் நெட்டாலுக்குச் சென்றிருந்த இந்திய ஏழைக்குடிகள் யாவரும் சுகவாழ்க்கையில் இருக்கின்றார்களன்றி முன்போல் சாதித் தலைவர்கள் வசம் கூலிகளாக வசப்பட்டுக்கொண்டு குடிக்கக் கூழுக்கும் குண்டியிற் கட்ட வஸ்திரத்திற்குமில்லாமல் எலும்புத் தோலும் குடுவையும் கோலுமாகயில்லை. இவ்வகை நெட்டாலுக்குச் செல்லும் கூலிகள் நாளுக்குநாள் சுகம் பெற்று சீரடைந்துவருவது சகலருக்கும் பிரத்தியட்சமாக விளங்கும் போது அவர்களைப் போகக்கூடாதென்று தடுப்பது அவர்களேன் சீருக்கு வருகின்றார்களென்று கெடுப்பதற்கே ஆதாரமாக விளங்குகின்றது.

இந்தியக் கூலிகளை நெட்டாலுக்குப் போகவிடாமல் தடுக்க முயலும் கோகேல் அவர்களும் மற்றும் பிரமுகரும் இந்தியாவிலிருந்து நெட்டாலுக்குச் சென்று வந்துள்ள ஏழைக் குடிகள் யாவரையும் நேரில் தருவித்து நீங்கள் நெட்டாலுக்குச் சென்று தனவந்தர்களாகவந்து சுசத்தை அனுபவிக்கின்றீர்களா அன்றேல் நெட்டாலுக்குச் சென்று அனந்தங் கஷ்டப்பட்டு இங்குவந்து துக்கத்தை அநுபவிக்கின்றீர்களாவென்று கேட்டு சுகாசுகந் தெரிந்து நெட்டாலுக்குப் போகும் ஏழைக்குடிக்களை தடுக்க முயல்வார்களாயின் அஃது பேரும் காரமும் நியாயமுமாகவுங் காணும். அங்ஙனம் நெட்டாலுக்குச் சென்று வந்துள்ள கூலிகளின் சுகாசுகங்களைக் கண்ணாரக் காணாமலும், அவர்களை நேரில் தருவித்து அவர்கள் வார்த்தையைக் கேளாமலும் இந்திய ஏழைகளை நெட்டாலுக்குப் போகவிடாமல் தடுப்பது முன்போலக் கோலும் குடுவையும் தூக்கிக் கொள்ளுங்கோள் என்பதற்கு அறிகுறியேயாம்.

நீதியும் நெறியும் கருணையும் நிறைந்த ராஜாங்கத் தோன்றியும் பொய்யாகிய சாதிபேதத்தால் தாழ்த்தப்பட்ட ஏழைக்குடிகள் ஈடேறுவதற்கு வழியில்லாமல் நாளுக்குநாள் இடுக்கம் பெறுவதற்கு வழியாதென்பீரேல் இவ்வேழைக் குடிகளின் சீர்திருத்தத்திற்கென்று ஓர் பிரதிநிதியிருந்து இராஜாங்கத்தோருக்கு விளக்கிக் காண்பிக்கா குறையேயாம். இந்த சாதிபேதமற்ற திராவிட ஏழைகளுக்கென்று ஓர் பிரதிநிதி இராஜாங்க சங்கத்தில் இருப்பராயின் கனந்தங்கிய கோகேலவர்களும் மற்றுமுள்ளோரும் நெட்டாலுக்குப் போய் சீவிக்கும் ஏழைக்குடிகளைத் தடுப்பது தருமமல்லவென்றும் அப்படி தடுப்பது ஏழைகளைக் கெடுப்பதற் கொக்குமென்றும் எடுத்துக்காட்டுவார்கள். அத்தகைய ஏழைகளுக்கென்றோர் பிரதிநிதியில்லாக் குறைவால் எடுத்தக் கைப்பிள்ளை எல்லோருக்கும் பிள்ளையென்பது போலும் எழியவன் பெண்சாதி எநுமானனுக்கெல்லாம் பெண்டென்பது போலும். ஏழைமக்களை சீர்பெறவிடாது இழுத்திழவு கொள்ளுகின்றார்கள். நெட்டாலுக்குச் செல்லும் நூறு ஏழைக் குடிகளில் பத்துபேர் வியாபாரிகளாகச் செல்லுவார்களாயின் தொண்ணூறு பேர் கூலிகளாகவே உழைத்து சுகம் பெறுகின்றார்கள். இவர்களுள் பத்து வியாபாரிகளுக்காக முனைந்து கொண்டு தொண்ணூறு ஏழைக்குடிகளைக் கெடுத்துவிடலாமோ. இதுவும் பொதுவாயப் பிரதிநிதிகளுக்கழகாமோ. இந்திய சாதித்தலைவர்களால் ஏழைக்குடிகள் படுங் கஷ்டங்களில் நெட்டால் தலைவர்களால் படுங் கஷ்டம் எட்டில் ஒரு பங்கிருக்கமாட்டாதே. அத்தகைய நெட்டால் ஏழைகளுக்கென்று படுங் கஷ்டத்தில் கால்பாகம் இந்திய யேழைகளுக்கென்று நமது கோகேலவர்கள் பாடுபடுவராயின் பொதுவாய பிரதிநிதியென்றே இவரைக் கொண்டாடலொக்கும். அங்ஙனமின்றி பொய்யாகிய சாதிநாற்றத்தால் ஏழைக்குடிகள் நசிந்து நாசமாய்ப்போகினும் போகட்டும் நெட்டாலுக்குப்போய் சுகம்பெறலாகாதென்று முயல்வதால் எவ்வகையிற் பொதுப் பிரதிநிதியென்று எண்ணக்கூடும். எப்போதவர் ஏழைக்குடிகளின் Fஈடேற்றத்தைத் தடுக்க முயல்கின்றாரோ அவரை சாதித்தலைவர்கள் பிரதிநிதியென்றே கூறல்வேண்டும்.

அத்தகைய சாதித்தலைவர்களின் பிரதிநிதி வாக்கியத்தை ஏற்றுக்கொண்டு சாதிபேதமற்ற ஏழைக்குடிகளின் ஈடேற்றத்தை நமது கருணைதங்கிய ராஜாங்கத்தார் தடுக்காமலிருக்க வேண்டுகிறோம்.

- 3:38; மார்ச் 2, 1910 -

116. பிரிட்டிஷ் ராஜாங்கத்தார் பிரதம நோக்கம்

அதாவது நமது கருணைதங்கிய பிரிட்டிஷ் ராஜாங்கத்தார் தற்காலந் தோன்றி வரும் இராஜத்துரோகச் செயல்களுக்கும், இராஜத் துவேஷக் கூட்டங்களுக்கும் இந்தியாவில் தோன்றியுள்ளப் பலசாதிவகுப்பாரில் எச்சாதியார் முக்கிய காரணரென்றும், இராஜாங்கப் பிரதம உத்தியோகங்கள் வேண்டுமென்றும், சுயராட்சியம் வேண்டுமென்றும் பேரவாக்கொண்டு பத்திரிகைகளில் வரைகிறவர்களும், பேசுகிறவர்களும் எச்சாதி வகுப்பினரென்றுங் கண்டறிந்துக்கொள்ள வேண்டியதே பிரிட்டிஷ் ஆட்சியின் பிரதம நோக்கமென்னப்படும்.

தற்காலம் அடுத்தடுத்துத் தோன்றிவரும் இராஜத்துரோகச் செயல்களுக்குக் காரணபூதமாக விளங்குவோர் சுயவாட்சியாம் அவாவின் பெருக்கத்தால் பிரிட்டிஷ் ஆட்சியை எதிர்க்கத்தக்க எத்தனங்களைச் செய்துவருகின்றார்கள். அவ்வகுப்பாரின் குணா குணங்களையும் போரவாச் செயல்களையும் உறவாடிக் கெடுக்கும் மித்திரபேதங்களையும் பத்து குடும்பங்கள் கெட்டாலும் கெட்டும் நாம்மட்டிலும் சுகமாக வாழ்கவேண்டுமென்னும் வஞ்சகர்களையும், மனித வகுப்போரை மனிதர்களாக பாவிக்காத மட்டிகளையும், தாங்களே சகல சுகங்களையும் அநுபவிக்க வேண்டும் ஏனையோர் அத்தகைய சுகங்களை அநுபவிக்கலாகாதெனத் தீங்கு செய்துவரும் பொறாமெயுள்ளோர்களையும் கண்டறிந்து குடிகளை அடக்கியாளும் உத்தியோகங்களைக் கொடாமலும், குடிகளை பயமுறுத்தி நீதிசெலுத்தும் உத்தியோகம் கொடாமலும், குடிகளைக் கண்டித்துப் பணம் வசூல் செய்யும் உத்தியோகங்களைக் கொடாமலும் தடுத்து இத்தகைய உத்தியோகங்கள் யாவையும் பிரிட்டிஷ் ஆட்சியோர் நடாத்திவருவார்களாயின் சகல சாதிகுடிகளும் சுகம்பெற்று வாழ்வதுடன் இராஜதுவேஷ சிந்தைகளகன்று இராஜ விசுவாசத்தில் நிலைப்பார்கள்.

அங்ஙனமின்றி இந்தியர்களுக்குத்தக்க உத்தியோகங்களைக் கொடுத்து ஆதரிக்க வேண்டுமென்னும் அன்பிருக்குமாயின் தங்களைப்போல் சாதி வித்தியாசமற்றவர்களும், தங்களைப் போல் சமயவித்தியாச மற்றவர்களையும், தங்களைப்போல் பொருளாசையற்றவர்களையும், தங்களைப் போல் வித்தையிலும் புத்தியிலும் ஈகையிலும் சன்மார்க்கத்திலும் நிறைந்துள்ள இந்தியர்களைக் கண்டெடுத்து இராஜாங்க பிரதம உத்தியோ-கங்களை அளிப்பார்களாயின் சகல் ஏழைக்குடிகளும் பிரிட்டிஷ் ஆட்சியில் சுகசீரடைவதுடன் தேசமும் சிறப்புற்று இராஜவிசுவாசமும் பெருகி பிரிட்டிஷ் ஆட்சியும் ஆறுதலடையுமென்பது சத்தியம் சத்தியமேயாம்.

- 3:38; மார்ச் 2, 1910 -

117. நெடால் எமிகிரேஷன்: இந்தியர் கைத்தொழிற்சாலைகளுக்கு கூலியாட்கள் கிடைக்காமல் போகின்றதாமே

அந்தோ! நமது தேசப் பத்திரிகைகள் கூறுவது சாதிபேதம் வைத்துள்ளக் கூலியாட்களையா அல்லது சாதிபேதம் அற்றுள்ளக் கூலியாட்களையா தெரியவில்லை.

அன்னிய தேசங்களுக்கு இத்தேசத்துக் கூலியாட்களை அனுப்பி விடுகிறபடியால் இவ்விடம் ஏற்படுத்திவரும் கைத்தொழிற்சாலைகளுக்கு கூலியாட்கள் கிடைக்காமல் மெத்த கஷ்டப்படுகிறார்களென்று சிற்சில பத்திராதிபர்கள் கூறுவது விந்தையாக விளங்குகின்றது. காரணம் இன்ன சாதியார், இனியசாதியாரென்று இதுகாரும் விளங்காமலிருக்கும் கனந்தங்கிய பச்சையப்பன் காலேஜில் கைத்தொழில் கற்பிக்கும் கலாசாலை இயற்றுவதற்காய் விளம்பரப் பத்திரிகை வெளியிட்டதுள் சாதிபேதம் வைத்துள்ளார்கள் மட்டிலும் அக்கலாசாலையில் வந்து கற்றுக்கொள்ள-லாம், மற்ற சாதிபேதம் அற்றுள்ளவர்களுக்கு அதில் இடம் கிடையாதென்று பயிரங்கப்படுத்தி இருந்தார்கள்.

இத்தகைய பட்சபாதமுள்ளோர்கள் நாட்டி வரும் நெசிவுசாலைகளிலும், இயந்திரசாலைகளிலும் சாதிபேதம் அற்றோர்களை சேர்ப்பார்களோ, ஒருக்காலுஞ் சேர்க்கமாட்டார்கள். எவ்வகையாலென்பீரேல் அச்சாலைகளில் பிரதம உத்தியோகங்களில் அமர்ந்திருப்போர் ஆட்களை நியமிக்-கும்போது நீரென்னசாதி - நான் கவரை, நீரென்னசாதி - நான் வேளாளன், நீரென்னசாதி - நான் ரெட்டி என்பார்களாயின் அவர்கள் யாவ-ரையும் சேர்த்துக் கொள்ளுவார்கள். மற்றொருவனைக் கேட்குங்கால் அவன் எனக்கு சாதியில்லை என்பானாயின் அவன் பறையன் அவனுக்கு இங்கு வேலை கிடையாதென்று துரத்தி விடுவார்கள். அவர்களை மட்டிலும் ஏன் துரைத்திவிடுகிறீர்களென்று கேட்டாலே தங்களுக்கு சாப்பாடு கொண்டு வருவதற்கும், சலமுதலியன மொண்டு கொடுப்பதற்கும் இடைஞ்சலாகிவிடும். ஆதலால் அவர்களை சேர்ப்பதில்லையென்று திட்ட-மாகக் கூறுகின்றார்கள்.

ஈதன்றி பொதுவாய் பிரிட்டிஷ் ராஜாங்க உத்தியோகசாலைகளிலேயே இச்சாதி பேதமற்றவர்களை சேரவிடாமலும், நெருங்கவிடாமலும் தாழ்த்தி நாசப்படுத்திவந்தவர்களும், வருகிறவர்களுமானோர் தங்கள் சொந்தமாகியத் தொழிற் சாலைகளில் இவர்களைச் சேர்த்து சீவிக்கவிடு-வார்களோ என்பதை அநுவத்திலறிந்துக் கொள்ளவேண்டியதேயாம். அதாவது நல்லத்தண்ணீரை மொண்டு குடிக்கவிடாத பொறாமெயுள்ளோர்-களும் அம்மட்டர்களை சவரஞ் செய்யவிடாத பொறாமெயுள்ளோர்களும், வண்ணார்களை வஸ்திர பொறாமெய் உள்ளோர்களும், சுபாகபகால-பறை அடிப்போரை பறையடிக்கவிடாமல் தடுக்கும் பொறாமெயுள்ளோர்களும், இரண்டுகாணி பூமியை வைத்துக்கொண்டு சீவிக்கப்பொறுக்காத பொறாமெயுள்ளோர்களும், நல்ல ஆடைகளையும் ஆபரணங்களையும் அணைந்துவருவதை நேரிற் காணப்பொறுக்காத பொறாமெய் உடை-யோர்களும் சாதிபேதமற்ற ஏழை கூலிகளுக்காக இதங்கிப் பாடுபடுகின்றார்களென்பது கனவிலும் நம்பக்கூடியதன்று.

சாதிபேதமற்ற ஏழைக்கூலிகள் சாதிபேதம் வைத்துள்ளோர்வசம் படாதபாடுபட்டு பிரிட்டிஷ் ஆட்சியின் கருணையால் சற்று சீவனுண்டாகி அன்னிய தேசங்களுக்குக் கூலிகளாகச்சென்று ஆனந்தமாக உழைத்து பொருள் சேகரித்து இவ்விடம் சுகசீவிகளாக வந்து வாழும் வாழ்க்கை-யைக் காண்போர் மனஞ் சகியாது, மற்றுங் கூலிகளைக் குடிகெடுத்து கோலுங்குடுவையும் கையிற்கொடுக்கப் பார்க்கின்றார்கள். தங்கள் சொந்த கலாசாலைகளில் சேர்ந்து வாசிக்கக் கண்டு பொறுக்காதவர்கள் தங்கள் தொழிற்சாலைகளுக்கு கூலிகள் கிடைக்காமல் போகின்றதென்று கூறு-வது பத்திரிகைகளின் கூற்றேயன்றி தொழிற்சாலையோர் முறைபாடன்றாம். ஆதலின் கூலிகளைப்பற்றி இராஜாங்கத்திலும், பத்திரிகைகளிலும் பேசுவோர் சாதிபேதம் வைத்துள்ள கூலியாட்களுக்குப் பரிந்துப் பேசுவதே நலமாகும். அங்ஙனமின்றி சாதிபேதமில்லாக் கூலியாட்களுக்காய்ப் பரிந்து பேசுகிறோமென்று அபிநயிப்பது ஆடுகள் நனைவதென்று புலிகள் புரண்டழுவதற் கொக்கும்.

யதார்த்தத்தில் சாதிபேதமற்ற ஏழைக் குடிகளின் பேரில் இதக்கமுள்ளவர்களாயின் இத்தேசத்தில் சாதிபேதம் வைத்துள்ளோர் சாதிபேத-மில்லாக் கூட்டத்தோரை மனிதவகுப்போரென பாவிக்காது மிருகங்களினும் கீழாக நடாத்திவரும் செயலை அகற்றி மனிதர்களாக பாவிக்கச் செய்யவேண்டும். சுயதேசத்திற் செய்யவேண்டிய சீர்திருத்தங்களை செவ்வனே செய்யாது புறதேசத்திற் சென்று சீவிப்போர்மீது சிங்கநாதம் செய்-வது சீர்கேட்டிற்கே மூலமாதலின் கருணை தங்கிய இராஜாங்கத்தோர் சாதிபேதமற்றக் கூலிகளை எங்கு செல்வதற்குத் தடைசெய்யாதிருக்கக் கோருகிறோம்.

- 3:39; மார்ச் 9, 1910 -

118. யாருக்குக் கல்விவிருத்தி செய்ய வேண்டும் பொல்லார்க்கின்றி நல்லோர்க்கேயாம்

பொல்லார் யாவர். தங்களைப்போல் எதிரிகள் சுகம்பெறலாகாதென்றெண்ணுவோரும், தங்களைப்போல் எதிரிகள் கல்வியும் நாகரீகமும், பெறலாகாதென் றெண்ணுவோரும், ஆயிரங் குடிகள் கெட்டு நாசமடைந்தாலுமடையட்டும், தங்கள் குடி சுகம்பெற்றால் போதுமென்று எண்ணுவோரும், வஞ்சினத்தால் வதைக்க முயல்வோரும் பொறாமெயால் குடிகெடுக்க முயல்வோரும், பேராசையால் கூடிக் கெடுக்க நாடுவோரும் பொல்லார்களெனன்னப்படுவர்.

நல்லோர்கள் யாவர். தாங்கள் கெடினும் எதிரிகள் சுகம்பெற வேண்டுமென்றெண்ணுவோரும், தாங்கள் கற்றக் கல்வியைப்போலும் நாகரீகத்தைப்போலும் எதிரிகளும் பெறவேண்டுமென்று எண்ணுவோரும், தங்கள் குடி கெட்டாலும் நூறுகுடிகள் சுகமாக வாழ்கவேண்டுமென்று எண்ணுவோரும், வஞ்சினமற்றோரும், பொறாமெயற்றோரும், பேராசையற்றோரும், நல்லோர்கள் என்னப்படுவர்.

உலகில் தோன்றியுள்ள மக்களுக்கும் சீவராசிகளுக்கும் உபகாரிகளாக விளங்கும் யாவரையும் நல்லோரென்றும் நியாயரென்றுங் கூறப்படும். உலகில் தோன்றியுள்ள மக்களுக்கும் சீவராசிகளுக்கும் அபகாரிகளாக விளங்கும் யாவரையும் பொல்லாரென்றும் தீயாரென்றும் கூறப்படும்.

இத்தியாதி சீவகாருண்யமற்ற படுபாவிகளாம் பொல்லார்களுக்குக் கல்விவிருத்திச் செய்வதினால் வித்தியா கர்வமாம் மமதை தோன்றிவிடுகின்றது.

அக்கர்வத்துடன் கிஞ்சித்து பொருள் சேர்ந்துவிடுமாயின் மற்றவர்களைத் தாழ்த்தி புறங்கூறுதற்கும், தங்களையொத்த மனிதனென்றறிந்தும் அவனை இழிவுபடுத்துவதற்கும் அஞ்சான். கல்வியும் செல்வமிரண்டுடன் தான் சொல்லும் வாக்கும் செல்லுமாயின் தனக்கு எதிரிகளாகத் தோன்றுங் குடிகள் யாவரையும் கெடுப்பதற்கு அஞ்சான். கல்வியும், செல்வமும், செல்வாக்குமாகிய மூன்றும் நல்லோர்களுக்கு உண்டாமாயின் சருவ மக்களுக்கும் சருவ சீவராசிகளுக்கும் உபகாரிகளாக விளங்குவதுமன்றி நித்திய சுகமும் பெறுவார்கள்.

விவேகசிந்தாமணி

பொல்லார்க்கும் கல்விவரில் கர்வமுண்டாம் அதனூடு பொருளுஞ் சேர்த்தால்
சொல்லாதுஞ்சொல்லவைக்கும் சொற்சென்றால் குடிகெடுக்கத் துணிவர்கண்டாய் நல்லோர்க்கிம் மூன்றுருண முண்டாகி வருளதிக ஞானமுண்டா யெல்லோர்க்கு முபகாராயிருந்து பரகதியை யெய்துவாரே.

சத்திய தன்மபோத நீதிநூற்களை அநுசரியாது கல்விவிருத்தி பெற்றவர்களும், செல்வவிருத்தி பெற்றவர்களும், சொல்லும் வாக்கு செல்லும் விருத்திபெற்றவர்களும் இவ்விந்துதேசத்தில் எம்மக்களை சீர்திருத்தி எச்சீவராசிகளைப் பரவச்செய்து எத்தொழில் விருத்தியை பெருக்கி தேசோபகாரிகளாக விளங்கி இருக்கின்றனர்.

கற்றக் கல்வியில் சுகசீவனம் பார்ப்போரும், பெற்ற செல்வத்தால் தங்கள் சுற்றத்தைக் காப்போரும், செல்வாக்கால் அதிகார சுகம் பெறுவோர்களுமாக விளங்குகின்றார்களன்றி நீதிநூற்களை வாசித்து உலகோபகாரிகளாக விளங்கினார்களில்லை.

இத்தேசத்தோருட் சிலர் தாங்கள் கற்றக் கல்வியாலும் பெற்றச் செல்வத்தாலும் செல்லும் வாக்காலும் பத்து பெயர் சேர்ந்துக்கொண்டு இராஜத்துவேஷச் செயல்களைப் பெருக்கித் தாங்கள் பத்து பெயர் கெடுவதுடன் தங்கள் குணானுபவம் அறியாது தங்களுடன் சேர்ந்து கொண்டு கூச்சலிடும் பத்தாயிர மக்களுக்கும் சீர்கேட்டையும் இராஜ விரோதத்தையும் தேடிவைத்துவிடுகின்றார்கள். இத்தகையக் கல்வியும் செல்வமும் பெற்றோர் பொதுப்பிரயோசனத்தை நாடி, சகல மக்களின் ஈடேற்றத்தைக் கருதி தங்களை விருத்திபெறச்செய்த ராஜாங்க விசுவாசம் வைத்து தாங்கள் கற்றக் கல்வியையும் செல்வத்தையும் உபயோகிப்பார்களாயின் குடிகளும் சுகம்பெறுவர். தேசமும் சிறப்புறும். கோனும் ஆறுதல் பெறும்.

அங்ஙனமின்றி தாங்கள் கற்றக் கல்வியையும் பெற்ற செல்வத்தையும் சுயப்பிரயோசனத்தை நாடி உபயோகிப்பதினால் தேசமுஞ் சீர்கெட்டு குடிகளும் பாழடைந்து போவதுடன் யாதுமறியா ஏழை மக்களையும் இராஜ விரோதிகளாகக் காட்டிக்கொடுத்துவிட்டுத் தாங்களொன்றுமறியாதவர்கள் போல் மீனுக்கு வாலையும் பாம்புக்கு தலையையும் காட்டும் விலாங்குபோல் சமயம் பார்த்திருக்கின்றனர்.

பொதுவாகிய தேசத்தின் சீர்திருத்தத்தை நாடாத கல்வி கற்றென்ன கல்லாது போயிலென்ன. தன்னுயிர்போல் மன்னுயிர்களை ஆதரிக்காத செல்வமிருந்தென்ன யில்லாமற் போயிலென்ன. ஆதலின் நமது கருணைதங்கிய ராஜாங்கத்தோர் தாங்களாளுந் தேசச்சிறப்பையும் குடிகளின் சுகத்தையும் தங்கள் குடிகள் யாவரும் இராஜவிசுவாசத்தில் ஒழுகவேண்டிய ஒழுக்கத்தையும் கருதுவார்களாயின் நல்லோர்க்குக் கல்வி விருத்திச்செய்து ஆதரிக்க கோறுகிறோம்.

- 3:39; மார்ச் 9, 1910 -

119. ஆனந்தம் ஆனந்தம் மஹாராஜா பொப்பிலி கே.சி.ஏ.ஆர் அவர்களை எக்சிகூட்டிவ் மெம்பராக சேர்த்ததே ஆனந்தம்

தற்காலம் நமது கருணைதங்கிய ராஜாங்கத்தார் சென்னை ராஜதானி ராஜாங்க ஆலோசினை சங்கத்தில் நமது கனந்தங்கிய பொப்பிலிய மகாராஜா அவர்களை ஓர் அங்கமாக சேர்த்துள்ளதைக் கண்டு மிக்க ஆனந்திக்கின்றோம்.

அதாவது ஓர் ராஜாங்க காரிய சங்கங்களிற் சேர்ப்போர் இராஜகாரண காரியாதிகளில் மிக்கப் பழகினவர்களும், வம்மிஷவிருத்தியாய் செல்வத்தைக் கையாடி வந்தவர்களும், தன்மதம் புறமதமென்றும், தன்சாதி புறசாதியென்றும் பாரபட்சம் பாராதவர்களும், எப்போதும் கனந்தங்கிய சீவனமும், சுகவாழ்க்கையில் இருந்தவர்களுமாகிய மரபினோர்களையே கண்டெடுத்து அரச ஆலோசனை சங்கத்திற் சேர்ப்பது அழகும் சிறப்பும் என்னப்படும்.

அதுபோலவே சகல அந்தஸ்தும் கனமும் அமைந்த பொப்பிலி மகாராஜா அவர்களுக்கு எக்சிகூட்டிவ் மெம்பர் அலுவல் அளித்ததை மிக்கவானந்தமாகக் கூறியுள்ளோம்.

அங்ஙனமின்றி ஐயா, மெத்தவும் வாசித்தவர், ஆனால் சுயப்பிரயோசனத்தை நாடுவதில் சோம்பலில்லாதவர், பொருளாசையில் பேரவாக்கொண்டவர், ஆயிரங்குடிகள் கெட்டாலும் அரசன் கெட்டாலும் தன் குடும்பத்தைமட்டிலும் பாதுகாக்க முயல்கின்றவர்களாகிய சுயநலப்பிரியர்களுக்கு எக்சிகூட்டிவ் மெம்பர் அலுவலை நியமித்திருப்பார்களாயின் துக்கிக்கவேண்டியதாகும். இராஜாங்கத்தில் சுயநலப்பிரியரைச் சேர்க்காது பொதுநலப்பிரியரை சேர்த்ததுகண்டு பூரிப்படைந்தோம்.

- 3:39; மார்ச் 9, 1910 -

120. வஸ்துக்களின் வரிகளுயர்த்தல்

நமது கருணைதங்கிய இராஜாங்கத்தார் சாராயம், வெள்ளி, மண் தைலம், புகையிலை இன்னான்கின்பேரிலும் வரிகளை இன்னும் அதிகப்படுத்துவதாகக் கேழ்விப்படுகிறோம். அவற்றுள் மநுகுலத்தாருக்கு சீர்கேட்டை உண்டுசெய்யும் சாராயம், புகையிலை இவ்விரண்டிற்கும் வரிகளை அதிகப்படுத்துவது சுகமேயாம். மநுக்களுக்கு உபகாரமாக விளங்கும் வெள்ளியின் பேரிலும், மண்தைலத்தின் பேரிலும் வரிகளை அதிகப்படுத்தாமலிப்பது சுகமாம்.

எவ்வகையிலென்னில், தற்காலம் வெள்ளி சகாயமாகக் கிடைக்கின்ற படியால் ஒருரூபா, அரைரூபா, கால்ரூபா வென்னும் வெள்ளி நாணயங்கள் சேதமில்லாமல் வழங்கிவருகின்றன. பிரிட்டிஷ் ஆட்சியால் கார்க்கப்பட்டக் குடிகளும் வெள்ளிப் பாத்திரங்களையும் நகைகளையும் விசேஷமாகக் கையாடிவருகின்றார்கள். வெள்ளிப்பாத்திரங்களும், வெள்ளி நகைகளும் சகலவகுப்பார் வீடுகளிலும் விசேஷமாகப் பரவிவருவதினால் பிரிட்டிஷ் ராஜநீதியின் சிறப்பும், அவர்களது கருணையும் தெள்ளற விளங்குகின்றது. மநுக்களின் சிறந்த வாழ்க்கையே! இராஜாங்க சிறப்பாதலின் வெள்ளி நாணயத்தின்மீது வரி விதிக்காமலிருக்க வேண்டுகிறோம்.

மண்தைலத்தின் சுகமோ தினேதினே வரணா சம்பாதிக்கும் கூலியாளும் ஒருகாசு தைலமேனும் வாங்கிக் குடுக்கையில் வைத்துத் தீபமேற்றி வெளிச்சத்தில் புசித்து சுகித்து வருகின்றார்கள். இதேதீபத்தை ஆமணக்கு நெய்யில் பெரும்பாலும் எரித்துவந்தவர்கள் அத்தகைய பூமிவிருத்திசெய்து எள்நெய், ஆமணக்கு நெய், தென்னெய் மற்றுமுள்ள விளைபொருள்களை விருத்திசெய்து வந்தவர்கள் யாவரும் தாங்களும் பூமிவிருத்திகளை செய்யாது மற்று ஏழைகளையும் அப்பூமிகளை அநுபவிக்கவிடாது கெடுத்துவிட்டு இராஜாங்க உத்தியோகங்கள் பெற வேண்டியதற்காய் பிஏ.எம்.ஏ பாஸ் செய்ய ஆரம்பித்துக் கொண்டார்கள். அதனால் ஆமணக்கு நெய் விருத்தியுங்கெட்டு அதினால் எரியுந் தீபமும் ஏற்றப்படாமல் மண்தைலத்தைக் கொண்டே ஏழைகள் யாவரும் தீபமேற்றி வெளிச்சத்தில் உலாவிவருகின்றார்கள். இத்தகையாய் கனவான்கள் வீடுகள் முதல் ஏழைகள் வீடுகள் வரையிலும் இருளடையாமல் தீபமேற்றி வெளிச்சத்தில் புசித்து, வெளிச்சத்தில் உலாவவைத்து பிரிட்டிஷ் ஆட்சியை பிரகாசிக்கச் செய்து அதன் கருணையை விளக்கிவருகின்றபடியால் சருவ சீவராசிகளுக்கும் வெளிச்சத்தை யளித்து காக்கும் மண்தைலத்தின் மீது வரிவிதிக்காமலிருக்க வேண்டுகிறோம்.

சாரயத்திற்கோ இன்னும் வரியை அதிகம் உயர்த்த வேண்டுகிறோம். ஏனென்பார்களாயின் மனிதர்களாகப் பிறந்தும் மிருகத்திற்குங் கேடாகச் செய்துவிடுவது சாராரமேயாம். சுயபுத்தியைக் கெடுத்து அதன் மயக்கத்தால் வண்டியிலிருந்தேனும். குதிரையிலிருந்தேனும் விழுந்து மடியச்செய்வது சாராயமேயாம். பிரபுவாயிருந்து சகல ஏழைகளுக்கும் அன்னமளித்துவந்தவன் குடிக்கக் கஞ்சற்று குண்டியில் கட்டதுணியற்று ஏழைகளையண்டி இரக்கச்செய்வது சாராயமேயாம். இத்தகைய லாகிரி வஸ்துவிற்கு வரியை அதிகப்படுத்துவதுடன் அதிக வெறியால் வீதிகளில் உழுதும் உதாசின வார்த்தைகளைப் பேசியுந் திரிவோரை, ஈஸ்ட் இந்திய கம்பெனி அதிகார காலத்தில் பன்னிரண்டாறென்னும் ஒன்றரை டெஜன் அடி அடித்தும் சீர்திருத்தி வந்த சட்டத்தை அமுலுக்குக் கொண்டுவந்தாலும் சுகமே.

புகையிலைக்கும் வரியை இன்னும் அதிகப்படுத்த வேண்டுகிறோம். ஏனென்பார்களாயின் சிறு வயதிலேயே மக்களின் மார்பு வரண்டு உதிரங் கக்கச்செய்வது புகையிலையேயாம். பத்துப் பன்னிரண்டு வயதுடைய சிறுவர்களை யெல்லாம் பெற்றோர்களிடங் காசு திருடச்செய்து பொடியும் சுருட்டும் சிகரேட்டும் வாங்கிப் பிடிக்கச்செய்து நெஞ்சு வரண்டும் பீநசம் தோன்றியும் மதிமயக்கி மடியச்செய்வது புகையிலையேயாம். ஆதலின் புகையிலையின் வரியையும் அதிகப்படுத்துவதுடன் பதினாறு வயதுக்குட்பட்ட சிறுவர்கள் பீடி, சிகரேட்டு, பொடி முதலிய வஸ்துக்களை உபயோகிப்பார்களாயின் அதையும் தடுக்கத்தக்க சட்டங்களை ஏற்படுத்த வேண்டுமென்று கோறுகிறோம்.

- 3:40: மார்ச் 18, 1910 -

121. பூர்வக் குடிகளுக்கு பூமி கிடைக்காமல் செய்கின்றார்களாம்

வந்தேறியக் குடிகள் தங்கள் சுயப்பிரயோசனங்களுக்காய் ஏற்படுத்திய அண்டை பாத்தியமென்னும் சட்டமே பூமிகளின் விருத்தியைக் கெடுத்து வருவதுடன் பூர்வக்குடிகளின் விருத்தியையும் கெடுத்துவருகின்றது. இத்தகைய அண்டை பாத்தியத்தாலுண்டாகும் அதிகாரமும் அதன் செல்வாக்கும் பெருகியும் நிலைத்தும் வருமாயின் ஓர்கால் சுதேசிய சொந்த பாத்தியங்கொண்டு இராஜாங்கத்தோரை எதிர்ப்பதுடன் ஏழைப் பூர்வக் குடிகளையும் நாசஞ்செய்துவிடுவார்கள். ஆதலின் நமது கருணைதங்கிய இராஜாங்கத்தார் அண்டை பாத்தியாயம் அண்டை பாத்தியமென உள்ளவனுக்கே பூமிகளைக் கொடுத்து பாழ்படுத்துவதினும் அண்டை பாத்தியமென்னும் சட்டத்தை எடுத்துவிட்டு விழலாயுள்ள பூமிகளை சகல-

யேழைகளும் உழுது பயிர் செய்து சீவிக்கும்படி செய்வார்களென நம்புகிறோம்.

ஆரடாவிட்டது மானியமென்றால் நான்தான் விட்டுக்கொண்டேன் என்னும் பழமொழிக்கிணங்க, கனந்தங்கிய மகமதியர் அரசாங்க காலத்தில் தங்கடங்கள் சாதியதிகாரப் பெருக்கங்களினால் மனங்கொண்ட பூமிகளை வளைத்து உபயோகப்படுத்திக் கொண்டார்களன்றி சுதேச அரச சுதந்திரம் கிடையாது. மகமதிய வரசாங்காலத்தில் பூமிகளை சேகரித்துக் கொண்டார்களென்பதற்கு தற்காலம் அவர்கள் வைத்துள்ள மிராசிதாரர், ஜமீன்தார், அவுல்தார், சுபேதார், செருஸ்தாதாரென்னும் பெயர்களே போதும் சாட்சியாம். இவ்வகையாக அவர்களனுபவித்து வரும் பூமிகளை சுகமாக அனுபவித்துக் கொண்டபோதிலும் அப்பூமிகளுக்கு அருகே விழலாயுள்ள பூமிகளையேனும் மற்றவர்களை யநுபவிக்கவிடாது தங்களும் அநுபவிக்காது அண்டை பாத்திய வரப்பிட்டுக் கெடுப்பதில் யார் சுகம் பெறுவர்.

இவ்வண்டை பாத்திய சட்டத்தால் எதிரிகளையும் பிழைக்கவிடாது தாங்களும் அப்பூமிகளை அநுபவிக்காது பாழாக்கி வருகின்றார்கள். அத்தகைப் பாழடைந்த பூமிகளைப் பயிரேறச் செய்யவும், எழிய நிலையிலுள்ளக் குடிகளை ஈடேறச்செய்யவும் கருணைதங்கிய மிஷநெரி துரைமக்கள் வேண்டிய முயற்சி எடுத்து கானல் மழையென்றும், பனி வெய்யலென்றும் பாராது உழைத்து வருகின்றார்கள். அவ்வகையாய் ஏழைகளைக் காப்பாற்றுவோரும், பூமிகளைப் பயிரோங்கச் செய்வோருமாகிய மிஷநெரி துரைமக்கள் கோரிக்கைக்கு நமது கருணைதங்கிய ராஜாங்கத்தோர் இதங்கி அண்டை பாத்திய சட்டத்தை அடியோடெடுத் தெறிந்துவிட்டு அவர்கள் கேட்கும் பூமிகளை அளித்துப் பயிரேறச் செய்வதுடன் பூர்வ ஏழைக் குடிகளையும் சுகம்பெறச் செய்யும்படிக் கோருகிறோம்.

- 3:40; மார்ச் 16, 1910 -

122. டிப்பிரஸ் கிளாஸ் என்று அழைக்கப்படுவோர் பூர்வம் அந்தஸ்தில் வாழ்ந்த குடிகளே யாகும்

பூர்வகாலமாம் ஆயிரத்தியைந் நூறுவருடங்களுக்குமுன்பு புத்ததன்மத்தைத் தழுவி இராஜவிசுவாசத்திலும் ஒழுக்கத்திலும் நீதியிலும் நின்று சுகசீவிகளாகவும் தக்க அந்தஸ்தையுடையவர்களாகவும் வாழ்ந்து வந்தவர்களே தற்காலம் தாழ்ந்தசாதியோரென்றும், தாழ்ந்த வகுப்போரென்றும் பராயசாதியோர்களால் கூறப்பட்டதுமன்றி நாளது வரையில் தாழ்த்தி நசித்துவருகின்றார்கள்.

காரணமோ வெனில் இத்தேசத்துள் நாதனமாகக் குடியேறிய பராயசாதியோர் தங்கள் சுயப்பிரயோசன சீவனத்திற்காய் உன்சாமி சிறிது என்சாமி பெரிதென்னும் மதக்கடைகளைப் பரப்பி பொய்ப் புராணக் கட்டுக் கதைகளை ஏற்படுத்தி அதனாற் சீவிக்க ஆரம்பித்த காலத்தில் கல்வியற்றோர் யாவரும் அவர்கள் பொய்யை மெய்யென்று நம்பி அவர்கள் போதனைகளுக்குட்பட்டு விட்டார்கள்.

புத்ததன்மத்தைச் சார்ந்த விவேகிகள் யாவரும் அவர்கள் பொய்க் கதைகளை செவிகளில் ஏற்காமலும் அவர்களைத் தங்கள் கிராமங்களுக்குள் நெருங்கவிடாமலும் துரத்தியடித்துக்கொண்டே வந்தார்கள். அவ்வகையாய்ப் பூர்வக்குடிகள் துரத்துவதும் வந்தேறியக் குடிகள் ஓடுவதும் வழக்கமாயிருந்தது. இவர்கள் அடிக்கு பயந்து ஓடுகிறவர்களை வழியிற்காண்போர் ஏன் பயந்து ஓடுகின்றீர்களென்றால் அவர்கள் தாழ்ந்தசாதியார் எங்களை அவர்கள் தீண்டலாகாதென்று பொய்யைச் சொல்லி அவர்களை இழிவுகூறிக் கொண்டே ஓடுவது வழக்கமாயிருந்தது.

இதே வழக்கத்தை நாளுக்குநாள் தேசத்திற்கு தேசம் பரவச்செய்து தங்களை உயர்ந்த சாதியோரென்று ஏற்படுத்திக் கொண்டு புத்ததன்மத்தைப் புறமதமென்றும் தங்கள் பொய்மதக்கட்டுக்குள் அடங்காத பௌத்தர்களை புறசாதியோரென்றுங்கூறி அவர்களை பறைசாதியோரென்று கூறிக்கொண்டும் புத்ததன்ம ஓதல்; ஓதிவைத்தல், வேட்டல், வேட்பித்தல், யீதல், ஏற்றல் என்னும் அறுவகைத் தொழிலையும் சரிவரச்செய்யும் சண்-ஆளர்களை சண்டாளர்களென்றும் நீதிநெறியில் நிற்போர்களை தீயரென்றும், தாழ்ந்த சாதியேரென்றும் தீண்டப்படாதாரென்றும் இழிவுபடுத்திக்கொண்டே சிற்றரசர்களையும் கல்வியற்ற பெருங்குடிகளையுந் தங்கள் வசப்படுத்திக் கொண்டபடியால் தங்களுக்கு எதிரிடையாயும் தங்கள் பொய்மதத்திற்கு விரோதிகளாகியுமிருந்தப் பூர்வக்குடிகளை பலவகையாலுங்கெடுத்து பாழ்படுத்தி தங்களால் நசித்துவந்ததுமன்றி நூதனமாக இத்தேசத்திற் குடியேறியவர்களுக்கும் இழிந்த சாதியோரென்று கூறி அவர்களாலும் அவமதிக்கச்செய்து நாகரீகம் பெறவிடாது நசித்துவிட்டார்கள். அவர்களையே தற்காலம் டிப்பிரஸ்கிளாசென்று அழைத்து வருகின்றார்கள். இவர்கள் மொத்தத் தொகையே ஆறுகோடிக்குமேல் உண்டு. இவ்வாறு கோடி மக்கள் உண்டென்னும் சிறப்பும் ஆங்கில அரசாட்சியின் சுகமேயாம்.

இதுகாறும் ஆங்கில அரசாட்சி இவ்விடம் வந்து தோன்றாதிருக்குமாயின் ஆறுகோடி மக்களென்னும் இலக்கத்தில் ஆறுபேரேனும் இருப்பார்களோ இரார்களோவென்பது சந்தேகமேயாம். அதாவது கருணை நிறைந்த பிரிட்டிஷ் ஆட்சியாம் ஆளுகையிலேயே கொழும்பு அதுராஜபுரத்தில் பறையன் குடைபிடிக்கலாகாதென்னும் பொறாமெயும், பற்கடிப்பும், பொச்செரிப்பும் அவர்களை விட்டு நீங்காதிருக்க பிரிட்டிஷ் ஆட்சியாயிராது சாதிநாற்றத்தோர் ஆட்சியே இருந்திருக்குமாயின் ஆறுகோடி மக்களில் ஆறுபேரேனும் இருந்திருக்கமாட்டார்களென்பது துணிபு.

இந்த டிப்பிரஸ்கிளாசென்றழைக்கப் பெற்றோர் பூர்வம் அந்தஸ்தில் வாழ்ந்தவர்களென்பதற்கு ஆதாரம் யாதெனில், அவர்களால் வரைந்து கையிருப்பில் வைத்துள்ள நீதி நூல், ஞானநூற்களினாலும் அறிவதன்றி தற்கால மிஷநெரி துரை மக்கள் செய்துவரும் கல்விவிருத்தியில் முன்னேறி பிஏ. எம்.ஏ. முதலிய கௌரதாபட்டம் பெற்று அறிவின் விருத்தியிலும் சுகத்திலும் இருப்பதே போதும் ஆதாரமேயாம்.

- 3:41: மார்ச் 23, 1910 -

123. இந்துதேச எழியக்குடிகளை ஈடேற்றத் தோன்றியவர் கனந்தங்கிய பரோடா ராஜனேயாம்

தற்காலம் சென்னை ராஜதானியில் ஏழைக்குடிகளை ஈடேற்ற வேண்டுமென தோன்றியுள்ள கூட்டத்தோருக்கு சாதியும் வேண்டும், சமயமும் வேண்டும் (டிப்பிரஸ் கிளாசை) ஈடேற்றவேண்டுமென்னும் பெயரும் வேண்டும். ஆனால் கனந்தங்கிய பரோடா மகாராஜனவர்களுக்கோ சாதியும் உதவாது, சமயமும் உதவாது, நீதியும் ஏழைகளின் ஈடேற்றமே அவருக்கு வேண்டும்.

அதன் அநுபவமோ, தற்காலம் பரோடாவில் ஏற்படுத்தியுள்ள பெருத்த கலாசாலையில் சகலசாதி வகுப்போருடன் கலந்து வாசிப்பதற்கு டிப்பிரஸ் கிளாசென்ற எழியப் பிள்ளைகள் ஐந்து பெயரை சேர்த்தார்களாம். இவர்களைக் கண்டவுடன் அக்கலாசாலையில் வாசிக்க வந்திருந்தப் பிள்ளைகள் யாவரும் ஒரேகட்டாக எழுந்து அந்த ஐந்துபேர்களுடன் நாங்கள் கலந்துட்கார்ந்து வாசிக்க மாட்டோமென்று எழுந்து அவர்கள் இல்லங்களுக்குப் போய்விட்டார்களாம். அதனைக் கேழ்வியுற்ற மகாராஜனவர்கள் யாது உத்திரவு பிறப்பித்துள்ளரென்னில், அந்த ஐந்து எழிய வகுப்புப் பிள்ளைகளுடன் சகலபிள்ளைகளும் கலந்தே வாசித்தல் வேண்டும். அப்படி வாசிக்காதவர்களும் அக்கலாசாலைக்கு வராதவர்களுமாகியவர்களை தனது கவர்ன்மென்டு உத்தியோகசாலைகளில் சேர்க்கப்பட மாட்டாதென்று கண்டிப்பான உத்திரவளித்துவிட்டார்.

சகோதரர்களே, இத்தகைய ஏழைகளுக்காய் இதக்கம் வைத்துள்ள நமதையன் பரோடா மகாராஜனவர்களுக்கு நன்றியறிந்த வந்தனங் கூறுங்கள், வந்தனங் அகூறுங்கள். அவரதரிய அன்பும் மென் மேலும் பெருகவென்று ஆசிகூறுங்கள். ஆசிர் கூறுங்கள். அவரது ஆயம் நீடிக்கவேண்டுமென்று உங்களன்பை பெருக்குங்கள், அன்பை பெருக்குங்கள். இதுவல்லவோ தயாளகுணம், இதுவல்லவோ பொது சீர்திருத்தம், இவரல்லவோ தன்னவரன்னிரென்னும் பட்சபாதமற்ற ராஜன், இவரல்லவோ சகல மனுக்களும் ஒரே வகுப்பினரென்று கண்டறிந்த புண்ணியபுருஷன், இவரல்லவோ ஏழைகளை ஈடேற்றத் தோன்றிய தயாநிதி.

இத்தகைய பேரறிவும் கருணையும் நிறைந்த இந்திய அரசர்கள் இன்னும் நான்கு பேரிருப்பார்களாயின் பிரிட்டிஷ் ஆட்சியின் பிரகாசமும் இராஜவிசுவாசமும் மென்மேலும் பெருகுவதுடன் ஏழைக்குடிகள் யாவரும் சுகசீர்பெற்று இந்திரதேசமானது பழய இந்திராபதியென்றே விளங்கும்.

- 3:41: மார்ச் 23, 1910 -

124. கோனுங் குடியும்

கோலென்னும் மொழி கோலென்னும் ஆளுகையால் தோன்றியவை. அதாவது, கொடுங்கோல் செங்கோல் என்பவைகளேயாம். அரசன், அரசனென்னு மொழி க்ஷாத்திரியன், சம்மாரகர்த்தன் என்பதேயாம். இவற்றுள் புஜபல க்ஷாத்திரியத்துடன் எதிரிகளின் படைகளை வெல்லும் புஜபல க்ஷாத்திரியமுடையவனை வடமொழியில் க்ஷத்திரியனென்றும், தென்மொழியில் அரயன், அரசனென்றும் வழங்கப்படும், இவர்கள் குடிகளிடத்து வரியிறைகொண்டு படைகளைக் காப்பதினால் இறைவன், இறையவனென்றும் வழங்கிவருகின்றார்கள். இத்தகைய இறைவர்கள் உபாயமே நான்கு வகைப்படும். அதாவது சாம, தான, பேத, தண்டமென்பவைகளேயாம். இவற்றுள் சாமமாவது சமாதானத்துடன் மற்றோர் தேசத்தைக் கைப்பற்றுதலும், சமாதானத்துடன் குடிகளையாளுவதுமேயாம். தானமென்பது வேற்றரசர்களால் தங்கள் தேசத்தை தானமாகக் கொடுக்கப்பெற்றுக் கொள்ளுதலும், குடிகள் வரியிறையை ஆனந்தமாகக் கொடுக்க வாங்கிக்கொள்ளுதலுமேயாம். பேதமென்பது வேற்றரசர்களை தங்கள் பேதிப்பால் அடக்கி ஆளுவதும், குடிகளை தங்களச்சத்தால் சீர்திருத்துவதுமேயாம். தண்டமென்பது மேற்குறித்த மூன்றுவகையாலும் இசையாத வேற்றரசர்களை தண்டித்தலும், குடிகளை மீறவிடாது அடங்கியாளுவதேயாகும்.

இந்நான்குவகை உபாயமும் பூர்வபௌத்தமார்க்கத்தோர் குறிப்பிட்டவைகளாயிருப்பினும் தற்கால அநுபவமாக நடாத்தி வருகின்றவர்கள் கனந்தங்கிய பிரிட்டிஷ் அரசாட்சியோரேயயாம். இத்தகைய உபாயவிருத்தியில் சாம, தான, பேத, தண்டத்தைக் கொடுப்போரும், தேசசீர்திருத்த சுகவிருத்தியில் வித்தை, புத்தி, ஈகை, சன்மார்க்கம் நிறைந்தோருமாகிய பிரிட்டிஷ் அரசர் நமது இந்திரர் தேசத்திற்குக் கோனாக வந்தமைந்தது குடிகளின் பூர்வபுண்ணியமேயாம்.

அதாவது இருநூறு வருடங்களுக்கு முன்பிருந்த கள்ளர்கள் பயமுங் சாமாட்டிகள் பயமும் தங்களுக்குத் தாங்களே பெரியசாதிகளென்று சொல்லிக் கொள்ளுவோர்கள் பயமும், போட்டிகளின் பயமும், வீதிவொழுங்கில்லா பயமும், நீதிவொழுங்கில்லா பயமும், வஞ்சகர்களின் பயமும், பஞ்சகால பயமும் கிடையாவாம். காரணம், பிரிட்டிஷ் ஆட்சியின் அதிகாரமும் பாதுகாப்புமேயாகும்.

இத்தகைய அன்பும், பாதுகாப்பும் நிறைந்த பிரிட்டிஷ் ஆட்சியில் வாழும் குடிகளோ நற்குடிகளென்னும் பேரெடுத்தல்வேண்டும். அதாவது, நீதியும் நெறியும் கருணையும் அமைந்த அரசாட்சியின் கீழ் வாழுங் குடிகள் அன்பும், ஆறுதலும், இராஜவிசுவாசமுமமைந்து வாழ்தல் வேண்டும். அத்தகைய வாழ்க்கையே இராஜாங்கத்திற்கு ஆறுதலையும் குடிகளுக்கு இன்பத்தைப்பும் பயக்கும்.

இத்தகைய பேரானந்த ராஜரீகத்தின் கீழ் வாழுங் குடிகள் அப்பேரானந்த நீதி நெறியிலொழுகாது தங்களுக்குள்ள பொறாமெய், குடிகெடுப்பு. வஞ்சினம், பொருளாசை, முதலிய துற்கிரித்தியத்தில் ஒழுகுவார்களாயின் அவர்களை சீர்திருத்தி ஆளும் பொருட்டு தங்கள் செங்கோலை ஓர்புறம் சாற்றிவிட்டு கொடுங்கோலைத் கையிலேந்திக் கொள்ளுகின்றார்கள். கொடுங்கோலைத் கையிலேந்திய பின்னர் தங்களை ராஜவிசுவாசிகளென நடித்துக்காட்டுவதினாற் பயனுண்டோ, வீண் விசுவாசிகளென்றே ஏற்பர். யாதார்த்த விசுவாசி ஆளாயிருப்பார்களாயின் செங்கோல் உலாவுங்கால் தங்களிப்பையும் பிரிட்டிஷ் ஆட்சியின் நன்றியையும் சிந்தித்தல் வேண்டும். அங்ஙனமின்றி சிற்சில் நன்றிகெட்டக் குடிகளின் கெடு எண்ணத்தைக் கண்டித்து சீர் திருத்துமாறு கொடுங்கோலேந்திய பின்னர் கோன் மீது குறை கூறுவது குடிகளுக்கு அழகின்றயாம்.

- 3:42; மார்ச் 30, 1910 -

125. வானுங் குடியும்

வானென்று சொல்லும் வார்த்தையின் பொருள் சருவ சீவர்களையும் வளர்க்கும் அமுதமென்று கூறப்படும்.

அதாவது வானென்னும் மழையானது பூமியிற் பெய்யாவிடின் புல் பூண்டுகள் தோன்றுவதில்லை. புற்பூண்டுகள் தோன்றாவிடின் புழுக்கீடாதிகள் தோன்றுவதில்லை. புழுக்கீடாதிகள் தோன்றாவிடின் பட்சி, மட்சங்கள் தோன்றுவதில்லை. பட்சி, மட்சங்கள் தோன்றாவிடின் ஊர்வன, மிருகாதிகள் தோன்றுவதில்லை. மிருகாதிகளாம் வால்நரராம் வானரர்கள் தோன்றாவிடின் வாலற்ற நரராம் மக்கள் தோன்றுவதில்லை. தேவர்களும் முனிவர்களும் தோன்றுவதில்லை. தேவர்களும் முனிவர்களுந்தோன்றாவிடின் நல்லட்சேத்திரம் பெற்றுலாவும் ஒளிகளாம் நட்சேத்திர வானுலகுமில்லாமற்போம்.

ஆதலின் சீவராசிகள் தோற்றுவதும், சீவராசிகளை வளர்ப்பதும், சீவராசிகளை சுத்திகரிப்பதும் வானமுதென்னும் மழையாதலின் அம்மழையானது சருவ சீவராசிகளிடத்தும் யாதோர் கைம்மாறுமின்றி தானே சுகத்தை அளித்து வருகின்றது. அதன் கருத்தோவெனில் சருவ சீவராசிகளிடத்தும் யாதொரு (லஞ்சமும்) வாங்காமல் தானே சுகமளித்து வருதலாகும்.

இவ்வகை யாது கைம்மாறுமின்றி வானின்று பெரும்பலனால் தாங்களும் சுகித்து தங்களை அடுத்தோர்களையும் சுகிக்கச் செய்வார்களாயின் மாதம் மும்மாரி பெய்து வரப்பு முயர்ந்து நீரும் நிறம்பி பயிறும் ஓங்கி குடிகளும் சிறந்து கோனும் சிறப்புற்றிருக்கும்.

அங்ஙனம் யாது கைம்மாறுமின்றி பெய்யும் மழையின் பலனை தாங்கள் மட்டும் சுகித்து ஏனைய மக்கள் சுகிக்கலாகாதென்னும் பொறாமெயும், வஞ்சினமும், குடிகெடுப்பும் நிறைந்த குடிகள் பெருகி வானை நோக்குவதாயின் மழை பெய்யுமோ வரப்புயருமோ, நீர் நிறம்புமோ, பயிரோங்குமோ, குடிகள் சுகம் பெறுவரோ, கோன் ஆறுதலடைவரோ ஒருக்காலும் இராவாம்.

சீவராசிகளின் மீது அன்பும் காருண்யமும் அற்றவர்கள் மறுரூபிகளாயிருந்தும் மநுக்களாவரோ, மநுக்கள் என்னும் உருவந்தோன்றியும் உபகாரமற்றவர்கள் பெரியோர்களாவரோ, வானமுதென்னும் மழையானது பிராமணனுக்கு வேறென்று பிரித்துப் பெய்கின்றதோ, க்ஷுத்திரியனுக்கு வேறென்று விரிந்து பெய்கின்றதோ, சூத்திரனுக்கு வேறென்று சுருங்கி பெய்கின்றதோ யாதுமில்லை. சருவ சீவர்களையும் தோற்று வைத்து போஷித்து வளர்த்துவரும் வானமுதிற்கே பேதமில்லாதிருக்க தோன்றி தோன்றி மடியும் தொத்தலாம் மறுக்களிற் சிலர் ஏனைய மக்களுக்கு சீர்கேட்டை உண்டுசெய்துக் கொண்டு அவர்களை தலையெடுக்கவிடாமல் நசிக்கும் துற்செயல் மிகுத்தவர்கள் தங்களை உயர்ந்தசாதிகளென்று உயர்த்திக் கொள்ளுவதால் உயர்வரோ. இத்தகைய சீவகாருண்ணியமற்று தங்களை யொத்த மநுக்களையே மநுக்களாக பாவியாது சீர்கெடுத்துவருவோர் மற்றய சீவராசிகளின் மீது அன்பு பாராட்டுவரோ, தங்களுடன் பூமிமீதுலாவும் ஏழை எளியோர்கள் மீது அன்புபாராட்டாது வானத்தை நோக்கி மழை பெய்யவேண்டும் என்றால் பொய்யுமோ ஒருக்காலும் பெய்யாலாம்.

எப்போது காலமழைபெய்து குடிகள் சீர்பெறுவார்களென்னில், உபகாரகுணமற்ற உலுத்தர் கூட்டங்களும், வஞ்சநெஞ்சமுண்டாய் லஞ்சம் வாங்கித் தின்டோர்களும் தங்கள் சுகத்திற்காக ஏனையோரை கெடுப்போர்களும் எக்காலும் சீவகாருண்யமென்பதற்று இடுக்கண் செய்து திரிவோரும், பொய்யை மெய்யாகச் சொல்லிப் புலம்பித் திரிவோர் குணங்கள் மாறுங்காலமே காலமழைக் கேதுவென்னப்படும். காலமழைப்பெய்து களிப்படைவதே இந்திரர் தேய அடையாளமாகும். வஞ்ச நெஞ்சம் வைத்து வானத்தை நோக்குவதால் யாது பயனுங் கிடையாவாம்.

- 3:42, மார்ச் 30. 1910 -

126. தனவான்கள் நோக்கம் ஏழைகளை நோக்கின் இராஜாங்க நோக்கம் தனவான்களின் வாக்கை நோக்கும்

தற்காலம் விவேகமும், பெருந்தண்மெயும் அமைந்த பெரியோர்கள் சிலர் கருணைதங்கிய இராஜாங்கத்தோரை நோக்கி இந்தியாவிலுள்ள சிறுவர்கள் யாவருக்கும் நான்காம் வகுப்புவரையில் (கம்பல்சரி எடிகேஷன்) எனும் பிடிவாதக் கல்வி அளிக்கவேண்டுமென்பதாய்க் கேட்டதற்கு அவை கூடாதென்பதாய் இராஜாங்கத்தோர் மாறுத்திரம் அளித்திருப்பதாகத் தெரியவருகின்றது.

இத்தகையாய் சிறுவர்கள்மீது அன்பு பாராட்டி கல்வி விருத்தியைத் தேடிய பெரியோர்கள் தங்களுக்குள்ளுள்ள தனவான்கள் யாவரையும் ஒன்றுகூட்டி பெருந்தொகையை சேகரித்து (டிப்பிரஸ்கிளா) சென்னும் எழிய சிறுவர்களுக்குப் புசிப்பளிக்கும் ஏற்பாட்டை முடித்துக் கொண்டு கருணைதங்கிய இராஜாங்கத்தோரை நோக்கி யாங்களெல்லோரும் ஒன்றுகூடி எழிய சிறுவர்களுக்கு அன்னமளித்து ஆதரிக்கின்றோம். தாங்கள் கிருபை கூர்ந்து (டிப்பிரஸ்கிளாஸ்) சிறுவர்களுக்கு நான்காவது வகுப்புவரையில் இலவசமாகக் (கம்பல்சரி எடிகேஷன்) கொடுக்க வேண்டுமென்று கேட்டுக்கொள்ளுவார்களாயின் இவர்களது இதக்கம்போல் இராஜாங்கத் தோருமிதங்கி ஏழைகளைக் கல்வி விருத்தியில் ஈடேற்றுவார்கள்.

இத்தகைய இதக்கமின்றி இந்தியாவிலுள்ள சிறுவர்களுக்கெல்லாம் கம்பல்சரி எடிகேஷன் கொடுக்க வேண்டுமென்று வெறுமனே கேட்டபடியால் தனவான்களின் வாக்கை இராஜாங்கத்தோர் ஏற்பதற்கு ஏதுமில்லாமற் போயிற்று. ஏதுவாம் ஏழைகளுக்குப் புசிப்பளிக்குங் கருணை இவர்களுக்குத் தோன்றுமாயின் அதை அநுசரித்தே இராஜாங்கத்தோர் கருணை கல்வியளித்துக் காப்பார்கள்.

இத்தகையக் கேலியின்றி இந்தியாவிலுள்ள தனவான்கள் பிள்ளைகளுக்கும் ஏழைகள் பிள்ளைகளுக்கும் இலவசக்கல்வி அளிக்கவேண்டுமென்று கேட்பது நியாயமாமோ. இப்பெருஞ் செலவை நியாயமாக ஏற்றுக்கொள்ளும்படியானவர்கள் தேச பாதுகாப்புக்கும், சீர்திருத்தத்திற்கும் செலவிடும் இராணுவச் செலவையும் சிவிலியன்கள் செலவையும் அதிகமென்று கூற ஏற்படுவது யாது நியாயமோ விளங்கவில்லை. இராஜாங்கமும் ஆறுதலடையவேண்டும். ஏழைக் குடிகளும் சகல மக்களைப் போல் சீர்பெறவேண்டுமென்னுங் கனதனவான்கள் இராஜ விசுவாசமும் ஏழைகள் மீது கருணையும் வைப்பார்களாயின் எடுக்கும் முயற்சிகள் யாவும் நிறைவேறுவதன்றி எடுப்போரது பெருங் கீர்த்தியம் என்றென்றும் பிரகாசிக்கும். இதுவே தனவான்களின் செயலுமாகும்.

- 3:43; ஏப்ரல் 6, 1910 -

127. சுயராஜ்ஜியம் சுயராஜ்ஜியம் என்னும் பத்திரிகா கூச்சல்களும் சுயராஜ்ஜியப்பேச்சுகளும்

நமது இந்திய சோதிரர்களில் இரண்டொருவர் மனோபிராந்திகொண்டு சுயராட்சியம் வேண்டுமென்று கூச்சலிடவும் அவர்களது அந்தரங்கக்கருத்து இன்னதென்று அறியாத சிலக்கூட்டத்தோர் அவர்களைப் பின்பற்றி சுயராட்சியமென்னும் கூச்சலிடுவதையும் யோசிக்குங்கால் (கோவிந்தம்) போடுவோர் கூச்சலுக்குசமதையாய் இருக்கின்றது.

எவ்வகையிலென்பீரேல் நமது தேசத்தோரிற் சிலர் பிரேதமெடுத்து செல்லுகையிலும், சிவாலயங்களுக்குப் போம்போதும் யாவரேனும் ஒருவர் கோவிந்தமென்னுங் கூச்சலிடுவாராயின் கூடச் செல்லுவோர் யாவரும் கோவிந்தமென்று கூச்சலிடுவது வழக்கமாகும். அவர்களுள் கோவிந்தமென்று முதற்கூச்சலிட்டவருக்கும் அதன் காரணம் தெரியாது, அவரைப் பின்பற்றி சொன்னவர்களுக்கும் அதன் காரணம் தெரியாது. இக்கோவிந்தமென்னும் வார்த்தையின் கூச்சலால் ஓர் சுகமுங் கிடையாது, துக்கமுங்கிடையாதென்பது திண்ணம்.

சுயராஜ்ஜியமென்னும் வார்த்தையின் கூச்சலால் யாதொரு சுகமுங் காணாது போவதுடன் கலகமும் துக்கமும் பெருகிக்கொண்டே வருகின்றதென்பது அநுபவக் காட்சியேயாம். அதாவது சுயராஜ்ஜியமென்னும் பத்திரிகைகளை ஏற்படுத்தியிருந்தோர் பட்டபாடுகளையும் சுயராஜ்ஜிய கூச்சலிட்டுத்திரிந்தோர் துக்கக்கேடுகளையும் பத்திரிகைகளின்வாயலாகக் கண்டதுடன் பிரத்தியட்ச அநுபவத்திலுங் கண்டுள்ளோம். இதனது அநுபவத்தை நாளுக்குநாள் கண்டுவருவோர் அதனை கவனியாது வீணே சுயராஜ்ஜியம், சுதேசிய மென்னும் கூச்சலிடுவோர்பாற் கூடி. ‘‘தானும் வெந்து ஊரையும் வேகடித்தக் குரங்கு கதைக்கொக்க’’ தாங்களும் கெட்டு தேசத்தோருக்கும் கேட்டை உண்டாக்கிவைப்பது அழகல்ல. விவேகிகளின் அழகு யாதென்னில், தாங்கள் கெட்டாலும் தங்கள் தேசத்தோர்க்கு சுகத்தை தேடி வைத்தல் வேண்டும். அங்ஙனம் தேசத்தோர்க்கு சுகத்தை தேடிவைக்காவிடினும் தேசத்தோர்களால் நல்லவனென்று சொல்லும்படியாகவேனும் ஒழுகல் வேண்டும்.

இத்தகைய இரண்டுகுணமுமின்றி தீட்டிய மரத்திற் கூர் பார்ப்பதுபோல் சுயராஜ்ஜியம் வேண்டும் சுயராஜ்ஜியம் வேண்டுமென இராஜாங்கத்தோரை எதிர்த்து தாங்களும் கெட்டழிவதுடன் தேசக்குடிகளையும் இராஜாங்கத்தோருக்கு விரோதிகளாக்கிவருகின்றார்கள்.

அதாவது சுயப்பிரயோசனத்தை நாடி உழைப்பவர்களிற் சிலர் தங்கள் சுயப்பிரயோசனச் செயல்கள் நீதிநிறைந்த ராஜாங்கத்தோரால் மாறுபடுகின்றதென்றறிந்து இராஜாங்கத்தோருக்கும் குடிகளுக்கும் விரோதத்தை உண்டாக்கத்தக்க மித்திரபேதங்களைச் செய்துவருகின்றார்கள். அவர்களது சுயப்பிரயோசன மித்திர பேதங்களை அறியாதக் குடிகள் யாவரும் துக்கத்தை அநுபவிக்க வேண்டியதேயாகும்.

‘‘ஆய்ந்தோய்ந்து பாராதவன் தான்சாகக்கடவ’’ னென்னும் பழமொழிக்கிணங்க முன்பின் ஆலோசியாது ஓர் கூட்டத்துடன் சேர்ந்துகொண்டு கூச்சலிடுவது கேட்டிற்கே மூலமாம்.

அன்பர்களே சற்றாலோசித்துப் பாருங்கள். பெஷாவாரென்னும் தேசமானது இந்தியாவின் ஓர் சிறிய மூலையும் சிறிய தேசமும் சொற்பக் குடிகளும் அமர்ந்த நாடேயாகும். அத்தகைய சொற்பநாட்டில் மகமதிய சகோதரர்களுக்கும் இந்துசகோதரர்களுக்கும் மதசம்பந்த கலகமுண்டாகி பொருட்சேதங்களும் உயிர்ச் சேதங்களும் உண்டாயபோது சுயராஜ்ஜியம் கேட்டுத்திரியும் சுத்தவீரர்கள் ஒருவரும் சென்று அவர்களுக்கு உதவிபுரிந்தார்களில்லை. அத்தேச இந்துக்களோ கஷ்டம் சகிக்கமுடியாது பிரிட்டிஷ் ராணுவங்களானது உடனே சென்று மகமதிய சகோதரர் மனத்தாங்கலையும், இந்து சகோதரர்கள் மனத்தாங்கலையும் அகற்றி ஒருவருக்கொருவர் முன்போல் ஒற்றுமெயிலும் ஐக்கியத்திலும் வாழும் வாழ்க்கைகளை நிலைப்படுத்திவருகின்றார்கள்.

சுயராஜ்ஜியக் கூச்சலிடும் கூட்டத்தோர்களே, பிரிட்டிஷ் ஆட்சியின் வல்லபத்தையும் தன்னவரன்னியரென்னும் பேதமற்ற குணத்தையும் ஆபத்து பந்துவைப்போல் ஆதரிக்கும் ஆதரவையும் ஆழ்ந்த ஆலோசியுங்கள்.

இத்தகைய, சுத்தகுண பிரிட்டிஷ் ஆட்சியை வெறுத்து சுயராஜ்ஜியம் வேண்டுமென்று கேட்பதானால் சுயராஜ்ஜியம் மராட்டியர் பால் ஒப்படைப்பதா, கன்னடர்பால் ஒப்படைப்பதா, திராவிடர்பால் ஒப்படைப்பதா. மராட்டியர்பால் ஒப்படைப்பதால் இந்திய தேசத்தோர் யாவரும் மராட்டியம் கற்று மகிழ்ச்சி அடைவரோ, கன்னடங்கற்று தேர்ச்சியடைவரோ, ஒருக்காலுமடைவதில்லை மராஷ்டகம் ஒரு பாஷையாயின் அதனுட்பிரிவு சாதிகள் இருநூற்றுக்கு மேற்பட்டுப்போம். திராவிடம் ஒருபாஷையாயின் அதனுட்டபிரிவு சாதிகள் முன்நூறுக்கு மேற்பட்டுப்போம் இத்தியாதி ஒற்றுமெய்க் கேடமைந்தவர்கள் சுயராஜ்ஜியமென்னும் வார்த்தையைக் கூறவும் கேழ்க்கவும் நாவுண்டோ இல்லை.

பிரிட்டிஷ் ஆட்சியோ அங்ஙனமன்று. சருவ சாதி, சருவ பாஷை, சருவ சமயத்தோருக்கும் தங்கள் சிறந்த ஆங்கிலபாஷையைக் கற்பித்து வித்தையிலும் புத்தியிலும் தேர்ச்சியடையச்செய்து சகல மக்களையும் சுகநிலைப்பெறவைத்து தங்கள் செங்கோலை செலுத்தி வருகின்றார்கள்.

இத்தகைய நீதியும், நெறியும், வாய்மெய்யும் அமைந்த செங்கோலை வெறுத்து பொறாமெயும், வஞ்சினமும், குடிகெடுப்பும் அமைந்த குணத்தால் சுயராட்சியம் விரும்புவதாயின் மேற்கூறிய செங்கோல் மறைந்து கொடுங்கோல் தோன்றுமென்பதற்கு ஆட்சேபமிராவாம்.

காரணம், சொற்பதேசமாகிய பெஷாவாரில் நடந்தகலகத்தை அடக்கியாட்கொள்ள சக்தியற்றவர்கள் அனந்தசாதி அனந்தசமய அனந்த பாஷைமக்கள் நிறைந்த இந்துதேசக் குடிகளை அடக்கியாளுவர்களோ. அவ்வகை ஆளும் வல்லபம் இவர்களுக்குண்டோ, இல்லை. ஆதலின் வீணே சுயராஜ்ஜியம் வேண்டும், சுயராஜ்ஜியம் வேண்டுமென்னும் கூச்சலிட்டு வீண் விரோதத்தை சம்பாதித்துக்கொள்ளுவதினும் ஆங்கிலேயர்களுக்குள்ள வித்தை, புத்தி, சீகை, சன்மார்க்கமென்னும் செயல்கள் வேண்டுமென வாதிட்டு அவைகளைப் பெற்றுக்கொள்ளுவோமாயின் நமது தேசம் சிறப்படைவதுடன் நாமும் சுகம் பெற்று வாழ்வோம்.

- 3:43; ஏப்ரல் 6, 1910 -

128. இராஜ துரோகிகளை அடக்க கிளப்புகளும் கூட்டங்களும் ஏற்படவேண்டுமாம்

ஈதோர் விந்தைபோலும். 1970 ஏப்பிரல்மீ 1உ சுக்கிரவாரம் வெளிவந்த சுதேசமித்திரன் பத்திரிகையில் தற்காலம் தோன்றிவரும் இராஜதுரோகச் செயல்களுக்காய் அங்கங்கு கிளப்புகளும் கூட்டங்களும் வைத்து அவைகளைத் தடுக்கவேண்டுமென்பதாய் மிஸ்டர் சுரேந்திரநாத் பானர்ஜி அவர்களும், மிஸ்டர் சத்தியானந்தபோஸ் அவர்களும், மிஸ்டர் பிரிதிவிசந்திரராய் அவர்களும் மூன்றுபேரும் ஏகோபித்து சுற்றுக்கடிதங்கள் எழுதுவதாகக் கண்டிருந்தது.

இத்தகைய மூவரும் இந்தியாவெங்கும் சுதேசியமென்றும், வந்தேமாதரமென்றும் வீண் கூச்சல்களை எழுப்பி வீண் விரோதங்களை உண்டு செய்துவந்த கலகத்தில் தோன்றி கிளப்புகளை நியமிப்பதாக கூட்டங்கள் ஏற்படுத்தி இருப்பார்களாயின் தற்காலம் காராக்கிரகங்களில் துக்காக்கிரகர்களாய் இருப்போரெல்லாம் சுதேசத்தில் தங்கள் பந்து மித்திரர்களுடன் சுகத்தை அநுபவித்துக்கொண்டிருப்பார்கள். அக்காலத்திலில்லா இவ்வாலோசினை இராஜாங்கத்தோரே முயன்ற பின்னர் ஆலோசிப்பது அவலமேயாம்.

காரணம், இராஜாங்கத்தோர் இராஜ துரோகிகளின் கூட்டங்கள் எங்குளதென்றும், அவர்கள் யாரென்றும் கண்டுபிடிப்பதற்காய் வேண்டிய நூதன வேவுகார்களை நியமித்து வைத்திருப்பதுடன் தற்காலம் ஏற்படுத்தப்போகும் கிளப்புகளிலும் கூட்டங்களிலும் என்னென்ன சங்கதிகளைப் பேசப்போகின்றார்களென்று தெரிந்து வருவதற்கு இன்னுஞ் சில வேவுகளை நியமிப்பதற்கு நேரும். அந்நியமனத்தால் இராஜாங்கத் தோருக்கு தேகப் பிரயாசையும் பணச்சிலவுமே மிக்க நேருமன்றி அரசுகளுக்கு ஓர் ஆறுதலும் சுகமும் நேராது.

இராஜாங்கத்திற்கு ஆறுதலையும் குடிகளுக்கு சுகத்தையும் தேடிவைக்க முயலும் கனவான்கள் மிக்க ஆக்கத்திலும் ஜாக்கிரதையிலுமிருந்து இராஜ துரோக கூட்டத்தோரும் இராஜதுரோக கருவிகள் செய்வோரும் எங்கெங்கு இருக்கின்றார்களென்றறிந்து உடனுக்குடன் பிடித்து இராஜாங்கத்தோருடன் ஒப்பித்துவிடுவார்கள். இராஜாங்கமும் ஆறுதல் பெறும். குடிகளும் யாதொரு கவலையுமின்றி சுகவாழ்க்கை பெறுவார்கள். பொல்லார்களை பிடித்து ஒப்பிவித்த நல்லோர்களுக்கும் கீர்த்தியுண்டாம்.

அங்ஙனமின்றி இராஜாங்கத்தாரே முயன்று இராஜதுரோகிகளை பிடிக்கத்தக்க ஏதுக்களைத் தேடவும், அதனை உணர்ந்த இராஜதுரோகிகள் நாளுக்குநாளடங்கியும் சுதேசியும் வந்தேமாதரமெனும் கூச்சல்கள் ஒடுங்கியும் வருங்கால் "தூர்ந்த மண்ணை வெட்டிக் கிளப்புவது போல்" மறந்துள்ள இராஜ துரோகச் செயலை அங்கங்கு தோன்றும் கிளப்புகளிலும், கூட்டங்களிலும் பேசிக்கொண்டே வருவார்களாயின் இந்த இராஜதுரோக மென்னும் வார்த்தையும், இராஜ துரோகமென்னும் செயலும் இன்னது இனிய தென்றறியாதோர் யாவரும் அறிந்து இராஜ விசுவாசத்தில் நிலைப்பார்களோ அன்றேல் இராஜதுரோகிகளாகவே தோன்றுவார்களோ, அஃது அவரவர்கள் திருவுள்ளத்திற்கே விளங்கும்.

இராஜ துரோகத்தை அடக்கவேண்டுமென்னும் கூட்டங்கள் முன்பே ஏற்பட வேண்டியது தவிர்ந்து தற்காலம் தோன்றுவதினால் மறந்துள்ள இராஜதுரோகச் செயல் மற்றும் தோன்றினும் தோன்றி மக்களை துக்கத்திற்காளாக்குகினும் ஆளாக்கும், ஆதலின் தற்காலமாலோசித்துள்ள கிளப்புகளையும் கூட்டங்களையும் கூட்டாமலிருப்பதே நலமாம்.

- 3:44: ஏப்ரல் 13, 1910 -

129. பிரிட்டிஷ் ராஜரீகம் கிறீஸ்துமதத்தையே சார்ந்ததோ

ஒருக்காலுமில்லை. பிரிட்டிஷ் ஆட்சி தன்னவ ரன்னியரென்னும் பற்றில்லாததும் தன்மதம் பிறமதமென்னும் பேதமில்லாததும் தன்மனை பிறர்மனையென்னும் கபடில்லாததுமாகிய நிலையே தொன்றுதொட்டு அவர்கள் வம்மிஷவரிசையாய் நிறைவேறிவருகின்றது.

அத்தகைய ஜனன பழக்கமானது தங்கள் சுயதேசங்களை விட்டு அன்னியதேசங்களுக்குச் சென்றபோதினும் அன்னியர் தேசங்களைக் கைப்பற்றிக்கொள்ளினும் அந்தந்த சமயத்தோரை அவரவர்கள் சமயத்திலேயே நிலைக்கச் செய்து சுகமளித்துவருகின்றார்கள்.

மற்ற கிரேக்கர், ரோமர், போர்ச்சுகீயர் முதலிய அரசர்களும் ஐதரலிமுதலியமகமது அரசர்களும் வைணவ சைவசமயமென்னும் இந்துவரசர்களுந் தங்கள் ராஜரீக காலத்தில் தங்களுக்கு அன்னியப்பட்ட மதஸ்தர்கள் தங்கள் மதத்திற் சேராமற்போய்விடுவார்களாயின் அவர்களை கத்தியால் வெட்டிக்கொன்றும் கற்காணங்களிலும் கழுவிலேற்றி வதைத்தும் நீதிமான்களையும் விவேகிகளைபம் நெருப்பிலிட்டுக் கொளுத்தியும் தங்கள் மதமே மதம் தங்கள் சமயமே சமயமென மற்ற மதத்தோரை வதைத்துவந்த சங்கதிகளை அவரவர்கள் சரித்திரங்களினாலும் அவரவர்களின் ஆளுகைகளின் செயல்களினாலும் அறிந்துக்கொள்ளலாம்.

பிரிட்டிஷ் ராஜாங்கமோ அங்ஙனமன்று, கிறீஸ்தவர்களின் கோவில்களோ அங்கங்கு சிறப்பாக இருத்தல் வேண்டும், மகமதியர் கோவில்களோ அங்கங்கு சிறப்பாக இருத்தல் வேண்டும், சைவர்கள் கோவில்களோ அங்கங்கு சிறப்பாக இருத்தல் வேண்டும். இராஜாங்க திரவியமும் அவரவர்களுக்கு சகாயம் செய்யவேண்டி செய்து தன்மதம் பிறர்மதமென்னும் வித்தியாசம் பாராது இராஜகீயம் நடாத்திவருகின்றார்கள்.

இவைகளுக்குப் பகரமாயுள்ள ஓர் திட்டாந்த தாட்டாந்தத்தைப் பாருங்கள். தற்கால வங்காள கவர்னர் ஜெனரலுக்குமுன் கவர்னர் ஜெனரலாயிருந்த காலம் கர்ஜன் பிரபு அவர்களின் ஆளுகையில், இந்துதேச முழுவதிலும் கட்டப்பட்டுள்ளப் பூர்வக் கட்டிடங்களும் கோவில்களும் எங்கெங்கு இடித்து கீலகமுற்றிருக்கின்றதோ அவைகள் யாவையும் இராஜாங்கச் செலவினால் சீர்திருத்தி செவ்வனே வைக்கவேண்டுமென்று உத்திரவளித்திருக்கின்றார். அவ்வுத்திரவின்படி அனந்தம் இடிந்துக்கிடக்குங் கட்டிடங்களை சீர்திருத்தி செவ்வனேவைத்திருக்கின்றார்கள். இத்தகைய ஓர் ஆதரவைக் கொண்டே பிரிட்டிஷ் ராஜரீகம் கிறீஸ்துமதத்தைமட்டிலுமே சார்ந்ததன்று. சகலமத சிறப்பையும் தம்மத சிறப்பெனக் கருதி நடுநீதியிலும் நெற்றியிலும் ஒழுகி தங்கள் செங்கோலை நடத்திவருகின்றார்கள்.

அதனினும் இந்தியாவின் இராஜ அங்கங்களானவர்கள் கிறிஸ்தவர்களாக மட்டிலுங் காணவில்லை. பௌத்தர்களும் இருக்கின்றார்கள், வைணவர்களுமிருக்கின்றார்கள், சைவர்களும் இருக்கின்றார்கள், மகமதியர்களுமிருக்கின்றார்கள், பாரசீகர்களும் இருக்கின்றார்கள். இத்தியாதி மதப் பிரிவினர்களும் மகாகனந்தங்கிய ஏழாவதாசர் எட்வர்ட் சக்கிரவர்த்தியாரவர்களின் அங்கங்களில் ஒவ்வொருவராய் நிறைந்து ராட்சியபாரம் தாங்கி பிரிட்டிஷ் ஆட்சியென விளங்குங்கால் பிரிட்டிஷ் ராஜரீகம் கிறீஸ்துமதத்தையே சார்ந்ததென்று கூறுவதற்கு ஆதாரமில்லை. சக்கிரவர்த்தியே கிறீஸ்தவராயினும் அவரது நீதியும் நெறியும் ஓர் மதத்தைச் சார்ந்ததன்று.

- 3:45: ஏப்ரல் 20, 1910 -

130. தேசம் சீர்கெடுவதற்கு மதமும் சாதியுமே காரணமோ

அநுபவத்தில் அறிந்துக்கொள்ள வேண்டியதேயாம். அதாவது ஓர் ஜவுளிக்கடை வியாபாரி சீட்டிகளைப் பரப்பிக்கொண்டு என் சரக்கே சரக்கு சீர்மெய்சரக்கு, என் சரக்கே சரக்கு சுதேசி சரக்கெனக் கூறி வியாபாரத்தை விருத்தி செய்துக்கொள்ளுவதுபோல மதக்கடை வியாபாரிகள் கோவில் கோவிலென்னும் பொருளற்றக் கட்டிடம் வகுத்துக்கொண்டு அதனுட்பலவகை விக்கிரகங்களைப் பரப்பி அந்தசாமி இந்த பாடுபட்டார், இந்தசாமி அந்த பாடுபட்டார், இந்தசாமி அவன் தலையை வெட்டி விட்டார், அந்தசாமி இவன் வயிற்றைக் கிழித்துவிட்டார் ஆதலின் எங்கள் மதமே மதம், நேரே மோட்சம் போகும் மதம், எங்கள் மத தேவர்களே தேவர்கள் எல்லோரையும் காப்பாற்றும் தேவர்களெனக்கூறி தங்கடங்கள் மதக்கடைகளை விருத்திசெய்து அதன் ஏதுவால் சீவிப்போர் உங்கள் சிரம்போகும் அபாயம் நேரிடுமானால் எங்கள் சாமிக்கு பொன்முடி கொண்டுவந்து செலுத்துங்கள், வெள்ளிமுடி கொண்டுவந்து செலுத்துங்கள், வியாதிகண்டவர்கள் கண்ணைப்போலக் கண், காலைப்போலக் கால் வெள்ளியிலேனும், பொன்னிலேனும் கொண்டுவந்து செலுத்துங்கள், சாமிக்கு சாப்பாட்டு சிலவாம் அன்னாபிஷேகச் சிலவுக்குப் பணம் கொடுங்கள், அந்த சாமியை வேண்டிக்கொள்ளப் பணம் கொடுங்கள், இந்த சாமிக்குப் பூசைப்போட பணங்கொடுங்கள் எனக் காணிக்கைக் கொண்டு சீவிக்கும் மதக்கடை வியாபாரிகள் அதிகரிக்கவதிகரிக்க அவர்கள் குடும்பத்தில் அனந்த சோம்பேரிகள் சேர்ந்துவிட்டதுடன் அம்மதக்கடையோர் சொற்களை நம்பி மோசம் போனவர்களும் பெருஞ்சோம்பேரிகளாகி பூர்வபூமி விருத்திகளையும் கைத்தொழில் விருத்திகளையும் விவேகவிருத்திகளையும் மறந்து அந்தசாமி காப்பாற்றுவான் இந்த சாமி ஈடேற்றுவானென்னும் பெருஞ் சோம்பேரிகளாய் தங்கள் சுயமுயற்சியும் சுயக்கியானமுமற்று திகைத்து நிற்கின்றார்கள். அங்ஙனம் சிலர் முயன்று பூமிவிருத்தி செய்ய ஆரம்பித்த போதினும் வித்தியா விருத்திசெய்ய ஆரம்பித்தபோதினும் தங்கள் யுக்தியையும் முயற்சியையும் பெருக்குவதை விடுத்து இந்த சாமிக்கு வேண்டிக்கொண்டு ஆரம்பிக்கவேண்டும், அந்தசாமிக்கு பூசைசெய்து ஆரம்பிக்கவேண்டுமென்னும் அஞ்ஞானத்தினால் எடுத்த முயற்சிக்குன்றி ஈடேற்ற மற்றுப்போகின்றார்கள்.

சுயநலம் பாராட்டும் மதக்கடை சோம்பேரிகளின் பொய்யை மெய்யென நம்பி நிற்போர் தற்கால பிரிட்டிஷ் ஆட்சியில் விவேகமிகுத்த மேலோர்களாம் ஆங்கிலேயர்களுள் இரயில்வே வித்தையை ஆரம்பிக்குங்கால் எந்தசாமியை வேண்டிக் கொண்டார், எந்தசாமிக்குப் பூசைபோட்டார், டெல்லகிராப் வித்தையை ஆரம்பித்தவர் எந்தசாமியை வேண்டிக்கொண்டார், எந்தசாமிக்குப் பூசைபோட்டார். டிராம்வே வித்தையைக் கண்டுபிடித்தவர் எந்தசாமியை வேண்டிக்கொண்டார், எந்தசாமிக்குப்பூசை போட்டார். யாதுமின்றி தங்கள் தங்கள் அறிவையே மேலுமேலும் விருத்திசெய்து தங்கள் உழைப்பைப் பாராமலும், பசியை நோக்காமலும், கண்டுஞ்சாமலும் எடுத்தவித்தையை முடித்து தாங்கள் குபேரசம்பத்தை அடைவதுடன் அவ்வித்தையைப் பின்பற்றினோரும் சுகமடைந்துவருகின்றார்கள்.

மதக்கடை பரப்பி சீவிக்கும் சந்ததியோரும் அன்னோர் வார்த்தையை நம்பி நடப்போரும் தங்கள் சுயமுயற்சியையும் அறிவின் விருத்தியையும் விடுத்து பூமியைத் தாங்க ஆதிசேஷனை ஆளாக்கிக்கொண்டதுபோல் தங்கள் வித்தியாவிருத்தியையும், விவேக விருத்தியையும் ஒட்டுக் கொடுத்துத் தாங்கவோர் ஆண்டவனைத் தேடுகிறபடியால் அந்த ஆண்டவனும் உய்த்து நோக்கி இந்த சோம்பேரிகளிடம் போனால் எல்லாபாரத்தையும் நம்மெய் சுமக்க விட்டுவிடுவார்கள். ஆண்டவன்தான் எல்லாம் பார்த்துக்கொள்ளுவாரென்று தூரமும் போய்விடுவார்களென்று இவர்கள் சோம்பலை உணர்ந்த ஆண்டவனும் தூரவிலகிநிற்க, முயற்சியில்லாது எடுத்த வித்தைகளும் பாழாகி நாளுக்குநாள் தேசமும் சீர்கெட்டேவருகின்றது. இத்தகைய நூதன மதக்கடை வியாபாரிகளால் இந்துதேசங் கெட்டழிந்துவிடுவதன்றி நூதன சாதிபேதக் கட்டுக்களாலும் அழிந்து சீர்கெட்டு வருகின்றது.

எவ்வகையிலென்னில் பெரியசாதியென்னும் ஓர்பெயரை வைத்துக் கொண்டு அவன் பொய்யனாயிருந்தாலும் பெரியசாதி, திருடனாயிருந்தாலும் பெரியசாதி, குடியனாயிருந்தாலும் பெரியசாதி, விபச்சாரியாயிருந்தாலும் பெரியசாதி, கொலைஞனாயிருந்தாலும் பெரியசாதி, அவன்

பஞ்சமாபாதகம் நிறைந்திருந்தாலும் பெரியசாதி பெரியசாதியே என்பர்.

சிறியசாதியென்னும் ஓர் பெயரை வகுத்துவிட்டு பொய்சொல்லா மெய்யனாயிருப்பினும் அவன் சிறிய சாதி, களவு செய்யா யோக்கியனாயிருப்பினும் அவன் சிறியசாதி, கொலை செய்யா சீவகாருண்ணியனாயிருப்பினும் அவன் சிறிய சாதி, கள்ளருந்தா நிதானபுருஷனாயிருப்பினும் அவன் சிறியசாதி, விபசாரமற்ற உத்தமபுருஷனாயிருப்பினும் சிறியசாதி, பஞ்சசீலம் நிறைந்த தேவநிலை வாய்த்தோனாயிருப்பினும் சிறியசாதி, வித்தியாவிருத்தி விவேகவிருத்தி பெற்றவனாயினும் சிறியசாதி, சிறியசாதியென்றே கூறி தாழ்த்தி வரும் பொறாமெய்ச்செயலினால் வித்தியாபுருஷர்களும், விவேகமிகுத்தோர்களும் பெரியசாதியென்னும் பொய்யர்களால் நசிந்து நாளுக்குநாள் சீர்குலைந்து போகின்றபடியால் இந்துதேசமும், சீர்கெட்டு நாளுக்குநாள் சிறப்பழிந்து வருகின்றது.

இதற்குப் பகரமாய் புத்தரது தன்மம் இந்துதேச முழுவதும் நிறைந்திருந்த காலத்தில் வித்தியாவிருத்தியும் கைத்தொழில் விருத்தியும் சிறப்புற்றிருந்ததுபோல் தற்காலம் மதக்கடைபரப்பி சீவிப்போர்காலத்தில் உண்டாவென்பதை உய்ந்துணர்வாராயின் ஒவ்வோர் சீர்கேடும் பரக்க விளங்கும். ஆதலின் இந்துதேச சீர்கேட்டிற்கு மதங்களும் சாதிகளுமே காரணமென்று கூறியுள்ளோம்.

- 3:46; ஏப்ரல் 27, 1910 -

131. பறைச்சேரிகளிலிருந்து தங்கள் பிள்ளைகளுக்குப் பள்ளிக்கூடம் வைக்கும்படி பெரியசாதி என்றழைத்துக்கொள்ளுவோருக்கு விண்ணப்பம் வந்திருக்கின்றதாமே

அந்தோ! ஆட்டுமந்தைகள் புலிகளை அடைக்கலம் புகுந்ததுபோல் 1910ளு ஏப்ரல் மீ 18உ வெளிவந்த சுதேசமித்திரன் பத்திரிகை 5-வது பக்கம் முதற்கலம் 52-ம் வரியில் "தாழ்ந்த வகுப்பாரை ஈடேற்றுஞ் சங்கம் சென்னைக்கிளை" என முகப்பிட்டு அதனுள் இச்சங்கத்தோருக்கு பள்ளிக்கூடங்கள் வைத்துக்கொடுக்கும்படி பறைச்சேரியிலுள்ளவர்கள் விண்ணப்பங்கள் வந்துக்கொண்டிருப்பதாக வரைந்து அவைகளுக்காய்ப் பொருளுதவி வேண்டுமென்று குறிப்பிட்டுள்ள விந்தையான சங்கதியைக் கண்டு மிக்க வியப்படைந்தோம்.

அதாவது தாய்தந்தையரினும் மிக்க அன்பு பாராட்டி ஏழைகளின் வீட்டுக்குள் நுழைந்து பாடங்கள் கற்பித்துவருவதுடன் கலாசாலைகளும் வகுத்து அன்னமும் ஊட்டி ஆதரித்துவரும் மிஷநெரி துரைமக்களுக்கும், லேடிகளுக்கும் விண்ணப்பம் அனுப்பி பள்ளிக்கூடம் வேண்டுமென்று கேழ்க்காதவர்கள் சுத்தசலத்தை கொண்டு குடிக்கவிடாதவர்களும், அம்மட்டர்களை சவரஞ்செய்ய விடாதவர்களும், வண்ணார்களை வஸ்திரமெடுக்கவிடாதவர்களும் நன்கு உண்டு உடுத்தி உலாவக் கண்டு பொறுக்காதவர்களுமானோர் சில கூட்டங்கள் கூடியிருப்பதும் தாழ்த்தப்பட்ட சாதியோரை ஈடேற்றுவதுமாகத் தோன்றியுள்ளார்பால் பறைச்சேரியிலுள்ளவர்கள் விண்ணப்பம் அனுப்பியுள்ளாரென்பது விந்தையிலும் விந்தையேயாம்.

எந்த வழியால் ஓர் மனிதனை ஏற்றினரோ அந்தவழியால் இறக்குவதாயின் சுகமாகும். அங்ஙனமின்றி வேறுவழியால் இறக்குவோமென்பது வீண் வார்த்தையேயாம். உயர்ந்த வகுப்போரென்று சிலர் தங்களை உயர்த்திக்கொண்டு அவர்களே சிலரை தாழ்ந்தவகுப்போரெனத் தாழ்த்தி தாழ்ச்சியடையச் செய்துவந்தார்களோ அச்செயல்களை மட்டிலும் மாற்றிவிடுவார்களாயின் அதுவே தாழ்ந்த வகுப்போரை ஈடேற்ற வழியாகும். உயர்ந்த வகுப்போரென்று சொல்லிக் கொள்ளுவோர் தாழ்ந்தவகுப்போரை ஈடேற்றுவது முன் தாழ்த்தியவழியே உயர்த்துவதாகும்.

- 3:46 ஏப்ரல் 27, 1910 -

132. சென்னை முநிசபில் ஆபீஸ் சுதேசக் கமிஷனர்கள் குடிகள் மீது கண்ணோக்கம் வைத்தல் வேண்டும்

கண்ணோக்கம் வைப்பார்களோ வையார்களோ விளங்கவில்லை. காரணம், சுதேசிகளைக் கமிஷனர்களாக நியமிக்க வேண்டுமெனல் யாதெனில், கனந்தங்கிய ஆங்கிலேய துரைமக்களுக்கு சுதேசிகளின் சுபா அசுப காலங்களில் நடத்திவரும் காரியாதிகளும் காரியாதிகளுக்கடுத்த கால விவரங்களுந் தெரியாதாதலின் அந்தந்த டிவிஷன் சுதேசிகளில் ஒருவரைத் தெரிந்தெடுத்து அங்குள்ள சுதேசக் குடிகளின் குறைவு நிறைவுகளைக் கூட்டத்தில் எடுத்துப் பேசி அவர்களுக்கு வேண்டிய சுகாதாரங்களை செய்துவைப்பதும் மற்றும் வேண்டிய சுகாதாரங்களையும் ஆலோசித்து குறைக்கவேண்டிய விஷயங்களைக் குறைத்தும், பெருக்கவேண்டிய விஷயங்களைப் பெருக்கியும், சுகாதாரக் கூட்டத்தார் எடுத்த விஷயங்கள் சீர்பெறவும் அதனாற் குடிகளுக்கு சுகமும் ஆறுதலடையவும் நியமித்திருக்கின்றார்கள்.

அத்தகைய முநிசபில் கமிஷனராக நியமனம் பெறுவோரை குடிகளே முயன்று நியமிக்காது கமிஷனர்களாக ஏற்படுவோரே வீடுகடோரும் வாடகை வண்டிகளை வைத்துச் சென்று குடிகளை அழைத்துப் போய் என்பெயரை எழுதுங்கள் என்பெயரை எழுதுங்கோளெனத் தங்களுக்குத் தாங்களே தங்களை கமிஷனர்களாக நியமித்துக்கொள்ளுகின்றார்களன்றி குடிகளே முயன்று நியமிப்பதைக் காணோம்.

அங்ஙனம் தாங்களே தங்களை கமிஷனர்களாக நியமித்து கொள்ளுகிறபடியால் குடிகளின் குறைவு நிறைவுகளையும் வேண சுகங்களையும் விரும்பாது தங்கள் சுகங்களைமட்டிலும் பார்த்துக்கொண்டு போவதாக விளங்குகின்றது. குடிகளின் சுகத்தைக் கருதுவோர்களாயின் கமிஷனர்களாகத் தங்களை நியமித்துக்கொள்ள வேண்டுமென்று வண்டி கொணர்ந்து குடிகளை ஏற்றிச்சென்று கையெழுத்து வாங்கிய நாளில் கண்ட கமிஷனரை மற்றும் அந்த டிவிஷனில் கண்டிருப்பார்களா, இல்லையே.

அவர்கள் நியமனம் பெற்ற டிவிஷனில் அந்த வீட்டிற்கு வரியென்ன விதித்திருக்கின்றார், இந்த வீட்டிற்கு வரியென்ன விதித்திருக்கின்றார்களென்னும் விசாரிணையேனுமுண்டோ, அதுவுமில்லை. அந்த வீதிகளுக்கு விளக்கு என்னேரம் எரிகிறது, இந்த வீதிக்கு விளக்கு என்னேரம் எரிகிறதென்னும் பார்வையேனுமுண்டோ, அதுவுமில்லை. அந்த வீதிக்குத் தண்ணீர்க் குழாயுண்டா, தடையிராது நீர்வருத்துண்டா, நீர் சுத்தமுண்டாவென்னும் ஆராய்ச்சியேனுமுண்டா, அதுவுமில்லை. அந்த வீதியைப் பள்ளமேடு நீக்கி மநுக்களும், வண்டி குதிரைகளும் நடப்பதற்கு வசதி செய்துள்ளதா, குப்பைவண்டிகள் நிதம் சென்று சுத்தஞ்செய்துவருகின்றதா என்னும் பார்வையேனும் உண்டா, அதுவுமில்லை. அன்று கண்ட கமிஷனரை மறுவருடம் வரை காணாததினால் குடிகளின் சுகத்தைக் கருதாதவர்களென்றே விளங்குகின்றது.

சுதேசக் கமிஷனர்கள் சுதேசக் குடிகளுக்குள்ள சுபாசுபச் காலவரைகளையும் அதன் செயல்களையும் நோக்காது நடந்துவரும் அநுபவமே குடிகளை மனவருத்தத்திற்கு ஆளாக்கிவிடுகின்றது. அம்மனவருத்தங்களி லொன்றை இவ்விடம் விவரிக்கின்றோம். ஓர் குடியானவன் தனது சுபகாலத்தில் பந்தலிடுவதற்கு ஒரு நாளைய முகூர்த்தத்தைக் கண்டு 20 தாம் ஓர் நாளைக்கு ஒரு ரூபா லைசென்சு கட்டி உத்திரவு பெற்று வந்து 19உ பந்தலிட வராம்பித்தவுடன் ஓவர்சியர் வந்து 20உ ஒருநாள் பாஸ்தான் உங்களுக்குக் கொடுத்திருக்கின்றது 19உயில் பந்தல் ஆரம்பிக்கப்படாதென்று கூறி இரண்டு ரூபா கட்டவேண்டுமென நோட்டீசு அனுப்பி பணம் பெற்றுக் கொண்டிருக்கின்றார்கள்.

இவ்வகையாக வாங்கவேண்டிய சங்கதிகள் சுதேசக் கமிஷனர்களுக்குத் தெரிந்த விஷயமோ தெரியாத விஷயமோ விளங்கவில்லை. அவ்வகைத் தெரிந்திருக்குமாயின் கமிஷனர் வீட்டின் ஒருநாளைய முகூர்த்தத்திற்கு முகூர்த்த காரியம் நிறைவேற்றுங்கால் பந்தலும் போட்டுக்கொள்ளுவாரா, தாலிகட்டுங்கால் பந்தலும் போட்டுக்கொள்ளுவாரா, சேஷையிடுங்கால் பந்தலும் போட்டுக்கொண்டிருப்பாரா, பந்திபோசனம் அளிக்குங்கால் பந்தலும் போட்டுக்கொண்டிருப்பாரா, ஒருநாளைய முகூர்த்தமாயிருக்க முகூர்த்தநாளை முன்னிட்டு பந்தலிட ஆராம்பித்தநாளையுங் குறித்து கொள்ளுவதாயின் முகூர்த்தம் முடிந்த மறுநாள் பந்தல் பிரிக்கும் நாளையும் சேர்த்து மூன்றுநாளைய லைசென்சு கட்டவேண்டுமென்று ஓவர்சியர் ரிப்போர்ட்டு செய்துவிடுவாராயின் அவர் கூறுஞ்சட்டமே ஆதாரமாமன்றி சுதேசக் கமிஷனர்களின் விசாரிணையும் செயலுமில்லை போலும்.

சுதேசக் கமிஷனர்களின் செயலும் விசாரிணையும் குடிகண்மீதிருந்திருக்குமாயின் ஒருநாளைய முகூர்த்தத்திற்கு ஒரு ரூபா லைசென்சென்று பெற்றுக்கொண்டு முகூர்த்தத்திற்கு முன்னாள் பந்தலாரம்பிப்பதைக் கண்ட ஓவர்சியர் இரண்டுநாளைய லைசென்ஸ் கட்டவேண்டுமென்று ரிப்போர்ட்டு செய்யவும் அப்படியே செலுத்தவேண்டுமென்றும் அதனதிகாரிகள் கூறி வசூல் செய்து இருக்கமாட்டார்கள்.

இத்தகைய லைசென்சுகளுக்கும் அதன் ஆலோசனை முடிவுகளுக்கும் கமிஷனர்களின் கண்ணோக்கம் இருக்குமாயின் சுதேசிகளால் நிறைவேறும் சுபகாரியங்களில் பந்தல் போட ஆரம்பிக்கும் நாளை கண்டும் லைசென்ஸ் வாங்க வேண்டியதா அன்றேல் முகூர்த்தம் நடாத்தும் நாட்களுக்கு மட்டிலும் பாஸ்வாங்கவேண்டியதாவென்பதை விவரமாக் கண்டு விஷயங்களை நடாத்தச் செய்திருப்பார்கள்.

இது விஷயங்களில் கமிஷனர்களின் கண்ணோக்கமில்லாததால் முகூர்த்தநாளைக்கும் லைசென்ஸ் கட்டுவதுடன் பந்தலிட ஆரம்பிக்கும் நாளைக்கும் லைசென்ஸ் கட்டவேண்டுமென நோட்டீசு அநுப்புகின்றார்கள். சுதேசக் குடிகளின் கஷ்டநஷ்டங்களையும் குறைவு நிறைவுகளையும் கண்டறிந்து சீர்படுத்துவதற்கே சுதேச கமிஷனர்களை நியமித்தும் யாதொரு சுகாதாரமும் சுகமுமில்லாவிடின் இவர்களிருந்தும் குடிகளுக்கு சுகமில்லை, இல்லாமற் போயின் சுகக்கேடில்லை என விளங்குகிறபடியால் இனியேனும் கனந்தங்கிய சுதேச கமிஷனர்களவர்கள் குடிகள் மீது கருணை வைத்து அவர்கள் கஷ்ட, நஷ்டங்களை கண்ணோக்கி சுகாதாரமளிக்கவேண்டுமாய்க் கோருகிறோம்.

- 3:47; மே 4, 1910 -

133. விருத்தி எண்ணங் கொள்ளாது வீணெண்ணத்தால் அழித்தல்

தற்காலம் நமது தேசத்தையும் நம்மெயும் ஆண்டுவரும் பிரிட்டிஷாரென்னும் ஆங்கிலேயருட் சிலர் சதா வித்தையிலும் தொழிலிலும், கல்வியிலும் ஆய்ந்திருப்போர் சற்று ஓய்ந்திருக்குமாறு தந்நேயர்களுடன் கானகஞ் சேர்ந்து (பிக்நிக்) என்னும் பல பதார்த்தங்களுடன் புசித்துலாவி இல்லம் வந்து சேர்வதியல்பாம்.

அவைபோல் நந்தேயத்தோருட் சிலர் யாது வித்தையும், யாது வியாபாரமும், யாது தொழிலும், யாது கல்வியும் அற்று வீணே உலாவித் திரிந்து விருத்தியற்ற வீணெண்ணமும் வீண் செயலுங்கொண்டு கானகஞ்சேர்ந்து மீன், பன்றி, கோழி இறச்சிகளைப் புதுச்சட்டிகளிற் புரட்டி எதேஷ்டமாகப் புசித்து சுகித்துவருகின்றவர்கள், அதன் சுகத்தை மேலுமேலும் கருதி கானகத்தில் வந்து இன்னும் இரண்டு நாள் தங்கி புசித்து சுகிப்பதற்கு ஓர் சத்திரமுங் கட்டிக் கொள்ளுவது நலமென்றெண்ணி தாங்கள் கெட்டு சோம்பலடைந்திருப்பதுடன் ஏனையோர் பணங்களையும் செலவிடச்செய்து அவர்களையும் சோம்பேரிகளாய் அல்லலடைய விட்டுவிடுகின்றார்கள்.

"தொட்டிற் பழக்கம் சுடுகாடு மட்டும் விடாதென்னும்" பழமொழிக்கு இணங்க விருத்தி எண்ணங்களாம் தானியவிருத்தி, விருட்ச விருத்தி, வித்தியா விருத்தி, வியாபார விருத்திகளை மறந்து சகலரும் படிக்கவேண்டும். அந்த படிப்போ இராஜாங்க உத்தியோகப் படிப்பாய் இருத்தல் வேண்டும். அப்படிப்பில் தேர்ந்து இராஜாங்கத் தொழில் செய்ய ஆராம்பிப்போர் இராஜாங்கத்தையே பெற்றுக்கொள்ளவேண்டுமென்னும் வீணெண்ணங் கொண்டு கல்வியையும் இராஜாங்க உத்தியோகத்தையும் கட்டோடு அழிக்க வழிதேடிவிட்டார்கள்.

பூர்வ வித்தியாவிருத்திகள் அழிந்ததுமன்றி தற்காலம் கருணைதங்கிய ராஜாங்கத்தோரால் கொடுத்துவந்த கல்வியும் அழிந்து உத்தியோகங்களையும் இழந்து விடுவதாயின் தேசமும் தேசத்தோரும் யாது சிறப்பைப் பெறுவரென்பதை தேசத்தோரே நோக்க வேண்டியதேயாம்.

பூமிவிருத்திச் செய்வோர் அதன் விருத்தி சிந்தையைவிடுத்து தன் பிள்ளை பி.ஏ. செய்யவேண்டுமென்று விடுப்பதும், வியாபார விருத்தி செய்வோர் அதன் விருத்தியை மறந்து தன் பிள்ளை பி.எல். படிக்கவேண்டுமென்றும், வித்தியாவிருத்தி செய்வோர் விருத்திகளைக் கருதாது தன்பிள்ளை எம்.ஏ. செய்யவேண்டுமென்றும், நடாத்திவரும் வீணெண்ணச் செயலால் சகல விருத்திகளுங்கெட்டு சஞ்சலத்திற்குள்ளாக்கிவருகின்றது.

மதக்கடைபரப்பி சீவிப்போர் மாறுபாட்டினால் மயங்கிக் கெடுவோர் நீங்கலாக இராஜாங்கத்தையே அபகரிக்க வீணெண்ணங் கொண்டோர் செயலால் சிறுவர்கள் கல்விக்கும் கல்விகற்றோர் உத்தியோகத்திற்கும் அழிவு வந்திருக்கின்றது. இத்தியாதி அழிவுகளுக்கும் காரணம் விருத்தி எண்ணங்களற்று வீணெண்ணங்கொள்ளுவதேயாம்.

விருத்தி எண்ணங்கள் யாதெனில் பி.ஏ. செய்து பெருவுத்தியோகம் அமர்ந்து பெண்சாதிபிள்ளைகளை மட்டுங் காப்பதினும் பலரைக் காக்கும் பூமிவிருத்தியாம் அறிவைப் பரவச்செய்து தானியங்களைப் பெருகச் செய்வதேயாம்.

பி.எல். செய்து வல்லடிவழக்கிற்கு வாதிட்டு பணம் சம்பாதித்துத் தன் பெண் பிள்ளைகளை மட்டிலுங் காப்பாற்றுவதுடன் வித்தியா விருத்தியில் வாதிட்டு சூஸ்திரங்களைக் கண்டுபிடித்து கைத்தொழிற் பயிற்சியை விருத்திசெய்வரேல் சகல சூஸ்த்திரர்களும் பிழைப்பதுடன் ஏழைகளும் சுகம்பெறுவார்கள்.

எம்.ஏ வரையிலும் கஷ்டத்துடன் படித்து உபாத்தியாயர் உத்தியோகம் அமர்ந்து தன் பெண்டு பிள்ளைகளை மட்டிலும் போஷிப்பதிலும் சிறுவர்களுக்குக் கலை நூற்களைக் கொண்டு வித்தியா விருத்திகளைப் போதிப்பரேல் சிறுவர்கள் அறிவுவிருத்திப் பெற்று சுகச்சீரடைவார்கள்.

வித்துவான் வித்துவானென்று விருதா பாடற்பாடி வீணெண்ணங் கொண்டு அலைவதினும் வெற்றிலைக்கடை வைத்துப் பிழைப்பது விசேஷ பலனைத்தரும்.

ஆதலின் "தன்னாலே தான் கெட்டால் அண்ணாவி யென்னசெய்வான்" என்னும் பழமொழிக்கிணங்க நாம் விருத்தி எண்ணங்களை விடுத்து வீணெண்ணங்களில் அலைவது விருதாவாதலின் இனியேனும் அத்தகைய எண்ணங்களிற் பழகாது ஐரோப்பியர் எண்ணங்களுடனும், அமேரிக்க எண்ணங்களுடனும், ஜப்பானியர் எண்ணங்களுடனும் பழகுவதாயின் சகல சுகவழிகளுமுண்டாம்.

- 3:47; மே 4, 1910 -

134. டிப்பிரஸ் கிளாசை சீர்திருத்தத் தோன்றிய கூட்டத்தோர்களே

கண்ணோக்குங்கள். எதார்த்தத்தில் ஏழைகளை ஈடேற்றத் தோன்றியுள்ளோராயின் அவர்களைத் தங்களைப்போல் கனவான்களாகச் செய்து விடுவதினும், பள்ளிக் கூடங்களை வைத்து தங்களைப்போல் பி.ஏ. எம்.ஏ., பட்டம்பெற வைப்பதினும், தற்காலம் இல்லமின்றி அல்லோகல்லப்படும் ஏழைகளைக் கண்ணோக்கி நிலைக்கச்செய்வர்களேல் இவர்களே டிப்பிரஸ் கிளாசை ஈடேற்றுவோர்களாவர்.

அதாவது பிரிட்டிஷ் துரைத்தனத்தாராகும் ஆங்கிலேய துரைமக்கள் சென்னையில் நிலைத்தபோது சாதிபேதமுள்ளவர்களுக்கு எதிரடையான சாதிபேதமில்லா திராவிடர்களையே தங்கள் ஆங்கிலேய அரண்மனை உத்தியோகஸ்தர்களாக நியமித்துக்கொண்டு அவர்கள் மத்தியில் வாழ்ந்துக் கொண்டிருக்கும்படியாக சில இடங்களில் குடியிருக்கச் செய்து வைத்திருந்தார்கள். அவைகளிற் சிலதாகும் காட்டுக்கோவில், சாணாங்குப்பம், அமீர்தோட்டம் இம்மூன்று இடங்களிலும் ஏறக்குறைய எண்பது வருடங்களுக்கு மேற்பட வாழ்ந்து வந்தக் குடிகளை அவ்விடம் விட்டு போய்விடும்படி அவற்றைத் தற்காலம் வாங்கிக் கொண்ட புண்ணியபுருஷர்கள் கூற ஏழைக்குடிகள் யாவரும் தங்குவதற்கு வேறு இடங் கிடையாது, பிள்ளைகளை இழுத்துக்கொண்டும் சாமான்களை வாரிக்கொண்டும் அழுதகண்ணும் துக்க சிந்தையுமாய் அல்லல்பட்டலைகின்றார்கள்.

இத்தகையப் பரிதாபகாலத்தில் ஏழைகளை ஈடேற்றத் தோன்றிய கூட்டத்தார் கண்ணோக்கம்வைத்து தலைசாய்க்க இல்லம் இல்லாது அல்லல்படுவோரை ஆதரித்து இல்லம்பெறச் செய்வரேல் இவர்களையே எழியோர்களை யீடேற்றும் தாதாக்களென்று கூறவர். இவ்வகையான கஷ்டத்தை நீக்கி நிலைக்கச்செய்யாதவர்கள் அவர்களை சீர்திருத்தி முன்னுக்குக் கொண்டுவருவரென்பதும் அதற்காகக் கூட்டங்கள் கூடியுள்ளாரென்பதும் அபலமேயாம். ஆதலின் ஏழைகளை சீர்திருத்துங் கூட்டத்தோரும், ஏழைகளுக்குக் கல்வி கற்பிக்குங் கூட்டத்தோரும் அல்லலடைந்தலையும் ஏழைகளுக்கு இல்லம் நிலைக்கும் ஏதுவைச் செய்யும்படிக் கோருகிறோம்.

- 3:48; மே 11, 1910 -

135. சாதிபேத மற்ற திராவிடர்களும் பூமியின் சுகங்களும்

பூமியை திருத்தியாளும் சாதிபேதமில்லா வேளாளத் தொழிலுள்ளார்க்கு பறையனென்னுமோர் சாதிப்பெயரைக் கொடுத்து சாதிபேதம் வைத்துள்ளார்க்கு அவனைத் தாழ்ந்த சாதியானென வகுத்து சகல விருத்தியிலும், அவனை தலையெடுக்கவிடாமல் நசித்து குண்டியிற் கோமணமுங் கோலுங் குடுவையுமாக விடுத்து கொல்லாமற் கொன்று வந்தவர்கள் மத்தியில் பிரிட்டிஷ் ஆட்சியின் கருணையால் கிஞ்சித்து பூமிசுகம் அநுபவிக்கவேண்டுமாயின் கொஞ்சத்திற் கைகூடுமோவென்றுவிழிக்கின்றார்கள்.

அதாவது பூமியை உழுது பண்படுத்தி சீருக்குக் கொண்டுவருகிறவர்கள் பறையர்களென்றே ராஜாங்கத்தாருக்குத் தெரிந்துள்ளபடியால் காலிபூமிகள் எங்கிருக்கின்றதோ அவைகளைப் பறையர்களுக்கே கொடுக்கவேண்டுமென்னுங் கருணைதங்கிய ஓர் சட்டமும் வகுத்திருக்கின்றார்கள். அத்தகைய பூமிகளை மிஷநெரி துரை மக்கள் ஏதேனுங் கண்டறிந்து வாங்கிக்கொடுத்து அவர்களது கண்ணோக்கம் கிஞ்சித்திருக்குமாயின்

அப்பூமியின் சுகத்தைப் பெறுவார்களன்றி தாங்களேமுயன்று அநுபவிக்கும் பூமிகள் கிடையாவாம்.

காரணமோவென்னில் இத்தேசத்தில் நூதனமாக சாதிகளை உண்டு செய்து கொண்டவர்கள் தங்களுக்கு எதிரிகளாய் இருந்த விவேகிகளை மனிதர்களாக பாவிக்காது மிருகங்களினும் தாழ்ச்சியாக வகுத்து தலையெடுக்காமல் அழித்து வந்தவர்களாதலின் அவர்கள் முன்னிலையில் இவர்கள் சொந்த பூமிகளை வைத்து சுகம் பெற மனஞ்சகியாது எவ்விதத்தானுங் கெடுத்துப் பாடுபடுத்திவருகின்றார்கள்.

இவ்வெழிய மக்களோ கபடமற்றவர்களாதலின் தங்கள் சத்துருக்களின் மத்தியில் பூமியின் சுகம்பார்க்கப்போய் உள்ளசுகமுங்கெட்டு வாழ்ந்த ஊரையும்விட்டு வேறு தேசஞ் சென்று சுகித்துவருகின்றார்கள். சாதிபேதம் வைத்துள்ளவர்கள் பூமிகளை சாதிபேதமில்லார் உழுது பயிர் செய்து சுகமளித்து வந்தபோதிலும் அவருக்கு அரைவயிற்றுக் கஞ்சேனும் சரிவரக்கொடாது அவர்கள் செய்து வருங் கஷ்டவூழியத்திற்கு நன்றி பாராட்டாமலும் இருக்கின்றவர்கள் மத்தியில் சொந்த பூமியின் சுகமனுபவிப்பது மிக்க கஷ்டமேயாம்.

பூர்வக் குடிகளாம் திராவிடர்களை தாழ்த்தி நாசமடையச் செய்வதற்கே சாதிபேதத்தை உண்டு செய்துண்டவர்களாதலின் அவர்கள் சொந்த பூமிகளை வைத்துப் பயிர்செய்யவும் சுகம் பெற்று வாழ்கவும் மனம்பொறார்களென்பது திண்ணம்.

அதற்குப் பகரமாய்க் கருணைதங்கிய மிஷெநரி துரைமக்கள் இவ்வேழைக் குடிகளை சீர்திருத்தி முன்னுக்குக் கொண்டுவருவதைக்கண்டு அவர்கள் மனஞ்சகியாது அன்னோரை பத்திரிகைகளின் வாயிலாகவும், கூட்டங்களிலும் நிந்தித்துவருவதே சான்றாம்.

இப்போதும் சிலபூமிகளைவைத்துவந்தவர்கள் கிணறுகள் வெட்டி பூமியின் சுகம் பெறுவதற்கு கருணைதங்கிய ராஜாங்கத்தோர் பணவுதவி செய்துவருகின்றார்களென்றறிந்து (பாரம்) என்னும் கடிதம்வாங்கி எழுதிக் கொடுப்பது முநிஷிப்பிடமேனும் கணக்கனிடமேனும் போய்க்கேட்பதால் நெறுங்கிப் போகலாகாது. அவ்வகை நெறுங்கி அப்பாரத்தைக் கேட்டபோதும் உடனே கொடுப்பது கிடையாது. அதற்கு நாலைந்துநாளலைந்து அக்கடிதத்தை வாங்கி எழுதிக் கொடுக்கும்போது உத்தியோகஸ்தரை சந்தோஷப்படுத்திக் கேட்டால் மட்டிலும் காரியம் கைகூடும் சந்தோஷஞ் செய்யாவிட்டாலோ பாரம்வாங்கப்போகிறதில்லை. கிணறும் வெட்டப்போகிறதில்லை. அவ்வகை எல்லோரையும் சந்தோஷப்படுத்தி பணம் வாங்கினாலோ நூறு ரூபாய் வாங்குவதில் ஐம்பது ரூபாய் வீடு கொண்டுபோய் சேருவது அதிர்ஷ்டமாம். அவ்வைன்பது ரூபாயில் கிணறு வெட்டுவதும், நீர் காண்பதுமில்லாமல் அல்லலடைவதுடன் வாங்கிய பணத்தையும் கொடுப்பதற்கு வழியற்று நசிந்துபோகின்றார்களாம்.

ஆதலின் கருணை தங்கிய ராஜாங்கத்தார் இவ்வேழைக்குடிகளுக்கு பூமிகளை கொடுக்கும்படியான சட்டங்களை வகுத்துங் கஷ்டம். கிணறுவெட்டி நீர்பாய்ச்சி நலனடையப் பணவுதவி செய்தும் வீணாக முடிகிறபடியால் இவ்வெழியக் குடிகளின் மீது கருணைதங்கிய துரைமக்கள் கண்ணோக்கம் வைப்பது காட்சியும் அநுபவமுமாகும். அங்ஙனமின்றி சாதிபேதம் வைத்துள்ள உத்தியோகஸ்தர்களால் சட்டங்கள் சரிவர நிறைவேறுவதும் கஷ்டம் பூமிகள் விருத்தியடைவதுங் கஷ்டம். குடிகள் சுகம்பெறுவதும் கஷ்டம், கஷ்டமேயாம்

- 3:49; மே 18, 1910 -

136. இந்திய தேசத்திய விருத்தியும் அதன் வரவுசெலவுகளும்

இந்திய தேசத்தில் ஆயிரத்தி எண்ணூற்றி ஐம்பத்தியாறு, ஐன்பத்தி ஏழாம் வருடங்களில் நமது ராஜாங்கத்தோருக்கு வந்த வரவு ரூபா முப்பத்தியோர் கோடியே எழுபது லட்சமென்றும் அதே வருடங்களில் அவர்களுக்கு செலவாயரூபாய் முப்பத்தியோர் கோடியே எண்பது லட்சமென்றும் இந்திய காரியதரிசியாரவர்களின் அறிக்கை சால் தெரியவருகின்றது.

இவ்வகையாக இராஜாங்கத்தார் வரவைமிக்க யோசியாது தேசவிருத்தி, வித்தியாவிருத்தி, தானியவிருத்தி, பிரஜாவிருத்தியைக் கருதி செலவை அதிகமாகச் செய்துவந்ததில் பிரஜைகளுக்கு மிக்க அநுகூலங்கள் உண்டாயதால் ஆயிரத்தி தொளாயிரத்தியாறு, தொளாயிரத்தி ஏழில் வந்தவரவு ரூபாய் நூற்றியெட்டு கோடியே நாற்பது லட்சமும் தேச விருத்திக்கு செலவாய ரூபாய் நூற்றியேழு கோடியே முப்பது லட்சமென வகுத்திருக்கின்றார்கள்.

இத்தியாதி வரவுசெலவுகளில் மிகுந்த தொகை இவ்வளவென்று திட்டமாக விளங்குகின்றது. இவற்றை நம்தேசத்தோர் நன்குணராது இந்தியாவின் பணங்கள் யாவும் இங்கிலாந்திற்குப் போய் சேர்ந்துவிடுகிறதென்று கூறுவது வீண் பிரளியேயாம். இவ்வகையாய் முன் விருத்தி பின் விருத்திகளையும் முன்னேது பின்னேதுக்களையும் முன்செலவு பின்செலவுகளையும் முன்வரவு பின்வரவுகளையும் ஆராய்ச்சி செய்து பார்ப்போமாயின் இராஜாங்கத்தோர் செய்துவரும் விருத்தியின் விஷயம் தெள்ளற விளங்கும்.

இந்தியாவின் பணம் இங்கிலாந்திற்குப் போவதாகவே வைத்துக் கொள்ளினும் அவர்களது உதிரஞ் சிந்த உயிர்கொடுத்து சம்பாதித்த தேசபலனை அவர்கள் அநுபவியாது வேறு யார் அநுபவிக்கக்கூடும். கணக்குகளைப் பார்த்துப் பிதற்றித்திரியும் கையாலாகாத சோம்பேரிகள் வீணே இந்தியாவையும் இங்கிலாந்தையும் பிரித்துப் பேசுவது அழகின்மையேயாம்.

இங்கிலாந்து தேசமானது எவ்வளவு சிறப்பைப் பெருகின்றதோ இந்தியாவும் அவ்வளவு சிறப்பைப் பெருமென்பதற்கு ஆட்சேபமில்லை. காரணமோவென்னில் இந்தியாவை ஆளுகின்றவர்களே இங்கிலாந்தையும் ஆளுகின்றபடியால் ஒன்றை சீர்படுத்தி மற்றொன்றை சீர்கெடுக்கமாட்டார்கள். ஒரு மனிதனுக்கு இரண்டிடத்தில் பூமி இருக்குமாயின் அவற்றுள் ஒன்றை பண்படுத்தி பலனடைவதும், மற்றொன்றை பண்படுத்தாது பலனடைவனோ ஒருக்காலுமில்லை. பிரிட்டிஷ் துரைத்தனத்தார் இங்கிலாந்தை சீர்திருத்தி பலனடைந்துக்கொண்டு இந்தியாவை சீர்கெடுத்து பலனடைவர்களோ.

இந்தியாவில் நாளுக்குநாள் பெருகிவரும் கப்பல்களின் சீர்திருத்தங்களும், டெல்லகிராப் சீர்திருத்தங்களும், போஸ்டாபீசு சீர்திருத்தங்களும், விவசாய பண்ணைகளின் சீர்திருத்தங்களும், கைத்தொழில் விருத்தியின் சீர்திருத்தங்களும், வீதிகளின் சீர்திருத்தங்களும், தீபங்களின் சீர்திருத்-

தங்களும், நீர்க்குழாக்களின் சீர்திருத்தங்களும் கண்டுணர்வோமாயின் இந்திய தேசத்தின்மீதும் பிரஜைகளின்மீதும் பிரிட்டிஷ் துரைத்தனத்தார் எத்தகைய நோக்கமும் அன்பும் வைத்திருக்கின்றார்கள் என்பதை எளிதில் அறிந்துக்கொள்ளலாம்.

இத்தியாதி பிரிட்டிஷார் செய்துவரும் சீர்திருத்தச் செயல்களுக்கெல்லாம் நமது தேசத்தோரே சீர்கேட்டை உண்டுசெய்து குடிகளுக்கு இடுக்கங்களையும் மனவருத்தங்களையும் உண்டு செய்துவருகின்றார்கள்.

வித்தையினாலும், புத்தியினாலும், உழைப்பினாலும் பணம் சம்பாதிக்க சக்தியற்ற சோம்பேரிகளுக்கு இராஜாங்க உத்தியோகங்களும் அதிகாரங்களுங் கிடைத்துவிடுமாயின் வேலி பயிரைத் தின்பதுபோல் சுதேசக் குடிகளை சுதேசிகளே வதைத்தும், வஞ்சித்தும் பரிதானமாம் இலஞ்சம் பெற்றும் சீர்கெடுத்துவருகின்றார்கள். இராஜாங்கத்தோர் சம்பளத்தைப் பெற்றும் குடிகளை வஞ்சித்து இலஞ்சம் வாங்கித் தின்போரே இராஜாங்கக் கெடுதிக்கு மூலமாகவும், குடிகளுக்கு சத்துருக்களாகவும் இருக்கின்றார்கள்.

இத்தியாதி இராஜதுரோகிகளாலும் குடிகளின் சத்துருக்களாலுமே நமது தேசம் சீர்கெடுமேயன்றி பிரிட்டிஷ் ஆட்சியால் சீர்கெடுமென்பது கனவிலும் நினையலாகா. அதன் திருஷ்டாந்த தாட்டாந்தங்களை அறியவேண்டியவர்கள் துரைத்தன உத்தியோகத்தில் ஓர் ஆங்கிலேய துரைமகன் செய்துவரும் செயலையும் அன்பின் மிகுதியையும் சுதேசி செய்துவருஞ் செயலையும் இடுக்கத்தையும் நோக்குவதாயின் உள்ளது விளங்கும்.

- 3:50; மே 25, 1910 -

137. காலஞ்சென்ற ஏழாவது எட்வர்ட் இந்தியதேச சக்கிரவர்த்தியார் மாறா கியாபகக் குறிப்பு

தற்காலம் நமது இந்திய சோதிரர்கள் யாவரும் நமது காலஞ்சென்ற சக்கிரவர்த்தியார் மாறா கியாபக சின்ன (மிமோரியல்) ஒன்று அமைக்கவேண்டு மென்று கூட்டங்கள் கூடி பேசிவருவது இராஜவிசுவாசத்தை வளர்க்கத்தக்க அறிகுறிகளேயாம்.

அத்தகைய மிமோரியல் ஓர் கட்டிடமாயிருக்குமாயின், கட்டிடத்தைக் காணுவோருக்குமட்டிலும் சக்கிரவர்த்தியார் கியாபகந் தோன்றுமேயன்றி ஏனையவிடத்தில் மறைந்துபோம் அல்லது கைத்தொழில்சாலை அமைக்கினும், கல்விசாலையமைக்கினும் அவ்வாறேயாம். ஆதலின் நமது சின்டிகேட் மெம்பர்களாகும் கலாசாலை சீர்திருத்த சங்கத்தார் ஒன்றுகூடி ஏற்படுத்தும் இராஜவிசுவாச மிமோரியல் புத்தகமே இந்தியவாசிகள் சகலர் மனதிலும் பதிய நிலைக்கும். அதாவது பிரிட்டிஷ் இராஜாங்கத்தார் செய்துவரும் சுகாதாரங்களை விளக்கக்கூடிய இராஜவிசுவாச புத்தகம் ஒன்று இயற்றல் வேண்டும்.

புத்தகப்பெயர் : ஏழாவது எட்வர்ட், இந்திய சக்கிரவர்த்தியம் எழுதவேண்டிய குறிப்புகள்.

1-வது இந்தியதேசச் சீரையும், சிறப்பையும், செல்வத்தையும், ஒற்றுமெயையும் கெடுத்தவர்கள் யார்.

2. தங்கள் சுயப்பிரயோசனத்திற்காய் பொய்யாகிய சாதிக்கட்டுபாடுகளை ஏற்படுத்தி பிரஜாவிருத்தியின் அன்பையும், ஐக்கியத்தையும் கெடுத்துமன்றி கல்வி விஷயத்தையும் கைத்தொழில் விஷயத்தையும் பெருகவிடாமற் கெடுத்து தங்களுக்குள் அடக்கி ஆண்டுவந்தவர்கள் யார்.

3, அரசர்களுக்குக் குடிகள்மீது துற்போதனைகளைச் செய்து அவ்வார்த்தையை நம்பிய அரசன் தங்களுக்கு உதவிபுரிவானாயின் அவ்வுறத்தால் குடிகளைப் பாழடையச்செய்வதும் அவ்வரசன் உதவிபுரியாது விரட்டுவானாயின் அவ்வரசகுடும்பங்களுக்கே தீங்கை உண்டு செய்வதுமாகியச் செயல்களால் அரசர்களையும் குடிகளையும் கெடுத்து தாங்கள் சுயம்பெற்றால் போதுமென்றெண்ணித் துணிந்தவர்கள் யார் என்பதை தெள்ளற விளக்கி சிறுவர்களுக்குப் போதிக்கவும், அன்னோர் வார்த்தைகளை வீணே நம்பி தங்களை தாழ்ந்த சாதியாரென்றெண்ணி தங்களைத் தாங்களே சீரழித்துக்கொள்ளாமலும் சகல மனிதர்களைப்போல் தாங்களும் மனிதர்களென்னுந் திடங்கொண்டு சகல மனிதர்களும் முன்னேறி விருத்தி பெற்று சுகமடைந்திருப்பதுபோல் தாங்களும் சுகமடையக்கருதி வாழ்க்கைநலந்தரும் வழிகளை சிறுவர்கள் முதல் பெரியோர்கள் வரை உணர்ந்து சீர்பெறும் வழிகளை உணர்த்தி இராஜவிசுவாசத்தில் நிலைக்கும்படிச் செய்யும் நிலைகளை வரைந்திருத்தல் வேண்டும்.

இவ்வகையாய் இந்திய தேசத்தையும் இந்தியதேசக் குடிகளைபம் இந்தியதேசக் கல்வியையும், இந்தியதேசக் கைத்தொழிலையும், இந்திய ஒற்றுமெயையும், இந்தியதேச தனதான்ய விருத்திகளையும் கெடுத்து பாழ்படுத்தியவர்கள் யாவரென்பதை தெள்ளறவிளக்கி அன்னோர்முகத்தினும் விழிக்க விடாமற்செய்து, இந்திய தேசம் முன்போல் சீர்பெற்றதும் சீர்பெற்று வருவதும் இந்தியக்குடிகள் ஒருவருக்கொருவர் அன்புபாராட்டலும், ஐக்கியம் பெற்றுவருதலும் கல்விபெருக்குற்றுவருதலும், கனமடைந்துவருதலும் கைத்தொழில் விருத்திபெற்றுவருதலும், கவலையற்று வாழ்தலும் பிச்சைக்காரர் முதல் கனவான்கள்வரை வண்டி குதிரை ஏறச்செய்ததும் சுகவாழ்க்கைபெற விடுவதும், மேலுமேலும் இரயில்வேசுகம் பெறச்செய்வதும், கப்பல் சுகம் பெறச் செய்வதும், தபாலிலாக்கா சுகம் பெறச்செய்வதும், டெல்லகிராப் சுகம் பெறச்செய்வதும், நீர்பாய்ச்சல் சுகம்பெறச்செய்வதும், பூமிகளின் விருத்திபெறச் செய்வதும், வியாதியஸ்தர்களை ஆதரிக்கும் சாலைகளை வகுத்தலும், கள்ளர்களின் பயங்களை அகற்றிக் கர்த்தலும், சகலசாதியோரும் தன்னவரைப்போல் சுகம் பெற வேண்டுமென்று செய்வோரும், செய்து வருவோருமாகிய பிரிட்டிஷ் துரைத்தனத்தின் காருண்யச் செயல்களை விளக்கித்தெளிவாக எழுதி சிறுவர்கள் மனதிலும் பெரியோர்கள் மனதிலும் பதியவைத்து பிரிட்டிஷ் துரைத்தனத்தார் செய்நன்றி மறவாது இராஜ விசுவாசத்தில் நிலைக்கச் செய்து என்றும் ஒரேசீர்பெற்று நிலைக்க ஏழாவது எட்வர்ட் இந்திய சக்கிரவர்த்தியாரை கியாபிக்க செய்வரேல் கனந்தங்கிய ஏழாவது எட்வர்ட் இந்திய சக்கிரவர்த்தியார் கியாபகமும், இராஜவிசுவாசமும் என்றும் நிலைநிற்கும்.

“ஏழாவது எட்வர்ட் இந்திய சக்கிரவர்த்தியம்” எனும் புத்தகத்தை அச்சிட்டு நாலாவது ஸ்டான்டார்ட் வகுப்பிலிருந்து மெட்டிரிக்குலேஷன் வரையில் வாசிக்கக் கூடிய சகல பாஷையிலும் வரைந்து வாசிக்கச்செய்வதே இராஜ விசுவாசச் சிறந்த மிமோரியலாகும்.

- 3:51: சூன் 1, 1910 -

138. ஓர் கிறிஸ்தவரை ஆரிய சமாஜத்தில் சேர்த்துக் கொண்டார்களாமே

ஈதோர் நூதன சமாஜம்போலும். அந்தோ, பிரம சமாஜமென்பது ஒன்றுண்டு. அவர்களுக்கோ பிரமமென்பது ஒன்றுண்டு. அதைசிந்திப்பதும் பஜிப்பதுமே பிரம சமாஜமென்று தோன்றியுள்ளார்கள். அதுபோல் இந்த ஆரியமென்னும் பொருள் ஒன்றுண்டா. அப்பொருளின் விவரத்தை எந்த புத்தகத்தில் எழுதப்பட்டுள்ளது. ஆரியமென்னும் ஓர் பொருளுமில்லை அதை விளக்கும் புத்தகமும் இல்லாமற்போமாயின் ஓர் கிறிஸ்த்தவர் ஆரிய சமாஜத்திற் சேர்ந்தாரென்பதின் பயனென்னை.

“தலைநோய்க் கண்டவன் தலையணை வுறையை மாற்றிப்போட்டுக் கொள்ளுவது போல்” இராயப்பனென்பவென் இராஜகோபலனென்னும் பெயரை மாற்றிக்கொள்ளுவதால் உண்டாம் பயன் யாது. பழய ராயப்பனேயன்றி புது ராஜகோபாலனென்னுங் குணாகுணம் மாறுமோ. உள்ளப் பொய்யில் ஒரு பொய்யும் மாறாது. உள்ளக் கொலையில் ஒரு கொலையும் நில்லாது. உள்ளக் குடியில் ஒரு வஸ்துவுந் தள்ளாது உள்ள காமியத்தால் ஒரிச்சையு மாறாது நிற்போர் பெயரை மாற்றினும் பயனென்னை. உடையை மாற்றினும் பயனென்னை ஆரிய சமாஜத்தை யாவரும் பின்பற்றினும் பயனென்னை.

இவைகள் யாவும் சமயயுக்த சமாஜங்களும், சமயயுக்த மதங்களுமே யன்றி உலக சீர்திருத்த மதங்களாகாவாம். அதாவது:- சாதி பேதங்களை இத்தேசத்தில் உண்டு செய்தவர்கள் ஆரியர்களென்றே கூறுவர். அக்கூற்றை யாவராலும் கொண்டாடி அங்கீகரிக்கத்தக்க புத்தகங்களையும் ஏற்படுத்தி அந்த சாதிபேதம் இந்த சாதியுடன் புசிக்கப்படாது, இந்த சாதியோன் அந்த சாதியுடன் புசிக்கப்படாது, சேரப்படாது, அவ்வகை மீறி சேரினும் புசிக்கினும் அவரவர்களுக்கு ஓர் சாதிப்பெயரை அளித்து நாலுசாதிகள் என்பதை நூற்றியெட்டு சாதிகளாக்கி, நூற்றியெட்டை ஆயிரத்தியெட்டு சாதிகளாகப் பெருக்கி தேசச் சிறப்பையும் தேச ஒற்றுமெயையும் கெடுத்து பாழ்படுத்தியக் கூட்டத்தோர்களே சகலமதத்தோர்களையும் சகல சாதியோர்களையும் பிராயச்சித்தஞ் செய்து சேர்த்துக்கொள்ளும் செயலால் சமய யுக்த சமாஜங்களென்றே கூறுதற் கூறாதமையும் ஆதலின் பொய்சாதிக் கட்டுக் கதைகளை ஏற்படுத்தி பேதைமக்களை அடக்கி ஆண்டுவந்தார்களென்பது அவர்கள் காலத்திற்குக் காலம் “உப்பு மிஞ்சினால் தண்ணீர், தண்ணீர் மிஞ்சினால் உப்பு” என்பதுபோல் செய்துவருஞ் செயல்களே போதுஞ் சான்றாம்.

இத்தகையப் பொய்ச்சாதிக் கட்டுப்பாடுகளையே காலத்திற்குத் தக்கவாறு மாற்றுகின்றவர்கள் சமாஜங்களையும் எவ்வகையாக மாற்றி எவ்வகையாகத் தங்களை உயர்த்திக்கொள்ளுவார்களோ, அவற்றை பெயரை மாற்றிக் கொள்ளுகிறவர்களும் மதத்தை மாற்றிக்கொள்ளுகிறவர்களும் சிந்திக்க வேண்டியது அவசியமாம்.

இத்தேசத்தில் சாதிபேதப் பொய்க் கட்டுபாடுகளை எப்போது ஏற்படுத்திக்கொண்டார்களோ அதுமுதல் எங்கள் கோவிலுக்குள் வந்தால் தீட்டாகிவிட்டது, அதைத் தீண்டி விட்டான் தீட்டாகிவிட்டது, கும்பாபிஷேகம் செய்யவேண்டுமென்னும் கூத்தாடுவோர் அவைகள் யாவையும் மறந்து சகலசாதியோரையும் சகல மதத்தோரையும் பிராயசித்தஞ்செய்து தங்கள் ஆரியமதத்தில் சேர்த்துக்கொள்ளுவதாயின் கும்பாபிஷேகமென்னும் கூற்றுகள் யாவும் வம்பாபிஷேகமென்றே விளங்குகின்றபடியால் இதன் சமயயுக்தங்களை சரிவர ஆராய்ச்சிச் செய்யவேண்டியதே அத்தியந்த கடனாம்.

அதாவது சுதேசிகள் சுதேசிகளென வெளிதோன்றி சகலரையுஞ் சேர்த்துக் கொண்டு தங்கள் சுயகாரிய சித்திப் பெறவேண்டுமென்போர் கருத்து வீணாகிவிட்டபடியால் ஆரிய சமாஜமென்று ஒன்றை ஏற்படுத்தி சகலசாதியோரையும் சகல மதத்தோரையும் பிராயச்சித்தஞ்செய்து சேர்த்துக் கொள்ளும் யீதோர் பிரியசித்தம்போலும். இத்தகைய பிரியசித்தமுள்ளார்வசம் கிறீஸ்தவர்களும் மற்றவர்களும் சேர்ந்துக்கொள்ளுவது யாது பயன் கருதியோ விளங்கவில்லை.

கிறீஸ்தவ சோதிரர்களே, கிறீஸ்துவென்னும் ஒருவர் பிறந்தார், வளர்ந்தார் அனந்த நீதிகளைப் போதித்தாரென்பது சரித்திராதாரமுண்டு. அதுபோல் ஆரியரென்பவர் ஒருவர் பிறந்தாரா வளர்ந்தாரா ஏதேனும் நீதிகளைப் போதித்தாரா, சரித்திர முண்டா உசாவுங்கள் தேற உசாவிச்சேருங்கள், சேருங்கள்.

- 3:52; சூன் 8, 1910 -

139. பிரோடெஸ்டென்ட்பாதிரிகள் மீது குறைகூறுவது பெரும்பாவமேயாம்

தேசசீர்திருத்தங்களுக்கென்று வெளிதோன்றியுள்ள சில பத்திரிகைகள் தேசசீர்திருத்தம் யாதென்பதை நோக்காது மிஷநெரி பாதிரிகள் கலாசாலைகளை வகுத்து அனந்தம்பேர்களை கிறிஸ்தவர்களாக்கி விட்டதுமன்றி போதாக்குறைக்கு கைத்தொழிற்சாலைகளையும் அமைத்து உள்ளவர்களையும் கிறிஸ்தவர்களாக்கிவிடுகிறார்களென்று மிக்க மனத்தாங்கலாய் எழுதியிருக்கின்றார்கள். அவ்வகையாகக் கிறிஸ்தவர்களாகுகின்றவர்கள் பஞ்சமர்களே என்றும் பரிந்தும் எழுதியிருக்கின்றார்கள். யதார்த்தத்தில் அன்னோர் பத்திரிக்கைகள் சீர்திருத்தத்திற்காய்த் தோன்றியிருக்குமாயின் இத்தகைப் பொறாமெய் குணத்தை வெளியிட மாட்டார்கள். தங்கள் சுயப்பிரயோசனத்திற்காய் பத்திரிகைகளை வெளியிட்டுள்ளவர்களாதலின் பஞ்சமரென்போர் கல்வியும் கைத்தொழிலும் கற்று சீர்பெறுவது அன்னோர் கண்களுக்கும் மனதிற்குஞ் சகியாது

பொறாமெய்க் கடிதங்களை வெளியிட்டிருக்கின்றார்கள்.

மிஷநெரி துரைமக்கள் வந்து தோன்றி கலாசாலைகளை வகுத்து சீர்திருத்தியதினால் சகலசாதியோருங் கல்விகற்று சீருஞ்சிறப்பும் பெற்று தேசங் கலையுற்று வருவது பிரத்தியட்ச அநுபவமாகும். அதற்காதாரவாக கைத்தொழிற் சாலைகளையும் வகுத்துக் கார்ப்பரேல் மேலுமேலும் குடிகள் சோம்பலற்று சுறுசுறுப்புற்று கைத்தொழில் கற்று கனவான்களாகி இன்னும் தேசம் சிறப்பு பெறும் என்பது சொல்லாமல் அமையும்.

பத்திராதிபர்களுக்குக் கைத்தொழிற்சாலைகளமைப்பது கனமென்று தெரிந்திருந்தபோதினும் பஞ்சமர்கள் என்போர் சுகம்பெறுவது சகிக்காமலே இத்தகையக் கடிதங்களை வரைந்துவருகின்றார்கள். ஏழைக் குடிகள்மீது இம்மஃபய் வஞ்சினமும் பொறாமெயும் வைத்துள்ளவர்கள் ஏழைக்குடிகளை ஈடேற்றுதற்குக் கூட்டங்கள் கூ.டி.வருகிறார்களென்றும் ஆரியசமாஜத்தில் சேர்த்துக்கொள்ளுகிறார்கள் என்றும் கூறுவது காரியக் கூற்றென்றே கூறலாகும்.

அதற்குப் பகரமாய் சாதிகளை நாட்டுவதற்கும் ஒட்டுவதற்கும் இந்து மதத்தோரென்னும் கூட்டத்தோரே காரணர் அன்றி தற்காலத் தோன்றியுள்ள ஆரியசமாஜத்தோர் காரணராகார்கள். கனந்தங்கிய மிஷநெரி துரைமக்கள் செய்துவரும் சுகசீர்களைக் கண்டு பொறுக்காதவர்கள் ஆரியசமாஜத்தோர் செயலை யங்கிகரிப்பரோ. இவ்விருவர் ஒற்றுமெக்கேட்டை உணராத ஏழைக்குடிகள் இரண்டாட்டுக்குட்டி போல் உள்ள மதத்தையும்விட்டு நாக்கைச் சுட்டு காயத்திரி படித்து நடுத்தெருவில் நிற்பதினும் தங்களுக்குத் தங்களை சீர்திருத்தி தாங்களே முன்னேறும் வழியை தேடுவது சிறப்பைத்தரும்.

இந்திய மக்களுக்கு மிஷநெரி துரைமக்கள் செய்துவைத்துள்ள கல்விக்கும் நாகரீகத்திற்கும் சிறப்பிற்கும் இந்தியர்கள் செய்த கைம்மாறென்னை. அவர்கள் செய்துவந்த நன்றிக்கு அவர்களை தூஷிப்பதும் புறங்கூறுவதுமாகியச் செயல்களே நன்றியறிதலாகும்.

ஒருவர் செய்துள்ள தீங்கை மறப்பது நன்று, செய்நன்றியை மறப்பது நன்றாமோ. அத்தகைய நன்றிமறப்போர் ஏழைகளை ஈடேற்றுவார்களென்பது இனிய மொழியாமோ, சீர்திருத்துகிறவர்களையும் கெடுத்து தாங்களும் சீர்திருத்தாது விடுவதே கண்ட பலனாகும். ஆதலின் ஆடு கசாயிக்காரனை நம்பி அடியோ டழிவதுபோ லழியாமலும் தாழ்ந்த சாதியோரை உயர்த்துகிறோமென்னும் கூட்டத்தை நாடாமலும் தங்களைப்போல் பிறரை நேசிக்கும் அன்புபொருந்தி தங்களை மனிதர்களென்றெண்ணி மனிதர்களை சீர்திருத்துங்கூட்டத்தோரை நாடுங்கள், நாடுங்கள்.

- 3:52; சூன் 8, 1910 -

140. காணாதக் கடவுளின்மீது விசுவாசம் வைக்கவேண்டுமென்னும் பொய்யைச் சொல்லி பொருள் பரிப்பதினும் காணும் அரசரை விசுவாசிப்பது அழகேயாம்

உலகத்தில் யாருங்காணா கடவுள் ஒருவர் இருக்கின்றார். அவர் எங்கும் வியாபியென்பார் சிலர். வேறு சிலர் கடவுள் ஒருவர் இருக்கின்றார் அவர் ஓரிடத்தில் இருக்கின்றார். அவரைக் காணவில்லையென்பர். இவ் விருதிரத்தோர் கூற்றும் வெறும் உத்தேசமேயாம்.

காரணமோவென்னில், எங்கும் வியாபியாயுள்ளக் கடவுளை எங்கிருந்து தியானிக்கின்றான். தியானிப்பவனிடம் கடவுள் வியாபகம் இல்லையா என்னும் விசாரிணையற்ற மொழியேயாம். கடவுளே ஓரிடத்திலிருந்து சருவ காரியாதிகளையும் நடாத்துகின்றாரென்னில் தீச்செயலுக்கும் நற்செயலுக்குக் காரணம் அவரேயாவர். அதுகொண்டு கடவுளென்னும் பெயர் அவருக்குப் பொருந்தாவாம். ஆதலின் கடவுளென்னும் மொழியையும் அதன் செயலையுங் கண்டு விசுவாசியாது, காணாது விசுவாசிக்கின்றோம் என்னும் பொய்யைச் சொல்லி பொருள் பரிக்காது இராஜவிசுவாசத்தில் நிலைத்து உழைத்துப் பொருள் சம்பாதிப்பதே உத்தமமாகும்.

கடவுளை விசுவாசிக்கின்றோம் என்னும் பொய்ம்மொழியே இராஜ விசுவாசத்தைக் கெடுத்து சீரழித்து வருகின்றது. எவ்வகையிலென்னில், அரசனேற்பட்டு குடிகளுக்கு ஜலசௌக்கியத்தை உண்டுசெய்ய வேண்டுமென்னுங் கருணை பால் வேணமுயற்சி கொண்டு பூமியை சரி திருத்தியும், குழாய்க்களைப் புதைத்தும் இயந்திரங்களை அமைத்தும், தூரத்திலுள்ள நீரைக் கொணர்ந்து குடிகளுக்களித்து சுகம்பெறச் செய்வாராயின் இத்தகையப் பெருமுயற்சியுற்ற அரசனின் செயலை மறந்து ஓர் கடவுட்செயலால் ஊருக்குள் குழாய் மூலம் வந்து சுகம்பெற்றிருக்கின்றோம் என்பார்கள். அதே குழாய்கள் உடைந்து நீரும்வராது குடிகளுக்கு ஜல வசதி கெட்டுப் போமாயின் அக்காலத்தில் கடவுட் செயலை மறந்து அரசாங்கத்தோர் குழாய் ஜலத்தைக் கவனியாத படியால் குடிகள் மெத்தக் கஷ்டத்தை அநுபவிக்கின்றோம் என்பார்.

இருவகைச் செயலால் சுகம் வருங்கால் கடவுட் செயலென்பதும், துக்கம் வருங்கால் அரசாங்கச் செயலென்பதுமாகிய இருவகைக் கற்றால் நமக்கு கடவுள் விசுவாசத்திலும் நிலையில்லை, இராஜவிசுவாசத்திலும் நிலையில்லை என்பது ஸ்பஷ்டமேயாம்.

காணாத கடவுளை விசுவாசிக்கின்றோம் என்னும் அன்பு யாதார்த்தமாயின் காணுங் கடவுளாம் அரசரை விசுவாசிப்பதே பெரும்பேரும் சுகமுமாகும். நம்மெய்க் கார்த்து ரட்சித்து சுகசீரளித்துவரும் அரசரை விசுவாசிக்காது கடவுளை விசுவாசிப் போமென்பதாயின் செய்நன்றி மறந்தவர் கூட்டத்திற் சேர்வதாகும். ஆதலின் காணாக் கடவுளை விசுவாசிப்பதினுங் காணும் அரசரை விசுவாசிப்பதே மேலாயதாகும்.

- 4:2; சூன் 22, 1910 —

141. மதராஸ் கார்பொரேஷன் என்னும் சென்னை சுகாதார சங்கம்

சென்னை முநிசபில் எல்லைக்குள் வீதிசுகம் தருவதற்கும் விளக்கின் சுகம் தருவதற்கும், ஜலசுகம் தருவதற்கும், சாளரங்களின் சுத்தந்தருவதற்கும் வீதிகளெங்கும் சுத்தசுகம் தருவதற்கும், குடிகளுக்கு நேரும் வியாதிகளை நீக்கி சுகந்தருவதற்கும், குடிகளை பாதுகாத்து ரட்சிக்கும்

சுகந்தருவதற்கும் ஓர் கூட்டத்தோர் சேர்ந்து சபாநாயகரென்றும், கமிஷனர்களென்றும் காரியதரிசியென்றும், நியமனம் பெற்று சுகாதாரங்களை செய்து வருவதில் அந்தந்த டிவிஷன்களுக்கென்று ஏற்பட்டுள்ள கமிஷனர்கள் அந்தந்த டிவிஷன்களிலுள்ளக் குடிகளுக்கு எந்தெந்த சுகாதா-ரங்களை அளித்து கார்த்துங் கவனித்தும் வருகின்றார்களோ விளங்கவில்லை.

கமிஷனர்களுடையக் கண்ணோக்கமும் கவலையும் குடிகளின் சுகாதாரத்தை நாடியிருக்குமாயின் ஒவ்வொரு வீதிகளில் குழாய்கலம் சரிவர வராமல் தடைகொண்டு வருவதைக் கவனிப்பார்கள். இரண்டாவது, நீர் நாற்றங்கொண்டுவருவதைக் கவனிப்பார்கள். மூன்றாவது, வீதிகளில் உள்ள பள்ளமேடுகளினால் வண்டிகள் உடையும் கேடுகளையும் மாடு குதிரைகள் படும் கஷ்டங்களையும் கவனிப்பார்கள். நான்காவது, கடை-களில் கொழுப்பு கலந்த நெய்களையும், கலப்புள்ள எள்நெய்களையும், கலப்புள்ள தானியங்களையும் கவனிப்பார்கள். ஐந்தாவது, முநிசிபா-லிட்டிக்கு சம்மந்தப்பட்ட வைத்தியசாலை உத்தியோகஸ்தர்கள் வியாதியடைந்து வரும் ஏழைக்குடிகளைச் சரிவரக் காப்பாற்றிவருகின்றார்களா என்று கவனிப்பார்கள். ஆறாவது, முநிசிபாலிட்டிக்கு சம்மந்தப்பட்ட கலாசாலைகளில் வாசிக்கும் சிறுவர்களில் எந்தெந்த வகுப்பு சிறுவர்கள் அதிகப்பட்டுவருகின்றார்கள், எந்தெந்த வகுப்பு சிறுவர்கள் கல்வியிலும் கைத்தொழிலிலும் எவ்வளவு தேர்ந்து வருகின்றார்களென்றுங் கவனிப்-பார்கள்.

இத்தியாதி செயல்களில் ஏதொன்றை கவனித்திருப்பார்களாயின் தாங்கள் கூடும் சுகாதாரக் கூட்டங்களில் தங்கடங்கள் டிவிஷன்களிலுண்-டாம் சுகாதாரக் குறைவுகளையும் சுகாதார நிறைவுகளையுங் கூட்டத்தோருக்கு எடுத்து விளக்கி குடிகளுக்கு வேண சுகாதாரம் அளித்துவரு-வார்கள். கமிஷனர்கள் அந்தந்த டிவிஷன் குடிகளுக்கு வேண்டிய இன்னின்ன விஷயங்களை எடுத்துப் பேசினார்கள், என்னின்ன சுகங்களைக் குடிகளுக்கு அளித்தார்கள் என்னும் ஓர் வதந்தியுங் காணோம்.

வண்டிகளைக் கொண்டுவந்து குடிகளை ஏற்றிக்கொண்டுபோய் தங்கள் பெயரை எழுதும்படிக் கோரி தங்களைத் தாங்களே கமிஷனர்களாக நியமித்துக்கொள்ளுங்காலத்தில் காணுங் கமிஷனர்களை மற்றொருகாலுங் காணாதிருக்குங்கால் எந்த டிவிஷன் குறைகளை எந்த டிவிஷன் கமிஷனர் விளக்கிக்காட்டுவார்கள். சுகாதாரக் கூட்டங்களில் சுதேச கமிஷனர்கள் கூடுங்கால் ஓர் ஐரோப்பிய உத்தியோகஸ்தரை வைக்க-வேண்டுமென்றால் அவர்களைத் தடுப்பதிலும் பணக்கணக்குப் பார்ப்பதிலும் மிக்க சுருசுருப்பாய் இருப்பார்களன்றி அவ்வைரோப்பியரால் குடி-களுக்குண்டாகும் சுகாதாரச் செயல்கள் யாதென்று கண்டறிந்து பேசுவாரில்லை.

அதாவது அசுத்த சாரள நீர்களை பூமியில் சற்றாழமாகக் குழாய்களைப் புதைத்து அதனுள்வழி அசுத்தஜலங்களைக்கொண்டுபோக வேண்-டுமென்று ஏற்படுத்தி அவ்வேலையை இராயப்பேட்டையில் ஆரம்பித்து முடித்ததின் பேரில் அதன் செயலால் சாரளக் கெட்டநாற்றங்கள் அடங்கியதுமன்றி கொசுக்களால் உண்டாகும் உபத்திரவங்களும் நீங்கிவருகின்றன. இத்தகைய சுகாதாரச்செயலுக்கு பூமியுள் குழாயமைத்து சீர்திருத்தும் விவேகபுருஷனாம் ஓர் ஐரோப்பியரை தெரிந்தெடுத்து அவ்வுத்தியோகத்தில் நியமிப்பதால் யாதுகுறை உண்டாம். பணச்செலவு அதிகப்படுகின்ற தென்பாராயின் குடிகளிடம் வசூல்செய்யுந் தொகைகள் குடிகளின் சுகத்திற்கா அன்றேல் அவர்கள் சுகக்கேட்டிற்கா. கருணை-தங்கிய கவர்ன்மெண்டார் தங்கள் கூட்டத்தோரைப்போல் சுகாதாரக்கூட்டமும் ஒன்றிருத்தல் வேண்டுமென்னும் நன்னோக்கத்தால் ஏற்படுத்தியும் சுதேசக் குடிகளுக்குள்ள சுகக்கேடுகளை சுதேசக் கமிஷனர்களே கவனியாவிடில் வேறு யாவர் கவனிப்பாரோ விளங்கவில்லை.

சுகாதார சங்கத்தின் பிரசிடெண்டாக ஓர் ஐரோப்பியரை நியமித்திருப்பது போல் ஒவ்வோர் டிவிஷன் கமிஷனர்களுக்காகவும் ஒவ்வோர் ஐரோப்பியர்களையே நியமித்துவிடுவார்களாயின் சகல குடிகளும் பேதமின்றி சமரச சுகம் பெறுவார்கள். அதாவது ஓர் ஐரோப்பியர் டிவிஷன் கமிஷனராக ஏற்படுவாராயின் இவர்கள் சின்னசாதிப்பார்கள், அவர்கள் பெரியசாதியார்கள் என்னும் பேதமில்லாமலும், இவர்கள் தன்சாதியார் அவர்கள் புறசாதியாரென்னும் பாரபட்சமில்லாமலும், இவர்கள் ஏழைகள் அவர்கள் கனவான்களென்னும் நோக்கம் வையாமலும் சகலர் சுகங்-களையும் தங்கள் சுகம்போற் கருதி அவரவர்கள் சிறுவீதிகளிலும் சென்று உள்ளக் குறைகளை நேரிற் கண்டு வேண சுகமளித்து ஏழைக்குடி-களைப் பாதுகாப்பார்கள். அங்ஙனமின்றி சாதித்தலைவர்களையே பெரும்பாலும் சுதேசக் கமிஷனர்களாக நியமிப்பதினால் அதுசின்னசாதியோர் வாசஞ்செய்யும் வீதி, இது பெரிய சாதியோர் வாசஞ்செய்யும் வீதியெனுங் கொடும் பேதத்தால் ஏழைகளுக்கு என்றும் சுகக்கேடும், கனவான்-களுக்கு என்றென்றும் சுகாதாரம் போலும்.

“கனத்தின்பேரில் வளைவென்னும்” பழமொழிக்கிணங்க கனவான்களின் வாக்கு சீர்பெறுகுவதற்கும், ஏழைகளின் வாக்கு சீர்கெடுவதற்கே ஆதாரமாய் இருக்கின்றது. ஆதலின் கனந்தங்கிய சுதேசக் கமிஷனர்கள் யாவரும் ஏழைக் குடிகளின் மீது கண்ணோக்கம் வைத்து சுகாதாரம் அளிக்க வேண்டுகிறோம்.

- 4:4: சூலை 6, 1910 -

142. ஐரோப்பாவில் வாழும் துரைமக்கள் தங்கள்பேரன்பால் வாதிடும் பெரும் வாது

அதாவது நமது இந்திரதேசத்திலிருந்து ஐரோப்பாவுக்குச் சென்றுள்ள இந்தியர்களிற் சிலர் பிரிட்டிஷ் ஆட்சியார் எங்களை அப்படியாளுகி-றார்கள் இப்படியாளுகிறார்களென்று பலவகைக் கூறுவதுமன்றி, எங்களுக்கு அந்தஸ்தான உத்தியோகங்கள் கொடுக்கிறதில்லை, எங்களைக் கனமாகப் பாராட்டுவதில்லையென்று கூறு மொழிகள் யாவும் மெய்யென்று நம்பிக்கொண்ட ஐரோப்பியர்களிற் சிலர் தங்கள் கருணை மிகு-தியால் இந்தியர்கள் மீதில் அன்பு பாராட்டி, தங்கள் சுயசாதி ஐரோப்பியர்களிடம் வாதிட்டு இந்தியர்களுக்கு சுகந்தேடுகிறார்கள். ஈதன்றோ தங்களைப்போல் பிறரை நேசிக்குங் குணம். ஈதன்றோ தங்களைப்போல் சகலருஞ் சுகமடையக் கருதுங் கருணை.

இத்தகையக் கருணையுள்ளோரிடஞ்சென்று இந்தியரைப்பற்றி முறையிடுகிறவர்களும் ஐரோப்பியரின் குணங்களை வகித்திருப்பார்களாயின் இவர்கள் முறைபாடு சகலமுங் கைக்கூடி சுகம் பெறுவார்கள். இவர்களுக்கோ அவர்களுக்குள்ள கருணை கிடையாது. அவர்களுக்கோ இந்தியர்களின் சாதி பொறாமெயும் சமயகோஷ்டமுந் தெரியாது.

தற்காலம் இந்தியர்களுக்காகப் பரிந்து பேசும் ஐரோப்பியர்கள் இந்தியாவில் சாதித்தலைவர்களென்று பெயர் வைத்துக் கொண்டுள்ளவர்கள் மட்டிலும் சுகம்பெறல்வேண்டும் தங்களால் தாழ்ந்தசாதிகளென்று அழைக்கப் பெற்றவர்கள் என்றுந் தலையெடுக்கப்படாதென்று செய்து வருங் கொடூரச் செயல்களையும் இவர்களது வஞ்சகக் குணங்களையும் நேரில் கண்டறிவார்களாயின் அன்பும் சீவகாருண்யமும் அற்ற மூதேவிகள் முகத்திலும் விழிக்கப் போகாவென்று திருப்பிக்கொள்ளுவார்கள். இந்தியாவிலுள்ள சாதிக் கொடூரச் செயலால் அறுபது லட்சத்திற்கு மேற்பட்டக் குடிகள் அல்லல்பட்டழிவதைக் கண்ணாரக் கண்டுவிடுவார்களாயின் இந்தியருக்குள் பெரிய உத்தியோகங்கள் கொடுக்கப்படாது என்றே வாதிடுவார்களன்றி கொடுக்கலாமென்னும் பரிதாபம் என்றுங் கொள்ளமாட்டார்கள். ஆதலின் நமது கருணைதங்கிய இந்திய கவர்ன்மென்றார் தங்களாளுகையிலுள்ள சாதித்தலைவர்கள் தந்திர சுகங்களையும் அவர்களால் தாழ்ந்த சாதிகளென்று வகுக்கப் பெற்றோர் படுங் கஷ்டங்களையும் ஐரோப்பாவிலுள்ள துரைமக்களுக்கு விளக்கிக் காட்டுவார்களாயின் அவர்களுக்குத் தெளிவுபெறும். ஏழைகளின் விருத்திக்கு ஓர் வழி உண்டாகும்.

- 4:5; சூன் 13, 1910 -

143. கன்னம்பாளையக் கிறிஸ்தவர்களும் அவ்விடத்திய இந்துக்களென்போரும்

கன்னம்பாளையக் கிறீஸ்தவர்கள் தாங்கள் குடியிருந்தவிடத்திலிருந்தக் குளங்குட்டைகளில் நீரில்லாமல் இந்துக்களென்போர் வாசஞ்செய்யும் இடத்திலிருக்கும் குளத்திற்குச் சென்று நீர் மொண்டுக்கொள்ள எத்தனித்த போது இந்துக்களென்போர் அவ்விடத்திய நீரை மொள்ள விடாமல் தடுத்ததாகவும் அந்தப் பரையாது கலைக்ட்டர் துரையவர்களிடம் சென்று விசாரிணைக்கு வந்திருப்பதாகவுங் கேழ்வியுற்று மிக்க விசனிக்கின்றோம்.

அதாவது கிறிஸ்தவர்கள் வாசஞ்செய்திருந்தவிடங்களில் நீருள்ள வரையில் மற்றக் குளங்களுக்குங் கிணறுகளுக்கும் போகாமல் தங்களிடமுள்ளக் குளங்களிலேயே நீர் மொண்டு உபயோகித்து வந்தது இந்துக்கள் யாவரும் அறிந்தவிஷயமே. தங்களிடங்களில் நீர் கிடையாது தவிக்குங்கால் நீருள்ளயிடங்களைத் தேடி ஓடி வந்திருக்கின்றார்கள். நீர் கிடையாமல் தவிக்குங் குடிகள் மீது காருண்யம் வைத்துக் காப்பாற்றாமல் தாகத்திற்குத் தவிக்கும் இந்தியக் குடிகளை விரட்ட ஆரம்பிக்கும் கன்நெஞ்சமுடையவர்பால் சுதேசிய அதிகாரத்தைக் கொடுத்துவிட்டால் இன்னும் என்ன அனியாயம் ஏழைக் குடிகளுக்குக் கொடாமல் தடுத்துத்துன்பப்படுத்துவார்களோ தெரியவில்லை. இந்துக்கள் என்போர் தாங்கள் நீரருந்த வேண்டிய இடங்களிலும் தாங்கள் சுகம் அனுபவிக்க வேண்டிய இடங்களிலும் சாதியாசாரம் சமயாசாரம் பார்ப்பது கிடையாது. ஏழை மனுக்கள் நீரருந்த வேண்டிய இடங்களிலும், சுகமனுபவிக்க வேண்டிய இடங்களிலும், சாதியாசாரம் சமயாசாரம் உண்டுபோலும்.

இந்துக்களென்போர் தாங்கள் சொந்த பூமிகளிலுள்ளக் குளங்களுக்குங் கிணறுகளுக்குந் தங்கள் அதிகாரங்களைச் செலுத்தினபோதிலும் புறம்போக்கிலுள்ளக் கிணறுகளுக்கும் குளங்களுக்கும் என்ன அதிகாரமுண்டு. ஈதன்றி கோவில்களிலுள்ளக் குளங்களும் கிணறுகளும் இந்துக்களென்னும் சாதிபேதமுடையக் கூட்டத்தாருக்கும் சுதந்திரங் கிடையாது. பூர்வக் கோவில்களென வழங்கும் கட்டிடங்களும் கிணறுகளும் குளங்களும் பௌத்தர்கள் உடையவைகளாதலின் அவைகளைச் சகலரும் அநுபவிக்கக் கூடிய சுதந்திரமுண்டு. புத்ததன்மமானது சகலரும் அனுபவிக்கக்கூடிய பொது சுகமாதலின் இந்திரதேசத்துள்ள பூர்வபுத்ததன்ம மடங்களும் குளங் கிணறுகளும் சகல சீவராசிகளுக்கும் பொதுவாதலின் அவ்வகையாய குளங் கிணறுகளில் சாதியாச்சாரத்தை போதிப்பதில் யாதுபயன்.

இந்துக்களென்போர் தங்கடங்கள் சாதியாசாரங்களிலும் சமயாசாரங்களிலும் வழுவில்லாமலும் மனுதன்ம சாஸ்திரங்களுக்கு மாறுபடாமலும் நடந்துவருவார்களாயின் தங்களிடங்களில் ஏழைகளை நீர்மொள்ளவிடாமல் தடுக்கும் ஆசாரம் பொருந்தும், தங்களுடைய மநுதன்ம சாஸ்திரத்தை சரிவர அநுசரிக்காதவர்களும் சாதியாசாரம் சமயாசாரங்களில் நிலைக்காதவர்களுமாகியவர்கள் பொதுவாகியக் குளங்கிணறுகளை தங்களுடையவைகளென்று ஏற்றுக்கொண்டு, ஏழைகளை நீரருந்தவிடாமல் தடுப்பது அந்நியாயமேயாம்.

சாதிபேத மில்லாமல் வாழ்ந்திருந்த இந்திரதேசத்தில் நூதனமாகிய சாதிபேதத்தை உண்டு செய்துக்கொண்டு தாங்கள் மட்டிலும் சுகமநுபவித்தால் போதும், ஏனையோருக்கு யாது சுகக்கேடுண்டானாலும் ஆகட்டுமென்று எண்ணிக் கொண்டு சீவகாருண்யமற்று ஜலமீய்ந்து தாகத்தைத் தணிக்க இதக்கமில்லாதவர்கள் வானத்தை நோக்கி மழைப் பெய்யவில்லை என்றால் பெய்யுமோ, பயிறு விளையவில்லையென்றால் விளையுமோ ஒருக்காலுமாகா. இந்துக்களென்பவர் குளங்களில் மாடுகள் வாய்வைத்து தண்ணீர் குடிக்கலாம், குதிரைகள் வாய்வைத்து தண்ணீர் குடிக்கலாம், கழுதைகள் வாய்வைத்து தண்ணீர் குடிக்கலாம், ஏழைகளாகிய மனிதசீவர்கள் தங்கள் பாத்திரங் கொண்டேனும் தண்ணீர் மொள்ளப்படாதென்னும் கொடூர சிந்தையை உடையவர்கள் நாளுக்கு நாள் இத்தேசத்தில் பெருகிவருகின்றபடியால் வானஞ்சுருங்கி பஞ்சமுண்டாகி பெருவாரிக் காச்சலும் பிளேக்கென்னும் நோயும் அதிகரித்துக்கொண்டே வருகின்றது. "ஏழைக ளழுதக்கண்ணீர் கூரிய வாளுக்கொக்கு" மென்னும் பழமொழிக்கிணங்க தாழ்த்தப்பட்டவர்கள் உயர்த்தப்படுவதற்கும் உயர்த்தப்படுகிறவர்கள் தாழ்த்தப்படுவதற்கும் காலம் வந்துவிடும். அப்போது நாங்கள் உயர்ந்தோர்கள் உயர்ந்தோர்களென்று கூச்சலிடுவதாயின் ஒருவரும் அவ்வாக்கியத்தை ஏற்காமற்போவர். அவ்வகை ஏற்காது அவமதிப்படைவதற்கு முன் தங்களுக்குள்ள தாகம் ஏழைகளுக்கும் இருக்குமென்றும், தங்களுக்குள்ள பசி ஏழைகளுக்கும் இருக்குமென்றுந் தங்களுக்கு வேண்டிய சுகம் ஏழைகளுக்கும் வேண்டியதென்றும் சீவகாருண்ணியம் வைத்து தாகத்தைத் தணியுங்கள், பசியைப் போக்குங்-

கள், சுகத்தைக் கொடுங்கள் "அதிக முறுக்குவதால் அறுந்துபோமென்னும்" அநுபவமுண்டு. ஆதலின் சுகச்சீர்பெறக் கருதுவோர் சகலரையுஞ் சுகச்சீர்பெறக் கருதுங்கள்.

- 4:6: சூலை 20, 1910 -

144. தற்கால இந்தியர் சீர்பெறாக்காரணம் சிலர் தங்களை உயர்ந்த சாதியோரென்று உயர்த்திக்கொள்ளுவதும் சிலர் தங்களைத் தாழ்ந்தசாதியோரென்று தாழ்த்திக்கொள்ளுவதுமேயாம்

இந்திரதேசமானது புத்தன்மத்தை அநுசரித்து பொய்ப்பேசாமலும், கொலைசெய்யாமலும் களவுசெய்யாமலும், பிறர் தாரத்தை இச்சியாமலும், மதுபானம் அருந்தாமலும் சுத்த தேகவாழ்க்கையிற் பொருந்தி ஒற்றுமெயிற் சிறந்து ஒருவருக்கொருவர் அன்பும் ஆறுதலும் பெற்று வாழ்ந்துவந்த காலத்தில் புருடர்கள் யாவரும் வித்தை, புத்தி, ஈகை, சன்மார்க்கத்தில் நிறைந்தும் இஸ்திரீகள் யாவரும் அச்சம், நாணம், மடம், பயிர்ப்பென்னும் நான்கிலும் சிறந்து சகசீவிகளாக வாழ்ந்து வந்தார்கள்.

அத்தகைய வாழ்க்கை காலத்தில் அவன்சிறிய சாதி, இவன் பெரியசாதி என்னும் சாதிகர்வங்களில்லாமலும் அவன்சுவாமிபெரியசாமி, இவன் சாமி சிறியசாமி என்னும் மதகர்வங்களில்லாமலும், அவன் வித்தையிற் பெரியோன், இவன் வித்தையிற் சிறியோனென்னும் வித்தியா கர்வங்களில்லாமலும், அவன் கனவான் இவன் ஏழையென்னும் தனகர்வங்களில்லாமலும், தங்கடங்கள் செயல்கள் யாவும் வித்தியா விருத்தியிலும், பூமியின் விருத்தியிலும், கல்வியின் விருத்தியிலும், ஞானவிருத்தியிலுமே கண்ணுக்கருத்துமாய் நின்று பாஷைபேதம் இருப்பினும் மநுகுல பேதங் கிஞ்சித்துமின்றி அன்பின் பெருக்கத்தால் ஒருவருக்கொருவர் உபகாரிகளாக விளங்கி சகலருஞ் சுகச்சீர் பெற்று ஆனந்தவாழ்க்கையில் இருந்தார்கள். ஒற்றுமெயும், சுகச்சீரும், ஆனந்தமும் மிகுத்த வாழ்க்கையினால் இந்திரதேசமும் சிறப்புற்று உலகத்தில் தோன்றியுள்ள மநுகுலத்தோர் யாவரும் இந்திரதேசம் வந்து அரியவித்தைகளைக் கற்றுச் சென்றார்கள் என்பதைத் தெரிந்துக்கொள்ளுவதற்குப் பூர்வ சரித்திரங்களே போதுஞ் சான்றாம். அத்தகைய வித்தையிலும், புத்தியிலும், ஈகையிலும், சன்மார்க்கத்திலும் நிறைந்து ஒற்றுமெயிலும், ஒழுக்கத்திலும் சிறப்புப் பெற்றிருந்த தேசமானது சிலவஞ்சநெஞ்சமுடையோர் குடியேற்றங் கொண்டு அவர்களதுசுயப் பிரயோசனங்களுக்காய் ஞானமார்க்க பிரமணவேஷம் இட்டுக்கொண்டு தங்கள் பொய்வேஷம் அறியாக் கல்வியற்றக் குடிகளையும் காமியமுற்ற சிற்றரசரையும் வசப்படுத்திக் கொண்டு பூர்வ பௌத்தமார்க்க மேன்மக்களால் வகுத்திருந்தத் தொழிற்பெயர்கள் யாவையும் சாதிப்பெயர்களென மாற்றி தங்கள் போதனைக்கிசைந்து தங்களுக்கு வேண்டிய உதவிபுரிந்து வருகிறவர்கள் யாவரையும் உயர்ந்த சாதியென வகுத்துக்கொண்டு இவர்களது பிராமண வேஷந்தெரிந்து அடித்துத் துரத்தி யாதொரு உதவியும் புரியாது குடிகள் யாவர்களுக்கும் இவர்களது மித்திரபேதங்களையும் வஞ்சகக் கூத்தையும் வேஷத்தையும் பறைஞ்சினவர்களைத் தாழ்ந்த சாதிகளெனக் கூறிப் பலவகையாலுந் தலையெடுக்கவிடாது பாழ்படுத்தி வந்தபடியால் வித்தியா விருத்திக்கு உரியவர்கள் பாழ்பட, வித்தைகளும் பாழ்பட்டு விவசாய விருத்தியுள்ளோர் பாழ்பட, பூமிகளும் பாழடைந்து, கல்வியுடையார் பாழ்பட, கலைநூற்களின் விருத்தியும் பாழ்பட்டு, பௌத்ததன்ம சாதுசங்கங்கள் பாழ்பட, ஞானிகளென்னும் பெயர்களும் பாழ்பட்டு என்றும் அழியா இந்திரதேசச் சிறப்பும் பாழடைந்து போய்விட்டது.

இதன் ஆதாரபீடம் இத்தேசமெங்கும் கொண்டாடிவந்த இந்திர விழாக்கள் என்று பாழடைந்ததோ அன்றே சத்தியதன்மங் குன்றி அசத்திய தன்மம் பரவிவிட்டது, அசத்தியதன்மமே அனந்தங் கேடுகளுக்கு ஆதாரமாயின.

இத்தேசப் பூர்வக் குடிகளின் புண்ணியபலத்தால் பிரிட்டிஷ் ஆட்சியார் தோன்றி அவர்களும் புத்ததன்மமாகவே தங்கள் அரசாட்சியை நடத்தி வருகின்றபடியால் அதன் பலன் கிளைத்து வித்தியாவிருத்தியும், விவசாய விருத்தியும், கல்வி விருத்தியும் பெருகிக்கொண்டுவருகின்றது. இத்தகைய விருத்திகாலத்திலும் ஒற்றுமெய்க் கேட்டிற்கு மூலமாகும் சாதிகர்வத்தையும், வித்தியாவிருத்தியின் கேட்டிற்கு மூலமாகும் மதகர்வத்தையும் விடாது பற்றிக்கொண்டிருக்கின்றபடியால் பிரிட்டிஷ் ஆட்சியார் செய்துவரும் வித்தியாவிருத்திகளும், விவசாய விருத்திகளும் முன்னுக்குவராது திகைத்து நிற்கின்றது. இத்தகைய விருத்தியின் கேட்டிற்கும் தேச சிறப்பின் குன்றுதலுக்குங் காரணம் சிலர் தங்களை உயர்ந்த சாதி உயர்ந்த சாதியென்று அண்ணாந்து சோம்பலையும், பொறாமெயையும் வஞ்சினத்தையும் பெருக்கிக்கொள்ளுவதும், சிலர் தங்களைத் தாழ்ந்தசாதியோரென்று ஒப்புக்கொண்டு நசுங்குண்ணுவதுமேயாம். மநுகுலத்தவருள் தாழ்ந்தவர்களென்றும் உயர்ந்தவர்கள் என்றும் கூறித்திரியும் ஒற்றுமெய்க்கேடே இந்தியதேச சீர்கேட்டிற்கு அடிப்படையாகும். ஆதலின் இந்திய தேச சோதிரர்கள் யாவரும் சுயக்கியானத்தில் நின்று மநுகுல சகோதிர வாஞ்சையைப் பெருக்கி இராஜவிசுவாசத்தில் நிலைக்க வேண்டுகிறோம்.

- 4:7: சூலை 27, 1910 -

145. கனந்தங்கிய இந்திரதேச கவர்னர் ஜெனரல் மிண்டோ பிரபு அவர்களும் கனந்தங்கிய சென்னை ராஜதானி கவர்னர் ஆர்த்தர் லாலி பிரபு அவர்களும்

இந்த இரண்டு பிரிட்டிஷ் ஆட்சி தலைவர்களும் இந்தியாவை விட்டு நீங்கி இவ்வருடம் இங்கிலாந்துக்குப் போய்விடுகிறபடியால் இவர்களது பெயரும் கீர்த்தியும் என்றும் அழியாது இந்தியாவில் பிரகாசிக்கத்தக்கப் பேருபகாரஞ் செய்துப்போவார்களென்று நம்புகிறோம்.

அதாவது, ஏறக்குறைய ஆயிரவருடங்களாக தாழ்ந்த சாதியோர்களென நசுக்கப்பட்டுவரும் பூர்வ சாதிபேதமற்ற திராவிடக் குடிகள்மீதுக் கிருபாநோக்கம் வைத்து தற்கால பிரிட்டிஷ் ஆட்சியின் கருணையால் முன்னுக்கு வந்து விவேக மிகுத்தவர்களாயிருப்பவர்களிற் சிலரைக் கண்டெடுத்து (லெஜிஸ்லேட்டிவ் கவுன்சல்) சங்கத்தில் சேர்த்துவிட்டுப் போய்விடுவார்களாயின் ஆயிரவருடகாலம் அல்லலடைந்திருந்த அறுபது லட்சத்திற்கு மேற்பட்டக் குடிகளை அல்லலிலிருந்து ஆதரித்து முன்னேறச் செய்தவர்கள் கவர்னர் ஜெனரல் மிண்டோ பிரபுவும், கவர்னர் ஆர்த்தர் லாலிப் பிரபுவுமென்றே இந்திரதேசப் பூர்வக் குடிகள் கொண்டாடுவதுமன்றி அவர்களது பெயரும் கீர்த்தியும் பூலோக முள்ளவரைப் பிரகாசிக்குமென்பதேயாம்.

பௌத்த தன்ம சத்துருக்களாகத் தோன்றி பௌத்த தன்மங்களைப் பாழ்படுத்தியதுமன்றி அந்த தன்மத்தில் நிலைத்திருந்த நீதிமக்களுக்கும் தாழ்ந்த சாதிகளென்னும் பெயரைக்கொடுத்து, பலவகையாலும் முன்னேற விடாமற் கெடுத்து, சீரழிக்கப்பெற்று, சிந்தைநைந்திருந்தவர்கள் பிரிட்டிஷ் ஆட்சியின் நீதிவன்மெயால் சொற்பசீரமைந்துள்ளவர்கள் நமது வங்காள கவர்னர் ஜெனரலவர்களையும். நமது சென்னை கவர்னரவர்களையும் நோக்கி எங்களுடைய குறைவு நிறைவுகளையும், கஷ்ட நிஷ்டூரங்களையும் ராஜாங்கத்தோருக்கு விளக்கிக் காட்டுவதற்காய் எங்களுக்கென்று ஓர் பிரதிநிதியை ஆலோசினை சங்கத்தில் நியமிக்கவேண்டுமென்று விண்ணப்பமனுப்பியகாலம் இவ்விருவர் ஆட்சியின் காலமாதலின் அவ்விண்ணப்பத்தில் அடங்கியுள்ள முறைப்பாடுகளை இவ்விருவர்களே கண்ணோக்கி இவ்விருவரும் இந்தியாவை விட்டு நீங்குமுன் ஏழைக் குடிகளுக்கு ஓராதரவும் அவர்கள் முன்னேறும். சுகவழியும் ஊன்றச்செய்து விட்டுப்போவார்களென்று ஏழைக்குடிகள் யாவரும் எதிர்பார்த்திருக்கின்றார்கள்.

இவ்விரு ஆட்சித் தலைவர்களும் இந்தியாவில் வாழும் பெரிய சாதியோர்களுடன் சிறியசாதியோர்களை சேர்க்கப்படாதென்னும் எண்ணங் கொண்டு ஏழைகளின் விண்ணப்பத்தின் மீது கண்ணோக்கம் வையாது மவுனஞ் சாதிக்கின்றார்களோ யாதோ விளங்கவில்லை.

அத்தகைய எண்ணம் இருக்குமாயின் பெரியசாதிகளென்று சொல்லிக் கொள்ளுகிறவர்களையும், சிறிய சாதியோரென்று அழைக்கப்படுவோர்களையும் நேரிலழைத்து விசாரிணைப்புரிந்து உயர்ந்தசாதியோரென்பவர்களின் செயலையும், தாழ்ந்தசாதியோர் என்பவர்களின் தொழிலையும் நன்கறிந்து நீதியளித்திடுவர்களேல் அதனினும் மேலாயச் செயலாகும். அதாவது தாழ்ந்த சாதியோர் என்போரை ஆலோசனை சங்கத்திற் சேர்ப்பதற்கு முன் தாழ்ந்த சாதிகள் என்பவர்கள் யார். உயர்ந்தசாதிகள் என்பவர்கள் யாவரென்று தேறவிசாரிணைச்செய்து நியமிப்பது மேலான காரணமாதலின் இரு ஆட்சியோருங் கருணைகூர்ந்து சாதிவிசாரணையை முதற்செய்து ஏழைகளை சங்கத்திற் சேர்ப்பது நலமாகுமென்று வேண்டி நிற்கின்றார்கள். ஏழைகளின் விண்ணப்பம் சாதியாசாரத்தை அனுசரித்தே மவுனத்தில் வைத்திருப்பது வாஸ்த்தவமாயின் சாதியாசாரங்களை நேரில் விசாரித்து நீதி அளிப்பதே மேலான தருமம் என்னப்படும்.

சொற்ப ஜனத்தொகை உள்ளவர்களுக்கெல்லாம் நியாயவாத சுதந்திரங்கள் கொடுத்துவிட்டு அறுபது லட்சத்திற்கு மேற்பட்ட பூர்வக் குடிகளுக்கு யாதொரு சுதந்திரமுங் கொடாமல் சத்துருக்களிடம் இன்னுந் தாழ்த்தும்படிக் காட்டிக்கொடுத்துவிட்டு ஏகாமல் இருவர்களும் இந்தியாவிலிருக்கும்போதே கார்ப்பார்களென்னும் கருத்துள்ளோம். ஆதலின் தன்னவரன்னியரென்னும் பட்சபாதமற்ற பிரிட்டிஷ் ஆட்சியோர் ஏழைகள் மீது இதக்கம் வைத்து எவ்விதத்தேனும் ஈடேறத்தக்க ஓர் வழியை வகுத்து விட்டேகுவார்களென்று எதிர் பார்க்கின்றோம்.

- 4:7; சூலை 27, 1910 -

146. கனந்தங்கிய ஆங்கிலேய துரைமக்களும் ஆங்கிலேயர் அரண்மனை உத்தியோகஸ்தர்களும்

சாதிபேதமற்ற திராவிடர்கள் தங்கள் சத்துருக்களாகிய சாதித்தலைவர்கள் செய்துவந்த துன்பங்களினாலும் இடுக்கங்களினாலும் நசிந்து பூர்வ மடங்களையும் ஆதனங்களையும் இழந்து சீர்குலைந்து வருங்காலத்தில் காய்ந்து மடிந்துபோம் பயிறுக்குக் காலமழை பெய்து வளர்வது போல் ஐரோப்பா கண்டத்தினின்று வந்து தோன்றிய ஆங்கிலேய துரைமக்களை அடுத்து ஊழியஞ்செய்துவருங்கால் தங்கள் சாதிபேத சத்துருக்களால் நாசமடையும் போது காத்து ரட்சித்தவர்களாதலின் கடவுளர்கள் போலும், சகல சுகமுமற்று மடியும்போது பசிதீர அன்னமூட்டி ஆதரித்தவர்களாதலின் தாய்தந்தையர்கள் போலும் எண்ணி இரவும் பகலும் கட்டிடக் கார்த்து தாங்களும் சுகம் பெற்றதுமன்றி ஆங்கில துரைமக்களுக்கும் அவர்களது பொருட்களுக்கும் யாதொரு சேதமும் ஆபத்தும் வராது பாதுகார்த்து தங்கள் சந்ததியோரும் சீர்பெற்றுவந்தார்கள்.

இவர்களது அன்பின் மிகுதியையும் உழைப்பின் வன்மெயையும் பாதுகாக்குஞ் செயலையும் கண்ணுற்ற துரைமக்களும் இவர்களைத் தங்கள் பிள்ளைகளைப்போலாதரித்து தக்க உடைகளும் புசிப்பும் அளித்துக் காப்பாற்றியதுமன்றி இவர்கள் சந்ததியோருக்கும் கல்வியூட்டி தக்க உத்தியோகங்களை அளித்தும் தாங்கள் இந்தியாவை விட்டு நீங்குங்கால் தங்கள் அன்பான ஊழியர்கள் சீவிக்கத்தக்க பூமியேனும், வீடுகளேனும் வாங்கிக் கொடுத்துப் போவதுடன் மாதாந்திர சம்பள உதவியும் ஏதேனுஞ் செய்துவிட்டுப் போவது வழக்கமாயிருந்தது.

இதுவுமன்றி தாங்கள் இந்தியாவைவிட்டு ஒருவருடம் இரண்டு வருடம் இங்கிலாந்திற்குப் போய் வரவேண்டியவர்களாயிருப்பின் தங்கள் அரண்மனை உத்தியோகஸ்தர்களையே நம்பி பத்தாயிரம் இருபதினாயிரம் விலையேறப் பெற்றப் பொருட்களையும் வண்டி, குதிரைகளையும் ஒப்படைத்துப் போய் வருவது வழக்கமாகும். இவர்களும் யாதொரு சேதமும் வராமல் பாதுகார்த்து தங்கள் எஜமானர்கள் வந்தவுடன் ஓர் கந்தைத் துவாலைகளேனும் சேதமடையாது ஒப்பிவிப்பது வழக்கமாயிருந்தது.

இத்தகைய நம்பிக்கை வாய்த்த ஊழியர்கள் மீது துரைமக்களுங் கருணைபாலித்து தங்கள் பிள்ளைகளைப்போலவே இருபதுவருடம் முப்பது வருடம் தங்களிடம் வைத்திருந்து இங்கிலாந்துக்குப் போவது வழக்கமாயிருந்தது. இவர்களுந் துரைமக்களைத் தாய் தந்தையர்களென்று எண்ணி

தாங்களும் சுகசீவிகளாக வாழ்ந்து வந்ததுமன்றி தங்கள் சந்ததியோருக்குங் கல்வியூட்டி சீர்திருத்தி தக்க உத்தியோகங்களிலும் அமர்த்தி வந்தார்கள்.

இவ்வகையாக இவர்கள் சீர்பெற்று முன்னேறுவதைக்காணும் சாதித்தலைவர்கள் மனம் சகியாது முன்னிருந்த துரை மக்களுக்கு இவர்கள் மீது யாது மாறுபாடுகளைக் கூறிய போதினும் சாதித்தலைவர்கள் வார்த்தைகளை சட்டைச் செய்யாது இவ்வேழை அரண்மனை ஊழியர்களை அன்பாகவே ஆதரித்து முன்னேறச் செய்துவந்தார்கள். இத்தகைய ஏழை ஊழியர்கள் உழைப்பையும் அன்பின் மிகுதியையும் கண்டு ஆதரித்து வந்த பழைய துரைமக்கள் நாளுக்குநாள் இந்தியாவைவிட்டு புதிய துரைமக்கள் வந்துசேருங்கால் இவ்வெழிய கூட்டத்தோருக்கு சத்துருக்களாகிய சாதித்தலைவர்கள் சென்று இவர்கள்மீது அன்பு பாவிக்க விடாத போதனைகளையூட்டிக் கெடுத்துவருவதுமன்றி பத்துவருடம் இருபது வருடம் ஓர் துரைமக்களிடம் நிலையாக ஊழியஞ் செய்துவருவதினால் தங்கள் பிள்ளைகளை வித்தியாவிருத்திசெய்து சுகமடைந்து வருகின்றார்களென்றெண்ணி ஒவ்வோர் துரைமக்களும் தங்களூழியர்களை நாள்பட உத்தியோகத்தில் வைக்கப்படாதென்னும் பொறாமெய் போதனைகளையுஞ் செய்துக் கெடுத்துவருகின்றார்கள். அவர்கள் போதனைகள் யாவும் கெட்ட எண்ணப் போதனைகளென்று அறியாத துரைமக்கள் அவர்கள் சொற்படி நடந்து ஏழை ஊழியர் அன்பையும் ஊக்கத்தையும் கெடுத்துக்கொண்டு வருகின்றார்கள். துரைமக்கள் அன்பும் நம்பிக்கையுமற்று ஊழியம் வாங்கிவரும் செயலை நாளுக்கு நாளுணர்ந்துவரும் ஊழியர்களோ துரைமக்களையே தாய்தந்தையர்களென நம்பி இரவும் பகலும் கட்டிக் கார்த்து உழைத்து வந்தவர்கள் மனமும் வேறுபட்டு வேண்டாவெறுப்புடன் தங்கள் ஊழியங்களைச் செய்துவருகின்றார்கள். ஆங்கில துரைமக்களுக்கு அன்புடனும் விசுவாசத்துடன் ஊழியஞ் செய்துவந்தவர்கள் தற்கால துரைமக்கள் அன்பற்றச்செயலால் தாங்களு மன்பற்று விசுவாசமற்று வூழியஞ் செய்ய நேர்ந்துவருகின்றது. இத்தகைய துரைமக்கள் அன்பற்றச் செயலால் ஊழியர்களு மன்பற்று தாய்தந்தையரென்றெண்ணியிருந்த விசுவாசமுமற்று இரவும் பகலும் கட்டிக்கார்த்துவருஞ் செயலுமற்று துரைமக்கள் பொருட்களைக் காப்பாற்றவேண்டிய பயமுமற்று அஜாக்கிரதா வழியஞ்செய்துவருகின்றார்கள். இத்தகையாய் ஆங்கிலேய துரைமக்களுக்கு இவ்வூழியர் மீதிருந்த வன்பும், இவ்வூழியர்களுக்கு துரைமக்கள் மீதிருந்த வன்பும் நாளுக்குநாள் மாறுபட்டுவருவதைக் கண்டு வரும் இவர்களுடைய சத்துருக்கள் மறுபடியும் இவர்களைப் பூர்த்தியாகக் கெடுத்து பழய நிலைக்குக் கொண்டுவருவதற்கெண்ணி தங்கள் சுதேசியக்கூட்டத்திற் சேர்க்கத்தக்கயெத்தனங்களைச் செய்துவருகின்றார்கள்.

இவர்களும் அவர்கள் வார்த்தையை நம்பி சேர்ந்துவிடுவார்களாயின் துரைமக்களுக்குக் கோபம்பிறந்து இன்னுந் தாழ்த்திவிடுவார்கள். நாமும் அவர்களை சீர்திருத்துவதுபோல் சேர்த்து சரியாகப் பாழ்படுத்தலாமென்று பார்த்திருக்கின்றார்கள். இத்தகைய சத்துருக்களின் மித்திரபேதங்களை நோக்குங்கால் நமது மனம் திகைக்கின்றது. காரணமோவென்னில் ஆங்கிலேய துரைமக்களுக்கு வூழியர்கள் மீதிருந்த அன்பும் நம்பிக்கையும் குறைந்துவருவதும் ஊழியர்களுக்கு ஆங்கிலேயர்மீதிருந்த வன்பும் ஆசையும் மாறுதலடைந்து வருவதுமாகியச் செயல்களைக் காண்பதினாலேயாம் இப்பவும் பூர்வ ஆங்கிலேயர்கள் அன்பும் ஊழியர்களின் விசுவாசமும் மாறாமலிருக்க வேண்டுகிறோம்.

- 4:7; சூலை 27, 1910 -

147. யார்வீட்டு சொத்திற்கு யார் அத்து நியமிப்பது

தற்காலம் இத்தேசத்தில் சுதேசியம் சுதேசியமென்று கூட்டமிட்டுத் திரிவோருடன் சகலருக்குத் தங்களை சுதேசிகளென்று சொல்லாமலே விளங்குமென்று எண்ணித் திரியும் சாதிபேதமற்ற திராவிடர்கள் சேராமலும் அவர்கள் கூட்டுறவை நாடாமலும் இருப்பதைக் கண்டவர்களிற் சிலர் சாதிபேதமற்ற திராவிட சைவ திருப்பணித் தொண்டர்களையும் வைணவ திருப்பணித் தொண்டர்களையும் தங்கடங்கட் சிலாலயங்களின் கருடஸ் தம்பம் வரையில் வரும்படியான உத்திரவளிக்க வேண்டுமென்னுங் கூட்டங்கூட்டி பேசுவதாகத் தெரிந்து வியப்புறுகிறோம்.

அதாவது பூர்வ பௌத்தமடங்கள் யாவையும் சிவாலயம், விஷ்ணுவாலயமென நிருமித்துக் கொண்டவர்கள் அக்கட்டிடங்களுக்கு சுதந்திரக்காரர்களாகும் பௌத்தர்களை வாயற்படி வரையிலும் வரலாம், கருடஸ்தம்பம் வரையிலும் வரலாமென்னும் உத்திரவளிக்க யோசிப்பது என்ன அதிகாரமோ என்பதேயாம். யீதன்றி சாதிபேதமற்ற திராவிடர்களுட் பெரும்பாலோர் ஆங்கிலேய அரண்மனை உத்தியோகமாகும் துரைமக்கள் திருப்பணிச்செய்து தக்க சம்பளங்கள் பெற்று வேண உடையும் வேண்டிய புசிப்பும் புசித்து சுகசீவர்களாக வாழ்ந்து வருகின்றார்கள் அத்தகைய துரை மக்கள் திருப்பணியில் சம்பாதிக்கும் பணத்தைக்கொண்டு அநாதிமுத்தனுக்குத் திருப்பணிச் செய்யவேண்டும் என்னும் பொய் மொழி கூறி பொருள் சம்பாதித்துத் தானும் தனது பெண் பிள்ளைகளும் புசித்து உலாவுவதுடன் வாயற்படி கடந்து கருடஸ்தம்பம் வரையிலும் போகலாமென்றுங் குதூகலிக்கின்றார்களாம்.

கருணைதங்கிய துரைமக்களிடம் திருப்பணி செய்து சம்பாதிக்கும் பணங்களை விறுதாவாம் வெறுப்பணிக்குச் செலவு செய்து வீணர்களைத் தின்று ஊதவைப்பதால் யாதுபயன். சமயோசிதமாக தங்களுக்குப் பொருளளித்து போஷிக்கும் வரையில் பூஷிப்பவர்கள் பொருள் கொடாவிடில் தூஷிப்பார்களென்பது திண்ணம். அத்தகையப் போஷணைச்செய்து தூஷணைப்பெறுவதினும் துரைமக்களுக்குத்திருப்பணிச் செய்து சம்பாதிக்கும் பணத்தைக்கொண்டு தெருப்பணியாந் திண்டாட்டஞ்செய்யாது அப்பணத்தைக் கொண்டு தங்கள் சந்ததியோருக்குக் கல்விவிருத்தியும் கைத்தொழில் விருத்தியும் செய்து வைக்க முயல்வார்களாயின் சிறுவர்களில் நிலைத்து அன்னையும் பிதாவும் முன்னறிதெய்வமெனத் தெரிந்து தாய்தந்தையர் திருப்பணியில் லயித்திருப்பார்கள். அங்ஙனமின்றி தங்கள் மதமே மதம், தங்கள் தேவனே தேவனென மதோன்மத்தங் கொண்டு மதக்கடை பரப்பி தெருப்பணி தொண்டுசெய்யுங்கோளென்போர் வார்த்தையை நம்பி துரைமக்கள் திருப்பணியால் சம்பாதித்தப் பணத்தை வீணே செலவிட்டு விழலுக்கிரைத்த நீர்போல் இரைப்பதாயின் தாங்களுங்கெட்டு தங்கள் சந்ததியோருங்கெட்டு வித்தையிலும் புத்தியிலுமிகுத்த சுகசீ-

விகளைக்கண்டு வெம்பவேண்டியதேயாம்.

துரைமக்களிடத் திருப்பணிச் செய்து சம்பாதிக்கும் பணவுதவியால் சாதிபேதமுள்ளோர் கருடஸ்தம்பம் வரையிலுமன்று அவர்களது மூலஸ்தானம்வரையிலும் சாதிபேதமற்ற திராவிடர் போனபோதிலும் விசேடவஸ்து யாதொன்றையும் அங்குக் காணப்போகிறதுமில்லை, யாதொரு சுகபலனும் அடையப்போகிறதுமில்லை. காணும் காட்சியும் அடையும் பலனும் யாதெனில், கற்பூரப் புகையால் இருளடைந்த அறையைக் காண்பதுவே காட்சியும், கற்பூரப் புகை அனலாலடையும் ஊஷ்ணமே கண்ட பலனாகும். கருடஸ்தம்பத்தருகிலுள்ளச் சிலைகளையும் மூலஸ்தம்ப இருளறையிலுள்ளச் சிலைகளையும் போய் பயந்து பயந்து பார்ப்பதினும் (மியூஜியம்) எனுங் கண்காட்சி கூடத்திற்குச்சென்று யாதொரு பயமுமின்றி ஆனந்தமாக நின்று பார்ப்பதாயின் கணக்கற்றக் கற்சிலைகளையும், கணக்கற்ற பொற்சிலைகளையுங் கண்டு ஆனந்தித்து வருவதுடன் இத்தேசத்தில் காணாதப் பொருட்களையெல்லாம் கண்டு களிக்கலாம். அங்குள்ள சாமிகளைக் காண்பதற்கு மத்திய துபாசிகளாம் கோவில் குருக்களும் வேண்டியதில்லை. பணச்செலவும் வேண்டியதில்லை. நீவிரென்ன சாதியெனக் கேழ்ப்பார் களென்னும் பயமுமில்லை. துரைமக்கள் திருப்பணியில் கண்ணோக்கம் வைத்து அவர்கள் அரண்மனையை சுத்திகரிப்பதே கோவில் திருப்பணியாகவும் சம்பாதிப்போர் மேலும் மேலும் அத்திருப்பணியில் அவர்கள் அரண்மனையைப் பிரகாசிக்கச் செய்வதே தூபதீபமாகவும், அவர்கள் தேகத்தை சுத்திகரிக்கச் செய்வதே திருமஞ்சனமாகவும், அவர்களுக்கு நல்லாடையணைந்து காண்பதே துயிலாடையாகவும், அவர்களுக்கு வேண்டிய புசிப்பூட்டி திருப்தியடையச் செய்வதே அன்னபிஷேகமாகவும், அவர்களுக்கு சுகநித்திரையளிப்பதே சயனமஞ்சனமெனக்கருதி துரைமக்கள் திருப்பணியை அவர்கள் மனங் குளிரவும் ஆனந்தமுறவும் செய்து வருவதாயின் அவர்களது கருணையே மேலுமேலும் பெருகி தங்கள் திருப்பணித் தொண்டர்களை சுகம்பெறச் செய்வதுடன் தொண்டர்களின் சந்ததியோர்களையுங் கல்வி விருத்தி செய்து முன்னுக்குக் கொண்டுவந்து விடுவார்கள். ஆதலின் ஆங்கிலேய அரண்மனை உத்தியோகஸ்தர்களாகும் சாதிபேதமற்ற திராவிடர்கள் சாதிபேதமுள்ளோர் மித்திர பேதத்திற்கு இசைந்து கருடஸ்தம்பம் மூலஸ்தம்பமென மகிழ்ந்து வீண் மோசம் போவார்களாயின், பூர்வங் கோலுங் குடுவையுங் கொடுத்ததினும், தற்காலமோ கோமணமுமின்றி ஓட்டிவிடுவார்கள். அதாவது தங்கள் சுதேசியம் நிலைபெறும் வரையில் நீங்களும் சுதேசிகள் தான் ஆனால் கருடஸ்தம்பம் வரையிலும் வரலாமென்று கூறி சுதேசியம் நிலைத்தவுடன் நீங்கள் பழையப் பறையர் பறையர்களேயென்று பழுக்கப் பார்த்துவிடுகிறார்கள்.

வெல்லமென்னும் வாயை நக்காதீர்கள். விஷமென்றறிந்தும் விழுங்காதீர்கள். ஆயிரவருடகாலமாக அலக்கழித்து தாங்கள் சீர்கெடுத்துமன்றி நூதனமாக இத்தேசத்திற் குடியேறுவோருக்குந் தாழ்த்தியாகக்கூறி தலையெடுக்கவிடாமற் செய்துவந்தவர்கள் தற்காலம் கருடஸ்தம்பம் வரையில் வரலாமென்று வரையறுத்து அத்து பிரிப்பது அவர்கள் சுயப்பிரயோசன சுதேசியச் செயல்களுக்கேயாகும். பௌத்தர்கள் வியாரங்களில் பௌத்தர்களுக்கு அத்துபிரிக்கவும் வரையறுக்கவும் ஏனைய மதஸ்தர்களுக்கு அதிகாரமுங் கிடையாது, சுதந்திரமுங்கிடையாது. ஆதலின் துரைமக்களின் திருப்பணித் தொண்டுகளை செவ்வனே நடாத்தி அவர்களுக்கு அன்பு பெருகச் செய்யுங்கள். அன்புபெருகச் செய்யுங்கள்.

- 4:8; ஆகஸ்டு 3, 1910 -

148. ஆரியசமாஜமும் டிப்பிரஸ் கிளாசும்

தற்காலம் வங்காளத்தில் ஏற்படுத்தியுள்ள ஆரியசமாஜத்தில் டிப்பிரஸ்கிளாசென்போர் ஆயிரம்பேர்வரையிற் சேர்ந்து விட்டதாகவும், இந்துக்களென்போருடன் சமரசமாக வீற்றிருக்கின்றார்களென்றும், அது முக்கியமான ஆனந்தச் செயலென்றும் சில பத்திராதிபர்கள் வரைந்துள்ளதைக் கண்டு மிக்க வியப்புற்றோம்.

அதாவது வங்காள நாடாகும் வட இந்தியாவில் சாதிபேதமுள்ளப் பொறாமெகுணத்தோர் விசேஷம் இல்லையென்பது சகலருக்கு தெரிந்த விஷயம். சிலருக்குள் அவ்விடம் சாதி வித்தியாசம் இருந்திருந்த போதிலும் சிட்டகாங்கிலுள்ள ஏழைக்குடிகள் யாவரும் ஒரேகட்டாகச் சேர்ந்து புத்ததர்மத்தை அநுசரித்துக்கொண்டு கல்வியிலுங் கைத்தொழிலிலும் மிகுத்து விட்டபடியால் சாதியில் உயர்ந்தவர்கள் என்பவர்கள் யாவரும் தங்களுக்குத் தாங்களே சாதிபேதமுள்ளோர் யாவரும் சுதேசியமென்னுங் கூட்டங்கள் கூடியதின்பேரில் சாதிபேதமில்லாதவர்கள் யாவரும் அவர்களைச் சேராது விலகி நின்றுவிட்டார்கள். அதை உணர்ந்த சிலர் தாங்கள் நூதனமாக ஏற்படுத்தியுள்ள ஆரிய சமாஜத்தில் டிப்பிரஸ்கிளாசென்னும் சாதிபேதமில்லாதவர்களைச் சேர்த்துக்கொண்டால் சுதேசியம் வலுவுபெறுமென்னும் நோக்கத்தினால் டிப்பிரஸ் கிளாசைச் சேர்த்துக்கொள்ளுகிறார்களன்றி அவர்களை ஈடேற்றி முன்னுக்குக் கொண்டுவருவார்கள் என்பது கனவிலும் நினைக்கக்கூடியதன்று.

காரணமோவென்னில், சாதிமூட்டைகளையும் சமயமூட்டைகளையும் விசேஷமாகக் கட்டிவைத்துக்கொண்டு சண்டை செய்பவர்கள் தற்காலம் சாதியும் விட்டோம் சமயமும் விட்டோமென்பாராயின் அச்சங்கத்தின் பெயர் பொது சீர்திருத்தப்பேராயிருத்தல் வேண்டும். அங்ஙனமின்றி ஆரியசமாஜமென எப்போது தோன்றியதோ அஃதை காரியசமாஜமென்றே கூறல் வேண்டும். இவர்களே வித்தியாவிருத்தியும், வியாபாரவிருத்தியுங்கெட்டிருக்கும்போது டிப்பிரஸ் கிளாசென்போரை என்ன விருத்திச் செய்யப் போகின்றார்கள். டிப்பிரஸ் கிளாசின் மீது இதுவரையிலுமில்லா பரிதாபம் இப்போது எங்கிருந்து தோன்றியது. தங்கள் சுயசாதியோருக்கே பிச்சைக் கொடுக்க வேண்டும் என்னும் பிடிவாதமுள்ளவர்களுக்கு டிப்பிரஸ்கிளாசுக்கு ஏதேனும் ஈய்ந்து காப்பாற்றுங் குணம் எழுமோ. தங்களைக் காப்பாற்றிக் கொள்ள வித்தையும் விவசாயமும் அற்றவர்கள் டிப்பிரஸ்கிளாசைக் காப்பர்களோ ஒருக்காலுங் கார்க்கப்போகிறதில்லை.

யதார்த்தத்தில் டிப்பிரஸ் கிளாசை சீர்திருத்துவதாயின் சாதி ஆசாரத்தையும், சமய ஆசாரத்தையுமே சீவனாதாரமாகக் கொண்டு சீவிக்கும் தென்னிந்தியர்கள் யாவரையும் ஆரிய சமாஜத்தோராக்கிவிடுவார்களாயின் அன்றே வட இந்தியம் சீர்பட்டுப்போம். சாதிபேதம் வைத்துள்ளோர்களாகிய தங்களுக்குள் இருக்கும் பிரம சமாஜத்தோர்களையும், வேதாந்த சமாஜத்தோர்களையும், சைவ சமாஜத்தோர்களையும், வைணவ

சமாஜத்தோர்களையும் தங்கள் ஆரிய சமாஜத்துள்சேர்த்து சீர்திருத்திக்கொள்ளாது டிப்பிரஸ்கிளாசை மட்டிலும் சேர்த்துக்கொள்ளுவதென்றால் யாது பயன். ஆரிய சமாஜமென்பதே ஆதாரமற்றதாயிருக்க டிப்பிரஸ்கிளாசுக்குமட்டிலும் என்ன அதாரஞ் செய்துவிடப்போகின்றார்கள். உள்ள-துங்கெட்டு அந்தரத்தில் அள்ளாட வேண்டியதேயாம். டிப்பிரஸ்கிளா சென்பவர்களோ சாதி பேதமற்றவர்கள். அவர்களையொத்த சாதிபேதமற்றக் கிறீஸ்துவசமாஜத்தை சேருவார்களாயின் பிரோட்டிஸ்டான்ட் பாதிரிகள் கருணையால் கல்வியுங் கைத்தொழிலுங் கற்று சீர்பெறுவார்கள். தங்க-ளைப்போல் சாதிபேதமற்ற மகமதியர்களைச் சேருவார்களாயின் தற்காலம் அவர்கள் சீர்திருத்திவரும் செய்கைகளில் கிஞ்சித்து சீர்பெறுவார்கள். தங்களைப்போல் சதா சாதிபேதமற்ற பௌத்த சமாஜத்தைச் சேருவார்களாயின் களங்கமற்ற சிந்தை உடையவர்களாய் நன்முயற்சி, நல்லூக்கம், நற் கடைபிடியினின்று வித்தை, புத்தி, யீகை, சன்மார்க்கம் பெருகி சுகச்சீர்பெற்று சகல சம்பத்தும் அநுபவிப்பார்களென்பது சத்தியம்.

இத்தகைய மூன்று சங்கங்களில் ஒன்றைச்சாரது ஆளுமற்று ஆதாரமுமற்ற ஆரியசமாஜத்திற் சேருவார்களாயின் தற்கால பிரிட்டிஷ் ஆட்-சியில் சற்று சீர்பெற்றுவரும் சுகமுங்கெட்டு சுயவாட்சியிற் பிழைக்கும் சுவாதீனமுங் கெட்டு அவர்களால் சீர்கெடச் செய்திருப்போர்களை பொய்யாக அடிமைகளென்று கூறிவரும் வாக்கியத்தை மெய்யாகவே அடிமைகளென்று சொல்லும் அநுபவத்திற் கொண்டு வந்துவிடுவார்கள்.

- 4:9: ஆகஸ்டு 10, 1910 -

149. தங்களுக்குத்தாங்களே பிராமணரென சொல்லிக்கொள்ளுவோர் காப்பி ஓட்டல்களைக் கவனித்துப் பாருங்கள்

சுதேசிகளெனக் கூட்டமிட்டு சுதேசிகளை ஒற்றுமெக்குஞ் சீருக்குங் கொண்டு வரப்போகின்றோம் என்போரும் நாஷனல் காங்கிரஸ் கமிட்டி-யாரும் பிராமணரென்போர் வைத்துள்ளக் காப்பி ஓட்டல்களைக் கவனித்தார்கள் இல்லை போலும். யாவராயிருப்பினும் துட்டுகொடுத்தாலே காப்பிக் கொடுப்பார்களன்றி துட்டு கொடாமல் காப்பி கொடுக்கமாட்டார்கள். அவ்வகை துட்டு கொடுத்து தங்கள் தாகத்திற்குக் காப்பி கேட்-கும், கிறிஸ்தவர்கள் பஞ்சமர்கள், மகமதியர்கள் இம்மூவகுப்பாருக்கும் அவ்விடத்தில் உள்ளே வரக்கூடாதென்று தங்கள் ஓட்டல் முகப்பில் பலகையில் எழுதித் தொங்க வைத்திருக்கின்றார்கள்.

மேற் குறித்துள்ள மூன்று வகுப்பாரும் காப்பி செய்வதிலும், காப்பி குடிப்பதிலும் மிக்க அநுபோகசாலிகள், தற்காலங் காப்பி வோட்டல் வைத்திருப்பார்களோ, தயிர் மோரில் தண்ணீர் கலப்பதற்கும் உப்பிடுவதற்கும் அநுபோகஸ்தர்களன்றி காப்பி செய்வதில் இவர்களுக்கு அத்-தகைய அநுபோகங் கிடையாது. இக்காப்பி என்னும் நீருக்கு உரியவர்கள் ஆங்கிலேய துரைமக்களே. அவர்களிடங் காப்பி பானஞ் செய்து அநுபோகப்பட்டவர்கள் கிறிஸ்தவர்களும் பஞ்சமரென்பவர்களுமேயாகும். இத்தகையோரைத் தங்கள் ஓட்டலுக்கு வந்து காப்பி சாப்பிடுங்கோ-ளென்று சொல்லி வருந்தினாலும் வரமாட்டார்கள். காரணம் காப்பிபானஞ் செய்யும் அநுபவம் இவர்களுக்குத் தெரியமாட்டாது என்பதேயாம். மேற்குறித்துள்ள மூவர்களும் அவர்களுடைய ஓட்டலுக்குப் போகவேண்டிய அவசியமுமில்லை, போகவுமாட்டார்கள்.

இஃதநுபவமாயிருக்க அம்மூவரையுஞ் சுட்டி தங்கள் காப்பி ஓட்டலுக்கு வரப்போகாதென்று பலகையில் எழுதிவைத்திருப்பதை ஆலோ-சிக்குங்கால் அவர்களுக்குள்ள பொறாமெ குணமும், அன்பற்றச் செயலும், காருண்யமில்லாமெயும், உள்ளங்கை நெல்லிக்கனிபோல் அறிந்துக் கொள்ளலாம். துட்டு பெற்றுக்கொண்டு காப்பி கொடுப்பதற்கில்லா கருணையற்ற போர்ட் போட்டுக்கொண்டிருப்பவர்களுக்கு கிஞ்சித்து சுயராட்-சியங் கொடுத்து விட்டால் ஊருக்குள் வைத்திருக்கும் குழாய் நீரையும் மொண்டு குடிக்கவிடாமல் ஒவ்வொரு குழாய்களின் அருகிலும் மேற்படி மூன்று வகுப்பார்களையும் வரப்படாதென்றே பலகைகள் அடித்துவிடுவார்கள்.

தற்போது கிறீஸ்தவர்கள், பஞ்சமர்கள், மகமதியர்களென்றுக் குறிப்பிட்டு காப்பி வோட்டல் பலகைகளில் எழுதிவைத்துள்ளவைகள் சாதி-சம்மந்தச் செயலாயின் மற்றயக் குறவர், வில்லியர், சக்கிலியர், தோட்டிகளென்னும் நான்கு வகுப்போரும் வரலாமோ, வரக்கூடாதோ விளங்-கவில்லை. அவர்களும் வரக்கூடாதாயின் அந்நான்கு வகுப்புப் பெயர்களையும் பலகைகளில் எழுதிவைத்திருத்தல் வேண்டும். அங்ஙனமிராது முற்கூறிய மூவர்களை மட்டிலும் குறிப்பிட்டு வரைந்துள்ளபடியால் யாம் கூறிவரும் பூர்வ விரோதம் உள்ளங்கை நெல்லிக்கனிபோல் தெள்ளற விளங்குவதாகும்.

பத்தாயிரம் இருபதினாயிரம் ரூபாய் செலவிட்டுக் கட்டிடங்கள் கட்டி இங்கிலீஷ் ஓட்டல்களென்றும் ரயில்வே ரிப்ரெஷ்மெண்ட்ரூம்களென்-றும் வகுத்திருக்கும் இடங்களில் கிறீஸ்தவர், பஞ்சமர், என்றழைக்கும் படியான வகுப்பார்களே சுயம்பாகிகளாக இருந்து பல பதார்த்தங்களையும் வட்டித்து வைத்துக்கொண்டிருக்க, அவர்களிடம் பிராமணர்களென்று சொல்லிக் கொள்ளுவோர் முதல் சகலசாதியோரும் யாதொரு களங்கமு-மின்றி ஆனந்தமாகப் புசித்து வருவது அநுபவக்காட்சியாயிருக்க, நாளொன்றுக்கு நாலணா ஐந்தணா காப்பி விற்கும் கடைவீதி ஓட்டல்களில் மட்டும் கிறீஸ்தவர்கள், பஞ்சமர்கள் வரக்கூடாதென்றுப் பலகையடித்திருப்பது விரோதச் சிந்தையேயாம். கடைவீதிகளில் காப்பி ஓட்டல்கள் வைத்திருப்பவர்களே கலங்காதீர்கள், கலங்காதீர்கள். பெருத்த ஓட்டல்களிலும், பெருத்த ரிப்ரெஷ்மென்டு ரூம்களிலும் பதார்த்தங்களை பாகஞ்-செய்து வைத்துக்கொண்டு நன்கு வாசித்த பிராமணர்களுக்கும் நன்கு வாசித்த மற்ற சாதியோர்களுக்கும் அறுசுவை பதார்த்தங்களையும் முச்-சுவைக் காப்பிகளையும் ஈய்ந்து வருகின்றவர்களாகியக் கிறிஸ்தவர்களும், பஞ்சமர்களென்போரும் மறந்தும் உங்கள் காப்பிவோட்டல்களுக்கு வரமாட்டார்கள். அவர்கள் கையினால் செய்யுங் காப்பி பானங்களுக்கும் தங்கள் கையினாற்செய்யுங் காப்பி பானங்களுக்கும் உள்ள பேதம் அதன் மணத்தினாலேயே கண்டுக்கொள்ளும் அநுபவம் அவர்களுக்குண்டு.

- 4:10; ஆகஸ்டு 17, 1910 -

150. இராஜதுவேஷிகளுக்குண்டாய சட்டமும் போலீசின் சீர்திருத்தங்களும்

நமது கருணைதங்கிய பிரிட்டிஷ் பார்லிமெண்டடார் இராஜத்துவேஷ சட்டவிஷயமாயும் போலீசின் சீர்திருத்த விஷயமாயும் சில ஆலோசனைகள் செய்துவருவதாகத் தெரிகின்றது.

அதாவது நமது ராஜாங்கத்தாரால் இராஜத்துரோகிகளை தண்டிக்கவேண்டிய ஓர் சட்டத்தை நிருமித்திருக்கின்றார்கள். அச்சட்டத்தைப் பற்றி நமது தேசத்தோர் முறையிட்டுக்கொள்ளுவது யாதெனில், இராஜ துரோகச் செயல்களைச் செய்வோர்கள் யாவரும் அடங்கிவிட்டார்கள், இனியச்சட்டம் வேண்டியதில்லை, எடுத்துவிடுவது நலமென்று கூறுகின்றார்கள். இது யாதாதாரமோ விளங்கவில்லை. இராஜதுரோகிகளுக்காய சட்டத்தை எடுத்துவிட வேண்டுமென்று முறையிடுவோருக்கு இராஜதுரோகிகள் இன்னார் இனியாரென்று தெரியவருமா, அவரவர்கள் இருப்பிடங்களைக் கண்டுளரா, இராஜ துரோகிகளின் எண்ணங்களையும் செயல்களையும் நன்குணர்ந்துக்கொண்டனர்களா, விளங்கவில்லை.

இராஜ துரோகிகளின் இத்தியாதி குணாகுணங்களையும் தற்காலம் ஏற்பட்ட சட்டத்தை எடுத்துவிடவேண்டுமென்று கூறுவோர் தெரிந்திருப்பார்களாயின் இராஜதுரோகிகள் இவர்களுக்குத் தெரிந்திருந்தும் அவர்களை அடக்காதிருந்த தோஷம் இவர்களைச் சாரும். தற்கால இராஜதுரோகிகளை தண்டிக்க ஏற்பட்ட சட்டத்தை எடுத்துவிட வேண்டுமென்று முறையிடுவோர்களுக்கு இராஜதுரோகிகள் இன்னா ரினியாரென்று தெரியாமலிருக்குமாயின் தங்களுக்குத் தெரிந்ததைபோல் இராஜதுரோகிகள் அடங்கிவிட்டார்கள், அதற்காய சட்டத்தை எடுத்துவிட வேண்டுமென்று கூறுவது நியாய விரோதமேயாகும். இராஜதுரோகிகளுக்காய சட்டத்தை எடுத்துவிட வேண்டுமென முறையிடும் பெரியோர் நியாய விரோதமிது, அநியாய விரோத மிதுவெனக் கண்டறிந்து பேசல் வேண்டும். இராஜதுரோகிகளை இன்னாரினியாரெனக் கண்டறியாது அவர்களுக்காக ஏற்படுத்தியிருக்கும் சட்டத்தை எடுத்துவிடவேண்டுமென்று முறையிடுவது வீணேயாகும். ஓர் தேசத்தில் கள்ளர் தோன்றுவதைக்கண்டு களவாடுவோருக்கு இன்ன தண்டனையென்னும் சட்டம் உண்டாக்குவது இராஜநீதியாகும். சட்டம் தோன்றியபின்னர் அதற்கு பயந்து களவாடுவோரடங்கிவிடுவார்களாயின் அச்சட்டத்தை எடுத்துவிடப்போமோ. சட்டம் உண்டாய பயத்தால் கள்ளர் அடங்கினரென்பது அநுபவமாகும். அத்தகைய பயத்துக்குரிய சட்டம் இருப்பதினால் கள்ளர் தோன்றாமலிருப்பார்களா இராமல் எடுத்துவிட்டால் தோன்றாமலிருப்பார்களாவென்று ஆலோசிக்குங்கால் சட்டம் தோன்றியவுடன் அடங்கியக் கள்ளர்கள் சட்டத்தை எடுத்துவிட்டவுடன் தோன்றுவார்களென்பது துணிபாம். அதுபோல் இராஜதுரோகிகளுக்கென்று சட்டம் தோன்றியவுடன் இராஜதுரோகிகள் அடங்கிவிட்டபடியால் அச்சட்டத்தை எடுக்காது இன்னும் வலுபெறச் செய்யவேண்டியதே விதியாகும்.

ஓர்வகை பாஷாணத்திற்கு முறிவை கண்டுபிடித்தவர்கள் மேலுமேலும் அம்முறிவை விருத்திச்செய்து வைப்பார்களன்றி தேசத்தில் பாஷாணமில்லை முறிவைக்கொட்டிவிடவேண்டுமென்று எண்ணமாட்டார்கள். அதுபோல் இராஜதுரோகிகள் அடங்கியிருப்பினும், அவர்களுக்காக ஏற்பட்ட சட்டத்தை எடுக்காது நிலைபடுத்திவிட்டார்கள்.

இனிபோலீசு சீர்திருத்தங்களோவெனில், போலீசாரென்று சொல்லும் உத்தியோகஸ்தர்களை குடிகளுக்கு நேரிடும் விரோத கஷ்டங்களிற் கார்க்கவும், கள்ளர் பயங்களை அகற்றி ஆதரிப்பதற்கே நியமித்திருக்கின்றார்கள். இத்தகைய நியமனத்தோர் இராஜ விசுவாசமும் குடிகளின்மீது அன்பும் வைத்து துஷ்டர்கள் மீது கண்ணோக்கமுடையவர்களாய் அவர்களது துஷ்டச்செயலை அடக்கிக்கொண்டே வருவார்களாயின் அவர்களது நியமனப்பாதுகாப்பு என்று மழியாதுப் பிரகாசிக்கும். அங்ஙனமின்றி கருணைதங்கிய பிரிட்டிஷ் துரைத்தனத்தார் ஏற்படுத்தியுள்ள போலீஸ் நியமனங்களுக்கும், இத்தேசத்தோர் சாதியாசார மாறுபாடுகளுக்கும் முரண்பட்டு வருகின்றது. காரணமோவென்னில் இத்தேசத்தோர் நூதனமாக ஏற்படுத்திக் கொண்டுள்ள சாதியாசாரக் கட்டுப்பாடுகள் யாவும் தங்கடங்கள் சுயநலத்தை நாடி தங்களை சாதித் தலைவர்களாக வகுத்துக் கொண்டு ஏழைகளை வருத்தி அடக்கி தங்கள் காரியாதிகளை நடத்திக்கொள்ளுவதற்கேயாம்.

அத்தகைய காரியக்கர்த்தர்களுக்கு சாதியதிகாரத்துடன் போலீசு உத்தியோகமும் கிடைத்துவிடுமாயின் குடித்தனக்காரன் அம்மிக்கல்லை அதிகாரிவீட்டு கோழிமுட்டை உடைக்குமென்னும் பழமொழிக் கிணங்க குடிகளுக்குப் பலவகையான மாறுபாடுகளும், இடுக்கங்களும் தோன்றிக் கொண்டே வருகின்றபடியால் நாளுக்கு நாள் குறைகளைக் கண்ணுற்றுவரும் பிரிட்டிஷ் ஆட்சியார் போலீசு விஷய சீர்திருத்தங்களையே முக்கிய ஆலோசனைக்குக் கொண்டுவருகின்றார்கள்.

அத்தகைய போலீசின் சீர்திருத்தத்தைக் கருணைதங்கிய ராஜாங்கத்தோர் முக்கிய கண்ணோக்கம் வைத்து சாதிபேதமுள்ள இத்தேசத்தில் சாதித்தலைவர் களாயுள்ளவர்களுக்குப் போலீசு உத்தியோகங்களைக் கொடாது சாதிடோதக் கட்டுபாடுகளுக்கு உட்படாதவர்களுக்குக் கொடுத்து சீர்திருத்துவார்களாயின் போலீசு இலாக்காவில் அடுத்தடுத்து நேர்ந்துவரும் கஷ்டநஷ்ட விசாரணைகள் அமர்ந்து சுகமுண்டாகும்.

தங்களுக்குத் தாங்களே பொய்யாகிய சாதிசட்டங்களை வகுத்துக் கொண்டு அவன் சாதியை ஒளித்துச் சொல்லுகின்றான், இவன் சாதியை ஒளித்துப்பேசுகிறானென்னும் பயமுறுத்தி ஏழைக்குடிகளை நசித்து தங்கள் சுயநலங்களைப் பெருக்கி சுகமடைந்து வந்தவர்கள் இராஜாங்கப் போலீசின் நீதியதிகாரமும் பெற்றுக்கொள்ளுவதானால் ஏழைக்குடிகளுக்கு இன்னும் இடுக்கங்கள் அதிகரித்து நாளுக்குநாள் சுகமடையாது சீரழிந்து போகின்றார்கள்.

சாதித்தலைவர்களாயுள்ளவர்கள் நீதி வழுவாது தங்கள் உத்தியோகங்களை நடத்தி வந்த போதிலும் பழய சாதியாசார பயத்தால் ஏழைக்குடிகள் தங்கள் சுதந்திரங்களைக் கேழ்க்கவும் நியாய வந்நியாய விஷயங்களை யெடுத்துக் காட்டவுமியலாதவர்களாய் ஒடுங்கி முன்னேறும் வழியின்றி தவிக்கின்றார்கள்.

தன்சாதி புறசாதி என்னும் பேதமற்றதும் தன்னவ ரன்னியரென்னும் பட்சபாதமற்றதுமாகிய பிரிட்டிஷ் ஆட்சியில் அத்தகைய நிலைவாய்த்த உத்தியோகஸ்தர்களே போலீசிலமர்ந்து காரியாதிகளை நடத்தி வருவார்களாயின் பிரிட்டிஷ் ஆட்சியின் நீதிப்பிரகாசம் மேலுமேலும் ஒளிவுபெ-

றும். அங்ஙனமின்றிசாதிபேதமற்ற ஆட்சியில் சாதிபேதமுள்ளவர்களைப் போலீசு காரியக்கர்த்தர்களாக நியமிப்பதினால் பொதுவாகிய சீர்திருத்தங்களுக்கு ஏதுவின்றி மாறுதலடைந்துக்கொண்டே வருகின்றது. இதுவிஷயங்களைக் கருணைதங்கிய பிரிட்டிஷ் ஆட்சியார் கண்ணோக்கம் வைத்து சாதிபேதமுள்ளோர்கள் நாளுக்குநாள் முன்னேறும் வகைகளையும், சாதிபேதம் இல்லார்கள் நாளுக்குநாள் பின்னடையும் வகைகளையும் ஆராய்ந்து இருவர்களையும் சமமாய சுகச்சீர்பெறச்செய்வார்களென்று நம்புகிறோம்.

- 4:11; ஆகஸ்டு 24, 1910 -

151. தலையாறியும் அவன் தொழிலும்

நாடுகளென்பது நஞ்சை தானியம் புஞ்சை தானியம் இரண்டும் விளையக்கூடிய பூமியின் பெயராம். அத்தகைய பூமியின் விளைவுகளைப் பாதுகாத்தலும், ஏரி முதலிய ஜலவசதிகளைப் பார்வையிடவும், எவ்வகை தானியங்களை எந்தெந்தப் பண்டியில் சேர்க்க வேண்டியதோ அதனிற் சேர்க்கவும், மற்றும் அதைக் கார்க்கவும், ஒருவரிடமிருந்து மற்றோருக்களிக்க வேண்டிய தானியங்களைக் கொண்டுபோய்க்கொடுக்கவும், உள்ளவர்களே நாடுகளின் காவற்காரர்களாகும். அக்காவற்காரர்களுக்கு அறுக்குந் தானியங்களில் முதலறிக்கட்டாகும் தலையறிக்கட்டு தானியத்திற்கு உரியவர்கள் நாட்டுக் காவற்காரர்களே ஆதலின் அவர்களைத் தலையாறிகள் என்னும் அறுப்புக்கட்டுக் காரியப்பெயரால் அழைத்து வருகின்றார்கள்.

தற்காலத் தலையாரிகளாகவும், காவற் காரர்களாகவும் இருப்பவர்கள் பெரும்பாலும் சாதிபேதமற்ற திராவிடர்களேயாவர். அத்தகைய சாதிபேதமற்ற திராவிடத் தலையாறிகள் நாடுகளுக்குக் காவற்காராய் இருப்பதில் மிக்க ஜாக்கிரதையாகவும் அந்தந்த வேளாள முதலாளிகளின் தானியங்களுக்கு சேதம் வராமலும் மிக்க நாணயமாகத் தங்கட் காவலைக் கார்த்துவருவதுடன் இராஜாங்கத்தோர் ஏவற்றொழிலுக்கும் மிக்க ஜாக்கிரதையுடையவர்களாய்த் தங்கடங்கள் காவல்களை நிறைவேற்றி வருகின்றார்கள்.

இத்தகையக் காவற்காரர்களின் செயல் யாவும் அந்தந்த குடித்ததனக்காரர்களுக்கும் இராஜாங்க உத்தியோகஸ்தர்களுக்கும் நன்கு விளங்கியதேயாகும். இத்தலையாறிகளுக்குப் பெரும்பாலுங் கல்வியே கிடையாது. அவ்வகைக் கல்வியற்றிருந்தும் தங்கட் பாதுகாப்புத் தொழிலிலும், ஆயிரம் ஐன்னூறென்னுந் தொகைகளை பயபக்தியுடன்கார்த்து அதிகாரிகளிடம் கொண்டுபோய் செலுத்துவதிலும் மிக்க நாணயமாகவும் ஜாக்கிரதையாகவுமே செய்துவருகின்றார்கள். அதே தலையாறிகளாம் சாதிபேதமற்ற திராவிடர்கள் நகரமாகும் இராஜதானியிற் சேர்ந்து தங்கள் சம்பாத்தியத்திற்குத் தக்கக் கல்வி கற்றுள்ளவர்கள் வேண்டிய வரையிலிருக்கின்றார்கள்.

இவர்களை நகரக் காவற்காரர் என்னும் போலீசு உத்தியோகத்திற் சேர்த்து சீர்திருத்துவதாயின் இராஜாங்கத்தோர் சட்டதிட்டங்களுக்கடங்கி தங்கள் காவல் தொழிலை மிக்கக் கண்ணோக்கமுடன் நடத்துவதுடன் குடிகளையும் மிக்க அன்புடன் பாதுகாத்துவருவார்கள். கல்வியில்லாது நாடுகளைக் காப்பவர்கள் கல்விகற்று நகரத்தைக் கார்ப்பது மிக்க எளிதேயாம். வஞ்சகர்களாங் கள்ளர் கூட்டத்திற்கும், சோம்பேறிகளாம் போக்கிரிகளுக்கும் இவர்கள் அஞ்சமாட்டார்கள். மிக்கத் துணிகரமாய்ச் சென்றுப் பிடித்து அடக்கி வருவார்கள். நகரக் கள்ளர்களையும் நகர துஷ்டர்களையும் நகர சோம்பேறிகளையும் அடக்கி சீர்திருத்துவதற்கும் இவர்களே வல்லவர்களாகும்.

இத்தகைய வல்லவர்களே நகரப் பாதுகாப்புக்கு உரியவர்களாகும். தற்காலம் இச்சாதிபேதமற்ற திராவிடர்களுக்குள் போலீசு உத்தியோகத்திற்குப்போய் சேரும்படியான முயற்சி செய்தபோதினும் அவ்வுத்தியோகத்தில் தலைவர்களாயிருந்து இவர்களை சேர்ப்பவர்களும் அளவிட்டு உத்தியோகத்தில் நியமிப்பவர்களும் சாதித்தலைவர்களாய் இருப்பார்களாயின் சாதிபேதமற்ற திராவிடர்களை சேர்க்கக்கூடாத உபாயங்கள் செய்து தங்களையொத்த சாதியுள்ளவர்களாயின் எவ்வகை தேகிகளாயினும் சேர்த்துக்கொண்டு வருகின்றார்கள்.

இத்தகையப் போலீஸ் நியமனச் சேர்க்கைகளைக் கருணைதங்கிய ஆங்கிலேயே துரைமக்களே முன்னின்று அவரவர்களை நேரிலழைத்துக் கண்ணோக்கமிட்டு நியமிக்கும்படி வேண்டுகிறோம். அங்ஙனமின்றி போலீஸ் நியமன அதிகாரத்தை சாதித்ததலைவர்கள் வசம் விட்டுவிடுவதாயின் சாதிபேதமற்ற திராவிடர்கள் போலீசு உத்தியோகத்தில் விருத்தி பெறுவது மிகக் கஷ்டமேயாகும்.

சாதித்தலைவர்கள் செயலோவென்னில் தாங்கள் உத்தியோகம் அமர்ந்து பணம் சம்பாதிக்கவேண்டியவிடங்களிலும், தொழில்களிலும் சாதியாசாரம் சமயாசாரம் கிடையாது. இந்த சாதிபேதமற்ற திராவிடர்கள் உத்தியோகஞ் செய்யவேண்டிய இடங்களிலும், பணம் சம்பாதிக்கவேண்டிய இடங்களிலுமெல்லாம் சாதியாசாரம் சமயாசாரங்களைக் காட்டி இவர்களை முன்னுக்கு வரவிடாமற் செய்துவருகின்றார்கள். ஆதலின் கருணைதங்கிய ராஜாங்கத்தார் சாதிபேதமற்ற திராவிடர் மீது கண்ணோக்கம்வைத்து சகலசாதியோர்களைப்போல் சமரசச்சீரும் சுகமும் அளிக்க வேண்டுகிறோம்.

- 4:12; ஆகஸ்டு 31, 1910 -

152. வித்தியாவிருத்தி சாலைகள் விசேஷமுண்டா வேஷவிருத்தி சாலைகள் விசேஷமுண்டா

வித்தியாவிருத்தி சாலைகளாவன - காகிதங்கள் செய்யும் சாலைகளும், பென்சல்கள் செய்யும் சாலைகளும், மைகள் செய்யும் சாலைகளும், இரப்பர்கள் செய்யும் சாலைகளும், பிஸ்கட்டுகள் செய்யும் சாலைகளும், மாச்சிஸ்கள் செய்யும் சாலைகளும், வஸ்திரங்கள் செய்யும் சாலைகளும், தானியங்களை விருத்திசெய்யும் சாலைகளும், இரும்புக்கருவி சாலைகளும், தகரக் கருவி சாலைகளும், நகரக்கருவி சாலைகளும்,

பொன்சுரங்கச் சாலைகளும், இரத்தின சுரங்கச் சாலைகளும், மரக்கருவி சாலைகளும், மண்ணெய் சுரங்க சாலைகளும், பசும்பால் சுரங்கச்சாலைகளும், பசுநெய் சுரங்கச் சாலைகளும், கனிரச விருத்தி சாலைகளும் மற்றுமுள்ளவைகளேயாம். இத்தகைய சாலைகளையே வித்தியாவிருத்தி பிரஜா விருத்தி, தேசோ விருத்தி, சுக விருத்தி இவற்றிற்கு மூலமென்று கூறப்படும்.

அந்தந்த தேசத்திலுள்ள விவேகவிருத்தி பெற்ற மக்கள் ஒவ்வொரு வரும் தங்களிடம் சொற்ப திரவியமிருப்பினும் அவற்றை மேலுமேலும் விருத்தி செய்யும் பொருட்டு அவரவர்கள் விருத்திக்கு எட்டியப் பொருட்களைக் கொண்டு சாலைகளை நிருமித்து அந்தந்தத் தொழிலாளர்களைச் சேர்த்து அதனதன் விருத்தி முயற்சியினின்று எடுத்தகாரியத்தை தொடுத்து முடித்துத் தாங்கட் குபேர சம்பத்தை அடைவதுடன் தங்களை அடுத்தவர்களையும் குபேர சம்பத்துடையவர்களாகச் செய்து வருகின்றார்கள்.

தெய்வத்தால் ஆகாது தங்கடங்கள் முயற்சியாலாகுமென முயன்று செய்துவரும் தங்களது இடைவிடா சாதனத்தால் புகைக் கப்பல், புகை ரதம், ஆகாய ரதம், டெல்லகிராப், போனகிராப், லெத்த கிராப், டிராம்வே, போட்டோகிராப் மற்றும் அரிய வித்தைகளையும் கண்டுபிடித்து அதற்கு சாலைகளும் வகுத்து அந்தந்த வித்தைகளைப் பெருக்கிவருந் தங்கடங்கள் முயற்சியால் சென்றவிடமெல்லாம் சிறப்புற்று அத்தேசத்தோரையும் தேசத்தையும் சிறப்புப்பெறச் செய்துவருகின்றார்கள்.

நமது தேசத்தோர் இத்தகைய வித்தியாவிருத்திசாலைகளிலும், வித்தியாவிருத்தியிலும் தங்கள் விவேகத்தைப் பெருக்காமல் பெரியசாதி, பெரியசாதி யெனப் பொய்யைச்சொல்லிக்கொண்டு எந்த வித்தையில் பெரியசாதி, எவ்விருத்தி போதனையிற் பெரியசாதி, எத்தகைய சீர்திருத்தத்தில் பெரியசாதி, எவ்வகை அறிவு விருத்தி போதனையிற் பெரியசாதி, எவ்வகை நியாயபோதத்திற் பெரியசாதியென்னும் ஆதாரமுமற்று சிறப்புமற்று பஞ்சபாதகர்களாகும் பொய்யரெல்லாம் பெரியசாதி, குடியரெல்லாம் பெரியசாதி, கள்ளரெல்லாம் பெரியசாதி, விபச்சாரர்களெல்லாம் பெரியசாதி, கொலைஞரெல்லாம் பெரியசாதியென்னும் பட்டப்பெயர்களை வகுத்துக்கொண்டு பெரியசாதிகளென்னும் பெயரைப் பொருந்தும் பெரிய சாதனங்கள் ஏதொன்றுமின்றி வாசஞ்செய்வோர் வேஷவிருத்திசாலைகளும் அதனதன் விருத்திகேடும் யாதெனில்:-

சைவசமய திருப்பணி விருத்திசாலை, மனுஷ சகாயமற்ற வேலுமயிலுந்துணை விருத்திசாலை, பேயாழ்வார் விருத்திசாலை, பெரியாழ்வார் விருத்தி சாலை, எல்லாப் பொருட்களு மித்தையென்று கூறி அவரவர்கள் பொருட்களைப் பரிக்கும் வேதாந்த விருத்திசாலை, எல்லாம் பிரமமயமென்றுகூறி அன்னியதாரத்தைப் பெண்டாளும் அத்துவித விருத்திசாலை, மற்றுஞ் சாலைகளை வகுத்துக்கொண்டு கஷ்டப்பட்டு சம்பாதிக்கும் பணத்தைக்கொண்டு கடலை சுண்டலும் காடைவிளக்குமிட்டு நித்திரையுங்கெட்டு, நாளுக்குநாள் புசிப்பும் அடையாமற் பட்டு தன்னை அடுத்தவர்களையும் நடுத்தெருவில் விட்டு நாளுக்குநாள் தங்களுக்குத் தாங்களே அழிந்துபோகும் வேஷச்சாதனைகளை விருத்திசெய்துக்கொண்டு பொய்ப் போதகங்களைப் புலன் கெடக் கூறிவருகின்றபடியால் விவேகமிகுத்தோர் வைத்தாளும் வித்தியா விருத்திசாலைகளும், வித்தியா போதகர்களுமாகிய ஆங்கிலேயர்களைப் போல் சகல வித்தியாவிருத்தியும், சகல சுகவிருத்தியும் பெறாமற் பாழடைந்து தெய்வத்தாலாகும் தெய்வத்தாலாகுமென்னுங் கடைச் சோம்பேறிகளாய் வேஷச்சாலைகளை வகுத்து ஆசைச்சாமிகளையாக்கி வீண்செலவும், வீண்கூத்து ஆடிவரும் வரையில் தேசத்தோர் சீர்பெறப்போகிறதுமில்லை, தேசம் சிறப்படைவதுமில்லை என்பது திண்ணம் திண்ணமேயாம்.

- 4:13; செப்டம்பர் 7, 1910 -

153. தாழ்ந்தவகுப்பார் தாழ்ந்த வகுப்பாரென்று மனுகுலத்தோருள் சிலரைத் தாழ்த்திவருகின்றவர்கள் யார் உயர்ந்தவகுப்பார் உயர்ந்த வகுப்பாரென்று மனுகுலத்தோருள் சிலரை உயர்த்திவருகின்றவர்கள் யார்

இத்தேசவாசிகளேயாகும். அதாவது சத்தியதன்மமாம் புத்தர் போதனைகளை மாறுபடுத்தி தங்கள் வயிறு பிழைப்பதற்கானப் பொய் மதங்களையும், பொய்ச்சாதிகளையும் ஏற்படுத்தித் தங்கள் பொய் மதங்களுக்கும், பொய்ச்சாதிகளுக்கும் எதிரிகளாகவும் பராயர்களாகவுமிருந்து இவர்களை அடித்துத் துரத்தி இவர்களது பொய்ச்சாதிகளையும், பொய்ம்மதங்களையும் ஏனையோருக்கு விளக்கி பறைந்தோர்களைப் பறையர்களென்றும், தீயர்களென்றும், சண்டாளரென்றும் தாழ்த்திப் பலவகையாலும் நசித்துப் பாழ்படுத்திவிட்டார்கள். இத்தகைய வஞ்சகச்செயலால் தாழ்த்தப்பட்டவர்கள் தாழ்ந்தவகுப்பாரென்றும் தங்களுக்குத் தாங்களே உயர்த்திக்கொண்டவர்கள் உயர்ந்த வகுப்பாரென்றும் வழங்கிவருகின்றார்கள்.

இவ்வகையாகத் தாழ்ந்துள்ளவர்களை தாழ்த்தியவர்களே உயர்த்தி சீர்பெறச் செய்யவேண்டுமே அன்றி இராஜாங்கத்தோர் பொருளுதவி பெற்று சீர்படுத்தவேண்டுமென்பது வீண்புரளியேயாகும். அதாவது, ஆடுகள் நனைகிறதென்று புலிகள் யாவும் புரண்டழுவதுபோல தாழ்ந்த வகுப்போரைத் தாங்களே உயர்த்திவிடுவதுபோல இராஜாங்கத்தோருக்கு இதங்காட்டுவது யதார்த்த இதம் ஆகாதென்பது திண்ணம். யதார்த்த இதக்கமுள்ளவர்களாயின் தாழ்ந்த வகுப்பார் தாழ்ந்த வகுப்பாரென்னும் ஓர் பெயரைச் சொல்லிக்கொண்டே தங்களைப்போல் உயர்த்த முயல்வரோ ஒருகாலும் உயர்த்தார்கள். ஏழைகளை சீர்திருத்தப்போகின்றோம், ஏழைகளை சீர்திருத்தப்போகின்றோமென்பாராயின் அஃது யதார்த்தமொழியாகும். அங்ஙனமின்றி தாழ்ந்தவகுப்பாரென்னும் ஓர்சாதியென சுட்டிக்காட்டி அவர்களை சீர்திருத்தப்போகின்றோமென்று இராஜாங்கத்தோர் உதவியை நாடுவதாயின் அவர்கள் எவ்வகையாய் உதவிசெய்ய முயல்வர். இத்தேசத்தோர் சாதிநாற்றமாகும் சாக்கடைச்சேற்றில் காலிட்டுக்கொண்டு அதைக் கழுவுவதற்கு பிரவுன் உன்கர் சோப்பிட்டுக் கழுவினாலும் அன்னாற்றம் போகாது, கிளிசரின் சோப்பிட்டுக் கழுவினாலும் அன்னாற்றம் போகாதென்றுணர்ந்து உங்கள் சாதியாசாரங்களிலும் சமயாசாரங்களிலும் பிரவேசிக்கமாட்டோமென்று உறுதி மொழிக் கூறிவிட்டார்கள், அங்ஙனமிருக்க தாழ்ந்த வகுப்பாரென்று தாழ்த்தியவர்களே அவர்களை உயர்த்தி சீர்திருத்தும் வழிகளைத் தேடாது, தாழ்ந்தவர்களை சீர்திருத்தப் போகின்றோமென்று இராஜாங்கத்தாருக்கு எடுத்துக்காட்டுவதும் அவர்களுக்கோர் சுகவழித் தேடாமல் தங்களுக்குமட்டிலும்

ககவழித் தேடிக்கொண்டு நாஷனல் காங்கிரஸ் கூட்டத்தாரென்னும் பெயரை வகித்துக்கொண்டிருப்பதுபோல, பஞ்சமர்கள் பொது வானக் குளங் குட்டைகளில் நீர் மொண்டருந்தப்போகாது பஞ்சமர்கள் துட்டுகொடுத்து காப்பிவாங்கி சாப்பிடுவதாயிருப்பினும் பிராமணர்கள் காப்பி ஓட்டல்களில் சாப்பிடப்படாதென்னும் பயிரங்கச்செயலை நடாத்திக் கொண்டே தாழ்ந்த வகுப்போரை உயர்த்தப்போகின்றோமென்பது என்னக்கூற்றோ விளங்கவில்லை.

அதனுடன் இவர்களது கட்டுக்கதைகளால் ஏற்படுத்தியுள்ளப் பொய்ச்சாமிகளைத் தொழுஉம் ஏற்பாடுகளையும் செய்து வருகின்றார்களாம். அந்தோ, வடை, தோசை, சுண்டல், சருக்கரைப்பொங்கல் செய்து சாமிக்குப் படைக்கச்செய்யும் ஆட்கள் நாளுக்குநாள் குறைந்துகொண்டே வருகின்றபடியால் இவர்களைக்கொண்டேனும் வடை, தோசை, பாயாசம் இவைகளைச்செய்து பூர்த்தியாக சாப்பிட்டுக்கொண்டு சாம்பலையும் துளசியையும் வாரி இவர்கள் கையில் கொடுக்கக் கார்த்திருக்கின்றார்கள் போலும், இவ்வழிகளால் இவர்கட்சென்று தாழ்ந்த வகுப்பினின்று உயர்வர்களோ. இதுதானோ தாழ்ந்தவர்களை உயர்த்தும் வழி இதுதானோ ஏழைகளை சீர்திருத்தும் ஒழுங்கு இல்லை, உள்ளதையும் கெடுத்துக் கொள்ளைக்கொள்ளும் வழியேயாம்.

- 4:13; செப்டம்பர் 7, 1910 -

154. நாயுடு கூட்டத்தார் கூட்டப்பிரிவும் நாஷனல் காங்கிரஸ் கமிட்டியார் நோக்கக்குறைவும்

இத்தகைய சேர்க்கைப்பிரிவில் நாஷனல் காங்கிரஸ் கூட்டத்தவரும், சுதேசிகளென்னும் கூட்டத்தவரும், ஆரிய சமாஜத்தோரென்னும் கூட்டத்தவரும் யாரோ விளங்கவில்லை. நாஷனல் காங்கிரஸ் கூட்டத்தின் கருத்து யாதெனில், சகல சாதியோரும் ஒன்றுசேர்ந்து தங்களுக்குள்ள குறைவு நிறைவுகளை இராஜாங்கத்தோருக்கு விளக்கிவருவதுவேயாம். இவர்களுள் செய்துவரும் செயல்களும் கேட்டுவரும் குறைகளும் சாதியாசாரம் மிகுத்தக் கூட்டத்தோருக்கு மட்டிலும் கூடி வேண்டிய சுகங்களை விளக்கிவருகின்றார்களன்றி சாதிபேதமற்ற ஆறுகோடி மக்களின் அல்லல்களையும் அவர்களது கஷ்டநஷ்டங்களையும் எடுத்துக் கூறி அவர்களுக்கு யாதொரு சுகமும் விளைவிப்பதுங் கிடையாது, விளைவித்ததுங் கிடையாது. இத்தகையோர் பெயரோ "நாஷனல் காங்கிரஸ்" கூட்டத்தோராம். சுதேசிகள் என்போர் சுதேசக் கைத்தொழிற்சாலைகளென்று கூறி அதில் சாதி பேதம் வைத்திருக்கும் பிள்ளைகள் மட்டிலும் வந்து கைத்தொழிற் கற்றுக்கொள்ளலாம், சாதிபேதமில்லாதவர்கள் அதிற் சேரப்படாது, சுதேச பிராமணக் காப்பி ஓட்டல்களில் சகலசாதியோரும் வந்து துட்டு கொடுத்து காப்பி சாப்பிடலாம் ஆனால் மகமதியர், பஞ்சமர், கிறிஸ்தவர்களென்போர் மட்டிலும் அவ்விடம் துட்டு கொடுத்தும் சாப்பிடப்படாது, சுதேசக் குளம் கிணறுகளில் சகலசாதியோரும் தண்ணீர்மொண்டு குடிக்கவும், பஞ்சமர், கிறிஸ்தவர்களென்போர்மட்டிலும் அத்தண்ணீரை மொள்ளவுங் கூடாது, குடிக்கவுங் கூடாது. இவர்களே சுதேசிகளென்போர் இவர்கள் கூட்டத்தையே சுதேசக்கூட்டமென்று கூறப்படும்.

ஆரிய சமாஜத்தோர் என்பவர்களோ, வேதமே தங்களுக்கு ஆதாரம், சாதியிலேயோ சகலரிலும் உயர்ந்தவர்கள், இவர்களோ தங்கள் வேத ஆதாரப்படி பிரம்மா முகத்தில் தோன்றினவர்கள். இவர்கள் யாவரும் ஒன்றுகூடி பிரம்மா பாதத்திற் பிறந்தவர்களைத் தங்களுடன் சேர்த்துக்கொள்ளப் போகின்றார்களாம்.

அதற்குப் பகரமாய் தாழ்ந்த வகுப்பாரை உயர்த்தப்போகின்றோம் என்னும் சிற்சிலக் கிரியைகளை நடாத்திவருகின்றார்கள் ஆனால் அவர்கள் பெயர் ஆரியர்கள். அவர்கள் கூட்டத்தின் பெயர் ஆரியசமாஜம் அவர்களால் சீர்திருத்தப்படுவோர் பெயர், தாழ்ந்த வகுப்போர். இவர்களோ தங்களை உயர்ந்த சாதிகளென்று வரையறுத்தும் இருத்தல் வேண்டும். இவர்களால் சீர்திருத்தப்படுவோர் பெயர் தாழ்ந்த வகுப்பாரென்று கூறியும் வரல் வேண்டும். ஈதென்னை சீர்திருத்தமோ, என்ன உயர்த்தலோ விளங்கவில்லை.

இத்தகைய சுயகாரியக் கூட்டத்தோர் செயலையும், நாட்டத்தின் முகிவையும் நாளுக்குநாள் உணர்ந்துவரும் நாடார்களெல்லோரும் ஒன்றுகூடி தங்கள் சுயநலத்தை யாசிக்கச் சேர்ந்துக்கொண்டார்கள். மகம்மதியர்களெல்லோரும் தங்கள் சுயநலத்தை யாசிக்கச் சேர்ந்துக்கொண்டார்கள். தீயர்கள் யாவரும் தங்கள் சுயநலத்தையாசிக்க ஆரம்பித்துக்கொண்டார்கள். சாதிபேதமற்ற திராவிடர்களோ சகலசாதியோர்கள் இடுக்கங்களினின்று சகிக்கமுடியாது வெளிதோன்றிவிட்டார்கள். இத்தியாதி கூட்டத்தோர் செயல்களையும் கண்ணுற்றுவந்த நாயுடு வட்டத்தாரும் ஒன்றுசேரப் போகின்றார்கள் போலும். இன்னும் இவைபோன்ற செட்டியார் கூட்டங்களும், முதலியார் கூட்டங்களென்னும் வெவ்வேறு கூட்டங்களும் தோன்றிவிடுமாயின் நாஷனல் காங்கிரஸ் கூட்டமென்னும் பெயர் யாவர்களைச் சார்ந்ததென்னும் விவரத்தை அவர்களே விளக்கிக்காட்டல் வேண்டும்.

அவரவர்கள் சுயநலங்களுக்கு அந்தந்தக்கூட்டத்தோரே பிரிந்து வெளிதோன்றியிருக்க இந்த நாஷனல் காங்கிரஸ் கூட்டத்தார் யாருக்கு சுகம்விளைக்கப் போகின்றார்களோ விளங்கவில்லை. அறுபது லட்சத்திற்கு மேற்பட்டக் குடிகள் பொதுவாகியக் கிணறு குளங்களில் தண்ணீர்மொண்டு குடிக்க சுதந்திரமற்றிருப்பவர்கள் மற்றும் ஏது சுதந்திரங்கொண்டு என்ன சுகத்தை அநுபவிப்பார்களென்பதை உணராமலும் அவர்களுக்குற்ற இடுக்கங்களைக் கண்டு இதங்காமலும் உள்ளவர்கள் தங்களை நாஷனல் காங்கிரஸ் கூட்டத்தோரெனத் தகுமோ. அங்ஙனம் நாஷனல் காங்கிரஸென்னும் பெயரை மாற்றி சாதிபேதத்தலைவர் காங்கிரஸென சொல்லிக் கொள்ளுவதாயின் அவர்களது காகதாளிச்செயலுக்கும் காகதாளி நியாயத்துக்கும் பொருந்தும்போலும். அங்ஙனமின்றி அறுபது லட்சத்திற்குமேற் பட்டக் குடிகள் அன்னந் தண்ணீருக்கு அல்லற்படுவதையறிந்தும் அவர்களடைந்துவரும் துன்பங்களைப் பத்திரிகைகளின்வாயலாகத் தெரிந்தும் அவர்களது குறைகளைத் தங்கள் சங்கத்திலெடுத்துப் பேசாதசங்கம் ஓர் நாஷனல் சங்கமாமோ. இத்தகைய பாரபட்சமுற்றக் கூட்டத்தோரை நாஷனல் காங்கிரஸ் கூட்டத்தோரென்ப-

தினும், மிஷ்நெரிக்கூட்டத்தோரை நாஷனல் கூட்டத்தோரென்பது நலமாகுமே. அவர்கள் செய்துவரும் செயல்களும், பேசிவரும் நியாயங்களும், பட்டுவரும்பாடுகளும் நாஷனலென நன்கு விளங்குகின்றதே.

ஒற்றுமெய்பேதமும், சாதிபேதமும், சமய பேதமும் வேண்டும். நாஷனல் காங்கிரசென்னும் பெயரும் வேண்டுமென்றால் பொருந்தமோ, ஒருக்காலும் பொருந்தாவாம்.

நாஷனல் என்னும் பெயர் பொருந்தவேண்டுமாயின் பிரிந்துக்கொள்ள எத்தனித்துள்ள நாயுடு கூட்டத்தாரும் பிரியாமலிருத்தல் வேண்டும். ஏழைகளாயுள்ள அறுபதுலட்ச மக்களும் ஈடேறவேண்டுமென்று முயன்று தன்னவரன்னியர் என்னும் பட்சபாதம் பாராமலும், ஏழைகள் கனவான்ளென்றெண்ணாமலும், பெரியசாதி சிறிய சாதியென்று பாராமலும், உள்சீர்திருத்தம் புறசீர்திருத்தமென்றுன்னாமலும், ஏழைகள் முன்னேறும் காரியங்களை முடித்தல் வேண்டும். அத்தகைய செயல் கொண்டே யாதார்த்தத்தில் இவர்கள் நாஷனல் காங்கிரஸ் கூட்டத்தாரென சகலரும் கொண்டாடுவார்கள். கனந்தங்கிய பிரிட்டிஷ் ஆட்சியோரும் ஆனந்திப்பார்கள்.

- 4:14; செப்டம்பர் 14, 1910 -

155. சௌத் ஆப்பிரிக்க இந்தியக் குடிகளும் பிரிட்டிஷ் ஆட்சியும்

தற்காலம் சௌத் ஆப்பிரிக்காவிற்குக் குடியேறியிருக்கும் இந்தியக் குடிகள் மெத்த அல்லற்படுகின்றார்களென்றும், அதற்காக இந்தியாவிலுள்ளக் குடிகளிற் சிலர் பரிந்து பாடுபடுகின்றார்களென்றும் பிரிட்டிஷ் துரைத்தனத்தார் சௌத் ஆப்பிரிக்காவில் வாழும் இந்தியக்குடிகள் மீது இதக்கம் வைக்கவேண்டுமென்றும் முறையிட்டு வருகின்றார்களாம்.

அந்தோ! அந்த இந்தியக்குடிகள் சௌத் ஆப்பிரிக்காவை பிரிட்டிஷ் துரைத்தனத்தார் கைப்பற்றுவதற்கு முன்பு குடியேறியவர்களா, கைப்பற்றியதற்குப் பின்பு குடியேறியவர்களா வென்பதை நாம் முக்கியமாகக் கவனிக்க வேண்டியவர்களாயிருக்கின்றோம். ஏனெனின்ரேல், பிரிட்டிஷ் துரைத்தனத்தார் அத்தேசத்தைக் கைப்பற்றுவதற்கு முன்பு அவ்விடங் குடியேறி இருப்பார்களாயின் அத்தேசத்தார் இந்தியரை அவ்விடம் விட்டு அகற்றவேண்டிய அவசியம் இராது.

அல்லது பிரிட்டிஷ் துரைத்தனத்தார்க் கைப்பற்றியபின்னர் இந்தியக் குடிகள் அவ்விடம் போயிருப்பார்களாயின் பிரிட்டிஷ் ஆட்சியார் இந்தியருக்குண்டாம் இடுக்கங்களை நீக்கிக் கார்ப்பதற்கு இதக்கம் வைப்பார்கள். காரணம் இந்தியக் குடிகளோ பிரிட்டிஷ் ஆட்சிக்குட்பட்டவர்கள். அத்தகையோர் தங்கள் ஆட்சியின் எத்தேசத்திருப்பினும் அவர்களை ஆதரிக்க வேண்டிய பொறுப்பு அவர்களுடையதேயாகும். அங்ஙனமின்றி சௌத் ஆபிரிக்காவை பிரிட்டிஷ் ஆட்சியார் கைப்பற்றுவதற்கு முன்னரே இந்தியக்குடிகள் அவ்விடங் குடியேறி சௌத் ஆப்பிரிக்கருடன் பழகி சுகித்திருந்தவர்களாக விளங்குகின்றது. அவ்வகை சுகித்திருந்தவர்களை பிரிட்டிஷ் ஆட்சியார் அத்தேசத்தைக் கைப்பற்றி மறுபடியும் அவர்கள் கையில் ஒப்படைத்து விட்டபோது அத்தேசத்தோர் இந்தியரை வெறுக்கவேண்டிய காரணமும் அவர்களை அத்தேசத்தை விட்டு அகற்றவேண்டிய காரணமும் கண்டறிந்தே பேசல்வேண்டும்.

யாதொரு களங்கமுமின்றி இந்தியர்களை சேர்த்து வைத்துக் கொண்டிருந்த சௌத் ஆபிரிக்கர்களுக்கு இந்தியர்கள் மீதுண்டானக் களங்கங்கள் என்னை. இவர்கள் முன்பு குடியேறியகாலத்திலிருந்த ஒடுக்க நிலையில் சுகித்திருப்பார்களாயின் இவர்களுக்கு அவர்கள் சட்டங்களும் நிபந்தனைகளும் குறிநெறிகளும் வகுக்கவேண்டிய காரணங்களென்னை. அத்தேசத்துக்குரியோர் ஏதோ ஓர் சந்தேகங்கொண்டு குறிநெறிகளையும் நிபந்னைகளையும் வகுத்துவைத்தபோதினும் அத்தேசத்திற்கு யாதொரு சுதந்திரமுமற்ற இந்தியர்கள் அந்நிபந்தனைகளுக்கு ஒடுங்கி வாழ்கமாட்டோ மென்று எதிர்த்துநின்ற காரணங்களென்னை. அத்தேசத்தோர் சட்ட திட்டங்களுக்கும் குறி நெறிகளுக்கும் அடங்கி வாழ்க விருப்பற்றவர்கள் அத்தேசத்தை விட்டு தங்களுக்குத் தாங்களே விலகி விடுவது அழகாகும்.

அங்ஙனம் விலகாது பிரிட்டிஷ் ஆட்சியார் தங்கள் மீது இதக்கம் வைக்கவில்லை என்று பழிகூறுவது வீண் மொழியேயாம்.

முன்போன்று சுகித்து அவ்விடம் வாழ்கப் பிரியமுடையவர்கள் அத்தேசத்தோர் நிபந்தனைகளுக்கும் குறி நெறிகளுக்கும் அடங்கி வாழ்க்கை பெருங்கால் தங்களது முன்வாழ்க்கைக்குப் பின் வாழ்க்கை முரண்பட்டு அதிக துன்பத்துக்குள்ளாக்குமாயின் சகல இந்தியகுடிகளும் ஒன்றுகூடி அத்தேச அதிகாரிக்கு விளக்கி வேண்டிக்கொள்ளுவார்களாயின் அவர்களே அவ்விடுக்கங்களை நீக்கி சீர்திருத்துவார்கள். அவ்வகை சீர்திருத்தாது இன்னும் இடுக்கத்திற்குள்ளாக்குவார்களாயின் அக்காலக்குறைகளை பிரிட்டிஷ் ஆட்சியாருக்குத் தெரிவித்து வேண்டிக்கொள்ளுவதாயின் இந்தியக் குடிகளின் இடுக்கத்திற்கு இதங்கி ஏதோ சில முயற்சிகளை செய்வார்கள். அங்ஙனமின்றி ஈட்டிமுனையில் உதைப்பதுபோல் அத்தேச அதிகாரிகளின் சட்டதிட்டங்களை எதிர்த்து அவர்கள் கோரிக்கைக்கு மாறுபட்ட இந்தியக்குடிகள் சௌத் ஆப்பிரிக்காவில் மிக்க வாதைப்படுகின்றார்களென்று இந்தியதேச விந்தியர்கள் கூறுவது விந்தையென்றே கூறல்வரும்.

காரணம் ஈட்டியின் முனையின் கூரறிந்தும் அதை உதைக்கக் குத்துப்பட்டவிடம் இரணமுண்டாகி துன்பமடைகின்றார்களென்பதுபோல் இராஜநீதியென்று அறிந்தும் அதனுக்கு அஞ்சாது வீராப்பிட்டு துன்பமடையுங்கால் வாதைப்படுகின்றோம், வாதைப்படுகின்றோமென்று கூறுவதும், அவர்களைச்சார்ந்தோர் வாதைப்படுகின்றார்கள், வாதைப்படுகின்றார்களென்று கூறுவதுமாகிய மொழிகளை அன்னிய ராஜாங்கத்தோர் கேட்கினு மேற்பரோ, ஒருக்காலும் ஏற்கார்கள். காரணம், அன்னியராஜாங்க சட்டத்தின் எதிர்ப்பே தங்கள் ராஜரீகத்திற்கும் ஆகுமென்பது கருத்தாம். ஆதலின் சௌத் ஆபிரிக்காவின் வாழ்க்கையே பிரியமுள்ள இந்தியக் குடிகள் அத்தேசத்து அதிகாரிகளின் சட்டதிட்டங்கட்கடங்கி வாழ்வதே வாழ்வாகும்.

- 4:14: செப்டம்பர் 14. 1910 -

156. அதிகார உத்தியோகம் யாருக்களிப்பது?

இத்தேசத்தை ஆளுகைபுரிவோர் யாரோ அவர்களது குணாகுணங்களையும் செயல்களையும் நன்கராய்ந்து அவர்களது ஒழுக்கத்திற்கும் செயலுக்கும் தக்கவாறு தெரிந்தெடுத்து அவர்களுக்கே அதிகார உத்தியோகம் அளிப்பது அழகாம்.

அங்ஙனமின்றி அரசாங்கத்தோர் ஒழுக்கத்திற்கும் செயலுக்கும் மாறுபட்டுள்ளவர்களுக்கு அதிகார உத்தியோகங்களை அளிப்பதாயின் அவர்களுக்குள்ள மாறுபட்டச்செயலால் இராஜாங்கத்திற்கு ஆறுதலில்லாமற்போம். ஆதலின் நம்மெயும் நந்தேயத்தையும் ஆண்டு ரட்சித்து வரும் பிரிட்டிஷ் ஆட்சியரின் ஒழுக்கமும் செயற்களும் யாதெனில், சகல சாதியோர் மீதினும் பேதமற்ற அன்பு பாராட்டி குடிகளுக்கு வருந் துன்பங்களை தங்களுக்கு வந்த துன்பம்போல் கருதியும், குட்டிகளுக்கு வரும் வியாதிகளை தங்களுக்கு வந்த வியாதிபோல் இதங்கியும், குடிகளுக்கு நேரும் இடுக்கங்களை தங்களுக்கு நேர்ந்த இடுக்கம்போல் பாவித்தும், குடிகளைக் கண்களைப் போலும் தாங்கள் தங்கள் கண்களின் இமையைப்போலுமிருந்து பாதுகார்த்து சுகசீரளித்து வருகின்றார்கள். இத்தகைய நீதியும், அன்பும், நெறியுமிகுத்த அரசாட்சியில் அத்தகைய ஒழுக்கமும் அன்பும் செயலும் அமைந்தவர்களுக்கே அதிகார உத்தியோகங்களை அளிப்பதாயின் சகல குடிகளும் சுகச்சீர்பெற்று ஆனந்த வாழ்க்கை அடைவார்கள்.

தற்காலம் தோன்றியுள்ள இந்திய வாழ்க்கைக் குடிகளுக்கோவெனில், பிரிட்டிஷ் ஆட்சியோருக்கு அமைந்துள்ள ஒழுக்கமும் அன்பும் செயலும் கிடையவேகிடையாவாம். உள்ள ஒழுக்கமும் செயலுமோவென்னில் நான் பெரியசாதி, அவன் சின்னசாதி, அவனிலுமவன் சின்னசாதி என்னும் பொய்யாகிய சாதிவரம்புகளை ஏற்படுத்திக்கொண்டு தங்கள் பொய்யாகுங் கட்டுக்கதைகளுக்கு எதிரிகளா இருந்து கண்டித்த விவேகிகளையெல்லாம் தீண்டாத சாதிகளென வகுத்துக்கொண்டு தாங்கள் சுகமடையவேண்டிய இடங்களிலும் செயல்களிலும் சாதியாசாரம் கிடையாது, தங்களால் தாழ்த்திவைத் திருக்கப்பட்டவர்கள் சுகமடையவேண்டிய இடங்களிலெல்லாம் சாதியாசாரமென்னும் பொய்க் கதைகளைப் புகட்டி விவேகிகளையும், ஏழைகளையும் தலையெடுக்கவிடாமற் செய்துவருகின்றார்கள்.

ஈதன்றி சில விவேகிகள் எதிர்த்து சாதி ஏதுங்காண், சமயமேதுங் காணென்று கேட்பார்களாயின் சாதித் தலைவர்களை சாமி சாமியென்று கும்பிட்டுத் திரிவோர்களையும் ஒன்று கூடிக்கொண்டு அவன் சாதியை ஒளிக்கின்றான் இவன் சாதியை ஒளிக்கின்றானென பயமுறுத்தி தங்கள் சுயகாரியங்களில் சுகமடைந்து வந்தவர்களுக்கு பிரிட்டிஷ் ஆட்சியைச் சேர்ந்த அதிகார உத்தியோகங்களும் அளித்துவருவதாயின் ஏழைக் குடிகளை இன்னும் எவ்வகையால் தாழ்த்தி ஏதேது கேடுகளைச் செய்து முன்னிலும் பின்னும் ஏது வாதிப்பார்களென்பதை தெரிந்துக் கொள்ளவேண்டியதுதான்.

இத்தேசப் பூர்வக்குடிகள் சாதித்தலைவர்களின் வேஷங்களால் நசுங்குண்டு நாளுக்குநாள் தலையெடுக்க ஏதுவின்றி சீர்கெட்டிருக்குங்கால் அத்தகைய சாதிஅதிகாரத்துடன் உத்தியோக அதிகாரங்களையும் கொடுத்துவிடுவதினால் காற்றுடன் நெருப்புங் கலந்துக்கொள்ளுவதுபோல் சாதி அதிகாரத்துடன் உத்தியோக அதிகாரங்களையும் பெற்று அவர்களுக்கு எதிரிகளாகும் இத்தேசப் பூர்வக்குடிகளை எங்கும் தலைக்காட்டவிடாமல் ஒட்டிவிட ஆரம்பித்துக் கொண்டார்கள். இக்கொடிய ஆரம்பத்தால் பூமியை உழுது சீர்திருத்தும் உழைப்பாளிகளும் கைத்தொழிலுக்கு உழைத்து கண்டுபிடிக்கும் உழைப்பாளிகளும் பலத் தொழிலிலும் உழைத்து பாடுபடும் கஷ்டவாளிகளும் பலதேசங்களுக்குஞ்சிதறி ஓடிப்போனதுபோக இன்னும் உள்ளவர்களும் போகின்றபடியால் இத்தேசத்திலுள்ள பூமிகளின் விருத்திகளும் வித்தியவிருத்திகளும் நசிந்து தேசம் சீர்கெடுவதுடன் அரசாங்கத்தோருக்கும் ஆனந்தமில்லாமல் குடிகளுக்கும் சுகமில்லாமற் போய்விடுகின்றது.

இவற்றுள் சாதித்தலைவர்களென வேஷம் போட்டுள்ளார்கள் யாவரும் பல்லக்கிலேயே ஏறிச் செல்லவேண்டும் என்பாராயின் அப்பல்லக்குகளை தூக்குகின்றவர்கள் யாவர். தாழ்ந்த சாதியோர் தூக்கிச் செல்லவேண்டும் என்பாராயின் அவர்களை எதிர்த்து நாங்கள் ஒருவருக்குத் தாழ்ந்த சாதியோருமல்ல, எங்களுக்கு உயர்ந்த சாதியாருமில்லையெனத் துணிந்துக் கூறுவார்களாயின் பல்லக்கு மற்றும் பல்லக்கு எடுப்போனு மற்றுப்போமன்றோ, அக்கால் ஏறிச்செல்வோன் இஞ்சித்தின்னக் குரங்கைப்போல் இளிக்க நேரிடுமென்றறியாது சாதியதிகாரத்துடன் உத்தியோகவதிகாரத்தையும் பெற்றுக்கொண்டு உழைப்பாளிகளாய் உள்ளப்பூர்வக்குடிகளை ஊரை விட்டோட்டிக்கொண்டே வருகின்றார்கள். அவ்வகை ஓட்டுகின்றவர்களாயினும் ஏறு பிடித்துழுது பூமிகளை விருத்தி செய்கின்றார்களா, ஆயுதங்களைப் பிடித்து வித்தியாவிருத்தி செய்கின்றார்களா அதுவுங் கிடையாது. சாதி அதிகாரமும் வேண்டும், அதிகார உத்தியோகங்களும் வேண்டும் தங்களுக்கு விரோதிகளாயுள்ளோர்களை ஊரைவிட்டு ஓட்டவும் வேண்டுமென்றால் தேசம் சீர்பெறுமோ அரசாங்கத்தோர் ஆனந்திப்பர்களோ, குடிகள் சுகமடைவர்களோ இல்லை.

இத்தகைய இடுக்கச் செயல்களையும் அச்செயல்களுக்கு காரணங்களாயுள்ளோர் குணாகுணங்களையும் கருணைதங்கிய இராஜாங்கத்தோர் கண்ணோக்கமுற்று இத்தேசத்தோர் சாதி அதிகாரத்தினால் ஏழைக்குடிகளை எவ்வெவ்வகையால் வருத்தி ஏதேதுவகையால் சீர்கெடுத்து நசித்து வருகின்றார்கள். இத்தகையோருக்குள்ளசாதி அதிகாரத்துடன் நமது ராஜாங்க அதிகார உத்தியோகத்தையும் கொடுத்து வருவதினால் ஏழைக்குடிகளின் கேடுகளுக்கு இன்னும் என்ன உதவியாகிவிடுமென்று ஆராய்ந்துக் கருணை வைப்பார்களாயின் இத்தேசத்து பூமிகளின் விவசாயக்குறைவும் கைத்தொழில்களின் விருத்திக் குறைவும் உள்ளங்கை நெல்லிக்கனிபோல் தெள்ளற விளங்கும்.

ஆதலின் பூமியின் விருத்திகளையும், கைத்தொழில் விருத்திகளையும் கோறும் கருணைதங்கிய ராஜாங்கத்தோர் பூர்வ ஏழைக்குடிகளின்மீது கருணை பாவித்து அதிகார உத்தியோகங்களைத் தங்களை ஒத்த ஒழுக்கமும் காருண்யமும் செயலுமுள்ளவர்களுக்கே அளித்து ஆதரிப்பார்களென எதிர்பார்க்கின்றோம்.

- 4:15; செப்டம்பர் 21, 1910 -

157. செல்ப் கவர்ன்மெண்ட் அல்லது சுயராட்சியம்

சுய ராட்சியத்திற்கு உரியவர்கள் யார். செல்ப் கவர்ன்மெண்டை நடத்தப்போகின்றவர்கள் யார். இத்தேசத்தில் நூதனமாகக் குடியேறியுள்ள ஆரியர்களா அன்றேல் இத்தேசப் பூர்வக் குடிகளாகும் திராவிடர்களா. இவ்விருவர்களுள் யார் உரியவர்கள் என்பதைக் கண்டறிந்தே பேசல் வேண்டும்.

இத்தேசத்தில் நூதனமாகக் குடியேறியுள்ள ஆரியர்களின் ஒழுக்க தன்மங்களுக்கும், பூர்வக் குடிகளாயுள்ள திராவிடர்களின் ஒழுக்க தன்மங்களுக்கும் நாளதுவரையில் மாறுபட்டிருப்பதை அநுவத்திற் கண்டறியலாம். அதாவது திராவிடர்களின் சுபாசுப காரியங்களுக்கு இத்தேச சகல பாஷைக்காரர்களும் வருவார்கள். ஆரியர்கள் மட்டிலும் வரமாட்டார்கள். சாதியாசாரத்தைப் பற்றிக்கொண்ட சில திராவிடர்களின் சுபாசுபங்களுக்கு ஒருவர் இருவர் வந்தபோதினும் அரிசியையும், துட்டையும் பெற்றுக்கொண்டு அகன்றுவிடுவார்களன்றி சுபாசுபத்திற் கலக்கவே மாட்டார்கள்.

ஆரியர்களின் சுபாசுப காரியங்களுக்கு அவர்களைச் சார்ந்த ஆரியர்களே போவார்களன்றி அவர்கள் நூதனசாதியிற் சம்மதித்த திராவிடர்களாயினும் அவர்கள் நூதன சாதியிற் சம்மதப்படா திராவிடர்களாயினும் ஒருவரும் போகவுமாட்டார்கள் அவர்களழைக்கும் வழக்கமுங் கிடையாது. திராவிடர்கள் செய்யும் தானங்களோவெனில் இத்தேசத்திலுள்ள சகல பாஷைக்காரர்களுக்கும் அளிப்பது வழக்கமாகும். ஆரியர்கள் செய்யும் தானமோ வென்னில், அவர்களைச்சேர்ந்த ஆரியர்களுக்கே செய்வார்களன்றி ஏனையோர்களைத் தங்கள் நாட்டாரென்றுக் கருதி தானஞ் செய்யவே மாட்டார்கள்.

ஏனெனில் அவர்கள் இத்தேசத்திற்கு அன்னியப்பட்டவர்கள். ஆதலின் அவர்கள் தங்கள் சுயசாதியோர் விருத்தியையும் தங்கள் விருத்தியையும் கருதுவார்களன்றி இத்தேசத்தோராம் திராவிடர்களின் விருத்தியைக் கருதுவதே கிடையாது. திராவிடர்களாம் இத்தேசப் பூர்வக் குடிகளை அன்னியதேச ஆரியர்கள் வந்து செயித்து மேற்கொண்டார்களென்று சிலக் கட்டுமொழிக் கூறுகின்றார்களாம். அத்தகையக் கூற்று அவர்களது அநுபவத்திற்கே மாறாகும். எங்ஙனமெனில், ஆரியரென்போர் இத்தேசத்துள் குடியேறும்போதே பிச்சையேற்றுண்டே குடியேறியுள்ளார்கள். அதன் அநுபவம் மாறாது நாளதுவரை இரந்துண்ணுந்தொழில் அவர்களுக்குள் மாறாமலிருக்கின்றது.

இத்தேசத்தோரால் தொழில்களுக்கென்று வகுத்திருந்தப் பெயர்களையெல்லாம் சாதிகளென்று மாற்றி கல்வியற்ற பெருங்குடிகளை வசப்படுத்திக் கொண்டு வஞ்சினத்தாலும், சூதினாலும், கபடத்தினாலும், பலவகை மாறுபாடுகளினாலும் திராவிடர்களை மேற்கொண்டார்களேயன்றி யுத்தத்தினால் மேற்கொண்டார்களென்பது கனவிலும் நினைக்கக்கூடியதன்று. ஆரியர்கள் அத்தகைய யுத்தவீரர்களாய் இருப்பார்களாயின் நாளதுவரையில் ஆரியர்களைக்கண்டு திராவிடர்கள் ஓடுகின்றார்களா, திராவிடர்களைக்கண்டு ஆரியர்கள் ஓடுகின்றார்களாவென்னும் அநுபவப்போக்கில் வல்லபத்தைக் கண்டுக்கொள்ளலாம்.

இத்தேசத்துள் ஆரியர்களுக்குச் சத்துரு சாதிபேதமற்ற திராவிடர்களேயாகும். திராவிடர்களுக்குச் சத்துரு ஆரியர்களேயாவர். காரணமோவென்னில் ஆரியர்கள் சத்தியதன்மமாம் புத்ததன்மங்களை மாறுபடுத்தி அசத்திய தன்மங்களையும், அசத்திய சாதிவரம்புகளையும் ஏற்படுத்திவந்தகாலத்தில் அசத்தியதன்மங்களையும், அசத்திய சாதி வரம்புகளையும் சகலருக்கும் விளக்கி பொய்ம்மொழிகளை ரூபித்துவந்த திராவிடர்கள் யாவரும் சத்துருக்களானார்கள். அத்தகைய ஆரியர்களின் சத்துருக்களாகிய திராவிடர்களே தற்காலம் சண்டாளர்களென்றும், தீண்டாதவர்களென்றும், தீயர்களென்றும், பறையர்களென்றும் தாழ்த்தப்பட்டு நிலைகுலைந்திருக்கின்றார்கள்.

இத்தகைய காலத்தில் அன்னியதேசத்தோராம் ஆரியர்களுக்கும் அவர்கள் வாக்கை சிரமேற்றாங்கிநிற்பவர்களுக்கும், செல்ப் கவர்ன்மெண்டென்னும் சுயராட்சியம் அளித்துவிடுவதாயின் சாதிபேதமற்ற திராவிடர்களாம் அறுபது லட்சத்திற்கு மேற்பட்டக் குடிகள் யாவரும் அதோகதியால் மாய்ந்து அடியோடு சாய்ந்துவிடுவார்களென்பது சத்தியம் சத்தியமேயாம்.

நமது கருணைதங்கிய பிரிட்டிஷ் அரசாட்சியார் இந்தியர்மீது கிருபை பாலித்து சுயராட்சியமளிப்பதாயின் அச்சுயராட்சியத்திற்கு உரியவர்கள் திராவிடர்களேயன்றி ஆரியர்களாக மாட்டார்கள். இந்து தேசத்தை சிறப்படையச் செய்தவர்கள் பூர்வ திராவிடர்களே யாகுமென்பதை சரித்திரத்தாற் காணலாம். இந்துதேசச் சிறப்பையும், இந்தியர்களின் ஒற்றுமெயையும் பாழ்படுத்தி சீர்கெடச்செய்தவர்கள் ஆரியர்களே என்பதை அவர்களது அநுபவத்திற் காணலாம்.

ஆதலின் நீதியும், நெறியவும், கருணையும்வாய்ந்த பிரிட்டிஷ் ஆட்சியார் கண்ணோக்கம் வைத்து மற்ற சாதியோர் கல்வியிலும், செல்வத்திலும் மிகுத்திருப்பதுபோல் சாதிபேதமற்ற திராவிடர்களையும் முன்னேறச்செய்து அவர்கள் சுகச்சீரும் அறிவின் விருத்தியும் பெற்றபின்னர் சுயராட்சியம் அளிப்பார்களாயின் சருவ மக்களும் சுகச்சீர் பெற்று நல்வாழ்க்கைப் பெறுவதுடன் பிரிட்டிஷ் ராஜவிசுவாசத்திலும் நிலைத்து மிக்க நன்றியறிதலுள்ளவர்களாவார்கள். அப்போதே பிரிட்டிஷ் ஆட்சிக்குட்பட்ட திராவிடர்களின் சுயராட்சிய சிறப்பு உலகெங்கும் பிரகாசிக்கும். அத்தகையப் பிரகாசத்தால் பிரிட்டிஷ் ஆட்சிக்கும் இணையில்லா ஆறுதலுண்டாம்.

- 4:16; செப்டம்டர் 28, 1910 -

158. பூமியைப் பண்படுத்தி தானியவிருத்தி செய்யும் வேளாளத் தொழிலாளிகளே கவனியுங்கள்

கருணைதங்கிய நமது கவர்ன்மெண்டார் நெல்லிக்குப்பத்திற்கு அடுத்தப் பாலூர் விவசாயப்பண்ணையில் தங்களது விடாமுயற்சியாலும், பொருளுதவியாலும் பூமியைப் பண்படுத்தி நிலக்கடலை, கரும்பு மற்றும் நஞ்சை புஞ்சை தானியங்களை விளைவித்து அவைகள் செழித்தோங்கி வளர்ந்திருப்பதை மற்ற தேசங்களிலுள்ள வேளாளத் தொழிலாளர் வந்து பார்வையிட்டு தங்களுடைய பூமிகளையும் அவ்வகையாகப் பண்படுத்தி அவர்கள் விளைத்து பயிர்செய்துள்ளவாறு செய்து சீர்பெறும்படியான ஏதுக்களைச் செய்திருக்கின்றார்கள்.

விவசாயிகள் இத்தகைய காலத்தை வீண்போக்காது அப்பண்ணைகளுக்குச் சென்று பூமியைப் பண்படுத்தியிருக்கும் வகைகளையும், தானியங்கள் நடவுசெய்திருக்கும் நிலைகளையும், அவைகள் ஓங்கி வளர்ந்திருக்கும் பாங்குகளையும், கண்டுதெளிந்து தங்கடங்கள் பூமிகளையும் அவ்வாறு விருத்தி செய்வரேல் இத்தேசத்துள் பஞ்சமென்னும் ஐந்துவகைக் குறைகள் நேராதென்பது திண்ணம். அந்நியதேச ராஜாங்கங்களிலோ இராஜாங்கத்தார் ஏவுதலும் முயற்சியுமின்றி குடிகளே முயன்று தங்கடங்கள் விவசாயங்களை விருத்திசெய்து தாங்கள் வாழுந்தேசத்திற் பஞ்சமின்றி சுகமளிப்பதுடன் இராஜாங்கத்தோருக்கும் ஆறுதலளித்துவருகின்றார்கள். இவற்றிற்குப் பகரமாய் ஜப்பான் தேசத்தியக் குடிகளில் நூற்றிற்கு எழுந்து பெயர் வேளாளர்களாயிருந்து பூமியைப் பண்படுத்தி தானியவிருத்தி செய்வதுடன் புருஷர்கள் இரும்பு வேலை, தச்சவேலை, தையல் வேலை, முதலியவைகளுஞ்செய்து சுகத்திலிருக்கின்றார்கள். இஸ்திரீகளோ தங்கள் பண்ணைத்தொழிலைப்பார்ப்பதுடன் வியாபாரஞ் செய்யவும் வஸ்திரங்களைத் துவைக்கவும் கனிவிருத்திகள் செய்யவுமாகிய முயற்சியினின்று சுகத்தை அனுபவித்து வருகின்றார்கள். அத்தகைய சோம்பலற்ற விருத்தி செயலால் ஜப்பானிய தேசத்தோரும் ஜப்பானியரும் சுகசீர் பெற்றிருக்கின்றார்கள்.

இத்தேசத்திலோ சாதியாசாரமென்னுங் கெட்டுப்போன கட்டுப்பாடுகளை ஏற்படுத்திக்கொண்டு அதற்காதாரமாகப்பொய்ம்மத கடைகளைப் பரப்பி சாமிகளுக்கென்று வடை, பாயசம், தோசை, நெய்பொங்கல், சர்க்கரை பொங்கல் முதலியவைகளை செய்விக்கச்செய்து வாத்துக்களைப்போல் தொண்டைவரைத் தின்று சந்தனத்தைப் பூசி திண்ணைகளிற் புரளுவதே பெருமுயற்சியாகும். இம்முயற்சியிலிருந்து வடைக்குந் தோசைக்குஞ் சண்டையிடுவதே இவர்களது விடாமுயற்சித் தொழிலாகும். இத்தகையத் தொழிலாளரே சாதிகளுக்கெல்லாம் தலைவர்களாகும். இவர்களது சாதிக் கட்டிற்கும் மதக்கட்டிற்கும் அடங்கியுள்ளவர்களே அவர்களுக்குத் தாழ்ந்தவகுப்பார்களாகும். இவர்களது வகுப்பின் பேதமோ பிச்சை இரப்போர்கள் பெரியசாதி, பூமியைப் பண்படுத்துவோர்கள் சிறியசாதி, தச்சுவேலை செய்பவன் ஒருசாதி, இரும்புவேலை செய்பவன் ஒரு சாதி, தையல் வேலை செய்பவன் ஒருசாதி, ஒருவேலை செய்பவன் மறுவேலை செய்யப்படாது. இத்தகையாய் சாதித்தலைவர்கள் ஏற்பாடுகளை சிரமேற்கொண்டு மதச்சண்டைகளுக்கு மல்லுகட்டித்திரிவதும் பொய்ப் புராணங்களைப் புலம்பிக்கொண்டுத் திரிவதுமாகிய விசாரணையற்ற சோம்பேறிகளாய் மதக்கடைகளைப் பரப்பி எங்கள் தேவனே தேவன், எங்கள் சாமியே சாமியென்று துட்டுபறிப்பது ஒரு தொழில்விருத்தி, நாங்களே பெரியசாதி எங்களுக்கே பிச்சை கொடுக்கவேண்டுமென்று ஏமாற்றி பெண்டு பிள்ளைகளுடன் பிழைப்பது ஒரு தொழில் விருத்தி. இத்தகைய சுகப்பிரயோசன விருத்தியைக் கையாடிவரும் சாதித்தலைவர்களின் அடியார்கள் எந்த விருத்தியைக்கற்று எவ்விருத்தியிற் பழகி எத்தொழிலை விருத்திக்குக் கொண்டுவருவார்கள்.

சாதிவிருத்திகளையும் சாதியாலுண்டாம் பொறாமெய் விருத்திகளையும் மத விருத்திகளையும் மதத்தாலுண்டாம் சண்டை விருத்திகள் செய்துக்கொண்டு வித்தியாவிருத்தி, பூமிவிருத்திகளை மறந்து மாளா சோம்பலேறிவிட்டபடியால் தானியவிருத்தியும் வித்தியா விருத்தியுங்கெட்டு இந்திரதேசம் பாழடைந்துவிட்டது.

நாளுக்குநாள் அவைகளின் குறைவையும் பஞ்சவிருத்தியையும் கண்டுணர்ந்த நமது கருணை தங்கிய ராஜாங்கத்தார் தங்களுடைய ராஜாங்கவிஷயம் ஓர்புறமிருப்பினும் அத்தகைய செயலுடன் தானிய விருத்திகளையும் குடிகளின் க்ஷேமங்களையுங் கருதி விவசாயத்தொழிலிலும் பிரவேசித்து ஒவ்வோர் பண்ணையோருக்கும் அறிவுறுத்தி தானியவிருத்திச் செய்யும் வழிகளைப் படித்தரமாகக் காட்டிவருகின்றார்கள். அத்தகையோர் கருணை கொண்டு கற்பித்துவரும் பூமியின் விருத்தியைக் கற்று அவர்களது வார்த்தைகளை சிரமேற்கொண்டு தேச உழைப்பிற்கும் விழிப்பிற்கும் அஞ்சாது பஞ்சமென்பதைப் போக்கிக் குடிகளை ஆதரிக்க வேண்டுகிறோம்.

அங்ஙனமின்றி சாதித்தலைவர்கள் வாக்கே வாக்கு மதத்தலைவர்கள் போக்கேபோக்கென்று ஆடுகசாயிக்காரனை நம்பித் திரிவது போல் சாதித்தலைவர்களையும், மதத்தலைவர்களையும் பின்பற்றுவதாயின் தற்காலம் கருணை தங்கிய ராஜாங்கத்தார் அளித்துவரும் உள்ள சீருங் கெட்டு பாழடைவதாகும். ஆதலின் நமதுதேய வேளாளத்தொழிலாளர்கள் யாவரும் கருணைதங்கிய ராஜாங்கத்தோர் செய்தும் போதித்துவரும் விவசாயத் தொழிலைப் பின்பற்றி, அவர்கள் அழைக்கும் இடங்களுக்குச் சென்று, அவர்கள் விவசாயப் போதனைகளைக் கற்று அவரவர்கள் பூமிகளைப்பண்படுத்தி தானியவிருத்திசெய்து உலக உபகாரிகளாக விளங்குவார்களென நம்புகிறோம்.

கம்பர் ஏறெழுபது

வெங்கோபக் கலிக்கடந்த வேளாளர் விளைவயலுட்
பைங்கோல முடிதிருந்த யார்வேந்தர் முடிதிருந்தும்
பொங்கோதைக் களியானை போர்வேந்தர் நடத்துகின்ற
செங்கோலைத் தாங்குங்கோல் ஏறடிக்குஞ் சிறுகோலே.

வரப்புயர நீருயரும், நீருயர பயிறுயரும், பயிறுயர குடியுயரும், குடியுயர கோனுயரும் என்பதாம்.

- 4:17; அக்டோபர் 5, 1910 -

159. இந்தியதேசமும் இந்தியதேச மக்களும் எவ்வகையால் சீரும் சிறப்பும் பெறுவர்

தங்கள் தங்கள் முயற்சிகளினாலேயாம். அதாவது, நமது தேசத்து தனவான்களுக்கு ஈகையென்னும் குணமே மாறி வாகையென்னுங் குணம் பெருகிநிற்கின்றது ஈகையின் குணமோவென்னில் தாங்கள் சம்பாதித்துள்ளப் பொருளைக் கொண்டு ஏனையோரும் தன்னைப்போல் சுகம்பெற-வேண்டுமென்னும் அன்பின் மிகுதியால் பொருளீய்ந்து போஷிப்பது ஈகையின் குணமாகும். வாகையென்னும் குணமோவென்னில் தனது கைக்-குவந்தவரையில் கிடைத்த பொருளை மேலும் மேலும் சேர்த்து பெட்டியில் பூட்டிடுவதும், மண்ணுள் புதைத்து வைப்பதுமே மகிழ்ச்சியாதலால் அவற்றை வாகையின் குணமென வகுத்துள்ளார்கள்.

இவ்விருகுணத்தோருள் வாகைகுணத்தோரே மிகுத்து, ஈகைகுணத்தோர் நசிந்துவிட்டபடியால் இலவசமான கல்விசாலைகளும் கைத்தொழிற் சாலைகளும் அமைத்து சிறுவர்களை சீர்படுத்துவதற்கு ஏதுவில்லாமலிருக்கின்றது. ஆதலின் இந்திய சிறுவர்களை சீர்திருத்தி இந்தியாவை சிறப்படையச் செய்யவேண்டுமாயின் சகல இந்தியர்களும் ஒருமனப்பட்டு தங்கள் இந்துக்கோவில்களிலுள்ள சாமிகளை சகலரும் பார்த்துத் தொழும் வழியில் திறந்துவிட்டு உள்ளிருக்கும் மண்டபங்களை விருத்தி கட்டி கல்வி கற்பதற்கும் வெவ்வேறு கூடங்களை வகுத்து அக்கோவில்-களுக்கு மானியமென விட்டிருக்கும் பூமிகளிலிருந்தும் வீடுகளிலிருந்தும் தட்சணை தாம்பூலங்களாலும் சேரும் பெருட்களை எட்டு பாகமாக்கி இரண்டு பாகத்தைக் கோவில் சிலவுகளுக்கும், இரண்டு பாகத்தை கட்டிட விருத்தி சிலவுகளுக்கும், மிகுந்த நான்கு பாகத்தைக்கொண்டு சிறுவர்களைக் கல்வியிலும் கைத்தொழிலிலும் விருத்திக்குக் கொண்டுவருவரேல் இந்தியர்கள் சிறப்படைவதுடன் தேசமும் சிறப்படையும்.

இவ்வகையால் ஏற்படுத்தும் கல்விசாலைகளிலும், கைத்தொழிற்சாலைகளிலும் சாதியுள்ளவர்கள்தான் வந்துக் கற்றுக் கொள்ளவேண்டுமே-யன்றி சாதியில்லாதவர்கள் வந்து கற்கப்போகாதென தடுப்பார்களாயின் உள்ளசீருங்கெட்டுப் பாழடைந்து போவார்கள். காரணமோ வென்-னில் தற்காலமுள்ளப் பெருங் கோவில்களெல்லாம் சாதிபேதமில்லாப் பூர்வபௌத்தர்களுடையவைகளேயாகும். தற்கால சாதியாசாரமுடையவர்க-ளுக்கோ அவற்றுள் யாதொரு சுயாதீனமும் கிடையாது. ஆதலின் இந்திய தேசப் பொதுப்பொருளை சகலமக்களும் பொதுவாக அநுபவிப்பதே சுகந்தரும். இத்தேசத்துப் பூர்வக்குடிகளாகும் சாதிபேதமற்றவர்களுக்கு அங்கு சுகங்கிடையாதபோது அதற்கு அன்னியப்பட்டவர்களுக்கு அங்கு சுகங்கிடையாதென்பது துணிபு.

தன்னைச் சுகம்பெறவேண்டுமென்று கருதுகிறவன் முதலாவது அன்னியர் சுகத்தைக் கருதவேண்டும். தான் அன்னியரால் உபகாரம் பெற-வேண்டுமென்று கருதுகிறவன் தன்னால் அன்னியருக்கு உபகாரஞ் செய்தல் வேண்டும். “அன்னியர் பிள்ளையை வூட்டி வளர்த்தால் தன் பிள்ளை தானே வளரும்” எனும் பழமொழிக்கிணங்க தேசத்து ஏழைகளை சீர்திருத்தி முன்னேறச்செய்வதே கோவில் தன்மகர்த்தாக்களின் அழகாகும். அங்ஙனம் ஏழைகளின் சீர்திருத்தங்களை நோக்காது கோவிலுக்கென்றுவரும் பணங்களை, வடை, தோசை, பாயாசத்திற்குச் சண்-டையிடவும் நெய்ப்பொங்கல், சர்க்கரைப் பொங்கலுக்குச் சண்டையிவும், ததியோதனம், புளியோரைக்குச் சண்டையிடவும் விட்டு அவர்களுக்கு வேண்டிய வரையில் வேளை வேளைக்குப் புசிக்கக் கொடுத்து முழுச் சோம்பேறிகளாகத் திரியவைப்பது கோவில் தன்மகர்த்தாக்களின் அழகா-காவாம். எப்போது கோவில் தன்மகர்த்தாக்களென்று ஏற்பட்டார்களோ, அவர்களது கோவிலும் பொதுவாயிருத்தல் வேண்டும். அவர்களது தன்மமும் பொதுவாயிருத்தல் வேண்டும். அப்போதுதான் அவர்களுக்கிட்டுள்ள தன்மகர்த்தாவென்னும் பெயரும் பொருந்தும். தருமத்திற்குக் கர்த்தாவென்று ஏற்படுத்தப்பட்டவர்கள் அக்கோவில் சொத்தை வீண் சோம்பேரிகளுக்குச் செலவிட்டு மேலுமேலும் சோம்பேரிகளைப் பரவச் செய்யவிடாமல் கோவில் சொத்துக்களைக்கொண்டு தேசத்து சிறுவர்களைக் கல்வியிலும் கைத்தொழிலிலும் விருத்திச்செய்ய வேண்டுகிறோம். டிப்பிரஸ் கிளாசை சீர்படுத்தப் போகிறோமென்னும் கூட்டத்தார் வருமானமுள்ள கோவில்களையே கல்விசாலைக் கைத்தொழிற்சாலைகளாக வகுத்து முக்கோவிலுக்கு வரும் பணங்களைக்கொண்டே சகல சிறுவர்களுக்கும் பேதமின்றி கற்பித்து சீர்பெறச் செய்வார்களாயின் வெளிபணங்-களைத் தருவித்து ஏழைகளை சீர்திருத்துவதினும் கோவில் பணங்களைக்கொண்டே குடிகளை விருத்தி செய்யக்கூடும். இதுவே டிப்பிரஸ்கி-ளாசை சீர்திருத்தும் யதார்த்த வழியுமாகும்.

- 4:18; அக்டோபர் 12, 1910 -

160. வில்லேஜ் மாஜிஸ்டிரேட்டுகள்

தற்காலம் நமது கருணைதங்கிய ராஜாங்கத்தோரால் கிராமங்கள் தோரும் ஒவ்வோர் மாஜிஸ்டிரேட்டுகளை நியமித்து காரியாதிகளை நடத்தலா-மோவென்று யோசிப்பதாக விளங்குகின்றது.

இத்தகைய யோசனை வட இந்தியாவில் நடத்துவதாயின் நீதியாக நடைபெறும். அதாவது, அவ்விடத்தில் சாதிபேத அதிகரிப்பில்லாத படியினாலேயாம். இத்தென்னிந்தியாவிலோ நாளுக்குநாள் சாதிகள் அதிகரித்து சாதிபேதமில்லாதோரைப் பல்வகையாலும் இம்சித்துவருகின்றார்-கள். அவ்வகை இம்சைபுரிவோர் கையில் கிராமங்கள் தோரும் மாஜிஸ்டிரேட் அதிகாரங்களையுங் கொடுத்து அவர்கள் தெண்டிக்குத் தீர்ப்புக்கு அபீலுமில்லையென்று கூறுவதாயின், அதற்காலம் ஒவ்வோர் கிராமங்களிலுந் தப்பித்தவறி வாசஞ்செய்துள்ள சாதிபேதமற்ற ஏழைக்குடிகள் முற்றும் ஒழிந்துபோவதற்கு யாதொரு தடையுமிராது. காரணம், சாதிபேதமில்லார்மீது சாதிபேதமுள்ளவர்களுக்குள்ள பூர்வ விரோதமேயாம்.

பூர்வ விரோதத்தால் நசிந்து பாழடைந்தவர்கள் பிரிட்டிஷ் ஆட்சியின் கருணா நோக்கத்தாலும் நீதியின் பரிபாலனத்தினாலும் சற்றுத-லையெடுத்து சிற்சிலர் சொற்ப பூமிகளும் பெற்று உழுது பயிரிட்டு சீவித்துவருகின்றார்கள். இத்தகைய காலத்தில் இவ்வகையான அதிகாரம் கிராமங்களில் ஏற்படுமாயின் கிஞ்சித்து தலையெடுத்துவரும் சாதிபேதமற்றக் குடிகள் யாவரும் ஒழிந்து போகவேண்டியதேயாகும். கிஞ்சித்திய பிரிட்டிஷ் ஆட்சியரின் கண்ணோக்கமும் அவர்களது மேல்விசாரணையுமிருக்கும்போதே கிராமத்தைவிட்டுக் குடியோடிவிடும்படி யானவர்கள் வில்லேஜ் மாஜிஸ்டிரேட் தீர்ப்பிற்கு அபீலில்லையென்னும் துரைத்தன மேல்விசாரணையில்லையாயின் ஏழைக் குடிகளின்மீது அவர்கள் வைத்-

ததே சட்டம், இட்டதே பிச்சையாக நேர்ந்து உழைப்பாளிக்குடிகள் யாவரும் ஊரைவிட்டோடிப்போவதுடன் பூமிகளும் பாழடைந்து தானியங்களும் விளைவு குன்றி தேசங்களும் பாழடைந்துபோம். அதனால் ராஜாங்கத்தோருக்கு ஆறுதலில்லாமற்போம். ஆதலின் நமது கருணைதங்கிய ராஜாங்கத்தார் ஏழைக்குடிகளின்மீது இதக்கம் வைத்து கிராமங்களில் தற்காலம் உண்டாகிவரும், சிற்சில இடுக்கங்களும் இவர்களைவிட்டு அகலத்தக்க ஏதுக்களைச் செய்துவைக்கும்படி வேண்டுகிறோம்.

சிலகாலங்களுக்கு முன்பு தாசில்தாரர்களுக்கு மாஜிஸ்டிரேட் அதிகாரங் கொடுத்திருந்தகாலத்தில் கிராமக்குடிகள் யாவரும் அவர்களால் என்னென்ன துன்பங்களை அநுபவித்துவந்தார்களென்பதும் தாசில்தாரர்களுக்குள்ள மாஜிஸ்டிரேட் அதிகாரத்தைப் பிரித்து விட்டவுடன் குடிகள் என்னென்ன சுகத்தில் நிலைத்திருக்கின்றார்களென்பதும் சகலருக்கும் தெரிந்தவிஷயமேயாம்.

அதனினும் சாதிபேதமில்லாக் குடிகள் சாதிபேதமுள்ள அதிகார உத்தியோகஸ்தர்களால் முன்பு நேர்ந்திருந்த கஷ்டங்களும், தாசில்தாரரை வேறாகவும் மாஜிஸ்டிரேட்டை வேறாகவும் பிரித்ததினாலுண்டாகிவந்த சிற்சில சுகங்களும் அவ்வாறேயாம்.

இவைகள் யாவையும் நாளுக்குநாள் கண்ணுற்றும் விசாரிணைப்புரிந்தும் நீதியளித்தும் வந்த ராஜாங்கத்தார் கிராமங்கடோறும் வில்லேஜ் மாஜிஸ்டிரேட்டுகளை வைக்க உத்தேசிப்பது சாதிபேதமற்ற ஏழைக்குடிகளின் தௌர்பாக்கிய காலமென்றே எண்ணவேண்டியதாயிருக்கின்றது.

இத்தகைய துர்பாக்கியத்தை ஏழைகளுக்கு உண்டு செய்யும் வில்லேஜ் மாஜிஸ்டிரேட்டென்னும் நியமனங்களையே அகற்றி தற்காலம் நிறைவேறிவரும் கிராம உத்தியோகஸ்தர்களையே செவ்வை நடையில் திருத்தி கிராமக்குடிகளின் விருத்திகளையும் விவசாய விருத்திகளையும் செவ்வை பெறச்செய்ய வேண்டுகிறோம்.

வில்லேஜ் மாஜிஸ்டிரேட்டுகளை கிராமங்கள் தோரும் ஏற்படுத்துவதாயின் அவ்வுத்தியோகத்தை பெரும்பாலும் சாதித்தலைவர்களே ஒப்புக்கொள்ளுவார்கள், அதினால் சாதிபேதமுள்ளவர்கள் யாவருக்கும் சுகமும், சாதிபேதமில்லாத மற்றவர்களுக்கு அசுகமுமேயாம்.

கிராமம் ஒன்றுக்கு ஒரு வில்லேஜ் மாஜிஸ்டிரேட்டை நியமிப்பதாயின் அக்கிராமத்தில் வாழும் ஏழைக்குடிகள் யாவரும் அவருக்கு அடிமைகளென்றே சொல்லவேண்டும். அவனைப்பிடித்துக் கட்டுங்கோள், இவனைப்பிடித்து அடியுங்கோ ளென்றவுடன் அவர்களவர் வாக்கை நிறைவேற்றியே தீரல்வேண்டும். அங்ஙனம் அவர்கள் செய்யாவிடில் அக்குடிகள் அத்தநாசமுற்று அக்கிராமத்தைவிட்டோட வேண்டியதேயாகும். அதிகார பயமே ஏழைக்குடிகளை அலட்டிவைக்கும். இத்தகைய வில்லேஜ் மாஜிஸ்டிரேட் அதிகார உத்தியோகம் கிராமங்கடோரும் நிறைவேறிவிடுமாயின் அவர்கள் என்னென்ன செய்யக்கூடுமோ அவற்றைப் பதுங்கிக்கொண்டே செய்து விடுவார்கள் சிலகாலங்களுக்குமுன் கனந்தங்கிய (காரஸ்டன்) துரையவர்களை செய்துள்ள அக்கிரமம் இத்தகைய அதிகார உத்தியோகஸ்தர்களின் செல்வாக்கென்றே சொல்லவேண்டும்.

கிராம அதிகாரிகளின் அக்கிரமங்களை இராஜாங்கத்தோர் தெரிந்துகொள்ளவேண்டுமாயின் கருணை தங்கிய மிஷநெரி பாதிரி துரைமக்களைத் தருவித்து விசாரிக்கின் கிராம் அதிகார உத்தியோகஸ்தர் வாக்குக்கு ஏழைக்குடிகள் எவ்விகையிலடங்கி நடக்கவேண்டியவர்களாயிருக்கின்றார்கள் என்பது தெள்ளற விளங்கும். ஆதலின் நீதியும் நெறியும் கருணையுமமைந்த பிரிட்டிஷ் ஆட்சியார் தற்காலம் கிராம உத்தியோகஸ்தர்களுக்குக் கொடுத்துள்ள சொற்ப அதிகாரங்களையும் எடுத்துவிடவேண்டியதே விவசாயவிருத்திக்கு சுகமாகும். காரணமோவென்னில், பூமியை உழுது பண்படுத்தி விவசாயத்தை விருத்தி செய்வோர் சாதிபேதமற்ற ஏழைக்குடிகளேயாகும். அவர்களே பூமியில் கஷ்டப்படும் உழைப்பாளிகளுமாவர். அத்தகைய உழைப்பாளிகளுக்கோர் இடுக்கங்களும் நேராது கார்க்கும்படி வேண்டுகிறோம்.

- 4:19: அக்டோபர் 19, 1910 -

161. பூமியுள்ளவர்களுக்கே இன்னும் பூமி கொடுக்கலாமா பூமியில்லாதவர்களுக்கே கொடுக்கலாமா

பூமியில்லாதவர்க்கே கொடுப்பது பயனைத்தரும். அதனினும் பூமியினிடம் உழைத்துப் பாடுபடும் உழைப்பாளிகளுக்குக் கொடுப்பது மிக்க மேலாயதேயாம். அதாவது, பூமி வேண்டுமென்று விண்ணப்பம் அநுப்புவோரை தாசில்தாரேனும் முநிஷிப்பேனும் பார்வையிடாது ஆங்கிலேயக் கலைக்கட்டர் துரைமக்களே நேரிலழைத்துப் பார்வையிட்டு தோளின்மீது ஏரைத் தூக்கிச்சென்று பூமியுடன் பாடுபடும் உழைப்பாளிக்கே கொடுப்பாராயின் பூமிகளும் தஞ்சைகளாகி நற்பலனளிப்பதுடன் ஏழைக்குடிகளும் விருத்திக்கு வந்து சுகசீர்பெருவார்கள். அங்ஙனமின்றி மகமதியர் துரைத்தனத்தில் எடுத்தாளும் எண்பது ஏக்கருள்ள ஜமீன்தார், எழுபது ஏக்கருள்ள மிராசுதாரென்னும், பூமியுள்ளவர்களுக்கே பூமியைக் கொடுப்பதினால் அவர்களும் உழைக்காது அவர்கள் குடும்பத்தோர்களும் உழைக்காது உழைப்பாளிகளைப்பார்த்து அவர்கள் கொடுத்து அவர்கள் பாடுபட்டு விருத்திசெய்யும் தானியங்களை தங்கள் பண்டிகளில் சேர்த்துக்கொண்டு உழைப்பாளிகளை எலும்புந் தோலுமாக்கிக் கொன்று வருகின்றார்கள்.

இத்தகையாய் பூமியுள்ளவர்களுக்கே பூமியைக் கொடுத்துவருவதினால் பூமிகள் பாழடைவதுடன் ஏழைக்குடிகளும் சீரழுந்து போகின்றார்கள். இத்தேசத்தில் தற்காலம் ஏற்படுத்திக்கொண்டுள்ள சாதிபேத அக்கிரமச் செய்கைகளினால் பூமிகளின் விருத்திகளோ நாசமடைந்து வருகின்றது. இந் நூதனசாதிக்கட்டுக்கதைகளில் பிச்சையிரந்துண்டவன் பெரியசாதி, பூமி உழுதுண்பவன் சிறியசாதியென வகுத்துள்ளபடியால் பூமியை உழுது பாடுபடுவோர் நாளுக்குநாள் நசிந்து பாடுபடவும் பூமியின் விவசாயம் குறைவுபடவும் பஞ்சம் நிறைவுபடவுமாகின்றது.

தாசில்தாரும் பெரியசாதியார், முனிஷிப்பும் பெரியசாதியார், ஜமீன்தாரும் பெரியசாதியோராயிருந்து பூமியை உழுது பண்படுத்துவோர் சிறிய சாதியோராயிருப்பாராயின் அவர் படும் கஷ்டத்தை யாரறிவரோ அறியோம், அதனுடன் தாசில்தாரருக்கேனும், அவரது பந்துக்களுக்கேனும், முனிஷிப்புக்கேனும், முநிஷிப்பு சொந்தக்காரருக்கேனும், கணக்கனுக்கேனும், கணக்கன் சொந்தக்காரர்களுக்கேனும் கிஞ்சித்து பூமிகளிருந்-

துவிடுமாயின் உழுது பயிரிடும் சிறியசாதி என்போன் படும்பாட்டை இன்னும் சொல்ல வேண்டியதில்லை. ''ஏந்துங் கைகளுக்குப்பிள்ளை'' யென்பதுபோல் பெரியசாதியெனப்பெயர்வகித்துள்ளோர் ஏவல்கள் யாவற்றையும் சிறியசாதியெனப் பெயர் பெற்றுள்ளோன் செய்தேதீரல்வேண்டும் அவ்வகைச் செய்யாமற் போவானாயின் பெரியசாதி என்போர்களும், பெரிய உத்தியோகஸ்தர்களும் ஒன்று சேர்ந்துக் கொண்டு அவனையும் அவன் சொத்துக்களையும், அவன் சந்ததிகளையும் பாழ்படுத்திவிடுகின்றார்கள்.

ஆதலின் ஒவ்வோர் ஜில்லாக்களிலும் பூமியை உழுது பண்படுத்தும் உழைப்பாளிக் குடிகள் பத்து இருபது பெயர்களுக்கு சொந்தபூமிகளே இருந்து உரைத்து சீர்திருத்திவருவார்களாயின் கணக்கர்களின் காரணங்களையும், முனிஷிப்புகளின் முரண்களையும், தாசில்தாரர்களின் தாருமாறுகளையும் ஓர்கட்டாயிருந்து கலைக்ட்டர் துரையிடம் தைரியத்துடன் சென்று தங்கள் குறைகளைச் சொல்லி நிவர்த்தித்துக்கொள்ளுவார்கள். அங்ஙனமிராது ஓர் ஜில்லாவில் உழுது பாடுபடுவோர் இருவர் மூவர்களுக்குமட்டிலும் சொந்த பூமிகளிருந்து மற்றவைகள் ஜமீன்தார், மிட்டாதார், மிராசுதரார்களுடையதாய் இருக்குமாயின் உழுது பாடுபடுவோர் இடுக்கம் சகியாது உள்ள பூமிகளையும் விட்டு ஓடிப்போகின்றார்கள்.

இதுவிஷயங்களைக் கருணைதங்கியராஜாங்கத்தோர் கண்ணோக்கம் வைத்து உழைப்பாளிகளாயுள்ள ஏழைக் குடிகளுக்கு பூமிகளைக் கொடுத்து பூமிவிருத்தி செய்வதுடன் ஏழைக்குடிகளையும் மற்றவர்களைப்போல் சீர்பெறச் செய்விப்பார்களென்று நம்புகிறோம்.

- 4:19; அக்டோபர் 19, 1910 -

162. திருவனந்தபுர மகாராஜாவும் தேசம்விட்டகற்றிய பத்திராதிபரும்

திருவனந்தபுரத்தில் சுதேசாபிமானியெனும் பத்திரிகையை நடத்திவந்த பத்திராதிபரை யாதொரு விசாரிணையுமின்றி தேசப்பிரஷ்டம் செய்து விட்டார்களென்றும், மகாராஜா யாதொரு விசாரிணையுமில்லாமல் இவ்வகை செய்யலாமோவென்றும் பல பத்திரிகைகள் பேசுவது வீண் பேச்சாக விளங்குகிறதன்றி நியாயவாதம் ஒன்றும் விளங்குவதைக் காணோம்.

இத்தேசத்துப் பூர்வ இந்து அரசர்கள் நடாத்திவந்த ராஜரீகத்தில் ஒருவன் சொற்ப தப்பிதம் செய்தானென்று கேழ்விப்பட்டவுடன் யாதொரு விசாரிணையுமின்றி அவனை மார்கால், மார்கை வாங்கிவிடவேண்டுமென்றும், வசியில் ஏற்றிவிடவேண்டுமென்றும், கழுவில் மாட்டிவிடவேண்டுமென்றும், இயந்திரங்களில் ஆட்டிவிட வேண்டுமென்றும் செய்து வந்ததாகக் கூறுகின்றார்களே அத்தகைய அவநீதம் ஏதேனும் செய்துளரா.

மகமதியர் துரைத்தனத்தில் அரசனே வாளேந்தி வெளி தோன்றி குடிகளைநோக்கி உங்களுக்குக் கொரான் வேண்டுமா, தல்வார் வேண்டுமா என்னும் அரசன் மனங்கெண்டநீதி செலுத்தியுளரா இல்லையே.

அத்தேசத்திலப்பத்திரிகையை நடாத்திய இவர் இராஜாங்க உத்தியோகஸ்தர்களையும், மற்றுமுள்ளோரையும் குறைக்கூறி எழுதிவந்ததாக வதந்தி. அத்தகைய நீதி வழுவால் பத்திரிகையை நடாத்திய விஷயம் சகலருக்கும் பிரியமற்றிருக்க, மற்றும் பத்திரிகைகள் அவற்றை உணராது அரசர் மீது ஆயாசப்படுவது வீண் கூச்சலேயாம்.

மகாராஜா அவர்கள் நீதியும், நெறியும், அன்பும் பாராட்டி அப்பத்திராதிபரை தன்தேசம்விட்டுப் புறதேசம் அனுப்பிவிட்டதே கருணை நிறைந்த செயலென்று கூறல் வேண்டும். காரணமோவென்னில், அரசன் அப்பத்திராதிபரை விசாரிணைக்குக் கொண்டுவந்து தூஷணைக்குத் தக்க தெண்டனையை விதித்துவிட்டிருப்பாராயின் பத்திராதிபரின் பாடு பெரும் பாடாகவே முடிந்திருக்கும். அரசர் தன்னுடைய பெரும் உத்தியோகஸ்தர்களையும், குடிகளையும் சுட்டி தூஷித்து யெழுதிவந்த சங்கதிகள் யாவையும் பொருத்து தேசத்தைவிட்டப்புறப்படுத்தியதானச் செயலுக்கு மற்றயப் பத்திராதிபர்கள் யாவரும் அவருக்கு நன்றியறிந்த வந்தனஞ் செலுத்தல்வேண்டும்.

அங்ஙனம் அவரது கருணைச் செயலைக் கண்டுணராது குறைகூறுவது வீணேயாம். குடிகளுக்கும் அரசாங்கத்திற்கும் நேருங்குறைகள் அரசரைச் சார்ந்ததாதலின் குடிகளையுந் தனது அங்கத்தினரையும் குறைக்கூறி தூஷிக்கும் பத்திரிகையைத் தடுத்துவிட்டதுமன்றி அப்பத்திராதிபரையும் தேசத்தைவிட்டு அப்புறப்படுத்திவிட்டார். அதனினும் தற்காலம் அத்தேசத்து மந்திரியாயிருந்து ராஜாங்ககாரியாதிகளை நடாத்துகின்றவர் மிக்க மதியூகியென்றும், நீதியும் நெறியும் அமைந்த விசாரிணைப்புருஷரென்றும், தேச சீர்திருத்த நிபுணரென்றும் சொல்லுகின்றார்கள். அத்தகையோர்காலத்தில் ஓர் பத்திராதிபரை தேசத்தைவிட்டு வீணே அகற்றிவிட்டார்களென்று கூறுவது வீண்மொழியேயாகும். ஆதலின் மற்றைய பத்திராதிபர்கள் அரசர்மீது ஆயாசம் வையாது அவரது கருணைமிகுத்தச் செயலுக்கு ஆனந்திக்கும்படி வேண்டுகிறோம்.

- 4:20; அக்டோபர் 18, 1910 -

163. இந்திய அரசர்களின் சூட்சி

கருணை தங்கிய பிரிட்டிஷ் ஆட்சியின் கீழ் ராட்சியதாரஞ் செய்துவரும் அரசர்களுக்குள் பரோடா தேசத்து அரசரவர்களே மிக்கமேலாய் சூட்சியும் நீதிநெறி அமைந்த காட்சியும் பெற்றவரென விளங்குகின்றது.

காரணமோ வென்னில், உலகமெங்கும் இராது இவ்விந்து தேசத்தில் மட்டுமுள்ள மநுக்களில் பெரியசாதி சிறியசாதியென்றும், உயர்ந்த சாதி தாழ்ந்தசாதியென்றும் வகுத்துள்ளக் கட்டுக்கதைகள் யாவும் பெரும் பொய்யென்றும் தங்கள் தங்கள் சுயப்பிரயோசனங்களுக்காக ஏற்படுத்திக் கொண்ட மாறுபாடுகளென்றும் கண்டறிந்துக்கொண்டதுடன் தனது ராட்சியத்திலுள்ள சகல குடிகளும் உயர்வு தாழ்வின்றி சகல சுகமும் அநுபவிக்கும்படியான யேதுக்களைச் செய்துவிட்டார்.

இத்தகைய அநுபவத்தைக் கண்டுணர்ந்த கருணை வள்ளல் கல்கத்தா கவர்னர்ஜெனரல் மிண்டோபிரபு அவர்களும் தனது ஆட்சியின் ஆலோசனை சங்கத்தில் இத்தேசத்தோர் சாதிபேதக் கோட்பாடுகளை அகற்றியே அங்காதிபர்களை நியமித்திருக்கின்றார். அதுபோலவே தென்னிந்தியாவிலும் ஆலோசனை அங்காதிபர்களை நியமித்தேலோரென்று நம்புகிறோம்.

நமது கனந்தங்கிய பரோடா மகாராஜனவர்களின் நீதிநெறி ஒழுக்கங்களை அநுசரித்து கனந்தங்கிய மைசூர் மகாராஜனவர்களும், தங்களுடைய தேசங்களை சீர்திருத்துவார்களாயின் இவர்களைக் காணும் மற்றுமுள்ள ஜமீன்தாரர்களும் தங்கள் தங்கள் தேசங்களை சீர்திருத்தி சகல குடிகளையும் சுகம்பெறச் செய்விப்பார்கள். குடிகள் எப்போது சகல சுகமும் பெற்று ஆனந்தத்திலிருக்கின்றார்களோ அத்தேச அரசனும் அதியானந்தத்தில் இருப்பாரென்பது சான்றாம்.

- 4:20; அக்டோபர் 26, 1910 -

164. கான்பஹதூர் அஸிஸுடீன்சாயப் பகதூர்

அஸிஸுடீன் சாயப் கான் பகதூர் அவர்கள் தென் கன்னடங் கலைக்ட்டராயிருந்து தற்காலம் தென் ஆற்காட்டிற்குக் கலைக்ட்டராக மாற்றிவிட்டதாகக் கேழ்விப்படுகிறோம். இவர் தென்கன்னடங் கலைக்ட்டராயிருந்து காரியாதிகளை நீதிவழுவாமல் நடத்திவந்தவிஷயத்திற்காக குடிகளும் அவர் அவ்விடம் விட்டு நீங்குவதைக்குறித்து மிக்க ஆயாசப்படுகின்றார்களாம்.

ஈதன்றி பொறாமெமிகுத்த அன்னியதேச ஆரியர்களால் தாழ்த்தசாதியோரென்றும், பஞ்சமரென்றும் பாழ்படுத்தியுள்ள ஏழைக்குடிகளின் மீது இதக்கம்வைத்து அவர்களுக்காக வேண்டியபூமிகளைக் கொடுத்து சுகம்பெறும்படியான வழிகளையுண்டுசெய்து அவர்களுக்கு உண்டாயிருந்த இடுக்கங்களையும் அகற்றி ஆதரித்துவந்தாராம்.

ஏழைகளுக்கு நேர்ந்துள்ள இடுக்கங்களை நீக்கி ரட்சித்த கனவான் அத்தேசத்தைவிட்டு நீங்கிவிடுகின்றாரென்று கேழ்விப்பட்டவுடன் அவ்விடமுள்ள ஏழைக்குடிகள் யாவரும் கண்கலக்கமுற்றதுடன், இனி சாதிபேதம் வகுத்துள்ளக் கலைக்ட்டர் யாவரேனும் இத்தேசத்திற்கு வந்துவிடுவார்களோவென்னும் பெரும் பீதி கொண்டிருப்பதாக வதந்தி. காரணமோவென்னில், தற்காலமிருந்த கலைக்ட்டரவர்கள் தன்னைப்போல் பிறரை நேசிக்க வேண்டுமென்னும் முதுமொழியைத் தாங்கி சகலரையும் பேதமின்றிக் கார்த்து ரட்சித்தக் கருணையஞ் செயலேயாம்.

இத்தகையக் கருணை நிறைந்த மகமதியக் கலைக்கட்டரவர்கள் நீடு வாழ்க்கையும், சுக நிதியமும், குடும்ப சம்பத்தும் மென்மேலும் பெற்று, தற்காலம் தான் செல்லுமிடத்திலுமுள்ள சாதிபேதமற்ற ஏழை)க்குடிகளை ரட்சித்து ஈடேற்றுவாரெலா தம்புகிறோம்.

- 4:20; அக்டோபர் 26, 1910 —

165. உள் சீர்திருத்தம் செய்ய இயலாதோர் புறசீர்திருத்தஞ் செய்வார்களோ

இல்லை, "பழயன கழிதலும் புதியன புகுதலும் வழுவலகால வகையினானே" எனக் கூறியுள்ள மேன்மக்கள் வார்தைகளையும், அன்னோர் செயல்களையும் உணராது தங்கள் தங்கள் சாதனங்களையே மேலாகக் கொண்டு ஒற்றுமெய்க் கேட்டை மேலு மேலும் பெருக்கி வருகின்றார்கள்.

அதாவது, வைஷ்ணவ ரென்றால் விஷ்ணுவென்னும் ஒருவரையே தொழுவோர்கள். அவர்களுக்குள் ஒற்றுமெயும் ஆறுதலும், அன்புமின்றி வடகலை வைஷ்ணவரைக் கண்டால் தென்கலையோர் சீறுகிறதும், தென்கலை வைஷ்ணவர்களைக் கண்டால் வடகலையோர் சீறுகிறதும் இவ்விரு வரைக்கண்டால் விசிஷ்டாத்துவிதர் சீறுகிறதும், விசிஷ்டாத்துவிதரைக் கண்டால் மேலிருவருஞ் சீறுகிறதுமாகியச் செயலால் "கடவுளைத் தொழுவதினுங் கலகம், சாமியைத் தொழுவதிலுஞ் சண்டை" என்னும் பழமொழியுறுதிபெற, மண்டையோடு மண்டையுருளுவதும், மாளாத கலகம் பெருகுவதும், நாளோயாது நீதிசங்கமேறுவதுமாகியச் செயலால் ஒருவருக்கொருவர் அன்பு கெட்டு ஆறுதலற்று சீர்கேட்டிற்கு வழி உண்டாகின்றதே அன்றி சீர்திருத்தத்திற்கு ஏதுவில்லாமற் போகின்றது.

இவர்கள் இவ்வாறிருக்க சைவர்களென்போர் சிவனென்னும் ஒருவரையே தொழுவோர்கள். அவர்களுள் கொட்டைக் கட்டி தீட்சை பெற்ற சைவர்கள் ஒன்று; கொட்டைக்கட்டாது தீட்சைபெறா சைவர்கள் ஒன்று; விபூதியைக் குழைத்துப்பூசும் சைவர்கள் ஒன்று, குழைத்துப் பூசா சைவர்கள் ஒன்று; இலிங்கங் கட்டும் சைவர்கள் ஒன்று; மாமிவதம் புசியா சைவர்கள் ஒன்றும் எனும் மற்றும் பதினாறு சைவங்கள் வேறுண்டென்று கூறி ஒருவருக்கொருவர் ஒற்றுமெ யற்றிருப்பதுமன்றி வைஷ்ணவர்களுக்கும் சைவர்களுக்கும் உண்டாகிவரும் கண்டன வாக்குவாதங்களால் ஒருவருக்கொருவர் பத்திரிகைகளில் வைதும், பாடல்களால் வைதும் சீறிச் சினந்து மண்டையோடு மண்டையுருண்டு அதிகாரிகளிடம் அபராதமளித்து தங்களுக்குள்ள நேயத்தையும், அன்பையும், ஆறுதலையுங் கெடுத்துக்கொண்டு எக்காலும் கோபக்குறியில் நின்று தங்களுக்குத்தாங்களே ஒற்றுமெயைக் கெடுத்துக் கொள்ளுகின்றார்கள்.

வேதாந்திகளோ, வேதத்தின் அந்தத்தை விசாரிப்பவர்களென்று பெயர். அவ்வேதத்தையோ, அவர்கள் வாசித்தது கிடையாது. அவ்வேதங்களை அவர்கள் வாசிக்கவுங்கூடாது. இத்தகையோர் வேத அந்த கூட்டத்தோரென வெளி தோன்றியிருக்கின்றார்கள். இவர்களுக்குள் சருவமும் பிரமமயமென்பார் சிலர். சருவமும் மித்தை என்பார் சிலர். சாதியாசாரம் இருக்கவேண்டும் என்பார் சிலர். சாதியாசாரம் கூடாதென்பார் சிலர். விக்கிரகாராதனை செய்து கொண்டே வேதாந்திகளென்பார் சிலர். குறுக்குப்பூச்சு நெடுக்குப்பூச்சு நெற்றிகளில் பூசிக்கொண்டே வேதாந்திகளென்பார் சிலர். சாந்தத்தைப் பெருக்க வேண்டுமென்னும் இவர்கள் தருக்க சாஸ்திரம் படிந்து வித்தியா கர்வத்தால் உறுக்கப் பார்த்-

துக் கொள்ளுகிறார்கள் சிலர். வேதாந்திகளென்று தோன்றிய இவர்களுக்குள் மண்ணாசை, பெண்ணாசை, பொன்னாசையில் ஒன்றையேனும் விட்ட ஒருவரும் கிடையாது. இவர்கள் மற்றவர்களை தூஷிப்பதும், மற்றவர்கள் இவர்களை தூஷிப்பதுமாகிய செயல்களால் ஒருவருக்கொருவர் விரோத கட்சியைப் பெருக்கி வீணே துக்கத்திற்கு ஆளாகின்றார்கள்.

மதசம்மதங்களினால் இத்தியாதி ஒற்றுமெய்க்கேடும் ஆறுதலின்மெயும் பொருள் விரயமும் இருக்குமாயின் இனி சாதி சம்மதங்களில் என்ன சீர்திருத்தமும் யாது சுகமும் உண்டென்பதை விசாரிப்போமாக.

பாப்பானென்னும் வகையில் அனந்த சாதிகள் இருக்கின்றார்கள். இவர்களுக்குள் ஒருவருக்கொருவர் பெண் கொடுக்கலும் வாங்கலும் கிடையாது. மற்றய சாதிப்பிரிவிலும் இவ்வகையேயாம். இத்தியாதி ஒற்றுமெய்க் கேட்டிற்கு உறுதிபீடமாகும் சாதியினாலும் இத்தேசத்தோர்க்கு சீர்திருத்தமும் சுகமும் உண்டோ, அதுவும் கிடையாது. இச்சாதியாசாரத்தால் இஸ்திரிகளுக்கு ஏதேனும் சுகமுண்டோ, இல்லை. முற்றும் கேடேயாம்.

அதாவது, ஓர் இஸ்திரீயானவள் விவாகஞ்செய்யப்பட்டு புருஷனுடன் கலந்து வாழினும் கலக்காமல் ஒழியினும் அவள் விருத்தாப்பியமுற்று மரணமடையும் வரையிற் சீர்கெட்டு அலைய வேண்டியதேயாம். புருஷனோ அறுபதுவயது செல்லினும் அவன் பிரியம்போல் மாற்றி மாற்றி பெண்களை விவாகம் செய்துக்கொள்ளலாம். இஸ்திரீகளோ தனது மங்கைப்பருவகாமிய இச்சையால் சாதியாசாரத்தை ஒழித்து கள்ளபுருஷர்களை விழித்து துள்ளி விளையாடப்பெற்றப் பிள்ளைகளை முறித்து வேலிகளிலும், ஆறுகளிலும் விட்டெறிந்து மருளமருள விழிக்குங்கால் அதிகாரிகளால் பிடிபட்டு கடூர தண்டனைக்கு உட்பட்டு வெறுமனே கைம்பெண்ணாயிருந்த கண்கலக்கத்தினும் அதிக கண்கலக்கமுண்டாகி அல்லலடைந்து மடிகின்றார்கள்.

அருமெயாகப் பெற்றெடுத்து சீராட்டி பாராட்டி வளர்த்தப் பெண் குழந்தைகளுக்கெல்லாம் சதா துக்கத்தை வளர்த்துவரும் சாதியாசாரமும் ஓர் ஆசாரமாமோ. இதைக் கட்டியழுவதும் ஓர் கீர்த்தியாமோ, இல்லை. அல்லது சாதியாசாரம் இருக்கவேண்டுமென்பதில் ஓர் மலமெடுக்கும் தோட்டியை அழைத்து உனக்கு சாதியாசாரம் உண்டா எனில், உண்டென்கின்றான். ஓர் பாப்பானை அழைத்து உனக்கு சாதியாசாரம் உண்டாயெனில் அவனும் உண்டென்கின்றான். இவ்விருதிரத்தோர் சாதியாசாரத்தில் ஏதேனும் கனதன சிறப்புண்டோ, இல்லை. தோட்டிக்கும் சாதியாசாரமில்லை தொண்டமானுக்கும் சாதியாசாரம் இல்லையெனுமிடத்திற் சிறப்புண்டேயன்றி தோட்டிக்கும் சாதியாசாரமுண்டு தொண்டமானுக்கும் சாதியாசார முண்டென்னுமிடத்திற் சிறப்பில்லை யென்பது துணிபு.

ஆதலின் சுதேசியமென்னும் வெறும் ஆசைக்கொண்டுள்ளோர் உள் சீர் திருத்தமாம் மதபேத வூழல்களையும், சாதிபேத ஊழல்களையும் முன்பொழித்து பின்பு புறசீர்திருத்த சுதேசியத்தை நாடுவது அழகாம்.

- 4:21: நவம்பர் 2, 1910 -

166. இந்தியதேச முழுவதும் அன்பினாலும் அதி யூகத்தாலும் ஆளும் வல்லபம் பிரிட்டிஷாருக் குரியதேயன்றி ஏனையோர்க்கு ஆகாவாம்

காரணமோவென்னில் அவர்கள் எத்தேசத்திற்குச் சென்றபோதினும் தங்களைப்போல் ஏனைய மக்களையும் மங்குலத்தோர் என்றெண்ணி அவர்களுக்கு நேரிட்ட ஆபத்தை தங்களுக்கு நேரிட்டதைப்போல் முயன்று காக்கும் அன்பின் மிகுதியேயாம்.

இரண்டாவது, அவர்கள் செல்லும் தேசங்களிலெல்லாம் தாங்கள் சுகத்தை அநுபவிப்பதுபோல ஏனைய மநுமக்களும் அநுபவிக்கவேண்டிய அதியூகத்தால் இரயில்வே சுகம், டிராம்பே சுகம், தபாலாபீசுகளின் சுகம், தந்தியாபீசுகளின் சுகம், ஒரு தேசத்தில் பஞ்சம் பீடித்தால் மறுதேசத்தைக்கொண்டு ஆதரிக்கும் சுகம், புருஷவைத்திய சாலைகளின் சுகம், இஸ்திரீ வைத்திய சாலைகளின் சுகம், ஒரு தேசத்திலில்லா சரக்குகளை மறுதேசத்தினின்று கொண்டுவரக்கூடிய சுகம், நடமாடும் பாதைகளின் ககம், இரவில் உலாவவேண்டிய தீப சுகம், குடிகளுக்கு ஓராபத்துவராது காக்கக்கூடிய போலீசு சுகம், பொய்யர்களையும் கள்ளர்களையும் குடியர்களையும் தீயர்களையும் கொலைஞர்களையும் அடக்கக்கூடிய நியாயஸ்தல சுகம், சகல மநுமக்களும் வண்டி குதிரைகளி லேறிச் செல்லும் சுகம், சகல மநுமக்களும் பேதமின்றி தண்ணீர் மொண்டு அருந்தும் சுகம், பூமிகளை விருத்திச் செய்யும் நீர்ப்பாய்ச்சல்களின் சுகம், தூர தேச கப்பல் யாத்திரை சுகம், காட்டு மிருகாதிகளின் உபத்திரவங்களை நீக்சி ஆதரிக்கும் சுகம், மற்றும் சுகங்களையும் அளித்து சகல மநுமக்களையும் ஆடை சுகம் ஆடாரண சுகம், புசிப்பின் சுகத்திலிருத்தி ஆதரித்து வருகின்றார்கள். இத்தியாதி பேரானந்த சுகங்களை அளித்துவருவதுடன் சகல ஏழை மக்களுக்குத் தங்கள் தங்கள் குடும்பசகிதராய் சுகச்சீர்பெற்று நல்வாழ்க்கை அடைந்துவரும் மற்றொரு சுகத்தையும் காணலாம். அதாவது பிரிட்டிஷ் ஆட்சியாராகும் துரைமக்களில் ஒருவர் ஐன்னூறு ரூபாய் சம்பளத்தில் இவ்விடம் வருவாராயின், அவர் குடியிருக்கும் வீட்டிற்குடையவன் பெண்சாதி பிள்ளைகளுடன் சுகமடைகின்றான். உரொட்டிக்காரன் பெண்சாதி பிள்ளைகளுடன் சுகமடைகின்றான். பால்காரன் பெண்சாதி பிள்ளைகளுடன் ககமடைகின்றான். தோட்டக்காரர் பெண்சாதி பிள்ளைகளுடன், சுகமடைகின்றார்கள். மற்றும் அனந்த வியாபாரிகள் பெண்சாதி பிள்ளைகளுடன் சுகமடைகின்றார்கள். ஆங்கிலேய அரண்மனையின் தலைமெயுத்தியோகஸ்தன் தன் பெண்சாதிபிள்ளைகளுடன் சுகமடைகின்றான். துவிபாஷிபெண்சாதி பிள்ளைகளுடன் சுகமடைகின்றான். மேட்டி பெண்சாதி பிள்ளைகளுடன் சுகமடைகின்றான். ஆயாட்களென்னும் தோழிப்பெண்கள் தங்கள் பந்துக்களுடன் சுகமடைகின்றார்கள். சுயம்பாகி தங்கட் பெண்டு பிள்ளைகளுடன் சுகமடைகின்றார்கள். இரத சாரதி பெண்டு பிள்ளைகளுடன் சுகமடைகின்றான். பரியாளன் பெண்டு பிள்ளைகளுடன் சுகமடைகின்றான். குப்பை நீக்குவோன் பெண்டு பிள்ளைகளுடன் சுகமடைகின்றான். வண்ணான் பெண்டுபிள்ளைகளுடன் சுகமடைகின்றான். அம்மட்டன் பெண்டு பிள்ளைகளுடன் சுகமடைகின்றான். ஓர் துரைமகனால் இத்தி-

யாதி குடும்பங்கள் சீருஞ்சிறப்புமடைவதாயின் மற்றும் பத்து துரைமக்களால் எத்தனை குடும்பங்கள் சீருஞ் சிறப்பும் பெற்றுவருகிறதென்பதை உய்த்துணர்ந்து பார்ப்போமாயின் இத்தேசத்தில் நாமடைந்துள்ள சீருஞ் சிறப்புகள் யாவும் ஆங்கில துரைமக்களின் அன்பின் மிகுதியும் அதி-யூகச் செயல்களென்றே விளங்குவதினால் இந்திய தேசத்தை ஆளுவதற்கும், இத்தேசக் குடிகளை பாரபட்சமின்றி ஆதரிப்பதற்கும் உரியவர்கள் அவர்களேயன்றி வேறொருவராலும் இத்தேசஞ் சீருஞ்சிறப்பும் அடையாதென்பதை அநுபவத்தால் உணர்ந்து இத்தேசத்தை ஆளும் வல்லபம் பிரிட்டிஷார் ஒருவருக்குரியதென்றே துணிந்து கூறியுள்ளோம்.

இத்தேசத்திற்கு தற்காலம் நேரிட்டுள்ள சுகச்சீர்கள் யாவையுங்கண்டு இதற்கு மூலகாரணங்கள் யாரென்று ஒவ்வொருவரும் சிந்திப்பார்களா-யின் சுதேசியம், சுதேசியமென்னு மொழியை அன்றே மறந்து பிரிட்டிஷ் ஆட்சியே இங்கு நிலைக்க வேண்டுமென்று வருந்துவார்கள். அங்-ஙனம் உணராது "பிள்ளையையுங் கிள்ளிவிட்டு தொட்டிலையும் ஆட்டுவது போல" ஆட்டும் வஞ்சகர்களின் வார்த்தைகளை நம்பி கருணை நிறைந்த ராஜாங்கத்தை விரோதிப்பதாயின் தற்காலம் அடைந்துவரும் கிஞ்சித்திய சுகமுமற்று பாழடைய வேண்டியதாகும்.

தங்களொரு குடிசீரடைவதற்காக நூறு குடிகளைப் பாழ்படுத்தும் வஞ்சகர்களின் வார்த்தைகளை நம்பி சுதேசியமெனு மொழியைக் கனவி-லும் நினையாதிருக்க வேண்டுகிறோம். சகல பாஷைக்காரர்களும் சுகவிருத்திப் பெறவேண்டியதாயின் பிரிட்டிஷ் ஆட்சியே மேலாயதென்று-ணர்ந்து அவர்களது இராஜரீகத்தில் விசுவாசத்தையும், அன்பையும் வளர்த்தல் வேண்டும். அத்தகைய வளர்ச்சியே சகல சுகமும் தருமென்பது துணிபு.

- 4:21; நவம்பர் 2. 1910 -

167. இந்திரதேசத்திற்குப் புதிய கவர்னர் ஜெனரலாக வரும் கனந்தங்கிய லார்ட் ஆர்டிஞ்சு அவர்களின் வாக்கு

இந்தியர்களை அன்பினாலும், அநுதாபத்தாலும் ஆளவேண்டுமென்று கூறியுள்ளாராம். அச்செயலுங் குணமும் பிரிட்டிஷ் ஆட்சியார் இயல்-பென்றே கூறுவோம். ஆயினும் இந்தியாவில் "கொட்டினால் தேள் கொட்டாவிட்டால் பிள்ளைப்பூச்சென்" றெண்ணுவோர் சிலர் இருக்கின்-றார்கள் அவ் வஞ்சகர்களின் நெஞ்சுணராது கூறிவிட்டார் போலும். பூர்வம் இவ்விந்திரதேச முழுவதும் ஆண்டுவந்த அரசர்களும் விவேக மிகுத்தக் குடிகளும் புத்த சங்கத்தோர்களும் அன்பில் மிகுத்தவர்களாய் அநுதாபமுற்று இவர்கள் மித்துரு அவர்கள் சத்துருவென்றாராயாது ஆட்சி செலுத்தியதினால் வஞ்சகர்களின் கூற்று மேற்கொண்டு பௌத்த அரசர்களும், பௌத்த சங்கங்களும் பாழடைந்ததன்றி வஞ்சகர்களை எதிர்த்து நின்ற விவேகக் குடிகள் யாவரும் சண்டாளரென்றும், தீயரென்றும், பறையரென்றும் தாழ்த்தப்பட்டு நசிந்தவர்கள் நீங்கலாக மற்று மிகுந்த அறுபதுலட்சபேர் அல்லலடைந்து அவமதிப்பின் வாழ்க்கையிலிருக்கின்றார்கள்.

இத்தகைய அவமதிப்பின் வாழ்க்கைக்குக் காரணம், வஞ்சகர்களாகிய சத்துருக்களை ஆதியிற் கண்டித்துத் துரத்தாது அன்பையும் அநு-தாபத்தையுங் காட்டிவிட்டு அவர்களது வஞ்சகக் கூற்றைக் கண்டபின்னர் தண்டிக்க முயன்றதால் சத்துருக்கள் உறம் மேற்கொண்டு பௌத்-தர்களாகிய மேன்மக்கள் கீழ்மக்களென நிலைகுலைந்து விட்டார்கள். ஆதலின் நமது புதிய கவர்னர் ஜெனரலாக வரும் லார்ட் ஆர்டிஞ்சு பிரபு அவர்கள் இந்திரதேசம் வந்தவுடன் இத்தேசப்பூர்வக் குடிகள் யார், நூதனக்குடிகள் யார், இத்தேச விருத்தி யாவரால் சீர்பெற்றிருந்-தது, யாவரால் சீர்கேடடைந்தது, தேசத்தின் பொது சுகத்தைக் கருதுகிறவர்கள் யார், பிரிட்டிஷ் ஆட்சியில் விசுவாசம் வைத்து பொதுவாய வாழ்க்கையிலிருப்பவர்கள் யார், பிரிட்டிஷ் ஆட்சியில் மிக்க விசுவாசமும், அன்புமுள்ளவர்கள் போல் அபிநயித்தும் இராஜாங்கத்திற்கு மிக்க உழைப்பாளிகள் போல் காட்டியும் துரைமக்களிடம் மிக்க விசுவாசிகளென நடித்தும் எப்போது துரைமக்கள் தொலைவார்கள், அவர்களைத் தொலைத்துவிட்டு தங்கள் மக்களுடன் சுகிக்கலாமென்று எண்ணியிருப்பவர்கள் யாவரெனக் கண்டுணர்ந்து தனது அன்பையும், அநுதாபத்தை-யும் காட்டுவரேல் மிக்க மேலாயதாகும்.

அங்ஙனமின்றி தான் பிறந்து வளர்ந்த ஐரோப்பா கண்டத்தில் சாதிபேதமென்னும் பொய்க் கட்டுப்பாடுகளை ஏற்படுத்தித் தங்களை உயர்த்-திக்கொண்டிருப்பவர்களும், சமயமென்னும் பொய்க்கட்டுக்கதைகளை ஏற்படுத்திக்கொண்டு அதனாற்சோம்பேறி சீவனஞ் செய்வோர்களும், இல்-லாத சுத்ததேசத்தினின்று வருவோருக்கு இயல்பிலேயே சகல மக்களிடத்து அன்பும் அனுதாபமும் பொருந்தியே நிற்கும் என்பது திண்ணம் அத்தகைய அன்பையும் அனுதாபத்தையும் வகித்து சகல மக்களும் சுகம் பெற வேண்டுமென்னும் எண்ணமுடையவர்கள் பெரும்பாலும் இத்-தேசத்தில் இல்லாதபடியால் அன்பையும் அநுதாபத்தையும் நிதானித்தே நடத்தல் வேண்டும். காரணமோவென்னில், இத்தேசத்திற்குடியேறியுள்ள மநுமக்களிற் சிலர் தங்களுடைய விரோதச் சிந்தையால் சில மநுமக்களை மிருகங்களினுங் கேவலமாக நடாத்திப் பாழ்படுத்தவேண்டுமென்னும் எண்ணங் கொண்டிருக்கின்றார்கள். அத்தகையோர் மீது அன்பும் அநுதாபமும் வைத்து அதிகார உத்தியோகங்களைக் கொடுத்துவிடுவதாயின் தங்களது மித்திரபேதங்களுக்குச் சத்துருக்களாயிருந்த மநுமக்களை முன்பு பாழ்படுத்தி விட்டு பின்பு தங்கள் சுய காரியங்களைப் பார்த்துக் கொள்ளுவார்கள். அதாவது, ஆதியில் இத்தேசத்தில் வந்து தோன்றிய துரை மக்கள் வஞ்சகர்கள் நெஞ்சங்களை ஆராய்ச்சி செய்யாது தங்-களைப்போல் வஞ்சமற்றவர்களென்று எண்ணி சிற்சில அதிகாரங்களைக் கொடுத்து விட்டதின் பேரில் தங்களை உயர்ந்த சாதியென்று ஏற்ப-டுத்திக்கொண்ட தங்களது மித்திரபேதச் செயல்களுக்குச் சத்துருக்களாயிருந்தவர்கள் யாவரையும் தாழ்ந்த சாதியாக வகுத்து நசித்துவந்தார்கள். உத்தியோக அதிகாரத்தால் மேலும் மேலும் நசிப்பதற்கு கிராமங்களில் உயர்ந்த சாதியோன் குற்றஞ்செய்வானாயின் அவனை சுகமாக சத்திரத்-தில் அடைத்து வைக்க வேண்டுமென்றும், தாழ்ந்த சாதியான் குற்றஞ் செய்வானாயின் அவனைத் தொழுவில் மாட்டி வெய்யிலில் இருத்திவிட வேண்டுமென்றும், மற்றும் பட்டினங்களில் வசிப்போர் திருடிவிட்டேனும், கொலைபாதகத்துக்கு உள்ளாகியேனும், விபச்சாரத்திற்கு உள்ளாகியே-

னும் சிறைச்சாலைகளில் அடைப்படுவார்களாயின் பெரியசாதிகளென்போர் அங்கும் சுகவேலைகள் செய்யவேண்டும், சிறிய சாதிகளென்போர் அங்கும் மலமெடுக்க வேண்டுமென்றும் வகுத்து பலவகையாலும் இம்சித்துப் பாழ்படுத்தி வந்தார்கள். தற்காலந் தோன்றியுள்ள துரைமக்களிற் சிலர் ஏழைமக்கள் மீதுள்ள பொறாமெயாலும் வஞ்சினத்தாலும் இத்தகையக் கொறூரச் செயல்களை நடாத்திவருகின்றார்களென்று கண்டறிந்து சட்டங்களைப் பொதுப்பட நடாத்தும்வழியிற் கொண்டுவருகின்றார்கள்.

மனித குலத்தோரை மனிதர்களென்றெண்ணாது மிருகங்களிலும் கேவலமாக நடாத்தும் அன்பற்றவர்களும் அநுதாபமற்றவர்களுமாகியக் கூட்டத்தோர்மீது தமது கருணைதங்கிய கவர்னர் ஜெனரலவர்கள் அன்பும் அநுதாபமும் காட்டி அதிகார உத்தியோகங்களை அளித்துவிடுவாராயின் அவர்களால் நசுக்கப்பட்டுவரும் அறுபது லட்சங் குடிகளும் அல்லலுற்றே அழிந்து போவார்கள். ஆதலின் புதிய கவர்னர் ஜெனரலவர்களின் அன்பையும் அநுதாபத்தையும் ஏழைக்குடிகளின் மீது முன்பு செலுத்தி பின்பு சகல குடிகளுக்கும் சமரசச்சீரும் சுகமுமளிக்க வேண்டுகிறோம்.

- 4:22; நவம்பர் 9, 1910 -

168. பாபு சாரத சரண மித்திரா அவர்களின் மார்க்கம்

கிரேக்கர் ரோமானியரைவென்றபோல் தாங்கள் ஆங்கிலேயரை வெல்லவேண்டுமென்றும், சகலரும் தேவநாகிரிலிபியை எழுதவும், இந்தி பாஷையில் பேசவேண்டுமென்றும், இந்துமதத்தோர் சகலரும் ஒற்றுமெய் பெறவேண்டுமென்றுங் கூறி இந்துசபை ஒன்று ஸ்தாபித்து பலயிடங்களிற் பிரசங்கங்களும் செய்துவருவதாக நவம்பர்மீ 5உ-ய சுதேசமித்திரனில் வெளியிட்டிருக்கின்றார்கள்.

இதே பாபு சாரத சரண மித்திரா என்பவர் வங்காள ஐகோர்ட் ஜட்ஜிகளிலொருவராயிருந்ததாகவும் வரையப்பட்டிருக்கின்றது. இத்தகைய ஓர் பெருத்த நியாயாதிபதி உத்தியோகம் பெற்று தன்னை சகல மக்களும் (லார்ட்) லார்ட் என்று சொல்லும்படியான அந்தஸ்துக்கும், கௌரதைக்குங் கொண்டுவந்து வங்காளதேசமெங்கும் பிரகாசிக்கச் செய்தவர்கள் ஆங்கிலேயர்களா அல்லது இந்துக்களா என்பதை பகுத்துணராது ஆங்கிலேயரைவென்று அரசுபுரிய வேண்டுமென்னு மதி, ஏதுமதியோ விளங்கவில்லை. தீட்டிய மரத்திற் கூர் பார்ப்பதுபோல் தனக்கு விவேகவிருத்தி செய்துப் பிரகாசிக்கச்செய்த ஆங்கிலேயர்களின் நன்றியை மறந்து அவர்களது அரசையே கைப்பற்றவேண்டுமென்னும் எண்ணங்கொண்ட பாபு சாரத சரண மித்திரருக்கே இந்தியதேச சக்கிரவர்த்தி பட்டத்தை இந்துக்கள் அளித்துவிடுவார்களோ. அவ்வகை அளிப்பினும் ஆயிரத்தியெட்டு சாதிப்பிரிவு, ஐம்பத்தியெட்டு சமயப்பிரிவுள்ள முப்பதுகோடி மக்களை முநிந்தாளும் வல்லபமுண்டோ. இந்த தேசத்தில் சிற்றரசு நடாத்திவரும் அரசர்களே ஆங்கிலேயர் அரசாட்சிக்கு அடங்கியே தங்களது ராட்சியங்களை ஆண்டுவரவேண்டுமென்றும், அவர்களது உதவியே தங்களுக்கு எக்காலமும் இருக்கவேண்டுமென்றும் கோரி தங்கள் ராஜகாரியாதிகளை நடத்திவருங்கால் ராஜகீயவல்லபம் ஏது மற்ற ஓர் நியாயாதிபதியாயிருந்தபாபு சாரத சரண மித்திரருக்கு ஆங்கிலேயரது ஆளுகையை அபகரிக்கவேண்டுமென்னும் எண்ணத் தோன்றி கிராமங்கள் தோரும் பிரசங்கிக்க ஏற்பட்டது பேராசையே ஆகும்.

அதாவது கனி உருசியாயுள்ளதென்று மரத்தை வேரோடு பிடுங்க எத்தனிப்பதுபோல் ஆங்கிலேயர் தனக்களித்துள்ள உத்தியோக கௌரதையால் வங்காளநாட்டோர் யாவரும் தன்னைக் கர்த்தனே கர்த்தனென்று அழைத்தபடியால் இவ்விந்துதேச முழுவதையும் ஆட்சி செய்வோமாயின் சகல இந்துக்களும் சாமி சாமி யென்றுக் கொண்டாடுவார்களென்று எண்ணி விட்டார் போலும்.

இவரது இந்து மதத்தைச் சார்ந்தவர்கள் யாவரும் இந்திபாஷைக் கற்றுக்கொள்ள இருநூறு வருடஞ் செல்லும். இந்திபாஷைக் கற்றுக்கொண்ட பின்னால் இந்திய சாதியோர்கள் யாவரையும் ஒருசாதியாகச் செய்ய ஒரு நூறு வருடஞ் செல்லும். சாதிகள் யாவும் ஒன்றுபட்டவுடன் உன்சாமி பெரிது, என்சாமி பெரிதென்னும் மாளா வழக்கிட்டுவரும் சருவமதங்களும் ஒருமதமாக ஒருநூறுவருடஞ் செல்லும். இத்தகைய ஒற்றுமெநாள் கண்டடைய பாபு சாரத சரண மித்திரர் என்றுஞ் சிரஞ்சீவி பட்டம் பெறவேண்டியதேயாகும். அத்தகைய சிரஞ்சீவி பட்டமும் ஏழுபேருக்குதான் அளித்துள்ளதென அவர்கள் மதாசாரியர்கள் கூறியுள்ளபோதினும் அச்சிரஞ்சீவிபெற்ற எழுவரில் ஒருவரையேனுங் கண்டதுங்கிடையாது கண்டோமெனக் கூறியவருங் கிடையாதாதலின் அச்சிரஞ்சீவி என்னும் மொழியும் பொய்ம்மொழியாய் உள்ளதாதலின் அன்னோர் முயற்சிகள் யாவும் வீண்முயற்சியேயாகும்.

அன்னோர் முயற்சியில் இன்னோர் விபரீதமும் உண்டு. அதாவது யாதெனில், பணக்காரர்களும், உயர்ந்தவகுப்போருமன்றி மத்தியஸ்தர்களே ஏழைகளை சீர்திருத்தி சமரசத்திற்குக் கொண்டுவரவேண்டுமென்று கூறினராம். ஈதோர் சுயகாரிய போதனைபோலும். பணக்காரர்களும், உயர்ந்த வகுப்பாரும் ஏழைகளை சீர்திருத்தாது மத்தியஸ்தர்கள் சீர்திருத்துவதாயின் எளிதாமோ. பணமும் விவேகமில்லாமல் ஓர் சீர்திருத்தம் நிலைபெறுமோ அல்லது உயர்தரத்தோரும் பணக்காரர்களும் ஒன்றுசேர்ந்து சகல சுகங்களையும் அநுபவித்துக்கொண்டு மத்தியஸ்தர்களையும் ஏழைகளையும் சம ஏவலுக்காளாக்கிக் கொள்ளுவதற்கோ உயர்ந்தோர்கள் என்போர் விவேகத்தில் முதிர்ந்த மேதாவிகளா அன்றேல், தங்களுக்குத் தாங்களே உயர்ந்த சாதியோரென்று சொல்லிக்கொள்ளுகிறவர்களா. விவேகமுதிர்ந்த மேதாவிகளாயின் பாபு சாரத சரணமித்திரர் மொழியை மதியார்கள். தங்களுக்குத் தாங்களே உயர்ந்த சாதியோரென்று சொல்லிக் கொள்ளுகிறவர்களாயின் பாபு அவர்கள் மொழியை சிரமேற்கொண்டு அவர் சொல்லுமிடங்களுக்கெல்லாம் ஏந்தித்திரிவர். இத்தகைய ஆலோசினை உயர்ந்த சாதியென்னும் வேஷமிட்டுள்ளோரே சகல சுகங்களையும் அநுபவித்துக் கொண்டு மத்தியஸ்தர்களையும், ஏழைகளையும் சமயேழைகளாக்கிவிடுவதற்கு ஈதோர் போதனாவுபாயம் என்றே கூறல் வேண்டும்.

பிராமணனென்னு மொழியின் பொருளென்ன. அது எக்காலத்தில் யாரால் வகுத்தப் பெயரென்றும், க்ஷத்திரியனென்னு மொழியின் பொருளென்ன, அதுவும் எக்காலத்தில் யாரால் வகுத்தப் பெயரென்றும், வைசியனென்னு மொழியின் பொருளென்ன, அதுவுமெக்காலத்தில் யாவரால் வகுத்தப் பெயரென்றும், சூத்திரனென்னு மொழியின் பொருளென்ன, அதுவும் எக்காலத்தில் யாவரால் வகுத்தப் பெயரென்றுங் கண்டறிந்து கல்வியற்றவர்களுக்கு விளக்கி சமரச சீருக்கும் ஒற்றுமெய்க்குங் கொண்டு வருகிறவர்களைக் காணோம்.

தொழிற்பெயர்களை சாதிப்பெயர்களாக வகுத்துக்கொண்ட மந்தமதியோருக்கு அறிவுருத்தி அவரவர்களுக்குள்ள சாதி கர்வத்தையும், மதகர்வத்தையும் அகற்றி செவ்வை செய்து சீர்பெறும் வழிகளை விடுத்து ஆங்கிலேயர்களை ஓட்டிவிட்டு தாங்களே அரசாளவேண்டுமென்று எண்ணுவது தூலத்தை அறுத்தடித்துள்ள ஆப்பைப்பிடுங்கிவிடுங் குரங்குக்கு ஒப்பாயதேயாம்.

சாதிபேதமும், சமய பேதமும் நிறைந்த இத்தேசத்துள் ஆங்கிலேய துரை மக்களின் ஆதரவை ஊன்றிக்கொண்டே சீவிப்பது அழகாகும். அங்ஙனமின்றி நமது பாபு அவர்கள் கூறிய மொழியைக்கேட்டு நடப்பதாயின் ஆப்பைப் பிடுங்கிவிட்ட குரங்கினும் அதி பாடுபட வேண்டியது திண்ணமேயாம்.

- 4:23; நவம்பர் 16, 1910 -

169. ஆசைக்கோர் அளவுமில்லை ஆலோசிக்க நேரமுமில்லை

அதாவது, ஓர் மனிதன் தனக்கென்னுமோர் சித்திரமாளிகையைக் கட்டுங்கால் அதனைக் காணும் மற்றோர் மனிதன் அது போல் கட்டவேண்டுமென்றாசிப்பது சுவாபம். ஒருவன் தனது தோட்டந் துரவுகளை விருத்திசெய்து நந்தவனங்களையமைத்து பலபுட்பங்களை வளர்த்து பரிமளிக்கச் செய்வானாயின் அவற்றைக்காணும் மற்றொருவன் அதைப்போற் செய்யவேண்டுமென்றாசிப்பான். ஒருவன் தக்க ஆடைகளையும், ஆபரணங்களையும் அணைந்து வெளிதோன்றுவானாயின் அவனைக்காணும் மற்றொருவன் அதைப்போலணைய ஆசிப்பான். ஒருவன் தனது அழகிய ரதத்தில் வெண்மெநிற அசுவங்களைப் பூட்டி உலாவுவதற்கு வெளிதோன்றுவானாயின் அவற்றைக்காணும் மற்றொருவன் அத்தகைய ரதமூர ஆசிப்பான்.

இத்தகைய ஆசையின் பெருக்கத்தால் இருப்பில் பணமிருக்கினும் ஒருபொருள் கிடைத்தால் மறுபொருள் கிடையாது, எடுத்தவிஷயம் முடிவுபெறாது துக்கிப்பதுமுண்டு. சகலமுங்கிடைத்து எடுத்தகாரியம் முடிவு பெறினும் அதனை அநுபவிக்கும் தேகசுகமின்றியும், மக்கள் பெருக்கமின்றியும் அதி அல்லலடைவதும் உண்டு. காரணமோவென்னில், ஒருவன் எடுத்துச்செய்யும் ஏதுக்குத்தக்க நிகழ்ச்சிகள் மற்றொருவனுக்கும் நேராதாதலின் அதிதுக்கத்திற்கு ஆளாகின்றான்.

ஓர் குடும்பச்செயலின் நிகழ்ச்சி அவன் எண்ணம்போல் நிகழாது அல்லலடையுங்கால் ஓர் கிராமத்தை ஆண்ட அக்குடிகளைப் பாதுகாக்கும் நிகழ்ச்சி எண்ணம் போல் நிகழுமோ. ஓர் கிராமக் குடிகளைக் காக்கும் வல்லபமும், பாகுபாடுகளும் வகையற நிகழாவிடின் ஓர் தேசத்தை ஆளப்போமோ. ஆளும் ஆளுகையும் அடங்கிவாழுங் குடிகளும் எண்ணம் போலமையுமோ ஒருக்காலும் அமையாவாம். அவ்வகை அமைதற்குக் காரணம் அரசருக்கு அடங்கிய மதியூகிகளாம் அமைச்சர்களிருத்தல் வேண்டும். அமைச்சர்களுக்கடங்கிய பாதுகாப்பாளர் இருத்தல் வேண்டும். பாதுகாப்பாளருக்கு அடங்கிய படைகளிருத்தல் வேண்டும். படைகளுக்கடங்கிய குடிகளிருத்தல் வேண்டும். அங்ஙனமிராது குடிகளடங்காவிடின் படைகளிருந்தும் பயனில்லை. பாதுகாப்பாளர் அடங்காவிடின் அதியூகமுற்ற அமைச்சர்களிருந்தும் பயனில்லை. அதியூக அமைச்சர்கள் இருந்தும் சகலரையும் அடக்கியாளும் வல்லமெமிகுத்த அரசளில்லாவிடின் பயனில்லை. இத்தியாதி காரணகாரியங்களை ஆலோசியாமல் பேராசை கொண்டு ஒன்றைக் கட்டியாள வேண்டுமென்றெண்ணுவது உள்ளதுங்கெட்டு பாழடைவது திண்ணமேயாம். பேராசையாலும், முன்பின் ஆலோசிக்காச் செயலாலும், கிஞ்சித்துக் கல்விகற்று சிற்சில அதிகார உத்தியோகங்களில் அமர்ந்து உபகாரச் சம்பளம் பெற்றுள்ளவர்களும் கலைவிருத்தி யாதுமற்று பி.ஏ., எம்.ஏ. பட்டம் பெற்று உத்தியோகமற்று அலைவோர்களும் ஒன்றுகூடி வித்தையும், புத்தியும், ஈகையும், சன்மார்க்கமும், வல்லமெயும் நிறைந்த ஆங்கிலேய துரைத்தனத்தாரை ஓட்டிவிட்டுத் தாங்களே ஆண்டுக்கொள்ளலாமென்று எண்ணுகின்றார்கள். இத்தகைய ஆலோசனையற்றப் பேராசையால் தாங்கள் கெட்டு சீரழிவதுடன் ஏழைக்குடிகள் யாவரையும் இழுத்து இழிவுக்குள்ளாக்கப் பார்க்கின்றார்கள்.

இத்தகைய வித்தையற்றவர்களும், விதரணையற்றவர்களும், ஈகையற்றவர்களும், சன்மார்க்கமற்றவர்களும், வல்லமெயற்றவர்களுமானோர் தங்கள் தங்கள் பேராசையின் மிகுதியாலும், பகுத்தறியா குணத்தினாலும் கூட்டங்களைக் கூட்டியும், பத்திரிகைகளில் வரைந்தும் இராஜ துரோகிகளாகின்றார்கள். பேராசையால் துரோக சிந்தை மிகுத்தக் கூட்டத்தோர்களை சேராமலும், இராஜதுரோகப் பத்திரிகைகளைக் கண்களிற்பாராமலிருப்பதே பிரிட்டிஷ் ஆட்சியின் குடிகளுக்கு அழகாகும். பகுப்பற்ற பேராசையுள்ளோர் பேச்சை நம்பி மற்றக் குடிகளும் பின்தொடருவாராயின் இரும்பை அடிக்கும்படி துரும்பையும் நசித்து விடுவதுபோல் பகுத்தறிவற்றப் பேராசையால் பத்து பேர் கூடிச்செய்யும் வீண்செயலுடன் சேர்ந்துக்கொள்ளும் பதினாயிரங் குடிகளும் பாழடையவேண்டியதேயாம்.

எவ்வகையாலென்னில், சாதி ஆசாரமென்னும் பொய்க்கதைகளை உண்டுசெய்து அதில் தங்களைப் பெரியசாதிகளென வகுத்து மற்றவர்களை அடக்கியாளுவதுபோல் பிரிட்டிஷ் ஆட்சியைப் பெற்றுக் கொண்டு மற்றக் குடிகளை இன்னும் அடக்கியாளவேண்டுமென்னும் எண்ணமுள்ள பேராசை மிகுத்தோரைப் பின்பற்றுவது உள்ளக்கூடிகள் இன்னுங் கேடடையுமென்பது திண்ணம்.

எக்காலுந் தங்கள் சுயசாதிகளின் சேர்க்கைகளையும், சுயசாதிகளின் விருத்திகளையும், சுயசாதிகளின் சுகங்களையுங் கருதியுள்ளக் கூட்டத்தோருடன் ஏனையோர் கூடி உதவிபுரியினும் தாழ்ந்த வகுப்பான் தாழ்ந்த வகுப்பானென்றே புறக்கணித்து தங்கள் சுகத்தைப் பார்த்துக்-

கொள்ளுவார்கள். அத்தகைய சுயப்பிரயோசனக் கூட்டத்தோர் கூட்டுரவிலும் அவர்கள் முகத்திலும் விழிக்காது சகலர் சுகத்தையுங் கருதி சகலரும் மாடமாளிகைகளில் வாழ்கவேண்டும், சகலரும் ஆடையாபரணங்கள் அணைந்திருத்தல் வேண்டும், சகலரும் வண்டி குதிரைகளில் ஏறி உலாவல்வேண்டும், சகலரும் தங்களைப்போல் ஆனந்தத்தில் இருக்கவேண்டுமென்னும் அன்பு மிகுந்த பிரிட்டிஷ் ஆட்சியே இவ்விடம் நிலைத்து அவர்களது ஆளுகைக்குள் சகலரும் வாழ்கவேண்டுமென்று எண்ணுவதே இராஜவிசுவாசிகளுக்கழகாகும். இத்தகையக் கருணைமிகுத்த ஆங்கிலேய அரசாட்சியைக் கருதாது பேராசைமிகுத்த பகுத்தறிவற்றவர் பேச்சைக் கேட்பது பத்திலும் பாழேயாம்.

- 4:24: நவம்பர் 23, 1910 -

170. நல்லோர்க்குக் கல்விவிருத்தி செய்துவைக்கில் சுகமும் பொல்லார்க்குக் கல்விவிருத்தி செய்துவைக்கில் துக்கமும் உண்டாம்

தங்களைப்போல் சகலருஞ் சுகமடையவேண்டுமென்று கருதுகிறவர்களும், தங்களுக்கு அனந்த இடுக்கம்வரினும் ஏனையோர்க்கு இடுக்கம் வராது காப்பவர்களும், தாங்கள் பசி உபத்திரவம் அடையினும் ஏனையோர் பசியுபத்திரவங்கண்டு சகியாதவர்களும், தாங்கள் பிணி உபத்திரவம் பெறினும் ஏனையோர் பிணியுபத்திரவங் கண்டு சகியாது சிகிட்சைபுரிபவர்களும், தங்களுக்கு வீடுவாசலில்லாதிருப்பினும் ஏனையோருக்குள்ள வீடுவாசலைக் கண்டு ஆனந்திப்பவர்களும், தங்களை ஏனையோர் வைது துன்பஞ் செய்யினும் ஏனையோரைத் தாங்கள் வைது துன்பஞ் செய்யாதவர்களும், தங்களது நீதியின் நிமித்தம் ஏனையோரால் அனந்தந் துன்பம் வரினும் ஏனையோருக்கு அநீதி புரியாதவர்களும், தங்களுக்கு ஏனையோர் செய்துள்ள தீங்குகளை மறந்து அவர்கள் செய்துள்ள நன்றிசை என்றும் மறவாதவர்களும் யாரோ அவர்களையே நல்லோரென்றும் மேலோரென்றும், பெரியோரென்றும் இத்தகைய நல்ல சாதிப்பினால் நல்ல சாதியோரென்றும், உயர்ந்த சாதிப்பினால் உயர்ந்த சாதியோரென்றும், மேற் சாதிப்பினால் மேலான சாதியோரென்றும் வழங்கப்படுவார்கள். இத்தகைய நற்சாதிப்பினையுடைய நல்ல சாதியோர்களுக்குக் கல்வி விருத்தி செய்துவைக்கின் மேலும் மேலும் அவர்களுக்கு நற்சாதிப்பு பெருகி நல்லசாதிகளென விவேகிகளால் அழைக்கப்பெற்று, ஞானமுண்டாகி, அன்பு பெருகி, சகலமக்களுக்கும் பேதமற்ற உபகாரிகளாக விளங்குவதுடன் மாளாப்பிறவியால் உண்டாம் பிறப்பின் துக்கத்தையும், பிணியின் துக்கத்தையும், மூப்பின் துக்கத்தையும், மரணதுக்கத்தையுஞ் செயித்து பரிநிருவாண சுகமாம் அழியா பேரின்ப சுகத்தை அநுபவிப்பார்கள்.

தாங்கள் ஒருகுடி பிழைக்க நூறு குடிகளைக் கெடுப்பவர்களும், தாங்கள் ஒருகுடிக்குள் இடுக்கம்வரின் பத்துக்குடிகளை நாசஞ் செய்கின்றவர்களும், தங்கள் சுயசாதிகள் பிழைத்தால் போதுமென்றெண்ணி ஏனையசாதியோர்களை இழிவடையச்செய்கின்றவர்களும், தாங்களே கருணையற்று இரந்துண்ணுஞ் சீவனஞ்செய்துகொண்டு உழைப்பாளிகளை இழிந்தோராக தூற்றுகிறவர்களும், தாங்களே மிருகங்களினும் நாணமற்ற இழிந்தச் செயல்களைச் செய்து கொண்டு ஏனையோர்களை நாணமற்றோரென்று இழிவுகூறுகிறவர்களும், தங்களுக்கோர் பிணியின் உபத்திரவம் உண்டாயின் ஏனையோருக்கும் அப்பிணியின் உபத்திரவமுண்டாகவேண்டுமென்று கருதுகிறவர்களும், தாங்கள் செல்வமற்றிருப்பதுபோல் ஏனையோரும் செல்வமற்றிருக்க வேண்டுமென்றெண்ணுவோர்களும், தாங்கள் வீடுவாசலற்று திரிவதுபோல ஏனையோரும் வீடுவாசலற்றிருக்க வேண்டுமென்றெண்ணுகிறவர்களும், தங்கள் குடிகள் மட்டிலும் சுகமாக பிழைக்க வேண்டுமென்று தங்களுக்குத்தாங்களே உயர்த்திக்கொண்டு ஏனையோரைத் தாழ்த்தி இழிவடையச் செய்துவருகிறவர்களும், தாங்கள் மட்டிலுஞ் சுகமடைந்தால் போதுமென்றெண்ணியேனையோர் சுகக்கேட்டினை விரும்புகிறவர்களும், தங்களைமட்டிலும் மனுகுலத்தோராக எண்ணிக்கொண்டு ஏனைய மநுக்களை மிருகங்களிலுந் தாழ்ச்சியாக எண்ணி நசித்துவருகின்றவர்களும், தாங்கள் மட்டிலும் சுத்த நீர்களை மொண்டருந்தி சுகம்பெறவும், ஏனைய மக்கள் சேரு நீருங் கலந்தருந்தி சுகக்கேடடைய வேண்டுமென்றெண்ணுகிறவர்களும், தாங்கள் மட்டிலும் வண்ணார்களால் வெளுத்துவரும் சுத்த ஆடைக் கட்டி சுகமாக உலாவவேண்டும் ஏனையோர்கள் வஸ்திரங்களை வண்ணார்களை எடுக்கவிடாது அசுத்த ஆடையுடன் உலாவச் செய்கின்றவர்களும், தங்கள் மட்டிலும் அம்மட்டர்கள் சவரஞ் செய்துக்கொண்டு தேஜசுடன் உலாவவும், ஏனையோர் தலைமயிரும் முகமயிரும் வளர்த்துத் திரியவேண்டுமென்று எண்ணுகிறவர்களும், அறியாமல் யாரேனுந் தங்களுக்கு சொற்பத் தீங்கு செய்துவிடுவார்களாயின் அவர்களுக்குப் பெருந் தீங்கினை விளைவித்து அவர்கள் குடும்பத்தையே பாழ்படுத்தி விடுகின்றவர்களும், தங்களுக்குப் பொருளுதவியும் வேண உபகாரமும் செய்துவருகிறவரையில் உரியவனைப்போல் இதம் பேசிவந்து, அவனது பொருளுதவியும், உபகாரமும் செய்யாமல் நிறுத்திவிடுவானாயின் செய்நன்றி மறந்து அவன் குடும்பத்திற்கே தீங்கை விளைத்து குடிகெடுக்கின்றவர்களும், கொடுப்பவர்களை உயர்த்திப் பேசிக்கொண்டு கொடாதவர்களைத் தாழ்த்தி சீர்கெடுக்கின்றவர்களும், தேகத்தை உழைத்து பாடுபட்டுப் புசியாது, வஞ்சினத்தாலும், சூதினாலும், பெண்களை வருத்தியும் புசிப்பவர்கள் யாரோ அவர்களையே பொல்லாதவர்களென்றும், தீயர்களென்றும் சிறிய சாதிப்பினால் சிறியசாதியோரென்றும், இழிந்த சாதிப்பினால் இழிந்த சாதியோரென்றும் அழைக்கலானார்கள். அத்தகையப் பொல்லார்களுக்கு கல்வி விருத்தி செய்துவைப்பதினால் அவர்கள் தங்களது வித்தியா கர்வத்தைக் காட்டுவதுடன் சொற்பப் பொருளும் சேர்ந்துவிடுமாயின் மற்றவர்களைத் தூற்றிப் பேசவும் இழிவுகூறவும் அஞ்சார்கள். அதனுடன் தான் சொல்லும் வாக்கைத்தவிராது நடக்கும் ஏவல்களுங் கிடைத்துவிடுமாயின் அவர்களுக்கு விரோதியாயக் குடிகளை அன்றே நசித்துப் பாழ்படுத்த ஆரம்பித்துக்கொள்ளுவார்கள். ஆதலால் தேசத்திற் கல்வி விருத்திச் செய்யும் அரசர்கள் நல்லக் குடும்பத்திற் பிறந்துள்ள நல்லோர்கள் யாவரென்றும், பொல்லாக் குடும்பத்திற் பிறந்துள்ளப் பொல்லார்கள் யாவரென்றும் கண்டறிந்து இலவசக்கல்வியருள் செய்வரேல் சகலகுடிகளும் சுகம்பெற்று வாழ்வதுடன் அரசர்களும் ஆற்றலடைவார்கள்.

விவேக சிந்தாமணி

பொல்லார்க்குக் கல்விவரில் கர்வமுண்டாம் அதனோடு பொருளுஞ் சேர்ந்தால்
சொல்லாதுஞ் சொல்லவைக்கும் சொற்சென்றால் குடிகெடுக்கத் துணிவர் கண்டாய்
நல்லோர்க்கிம் மூன்று குண முண்டாகி லருளதிக ஞானமுண்டாய்
எல்லோர்க்கும் உபகாரராயிருந்து பரகதியை யெய்துவாரே.

- 4:24; நவம்பர் 23, 1910 -

171. கனந்தங்கிய கவர்ன்மெண்டாரது கருணை கிறிஸ்தவர்கள் மட்டிலுந்தான் உளதோ

இல்லை இல்லை. பிரிட்டிஷ் ஆட்சியோர் கிரீஸ்தவர்களாயினும் அவர்களது ஆளுகை தன்னவ ரன்னியரென்னும் பட்சபாதமற்றதேயாம். பிரோட்டிஸ்டாண்டு கிறிஸ்தவர்களுக்கு வேண்டிய உதவி புரிந்து வருகின்றார்களேயென்று கூறுவாறுமுண்டு. அக்கூற்று விசாரிணையற்றக் கூற்றேயாம். காரணம், பிரோட்டிஸ்டாண்டு கிறிஸ்தவர்களைப்போல் மற்றயக் கிறிஸ்தவர்களாயினும், இந்துக்களாயினுங் குடிகளுக்குக் கல்விவிருத்தி, கைத்தொழில் விருத்தி செய்து நாகரீகத்திற்கும், ஒழுக்கத்திற்குங் கொண்டுவருவது கிடையாது. புரோட்டிஸ்டான்ட் கிரீஸ்தவர்கள் ஒருவர்களே பட்டிக்காடுகளெங்கும் சுற்றிப் பணவிரயங்களைச் செய்வதுடன் தங்கள் தேகத்தையும் வருத்தி ஏழைமக்களைக் கனம்பெறச் செய்துவருகின்றார்கள். அத்தகைய சீரையுஞ் சிறப்பையுங் கண்ணாறக் காணும் கவர்ன்மெண்டார் தங்கள் ஆளுகைக்கு உட்பட்டக் குடிகளை சீர்திருத்தும் உபகாரிகளுக்குத் தாங்களும் உபகாரிகளாயிருந்து அவர்கள் விருத்தியின் செயலுக்குத்தக்க உதவிபுரிந்து வருகின்றார்கள். அத்தகைய உதவி குடிகளின் சுகத்தையும், தேச சீர்திருத்தத்தையும் நாடிச்செய்யும் உதவியேயன்றி மதத்தைச் சார்ந்தவையன்றாம்.

மதச்சார்பினை அற்றிருக்கின்றார்களென்னின் சாதிசம்மந்தமேனும் இராஜாங்கத்தோருக்கு இல்லையோ என்பாருமுண்டு. அதுவும் இல்லையென்றே துணிந்து கூறுவோம். காரணமோவென்னில் அவர்கள் பிறக்கும் போதும்சாதிவித்தியாசங் கிடையாது. இறக்கும்போதும் சாதிவித்தியாசங் கிடையாது. அத்தகைய நீதியும், நெறியும் அமைந்த ராஜாங்கத்தோருக்கு இவன் தாழ்ந்தவன், அவன் உயர்ந்தவன் என்னும் பேதமுண்டாமோ. ஒருக்காலும் ஆகாவாம். கருணைதங்கிய குயின் விக்டோரியா பெருமாட்டியார் இந்தியதேச சக்கிரவாத்தினியாராயபோது இந்துக்களது மதவிஷயத்திலும், சாதி விஷயத்திலும் நாம் பிரவேசிக்கமாட்டோமென்று கூறியுள்ள வாக்கியத்தைக் கொண்டு இராஜகாரியாதிகளை நடத்திவந்த போதினும் இந்துக்களது சாதிசம்மந்தத்திலேனும், மதசம்மந்தத்திலேனும் துன்பத்திற்கேதுவாயக் கொறூரச் செயல்கள் ஏதேனும் நிகழுமாயின் சாதி சம்மந்தத்திலும், மத சம்மந்தத்திலும் பிரவேசித்து அத்துன்பத்தை நீக்கி ரட்சிப்பது அவர்களது செயல்களேயாம்.

அவ்வகை யாதெனில், இந்துக்கள் சாதி சம்மந்தமாக புருஷன் இறந்தவுடன் பெண்சாதி உடன்கட்டை ஏறல்வேண்டுமென்னும் ஓர் கட்டுப்பாட்டை வைத்துக் கொண்டிருந்தார்கள். அச்சாதிசம்மந்தக்கட்டுப்பாடு இஸ்திரீகளை உயிருடன் துன்பப்படுத்துவதற்காய கொறூரச் செயலாய் இருந்தபடியால் உடனே அவ் உபத்திரவத்தைத் தடுக்க முயன்றுவிட்டார்கள். இந்துக்கள் மதசம்மந்தமாக செடில் குத்தி ஆடுவது வழக்கமாயிருந்தது. அத்தகைய வழக்கம் மெத்த துன்பச் செயலுக்கும், கொறூர வதைக்கும் ஆதாரமாயிருந்தது. அவற்றையும் நிறுத்திவிட்டார்கள். இவ்வகையாய சாதி சம்மந்தத்தாலேனும் மதசம்மந்தத்தாலேனும் மநுமக்களுக்குத் துன்பங்களும் விருத்தி பேதங்களும் உண்டாவதாகக் காண்பார்களாயின் தன்சாதி புறசாதியென்னும் பேதம் பாராமலும் தன்மதம் பிறர்மதமென்னும் வித்தியாசங் கொள்ளாமலும் நீதி செலுத்தி துன்பத்தினின்று விடுபடச்செய்து தலையெடுக்காது துன்பஞ்செய்வோர்களைத் தடுத்தாண்டு ரட்சிப்பார்கள். இதுவே நமது பிரிட்டிஷ் ஆட்சியாரின் செயலேயன்றி கிரீஸ்தவர்கள் மீது மட்டிலுங் கவர்ன்மெண்டாருக்குக் கருணையுண்டு, ஏனைய மதத்தோர்மீதுக் கருணையில்லை என்பது பிசகேயாம்.

- 4:25; நவம்பர் 30, 1910 -

172. இந்திய தேச சென்செஸ் கமிஷனராகும் கனந்தங்கிய மிஸ்டர் கேய்ட் துரையவர்கள்

இம்முறை குடிமதிப்பெடுக்குங்கால் இந்துயென்பவர் யார், இந்து அல்லாதவர்களென்பவர் யார் என்பதைக் கண்டறிவதற்குக் குடிகளை ஆறுவகைக் கேழ்விக்கேழ்க்கவேண்டிய எத்தனஞ் செய்திருக்கின்றார்.

அதாவது இந்துவென்று ஓர் மனிதன் சொல்லுவானாயின் அவன் இந்துக்களின் முக்கிய தேவதைகளைத் தொழுகின்றதுண்டா. தொழுகின்றேனென்பானாயின் அவர்கள் கோவிலுக்குள் பிரவேசிக்கும் சுதந்திரமுண்டா; உங்கள் சுபா அசுபகாலங்களில் இந்துக்குரித்தாய பிராமணர்கள் வருவதுண்டா; அல்லது வேறு சிலர் வருவதுண்டா; சுத்தசாதிகளென்போர் உங்களிடம் ஜலபானஞ் செய்வதுண்டா; சுத்தசாதிகளென்போர் உங்களை நெருங்கித் தீண்டிக்கொள்ளுவதுண்டா என்னுங் கேழ்விகளேயாம்.

இவைகள் இத்தேசத்தோரைக் கேட்கும் முக்கியக் கேழ்விகளும், மேலாய கருத்துகளுமேயாம். காரணம் இத்தேசத்தோருட் சிலர் தங்களை உயர்த்திக்கொண்டு ஆறுகோடிமக்களைத் தாழ்த்தி அப்புறப்படுத்தி அலக்கழித்து வருவதுடன், அவர்களைத் தலையெடுக்கவிடாமல் நசித்துவருகின்றபடியால் இந்துக்களிலிருந்து இவர்களை அப்புறப்படுத்தி அவர்களுக்குள்ள சுதந்திரமும், அவர்களுக்குள்ள சுகமும் இவர்களுக்கும் அளித்து தங்களுடைய ஆட்சியில் சீர்படுத்த வேண்டுமென்பதேயாம். இவ்வகைப் பிரிக்காமல் இந்துக்களுடன் சேர்த்துவைப்பதினால் இந்துக்கள் யாவரும் தங்கள் சமயம் நேர்ந்தபோது இவர்கள் தங்களைச் சேர்ந்தவர் அவர்களுக்கு வேண்டிய குறைகளை நாங்கள் அளித்து ரட்சிப்பவர்-

களென்று கூறித்திரிகிறதும் தங்கள் காரியம் முடிந்துவிட்டால் தலையெடுக்கவிடாமல் தாழ்த்தி நசித்துவருவதே இந்துக்களென்போர் இயல்பாதலின் அவர்கள் இதக்கமற்றச் செயலைக்கண்ட இங்கிலீஷ் துரைத்தனத்தார் சாதிபேதமற்ற ஏழைக்குடிகளை இந்துக்களைவிட்டு அப்புறப்படுத்தி ரட்சிக்கத்தக்க நன்னோக்கங் கொண்டுவிட்டார்கள்.

ஏழைகளின் ஈடேற்றத்தையும் கருணை தங்கிய ராஜாங்கத்தோர் நன்னோக்கத்தையுங் கண்டுகொண்ட இந்துக்கள் அவர்களது தன்னோக்கத்தைக் கெடுப்பதற்காக இந்துக்களென்றால் சகலரும் இந்துக்களென்றும் இந்து என்பவர்களை தடுப்பதில்லையென்றும் இந்து என்போரை யாங்கள் பிரிவினையில்லாமல் பாவித்திருக்க, இராஜாங்கத்தோர் பிரித்துவிடுகின்றார்களென்று வீண் பகட்டுப் பகட்டுகின்றார்கள். பொறாமெய் மிகுத்தோர்களால் பறையர்களென்று அழைக்கப்பட்டக் கூட்டத்தார் கோர்ட்டுகளிலேனும், டெத் அண்டு பர்த் ரிஜிஸ்டிரேஷன் ஆபீசுகளிலேனும், உத்தியோக சாலைகளிலேனும், பிளேக் ஆபீசுகளிலேனும் சென்று தங்களை இந்துக்களென்று சொல்லுவார்களாயின் அவர்களை மறுத்தும் பயமுறுத்தியும் நீங்களிந்துக்களென்றால் உங்கள் சாதி என்னவென்றுகேட்பதும் எங்களுக்கு சாதி இல்லையென்று கூறுவார்களாயின் ஏழைகளை இன்னும் பயமுறுத்தி உன் பாட்டன் சாதி என்ன, பூட்டன் சாதி என்னவென்று கேட்டு இவர்களால் பொறாமெகொண்டு பறையரென்றழைக்கும் பெயரையே வற்புறுத்திச் சொல்லவைத்து வாதிக்கும்படியானவர்களும், கோவிலுக்குள் இன்னின்ன சாதியார் வரப்படாதென்று எழுதிவைத் திருப்பவர்களும், பாப்பானுக்கு வேறு தெய்வம் பறையனுக்கு வேறுதெய்வமென்று பாடித்திரிகின்றவர்களும், பறையனே பிணத்திற்கு ஒப்பானவன், பிணத்தைக் கண்டாலும் தொட்டாலும் இஸ்னானஞ் செய்வதுபோல பறையனைக் கண்டாலும் தொட்டாலும் இஸ்னானஞ் செய்யவேண்டுமென்றும் மநுசாஸ்திரம் எழுதிவைத்துக் கொண்டிருப்பவர் களுமாகிய இந்துக்களென்பவர்கள் பறையர்களையும் இந்துக்களாகவே பாவித்துவந்தோம், இந்துக்களாகவே சமரசப் படுத்த முயன்று வருகின்றோம். இத்தருணத்தில் சென்ஸஸ் கமிஷனர் எங்களை வேறாகப் பிரித்துவிடப் பார்க்கின்றார்களென்று வீணே பிதற்றி பத்திரிகைகளில் வரைந்து வருகின்றார்கள்.

இவ்வகையாக சாதிபேதமற்ற எழியவகுப்போரை இந்துக்களுடன் சமரசப்படுத்துவது எதார்த்தமாயின் கனந்தங்கிய ஸ்ரீநிவாச ராகவையங்கார் கொடுத்துள்ள நாற்பதுவருஷ ரிப்போர்ட்டு புத்தகத்தில் பறையர்களென்போர் இந்துக்கள் என்போருடன் சமரசமாக இருக்குமளவும் முன்னுக்கு வரமாட்டார்கள். ஒன்று துலுக்கராகப் போய்விடவேண்டியது அல்லது கிறீஸ்தவர்களாக மாறிவிடவேண்டியதென்றும் எழுதுவரோ. இந்துக்களென்போர் பறையர்களென்று அழைக்கப்படுவோர்களை பலவகையாலுந் துன்பப்படுத்திவருஞ் செயல்களையும் துன்பப்படுகின்றவற்றையுங் கண்டதினாலன்றோ இந்துக்களிலேயே ஒருவர் வரையவும் அது ரிப்போர்ட்டு புத்தகத்தில் நாளதுவரையில் பதிந்திருக்கவுமாயிற்று. நந்தன் பறையனாயினும் அவனை இந்துக்கள் தெய்வமாகத் தொழுது வருகின்றார்களென்று எழுதிவருகின்றார்கள். இந்துக்கள் சுவாமி நந்தனை நெருப்பிலிட்டுச்சுட்டு தன்னிடம் சேர்த்துக்கொண்டபடியால் இந்துக்கள் அவனை தெய்வமாகச் சேர்த்துக் கொண்டார்கள். மற்றும் நெருப்பிலிட்டுச்சுடப்படாத ஆறுகோடி மக்களை இந்துக்கள் பெரியசாமி அருகில் சேர்ப்பரோ. சுவாமியே அருகில் சேர்க்கப்படாதவர்களும் சுவாமியின் கோவிலுக்குள் நுழையப்படாதவர்களுமாகிய ஏழை மக்களை இந்துக்களென்போர் தொழுவார்களோ, அருகிலுஞ் சேர்ப்பர்களோ, இல்லை. இவைகளெல்லாம் சமயயுக்தக் கெடுமொழிகளே யாகும். காலமெல்லாங் கெடுத்துக் கடைத்தேறவிடாமற் செய்துவந்தவர்கள் தற்காலமும் இராஜாங்கத்தோர் நல்லெண்ணத்தையும் அவர்களது நன்னோக்கத்தையுங் கெடுத்து ஏழைகளைப் பழயநிலையில் விடுத்துக் கெடுக்கப் பார்க்கின்றார்கள்.

இத்தகைய காலத்தில் சாதிபேதமற்ற திராவிடர்கள் அவர்களது சாதிமதத்தேவதைகளைப் பின்பற்றுவதும் அவர்கள் பொறாமெய்க் கொண்டு வைத்துள்ள சாதிப் பெயரைத் தரித்துக்கொள்ளுவதுமாகிய இந்துக்களது சேர்க்கையை விட்டகன்று, ஒன்று, மகமதியர்களாயினும் மற்றொன்று புரோட்டிஸ்டான்ட் கிறீஸ்தவர்களாயினும், இன்னொன்று பூர்வத்தில் பௌத்தர்களாக இருந்து சத்துருக்களின் வஞ்சகத்தால் பறையர்களென்று அழைக்கப்பெற்று நிலைகுலைந்துள்ளபடியால் கருணைதங்கிய பிரிட்டிஷ் ஆட்சியில் உள்ள ஏழைகள் யாவரும் பௌத்தர்களாகவாயினும் மாறிவிடுவதே சிறப்பைத்தரும். ஏழைமக்கள் யாவரும் இத்தகைய மாறுதலடையாது தேறுதலடையும் வழியின்மெயால் காற்றுள்ளபோதே தூற்றிக்கொள்ளவும், காலம் வரும்போதே சீலம் பெறவும் ஆயுத்தமுறுவது விவேகிகளின் கடனாதலின் இக்குடிமதிப்புக் காலத்தையே குலசிறப்பின் காலமெனக்கருதிசீலம் பெற்று இராஜாங்கத்தோர் நன்னோக்கத்திற்கு இசைந்து நன்மார்க்கமும், நற்சீரும் அடையவேண்டுகிறோம்.

- 4:25; நவம்பர் 30, 1910 -

173. இந்துக்களினது மதம் சாதிக்கு சம்மந்த மில்லையாமே

ஈதோர் சமயப்புறட்டுபோலும். இந்துக்களது பிரம்மாவே சாதிகளை உண்டுசெய்துள்ளாரென்று மநுசாஸ்திரத்தில் எழுதிவைத்துக்கொண்டுள்ளது போதாது, கிருஷ்ணனும், சங்கராச்சாரியும், சாதியிருத்தல் வேண்டுமென்று அதற்காய சாதனங்களை வரைந்துமிருக்க, இந்துக்களது மதம் சாதிசம்மந்தத்திற்குட்படாததென்று சில பத்திரிகைகள் கொக்கரிப்பது தங்கள் சாஸ்திரங்களைத் தாங்களே உணரா படாடம்பம்போலும். இந்துக்களது மதத்திற்கு சாதி ஆதாரமும், அவர்களது சாதிக்கு மதம் ஆதாரமுமாய் இருப்பது உலகப் பிரசித்தமாயிருக்க, ஓர்பிடிசாதத்தால் முழுபூசுணைக்காயை மறைப்பதுபோல் இந்துக்களது மதத்திற்கு இந்து சாதி சம்மந்தமில்லையென்பது விந்தை மொழியேயாம்.

இந்து மதத்திற்கும் சாதிக்கும் சம்மந்தமில்லை என்பதாயின் பிராமணனென்று சொல்லிக்கொள்ளும் ஓர் சாதியான் தான் தொழூஉம் விஷ்ணு என்னும் சுவாமியை விட்டு கிறிஸ்து என்னும் சுவாமியைத் தொழுவானாயின் அவனை சாதியிற் புறம்பாக்கிவிடுவானேன். ஓர் பிராமணத்தி என்பவள் அன்னிய சாதியோனுடன் கலந்திருந்துவந்த போதினும் சேர்த்துக் கொள்ளுகின்றார்கள். அதேபிராமணத்தி வேறுமதம் சாருவாளாயின் அவளை சாதிக்கட்டுகட்டி புறம்பாக நீக்கிவிடுகின்றார்கள். சாதியாசாரத்திற்கு உட்பட்டவர்கள் தவிர ஏனைய சாதியோர்களை தங்கட்

கோவில்களுக்குள் போகவிடாமல் தடுக்கின்றார்கள்.

இத்தகையச் செயல்களால் இந்துக்களது மதமே சாதிகளுக்கு ஆதாரமாய் இருப்பது உள்ளங்கை நெல்லிக்கனிபோல் விளங்குகையில் இந்துக்களது மதம் சாதிகளுக்கு சம்மந்தமில்லையென்று கூறுவது சமயபுறட்டே என்று துணிந்து கூறியுள்ளோம்.

சென்ஸ்சும் டிப்பிரஸ் கிளாசும் என்று கூறியுள்ளவர்கள் தங்களுக்குள் பேதாபேதம் இராவிடின் சென்ஸசும், இந்துக்களுமென்று ஏன் கூறப்படாது. அங்ஙனங் கூறி தங்களது நியாயத்தை ஏன் நிலைப்படுத்தப்படாது. டிப்பிரஸ் கிளாசென்றே சாதி சம்மந்தத்தால் அப்புறப்படுத்திக் கூறிவருகின்றவர்கள் சகலரையும் இந்துக்களென்றுகூறவும் பொருந்துமோ. பிராமணர்களிலும் டிப்பிரஸ் கிளாசுகளிருக்கின்றது. க்ஷத்திரியர்களிலும் டிப்பிரஸ் கிளாசுகளிருக்கின்றது. வைசியர்களிலும் டிப்பிரஸ் கிளாசுகளிருக்கின்றது. அத்தகைய டிப்பிரஸ் கிளாசோர் யாவரையுஞ் சேர்க்காது தங்களால் தாழ்த்தி நசுங்குறச் செய்துள்ள ஆறுகோடி மக்களை மட்டிலும் டிப்பிரஸ்கிளாசென்று புறம்பாகக்கூறி இன்னுந் தாழ்த்திவருவது இதயசாட்சியாய் இருக்க சகல மக்களையும் இந்துக்களேயென்று கூறப்போமோ. சகலமக்களையும் இந்துக்களேயென்று அவரவர்கள் மனப்பூர்த்தியாகக் கூறுவதாயின் டிப்பிரஸ் கிளாசென்னும் ஓர்வகுப்புத் தோன்றுமோ.

இத்தகையப் பிரிவினைகள் யாவையும் தாங்களே பிரித்து, தாங்களே வரைந்து, தாங்களே மொழிந்துவருவது அநுபவக் காட்சியாயிருந்தும் சகலரையும் இந்துக்களாக பாவிக்கின்றோமேயன்றி வேறில்லை என்று கூறி சென்சஸ் கமிஷனவர்களின் நன்னோக்கத்தை மாறுபடச்செய்வது ஏழைகளின் ஈடேற்றத்தைக் கேடுபடச்செய்வதேயாம்.

பூர்வ பௌத்ததன்மத்தைச்சார்ந்த ஏழைமக்களை காலமெல்லாங் கேடுபடச்செய்து கவலைபெற வைத்தவர்கள் இன்னுஞ் செய்வதாயின் ஈடேற்றமடைவரோ.

உயர்ந்த சாதியோர் உயர்ந்த சாதியோரென்று உற்சாகமிட்டுவந்த செயல்களையும், தாழ்ந்த சாதியோர் தாழ்ந்த சாதியோரென நசித்துவந்த செயல்களையும் நாளுக்குநாள் கண்ணுற்றுவந்த பிரிட்டிஷ் ஆட்சியார் இன்னும் சகிப்பார்களோ, சாதி சம்மந்தத்திலும், மதசம்மந்தத்திலும் பிரவேசிப்பதில்லையென்று கூறியிருப்பினும் தனதாட்சிக்கு உட்பட்ட ஒரு மநுகுலத்தோரை மற்றொரு மநுகுலத்தோர் தலையெடுக்கவிடாமல் தாழ்த்தி துன்பமடைய நசித்து நியாயமின்றி கெடுத்துவருவதை தடுத்து ஆட்கொள்ளாமல் விடுவரோ. ஒருக்காலும் விடமாட்டார்கள். பிரிட்டிஷ் ஆட்சியோரின் அளவுபடா அன்பும், நீதிநெறி வழுவாச் செயலுமே ஏழைமக்களின் ஈடேற்ற வழியாகும்.

நாஷனல் காங்கிரஸ் கமிட்டியோர்களும், மகாஜன சபையோர்களும், டிப்பிரஸ் கிளாசை சீர்திருத்தப்போகின்றோம் என்னும் சங்கத்தோர்களும் யதார்த்த நல்லெண்ண முடையவர்களாயின் சென்ஸஸ் கமிஷனரவர்களின் நன்னோக்கத்திற்கு பின்னம் உண்டுசெய்யாதிருத்தல் வேண்டும். அங்ஙனமவரது ஆக்கத்தை நோக்க சகியாதவர்கள் தங்கடங்கள் சாதிப் பொய்மூட்டைகளையும், சமய சாக்கடை நீர்களையும் சமுத்திரத்திற் கரைத்துவிட்டு சகல மக்களையும் சகோதிரர்களென பாவிப்பார்களாயின் சகல துக்கங்களும் வழிந்து சதானந்தம் பெறுவர், சதானந்தம் பெறுவர்.

- 4:26; டிசம்பர் 7, 1910 -

174. புங்கனூர் முநிசிபாலிட்டியும் சென்னை முநிசிபாலிட்டியும்

சென்னை முநிசிபாலிட்டியில் கமிஷனர்கள் கூடி சில சுகாதார விஷயங்களை ஆலோசிக்குங்கால் ஐரோப்பியர்கள் யாவரும் ஓர்புறமாகச் சேர்ந்துக்கொண்டு காரியாதிகளை முடிவுசெய்துவிட்டார்கள். சுதேசிகள் வாக்கு செல்லவில்லையென வீண்கூச்சலிட்டுத் திரிந்தார்கள்.

அத்தகையாக ஐரோப்பியர் ஏகவாக்காக கூடி முடிவுசெய்த சுகசெய்தி ஏழைகள் முதல் கனவான்கள் வரை சுகமடையவேண்டிய முடிவுகளை செய்தார்களன்றி சிறியசாதியோர் எச்சுகமும் அடையப்படாது பெரிய சாதியோர் சகல சுகமுமடையலாம் என்னும் பாரபட்சமும் வன்னெஞ்சமுங் கொண்ட முடிவை ஒன்றும் செய்யவில்லை. புங்கனூர் கமிஷனர்களின் முடிவை சென்னை சுதேச கமிஷனர்கள் நோக்குவார்களாயின் சென்னை ஐரோப்பியக் கமிஷனர்களின் முடிவு மிக்க மேலாயதென்றே விளங்கும்.

அதாவது புங்கனூரிலுள்ள லோக்கல் போர்ட் டிஸ்பென்சரியென்னும் வைத்தியசாலையைச் சில பாதிரிகள் கூடி தங்களிடங் கொடுத்துவிடும்படியாகவும் தாங்கள் அவற்றை சரிவர நடாத்திக்கொள்ளுவதாகவும் கேட்டார்களாம். அதற்கு அவ்வூர் முநிசிபல் கமிஷனர்கள் பாதிரிமார்களை என்ன நிபந்தனைக் கேட்டார்களாமென்னில், அந்த வைத்தியசாலையில் "பஞ்சம கிறீஸ்தவர்களை வேலைக்கு வைக்கப்படாது கிறீஸ்தவர்கள் போதனைகளை அவ்விடம் போதிக்கப்படாது, பணங்கள் ஏதேனும் வாங்கப்படாது" என்பதேயாம். இம்முடிவை சுதேசக் கமிஷனர்கள் ஏகவாக்காகக் கூறி முடிவுசெய்தார்களாம். அதனை வினவியப் பாதிரிகள் மனித குலத்தோரை மனிதர்களாக பாவிக்காத கூட்டத்தோரிடம் பேசுவதிலும் பயனில்லை, அவ்வைத்தியசாலையை ஒப்புக்கொள்ளுவதிலும் பயனில்லையென்று போய்விட்டார்களாம். இத்தகைய நீதியும் அன்புமற்ற கமிஷனர்கள் தற்காலம் அவ்வைத்தியசாலையில் பஞ்சமக் கிறீஸ்தவ வியாதியஸ்தர்க்கும் இடங் கொடுக்கமாட்டார்கள்போல் விளங்குகின்றது, அவ்வகைப் பஞ்சமரென்றழைக்கப்படும் கிறீஸ்தவ வியாதியஸ்தர்களை அவ்வூர் வைத்தியசாலையில் சேர்த்து அவர்கள் வியாதிகளைக் காருண்யமாய்ப் பார்த்து சுகப்படுத்தும் செயல்கள் சரிவர நடந்துவருமாயின் பஞ்சமக் கிறீஸ்தவ வேலைக்காரர்களை அவ்விடம் வைக்கப்படாதென்னும் நிபந்தனைக் கேழ்க்கமாட்டார்கள். பஞ்சமர்களென்போர் யாவரும் அடியோடு நாசமடைந்து போய்விட வேண்டும் தாங்கள் மட்டிலும் சுகம்பெற வேண்டுமென்னும் பொறாமெயுடையவர்களாதலின் தங்களிடமுள்ள பொறாமெயைப் பாதிரிகளிடம் பரக்க விளக்கிவிட்டார்கள்.

முநிசிபல் கமிஷனர் அதிகாரத்திலேயே பஞ்சமக் கிறீஸ்தவர்களைப் பரக்கடிக்கப் பார்க்கின்றவர்கள் சுயராட்சியங் கொடுத்துவிட்டால் பஞ்சமரென்றழைக்கப்பெற்றவர்கள் யாவரும் பாதாளஞ்சேரவேண்டியதேயாகும். இத்தகைய சட்டதிட்டங்களும் ஆட்டபாட்டங்களும் எதினால்

உண்டாவதென்னில் யாரோ சிலர்கள் கூடி ஓர் பெயரைக் கொடுத்துவிடுவதும், அப்பெயரை ஓர் கூட்டத்தோர் ஏற்றுக்கொள்ளுவதுமாகியப் பேதைநிலையே மேற்கூறிய இழிந்த செயல்களுக்கும் தூற்றலுக்கும் ஆதாரமாய் இருக்கின்றது. வித்தையிலுங் கேவலம், புத்தியிலுங் கேவலம், உணவிலுங் கேவலம், உடுப்பிலுங் கேவலமுள்ளவர்களெல்லாம் வித்தை, புத்தி, யீகை, சன்மார்க்கம் நிறைந்தோர்களைப் பஞ்சமரென்றும், பறையரென்றுந் தூற்றிப் பாழ்படுத்தவும், பாழடையவுமுள்ளது. அப்பெயர்கள் யாவரால் வைக்கப்பட்டதென்று உணராக் குறைவேயாம்.

நீங்கள் என்ன விவேக மிகுதியால் உயர்ந்தசாதியானீர்கள், நாங்களென்ன விவேகக் குறைவால் தாழ்ந்த சாதி யானோமென்னும் விசாரிணை இல்லாது சத்துருக்களின் போதனைகளை மித்துருக்களின் போதனைபோல் எண்ணி நடப்பதினால் பஞ்சமரென்னும் பெயரை மட்டிலுமா கொடுப்பார்கள் இல்லை. பதங்குலைந்தவர்கள், பாழாய்ப் போனவர்கள் என்னும் பெரும் பெயர்களையுங் கொடுப்பார்கள். காரணந் தட்டிக்கேழ்க்கா நிலையாம். வைத்தியசாலையைப் பெற்றுக்கொள்ளும்படி சென்ற பாதிரிகள் எங்களிடம் பஞ்சமக் கிறீஸ்தவர்களுமில்லைப் பாப்பாரக் கிறீஸ்தவர்களுமில்லை எல்லோரும் சுதேசக் கிறீஸ்தவர்களே இருக்கின்றார்களென்று கூறி தங்கள் தன்மத்தை நடாத்தியிருப்பார்களாயின் பஞ்சமக் கிறீஸ்தவர்களென்னும் பெயரே பதிவின்றி பரந்திருக்கும். அங்ஙனங் கூறாது கிறிஸ்தவர்களுக்குள்ளும், பஞ்சமக் கிறீஸ்தவர்களுண்டென்னும் பாகுபாடை ஏற்றுக் கொள்ளுகிறபடியால் இத்தேசத்து விவேகமிகுத்தப் பூர்வ பௌத்தக் குடிகளைப் பஞ்சமர்களென்று இழிவு கூறுவது போதாது ஞான நெறிமிகுத்தக் கிறீஸ்துவையும் இழிவுக்கு உள்ளாக்கிவிடுகின்றார்கள். இந்துக்களுக்குள்ளாகப் பாப்பார இந்து, பஞ்சம இந்துவென்னும் பெயர்கள் தற்காலப் பத்திரிகைகளில் வெளியாவது போல், பாதிரிகள் கூடி கிறீஸ்தவர்களுக்குள்ளும் பஞ்சமக் கிறீஸ்தவர்கள் பாப்பாரக் கிறீஸ்தவர்கள் என்னும் பேதத்தை நிலைக்கச் செய்கின்றார்கள் போலும். இத்தகைய பேதத்திற்குக் காரணம் பாதிரிகளாகவே இருப்பார்களாயின் கிறீஸ்துவின் போதனையாம் தன்னைப்போல் பிறரையும் நேசியுங்கோளென்னும் மொழியை மறந்தும் போதிப்பவர்களாகும். அவரது போதனையை மறந்தவர்களாயின் அக்கிறீஸ்துவையும் மறந்தவர்களென்றே கூறவரும். ஆதலின் பாதிரிகளே, இப்பேதங்களை அகற்றி ஆதரிப்பார்களென்று நம்புகிறோம்.

தற்கால சுதேசிகளுக்கு முநிசிபல் கமிஷனர் உத்தியோகங்களைக் கொடுப்பதினால் அவர்களுக்கு விரோதிகளாகியப் பூர்வ சுதேசிகளைத் தலையெடுக்கவிடாமல் நாசப்படுத்தவும் தாங்கள் மட்டிலும் சுகமடையவும் பார்த்துக்கொள்ளுகின்றார்கள். ஐரோப்பியர்களுக்கு முநிசிபல் கமிஷனர் உத்தியோகங் கொடுப்பதாயின் தங்களைப் போல் மற்றவர்களையும் மநுகுலத்தோரென்றெண்ணி சகல மக்களுக்கும் சமதையான சுகமளித்து வருகின்றார்கள். இவ்விருதிரத்தோர்களில் ஐரோப்பியர்களே பெருந்தொகையுள்ளவர்களாயிருந்து தேசத்தின் சகல காரியாதிகளையும் நடத்துவார்களாயின் சகல குடிகளும் சமரச சுகம்பெற்று விருத்தியடைவார்கள், தற்கால சுதேசிகள் அதிகரிப்பார்களாயின் பூர்வ சுதேசிகள் பாழடைவதுடன் தேசமும் சீரழிந்துபோமென்பது திண்ணம் திண்ணமேயாம்.

- 4:27; டிசம்பர் 14, 1910 -

175. பூர்வ திராவிட பௌத்தர்களும் சென்னை சென்செஸ் கமிஷனரும்

தற்காலம் எடுக்கும்படி ஆயத்தஞ்செய்யுங் குடிமதிப்பின் ஆலோசினையில் தொதுவர், குரும்பர், கோத்தர், மகமதியர், கிறீஸ்தவர், பாரசீகர், சீக்கர் இவர்களை வெவ்வேறாகப் பிரித்துக் கணக்கெடுப்பது போல் இந்துக்கள், இந்துக்களல்லாதவர்களாயிருப்போரையும் வேறாகப் பிரிப்பதாயின் ஏழைக்குடிகள் சகலரும் சுகமுற்று சீரடைவார்கள்.

இந்துக்களின் சாதி ஆசாரங்களுக்கு உட்படாதவர்களும், அவர்களால் தீண்டப்படாதவர்களென்று விலக்கியுள்ளவர்களும், சகல சுதந்திரங்களுக்கும் பிரவேசிக்கவிடாமல் இந்துக்களென்போரால் தடுக்கப்பட்டவர்களுமாகியக் கூட்டத்தோரைக் கனந்தங்கிய மிஸ்டர் கேய்ட் சென்செஸ் கமிஷனரவர்கள் சரிவர வேறுப்படுத்தி அவர்களையும் மற்ற மனித வகுப்போர்களைப்போல் மனிதவகுப்பார்களாகச் செய்விப்பாரென்று எதிர்பார்க்கின்றோம்.

இந்துக்களுக்கு மத்தியில் இந்துவல்லாமல் வாழ்பவர்கள் இத்தேசப் பூர்வக் குடிகளேயாகும். இக்கூட்டத்தோருக்கு இந்துக்கள் சத்துருக்களேயன்றி மித்துருக்களாகமாட்டார்கள். பெரும்பாலும் இவர்கள் சாதிபேதமற்ற திராவிடர்களும், மதத்தில் பௌத்தர்களுமேயாகும். ஆயிரத்தி சில்லரை வருடங்களுக்கு முன்பு இத்தேசத்தில் வந்துக்குடியேறிய ஆரியர்களின் வேஷப்பிராமண மதத்தினால் இவர்களுக்கும் அவர்களுக்கும் உண்டாயிருந்த சத்துருத்துவமே வேஷப் பிராமணர்களைப் பூர்வக்குடிகள் கண்டவுடன் வீதிக்குள் வரவிடாமல் அடித்துத் துரத்தி சாணச்சட்டியை உடைப்பதும் வேஷப் பிராமணர்களோ தங்களது மித்திரபேதங்களாலும் தங்களது வேஷசாதி வகுப்புகளினாலும் தாழ்ந்த சாதியென வகுத்து தலையெடுக்கவிடாமற் செய்துவருகின்றார்கள். சத்துருக்களாகிய இந்துக்களென்போரால் தாழ்ந்த சாதிகளாக வகுத்து இம்சித்துவந்தபோதினும் இன்னசாதியாரென்று அவர்களை ரூபிக்கப் பாங்கில்லாமல் சிலரோ சண்டாளரென்றும், தீயரென்றும், பறையரென்றும், பஞ்சமரென்றும், வலங்கையரென்றும், சாம்பார்களென்றும், பலப்பெயர்களாக வழங்கிவருகின்றார்களன்றி நிலையான ஓர் பெயர்க் கிடையாது. காரணமோவென்னில் இவர்களுக்கு சாதியே கிடையாது ஆதலின் அதுபற்றி சாதியின் பெயரும் நிலையாகக் கிடையாது. இதுவன்றி சென்ற குடிமதிப்பெடுத்த காலத்தில் இப்பறையனென்னும் பெயர் ஆயிரத்தியைந்நூறு வருடங்களுக்கு பின்னரே தோன்றிய சாதிப்பெயரென்று சென்ற சென்செஸ் கமிஷனர் தன்னுடையக் குடிமதிப்பு ரிப்போர்ட்டு புத்தகத்திலும் வெளியிட்டிருக்கின்றார்கள். இவைகள் யாவையுந் தற்கால சென்செஸ் கமிஷனர் கனந்தங்கிய மிஸ்டர் கேய்ட் அவர்கள் கண்ணுற்று குடிமதிப்பு எடுக்குங்கால் தங்கள் அறியாமெயாலும் பயத்தினாலும் இந்துக்களுக்குப் புறம்பானப் பூர்வக்குடிகளிற் சிலர் பறையர்களென்றும், சிலர் வலங்கைமுகத்தாரென்றும், சிலர் பஞ்சமர்களென்றும் கூறுவார்கள். அவர்கள் யாவரையும் அப்பெயரால் குறிக்காது சாதிபேதமற்ற திராவிடர்களென ஒரே பெயரால் குறிப்பது உத்தமமும், பிரிட்டிஷ் ஆட்சியில் இந்துக்கள் அடையும்

சுதந்திரங்களை சாதிபேதமற்ற திராவிடர்களடையவும் ஏதுவுண்டாகும். மதத்தைப்பற்றி எழுதுவதில் பூர்வத்திலிவர்கள் சாதிபேதமற்ற பௌத்தர்களாகவே நிலைத்து இந்துக்களென்போர் கோவில்களுக்குள் இவர்கள் போகாமலும் இந்துக்களென்போரும் இவர்களை உள்ளுக்கு வரவிடாமலும் மதசம்மத விரோதம் நிகழ்ந்தே வருகின்றது. ஆதலின் இத்தகைய செய்கைகளின் ஆதாரங்களைக் கொண்டும் இத்தேசப் பூர்வ சரித்திரங்களைக் கொண்டும் இத்தேசப் பூர்வ சரித்திரங்களின் ஆதாரங்களைக் கொண்டும் பூர்வக்குடிகளை சாதிபேதமுள்ள இந்துக்களினின்று பிரித்து சாதிபேதமற்ற திராவிடர்களென்றே எழுதும்படியான உத்திரவளிக்க வேண்டுகிறோம். இத்தேசத்தின் பூர்வக் குடிகள் கொலம்போசுக்குமுன்பு அமேரிக்கா தேசஞ்சென்று திராவிட பௌத்தர்களென்றும், சாக்கைய பௌத்தர்களென்றும் வழங்கிய விவரத்தை சீனர்கள் வரைந்துவைத்துள்ள அமெரிக்கா சரித்திரத்திலுங் கண்டுக்கொள்ளுவதன்றி இந்துக்களென்போர் அன்னியதேசம் போனாலும், சமுத்திர யாத்திரைச் செய்தாலும் சாதிக் கெட்டுப்போமென்னும் அவர்களாசாரத்திற்கு எதிரடையாகப் பூர்வ திராவிடர்கள் என்போர் சாதிபேதமில்லாமல் பல தேசங்களுக்குஞ் சென்றிருந்த அநுபவங்கொண்டே நாளதுவரையில் பிரிட்டிஷ் ஆங்கிலேய துரைமக்களுடன் பல தேசங்களுக்குங் களங்கமில்லாமற் சென்றுவருகின்றார்கள். இத்தகைய அதுபவங்களையும் சென்செஸ் கமிஷனரவர்கள் தெரிந்துக் கொள்ளுவாராக.

- 4:27; டிசம்பர் 14, 1910 -

176. கனந்தங்கிய நமது கவர்னர் சர் ஆர்த்தர் லாலிபிரபு அவர்களின் கருணை

இந்திய தேசத்தோர்களே சற்று கவனியுங்கள். தற்காலத் தோன்றியுள்ள பிளேக்கென்னும் மகாவிஷரோகத்தின் பெயரைக் கேட்டபோதினும், அதன் செயலைக் கண்டபோதினும் அத்தேசத்து மக்கள் எவ்வளவோ பயந்து தேசம்விட்டு தேசம் ஓடிப்போகின்றார்கள்.

இத்தகையக் கொடூர ரோகம் சேலத்திலும் அதைச்சார்ந்த சுற்றுக் கிராமங்களிலும் தோன்றி ஆயிரம் இரண்டாயிரம் மநுக்களைக்கொன்று கூச்சலுண்டாயது உலகப் பிரசித்தமாம். அவ்வகை விஷரோகம் நிறைந்துள்ள தேசத்திற்கு நமது கருணைதங்கிய கவர்னர் சர். ஆர்த்தர் லாலி பிரபு அவர்கள் தனதுயிரை ஓர் துரும்பைப்போல் கருதியும், தனது குடிகளினுயிரை மாணிக்கம்போல் பாவித்தும் அவ்விடஞ்சென்று வீதிவீதியாய் நுழைந்தும் எங்கெங்கு ஜலவசதி கெட்டுள்ளதென்றும் எங்கெங்கு சுகாதாரங்கள் கெட்டுள்ளதென்று நன்காராய்ந்து அங்கங்கு குடிகளுக்கு நேர்ந்துள்ள கேடுபாடுகளை அகற்றி அவரவர்கள் மனோபயத்தை நீக்கிக் கார்க்கத்தக்கயேதுக்களைக் கலெக்ட்டர் துரையவர்கட்கும், டாக்டர்களுக்கும், சானிட்டேரி ஆபீசர்களுக்குக் கூறி குடிகளுக்கு நல்ல சுகாதாரம் அளிக்கும்படி செய்துவிட்டு சென்னை வந்து சேர்ந்திருக்கின்றார்கள்.

இத்தகைய சுத்தவீரர்களன்றோ அரசாங்கத்திற்குரியவர்கள். இத்தகைய நீதியும், நெறியும், அன்பும் வாய்த்தவர்களன்றோ குடிகளைக்காக்கும் புருஷர்கள். இத்தகைய நீதியும், கருணையும் வல்லபமும், மனோதிடமும், வித்தையும், புத்தியும் நிறைந்துள்ளவர்களின் ஆட்சிக்கு துரோகஞ்செய்து அவர்களை ஓட்டிவிட்டு தாகத்தாலும், பிணியாலும், விடாயாலும் ஓர் மனிதன் வீதியில் விழுந்துவிடுவானாயின் அவனருகில் சென்றெடுத்து அவனது ஆயாசத்தை நீக்குவதை விடுத்து விலகி நின்றுக்கொண்டு அவனென்னசாதி, அவனெந்தவூரெனக் கேட்டுக்கொண்டு நிற்குஞ் சீவகாருண்யமற்றவர்களும், தங்களை ஒத்த மநுமக்களை சுத்தசலம்மொண்டு குடிக்கவிடாத பொறாமெயுற்றவர்களும், தேசத்துள் படையெழிற்சியும் விஷரோக எழிற்சியும் தோன்றுங்கால் தங்கள் பிராணனைக் கார்த்துக்கொள்ள ஊரை விட்டோடிவிடும் வீரமற்றவர்களும் எக்காலும் மநுக்களை ஒற்றுமெய் அடையவிடாது பிரிக்கத்தக்க பேதம் உள்ளவர்களுமாய தற்கால சுதேசிகள் வசம் ஆட்சியளிப்பதாயின் குடிகளைப் பாதுகாத்து ரட்சிப்பரோ குடிகளுக்குள்ள குறைகளை நெருங்கிப் பரிகரிப்பரோ. வேற்றரசரின் படைதோன்றி குடிகளைத் துன்பஞ் செய்யுங்கால் சுத்தவீரத்துடன் எதிர்த்து எதிரிகளை வென்று குடிகளைப் பாதுகாப்பரோ. அவற்றைக் கனவிலும் நினைக்க ஏதுவில்லை. இதுவுமன்றி தருமஞ்செய்வதில் தனது சாதியோர்களுக்கே செய்ய வேண்டும், ஏனைய சாதியோருக்கு தரும் செய்யலாகாதென்னும் பாரபட்சமுள்ள சாதித் தலைவர்கள் வசம் அரசாட்சியை அளித்து விடுவதாயின் யாவர்பால் தங்களாட்சியை அன்புகொண்டு நடாத்துவார்கள் தருமஞ்செய்வது போலேயாம் தங்கள் தங்கள் சுயகாரியங்களுக்காய்க் கூச்சலிடும் சோம்பேறிகளின் வார்த்தைகளை நம்பிக்கொண்டு பூர்வ சுதேசிகளும் புலம்புவது பயனற்றச் செயலாகமுடிவதுடன் பழிக்கும் பாவத்திற்கும் ஏதுண்டாகிப்போம். ஆதலின் பிரிட்டிஷ் ஆட்சியோருக்குள்ள கருணையும், நீதிநெறி வல்லபமும், தன்னவரன்னியர் என்னும் பட்சபேதமற்றச் செயலும் எத்தகையதென்றுணர்ந்து அதன் பின்னர் சுயராட்சியம் விரும்பி செல்ப் கவர்ன்மெண்டு வேண்டுமென்னும் சாதித் தலைவரும் சமயத்தலைவருமானவர்களின் கருணையற்றச் செயல்களையும், அநீதியாய வாழ்க்கைகளையும், வல்லபமற்ற சோம்பேறிகளையும் தங்கள் சுயப்பிரயோசனங்களைக் கருதி ஏனையக் குடிகளைக் கெடுக்கும் பட்சபேதமுள்ளச் செயல்களையும் உணர்ந்து சுயராட்சியமென்னும் சொல்லையே மறந்து அவ்வார்த்தையை எடுத்துப் பேசும் கூட்டத்தோரையுந் துறந்து பிரிட்டிஷ் ஆட்சியில் விசுவாசம் வைத்து பிரிட்டிஷ் ஆட்சியே என்றும் நிலைத்து ஆளுகைபுரியவேண்டி சிந்திப்பார்களென வந்திக்கின்றோம்.

- 4:28; டிசம்பர் 21, 1910 -

177. காங்கிரஸ் கமிட்டியாரும் அவர்கள் செய்பலனும்

இப்போது காங்கிரஸ் கமிட்டியாரென வழங்கிவருதலை ஆதியில் நாஷனல் காங்கிரசென வழங்கிவந்தார்கள். இத்தகைய நாஷனல் காங்கிரசென்னும் பெயர் வழங்கிவந்ததேயன்றி செய்கையில் ஒன்றையுங் காணோம். பிராமணர்களெனச் சொல்லிக்கொள்ளுவோர்களே அதனிற் பெருந்தொகையினராய் இருந்ததுமன்றி ஏழைகளின் இடுக்கத்தை ஏற்காமலும், அவர்கள் சுகங்களை நோக்காமலே இருந்துவிட்டார்கள்.

காரணமோவென்னில், தாங்கள் பொலிட்டிகல் விஷயமாகப் பாடுபடுகிறபடியால் சோஷியலில் பிரவேசிக்கலாகாதெனக் கூறி தங்கள் தங்கள் சுயகாரியங்களையே பார்த்துவந்தார்கள். அத்தகையப் பட்சபேதச் செயலால் தாங்களுமோர் சுகத்தைக்காணாது ஏழைகளையும் ஈடேற்றாது வீணிற் பணங்களை விரயஞ்செய்துவிட்டு ஐயங்கார் இங்கிலீஷ் நன்றாய் பேசினார், ஐயர் இங்கிலீஷ் நன்றாய் பேசினார், ராவ் இங்கிலீஷ் நன்றாய் பேசினாரென்று ஒருவருக்கொருவர் பேசிக்கொண்டு உற்சாகமாடியப் பலனே அன்றிவேறு பலன் ஒன்றுங் கிடையாவாம்.

சென்னை மகா ஜன சபையோரேனும் எழிய ஜனங்களுக்கு கல்விசாலைகளும், பூமிகளும் அளித்து ஆதரிக்கவேண்டுமென்னுமோர் ரெக்கமெண்டு பத்திரங் கவர்ன்மெண்டாருக்கு அனுப்பி ஏழைகளுக்குக் கிஞ்சித்துப் பிரயோசனமேனும் செய்துவைத்தார்கள். இந்நாஷனல் காங்கிரஸ் கமிட்டியில் படா, படா ஆசாமிகளெல்லோருஞ் சேர்ந்துள்ளார்களென்னும் வதந்தியேயன்றி அவர்களால் ஏழைமக்களுக்கோர் ஈடேற்றமுங் கிடையாது.

அங்கங்கு கூடிய கூட்டங்களில் வருஷாவருஷம் காங்கிரஸ் கமிட்டியார் செலவிட்டுள்ள பணங்களைக்கொண்டு ஒவ்வோர் கலாசாலைகளையேனுங் கைத்தொழிற்சாலைகளையேனும் நாட்டியிருப்பார்களாயின் சுதேசமக்கள் எவ்வளவோ விருத்திப் பெற்றிருப்பார்கள். அங்ஙனமின்றி இராஜாங்கக் கனவிலேயே ஆழ்ந்து நின்றுவிட்டபடியால் ஆலோசனை சங்கத்தில் சகல வகுப்பு பெருந்தொகையான லெஜிஸ்லேட்டிவ் கவுன்சிலர்களது நியமனங் கேட்டு விழித்தும் பழய சொற்பனத்திலேயே மயங்குகின்றார்கள்.

இனியேனும் அம்மயக்கத்தினின்று விழித்து தாங்களெல்லோரும் இராஜாங்கத்தை நோக்கிக் கேழ்க்கவேண்டிய சங்கதிகள் யாவையும் லெஜிஸ்லேட்டிவ் மெம்பர்களிடம் ஒப்படைத்துவிட்டு தங்கள் காங்கிரஸ் முயற்சிகளை கல்வியிலுங் கைத்தொழிலிலும் விடுத்து தேசமக்களை வித்தையிலும் புத்தியிலும் விருத்தியடையச் செய்வார்களென்று நம்புகிறோம்.

- 4:28; டிசம்பர் 21, 1910 -

178. கிருஷ்ண சாமி ஐயரும் டிப்பிரஸ் கிளாசும்

சென்றவாரம் கனந்தங்கிய ஆமெக் துரையவர்களின் அக்கிராசனத்தின்கீழ் ஜஸ்டிஸ் கிருஷ்ணசாமி ஐயரவர்கள் பிரசங்கித்தபோது டிப்பிரஸ் கிளாசென்போர் அவர்களது கன்மத்தினால் அவ்வகையாகப் பிறந்துள்ளார்களென வற்புறுத்திக் கூறியிருக்கின்றார்கள்.

அவர் கூறியவாறு கன்மத்தினால் தாழ்ந்த வகுப்பில் பிறந்திருப்பது யதார்த்தமாயின் இவரென்ன கன்மத்தினால் அவர்களை உயர்த்திவிடப் போகின்றார். உயர்ந்த சாதி, தாழ்ந்த சாதி என்பது அவனவன் கன்மத்தாலென்னில் இவர்கள் செய்யும் கன்மத்தால் அவர்கள் உயர்ந்தசாதி ஆவர்களோ. இவர்கள் செய்யும் கன்மத்தால் அவர்கள் உயர்த்தப்படுவதாயின் அவர்கள் செய்த கன்மத்தால் தாழ்ந்த வகுப்பாகப் பிறந்துள்ளார்களென்னும் மொழி ஆபாசமாகவே முடியும். உயர்ந்த சாதியென வகுத்துக்கொண்டுள்ளவர்களின் கொடூர கன்மத்தினால் தாழ்ந்த சாதியெனச் சிலரைத் தாழ்த்தி விட்டார்களென்பதே அவரது சீர்திருத்த மொழியால் தெற்றென விளங்குகின்றது.

அதற்குப் பகரமாய் புங்கனூர் லோக்கல்பண்டு டிஸ்பென்சரியில் பஞ்சமக் கிறீஸ்தவர்களை உத்தியோகத்தில் வைக்கப்படாதென சுதேச கமிஷனர்கள் யாவரும் ஏகவாக்காகக் கூறியுள்ளதே போதுஞ்சான்றாகும். தாங்களே தாழ்த்தி நாசமடையச்செய்வதை அநுபவத்திற் காணலாம். தாங்களே அவர்களை உயர்த்தி தங்களைப்போல் சீர்திருத்துவதென்பது கனவிலும் நம்பக் கூடியதன்று.

இத்தகைய சீர்திருத்தக் கூச்சலும் கூட்டமும் அவர்களது சுயப்பிரயோசனத்தைக்கருதி செய்வதேயன்றி ஏழைகளை ஈடேற்றவேண்டுமென்பதன்று, சாதிகளுமிருத்தல் வேண்டும், ஜமாத்துகளுமிருத்தல்வேண்டும், டிப்பிரஸ்கிளாசையும் உயர்த்த வேண்டுமென்பது ஆகாயத்திற் கோட்டை கட்டவேண்டி அஸ்திபாரமிடுகின்றோம் என்பதற்கு ஒக்கும். அங்ஙனம் ஏழைகளை சீர்திருத்துவது யதார்த்தமாயின் யாதொரு பேதமுமின்றி அவர்கள் வாசஞ்செய்யுங் கிராமங்களின் மத்தியில் வீற்று வித்தையையும், புத்தியையும் அளித்தல் வேண்டும். அவ்வகையன்றி ஏழைகளுக்கென்று பணத்தைச் சேர்த்து தூரனின்று கற்பிக்கின்றோமென்பது உயர்ந்தசாதி என்போருள் வாசித்து வெறுமனே திரிவோருக்கு வேலைவேண்டிய சுயப்பிரயோசனக் கருத்தென்றே கூறுவதாகும்.

- 4:28; டிசம்பர் 21, 1910 -

179. கனந்தங்கிய ரெவரெண்ட் சி.எப். ஆன்று அவர்களும் சென்செஸ் உத்தேசமும்

இந்து சாதியோருக்குள்ள வகுப்புகளை விவரமாகக் கண்டறியவேண்டு மென்னும் ஆலோசனைக் கொண்டுள்ள சென்செஸ் கமிஷனரவர்களின் உத்தேசத்திற்கு மாறுதலாக ரெவரெண்டு ஆன்று அவர்கள் தோன்றி தனதபிப்பிராயங்களை வெளியிட்டுள்ளார். அவை யாதெனில் இந்துக் கோவிலுக்குள் போகாதவர்களாய் இருப்பினும், இந்துவென்று கூறுவோர்களை யாதொரு மறுப்புமின்றி இந்துவென்றே எழுதிக் கொள்ளவேண்டும் என்கின்றார். இவற்றுள் இந்துக்களென்போர் பெருந்தொகையோரெனக் காட்டி தங்கள் சுகத்தைப் பெருக்கிக்கொள்ளுவதற்கு சகலரையும் இந்துக்களென்றே அபிநயித்து தங்கள் காரியம் முடிந்தவுடன், அப்பா நீங்கள் இந்துக்களென்றால் உங்கள் உட்பிரிவுகளென்ன, இந்துக்களுக்குள் தீண்டாதவர்களுமிருக்கின்றார்கள் அவர்களுக்கெல்லாம் சமரச ஆட்சி கொடுக்கலாமா, அது சாதியாசாரத்திற்கு முறணாச்சுதே என்று கழித்துவிட்டு ஏழைகளை முன்னேறவிடாதுச் செய்துக்கொள்ளுவார்கள்.

அப்போது நமது ரெவரெண்டு ஆன்று அவர்கள் தவிக்கு முயலை அடிப்பதுபோல் ஏழைகளை தமது மதத்திற் சேர்த்துக்கொண்டு தங்கள் கூட்டத்தைப் பெருக்கத்தக்க சுயப்பிரயோசனத்தை நாடி வாழைப்பழத்தில் ஊசியை நுழைப்பதுபோல தமதபிப்பிராயத்தைக் கொடுத்துவிட்டார்.

இந்துக்களென்போரை இந்துக்களென்றே எழுதிக்கொள்ளும்படி அபிப்பிராயங் கூறும் பாதிரியாரவர்களிடம் ஒரு மனிதன்வந்து நான் கிறீஸ்தவனென்று கூறியவுடன் அவனை ஒன்றுங் கேழ்க்காமல் சேர்த்துக் கொள்ளுவரோ, புரோட்டிஸ்டாண்டு கிறீஸ்தவனா, கத்தோலிக்குக் கிறீஸ்தவனா, யூனிட்டேரியன் கிறீஸ்தவனாவென மூன்றிலொன்றைக் கேழ்க்காது விடுவரோ. அவ்வகையால் தனது வினாவை யோசியாது சென்ஸஸ் கமிஷனர் வினாவுக்குத் தடைகூறுவதழகாமோ. அவர் யாதுகாரணத்தைக் கொண்டு பிரிவினைகளையறிய வேண்டுமென்று யோசித்திருக்கின்றாரோ அதன் காரணத்தை இவர்கண்டு கொண்டனரா. கமிஷனரவர்களின் உத்தேசத்தை உணராது வீண் அபிப்பிராயங் கூறுவது விழலேயாகும்.

- 4:28; டிசம்பர் 21, 1919 -

180. சென்சசும் வடநாட்டார் அபிப்பிராயமும்

தற்காலம் எடுக்க உத்தேசித்திருக்கும் குடிமதிப்புக் கணக்கில் இந்துக்களென்றே சகலரையும் எழுதவேண்டுமென்று சிலர் கூறுவதும் மகமதியர்களும், கிறீஸ்தவர்களும் மத்தியில் வந்து குடியேறியுள்ளவர்களாதலின் அவ்விருவரையும் நீக்கிவிட்டு மற்றவர் யாவரையும் இந்துக்களென்றே எழுதவேண்டுமென்று சிலர் கூறுவதுமாகியக் கூச்சல் பலபத்திரிகைகளிலும் வெளியாகிக்கொண்டுவருகின்றது.

இத்தியாதி அபிப்பிராயங்களில் கிறிஸ்தவர்களையும் மகம்மதியர்களையும் நீக்கி மற்றவர்கள் யாவரையும் இந்துக்களென்றெழுதவேண்டுமென்பவர்கள் மகம்மதியர்களுக்கு சற்றுமுன்பு வந்து குடியேறிய ஆரியர்களை மட்டிலும் ஏன் குறிக்கவில்லை. ஆரியர்கள் இத்தேசத்திற்கு நூதன மதஸ்தர்களும், நூதன உருவர்களுமாயிருக்க அவர்களைக் குறிக்காது மகம்மதியர்களையும், கிறிஸ்தவர்களையுமட்டிலுங் குறித்துள்ளக் காரணமென்னை. பின்புவந்து குடியேறிய மகம்மதியர்களும், கிறிஸ்தவர்களும் இத்தேசத்தோருடன் சகல பாவனைகளிலும் சம்பந்தித்திருக்கின்றார்கள். ஆரியரென்பவர்களோ இத்தேசத்தோருடன் யாது பாவனைகளிலும் கிரியைகளிலும் சம்மந்தித்தது கிடையாது. அநுபவமோவென்னில், தங்களது சுபகாரியங்களில் ஆரியர்களை மட்டிலும் சேர்த்துக்கொண்டு காரியாதிகளை நடத்திக்கொள்ளுவார்கள். மரண காலங்களிலும் மற்றவர்களுக்கு அறிக்கையிடாது தங்களுக்குள்ளவர்களே பிரேதத்தை எடுத்துச்சென்று தகனித்துவிடுவார்கள். ஏதேனுமோர் தருமஞ்செய்யினுந் தங்கள் கூட்டத்தோருக்குமட்டிலும் செய்வார்களன்றி ஏனைய ஏழைகளுக்கொரு காசு ஈய்யமாட்டார்கள். ஓர் ஆரியரேதேனும் ஓர் உத்தியோகத்தில் அமருவாராயின் மற்றுமுள்ள உத்தியோகங்களுக்கெல்லாம் தங்கள் கூட்டத்தோரை சேர்த்துக்கொள்ளுவாரன்றி இத்தேசக்குடிகளை சேர்க்கமாட்டார். இத்தேசத்தோருள் யாவரேனும் ஆரியர்களுக்கு முன்பு அவ்விடமிருக்கின் அவர்களை அடியோடு ஓட்டிவிடும் வழிதேடுவார்கள்.

இத்தியாதி விஷயங்கள் யாவற்றினும் சம்மந்தப்படாதவர்களும் தூரவே விலகி நிற்பவர்களும் இத்தேசக்குடிகளை தன்னவர்களென்று பாவிக்காது அன்னியர்களாக விரோதிப்பவர்களுமாகிய ஆரியர்களை இத்தேசக் குடிகளைப்போல் பாவித்துக் கொண்டு சகல பாவனைகளிலும் சம்மந்தித்துள்ள மகம்மதியர்களையும், கிறிஸ்தவர்களையும் நீக்குவதாயின் அவர்களை எம்மதத்தோரென்று கூறலாம். இந்துமதத்தோர் என்பாராயின் இந்து என்பவன் யார், அவனெத்தேசத்திற் பிறந்தவன், எங்கு வளர்ந்தவன், அவனால் எத்தேசத்தோர் எவ்வகையாய சீர்திருத்தம் அடைந்திருக்கின்றார்கள். இந்துவென்பவன் தோன்றி சீர்திருத்திய காலவரைகளும், சரித்திரங்களும் ஏதேனுமுண்டா, அவன் பிறந்து வளர்ந்த சரித்திரங்களும், அவனால் போதித்த தன்மங்களும், அவனால் சீர்திருத்தமடைந்த கூட்டத்தோருமிராது இந்துமதம், இந்துமதமென்றால் எந்தமதமென்று கண்டறியலாம். புத்தர்தோன்றி சீர்திருத்தமடைந்த கூட்டத்தோ ரிருக்கின்றார்கள். அவருடைய போதனைகளும் இருக்கின்றது. அவரது சரித்திரங்களும் இருக்கின்றது.

கிறீஸ்தென்பவர் தோன்றி சீர்திருத்தமடைந்த கூட்டத்தோரும் இருக்கின்றார்கள். அவருடைய போதனைகளு மிருக்கின்றது. அவரது சரித்திரமும் இருக்கின்றது. மகம்மது என்பவர் தோன்றி சீர்திருத்தமடைந்த கூட்டத்தோரும் இருக்கின்றார்கள். அவருடைய போதனைகளு மிருக்கின்றது. அவரது சரித்திரங்களும் இருக்கின்றது. இந்து என்பவனுக்கு தேசமும் கிடையாது. பெற்று வளர்த்த தந்தைதாயருங் கிடையாது. அவன் போதித்த தன்மமும் இன்னதென்று கிடையாது. அவனால் சீர்திருத்திய மக்கள் கூட்டமுங் கிடையாது. அவனது சரித்திரமுங் கிடையாது இத்தகைய யாதுமற்றோன் மதம் இந்துமதமாம். எந்த மதத்திற்கும் சொந்தமில்லாத மதம் இந்துமதமென்னில் அவையாருக்குரியவை யாரவற்றைத் தழுவுவர்.

வெறுமனே இந்துமதமென்னில் அதனுற்பவங் கேட்பாரில்லையோ. பெரியசாதி சின்னசாதி என்பதற்கு மட்டிலும் சரித்திரங்களும் சாஸ்திரங்களுமுண்டாக்கிக் கொண்டபோது இந்து என்பவன் சரித்திரத்தைமட்டிலும் எழுதாமல்விட்டக் காரணமென்னை. இந்து என்பவன் ஒருவனுண்டாவென்னில் ஆரியமத மென்பதும், ஆரியனொருவனுண்டா வென்னில் வேதாந்திமதமென்பதும், வேதாந்தி யொருவனுண்டா வென்னில் அத்துவித மதமென்பதும், அத்துவிதி என்பவன் ஒருவனுண்டாவென்னில் விசிட்டாத்து விதமதமென்பதுமாகிய மாறுதலைக் கூறிவருவார்களன்றி எதற்குத் தக்க சரித்திர ஆதாரங்களைக் கொடுக்கமாட்டார்கள். இத்தகைய ஆதாரங்களற்ற மதத்தின் பொதுப்பெயர் இந்துமதமென்பார்கள். இத்தகைய சரித்திராதாரமற்ற இந்து மதத்தில் சகலரையும் ஒப்புக்கொண்டு அன்னிய தேசத்திலிருந்து இத்தேசத்தில் வந்து குடியேறிய மகம்மதியர்களையும் கிறீஸ்தவர்களையும் நீக்கிவிடுவதுபோல் அன்னிய தேசத்தினின்று இவ்விடம் வந்து குடியேறியுள்ள ஆரியர்களையும் நீக்கி அப்புறப்படுத்தி விடுவதாயின் இந்துமதமென்னும் பெயர் அன்றே மறைந்து தேசத்தின் சொந்தமதம் சூரியப்பிரகாசம்போல் விளங்கி சகல மக்களையும் சகோதிர வைக்கியத்தில் நிறுத்தி சுகம்பெறச்செய்வதுடன் நீதிநெறியமைந்துள்ள பிரிட்டிஷ் ராஜவிசுவாசத்திலும் நிலைத்து ஆறுதலடைவார்கள்.

- 4:29; டிசம்பர் 28, 1910 -

181. திண்டிவனந் தாலுக்காவைச் சார்ந்த மேல்பாக்கம் பாஞ்சாலம் சாத்தனூர் கிராமங்களுக்குரிய தாசில்தாரர்களுக்கும் முனிஷிப்புகளுக்கும் கணக்கர்களுக்கும் மிக்க வந்தனத்தோடு விடுக்கும் விண்ணப்பம்

மேற் குறித்துள்ள கிராமாதிகாரிகளாகும் தாசில்தாரர்களே, முனிஷிப்புகளே, கணக்கர்களே சற்று கண்ணோக்குவீர்களாக. தற்காலந் தங்களது கணக்கில் அடங்கியுள்ள 1,000 ஏக்கர் பூமி யாதொரு பயனுமின்றி வெறுமனே கிடக்கக் கண்ட மேற்சொன்னபடி கிராம் ஏழைக் குடிகள் அதிகாரிகளுக்கு எழுதிக் கேட்டபோது தாங்கள் யாவருங்கூடி அதை மேய்க்காலுக்கு விடப்பட்ட நிலமென மறுத்துவிட்டீர்களாம். அந்தோ! தாங்கள் யாவரும் அம்மாடுகளின்மீது வைத்தக் கருணை மநுக்கள்மீது வைக்காதொழித்தது அவர்கள் தௌர் பாக்கியம்போலும்.

அவ்வகையாக ஆயிரம் ஏக்கர் பூமியை இராஜாங்கத்தோருக்கும், குடிகளுக்கும், பிரயோசனமின்றி மேய்க்காலுக்கு விட்டிருப்பதாயின் அதைச் சுற்றிலுமுள்ள நூறாயிரம் ஏக்கர் பூமியின்பலனை இராஜாங்கத்தோருக்களித்து வருகின்றீர்களா. அங்ஙனம் இலட்சம் ஏக்கர் பூமியின் பலனை இராஜாங்கத்தோருக்கு அளித்து அப்பூமியில் வாழும் மாடுகளுக்கு ஆயிரம் ஏக்கர் பூமி விடப்பட்டுள்ளது என்பதாயின் ஏழைக்குடிகள் அப்பூமியைக் கேழ்ப்பதிற் பயனில்லை. இராஜாங்கத்தோருக்குப் பயனின்றியும், குடிகளுக்கோர் சுகமின்றியும் இருப்பதாயின் அறுநூறு ஏக்கர் பூமியை மேய்க்காலுக்கு வைத்துக் கொண்டு நானூறு ஏக்கர் பூமியை ஏழை மனுக்களுக்கு ஈய்ந்து ரட்சிப்பீர்களாயின் தங்களுடைய பூமிகளைத் தாங்களே ஏழைகளுக்கீய்ந்து ரட்சித்ததுபோல் பாவித்து சுகம் பெறுவார்கள். அத்தகைய மநுமக்கள்மீது மட்டிலுங் கருணை வையாது விட்டபடியால் ஏழைக்குடிகள் யாவரும் ஒன்றுகூடி தாயற்ற பிள்ளைகள் போல் கருணைமிகுத்த கவர்னரவர்களுக்கு விண்ணப்பம் அநுப்பியிருக்கின்றார்கள்.

ஈதன்றி இத்தேசப் பூர்வக்குடிகளும் தற்காலம் பஞ்சமர்களென்று அழைக்கப்பெற்றோர்களுமாகிய ஏழைக்குடிகள் எங்கு காலிபூமியாயுள்ளதென்று காண்பித்துக் கேட்கின்றார்களோ அவர்களுக்குக் கொடுக்கவேண்டுமென்று இராஜாங்கத்தார் தங்களது சட்டத்தில் குறிப்பிட்டே வைத்திருக்கின்றார்கள். அத்தகைய உத்திரவுகளைத் தாங்களறிந்திருந்தும் ஏழைகள் கேட்டுள்ள பூமிகளை அவர்களுக்குக் கொடுத்து ரட்சிக்காது கலெக்டரவர்களுக்கும் கவர்னரவர்களுக்கும் வீண்பிரயாசையாயைக் கொடுப்பது கருணையற்றச் செயலேயாகும்.

சென்னையிலும் மற்றுமுள்ள தேசங்களிலுமுள்ளப் பெரியோர்கள் பெருங்கூட்டங்களிட்டு (டிப்பிரஸ் கிளாசை) முன்னுக்குக் கொண்டுவர வேண்டுமென்று வேணப் பணங்களைச் சேகரிக்கவும் வேணமுயற்சிகள் எடுப்பதுவும் உலகப் பிரசித்தமாயிருக்க தாங்களும் அவ்வகைக் கருணை கொண்டு உள்ள ராஜாங்கத்தோர்க் காலி பூமிகளை ஏழைக்குடிகளுக்கு அளித்து ரட்சிப்பீர்களானால் சென்னையில் டிப்பிரஸ் கிளாசை சீர்திருத்தி சுகம்பெற செய்விக்கப்போகின்றோம் என்னுங் கூட்டத்தோருடன் தாங்களுஞ் சேர்ந்தவர்களென்றெண்ணி சகலருங் கொண்டாடுவார்கள். அத்தகைய கருணை வையாமல் தங்கள் தங்கட் பிரியமானவர்களும் மிக்க பூமியை உடையவர்களுமானவர்க்குக் கொடுத்துவிட்டு ஆதியிலிருந்துக் கேட்டுக் கொண்டேவரும் ஏழைக் குடிகளுக்குக் கொடாமல் வெறுமனே விட்டுவிடுவீர்களாயின் ஏழைக் குடிகளை முன்னேறவிடாமலும் அவர்கள் சுகமடைய வேண்டுமென்னும் நல்லெண்ணம் இல்லாமலும் காலமெல்லாம் நசித்து அவர்களை நாசப்படுத்திவருவதுபோல் இன்னும் அவர்களைத் தலையெடுக்கவிடாமல் நசித்துப் பாழ்படச் செய்வதற்கே ஏழைகளின் விண்ணப்பத்திற்கு இதக்கம் வையாது தடுத்துவருகின்றார்களென்னும் வதந்தியுண்டாவதுடன் டிப்பிரஸ் கிளாசை சீர்படுத்தப் போகின்றோமென்பவர்களின் செயலிலும் சந்தேகிப்பதற்கு ஏதுண்டாகிப்போம். காரணமோவென்னில், பண்ணைத்தொழில் புரியும் ஏழைக் குடிகளுக்கு காலிபூமிகளிருக்கின் கட்டாயங் கொடுக்கவேண்டுமென்று கருணைதங்கிய இராஜாங்கத்தோர் சட்டமிருந்தும் ஏழைக்குடிகள் அவற்றைக் கேட்டிருந்தும் அவர்கள் மீது கருணைவையாது விட்டுவிடுவதாயின் டிப்பிரஸ்கிளாசை சீர்திருத்தி முன்னுக்குக் கொண்டுவரப்போகின்றோமென்பவர்கள் தங்கள் பணங்களை செலவிட்டு தாங்களே முயன்று சீர்திருத்துவார்களென்பதை நம்பப்போமோ. அத்தகைய நம்பிக்கைக் ஆதாரமற்றுப்போவதுடன் காலமெல்லாம் பெருங் கஷ்டத்தை அநுபவித்துவரும் ஏழைக்குடிகளை இந்துக்களினின்று அப்புறப்படுத்தி வேறுவகை சீர்திருத்தஞ் செய்யுங்காலம் வரினும்வரும். ஆதலின் திண்டிவனம் தாலுக்காவைச் சார்ந்த மேல்பாக்கம், பாஞ்சாலம், சாத்தனூர் கிராமாதிகாரிகளை அங்குள்ள ஏழைகள்மீது கருணைவைத்து அவர்கள் கேட்டுள்ள பூமிகளைக் கொடுத்து ஆதரிக்கும்படி வேண்டுகிறோம்.

- 4:29; டிசம்பர் 28, 1910 -

182. முநிசபில் கமிஷனர்கள் நியமனம்

இவ்வருஷத்திய முநிசபில் கமிஷனர்கள் நியமனம் நெருங்கிவிட்ட படியால் கனவான்கள் ஒவ்வொருவர் வெளிதோன்றி வீடுவீடாக நுழைந்து வருகின்றார்கள்.

காரணாமோவென்னில், இந்த டிவிஷனுக்கு என் பெயருக்கு (ஓட்டு) கொடுங்கோள் வோட்டு கொடுங்கோளென ஒருவரைக்கொண்டு ஒருவருக்கு சொல்லவைப்பதும், வண்டிகளைக் கொண்டு வந்து ஒவ்வோர் மூலைகளில் நிறுத்திவிட்டு வீடுவீடாக நுழைந்து வருவதுமாகிய வேலைகள் நிறைவேறிவருகின்றது. இவற்றுள் குடிகளே சேர்ந்தாலோசித்து நம்முடைய டிவிஷனுக்கு யாரைக் கமிஷனராக நியமித்துக்கொள்ளலாம், யார் நம்முடையக் குறைவு நிறைவுகளை சங்கத்தில் எடுத்துப் பேசி சுகாதாரம் அளிப்பாரெனக் கண்டுதெளிந்து நியமிக்கவேண்டிய அவசியமாகும். அதற்கு மாறுதலாக சில கனவான்கள் தங்களுக்குத்தாங்களே கமிஷனர்களாகவேண்டுமென வெளிதோன்றி என்னை கமிஷன-

ராக நியமியுங்களென வற்புறுத்துகின்றார்கள்.

இத்தகையச் செயல்களால் குடிகளே சேர்ந்து தங்களுக்கு வேண்டிய கமிஷனர்களை நியமித்துக்கொள்ளவேண்டிய ஏதுக்களற்று தங்களுக்குத் தாங்களே கமிஷனர்களாக வெளிவந்து குடிகளை பலவந்தப்படுத்துவதுமன்றி வீடுகடோறும் வண்டிகளைக் கொண்டுவந்தும் ஏற்றிப்போய் கையெழுத்து வாங்குகின்றார்கள் இவ்வகையான கமிஷனர்கள் நியமனம் பெறுவோரை மறுபடியும் இவ்வீதிகளிற் காண்பதே கிடையாது. குடிகளுக்கு ஜலவசதியுண்டா, தீபவசதியுண்டா, வீதிவசதியுண்டாவென்னும் விசாரிணையுங் கிடையாது. அந்தந்த டிவிஷன் ஓவர்சியர்கள் பியூன்கள் தங்கள் தங்கள் வேலைகளை சரிவர நடாத்திவருக்கின்றார்களா வென்னும் பார்வையேனுமுண்டோ அதுவுங் கிடையாது, உள்ளக் குறைகளை ஐரோப்பிய பிரசிடெண்டுகளே வெளிதோன்றி வீதிசுகங்களையும், தீப சுகங்களையும், ஜல சுகங்களையுங்கண்டு சீர்திருத்துவதைக் காணலாமன்றி சுதேசக் கமிஷனர்களைக் காண்பது அரிதேயாம்.

குடிகளே சேர்ந்து தங்களுக்காய கமிஷனர்களை நியமித்துக் கொள்ளுங்காலமும் ஒற்றுமெயும் எப்போதுண்டாகுமோ அப்போதுதான் குடிகளின் சுகாதாரம் சீர்பெற்று கமிஷனர்களும் கண்ணுற்று பாதுகாப்பார்களென விளங்குகின்றது.

இதன் மத்தியில் கருணைதங்கிய ராஜாங்கத்தோரே அந்தந்த டிவிஷன்களில் மிக்க ஊக்கமும், உழைப்பும், குடிகளைக்கார்க்கும் நோக்கமுமுள்ள கமிஷனர்களை நியமித்துவருவார்களாயின் சுகாதாரம் செவ்வனே விளங்கும். ஈதன்றி நமது கருணை தங்கிய கவர்ன்மெண்டாரவர்களும், கனந்தங்கிய முநிசபில் பிரசிடென்டவர்களும் முக்கியமாக கவனிக்கவேண்டிய விஷயம் ஒன்றுண்டு, அதாவது, உயர்ந்த வகுப்பார் உயர்ந்த வகுப்பாரென சொல்லிக்கொள்ளுவோர்கள் மத்தியில் உயர்ந்தவகுப்போர்களென்பவர்களே கமிஷனர்களாகத் தோன்றி அவ்வுயர்ந்த வகுப்போர்களின் சுகாதாரங்களையே பார்த்துக்கொள்ளும் படியானவர்கள் தாழ்ந்த சாதியோர் தாழ்ந்த சாதியோரெனத்தூற்றி தலையெடுக்கவிடாமல் நசுக்குண்டிருக்கும் ஏழைக்குடிகள் வாசஞ்செய்துவரும் வீதிகளின் கேடுபாடுகளையும், நீரின் தடைகளையும், தீபக் குறைகளையுங் கண்டறிந்து சுகமளிப்பார்களோ ஒருக்காலுமளிக்கமாட்டார்கள். காரணம் சாதிவிரோதமேயாம்.

இத்தகைய சாதியாசரமுள்ளவர்கள் மத்தியில் சாதியாசாரம் இல்லாதவர்களுங் கலந்து வாசஞ்செய்கின்றபடியால் சாதியாசாரமில்லாதப் பெருங்குடிகளின் குறைகளை நீக்கி சுகம்பெறச் செய்வதற்கு சாதியாசாரமில்லாத ஒருவரைத் தெரிந்தெடுத்து முநிசபில் கமிஷனராக நியமிப்பார்களாயின் அவர்களால் ஏழைக்குடிகள் சீர்பெற்று சுகாதாரம் பெறுவார்கள். அவர்களுக்கு நேரிட்டுவருங் குறைகளையும் அடுத்து சங்கத்தோருக்கு விளக்கி ஆதரிப்பார்கள். மற்றப்படி சாதியாசாரம் வைத்துள்ளக் கமிஷனர்கள் சாதியாசாரமில்லாதோர்களை கனவிலுங் கவனிக்கமாட்டார்கள்.

சாதியாசாரமில்லாதவருள் கனதனவியாபாரிகளுட் சிலரும், கெமிஸ்ட் அண்டு டிறக்கிஸ்ட் வைத்துள்ள பென்ஷன் டிரசர்களும், பென்ஷன் பாரஸ்ட் ரேஞ்சர்களும், பென்ஷன்பெறாத கவர்ன்மெண்டு ஆபீசுகளின் மானேஜர்களும் இருக்கின்றார்கள். கருணை நிறைந்த கவர்ன்மெண்டார் அத்தகைய சாதியாசாரமில்லாதோருள் ஒருவரைத் தெரிந்தெடுத்து கமிஷனரில் நியமித்து ஏழைக் குடிகளை ரட்சிக்கும்படி வேண்டுகிறோம்.

- 4:30; சனவரி 4, 1911 -

183. காங்கிரஸ் கமிட்டியாரும் லெஜிஸ்லேட்டிவ் மெம்பர்களும்

இதுகாரும் நாஷனல் காங்கிரஸ் கமிட்டியாரென வழங்கி இந்திய தேசத்திலுள்ள சகலசாதி குடிகளும் ஒன்றுகூடி தங்கள் தங்கட் குறைகளை இராஜாங்கத்தோருக்கு விளக்கியுள்ள குறைகளை நிவர்த்திசெய்துக் கொள்ளுவதென்னும் உத்தேசத்தில் நியமித்திருந்தார்கள். அதாவது, குடிகளின் குறைகளை இராஜாங்கத்தோருக்கு விளக்கி சுகமளிக்க வேண்டுமென்பதேயாம்.

இத்தேசத்திலுள்ள பல வகுப்பாரின் குறைகளை பலவகுப்பாரும் ஆலோசினை சங்கத்தில் எடுத்துப் பேசுதற்கு ஆளில்லாதிருந்தபடியால் இக்காங்கிரஸ் கமிட்டியோ ரென்பவர்கள் கூட்டங்கூடுவதும் உள்ளக் குறைகளை பேசுவதும் இராஜாங்கத்தோருக்கு எடுத்துக் கூறுவதுமாகிய செயலிலிருந்தார்கள். தற்காலமோ அந்தந்த வகுப்பார்களில் ஒவ்வோர் லெஜிஸ்லேட்டிவ் கமிஷனர்களை நியமித்து அவர்களுக்குள்ளக் குறைகளை ஆலோசனைசங்கத்தி லெடுத்துப்பேசி நியாயவாயலாகப் பெற்றுக்கொள்ளும் சுதந்திரத்தை சகல குடிகளுக்குக் கொடுத்து பேசிக்கொண்டுவருங்கால், இக்காங்கிரஸ் கமிட்டியோரும் வெவ்வேறு கூட்டங்களைக்கூட்டி, தங்கள் தங்கட் பிரியம்போல் சிற்சில சீர்திருத்தங்களை பத்திரிகைகளில் வெளியிடவும் இராஜாங்கத்தோருக்கு எழுதவுமாயிருந்தால் இவ்விருதிரத்தோருள் இராஜாங்கத்தார் லெஜிஸ்லெட்டிவ் மெம்பர்களின் ஆலோசினையை ஏற்றுக்கொள்ளுகிறதா, அன்றேல் காங்கிரஸ் கமிட்டியாரின் ஆலோசனையை ஏற்றுக்கொள்ளுகிறதா, இவ்விருவர்கள் மொழியையும் ஏற்றுக்கொள்ள வேண்டுமென்பாராயின் அஃது நியாயவிரோதமேயாம்.

எவ்வாறெனில் பலவகுப்பாரும் சேர்ந்துள்ள லெஜிஸ்லேட்டிவ் மெம்பர்களின் ஆலோசனையை இராஜாங்கத்தார் ஏற்றுக் கொள்ளுவதே அழகும் நியாயமுமாகும்.

அங்ஙனமின்றி தென்தேசத்தில் பிராமணர்களெனப் பெயர் வைத்துக் கொண்டுள்ள பெருந்தொகையாரும், வடதேசத்தில் வங்காளிகளிற் சிலருஞ் சேர்ந்துக்கொண்டு செய்யும் ஆலோசினை அழகாமோவென்பதை ஒவ்வொருவரும் நன்குணரவேண்டியதேயாம்.

குடிகள் மீது இராஜாங்கத்தோரே கருணைகொண்டு ஒவ்வொரு வகுப்பாருள்ளும் ஒவ்வோர் ஆலோசினைக் கர்த்தவர்களை நியமித்து அவரவர்களுக்குள்ளக் குறைகளை எடுத்துப் பேசி குடிகளுக்கு சுகமளிக்கலாமென்னும் அதிகாரத்தை ஆனந்தமாகக் கொடுத்திருக்க அவர்கள் மூலமாக இந்த காங்கிரஸ் கமிட்டியோர்களில் முக்கியமாயுள்ள ஐந்தாறு பெயர்களுங்கூடி ஆலோசித்து வேண்டியக் குறைகளை இராஜாங்கத்தோருக்கு விளக்கும்படி சொல்லுவார்களாயின் மிக்க மேலாகும். அங்ஙனமின்றி பெருந்தொகையினராக நியமித்துள்ள லெஜிஸ்லேட்டிவ் கமிட்டி

மெம்பர்கள் ஒருபுறமும் நின்று இராஜாங்கத்தோருக்கு மிக்க தொந்தரையைக் கொடுப்பதாயின் இருவர்கள் சொல்லையும் அவர்கள் செவியில் ஏற்காது தங்களிஷ்டம்போல் இராஜகீயத்தை நடத்திக்கொள்ள நேரினும் நேரும்.

இக்காங்கிரஸ் கமிட்டியார் இராஜகீய சட்டதிட்டங்களிற் பிரவேசிக்காது உள்சீர்திருத்த விவசாயங்களிலும், கைத்தொழிலிலும் பிரவேசித்து தேசத்திற்கு சிறப்பையும், தேசக் குடிகளுக்கு சுகத்தையும் அளித்து ரட்சிப்பார்களாயின் அதுவே காங்கிரஸ் கமிட்டியார் எடுத்து முடித்தப் பேருபகாரமாகும்.

இம்முறைக் காங்கிரஸ் கமிட்டியார் கூடியக் கூட்டத்தில் மகாகனந்தங்கிய மிஸ்டர் வேட்டர்பர்னவர்கள் எழுந்து இந்துக்கள் எல்லவரும் ஒன்றுசேர்ந்து விட்டார்கள் மகமதியர்கள் மட்டிலும் ஒன்றுசேர வேண்டுமென்று கூறியது என்ன விசாரிணையோ விளங்கவில்லை. மேற்சொன்னபடி துரையவர்கள் சென்னை ராஜதானியிலிருக்குங்காலத்திலேயே கணக்கில்லா ஆயிரத்தெட்டு சாதியும், நூற்றியெட்டு சமயப் பிரிவுமிருந்து ஒருவருக்கொருவர் சேராமலிருந்ததைத் தான் கண்ணாரக் கண்டிருந்தும் தற்காலத்தில் ஒவ்வோர் பிரிவினர் வெவ்வேறு லெஜிஸ்லேட்டிவ் மெம்பர் நியமனம் விதிக்கவேண்டுமென்று கேட்டுள்ளதை வாசித்திருந்தும் இந்துக்கள் எல்லவரும் ஒன்றுகூடிவிட்டார்களென்று கூறியது காரணம் யாதென்று விளங்கவில்லை.

இத்தேசத்தில் சாதிப் பிரிவினைகளை வைத்துள்ளவர்கள் என்ன சுத்திலிருக்கின்றார்கள், சாதிப் பிரிவினையை வைக்காமலிருக்கின்றவர்கள் என்ன துக்கத்தை அநுபவிக்கின்றார்களென்று கண்டறியாமலும் யேழைகளை யீடேற்றும்படியான எண்ணமில்லாமலும் போய்விட்டவரானபடியால் இப்போதும் ஏழைக்குடிகள் அடைத்து வரும் கஷ்ட நஷ்டங்களைக் கண்டறியாது இந்துக்களெல்லாம் ஒன்றாகிவிட்டார்களென்று சாதித்தலைவர்களுக்காய் முகஸ்துதி பேசிவிட்டு போய்விட்டார் போலும். ஐரோப்பாவை விட்டு இந்தியாவிற்கு வந்தும் ஏழைக்குடிகளை நோக்காமற் போயது பரிதாபமேயாம்.

இத்தகையப்போக்கில் இங்கிலாண்டில் சிவில்செர்விஸ் பரிட்சை நிறைவேறுங்கால் இந்தியாவிலும் நடத்தவேண்டிய முயற்சி தேடவேண்டுமென்றும் ஓர் உச்சாகத்தை உண்டு செய்து போயிருக்கின்றாராம். இவ் உச்சாகக் கருத்தை இவர் சென்னை ராஜதானியில் கலெக்ட்டராயிருக்குங்கால் கூறுவரோ.

கலைக்ட்டரென்பது பிரிட்டிஷ் ஆட்சிபிரதம் உத்தியோகத்திலொன்றாவதுடன் கவர்னரது அந்தஸ்துக்கும் வரும் படியான உத்தியோகமாதலால் அதன்பரிட்சையும் அவ்வுத்தியோக நியமனமும் பிரிட்டிஷ் ஆட்சி பீடமாம் இங்கிலாந்திலேயே நடக்கவேண்டியதன்றி இந்தியாவில் நடத்துவது கூடாதகாரியமாகும். காரணமோவென்னில், இந்துதேசத்தை ஆண்டுரட்சித்து வரும் பிரிட்டிஷ் ஆட்சியோருக்கு சாதிபேதமென்னும் நூதனக் கட்டுப்பாடுகளும் பொறாமெ குணமும் அவர்களுக்குக் கிடையாது அத்தகையோர் பிரதம உத்தியோகம் பெறவேண்டியவர்கள் இங்கிலாந்திற்கே சென்று அவர்களுக்குள்ள பேதமற்றச் செயலிலும் தன்னவ ரன்னிய ரென்னும் பட்சபாதமற்ற குணத்திலும் சகல மனிதர்களையும் மனிதர்களாகப் பார்க்கும் நோக்கத்திலும் அடுத்தவர்களை ஆதரிக்கத்தக்கவன்பிலும் அவர்களுடன் பழகி அவர்களது மத்தியில் தங்கள் பரிட்சையிலுந் தேறி கலெக்ட்டர் உத்தியோகமும் பெற்று இந்தியாவிற்கு வந்து தங்களலுவலை நடத்துவார்களாயின் சாதிபேதமுள்ளோர் மத்தியில் சாதிபேத மில்லாமலும், சமயபேதமுள்ளோர் மத்தியில் சமயபேதமில்லாமலும் தங்கள் அலுவலை நடாத்தி பிரிட்டிஷ் ஆட்சியின் பெயருக்கும் கீர்த்திக்கும் வழுவற நிற்பார்கள்.

அங்ஙனமின்றி இந்தியாவில் கலெக்ட்டர் பரிட்சை நிறைவேறுமாயின் பிரிட்டிஷ் ஆட்சியின் சிறப்புக் குன்றி சாதியாசாரத்தின் சிறப்புமேலிட்டு சகல ஏழைமக்களும் சீர்கெட்டு தற்காலங் கூடிவரும் வித்தியா விவசாயங்களும் பட்டு பாழடைந்துபோமென்பது சத்தியமாதலின் பிரிட்டிஷ் ஆட்சியோர் கலெக்ட்டர் பரிட்சையை இந்தியாவில் நடத்தவிடாது இங்கிலாந்திலேயே நடத்தி சீர்பெறச் செய்து வருவார்களென்று நம்புகிறோம்.

- 4:31; சனவரி 17, 1911 -

184. பி.ஏ. பட்டம் எம்.ஏ. பட்டம் பெறுவது பெரிதா பூமியின் விருத்தி வித்தியாவிருத்தி செய்வது பெரிதா

பி.ஏ., எம்.ஏ. பட்ட விருத்தி தங்கள் பெண்டு பிள்ளைகளை மட்டிலுங்காப்பாற்றக் கூடியதும், பூமியின்விருத்தியும் வித்தியாவிருத்தியும் சகலசீவர்களையுங்காப்பாற்றக் கூடியதாகும். சகல சீவர்களையுங் காப்பாற்றக் கூடியதும் தேச சிறப்படையக்கூடியதுமாகியச் செயல்கள் மேலாயதா, பெண் பிள்ளைகளைமட்டிலுங் காப்பாற்றக்கூடியச் செயல்கள் மேலாயதா என்று ஆராயுங்கால் தேசச்சிறப்பும் குடிகள் சுகமும் விருத்தியடையக் கூடியச் செயல்களே மேலாயதாகும். இதற்குப் பகரமாய் ஜப்பான் தேசத்தோரும், அமேரிக்கா தேசத்தோரும் தங்கள் தங்கள் தேசங்களில் விவசாய விருத்திகளையும், வித்தியாவிருத்திகளையும், கைத்தொழில் விருத்திகளையுமே காரணமாகக்கருதி நடாத்திவருகின்றபடியால் அத்தேசத்திய மக்கள் குபேர சம்பத்துடையவர்களாயிருப்பதன்றி அன்னிய தேசத்தோரையும் ஆதரித்து வருகின்றார்கள்.

இத்தேசத்திலோ பி.ஏ., எம்.ஏ, முதலிய கௌரதா பட்டம் பெற்றவர்கள் மிக்கத்தோன்றினும், குபேர சம்பத்துள்ளோர் இல்லையென்பதே திண்ணம். கௌரதா பட்டம் பெற்றோர் பெருகியிருப்பினும் தன் தேசத்தோரைக் கார்க்கும் தனமுண்டோ அதுவுமில்லை. பட்டங்களினால் பயனில்லையென்பது பரக்க விளங்குகின்றபடியால் தேசத்தோர் பட்டப் பெயரைக் கருதாது, வித்தியா விருத்தி, விவசாய விருத்தி வியாபார விருத்தியில் நிலைப்பார்களாயின் அவரவர்கள் திரவிய சம்பத்தைப் பெறுவதுடன் தங்கள் தேசத்தோரையுங் காப்பாற்றி புறதேசத்தோரையும் பாதுகாப்பார்கள்.

நமது கருணைதங்கிய ராஜாங்கத்தோரும் இதுவிஷயத்தைக் கவனித்தல் வேண்டும். அதாவது இராஜாங்கத்தொழில்களில் பெரியபட்டம் பெற்றவர்களுக்கே பெரிய உத்தியோகங்கள் கொடுக்கப்படுமென்னும் ஓர் விதியை விதித்துள்ளபடியால் சகலரும் பெரியப்பட்டம் பெறவேண்டு-மென்னும் அநாவிருத்தியில் நோக்கங்கொண்டு ராஜங்க உத்தியோகமே பெற வேண்டுமென்னும் ஆவலுடையவர்களாகி வித்தியாவிருத்தி, விவ-சாயவிருத்தி, வியாபார விருத்தி இவைகளை மறந்துவிட்டார்கள். இராஜாங்கத்தோர் பெரிய பட்டத்தோரை விரும்பிய விஷயத்தில் வித்தையும், வியாபாரமும், விவசாயமும் விருத்தி பெருவதற்கு ஏதுவற்று பெரியபட்டம் பெற்றோர்களே பெருகி உத்தியோகம் கிடைப்பதற்கு இடமிராது பிரிட்டிஷ் ராஜாங்கத்தையே வோட்டிவிட்டு தங்கள் சுகத்தைப் பார்க்கும்படியான இராஜதுரோகிகளாகின்றார்கள். கருணைதங்கிய ராஜாங்கத்-தோர் பெரியபட்டங்களை நோக்காது பிள்ளைகள் கலாசாலைகளில் வாசிக்கும்போதே நியாயாதி விஷயங்களிலும், விசாரிணை விஷயங்களி-லும், விவசாய விஷயங்களிலும், இஞ்சனியரிங் விஷயங்களிலும், ஆர்ட்டிஸ்ட் விஷயங்களிலும், மற்றும் இராஜாங்க வுத்தியோகத்திற்கானத் தொழில்களிலும் யார்யார் எத்தகையத் தொழிலில் முயற்சியும் ஊக்கமும் உடையவர்களாயிருக்கின்றார்களோ அப்பேர்க்கொத்தப் பிள்ளைக-ளைத் தெரிந்தெடுத்து அதற்குத் தக்கப் பாடங்களைக் கற்பித்து இராஜாங்க வுத்தியோகங்களைக் கொடுத்து வருவார்களாயின் சகலவகுப்பாரும் இராஜாங்க உத்தியோகத்தைப்பெற்று சுகச்சீரடைவதுடன் குடிகள் யாவரும் இராஜவிசுவாசத்தில் நிலைத்து ஆறுதலடைவார்கள்.

தங்களது தேசத்தைப் போல் இத்தேசத்தையும் நோக்குவதாயின் சகலமும் மாறுதலடைந்தேனிற்கும். அதாவது வித்தியாவிருத்தி, விவசா-யவிருத்தியில் நோக்கமுடையவர்கள் பி.எ, எம்.எ. என்னும் பட்ட விஷயங்களில் விருத்திபெறமாட்டார்கள். அத்தகையசோர்வினால் உள்ள பூமிகளையும், உள்ள செல்வத்தையும் இழந்து பரிட்சையிலும் தேறாது பாழடைவது சிலக் கூட்டத்தோர் இயல்பாம். பி.எ. பட்டம், எம்.ஏ. பட்டமென்னும் உருவுபோடுவதே முயற்சியுள்ளவர்கள் தங்கள் கனவிலும் விவசாய விருத்தியையும், வித்தியா விருத்தியையும் சிந்திக்கவே-மாட்டார்கள். வேறு சிந்தனையற்று பட்டம் பெற வேண்டும் என்னும் சிந்தையை உடையவர்கள் விடாமுயற்சியாய் உருப் போட்டு பட்டம் பெற்றுவிடுகின்றார்கள். இத்தகைய உருப்போடுஞ் செயலில் சில கூட்டத்தோர் முயலுவார்கள். வித்தையிலும், விவசாயத்திலும் சில கூட்டத்-தோர் முயலுவார்கள்.

இவ்விரு கூட்டத்தோருள் ஒரு கூட்டத்தோரே பட்டங்களைப்பெற்று இராஜாங்க உத்தியோகத்திற்கு ஆளாகிவிடுவார்கள். அவர்கள் யாவரும் ஒன்று சேர்ந்துக்கொண்டவுடன் ஏனைய ஒரு கூட்டத்தார் சகல விஷயங்களிலும் நசிந்துப் பாழடைவதற்கே பாதையாகின்றது.

ஆதலின் கருணைதங்கிய ராஜாங்கத்தார் தங்கள் ஆளுகைக்குட்பட்ட சகலகுடிகளும் சிறப்புற்று வாழும்படியான ஏதுக்களில் பெரும்பட்டம் பெறவேண்டுமென்னும் தங்கள் சட்டங்களைத் திருத்தி ஆதரிக்கும்படி வேண்டுகிறோம். வாசித்துப் பெரும்பட்டம் பெற்றவர்களுக்கே இராஜாங்க உத்தியோகங் கொடுக்கப்படுமென்னும் நிபந்தனையால் தேசத்திற்குக் கால்பாக சுகமும், முக்கால்பாக துக்கமுமுண்டாகின்றபடியால் அத்தகைய நிபந்தனைகளை அகற்றி கருணை நிறைந்த ஆளுகைக்குட்பட்ட சகல குடிகளும் சுகம்பெற வேண்டுமென்பதையே நாடியுள்ளோமாதலின் வித்தியாவிஷயத்திலும், விவசாய விஷயத்திலும், வியாபார விஷயத்திலும், இராஜாங்க உத்தியோகவிஷயத்திலும் சமசரபாதை அளிப்பதே ஆனந்தமாகும்.

- 4:32; சனவரி 18, 1911 -

185. உலகத்தில் நீதிநெறி நிறைந்து தங்களைப்போலவே மற்றவர்களையும் மனிதர்களாகப் பாவிக்கும் இராஜாங்க மெவை

பிரிட்டிஷ் ராஜாங்கம் ஒன்றேயாம். அதாவது, மற்றயதேச அரசர்களெல்லாம் தாங்கள் எங்கு சென்றபோதினும் அவரவர்கள் சுகத்தையும், அவரவர்கள் சுயகாரியப் பிரயோசனங்களையுங் கருதியே தங்கள் ராட்சியபாரத்தை நடாத்துவது இயல்பாம். அதுவுமன்றி ராஜகீய பாரதூர நியமனங்களையுந் தன்னவருக்கு ஈய்ந்து தங்கள்மட்டிலுமே அதிகாரிகளாக விளங்குவார்கள்.

மற்றும் அன்னியதேச அரசர்களின் நியமனங்கள் அவ்வகையாயினும் நீதிநெறி ஒழுக்கங்களோ அம்மட்டும் அம்மட்டேயாம். சகலரும் ஏகபாஷை ஏகமக்களாயினும் தன்மதம் பிறர்மதமென்னும் பேதத்தாலும், தன் தெய்வம் பிறர்தெய்வமென்னும் பிரிவினாலும் நீதிநெறி அமைந்த புருஷர்களையும், விவேகமிகுந்த பெரியோர்களையும் உதிரம் பெருகிவழியக் கொன்றதுமன்றி நெருப்பிலிட்டுச் சுட்டுக் கொன்றிருக்கின்றார்கள். தங்களது மதங்கள் பரவவேண்டி அந்தந்த தேசமக்களை வதைத்து உதிரமோடச் செய்திருக்கின்றார்கள் இத்தகைய கொடூரச் செயல்களே அவர்களது நீதிநெறி ஒழுக்கங்களாகும். இராஜாங்கந் தாங்களே, இரீஷிகளுந் தாங்களே ஆளுகை செலுத்திக்கொண்டு வஞ்சித்துப் பொருள்-சேர்ப்பதே அவர்களது இராஜகீயச் செயல்களாகும்.

அன்னியதேச ராஜகீயமும், நீதிநெறியும் அவ்வகையாயின் சுதேசிய மென்னும் இந்தியதேச அரசற்றக்குடிகளின் செயல்கள் யாதென்னின், சாதிபேதமென்னும் பொய்யாகியக் கட்டுபாடுகளை ஏற்படுத்திக்கொண்டு தங்கள் பொய்க்கட்டுப்பாடுகளுக்கு எதிரிடையாய விவேகமிகுத்த மேன்-மக்களை கீழ்மக்களெனத்தாழ்த்தி மிருகங்களிலுந் தாழ்ச்சியாக நடத்தி மநுகுலத்தோரை மனிதர்களாக நோக்காது தங்களைப்போல் நல்லாடை அணையவிடாமலும், தங்களைப்போல் சவரஞ் செய்துக் கொள்ளவிடாமலும், தங்களைப்போல் உடலஞ் சுத்திசெய்ய குளங்களின் அருகே-யும், கிணறுகளினருகேயும் நெறுங்கவிடாமலும் செய்வது இத்தேசத்திற் பெரியசாதியெனப் பெயர்வைத்துள்ளவர்களின் ஒழுக்கங்களும் தன்ம-தமே மதம் தன் தெய்வமே தெய்வமென சிறப்பித்து ஏனையோரை கழுவிலும், கற்காணங்களிலும் வதைத்து உதிரம் பெருகத் துன்பஞ்செய்யுங் குணமே நீதிநெறியும் சீவகாருண்யமும் என்னப்படும்.

சுயதேசமாம் இந்தியர்களில் பெரியசாதியோரென்போர்நீதிநெறி ஒழுக்கமும் காருண்யமுமற்றச்செயலுங்கண்காட்சியாதலின் இவைகளையகற்றி பிரிட்டிஷ் ஆட்சியின் பேரானந்த ராஜகீயத்தையும் நீதிநெறி ஒழுக்கங்களமைந்த சீவகாருண்யத்தையும் ஆலோசிப்போமாக. தங்களது ஆட்சியாய ராஜகீயத்தில் தன்னவ ரன்னியரென்னும் பேதம் பாராமலும், மதத்தில் தன்மதம் பிறர்மதமென்னும் விரோதங்கொள்ளாமலும், தெய்வத்தில் தன் தெய்வம் பிறர்தெய்வமென்னும் சிந்தை வையாமலும் மங்குலத்தோர்களை மநுகுலத்தோர்களாகவே பாவித்து இத்தேச மனுக்களில் பெரியசாதியோர்களாயினும், சிறியசாதியோர்களாயினும், கனவானாயினும், பிச்சை ஏற்பவனாயினும், தமிழனாயினும், துலக்கனாயினும் கல்விகற்று விவேக மிகுத்திருப்பாராயின் சமரச ராஜகீய உத்தியோகங்கள் அளித்து சகல மனுக்களையும் தங்களைப்போல் எண்ணி தங்களைப் போலவே சகலரையும் சுகம்பெறச் செய்வார்கள்.

தாங்கள் சுத்தமாகப் புசிப்பதுபோல் மற்ற மனுக்களையும் சுத்தமாகப் புசிக்கச்செய்வார்கள். தாங்கள் சுத்த ஆடைகளை அணைவதுபோல் மற்றவர்களையும் சுத்த ஆடை அணையச்செய்வார்கள். தாங்கள் சுகமாக வண்டி குதிரை ஏறுவதுபோல் மற்றவர்களும் வண்டி குதிரை ஏறி சுகம் பெறக் கண்டு களிப்பார்கள். தங்களுக்குள்ள ராஜகீய நியமனங்களை மற்றவர்களும் வகித்து சுகம்பெறச் செய்வார்கள். மற்றவனுக்கோர் படுகாயம் நேரிடுமாயின் தங்களுக்கு நேரிட்டதுபோற் கருதி ஆதரிப்பார்கள். மற்றவர்களைக் கொள்ளைநோய்ப் பற்றுமாயின் அவற்றிற்கு பயப்படாது அவர்கள் மத்தியிற் சென்று நோய்களைப் பரிகரித்து சுகமடையச் செய்வார்கள், இத்தகைய நீதியும், நெறியும், கருணையும் அமைந்து உலகிலுள்ள சகல மக்களுங் கொண்டாடத்தக்க ராஜகீய ஆட்சி பிரிட்டிஷார் ஒருவர்சார்பேயுள்ளபடியால் அவர்களது ஆட்சியே இந்தியதேயத்தில் என்றும் நிலைக்க வேண்டுவோமாக.

- 4:33; சனவரி 25, 1911 -

186. சுதேசிகள் சுகத்தை சுதேசிகளேபொருக்காததென்னோ?

தற்காலம் நமது கருணைதங்கிய ராஜாங்கத்தார் வடநாட்டில் உலாவிவரும் ஓர் பத்திரிகைக்கு சிலவுதவிபுரிந்து அப்பத்திரிகையை அதிகமாகப் பரவச்செய்யும் ஏதுக்களைச் செய்துள்ளார்களாம்.

அப்பத்திரிகா உதவிபெற்றுள்ள பத்திராதிபரே சுதேசியேயாகும். இவற்றையறிந்த சுதேசியாம் மற்றோர் தென்னாட்டு பத்திராதிபர் அதை விரோதமாகவும், அவ்வகை உதவி செய்யத்தகாதென்றும், நீதிநெறியிற் சிறந்து நடுநிலை நடாத்தும் நிபுணர்போல் அபிநயிக்கின்றார். அத்தகைய உபகாரத்தை ராஜாங்கத்தார் இவரது பத்திரிகைக்கு உதவிபுரிவரேல் ஆனந்தமாக ஏற்று அடக்கத்தில் நின்றுவிடுவார். அங்ஙனமிராது வடநாட்டு பத்திராதிபருக்கு அளித்துவிட்டபடியால் மஞ்சகியாது நியாய விரோதமென்றும், தீயவிரோதமென்றும் தனது பத்திரிகையில் வரைந்துவிட்டார். இத்தகைய பொறாமெயும் பொய்ச்சார்பு முள்ளவர்கள்தானோ சுதேசத்தை சீர்திருத்தி சுதேசிகளை ரட்சிக்கப்போகின்றார்கள். கருணைதங்கிய பிரிட்டிஷ் ராஜாங்கத்தார் சுதேசிகளுக்கு அளித்துவருஞ் சுகங்களையும், அதிகார உத்தியோகங்களையும் சுதேசிகளே கண்டு களிக்காது மொறுமுறுப்பார்களாயின் சுதேசிகள் எக்காலத்தில் சீரும் சிறப்பும் பெறுவார்கள்.

இத்தகையக் குடிகெடுப்பும், வஞ்சினமும், பொறாமெயுமிகுத்த சுதேசிகள்பால் சுயராட்சியம் அளித்துவிடுவதாயின் எவ்வகையால் அவற்றைக் கார்த்து ராட்சியபாரம் தாங்குவார்கள். தங்களுக்குத்தாங்களே சகியாத வஞ்சினர்கள் ஏனையோர் சுகத்தை சகிப்பார்களோ, ஒருக்காலும் சகியார்கள்.

கண்டு சகியா செயலுக்குக் காரணங்கள் யாதெனில், வித்தை, புத்தி முதலிய விருத்தியால் தேசத்தை வருத்தி பொருள் சம்பாதித்து தாங்களும் சுகித்து தங்களை அடுத்தோர்க்கும் சுகமளித்து வருவார்களாயின் இத்தகைய குடிகெடுப்பின் குணமும், பொறாமெய் மிகுத்தச் செயலும் இவர்களுக்குத் தோன்றமாட்டாது. சதா சோம்பல்கொண்டு பொய்யாலும், சூதாலும் பொருள் பறித்துண்பதே பெரியசாதியென்னும் பெயர்பெற்றுள்ளவர்களின் செய்யலாதலின் கருணைதங்கிய ராஜாங்கத்தார் சுதேசிகளுக்குச் செய்து வருஞ் சுகத்தையே கண்டுகளிக்காது சோம்பியும், சொற்சோர்வுற்றுந் திரிகின்றார்கள். இவர்களது செயலும் குணமும் புலியானது பசுவின் தோலைப் போர்த்து பகிரங்கத்தில் உலாவுவதுபோலிருக்கின்றபடியால் இத்தகையோர் குணத்தையும் செயலையும் நன்காராயாது அவர்களது கருத்துக்கு இசைவது அவலட்சணமேயாகும்.

சுதேச லட்சணத்தையும் சுதேசிகளின் லட்சணங்களையுங் கருதுவோர் வித்தையிலும் புத்தியிலுந் தங்களது வல்லபத்தை காட்டல்வேண்டும். அங்ஙனமின்றி ஒருவர் கொடுப்பதை தடுக்கமுயல்வோரும், மற்றொருவர் பெறுவதைக் கண்டுசகியாதவர்களுமாகியக் கூட்டுரவிற் சேராமலும், அந்நோர் வாய்மொழிகளைக் கேளாமலு மிருக்கக் கருதியே நீதி நூலாசிரியர்கள் தீயோரைக் காண்பதுவுந் தீது, தீயோர் சொற்கேட்பதுவுந் தீது, தீயோர்குணங்களை பல்லோர்க்கு உரைப்பதுவுந் தீது, தீயாரோடு இணங்கியிருப்பதுவுந் தீதென்று குறிப்பிட்டிருக்கின்றார்கள். கருணைதங்கிய ராஜாங்கத்தோர் செய்துவரும் உபகாரச்செயல்களைக் கண்டு களித்து அவர்களுக்கு நன்றியறிந்த வந்தனஞ்செய்யாது அவர்களது உபகாரச் செயலுக்கு அபகாரமொழிக் கூறுவது அழகின்மெயேயாம்.

வடநாட்டிலுலாவி ராஜாங்கத்தோரால் உதவி பெற்றுள்ள பத்திரிகையும், சுதேச பத்திரிகை, அதனை நடத்துவோரும் சுதேசி, அவற்றைக்கண்டு சகியாதாரும் சுதேசியாதலின் இவற்றைக் காணும் ஒவ்வோர் புறதேசிகளும் நகைப்பதற்கு ஏதுவாகிவிடுகின்றது. ஆதலின் சுதேசிகளென சொல்லித்திரிவோர் வீண் பொறாமெய்ச்செயலில் வீண்காலம் போக்காது வித்தையிலும் புத்தியிலும் தங்கள் காலத்தைப் பெருக்கி சகல குடிகளும் சுகம்பெறும் வாழ்க்கையில் நிலைக்கச்செய்வார்களென்று நம்புகிறோம்.

- 4:34; பிப்ரவரி 1, 1911 -

187. சென்ஸசும் இந்திய பௌத்தர்களும்

இந்தியதேச பௌத்தர்கள் யாவருக்கும் ஆனந்தமாகத் தெரிவிக்கும் செய்தி யாதெனில்:-

அன்பர்காள், பௌத்தர்களென்னுங் கூட்டத்தோருக்கு எத்தேசத்திலும் சாதியாசாரங் கிடையாது. அதையநுசரித்தே நமது கருணை தங்கிய ராஜாங்கத்தோருக்கு விண்ணப்பம் அனுப்பி இந்துக்களுக்கும் பௌத்தர்களுக்கும் வெவ்வேறு கலம்பிரித்து வைக்க வேண்டுமென்று கேட்டுக்கொண்டோம். அவ்வகையாகவே பௌத்தர்களுக்கு வேறு கலம் பிரித்துவிட்டார்கள். இத்தகைய கவர்ன்மெண்டார் உத்திரவு அவர்களது பிரிட்டிஷ் ஆட்சிக்குட்பட்ட சகலதேச பௌத்தர்களுக்கும் பொருந்தியதேயன்றி வேறன்று. ஆதலின் மைசூர் ராட்சியத்திலுள்ள பௌத்தர்களாயினும் ஐடிராபாத்திலுள்ள பௌத்தர்களாயினும், பரோடாவிலுள்ள பௌத்தர்களாயினும் சகலரும் "இந்திய பௌத்தர்க"ள் என்றே அழைக்கப்படுவார்கள்.

கவர்ன்மெண்டு கெஜட்டில் பிரசுரித்திருப்பது எவ்வகையதென்னில், பர்ம்மா புட்டிஸ்ட், சைனா புட்டிஸ்ட் என்று தேசங்களையே குறிப்பிட்டிருக்கின்றார்கள். ஆதலின் இந்தியாதேச பௌத்தர்கள் எத்திக்கிலிருந்போதிலும் சகலரும் இந்தியதேச பௌத்தர்களேயாதலின் இந்தியதேச பௌத்தர்களுக்குள் எத்திக்கிலுள்ள பௌத்தர்களாயினும் இக்குடி மதிப்பெடுக்கும் சென்செஸ் காலத்தில் நீங்கள் உங்களை இந்திய பௌத்தர்களென்றே கூறல்வேண்டும். இல்லையெனமிரட்டி ஏதேனும் சாதியைக் கேட்பார்களாயினால் பௌத்தர்களுக்கு சாதியில்லையென்றே துணிந்து கூறுங்கள். வேண்டுமென்னுங் கெட்ட எண்ணத்தால் நீங்கள் முன்பென்ன சாதியென்று வற்புறுத்திக் கேட்பார்களாயின் அவ்வகையானக் கேழ்விகளுக்கு நாங்கள் உத்திரவு கொடுக்கமாட்டோம், நாங்கள் இந்தியதேச பௌத்தர்களென்றே யாவரும் ஏகோபித்துக் கூறுங்கள். இதுவே கருணைதங்கிய பிரிட்டிஷ் ஆட்சியோரால் இந்துக்கள் வேறு பௌத்தர்கள் வேறென்றதிகார உத்திரவுபெற்றுள்ள சென்னை சாக்கைய பௌத்த சங்கத்தார் அறிக்கை.

பூர்வமுதல் நாளதுவரையில் பௌத்தர்களுக்கு சாதிபேத மில்லையென்னும் அநுபவங்களினாலும், நமது கருணைதங்கிய ராஜாங்கத்தார் நமது கோரிக்கையின்படி இந்துக்கள் வேறு பௌத்தர்கள் வேறெனப் பிரித்துள்ள விதிகளினாலும் குடிமதிப் பெடுக்குங்கால் யாதொன்றுக்கும் பயப்படாமல் எங்களுக்கு சாதிப்பெயர் கிடையாது நாங்கள் இந்திய பௌத்தர்களென்றே துணிந்து கூறுங்கள்.

ஈதன்றி பௌத்தர்கள் பிள்ளை, நாயுடு முதலி, செட்டி யெனுந் தொடர்மொழிகள் யாதொன்றையுஞ்சேர்க்கப்படாது. முருகேசர், அருகேசர், குருசுவாமியார், இராகவர், பெரியசாமி புலவர், நந்தகோபாலர், கிருஷ்ணசாமியார் எனப் பகுதியின்றி விகுதியாகவே எழுதும்படி வேண்டுகிறோம்.

இந்துக்களென்போர் தங்கள் பெயர்களினீற்றில் சாதித் தொடர்மொழிகள் சேர்ப்பதுபோல் சேர்க்காமலும், அவர்கள் நெற்றிகளில் சாம்பற் சின்னமேனும், திருமண் சின்னமேனும் அணைவதுபோல் அணையாமலும் தவிர்த்துவிட வேண்டியது. சீலதீட்சைப் பெற்று பௌத்தர்களானவர்கள் இந்துக்கள் சேர்த்துக்கொள்ளும் சாதித்தொடர்மொழிகளையும், இந்துக்கள் அணைந்துக் கொள்ளும் சாம்பற் சின்னம், திருமண் சின்னம் யாவையும் சேர்க்கவும்படாது, வைக்கவும்படாதென உறுதியாக நம்பவும். சிலர் சுதேச பௌத்தாள் என எழுத ஆரம்பிப்பார்கள். அத்தகைய சுதேசமென்னு மொழியை எழுதவிடாமல் தமிழில் இந்திய பௌத்தாளென்றும், இங்கிலீஷில் இண்டியன் புட்டிஸ்டென்றும் எழுதும்படி சொல்லுவதில் 4-வது கலத்தில் "பௌத்தாளென்றும், 8-வது கலத்தில்" இந்திய பௌத்தாளென்று வரையும்படி செய்யவும்.

- 4:34; பிப்ரவரி 1, 1911 -

188. சத்தியவாதி யென வெளிதோன்றி அசத்தியும் பேசப்போமோ

ஒருநாளும் பேசலாகாது. அவ்வகைப் பேசுவதாயின் சத்தியவாதி யென்னும் பெயர் பொருந்தாது. விவேகமும் பெருந்தகைமெயும் வாய்த்த பரோடா மகாராஜனவர்களது சீர்திருத்த வாக்கியங்களில் கசிமலமாம் சாதியாசாரத்தை ஒழிக்க வேண்டுமென்பதும் ஓர் வாக்கியமாகும்.

அத்தகைய வாக்கியத்தைக் கேட்ட சத்தியவாதி என்பவர் துள்ளிக் குதித்து சாதியாசாரம் இந்தியாவில் மட்டுமன்று, உலகெங்கு முள்ளதென்றும் சாதியாசாரம் உள்ளபடியால் அனந்த சுகங்களுண்டென்றும், அவ்வகையில்லாவிடின் தேசங் கெட்டுப்போமென்றும், அமேரிக்கர்கள் சாதியாசாரத்தை மதிக்கின்றார்களென்றுங் கூறியுள்ளார்.

இவரது கூற்று எவ்வளவு சத்தியத்தை விளக்குகின்றது, எவ்வளவு அசத்தியத்தை விளக்குகின்றது என்பதை ஆய்ந்தறிவோமாக. இந்துக்களென்போர் சாதியாசாரமோவென்னில், அந்த ஐயர் வீட்டில் இந்த ஐயர் சாப்பிடமாட்டார், அந்த முதலியார் வீட்டில் இந்த முதலியார் சாப்பிட மாட்டார், அந்த நாயுடு வீட்டில் இந்த நாயுடு சாப்பிடமாட்டாரென்பார். ஐயா, ஐயரென்றால் ஒன்றுதானே, முதலியென்றால் ஒன்றுதானே, நாயுடென்றால் ஒன்றுதானே, ஏனவர்கள்வீட்டில் சாப்பிடப்போகாதென்றால், அவர் வேறு ஐயர், நாங்கள் வேறு ஐயர். அவர் வேறு முதலியார் நாங்கள் வேறு முதலியார், அவர் வேறு நாயுடு, நாங்கள் வேறு நாயுடு. ஆதலின் ஒருவர்வீட்டில் ஒருவர் சாப்பிட மாட்டோம் என்பார்கள்.

ஐரோப்பியர், அமேரிக்கர்களின் பிரிவினைகளோவென்னில், சக்கிலிவேலை செய்பவன்வீட்டில் அரசகுடும்பத்தான் பெண் கொள்ள மாட்டான். ஆனால் சக்கிலிவேலை செய்பவன் சமயல் வட்டித்து புசிப்பளிப்பானாயின் அரச குடும்பத்தான் பேதமின்றி புசிப்பான். சக்கிலிவேலை செய்பவன் பெண் ரூபவதியாயிருந்து அரசபுத்திரன் இச்சிப்பானாயின் களங்கமின்றி விவாகஞ் செய்துக் கொள்ளுவான். அக்காலத்தில் அரசகுடும்பத்தோர் யாவரும் வந்துசேர்ந்து பேதமின்றி புசிப்பெடுத்துக் கொள்ளுவார்கள். சக்கிலிவேலை செய்பவன் அத்தொழிலைவிட்டு நீங்கி நன்கு வாசித்து விவேகவிருத்தி அடைவானாயின் ஆலோசினை சங்கத்தோருடன் ஓரங்கமாக சேர்க்கப்படுவான். அரச குடும்பத்தோருடன் கலந்தும்

புசிப்பான். இதுவே ஐரோப்பியர், அமேரிக்கர்களின் செயல்களாகும். இத்தகைய செயலை இந்துக்களது சாதியாசாரத்துடன் ஒப்பிடுவது கஸ்தூரிக்குங் கசிமலத்திற்கும் ஒப்பிடுவதொக்கும்.

நாளுக்குநாள் இந்துக்களுக்குள் சாதி நாற்றம் பெருகிக்கொண்டு வருகின்றபடியால் பிரிவினைகளும் பெருகி ஒருவருக்கொருவர் உபகாரமற்று சீரழிந்துவருவது பிரத்தியட்சப்பிரமாணமாகக் கண்டும் சாதியாசாரத்தால் சுகமுண்டென்று கூறியது என்னமதியோ விளங்கவில்லை. பெரிய சாதி சிறியசாதி யென்னுங் கேடுபாடுகளால் ஒரு வீதியில் முப்பத்தியெட்டு சாதிகள் குடியிருந்துக்கொண்டு கொள்வினை கொடுவினை பேதம், புசிப்பின் பேதம் மதபேதம் ஆகியக் கொடுஞ்செயல்களை வகித்து ஒற்றுமெய்க் கெட்டு பாழடைந்து வருவதைப் பார்த்தும் பாராததுபோல் சத்தியவாதியென வெளிதோன்றியது விந்தையேயாம்.

தன்னை உயர்ந்த சாதியென உயர்த்திக் கொண்டு ஏனையோரை தாழ்ந்தசாதியென ஏமாற்றி ஏவல் வாங்கியும், பொருள்பரித்தும் தின்னும்படியான பொய்சாதி வேஷம் போய்விடுகிறதே யெனப் புலம்பத் தோன்றினாரேயன்றி இவர் சத்தியவாதியாக வந்தவரன்று.

யாதார்த்தத்தில் சத்தியவாதியாக வெளி தோன்றுவாராயின் பரோடா ராசனது மொழியை பொன்போலேற்று பூரண மதிபோல் விளங்கிநிற்பார். அங்ஙனமின்றி சுயப்பிரயோசனங் கருதி பெரிய சாதி வேஷம்பூண்டவராதலின் பரோடாவரசன் விவேகமிகுத்த பெருங் கருத்து விளங்காது விழிக்கின்றனர்.

- 4:34; பிப்ரவரி 1, 1911 -

189. பிரிட்டிஷ் ஆட்சியின் சட்டதிட்டங்கள்

தன்னவர் அன்னிய ரென்னும் பட்ச பாதமற்ற பிரிட்டிஷ் ஆட்சியில் இந்து ஒருவன் திருடினாலும் கட்டிவைத்தடிக்க வேண்டியதே. கிறீஸ்தவன் ஒருவன் திருடினாலும் கட்டி வைத்தாடிக்கவேண்டியதே. இந்து ஒருவன் குடித்து வெறித்து குதூகலன் செய்வானாயின் காராக்கிரகஞ் சேர்க்க வேண்டியதே. கிறீஸ்தவனொருவன் குடித்து வெறித்து குதூகலன் செய்வானாயின் காராக்கிரகஞ் சேர்க்கவேண்டியதே. இந்துக்களென்போரில் பெரியசாதியென்னும் பெயர்வைத்திருப்பினும் (பினல்கோடுக்கு) மீறுவானாயின் அவன் தெண்டிக்கப்படவேண்டியதே. கிறீஸ்தவன் ஒருவன் தன்னை ராஜாங்க மதத்தைச் சார்ந்தவனென்று கூறியபோதினும் அவனும் பினல்கோடுக்கு மீறுவானாயின் அவனையும் தெண்டிக்கவேண்டியதே யென தங்களது நீதியையும், நெறியையும் பொதுவாக வரைந்துள்ளதன்றி அநுபவத்திலும் பேதமின்றி நடத்திவருகின்றார்கள்.

இந்துக்களென்போரில் பெரியசாதியாச்சுதே யெனக் குற்றவாளியைப் பினல்கோடு தெண்டிக்காமல் விடாது. கிறீஸ்தவர்களென்போர் இராஜாங்க மதத்தைச் சார்ந்தவர்களாச்சுதே யெனப் பினல் கோடு தெண்டிக்காமல் விடாது. பிரிட்டிஷ் ஆட்சியில் பெரியசாதியென்னும் பட்சமும் பாராது, கிறிஸ்தவனாச்சுதே யென்னும் கிருபையும் தாராது. இருவரையும் ஒருவராக பாவித்து இந்துக்களுக்கு நேரிடும் சுகதுக்கங்களை தங்கள் சுகதுக்கங்களாக பாவித்தும், கிறிஸ்தவர்களுக்கு நேரிடும் சுகதுக்கங்களை தங்கள் சுகதுக்கங்களாகப் பாவித்தும் பாதுகார்த்தும் ரட்சிப்பார்கள்.

இந்துக்களென்போர் தங்களது மதச்சார்பிலுள்ளவர்களை சேர்த்துக் கொண்டு யேனைய மதத்தோரை சீவகாருண்யமின்றி கழுவிலும், கற்காணங்களிலும் வதைத்துக் கொன்றுவிடுவார்கள். சிலக் கிறீஸ்தவர்கள் தங்கள் கட்டளைகளுக்குட்பட்டவர்களை யேற்றுக்கொண்டு தங்கள் கட்டளை நீதியாயினும், அநீதியாயினும், தெரிந்து சொல்லினும், தெரியாமற் சொல்லினும் அவற்றை எதிரிட்டுக் கேட்போர்களை நெருப்பிலிட்டுக் கொளுத்தியும், தேசத்தில் இரத்த வெள்ளமோட காருண்யமின்றிக் கொன்றும்விடுவார்கள்.

இத்தகைய அநீதியும், அக்கிரமமுமாகியச் செயலை பிரிட்டிஷ் அரசாட்சியார் மறந்துஞ் செய்யமாட்டார்கள். ஆதலின் அசத்தியமும், அசப்பியமும், துன்மார்க்கமுமிகுத்தத் துணையை நாம் நாடாது வித்தையும், புத்தியும், ஈகையும், சன்மார்க்கமும் நிறைந்த பிரிட்டிஷ் ஆட்சியில் நிலைத்து அவர்களது அரசே யென்றும் நிலைக்கக் கருதி அவர்களது ராஜவிசுவாசத்தில் அமர்ந்து வாழ்வோமாயின் அவர்களைப் போல் மதபேதம், சாதிபேதமென்பதற்று நாமும் சுகசீவிகளாக வாழலாம்.

- 4:35; பிப்ரவரி 8, 1911 -

190. நமது இந்தியதேச சக்கிரவர்த்தியாருக்கு முடிசூட்டுங்கால் நடைபெறும் சிறந்தச் செயல்

வித்தையும், புத்தியும், ஈகையும், சன்மார்க்கமும் நிறைந்த நமது ஐந்தாவது ஜார்ஜ் அவர்களுக்கு இந்திய தேசசக்கிரவர்த்தியாக முடிசூட்டுங்கால் ஒருசிறந்த செயலால் அவற்றை நடாத்தும் உத்தேசத்தை முடிவு செய்திருப்பதாக வதந்தி.

அத்தகைய சிறந்த செயல் யாதெனில் இங்கிலாந்து தேசத்தில் ஓரரசருக்கு முடி சூட்டவேண்டுவதாயின் கிறீஸ்துமதப்பாதிரிகளிற் சிலரிருந்து அவற்றை சூட்டுவது வழக்கமாகும். ஆனால் நமது ஐந்தாவது ஜார்ஜ் அவர்களுக்கு இந்திய தேசத்தில் முடிசூட்டுங்கால் யாதொருவர்கள் கையினாலும் சூட்டாமல் சக்கிரவர்த்தியாரும் சக்கிரவர்த்தினியாரும் இருவருமே தங்கட் கரங்களால் முடிகளை எடுத்து தாங்களே தரித்துக்கொள்ளும்படியான முடிவை செய்திருக்கின்றார்களாம்.

இத்தகைய செயலும் கருத்தும் சக்கிரவர்த்தியாருக்கு மிக்க சிறப்பைத் தருவதுமன்றி இந்தியதேசவாசிகளாம் சகலமதஸ்தர்களுக்குங் மிக்க சிறப்பைத் தருமென்பதற்கு ஆட்சேபமில்லை. காரணமோவென்னில், இந்தியாதேசத்தில் பௌத்தர்களும், ஜைனர்களும், இந்துக்களும், ஜோராஸ்டர்களும், மகமதியர்களும், கிறிஸ்தவ பாதிரிகளைக் கொண்டு சக்கிரவர்த்தியாருக்கு முடிதரிப்பதாயின் சகலமதஸ்தர்களும் அவற்றை

அன்பாக நோக்கிய போதிலும் கிறிஸ்தவர்களின் ராஜரீகமென அந்தரங்கத்தில் அயிஷ்டங் கொண்டவர்களாகவே கொண்டாடுவார்கள். ஆதலின் நமது கருணைதங்கிய சக்கிரவர்த்தியார் இந்தியக் குடிகள் யாவருக்கும் தங்களைக் கிறிஸ்துமதச் சார்பினரெனக் காட்டிக் கொள்ளாது சகல சாதியோருக்கும், சகல மதஸ்தருக்கும் சமரசச் சக்கிரவர்த்தியென விளங்குவதற்காகத் தாங்கள் இந்திய தேச சக்கிரவர்த்தியாகத் தரித்துக்கொள்ளும் முடியை எம்மத குருக்களும் தங்களுக்குத்தரிக்காது தங்கள் கைகளினால் தாங்களே தரித்துக்கொள்ளப் போகின்றார்கள். இந்திய தேச சகலமத அரசர்களையும், சகலசாதியரசர்களையும் சிறப்பித்து முடிசூட்டிக் கொள்ளும் கொண்டாட்டம் இதுவேயாம்.

கிறீஸ்தவப் பாதிரிகளைக் கொண்டே அவர் முடி சூட்டிக் கொள்ளுவதாயிருந்தாலும் புரோட்டிஸ்டான்ட் பாதிரிகள் அருகினின்று சூட்டுவார்களாயின் கத்தோலிக்குப் பாதிரிகளுக்குக் கனக்கஷ்டமாம். கத்தோலிக்குப் பாதிரிகளைக் கொண்டு சூட்டுவார்களாயின் யூனிட்டேரியன் கிறீஸ்தவர்களுக்கு அதிக கவலையுண்டாம். யூனிட்டேரியன் பாதிரிகளைக் கொண்டு நடத்துவதாயின் சால்வேஷன் கிறிஸ்தவப் பாதிரிகளுக்கு சால துக்கமாம். இவைகள் யாவையும் அநுபவக்காட்சியில் கண்ணுற்று வந்த நமது சக்கிரவர்த்தியாரும், சக்கிரவர்த்தினியாரும் தங்கள் கரத்தினால் தாங்களே தங்கள் முடிகளைத் தரித்துக்கொள்ளப்போகின்றார்கள்.

இத்தகைய சிறந்தச் செயலுக்கு நீதிநெறியற்ற சிலமதவைராக்கிக்கள் அத்தகைய விசேடகாலத்தில் ஓர் தேவனை சிந்தித்து குருக்கள் முடிதரிக்காதது நல்லதல்லவேயென்று வீண் கூச்சலிடினுமிடுவர். அக்கூச்சல் தம்மதமே மதமென்றும் மதக்கடைபரப்பி அதனாற் பொருட்சம்பாதித்து சீவிப்பவர்களின் கூச்சலாயிருக்குமேயன்றி பொதுவாய சீர்திருத்தக்காரர்களின் கூச்சலல்லவென்றே துணிந்து கூறுவாம்.

இதற்குப் பகரமாய்க் கனந்தங்கிய நெப்போலியன் போனப்பார்த்தவர்களின் சரித்திரமே போதுஞ் சான்றாம். அவர் தனக்கு முடிசூட்டிக் கொள்ளுங்கால் யாரிடத்திலும் சூட்டிக்கொள்ளாமல் தானே சூட்டிக்கொண்டு அக்காலத்தில் நேர்ந்திருந்த யுத்தகளங்களில் அவர் காட்டிய வல்லபப்பெருக்கை இன்னும் உலகம் மறவாமலிருக்கின்றது. ஆனால் அவர் தங்கள் பாதிரிகளுக்கு மனத்தாங்கலை உண்டாக்கிவிட்டு முடிசூட்டிக் கொண்டாரென்பது சிலர் கூற்று. அத்தகையத் தாங்கலுக்கும் கூற்றுக்கும் இடந்தராது நமது சக்கிரவர்த்தியார் சூட்டிக்கொள்ளும் மகுடாபிஷேக விவரத்தை சகலருக்கும் விளக்கி எம்மதத்தோர் மனதும் சம்மதிக்கும்படி தமது முடியைத் தரித்துக்கொள்வது மிக்க ஆனந்தம் ஆனந்தமேயாம்.

- 4:36; பிப்ரவரி 15, 1911 -

191. மேற்சாதி கீழ்சாதி என்னும் ராஜரீகம் சிறப்படையுமோ

ஒருக்காலும் சிறப்படையாவாம். காரணமோவென்னில் தனது தேசக் குடிகள் யாவரையும் தன்மக்கள்போல் காக்கவேண்டிய மன்னன் தன்னை உயர்ந்தசாதியாக பாவித்துக்கொண்டு தனது குடிகளிற் சிலரைத் தாழ்ந்த சாதியாக வகுத்து உயர்ந்தசாதியோர் அடையும்படியான சுகங்களைத் தாழ்ந்தசாதியோர் அடையப்படாதென்று தன்னவரன்னியர் என்னும் பட்சபாதமாக நடாத்துவதாயின் பொய்யாகிய சாதிபேதவகுப்பால் தாழ்ந்த சாதியோரென்றழைக்கப் பெற்றவர்களுள் கல்வியும், விவேகமும் அமைந்தவர்கள் யாவரும் பெரிய சாதியோனென்னும் மன்னனை அவமதிப்பதுமன்றி அவனை சிறப்பிக்கவுமாட்டார்கள்.

பொய்யாகிய சாதிபேதத்துள் பொய்யனாயிருப்பினும், பெரிய சாதியான், கள்ளனாயிருப்பினும் பெரியசாதியான், கொலைஞனா யிருப்பினும், பெரியசாதியான், பொருளாசைமிகுத்தப் பேயனாயினும் பெரிய சாதியான், நாணமற்ற ஒழுக்கினனாயினும் பெரியசாதியான், மானயீனமற்ற மழுங்கலாயினும் பெரியசாதியான், சுகதேகியாகி பெண்டு பிள்ளைகளுடன் சுகித்துயாது தொழிலுமற்ற சோம்பேறியாய் பிச்சையேற்கினும் பெரியசாதியான், மனிதவுருவாகத் தோன்றியும் மனிதர்களுக்குபகாரமற்ற மாபாதகனும் பெரியசாதியான், அவன் பிள்ளையும் பெரியசாதியான். அவன் பிள்ளைக்கு அவன் பிள்ளையும் பெரியசாதியானெனப் பொய்யை மெய்யெனச் சொல்லித்திரிவதும்.

மெய்யைச் சொல்லும் மேன்மகனாயினும் தாழ்ந்த சாதியான், களவற்ற காருண்யனாயினும் தாழ்ந்த சாதியான், கொலையற்ற குணநலனாயினும் தாழ்ந்தசாதியான், பொருளாசையற்ற புண்ணியசீலனாயினும் தாழ்ந்தசாதியான், நாணமும் அச்சமுமிகுத்த நல்லோனாயினும் தாழ்ந்த சாதியான், மானமிது நிர்மானமிதுவெனக் கண்டுநடப்போனும் தாழ்ந்த சாதியான், பூமியைவுழுது பண்படுத்தி தானிய விருத்திச்செய்யும் உழைப்பாளியாயினும் தாழ்ந்த சாதியான், மனிதர்களை மனிதர்களாக பாவித்து சகலருக்கும் உபகாரியாயுள்ளவனும் தாழ்ந்தசாதியான். அத்தகைய உபகாரியின் பிள்ளையும் அவன் பிள்ளையும் தாழ்ந்தசாதியென மெய்யைப் பொய்யாகச் சொல்லித்திரிவதுமாகியச் செயல்களால் கற்றோருக்கும் கல்லாருக்குங் கலகங்களுண்டாகி அதையடக்கியாளும் நீதிமன்னனாம் சாதிபேதமும், சமய பேதமுமற்ற அரசனில்லாவிடின் நான் பெரியசாதி, நீ சின்னசாதி என்னுங் கர்வதாழ்ச்சியே வொன்றுக்கொன்று மீறி மாறா போருண்டாகி மன்னனும் பேரழிந்து குடிகளும் சீரழிந்துபோமென்பது சத்தியமாதலின் இந்தியதேசப் பூர்வக்குடிகளும், சாதிபேதமற்றவர்களும், விவேகமிகுதிபெற்றவர்களுமாகிய ஒவ்வொருவரும் இதனனுபவத்தைக் காட்சி அனுபவத்துடன் உணர்ந்து சாதிபேதமுற்ற ராஜரீகம் இந்தியாவில் தலையெடுத்து இன்னும் இத்தேசத்தை சீரழித்து தேசமக்களைப் பாழ்ப்படுத்திவிடாமல் சிறப்புற்றோங்குதற்கு பிரிட்டிஷ் ஆட்சியே நிலைக்கவேண்டுமென்னும் முயற்சியே விடாமுயற்சியாகக் கொண்டு அவர்களது ராஜரீகத்தில் அன்புபூண்டு அவர்களது காப்பே என்றென்றும் நிலைக்க நினைப்புறும்படி வேண்டுகிறோம்.

- 4:36; பிப்ரவரி 15, 1911 —

192. இந்திய தேசத்திற்குப் பொது பாஷையா யிருக்கவேண்டியவை ஆங்கிலபாஷையாம்

மற்றுமுள்ள பாஷைகள்யாவிலும்சாதிபேத போராட்டங்களை வரைந்துள்ளக் கட்டுக்கதைகளே மிக்கப்பெருகி நீதிநெறிவாக்கியங்களுங் கெட்டு நிலைகுலைந்திருக்கின்றபடியால் இந்தியாவில் வழங்கிவரும் தற்காலபாஷைகள் யாவையும் பொதுபாஷயாக ஏற்றுக்கொள்ளுவது வீணேயாம். பாஷை முக்கியமா அன்றேல் அப்பாஷைப்பேசும் குடிகளின் ஒழுக்கச்செயல்கள் முக்கியமாவென ஆராய்ந்து அவற்றை உறுதிசெய்தல் வேண்டும் அங்ஙனமின்றி இந்திய தேசத்தில் சிலர் இந்தி பாஷையை கற்றுக்கொள்ள வேண்டுமென்றும் சிலர் சமஸ்க்கிருத, பாஷையைக்கற்றுக் கொள்ளவேண்டுமென்றும் காரணமின்றி பேசுவது கனக்குறைவேயாம்.

ஆங்கில பாஷையானது உலகெங்குங் கொண்டாடக் கூடியதும், சகலதேசத்தோராலும் நன்குமதிக்கக்கூடியதும் சகலமக்களும் எளிதில் வாசித்துக்கொள்ளக் கூடியதுமாயிருப்பதன்றி அப்பாஷைக்குரியோர் எத்தேசஞ் செல்லினும், சாதிபேதம், சமய பேதமென்னும் பொறாமெய்ச் செயல்களற்று மனிதர்களை மனிதர்களாக பாவிக்கும் விவேகமுள்ளவர்களும், வித்தையும் புத்தியும் நிறைந்தவர்களுமாயுள்ளபடியால் அவர்களது பாஷையைக்கற்று இந்தியதேச முழுவதுமிவ்வாங்கிலபாஷையைப் பரவச்செய்வோமாயின், அவர்களது வித்தையும் புத்தியும் எங்கும் பரவுவதுமன்றி, என்சாதிபெரிது உன்சாதிசிறிதென்னும் சாதிகர்வங்களுமற்று எம்மதம் பெரிது உன்மதஞ் சிறிதென்னு மதகர்வங்களுமற்று, மனிதர்களை மனிதர்களாக பாவிக்கும் பேரானந்தவிவேகமும் பெற்று சுகச்சீர்பெறுவார்கள்.

இத்தகையச்செயலையும் அச்செயலுக்குரிய பாஷையையும் விடுத்து சாதிபோராட்டமும் சமயபோராட்டமும் நிறைந்துள்ள பாஷையை சகலருங் கற்றுக்கொள்ளுவார்களாயின் சாதியில்லாதோரெல்லாம் சாதியினையுண்டு செய்துக்கொண்டும், சமயமில்லாதோரெல்லாம் சமயங்களையுண்டு செய்துக் கொண்டும் வீணான பிரிவினைகள் மேலுமேலும் உண்டாகி ஒற்றுமெய்க் கெட்டு, உள்ளதும் பாழ்பட வேண்டியதேயாம்.

ஈதன்றி இந்திய தேசத்தில் நூதனப்பெயராகவழங்கும் இந்தி பாஷையைக் கற்றவர்களேனும், அதனிற் பெரும்பழக்கமுள்ளவர்களேனும், இத்தேசத்தோருக்கு என்ன வித்தையை விருத்திசெய்திருக்கின்றார்கள், என்னசுகங்களை அளித்திருக்கின்றார்கள். யாதுசுகமுங்கிடையாதாம் அவரவர்கள் பேசிவரும் சுயபாஷைகளைவிடுத்து இந்தியென்னும் பாஷையைக் கற்றுக் கொள்ளுவதாயின் அவரவர்களின் சாதியாசாரங்களும் விட்டுப்போமோ அவரவர்களது வம்மிஷவரிசையின் வஞ்சினங்களகன்றுப்போமோ. தன்னவர் அன்னியரென்னும் பட்சபாதம் விட்டுப்போமோ, ஒருக்காலும் விடாவாம்.

ஆங்கிலபாஷையைக் கற்பதால் சாதிபேதமொழிந்துபோம், சமயபேதமொழிந்துபோம், வஞ்சினங்களகன்றுபோம் பட்சபாதமற்றுப்போம், சகலரும் அன்பு பொருந்தியிருப்பார்கள். வித்தையும் புத்தியும் பெருகும். வீண் விவகாரங்களும் வீண்செயல்களும் அறும். உலகத்திலுள்ள எம்மனுக்களைக் காணினும் ஆங்கிலபாஷையைப் பேசி ஆனந்தமாக நேசிக்கலாம். இந்தியென்னும் பாஷையைக்கற்று காசிக்குப் போக்குவருத்து காலத்தில் பேசிக் கொள்ளுவதினும் உலகெங்கிலுமுள்ள சகல மக்களிடத்தும் ஆங்கிலபாஷையாற் பேசி ஆனந்தசீர் பெறுவதே அழகாதலின் இந்திய தேசமக்கள் ஒவ்வொருவரும் ஆங்கில பாஷையைக் கற்று ஆங்கிலவரசாட்சியில் விசுவாசமுற்று வாழும்படி வேண்டுகிறோம்.

- 4:37; பிப்ரவரி 22, 1911 -

193. விவசாயமும் கைத்தொழிலும் வீண்போகாது

இந்தியதேச வாசிகளே முக்கியமாகக் கவனிக்கவேண்டியவைகளைக் கவனியுங்கள். கவனிக்கக்கூடாதவைகளை அகற்றுங்கள். பௌத்ததன்மமானது இத்தேசத்துள் நிறைந்திருந்தவரையில் வித்தையும், புத்தியும், யீகையும், சன்மார்க்கமும் சிறந்திருந்தது. புத்ததன்மம் மறைந்து அபுத்ததன்மந் தோன்றியபோது பொய், பொறாமெய், வஞ்சினம், குடிகெடுப்பு முதலிய சாதியாசாரங்களும், சமயாசாரங்களும் பரவி வித்தையின் விருத்திகளையும், புத்தியின் விருத்திகளையும், ஈகையின் விருத்திகளையும், சன்மார்க்க விருத்திகளையுங் கெடுத்துவந்ததுமன்றிநாளதுவரையிலுங் கெடுத்து வருகின்றார்கள். சாதிகளின் துன்னாற்றங்களும், மதக்கடைகளை பரப்பி சீவிக்கும் சமய துன்னாற்றங்களும் எழும்பி நீதியின் நற்கந்தங்களையும், நெறியின் நற்கந்தங்களையும் வாய்மெயின் நற்கந்தங்களையும் மூடிக்கொண்டுள்ளபடியால் விவசாயமும், வித்தையுங் கெட்டு குடிகளும் கெட்டு தேசமும் பாழடையும்படி நேர்ந்துவிட்டது.

காரணம் தனக்குத்தானே பெரியசாதியெனப் பெயர் வைத்துக் கொண்டுள்ள ஒருவனுக்குக் கல்வியிருக்குமாயின் சிறியசாதியென்றழைக்கப் படுவோனுக்குக் கற்பிக்கலாகாதென்னும் பொறாமெ கொள்ளுவான், சிறிய சாதி என்றழைக்கப்படுவோனுக்குள் ஓர்வித்தை இருக்குமாயின் நம்மெய்ப் போன்ற மனிதனாயிருந்தும் நமது வித்தையை சுருக்கத்தில் உணர்ந்துக் கொள்ளக்கூடாதஅவிவேகியாயிருந்தும் தன்னைப் பெரிய சாதியோனென்று உயர்த்திக் கொண்டுஎம்மெய்த்தாழ்ந்தசாதியானெனக்கூறுவோனுக்கு எமது வித்தையைக் கற்பிக்கலாமோவென மறைப்பதும், மதக்கடை பரப்பி சீவிப்பதில் உன்சாமிச் சிறிது, என்சாமிப் பெரிதென்னும் போராட்டத்தினாலும், வித்தையும் புத்தியுங்கெட்டு மதக்கடை முதலாளரின் பொய் போதத்தால் சாமிகொடுப்பார், சாமிகொடுப்பாரென்னும் முழுச்சோம்பேறிகளாகி வீணர்களாகத் திரிவதுமன்றி தங்கள் குருக்கள் பிச்சையேற்று பெண்டு பிள்ளைகளைக் காப்பாற்றுவதுபோல் தாங்களும் பிச்சையேற்றுண்ணும் சோம்பேறிகளாகிவிட்டார்கள். பூமியை உழுது பண்படுத்தி தானியவிருத்தி செய்து சகலருக்கும் உபகாரிகளாக விளங்கும் மேன்மக்கள் வேஷப்பிராமணர்களின் போதனைக்குட்படாமலும் அவர்களது பொய்மதத்தைச் சாராமலுமிருந்தபடியால் அவர்களைப் பராயர் பராயரென்றும், பறையர், பறையரென்றுந் தூற்றித் தாழ்ந்த சாதிகளென அகற்றி சகலவிஷயங்களிலும் அவர்களைத் தலையெடுக்க விடாமற் பாழ்படுத்தியதுமன்றி சாதியாசாரமுள்ளவர்க ளெல்லோரும் ஒன்றுகூடிக்கொண்டு ஏழைமக்களை எலும்புத் தோலுமாக வாட்டி கோலுங் குடுவையுங்கொடுத்து சவரஞ்செய்யவிடாமலும், சுத்தநீரைமொண்டு குடிக்கவிடாமலும், சுத்தவாடைகளைக் கட்டவிடாமலும் நசித்து பாழ்படுத்திவிட்டபடியால் பண்ணைத்தொழிலாளிகள் யாவரும் சீவகாருண்யமற்ற சத்துருக்களுக்கு பயந்து கிருபாநிதிகளாகத் தோன்றிய பிரிட்டிஷ் ஆட்சியோரது பலதேசங்களுக்குச் சென்று பிழைக்க ஆரம்பித்துக்கொண்டார்-

கள். இன்னுமிருக்கும் சில ஏழைமக்கள் பூமிகள் வேண்டுமென்று கேட்பார்களாயின் சத்துருக்கள் இன்னுமிருந்து தடுத்து கெடுத்துக்கொண்டே வருகின்றார்கள். இத்தியாதி சத்துருக்களின் விரோதச் செயல்களால் வித்தையும், புத்தியுங் கெட்டதுமன்றி பூமிகளின் விருத்தியாம் விவசாய-முங் கெட்டு பாழடைந்துபோயிற்று. இப்பவும் முன்போன்ற வித்தையும், விவசாயமும் பெருகவேண்டுமாயின் கருணைதங்கிய ராஜாங்கத்தோரால் நாட்டியுள்ள விவசாயசாலைகளையும், வித்தியாசாலைகளையும், சாதிபேதம் மதபேதமின்றி விருத்தி செய்வதாயின் வித்தையும், விவசாயமும் பெருகும். குடிகளும் சுகம் பெறுவார்கள். கோனும் குதூகலிக்கும். அப்போதுதான் ராஜாங்கத்தோர் அளித்துள்ள விவசாயமும், வித்தையும் வீண்போகாது சுகமடையலாம்.

- 4:38; மார்ச் 1, 1911 -

194. போட்டி பரிட்சையே கூடாது

போட்டி பரிட்சைகளென்பது யாதெனில், இராஜாங்க உத்தியோக வகுப்புகளில் அந்தந்த உத்தியோகத்திற்குத்தக்க போட்டிப் பரிட்சை வைத்து அதில் முன்னேறியவர்களுக்கு உத்தியோகமளிக்க வேண்டுமென்னும் ஓர் ஏற்பாட்டை செய்யவேண்டுமென்பதாய் சிலர் வெளிதோன்றி வாதிட்டு வருகின்றார்கள்.

இத்தகையப் போட்டி பரிட்சையில் பலசாதியோர்களும் இராஜாங்க உத்தியோகத்திற் சேராமல் ஒருசாதியோரே ராஜாங்க வுத்தியோகத்திற் சேர்ந்து சுகமடையும்படியான ஏதுவைத் தரும். அதாவது, இத்தேசத்துள் ஒருசாதி வகுப்பினரன்றி பலசாதிகள் நிறைந்திருக்கின்றார்கள் அவர்-களுட் சிலர் கல்வியின்விருத்தியிலும், கைத்தொழில் விருத்தியிலும், விவசாயவிருத்தியிலும் நோக்கமுடையவர்களாயுள்ளதுமன்றி கல்வியில் கொடுத்த பாடத்தை இரவும் பகலும் உருபோட்டு ஒப்பிக்கும் வழக்கம் சகலசாதியோரிடத்திலுங் கிடையாது. பெரும்பாலும் அத்தகைய உருப்-போடும் வழக்கம். இத்தேச செல்வந்தர்களுக்கும் உழைப்பாளிகளுக்குங் கிடையாது. சிலசாதியோர்களுக்கு மட்டிலுமுண்டு. அவர்களே போட்டி பரிட்சையில் முன்னேறுவார்கள். அவர்களே சகல ராஜாங்க உத்தியோகங்களிலும் நிறைந்துவிடுவார்கள். அத்தகைய நிறைவால் அவர்கள் கூட்டத்தோரே சகல சுகமும் பெற்று வாழ்வதுடன் மற்ற சாதியோர்கள் யாவரும் சகலவிஷய சுகங்களுங்கெட்டு பாழடைந்து போவார்கள். சைனா, ஜப்பான், ஐரோப்பா, அமேரிக்கா முதலிய தேசங்களில் ஏகசாதியோர்களாயிருக்கின்றபடியால் அந்தந்த டிபார்ட்மெண்டில் வைக்கும் போட்டிப்பரிட்சைகளில் முன்னேறுவோரும் பின்னடைவோரும் ஏகசாதியினராயிருக்கின்றபடியால் தேறினோரும் தேறாதோரும் அவர்களைச் சார்ந்தவர்களும் சமரச சுகவாழ்க்கையை அநுபவித்துவருகின்றார்கள். இந்திய தேசத்தில் அத்தகைய ஏகசாதிகூட்டமில்லா பலசாதி கூட்டங்கள் நிறைந்துவிட்டபடியால் ஒருசாதியார் போட்டிப்பரிட்சையில் முன்னேறி விடுவார்களாயின் மற்றய சகலசாதியோரும் கெடுவார்களென்பது சொல்-லாமலே விளங்கும்.

ஆதலின் நமது கருணைதங்கிய ராஜாங்கத்தார் பலசாதியோர் நிறைந்துள்ள இத்தேசத்தில் போட்டி பரிட்சை வையாது அவரவர்கள் யோக்-கியதையையும், அந்தஸ்தையும், உழைப்பையும், இராஜவிசுவாசத்தையும் கண்டு அந்தந்த உத்தியோகங்களைக் கொடுத்துக்கொண்டுவருவதுடன் அந்தந்த டிப்பார்ட்டுமெண்டுகளாகும் ஒவ்வொரு வகுப்பிலும் பௌத்தர்கள் இத்தனைபேர், இந்துக்களித்தனைபேர், மகமதியர் இத்தனைபேர், கிறீஸ்தவர்களித்தனைபேரெனக் குறித்துவிடுவார்களாயின் இத்தேச சகலகுடிகளும் சுகம்பெற்று இராஜவிசுவாசத்திலும் நிலைத்துவாழ்வார்கள்.

அங்ஙனமின்றி கருணைதங்கிய ராஜாங்கத்தார் போட்டிப் பரிட்சைக் கிடங்கொடுத்து ஒருசாதிகளே முன்னேறி சகலடிப்பார்ட்மெண்டு உத்-தியோகங்களிலும் நிறைந்துவிட்டப்பின்பு அவர்களைக் குறைப்பதற்கு வழிதேடுவதாயின் அவர்களே தீட்டியமரத்திற் கூர் பார்ப்பவர்களாகவும் உண்டவீட்டை ரண்டகஞ் செய்பவர்களாகவுமான சத்துருக்களாயினுடமாகுவர். ஆதலின் பலசாதிகள் நிறைந்துள்ள இத்தேசத்தில் போட்டி பரிட்சையை வையாது சகலசாதியோரும் சுகம்பெற்று வாழும் அவரவர்கள் அந்தஸ்திற்கும், யோக்கியதைக்குந் தக்கவாறு தெரிந்தெடுத்து உத்-தியோகமளிப்பதே சிறப்பாதலின் போட்டிப் பரிட்சையென்னும் கருத்தைப் புறந்தள்ளி இராஜாங்கத்தார் பிரியம்போல் நியமித்தலென்னுங் கருத்தை நிலைக்கச் செய்ய வேண்டுகிறோம்.

- 4:39; மார்ச் 8, 1911 -

195. இந்தியதென் ஆப்பிரிக்கன்லீக் என கோலுங் குடுவையுங் கொடுக்கப் பார்க்கிறார்கள்போலும்

அந்தோ, இச்சென்னை ராஜதானியில் சாதியாசாரமுள்ளவர்கள் ஓர்க் கூட்டங்கூடி சாதியாசாரமில்லாத ஏழைகள் நெட்டாலுக்குப் போக்குவருத்-தாயிருப்பதை போகவிடாமல தடுக்கவேண்டிய முயற்சி செய்விக்கப் போகின்றார்களாம். சாதியாசாரமில்லா ஏழைக்குடிகள் சென்று பிழைக்கும் வழிகளைத் தடுக்கவும், அவர்கள் போகுமிடங்களைக் கெடுக்கவும், அவைகளுக்கென்று கூட்டமிட்டுப் பேசவும் என்ன அதிகாரமிருக்கின்றது. அந்த சாதிபேதமில்லா ஏழைக்குடிகள் இருக்க இடமற்று, குடிக்கக் கூழற்று, படுக்கப் பாயற்று, பசியும் பட்டினியாய் கோலுங் குடுவையும் எலும்புந் தோலுமாய் வண்ணாரின்றியும், அம்மட்டரின்றியும், குடிக்க சுத்தசலமின்றியும், அல்லலடையுங்கால் இப்போது நெட்டாலுக்குப்போய் சீவிப்போர்களை தடுக்க முயலும் சாதியாசாரமுள்ளவர்கள் அவ்வேழைகளுக்கு இடங் கொடுத்தாதரித்திருப்பார்களா, ஆடையளித்து குளிர்-தீர்த்திருப்பார்களா, ஏதுமில்லையே. சீவகாருண்யமற்றவஞ்சினமுடையவர்களாய் ஏழைமக்கள் தங்குதற் கிடங்கொடாமலும், சுத்தநீரை மொண்டு குடிக்கவிடாமலும், வண்ணாரை வஸ்திரமெடுக்கவிடாமலும் கோலுங் குடுவையுடன் குடியோடச் செய்தவர்கள் தற்கால மவர்கள் போக்குவருத்-

தைத் தடுப்பது காரணம்யாதெனில், அவர்கள் முன்னேறுஞ் சுகச்சீரைக் கெடுத்து சீரழிப்பதற்கென்றே கூறல்வேண்டும்.

எவ்வகையாலென்னில் சாதியாசாரமுள்ளவர்களால் தாழ்த்தி நசுங்குண்டவர்களாகிய சாதியாசாரமில்லாதவர்கள் வஞ்சநெஞ்சர்களின் இடுக்கங்களை சயிக்கமுடியாது கோலுங் குடுவையும் விட்டெறிந்துவிட்டு சிங்கப்பூர், நெட்டால் முதலிய தேசங்களுக்குச் சென்று தேகத்தை வருத்தி கஷ்டப்பட்டு அங்குள்ள எஜமானர்களுக்குத் திருப்த்திசெய்து வேணபொருள் சம்பாதித்துக்கொண்டு இவ்விடம் வந்து பட்டினவாசங்களில் சிலர் சொந்தவீடுகள் கட்டிக்கொண்டு சுகசீவனத் திலிருக்கின்றார்கள். சிலர் நாடுகளில் சொந்தத்தில் பூமிகளை வாங்கிக்கொண்டு உழுது பயிர்செய்து சுகவாழ்க்கைப் பெற்றிருக்கின்றார்கள். இவர்களின் சுகத்தைக்கண்டு மனஞ் சகியாத சாதியாசாரமுள்ளவர்கள், அவர்கள் சுகத்தைக் கெடுக்கவேண்டுமென்னுங் கெட்டயெண்ணமுடையவர்களாய் ஏழைகளுக்காகப் பரிந்து பேசுவதுபோல் முயன்று பதங்குலைக்கப்பார்க்கின்றார்கள்.

நெட்டாலுக்குச் சென்றுள்ள சிலர் அவ்விடத்திய ராஜாங்க சட்டதிட்டங்களுக் கடங்காது வீண்வாதுசெய்து கெடுவதின் செயலுக்கு ஏழைகளை நெட்டாலுக்குப் போகவிடாது தடுப்பது யாது பயன். அவ்விடமுள்ளவர்களின் செயலையும் துக்கவாழ்க்கையையும் சாக்குப் போக்குச் சொல்லி ஏழைக்குடிகளின் போக்கையிழுத்துக் கெடுத்து பாழ்படுத்தப் பார்க்கின்றார்கள்.

ஆதலின் நெட்டாலுக்குப் போய்வந்துள்ள ஏழைக்குடிகள் யாவரும் இது விஷயத்தில் மௌனஞ் சாதிக்கமட்டார்கள். காரணமோவென்னில், தங்களைப்போல் மற்ற ஏழைகளும் நெட்டாலுக்குச்சென்று கஷ்டப்பட்டு பொருள் சம்பாதித்து இவ்விடம் வந்து சுகம் பெறவேண்டுமென்னும் எண்ணமுடையவர்களாயிருக்கின்றபடியால் சாதியாசாரமுள்ளவர்கள் செய்யுந் தடைகளுக்கு எதிரிடையாய கூட்டமிட்டு தங்கள் குறைகளையும், நெட்டாலுக்குப்போய் பெற்றுள்ள சுகங்களையும் கருணைதங்கிய கவர்ன்மெண்டாருக்கு விளக்கி தங்கள் தடைகளை விலக்கிக்கொள்ள முயலுவார்கள். அக்காலத்தில் சாதியாசார முள்ளவர்கள் மனத்தாங்கலடைவதிற் பயனில்லை. அவரவர்கள் சுகத்தையும் அவரவர்கள் முன்னேற்றத்தையும் அவரவர்களே பார்த்துக்கொள்ள வேண்டியவர்களாவார்கள்.

- 4:39; மார்ச் 8, 1911 -

196. பிளேக்கென்னும் வியாதிக்கு மூலமாம் விஷக்கிருமிகள் இன்னும் உள்ளதுபோல் வெடிகுண்டெறிந்து வினை உண்டுசெய்யும் விஷக் கிருமிகள் மாளாமலிருக்கின்றது

வெடிகுண்டெறிந்து வினையுண்டுசெய்யும் விஷக்கிருமிகளையொத்த வஞ்சநெஞ்சினர்கள் ஒழிந்து இந்தியதேசம் ஆறுதலுற்றிருக்கின்றதென்றெண்ணியிருந்தோம். அங்ஙனமிராது பிளேக்கென்னும் ரோகத்திற்குப் பீடமாம் விஷக்கிருமிகள் தோன்றி மறைந்துபோன பிளைக் மறுபடியும் தோன்றுவதுபோல வெடிகுண்டெறியும் விஷக்கிருமிகள் தோன்றி வினையையுண்டு செய்கின்றது.

அவை யாதெனில், கல்கத்தாவில் சில தினங்களுக்குமுன் சக்கிரவர்த்தியென்னும் போலீஸ் கான்ஸ்டேபிலைசுட்டுக் கொன்றதாகக் கேழ்விப்பட்டு அதன் துக்கம் மாறுதற்கு முன் எப்.ஏ. கௌலி என்னும் துரைமகன்மீது வெடிகுண்டெறியப்பட்டதாகத் தெரிகின்றது. அத்தகைய வெடிகுண்டெறிந்த விஷக்கிருமி யாவனென்னில், 17-வயதுடைய ஓர் பிராமணப்பையனாம். இத்தகையக் கொலைப்பாதகனும் விஷக்கிருமிக்கு ஒப்பானவனும் குலத்திற்கே கோடறியானவனுமாகியப் படுபாவிக்கு பிராமணனென்னும் பெயர் கொடுத்தவர்கள் யாரோ விளங்கவில்லை. பிராமணனென்னும் பெரும் பெயர் இவனுக்குத் தகுமோ. சாந்தமும், சீவகாருண்யமும், அன்பும் நிறைந்த அருகனுக்கன்றோ பிராமணன் என்னும் பெயர் பொருந்தும். பற்றற்று நிருவாண முற்றோனை பிராமணனென்று கூறும் வாய்மெய் நீங்கி அசத்தியர்களையும், அசப்பியர்களையும், துன்மார்க்கர்களையும் பிராமணர்களென சிறப்பித்து வந்தபோதிலும் அவர்களது பூர்வகுணம் மாறாது சீவனத்திற்காக சாதிகளை உண்டுசெய்துக்கொண்டு தேசமக்களை வஞ்சிப்பதும் குடிகெடுப்பதுமாகியச் செயல்கள் போதாது இராஜாங்க துரைமக்களையும் வெடிகுண்டெறிந்து கொல்லும் வழியைத் தேடுவதுமன்றி இராஜாங்கத்தோருக்கு இந்தியக் குடிகள் சகலர் மீதும் அயிஷ்டம் உண்டாகத்தக்க ஏதுக்களையுஞ் செய்து வருகின்றார்கள்.

விரியன் பாம்பின் குட்டியாயினும் விஷமில்லாது போகாதென்பதுபோல் 17 வயதுடைய பிராமணனென்போனாயினும் வஞ்சினமும், குடிகெடுப்பும், பொறாமெயுமில்லாது வெடிகுண்டெறிவானோ. வெடிகுண்டெறியும்படி ஏவலிட்ட இவனது பெரியோர்களும் வஞ்சினமற்றவர்களாவார்களோ. பெரியோர்கள் வளையவளையப் பெய்யின் சிறியோர்கள் நின்றுபெய்யாமல் விடுவரோ. “குலத்தளவேயாகுங்குணம்” என்பதற்குப் பகரமாக அந்தந்த குடும்பத்தின் செயல்களை அவர்களது சிறுவர்களும் விடாமல் நிற்பது அநுபவமாதலின் சிறுபாம்பாயினும் பெரும்பாம்பாயினும் விஷம் ஒன்றேயாகும்.

சிலதினங்களுக்கு முன் வாசித்துள்ள பெரியோர்கள் யாவரும் ஓர் கூட்டங்கூடி இராஜ துரோகிகள் யாவரும் அடங்கிவிட்டார்கள் அவர்களுக்கென்று வகுத்துள்ள சட்டங்களை எடுத்துவிடவேண்டுமென்று கூறியவர்கள் இப்போது தோன்றிய 17 வயதுள்ள இராஜதுரோகிக்கு யாது கூறுவார்கள். பிராமணர், க்ஷத்திரியர், வைசியர், சூத்திரரென்னும் நான்கு வகுப்புள்ள சாதியோர்களில் சகலவகுப்போருக்கும் பெரியவகுப்பானென வழங்கும் பிராமணனென்று சொல்லிக்கொள்ளுவோனே இத்தகைய ராஜதுரோகத்திற்கு முதல்வனாயிருப்பானாயின் இவர்களுக்குத் தாழ்ந்த வகுப்போரும், இவர்களது வாக்கை தெய்வவாக்காக நம்பியிருப்போர்மீதும் இராஜாங்கத்தோர் நல்லபிப்பிராயங்கொள்ளுவார்களோ. இத்தகைய வஞ்ச நெஞ்ச மமைந்தக் கூட்டத்தோரை சத்துருக்களென்றெண்ணாது மித்துருக்களென் றெண்ணுவார்களோ.

வஞ்சினமிகுத்த துன்மார்க்கர்களுக்கென்று ஏற்படுத்திய சட்டத்தை எடுத்துவிடவேண்டுமென்று கூட்டங்கூடிய பெரியோர்கள் இந்தியாவிலுள்ள அந்தந்த கிராமங்களிற் கூட்டங்களைக்கூடி இராஜதுரோகிகள் யாவருக்கும் இராஜவிசுவாசம் உண்டாகத்தக்க நீதிநெறிகளைப் புகட்டி இராஜதுரோகத்தை அகற்றி சகல குடிகளும் சுகம்பெற்று வாழும்படியான ஒழுக்கங்களைப் போதித்திருப்பார்களாயின் இப்போதய இராஜதுரோகி

வெளிவந்திருப்பனோ ஒருக்காலும் வரமாட்டான். ஒரு துற்குணமுள்ள பிராமணனென்போன் செயலால் சில நற்குணமுள்ள பிராமணரென்போர்களையுஞ் சந்தேகத்திற்குள்ளாக்கிவிட்டான்.

ஆதலின் பிளைக்கென்னும் ரோகமூல விஷக்கிருமித் தோன்றாவண்ணம் பல முயற்சியும் ஜாக்கிரதைப்புமா யிருப்பதுபோல் வெடிகுண்டு விட்டெறியும் இராஜத்துரோக விஷக்கிருமிகள் எங்கெங்கு தோன்றுகிறதென்று அரிய விவேகத்தாலும், விடாமுயற்சியாலுங் கண்டறிந்து நசிக்கவேண்டியதே இராஜாங்கத்தோர் கடனென்னப்படும்.

- 4:40: மார்ச் 15, 1911 -

197. உத்தமபுருஷனாக விளங்கிய இராஜா சர் சவலை இராமசாமி முதலியார் கே.டி., சி.ஐ.ஈ. அவர்கள் மரணம்

சீவராசிகள் முதல் ஏழைமக்கள் வரை உபகாரியாக விளங்கிய பெரியோன் இராமசாமி முதலியாரவர்களின் மரணத்தைக் கேட்டு மிக்க துக்கிக்கின்றோம்.

காரணமோவென்னில் இவ்விந்திய தேசத்திற் பல கனவான்களிருந்தும் இவரை ஒத்த பரோபகார மிகுத்த சிந்தையும், அழியா தன்மவிந்தையம் அமைந்தோர் ஒருவருமில்லையென்றே துணிந்து கூறுவோம். அதாவது, அவரால் நாட்டியுள்ள தண்ணீர் தொட்டிகளே அழியாதன்மத்திற்கு ஆதரவாகும். கானலில் தவிக்கும் பட்சிகளுக்கும், மாடுகளுக்கும், மனிதர்களுக்கும் விடாய்தீர்த்து களைபோக்குவதொன்று. இத்தகைய தன்மத்தை ஒருவன் அழிக்கவாவது, அடியோடு எடுக்கவாவது கூடுமோ, கூடாவாம். தன்மத்தைக் கண்ட மற்ற தன்மப் பிரியர்கள் மேலும் மேலும் இத்தகைய கன்மத் தண்ணீர் தொட்டிகளைக் கட்டவும். சீவர்களின் தாகவிடாய்த் தீர்க்கவும் வழிகாட்டியாக நின்றவர் இராமசாமி முதலியாரவர்களே யாகும். பெருத்த சத்திரங்களைக் கட்டுவித்து சகல சாதியோரை சுகமாகத் தங்க வைத்துள்ளவரும், அனந்தப் பிரசவ வைத்தியசாலைகளைக் கட்டி வைத்தவரும் அவரேயாம். இவரது ஈகையின் குணத்தை அறிந்தே நமது கருணைதங்கிய ராஜாங்கத்தார் சி.ஐ.ஈ. என்னுங் கௌரதாபட்டம் அளித்தார்கள். முனிசிபெல்கமிஷனராகவும் நியமனம் பெற்றார். சென்னை ஐகோர்ட்டில் ஷெரிப்பாகவும் விளங்கினார். நமது விக்டோரியா பெருமாட்டியின் ஜூபிலி கொண்டாட்டத்தில் கே.டி. என்னும் பட்டமும் ஏழைகளை ஆதரிக்குங் குணத்தால் ராஜா, சர். பட்டமும் பெற்றார். நமது எட்வர்ட் சக்கிரவர்த்தியாருக்கு முடிசூட்டுங் காலத்தில் சென்னை ராஜதானியில் இவரோர் பெரியோனெனத் தெரிந்தெடுத்து அழைக்கப்பெற்றார். புதுச்சேரியில் இவரோர் பெருத்தக் குடும்பத்திற் பிறந்தவர்.

இத்தியாதி உபகாரங்களும் சிரேஷ்ட்டப்பட்டங்களும் பெற்றுள்ளதுடன் பஞ்சம ரென்றும், பறைய ரென்றும், சாம்பானென்றும், வலங்கையரென்றும் அழைக்கப்பெற்ற பூர்வத் தமிழ் குடிகளாம் ஏழை மக்களுக்கு இத் தென்னிந்தியாவில் பிரைமரி ஸ்கூல்களும், பூமிகளும் கொடுக்கத்தக்க அழியா முயற்சி செய்வித்தவரும் அவரேயாம்.

அஃதெவ்வகையாலென்னில், 1892 வருடம் சென்னை மகாஜனசபைக்கு நீலகிரி பிரதிநிதியாக நாம்வந்து இவ்வேழைப்பெரியோர்களுக்கு பூமிகளும், சிறுவர்களுக்குக் கலாசாலையும் வைத்து ஆதரிக்கும்படியான ரெக்கமெண்டு கவர்ன்மெண்டாருக்கனுப்பி ஆதரிக்கவேண்டுமென்று கேட்டுக்கொண்டபோது இதேமகான் இராமசாமி முதலியாரவர்களெழுந்து சங்கற மென்பவரைத் தனக்குதவியாகக் கூட்டி மகாஜனசபையோரால் கவர்ன்மெண்டாருக்கு ரெக்கமெண்டு செய்யத்தக்க ஏதுவைத்தேடி அக்காரியத்தை முடிவுசெய்து சென்னை ராஜதானியெங்கும் பிரைமரி தன்மகலாசாலைகள் ஏற்படுத்தி அனந்தமாயிரம் ஏழை பிள்ளைகள் கல்விகற்றுவருவதும், ஏழைபெரியோர் அனந்தம் பூமிகளைப்பெற்று சுகசீவனஞ்செய்துவருவதும் இவ்வுத்தமதான பரோபகார புருஷனாம் இராமசாமி முதலியாரவர்களின் பேருபகாரமேயாதலின் இத்தகைய புண்ணியபுருஷன் மறைந்த செய்தியைக்கேட்ட அனந்தங்கோடி ஏழைமக்களும் தன்மப்பிரியர்களும் ஆரா துக்கத்தில் ஆழ்ந்துவிட்டார்கள். அவரது அழியா தன்மமே அவரது மனைவிமக்களுக்கு யாதொரு குறைவுமின்றி சுகசீரளிக்குமென நம்புகின்றோம்.

- 4:40; மார்ச் 15, 1911 -

198. கைத்தொழில் கைத்தொழில்

நமது தேசத்தில் மெய்க்குருக்கள் நிறைந்திருக்கும்வரையில் மக்களுக்குக் கலை நூற்களைக் கற்பித்து கைத்தொழில்களை மேலும் மேலும் விருத்திச்செய்து அறிவை வளர்த்துவந்தார்கள். அதனால் தேசமெங்குங் கைத்தொழில் சீவனமும் விவசாய சீவனமும் விருத்திப்பெற்று சகலமக்களுங் கவலையற்ற சுகவாழ்க்கைப் பெற்று கலை நூற்களைக்கற்று குருவிசுவாசம், இராஜ விசுவாசமுற்று சிற்ப நூற்களிலும், சோதிடநூற்களிலும், வைத்திய நூற்களிலும் நீதிநூற்களிலும், ஞானநூற்களிலும் சிந்தையை உடையவர்களாய் இருந்ததுமன்றி வித்தியாவிருத்தியிலும், விவசாயவிருத்தியிலுமே கண்ணோக்கமுங் கருத்துமாயிருந்து கால மும்மாரிபெய்யவும் பூமி நையவும் பயிர் செய்யவுமான சுகபோஷிப்பால் கைத்தொழில்களை நூதன நூதனமாகக் கண்டுபிடித்து வந்தார்கள்.

அத்தகைய விருத்திகளுக்கு ஆதாரமாகிய மெய்க்குருக்கள் நசிந்து இத்தேசமெங்கும் பொய்க்குருக்களே வந்து நிறைந்து விட்டபடியால் பொய்மதக்கடைகளைப் பரப்பி பொய்யை மெய்யெனக்கூறி பொருள் பறித்து தங்கள் சுதேசங்களுக்கு அனுப்புவதுடன் தங்கள் பெண்சாதி பிள்ளைகளுடன் சுகப்புசிப்பிலிருந்து கொண்டு பூர்வக் கைத்தொழில்கள் யாவையும் மறக்கச்செய்து நாளெல்லாங்கெட்டு நாசமடைவதற்கு அவர்களது சோம்பேறி வித்தைகளை இனிதாகக் கற்றுக் கொடுத்துவிட்டார்கள்.

அவ்வித்தைகள்யாதெனில், நெடுக நிமிர்ந்து நெற்றியில் வட்டை வட்டையாகக் குறுக்கே பூசிக்கொண்டு கண்ணாடியைக் குனிந்து நிமிர்ந்து பார்த்துக்கொள்ளுங்கோள் அதுவோர் வித்தை. நெற்றியில் பட்டைபட்டையாக நெடுகப்பூசிக்கொண்டு நெளித்து நெளித்து பார்த்துக் கொண்டிருங்கோள், அதுவோர் வித்தை. சாமிகளைக் கழுத்தில் கெட்டியாகக் கட்டிக்கொள்ளுங்கோள், நீங்கள் விழுந்து கும்பிடும்போது அவைகளும் விழுந்துவிழுந்து கும்பிடட்டும், அதுவோர்வித்தை. இந்தக்கொட்டைகளை முடிபோல் செய்து சிரசில் போட்டுக்கொள்ளுங்கோள், ஏகுமிடங்களிலெல்லாம் உங்களுக்கு சோறுகிடைக்கும், இதுவோர் வித்தை, ஒன்பது கீற்றுக்கொட்டையாகப்பார்த்துக் கட்டிக்கொள்ளுங்கோள், குருபத்தினியண்டைப் போனாலுமப்பாவந்தீர்ந்துபோகும் அதுவோர் வித்தை. பலவருண நூல்திரட்சிக் கயிறுகளுடன் கொட்டைகளும் வேறுக்கட்டிக்கொள்ளுங்கோள் போகுமிடங்களிலெல்லாம் பொருக்க சோறு கிடைத்துப்போம், அதுவொரு வித்தை. அந்த மந்திரத்தை இவரை வேண்டிக்கொள்ளச்சொல்லுங்கோள் இந்த மந்திரத்தை அவரை வேண்டிக் கொள்ளச் சொல்லுங்கோள். அவர்களால் ஆகாவிட்டால் நீங்களே வேண்டிக் கொள்ளுங்கோள். இது ஆப்பத்திற்குச் சொல்லும் மந்திரம் ஒன்று, சோற்றுக்குச்சொல்லும் மந்திரமொன்று, இதுவோர் பெரிய சோற்றுவித்தை பொய்க்குருக்களால் இத்தகைய சோம்பேறி வித்தைகளைக் கற்றுக்கொண்டு கவலைமிகுத்தக் கடைச் சோம்பேறிகளாகி விட்டபடியால் மக்களது பூர்வவித்தைகள் யாவுமழிந்து பிச்சையேற்குந் தொழிலால் பெண்டு பிள்ளைகளைக் காப்பாற்றும்படி ஆரம்பித்துக் கொண்டார்கள். தங்கள் பிள்ளைகளும் அத்தொழிலில் நின்று சோம்பேறி வித்தைகளுக்கான பொய்ப்புராணங்களை எழுதவும், பொய்ப்போதனைச் செய்யவுமாய ஏதுக்களால் அரியவித்தைகள் யாவுமழிந்து சோம்பேறிச் சோறுண்ணும் சூன்யவித்தைகள் பெருகி நாளுக்கு நாள் மக்கள் சீரழிந்து போவதுடன் கருணைதங்கிய பிரிட்டிஷ் ஆட்சியிற் கற்பிக்கும் வித்தைகளையும் கையாடாது விட்டு வீண்சோம்பலடைந்துவருகின்றார்கள்.

இனியேனும் நமது தேயத்தோர் பொய்க்குருக்களின் சோம்பேறி வித்தைகளை அகற்றிவிட்டு மெய்க்குருக்களின் சுருசுருப்பின் வித்தையில் முயன்று மக்களையுந் தேசத்தையும் சிறப்புப்பெறச் செய்வார்களென நம்புகிறோம்.

- 4:42; மார்ச் 29, 1911 -

199. சுடுகாட்டுக்கு வழிகொடாத சுதேசிகளுக்கு சுயராட்சியங் கொடுக்கப்போமோ

ஒருக்காலுங் கூடாவாம். காரணம் தஞ்சாவூர் ஜில்லா நாகப்பட்டினந் தாலுக்கா காடர்கோன்பாடியில் அரியான் தெடல் என்று வழங்கும் ஓர் சுடலையிருக்கின்றது. அச்சுடலையில் பறையர்களென்றழைக்கப்பட்டக் கூட்டத்தோர்களும், பள்ளர்களென்று அழைக்கப்பட்டக் கூட்டத்தோர்களும் தங்கள் பிரேதங்களைக் கொண்டுபோய் புதைப்பது வழக்கமாம். அச்சுடலையின் பூமி ஏறக்குறைய இருநூற்றியைன்பது குழி இருந்திருக்க வேண்டும். அவ்வளவு விசாலமுள்ள பூமி தற்காலம் ஐந்தாறு குழியுமில்லாமல் பக்கத்து பூமிக்காரர்கள் அப்பூமியிலிருந்து கொஞ்சங்கொஞ்சமாகத் தங்கள் பூமியில் சேர்த்துக்கொண்டதுமன்றி நெடுநாள் வழக்கமாக அச்சுடலைக்குச் சென்றிருந்த வழியின் பூமியையும் சேர்த்துக்கொண்டு இவ்வேழைஜனங்கள் தங்கள் பிரேதங்களை எடுத்துச்செல்லுவதற்கே வழியில்லாமற் செய்துவிட்டு தப்பித்தவறிப் போகிறவர்களை தங்கள் மாசூல்களைக் கெடுத்துவிட்டார்களென்று பிரையாதுஞ் செய்து அபராதமுங் கொடுக்கவைத்தார்களாம். நெடுங்கால அநுபவத்தில் ஏழைகள் அநுபவித்துவந்த சுடலையின் பூமியையும் அதன் வழியையுந் தடைச்செய்து தங்கள் சுகத்தைப் பார்த்துக்கொண்டு ஏழைகளை இடுக்கத்திற்கு ஆளாக்கிப் பரதவிக்கவிடுங் காரணங்கள் யாதெனில் "பாப்பானுக்கு மூப்பான் பறையன் கேழ்ப்பாரில்லாமற் கீழ்ச்சாதியானா" னென்னும் பழமொழிபோல் இச்சுடலையின் சங்கதியை இராஜாங்க ஆங்கிலேய உத்தியோகஸ்தர்களுக்கும், கருணைதங்கிய பிரிட்டிஷ் ராஜாங்கத்தோருக்கும் விளக்கிக்காட்டாமல் இருக்கின்றபடியால் ஏழைக்குடிகளின் சுடலை பூமியையும், அதன் வழியையும் பெரியசாதி என்னும் பெயர் வைத்துக்கொண்டவர்கள் அநுபவித்துக்கொண்டு சிறியசாதிகளென்னும் பெயரைவைத்து நாளெல்லாம் நசுக்கிவருகின்றவர்களை அவர்கள் சுடலைக்கே வழிகொடாமல் நாசப்படுத்துவதுடன் அபராதங் கொடுக்கும் படியான உபத்திரவங்களையுஞ் செய்துவருகின்றார்களாம்.

ஆதலின் நாகப்பட்டினங் காடர்கோன் குடிகள் யாவரும் ஒன்றுகூடி தஞ்சாவூர் ஜில்லாக் கலைக்கூட்டர் துரைவர்களுக்கு விண்ணப்பம் அனுப்பி ஜமீன்தார்களால் அச்சுடலைக்கு நேரிட்டுவந்தக் குறைகளையும், ஏழைக்குடிகளுக்கு உண்டாகிவரும் கஷ்டங்களையும் விளக்கி அச்சுடலையின் நிலத்தை மறுபடியும் அளந்துவிடும்படி மிக்க வணக்கத்துடன் கேட்டுக் கொள்ளுவதுடன் இக்கூட்டத்தோர் வாசஞ்செய்யும் வீடுகளின் அருகில் வசிக்கும் கருணைதங்கிய துரை மக்களுக்கும் கொண்டுபோய் அச்சுடலை பூமியின் இடுக்கங்களைக் காண்பித்து அவர்கள் நற்சாட்சியையுங் கொண்டு கலைக்ட்டரிடம் நேரே சென்று தங்குறைகளை நீக்கிக்கொள்ளல் வேண்டும்.

இவ்வகைத் துணிந்து ராஜாங்கத்தோருக்குத் தெரிவிக்காமற்போவார்களாயின் பெரியசாதி யென்னும் பெயரை வைத்துக்கொண்டுள்ளவர்கள் சிறியசாதியென்றழைக்கப்பட்டவர்களை இன்னும் சீரழித்து இவ்விடம் சுடலை யேதுங்காணோமென்னும் ஏய்ப்புக்குக் கொண்டுவந்துவிடுவார்கள். இத்தகைய ஏழைமக்களிடம் ஏவல்வாங்கிக்கொண்டு அவர்கள் சுடலைக்கு வழிகொடாத சுதேசிகளென்போருக்கு சுயராட்சியங் கொடுத்துவிட்டால் இன்னும் பட்டினங்களிலும் நடக்க வழி கிடையாதென ஏழைகளை நாசப்படுத்துவார்களென்பது அநுபவ சாட்சியாதலின் சுயராட்சியமென்னும் பெயரையே இவ்விடந் தலையெடுக்கவிடாமற் செய்து பிரிட்டிஷ் ஆட்சியே என்றென்றும் நிலைக்கும் முயற்சியை நாடல்வேண்டும்.

- 4:42: மார்ச் 29, 1911 -

200. இரயில்வே பெரிய உத்தியோகங்களில் இந்தியர்களை நியமிக்கவேண்டுமோ

ஆளின் செயலறிந்து நியமிக்கவேண்டியதேயாம். அச்யெலோவென்னில் இவ்விந்தியதேசத்தில் இருப்புப்பாதை போடும்படி ஆரம்பித்தவர்களும், அதனை முடித்தவர்களும், முடித்து நடத்துகின்றவர்களும் ஆங்கிலேயர்களேயாம். அவர்களுக்கோ சாதி வித்தியாசம், சமயவித்தியாசமென்னுங் கட்டுகதைப் போராட்டம் ஒன்றுங்கிடையாது. அதனாற் சகலசாதியோர்களையும் அன்னியரெனபாவிக்காது தன்னவர்போல் நேசித்து சகலகாரி-யாதிகளையும் நடத்தி வருகின்றார்கள்.

அத்தகைய நடத்தலில் இரயில்வே உத்தியோகங்களில் பெரும்பாலும் நிறைந்துள்ளவர்கள் ஆங்கிலோ இந்தியர்களும், மகமதியர்களும், சாதிபேதமில்லா ஏழைகளுமேயாவர். இச்சாதிபேதமில்லா பெருந்தொகைக் குடிகளை ஏவல்வாங்குதற்கு பெருத்த உத்தியோகங்களை சாதிபேத-முள்ளவர்களுக்குக் கொடுப்பதாயின் சாதிபேதமில்லா உத்தியோகஸ்தர்கள் யாவரும் நசிந்துப் பாழடைவதுடன் இரயில்வே காரியாதிகளுக்குஞ் சில தடைகள் நேரினும் நேரும்.

எவ்வகையாலென்னில் பெரியசாதியென்னும் பெயர் வைத்துக் கொண்டுள்ளவர் ஒருவர் இவ்விரயில்வே உத்தியோகத்திலிராமல் தாசில்-தாராயிருந்து கொண்டு தன்னுடைய அதிகாரத்தை இரயிலிலும் வந்து செலுத்தியிருப்பதை நமது பத்திரிகையில் வெளியிட்டிருக்கின்றோம். அதாவது இரயில் வண்டியில் ஏழைக்குடிகளேறி நிறைந்திருக்கும்போது கிராம தாசில்தார் தன்னுடைய பந்துக்களை இரயிலில் ஏற்றும்படி வந்து பார்த்தபோது ஒரு வண்டியேனுங் காலியில்லாமலிருந்ததாம். அப்போது தாசில்தாருக்கு கோபம் பிறந்து ஏழைகள் ஏறியிருந்த வண்டியை துராக்கிரமமாகக் காலிசெய்து வெளியிலிழுத்துவிட்டு தங்கள் பந்துக்களை அவ்வண்டியேற்றி அனுப்பிவிட்டாராம். ஏழைசனங்கள் பிள்ளை குட்-டிகளுடன் கண்கலங்கி நின்றுவிட்டார்களென்பது பிரத்தியட்சமாகும். இத்தகைய சாதிபேதமுள்ளக் காருண்யமற்றக் கூட்டத்தார் இரயில்வேயில் உத்தியோகமில்லாத காலத்திலும் ஏழைகள் மீது தங்கள் சாதி அதிகாரத்தைக் காட்டுகின்றவர்கள், இரயில்வேயிலேயே சாதிபேதமுள்ளவர்க-ளுக்குப் பெருத்த உத்தியோகங்களைக் கொடுத்துவிடுவதாயின் இரயில்வேயிலுள்ள சாதிபேதமில்லா உத்தியோகஸ்தர்கள் யாவருங் கண் கலங்கி தவிப்பார்களென்பது சொல்லாமலே விளங்கும்.

இதற்குப் பகரமாய் வில்லேஜிகளில் ஸ்டேஷன் மாஸ்டர்களாயிருப்பவர்கள் சாதியாசாரமுடையவர்களாய் இருப்பார்களாயின் அவர்களுக்குள் அடங்கிய உத்தியோகஸ்தர்கள் யாவரும் சாதியாசாரமுடையவர்களாகவே இருப்பார்கள். சாதியாசாரமில்லாதவர்களோ முன்னிருந்தவர்களும் அவ்விடம் நிலைப்பதும் கடினம். பின்னிடத்தில் சேர்ப்பதுங் கிடையாது. ஆதலின் இரயில்வேயின் மற்றும் பெரும் உத்தியோகங்களில் சாதியா-சாரமுள்ளவர்களை சேர்ப்பதாயின் மற்றும் கீழ்த்தர உத்தியோகங்களிலுள்ள ஆங்கிலோ இந்தியர்களுக்கும், மகமதியர்களுக்கும், சாதிபேதமற்ற ஏழைக்குடிகளுக்கும் இடுக்கங்கள் நேரிடுமென்றே துணிந்து கூறியுள்ளோம்.

இவற்றைக் கண்ணுற்றாளும் கருணை தங்கிய கவர்ன்மெண்டார் இந்த சாதிபேதமுள்ளவர்கள் சாதிபேதமில்லாதவர்களைச் செய்துவருங் கருணையற்றச் செயல்களையறிய வேண்டுமாயின் கிராமங்களிலுள்ள சாதிபேதமில்லா ஏழைக்குடிகளைத் தருவித்து முகமுகமாகக் கேட்டுத் தெளிவார்களாயின் சாதிபேதமுள்ளோர் சோம்பலிலிருந்தும் அநுபவித்துவரும் சுகங்களும், சாதிபேதமில்லாதார் பூமிகளை உழுதும் பலனடை-யச்செய்தும் அவர்கள் படுங்கஷ்டங்களும் தெள்ளற விளங்கிப்போம். இதனால் பெரியசாதி என்போர்களுக்கு பெரிய உத்தியோகங்களையுங் கொடுத்து விடுவதாயின் பெரியசாதிகளென்னும் அதிகாரத்துடன் பெரிய உத்தியோக அதிகாரத்தையும் பெற்றுக்கொண்டு ஏழைக்குடிகளை தலையெடுக்கவிடாமல் நசித்து இன்னும் பாழ்படுத்திவிடுவார்கள். ஆதலின் கருணைதங்கிய ராஜாங்கத்தார் இரயில்வே பெரிய உத்தியோகங்-களை பெரிய சாதியென்னும் பெயர் வைத்துள்ளவர்களுக்குக் கொடாமலிருப்பார்களென்றே நம்புகிறோம்.

- 4:43; ஏப்ரல் 5, 1911 -

201. ஐரோப்பியர்களுடன் இந்துக்கள் என்போர் ஒத்துவாழ்வார்களோ

அரிது, அரிதேயாம். காரணமோவென்னில் இந்துக்களென்று சொல்லிக் கொள்ளும்படியானக் கூட்டத்தோர்களே ஒருவருக்கொருவர் ஒத்து வாழ்க்கைப்பெறாத சத்துருக்களாயிருக்கும்போது ஆயிரம் மயிலுக்கப்புறமிருந்துவந்துள்ள ஐரோப்பியருடன் ஒத்துவாழ்வார்களோ, ஒருக்காலும் வாழ்கமாட்டார்கள்.

ஆரியவர்த்தத்திலிருந்துவந்த கூட்டத்தோருள் சிலர் இந்திய தேசத்திலும் சிலர் ஐரோப்பாதேசத்திலுங் குடியேறியுள்ளவர்களாதலின் இவ்-விருவரும் சிலகால் ஒத்துவாழினும் வாழ்வார்களென்று கூறுவாருமுண்டு. அக்கூறுபாடு பொய்க் கூறுபாடேயாம். ஐரோப்பாவிற்குச் சென்று குடியேறியவர்களும் ஆரியர்கள். இந்தியாவுக்கு வந்து குடியிறங்கியவர்களும் ஆரியர்களே என்பார்களாயின் இந்திய தேசத்தை இராமன் ஆண்டாலென்ன இலட்சுமணன் ஆண்டாலென்னவென்று இருப்பாரன்றோ. அங்ஙனமிராது ஐரோப்பியராளும் இராட்சியத்தை எங்களிடம் ஒப்-பிவிக்கவேண்டுமென்பவர்கள் யார்.

இந்தியாவில் வந்துக் குடியிறங்கியவர்களும் ஆரியர்கள். ஐரோப்பாவிற்குக் குடியேறியவர்களும் ஆரியர்களென்பார்களாயின் இவர்களுக்கு மட்டிலும் பிரம்மாவின் முகத்திற் பிறந்தவர்களென்னுங் கதையிருக்க அவர்களுக்கு அக்கதையில்லாதக் காரணமென்னை. இவர்களுக்கு மட்-டிலும் மனுசாஸ்திரம் என்னும் ஓர் சாஸ்திரமிருக்க அவர்களுக்கு அச்சாஸ்திரமில்லாதகாரணமென்ன. இவர்களுக்குமட்டிலும் பெரியசாதி பிரா-மணர்களென்னும் பெயர்களிருக்க அவர்களுக்குள் அப்பெரியசாதி பிராமணர்களென்னும் பெயர்களில்லாத காரணமென்னை. இவர்களிடத்தில் சாதிகர்வத்தையே பெரிதென்றெண்ணி சாதிக்குங்குணங்களிருக்க அத்தகைய சாதிகர்வமே அவர்களுக்கில்லாத காரணமென்னை. இவர்களுக்-குள்ள மதகர்வத்தால் பௌத்தர்களை அழிப்பதற்கு சங்கராச்சாரி அவதாரம், சடகோப அவதாரம், சுந்திரமூர்த்தி அவதாரம், சுரக்காய் அவதா-ரங்களெல்லாம் இந்தவாரியர்களிடத்திலேயே அவதரித்திருக்க அவ்விடஞ்சென்ற ஆரியரிடத்துள் யாவரும் யாதோர் அவதாரமும் எடுக்காத

காரணமென்னை.

இவர்களுடைய ஒப்பனை யாதிலும் ஒவ்வாதாயினும் அவர்களுடைய ஒப்பனையிலேனும் ஒவ்வுகின்றதா என்றாராய்வோமாக அவர்களோ ஆயிர வருடங்களுக்கு மேற்பட இராட்சியபாரத் தாங்கி பலதேச அரசர்களை வென்று பராக்கிரமத்துடன் சுகசீவனஞ் செய்துவருகின்றார்கள். இவர்களோ பராக்கிரமமற்ற இரக்கும் சீவனமே இயல்பாகக் கொண்டுள்ளார்கள். அவர்களோ நீராவி மரக்கல வித்தை, இரயில்வே வித்தை, ஆகாயரத வித்தை, டெல்லகிராப் வித்தை, பொட்டகிராப்வித்தை போலாகிராப் வித்தை, மோனகிராப் வித்தை, லெத்தகிராப் வித்தை மற்றும் அரிய வித்தைகளைக் கண்டுபிடித்து தாங்களும் தங்களைச் சார்ந்தவர்களும் சுகவாழ்க்கையைப் பெற்றதுடன் தங்களை அடுத்த அன்னியதேசத்தோரையும் அவ்வித்தைகளைக் கற்று சுகம்பெறச் செய்துவருகின்றார்கள்.

இவர்களோ அவர்கள் வித்தைகளுக்கு முற்று மாறாக குடிமி வளர்ப்பதோர் வித்தை, பூனூலை காதிற் சுருட்டி வைத்துக் கொள்ளுவதோர் வித்தை, பல்லுகுச்சு பதம்பார்த்து விளக்குவதோர் வித்தை, அவர்கள் கம்பளி நூல்போட்டுக்கொள்ள வேண்டும் தாங்கள் பருத்தி நூல்போட்டுக்கொள்ள வேண்டுமென்பதோர் வித்தை, ஆற்றிலிரங்கி அரைமணி நேரம் மந்திரம் பண்ணுவதோர்வித்தை, சூத்திரனுக்கு வேதம் போதிக்கப்படாதென்பதோர் வித்தை, சூத்திரனைக் கண்டால் சோறு தின்னலாகாதென்பதோர் வித்தை, பறையனைக் கண்டால் மட்டிலும் பரிதாபமில்லாமற் கொல்லாமற் கொல்ல வேண்டுமென்பதோர் வித்தை, அமாவாசியிற் பணம் வாங்குவதோர் வித்தை, ஆவணியவிட்டத்தில் பணம் வாங்குவதோர் வித்தை, கல்லுசாமிக்கும் மண்ணுசாமிக்கும் சத்துண்டாக்குவதோர் வித்தை, நோவாது நோன்புபணம் வாங்குவதோர் வித்தை, பிறவிபோக்குங் கருமாதி பணம் வாங்குவதோர் வித்தை இத்தியாதி வித்தைகளின் பலனை எப்போதறிவதென்னில் செத்தப்பின் சிவனிடத்திலும், மரித்தப்பின் மகாவிஷ்ணுவினிடத்திலும் அடைவதே அதன் பலனாகும். இதுவரையிலும் அவனவன் ஏதுகேடுகெட்டு சீரழிந்தாலும் விசாரங் கிடையாத இவர்களது வித்தைகளுக்கும் அவர்களது வித்தைகளுக்கும் ஏறுக்குமாறாய் இருக்கின்றபடியால் இவர்களும் ஆரியவர்த்தனத்தார் அவர்களும் ஆரியவர்த்தனத்தாரென்பது சுத்த பிசகேயாகும். ஆதலின் ஐரோப்பியரும் இந்துக்களென்போரும் ஒருக்காலும் ஒத்து வாழ்கமாட்டார்களென்பது திண்ணம். அதற்குப் பகரமாக சென்னையில் டிராம்பே கம்பனியேற்பட்டபோது ஐரோப்பியருடன் சேர்ந்த இந்துக்கள் தற்காலம் அவர்களுடன் சேர்ந்து உழைக்கின்றார்களா இல்லையாவென்பதே ஒத்துவாழார்களென்பதற்கு உற்ற சான்றாகும்.

- 4:44; ஏப்ரல் 12, 1911 -

202. ஜெயிலென்னும் சிறைச்சாலையும் கைதிகளின் பெருக்கமும்

இவ்விந்திய தேசத்தில் கைதிகளின் பெருக்கத்திற்குக் காரணம் யாதெனில், யாதாமொரு தொழிலுமற்ற சோம்பலும், வீணர்களின் விருத்திகளேயாம். அதாவது பூமிகளை உழுது பயிர்செய்யுந் தொழில் விட்டு கைத்தொழில் செய்யுங் கஷ்டமுமற்று வண்டிகளிழுத்தேனும் சம்பாதிக்கும் வருத்தங்களையும் விட்டு தந்தனப்பாட்டு பாடிக்கொண்டும், விந்தனவீணை யடித்துக்கொண்டும் வீணர்களாத் திரிவோர்களுக்கு அரிசிதுட்டு கிடைக்காவிடில் அண்டை வீட்டான் சொத்தைத்திருடி அதனால் சீவிக்க முயல்வதும், எந்த கைம்பெண் சொத்துடையவளாயிருக்கின்றாள், எந்த கனவான் பிள்ளை இளிச்சவாயனாயிருக்கின்றானென்று அவர்களை வஞ்சித்தும், மித்திரபேதங்கள் செய்தும் சீவிக்க முயல்வதும், ஜட்கா வண்டி பேட்டைகளெங்கிருக்கின்றது, சூதாடிகளின் கூட்டங்களெங்கிருக்கின்றதெனத் தேடி அவ்விடஞ்சென்று உழ்க்கார்ந்து இச்சகம் பேசியும், ஏமாளிகளை ஏய்த்தும் சீவிக்க முயல்வதும், தெண்டசோறு போடுவதற்கு ஆளிருந்து விட்டால் எதேஷ்டமாகத் தின்று கொழுத்து அவனை யடிக்கலாமா, இவனை அடிக்கலாமா என்னும் அகங்காரத்தினால் கால்நீட்டி. சண்டையிழுத்துக் கலகத்தைப் பெருக்கிக் கள்ளுக்கடைகளையே கருத்தாக நாடி சீவிப்பதுமாகிய சோம்பேறிகளின் கூட்டம் அதிகரித்து ஜெயில்களின் கைதிகளின் கூட்டம் பெருகிவருகின்றது. இத்தகைய சோம்பேறிகள் அந்தக்கிராமத்தில் இன்னின்ன விடங்களில் வசித்திருக்கின்றார்களெனக் கண்டறிந்து அவர்களுக்குத் தக்கத் தொழில்களைக்கொடுத்து நீதிநெறியில் நடக்கும் வழிகளைக் காட்டுவதாயின் சோம்பேறிகள் குறைந்து ஜெயில் கைதிகளின் பெருக்கங்களுமற்றுப்போம். அங்ஙனம் ஊரிலுள்ளவர்களின் தொழிலையும் அவர்களது சோம்பலையுங் கண்டுணராது ஜெயிலிலுள்ளக் கைதிகளுக்குத் தொழில் கற்பித்து சீர்படுத்துவதுடன் அவர்கள் ஜெயிலைவிட்டு நீங்கி வீடு செல்லும்போது கொஞ்சம் பணவுதவிசெய்தால் மறுபடியுந் திருடி, ஜெயிலுக்கு வரமாட்டார்களென்று சிலர் அபிப்பிராயப்படுவதுமுண்டு. அத்தகைய உத்தேசம் சிலருக்கு சுகத்தை விளைவிக்கினும் “தொட்டிற் பழக்கம் சுடுகாடு மட்டும் விடாது" என்னும் பழமொழிக்கிணங்க வீடுகளில் திருடுவதும் ஜெயிலுக்குப் போவதுமாகியத் தொழிலைப் பெரும்பாலும் விடமாட்டார்கள். ஆதலின் ஜெயில் கைதிகளின் சுகங்களையும், அசுகங்களையும் ஆராய்ந்து சீர்திருத்துவதற்கு முன்பு அந்தந்த கிராமங்களில் எந்தெந்தத் தொழிலற்ற சோம்பேறிகளிருக்கின்றார்களென்று கண்டறிந்து அந்தந்தக் கிராமவாசிகளைக் கொண்டே பண்ணைத் தொழிலுக்கும், கைத்தொழிற்சாலைக்கும் அனுப்பி அவர்களின் சோம்பலும், சூதும் அகலச்செய்து ஜாக்கிரதையிலும் சுறுசுறுப்பிலுங் கொண்டுவரச்செய்வார்களாயின் ஜெயில் கைதிகள் குறைந்து வித்தியாவிருத்திகள் பெருகுவதற்கு ஆட்சேபமில்லை.

இத்தகைய விஷயங்களில் அந்தந்த கிராமத்தோர்களைக் கொண்டே உள்ள சோம்பேறிகளை இராஜாங்கத்தார் கண்டுபிடித்து கைத்தொழிற் சாலையில் சேர்க்கவேண்டியது அவர்களது பொறுப்பாகும். கைத்தொழிற் சாலையில் சேர்ந்தவர்களை கிராமக்கூட்டத்து கனவான்களின் பொருளுதவியால் கைத்தொழில்களை விருத்தி செய்யவேண்டியது வித்தியார்த்திகளின் பொறுப்பாகும்.

ஈதன்றி நீதியின் சுகங்களையும், நெறியின் சுகங்களையும், ஒழுக்கச் சுகங்களையும், இராஜவிசுவாச சுகங்களையும் அவர்களுக்கு விளக்க வேண்டுமேயன்றி மற்றும் மதசம்மந்தவிஷயங்கள் யாதையும் அவர்களுக்குப் போதிக்கலாகாது.

காரணமோவென்னில் அவரவர்களின் மதசம்மத தெய்வங்களே திருடியும் தின்றும் அடிபட்டுள்ளபடியால் தாங்கள் அன்னியனுடையப் பொருளைத் திருடுவதினாலும் தின்பதினாலும் என்ன சங்கையென இருமாந்து செய்வார்கள். தங்கள் தேவதைகளே பொய்யைச்சொல்லி வஞ்சித்திருப்பதினால் தாங்கள் பொய்யைச்சொல்லுவதினால் யாது கேடுண்டாமென்பார்கள். தங்கள் தேவதைகளே விபசாரத்திற்குட்பட்டுள்ளபடியால் தாங்கள் செய்யும் விபசாரத்தால் யாதுகேடுண்டாமென்று அகங்கரிப்பர். தங்கள் தேவதைகளே கொழுத்த மாமிஷத்தைக் கூடிப் புசிக்கும் பிரீதியிலும் அன்னியர் பொருளை அபகரிக்கப் போதிக்கும் பிரீதியிலும் முள்ளபடியால் தாங்கள் புசிப்பதிலும், தாங்களபகரிப்பதிலும் யாது கேடுண்டாமென்று ஆர்ப்பரிப்பர், சிறைச்சாலைகளிலேனும் மதசம்மத விஷயங்களை மறந்தும் போதிக்காமலிருக்கக் கூறியுள்ளோம்.

சோம்பேறிகள் பெருகுவதற்கும் சிறைச்சாலைகள் நிறம்புவதற்கும் மதசம்மதக்கட்டுக்கதை சதா நம்பிக்கை சோம்பலே காரணமாயிருத்தலால் மற்றுஞ் சிறைச் சாலைகளி லவற்றைப் போதிப்பது முற்றும் சோம்பலடையச் செய்துவிடும். ஆதலின் ஒவ்வோர் கிராமவாசிகளும் தங்கள் தங்கள் கிராமங்களில் யாதொரு தொழிலுமின்றி வீணர்களாய்த் திரிவோருக்கு கைத்தொழிற்சாலைகளமைத்து கற்பிப்பதுடன் நீதியின்வழிகளையும் நெறியின் வழிகளையும் ஒழுக்கவழிகளையுந் தெள்ளறப் போதித்து கருணைதங்கிய ராஜவிசுவாசத்திலும் நிலைக்கச் செய்விப்பார்களென்று நம்புகிறோம்.

- 4:46; ஏப்ரல் 25, 1911 -

203. திண்டிவனம் தாலுக்காவைச் சார்ந்த பாஞ்சாலம் சாத்தனூர் மேல்பாக்கம்

இம்மூன்று கிராமங்களிலும் வசிக்கும் ஏழைக்குடிகள் யாவருங் ககூடி அவ்விடங்காலியாய் வெறுமனே கிடக்கும் பூமியை தாங்கள் உழுது பயிர்செய்யுமாறு கேட்டும் அவற்றை இன்னும் பெறாதவர்களாய் இருக்கின்றார்கள்.

ஏழைக்குடிகள் நாளுக்குநாள் பெருகிவிட்டபடியால் இப்போதவர்கள் குடியிருக்கும் வீடுகள் போதாது மாடுகள் கட்டியிருக்கும் தொழுவங்களில் வசித்து வருகின்றார்கள். வீடு கட்டிக் கொள்வதற்கு இடங்களைக் கேட்டும் அதையும் அவர்களுக்குக் கொடுத்து உதவியதைக் காணோம்.

ஏரிநீர் வற்றிவருங்காலங்களில் சிலவிடங்களிலெல்லாம் பயிர்களை விளைவித்து தாங்களும் சீவிப்பதுடன் இராஜாங்கத்தோருக்கும் வரி செலுத்தி வருகின்றார்கள். அவ்வகையாக ஏரிகளிற் பயிர்செய்தற்கும் இந்த மூன்று கிராமங்களிலும் உத்திரவு கிடையாதாம்.

இத்தகையச் செயல்களை ஆராயுங்கால் அவ்விடத்திய உத்தியோகஸ்தரும் கனவான்களும் ஏழைக்குடிகளைக் கெடுத்துப் பாழ்படுத்துவதுடன் இராஜாங்கத்தோருக்கும் நஷ்டங்களை விளைவிப்பவர்களாகக் காணப்படுகின்றது.

கருணை நிறைந்த கவர்ன்மெண்டார் காலியாயிருக்கும் பூமிகளை ஏழைகளுக்குக் கொடுத்து பயிர் செய்விக்கவேண்டுமென்னும் உத்திரவை 1902 வருடம் பிறப்பித்திருக்க, அவ்வுத்திரவை திண்டிவனந் தாலுக்கா உத்தியோகஸ்த்தர்கள் கவனியாதிருக்குங் காரணம் தெரியவில்லை. இத்தகைய ஏழைக்குடிகள் உள்ளூரிலுள்ளக் காலிபூமிகளைப் பயிர்செய்து சீவிப்பதற்கு இடங்கொடாமலும், நெட்டால் முதலிய தேசங்களுக்குப் போகவிடாமலும் தடுத்துப் பாழ்படுத்துவதனால் இதன்குறிகள் ஏழைக்குடிகள் சீர்பெற்று முன்னோக்குவதற்கா அன்றேல் அங்கங்குள்ளவர்கள் சீர்கெட்டு நாசமடைவதற்காவென்பது யாதும் விளங்கவில்லை. காலமெல்லாம் சத்துருக்களாயிருந்து சாதி வித்தியாசமென்னுங் கெட்டுப்போனச் செய்கையினால் ஏழைகளைத் தலையெடுக்கவிடாமல் பாழ்படுத்தி வந்ததுமல்லாமல் கருணைதங்கிய பிரிட்டிஷ் ஆட்சியிலும் அவர்களது துற்குண மாறாது நசித்துப் பாழ்படுத்துஞ் செய்கைகளையே உடையவர்களாயிருக்கின்றார்கள். இவ்வகையான சொற்ப அதிகார உத்தியோகங்களைப் பெற்றிருக்கும்போதே ஏழைக்குடிகளைத் தலையெடுக்கவிடாமல் பாழ்படுத்திவருகின்றவர்கள் தங்களுக்கு சுயராட்சியங் கிடைத்துவிட்டால் அறுபது லட்சம் ஏழைக்குடிகளையும் அன்றே பாழ்படுத்தி அடியோடும் நசித்துவிடுவார்களென்பது சத்தியம், சத்தியமேயாகும்.

ஆடுகள் கசாயிக்காரனைநம்பிப்பின்பற்றுவதுபோல் காலமெல்லாம் சத்துருக்களாயிருந்து நசித்துப் பாழ்படுத்தும் பொறாமெய்ச் சிந்தனாரூபிகளை நல்ல எஜமானர்களென்றுநம்பி மோசம் போகாமல் விடாமுயற்சியிலும் ஜாக்கிரதையிலு முயன்று முன்னேறுவதே அழகாகும்.

அத்தகைய முன்னேற்றங்களுக்கு ஆதாரம் யாதெனில், பொறாமெயும், வஞ்சினமுமிகுத்த சத்துருக்களால் அதிக எழியநிலை அடைந்திருந்தபோதிலும் தங்களை தாழ்ந்தசாதியோரென்று தாழ்த்திக் கொள்ளாமலும், தங்களுக்கும் உயர்ந்த சாதியோர்களிருக்கின்றார்களென்று உயர்த்திக்கொள்ளாமலும் சகலர்களையும் மனிதர்களென்றெண்ணி தாங்கள் விருத்திபெறவேண்டிய விஷயங்களை நாடியுந் தேடியும் உழைப்பார்களாயின் சகல மனுக்களைப் போலும் முன்னேறி சுகம் பெறுவார்கள்.

அங்ஙனமாய சுகவழியைத் தேடாது தங்களைத் தாழ்ந்த சாதியார் தாழ்ந்த சாதியாரென்றெண்ணிக்கொண்டு பொய்யாகிய சாதிக்கட்டுப்பாட்டை மெய்யென்று நம்பி மோசம் போவார்களாயின் தற்காலமிருக்குந் தாழ்ச்சியைவிட இன்னுந் தாழ்ந்து நிலைகுலைவதற்கு ஏதுவாம்.

இத்தேசத்தோரும் சிலர் மதக்கடைப் பரப்பி சீவிப்பதில் மகாவல்லவர்களிருக்கின்றார்கள். அவைகள் யாவும் சமயப்பற்றை ஒழிக்குங்கால் தானே யஃதொழிந்துபோம்.

அதை அநுசரிக்குமாபோல் டிப்பிரஸ் கிளாஸ் கடைகள் சிலதை திறந்துவருகின்றார்கள். அதாவது டிப்பிரஸ் கிளாசென்றால் பறையர், சக்கிலியர், தோட்டிய ரென்றும் அவ்வகையோரை முன்னுக்குக் கொண்டுவரப் போகின்றோமென்றும் அதற்காகக் கனவான்கள் பணவுதவி செய்ய வேண்டுமென்றுங் கேட்டுக்கொண்டுவருகின்றார்கள்.

கவர்ன்மென்றார்களுடைய பூமிகளைக் கொடுத்து சீர்திருத்துவதற்கு மனமிராது ஒவ்வொரு போக்குகளைச் சொல்லிக் கெடுத்துவருகின்றவர்கள் பணங்களை வசூல் செய்து யாரை முன்னுக்குக் கொண்டுவருவார்கள். மதக்கடைகளைப்போ லொத்ததே டிப்பிரஸ்கிளாஸ் கடைகளன்றி வேறாமோ.

இவைகள் யாவும் பொதுநலங்கூறி சுயநலம் நாடும் செயல்களேயன்றி வேறிராவாம்.

- 4:47; மே 3, 1911 -

204. ஆங்கிலோ புரோட்டெஸ்டான்ட் கிறீஸ்தவர்களின் மிஷனும் இந்திய டிப்பிரஸ் கிளாஸ் மிஷனும்

ஆங்கிலோ புரோட்டெஸ்டான்ட் கிறீஸ்தவர்கள் மிஷனைக் கண்டு தாங்களும் சில மிஷன்கள் ஏற்படுத்துவதாக இந்துக்களென்போரெழுவி டிப்பிரஸ் கிளாசென்னும் மிஷன்களை ஏற்படுத்துவதாகத் தோன்றுகின்றது. இத்தகையத் தோற்றம் மயிலைக்கண்ட வான்கோழி நடமிடுவது போலும், புலியைக்கண்டு பூனைச் சூடிக்கொள்ளுவதுபோலுமேயன்றி வேறிராவாம்.

ஆங்கிலேயர்களோ தன்னைப்போல் பிறரை நேசிக்கும் பிரபல மிகுத்தவர்களாகும். அவர்கள் நடாத்தும் மிஷனில் தாங்கள் புசிக்கும் அன்னத்தை ஏழைகளுக்கூட்டியும், ஏழைகள் புசிக்கும் அன்னத்தை தாங்களுண்டுங் களித்து தங்களால் சீர்படுத்தப்பட்ட ஏழைச் சிறுவர்கள் தங்களைப்போல் ஆடையாபரண மணையவும், தங்களைப்போல் வண்டி குதிரைகளைப் போட்டுலாவவும், தங்களைப்போல் சுகசீவிகளாக வாழ்கவுங் கண்குளிரப் பார்த்து ஆனந்திப்பார்கள். இத்தகைய யதார்த்த சீர்திருத்தமும் அன்பின் பெருக்கமும் தன்னைப்போல் பிறரை நேசிக்கும் குணமும் அமைந்துள்ளவர்களால் எடுக்கும் மிஷன்கள் யாவும் தேசமெங்கும் பரவி ஏழைமக்களை சீர்திருத்தஞ் செய்துவருகின்றது.

இத்தகையப் பெருந்தண்மெய் நிறைந்த ஆங்கிலேயரது மிஷன்களைக்கண்டு பெரியசாதி சின்னசாதியென்னும் பொய்க் கட்டுக்கதைகளை ஏற்படுத்திக்கொண்டு சின்னசாதி என்பவர்களை நாயினுங் கழுதையினுங் கடையாக நீக்கி அவர்களை எவ்வகையானும் முன்னேறவிடாமற் கெடுத்து சுத்தநீரை மொண்டு குடிக்கவிடாமல் வதைத்தும் தங்களைச்சார்ந்த அம்பட்டர்களை சவரஞ்செய்யவிடாமல் தடுத்தும், வண்ணார்களை வஸ்திரங்களை எடுக்கவிடாமற் சொல்லிக்கொடுத்தும் ஏழைகளை மிருகங்களினும் அசுத்தமாக உலாவச்செய்துவிட்டு தற்கால பிரிட்டிஷ் ஆட்சியின் கருணையால் டிப்பிரஸ் கிளாசை றைப்பிரஸ் கிளாசாகிய நாங்கள் சீர்திருத்தப்போகின்றோம் அதற்கென்று டிப்பிரஸ் மிஷனென்னும் ஓர் மிஷனும் ஏற்படுத்தியுள்ளோமென்னும் பறையறைவதாயின், இவர்கள் யதார்த்தமாக ஏழைகள்மீது அன்புள்ளவர்களென்றும், தங்கள் பொருட்களை கருணையுடன் ஏழைகளுக்கு செலவு செய்யக்கூடியவர்களென்றும் சாதிபேதமென்னும் பொறாமெய்க் குணங்களையே அற்றவர்களென்றும் இத்தேசத்துள் யாராவது நம்புவார்களோ ஒருக்காலும் நம்பவேமாட்டார்கள்.

அதன் காரணமோவென்னில் உலகத்திலுள்ள சகல மக்களும் பிரேதங்களைக் கண்டவுடன் அதற்கு மரியாதையுடன் வழிவிட்டு நிற்பது இயல்பாகும். இத்தேசத்தோரோ சாதிபேதத்தை விடாமல் பிரேதங்களுக்கும் வழிகொடாமல் தடுத்து மீறிப் பிணமெடுத்துச் சென்றவர்களை அபராதமுங் கட்டச்செய்து ஏழைகளை வதைத்துவருவதை நாகப்பட்டினத்தைச்சார்ந்த காடம்பாடி சுடலையிற் காணலாம்.

திண்டிவனம் தாலுக்காவைச் சார்ந்தகிராமங்களிலுள்ள காலிபூமிகளை ஏழைமக்கள் கேட்டபோது மாடுகளுக்கும், ஆடுகளுக்கும், கொடுத்தாலும் கொடுப்போம் ஏழைமனிதர்களுக்குக் கொடுக்கமாட்டோ மென்பதை ஏழைமக்களின் அபீல்களால் தெரிந்துக்கொள்ளலாம். இவ்வகையாக ஏழை மக்களைப் பலவகையாலுந் தாழ்த்தி சீர்கெடச்செய்து வருகின்றவர்கள் டிப்பிரஸ் கிளாசைச் சீர்பெறச்செய்யப் போகின்றோமென்பது ஆடுகள் நனையுதென்று புலிகள் கட்டி யழுவதென்னுங் கதையையொக்கும்.

அம்மட்டர்களை சவரஞ்செய்ய விடாமலும், வண்ணார்களை வஸ்திரமெடுக்கவிடாமலும், சுத்தசலத்தை மொண்டு குடிக்கவிடாமலும் தாழ்த்திப் பலவகையாலும் நசித்துவந்த வஞ்சினர்கள் முன்பு நீதியும் நெறியுமமைந்த பிரிட்டிஷ் ஆட்சியின் கருணையால் பற்பல சாஸ்திரங்களையும். அநுபவங்களையும் ஆய்ந்து பூர்வ பௌத்த தன்மத்தை நசித்துத் தங்கள் பொய்ச்சாதி வேஷங்களையும், பொய்ப்போதகங்களை படம் பலுக்கிக் கொள்ளுவதற்கே பூர்வபௌத்ததன்ம வைராக்கிகள் யாவரையும் பறையரென்றுத் தாழ்த்திப் பாழ்படுத்தி வருகின்றார்கள் என்றறிந்து மறுபடியும் தங்களுக்குள் பௌத்த சங்கங்களை நாட்டி மற்றொருவனுடைய சாதிக் கட்டுக்குள் நாங்களடங்கினவர்களல்லவென்று தங்கள் செயல்களை நடத்தி வருவதுமன்றி இந்துக்கள் செயல்கள் வேறு பௌத்தர்கள் செயல்கள் வேறாதலின் இந்துக்களுடன் எங்களை சேர்க்காது இந்திய பௌத்தர்களென வேறாகப் பிரிக்கும்படி இராஜாங்கத்தோருக்கு விண்ணப்பம் அனுப்பி வேறாகவும் பிரித்துக்கொண்டார்கள்.

இதனைக் கண்ணுற்றுவந்த சாதிபேதமுள்ளோர் மனஞ் சகியாது இனி நம்முடைய. டிப்பிரஸ் கிளாஸ் மிஷனில் இந்திய பௌத்தர்களை சேர்த்து பழைய சாதிகளை சொல்லிவருவதற்கு முடியாது, சிலப்பொய் போதகர்களைக் கொண்டே டிப்பிரஸ்கிளாஸ் மிஷனென்னும் ஓர்க் கூட்டத்தை ஏற்படுத்திவிட்டால் பௌத்தர்களிலும் சாதிவகுப்பு ஏற்படுத்திவிடலாமென்னுங் கெட்ட யெண்ணங்கொண்டு பௌத்ததன்மங்களின் சாராம்ஸம் முற்றும் அறியாதவர்களை அடுத்து பௌத்தருக்குள் டிப்பிரஸ் கிளாஸ் மிஷனை ஆரம்பிக்கப்பார்க்கின்றார்கள்.

அவ்வகை ஆரம்பிப்போர் யாதார்த்த போதகர்களாயிருப்பார்களாயின் பெரியசாதி சின்னசாதியென்று பாராமலும், கனவான் ஏழையென்று கவனியாமலும் வலியன் மெலியனெனப் பாராமலும், கற்றோன் கல்லாதவனெனக் கவனியாமலும், தங்களது சத்தியதன்மத்தை சகலருக்கும் பொதுவாகப் போதிப்பார்கள். அங்ஙனமிராதப் பொய்ப் போதகர்களாதலின் தங்களுக்குள் விடாது பற்றிநிற்கும் சாதி கர்வத்தினாலும், தன் கர்வத்தினாலும் ஏழை மக்களை டிப்பிரஸ் கிளாஸ் டிப்பிரஸ் கிளாசெனத் தாழ்த்தி தங்கள் அசத்தியதன்மங்களைப் போதிக்க ஆரம்பிப்பார்கள். அத்தகைய அசத்தியர்களின் போதமானது தேய்பிறைபோல நாளுக்கு நாள் தேய்ந்து நாசமடையுமேயன்றி சத்தியதன்மத்தைப்போல் நாளுக்குநாள் மெல்லென வளர்ந்து பூரணமடையமாட்டாது. சத்தியதன்மப் பிரியர்களுக்கு ஈதோர் எச்சரிப்பாகும். ஜாக்கிரதா. ஜாக்கிரதா.

- 4:47: மே 3, 1911 -

205. அய்யர் கிளாசென்பவன் யார் சுப்பிரஸ் கிளாசென்பவன் யார்

சருவ வுயிர்களையுந் தன்னுயிர்போல் பாதுகாப்பவன் அய்யர் கிளாஸ், சகல வித்தையிலும் சிரேஷ்டம் பெற்றவன் அய்யர் கிளாஸ், புத்தியில் மிகுத்தவன் அய்யர் கிளாஸ், கையில் சிறந்தவன் அய்யர் கிளாஸ், சன்மார்க்கத்தில் மிகுத்தவன் அய்யர்கிளாஸ், சாதிபேதமென்னும் பொறாமெய் குணங்களை ஒழித்து மநுகுல ஒற்று மெய் அடையச் செய்பவன் அய்யர்கிளாஸ், தன்தாரமிருக்கப் பிறந்தாரம் இச்சியாதவன் அய்யர் கிளாஸ், அன்னியர் பொருள் ஆளின்றி கிடக்கினும் அதனைக் கைப்பற்றாதவன் அய்யர் கிளாஸ், மதுபானத்தைத் தன் பணச் செலவின்றி ஒருவன் இலவசமாகக் கொடுக்கினும் அதனை கைப்பற்றாதவன் அய்யர்கிளாஸ், சீவயிம்சையைக் கனவிலுங் கருதாதவன் அய்யர்கிளாஸ், தன் மனங் கொதிக்கப் பொய்யைச்சொல்லி பொருள்பறியாதவன் அய்யர்கிளாஸ் இதுவே உலகிலுள்ள விவேக மிகுத்தவர்களால் ஓதிவைத்த சிறந்தப் பெயராகும். இவர்களே மக்களில் மேலானச் செயலையுடையவர்களாதலால் மேன்மக்கள் என்றும் பெரியசாதனமுடையவர்களாதலால் பெரியசாதியோரென்றும், சிறந்த குணமுடையவர்களாதலால் மேதாவியரென்றும், சருவசெயலிலுஞ் சிறந்தவர்களாதலால் பெரியோர்களென்றும், நற்செயலில் சிறந்த புருஷர்களாதலால் மகான்களென்றும் அழைக்கப்பெற்றார்கள்.

சருவசீவர்களுள் மனிதரீராயசகலரையும் இம்சிக்குங் குணமுடையவர்கள் டிப்பிரஸ் கிளாஸ், யாதொரு வித்தையுமற்றக் கடைச்சோம்பேறிகள் டிப்பிரஸ் கிளாஸ், ஒருவர் சொன்னதை விசாரிணையின்றி நம்பித் திரிவோர் டிப்பிரஸ் கிளாஸ், மேலும் மேலும் பொருளை சம்பாதித்துப் பிறர்க்குதவாது பூமியில் புதைப்போர் டிப்பிரஸ் கிளாஸ், துன்மார்க்கத்திலேயே தொண்டு பூண்டொழுகுவோர் டிப்பிரஸ் கிளாஸ், சாதிபேதமென்னும் பொறாமெயுடைத்து மனிதரூபிகளை மனிதர்களாகப் பாவிக்காது மிருகங்களினுங் கேடாக நடத்துவோர் டிப்பிரஸ் கிளாஸ். தன் தாரமிருக்கப் பிறர் தாரத்தைக் கெடுப்போர் சுப்பிரஸ் கிளாஸ். அன்னியர் பொருளை அடுத்துக் கைப்பற்றுவோர் சுப்பிரஸ் கிளாஸ், சீவராசிகளைக் கொன்றும் மக்களை வதையாமல் வதைத்தும் துன்பஞ்செய்கின்றவர் டிப்பிரஸ் கிளாஸ், பொய்யைச்சொல்லி வஞ்சித்து பொருள்பறிப்பவர் டிப்பிரஸ் கிளாஸ். இதுவே உலகிலுள்ள விவேகமிகுத்தவர்களால் ஓதிவைத்துள்ள இழிந்த பெயர்களாகும்.

அதாவது மக்களுருகொண்டும் இழிந்த செயலை யடைதலால் கீழ்மக்களென்றும், தாழ்ந்த சாதனமுடையவர்களாதலால் தாழ்ந்த சாதியோரென்றும், பொறாமெய் வஞ்சினம், குடிகெடுப்பு முதலிய துற்செயல்கள் நிறைந்துள்ளபடியால் துன்மார்க்கர்களென்றும் அழைக்கப்பெற்றார்கள். இத்தகைய டிப்பிரஸ் கிளாசை சீர்திருத்துவோர் மேற்கூறியுள்ள அய்யர் கிளாசென்னும் மேன்மக்களே யாவர். மற்றவர் சீர்திருத்தப்போகின்றார்களென்பது மரக்கட்டையில் இரும்பைத் திருத்துவதற்கொக்கும்.

ஏழைகளை சீர்திருத்துவோர் தனவந்தர்களும் யீகையுள்ளோருமாயிருத்தல் வேண்டும். அவிவேகிகளை சீர்திருத்துவோர் தனவந்தர்களும், விவேக மிகுத்தவர்களுமாயிருத்தல்வேண்டும். அங்ஙனம் தன்னிடம் தனமில்லாது ஏனையோரிடமிரந்து சீர்திருத்துகிறோமென்பதும் தனக்கறிவில்லாது ஏனையோருக்கறிவுறுத்தப் போகின்றேனென்பதும் பேரிழிவேயாம். ஆதலின் ஒவ்வோர் சங்கதிகளையும் ஆய்ந்தோய்ந்து செய்வதே அழகைத்தரும். ஆயாது செய்வது இகழைத்தருமென்பது திண்ணம்.

- 4:47: மே 3, 1911 -

206. பிரிட்டிஷ் ராஜாங்க உதவிபெறுங் கலாசாலைகளில் மதசம்மதபோதமும் சாதிசம்மந்த போதமும் போதிக்கலாகாது

கலாசாலைகளில் மற்றும் யாது சம்மந்தபோதம் போதிக்கவேண்டு மென்னில், சந்திரகலையானது நாளுக்குநாள் வளர்ந்து பூரணமுற்று சகலருக்கும் சுகப்பிரகாசமளிப்பதுபோல் கலை நாற்களை போதித்து விருத்தி யடையச்செய்து சகலசீவர்களையும் சுகவாழ்க்கை பெறச் செய்விக்கவும், வித்தியா நூற்களை போதித்து அரிய வித்தைகளை விருத்தி செய்து மக்களை வித்தியா விவேகிகளாக்கி தாங்கள் சுகம் பெறுவதுடன் தங்களை யடுத்த மக்களையும் சுகம் பெற செய்விக்கவும், விவசாய நூற்களை போதித்து பூமிகளின் குணாகுணங்களையறிந்து நீர்வசதிகளை யுண்டுசெய்யவும், மண்ணைப் பண்படுத்தவும் பயிறுகளை விளைவித்து தாங்களும் தங்கட்குடும்பத்துடன் மற்றய சீவராசிகள் யாவரும் சுகப்புசிப்பெடுத்து ஆனந்த வாழ்க்கைச் செய்விக்கவுமாகிய போதங்களே உலக சீர்திருத்த விசேஷ போதங்களாகும்.

உலகத்தில் தோன்றியுள்ள மக்கள் கலைநூல் விருத்தியாலும், வித்தியா நூல்விருத்தியாலும், விவசாய நூல் விருத்தியாலும், விருத்தி பெறுவார்களன்றி ஏனைய மத நூல் சாதி நூல் விருத்திகளால் ஒருக்காலும் விருத்திபெற மாட்டார்கள். இதற்குப் பகரமாய் அறிவினை விருத்தி செய்யுங் கலை நூற்களைக் கற்றுள்ளதினால் ஐரோப்பிய விவேகிகளும், அமேரிக்க விவேகிகளும், ஜப்பானிய விவேகிகளும் நாளுக்குநாள் எவ்வளவோ பேரானந்த ரகசியங்களை விளக்கி மக்களை சுகச்சீர் பெறச்செய்துவருகின்றார்கள். வித்தியாவிருத்திகளில் இரயில்வே டிராம்பே, டெல்லகிராப், போனகிராப், பொட்டகிராப், அவ்வகைகளால் ஏறிவரப்படாது நாமே தூக்கிவிடுகிறோமென்று கூறி உள்ள உயிரையும் சரிவரக் கொன்று பாழ்படுத்துவார்களன்றி தூக்கி யெடுத்துப் பாதுகாப்பார்களென்பது கனவிலும் நம்பக்கூடியதன்று.

அதுபோல் இவ்விந்தியதேசத்தில் நூதனமாக வந்துக் குடியேறிய சிலக் கூட்டத்தோர் கீழ்ச்சாதி, மேற்சாதியென்னும் சிலக் கட்டுக்கதைகளை ஏற்படுத்திக் கொண்டு பௌத்த அறஹத்துக்களைப்போல் வேறெமிட்டு தங்களை உயர்ந்த சாதி பிராமணர்களென்றும், இவர்களது பொய்ப் பிராமணவேஷத்தை சகலருக்கும் பறைந்துவந்த விவேகிகளாம் பௌத்த உபாசகர்களைத் தாழ்ந்த சாதிப் பறையரென்றும் பாழ்படுத்திவருங்கால் இத்தேசத்திய மராஷ்டர்களும், கன்னடர்களும், ஆந்திரர்களும், திராவிடர்களும் பிராமணவேஷ மணிந்து சோம்பேறி சீவனத்தை வலுவு செய்வதற்கு தங்களுக்கு எதிரிகளாயிருந்து பொய் வேஷங்களைக் கண்டித்து வந்த வடநாட்டு வங்காள பௌத்த விவேகிகளை சண்டாளர்களென்றும்,

வடமேற்கு மலையாள கொடுந்தமிழ் பௌத்த விவேகிகளை தீபர்களென்றும், தென்னாட்டு செந்தமிழ் பௌத்த விவேகிகளைப் பறையர்களென்றுந் தாழ்த்தி நசிப்பதற்கு தங்களது பொய்வேஷப்பிராமணக் கூட்டங்களும் பெருகி தங்களை மெய்ப்பிராமணர்களென்று நம்பி மோசம்போயக்குடிகளும் பெருகிவிட்டபடியால் பொய்மத வேஷதாரிகளுக்கும் பொய்ச்சாதி வேஷதாரிகளுக்கும் வலுமிகுத்து இந்திரர்தேச யதார்த்த இந்திரர் தன்மத்தை பராயமதமென்றும் இந்தியர்களாம் பௌத்தர்களைப் பராயசாதியோரென்றுங் கூறி பலவகையாகக் கொன்றும் இழிவுபடுத்தியும் தாழ்த்தியும் நாசஞ்செய்து வந்தவர்களும் காரண காரியம் அறியாது நாளதுவரையில் தாழ்த்திவருகின்றவர்களுமாகியவர்களுக்குள் சிலர் தோன்றி தாழ்ந்தவர்களை உயர்த்தப்போகின்றோமென்று கூறுவது யாதெனில், தங்களால் தாழ்த்தி நாசமடையச் செய்தக் கூட்டத்தார் கருணைதங்கிய பிரிட்டிஷ் ஆட்சியின் செயலால் நாளுக்குநாள் சீர்பெற்று வருவதைக் கண்டு சகியாது தாழ்ந்த சாதியோரை உயர்த்தப்போகின்றோமென்றுகூறி உள்ளதையும் கெடுத்து உருதெரியாது பாழ்ப்படுத்தப் பார்க்கின்றார்கள்.

சாதிபேதமில்லா பெருங்கூட்டத்தோரை சாதிபேதமுள்ளோர் உயர்த்தப்போகின்றோமென்பது எவ்வகை உயர்த்தலோ விளங்கவில்லை. ஏழைகளுக்குக் கல்வி கற்பிக்கப்போகின்றோம், கைத்தொழில் கற்பிக்கப் போகின்றோம், கனமான உத்தியோகஞ் செய்விக்கப்போகின்றோம் என்பாராயின் அஃது யாவர்க்கும் விளங்கும். அங்ஙனமிரது தாழ்ந்த சாதிபோரை உயர்த்தப்போகின்றோமென்னும் சொல்லும் செயலுமானது இன்னுந் தாழ்த்தி நாசஞ்செய்யவேண்டுமென்னுங் கருத்தேயன்றி யதார்த்தத்தில் உயர்த்துகிறோமென்பது பொய், பொய்யேயாம்.

உயர்த்துகிறோமென்பது மெய், மெய்யேயாயின் அச்சாதிபேதமில்லா ஏழைக்குடிகளுக்கு சாதிபேதம் வைத்துள்ளோர் யாதாமொரு பணவுதவிபஞ் செய்ய வேண்டியதில்லை. கல்விசாலைகளும் வைக்கவேண்டியதில்லை. அவர்களுக்கென்றுவோர் கூட்டங்கூடி பணச்செலவுகளும் வைத்துக் கொள்ளவேண்டியதில்லை. அவர்கள் முன்னேறும் வழிகளுக்கெல்லாம் யாதொரு தடையுமின்றி வழி விட்டுவிடுவார்களாயின் அதுவே அவர்கள் செய்யும் பேருபகாரமும் அதுவே அவர்கள் கொண்ட நல்லெண்ணத்திற்கு அறிகுறியுமென்று சொல்லத்தகும். அங்ஙனஞ்செய்யாது தாழ்ந்த சாதியோரை உயர்த்தப் போகின்றோமென்றுயாது கூட்டங்கூடி ஏதுபணஞ் சேகரிக்கினும், “சூடு கண்டபூனை அடுப்பங்கடை நாடா” தென்னும் பழமொழிக்கிணங்க காலமெல்லாந் துன்பஞ்செய்து வந்தவர்கள் தற்காலம் இன்பந் தரப்போகின்றோமென்பதைத் துன்பமெனக் கருதி விலகுவார்களன்றி இன்பமென நெருங்கவேமாட்டார்கள்.

- 4:48; மே 10, 1911 -

லெத்தகிராப்பு முதலிய அரிய வித்தைகளை நாளுக்குநாள் கண்டுபிடித்து தாங்கள் சுகவாழ்க்கைப் பெறுவதுடன் அவ்வித்தைகளைக் கற்றுக் கொள்ளுவோரும், அவற்றை செய்வோரும் ஆனந்த சுகவாழ்க்கையில் இருக்கின்றார்கள். விவசாய விருத்திகளோவென்னில் பருத்தியின் விளைவால் ஐரோப்பியர்கள் செய்யும் நெசுவின் விருத்திகளும், அமேரிக்கர் செய்யுங் கோதுமை விருத்திகளும், ஜப்பானியர்கள் செய்யும் விருட்சவிருத்திகளும், பர்மியர்கள் செய்யும் அரிசியின் விருத்தியும் விவசாயபலனை நன்கு விளக்கும்.

இத்தகைய விருத்திகளை கலாசாலை மாணவர்களுக்குப் போதியாது மதசம்மத நூற்களைப் போதிப்பதாயின் வித்தை புத்தி, யீகை, சன்மார்க்கமற்று சோம்பேறிகளாய் வீதியுலாவவும், சாதிசம்மத நூற்களைப் போதிப்பதாயின் நாளுக்குநாள் பெருக்கிக்கொண்டேவரும் சாதிபேதமென்னும் பொய்க்கட்டுப்பாடுகளினால் ஓர் மனிதன் தனதருகில் வந்தவுடன் அவனைப் பார்க்க கண்ணிருந்தும் மனிதவுருவினனென்றறியும் உணர்ச்சியிருந்தும் அவனை முறுத்துப்பார்த்து நீரென்னசாதி, என்னவருணமெனக் கேட்டு நாளுக்குநாள் ஒற்றுமெய்க்கேடடைவதுடன் விரோதச் சிந்தனையே விருத்தி பெற்று ஒருவருக்கொருவர் உபசாரமென்பதற்றுப் பாழடைந்து போவார்கள்.

இந்துக்களென்போர் தங்கள் மதசம்மதங்களினால் இதுவரையில் அடைந்துவந்த சுகங்களென்ன, சாதி சம்மந்தங்களினால் இதுவரையிலடைந்துவந்த சுகங்களென்ன. ஓர் மனிதன் ஏதேனும் ஓர் வித்தையை நூதனமாகக் கண்டுபிடிப்பானாயின் அவ்வித்தையால் தானும் தனது சந்ததியோரும் சுகச்சீர்பெற்று வாழ்வதுடன் தனது தேசமக்களும் சீவராசிகளும் சுகவாழ்க்கைப்பெறுமாயின் அவ்வித்தையை சிறந்த வித்தையென்று கூறலாம். அங்ஙனமின்றி அவ்வித்தையால் தாங்கள் மட்டிலும் சுகம்பெற்று ஏனையோர்கள் யாவரும் பாழடைவதாயின் அவ்வித்தை மேலான வித்தையென்று விவேகிகளேற்பரோ. ஒருக்காலும் ஏற்கமாட்டார்கள்.

இம்மதசம்மந்தவித்தையும், சாதிசம்மந்தவித்தையும் தங்கடங்கள் சுயப்பிரயோசனங் கருதி ஏற்படுத்திக் கொண்டவைகளாதலின் கற்பனா நூற்களை கலாசாலைகளில் போதிப்பதினால் உள்ளக் கலை நூற்களின் பலனும் கெட்டுப் பாழடைய நேரும். ஆதலின் ஒவ்வோர் கலாசாலைகளிலும் மதசம்மத நூற்களையும், சாதிசம்மத நூற்களையும் மறந்துங் கற்பிக்காமலிருக்க வேண்டுகிறோம்.

- 4:48; மே 10. 1911 -

207. தாழ்ந்த சாதியோரை உயர்த்துதலாமே?

தாழ்ந்த சாதியோரை உயர்த்துவதென்னில் தங்களுக்குள் தாங்களே தாழ்ந்து நிலைகுலைந்திருப்பவர்களை உயர்த்துகின்றதா அன்றேல் சத்துருக்களால் தாழ்த்தப்பட்டு நிலைகுலைந்திருப்பவர்களை உயர்த்துகின்றதா என்னும் விவரம் யாதும் விளங்கவில்லை. எக்காலுங் கிணற்றிலேயே கிடப்பவனை தூக்கிவிடப் போகின்றோமென்பது வீண்மொழியேயாகும். கிணற்றில் தவறி விழுந்தவனை தூக்கிவிடப்போகின்றோமென்பது விவேகிகள் முதல் அவிவேகிகள் வரை ஒப்புக்கொள்ளுவதாகும். கிணற்றில் ஒருவனை தாங்களே தள்ளிவிட்டு தாங்களே தூக்கிவிடப்போகின்றோமென்பாராயின் சகலருக்கும் அஃதோர் விந்தை மொழியும் சிந்தை மொழியாகத் தோன்றுமேயன்றி அன்பின் மிகுத்த சொந்த மொழியென்று நம்பமாட்டார்கள்.

காரணமோவென்னில் ஒருவன்மீது தங்களுக்குள்ள வஞ்சினத்தாலும், பொறாமெயாலும் அவனைக் கிணற்றில் தள்ளிவிட்டு மற்றவர்கள்மீது குறைகூறாமல் தங்களை மெச்சுதற்கு தள்ளப்பட்டவனைத் தூக்கிவிடப் போகின்றோமென்னும் சொல்லும் செயலுமானது அவன் இன்னும் உயி-ருடனிருக்கலாமா மற்றவர்கள் வந்தும் அவனைத் தூக்கிவிடலாமா, அவனாயினுந தன்னிற்றானே கிணற்றைவிட்டேறி வந்துவிடலாமா

208. சாதித் தொடர்மொழிகள் சாஸ்வதமாமோ?

இல்லை, இல்லை, அவரவர்கள் தங்கள் தங்கள் பிரியம்போல் பெயர்களினீற்றில் சீனிவாசச்செட்டி, சீனிவாச ஐயர், சீனிவாச ராவெனச் சேர்த்-துத் தங்களுக்குத் தாங்களே உயர்ந்த சாதியென்று சொல்லிக்கொள்ளுவது வழக்கமேயன்றி வேறோர் ஆட்சரிய உற்பவங் கிடையாவாம்.

ஓர் குழந்தை பிறந்து வளர்ந்து அரசதானம்வரை ஓர் பெயருங் கொடாமலிருப்பதாயின் அவனைப் பெயரில்லா மனிதனென்றே அழைப்-பார்கள். பிறந்தவுடன் சீனிவாசனென்னும் பெயரைக் கொடுத்த போது சீனிவாசா, சீனிவாசா வென வழக்க அழைப்பாகும். அவன் பாலதானங் கடந்தபின்னர் உத்தியோகப் போக்கினாலும், விவகாரப்பெருக்கினாலும் சீனிவாசச்செட்டியென்றோ சீனிவாச ராவென்றோ ஓர் தொடர்மொழி-யைச் சேர்த்து வழங்கிக்கொள்ளுவது இயல்பாம். இத்தகையாய் சேர்த்துக்கொள்ளுந் தொடர்மொழியைப் பெரிதாக எண்ணிக்கொண்டு தங்களை உயர்ந்த சாதியோரென்று கௌரதைப்படுத்திக்கொள்ளுவதும் அத்தகையத் தொடர்மொழிகளைச் சேர்த்துக்கொள்ளுவது டம்பச்செயலென்றும் பேரறிவாளரைத் தாழ்ந்தசாதியோரென்று கூறி அலக்கழிப்பதுமாயச் செயல்கள் தங்கள் தங்கள் சுயப்பிரயோசனச்செயல்களேயன்றி யதார்த்தத்-தில் உயர்ந்தசாதியோரென்பது கிடையாது. அவரவர்கள் சாதிக்கும் சாதனங்களின்படி நற்சாதனமுடையவர்கள் நியாயசாதியோரென்றும், துற்-சாதனமுடையவர்கள் தீயசாதியோரென்றும் அழைக்கப்படுவார்களன்றி கொடியனும் வன்னெஞ்சனும் குடிகெடுப்போனுமாய தீயனை உயர்ந்த சாதியோனென்றும், நியாயனும், அன்பனும், சாந்தமானோனை தாழ்ந்தசாதியோனென்றுங் கூறுவது கண்டுபடிக்காக் கல்வியும், கலை நூற்-கல்லா விவேகமுமென்றே கூறல்வேண்டும்.

பெரியசாதிகள், சிறியசாதிகளென்பது யாவும் பொய். தங்கங்கட் பெயர்களினீற்றில் ஒவ்வோர் தொடர்மொழிகளைத் தாங்களே சேர்த்துக் கொண்டு தங்களைப் பெரியசாதியோர், பெரியசாதியோரெனச் சொல்லித் திரிவது மெய். இதற்குப் பகரமாய்க் கும்பகோணத்தைச்சார்ந்த கிராம-வாசிகளாகும் சௌராட்டிர மகாஜனங்கள் யாவரும் தங்கட் பெயர்களினீற்றில் செட்டியார்கள் என்னுந் தொடர்மொழியைச் சேர்த்து வழங்கிவந்-தார்கள். தற்காலம் இந்த விரோதிகிருது வருடம் சித்திரை மாசம் 1உ முதல் அந்த செட்டியாரென்னுந் தொடர்மொழியை அப்பாலெடுத்தெ-றிந்துவிட்டு, அய்யரென்னுந் தொடர்மொழியைச் சேர்த்துக் கொண்டார்கள். இதன் விவரத்தை 1911 வருடம் ஏப்பிரல்மீ29ல் வெளிவந்துள்ள சுதேச மித்திரன் இரண்டாம் பக்கம் முதற் கலத்திலுள்ள நோட்டீசால் கண்டறிந்து கொள்ளலாம்.

இப் பெரியசாதி, சிறியசாதி யெனச் சொல்லித்திரியும் கட்டுக்கதைகளை சாதிபேத மில்லாதோர் மெய்யென்று நம்பி மோசம் போகாது தாங்-கள் முன்னேறி சுகம்பெறும் வழியைத் தேடுவார்களென்று நம்புகிறோம்.

- 4:48, மே 10, 1911 -

209. தங்களை சீர்திருத்திக்கொள்ள அறியாதோர் பிறரை சீர்திருத்தப் போகின்றார்களாமே?

நமது தேசத்தையும் நம்மெயும் அரசாண்டு கார்த்துவரும் கருணைதங்கிய ஐரோப்பியர்களது ஒற்றுமெயையும், அவர்களது அன்பின் செயலை-யும், வித்தை புத்தியையும் நோக்கி அவ்வொற்றுமெபலத்தாலும் வித்தையின் மிகுதியாலும் அவர்களடைந்துவரும் ஆனந்தத்தையும் சுகத்தையும் நன்குணரல் வேண்டும்.

இரண்டாவது கனந்தங்கிய மகமதியர்களின் ஒற்றுமெயையும் அவர்களது செயல்களையும் நன்குணரல்வேண்டும். அதாவது, அவர்கள் யூனிவர்சிட்டி கலாசாலை ஏற்படுத்தவேண்டியதென்னும் நோக்கங் கொண்டவுடன் எத்தேசத்திய மகமதியர்களும் ஒருமனப்பட்டு அவர்கள் சேர்த்துள்ள தொகையின் பெருக்கத்தையும் அத்தொகைகளை பக்கீரிகள்முதல் அந்தஸ்துள்ள உத்தியோகஸ்தர்களும் அரசர்களும் அன்புடன் அளித்துவரும் ஈகையின் பெருக்கத்தையும், டிப்பிரஸ் கிளாசை சீர்திருத்தி உயர்த்தப் போகின்றோம் என்னுங் கூட்டத்தார் உய்த்து நோக்குவார்-களாயின் தங்களுக்குள்ள வித்தையின் குறைவையும், தங்களுக்குள்ள தனக்குறைவையும், தங்களுக்குத் தாங்களே சீர்திருத்திக்கொள்ளுதற்கு அறியாசெயலின் குறைவையும் நன்குணர்ந்து டிப்பிரஸ்கிளாஸ் யாரென்பதைத் தங்களுக்குத் தாங்களே தெரிந்துக் கொள்ளுவார்கள்.

அங்ஙனம் சீர்திருத்தக்காரர்களை நோக்காமலும், சீர்திருத்தக்காரர்கள் செயல்களை உணராமலும் அவர்கள் வித்தையையும் புத்தியையும் ஆராயாமலும், அவர்களது செல்வத்தையும் சுகத்தையும் கண்டுணராமலும் உள்ளவர்களாதலின் தங்களுக்குத்தாங்களே சீர்திருத்தக்காரர்க-ளென்றெண்ணி ஏனையோரை டிப்பிரஸ்கிளாசென்று கூறி அவர்களை சீர்திருத்தப்போகின்றோமென்று வெளிதோன்றிவிட்டார்கள்.

சாதிபேதமென்பது கூடாது அஃது ஒற்றுமெய்க் கேட்டை உண்டு செய்யுமென்று உணர்ந்து ஒற்றுமெயிலமைந்திருப்பவர்களை டிப்பிரஸ்கிளா-சென்றும், தூதனமாய சாதிபேதத்தை உண்டு செய்துக்கொண்டு ஒற்றுமெய்க் கேட்டால் ஒருவருக்கொருவர் சீறிநிற்போர் அய்யர்கிளாசென்றும் கூறுவதை உலக மேதாவிகள் நோக்குவார்களாயின் யாவர் அய்யர்கிளாசென்றும், யாவர் டிப்பிரஸ் கிளாசென்றும் திட்டமாக விளக்கிவிடுவார்-கள்,

தேகத்தை வருத்தி பூமியைப் பண்படுத்தி தானியவிருத்தி செய்பவரையும் கூலியெடுத்தேனும், வண்டி இழுத்தேனும் தேகத்தை வருத்தி பொருள் சம்பாதித்து தன் பெண்டுபிள்ளைகளைக் காப்பாற்றி வருவோரை டிப்பிரஸ் கிளாசென்றும், தேகத்தை சோம்பலில் வளர்த்து பெரும் பொய்யைச் சொல்லிக்கொண்டு பொருள் சம்பாதித்து தங்கள் பெண் பிள்ளைகளைக் காப்பாற்றுவோரை அய்யர் கிளாசென்றும் கூறுவோர்களை அறிவில் மிகுத்தோர் நோக்குவார்களாயின் அய்யர்கிளாஸ் யார், டிப்பிரஸ் கிளாஸ் யாரென்பதை அப்போதே விளக்கிவிடுவார்கள்.

யாதொரு களங்கமுமின்றி பல தேசங்களுக்குச் சென்றும், பல பாஷைக்காரர்களுடன் ஒத்தும் ஆனந்தமாகச் சுற்றி வருவோரை டிப்பிரஸ் கிளாசென்றும் ஒரு தேசம் விட்டு மறுதேசம் போனால் சாதிகெட்டுப்போம், சமயம் கெட்டுப்போம் என்னும் சோம்பலுள்ளோரை அய்யர் கிளாசென்றும் கூறுவோர்களை அன்பும் அரிய வித்தையும் அமைந்தோர் நோக்குவார்களாயின் டிப்பிரஸ் யார், அய்யர் யாரென்பதை அவர்களே விளக்கி விடுவார்கள்.

பாணவேடிக்கையும், மத்தாப்பு வேடிக்கையும், தீவர்த்தி வேடிக்கையும், தாசி வேடிக்கையும் வைத்து வீணே பணம் விரயஞ்செய்பவர்கள் தங்கள் தேசசிறுவர்களுக்குக் கல்விசாலையும், கைத்தொழிற்சாலையும் வைத்து விருத்தி செய்ய முயல்கின்றார்களா, இல்லையே. இத்தகைய சீர்திருத்தங்களைத் தங்களுக்குள் செய்ய சக்தியற்றவர்கள், டிப்பிரஸ் கிளாசென்று யாரைக்கூறி யாரை சீர்திருத்தப்போகின்றார்களோ விளங்கவில்லை. மற்றுமுள்ளக் குறைகள் யாவையும் ஒவ்வொன்றாக விளக்குவோமாயின் வீணே மனத்தாங்கலுண்டமெனக் கருதி நிறுத்திவிட்டோமாதலின் டிப்பிரஸ்கிளாசை சீர்திருத்தப் போகின்றவர்கள் தங்களை முதலாவது சீர்திருத்திக்கொள்ளுவது அழகாம். அங்ஙனமிராது வெறுமனே வோர்க் கூட்டத்தோரை டிப்பிரஸ்கிளாஸ், டிப்ரெஸ்கிளாசெனக் கூறி இன்னும் பாழ்படுத்துவது அழகின்மெயேயாம்.

- 4:49; மே 17, 1917 -

210. கனந்தங்கிய கவர்ன்மென்றார் கருணைவைத்தல்வேண்டும்

யாவர்மீதென்னில், சாதிபேதபொய்க்கட்டுப்பாட்டிற்கு உட்படாது அல்லல்பட்டழியும் அறுபதுலட்ச எழிய குடிகளின் மீதேயாம். யாதுக்கோவென்னில், தற்காலம் இவ்விந்தியதேசத்தில் பெருங்கூட்டங்கள் கூடி

இராஜாங்கத்தோருக்கு அறிவித்துவரும் செயல்கள் யாவும் தங்கள் தங்கள் சுயப்பிரயோசனங்களை நாடி தெரிவித்து வருகின்றார்களன்றி சகல மக்களும் ஈடேறக்கூடிய பொதுப் பிரயோசனங்களைத் தெரிவிப்பது கிடையாது. அறுபது லட்சத்திற்கு மேற்பட்டக் குடிகள் அவர்களது பொய்யாகியக் கட்டுப்பாடுகளாம் சாதிவித்தியாசச் சீரழிவினால் எவ்வகை அழிந்தாலும் அவசியமில்லை. சாதியாசாரம் உடையவர்கள் மட்டிலும் சீர்பெற்று சுகமடைந்தால் போதுமென்பதே அவர்களது கொள்கையாகும். அவர்களது முழுநோக்கமோவென்னில் தற்காலம் சாதிபேதப் பொய்க்கட்டுப்பாடில்லாமல் வாழும் அறுபது லட்சத்திற்கு மேற்பட்டக் குடிகள் அடியோடு அழிந்துவிட்டாலும் ஆனந்தமேயாம். அத்தகைய வன்னெஞ்சமும் கொடூர சிந்தையும் உள்ளவர்களின் செயலைக் கருணைதங்கிய கவர்ன்மென்றார் சீர்தூக்கிப்பார்த்து ஒவ்வொரு காரியங்களையும் நடாத்தி வைக்கும்படி வேண்டுகிறோம்.

அதாவது தற்காலங் கூட்டங்கள் கூடி இராஜாங்கத்தோருக்குத் தெரிவிப்போர் (வில்லேஜ் பஞ்சாயத்து) வைக்கவேண்டுமென்று கோறுகின்றார்கள். அத்தகையக் கோரிக்கைக்கு இணங்கி இராஜாங்கத்தோர் உத்திரவளிப்பார்களாயின் கிராமங்களில் உள்ள ஏழைக்குடிகள் ஊரைவிட்டோடி உயிரிழக்க வேண்டியதே சத்தியமாகும். (சிவில் செர்விஸ்) பரிட்சையை இந்தியாவில் வைக்க வேண்டுமென்று கேட்கின்றார்கள். அவ்வகைக் கொடுப்பதாயின் உள்ள சாதிக் கட்டுப்பாட்டை இன்னும் உறுதிசெய்துக்கொண்டு சாதிபேதமில்லாக் குடிகளை உருவுகாணாது மறையும்படிச் செய்துவிடுவார்கள். (நெட்டலுக்குப் போகும்) ஏழைக் குடிகளை அவ்விடம் போக விடாமற் செய்ய வேண்டுமென்று கேட்டிருக்கின்றார்கள். சாதிபேதமுள்ளவர்பால் படும் கஷ்டங்களை சயிக்க முடியாது அன்னியதேசங்களுக்குச்சென்று தேகத்தை வருத்திக் கஷ்டப்பட்டு தக்க திரவியம் சம்பாதித்து வந்துநல்ல சுகத்திலிருக்கின்றார்கள். அத்தகையோர் அகத்தைக்கண்டு சகியாது இவர்களை ஊரைவிட்டேயேகாமல் பாழ்படுத்த வேணுமென்னுங்கெட்ட எண்ணத்தினால் அவ்விடம் போகாமல் தடுக்கின்றார்களன்றி யதார்த்தத்தில் அவர்கள் மீது அன்புபாராட்டி தடுப்பது கிடையாது.

அவ்வகை நெட்டாலிற் சென்றுள்ள ஏழைக்குடிகளின் மீது பரிதாபங்கொண்டு அம்மட்டனை சவரஞ் செய்யவிடாமலும், வண்ணானை வஸ்திரமெடுக்கவிடாமலும், சுத்த சலங்களை மொண்டுகுடிக்க விடாமலும், பொதுவாகிய உத்தியோகங்களில் அமரவிடாமலும், சொந்த பூமிவேண்டுமென்று கேட்பார்களாயின் அதை கொடுக்கவிடாமலும் தடுத்து காலமெல்லாம் பாழ்படுத்தி கட்ட வஸ்திரமின்றி கோலையுங் குடுவையையும் கொடுத்து எலும்புந்தோலுமாக வதைத்துக் கொன்று வருங்கொனூரச் செயல்களைக் கண்டுங் காதாரக் கேட்டும் இவ்வேழைக்குடிகளின் இடுக்கங்களை நீக்கப் பாடுபடாதவர்கள் நெட்டாலுக்குச் சென்றுள்ள யேழைக் குடிகள் பாடுபடுகின்றார்களென்று பரிந்து பேசுவது பயனற்ற வாக்கேயாம். உள்ளூரில் கண்கலக்கமுற்று பெருங் கஷ்டங்களை அநுபவித்துவரும் ஏழைக் குடிகளின் குறைகளை இராஜாங்கத்தோருக்கு எடுத்துக் கூறாதவர்கள் தூரதேசத்திலுள்ளவர்களின் கஷ்டங்களுக்காக பாடுபடுகின்றார்களென்பது சத்தியமாமோ.

இல்லை, யாவும் தங்கள் சுயகாரிய நோக்கங்களேயன்றி பொதுநலங் கிடையவே கிடையாவாம். அதாவது நெட்டாலுக்குப் போய்வரும் ஏழைக்குடிகள் யாவரும் சொந்த பூமிகளை வாங்கிக்கொண்டு சுகவாழ்க்கை பெறுவதை மற்றும் ஏழைக் குடிகளுங் கண்டு அவர்களும் நெட்டாலுக்குப் போய்வந்து சொந்தபூமிகளை வாங்கி சுகவாழ்க்கைப் பெறுவார்களென்னுங் கெட்ட எண்ணத்தினாலும், அவர்கள் யாவரும் சொந்தபூமிகளை வைத்துக்கொண்டு சுகம் பெற்றுவிட்டால் நமது பூமிகளுக்கு ஆளில்லாமல் நாமே உழுது பயிரிட நேரிடுமென்றுமெண்ணி அவர்களை நெட்டாலுக்குப் போகவிடாமல் தடுப்பதற்கு யாதாமொரு வழியுமில்லாதபடியால் நெட்டாலிலுள்ள ஏழைக்குடிகளின் மீது பரிதபிப்பதுபோல் அபி-

நயித்து இவ்விடமிருந்து போகும் ஏழைக் குடிகளின் சுகத்தைக் கெடுக்க ஆரம்பித்துக் கொண்டார்கள்.

இவைகள் யாவையுங் கருணைதங்கிய ராஜாங்கத்தார் கண்ணோக்கி வில்லேஜ் பஞ்சாயத்தை வைக்கும்படி இடங்கொடாமலும் சிவில்செர்விஸ் பரிட்சையை இவ்விடத்தில் வைக்க உத்திரவளியாமலும், நெட்டாலுக்கும் போகும் துரைமக்கள் உத்தியோகஸ்தர்களின் பிரயாணங்களைத் தடுக்க விடாமலும் கார்த்து ரட்சிப்பார்களென்று நம்புகிறோம்.

- 4:50; மே 24, 1911 -

211. டிப்பிரஸ்டு களாசென்பதென்னை?

அடா, தாழ்ந்த வகுப்போர்களே, உங்களை உயர்த்தப் போகின்றோம் அவ்வகையாயின் உங்களை எங்களுடன் சேர்த்துக் கொள்ளுவதா, இல்லை, இல்லை, தூரனின்று கொண்டு உயர்த்தப் போகின்றோம். அதாவது கோமணங்கட்டிக் கொண்டு விளையாடித் திரிவோன், வேட்டி கட்டிக் கொண்டால் உயர்த்தப்பட்டா னென்பதேயாம். டிப்பிரஸ்கிளாசை சீர்திருத்தப்போகின்றோமென்போர் அன்னியர் பொருளுதவி கொண்டு செய்வோமென்னில் அவர்கள் படுங்கஷ்டத்திற்குத்தக்க தொகை எடுத்துக் கொள்ளாமற் போவரோ. வேலைகளை நடத்துவோருக்கும் வேலைகளைச் செய்வோருக்கும் பொருளுதவி வேண்டுமன்றோ, ஆதலின் மதக்கடை பரப்பி சீவிப்போருக்கும், டிப்பிரஸ்கிளாசை சீர்திருத்தப்போகின்றோமென்போருக்கும் பேதமுண்டோ, இல்லை. தோன்றிய காரணமோவென்னில் நாம் காலமெல்லாம் தாழ்த்தி வைத்த சாதியார் தங்களுக்குத் தாங்களே முன்னுக்கு வர ஆரம்பித்துக் கொண்டார்கள். ஆதலால் அவர்களை நாங்களே முன்னுக்கு கொண்டுவரப்போகின்றோம் என்னும் படாடம்பங்காட்டி தாழ்ந்தவர்களை உயர்த்தப் போகின்றோம் என்னும் மொழியை காலமெல்லாம் கூறி இப்போது தாழ்ந்தவர்கள் முப்போதும் தாழ்ந்தவர் களென்று நசித்து தலையெடுக்காமல் பாழ்படுத்துவதற்கேயாம்.

யதார்த்தத்தில் மனிதர்களை மனிதர்களாக பாவித்து ஏழைகளை சீர்திருத்தப் போகின்றோமென்னும் எண்ணமுடையார் இத்தகைய இழிமொழியை என்றும் கருதவுமாட்டார்கள், எடுத்துக்கூறவும் துணியார்கள். தந்த்ரோபமாகத் தாழ்த்தி தலையெடுக்கவிடாமல் செய்ய வேண்டுமென்னும் கெடு எண்ணமுள்ளோரே இத்தகைய இழிகுறியிடு பெயரிட்டு ஈடேற்றப் போகின்றோம் என்பார்கள்.

ஓர் சிறந்தவிவேகியும் சிறந்தகுலத்தோனுமாயோனை பத்து பெயர்கூடிக் கொண்டு இவன் தாழ்ந்த குலத்தான் நீசன், மிலேச்சனெனத் தாழ்த்திக் கொண்டே வருவார்களாயின் அவன் மனங்குன்றி நாணமடைந்து சீர்கெடுவானன்றி முன்னுக்கு வாரான்.

ஓர் பிச்சையேற்றுண்ணும் அவிவேகியும் மிலேச்சக் குடும்பத்தோனுமாயோனை பத்து பெயர்கூடிக் கொண்டு இவன் மிக்க சிறந்தோன், உயர்குலத்திற் பிறந்தோன், தனதான்யம் நிறைந்தோன் என உயர்த்திக் கொண்டே வருவார்களாயின் நாளுக்குநாள் சிறந்து முன்னேறுவானன்றி தாழ்வடையானென்பது அனுபவக் காட்சியாதலின் நெடுங்காலம் சத்துருக்களாயிருந்து கெடுத்தவர்கள் தற்காலம் மித்துருக்களென தோன்றி சீர்திருத்தப் போகின்றோமென்பது சூன்ய மொழியாதலின் பூர்வக் குடிகள் ஆய்ந்தோய்ந்து அண்டுவார்களென நம்புகிறோம்.

- 4:51; மே 24. 1911 -

212. கவர்ன்மென்டார் தான் கலாசாலைகளை வைத்தாதரிக்க வேண்டும் குடிகள் அவற்றை வைத்து ஆதரிக்கலாகாதோ

கவர்ன்மென்டார் தாங்களடைந்து வரும் பயனில் குடிகளுக்கு என்று எவ்வளவோ உதவியும் ஆதாரங்களும் செய்து வருகின்றார்கள். அவ்வகை செய்துவரும் அனுபவமானது வீடுகளின் சிறப்பையும், வீதிகளின் சிறப்பையும், ஆடையாபரண சிறப்பையும், சுகப்புசிப்பின் சிறப்பையும், கல்வியினது சிறப்பையும், கைத்தொழிலினது சிறப்பையும் கொடுத்து சகல சாதியோரையும் சமரச சுகத்திற் கொண்டுவரும் வழியில் விடுத்திருக்கின்றது. குடிகளுக்கென்று அத்தகைய்ப் பெருஞ் செலவை கவர்ன்மென்டார் செய்து வராவிடின் இத்தேசசிறப்பையும் மனுக்கள் சிறப்பையும் காண்பது அரிது, அரிதேயாம்.

அவர்களது குணாகுணங்களையும், உபகார விருத்திகளையும் சீர்திருத்த வழிகளையும் நமது தேசத்தோர் 300 வருஷங்களாகப் பார்த்து வந்தும், கோழியைக் கண்ணாடி மேசையின் மீது விடுத்தும் தன் காலால் குப்பைத்தீக்கும் குணம் மாறாதது போல பி.ஏ. எம்.ஏ., முதலிய கௌரதா பட்டம் பெற்றும், எங்கள் சாதியோர் எங்கள் மட்டிலும் ஓர் கூட்டம் கூடிக் கொள்ளல்வேண்டும், உங்கள் சாதியார் உங்கள் மட்டிலும் ஓர் கூட்டம் கூடிக் கொள்ளல் வேண்டும். எங்கள் சமையத்தார் எங்கள் சாமிகளுக்கு கோவில்கள் கட்டிவிடவேண்டும், உங்கள் சமையத்தோர் உங்கள் சாமிகளுக்கு கோவில்கள் கட்டிவிட வேண்டும் என்னும் ஒற்றுமெக் கேட்டிற்கும் விரோத சிந்தைக்கும் வேரூன்றி வைக்கின்றார்களேயன்றி, தேச சீர்திருத்தத்தையும் மக்கள் சீர்திருத்தத்தையும் சிந்திப்பதே கிடையாது. கவர்ன்மென்டார் செய்து வரும் செயல்களைக் கண்டேனும் செய்வது கிடையாது. கண்டு செய்வது யாதெனில் கவர்ன்மென்டை தங்களிடம் ஒப்படைத்துவிவேண்டும் என்பதும், படித்து பட்டம் பெற்றவர்களுக்குத்தான் பெரிய உத்தியோகங்களைக் கொடுக்கவேண்டும் என்பதுமாகிய இவைகள் தான் இத்தேசத்தோர் கண்டுள்ள சீர்திருத்தமும் முயற்சியுமேயன்றி தங்களுக்குத் தாங்களே முயன்று மனிதர்களை மனிதர்களாக பாவித்து தாங்கள் வீணில்சேர்த்து புதைத்து வைத்துள்ள தனங்களை இத்தேசத்து ஏழைமக்களின் கல்வி விருத்திக்கும், கைத்தொழில் விருத்திக்கும் செலவிட்டு சீர்திருத்த மாட்டார்கள். தங்கள் சாதியின் சிறப்பைப் பேசிக் கொண்டு திண்ணை மீது சார்ந்திருப்பதும், தங்கள் சமயச் சிறப்பைப் பேசிக் கொண்டு தெரு உலாவி வருவதுமே பெருஞ் சீர்திருத்த மென்றெண்ணி சாதிச் சண்டையிலும் சமயச் சண்டையிலுமே காலங்கழித்து திரிவார்கள்.

காரணமோவென்னில், இத்தேசத்துள் வித்தையிலும் புத்தியிலும் ஈகையிலும் சன்மார்க்கத்திலும் நிறைந்திருந்த பௌத்தர்களை பலவகையாலும் தாழ்த்தி சீர்குலைத்து விட்டு பெரியசாதி, சின்னசாதி என்னும் பொய்க் கட்டுப்பாட்டுக்களை ஏற்படுத்திக் கொண்டும்; பெரியசாமி, சின்னச்சாமியென்னும் மதபேத பொய்க் கதைகளை ஏற்படுத்திக் கொண்டும் அவைகளின் ஏதுவால் பேதை மக்களை ஏய்த்துப் பொருள் சம்பாதித்துப் பெண்டு பிள்ளைகளைக் காப்பாற்றி வந்த சோம்பேறிகளாதலின் எத்தகைய சீர்திருத்தங்களையும் நோக்காது தங்கள் தங்கள் தந்தரத்திலும் சோம்பலிலும் இருந்து கொண்டு யாரேனும் தயாள புருஷர் இலவசத்திற் பள்ளிக்கூடம் வைத்தால் கற்றுச் கொள்ளவும். இலவசத்தில் கிராமத்தைவிட்டுவிட்டால் அக்கிராமத்தாருக்கு மரத்தாலி கட்டிவிட்டு சகலத்தையும் தாங்களனுபவித்துக் கொள்ளும்படியான முயற்சியில் துடைதட்டி நிற்பார்கள். தயாள குணத்தால் தங்கள் பொருட்களைச் செலவிட்டு தேசத்தையும் தேச மக்களையும் சீர்திருத்த முயலவே மாட்டார்கள். கவர்ன்மெண்டாரேனும், ஏனைய தயாள புருஷர்களேனும் ஓர் சீர்திருத்த சுகாதார வழியை ஏற்படுத்துவார்களாயின் அதனிற் சொந்தம் பாராட்டி, சுகமனுபவித்து கொள்ளுவார்கள். அங்ஙனம் மயிலைக் கண்டு வான் கோழி நடிப்பது போல பிரிட்டிஷார் வியாபாரச் சங்கங்களையும், கைத்தொழிற் சங்கங்களையும் கண்டு ஓர்க் கம்பெனியை ஏற்படுத்த முயலினும் அவன் அன்னசாதி அவனை நம்பப்படாது, இவன் இன்னசாதி இவனை நம்பப்படாதென்னும் ஒற்றுமெய்க் கேட்டால் பாழ்படுத்திவிடுவார்கள். தங்கள் சொத்தை அனுபவிக்க பெண்டு பிள்ளைகளும் பந்துக்களும் இல்லாவிடினும் மேலும் மேலும் பணத்தைச் சேர்த்து பெட்டியிலிட்டு பூட்டி அதன்மீது படுத்திருப்பார்கள். இத்தகைய கனவான்களின் பெருமுயற்சிகள் யாதெனில் கவர்ன்மென்டாரே கலாசாலைகள் வைக்க வேண்டு மென்று கேட்டு தற்சுகமடைய ஆரம்பிப்பார்களன்றி தங்களுக்குள் முயன்று தங்கள் பணங்களை செலவிட்டு தங்கள் தேசப்யிற்சியை முன்னிட்டு கலாசாலைகளின் விருத்தியையேனும் கைத் தொழில்சாலைகளின் விருத்தியை யேனும் செய்யவே மாட்டார்கள். இத்தகைய சீர்கேடுகளுக்கெல்லாம் காரணம் சாதிபேத மதபேதமென்னும் பொய்க் கட்டுப்பாடுகளே யாதலின் சீர்த்திருத்தக்காரரென வெளிவந்து டிப்ரஸ் கிளாசை சீர்திருத்தப் போகின்றோமென்பவர்கள் தங்களுக்குள்ள சாதிகர்வத்தையும், மதகர்வத்தையும் வித்தியாகர்வத்தையும் தன கர்வத்தையும் போக்கி சகோதர ஐக்கியத்தால் ஒற்றுமெய் பெறும் வழியில் நடத்தல் வேண்டும். அத்தகைய நடத்தலே சகல சீர்திருத்தங்களுக்கும் பீடமாகும். நமக்கு நாமே முயன்று முன்னேறுவோமாயின் கவர்ன்மென்டார் முயன்று பின்னேற்றிவைப்பார்கள். நம்முடைய முயற்சிகளும் செய் தொழிலும் யாதுமின்றி வாதிடுவது வீணேயாம்.

- 4:51: மே 31, 1911 -

213. வடஇந்திய பஞ்சாயத்து நியமனம்போல் தென்னிந்திய பஞ்சாயத்து நியமனம் சுகம்தருமோ?

ஒருக்காலும் தராவாம், காரணமோவென்னில் வடஇந்தியாவில் சாதிபேதமென்னும் கொடூரச் செயல்கள் அதிகம் கிடையாது. அதனினும் அங்குள்ள சிலர் முன்கோபிகளாக இருப்பினும் நியாயமும் கருணையும் அவர்களிடமுண்டு. அதனால் தங்களுக்குக் கொடுக்கும் பஞ்சாயத்தின் அதிகாரத்தை ஏழைக்குடியானவர்கள் மீதும் ஏழைக்கூலியாட்கள் மீதும் கருணைவைத்து பஞ்சாயத்தார் நடத்தவேண்டிய காரியங்களை நீதியின் வழியிலும் நெறியின் நிலையிலும் நின்று நடத்தி இராஜாங்கத்தோருக்குத் திருப்தியாக நடந்து கொள்வதுடன் குடிகளுக்கும் யாதொரு அன்னியாயமுமின்றி பஞ்சாயத்தின் தீர்மானங்களை முடிவு செய்து வருவார்கள். அதனால் குடிகளுக்குள்ள குறைகள் அப்போதைக்கப்போது நீங்கி ஏழை மக்களுக்கு அதிகச் செலவும் நேரிடாமல் சுகவாழ்க்கை பெறுவார்கள்.

அத்தகைய பஞ்சாயத்தை இத்தென்னிந்தியாவில் ஏற்படுத்துவதாயின் மூன்று பேர் ஓர் சாதியும் இரண்டுபேர் ஓர் சாதியுமாயிருப்பர், அல்லது நாலுபேர் ஒரு சாதியும் ஒருவர் ஒரு சாதியுமாயிருக்க நேரிடும். அதனால் சாதியாருக்கு சாதியார் ஒன்று கூடிக் கொண்டு பெருந் தொகையார் சம்மதப்படியே தங்கள் நியாயங்களை முடிவு செய்து ஏழைகளை அல்லோகல்லலடையச் செய்து மேலும் மேலும் செலவுகளை உண்டு செய்து விடுவார்கள். பட்டணவாசிகளும் தக்க பொருள் உள்ளவர்களுமானோர்களுக்கு ஒரு ரூபாய் கை நட்பு கிடைக்குமாயின் பொய்யைச் சொல்லி இரண்டு குடிகளைக் கெடுத்துப்பாழாக்கும் வித்தை சகஜமாயிருக்கின்றது.

நாகரிகமும் பணப்பெருக்கமுமில்லா நாட்டுப்புறங்களில் பெரியசாதியென்னும் பெயரை வைத்துக் கொண்டுள்ளவர்களிடத்தும் பத்து குடிகளைப் பாழ்படுத்தி தாங்கள் ஒருகுடிபிழைத்தால் போதும் என்னும் சீவகாருண்யமில்லாரிடத்தும் பஞ்சாயத்தை ஒப்படைப்பதாயின் நாட்டுப்புறங்களில் உள்ள ஏழைக் குடிகள் தற்காலம் படும் கஷ்டங்களினும் முப்பங்கு கஷ்டங்கள் அதிகரித்து முழுக் கேட்டிற்குள்ளாகிவிடுவார்கள்.

ஏழைக்குடிகளோ பஞ்சாயத்தார் செய்யும் அக்கிரமச் செயல்கள் எதையேனும் வெளிக்கு கொண்டு வந்து இராஜாங்கத்தோருக்கு விளக்கி விடுவார்களாயின் அக்குடிகள் அன்றே பாழடைய வேண்டியதேயாம். அவ்வகை விளக்காது அவர்களது துன்பத்தில் அழுந்திக் கொண்டே இருப்பதாயின் நாளுக்கு நாள் அவர்கள் நசிவதுடன் அந்தந்த கிராமங்களும் பாழடைவதுடன் விவசாயங்களும் விருத்தி கெட்டு பூமிகளும் பாழடைந்து போமென்பது திண்ணம்.

ஆதலின் தற்காலமுள்ள முனிஷிப் கோர்ட்டுகளும், தாசில்தார் கோர்ட்டுகளும் மாஜிஸ்டிரேட்டின் அதிகாரத்தை வேறாகப் பிரித்தது முதல் யாதாமொரு பயமுமின்றி குடிகள் யாவரும் சுகவாழ்க்கையில் இருக்கின்றார்கள். அதே நடையில் கிராமதிகாரங்களை நடாத்திவருவதாயின் கிராமக்குடிகள் யாவரும் களங்கமற்ற சுகவாழ்க்கை பெறுவதுடன் உத்தியோகஸ்தர்களும் பயந்து தங்கள் காரியாதிகளை செவ்வனே நடாத்தி இராஜ விசுவாசத்தில் நிலைபெற்று குடிகளுடன் ஆனந்த வாழ்க்கையிலிருப்பார்கள்.

அங்ஙனமிராது நடந்துவரும் கிராமதிகார செயல்களை மாற்றி பஞ்சாயத்தார் கையில் விடுவதாயின் அதையே ஓர் இராஜவதிகாரம் என்றெண்ணி மேலும் மேலும் இராஜவதிகாரத்தை விரும்பி குடிகளுக்கும் தற்கால உத்தியோகஸ்தர்களுக்கும் உள்ள இராஜவிசுவாசங்களை

கலைத்து குடிகளைப் பாழ்படுத்தி தேசத்தையும் சீர்கெடச் செய்துவிடுவார்கள். இவைகளை கருணை தங்கிய ராஜாங்கத்தார் கண்ணோக்கம் வைத்து சாதிபேதம் நிறைந்துள்ளவிடங்களில் பஞ்சாயத்தின் நியமனம் கொடாது உள்ள நிலையில் விடுவார்களென்று நம்புகிறோம்.

- 4:52; மே 24, 1911 -

214. சுதேசியும் பரதேசியும் வினாவிடை

ப.ஐயா சுதேசியாரே சுகந்தானோ.

சு.ஆ! ஆ! என்ன சுகங்காணும் சகல சுகங்களையும் அன்னியதேசத்தார் அநுபவித்துக்கொண்டு போகின்றார்கள் நமக்கு சுகமேது.

ப.அன்னியதேசத்தார் தங்கள் தேகத்தை வருத்தியும், கஷ்டத்தை அநுபவித்தும், அறிவை விருத்திசெய்தும், பொருளை சம்பாதித்து தாங்கள் சுகமனுபவிப்பதுடன் தங்களை அடுத்தவர்களையும் நல்ல சுகத்தில் விட்டிருக்கின்றார்கள். நீங்கள் கஷ்டமின்றி சுகங் கேட்டால் வருமோ.

சு.நாங்கள் மிக்க கஷ்டப்பட்டு படிக்கவில்லையே.

ப.கஷ்டப்பட்டு படிப்பதிலும் இருவகைப் படிப்புண்டு. அதாவது, கண்டுபடிக்கும் படிப்பொன்று, தெண்ட படிப்பொன்று. இவற்றுள் கலை நூற்களைக் கற்று கைத்தொழிலில் விருத்திப்பெற்று உலகோபகாரமாக விளங்கும் படிப்பு கண்டுபடிக்கும் படிப்பாம். ஒருவர் கொடுக்கும் பாடங்களை உருபோட்டு ஒப்படைத்துவிட்டு சுயப்பிரயோசனத்தை நாடி தங்கள் பெண்டு பிள்ளைகளைக் காப்பாற்றிக்கொள்ளுவதற்கும் சக்தியற்றலைவது தெண்டபடிப்பென்றும் கூறப்படும். இத்தகைய தெண்டப்படிப்பை நீர் படித்துவிட்டு நாங்கள் கஷ்டப்பட்டுப் படிக்கவில்லையோவென்றால் யாது பயன்,

சு.பரதேசியாரே, பயனில்லாமல்தான் படித்துக்கொண்டோமோ.

ப.அவற்றை சுதேசியாரே சிந்திக்கவேண்டியதுதான். அவை யாதெனில், தாங் கண்டு படிக்குங் கலைநூலையுங் கைத்தொழிலையுங் கற்றிருப்பீராயின் சகல சுகங்களையும் அன்னிய தேசத்தோரனுபவித்துப்போகின்றார்களென்னும் பொறாமெ மொழி கூறமாட்டீர். தெண்டப்படிப்பாதலின் மற்றவர்கள் சுகத்தைக் கண்டு சகியாது வீண்மொழி கூறிவிட்டீர்.

சு.பரதேசியாரே, கடைசியில் எந்தப் படிப்பிலும் சுகத்தைக் காணோமென்றே எமக்கு விளங்குகின்றது.

ப.சுதேசியாரே, சொந்தப்படிப்பே உங்களுக்குள் இராமல் பாழ்படுத்திக்கொண்டவர்களுக்கு எந்தப்படிப்பில்தான் சுகமுண்டாகும். இதுகாரும் பிரிட்டிஷ் ஆளுகை இவ்விடம் வந்து தோன்றாமலிருக்குமாயின் பூர்வக் கல்வியும் பாழடைந்து, கைத்தொழிலும் பாழடைந்து, மக்களும் பாழடைந்து, மாடமாளிகைகளும் பாழடைந்து, தேசமும் பாழடைந்து போயிருக்கும் என்பது தற்கால சுதேசிகளின் செயலால் சொல்லாமல் விளங்குமே.

சு.ஏதுகாணும் பரதேசியாரே தற்கால சுதேசிகள்வேறு முற்கால சுதேசிகள்வேறோ.

ப.இந்திரர் தேசத்தில் முற்காலம் இருந்ததோர் சாதிபேதம் மதபேதமற்ற பௌத்த சுதேசிகள். தற்காலமுள்ளவர்களோ, சாதிபேதமும் வேண்டும் மதபேதமும் வேண்டுமென்னும் பொருளற்ற இந்து சுதேசிகளேயாவர்.

சு.பரதேசியாரே பொருளற்ற இந்து சுதேசியார் என்றாலென்னை. அவற்றை விளக்க மாட்டீரோ.

ப.ஆ! ஆ! உள்ளபடி விளக்குவாம். அதாவது புத்தரென்னும் ஒருவர் தோன்றியிருந்தார் அவரது சீர்திருத்தத்தைப்பின்பற்றியவர்கள் பௌத்தர்கள் என்றழைக்கப் பெற்றார்கள். கிறீஸ்தவரென்னும் ஒருவர் தோன்றியிருந்தார் அவரது சீர்திருத்தத்தைப் பின்பற்றியவர்கள் கிறிஸ்தவர்களென் றழைக்கப்பெற்றார்கள். மகம்மது வென்னும் ஒருவர் தோன்றியிருந்தார் அவரது சீர் திருத்தத்தைப் பின்பற்றியவர்கள் மகம்மதியரென்று அழைக்கப்பெற்றார்கள். ஆனால் இந்து வென்னும் ஒருவருமில்லை, பெயருமில்லை, செயலுமில்லை, சீர்திருத்தங்களும் இல்லாததால் யாதொரு பொருளுமற்ற இந்து சுதேசியரென்று கூறினோம்.

சு.பரதேசியாரே, பொருளற்ற இந்து சுதேசிகளால் இத்தேசத்தோருக்குக் கல்விவிருத்தி இல்லையென்று கூறுவீரோ.

ப.சுதேசியாரே, பொருளற்ற இந்துக்களுக்கு பெயரற்ற கலாசாலைகள்தான் இருந்திருக்கவேண்டுமன்றி பௌத்தர்களாலழைக்கப் பெற்றப் பள்ளிக் கூடங்கள் அறப்பள்ளிகளென்னும் பெயரும் கருணைதங்கிய பிரிட்டிஷ் ராஜாங்கத்தோரால் வகுத்துள்ள இஸ்கூல்கள், காலேஜுகள் என்னும் பெயர்களைப்போல நிலையானப் பெயர்கள் ஒன்றுங் கிடையாததினால் இந்துக்களென்போர் கல்விசாலைகள் வைத்து சகலருக்கும் கல்விவிருத்தி செய்து வைத்தார்களென்று கனவிலும் நம்புவதற்கிடமில்லை. கல்வியைக் கற்கவிடாது கெடுத்ததற்கு சாட்சிகள் மட்டும் அனந்தமுண்டு.

சு.பரதேசியாரே, ஆனால் இப்போது வகுத்துள்ளக் கலாசாலைகள் யாவும் பிரிட்டிஷ் ஆட்சியின் நிலையோ.

- 4:42; மார்ச் 29, 1911 -

ப.சுதேசியாரே இஸ்கூலென்றும், காலேஜென்றும் வழங்கும்படியானக் கூடங்களில் வாசிக்கின்றீர்களன்றி வேறில்லாததால் இந்தியக் குடிகள் கற்றுத்தெளிவது பிரிட்டிஷ் ஆட்சியாலமைந்துள்ளக் கலாசாலைகளென்றே கூறல்வேண்டும்.

சு.பரதேசியாரே, அங்ஙனமாயின் தற்கால சுதேசிகளால் இந்தியக் குடிகளுக்கு யாதொரு சுகமுமில்லையென்று கூறுவீரோ.

ப.சுதேசியாரே, அவற்றைத் தங்களனுபவத்தால் தாங்களே தெரிந்துக் கொள்ளலாம். அதாவது இதுகாரும் இத்தேசத்தை பிரிட்டிஷ் ஆட்சியார் வந்து கைப்பற்றாவிடின் உங்களுக்குள் நீங்களே ஏற்படுத்திக்கொண்டுள்ள சாதிப்பிரிவினைகளினாலும், மதப் பிரிவினைகளினாலும் மநுக்களின் ஒற்றுமெய்க் கெட்டு சீரழிந்து சிந்தைநைந்து பாழடைவதுடன் தேச சீர்திருத்த ஆட்சியின்றி வீதிகளின் வசதி, நீர்வசதி, நிலவசதியற்று

முற்றுங் கேடடைந்திருக்குமென்பதைத் தாங்களே தெரிந்துக்கொள்ளலாமே.

சு.பரதேசியாரே, வீதிகளின் வசதியென்பதென்னை.

ப.சுதேசியாரே, இப்போது நாம் வாசஞ்செய்யும் வீதிகளை ஒருநாள் இரண்டு நாள் சுத்திகரிக்காமல் விட்டுவிடுவோமாயின் வீதிகளில் குப்பை அடர்ந்து பாழ்பட்டிருப்பது பிரத்தியட்சமாகும். இவ்வகை ஒரு கிராமத்தை விட்டு மறு கிராமங்களுக்குப் போகும் வழியில்லாமலேயிருக்குமாயின் வண்டிகளுக்கும், மாடுகளுக்கும், மக்களுக்கும் என்ன சுகமிருக்கும் என்பதைத் தாங்களே தெரிந்துகொள்ளவேண்டியது தான்.

சு.பரதேசியாரே, பிரிட்டிஷ் ஆட்சியார் இவ்விடம் வருவதற்கு முன்பு வீதி வசதி கிடையாவோ.

ப.சுதேசியாரே, அதிக தூரதேசம் போகவேண்டியதில்லை. சென்னைக்கும் செங்கற்பட்டிற்கும் போக்குவருத்துப் பாதைகளில்லாமல் தானியங் கொண்டுவரும் வண்டிகளும் கொண்டுபோகும் வண்டிகளும் சரியான பாதைகளில்லாது வண்டிகளின் இருசுகள் முறிந்து விழுந்து கிடப்பதும் மாடுகள் கால் முறிந்தும், கழுத்து முறிந்துங்கிடப்பதும் சரியற்ற பாதையில் கஷ்டத்துடன் கொண்டுபோகவும் கொண்டுவரவுமுள்ள சரக்குகளை கள்ளர்கள் அபகரிக்கவுமாகியக் கஷ்டங்களை சொல்லவும் போமோ. இத்தகையக் கஷ்டநஷ்டங்களைக் கண்டே வீதிகளின் வசதி இல்லையென்றே கூறுவாம்.

சு.பரதேசியாரே, செங்கற்பட்டிற்கும் சென்னைக்குந்தான் பிரிட்டிஷ் ஆட்சியார் வீதி சுகமளித்து கள்ளர்பயங்களை அகற்றியதுடன் வண்டிகளுக்கும், மாடுகளுக்கும், வியாபாரிகளுக்கும் சுகமளித்த போதினும் மற்றய தேசத்தோர்களுக்கும் வீதிசுகமளித்தவர்கள் பிரிட்டிஷ் ஆட்சியார்கள் தானோ.

ப.சுதேசியாரே. அசோகச் சக்கிரவர்த்தியார் ஆளுகை ஒழிந்து பௌத்தர்களின் வியாரங்களழிந்து பொய்க்குருக்களாம் வேஷப் பிராமணர்கள் வந்து தோன்றிய பின்னர் உள்ள வீதிகளும் பாழடைந்து இன்னதேசத்திற்கு இன்னவீதியே பாதையென்பதற்றுப் போயதை அக்காலங்களில் உண்டாய பஞ்சங்களே போதுஞ் சான்றாம்.

சு.பரதேசியாரே, பஞ்சங்களே சான்றென்று கூறியவை விளங்கவில்லையே.

ப.சுதேசியாரே, பௌத்த, சக்கிரவர்த்திகள் காலங்களுக்குப் பின்பு வீதி சுத்திகரிப்போரும், மக்களைத் தேடி நீதிபோதங் கூறுவோருமில்லாமற் போய்விட்டபடியால் வீதிகளின் போக்குகளும் வசதிகளுமற்று சென்னையில் பஞ்சமுண்டாமாயின் செங்கற்பட்டிலுள்ளவர்களுக்குத் தெரியாமலும் செங்கற்பட்டிற் பஞ்சமுண்டாமாயின் சித்தூரிலுள்ளவர்களுக்குத் தெரியாமலும், சித்தூரிற் பஞ்சமுண்டாமாயின் வேலாரிலுள்ளவர்களுக்குத் தெரியாமலும் அங்கங்குள்ளவர்கள் வேறுதேசஞ் சென்றுப் பிழைப்பதற்கும், வேறு தேசங்களினின்று தானியங்களைத் தருவித்து சீவர்களைக் காப்பதற்கும் வழியற்று அந்தந்த தேசமக்களும் அவரவர்களின் ஆடுமாடுகளும் அங்கங்கு மடிந்து தேசங்கள் பாழடைந்து வந்தது அநுபவமாகும். அதன்பின்னர் பிரிட்டிஷ் ஆட்சியார் வந்து தோன்றி இந்தியாவிலுள்ள தேசங்கள் யாவற்றிற்கும் சிறுபாதைகளும், பெரும் பாதைகளுமுண்டு செய்து கள்ளர் பயங்களை அகற்றி வண்டிகளுக்கும் மாடுகளுக்கும் சுகமளித்துவருவதுடன் நீராவி மரக்கலப் பாதைகளையும், இருப்புப் பாதைகளையும் தேசங்களெங்கும் பின்னலிட் டோடச்செய்து அந்தந்த தேசங்களிலுண்டாகும் பஞ்சங்களை அப்போதைக்கப்போதே நிவர்த்தித்து அவ்விடமுள்ள மக்களுக்கும் ஆடுமாடுகளுக்கும் மற்றும் சீவராசிகளுக்கும் உயிர்பிச்சையளித்துவருவது பிரிட்டிஷ் ஆட்சியால் உண்டாய பாதைகளின் சுகமன்றோ.

- 4:43; ஏப்ரல் 5, 1911 -

சு.பரதேசியாரே, தாம் கூறியபடி பிரிட்டிஷ் ஆட்சியார் இவ்விடம் வந்து தோன்றாவிடில் தேசங்களுக்குப் பாதைகளின்றி பலவகை இடுக்கங்களுக்கு ஏதுக்களுண்டாமோ.

ப.சுதேசியாரே, பிரிட்டிஷார் வந்து தோன்றி பலதேச பாதைகளை சீர்திருத்தியும் நகரங்களுக்குப் புறம்பாயுள்ள நாடுகளில் ஒரு கிராமத்தைவிட்டு மறு கிராமத்திற்குப் போவதற்கு வழி செய்துக் கொள்ள வகையற்று மாடு சேதமடைவதும் வண்டிகள் சேதமடைவதும் விவசாயிகள் கஷ்டமடைவதுமாகியச் செயல்களை நாளதுரையிற் காணலாமே.

சு.பரதேசியாரே, பிரிட்டிஷ் ஆட்சியார் செய்துவரும் பாதைகளின் வசதிகளைப் பார்த்திருந்தும் அவைபோல் செய்துக்கொள்ளலாகாதோ.

ப.சுதேசியாரே, சுயப் பிரயோசனத்தை நாடுவோருக்குப் பொதுப் பிரயோசனங்களில் மனம் நாடாதன்றோ.

சு.பரதேசியாரே, சுயப் பிரயோசனம் பொதுப்பிரயோசனமென்றா லென்னை.

ப.சுதேசியாரே, தற்காலம் இத்தேசத்தில் நூதனமாக உண்டாக்கிக்கொண்ட சாதி வித்தியாசங்களென்னும் பொய்வேஷங்களினால் ஒருவருக்கொருவரை உயர்த்திக்கொண்டும் ஒருவருக்கொருவரைத் தாழ்த்திக் கொண்டும் விரோதச்சிந்தையையே மென் மேலும் பெருக்கிக்கொண்டுள்ளவர் களாதலின் தங்கள் தங்கள் சுயப்பிரயோசனங்களை மட்டிலும் பார்த்துக் கொண்டு ஏனையசாதியோர் யாதுசுகங்கெட்டு பாழடைந்தாலும் பார்த்துக் கொண்டேயிருப்பது இவர்களது சுவாசகுணமாதலின் பொதுப்பிரயோசனங்களைக் கனவிலுங் கருதமாட்டார்கள்.

சு.பரதேசியாரே, பொதுப் பிரயோசனத்தை நாடாதவர்களென்பீராயின் காங்கிரசென்றும், மகாஜன சபையென்றும் பெருங்கூட்டங்கள் கூடி ஏதேதோ காரியங்களை நடத்திவருகின்றார்களே அவைகள் யாவும் பொதுப் பிரயோசனங்களில் இல்லையோ.

ப.சுதேசியாரே, அதன் செயல்களை அநுபவத்தாலறிந்துக்கொள்ள வேண்டுமேயன்றி கூடுங் கூட்டங்களாலறிந்துக்கொள்ளப்போகாது. காரணமோவென்னில், இந்த நாஷனல் காங்கிரஸ் கமிட்டியோரென்பவர் இத்தனை வருஷகாலமாக நடத்திவருங் கூட்டங்களில் அறுபது லட்சத்திற்கும் மேற்பட்டக் குடிகள் அல்லலடைந்து சாதிபேதமென்னும் பொய்க்கட்டுப் பாட்டினால் அலக்கழிக்கப்பட்டு சீரழிந்துபோகின்றார்களே அவர்களது குறைகளைப்பற்றி ஏதேனும் இராஜாங்கத்தோருக்கு விளக்கி தங்களைப்போல் சுகம்பெறச் செய்திருக்கின்றார்களா இல்லையே. அதனால் தாங்கள் கூறியக்கூட்டங்களும் சுயப்பிரயோசனங்களை நாடியக் கூட்டங்களேயாகும்.

சு.பரதேசியாரே, அந்த அறுபது லட்ச மக்களும் தங்களுக்கத்தாங்களே ஏன் சீர்படலாகாது.

ப.சுதேசியாரே, இந்த கருணைதங்கிய பிரிட்டிஷ் ஆட்சியில் சகல சாதியோர்களைவிட அவர்கள்தான் முன்னுக்குவந்திருப்பார்கள். அவர்கள் மீதே கண்ணோக்கமாயிருந்து அவர்களை எவ்வகையாலும் மேனோக்க விடாமல் தடுத்துவருவதனால் எவ்வகையால் சீர்பெறுவார்கள்.

சு.பரதேசியாரே, அவர் சீரையும் மேலேற்றத்தையும் யார் தடுத்து தடுத்து கெடுத்துவருகின்றவர்கள்.

ப.சுதேசியாரே, அவர்களுக்குள் சாதிபேதமில்லா பெருந்தண்மெயிருக்கின்றபடியால் சாதிபேதமுள்ளோர் அவர்களை சீர்கெடுத்து வருகின்றார்கள்.

- 4:45; ஏப்ரல் 19, 1911 -

சு.பரதேசியாரே, சாதிபேதமுள்ளவர்களை சாதிபேதமில்லாதவர்கள் மேற்கொள்ளலாகாதோ.

ப.சுதேசியாரே, நாட்டு கிராமவாசிகளாயுள்ளவர்கள் நேட்டால், சிங்கப்பூர், மற்றுமுள்ளயிடங்களுக்குச் சென்று கஷ்டப்பட்டு பொருள் சம்பாதித்து இந்திய தேசம் வந்து பூமிகளை வாங்கிக்கொண்டு இருப்பதுடன் நகரவாசிகளாயுள்ளவர்கள் அன்பு நிறைந்த ஆங்கிலேய அருளினால் கல்விகற்றும், தக்கவுத்தியோகங்கள் பெற்றும் முன்னுக்கு வருகின்றார்கள். சாதிபேதமில்லா நாட்டுவாசிகளும், நகரவாசிகளும் இன்னும் சற்று முயற்சியெடுத்து முன்னுக்கு வந்துவிடுவார்களாயின் சாதிபேதமுள்ளோரை மேற்கொள்ளுவதுமட்டுமல்ல நாளெல்லாம் அவர்களுக்குச் செய்துவரும் இடுக்கங்களையும், துன்பங்களையும் மனதில்வைத்துக்கொண்டு இவர்களுக்கே எதிர் சத்துருக்களாக எழுவினும் எழுவர்.

சு.பரதேசியாரே, அவரவர்கள் செய்த தீவினைகளை அவரவர்களே அநுபவிப்பார்களென்னும் முதுமொழிபோல் அஃதெவ்வகையாகினுமாகட்டும் இந்த பிரிட்டிஷ் கவர்ன்மெண்டார் அதிக வரிகளைப் போட்டு வாதிக்கின்றார்களே அது மிக்க கஷ்டமல்லவோ.

ப.ஆ! ஆ! சுதேசியாரே, உங்களது பயனற்றதும், தலைக்கால் தெரியாததுமாய் வரிகளைவிட பிரிட்டிஷ் கவர்ன்மெண்டார் போட்டுள்ள வரிப் பெருக்கமாமோ; இல்லையே! கவர்ன்மெண்டார் வாங்கும் வரிகள் யாவும் தேசச்சீரையும், மக்கள் சுகத்தையுங் கருதி வாங்குவதாகும் சுதேசிகளாகியத் தாங்கள் வாங்கும் வரிகளோ, தேசச்சீரை நாடாமலும், மக்கள் சுகத்தைக் கருதாமலும் தங்கள் தங்கள் சுயநலத்தையும், சுய சுகத்தையுங் கருதுவதாகும்.

சு.பரதேசியாரே, சுயநலத்தைக் கருதும் வரியென்றும், பொதுநலத்தைக் கருதும் வரியென்றும் இருவகை வரிகளுண்டோ.

ப.சுதேசியாரே, அவற்றைத் தங்களனுபவத்திலுங் காட்சியிலும் அறிந்திருந்தும் வினவுவது வீண்வாதன்றோ.

சு.பரதேசியாரே, அது நமக்கு நன்குவிளங்கவில்லையே.

ப.சுதேசியாரே, அமாவாசிக்கு வாங்கும் வரி, யாருக்குப் பிரயோசனம். ஆவணியவிட்ட வரி யாருக்குப் பிரயோசனம். வருஷப்பிறப்பு வரி யாருக்கு பிரயோசனம். நோன்பின் வரி யாருக்குப் பிரயோசனம். பிள்ளைபெற்ற புண்ணியதான வரி யாருக்குப் பிரயோசனம். பிணம்விழுந்த வீட்டுப் புண்ணியதான வரி யாருக்குப் பிரயோசனம். கருமாதி வீட்டிற் கட்டியழும் வரி யாருக்குப் பிரயோசனம். புதுவீட்டிற்குக் குடிபோகும் புண்ணியதானவரி யாருக்குப் பிரயோசனம். உபநயனவரி யாருக்குப் பிரயோசனம். ருதுசாந்திவரி யாருக்குப் பிரயோசனம். கலியாணப் பெரும் வரி யாருக்குப் பிரயோசனம். கைம்பெண்களின் திதிவரி யாருக்குப்பிரயோசனம். கோவில்களின் உற்சவதட்சணை வரி யாருக்குப்பிரயோசனம்.

சு.பரதேசியாரே, தாங்கள் சொல்லிவந்தவைகள் யாவும், குரு தட்சணமேயன்றி வரிகளல்லவே.

ப.சுதேசியாரே, யாதொரு பயனுமற்ற குருக்களுக்கு இத்தியாதி தட்சணங்கள் வெறுமனே செலுத்திவருகின்றவர்கள் தேசத்தையும் தேகத்தையும் ரட்சிக்கும் அதிகாரிகளுக்கு செலுத்தும் வரியை அரசர் தட்சணை என்று ஆனந்திக்கலாகாதோ.

சு.பரதேசியாரே, குருக்களுக்கு ஈயும் தட்சணையால் ஒரு பயனுமில்லையோ

ப.சுதேசியாரே அவ்வாறு பயனுண்டாயின் குருக்களால் உண்டாம் பயன்களை விரலைவிட்டுச் சொல்லும் பார்ப்போம்.

- 4:46, ஏப்ரல் 26, 1911 -

சு.பரதேசியாரே, குருக்களுக் கீயுந் தட்சணைகளின் பலனை மறு ஜெநநத்தில் அநுபவிப்பார்கள்.

ப.சுதேசியாரே, அக்கதையானது இருட்டறையுள் ஒருவனிருந்து என்னைக் கண்சாடைக் காட்டினான் கைசாடை காட்டினானென்னும் இருட் செயலேயன்றி வெளிச்சத்தின் செயலல்லவே.

சு.பரதேசியாரே, இருட்டின் செயலென்றும், வெளிச்சத்தின் செயலென்று மிருவகையுண்டோ.

ப.சுதேசியாரே, தான் யதார்த்தத்தில் காணாததையும் தனக்கே தெரியாததையும் கண்டதைப்போலும், தெரிந்ததைப்போலும் பேசுவது இருட்டின் செயலாகும். தனக்குத் தெரிந்த வரையிலும், தான் கண்டவரையிலும் ஒளியாது பேசுதல் வெளிச்சத்தின் செயலாகும்.

சு.பரதேசியாரே, குருக்களுக்கு அளிக்கும் தட்சணைகள் யாவும் இருட்டின் செயலும், அரசாங்கத்தோருக்களிக்கும் வரிகள் வெளிச்சத்தின் செயலாமோ.

ப.சுதேசியாரே, அரசாங்கத்தோருக்கு அளிக்கும் வரிகள் யாவும் அநுபவத்திற்குங் காட்சிக்கும் பொருந்தி வெளிச்சத்தின் செயலாச்சுதே.

சு.பரதேசியாரே, அதைமட்டிலும் வெளிச்சத்தின் செயலென்று எவ்வாறு கண்டறிவது.

ப.சுதேசியாரே, ரோடு அல்லது பாதைகளின் வரியை எடுத்துப் பேசுவாம். வண்டிபாதை நடை பாதையாகிய பெரும் வீதி, சிறும் வீதிகளை சீர்திருத்தி மட்டஞ்செய்யுஞ் செலவு, அவைகளுக்கு கற்கள் போடவேண்டிசெலவு, அதன்மேல் மண்பரப்ப வேண்டிய செலவு, நீர் துளிக்கவேண்டிய செலவு, கற்களை கெட்டித்து பூமியில் பதிவுசெய்யவேண்டிய இயந்திரத்தின் செலவு, அவற்றை எப்போதும் பார்வையிட்டுவரும் இஞ்சினியர்களின் செலவு, ஓவர்சியர்களின் செலவு, பியூன்களின் செலவு, குப்பைவண்டிகளின் செலவு, மாடுகளின் செலவு, அந்தந்த ஆட்களின் செலவுகளாகிய யாவும் ரோட்டுவரி என்று சொல்லி வாங்கும் பணத்திலிருந்தே செலவு செய்யல்வேண்டும். இத்தகையாக வாங்கும்

வரிகளின் மொத்தமும் அதைக்கொண்டே செய்துவரும் செலவின் மொத்தமும் அநுபவத்திற்கும் காட்சிக்கும் பொருந்த விளங்குகின்றபடியால் இராஜாங்கத்தோர் வரி வெளிச்சத்தின் செயலென்றே கண்டறியல்வேண்டும்.

சு.பரதேசியாரே, மற்றுமுண்டாய இராஜாங்கத்தோர்களின் வரிகள் யாவும் வெளிச்சச்செயல்களாமோ.

ப.சுதேசியாரே, இராஜாங்கத்தோருக்கு அளித்துவரும் வரிகள் யாவும் குடிகளின் சுகத்தைக் கருதியே செய்துவரும் செலவுகளாதலின் அதனதன் வரவுசெலவுகளைக் கண்டே அதன் வெளிச்சத்தா லறிந்துக்கொள்ளலாமே.

சு.பரதேசியாரே, வரிவாங்கும் பணங்கள் யாவையும் செலவு செய்துவிடுகின்றார்களென்று எவ்வகையாற் கண்டறிவது.

ப.சுதேசியாரே, பொதுநலம் கருதாது சுயநலங் கருதுவோருக்கும், பொதுப் பிரயோசனங் கருதாது சுயப்பிரயோசனங் கருதுவோருக்கும் இந்த கருணை நிறைந்த பிரிட்டிஷ் ஆட்சியார் செய்துவரும் பொதுநலமும், பொதுப்பிரயோசனமும் விளங்கவேமாட்டாது. எவ்வகையி லென்பீரேல், லோபிக்கு யீகையாளன் குணம் விளங்கமாட்டாது. பாபிக்கு புண்ணிய புருஷன் செயல் விளங்க மாட்டாது. ஆதலின் பத்துக் குடிகளைக் கெடுத்து தங்கள் குடிகள் மட்டிலும் சுகமடைய வேண்டுமென விரும்பும் சுயப்பிரயோசன செயலையுள்ளார்க்கு பொதுப் பிரயோசனங்களின் செயலும் அதன் பயன்களும் விளங்கவேமாட்டாது, காமாலைக் கண்ணனுக்கு சூரியன் மஞ்சள் நிறமாகத் தோற்றுவதுபோல் லோபிக்குப் புண்ணியபுருஷர் செயல் லோபமாகவே விளங்கும்.

- 4:47; மே 3, 1911 -

சு.பரதேசியாரே, வரிவாங்கும் சகல தொகைகளையுங் குடிகளுக்கென்றே செலவிடுகின்றார்களோ.

ப.சுதேசியாரே, அதன் விவரங்களைத் தங்கள் ஆயத்துரை வருமானத்தைப்போல் எண்ணிக்கொண்டீர் போலும்.

சு.பரதேசியாரே, ஆயத்துரை என்பதெது. அதன் வருமானங்களெவை, சற்று விவரிக்கவேண்டியது,

ப.சுதேசியாரே, தற்காலம் சுங்கச்சாவடியென்று வைத்திருக்கின்றார்களே அதுபோல் சிலகாலங்களுக்குமுன் ஆயத்துரையென்றும் அங்கு உழ்க்கார்ந்து பணம் வசூல் செய்வோன் தேச ஆயச்செட்டியொன்றும் வழங்கி வசூல் செய்யும் பணங்களை அரசர்களுக்கு அளிப்பதும் தாங்கள் சுகிப்பதுமாகியச் செயலில் இருந்ததுண்டு. அதைக் குடிகளுக்குரிய பொதுநலங்களுக்கு உபயோகிப்பதே கிடையாது. தற்கால பிரிட்டிஷ் ஆட்சியார் வாங்கும் சுங்கத்தைக் கொண்டு முநிசபில் எல்லைக்கு அப்புறப்பட்ட ரோடுகள் போடுவதற்கும், அப்போதைக்கப்போது பழுதுபார்ப்பதற்கும், தங்கும் சத்திரங்களை வழிகளில் கட்டுவதற்கும், அவைகளைப் பழுது பார்ப்பதற்கும் லோகல்பண்டென வகுத்து அனந்த சீர்திருத்தங்களுக்கு உபயோகப்படுத்தி வருகின்றார்கள்.

சு.பரதேசியாரே, பிரிட்டிஷ் ராஜாங்கத்தோர் பெற்றுவரும் வரிகளைக்கொண்டு குடிகளுக்கு என்ன உதவி புரிகின்றார்கள்.

ப.சுதேசியாரே, அவர்கள் வாங்கும் வரிகளை விட ஒவ்வோர் காலங்களில் அதிக செலவு நேரிட்டிருக்கலாமென்பது திண்ணம்.

எவ்வகையிலென்பீரேல், நமது கருணைதங்கிய ராஜாங்கத்தார் குடிகளுக்குண்டாம் வியாதிகளையும் அபாயச்செயல்களையுங் காப்பதற்கு ஓர் வைத்தியசாலைக் கட்டவேண்டுமானால் எவ்வளவோ பணவிரயஞ் செய்கின்றார்கள். குடிகளுக்குக் கள்ளர் பயம், கொடியர் பயம் நேராது காப்பதற்கு போலீசார்களையும் நியமித்துக் குடிகளுக்குத் துன்பம் நேரிடுங்கால் அவற்றை நீக்கி ஆதரிப்பதற்கும் எவ்வளவோ பணவிரயஞ் செய்து வருகின்றார்கள். ஈதன்றி பஞ்சங்கள் நேரிடுமாயின் அதற்கு இவர்கள் வசூலித்துள்ள வரிகளைக் கொண்டு உதவிபுரிவதுடன், தங்கள்தேயக் கனவான்களைக்கொண்டும் உதவி பெற்று பஞ்சத்தில் நசியும் குடிகளை சீர்தூக்கி ஆதரித்து வருகின்றார்கள்.

சு.பரதேசியாரே, தாங்கள் சொல்லிய வண்ணம் நமது ராஜாங்கத்தார் சில பேரானந்தசுகங்களை அளித்துவருகின்றார்களாயினும் பிளேக் வியாதிகளை நீக்கும் உத்தியோகஸ்தர்களையாயினும், துஷ்டர் பயங்களை அடக்கும் போலீசார்களையாயினும், ஏழைக்குடிகளும் ஏழை நாட்டுப்புறத்து வண்டிக்காரர்களுங் காணுவார்களாயின் நம்மெய் காக்கும் உத்தியோகஸ்தர்களாச்சுதே என்னும் ஆனந்தங்கொள்ளாமல் அவர்களைக் கண்டவுடன் மிக்க பயப்படுகின்றார்களே, அதன் காரணமென்னை.

ப.சுதேசியாரே, கருணைதங்கிய ராஜாங்கத்தார் சுதேசிகளைக் கொண்டே சுதேசிகளைக் காக்கும் உத்தியோகங்களைக் கொடுப்பதாயின் தேசாபிமானத்தால் கருணை வைத்து குடிகளை சீர்திருத்திக் காப்பார்களென்னும் எண்ணத்தால் நியமித்திருக்கின்றார்கள். அத்தகையக் கருணை சாதிபேதமுள்ள இத்தேசத்தோருக்கில்லாது குடிகளை பயமுறுத்துவதாயின் அஃது சுதேசிகளின் கருணையற்றச் செயலும் தோஷமுமே யன்றி பிரிட்டிஷ் ஆட்சியார் மீது தினையளவு தோஷமேனும் சொல்லுதற்கிடமிராது.

- 4:49; மே 17, 1911 -

சு.பரதேசியாரே, சுதேசிகளைக் கருணையற்றவர்களென்று கூறலாமோ.

ப.சுதேசியாரே, தங்களிடமிருக்குங் கருணையைத் தங்கள் மனைவி மக்களிடம் மட்டிலுங் காண்பிப்பார்களன்றி, ஏனையோரிடங் காண்பிக்க மாட்டார்கள். அதன் காரணமோவென்னில், சாதிபேத மதபேதமென்னும் பொய்ப் பிரிவினைகளேயாகும். என் சாதி பெரிது, அவன்சாதி சிறிதென்னும் சாதி கர்வமும், என்சாமி பெரிது, அவன்சாமி சிறிதென்னும் மதகர்வமும் ஒருவருக்கொருவர் மேலிட்டு சகோதர ஒற்றுமெய்யும் அன்பையும் அகற்றி விரோதச் சிந்தனைகளே விரிந்து வருகின்றபடியால் பொதுவாய கருணையென்பதற்று தங்கள் சுயப்பிரயோசனங்களில் மட்டிலுங் கருணையைக் கையாடி காலங்கழித்து வருகின்றார்கள்.

சு.பரதேசியாரே, பொதுவாய கருணை எவ்வகையால் தோன்றும்.

ப.சுதேசியாரே, நம்மெயும், நமது தேசத்தையும் ஆண்டுவரும் கருணைதங்கிய பிரிட்டிஷாரின் செயலையும் அவர்களது குணாகுணங்களையும் நன்காராய்ந்து அம்மேறை நடப்போமாயின் சகலருக்கும் பிரயோசனமாகும் கருணையின் செயலும் அதன் சுகமும் நன்கு விளங்கும். அங்ஙனமிராது என்சாதி பெரிது, என் சுவாமி பெரிதென்னுங் கொள்கைகள் நிறைந்தவர்களிடத்து பொதுநலங் காண்பதே அரிதாதலின் தற்கால

சுதேசிகளுக்குக் கருணையென்னுஞ் செயல் வாய்ப்பது கஷ்டம், கஷ்டமேயாம்.

சு.பரதேசியாரே, பிரிட்டிஷாரைமட்டிலும் கருணை நிறைந்தவர்களென்று எவ்வகையாய் கண்டறியலாம்,

ப.சுதேசியாரே, கருணை நிறைந்த ஆங்கிலேயரில் ஓரந்தஸ்துள்ள உத்தியோகஸ்தராயிருப்பினும், கனதனம் வாய்த்த பிரபுவாயிருப்பினும், கலைநூற் கற்ற வித்துவானாயிருப்பினும் வீதி உலாவி வருங்கால் சாக்கடை வாருங் கூலியாயினும், மலமெடுக்குமூழியனாயினுந் தவறி கீழே விழுந்துவிடுவானாயின் கருணையினால் அவனை மனிதனென்றெண்ணி வாரியெடுத்து அவனது காயங்களை தனது வஸ்திரங்கொண்டு துடைத்து ஆயாசந் தீர்த்து வைத்தியசாலைக்கு அனுப்பவேண்டியதாயின் வண்டிக்காரனுக்கேனும், கூலிக்காரனுக்கேனும் தனது பணத்தைக் கொடுத்து உதவி புரிந்தனுப்புவதுண்டு. சுதேசிகளில் சாதிபேதம் வைத்துள்ள ஓர் மூட்டைத் தூக்கியாயினும், குப்பைவாரியாயினும் வீதியிற் போகுங்கால் நாகரீகமுள்ள ஓர் மனிதன், தவறி கீழே விழுந்துவிடுவானாயின் தனது கருணையற்ற செயலால் விலகி நின்றுக் கொண்டு அவனென்ன சாதி மனிதன், என்ன பாஷை மனிதன், எங்கிருப்பவனெனச் சொல்லிக்கொண்டே போய்விடுவானன்றி நம்மெயொத்த மனிதனாச்சுதே என்று ஈவு, இதக்கம் உண்டாகி அருகிற்சென்று ஆதரிக்கவே மாட்டான். அத்தகைய இதக்கமற்ற செயல் தோன்றுவதற்குக் காரணம் சாதிகர்வச் செயலும், மதகர்வச் செயலுமே ஆகும். ஆங்கிலேயர்களுக்குள்ள வித்தை, புத்தி, ஈகை, கருணை முதலியப் பெருக்கங்களோவென்னில், அவர்களுக்குள்ள சாதிபேதமென்னும் பொறாமெ குணமற்ற பெருந்தகைமெயும் மனிதர்களை மனிதர்களாக பாவிக்கும் சிறந்த குணமும் ஏழையாயிருப்பினும், வியாதியஸ்தனாய் இருப்பினும் அவனைத் தன்னைப் போல் நேசித்து பாதுகாக்கும் அன்பு நிறைந்துள்ளவர்களாதலின் அவர்களைக் கருணை நிறைந்தவர்களென்றே செயல்கண்டுரைக்கத்தகும்.

- 4:50; மே 24, 1911 -

சு.பரதேசியாரே, எவ்வாறாயினும் சுதேசக் குடிகள் மீது சுதேசிகளுக்கு கருணையில்லாமற்போமா.

ப.சுதேசியாரே, தங்கள் சுதேசிகளின் செயலைக் கண்டறிய வேண்டுமாயின் சுதேச ஏழைக்குடிகளை சுதேச உத்தியோகஸ்தர்கள் தனித்து வேலை வாங்குவதையும் ஓர் ஐரோப்பியர் அருகிலிருக்குங்கால் வேலை வாங்குவதையும் நேரில் காண்பீராயின் நன்கு விளங்குமே.

சு.பரதேசியாரே, சுதேச உத்தியோகஸ்தர்கள் தனித்திருக்குங்கால் ஏழைகளை எவ்வித வேலை வாங்குகின்றார்கள். ஓர் ஐரோப்பியர் அருகிலிருந்தால் எவ்வகையான வேலை வாங்குகின்றார்கள், விளங்கவில்லை.

ப.சுதேசியாரே, சுதேச ஏழைக்குடிகளை சுதேச உத்தியோகஸ்தர் தனித்திருந்து வேலைவாங்குங்கால் பெரிய சாதியென்றும் சாதிகர்வம், ஒன்று பெரிய உத்தியோகமென்னும் உத்தியோக கர்வம் இரண்டு, இவ்விரண்டையும் ஒன்று சேர்த்துக் கொண்டு ஏழை ஊழியர்களை அடித்தும் வைதும் பலவகைத்துன்பஞ் செய்தும் ஏவல் வாங்குவார்கள். ஓர் ஐரோப்பியர் அருகிலிருப்பாராயின் சாதிகர்வம், உத்தியோக கர்வம் இரண்டையும் ஒடுக்கிக் கொண்டு தான் வாங்கவேண்டிய வேலைகளை மட்டிலும் சரிவர வாங்கிக்கொள்ளுவார். இதனால் சுதேசப் பெரிய உத்தியோகஸ்தர்களின் கருணை சுதேசக் குடிகள் மீதில்லை என்பது உள்ளங்கை நெல்லிக்கனிபோல் விளங்குகின்றதே.

சு.பரதேசியாரே, சுதேச ஏழைகள் மீது சுதேச உத்தியோகங்களுக்குக் கருணை இல்லாவிடில் அனந்த கிராமங்களில் சுதேசப்பெரிய உத்தியோகஸ்தர்கள் காரியாதிகளை நடாத்திவருவார்களோ.

ப.சுதேசியாரே, சுதேச உத்தியோகஸ்தர்கள் கருணை வைத்து கிராமக் குடிகளை கார்த்து வருகின்றார்களா என்பதை கிராம சுதேசிகளைக் கேட்டறிவதுடன் உத்தியோகஸ்தரிடமுள்ளத் தொகையையும் கண்டு அறிந்து கொள்ளுவீராயின் சுதேச கிராம வாசிகள் மீது சுதேச உத்தியோகஸ்தர்கள் கருணை வைத்துள்ளார்களா இல்லையா என்பதை எளிதிலறிந்து கொள்ளலாமே.

சு.பரதேசியாரே, சுதேச கிராமவாசிகள் சுதேச உத்தியோகஸ்தர்களால் பலவகைத் துன்பங்களை அனுபவித்து வருகின்றார்கள் என்று கேழ்விப்படுகிறேனாயினும் உள்ளத் தொகையால் எவ்வகைக் கண்டறிவது.

ப.சுதேசியாரே, ஓர் சுதேசிப் பத்துரூபா சம்பளமுள்ள உத்தியோகஸ்தன் பத்து வருஷத்தில் பத்தாயிரரூபாய் சம்பளத்தையுடையவனாகக் காண்பானாயின் அத்தொகை பத்து ரூபாய் சம்பளத்தில் சேர்ந்ததா அன்றேல் குடிகளை வஞ்சித்தும் மிரட்டியுந் துன்பப்படுத்தியும் சம்பாதித்ததாவென கூர்ந்தறிவதாயின் சுதேச உத்தியோகஸ்தர்களால் சுதேசக் குடிகளுக்குள்ளத் துன்பங்கள் நன்கு விளங்குமே.

- 4:51; மே 31, 1911 -

சு.பரதேசியாரே, ஐரோப்பியராலேயே இச்சுதேசிகள் சுகமடைகின்றார்கள். சுதேசிகளாலேயே சுதேசிகள் சுகமடைகிறதில்லை என்று கூறலாமோ.

ப.சுதேசியாரே, தற்காலம் சுதேசம் சிறப்படைந்து வருவதற்கும், சுதேசிகள் சுகவாழ்க்கைப் பெற்று சீரடைவதற்கும், ஐரோப்பியர்களது கருணையும் செயலுமேயன்றி வேறொருவரது செயலும் இல்லை என்று துணிந்து கூறலாமே.

சு.பரதேசியாரே, சுதேசிகளுக்கு சுதேசிகளால் யாதொரு சுகமுமில்லையென்று எவ்வாறு கண்டறியலாம். ஐரோப்பியர்களால் சுதேசிகளுக்கு சுகமுண்டென்று எவ்வகையால் கண்டறியலாம்.

ப.சுதேசியாரே, அவரவர்கள் சுகத்திற்கு அவர்கள் முயற்சிகளே காரணமாயிருக்கின்றபடியால் சுதேசிகளின் முயற்சி எத்தகையது, ஐரோப்பியர்களது முயற்சி எத்தகையதென்று உணருமிடத்து விளங்கும். அதாவது, பௌத்த தன்மம் இந்தியதேச முழுவதும் நிறைந்திருந்த காலத்தில் அவர்களால் கண்டுபிடித்து உலகோபகாரமாக எழுதிவைத்த நூற்களும், செய்துகாட்டிய வித்தைகளுமே நாளதுவரையில் நிகழ்ந்துவருகின்றதன்றி தற்காலமுள்ள சுதேசிகளால் உலகோபகார நூற்களேனும், உலகோபகாரக் கைத்தொழில்களேனும், தேச சீர்திருத்தங்களேனும் செய்ததே கிடையாது. அதற்குப் பகரமாக பௌத்தர்களால் வரைந்துவைத்துள்ள இலக்கிய நூற்களுக்குமேல் வேறு நூல்கள் எழுதியது கிடையாது. அவர்கள் எழுதிவைத்துள்ள இலக்கண நூற்களுக்குமேல் வேறு நூற்கள் எழுதியது கிடையாது. அவர்கள் எழுதியுள்ள வைத்திய நூற்களுக்குமேல்

வெவ்வேறு நூற்கள் எழுதியது கிடையாது. அவர்கள் கண்டுபிடித்துசெய்த சம்மாங்குடை, பிரம்புகுடை முதலிய குடைகளுக்குமேல் வேறு குடைகளுஞ் செய்தது கிடையாது. அவர்கள் கண்டுபிடித்த நீர் பாய்ச்சும் ஏற்றங்களுக்கு மேலாய் நீர்பாய்ச்சுங் கருவிகளை இவர்கள் கண்டு-பிடித்ததுங் கிடையாது. அவர்கள் கண்டு பிடித்திருந்த பருத்தியின் நெசவுகளுக்கும் பட்டினது நெசவுகளுக்கும் மேலாய நெசவுகளை இவர்கள் கண்டுபிடித்ததும் கிடையாது. அவர்கள் கண்டுபிடித்து செய்துவந்த கட்டங்களுக்கு மேலாய விருத்தி இவர்கள் செய்தது கிடையாது. அவர்-கள் கண்டுபிடித்த ஓடதிகளுக்கு மேலாய ஓடதிகளை இவர்கள் கண்டுபிடித்தது கிடையாது. அவர்கள் கண்டுபிடித்த லோகங்களுக்கு மேலாய லோகங்களை இவர்கள் கண்டுபிடித்தது கிடையாது. அவர்கள் கண்டுபிடித்த இரத்தினங்களுக்கு மேல் இவர்கள் கண்டுபிடித்த இரத்தினங்கள் கிடையாது. அவர்கள் கண்டுபிடித்த சித்துக்களுக்குமேல் இவர்கள் கண்டடைந்த சித்துக்கள் கிடையாது. அவர்கள் கண்டடைந்த ஞானசுகத்-திற்குமேல் இவர்கள் கண்டடைந்த ஞானசுகம் கிடையாது.

காரணமோவென்னில் பௌத்தர்கள் யாவரும் தங்கடங்கள் முயற்சியால் கல்வியின் விருத்தியும், கைத்தொழில் விருத்தியும் பெறும்படியானச் செயல்களிலிலேயே முன்னேறியவர்களாதலின் சகல விருத்தியிலும் சிறப்புற்று உலகெங்கும் பிரகாசித்துவந்தார்கள். தற்கால சுதேசிகளோ கல்வி விருத்திகளையும், கைத்தொழில் விருத்திகளையும் சாதி வித்தியாசத்தால் பாழ்படுத்தி சாமி கொடுப்பார் சாமி கொடுப்பாரென்னும் பொய்ப்பி-ராந்தியாம் சோம்பலேறி நின்று விட்டபடியால் சகல விஷயக்கேடுகளுக்கும் ஆதாரமாகிவிட்டது.

இத்தகையக் கேடுண்ணும் நிலையில் இதுவரையிலும் இருக்குமாயின் தேசமும் இருளடைந்து மக்களும் பாழடைந்து சீர்குலைந்திருப்பார்கள். இவ்வகைக் கேடுண்டுவருங்கால் வித்தை, புத்தி, ஈகை, சன்மார்க்கத்துடன் கருணைகொண்டு சகலசாதியோரையும் சகோதரர்களென பாவிக்கும் ஐரோப்பியர்கள் வந்து தோன்றி தேசத்தையும், தேசமக்களையும் சீர்திருத்தி சிறப்படையச் செய்துவருகின்றார்கள்.

- 5:1; சூன் 14, 1911 -

சு.இத்தகையக் கேடுண்ணும் நிலையென்று கூறியுள்ளவற்றை விவரிக்க வேண்டுகிறேன்.

ப.பௌத்த அரசர்களும், பௌத்தக் குடிகளும் இந்தியதேச முழுவதும் நிறைந்திருந்த காலத்தில் அவர்களால் அநுசரித்துவந்த வித்தை, புத்தி, ஈகை, சன்மார்க்க மென்னும் சிறந்த செயல்களற்று பின்னர் தோன்றிய வேஷப் பிராமணர்களால் தங்களது சுயப்பிரயோசனங்களுக்கென்று ஏற்படுத்திக் கொண்ட சாதிபேதச் செயலும் சமயபேதச் செயலுமே இத்தேசத்தைக் கேடடையச்செய்ததாகும்.

சு.சாதிபேதச் செயலாலும், சமயபேதச் செயலாலும் தேசம் எவ்வகையாற் கேடடைந்துபோம்.

ப.சாதிபேதச்செயலும், சமயபேதச் செயலும் பொய்யாயக் கட்டுக்கதைகளாதலின் விவேகிகள் யாவரும் அவைகளை அருவறுப்பதோர் விரோதம். கீழ்ச்சாதி மேற்சாதியென்று மனிதவகுப்போரே மனிதவகுப்போரைத் தாழ்த்திவருவதோர் விரோதம். பெண் கொடுக்கல் வாங்கலில்-லாததோர் விரோதம். ஒருவர்வீட்டில் ஒருவர் புசிப்பெடுக்காததோர் விரோதம் சாதிபேதப் பொறாமெய்ச்செயலால் தூஷித்துக்கொள்ளுவதோர் விரோதம்.

சாதி வித்தியாசப் பொய்க் கட்டுப்பாட்டினால் இத்தியாதி விரோதக் கிளைகள் விரிந்து வளர்ந்ததுடன் சமய பேதங்களினால் தங்களுக்குத் தாங்களே தாற்பரியம் அறியாது ஏற்படுத்திக்கொண்டவேதாந்தமே பெரிதென்று விசாரணையற்ற வாதுபுரிவதொன்று. விஷ்ணுவுக்கே பரத்துவம் சிவனுக்குப் பரத்துவமில்லை, சிவனுக்கே பரத்துவம் விஷ்ணுவுக்கு பரத்துவமில்லையென்று தங்களுக்குத்தாங்களே ஏற்படுத்திக் கொண்ட சாமி-களுக்கு தாங்களே பரத்துவங்கொடுத்து தாங்களே புகழ்ந்துக்கொள்ளுவதோர் விரோதம். பணம் சம்பாதிப்பதற்கு எங்கள் குருவேதான் ஜகத்குரு, மற்ற குருக்கள் எல்லாம் ஜகத்குருவல்லவென்பதோர் விரோதம். எங்கள் சாமிபெயராலேயே உண்டிகட்டவேண்டும், மற்ற சாமிகள் பெயரால் உண்டிகட்டலாகாது என்பதோர் விரோதம்.

இத்தியாதி சாதிவிரோதத்தினாலும், சமயவிரோதத்தினாலும் ஒருவருக்கொருவர் முகத்திருப்புண்டாகி, பூர்வத்திலிருந்த வித்தை புத்தி, ஈகை, சன்மார்க்கமாகியச் செயல்கள் யாவு மற்று சோம்பலென்னுந் தடிப்பேறி, வஞ்சினமென்னுங்கூடுகட்டி, பொறாமெய்ப் பொச்செறிப்பென்னும் மூடி-யிட்டும், சாதி சமயப் போராட்ட துவஜமிட்டு, பொய்க்குருக்களாகிய வேஷப்பிராமணர்கள் எக்குடி கெடினும் தங்கள்குடி சுகம் பெற்றால் போது-மென்றெண்ணி சுயப்பிரயோசனத்தை நாடிநிற்கவும் ஆடுகள் கசாயிக்காரனைப் பின்பற்றி செல்லுவது போலப் பொய்க்குருக்களைப் பேதைக் குடிகள் பின்பற்றி செல்லவுமாகியச் செயல்களால் சாதிகளே சீர்கொடுக்கும், சாமிகளே சோறு கொடுக்குமென்னும் அஞ்ஞானத்தால் மக்களின் வித்தை, புத்தி, ஈகை, சன்மார்க்கமற்று சீருங்கெட்டு தேச்சிறப்பும் அழிந்து பாழடைந்து போமென்பதாம்.

சு.சாதிபேதத்தாலும் சமயபேதத்தாலுமே இத்தேசம் பாழடைந்துப் போயிற்றோ.

ப.இன்னும் சிலகாலமட்.டி-லும் இப்பிரிட்டிஷ் துரைத்தனத்தார் இவ்விடம் வந்து குடியேறாம லிருப்பார்களாயின் மக்கள் சீர்குலைந்து சிறப்-பழிவதும், தேசம் நாகரீகம் குன்றி பாழ்படுவதும் பட்டம் பகல் போல் பரக்க விளங்குமே.

சு.மக்களுக்கு சீர்குலைவும், தேசப் பாழும் எவ்வகையா லுண்டாமென்பதை விளக்கக் கோருகிறேன்.

(இதற்குப் பின் இக்கட்டுரை தொடரப்படவில்லையெனத் தெரிகிறது)

- 5:7; சூலை 25, 1911 -

215. 27 வருட காலம் நிறைவேறிவரும் இந்தியன் நாஷனல் காங்கிரசால் ஏழைகளுக்கு ஏதேனும் சுகமுண்டோ

ஏதொன்றுங் கிடையாவாம். அதாவது 1500-வருடகாலமாகத் தொழிற்பெயர்கள் யாவையும் சாதிப்பெயர்களென மாற்றி மேற்சாதி கீழ்ச்சாதி பொய்க் கட்டுப்பாடுகளையுண்டுசெய்துக்கொண்டு மேற்சாதியென்போர் பணம் சம்பாதிக்கவேண்டிய விஷயத்திற்கு எவ்வேலையாயினும் செய்யலாம், எங்கு செல்லவேண்டுமாயினும் செல்லலாம், அக்காலத்தில் சாதிபேதமென்னும் சொற்கள் கிடையாது. அவர்களால் கீழ்ச்சாதியென்று வகுத்துள்ளவர்கள் பணம் சம்பாதிக்கவேண்டிய இடங்களிலும், ஒரு தேசத்தைவிட்டு மறு தேசங்களுக்குப் போகவேண்டிய இடங்களிலும் சாதிபேதம் உண்டென்னுங் கட்டுப்பாட்டை உறுதிபடுத்தி 60 லட்சத்திற்கு மேற்பட்டக்குடிகளை சீர்பெறவிடாது அவதிக்கும் அல்லலுக்கும் ஆளாக்கிப் பாழ்படுத்தி வருஞ் செயலை இக்காங்கிரஸ் கமிட்டியார் பாராத ரகசியமல்ல. சாதிபேதமென்னும் பொய்க்கட்டுப்பாடுகளினால் ஏழைக்குடிகள் சுத்தநீர்மொண்டு குடிக்கும் சுகமில்லாமலும், வண்ணானிடம் வஸ்திரம் வெளுக்க வழியில்லாமலும், நாவிதனிடம் சவரஞ்செய்யச்சொல்வதற்கு நாவெழாமலும் அகத்தத்தால் மடிந்தழியும் அவதிகளைக் கண்ணாறக்கண்டவர்களும், காதாரக் கேட்டவர்களும் இக்காங்கிரஸ் கூட்டத்தோர்களோடு வந்து சேர்ந்து கொண்டு, ஏழைகள் படும் கஷ்டங்களைக்கண்டுங்கருணைவையாது நாளதுவரையில் தங்களுக்கு வேண்டிய சுகங்களை மட்டிலும் வருடந்தோறும் வீண்வாதஞ் செய்துவருகின்றார்கள்.

இத்தேசத்திய ஏழைமக்களை சீர்திருத்தாது தங்கள் மட்டிலும் சுகத்தைத் தேடிக் கொள்ளுவோர்களுக்கு நாஷனல் காங்கிரசென்னும் பட்டப்பெயர் பொருந்துமோ. (நாஷனல்) என்னும் மொழிக்குத் தக்கவாறு சகலசாதியோருக்கும் பொதுவாய சீர்திருத்தம் யாது செய்துள்ளார்கள்.

பிரதமத்தில் இந்தியதேசக் காங்கிரஸ் கமிட்டிக்கு வழிக்காட்டியாக நின்ற மிஸ்டர் ஒடானல் என்பவர் இந்தியாவிலுள்ளப் பலசாதியோர்களையும், பலமதஸ்தர்களையும் ஒன்று கூட்டி பேதம் பாராட்டாமல் சீர்திருத்தி சுகம்பெறுங்கோளென்பது அவரது கருத்து. அவற்றிற்கு முற்றும் மாறாக சாதிபேதத்தை உண்டு செய்துகொண்டு அதனால் அதிகார சீவனஞ் செய்பவர்களும் சாதித்தலைவர்களுமே பெரும்பாலும் சேர்ந்து நாஷனல் காங்கிரஸ் கமிட்டியாரெனக் கூறி சாதிபேதமில்லாப் பெருங்கூட்டத்தோரை அதனுட் சேர்க்காது தாங்கள் சுயகாரியாதிகளை நடத்திவருகிறார்கள்.

அதனால் இந்நாஷனல் காங்கிரஸ் கமிட்டியோரவர்களால் என்ன ஆசார சீர்திருத்தங்களைச் செய்து எந்த ஏழைகளை முன்னேறச் செய்தார்கள். எத்தகையக் கல்விசாலைகளை அமைத்து எவ்வேழைகளையதனுடன் சேர்த்து கல்வி விருத்தியும் கைத்தொழில் விருத்தியும் செய்துவைத்திருக்கிறார்கள். இந்திய ஜனங்களில் யாரை ஒருமுகப்படுத்தி யாரை சீர்ப்படுத்தியுள்ளார்கள். ஏழைமக்களுக்கு யாது சுகமுங்கிடையாது. யதார்த்தத்தில் இவர்களால் சீர்பெறாவிடினும் தங்களுக்குத்தாங்களே சீர்பெற்றுவரும் சாதிபேதமற்ற திராவிடர்களே ஒன்றுகூடி எங்களுக்கென்றொருவரை லெஜிஸ்லேட்டிவ் கவுன்சலில் நியமிக்கவேண்டுமென்று கேட்டிருக்க அவற்றிற்கோர் உபபலனுங்கூறாது செவியிற் கேளாது போலிருப்பது நாஷனல் காங்கிரஸ் கமிட்டி என்னும் பெயருக்குப் பொருந்துமோ.

ஏழை மக்களுக்குக்காலியாயுள்ள பூமிகளைக் கொடுக்கவேண்டுமென்னுங் கவர்ன்மெண்டார் கண்டிப்பான உத்திரவைக்கொடுத்திருந்தும் திண்டிவனத்தாலுக்காவைச் சார்ந்த ஏழைக்குடிகள் யாவருங்கூடி தங்களுக்கு பூமிவேண்டு மெனக்காலிபூமிகளைக்காண்பித்தும் அவ்விடத்திய கிராமவாசிகளால் தடுக்கப்பட்டு அவர்களை முன்னேறவிடாது சீரழித்துவரும் சங்கதிகள் யாவும் இக்காங்கிரஸ் கமிட்டியார்களுக்குத் தெரியாததோ, யாதார்த்த நாஷனல் காங்கிரஸ் கூட்டத்தோராயின் ஏழைக்குடிகளுக்கென முன்சென்று ஏழைகள் கேட்டுள்ள பூமியை பெற்று அவர்களுக்களித்து சீர்பெறச்செய்யலாமன்றோ. நாகப்பட்டினத்தைச்சார்ந்த காடம்பாடிஎன்னுங்கிராமத்தில் வாழும் ஏழைக்குடிகளுக்கென்று விட்டிருக்கும் சுடலைக்குப் போகும்படியான வழியை அடைத்துக்கொண்டு பலவகைத் துன்பங்கள் செய்துவருவது அத்தேசப் பெரியோர் சகலருமறிந்திருந்தும் அவ்வேழைக் குடிகளின் குறைகளை நீக்கினவர்களுண்டோ அக்குறைகள் யாவும் நாஷனல் காங்கிரஸ் கமிட்டியாருக்குத் தெரியாதென்பாராயின் இந்திய தேச முழுவதற்கும் ஓர் பிரதிநிதி போன்ற நாஷனல் காங்கிரஸ் கமிட்டியாரென்னும் பெரும்பெயர் பொருந்துமோ, பொருந்துமென்பாராயின் குறித்த ஏழைகளைக் கண்ணோக்குவார்களாக.

- 5:1; சூன் 14, 1911 -

216. படுபாவிக்கு பிராமணன் என்னும் பெயர் தகுமோ

தகாவாம். வேஷப்பிராமணன் என்னும் பெயரே பொருந்தும். காரணமோவென்னில், "அந்தணரென்போர் அறவோர் மற்றெவ்வுயிர்க்கும் செந்தண்மெய்ப்பூண்டொழுகலால்" என நீதி நூலோர் கூறியப்படி சர்வ உயிர்களையும் தன்னுயிர்போல் பாதுகாக்கும் சாந்தரூபியையன்றோ பிராமணனெனக்கூறத்தகும். அங்ஙனமின்றி பொறாமெயும், பொச்செரிப்பும் கொலைக்குறித்த நோக்கையுடையவனாகவிருந்து ஓர்டிஸ்டிரிக்டுக்கே அரசனாக விளங்கிய கலெக்ட்டர் ஆர்.டபல்யூ.டி.இ. ஆஷ்ஷி அவர்களை இம்மாதம் 18 தேதி காலை 10-மணி 40-நிமிஷத்திற்கு ரிவால்வரால் சுட்டுக் கொன்ற துஷ்டனை பிராமணனெனப் போமோ, இல்லை. இந்த படுபாவின் கேடுண்ட செயலால் மற்றும் இராஜவிசுவாசமுள்ள பிராமணர்களென்போர்களையும், மற்றும் இந்துக்களையும் மனக்கலக்கமுறச் செய்துவிட்டானே. ஈதோர் சாமர்த்தியமாமோ. இத்தகைய செயலால் பிரிட்டிஷ் ராஜாங்கத்தார் பயந்துவிடுவார்களோ, பல்லாயிரம் உயிரை பறிகொடுத்து இத்தேசத்தைக் கைப்பற்றி ஆண்டு வருகின்றவர்கள் ஓருயிர் போய்விட்டால் விட்டு விடுவார்களோ இல்லை. இத்தகைப் படுபாவச்செயலால் ஒவ்வோர் முநிஷிப்புகள் உத்தியோகங்களுக்குக்கூட ஐரோப்பியர்களே வந்துசேருவார்களென்பது திண்ணம்.

இராஜவிசுவாசிகள் வாழுமிடங்களில் சீருஞ் சிறப்புத் தோன்றும். இராஜதுரோகிகள் வாழுமிடங்களில் துக்கமும் பற்கடிப்புமே தோன்றும். இதற்குப் பகரமாய் கலெக்ட்டர் துரை சுடப்பட்டு பயிரங்க கட்டிடத்தில் மரிக்கவும், சகலசாதி பெரியோர்களுஞ் சூழ்ந்து எடுத்து திருநெல்வேலிக்குச் செல்லவுமாச்சுது. பிராமணனென்னும் பெயர் வைத்துக்கொண்டு கொலைபுரிந்த 25 வயதுடைய படுபாவி பலசாதியோரும் மலங்கழிக்குங்

கக்கூசில் தன்னிற்றானே சுட்டுக்கொண்டு செத்தானாம். இதுதான் அவனும் அவனைச்சார்ந்தவர்களுமடையும் பற்பலனாகும்.

அவனவன் துற்கரும்பலனை அவனவனே அநுபவிக்கவேண்டுமென்பது ஆன்றோர் துணிபாதலின் இவன் செய்த படுபாவச்செயலுக்கு படுபாவத்துன்பத்தையே அநுபவிப்பானன்றி இன்பத்தையொருக்காலும் அனுபவிக்கமாட்டான்.

இவன்செய்தப் படுபாவச்செயலால் துரைமக்களும் லேடிகளும் பிராமணனென்னும் வேஷத்துக்குரிய ஒருவன் பூனூலுங் குடிமியும் வைத்து எதிர்வந்தபோதும் சற்று நிதானிப்பார்கள். குடுமிவைத்துக்கொண்டு பட்டைநாமஞ் சாற்றி எதிரில் வந்தபோதும் நிதானிப்பார்கள். குடிமிவைத்து கருப்புப்பல்லும், கருப்புப் பொட்டும் வைத்து எதிரில் வந்தபோதிலும் நிதானிப்பார்கள். இத்தியாதி சந்தேகங்களுக்கும் இப்படுபாவியின் கொலைச் செயலே காரணமாகும். சுட்டுக் கொல்லப்பட்ட துரைமகனால் ஆயிரமக்கள் சீர்பெற்று ஆனந்தத்திலிருந்திருப்பார்கள். சுட்டுக்கொன்ற படுபாவியாலோ ஆயிரம் பேர் அல்லலடைந்து சீர்கெட்டிருப்பார்களென்பது அநுபவக்காட்சியாகும். ஆயிரம் பெயரைக் காப்பாற்றிய துரை மகனுக்காகவே சகலசாதி மநுக்களும் துக்கிப்பார்கள். ஆயிரம் பெயரை குடிகெடுப்பவன் செத்தானனென்றாலோ ஆனந்தங்கொண்டாடுவார்கள்.

ஆதலின் துற்குணத்தாலும் துற்செயலாலும், வஞ்சினத்தாலும், குடிகெடுப்பாலும் சுகமாக சிலகாலம் வாழ்ந்துவந்தபடியால் அதையே கையாளுவோமென்று கருதி தங்களது துன்முயற்சியிலிருக்கின்றார்கள். இனியத்தகைய துன்முயற்சிகளுக்காய துக்கங்களையே அநுபவிப்பர்களென்பது சத்தியமாதலின் வஞ்சகுணத்தையும் குடிகெடுப்பையும் ஒழித்து இராஜ விசுவாசத்தில் நிலைத்து சுகம் பெறுவார்களென்று நம்புகிறோம்.

நற்கருமம் நல்ல பலனைத்தரும். துற்கருமம் தீயபலனைத்தருமென்பது சத்தியம்.

- 5:2; சூன் 21, 1911 -

217. கிராம பஞ்சாயத்து கேழ்க்குங் கனவான்களே

சற்று நோக்குவீர்களாக. அறக்கோணத்தைச் சார்ந்த ஓர் கிராமத்தில் சாதிபேதம் வைத்துள்ள சிலக்குடிகளும், சாதிபேதமில்லா ஏழைக்குடிகளுஞ் சேர்ந்து அம்மன் கோவில் உற்சவஞ் செய்தார்களாம்.

அவ்வுச்சவத்தில் சாதிபேதமுள்ளவர்கள் யாவரும் ஒன்றுசேர்ந்துக் கொண்டு சாதிபேதமில்லா ஏழைக்குடிகளுக்குத் தங்கள் மனம்போன சில உத்திரவளிக்கவும் அதை அவர்கள் ஒப்புக்கொள்ளாத விஷயத்தினால் அவர்கள் அம்மன்கோவிலண்டை வைத்த பொங்கல் பானைகளை உடைத்தெறிந்தும், அதிக வுபத்திரவம் உண்டாக வடித்தும், குடியிருக்கும் வீடுகளைப் பாழ்படுத்தியும், அவர்கள் கஷ்டம் பொருக்கமுடியாது அதிகாரிகளிடம் பிரையாது கொண்டு போனதும் சாட்சிகளை சொல்லவிடாமல் பயமுறுத்தியும் பலவகையானக்கொரூரத் துன்பங்களெல்லாஞ் செய்துவருவதாகத் தெரிய வருகின்றது. கலைக்ட்டர்கள் அதிகாரம், டெப்டிகலைக்ட்டர்கள் அதிகாரமும், தாசில்தாரர்கள் அதிகாரமும் மேற்பார்வையும் இருக்கும்போதே சாதிபேதமுள்ள கிராமவாசிகளின் அதிகாரத்தை சாதிபேதமில்லா ஏழைக்குடிகளின் மீது செலுத்துவதானால் கிராமவாசிகளுக்கு பஞ்சாயத்து அதிகாரங் கொடுத்துவிட்டால் சாதிபேதமில்லா ஏழைக்குடிகளை இன்னும் என்ன அக்கிரமங்களைச் செய்து பாழ்படுத்துவார்கள் என்பதை கிராம பஞ்சாயத்தைக் கேழ்க்குங் கனவான்களே கவனிக்கவேண்டியதுதான்.

சாதிபேதமில்லா ஏழைக்குடிகளை அடித்துப் பாழ்படுத்தி அவர்கள் பொங்கற்பானையும் உடைத்து அவர்கள் குடியிருந்த வீடுகளையும் நாசப்படுத்திவிட்டு அவர்கள் படும் கஷ்டங்களை சகிக்கமுடியாது அதிகாரிகளிடம் தங்களுக்கு நேரிட்ட கஷ்டங்களை தெரிவித்தபோது அவர்களுக்காகப் பரிந்துவந்து கண்ட சங்கதிகளை சாட்சி சொல்ல முயலும் சாதிபேதமில்லா ஏழை மக்களையும் பயமுறுத்தி சாட்சி சொல்லாதிருக்கும் வழிகளெல்லாம் செய்துவருகின்றார்களாமே.

அந்தோ! கருணையும், நீதியும், நெறியும் அமைந்துள்ள இந்த பிரிட்டிஷ் துரைத்தனத்திலேயே சாதிபேதமில்லா ஏழைக்குடிகளை துன்பஞ்செய்யும் சாதிபேதமுள்ளோர் தங்களது சுயவாட்சியில் இன்னும் என்னென்னத் துன்பங்களைச் செய்து பாழ்படுத்தியிருப்பார்கள் என்பது சொல்லாமலே விளங்கும்.

தன கர்வத்தினாலும், சாதிகர்வத்தினாலும், உத்தியோக கர்வத்தினாலும் சாதிபேதமில்லா ஏழைமக்களை வாதித்துத் துன்பப்படுத்துத் தீவினைகளானது ஒருவரையும் விடமாட்டாது. ஏழை மக்கள் அழுதகண்ணீர் கூரியவாளுக்கு ஒக்கும் என்னும் முதுமொழியுந் தவிரமாட்டாது. அறக்கோணத்தைச்சார்ந்த ஏழை கிராமக் குடிகளின் பிரையாது அதிகாரிகளிடம் விசாரிணையிலிருக்கின்றது. அவை முடிந்தபின்னர் அக்கிராமப் பெயரையும், கிராமக் குடிகளின் பெயரையும், அவர்கள் அடைந்த துன்பங்களையும், அவற்றை நடத்தியவர்களின் பெயர்களையும் நமது பத்திரிகையில் விவரமாக வெளியிடுவோம்.

- 5:2; சூன் 21, 1911 -

218. ஆர்.டபள்யூ.டிஇ ஆஷ்ஷி அவர்கள் மறைந்துவிட்டார்

அதாவது நமது திருனெல்வேலி கலைக்ட்டரவர்கள் சீர்மையினின்று இந்தியாவில் வந்து தனது பிரிட்டிஷ் ஆட்சியின் கலைக்ட்டர் உத்தியோகத்தைக் கைக்கொண்டு இவ்விடமுள்ள பூமிகளின் விஷயங்களையும் அந்தந்த பூமிகளின் நீர்ப்பாய்ச்சல் விஷயங்களையும், அங்கங்கு வாழும் குடிகளின் விஷயம், சாதி சமய விஷயங்களையும் நன்காராய்ந்தும், நாளாகத் தனது அநுபோகத்திற் கண்டறிந்தவரும் தேச சீர்திருத்தங்களைச் செய்ய வல்லவருமாகவிருந்த ஓர் துரைமகனை ஓர் படுபாவியாகிய துஷ்ட்டன் கொன்றுவிட்டானென்றவுடன் சகல விவேகமிகுத்த மேதாவிகளும் துக்கத்தில் ஆழ்ந்தினார்களென்பதற்கு ஆட்சேபமில்லை.

காரணமோவென்னில், இத்தேச சீர்திருத்த ஆலோசனைச் சங்கத்தில் ஆயிரங் குடிகள் சேர்ந்து உழ்க்காருவதினும் ஓர் அனுபவமிகுத்த கலைக்டர் உழ்க்காருவாராயினும் சகல சீர்திருத்தங்களையும் செவ்வனே முடித்து சகலகுடிகளும் சுகம் பெறும் வழியைத் தேடுவார். மற்றைய தேசங்களில் பாஷையும் ஒன்று, சாதியும் ஒன்று மதமும் ஒன்றாதலின் தேச சீர்திருத்தங்களை குடிகளே செவ்வை செய்து கொள்ளுவார்கள். இத்தேசமோ பல பாஷை, பல சாதி, பலமதங்கள் நிறைந்து பாழடைவதற்குரிய ஏதுக்களிலேயே இருக்கின்றவர்களாதலின் குடிகளால் ஆலோசினை சீர்திருத்தங்கள் செவ்வனே முடிவது மிக்கக் கஷ்டமாகும். கலைக்ட்டர்களோவெனில் பல டிஸ்டிரிக்ட்டுகளிலுஞ் சென்று அங்கங்குள்ள பாஷைக்காரர்களின் கூட்டுறவுகளையும், அவரவர்கள் மதாசாரங்களையும் நன்காராய்ந்து அநுபவத்திலிருப்பவர்களாதலின் முக்கிய ஆலோசினை சங்கத்திற்கு வந்தபோது அந்தந்த தேசபாஷைக்காரர்களின் அநுபவங்கொண்டு அவரவர்களுக்கு உற்ற குறைகளை நீக்கி ஆதரிக்கும் வழிகளைத் தேடுவார்கள். அதனால் தேச சீர்திருத்தமும் குடிகளது சீர்திருத்தமும் உண்டாகி சகலரும் சுகம் பெறுவார்கள்.

தேச சீர்திருத்தத்திற்கும் குடிகளின் சுகங்களுக்கும் ஆதாரபூதமாக விளங்கிய திருனெல்வேலிக் கலைக்ட்டர் துரையவர்களை இழந்தது இத்தேசத்தோர் செய்த தௌர்ப்பாக்கியமேயாம். ஓர் தேசத்தில் இருபது இருபத்தைந்து வருடம் கலைக்ட்டரலுவலை நடத்தி அங்கங்குள்ளவர்களின் குணாகுணங்களை உணர்ந்து அநுபவத்திலிருப்பவர்கள் இத்தேசக் குடிகள் இன்னின்ன அநுபவமுள்ளவர்களென்றும் அவர்களுக்கு இன்னின்னது வேண்டியிருக்குமென்றும் கண்டறிந்து ஆலோசினை சங்கங்களிற் பேசி சுகச்சீரளிக்கக்கூடிய ஓர் துரைமகனை இழந்தது திருனெல்வேலி குடிகளுக்கு மட்டிலும் துக்கமன்று, தென்னிந்தியா முழுவதுக்குந் துக்கமேயாம்.

இத்தகையப் பெருந் துக்கத்திற்குக் காரணஸ்தனாம் படும்பாவி எத்தேசத்திலிருந்தவன் எக்குடியைச் சார்ந்தவன் என்ன உத்தியோகஸ்தன் என்பது இன்னும் விளங்காதது மிக்க விசனமேயாம்.

இவ்வஞ்சநெஞ்ச மிகுத்தப் படுபாவி செய்த பெருங் கொலையை ஆலோசிக்குங்கால் இந்த பிரிட்டிஷ் அரசாட்சியோரை சொற்ப பயமுறுத்தியதால் பெரிய உத்தியோகங்களை நமக்குக் கொடுத்துக்கொண்டு வருகின்றார்கள். இன்னும் பயமுறுத்தினால் ராஜாங்கத்தையே நம்மவர்களிடம் ஒப்படைத்துவிட்டுப் போய்விடுவார்களென்னும் ஓர் அவாக்கொண்டே இக்கொலையை நிறைவேற்றி இருப்பானென்றும் விளங்குகின்றது. மற்றப்படி இக்கொலைக்கு வேறுகாரணங் கூறுதற்கு வழியொன்றுங் காணோம். முன்பு நடந்துள்ள திருநெல்வேலி கலகத்தை யாதாரமாகக் கொள்ளினும் அதிற் பலசாதியோர்களையும் சமரசமாக தெண்டித்திருக்க இப்பிராமணரென்று சொல்லிக்கொள்ளுங் கூட்டத்தோருக்கு மட்டிலும் உண்டாய துவேஷமென்னை. அந்தக் கலைக்ட்டரின் குணாதிசயங்களை அறிந்த விவேகமிகுத்த மேன்மக்கள் யாவரும் அவரை மிக்க நல்லவரென்றும், நீதிமானென்றும் சகலசாதி மனுக்களையும் சமமாக பாவிப்பவரென்றும் கொண்டாடுகின்றார்கள். ஆதலின் அவரைக் கொலைபுரிந்த காரணம் தங்கள் கூட்டத்தோர் சுகத்தைக் கருதிய ஏதுவாயிருக்குமேயன்றி வேறில்லை.

இதனை நமது கருணைதங்கிய ராஜாங்கத்தார் சீர்தூக்கி ஆலோசித்து தங்களை போல் அன்பும் நீதிநெறியும் மற்றவர்களுக்கும் இருக்குமென்றெண்ணாது இராஜதுரோகத்திற்கு உரியக் கூட்டத்தோர் இன்னாரின்னாரெனக் கண்டறிந்து அவர்களை அடக்கி ஆளவேண்டிய முயற்சியிலேயே இருத்தல் வேண்டும்.

அத்தகைய முயற்சியைத் தேடாது நெருப்பில் விழுந்த தேளை அப்புறப்படுத்துவது போலும் இருப்புவலையிற் சிக்குண்ட, புலியை நீக்கிவிடுவது போலும், விஷப்பாம்புகளுக்குப் பால்வார்த்து வளர்ப்பதுபோலும், வஞ்சக மிகுந்தவர்களால் இராஜதுரோகிகளுக்கு உதவிபுரிவதாயின் அவர்களால் இராஜாங்கத்தோருக்கும் மற்றயக் குடிகளுக்கும் தீங்கு விளையுமேயன்றி சுகம் விளையமாட்டாது. இவற்றை நமது கருணைதங்கிய இராஜாங்கத்தோர் கவனித்து துரோகிகளைக் கண்டு தக்கபடி அடக்கியாள வேண்டுகிறோம்.

- 5:3; சூன் 28, 1911 -

219. இராஜ துரோகிகளை அடக்கும் வழி

நமது கருணை தங்கிய ராஜாங்கத்தோர் சாதிபேதமற்றவர்களும் சமயபேதமற்றவர்களுமாதலால் சகலசாதியோர்களுந் தங்களைப்போலவே ஈவும் இதக்கமும் சுபகுணமும் உள்ளவர்களாயிருப்பார்களென்றெண்ணி சகலருக்கும் சமரசமான உத்தியோகங்களைக் கொடுத்துக்கொண்டு வருகின்றார்கள்.

அத்தகைய உத்தியோகங்களைப் பெற்றுவரும் வஞ்சகமும் குடிகெடுப்பு மிகுத்த ராஜதுரோகிகள் கரும்பை நடுவில் வெட்டிப் புசிப்பதுடன் வேரோடும் பிடுங்கித் தின்பது நலமென்று யோசிக்கும் பேராசையைப்போல் பிரிட்டிஷ் ஆட்சியில் நாம் ஒருவன் மட்டிலும் சுகசீவனம் பெற்றிருப்பதுடன் நமதுசாதியோரெல்லவரும் ராஜாங்கத்தையே கைப்பற்றிக்கொண்டால் மேலான சுகமடையலாமென்னும் ஆசையால் பிரிட்டிஷ் ஆட்சியோர் செய்துவரும் சகல நன்றிகளையும் மறந்து அவர்களுக்கு எதிரிடையானத் தீங்குகளையே செய்து வருகின்றார்கள்.

“பல்லிகளையும் பட்சிகளையும் பாதுகாக்கவேண்டியது. பாம்பையுந் தேளையும் தலைநசுங்கக் கொல்லவேண்டிய” தென்னும் பழமொழிக்கிணங்க இராஜ விசுவாசமுடையவர்களுக்குத் தங்களுக்குரிய ராஜவுத்தியோகங்களைக் கொடுத்தும் இராஜதுரோகமுடைய வன்னெஞ்சமுடையவர்களை ஏறவிடாமல் நசித்து வரவேண்டியதே அழகாகும்.

அவர்களுக்கு ஆதரவாக பிரான்சி ராட்சியத்திற்கு அருகேயுள்ள பிரிட்டிஷ்க்குரிய சில பூமிகளை பிரான்சியருக்குக் களித்துவிட்டு அவர்களுக்குரிய பாண்டிச்சேரி என்னும் சிறிய நாட்டையும் அதனைச் சார்ந்த பூமிகளையும் சென்னை ராஜதானியில் சேர்த்துக்கொள்ளவேண்டியது. மற்றும் அதற்கு உபபலமாக முப்பது வருடங்களுக்கு முன்பு சென்னை கமாண்டரின்சீப் வீட்டின் முகப்பிலும், ஜெனரல்கள் வீட்டின் முகப்பிலும் பிரிட்டிஷ்கொடிகள் பரப்பியிருந்ததுடன் யூரோப்பியன் ரிஜிமெண்டுகளும் பட்டாளங்களும் நிறைந்திருந்ததுபோல் இராஜதானி பீடத்தில்

அமர்த்திவிட்டு திரிச்சி, மதுரை, கோயமுத்தூர், நீலகிரி, கும்பகோணம், தஞ்சாவூர் மற்றும் அரசாட்சியோர் சூழ்ந்தயிடங்களில் யூரோப்பியன் ரிஜிமெண்டின் ஒவ்வோர் கம்பனிகளை வைத்துப் பாதுகாப்பதுடன் இப்போது இராஜதுரோகம் செய்துவரும் சாதியோர்களுக்குள் எச்சாதியோர் பெருந்தொகையினராகக் காணப்படுகின்றார்களோ அச்சாதி உத்தியோகஸ்தர்களிடத்திலே நூற்றுக்கு இவ்வளவென்னும் இராஜதுரோக வரியென விதித்து வசூல் செய்து இரிஜிமெண்டின் சிலவைச் செய்துவருவதாயின் தங்களில் தாங்களே அடங்கி பேராசையை ஒழித்து பழய தொழிலில் நிற்பார்கள்.

அங்ஙனமின்றி கருணைதங்கிய ராஜாங்கத்தோர் சாம, தான, பேதமென்னும் உபாயத்தில் மட்டும் நின்று தண்டத்தைக் கையாடாவிடின் இராஜாங்கத்தோரென்னும் அச்சமொழிந்து மச்சினங்கொண்டாடுவார்கள். “கொட்டினால் தேள் கொட்டாவிட்டால் பிள்ளைப்பூச்சு” என்னும் பழமொழிபோல பிரிட்டிஷ் அரசாட்சியை மேற்சாதி கீழ்ச்சாதியென்னும் இழுக்கிலுந் தாட்சண்ணியத்திலும் விட்டிருக்கும் வகையில் ஆட்சியைப் பிள்ளைப்பூச்சியென்றே எண்ணி நடப்பார்கள்.

அதன் விவரம் யாதெனில், கீழ்சாதியோன் திருடினாலும்சரி மேற்சாதியோன் திருடினாலுஞ்சரி, கீழ்ச்சாதியோன் கொலைபுரிந்தாலும் சரி மேற்சாதியோன் கொலைபுரிந்தாலும் சரி, சட்டப்படிக்கு சமரச தண்டனை விதித்துவருகின்றார்கள். இவ்வகை விதிக்கப்பெற்றோர் சிறைச்சாலைக்குப் போனவுடன் கீழ்ச்சாதிக்கு சாப்பாடு மேற்சாதிக்கு சாப்பாடு வேறிட மென்பதாயினும் சாப்பாடு செய்பவன் பெரிய சாதியோனாய் இருக்கவேண்டும் என்பதாயின் அவனடைந்துள்ள தண்டனைபால் சாதிகர்வமடங்காது வெளிவந்துந் தன்னுடைய துஷ்டச்செயலில் முன்னேறுகின்றான்.

அத்தகையச் செயல்களை நோக்கிவருங் கருணைதங்கிய ராஜாங்கத்தார் துஷ்டர்களாம் இராஜதுரோகிகளும் கொலைப்பாதகர்களும் குடிகேடர்களும் களவாடிகளும் சட்டப்படி தெண்டனை அடைந்து சிறைச்சாலைக்கு வருவார்களாயின் அவர்கள் செய்துவந்த செயல்கள் யாவும் கீழ்ச்சாதி செயல்களெனக் குணித்து சிறைப் பட்டவர்களிற் மேற்சாதி கிடையாதெனும் ஓர் பொதுச்சட்டத்தை விதித்துவிடுவார்களாயின் இராஜாங்கத்தை அடுத்ததாலும் பெரும் உத்தியோகங்கள் உண்டு, சிறைச்சாலைக்குப் போனாலும் சாதிசுகமுண்டென்னும் மமதை அடங்கி இராஜவிசுவாசத்தில் நிலைப்பார்கள்.

அதாவது, பிரிட்டிஷ் ஆட்சியாயிருந்தும் நாம் வைத்துக்கொண்டுள்ள சாதியாட்சிகள் மட்டுங் கலையாது நின்றுள்ளபடியால் இராஜரீகமும் செல்வாக்கும் நம்முடையதே என்னுஞ் செருக்கடைந்திருப்பதுடன் இராஜாங்கத்தையே அபகரிக்கத்தக்க முயற்சியிலும் இருப்பதாக விளங்குகின்றது.

ஆதலின் “கொள்ளியை இழுத்துவிட்டால் கொதிப்பது அடங்கிப்போம்” என்னும் பழமொழிக்கிணங்க வித்தியா கர்வம், தனகர்வம், சாதிகர்வம் மூன்றினையும் அறுக்கும் வழி தோன்றுமாயின் இராஜதுரோகிகள் தங்களில் தாங்களே யடங்கி அபயமாவார்கள்.

ஈதன்றி ஒவ்வோர் கவர்ன்மெண்டு ஆபீசில் ஒவ்வொரு சாதியோருக்குள்ளும் நாலு பேருக்கு மேற்படாதிருத்தல் வேண்டும். அப்படி அதிகமாக இருப்பவர்களை வெவ்வேறு இடங்களுக்கு மாற்றி கணக்குபடி நிரவவேண்டியது. சகலசாதியோரும் சமரசமாக ராஜாங்க உத்தியோக சாலையிலிருக்கும்படிச் செய்யவேண்டியது. ஒவ்வொரு ஆபீசுகளிலும் சாதியாசாரமுள்ள பியூன்களை வைத்துக் கொண்டு தங்கள் அலுவல்களையும் பார்த்துக் கொள்ளுகின்றார்கள். அவ்வகையோர்களைப் பியூன்களில் வையாது சாதியாசாரமில்லாதவர்களைப் பியூன்களில் வைப்பதாயின் இராஜாங்கவிஷய சகல சங்கதிகளுக்கும் சுகந்தரும், இராஜாங்க ஆபிசின் தலைமெ உத்தியோகஸ்தர்களும் பியூன்களும் சாதிபேதமில்லாதவர்களாயிருந்து மற்ற உத்தியோகஸ்தர்களில் சகலசாதியோருங் கலந்திருப்பார்களாயின் இராஜ துரோகிகளின் செருக்கும் அவர்களது வஞ்சகமும் அடங்கி தாங்களே ஒடுங்கிப் போவார்கள். இதுவே இராஜ துரோகிகளை அடக்குவதற்கு வழியாயிருக்கின்றபடியால் நீதியும் நெறியும் அமைந்த ராஜாங்கத்தார் இத்தகைய ஏற்பாடுகளைக் கட்டாயமாகச்செய்து முடிப்பார்களென்று நம்புகிறோம்.

- 5:4; சூலை 5, 1911 -

220. நீதியும் நெறியும் கருணையும் அமைந்த அரசுக்கு நல்லமதி வாய்த்த மந்திரிகள்

நீதியும், நெறியும், கருணையும் அமைந்துள்ள அரசருக்கு மதியும் நல்லமதியும்வாய்த்த மந்திரிகளிருத்தல் வேண்டும். அதாவது, கோ னெவ்வழியோ குடிகளும் அவ்வழியென்னுங் குணத்திற்கு இயல்பாய் மந்திரிகளுமிருப்பார்களாயின் சகல சுகமும் பெற்று ஆனந்த வாழ்க்கையிலிருப்பார்கள்.

ஆதலின் சாதிபேதமில்லா பொறாமெ குணமற்ற அரசும், வஞ்சினமில்லா சமய பேதமற்ற அரசும், நீதியும் நெறியும் அமைந்த அரசும், கருணையும் கண்ணோக்கமும் அமைந்த அரசுமாகிய அரணில் சாதி பேதமற்ற மந்திரியும், சமபேதமற்ற மந்திரியும் நீதி நூற்களே நிறைந்த மந்திரியும், நீதிநெறி ஒழுக்கங்களமைந்த மந்திரியுமே இருத்தல் வேண்டும்.

அங்ஙனமிராது சாதிபேதமற்ற அரசாங்கத்தில் சாதிபேதமுள்ள மந்திரியும், சமயபேதமற்ற அரசாங்கத்தில் தன்னவ ரன்னிய ரென்னும் பட்சபாதமுள்ள மந்திரியும், நீதிநெறி வாய்மெயுள்ள ராசாங்கத்தில் நீதிநெறி வாய்மெயற்ற மந்திரியும், கருணை நிறைந்த ராசாங்கத்தில் கருணையற்ற மந்திரியுமிருப்பானாயின் அவ்விராஜாங்கத்தோர் அடிமடியில் விஷப் பாம்பையும், அண்டை வீட்டில் சத்துருவையும் வைத்திருப்பதற்கு ஒக்கும்.

ஆதலின் நீதியும், நெறியும், கருணையும் அமைந்த அரசர்கள் தங்களுக்கு வேண்டிய அங்கத்தினர்களாகும் அமைச்சர், காலக்கணிதர், சேனைத்தலைவர், தூதுவர், அரண்மனைக் கார்ப்போர், ஆடையாபரணம் வினைவோர், சிறந்த சுற்றத்தார், படைகாப்பாளர், நகரங் காப்போர், யானை வீரர், ஆயத்துரையோர், திரவியங் காப்போர், மருத்துவக் கலைஞர், மடைத்தொழிலாளர், நிமித்தக நிபுணர், சிற்றரசர், நெருங்கிய

சுற்றத்தோராகும் அரச வங்கத்தினர் யாவரும் அரசரையொத்த சாதிபேதமற்றவர்களும், சமய பேதமற்றவர்களும், நீதியும், நெறியுங் கருணையும் அமைந்தவர்களுமாயிருத்தல் வேண்டும்.

இத்தகைய மேலாய குணநலமிகுத்தவர்கள், அரசவங்கத்தினராயிருந்து இராட்சியபாரம் தாங்குவார்களாயின் குடிகளால் அரசருக்கு யாதொரு பழிபாவமுஞ் சாராது நீடிய செங்கோல் நிலைத்து அரசரும் ஆனந்த சுகத்தில் வாழ்வதுடன் குடிகளும் பேரானந்த சுகத்தை அடைவார்கள்.

சாதிபேதம் சமயபேதமற்று நீதியும் நெறியுங் கருணையும் அமைந்து வித்தை, புத்தி, ஈகை, சன்மார்க்கம் நிறைந்த அரசருக்கு சாதிபேத சமயபேதமுள்ளவர்களும் நீதிநெறி கருணையற்றவர்களும் வித்தை, புத்தி, யீகை, சன்மார்க்கமில்லாதவர்களுமானோரை அரச அங்கத்தினர்களாக சேர்ப்பதாயின் தங்களது பொருளாசை மிகுந்த மிலேச்ச புத்தியையே முன் தள்ளி தங்களது சுயப் பிரயோசனங்களுக்காய் குடிகளை வருத்தி துன்பப்படுத்தி குடிகளுக்கு அயிஷ்டமுண்டாகச்செய்வதுடன் அரயர்கள் ஏதேனுங் கண்டிக்க முயல்வார்களாயின் அடைந்துள்ள நன்றியை மறந்து அரசருக்கே தீங்கை விளைக்க முயல்வார்கள்.

இதனை அநுபவத்தாலறிந்துவரும் அரயர்கள் சாதிபேதமில்லாத ஆளுகையில் சாதிபேதமுள்ளவர்களும், சமய பேதமில்லாத ஆளுகையில் சமய பேதமுள்ளவர்களும், நீதியும் நெறியும் கருணையும் அமைந்த ஆளுகையில் நீதியும் நெறியும் கருணையற்றவர்களும், வித்தை புத்தி ஈகை சன்மார்க்கம் நிறைந்த வாளுகையில் வித்தை புத்தி யீகை சன்மார்க்கமற்றவர்களுமானோர்களை அரச அங்கங்களில் ஒவ்வொருவராக சேர்ப்பதாயின் தங்களது சுயகாரியங்கள் சரிவர நிறைவேறும் வரையில் அரசருக்கு மிக்க அபிமானிகளும் அன்புமிகுத்தவர்களும் அதிஜாக்கிரதையுள்ளவர்களும் போல் அபிநயித்து காரியாதிகளை நடத்திவருவார்கள். தங்களுக்கு ஏதேனும் வரவு குன்றி அரசநெருக்கம் விடுபடுமாயின் எவ்விதத்தேனும் அரசுக்கு தீங்கை விளைவித்து தாங்கள் சுகமடையும் வழிகளையே தேடுவார்கள்.

ஆதலின் அரச ஆளுகைக்கு உட்பட்ட அரச அங்கத்தவர்கள் யாவரும் தங்களை ஒத்தவர்களாகவைத்துக்கொண்டு நடாத்துவதே அரசுக்கு ஆனந்தத்தையும் சுகவாழ்க்கையையுந் தரும். குடிகளால் நீதி மன்னரென்னும் பெயரையும் பெறும்.

- 5:7; சூலை 26, 1911 -

221. இராஜாங்கத்தோர் கேள்விக்கு நாங்கள் யாவரும் இந்துக்களே என்று கூறியவர்கள் தங்கள் சுயப்பிரயோசனப் பண்டுகளில் பஞ்சமர்கள் சேரப்படாதென்பதென்னோ?

இந்துக்களென்போர் இவற்றை சற்று கவனிப்பார்களென்று நம்புகிறோம். அதாவது, இவ்வருடத்திய சென்சஸ் ஆரம்பத்தில் சென்சஸ் கமிஷனராக ஏற்பட்டுள்ள துரைமகன் இந்தியாவிலுள்ளவர்களின் சாதிப்பிரிவுகளையும் அவரவர்கள் குருக்கள் யாவரென்பதையுங் கண்டெழுதவேண்டுமென்று விடுத்திருந்த அறிக்கைப்பத்திரத்திற்கு எதிரடையாய சில விவேகிகள் தோன்றி இந்துக்கள் யாவரும் ஒற்றுமெயிலிருக்க, இந்த சென்சஸ்கமிஷனர் எங்களை வேறுபிரிக்கப்பார்க்கின்றார், அது நியாயவறிக்கையல்லவென வீண்கூச்சலிட்டு இந்து பத்திரிக்கைகள் யாவும் படாடம்பமிட்ட சங்கதி உலகறிந்த விஷயமேயாம்.

அங்ஙனமிருக்க தற்காலங் கூடும் (பண்டு) களில் பஞ்சமர்கள் தவிர மற்ற யாவர்களுஞ் சேரலாமென்று அச்சிட்டு வெளியிட்டுவரும் நோட்டீசுகளையும், பத்திரிகைகளையும் சென்சஸ் கமிஷனருக்கு எதிரடையாக எழுதிய விவேகிகள் பார்க்கவில்லை போலும். பார்த்தாலுமோ, தாங்களேதுக்களை ஒருமுகப்படுத்த ஆதாரமில்லை போலும்.

காரணம், பலபெயர்க்கூடி பலசாதிகளையுண்டுசெய்து கொண்டபடியால் ஒருவர் தோன்றி பலரை ஒருமுகப்படுத்தல் ஏது வாகாதென்பதே துணிபு. பொய்யாகியக் கட்டுக்கதைகளை முட்டுக்கொடுத்து சாதிப்பிரிவு, ஜமாத்துப்பிரிவென்று ஏற்படுத்திக்கொண்ட கோட்பாடுகள் யாவும் தங்கள் தங்கள் சுயப்பிரயோசனங்களை நாடியே செய்துக் கொண்டவைகளாதலின் இராஜாங்க காரியாதிகள் யாவற்றிலும் இந்துக்களென்னும் பெருங் கூட்டத்தோரை இந்துக்களென்றே சொல்லிவிடுவதும், பணம் சம்பாதித்துக் கொண்டால் ஏழைக்குடிகள் தங்களைப்போல் முன்னுக்கு வந்துவிடுவார்களென்னும் பொறாமெயால் தங்களுக்குள் ஏற்படுத்திக்கொள்ளும் (பண்டு) களில் பஞ்சமர்கள் சேரப்படாதென நோட்டீசுகளைப் பிரசுரிக்கின்றார்கள்.

பணம் சேகரிக்குமிடத்தில் பஞ்சமன் சேரப்படாதென விளம்பரப் பத்திரம் வெளியிடும் விவேகிகள் இராஜாங்கத்தோர் அவரவர்களைப் பிரித்து கணக்கெடுக்க உத்தேசித்தபோது எவ்வகை சுதந்திரத்தைக்கொண்டு பஞ்சமர்கள் யாவரும் இந்துக்களென்றே கூறத் துணிந்தார்களென்பது விளங்கவில்லை. தங்கள் தங்கள் சுயப்பிரயோசனங்களை நாடுமிடங்களில் சாதியாசாரங் கிடையாது, பஞ்சமர்களென்போர் சுயப்பிரயோசனத்தை நாடுமிடங்களிலெல்லாம் சாதியாசாரத்தை உண்டு செய்து அவர்களைத் தலையெடுக்க விடாமல் நசித்துப் பாழடையச்செய்வது சாதித்தொழிலாதலின் இராஜாங்கத்தோர் பிரித்துக் கணக்கெடுக்கும் போது கூட்டாதென்று கூச்சலிட்டவர்கள் தங்கள் சுயப்பிரயோசன (பண்டு)களில் பஞ்சமர் சேரலாகாதென விளம்பரப்படுத்துகின்றார்கள்.

இத்தகைய வஞ்சகக்கூற்றை டிப்பிரஸ் கிளாசை சீர்திருத்தப் போகின்றோமென்னும் விவேகிகளும், அவர்கள் யதார்த்தத்தில் சீர்திருத்துவார்களென அவர்களைப் பின்பற்றிநிற்குங் கூட்டத்தோர்களும் இவற்றை சீர்தூக்கி ஆலோசிப்பார்களென நம்புகிறோம். அதாவது பஞ்சமர்களென்போர் தங்கள் பணங்களைக்கொண்டுபோய் (பண்டு) களில் சேர்த்து முன்னுக்கு வருவதை பொறுக்கா பொறாமெயுடையோர் தங்கள் சொந்தப்பணங்களைக்கொண்டு டிப்பிரஸ்கிளாசை சீர்திருத்தி முன்னுக்குக் கொண்டுவரப் போகின்றார்களென்பது மெய்யாமோ.

ஒருக்காலும் மெய்யாகாவாம். பஞ்சமரென்போர் பணத்தைக்கொண்டே பஞ்சமர்களை முன்னுக்கு வர மனஞ்சகியாதவர்கள் தங்கள் சொந்தபணங்களைச் செலவுசெய்து பஞ்சமரென்போரை முன்னுக்குக்கொண்டுவரப் போகின்றோமென்பது முற்றிலும் பொய், பொய், பொய்யென்றே பொருந்தும், (பண்டு) களில் பஞ்சமர்களெனத் தள்ளிவிட்டு சென்சஸ் கணக்கில் இந்துக்களென சேர்த்துக்கொள்ள பார்க்கும் சுயப்பிரயோசனமுள்ளாரைச் சாராதிருப்பார்களென நம்புகிறோம். ஏழைக்குடிகள் பணம் சேர்க்க வேண்டுமாயின் கருணை தங்கிய கவர்ன்மெண்டார் ஏற்படுத்தியுள்ள (சேவிங்) பாங்கிகளில் சேர்த்துவருவது உத்தமமும் பாக்கியமுமாகும். கல்வியிலுங் கைத்தொழிலிலும் முன்னேற விருப்பமுள்ளவர்கள் டிப்பிரஸ் கிளாசெனக் கூறித்திரியும் (மிஷனை) நாடாது பிராட்டிஸ்டென்ட் கிறிஸ்டியன் மிஷனை நாடுவதே நலந்தரும். மதக்கடை பரப்பி சீவிப்பதைப்போல் டிப்பிரஸ்கிளாஸ் கடைகளைப் பரப்ப யோசிக்கின்றார்கள். ஏழைக்குடிகளவர்களை நாடாமலும், பல சாதி பண்டுகளை சாராமலும் ஜாக்கிரதையில் முன்னேறுவதே நலமாம்.

- 5:8; ஆகஸ்டு 2, 1911 -

222. கனந்தங்கிய கோகேல் அவர்களின் கூட்டமும் ஏதுமில்லா வாட்டமும்

கனந்தங்கிய கோகேலவர்கள் வடதேசத்திலிருக்குங்கால் இந்திய சிறுவர்களுக்குக் கல்வி கற்பிக்கும்படியான விஷயத்தில் மிக்க உழைக்கின்றாரென்றும், கருணைதங்கிய ராஜாங்கத்தோரிடத்துங் கேட்டுவருகின்றா ரென்றுங்கேட்டு மிக்க ஆனந்தத்திலிருந்தோம். அத்தகைய கனவான் தென்னிந்தியாவை நாடி சென்னைக்கு வந்திருந்தபோது பகிரங்கமாய்க் கூட்டங்களை வைத்து யாதொன்றையும் பேசாது தங்களுக்குரியவர்களை மட்டிலும் சேர்த்துக்கொண்டு தங்களுக்குரியவற்றைப் பேசிவிட்டுப்போயதாக விளங்குகின்றது. சகல மனுக்களுக்கும் பொதுவாயக் கூட்டங்கூடி சகலருக்கும் பொதுவாகக் கலாசாலை வைக்க வேண்டுமென்னும் பொதுநல முயற்சியீதாமோ. நல்லெண்ண முயற்சியால் சகல மக்களுக்கும் கல்விகற்பிக்க வேண்டுமென்னுங் கருணை வைத்துள்ளவராயின் பயிரங்கக்கூட்டங்களை வைத்து தனது நன்னோக்க அபிப்பிராயத்தை செய்துவைப்பார். அங்ஙன மிராதபடியால் தங்களுக்கு உரித்தாயவைகளைப் பேசி முடிவு செய்து விட்டுப் போய்விட்டார்.

அதனால் இஃது பொதுநல சுகமன்று. சுயநலசுகமென்றே பகருகின்றார்கள். அத்தகையப் பகட்டிற்கு ஆதாரமாக நமது கனந்தங்கிய கோகேல் அவர்கள் இந்தியாவிலுள்ள சிறுவர்கள் யாவருக்கும் இலவசக் கல்வி கொடுக்க வேண்டுமென்று கவர்மென்டாரை கேட்கவும் தகுமோ. அங்ஙனம் அவர்களால் கொடுக்கவும் போமோ. யாதென்பரேல், இந்தியாவிலுள்ளக் குடிகளில் தங்கள் சொந்த பணங்களை செலவு செய்து சிறுவர்களுக்குக் கல்விகற்பிக்கக் கூடிய கனவான்கள் நூற்றிற்கு நாற்பது பெயரிருக்கின்றார்கள். இவர்கள் யாவருங் கருணைகொண்டு கலாசாலைகளை நிறுமிப்பார்களாயின் மற்றுமுள்ள எழியச் சிறுவர்களும் அவ்விடஞ்சென்று கல்வியைக் கற்றுக்கொள்ளுவார்கள். இத்தகைய முயற்சியைக் கனவான்களைக் கொண்டே நமது கோகேலவர்கள் முடிவுசெய்யாது இந்தியாவிலுள்ளக் கனவான்களின் பிள்ளைகளானாலுஞ் சரியே, ஏழைகளது பிள்ளைகளானாலுஞ் சரியே அவர்கள் யாவருக்கும் கவர்ன்மெண்டார் இலவசக்கல்வியளிக்க வேண்டுமென்று கேட்பதாயின் பொதுவாய ஆலோசனைக்குப் பொருந்துமோ, செலவும் சொற்பமாகுமோ. இப்போது கவர்ன்மெண்டாரால் கல்வி சாலைகளுக்கு அளித்துவருந் தொகையுடன் சகல சிறுவர்களுக்கும் இலவசக்கல்வி கற்பிப்பதாயின் எவ்வளவு பெருந்தொகை வேண்டுமென்னுங்கணக்கை கனந்தங்கிய கோகேல் அறியாதவரோ. எல்லாம் அறிந்திருந்தும் அவரது நோக்கத்தை ஆராயுங்கால் அனந்தம்பேர் இந்தியாவில் படித்துவிட்டு வேறுதொழில் செய்வதற்கும் கஷ்டப்படுவதற்கும் இல்லாமலிருக்கின்றபடியால் குறைந்தது கலாசாலையொன்றுக்கு மூன்று நான்கு உபாத்தியாயர்களை நியமிக்கினும் பலபெயர் சுகசீவனம் அடைவார்களென்னும் சுயநலக் கருத்தாகவே விளங்குகின்றது.

இத்தகையக் கருத்தால் இன்னுமுள்ளோரும் சோம்பலுற்றுக் குடி கெடுவார்களன்றி சீர்பெறமாட்டார்கள். சீர்பெறவேண்டுமாயின் அந்தந்த முநிசிபில் எல்லைக்குட்பட்ட கனவான்கள் யாவரும் ஒன்றுகூடி சாதிபேதம் சமய பேதமென்னும் பொறாமெய் நாற்றங்களை அகற்றிவிட்டு கல்வி சாலை, கைத்தொழிற்சாலைகளை நிறுமித்து சகல மக்களுக்கும் பேதமின்றி சமரசக் கல்வியையுங் கைத்தொழிலையுங் கற்பிக்க ஆரம்பிப்பார்களாயின் கருணை தங்கிய ராஜாங்கத்தோரும் தங்களாற் கூடியவுதவி செய்வார்கள்.

இத்தகையப் பொதுவாயச் செயலை விட்டு குறித்தவர்கள் மட்டிலும் ஓர் கூட்டங்கூடி தங்கட்கு உரித்தாய செயலைப்பேசி பொதுநலங்காட்டி சுயநலம் விரும்புவதாயின் ஏழைகளுக்கு வாட்டமுண்டாவதுடன் இராஜாங்கத்தோர் திருவுளப் பொதுக் கருணையும் அம்மட்டு, அம்மட்டேயாம்.

- 5:9; ஆகஸ்டு 9, 1911 -

223. கனந்தங்கிய கோகேல் அவர்களின் நோக்கம்

நமது கனந்தங்கிய கோகேலவர்கள் உலகமக்களின் விசாரிணைப் புருஷரும், பொதுநல சீர்திருத்தக்காரரும், இந்திய தேசம் சிறப்படைய வேண்டுமென்னும் நன்னோக்கமுடையவருமாய் இருப்பது யதார்த்தமாயின் இவ்விந்தியதேசத்தில் நூதனமாக ஏற்படுத்திக்கொண்ட சாதிபேதமென்னுங் கொறூரச் செயலினால் ஆறுகோடிக்கு மேற்பட்ட மக்கள் அன்னத்திற்கு அல்லலடைந்தும், ஆடைக்கு அவதியுற்றும் அலைவதுடன் முநிசபில் எல்லைக்கு அப்புறப்பட்டுள்ள கிராமங்களில் அம்மட்டர்களை சவரஞ் செய்யவிடாமலும், வண்ணார்களை வஸ்திரமெடுக்கவிடாமலும், சுத்தநீரை மொண்டு குடிக்கவிடாமலும் அவர்கள் தங்களுக்குத்தாங்களே பூமிகளை உழுது பயிரிட்டு சீவிக்கும்படி கருணைதங்கிய கவர்ன்மென்றாரை அணுகி பூமி கொடுக்கவேண்டுமென்று கேட்குங்கால் அதற்காய சாக்குபோக்குகளைச் சொல்லி கொடுக்கவிடாத ஏதுக்களை செய்துக்கொண்டும் பலவித இம்சைகளைச் செய்து ஈடேறவிடாமல் பாழ்படுத்துஞ் செயல்கள் சகலருக்குந் தெரிந்திருக்க கனந்தங்கிய கோகேலவர்களுக்குமட்டிலும்

தெரியாமற்போயதோ.

ஏதேதோ சீர்திருத்தங்களை செய்யவேண்டுமென்று வெளிதோன்றுகிறவர்கள் சீர்கேடடைந்துள்ளவர்களை நோக்காமலும் அவர்கள்படுங் கஷ்டநிஷ்டூரங்களைக் கவனியாமலும் ‘‘கனத்தின்மீது வளை’’ வென்னும் பழமொழிக்கிணங்க முன்னுக்கு வந்துள்ளவர்களே சுகம்பெற வேண்டும் மற்றய ஏழைகள் யாவரும் சீர்கெட வேண்டுமென்னுங் கெட்ட எண்ணங்களைப் பதியவைத்துக்கொண்டு சீர்திருத்தக்காரரென வெளிதோன்றுவதாயின் எடுத்தவிஷயம் ஈடேறுமோ, ஒருக்காலும் ஈடேறாவாம். அங்ஙனம் இவை ஈடேற்றம்போல் தோற்றினும் அஃதிழிவடையுமேயன்றி புகழடைய மாட்டாவாம்.

காரணமோவென்னில், ‘‘ஏழைக ளழுதக் கண்ணீர் கூரியவாளுக் கொக்கும்’’ என்னும் பழமொழிக்கிணங்க பூர்வகாலத்தின் இத்தேசச் சிறந்த குடிகள் இரந்து தின்னவும், இத்தேசம்வந்து குடியேறி இரந்து தின்னவர்கள் சிறந்து நிற்கவுமானதேயாம்.

வஞ்சினத்தாலும் சூதினாலும் குடிகெடுப்பினாலும் சிறந்து நிற்பவர்கள் எக்காலும் சிறப்பைப் பெறமாட்டார்கள். நீதியினாலும், நெறியினாலும், அன்பின் மிகுந்த ஒழுக்கத்தினாலும் சிறந்து நிற்பவர்கள் எக்காலுஞ் சிறந்தேநிற்பார்கள் என்பது துணிபு.

ஆதலின் நமது கோகேலெனுங் கனவான் சகலசாதி சிறுவர்களுக்குங் கலாசாலைவைத்துக் கற்பிக்கவேண்டு மென்னும் நல்லெண்ண மிருக்குமாயின் ஆறுகோடி மக்கள் அல்லலடைந்துவரும் அவதிகளை நீக்கி அவர்களுக்கோர் சீர்திருத்த வழிகளை உண்டு செய்துவிட்டு அவர்களுடைய சிறுவர்களுக்குக் கல்விகற்பிக்க முயலுவராயின் யாதோரிடையூறுமின்றி முன்னேறுவார்கள்.

தாய்தந்தையர்களை ஆடைக்கும் அன்னத்திற்கும் அலையவிட்டு அவர்கள் மைந்தர்களுக்குக் கல்விகற்பிப்போமென்பது மந்தநிலையேயாம்.

ஆறுகோடி மக்கள் சாதிபேதப் பொறாமெ அறிவிலிச் செயலால் தாழ்த்தப்பட்டு நிலைகுலைந்திருப்பது உலகப்பிரசித்தமாயிருக்க சீர்திருத்தக்காரரென வெளிதோன்றிய கோகேலவர்களுக்கு மட்டிலுந் தெரியாததோ இல்லை. தெரிந்தும் தெரியாதது போல் தாங்கள் கொண்டுள்ள கருத்தை நிறைவேற்றுதற்குத் தாவிநிற்கின்றார்.

தென்னிந்தியாவிற் பிறந்து வளர்ந்து சீர்திருத்தக்காரரென வெளிவந்து நாஷனல் காங்கிரஸ் கமிட்டியாரென்னும் ஓர்கூட்டமுங் கூட்டிக்கொண்டு வருஷந்தோரும் பேசிவருகின்றவர்களாகியப் பெருங்கூட்டத்தோர்களே ஆறுகோடி மக்களின் அல்லலைத் தங்கள் செவிகளிற் போடாமலும் அவர்கள் கஷ்ட நஷ்டங்களை நோக்காமலும் தங்கடங்கள் சுயநலங்களைப் பார்த்திருக்கும்போது அச்சங்கத்திற் சேர்ந்துள்ள கோகேலென்னுங் கனவான்மட்டிலும் பேசவில்லையென்பது வீண்மொழியாதலின் இம்மட்டில் இவற்றை விடுக்கின்றோம்.

- 5:10; ஆகஸ்டு 16, 1911 -

224. யூனியன் பஞ்சாயத்தும் அவர்களது போக்கும்

இத்தேசத்து யூனியன் பஞ்சாயத்தென்றால் சாதிபேதம் வைத்துள்ளவர்கள் எல்லோரும் ஓர் யூனியன், சாதிபேதம்வைத்துள்ளோர் கட்டுப்பாடுகளெல்லாம் ஒரே கட்டுப்பாடு. அவர்கள் தங்கள் ஜாதி ஆசாரப்படி செய்துக்கொள்ளும் செயல்களெல்லாம் ஒரேசெய்கை. சாதியாசாரம் உள்ளவர்களுக்கு வேண்டிய சுகங்களைத் தேடிக்கொள்ளுவதே சுகம். அவர்கள் செய்துக்கொள்ளுவதே யூனியன் பஞ்சாயத்தென நடைபெற்றுவருகின்றது.

சாதியாசாரம் இல்லாமலிருக்கும் ஏழைக்குடிகளுக்கும் அப்பஞ்சாயத் திற்கும் யாதொரு சம்பந்தமுங் கிடையாது. அவர்களுக்குள்ளது என்ன யூனியனும் என்ன சம்மந்தமுமென்னில், நல்லத் தண்ணீரை மொண்டு குடிக்க விடாது அப்புறந் துறத்திவிடுகின்றது கருணைதங்கிய கவர்ன்மெண்டார்களே பொதுவாகிய குளங்கள் வெட்டியுங் கிணறுகள் வெட்டியுங் கொடுப்பார்களாயின் அதையுந் தங்கள் பாட்டன் பூட்டன் கட்டிவைதத்து போல் தங்கள் சௌகரியத்திற்குத் தக்கவாறு அனுபவித்துக்கெண்டு ஏழைக்குடிகளை விரட்டியோட்டுகின்றது. அவர்கள் பசியறிந்து கூலிகொடாது ஒடிக்கி வேலைவாங்குகிறது. அவர்கள் வயிற்றிற்குப் போதாமல் ஏதேனுங் கூலி அதிகங் கேட்பார்களாயின் தங்கள் பஞ்சாயத்தின் அதிகாரத்தைச் செலுத்தி அவர்களைப் பாழ்படுத்துகிறது. அதற்குமீறி தங்கட் குறைகளை மேலதிகாரிகளிடந் தெரிவிப்பார்களாயின் உள்ளதுங்கெட்டு குடிக்கக் கூழற்று மடிவதொன்று. அன்றேல் ஊரைவிட்டோடுவதொன்று. இதுவே யூனியன் பஞ்சாயத்தோருக்குட்பட்ட சாதிபேதமில்லாக் குடிகளின் சுகக்கேடு.

யூனியன் பஞ்சாயத்தோர் என்போர்களின் சுகமோ சாதிபேதம் வைத்துள்ளக் குடிகள் யாவரும் வைத்துள்ள சொந்தபூமிகளுக்கு சாதிபேதமில்லாத ஏழைக்குடிகள் யாவரும் அவர்கள் சொன்னபடி ஏவல்புரிந்துவரவேண்டும். அவர்கள் மொழிக்கு மறுமொழி கூறப்படாது. இரவும் பகலும் வேலைவாங்கிக்கொண்டு நாளொன்றுக்கு ஒன்பதுகாசு கொடுத்தபோதினும் பெற்றுக்கொள்ளல் வேண்டும். அவர்களுக்குள்ள சாதிகர்வத்தால் ஏழைகளை அடித்துத் துன்பஞ்செய்யினும் சகித்துக்கொண்டு அவர்களிட்ட ஏவலை புரியவேண்டும். இவ்வகையாக ஏழைகளைவஞ்சித்து துன்பப்படுத்தி அவர்களைத் தலையெடுக்க விடாமல் ஒடிக்கி ஆண்டுவருவதற்கே யூனியன் பஞ்சாயத்தென்னும் பெயரை வைத்துக்கொள்ள வேண்டுமென்னுங் காரியாதிகளை நடத்துகின்றார்களன்றி யூனியனென்னும் பெயர் அவர்களுக்குப் பொருந்தவே மாட்டாது. எப்போது சாதிபேதமுள்ளவர்கள் மட்டிலும் ஒன்றுகூடிக்கொண்டு சாதிபேதமில்லாத இத்தேசப் பூர்வக் குடிகளை சுகம்பெறவிடாமல் நாசமடையச் செய்கின்றார்களோ அவர்களை யதார்த்த யூனியனிலுள்ளோரென்று கூறத்தகாது.

இத்தகைய யூனியனற்றக் கூட்டத்தோருடனும் அவர்களுக்குட்பட்டும் சாதி பேதமில்லாக் குடிகள் சேரவும்போகாது, யூனியன் பஞ்சாயத்தென்று ஏற்படுத்திக்கெண்டுள்ள சாதிபேதமுள்ளக் குடிகள் சாதிபேதமில்லாதக் கூட்டத்தோரை தங்கள் யூனியனுக்குட்பட்டவர்களென சேர்க்கவுமாகாது. அவ்வகை சேர்த்துக் கொண்டு நாசஞ்செய்வார்களாயின் அஃது வஞ்சகக் கூற்றென்றே கூறல் வேண்டி வரும்.

சாதிபேதமுள்ளவர்களையும் சாதிபேத மில்லாதவர்களையும் ஒன்றுபடுத்தி யூனிய னென்று கூறுவதும் பிசகு, சாதிபேதமுள்ளோர் யூனியன் பஞ்சாயத்தில் சாதிபேதமில்லாத குடிகளை விசாரிக்கவிடுவதும் பிசகு. காரணமோவென்னில் நூதன சாதிபேதத்தை உண்டு செய்துள்ளக் கூட்டத்தோருக்கும் புராதன சாதிபேதமில்லாக் கூட்டத்தோருக்கும் நெடுங்கால விரோதமுள்ளபடியால். இத்தகைய அதிகாரங்கொண்டு ஏழைக்குடிகளை பின்னும் பாழ்படுத்தி விடுவார்கள். உயர்ந்த சாதியோர் உயர்ந்த சாதியோரென்னும் வேஷமிட்டுக்கொண்டுள்ளோர் தாழ்ந்த சாதியோர் தாழ்ந்த சாதியோரென யாவரைத்தாழ்த்தி வருகின்றார்களோ அவர்கள் யாவரும் பூர்வத்தில் சுகநிலைப்பெற்று மேன்மக்களாக வாழ்ந்திருந்த விவேகக் குடும்பத்தவர்களாவர். இந்த வேஷ ஜாதியோருக்குட்படாமலும் அவர்களுடையப் பொய்ப் போதகங்களை நம்பாமலும் கேவலப்படுத்தி வந்த செயல்களை மனதில் வைத்துக்கொண்டு தங்களுக்குக் கொஞ்சம் நல்ல காலம் வந்துவிட்ட தென்றெண்ணி பூர்வக் குடிகளை முற்றுங் குடிகெடுத்து பாழடையச் செய்துவருகின்றார்கள்.

சாதிபேதம் வைத்துள்ளவர்கள் யாவரும் சாதிபேதமில்லா இத்தேசப் பூர்வக் குடிகள்மீது வைத்துள்ள வஞ்சத்தை முற்கொண்டு இத்தியாதி கொடூரங்களையுஞ் செய்து நசித்துவருகின்றார்கள். இதன் விருத்தாந்தங்கள் யாவையும் நமது கருணை தங்கிய ராஜாங்கத்தோருக்கு விளக்கி சாதிபேதமுள்ளக் கூட்டத்தோர் செயல்களுடன் சாதிபேதமில்லாதோரை சேர்க்கவிடாதும் அவர்களது அதிகாரத்திற்கு இவர்களை அடங்கவிடாமலும் பிரித்து சுகவாழ்க்கைப் பெறும்படி செய்துவிடல் வேண்டும். நீதியும், நெறியும், கருணையுமமைந்த இப்பிரிட்டிஷ் ஆட்சியில் ஏழைப் பூர்வக் குடிகளை வஞ்சின சத்துருக்கள் வசமும் அவர்களதிகாரத்துள்ளும் விட்டிருப்பது பூர்வ விவேகக் குடிகளுக்கு அழகாகாவாம். நாட்டுப்புறங்களிலெல்லாம் யூனியன் பஞ்சாயத்தென்பதை ஏற்படுத்த முயல்வது யாவும் பூர்வ ஏழைக்குடிகளை தங்களதிகாரத்துள் அடக்கி ஏவல் வாங்கி தாங்கள் சுகம் பெறவும், ஏழைக்குடிகள் கல்வி கற்று முன்னேறாமல் பாழடைவதற்குமே அன்றி சகலரும் பொதுவாய சுகமடையும் முயற்சியன்று. இவ்வந்தரங்க கேட்டை உணராது விட்டுவிடுவதாயின் நாட்டுப்புறங்களிலுள்ள சாதிபேதமில்லா ஏழைக்குடிகள் இன்னும் நசிந்துப் பாழடைந்துவிடுவார்கள். முளையிற் கிள்ளுவதே எளிது. மரமாயப்பின் வெட்டுவது கடிது. ஆதலின் சாதிபேதமுள்ளோர் பஞ்சாயத்துள்ளும், அவர்களதிகாரத்துள்ளும் சாதிபேதமில்லாப் பூர்வக் குடிகளை சேர்க்கவிடாமலும் அவர்களதிகாரத்திற்குட்படவிடாமலும் வேறுபிரித்து விடவேண்டிய முயற்சியில் சாதிபேதமில்லா விவேகிகள் யாவரும் முன்னேறும்படி வேண்டுகிறோம்.

- 5:11; ஆகஸ்டு 23, 1911 -

225. முனிஷீப்பும் மணியக்காரர்களும்

தற்காலம் இத்தேசத்தில் பலசாதிப் பிரிவினைகளும், சமயப் பிரிவினைகளும் உண்டு. இத்தேசத்தை ஆளும் பிரிட்டிஷ் அரசாட்சியாரோ சாதிபேதங்களுமற்று சமய பேதங்களுமற்று தன்னவ ரன்னியரென்னும் பட்சபாதமற்று நீதியின் செங்கோலை கையிலேந்தியவர்கள். இத்தகையோராளுகைக்கு உட்பட்ட உத்தியோகஸ்தர்களும் இதே மேதாவியர்களாயிருப்பார்களாயின் சகல ஏழைக்குடிகளும் சுகம்பெற்று வாழ்வதுடன் பூமிகளும் பண்பட்டு பலதானியங்களும், விருத்தி பெற்று வரும். அங்ஙனமின்றி பலசாதிப் பெயர்களை வைத்துக்கொண்டு முறுமுறுப்பவர்களும், பல சமயச்செயல்களை வைத்துக்கொண்டு முறுமுறுப்பவர்களுமாகியவர்களுக்கு மேற்கூறிய உத்தியோகங்களைக் கொடுப்பதாயின் தங்கள் சாதிக்கு வேறாய சாதியோர்களைக் கண்டவுடன் முறுமுறுப்பும் தங்கள் சமயத்தோருக்கு வேறாய சமயத்தோர்களைக் கண்டவுடன் முறுமுறுப்புங்கொண்டு தங்களதிகாரத்தைச் செலுத்தி கேடுபாடுகளை உண்டு செய்வதுடன் சாதி பேதமில்லாமலும் சமய பேதமில்லாமலும் வாழும் ஏழைக்குடிகளை தங்கள் தங்கள் சாதியதிகாரத்துடன் உத்தியோக அதிகாரத்தையும் சேர்த்துக்கொண்டு ஏழைகளைத் தலையெடுக்கவிடாமல் இன்னுந் தாழ்த்தத்தக்க ஏதுக்களில் கொண்டு வந்துவிடுகின்றார்கள். இராஜாங்க உத்தியோகத்தையும் பெற்றுக்கொண்டு தங்களுக்குள்ளப்பூர்வ விரோதத்தை சரிவரப் பார்த்துக்கொள்ளுகின்றார்கள்.

பலசாதி பிரிவுகளிருப்பினும் சாதிபேதமுள்ளவர்கள் யாவரும் ஓர் வகுப்பிலிருந்துகொண்டு சாதிபேதமில்லா ஏழைக்குடிகளையே கெடுப்பது அவர்களியல்பாம். இத்தகையப் பூர்வ விரோதச் செயல்கள் யாவும் கருணைதங்கிய ராஜாங்கத்தோருக்குத் தெரியாததாதலின் இந்திய பௌத்தர்கள் யாவரும் ஒருங்குகூடி பூர்வசரித்திரத்தை விளக்குவதே தாவளை. அங்ஙனம் விளக்கி நமது சுதந்தரங்களைக் கேட்காவிடின் ஒருக்காலும் முன்னேறமாட்டோம்.

நாம் சகலரும் முன்னேறி பூர்வ சுகச் சீர்பெறவேண்டுமாயின் பூர்வ பௌத்த தன்மப்பற்றையும் பிரிட்டிஷ் ஆட்சியின் கருணையையும் பெற்று குருவிசுவாசத்திலும் இராஜ விசுவாசத்திலும் நிலைத்தல் வேண்டும். இதுவே சத்தியவழியாம்.

இதனுடன் பிரிட்டிஷ் ஆட்சியார் கிராம மக்களுக்குத் தற்காலமளித்துவரும் முனிஷிப்பு மணியம் முதலிய உத்தியோகங்களை சற்றுவாசித்தவர்களுக்கும், தக்க அந்தஸ்துள்ளக் குடும்பத்தவர்களுக்கும் அளித்துவருவார்களாயின் ஏழைக்குடிகள் ஈடேற்றத்திற்கோர் வழியுமாகும்.

- 5:12; ஆகஸ்டு 30, 1911 -

226. இந்திய விவசாயம் விவசாயம் விவசாயம்

பூமியைப் பண்படுத்தும் வேளாளர்களாகியப் புண்ணிய புருஷர்களே, சற்று நோக்குவீர்களாக. வேளாளர்க்குரிய பூவாளரென்னுந் தொழிற்பெயர் சிறப்புற்றிருக்கும் வரையில் இந்திரர் தேசம் மாதம் மும்மாரி பெய்யவும், பூமி திருந்தவும், பயிறுகளோங்கவும், குடிகள் சிறக்கவும், கோனுயரவுமாகிய சீர்பெற்றிருந்தது.

அதே வேளாளனென்னுந் தொழிற்பெயர் கொண்டைகட்டி வேளாளன், காரைக்காட்டு வேளாளன், துளுவ வேளாளனென்னும் சாதிப்பெயர்களாக மாற்றி ஒவ்வொருவருக்குள்ள கொடுக்கல் வாங்கல் சம்மந்தமும் புசிப்பின் சம்மந்தமுங் கெட்டு நான் சின்னசாதி அவன் பெரிய சாதியென்னும் பொறாமெய்ச்செயல்களே மேலிட்டு அறஹத்துக்களுக்கு அன்னமளிக்கும் பௌத்ததன்ம ஈகையும் விட்டு சாதிக்காச்சல், சமயக்காச்சல், பூர்வ யதார்த்த வேளாளனைக் கண்டவுடன் தாழ்ந்த சாதியோனென்றெண்ணும் பொறாமெக்காச்சல் அதிகரித்துக்கொண்டே வந்துவிட்டபடியால் வானக்காச்சலால் பூமிக்காச்சலுண்டாகி புற்பூண்டுகளும் விளைவதற்கு ஏதுவில்லாமல் போகின்றது.

இத்தகைய வஞ்ச நெஞ்சர்களால் விளையுங் கேட்டை நமது கருணைதங்கிய ராஜாங்கத்தோர் அறியாமல் இராஜாங்க பணங்களை ஏராளமாகச் செலவுசெய்து விவசாய பண்ணைகளையும் பரம்படிக்குங் இயந்திரங்களையும், உழுது பரம்படிக்குங் கருவிகளையும், அதனதன் தொழில்களை சீர்பெறச் செய்துகாட்டும் சிப்பந்திகளையும் விதை முதலுக்காய தானியங்களையுந் தருவித்து வைத்துக்கொண்டு பத்திரிகைகளின் மூலமாகவும், பஞ்சாங்கங்களின் மூலமாகவும் பலதடவைகளில் வெளியிட்டு வந்தும் இராஜாங்கத்தோர் விவசாய உதவிகளையும் அவர்கள் போதனைகளையும் நோக்காது தங்கள் தங்கள் வஞ்சகக் கூற்றிலேயே காலத்தைக் கழித்து வருகின்றார்கள். பூர்வக் குடிகளாகிய வேளாளர்கள் பூமிகளை சொந்தத்தில் பெற்று இராஜாங்கத்தோர் விவசாய உதவிகொண்டு முன்னேறும்படி எத்தனித்தாலோ அவர்களுக்கு பூமி கிடைக்கவிடாத எத்தனங்களையே, செய்துவிடுகின்றார்கள். அவர்களேனுந் தங்களுக்குள்ள பூமிகளை இராஜாங்கத்தோர் விவசாய உதவிகொண்டு விருத்திசெய்து தானியப்பெருக்கம் அடையச்செய்கின்றார்களா அதுவுங் கிடையாது. பூமிகளிருந்தும் இராஜாங்கத்தோர் விவசாய உதவியைக்கொண்டேனும் தங்களது செலவின் முயற்சியைக் கொண்டேனுந் தானியவிருத்தி செய்யாது ஒருநாள் முழுவதும் உழைக்கும் முக்காலணா ஆள் கிடைப்பானா அரை அணா ஆள் கிடைப்பானா என்னும் ஏழை மக்களைத் தேடி தங்கள் சுயவிருத்தியில் நின்று ஊழியர்களை எலும்புந் தோலுமாக்கிக் கொல்லும்வழி தேடுவார்கள். தங்களை ஒத்த மனித வகுப்போர்களையே கருணையின்றி வதைத்துத் தங்கள் சுயப்பிரயோசனத்தை நாடுவோர் ஆடுமாடுகளின் மீது இதக்கம் வைத்துக்காப்பார்களோ அதுவுங்கிடையாது. இத்தகையக் கருணையற்ற விவசாயிகள் முன்பு கருணை நிறைந்த பிரிட்டிஷ் ஆட்சியார் செய்துவரும் விவசாயவிருத்தி உதவி பரவுமோ பரவாதோ என்பது விளங்கவில்லை.

ஜப்பான், சைனா, பர்ம்மா முதலிய தேசங்களில் சாதிபேதமென்னும் பொறாமெய் குணங்களற்று சமய பேதங்கள் என்னும் சண்டை சச்சரவுகளற்று தேகத்தை உழைத்துப் பாடுபடும் முயற்சியுள்ளவர்களாதலின் இராஜாங்கத்தோர் உதவியின்றியே பூமியை உழுது தானிய விருத்திச் செய்து பலதேசங்களுக்கும் படியளந்து வருகின்றார்கள், அம்மேறை களங்கமற்று உழைக்குங் குடிகளுக்கு பிரிட்டிஷ் ஆட்சியைப் போன்ற இராஜாங்க விவசாய உதவியும் இருக்குமாயின் அவர்களது தேசங்களிலுள்ள ஒருகுழி பூமியேனும் வெறுமனே விடமாட்டார்களென்பது திண்ணம்.

இத்தேசத்தோரோ உழுது பயிரிடும் உழைப்பாளிகளுக்கு பூமிகளைக் கொடுக்கவிடாது அண்டைபாத்தியம் அண்டைபாத்தியமென்னும் அந்நியாயப் போக்குகளைக் காட்டிக்கொண்டும், மேய்க்கால் பூமி மேய்க்கால் பூமியென ஏய்க்கும் வழிகளை உண்டு செய்துக்கொண்டும், எதிரிகளையும் பூமிகளையும் பாழ்படுத்தி வைப்பார்களன்றி மனமாற ஏழைகள் சீர்பெறவும் பூமிகள் விருத்தி பெறவும் சயிக்க மாட்டார்கள்.

இத்தகைய தேக உழைப்பற்ற வன்நெஞ்சர்கள் கருணை தங்கிய ராஜாங்கத்தோர் பொருளுதவியையும், போதனா உதவியையும் கொண்டு தங்கள் தங்கள் பூமிகளை சீர்திருத்துவார்களோ என்னும் சந்தேகமேயாம்.

கருணைதங்கிய இராஜாங்கத்தார் பூமிகளை சீர்திருத்த வேண்டிய முயற்சி செய்துக் கொண்டுவருகின்றார்கள். இத்தேசவிவசாயிகளோ எருமை மேல் மழைபெய்வதுபோல் ஏறப் பார்த்திருக்கின்றார்கள். தேகவுழைப்பின்றி பொருள் சம்பாதிப்போர் சிலரும், கைம்பெண்கள் சொத்துக்களின்மீது கண்ணோக்கம் வைத்திருப்போர் சிலரும், சாமிகடை வைத்து சம்பாதிப்போர் பலரும், ஒரு ரூபாயிற்கு இரண்டணா வட்டி வாங்கி ஓய்ந்திருப்பார் சிலரும், உங்கள் வீட்டிற்கு வந்தால் என்ன கொடுப்பீர்கள் எங்கள் வீட்டிற்கு வந்தால் என்ன கொண்டுவருவீர்களெனக் கேழ்க்குஞ் சுயநலங் கருதுவோர் சிலரும், பூமிகளைப்பெற்றிருக்கின்றபடியால் இராஜாங்கத்தோர் விவசாய முயற்சியுடன் ஒத்துழைப்பார்களோ உழைக்கமாட்டார்களோவென சந்தேகிக்கின்றோம்.

- 5:14: செப்டம்பர் 13, 1911 -

227. இராஜ துரோகிகள் என்றும் பெயரற்று இராஜ விசுவாசிகள் எனத் தோன்றுவராக

இந்திரர்தேசமென்னும் இப்பதியில் இந்திரவிழாக்கள் கொண்டாடி இந்திரரது தன்மத்தையும், சங்கத்தையும் சிந்தித்து குருவிசுவாசத்திலும் இராஜவிசுவாசத்திலுமிருந்து சுத்தவிதயவுள்ளக்கிளர்ச்சியால் வானம் பெய்யென்றால் பெய்யவும், தானியம் பெருக்கவும், குடிகள்சிறக்கவும், கோன் உயரவுமாயிருந்தது. அத்தகைய நீதி வழுவா சிறப்புற்றிருந்த தேசம் வானஞ் சுருங்கவும், பூமி கருகவும், பயிறுகள் சிறுகவும், குடிகள் குறுகவும், கோன் மனமுறுகவும் வந்த காரணம் யாதெனில், வன்னெஞ்சர்களும், பொறாமெக்காரர்களும் குடிக்கேடர்களும் தாங்கள் ஒருகுடி பிழைக்க நூறுகுடிகளைக் கெடுக்க முயலும் பஞ்சமாபாதகர்களும், கருணையென்பதே அற்று கபடு மிகுத்த அசத்தியர்களும், அசப்பியர்களும், துன்மார்க்கர்களும், நயவஞ்சகர்களும், மக்கள் துரோகிகளும், தேசத்துரோகிகளும் இத்தேசத்துள் சிறந்து விட்டபடியால் இராஜதுரோகிகள் பெருகிக்கொண்டே வருகின்றார்கள். இத்தியாதி சீர்கேடுகள் யாவற்றையும் நமது இந்திரர்தேயப் பூர்வக் குடிகள் யாவரும் ஒன்றுகூடி ஆலோசிப்பார்களாயின் இராஜவிசுவாசிகள் பெருகி தேசமுங் குடிகளும் சீர்பெற்றுப்போவார்கள். அங்ஙனமின்றி இராமன் ஆண்டாலென்னை, இராவணனாண்டாலென்ன என்றிருப்பதாயின் இராஜதுரோகிகள் பெருகி அவர்கள் சீர்கெட்டு நாசமடைவதுடன் தேச்சிறப்பும் அழிந்து பூர்வக்-

குடிகளும் நிலைகுலைந்துப்போம்படி நேரிடும்.

அதலின் நமது இந்தியதேசப் பூர்வக்குடிகள் சற்று நிதானித்து இதுகாரும் நம்முடைய தேசத்தை பிரிட்டிஷ் ஆட்சியார் ஆளுகை பெறாவிடின் பாதைகள் சீர்பெற்றிருக்குமா, ஒருதேசங்களைவிட்டு மறுதேசங்களைக் கண்ணிற் காணக்கூடுமா, குளம் ஏரிகளில் சுத்தநீர்கள் தங்குமா, ஒவ்வொரு வரும் நாகரீகமான உடைகளைத் தரிக்கலாகுமா, சகலசாதியோரும் சுகச்சீர் பெற்று வாழப்போகுமா, சகலசாதியோரும் சுத்த நீரை மொண்டு குடிக்கக்கூடுமா, சகலசாதியோருடனும் சரசமாக வண்டிகளிலேறிச் செல்லுந் தைரியம் ஓடுமா, பஞ்சம் உண்டாகிய தேசங்கள் அங்கங்கு பாழடையாமல் உடனுக்குடன் தானியங்களைக் கொண்டுபோய் பசியாற்றுதற்கு வழிகளும் வண்டிகளும் நேருமா, தூரதேசக் குடும்ப சங்கதிகளைத் தெரிந்து கொள்ளக்கூடிய ஓலைகள் சேருமா எனும் இத்தியாதி சுகங்களையுங் கவனித்து இவற்றை அளித்து ஆதரித்து வருபவர்கள் யாவரென சிந்தித்து அவர்களது அரசாட்சியே என்றும் நீடுகவென வந்தித்து இராஜ துரோகிகளாகத் தோன்றுவோர் யாவரையுந் தலையெடுக்கவிடாமல் கண்டித்து அவ்வஞ்சநெஞ்சர்கள் கூட்டுறவையும் அருகில் சேர விடாமல் துண்டித்து பிரிட்டிஷ் இராஜவிசுவாசத்தையே என்றென்றும் தொந்தித்து நிற்பதாயின் எக்காலும் எல்லோரும் சுகச்சீர் பெறலாம்.

எக்காலும் சுகச்சீரை நாடுவோர் இராஜதுரோக சிந்தனையுடையவர்கள் யார், இராஜதுரோகக் கூட்டங் கூடுகிறவர்கள் யாரெனக் கண்டறிந்து உடனுக்குடன் ஆங்கில உத்தியோகஸ்தர்களுக்கு விளக்கி அங்கங்கு அவர்களைப்பிடித்து அடக்கிவருவதாயின் இராஜதுரோகிகளின் பெருக்கம் தங்களுக்குத்தாங்களே ஒடுங்கி வஞ்சினமும் பொறாமையும் அடங்கி இராஜ விசுவாசத்தில் நிலைப்பார்கள்.

இத்தகைய வன்னெஞ்சர்களாம் சத்துருக்களைக் கண்டுபிடியாமலும் அவர்களது துற்கிரித்தியங்களை அடக்காமலும் இருப்பதாயின் உள்ளக் காச்சலால் பஞ்சமும் பெருவாரிக் காச்சலுமுண்டாகிப் பாழடைவதுடன் இராஜாங்கக் காச்சலு மேற்கொண்டு இரும்பை அடிக்குமடி துரும்புக்கும் படுவதுபோல் இராஜதுரோகிகளின் மீது உண்டாயக் காச்சல் நிரபராதிகளாகியக் குடிகள் மீதும் பரவி உள்ள சுகச்சீருங் கெட்டுப்போகும். ஆதலின் இராஜதுரோகிகளை இராஜ விசுவாசிகளாக்க முயல்வதே பெருமுயற்சி யெனப்படும்.

- 5:15; செப்டம்பர் 20, 1911 -

228. ஆனரெபில் பூபேந்திரனாத் பாஸு அவர்களின் விவாக மசோதா

கனந்தங்கிய பாஸு அவர்கள் கொண்டுவந்துள்ள விவாக (பில்) இந்திய தேச அநுபவத்தை ஒட்டியேகெண்டுவந்திருக்கின்றார். அதனை வெட்டிப் பேசுபவர் யாவரும் மனசாட்சிக்கு விரோதமாகவே பேசுகின்றார்கள். பகல் முழுவதும் வேதபுராண இதிகாசங்களை ஒட்டி சாதியாசாரம் சமயாசாரங்களிருக்கின்றது. சூரியன் மறைந்து இருளடைந்தவுடன் வேத புராண இதிகாசங்கள் யாவும் மறைந்து சாதியாசாரம் சமயாசாரம் யாவும் பரந்து பெண்ணென்றால் பெண்ணுதான், ஆணென்றால் ஆணுதானென ஒரு பெண்ணைத்தேடி ஆணும், ஓர் ஆணைத்தேடி ஓர் பெண்ணும் காந்தர்வ விவாகத்தைக் கட்டாயஞ்செய்தே வருகின்றார்கள்.

சூரியோதயமாகிய வெளிச்சம் உண்டாயவுடன் சாதியாசார சமயாசாரப் போர்வைகளை எடுத்துப் போர்த்துக்கொள்ளுகின்றார்கள். இந்தியாவின் பகல் வேஷக்காரரையும் இரவு வேஷக்காரரையும் நெடுநாளாகப் பார்த்துவந்த பாஸ் அவர்கள் இரவில் சகலசாதியோரிடத்தும் சமரசமாக வீற்றிருக்கும் நமது இந்தியர்கள், யாதொரு பயமுமின்றி பகலிலும் வீற்றிருப்பது நலமென்றெண்ணி இவ்விவாக மசோதாவைக் கொண்டுவந்திருக்கின்றார். அவருக்கு எதிரடையாக வேதப்புராணங்களைக்கொண்டு தடுப்போர் தங்கள் தங்களுரவின் முறையோர் அநுபவங்களைக் கண்டு பேசுவ தழகாம்.

அதாவது, கள்ளுக்கடையில் சாதியாசாரமுண்டா, சாராயக்கடையில் சாதியாசாரமுண்டா, தாசிவீட்டில் சாதியாசரமுண்டா, ரிப்ரெஷ்மென்ட் ரூம்களில் சாதியாசாரமுண்டா, இரவில் இஸ்திரீகளை வண்டிகளிலேற்றிக் கொண்டுபோம்போது சாதியாசாரமுண்டா, மற்றும் சகலசாதி இஸ்திரீகளுடன் போய் இரவில் வீற்றிருந்து விடியற்காலம் எழுந்தோடி வரும்போது சாதியாசாரமுண்டாவென்று கூர்ந்தாலோசிப்பவர்கள் கனந்தங்கிய பாஸு அவர்களின் (பில்லை) ஒருக்காலுந் தடுக்கவே மாட்டார்கள். இரவில் நடக்கும் செய்கைகள் யாவையும் நன்குணர்ந்தே இப்பில் வெளிவந்திருப்பதாக விளங்குகின்றது. அதனை மறுப்போர் சற்று நிதானிப்பார்களென்று நம்புகிறோம்.

இரவில் நடக்கும் சகலசாதி சம்மந்த காந்தர்வ விவாகம் பகலில் சகலசாதியிலும் பஹிரங்க விவாகமாக மாறுவது சிரேஷ்டச்செயலேயாம்.

- 5:15; செப்டம்பர் 20, 1911 -

229. வித்தையில் மிகுத்த ராஜாங்கம் எவை? புத்தியில் மிகுத்த ராஜாங்கம் எவை? நீதியில் மிகுத்த ராஜாங்கம் எவை? கருணையில் மிகுத்த ராஜாங்கம் எவை?

தற்காலம் நம்மெ ஆண்டுவரும் பிரிட்டிஷ் ராஜாங்கமேயாம். கனந்தங்கிய பிரான்சு ராஜரிகம் அத்தகைய குணங்களை வகித்திருக்கவில்லையோ என்பாராயின் தற்காலம் புதுவையில் நிறைவேறிவரும் எலெக்ஷனில் உண்டாகும் துன்பங்களே போதுஞ் சான்றாம்.

அதன் காரணமோவென்னில் பிரான்சு ராஜாங்கத்தார் வித்தையிலும் புத்தியிலும் மிக்கோராயினும் அவர்களாளுகைக்கு உட்பட்டக் குடிகளுட் சிலர் அவன் பெரிய சாதி இவன் சின்னசாதி என்னும் பொறாமெ மிகுத்தோர் உள்ளபடியால் அவனை நியமிக்கப்படாது, இவனை நியமிக்கப்படாது, அவனை நியமித்தால் பெரியசாதியோர்களுக்கு சுகம் என்னும் பட்சபாதத்தால் எலெக்ஷன் காலங்களிலெல்லாங் அடிதடி சண்டைகளும் உயிர்ச்சேதங்களும் உண்டாவதுடன் வழக்குகளினாலுண்டாம் பொருட்சேதங்களையும் ஒருவருக்கொருவர்க்குண்டாம் முறுமுறுப்-

பையுங் காணலாம். வீதிவொழுங்குகள் வித்தாரமாயினும் நீதிவொழுங்கில் பிரன்சிராஜாங்கத்தார் சாதிபேதத்தோர் ஆசாரவனாச்சாரக் கிரித்தியங்களைப் பொதுவாய ராஜாங்க விஷயங்களிலும் பொதுவாய்க் கோவில்களிலுங் காட்டவிடாது தங்களுக்குள்ள சாதிபேதமற்றச் செயல்போல் தங்கள் ராஜாங்கத்தையும் நிறைவேற்றி வருவார்களாயின் சாதிபேதமுள்ளோர் வாக்கு இராஜாங்கத்திலும் கோவில்களிலும் பிரவேசியாது தங்கள் தங்கள் வீடுகளிலும் வாயல்களிலும் அடங்கிப்போம். இத்தகைய எலக்ஷன் கலகங்களும் நேரிடமாட்டா.

கனந்தங்கிய பிரிட்டிஷ் ராஜரீகமோ வீணர்களெண்ணம்போல் விடாது கல்விக்குத் தக்கவாறும் அந்தஸ்துக்குத் தக்கவாறுங் காரியக்காரர்களை நியமித்துக் காரியாதிகளை நடாத்திவருவதுடன் மெலியோர் எளியோர் கூட்டத்தில் தாங்களே பிரவேசித்து அவர்களது கஷ்டநிஷ்டூரங்களை அறிந்து வேணவுதவி புரிந்து வருகின்றார்கள். இத்தகையத் தன்னவர் அன்னியரென்னும் பட்சபாதமற்றச்செயலால் சகலசாதியோர்களையும் சகல சமயத்தோர்களையும் தங்களது ஆளுகைக்குள் அடக்கியாண்டுவருகின்றார்கள். அதனால் நீதியும் நெறியும் எங்குளதென்பதை எளிதில் அறிந்துகொள்ளலாம்.

மற்றும் வித்தை, புத்தி, ஈகை, சன்மார்க்க முதலியவைகளோ இத்தேசத்துள் புத்ததன்மம் நிறைந்திருந்த காலத்தில் வித்யாவிருத்திக் கியான விதரணர்களும், புத்திவிருத்திக்குரிய சமணமுனிவர்களும், ஈகைவிருத்திக்குரிய கனதனவான்களும், சன்மார்க்க விருத்திக்குரிய அறஹத்துக்களுமிருந்தபடியால் சகல சம்பத்தும் நிறைந்து சகல குடிகளும்சிறந்து கோன்களும் உயர்ந்து சுகசீவியத்திலிருந்தார்கள். அதன்பின்னர் அசத்தியர்களும் அசப்பியர்களும் துன்மார்க்கர்களும் வந்து இத்தேசத்துட் குடியேறி தங்கள் தங்கள் சுயப்பிரயோசனங்களுக்காக பொய் வேதங்களையும், பொய்ச்சாதிகளையும், பொய்மதங்களையும், பொய்போதங்களையும் உண்டு செய்து மதக்கடைகளைப் பரப்பி பின்னர் நாளுக்குநாள் பூர்வக்குடிகளுக்குள்ள வித்தையும் புத்தியும் அழிந்து, ஈகையுமொழிந்து சன்மார்க்கமும் மறைந்து இந்திரர் தேசம் இழிந்ததேசமாகிவிட்டது.

இதுவரையில் இத்தேசம் சுயப்பிரயோசன வஞ்சகர்பால் வயப்பட்டிருக்குமாயின் உள்ளதுங் கெட்டு உன்மத்த நிலை கொண்டிருக்குமென்பது சத்தியம். பூர்வ புண்ணிய வசத்தால் பிரிட்டிஷ் ராஜரீகந்தோன்றி இத்தேசத்தோர் காணாத வித்தைகளையும், கேளாதபாஷைகளையும், அணையாத உடைகளையும், புசியாத உணவுகளையுங் கொணர்ந்து குழவிகளுக்கு அமுதூட்டுவது போலூட்டி நாளுக்குநாள் அனந்தமான வித்தைகளில் அதி விருத்திச் செய்துவரும் அனுபவங்களே பிரிட்டிஷ் வித்தையின் பிரபலத்தைக் காட்டும் அறிகுறியாகும். அவர்களது புத்தியின் பெருக்கமோ யாவராலும் சொல்லத் தரமன்று. நாட்டு சிறப்பும், நகர் சிறப்பும், ரத, கஜ, வசுவ சிறப்பும், பாதை சிறப்பும், நாகரீக சிறப்பும், பிரட்டிஷ் ராஜரீக புத்திவிருத்தியின் பூரணச் சான்றாகும்.

அவர்களது கருணையின் பெருக்கமோ அதனினும் சொல்லத்தரமன்று. சாதிபேதமென்னும் பொறாமெ நாற்றங்களற்று சமய பேதங்களென்னும் வஞ்சின நாற்றங்களற்று சிறியசாதியென்போனாயினும் பெரியசாதியொன்போனாயினும் ஏழையாயினுங் கனவானாயினும் பிணியாளனாயினும், சுகதேகியாகினும் அவனுக்கோர் ஆபத்து நேரிடுமாயின் தங்களுக்கு நேரிட்ட ஆபத்தைப் போலெண்ணி அவன் மேல்விழுந்து வாரியெடுத்து அவனது ஆபத்தைத் தீர்த்து வேண உதவிபுரிந்து ரட்சித்து வரும் செயல்களே பிரிட்டிஷ் ஆட்சியின் கருணையை விளக்குவதற்கோர் அறிகுறியென்னப்படும்.

இத்தகைய வித்தையும், புத்தியும், நீதியும் கருணையும் அமைந்த பிரிட்டிஷ் ராஜாங்கத்தின்மீது விசுவாசம் வையாது, வீணர்கள் கூட்டுறவிலும், வஞ்சகர்கள் சம்பத்திலும் விசுவாசம் வைப்பது, ஆடுகள் கசாயிக்காரனை, நம்புவதுபோலும், பட்சிகள் வேடனைப் பின் செல்லுவதற்கும் ஒக்கும். ஆதலின், மிக்க விழிப்பிலும் விசாரிணையிலும் இருந்து பிரிட்டிஷ் ஆட்சியார் அளித்துவரும் சுகங்களுக்கு நன்றியறிந்த வந்தனம் நாள்தோரும் அளித்து வருவதுடன் பிரிட்டிஷ் ராஜ விசுவாசத்திலும் நிலைத்திருக்கும்படி வேண்டுகிறோம்.

- 5:16; செப்டம்பர் 27, 1911 -

230. பஞ்சமும் பெருவாரிக்காச்சலும் பிளேக்கும் உண்டாவதற்குக் காரணம் என்ன?

இராஜத்துரோகிகளும், குருத்துரோகிகளும், குடித்துரோகிகளும் மென்மேலும் பெருகிக்கொண்டுவருகின்றபடியால் பஞ்சமும், பெருவாரிக் காச்சலும், பிளேக்கும், நாளுக்கு நாள் பெருகிக்கொண்டே வருகின்றது. இவற்றை நாம் நோக்காது மழையில்லையென்று வானத்தை நோக்குவதால் யாதுபயன். இதற்குப் பகரமாய் தீபேத்தியரையும், ஜப்பானியரையும், சீனரையும், பிர்ம்மரையும் நோக்குவோமானால் அவர்களுக்குள்ள இராஜவிசுவாசத்தாலும் குரு விசுவாசத்தாலும் குடிகள் ஒவ்வொருவருக்குள்ள அன்பின் விசுவாசத்தாலும் காலமழை பெய்து பயிறுகளோங்கி குடிகளுங் குணவாழ்க்கையிலிருப்பதுடன் நாளுக்குநாள் வித்தை, புத்தி, ஈகை சன்மார்க்கம் இவைகள் பெருகி நாகரீகமும் சிறப்பும் பெற்று வருகின்றார்கள்.

நமது தேசத்தோர்களோ கரும்பினை வேரோடு பிடுங்குவதற்கு ஒப்பாக பிரிட்டிஷ் அரசாட்சியின் கருணையால் கல்வியற்றவர்களெல்லாங் கனவான்களாகவும், பிச்சையிரந்துண்டவர்களெல்லாம் பிரபுக்களாகவும், சோம்பேறிகளெல்லாம் சொத்துடையவர்களாகவும் ஆகிவிட்டபடியால் பிரிட்டிஷ் அரசாட்சியை வேரோடு பெயர்த்தொட்டிவிட்டு ஒவ்வொருவரும் தனித்தனி ராஜாக்களாகிவிடலா மென்னும் பேராசையிலிருக்கின்றபடியால் பஞ்சமும், பெருவாரிக் காச்சலும், பிளேக்குந்தோன்றி பேதைமக்களை வருத்திவருகின்றது.

இந்தியாவை வந்து கைப்பற்றியபோதே நமது கருணைதங்கியராஜாங்கத்தார் இத்தேசத்தோரை நோக்கி தங்கள் தங்கள் சாதியாசாரங்களும் சமயாசாரங்களும் தங்கடங்கள் வீடுகளுக்குள்ளும் வாசல்களுக்குள்ளும் தங்களுக்குள்ளும் இருக்கவேண்டு மேயன்றி பிரிட்டிஷ் இராஜாங்க சாலைகளிலும், இராஜாங்க உத்தியோகங்களிலுங் காட்டலாகாதென்னும் பொதுச் சட்டத்தை ஏற்படுத்திவிடுவதுடன் அவர்கள் சொந்தப்பணங் கொண்டே வாசித்து முன்னேறவேண்டுமென்னும் உத்திரவையும் அளித்திருப்பார்களாயின் இத்தகைய ராஜத்துரோகிகள் ஒருவருந்தோன்றியி-

ருக்க மாட்டார்கள்.

அங்ஙனஞ்செய்யாது பெரியசாதியாயிருப்பவர்கள் பெரியசாதிகள் தான். சிறிய சாதியாயிருப்பவர்கள் சிறியசாதியார்கள்தானென்னும் ஏற்பாட்டை ஒத்துக் கொண்டே சிலக் காரியாதிகளை நடத்திக் கொண்டே வந்துவிட்டபடியால் யதார்த்தத்தில் தங்களைப் பெரியசாதியென்றே எண்ணிக் கொண்டு மற்றும் ஏழை எளியோர் யாவரைந் தங்கள் சாதியதிகாரத்தால் அடக்கி யாண்டுவந்ததுடன் இராஜாங்க உத்தியோக அதிகாரத்தையும் கைப்பற்றிக் கொண்டு மற்றுமுள்ளக் குடிகளையும் தங்கள் சாதி அதிகாரத்தாலும் உத்தியோக அதிகாரத்தாலும் மேலுமேலும் மிரட்டி பெரியசாதி வேஷத்தை இன்னும் பலப்படுத்திக்கொண்டார்கள்.

நாளுக்குநாள் சாதியதிகாரமும் உத்தியோக அதிகாரமும் பிலப்பட்டுக் கொண்டே வரவும் சாதியதிகாரத்தாலும் உத்தியோக அதிகாரத்தாலும் ஏழைக்குடிகள் யாவரும் ஒடுங்கிக்கொண்டேவரவுங் கண்ட சாதித்தலைவர்கள் குடிகள் யாவரும் நமக்கு அடங்கியவர்களாயிருக்கிறபடியால் தீட்டிய மரத்திலேயே கூர் பார்ப்பது போலும், அன்னமிடுவோர் வீட்டில் கன்னமிடுவதுபோலும் வித்தையும் புத்தியும் அளித்து உத்தியோக மீய்ந்து கார்த்துவரும் பிரிட்டிஷ் ஆட்சியின்மீதே துவேஷங்கொள்ளும் தைரியசாலிகளாகிவிட்டார்கள்.

அத்தகைய சாதித்தலைமெயாலும், உத்தியோகத் தலைமெயாலுந் தங்கள் சாதியாலோசினைக் கூட்டங்களைக் கூடவும், இராஜதுரோக சிந்தனைகளைப் பெருக்கவுமாய மூடவீரர்களாகி தாங்கள் கெட்டு நாசமடைவதுடன் தங்கள் சாதிக் கட்டுக்குள் அடங்கி தங்களையே சாமிகளென்றும், தங்களையே குருக்களென்றும். தங்களையே மேலோரென்று தங்கள் வாக்கியங்களையே நீதிவாக்கியங்களென்று எண்ணித்திரியும் பேதைமக்களும் பிழைப்பட்டுப்போம் வழியைத் தேடிக்கொள்ளுகின்றார்கள்.

யாங்கள் பெரியசாதியோர், பெரியசாதியோரென மகமதியர்கள்பால் சாதித்தலைவர்களென்போர் கூறியும் அம்மொழிகளை செவிகளில் ஏற்காது தங்கள் காரியாதிகளை நடாத்திக்கொண்டுபோனது போலவே பிரிட்டிஷ் ஆட்சியாரும் நடாத்தி வந்திருப்பார்களாயின் சாதித்தலைவர்களென்னும் அகம்பாவமும் பெரியசாதிகளென்னும் பெருமெயும் அன்றே ஒழிந்து சமரசக்குடிகளாகி என்றென்றும் இராஜவிசுவாசத்தில் நிலைத்திருப்பார்கள்.

அங்ஙனமிராது அவர்கள் பொய்ச்சாதிக் கட்டுக்குப் போகுமிடங்களுக்கெல்லாம் வழிவிட்டுக்கொண்டுபோனபடியால் தங்கள் பொய்ச்சாதிக் கட்டுப்பாடுகள் யாவையும் மெய்ச்சாதிக் கட்டுப்பாடுகளென்றெண்ணி தங்களைத் தாங்களே உயர்த்திக் கொண்டதைப் போலவே இராஜரீகத்திலும் உயர்த்திக்கொள்ளவேண்டும் என்றெண்ணிய வஞ்சகர்கள் பெருக்கத்தால் பெருந் துக்கத்திற்கு ஆளாவதுடன் மற்றயப் பேதைக்குடிகளும் பஞ்சம், பெருவாரிக் காச்சல், பிளேக்கென்னும் நோய்களால் வாதைப்படவும் ஆளாகின்றார்கள். ஆதலின் இனியேனும் இத்தகைய ராஜதுரோக சிந்தனைகளை ஒழித்து இராஜவிசுவாசத்தில் நிலைத்து பிரிட்டிஷ் ஆட்சியைக்கொண்டே சுகச்சீர் பெறுவார்களென்று நம்புகிறோம்.

- 5:17; அக்டோபர் 4, 1911 -

231. தென்னிந்திய விவசாயப் பண்ணை வேலைசெய்யும் கூலியாட்களின் கூலியும் கூலியாமோ

பண்ணைவேலைசெய்யும் ஆண் ஆட்களுக்கு சராசரி நாள் ஒன்றுக்கு முக்காலணா தேறும். பெண் ஆள்களுக்கோ அரை அணா தேறும். பதினாறு வயதிற்குட்பட்ட பையன்களுக்கோ காலணா தேறும். இதுவும் பணமாகக் காண்பார்களோ அதுவுமில்லை நெல்லாயின் ஆண் ஆளுக்கு மூன்றாழுக்கு, பெண் ஆளுக்கு இரண்டாழுக்கு, கேழ்வரகு அல்லது சோளமாயின் ஆண் ஆளுக்கு உழக்கு, பெண் ஆளுக்கு ஆழாக்கு, மற்றும் உப்புப் புளி மிளகாய்க்கு ஏதேனும் கேட்டாலோ அடடா உருசியுடன் கடித்துக் கொள்ள உங்களுக்குக் குழம்புகூட வேண்டுமோ என்பார்களாம். தாங்கள் கொடுக்குந் தானியம் போதவில்லையே பூமியில் நாளெல்லாம் எவ்வகையால் கஷ்டப்படுவோமென்றாலோ அடடா உங்கள் எஜமாட்டியண்டைப் போனால் ஏதேனுங் கொடுப்பாள் பெற்றுக்கொள்ளுங்கோள் என்பார்களாம், எஜமாட்டியண்டை போனாலோ அவ்வம்மையோ நாலுநாளையக் கூழ்பானையில் ஆற்றுநீரைக் கொட்டி சுரண்டி அக்காந்தலைக் கலையங்களில் வார்க்க அதை உப்பின்றி குடிக்கும் ஆற்றுச்சேற்று நீரென்றெண்ணி வயலில் ஊற்றிவிட்டு வயிறு காயக்காய வயல்வேலை செய்வது வழக்கமாம்.

அதனினும் மீறி எஜமானனை அடுத்து எங்கள் பசியாறக் கூலிகொடுத்தால் வேணபடி உழைப்போமென்றாலோ அடடா உங்கள் பாட்டன் கலியாணத்திற்கு எங்கள் பாட்டன் கொடுத்தக்கடன் ஐந்து ரூபா இன்னுஞ் சொல்லாகவில்லை, உன் அப்பனுக்கு என் அப்பன் கொடுத்த ஒருவராகன் கடன் இன்னும் சரிவரச் செல்லாகவில்லை, அப்படியிருக்க இன்னும் எந்த இழிவுக்குக் கொடுக்கச்சொல்லுகிறீர்கள் என்றவுடன் ஆள்கள் ஒடுங்கி வயலுக்குப் போய் உழைக்கவேண்டியதேயாம் அங்ஙனந் தங்களுக்குள்ள ஆயாசத்தாலும் மெலிவினாலும் வேலைக்குப் போகாமல் நின்றுவிட்டாலோ மணியத்தைக் கூப்பிடும், முநிஷிப்பைக் கூப்பிடும் என்று பயமுறுத்தி ஏவல் வாங்கி எலும்புத் தோலுமாக வதைத்துக் கொன்றுவருகின்றார்களாம். இத்தியாதி கொடூரங்களும் பெரிய பெரிய ஜமீன்களிடம் நடந்தேவருமாயின் மற்றுமுள்ள சிறிய ஜமீன்கள், மிட்டாதார்கள், மிராசுதார்கள், சுரோத்திரதாரர்களிடமுள்ளக் கூலியாட்கள் என்ன கஷ்டத்தை அநுபவித்து வருகின்றார்கள் என்பது அவர்களுள்ள நிற்பாக்கியமே போதுஞ்சான்றாம்.

இத்தகைப் பெருங் கஷ்டங்களை அநுபவித்து வரும் சில கூலியாட்கள் நம்பால் வந்து தாங்கள் யாவரும் அநுபவித்துவருங் கஷ்டநஷ்டங்கள் யாவற்றையும் விளக்கி சீர்மையில் ஏதோ சிலக் கூட்டத்தோர் கூடியிருக்கின்றார்களாம் அவர்கள் இந்தக் கூலியாட்களின் விஷயங்களையே நன்கு விசாரித்து இராஜாங்கத்தோருக்கு விளக்கி ஏழைகளுக்குக் கூலிகளை உயர்த்திக் காப்பாற்றிவருவதாகக் கேழ்விப்படுகிறோம். அக்கூட்டத்தோருட் சிலரை தென்னிந்தியாவுக்கு வரவழைத்து இந்த ஏழைப்பண்ணையாட்களின் கூலிகளை உயர்த்தி உயிர்பிச்சை அளிக்கும்-

படி செய்யவேண்டுமெனக் கேட்டார்கள்.

அத்தகையக் கடிதம் யாமெழுதி அக்கூட்டத்தோரை தருவிக்க வேண்டுமானால் நாலைந்து ஜமீன்தாரர்கள் கூலியாட்களும், நாலைந்து மிட்டாதார்கள் கூலியாட்களும், நாலைந்து மிராசுதார்கள் கூலியாட்களும் தனித்தனியாகக் கூடி தங்கள் கூலியின் விவரங்களை சரிவரக் கண்டெழுதி எல்லோர் கையெழுத்துமிட்டு அநுப்புவீர்களானால் அதை சீர்மையிலுள்ள சங்கத்திற்கெழுதி வரவழைக்கின்றோமென வாக்களித்து விட்டோம், அவர்களும் போயிருக்கின்றார்கள் மற்றும் ஏழைகளுக்கு உபகாரிகளாயுள்ள கனவான்கள் தாங்கள் வாசிக்குமிடங்களிலுள்ள ஏழைகளிடமுங் கையெழுத்துக்கள் வாங்கி அனுப்புவதுடன் அவரவர்கள் கூலிகளையுங் தெரிவிக்கும்படி வேண்டுகிறோம்.

- 5:17; அக்டோபர் 4, 1911 -

232. இந்து ! இந்து !! இந்து !!!

என்போர் யார் என்னும் வினாவிற்கு ஒருவர் முகத்தை ஒருவர் உற்றுப்பார்ப்பதே அதற்கு விடையன்றி வேறு மறுமொழி ஒன்றும் கிடையாவாம். இவற்றை நெடுநாள் அநுபவத்திற் கண்டுவந்த ஆனரேபில் கிருஷ்ணசாமி ஐயரவர்களும் இந்து என்னும் மொழிக்குத் தக்க பொருளும் கிடையாதென்று உள்ளதைத் தெள்ளறக் கூறிவிட்டார்.

அவரது யதார்த்தமொழி அறியா சிலர் (Hindu) என்னும் ஆங்கில மொழியிலுள்ள எச் என்னும் அட்சரம், சூரியனைக் குறிப்பிப்பதென்றும், (indu) என்பது சந்திரனையும் நட்சத்திரங்களையும் குறிப்பிப்பதென்றும் பொருள் கூறியுள்ளது விந்தையிலும் மிக்க விந்தையாகவே விளங்குகின்றது. எவ்வகையிலென்பரேல், (Hindu) என்னும் ஆங்கில மொழியும், H என்னும் ஆங்கில அட்சரமும் பிரிட்டிஷ் ஆட்சியார் வந்து தோன்றிய பின்னரே தோன்றிய மொழியே அன்றி முன்னர் அன்றாம். அவ்வகை H என்னும் ஆங்கில அட்சரத்தை சூரியனெனப் பொருட்கூறுவதாயின், மகமதியர் துரைத்தன காலத்தில் இந்து லோகா இந்து லோகாவெனக் கூறிவந்த மொழிக்கு எப்பொருட் கூறுவரோ அறியேம்! புத்தரென்னும் ஓர் மநுபுத்திரன் தோன்றியிருந்தார். அவரது போதனையைப் பின்பற்றியவர்கள் பௌத்தர்களென்றும், கிறிஸ்து என்னும் ஓர் மனுபுத்திரன் தோன்றியிருந்தார் அவரது போதனையைப் பின்பற்றியவர்கள் கிறிஸ்த்தவர்களென்றும், மகமதென்னும் ஓர் மனுபுத்திரன் தோன்றியிருந்தார், அவரது போதனையைப் பின்பற்றியவர்கள் முகமதியர்களென்றும் பூர்வந்தொட்டு நாளது வரையில் வழங்கி வருகின்றார்கள். அதுபோல் இவ்விந்து என்னும் மநுபுத்திரன் எவனேனும் இருந்ததுண்டா அவனால் போதிக்கப்பட்ட போதகங்களேனு முண்டா, யாதொன்றுங் கிடையாது. இந்து மதமென்றால் என்னை எனத்தட்டிக் கேட்போர்களுக்கு அதை மறுத்துத் துள்ளித் துடித்து ஆரியமதத்தோ ரென்பார்கள். ஆரியனென்றால் யார், அவன் எங்குதித்தவன், அவனால் போதித்த நூலெவை. ஆரியனென்பதற்குப் பொருள் திவாகரத்திலும் நிகண்டிலும் மிலேச்சரென்று கூறியிருக்கின்றதே, அவர்கள் தான் நீங்களோ வென்றால் அவற்றிற்கு மறுமொழி கூறாது, நாங்கள் சைவம் வைணவமென்னும் உள்மதத்தோரென்பார்கள். அங்ஙனம் சைவனென்றேனும் வைணவனென்றேனும் ஓர் மனிதன் தோன்றியிருந்தது உண்டாவென்றால் எங்களுடையது அனாதிமதமென்பார்கள். அத்தகைய அனாதி மதத்திற்கு சைவமென்றும் வைணவமென்றும் பெயர்கள் தோன்றியக் காரணம் என்னையெனில், அவற்றை விடுத்து வேதாந்தமதம், விசிட்டாத்துவித மதமென வேறுவேறு மாறுமதங்களைக் கூறி வினாவுவோரை மயக்குறச் செய்வதுடன் தாங்களும் மயக்குற்று திகைத்து நிற்பர்.

இத்தியாதி திகைப்பிற்குக் காரணம், இந்து மதமென்னும் ஆகாயக்கோட்டையும் அந்தரப் புட்பமுமேயாம். அதாவது ஆகாயத்திற் கோட்டையபுள தென்பதுங் கற்பனை, ஆகாயத்திற் புட்பம் பூர்த்துள தென்பதுங் கற்பனையென முகிவதுபோல் இந்து வென்னும் மொழியும், இந்துவென்னும் மதமும் மொழிமாற்று கற்பனாமதங்களைத்தழுவியுற்றலால், வினாவுக்கு விடையற்று மயங்குகின்றது.

இந்து மொழியின் முதல் மொழி ஏதெனில், புத்தபிரான் பஞ்சவிந்திரியங்களை வென்று இந்திரரென்னும் பெயர்பெற்றதும், அவ்விந்திரரை பூசித்துவந்த இத்தேசக் குடிகளை இந்தியர்களென்று வழங்கிவந்ததும், இந்தியர்க ளென்னுங் குடிகள் வாசஞ்செய்துவந்த தேசத்தை, இந்தியமென்றும், இந்தியாவென்றும் வழங்கிவந்தார்கள். இத்தகைய இந்திரரென்றும், இந்தியரென்றும், இந்தியாவென்றும் வழங்கிவந்த மொழியானது மகமதியா துரைத்தனத்தில் இந்து, இந்துவென குறுக்கல் விகாரப்பட்டு மொழிமயங்கியவை. பொய்வேதத்தோர்களுக்கும், பொய் வேதாந்திகளுக்கும் பொய்க்குருக்களுக்கும், புத்தராம் இந்திரரென்னும் பெயர் மாறி, இந்து இந்துவென மொழிமயங்கி நிற்பது மேலெனக் கருதித் தங்களை இந்துக்கள், இந்துமதத்தோரெனச் சொல்லும்படி ஆரம்பித்துக்கொண்டார்கள். தற்காலமுள்ள விசாரிணைப்புருஷர்கள் அவற்றை ஊன்றி கேட்க ஆரம்பித்துக்கொண்டதின் பேரில் நிலைகெட்டு உடைந்த மூங்கிற் கொம்புக்கு முருங்கைக் கொம்பை முட்டுக்கொடுப்பதுபோல் தங்கள் கற்பனை மதங்களுக்கும், பொருளற்ற கற்பனை மொழிகளுக்கும், சொற்பனா உதாரணங் கூறி திருப்தி செய்யப் பார்க்கின்றார்கள். அத்தகையத் திருப்தியை கல்லாரேற்பாரன்றி கற்றோர் ஏற்காரென்பது துணிபு.

- 5:16: அக்டோபர் 11, 1911 -

233. மிஸ்டர் பிப்பின் சந்திரபால்

இவரோர் வடநாட்டுப் பிரபுவின் பிள்ளையும் நன்கு வாசித்தவருமேயாம். அங்ஙனம் வாசித்தும் இராஜநீதி இத்தகையது குடிகளின் நிலை இத்தகையதென்று உணராது சீர்திருத்தத்தைநோக்கி வெளிதோன்றியது மிக்க பரிதாபமே.

அங்ஙனந் தோன்றியவர் ''சுயராஜ் '' என்னுமோர் பத்திரிகையைப் பரவச்செய்தது என்ன கருத்தோ விளங்கவில்லை. பத்திரிகையைப் பரவச்செய்தவர் இராஜதுரோகச் சிந்தைக்குள்ளாயது ஏது கருத்தோ அதுவும் விளங்கவில்லை. அதாவது கற்றவரென்று மற்றவர்களால் நன்கு மதிக்கத் தோன்றியவர் கல்லாரென்னும் செயலே பெற்றுள்ளார். காரணம் 'சுயராஜ்' என்னும் பத்திரிகையைப் பிரசுரித்தவர், எத் தேசத்தை சுயராஜ்யமெனக் குறிப்பிட்டுள்ளார். சுயராஜ்யம் என்பதே நிலையற்ற தேசமாயினும், சுயசாதி இன்னதென்பதையேனுங் குறிப்பிட்டுள்ளரா, அதுவுங்கிடையாது. சுயபாஷை யாது என்பதையேனுங் குறிப்பிட்டுள்ளாரா, அதுவுங் கிடையாது. சுயமதம் ஈதென்பதையேனுங் குறிப்பிட்டுள்ளாரா, அதுவும் கிடையாது. பலதேசம், பலசாதி, பலபாஷை, பலமதமென ரூபிக்கும்பாங்குற்று வெறுமனே சுயராஜ்யமென்னு வீண்டம்ப மடித்ததுடன் நீதிநெறியடைந்த ராஜாங்கத்தையும் எதிர்த்து எழுதி தண்டனைக்குள்ளாயது மிக்க விசனமேயாம்.

இவரது சீர்திருத்தச் செயல்களானது இராஜாங்க சீர்திருத்தங்களைப் பற்றியும் குடிகளின் சீர்திருத்தங்களைப் பற்றியும், இராஜாங்கத்தோருடன் ஒத்துழைத்து அவர்களன்பையும் ஆறுதலையும் பெற்றுக் கொள்ளுவாராயின் சகல சுகமும் பெற்று ஆனந்த வாழ்விலிருக்கலாமன்றோ. அத்தகைய சுகவாழ்க்கையையே சுயராஜ்யமென்று எண்ணப்போகாதோ.

இவருக்குள் சுயராஜ்யமென்றால் பிரிட்டிஷ் ஆட்சியோர் யாவரையும் அவர்கள் தேசத்திற்கு ஓட்டிவிட்டு தாங்களே ராட்சியபாரந் தாங்கிக்கொள்ள வேண்டுமென்று எண்ணினரோ. அத்தகைய எண்ணம் எண்ணெய்க்காரன் எண்ணியக்கதையை ஒவ்வுமேயன்றி பண்ணைக்காரன் முயற்சிக்கதைக்கு ஒவ்வாவாம். இவரது தேசம் எதுவென்பதையும் தேசமக்களின் ஒற்றுமெய்க் கேட்டையும் தேசமக்களுக்குள்ள வல்லபக் குறைவையும், விவேகக்குறைவையும், வித்தியாக் குறைவையும் உற்று நோக்காது, வித்தையும், புத்தியும், ஈகையும், வல்லபமும் நிறைந்த பிரிட்டிஷ் ஆட்சியோரை அகற்றிவிட்டு தாங்களே சுயராஜ்யம் செய்யலாமென்று எண்ணித் துணிந்தது தங்கள் வல்லபத்தையும் எதிரியின் வல்லபத்தையும் உற்றாராயாத எண்ணாத் துணிபே இழுக்கிற்குள்ளாக்கிவிட்டது.

பிரிட்டிஷ் ஆட்சியின் ஆதிபத்தியத்தோர் தங்களது துவஜத்தைக் கரத்திலேந்தி வங்காளத்தில் விசிறுவார்களாயின், பாம்பே, சென்னை முதலிய இடங்கள் யாவையும் ஆட்டிவைக்கக்கூடிய வல்லபமிகுத்தோர் முன்னிலையில் அண்டை வீட்டோனை அடக்கியாள வல்லபமற்றோர் எழுந்து சுயராஜ்யங் கூறுவதும், சோம்பேறிகள் கூட்டங்கூடுவதுமாய வீண் புரளிக்கு பிரிட்டிஷ் சிம்மங்கள் அஞ்சுமோ. எத்தனையோ புரளிக்காரர் கூட்டங்களையும், எத்தனையோ வன்னெஞ்சர் கூட்டங்களையும் அங்கங்கு அடக்கி அவர்களையுஞ் சீர்திருத்தி விவேகம் பெறுவார்களாயின் தங்கள் அரசவங்கத்திலும் ஒருவராகச் சேர்த்து கனஞ் செய்தேவருகின்றார்கள்.

அத்தகையோர் கனத்தையும் வித்தியாவிருத்தி கல்வி விருத்தியின் செயலையுங் கொண்டே முன்வந்துள்ளவர்கள் அந்நோருக்கு நன்றியறிந்த வந்தனஞ்செய்ய வேண்டியதை விடுத்து இராஜதுரோகசிந்தையைப் பெருக்குவதினால் செய் நன்றியை மறந்து தீங்குபுரிவோரை தீங்கே அழிப்பது திண்ணமாதலின் தான் செய்த தீவினையின் பயனைத் தானே அநுபவிக்கனேர்ந்து விட்டது. விவேகக் குறைவால் தண்டனையுற்றோர் தனது தீவினையின் பயனையுணர்ந்து இனி அத்தகைய ராஜதுரோக சிந்தனைத் தனக்குள் எழவிடாமல் தடுப்பதுடன் தன்னை அடுத்தவர்களுக்கும் அத்தகைய ராஜதுரோக சிந்தனையில்லாமல் அகற்றும் நன்முயற்சியில் இருப்பார்களென்று நம்புகிறோம்.

ஒவ்வோர் குடிகளும் இராஜவிசுவாசத்தில் நிலைத்து வித்தை, புத்தி ஈகை சன்மார்க்கத்தைப் பெருக்கிவருவார்களாயின் இராஜவிசுவாசத்தின் பயனே சுயராஜ்ய சுகத்தை விளக்கும். அங்ஙனமிராது பேராசையின் பெருக்கத்தால் இராஜதுரோகத்திற்குள்ளாகி இராகத் துவேஷ மோகத்தால் உள்ள சீருங்கெட்டு சீரழியவேண்டியதேயாம்.

- 5:19; அக்டோபர் 16, 1911 -

234. மிஸ்டர் பாண்டியன் என்போர் பறையர் என்போருக்குக் கிணறு வெட்டப்போகின்றாராம்

சாதி யாசாரக்காரரிடம் நாளெல்லாம் உழைத்து முக்காலணா தானியங் கூலிவாங்குவது போதாது, தண்ணீர் மோர்ந்து குடித்தேனும் சாகட்டும் என்னும் பரிதாபமோ அன்றேல், மேல்சாதி என்போருக்கு அரிசியை மிதித்துத் துவைத்துப் பதப்படுத்துகிறவனும் பறையன், கேழ்வரகை மிதித்துப் பதப்படுத்துகிறவனும் பறையன், சோளம், வரகு முதலியவைகளை மிதித்துப் பதப்படுத்துகிறவனும் பறையன், கரும்பு முதலியவைகளை வெட்டி மிதித்து வெல்லமெடுப்பவனும் பறையன், மிளகாய், கொத்துமல்லி முதலியவைகளை மிதித்துத்துவைத்து ஐங்காயம் உண்டு செய்பவனும் பறையன், புளி முதலியவைகளை ஓடு நீங்கி உருட்டிக் கொடுப்பவனும் பறையன், வீடுகளின் அருகிலுள்ளக் கிணறுகளில் செம்பு பாத்திரமேனும் பித்தளை பாத்திரமேனும் விழுந்துவிடில் அக்கிணற்று நீரில் மூழ்கிப் பாத்திரத்தை எடுத்துக் கொடுக்க வேண்டியவனும் பறையனென்போனாயிருக்க பெரிய சாதிகளென்போர் மொள்ளக்கூடியக் கிணறுகளிலும் குளங்களிலும் பறையனென்போன் தண்ணீர் மொள்ளப்படாதென்று விரட்டி அடிக்கின்றார்களே அதற்காகப் பரிந்துக் கிணறுவெட்டப் போகின்றாரோ விளங்கவில்லை.

அங்ஙனம் சுத்த நீர் கிடைக்காத இடத்தில் ஏழைக்குடிகள் குடியிருப்பானேன், பெரியசாதிகளென்போர் வாசஞ்செய்யும் இடத்தில் அவர்களுக்குரியப் பண்ணைவேலைச் செய்கின்றபடியால் அங்கிருக்கும்படி நேரிடுகிறதென்பரேல் அவர்களுக்குக் குளங்களுங் கிணறுகளும் இல்லாமற் போயிற்றோ. அவர்களுக்கு நீர்வசதி இருப்பினும் அவற்றில் இவர்கள் இறங்கப்படாது, நீர்மொள்ளப்படாது என்பார்களாயின் மாடுகளிறங்கி நீரருந்தலாம், குதிரைகளிறங்கி நீரருந்தலாம், நாய்களிறங்கி நீரருந்தலாம், கழுதைகளிறங்கி நீரருந்தலாம், இவ்வெழிய மனிதர்கள் மட்டிலும் அவைகளிலிறங்கி நீர் மொள்ளப்படாதென்பதாயின் பெரும் விரோதிகளும் வன்னெஞ்சினர்களுமாகக் காணப்படுகிறதன்றோ.

அத்தகையப் பெரும் விரோதிகளும் வன்னெஞ்சினர்களும் வாசஞ் செய்யுமிடத்திலும் இவ்வேழைக்குடிகள் வசிக்கலாமோ. அத்தகைய பொறாமெ மிகுத்த வஞ்சினர்களுக்கும் இவர்கள் ஏவற் செய்யப்போமோ. சுத்தநீர் மொண்டு குடிக்கவிடாத கருணையற்ற லோபிகளுக்கும் இவ்வேழைக்குடிகள் வேலையுஞ் செய்யவேண்டும், வேலைவாங்கும் எஜமான் நீர் குடுக்காதபடியால் மிஸ்ட்டர் பாண்டியனவர்களுக்குக் கிணறுகள் வெட்டி நீரருந்தும் தன்மம் செய்யவேண்டும் போலும். அந்தோ! தண்ணீர்பந்தல் வைத்து தாகவிடாய் தீர்க்கும் தன்மப் பிரியர்களுக்கு ஊழியஞ்செய்ய உதவிப்புரிவது உசிதமும் தன்மமுமாகுமா. அன்றேல் சுத்தநீரை மொண்டு குடிக்கவிடாது விரட்டியடிக்கும் லோபிகளுக்கு ஊழியஞ்செய்ய உதவிபுரிவது உசிதமாமோ. இவ்விரண்டு கருத்தையும் நமது பாண்டியனவர்கள் ஆலோசிக்கவில்லை போலும்.

அல்லது இவர் கவனிக்காவிடினும் அமேரிக்கா முதலிய இடங்களுக்குச் சென்று பணவுதவி பெற்றபோது ஏழைக்குடிகளுக்கு என்னகுறையென்று பகர்ந்து பணம் பெற்றிருப்பார். அக்காலத்திலேனும் அவர்கள் சுத்தநீரை மொண்டு குடிக்கவிடாத கருணையற்றவர்களும் உலோபிகளுமானோர் மத்தியில் இவர்கள் வாசஞ்செய்வானேன், அவர்களிடம் ஊழியஞ் செய்வானேனென்று கேழ்க்காமல் விட்டிருப்பர்களோ, இல்லை. இவர் சொல்லியது வேறாயிருக்கலாம். மனிதகூட்டத்தோரை மிருகங்களினுந் தாழ்ச்சியாக நடத்தக்கூடிய கருணையற்றவர்களும் ஈகை அற்றவர்களும் பரோபகாரம் அற்றவர்களுமாகிய லோபிகளாம் பூர்வசத்துருக்களிடத்தில் இவர்களை நெருங்கி வாசஞ்செய்யவிடாமலும் அவர்களுடைய ஏவல்களுக்குப் போகவிடாமலும் தடுத்து அப்புறப்படுத்தி, மனிதர்களை மனிதர்களாக பாவிக்கும் மேலோரிடத்தும் தன்னவர் அன்னியரென்னும் பட்சபாதம் பாராது உத்தியோகம் வேண்டியவர்களுக்கு உத்தியோகமும், அன்னம் வேண்டியவர்களுக்கு அன்னமும், நீர் வேண்டியவர்களுக்கு நீரும், உடை வேண்டியவர்களுக்கு உடையும் அளித்து ரட்சிக்கும் அன்புமிகுத்த தன்மப் பிரியர்கள் மத்தியில் வாசஞ்செய்யும்படியும் அவர்களுக்கே ஊழியஞ் செய்யும்படியும் போதித்து, கருணையற்ற சத்துருக்களைவிட்டு அப்புறப்படுத்தி, கருணைமிகுத்த மேலோர்களிடங் கொண்டு சேர்த்துவிடுவாராயின் மிஸ்டர் பாண்டியன் செய்வது மேலாய தன்மமாகும். இத்தகைய முயற்சியை ஒழித்து ஏழைக்குடிகளை ஆயிர வருடமாகப் பாழ்படுத்தி நசிக்கும் கருணையற்ற சத்துருக்கள் மத்தியில் கிணறுகள் வெட்டி தன்மஞ்செய்யவேண்டுமென்பது வயிறாறசோறு கிடைக்காவிடினும் தண்ணீர் மொண்டே தாகவிடாய் தீர்த்துக் கொள்ளுவதற்கோ, அன்றேல் அன்னியதேசஞ் சென்றேனும் வயிறாறப்புசித்துத் தாகமாறவருந்தி சுகசீவனம் பெறுவோரைக் கிணற்றைக்காட்டிப் போகவிடாமல் தடுப்பதற்கோவென்று சந்தேகிக்க வேண்டியதாயிருக்கின்றது.

- 5:21: நவம்ப ர் 1, 1911 -

235. கருணைதங்கிய பிரிட்டீஷ் ஆட்சியார் கண்ணோக்கம் வேண்டும்

எவர்மீதென்னில், சாதிபேத மென்னும் சங்கையிராது வாழும் ஆறுகோடி மநுகுலத்தோர் மீதேயாம். யாதுக்கோவென்னில் பலவகை சாதி பேதத்தோர் வாழும் இத்தேசத்தில் அவரவர்கள் கஷ்ட நஷ்டங்களைப் போக்கி ஆதரிப்பதற்கு அவரவர்களுக்குள் ஒவ்வோர் லெஜிஸ்லேட்டிவ் கவுன்சலர்களிருந்து வேண சுகங்களைத் தேடிவைக்கின்றார்கள்.

இச்சாதிபேதமில்லா ஆறுகோடி மக்களின் கஷ்டநஷ்டங்களை அண்ணாந்து பார்ப்பவர்களும் கிடையாது, அவர்களுக்கு என்ன குறையென்று கேழ்ப்பதுவும் கிடையாது. ஆயினும் சாதிபேதமுள்ளக் குடிகள் சாதிபேதம் இல்லாக் குடிகளைக் கண்ணோக்கமுற்றுப்பார்ப்பதுயாதெனில் சுத்த நீரைமொண்டுகுடிக்கவிடாமலும், அம்மட்டர்களை சவரஞ் செய்யவிடாமலும், பாழ்படுத்துவதுடன் அன்னிய தேசங்களுக்குஞ் சென்று பிழைக்கவிடாமலும் தடுத்துக் கொல்லாமற் கொன்றுவருவதே அவர்களது கருணையுங் கண்ணோக்கமுமாகும்.

மற்றும் சாதிபேதம் உள்ளவர்களிற் சிலர் தாழ்ந்த வகுப்போரை உயர்த்தப்போகின்றோமென்னும் தம்பட்டமடித்துத் திரிகின்றார்கள். அவ்வகை உயர்த்தப்போகின்றோம் என்பவற்றுள் பறைய ரென்போரை ஐயங்காரென உயர்த்தப்போகின்றதா, சண்டாள ரென்போர்களை ஐயரென்றுயர்த்தப் போகின்றதா, தீயரென்போரை சாஸ்திரியென்று உயர்த்தப்போகின்றதா விளங்கவில்லை . அல்லது தங்களைப் போல் பி.எ. எம்.எ பட்டங்களில் உயர்த்தி தங்களுடன் சமானப்படுத்திக் கொள்ளுவதா, யாதும் விளங்கவில்லை. இவர்களது காரியங்களை நோக்குங்கால் தாழ்ந்த வகுப்பார் தாழ்ந்து வகுப்பாரென்றே உறுதிபெறத் தாழ்த்திக்கொண்டு தங்களை உயர்ந்த சாதியோர், உயர்ந்த சாதியோரென உயர்த்திக்கொள்ளுமோர் உபாயமேயன்றி வேறில்லை.

யதார்த்தத்தில் ஏழைகளை சீர்திருத்துகின்றவர்களாயின் எதினால் அவர்கள் தாழ்த்தப்பட்டார்கள், எதனால் அவர்கள் முன்னுக்கு வராமலிருக்கின்றார்கள், இத்தகையார் சீர்கெடுவதற்குக் காரணமென்னையென்றும் விளக்கி பழைய சீருக்குக் கொண்டுவருவார்களாயின் கருணை தங்கிய பரோபகாரிகளே யாவர். ஏழைகுடிகள் தாழ்ந்துள்ள நிலையின் காரணங்களைக் கூறாது தாழ்ந்தவர்களை உயர்த்தப் போகின்றோமென்பது காலமெல்லாம் தாழ்ந்தவர்களென்று குறிப்பிடுவதற்கேயாம். சாதிபேதமுள்ள ஆயிரம்பேர் ஏழைகளை சீர்திருத்த முயலுகிறோமென்பது ஓர் மிஷநெரி துரைமகன் திருத்தலுக்கு சமமாமோ, ஒருக்காலும் அவர்கள் கருணைக்கு நிகராவாம். காரணம் சாதிபேதமற்றப் பொறமெகுணமில்லாதவர்களாதலின் அவர் ஒருவருக்கு இவர்களாயிரம்பேர் நிகராகார்களென்பதே.

இஃது பெரியசாதியோர்க ளென்போரெல்லோருங் கூடி சிறிய சாதியோரை உயர்த்தப்போகின்றோமென்று பத்திரிகைகளில் படாடம்ப மடித்து ராஜாங்கத்தோருக்குத் தெரிவித்துக் கொள்ளுவதேன்றி யதார்த்தத்தில் உயர்த்துவது ஒன்றுங் கிடையாது.

யதார்த்தத்தில் ஏழைமக்களை உயர்த்துங் கருணை இவர்களுக்குள் தோற்றியிருக்குமாயின் பொதுவாயுள்ள கிணறு குளங்களில் சுத்தநீரை மொண்டு குடிக்குங் கருணைவையார்களா, இல்லையே, சுத்தநீரைமொண்டு குடிக்கவிடாத லோபிகளாம் பெரியசாதிகளென்போர் தாழ்ந்தவர்களை உயர்த்தப்போகின்றோமென்பது இராஜாங்கத்தார் மெச்சு மொழியேயன்றி வேறன்று.

ஏழைகளை சுத்தநீரை மொண்டு குடித்து சுகம் பெறுங் கருணை இவர்களிடம் இருக்குமாயின் மிஸ்டர்பாண்டியனென்போர் ஏழை குடிகளுக்குப் பிரத்தியேக கிணறு தோண்டுவதற்காகப் பணஞ்சேகரிக்க வெளிவந்திருக்கமாட்டார்.

சுத்தநீரைமொண்டுகுடிக்கவிடாத லோபத்துவத்தினாலையே ஏழைக்குடிகள் பயிரிட்டுத் தின்பதற்கு பூமியுங் கிடைக்கமாட்டாது, சுகம் பெறுவதற்கு வழியுமுண்டாக மாட்டாது என்பவை அனுபவத்தால் விளங்குகிறபடியால் இவர்களது கஷ்டநஷ்டங்களை கருணைதங்கிய ராஜாங்கத்தோருக்கு விளக்கி மற்ற மனிதவகுப்போர்களுடன் இவர்களையும் ஓர் மனித வகுப்போரென முன்னேறச் செய்வதற்கு லெஜிஸ்லேட்டிவ் கௌன்சல் மெம்பராக இவர்களுக்கென்றொருவரைத் தெரிந்தெடுத்து நியமிக்கும்படி வேண்டுகிறோம்.

- 5:22; நவம்பர் 8, 1911 -

236. இலஞ்சமென்னும் பரிதானம் வாங்குதல் நீதிபக்தியாளரிடமுண்டா அன்றேல் சாமிபக்தியாளரிடமுண்டா

நீதிபக்தியாளனோ மறந்தும் இலஞ்சம் வாங்கமாட்டான். காரணமோவென்னில் நீதியின் பேரில் பசிதாகமுடையவனாகவும், நீதியையே பின்பற்றி நடப்பவனாகவும் உள்ளபடிப்பால் தான் சம்பாதிக்கக்கூடிய பொருளே தனக்குப் போதுமென்னுந் திருப்தியிலுள்ள வனாகிப் பேராசையை அகற்றி வாழ்வனாதலின் ஏழைகளை வஞ்சித்தும் துன்பப்படுத்தியும் பரிதானமென்னும் லஞ்சம் வாங்கிப் பாபமூட்டையைக் கட்டிக் கொள்ளமாட்டான்.

அங்ஙனம் அவர்கள் செய்துவரும் நன்றியை மறவாத சிலர் கேட்காமலே பரிதானஞ்செய்யினும் அவற்றை ஏழைகளுக்கு தானஞ்செய்துவிடுவார்களன்றி தங்கள் சுய உபயோகத்திற்கு வைக்கமாட்டார்கள். நீதி பக்தியாளராதலின் ஏழைகளுக்குத் தாங்களே உதவிசெய்து ஆதரிக்க வேண்டுமென்னும் ஈகையில் நின்று துற்கன்மங்களை அகற்றி நற்கன்மங்களில் நிற்பவர்களாதலின் ஏழைகளை வஞ்சித்தும், துன்பப்படுத்தியும், பயமுறுத்தியும் பரிதானம் வாங்கித் தனது பெண்சாதி பிள்ளைகளை போஷிக்கமாட்டார்கள். ஏனென்பீரேல், ஏழைகள் மனம் வருந்தியுந் துக்கித்தும் அளித்துவரும் இலஞ்சமே வாழைப்பழத்தில் ஊசி நுழைவதுபோல் துற்கன்மம் நுழைந்து பலவகைத் துன்பத்துக்காளாக்கி பழய நீரை புதுவெள்ளம் அடித்துப்போவதுபோல் தான் சம்பாதித்தப் பொருளையுந் தன்னையறியாது கொண்டுபோவதுடன் மாளாதுக்கத்தில் ஆழ்த்திவிடுமென்று அறிந்துள்ளபடியினாலேயாம்.

நீதிபக்தியுள்ளவன் சருவ சீவர்களையும் தன்னுயிர்போல் எண்ணுவோனாதலின் மநுமக்களைத் தன்னவராக மென்மேலும் பாவித்து தன்னாற் கூடிய உதவிபுரிந்து ஈடேற்றுவான். தன்னால் உதவிபுரியப் பொருளற்றிருப்பனேல் சகலருக்கும் நல்லவனாக நடந்துக்கொள்ளுவான். ஏழையாயினும் சீலப்பொருளே மேலைப்பொருளென்றெண்ணி எக்காலும் ஆனந்த சுகவாழ்க்கையிலிருப்பான்.

சாமிபக்தியாளரோ தாங்கள் செய்யுங் குற்றங்களுக்கு ஆட்டுக்கடா, கோழி, பணம், கண்ணைப்போல் வெள்ளியால் பொன்னினால் செய்த கண், காலைப்போல் வெள்ளியால் பொன்னினால் செய்தக்கால், உண்டிபணம் முதலியதைத் தாங்கள் தொழுவுஞ் சாமிகளுக்குக் கொண்டுபோய் இலஞ்சங் கொடுத்துவிட்டால் சகல குற்றங்களும் நீங்கிப்போமென்பது நம்பிக்கை. அத்தகைய நம்பிக்கைகளுக்கு மதக்கடை பரப்பி சீவிப்போர் பலசரக்குக் கடைக்காரர்கள் எங்கள் சரக்கே முதல் தர சரக்கு மற்ற சரக்கெல்லாம் மட்டச்சரக்கென்பதுபோல் எங்கள்சாமி பெரியசாமி, எங்கள்சாமியே நல்லசாமி, சகல ராஜாக்களையும் ஆளுகிற சாமியென்னும் பெரும் பொய்யைச்சொல்லி சாமிக்கென லஞ்சம் வாங்கி சீவிக்கும் மதக்கடைகள் பலவிடமும் பெருகிவிட்டபடியால் சாமிகளே ஆடு மாடுகளையுங் கோழிகளையும், வெள்ளி உருக்களையம், பொன்னுருக்களையும், உண்டிபெட்டி பணங்களையும் இலஞ்சம் வாங்கிக்கொண்டு வியாதிகளை நீக்குகிறதும், ஆபத்துகளைக் கார்க்கிறதுமாயிருக்கும்போது மநுக்களாகிய நாம் ஏழைமக்களிடம் இலஞ்சம் வாங்கிக்கொண்டு உத்தியோகங் கொடுப்பதினாலும் இலஞ்சம் வாங்கிக்கொண்டு முகபரிட்சை செய்விப்பதனாலும் யாது கெடுதி உண்டாமென்னுந் தைரியத்தினால் மக்களுக்கு மக்கள் உபகாரச்செயலென்பதற்று கூட்டுக்குலஞ்சம், பாட்டுக்கு லஞ்சம், ஏட்டுக்கு லஞ்சமென எடுக்குஞ் செயல்களுக்கெல்லாம் கொடுக்கல் இலஞ்சமென்றே ஏற்படுத்திக்கொண்டு ஏழைகளை வாதித்து வருகின்றார்கள். இத்தகைய வாதைகளுக்கெல்லாங் காரணம் மதக்கடைகளுக்குள் வைத்திருக்கும் சிலசாமிகளும் பொய்க்குருக்களுமே காரணமென்னப்படும். சாமிகள் மனுக்களுக்கு உபகாரஞ்செய்வதுபோக மநுக்களே சாமிகளுக்கு உபகாரமென்னும் இலஞ்சமீவதாயின் ஏழைகளெல்லோருங் கனவான்களுக்கு லஞ்சங்கொடுப்பதால் யாது குறையுண்டாமென்னும் உறுதியால் கொடு கொடு என்பதும், வாங்கு வாங்கென்பதும் சாமி பக்தியாளரிடமே உண்டென்பது உறுதியாயதால் தேசத்தில் லஞ்சமுண்டாயதற்குக் காரணம் சாமியும், சாமிபக்திகளுமேயாம்.

- 5:24: நவம்ப ர் 22, 1911 -

237. ஹானரேபில் ஜஸ்டிஸ் சங்கர நாயரும் இந்து யூனிவர்சிட்டியும்

இந்து யூனிவர்சிட்டியின் ஏற்பாட்டினால் சிலப் பிரிவினைகளை உண்டுசெய்யும் என்று ஜஸ்டிஸ் சங்கரநாயரவர்கள் கூறிய விஷயத்தை சிலர் மறுத்து அவற்றைப் பிசகென்று கூறுவது தப்பரையேயாம். காரணம் கருணைதங்கிய பிரிட்டிஷ் இராஜாங்கத்தோர் நடத்திவரும் யூனிவர்சிட்டி ஒன்றிருக்கும்போது அவற்றிற்கு மாறாக இந்து யூனிவர்சிட்டி என ஒன்றேற்பட்டதே பிரிவினைக்கு ஆதாரமென்னப்படும். அதற்குப் பகரமாகவே மகமதியர் யூனிவர்சிட்டி தோன்றியதே போதுஞ்சான்றாம்.

இனி கிறிஸ்ட்டியன் யூனிவர்சிட்டி, புட்டிஸ்ட் யூனிவர்சிட்டி தோன்றவேண்டியதுதான் குறை. இங்ஙனமிருக்க இந்து யூனிவர்சிட்டியால் பிரிவினை உண்டாகாதென்று கூறுவது சமயயுக்த்தமாகப் பூசிமொழுவுதலேயன்றி யதார்த்த மொழிகளாகமாட்டா, இந்துவென்னும் பெயர் தோன்-

றியபோதே அதனுள் சாதி வித்தியாசமும், மதவித்தியாசமும் இருந்தே தீரவேண்டுமென்பது பிரத்தியட்ச அனுபவமாயிருக்க இந்து யூனிவர்சிட்டியில் சாதிபேதங் கிடையாதென்பது விந்தைமொழியாம். ஈதன்றி பஞ்சாபி தேசத்திலுள்ளவர்களில் சிலர் வருணாசிரம தன்மம் இருத்தல் வேண்டுமென்று கூறியிருப்பதும் கனந்தங்கிய ஆனிபீசென்டம்மாள் சாதிபேதம் இருந்தே தீரவேண்டுமென்று கூறியுள்ளதும் ஜஸ்டிஸ் சங்கரநாயரவர்கள் அறியாததல்லவே. சுதேசமித்திரன் பத்திராதிபர் சீனதேசத்தோர் சீர்திருத்தம் யாவும் சரியேயாயினும் அவர்களது அடிமைகளையும், பேடிகளையும் வீட்டு வேலைக்காரர்களாக வைத்துக் கொள்ளுகின்றார்கள். அவ்வகை அடிமைகளை வீட்டுவேலைக்காரர்களாக வைத்துக்கொள்ளும் வரையில் அவர்களது சீர்திருத்தம் பயன்படாதென்று கூறிய மொழி மனிதனை மனிதனாகப் பாவிக்காத சாதி வித்தியாச மொழியென்பது யாவருக்குத் தெரியாததோ. சின்னசாதி பெரியசாதி என்னும் மூட்டையை வலுவாகக் கட்டிக்கொண்டுள்ள பத்திராதிபரும் ஜஸ்டிஸ் சங்கரநாயரவர்கள் மொழிக்கு மறுப்புக் கூறப்போமோ இல்லை. சகல சாதிகளுக்கும் நாங்களே பெரியசாதிகளென்று கூறித்திரியும் சாதிகர்வமும் சகல மதங்களுக்கும் எங்கள் மதமே பெரியமதமெனக் கூறித்திரியும் மதகர்வமுமே எதேச்சையில் இராஜாங்கத்தையே எதிர்க்கும் இராஜத்துரோக கர்வத்தை உண்டு செய்துவருவது அநுபவக்காட்சியாயிருக்க அதை உணராது ஜஸ்டிஸ் சங்கரநாயரை வெறுப்பது அவலமேயாம். ''யதார்த்தவாதி வெகுஜனவிரோதி'' எனும் பழமொழிக்கிணங்க சாதிவித்தியாசங் கூடாதென்னும் சீர்திருத்தக்காரர் சொற்பமும் சாதிவித்தியாசம் இருந்தே தீர வேண்டுமென்போர் கூட்டம் பெருகியும் இருக்கின்ற படியால் அவர் கூறியுள்ள யதார்த்த மொழி பெருங்கூட்டத்தோருக்கு விரோதமாகவே விளங்கும். நீதி நெறி வாய்மெயும் இராஜவிசுவாசமும் உள்ளக் குடிகள் யாவருக்கும் அவர் கூறியுள்ள மொழிகள் யாவும் நீதி மொழிகளென்றும், யதார்த்த மொழிகளென்றும் சீர்திருத்தங்களுக்கும் ஒற்றுமெய்க்குமாய ஏதுமொழிகளென்றே விளங்கும். கனந்தங்கிய ஆனிபீசென்ட் அம்மைக்கு இத்தேசத்து சாதித்தலைவர்களின் மேம்பாடுகளும், தங்களைத் தாங்களே உயர்த்திக் கொள்ளும் மாறுபாடுகளுந் தெரியாது தனது நல்லெண்ணத்துடன் ஜஸ்டிஸ் சங்கரநாயரைத் தங்களுடன் சேர்ந்துழைக்கும்படிக் கேட்டுக்கொண்ட சங்கதிக்கு சங்கரநாயர் தனக்குள்ள நல்லெண்ணத்தால் பின்னிட்டு நேரிடுங் குறைகளை முன்னிட்டே தெள்ளற விளங்குந் தேசோபகாரியாக விளங்காநின்றார்.

இத்தகைய தேசோபகாரியும், நடுநிலையைவாதியும், களங்கமற்ற கியாதியுமானோரை பத்திரிகைகளில் வீண்குறைகூறுவது விருதாவேயாம்.

புட்டிஸ்ட் யூனிவர்சிட்டி என்பதற்கு ஆதார மூலபுருஷனுண்டு. கிறிஸ்டியன் யூனிவர்சிட்டி என்பதற்கு ஆதார மூலபுருஷனுண்டு. மகமதிய யூனிவர்சிட்டி என்பதற்கு ஆதார மூலபுருஷனுண்டு. இந்துவென்னும் யூனிவர்சிட்டிக்கு ஓர் கால் அந்தரத்தில் நின்று அல்லலடைந்து போமென்னும் அச்சங்கொண்டே அதில் சேராது அம்மனுக்கு அத்தியந்த கடிதம் எழுதிவிட்டார் போலும். காரணம் இந்துவென்னும் மொழிக்கு யதார்த்தப் பொருளற்றிருப்பினும் இந்துவென்பதை ஓர் பேழையாக்கி அதிலடங்கியுள்ளது சாதிவித்தியாச மூட்டைகளும், மதவித்தியாச மூட்டைகளென்றுங் கருதியேயாம்.

- 5:24; நவம்பர் 22, 1911 -

238. நமது இந்தியதேசச் சக்கிரவர்த்தியார் இந்தியாவிலேயே வந்து முடிசூட்டிக்கொள்ளும் வைபவகால விண்ணப்பம்

இந்தியதேசம் எங்கணும் வாழும் முப்பத்து மூன்று கோடி மக்களுள் ஆறுகோடி மக்கள் படும் அல்லலையும் மேற்சாதியோர் என்னும் வேஷக்காரர்களால் படுந் துன்பங்களையும் கருணைதங்கிய ராஜாங்கத்தில் சகல மனுக்களைப்போல் இவர்களும் முன்னேறுவதற்கு வழியில்லாமல் படுங் கஷ்டங்களையும் கண்ணாறக்கண்டு அவர்களின் கஷ்டநிஷ்டூரங்களை நீக்கி மற்ற மக்களைப்போல் இம்மக்களும் சீர்பெறவேண்டும் என்னும் நோக்கம் வைத்தோர் ஒருவருங்கிடையாது.

மாடுகளின்மீதேனும் குதிரைகளின்மீதேனுங் கருணைவைத்து கூட்டங்கூடி கழுத்தில் புண்ணுள்ள குதிரையை வண்டியிற் கட்டலாகாதென்னும் முடிவுசெய்து அதற்கென்ற காவலாளர்களையும் வைத்து பாதுகார்த்து வருகின்றார்கள்.

இந்த ஆறுகோடி மக்கள் கிராமங்களில் தண்ணீர் கிடைக்காமல் தவிக்குந் தடைகளையும் நாளொன்றுக்கு ஓரணாவேனுங் கூலிகிடையாமல் உழைக்குங் கஷ்டங்களையும், கூலி போதாதென்று வேறு வேலைகளுக்குப் போய்விட்டாலும் வேலைக்கு போவாது நின்றுவிட்டாலும் முனிஷிப்புக்குச் சொல்லியும் மணியக்காரனுக்குச் சொல்லியும் தண்டனைக்குள்ளாக்குந் துன்பங்களையும், பொய்யாகிய சாதிக்கட்டுப்பாடுகளினால் இவர்களை எச்சுகமும் பெறவிடாது விரட்டித் துரத்துங் கேடுபாடுகளையும், கிராமத்தோர் துன்பங்களை சகிக்கமுடியாது பிரிட்டிஷ் அதிகாரிகளிடஞ்சென்று முறையிட்டுக்கொள்ள அவர்கள் அதை நேரில் வந்து விசாரியாது சாதித்தலைவர்களாம் முநிசிப்புக்கேனும் மணியக்காரனுக்கேனுந் தெரிவிப்பார்களாயின் அதற்கு ஏதேனுமோர் சாக்குப்போக்கைச் சொல்லிவிட்டு அதிகாரிகளிடம் முறையிட்டுக்கொண்ட ஏழைக்குடிகளை பலவகைத் துன்பங்களால் ஊரைவிட்டோட்டும் பரிதாபங்களையும் பண்ணையாளுக்குப் பாட்டன்காலத்தில் ஐந்து ரூபாய் கடன் கொடுத்து பேரன் பிள்ளை பேறுகாலம் வரையில் வட்டிசேரவில்லை என வேலை வாங்கிக் கொண்டுவரும் நிர்ப்பந்தங்களையும், பெரியசாதியோனென்போன் குடியனாயிருப்பினும், திருடனாயிருப்பினும், கொலைஞனாயிருப்பினும், பொய்யனாயிருப்பினும் இவ்வேழைக்குடியானவன் ஒருவனைக் கண்டவுடன் இவன் தாழ்ந்த சாதியான் நீச்சசாதியானெனக் கூறி நாணமடையச் செய்வதுடன் அன்னிய தேசத்தினின்று இவ்விடம் வந்து குடியேறும் நூதன மக்களுக்கும் இழிவாகக்கூறி அவர்களாலுஞ் சீர்கெடுத்துவரும் வஞ்சினங்களையும் தாழ்ந்த சாதியோன் ஒருவனிருக்கின்றானென்று கூத்து மேடைகளில் இளித்துக் காட்டுகிறதும் வீதி வீதியாய்ப் பழித்துப் பாடுகிறதுமாகிய இழிச்செயல்களால் மனங்குன்றியும் நாணடைந்து வருங்கொறூரத் துன்பங்களை கண்டுங்காணாததுபோல் இருக்கின்றார்களன்றி மக்களை மக்களாக நோக்குவோரைக் காணோம். மக்களை மிருகங்களினும் தாழ்ச்சியாகவே எண்ணி தலையெடுக்கவிடாமற் செய்துவருகின்றார்கள்.

பெரியசாதிகளென வேஷமிட்டு இவ்வேழைக்குடிகளை சுத்தநீரை மொண்டு குடிக்கவிடாமல் துரத்தியடிப்பவர்கள் மற்றெந்த சுகத்தை அடையவிடுவார்களென்பதை கருணைமிகுத்த விவேகிகளே கண்டு கொள்ளவேண்டியதாகும்.

சுத்தநீரை மொண்டு குடிக்கவிடாமலும் அம்பட்டனை சவரஞ் செய்யவிடாமலும் வண்ணானை வஸ்திரமெடுக்கவிடாமலும் தங்களது கல்விசாலைகளில் சேர்ந்து வாசிக்கவிடாமலும் சீர்கெடுத்துக் கொல்லாமற் கொன்றுவருங் கொடூரச் செயல்களைக் கண்டிருந்ததும் இவ்வாறு கோடி மக்களின் அல்லலை நீக்குங் கருணைமிகுத்தோர் ஒருவரையும் காணாத்தால் இந்தியதேசச் சக்கிரவர்த்தியாகத் தோன்றி இந்தியாவில் வந்து முடி சூட்டிக் கொள்ளுங் கருணைவள்ளலாம் மகாராஜா ஐந்தாவது ஜார்ஜ் சக்கிரவர்த்தியாருக்கும், மகாராணி மேரி சக்கிரவர்த்தினியாருக்கும், பணிவான வந்தனங்கூறி இந்தியாவிலுள்ள சகலசாதி மக்களுக்குப் பட்டங்களும் பணங்களும் அளித்துக் குதூகலிக்கச் செய்வதுபோல் சக்கிரவர்த்தியார் முடி சூட்டின் வைபவக் காலக்குறிப்பு ஆறுகோடி மக்கள் இதயத்தில் எக்காலும் ஊன்றி சிந்தித்து இராஜ விசுவாசத்தில் லயிப்பதற்காய அறத்தை எதிர்நோக்குகின்றார்கள்.

அத்தகைய அறங்கள் யாதெனில்:-

பூமிகளை பண்படுத்துவதற்கும் தானியங்களைப் பயிரிட்டுவிருத்தி செய்வதற்கும் இவ்வேழைக்குடிகளே உரியவர்களும் உழைப்பாளிகளுமாதலின் இவர்களுக்கென்று புரோட்டிஸ்டான்டு கிறிஸ்தவ சங்கத்தோர்களேனும் சாக்கைய பௌத்த சங்கத்தோர்களேனுங் காலிபூமிகளைக் கேட்பார்களாயின் அவர்கள் மூலமாகக் கொடுத்து ஆதரிப்பதோர் அறம்.

கிராமாந்தரங்களில் வாழும் ஏழைக்குடிகள் தங்களது கஷ்ட நஷ்டங்களை பிரிட்டிஷ் அதிகாரிகளுக்குத் தெரிவித்துக் கொள்ளுவார்களாயின் அவற்றை இருந்த இடத்திருந்து சாதித்தலைவர்களை வினவாது ஏழைக்குடிகள் வாசஞ்செய்யுமிடங்களுக்கே நேரிற்சென்று தேற விசாரித்து நீதியளிக்க வேண்டுமென்பது இரண்டாவது அறம். நகரவாசங்களில் பொதுவாயுள்ளக் கிணறுகளிலும், குளங்களிலும், சகலசாதியோருங் கலந்து சுத்தநீரை மொண்டு குடிப்பது போல கிராமங்களில் நீர் மொண்டு குடிக்கவேண்டியதென்னும் உத்திரவைப் பிறப்பிக்கவேண்டும் என்பது மூன்றாவது அறம். இவ்வாறு கோடி மக்களின் கஷ்ட நஷ்டங்களை இராஜாங்கத்தோருக்கு விளக்கி ஆதரிப்பதற்கு லெஜிஸ்லேட்டிவ் கவுன்சலில் இவர்களுக்கென்றோர் அங்கத்தை நியமிக்க வேண்டும் என்பது நான்காவது அறம். இத்தகைய அறங்களை சாதித்தலைவர்கள் தோன்றி ஏதேனுந் தடுப்பார்களாயின் அவர்கள் எவ்வகையால் உயர்ந்த சாதிகளானார்கள் என்றும், இந்த ஆறுசோடி மக்கள் எவ்வகையால் தாழ்ந்தசாதிகளானார்கள் என்றும் விசாரிணைக்கேனுங் கொண்டு வந்து ஆறுகோடி மக்களின் அல்லலையும், அவதியையும் போக்கி ஆதரிக்கவேண்டும் என்னும் ஏகவறம் ஒன்றே போதும்.

- 5:25; நவம்பர் 29, 1911 -

239. ஏழைகள் அழுதக்கண்ணீர் கூரியவாளுக்கு ஒக்கும்

தற்கால இந்தியதேசம் நீங்கலாக மற்றுமுள்ள தேசங்கள் எங்ஙனும் உள்ள மேன்மக்கள் தங்கள் தேசத்திலுள்ள மற்றுமுள்ள மக்களை கல்வி விருத்திசெய்து முன்னுக்குக் கொண்டுவரவேண்டுமென்றும் கைத்தொழில் விருத்திசெய்து முன்னுக்குக் கொண்டுவரவேண்டுமென்றும், வைத்திய சாலைகளை வைத்து ஆதரிக்க வேண்டுமென்றும், ஆதுலர் சாலைகளை வைத்து ரட்சிக்க வேண்டுமென்றும் தங்கள் தங்கள் சுயரார்ஜித சொத்துக்களை செலவிட்டு எழிய மக்களைத் தங்களைப்போல் சீருக்கும் செம்மெக்குங் கொண்டுவருவதுடன் மிருகசீவர்களின் மீதுங் கருணைவைத்து அவைகளையும் சுகசீவவாழ்க்கையில் பலுகிப் பெருகும்படி செய்துவருகின்றார்கள்.

ஈதல்லவோ மேன்மக்களது செய்கை, ஈதல்லவோ கருணைமிகுத்தோர் நோக்கும், ஈதல்லவோ தன்னைப்போல் பிறரை நேசிக்குந் தயாளம், ஈதல்லவோ மானுஷீகரென்னும் பெயர்பெற்றவர்களது தன்மம், ஈதல்லவோ விவேகமிகுத்தவர்களின் நற்செயல், ஈதல்லவோ தேசத்தை சிறப்புப்பெறச் செய்யும் மார்க்கம், ஈதல்லவோ மக்களை ஒற்றுமெயிலும் அன்பிலும் லயிக்கச் செய்யும் செய்கை. இத்தகைய கல்விவிருத்தி, கைத்தொழில் விருத்தி ஒற்றுமெய் விருத்தி, தேச்சீர்திருத்த விருத்தி, மக்கள் நாகரீகவிருத்தி, சுகாதார விருத்தி, இவைகளை நோக்காது பொய்யாகிய ஓர் சாதிக்கட்டுப்பாட்டை ஏற்படுத்திக்கொண்டு அதிற் பெரியசாதியென்றும் சொல்லிக் கொள்ளுவோன் கொலைஞனாயிருப்பினும், கள்ளனாயிருப்பினும் குடியனாயிருப்பினும், விபச்சாரியனாயிருப்பினும், பொய்யனாயிருப்பினும். யாதாமோர் தொழிலுமின்றி பிச்சையேற்று உண்பவனாயிருப்பினும் அவன் பெரியசாதி, பெரிய சாதியேயென்றும் சிறியசாதியோனெனத் தாழ்த்தப்பட்டவன் பொய்யற்றவனாயிருப்பினும், களவற்றவனாயிருப்பினும் கொலையற்றவனாயிருப்பினும், குடியற்றவனாயிருப்பினும், விபச்சாரமற்றவனாயிருப்பினும் தேகத்தை வருத்திக் கஷ்டப்பட்டு தன் பெண்சாதி பிள்ளைகளைப் போஷிக்கக் கூடியவனாயிருப்பினும், பூமியை உழுது பண்படுத்தி தானியவிருத்திசெய்து சகல சீவர்களுக்கும் உபகாரமுடையோனாயிருப்பினும் அவனை சிறியசாதி, சிறியசாதியே என்று கூறி அவனை மனங்குன்றி காணச்செய்வதுமன்றி, சுத்தநீரை மொண்டுகுடிக்கவிடாமல் வதைப்பதும், அம்மட்டர்களை சவரஞ்செய்யவிடாது விகாரப்படுத்துவதும், வண்ணார்களை வஸ்திரமெடுக்க விடாது அசுத்த நிலையடையச் செய்வதும், கல்வி விருத்தி செய்விக்கவிடாது தடுத்து அவிவேகிகளாக்கிவருவதும், சுத்தமான இடங்களில் வைத்திருந்தால் நாகரீகம் பெற்று முன்னுக்கு வந்துவிடுவார்களென்றெண்ணி அசுத்தமுள்ளப் புறம்பாய இடங்களில் ஒட்டியும், ஆறு கோடி மக்களை நசித்து நாசமடையச் செய்துவருவதே பெரியசாதி என்பவர்களின் பேரன்பும் கனவான்களென்பவர்களின் கண்ணோக்கமும் மேன்மக்களென்பவர்களின் ஆதரவும் இவைகளேயாம்.

உலகெங்குமில்லாதப் பொய்யாய சாதிக்கட்டுப்பாடு இக்கோமணத்திற்குச் சமதையாய இவ்விந்து தேசத்தில் மட்டும் தோன்றியதும், அன்னிய தேசத்தினின்று இவ்விடம் வந்து குடியேறியுள்ளவர்கள் பெரியசாதிகளாகி விட்டதும், இத்தேசத்து விவேகமித்தப் பூர்வக்குடிகள் சிறியசாதிகளாகி

விட்டதும் "பார்ப்பானுக்கு மூப்பான் பறையன் கேழ்ப்பாரில்லாமற் கீழ்ச்சாதியானா" னென்னும் முதுமொழிக்கிணங்கப் பலசாதிகளாக விளங்கும் இருபத்தியாறுகோடி மக்கள் சாதிபேதமென்னும் வஞ்சகச்செயலில் அல்லடைந்தும் அவதியுற்றும் ஆறுதலற்று கண்ணீர்த்ததும்ப நிற்கின்றார்கள்.

இத்தகைய ஆறுதலற்ற ஆறுகோடி மக்கள் முன்னிலையில் கருணை நிறைந்த பிரிட்டிஷ் ஆட்சியார் இதுகாரும் வந்து தோன்றாமலிப்பார்களாயின் ஆடுகிடந்தவிடத்தில் ஒரு மயிரேனுங் கிடையா" தென்னும் பழமொழிபோல் அன்பும் சீவகருண்ணியமுமற்ற சத்துருக்கள் முன்னிலையில் சாதிபேதமற்ற ஆறுகோடி மக்களுள் ஆறுபேரேனும் மிகுந்திருப்பார்களோ இரார்களோவென்பதை சாதித்தலைவரது தற்காலத்தியக் கருணை அற்றச் செயலாலும் ஆறுகோடி மக்கள் அல்லலும் அவதியுமுற்று மனங்குன்றி நாணடைந்து கண்ணீர் விட்டழுங் கவலையாலுமேயாம்.

இத்தகைய கவலைகொண்டழுவோர் சதா ஏழைகளன்று. பூர்வம் இத்தேசத்து பௌத்தன்ம மேன்மக்களாயிருந்து கருணையற்ற சத்துருக்களால் தாழ்ந்து கண்கலங்கினிற்கின்றார்கள். அவர்களது கண் கலக்கமும் பழிபாவமும் வீண்போகாது, வீண்போகாது.

ஏழைகள் அழுங் கண்ணீர் கூரியவாளுக்கு ஒக்குமென்பதே.

- 5:27; டிசம்பர் 13, 1911 -

240. சென்னை ராஜதானி விவசாய விருத்திக் கெடுதி

பர்ம்மா , சைனா, ஜப்பான், அமேரிக்கா முதலியதேசங்களின் விவசாயவிருத்தி இராஜாங்கத்தோர் உதவியின்றி அந்தந்த தேசத்து வேளாளர்கள் தங்கள் தங்கள் முயற்சிகளால் பூமிகளை உழுது பண்படுத்தி தானியங்களை விளைவித்து தங்கள் தங்கள் தேசங்களுக்கு சுகமளிப்பதுடன் ஏனய தேசங்களுக்கும். தானியங்களை அநுப்பி அவ்விடமுள்ள மக்களுக்கும் சுகமளித்து வருவதுடன் வியாபார பெருக்கமும் அதிகரித்து வருகின்றது.

அத்தகைய விவசாய விருத்தியும் வியாபார விருத்தியும் பெருகி சுகச்சீர் பெருவதற்குக் காரணம் யாதெனில், அந்தந்த தேசங்களிலுள்ள வேளாளர்களாம் விவசாயத் தொழிலாளிகளே விடா முயற்சியினின்று முதலாளிகளாயுள்ளவர்கள் ஏழைகளுக்கு உதவி புரியவும், ஏழைகளாயுள்ளவர்கள் தங்களது விடாமுயற்சிகளால் பூமிகளை சீர்திருத்துங் கவலையும், நீர் பாய்ச்சுங் கவலையும், பண்படுத்துங்கவலையும், பயிறினை ஓங்கச் செய்யுங் கவலையிலுமிருந்து தாங்களும் சுகச்சீர் பெருவதுடன் முதலீவோர்களுக்கும் சுகமளித்து வருவது வழக்கமாகும்.

முதலீயும் வேளாளத் தொழிலாளர்களும் தானியமுதலை பெற்றுழைக்கும் வேளாளத் தொழிலாளர்களும் ஒற்றுழைத்து ஒருவருக்கொருவர் பேதமின்றிப் பல தானியங்களையும் பெருகச்செய்து வருவதினால் முதலீவோரும் முதலினைப் பெற்றுழைப்போரும் சுகசீவிகளாக வாழ்வதுடன் சகல தேசங்களுக்கும் படியளந்து போஷிக்கச் செய்துவருகின்றார்கள்.

தென்னிந்திய விவசாயிகளோவென்னில் தொழிற்பெயர்கள் யாவையும் சாதிப் பெயர்களாக மாற்றி அவன் சின்னசாதி, இவன் பெரியசாதி என்னுங் கொறூரச் செயல்களையே விருத்தி செய்துக்கொண்டதுமன்றி தங்கள் சுயப்பிரயோசனங்களை நாடி தொழிற்பெயர்கள் யாவையும் சாதிப் பெயர்களாக மாற்றியுள்ள சாதித் தலைவர்கள் மனுதன்ம சாஸ்திரமென்னுங் கட்டுக்கதையை ஏற்படுத்தி அதிற்றங்களுக்கான சீவனோபாயங்களை ஏற்படுத்திக் கொண்டதுமன்றி, "பயிரிடுந்தொழில் இழிந்ததொழிலென்றும்" வரைந்து வைத்திருக்கின்றார்கள். கீழ்ச்சாதி மேற்சாதியென்று அமைத்து வைத்துள்ள சாஸ்திரத்தை மெய்யென்று நம்பியுள்ள யாவரும் அதில் வரைந்துள்ளப் பயிரிடுந் தொழிலும் இழிந்த தொழிலென எண்ணி விவசாயத் தொழிலைவிட்டுப் பாழடைந்து போனார்கள்.

இத்தகைய பொய்வேஷமாம் சாதிக்கட்டுப்பாட்டை நம்பாமலும் அவர்களில் அடங்காமலுமிருந்த பௌத்த கூட்ட வேளாளத் தொழிலாளர் மட்டிலும் பூமியைப் பண்படுத்தி தானியவிருத்தி செய்துவந்தார்கள். பொய்சாதி வேஷக்காரர்களுக்கும், பொய்ச்சாதித் தலைவர்களுக்கும் அடங்காது பௌத்ததன்மத்தை நிலைநிறுத்தி வந்த விவேகமிகுத்த மேன்மக்கள் யாவரையும் தாழ்ந்த சாதிகளென நசிப்பதற்கு ஆரம்பித்துக் கொண்டதன் பேரில் வேளாளத்தொழிலாளர்களுக்கு முதல் ஈய்ந்து உதவும் வேளாளர்கள் யாவரும், சாதித் தலைவர்களுடன் கலந்துக்கொண்டு முதலீவோரென்னும் பெயரற்று தானியமுதலுள்ளவர்களும் தானியமுதலில்லாதவர்களும் தங்களை முதலியார் சாதியென்னும் நூதனசாதிப் பெயரைவகித்துக் கொண்டு சாதிபேதமில்லா வேளாளத் தொழிலாளர்களைத் தாழ்ந்த சாதியாகப் பிரிக்கவும் தங்களை மேலான சாதியென ஆரம்பித்துக்கொண்டதின் பேரில் பேதமின்றி தானிய முதலீவதும் அற்று பேதமின்றி தானிய முதலைப் பெறுவதும் அற்று விவசாய விருத்திக்கே கேடுண்டாயிற்று.

மனுதன்மசாஸ்திரத்தில் பயிரிடுந்தொழில் இழிந்த தொழிலென்று வரைந்துள்ள விவசாய விருத்திக்கு முதல் கேடும், வேளாளத் தொழிலாளருள் தானிய முதலீவோரெல்லாம் முதலியாரென்னும் வேறு சாதியாக பிரிந்துவிட்டது, விவசாய விருத்திக்கு இரண்டாங்கேடும், பூமியை உழுது பண்படுத்தி விடா முயற்சியில் தானியவிருத்திசெய்யும் உழைப்பாளிகள் யாவரையுந் தாழ்ந்த சாதிகளென வகுத்து சுத்த நீரை மொண்டுகுடிக்கவிடாமலும், அம்மட்டர்களை சவரஞ்செய்யவிடாமலும், வண்ணார்களை வஸ்திரமெடுக்க விடாமலும் பல வகையால் இழிவுகூறி நசித்துவந்த துன்பம் சகிக்கமுடியாது பூமித் தொழில்களைவிட்டு பலதேசங்களுக்குச் சென்று பிழைக்க ஆரம்பித்துக் கொண்டார்கள். இதுவே விவசாய விருத்திக்கு மூன்றாவது கேடாயிற்று.

- 5:30: சனவரி 3, 1912 -

இத்தகைய மூவகைக் கேடுகளுக்கும் உபபலமாக சோம்பேறிகளும், வஞ்சகர்களும், குடிக்கேடர்களும், பத்துக்குடிகள் நாசமடைந்தாலுமடையட்டுந் தங்களொருகுடிபிழைத்தால் போதுமென்னுங் கருணையற்ற லோபிகளுமானோர்களிற் சிலர் பூமிகளை சம்பாதித்துக்கொண்டார்கள்.

பூமிகளைக் கஷ்டமின்றி யெவ்வகையிற் சம்பாதித்துக்கொண்டார்களோ அதுபோல் தங்கள் பூமிகளை உழுது பண்படுத்துவதற்கும் நாளொன்றுக்கு முக்காலணாக் கூலி, வரணாக் கூலியாள் கிடைக்கவேண்டுமென்றும், அவ்வகை யாளுக்கு ஐந்து ரூபா கடன் கொடுத்துவிட்டால் தொகையைப் பெற்றவனது புத்திரன், பௌத்திரன் வரையில் அக்கடன் ஒழியாமலே கணக்கு சொல்லி வேலைவாங்கிக்கொண்டு வரவேண்டியதென்னுங் கோரிக்கையால் பூமியை நோக்கி நிற்கும் சில முதலாளிகளும் இருக்கின்றார்கள்.

அத்தகைய முதலாளிகளிடம் ஊழியஞ்செய்யும் வேளாளத் தொழிலாளர்கள் பசியாரக்குடிக்கக் கூழுமற்று கட்டத் துணியுமற்று எலும்புந்தோலுங் கோலுங் கூடுவையுமாயிருத்தல் வேண்டும். முதலாளிகள் பூமிகளில் இரவும் பகலும் உழைக்கவும் வேண்டும். இத்தகையவுழைப்பை சகிக்கலாகாது அன்னிய தேசங்களிலேனுஞ்சென்று பிழைக்கலாமென்று அனந்த உழைப்பாளிகள் இத்தேசத்தைவிட்டுப் போய்விட்டார்கள். இன்னும் அனந்தம்பேர் இவர்களது சாதிபேத அனாச்சாரக் கெட்டுப்போனச் செய்கையின் கொறூரத்தால் பசியாற அன்னங்கிடைக்காவிடினும் சுத்தநீரையேனு மொண்டு குடிக்கயிடங்கிடையாது. பாசிநீரையுந் தூசிநீரையு மருந்தி பலவகை நோய்களாற் பீடிக்கப்பட்டு நசிந்து போனார்கள். பூமியைப் பண்படுத்தி தானியவிருத்திச் செய்யும் உழைப்பாளிகள் ஊரைவிட்டகன்றும் புசிப்பில்லாமல் மடிந்தும் போனவர்கள் நீங்க மற்றுமிருப்பவர்களையும் தங்களுக்குள்ள சாதிபேதச் செயலால் தலையெடுக்கவிடாமற் செய்துவருகின்ற படியால் கருணைதங்கிய ராஜாங்கத்தோரால் பூமிகளின் விருத்தியைநாடி வேணப் பொருளுதவிச்செய்தும் விவசாயத்தொழில்கள் விருத்திப்பெறாது கேடுற்றே வருகின்றது. இத்தகைய விவசாய விருத்திக் கேடுகளுக்கெல்லாம் காரணம் சாதிபேதமற்ற யேழைக்குடிகளுக்கு நேரிட்டுவரும் இடுக்கங்களேயாம். இவ்வேழைக்குடிகளின் இடுக்கங்கள் நீங்கவும், விவசாயங்கள் விருத்திபெறவும் வேண்டுமாயின் கருணைதங்கிய ராஜாங்கத்தார் தங்களது நன்னோக்கங்களை சாதிபேதமற்ற யேழைக்குடிகளின் மீது வைத்து வயிறாறப் புசிப்பூட்டி பூமியையுழுது பண்படுத்தவிடுவார்களாயின் சத்துருக்களின் இடுக்கங்கள் நீங்கி ஆனந்தத்துடன் பூமியை யுழுது பண்படுத்தி வேணவரையிலும் விவசாயத்தை விருத்திச் செய்வார்கள். அங்ஙனமின்றி யேழைமக்கள் தங்களுக்குச் சத்துருக்களாயுள்ள சாதிபேதம் வைத்துள்ளவரை யெஜமானர்களாகப் பெற்றிருக்கும்வரையில் விவசாயம் விருத்திப்பெறாதென்பது திண்ணம் திண்ணமேயாம்.

- 5:31; சனவரி 10, 1912 -

241. ஹானரெபில் வி. கிருஷ்ணசாமி ஐயர் அவர்களுக்குப் பதில் கருணை தங்கிய ராஜாங்கத்தோர் ஹானரெபில் ஜஸ்டிஸ் சங்கரநாயரை நியமிப்பார்களென்று நம்புகிறோம்

தற்காலங் காலியாயுள்ள (எக்ஸிகூட்டிவ்) மெம்பர் நியமனமானது கனந்தங்கிய கவர்னரவர்களது அத்தியந்த ஆலோசனைச் சங்கத்தைச் சேர்ந்ததாகும்.

அத்தகைய சங்கத்திற் சேர்க்கவேண்டியவர்கள் பிரிட்டிஷ் ஆட்சியோரைப் போல் சாதிபேதமற்றவர்களும், தன்னவர் அன்னியரென்னும் பட்சபாதம் இல்லாதவர்களும், சீவகாருண்ணியம் உள்ளவர்களும், மனிதர்களை மனிதர்களாக பாவிக்கும் மேன்மக்களும், அதிகப் பொருளாசையற்றவர்களும், நீதியின்பேரிற் கண்ணோக்கம் உள்ளவர்களும், எக்காலும் நன்னெறியில் நிற்பவர்களும், இராஜவிசுவாச மிகுத்தவர்களும், ஆலோசினையில் ஆழ்ந்த கருத்துள்ளவர்களும், செங்கோலை செங்கோலாக நடத்தும் சிரேஷ்ட குணமுள்ளவர்களுமா யிருத்தல் வேண்டும்.

பிரிட்டிஷ் ஆட்சியோர் செயலுக்கும் அவர்களது சிறந்த குணத்திற்கும் மாறுபட்டிருக்கின் இராஜாங்கத்தின் ஆலோசினைகளுக்கு அனந்தமாறுதல்களும் சங்கைகளும் தோன்றி, நேராய நீதிகள் சீர்கெடுவதுடன் சங்கத்தோர்களுக்கும் கவலைகளையுண்டுசெய்துவரும், ஆதலின் நமது கருணைதங்கிய ராஜாங்கத்தோர் இந்த எக்சிகூட்டிவ் நியமனத்தைமட்டிலும் பிரிட்டிஷார் குணாகுணங்களையும் செயல்களையும் சற்றேறக்குறைய ஒத்து நடாத்தக்கூடிய உத்தமபுருஷராகும் ஜஸ்டிஸ் சங்கரநாயருக்குக் கொடுப்பதாயின் இராஜாங்கத்தோருடன் ஒத்துழைப்பதுடன் ஆங்கிலக்குடிகள், முஸ்லீம் குடிகள், கன்னடக் குடிகள், மராஷ்டகக்குடிகள், மலையாளக்குடிகள், திராவிடக் குடிகளாகிய சகலமக்களையும் பேதம்பாராது அவரவர்களுக்குள்ள கஷ்ட நட்டங்களையும் குறைகளையும் இராஜாங்கத்தோருக்கு விளக்கி பாரபட்சமின்றி சுகச்சீரளிப்பார். ஏனைய சாதித்தலைவர்களுக்கு ஈய்வதாயின் எத்தகைய விவேகமிகுத்தவனாயினும் அவனைத் தாழ்ந்தசாதியோனென்றும், எத்தகைய விவேகமில்லா பகுத்தறிவற்றவனாயினும் அவனை உயர்ந்த சாதியோனென்றும் வகுத்துக்கொண்டு இராஜாங்கக் காரியாதிகளிலும் சாதி அனாச்சாரம், சமய அனாச்சாரங்களை நுழைத்து நீதிநெறிகளைப் பாழாக்கி ''பிள்ளையையுங் கிள்ளிவிட்டுத் தொட்டிலையும் ஆட்டுவதுபோல்'' குடிகளையுந் தூண்டிவிட்டு இராஜாங்கத்தோருக்கும் மித்திரர்போல் அபிநயிப்பார்கள்.

ஆதலின் கருணை தங்கிய ராஜாங்கத்தோர் சாதிநாற்றம் பெருகியுள்ள இத்தேசத்தோர் மத்தியில் சாதிநாற்றமில்லாமலும், சமயநாற்றம் பெருகியுள்ள இத்தேசத்தோர் மத்தியில் சமயநாற்றமில்லாமலும் தங்களது செங்கோலை நடத்திவருவதுபோல் சாதிநாற்றம், சமயநாற்றம் அற்றவர்களையே தெரிந்தெடுத்து ராஜ அங்கத்தினர்களாக நியமிப்பதாயின் சகல குடிகளும் சுகச்சீர் பெற்றுப் பலுகிப் பெருகுவதுடன் இராஜாங்கமுங் கவலையற்ற ஆறுதலைப்பெறும்.

இதுவிஷயங்களை ஆய்ந்தே தற்காலங் காலியாயுள்ள எக்சிகூட்டிவ் மெம்பர் நியமனத்தை ஜஸ்டிஸ் சங்கரநாயரவர்களுக்கே அளிப்பார்களென்று எதிர்பார்க்கின்றோம். அங்ஙனம் அவரை நியமிக்காவிடின் சாதிபேதமென்னுங் கொறூரகுணமற்ற ஓர் பிரிட்டிஷ் துரைமகனையே நியமிப்பது மேலாம்.

- 5:31; சனவரி 10, 1912 -

242. காங்கிரஸ் கமிட்டியும் ராஜதுரோக சட்டமும்

இவ்வருடன் கூடியக்கூட்டத்திலும், இராஜதுரோகிகளை தண்டிக்க வேண்டுமென்று ஏற்படுத்தியுள்ள சட்டத்தை எடுத்துவிடவேண்டி ராஜாங்கத்தோரைக் கேட்டுக் கொள்ள வேண்டுமென ஓர் பிரோசீடிங் முடித்திருப்பதாக விளங்குகின்றது.

இக்காங்கிரஸ் கமிட்டியில் சேர்ந்துள்ள கனவான்கள் யாவரும் மிக்க வாசித்தவர்களும், விவேகமிகுத்த மேலோர்களுமாயிருந்தும் இராஜ துரோகிகளை தண்டிக்க வேண்டுமென்று ஏற்படுத்தியுள்ள சட்டத்தை எடுத்துவிட வேண்டுமென முயல்வது யாதுக்கோ விளங்கவில்லை.

இவர்களுக்கே ஓர் இராஜாங்கம் உண்டாகி இவர்களுக்குள்ளோர் இராஜதுரோகிகள் தோன்றுவார்களாயின், அவர்களை தண்டிக்காமல் விட்டுவிடுவார்களோ, அவர்களை தண்டித்து சீர்திருத்தத்தக்க சட்டங்களை வகுக்கமாட்டார்களோ. அவற்றை இவர்களே ஆலோசிக்காது பிரிட்டிஷ் ஆட்சியார் வகுத்துள்ள இராஜத்துரோகிகளைத் தண்டிக்கும் சட்டத்தை எடுத்துவிடவேண்டுமென முயல்வது வீணேயாம். இராஜதுரோகிகளை தண்டிப்பார்களன்றி இராஜ விசுவாசிகளைத் தண்டிக்க மாட்டார்கள். கள்ளனுக்கு சிறைச்சாலையுங் கொலைஞனுக்குத் தூக்கும் நிறைவேற்ற வேண்டுமென சட்டம் வகுத்திருக்கின்றார்கள்.

தேசத்திற் கொலைஞர்களுமில்லை, கள்ளர்களுமில்லை சட்டத்தை எடுத்துவிடவேண்டுமென்றால் எடுக்கலாமோ. அவ்வகை எடுக்கவேண்டுமென்று கூறுவதும் நியாயமோ, இத்தகைய ராஜாங்க சீர்திருத்தத்தில் கண்ணோக்கம் வைத்துழைக்கும் காங்கிரஸ் கமிட்டியார், தாழ்ந்த சாதியோனைத் தொழுவில் மாட்டி வதைக்க வேண்டும், உயர்ந்தசாதியோனை சத்திரத்தில் உழ்க்காரவைக்க வேண்டுமென்னுங் கிராமாதிகாரிகளின் சட்டத்தை உய்த்து நோக்கநேரமில்லை போலும். மனுமக்களுள் மனு மக்களை சுத்தநீரை மொண்டு குடிக்கவிடாமல் அசுத்த நீரை மொண்டுகுடித்து அவதிக்குள்ளாக்கி வைப்போரின் அநீதிச் செயலை அறிந்தும் அறியாதவர்கள் போல் சுயப் பிரயோசனத்தை நாடுவதழகாமோ. உள்சீர்திருத்தத்தில் உழைப்பாளிகளை உறுதிபெறச் செய்யாது ஊரைவிட்டோட்டியும் உள்ளவர்களைத் தாழ்ந்த சாதியென வகுத்தும் பாழடையச் செய்வது நியாயமாமோ.

உலகத்தில் எத்திக்கிலும் இல்லா சாதிக்கட்டுப்பாட்டை மெய்யென்று எண்ணியிருக்கின்றார்களோ அன்றேல் பொய்யென்று எண்ணியிருக்கின்றார்களோ விளங்கவில்லை. அக்கட்டுப்பாட்டைப் பொய்யென கற்றறிந்திருப்பரேல் இத்தேசத்து மக்களுள் ஆறுகோடி மக்களைத் தாழ்ந்த சாதி எனக் கூறி அல்லடையச்செய்யும் அவதிகளை அகற்றல்வேண்டும்.

அங்ஙனமின்றி சாதிக் கட்டுப்பாட்டை மெய்யென்றும் அதை அனுஷ்டிக்க வேண்டுமென்று எண்ணியுள்ளாராயின், இவர்கள் எடுத்துள்ள முயற்சிகள் யாவும் விழலுக்கிரைத்த நீர்போலும் உமிகுத்திகை சலிப்பது போலுமே முடியும். தேசமக்களின் சீர்கேட்டையும் அவர்களது குறைவையும் உய்த்து நோக்காது இராஜாங்க சீர்திருத்தக்காரர்களெனக் கூட்டங்கூடுவதும் பெரும் பெருங் காரியங்களைப் பேசுவதும் வீணேயாம்.

சாதி பேதமென்னும் பொய் மூட்டையை இத்தேசத்தோர் சுமந்துள்ள வரையில் தேச சீர்திருத்தக் காரியம் ஒன்றேனும் சீர்பெறாதென்பது சத்தியமேயாம். சிலர் ஐரோப்பியரிடத்தும் சாதிபேதமுண்டு அவர்களும் சகலருடன் கலந்து சாப்பிடுகிறதில்லை என்று கூறுவதுமுண்டு, அக்கூற்று அந்தஸ்து பேதமேயன்றி சாதிபேதமாகாவாம். அதாவது ஓர் கர்னல் உத்தியோகத்திலிருப்பவர் ஒரு சோல்ஜருடன் கலந்து உட்கார்ந்து புசிப்பெடுக்கமாட்டார். ஆனால் அதேசோல்ஜர் சமைத்து கர்னலுக்கும் போடுவாராயின் அதை பேதமின்றி புசிப்பார். அத்தகைய சுத்த குணம் இத்தேசத்தோருக்குண்டோ கனவிலுங்கிடையாவாம். அந்தஸ்து பேதத்திற்கும், சாதிபேதத்திற்கும் அனந்த வித்தியாசமுண்டு. அதை நமது காங்கிரஸ் கமிட்டியார் கவனித்து தங்கள் தங்கள் சுயப்பிரயோசனங்களை நாடி ஏற்படுத்திக் கொண்டுள்ள சாதி வித்தியாசமென்னும் பொறாமெய்ச்செயல்களை அகற்றத்தக்க முயற்சியிலிருப்பார்களென்று நம்புகிறோம். அங்ஙனமாய் உள் சீர்திருத்தங்களை நோக்காதுப் புறச் சீர்திருத்தத்தை மட்டிலுங் கவனிப்பார்களாயின் அவர்களது நோக்கம் பொதுநோக்கம் ஆகாவாம். பொது நோக்கம் உடையவர்களாயின் ஆறு கோடி மக்களையும் சற்று நோக்குவார்களாக.

- 5:33; சனவரி 24, 1912 -

243. விவசாயமும் கைத்தொழிலும் வீணேதானோ

யாதும் விளங்கவில்லை. கருணைதங்கிய பிரிட்டிஷ் ராஜாங்கத்தார் விவசாயத்திற்காய பூமிகளை விடுத்தும், நீர்வசதிக்காய இயந்திரங்களைக் கொடுத்தும், பூமியைப் பண்படுத்தும் வகை தெரிந்துள்ள துரைமக்களேயருகிருந்தும் தூரதேச விதைகளைத் தருவித்தும், அவைகளை விளைவிக்குங் காலங்களையும் எருவு முதலியவை கொடுக்குத் திட்டங்களையும் விவரித்தும், பயிறுகளை ஓங்கச் செய்தும் விவசாயிகளை தருவித்தும், விளைந்துள்ள பயிறுகளைக் காண்பித்தும், வேண உதவி செய்துமிருக்க தென்னிந்திய விவசாயக்குடிகள் சகலரும் அவைகளைச் சென்று பார்வையிடாமலும், அப்பயிறுகளைப்போல் தாங்களும் விளைவித்து பலனடையாமலும் மேலும் மேலும் பூமிகளைப் பாழடையலிடாமல் விருத்திக்குக் கொண்டுவராமல் தங்கள் தங்கள் சுயேச்சையிலிருக்கின்றார்களன்றி ராஜாங்கத்தார் செய்திருக்கும் பேரானந்த விவசாயவிருத்தியில் கண்ணோக்குவதையும் கவலை எடுப்பதையுங் காணோம். பலதேசங்களிலுள்ளப் பண்ணைத் தொழிலாளர்கள் தங்கள் தங்கள் முயற்சியினாலேயே பூமிகளை சீர்திருத்தி தானியங்களை விருத்திச் செய்து சகல தேசங்களுக்கும் அநுப்பிக்கொண்டு வருகின்றார்கள். தென்னிந்திய விவசாயிகளோ கருணைதங்கிய ராஜாங்கத்தோர் உதவிபெற்றும் விவசாயத்தை விருத்தி செய்யாமலும் அதன் பலன்களை வெளியிட்டு மற்ற விவசாயர்களை பலனடையச் செய்யாதிருப்பதை நோக்குங்கால் தற்காலம் பூமிகளை வைத்திருப்பவர்களில் பெரும்பாலோர் பூர்வவிவசாயி-

கள் அல்லரென்பதேயாம். பூர்வவிவசாயிகளா யிருப்பார்களாயின் தங்கள் தங்கள் சுயமுயற்சியிலேயே விவசாயத்தை விருத்திச் செய்வார்கள். அத்தகைய விவசாயங்களுக்கு இராஜாங்க உதவியுங் கிட்டுமாயின் உள்ள பூமிகளை வெறுமனேவிடாது உழுது பயிர்செய்து தானியவிருத்திச் செய்து தாங்கள் சுகம்பெறுவதுடன் வெளிதேசங்களுக்குந் தானியங்களை அநுப்பி சுகம்பெறச் செய்வார்கள். பூர்வ விவசாயிகள் யாவரையும் பலவகை வஞ்சினத்தாலும் சூதினாலும், சாதிபேதமென்னும் பொறாமெய்ச் செயல்களாலும், ஊரை விட்டோட்டிவிட்டபடியாலும் மற்றுந் தங்கியிருப்பவர்களை இருக்க இடமில்லாமலும், குடிக்கக் கூழ் கிடைக்காமலும் சுத்தநீரை மொண்டு குட்டிக்கவிடாமலும், கோலுங் குடுவையுங் கொடுத்து எலும்புந் தோலுமாக மடியச் செய்துவிடுகின்றார்கள். இத்தேசத்துள் வன்னெஞ்சினர்களால் உண்டாக்கிக்கொண்ட பொய்யாய சாதிக் கட்டுப்பாட்டினால் உழைப்பாளிகளாகிய மக்கள் நசிந்து பாழடைந்ததுடன் வித்தை, புத்தி, யீகை, சன்மார்க்கம் நிறைந்த மேன்மக்கள் யாவரும் மிலேச்சர்களால் கீழ்மக்களெனத் தாழ்த்தப்பட்டு நிலைகுலைந்துவிட்டபடியால் தேசத்தின் பூர்வக் கைத்தொழில்கள் பாழடைந்ததுடன் கருணைதங்கிய ராஜாங்கத்தார் கைத்தொழிற்சாலைகளை வகுத்து வேண உதவி புரிந்தும் அவைகளும் விருத்திபெறாமலே நசிந்துவருகின்றது.

இத்தகைய நசிவுகளுக்குக் கேடுபாடுகளுக்கும் மூலகாரணம் பூமியை உழுது பண்படுத்தும் உழைப்பாளிகளும், கைத்தொழில் உழைப்பாளிகளும் தாழ்ந்தசாதியெனத்தாழ்த்தப்பட்டு நிலைகுலைந்ததேயாம். அவனவன் சுயப்பிரயோசனங்களுக்காக ஏற்படுத்திக்கொண்ட பொய்யாய சாதிக்கட்டுப்பாட்டினால் விவசாயவிருத்திகளுங் கைத்தொழில்விருத்திகளுங் கெட்டு நாளுக்குநாள் தென்னிந்தியம் சீர்கேடடைந்துவருகின்றது.

இத்தகைய சீர்கேட்டை அறிந்த ராஜாங்கத்தோர் வேண சீர்திருத்தமும் பொருளுதவியுஞ் செய்துவந்த போதிலும் அங்கங்குப் பூர்வக்குடிகளாகிய உழைப்பாளிகளில்லாது வன்னெஞ்சர்ச் செயலால் விலகிநிற்பதே காரணமாகும். இத்தேசத்தியப் பூர்வக்குடிகளும் உழைப்பாளிகளும் நற்குண நற்செயலில் மேன்மக்களுமாக விளங்கினோர்களைக் கீழ்மக்களெனத் தாழ்த்தி அவர்களது சத்தியதன்மமார்க்கமாகிய புத்தன்மத்தையுங் மாறுபடச் செய்துவிட்டபடியால் தேசத்தின் சகல நன்மெகளுங் கெட்டு பாழடைந்து போய்விட்டது. கருணைதங்கிய ராஜாங்கத்தார் கைப்பொருளுதவியுங் கருவிகளின் உதவியும் விவசாயமும் வேண வரையிற் செய்து வந்த போதினும் கைத்தொழிலும் விருத்திபெறாமலே மயங்கிநிற்கின்றது.

உழைப்பாளிகள் ஊரிலுள்ள வரையில் கோதுமைப்பயிறுகளை எங்கும் விருத்தி செய்துவந்தபடியால் நகரங்களில் பெரும் இயந்திரங்களைப் பூட்டி நொய் மாவுகளை வேறுபடுத்தி உரொட்டிகள் சுடவும், மற்றும் பலகாரங்கள் செய்யவும் வேண புசிப்புகளுக்கு ஆதாரமாயிருந்தது. உழைப்பாளிகளைத் தாழ்ந்த சாதியெனத் தாழ்த்தியும் பலவகை இடுக்கங்கள் செய்தும் பாழ்படுத்திவிட்டபடியால் பூமிகளிலுழைத்துப் பாடுபடும் உழைப்பாளிகளுமற்று கோதுமைப்பயிற்றின் விளைவுகளுஞ்செற்று சீர்கேடடைந்து விட்டபடியால் அன்னியதேசத்தோர் விளைவிக்குங் கோதுமை மாவு எப்போது கப்பலை விட்டிறங்குமென எதிர்பார்த்திருக்கின்றார்கள். இத்தகைய விவசாயக்கேடுபாட்டிற்கும், கைத்தொழில் விருத்தி கேட்டிற்குக் காரணம் யாதெனில் சாதிபேதமென்னும் அநாச்சாரமாம் துன்னூற்களும் பொறாமே மிகுத்த துற்செயல்களுமேயாம்.

- 5:35; பிப்ரவரி 7, 1912 -

244. கலாசாலைகளில் மதப்படிப்பும் நல்லொழுக்கப் படிப்பும்

பூர்வம் இத்தேசத்து சமணமுநிவர்களால் வரைந்துவைத்துள்ள மநுகுல சீர்திருத்தங்களில் "ஆர்கலியுலகத்து மக்கட்கெல்லாம் ஓதலி நன்றே யொழுக்கமுடைமெ" எனக் கூறியுள்ளார்கள்.

மக்களுக்குக் கல்வியைக் கற்பிப்பதினும் நல்லொழுக்கத்திலும் சீலத்திலும் வளர்ப்பதே விசேஷமென்றும் ஒழுக்கமும் சீலமும் வளருமாயின் பின்னர் கற்கும் கல்வியின் பயனானது உலக உபகாரமாக விளங்குமென்றும் வரைந்துள்ளவைகளுக்குப் பகரமாக பூர்வமித்தேசத்தில் விசேஷக் கல்விச்சாலைகளில்லாதிருப்பினும் சகலமக்களும் வித்தை, புத்தி, யீகை, சன்மார்க்கத்தில் நிறைந்திருந்தார்களன்றி துன்மார்க்கர்கள் விசேஷங் கிடையாது. அறப்பள்ளிகளில் தங்கியிருந்த சமணமுநிவர்களால் கற்பித்துவந்த கல்வியேயன்றி வேறு கலாசாலைகளுங் கிடையாது. கற்றவர்கள் எழுதி வைத்துள்ள நூற்களிலும் நிதிநெறி ஒழுக்கங்களையே மக்களது சீர்திருத்தமாக எழுதிவைத்துள்ளார்களன்றி வேறொன்றுங் கிடையாது. கற்கும் கல்வியும் நல்லொழுக்கத்திற்கு ஆதாரமாகவே கற்பித்தும் இருக்கின்றார்கள்.

ஆதலின் நமது தேசக்கலாசாலைகளில் வித்தை, புத்தி, யீகை, சன்மார்க்கத்துக்குரிய ஒழுக்கப்படிப்பைக் கற்பிக்கவேண்டுமேயன்றி மதப்படிப்பை கற்பிக்கலாகாது. சாதிகர்வம், தனகர்வம், வித்தியாகர்வங்களுடன் மதக்கர்வமுஞ் சேர்ந்துவிடுமாயின் தேசத்தோருக்குள்ள ஒற்றுமெயும் அன்புங்கெட்டு சீரழிவதற்கு ஏதுவாகிவிடும். அத்தகைய மதப்படிப்பைக் கொடுத்து ஒற்றுமெய் கேட்டை உண்டு செய்வதினும் ஒழுக்கப்படிப்பைக் கொடுத்து ஒற்றுமெயடையச்செய்வதே உத்தமமாகும்.

மதப்படிப்பினால் சில சீர்திருத்தங்களுண்டென்று பலர் தோன்றினுந் தோன்றுவர். அஃது மதவைராக்கியமேயாம். அவரவர்கள் மதக்கதைகளின் ஊழல்களை உய்த்துணர்வார்களாயின் மக்களது சீர்திருத்தங்களுக்கும் நன்மார்க்கச் செயல்களுக்கும் அவைகள் உதவாவென்றே தீர்ப்பார்கள். அதாவது ஒவ்வோர் மதப்புத்தகங்களிலும் திருடவேண்டிய கதைகளும் அங்கு நாய் குரைத்தால், மந்திரம்பண்ணுங்கதைகளும், குருபத்தினியைப் பெண்டாளும் கதைகளும், குருபத்தினியைப் பெண்டாளினும் ஓர் கொட்டையைக் கழுத்தில் கட்டிக்கொண்டால் அப்பாவம் நீங்கிவிடுமென்னுங் கதைகளும், சகோதிரனைக் கொல்லுங் கதைகளும், புத்திரிகளைப் பெண்டாளுங் கதைகளும், ஒருவன் மனைவியை மற்றொருவன் அழைத்துப்போய்விட்டால் அவனையும் அவன் பந்துமித்திரரையும் அவன் தேசத்தோரையுங்கொன்ற கதைகளையும், ஒரு சகோதிரன் தனக்கு சேரவேண்டிய பாகத்தைக் கொடாமற் போய்விடுவானாயின் அவனையும் அவனது குருக்களையும் அவனது பந்துமித்திரர்களையும் தேசத்தோர்களையுங் கொல்லுங் கதைகளையும், நேற்று முன்னாள் மோட்சத்தை எட்டிப்பார்த்து வந்தவன் போல், எங்கள் சாமியை

நம்பினாலே மோட்சமுண்டு மற்றசாமிகளால் நரகமுண்டென்னுங் கதைகளையும், சத்திபூசைக் கதைகளையும், புண்டரீக யாகக்கதைகளையும், தங்கள் தங்கள் முயற்சிகளாலாகாது மந்திரம் பண்ணுங்கதைகளையும், தங்களாலாகாது தங்கள் சாமிகளுக்கு மாட்டுபலி, மனிதபலி கொடுக்குங் கதைகளையும், தாங்கள் செய்துவந்த பாபங்கள் யாவையும் ஒன்றுசேர்ந்து ஓர் ஆட்டுக்கடா தலையிலேற்றிவைத்து அனுப்பிவிடும் கதைகளையும், உலகமக்கள் எல்லோருஞ் செய்த பாபங்களுக்கு பதிலாக ஒருவர் பாடுபட்டுவிட்டாரென்று கூறி பஞ்சமாபாதகங்களை அஞ்சாது செய்யத் தூண்டுங் கதைகளையும், குருக்களுக்கு தட்சணை தாம்பூலங் கொடுத்துவிட்டால் சகல பாபமும் நீங்கிவிடுமென்னுங் கதைகளையும், பத்துநாளைய பூசைவைத்துக்கொண்டால் பல பாவங்களும் நீங்கிவிடுமென்னுங் கதைகளையும், இருபது நாளைய பூசைவைத்துக் கொண்டால் இடுக்கங்களெல்லாம் நீங்கிவிடுமென்னும் கதைகளையும், உலகமாதா ஒருவளிருக்கின்றாள் அவளுக்கு ஆடுமாடுகளை பலிகொடுக்கின் நாம் கோரிய யாவுங் கிடைக்குமென்று கூறுங்கதைகளையும், கலாசாலைகளில் கற்குங் சிறுவர்களுக்குக் கற்பிப்பதாயின் பிள்ளைகளின் தன்முயற்சிகள் யாவுமற்று யாரோ தங்களுக்கு உதவிசெய்வார்களென்று அண்ணாந்து நிற்பதுடன் நல்லொழுக்கச்செயல்களற்று தீயொழுக்கங்கள் பெருகி கல்விகற்றும் "பொல்லார்க்குக் கல்விவரில் கர்வமுண்டா" மென்னும் நிலைநின்று சீர்கெட்டுப்போவார்கள். ஆதலின் இராஜாங்க உதவிபெருங் கலாசாலைகள் யாவற்றிலும் சிறுவர்களுக்கு மதப்படிப்புகளை அகற்றி நல்லொழுக்கப் படிப்பை அளிக்கும்படி வேண்டுகிறோம்.

- 5:36; பிப்ரவரி 14, 1912 -

245. சென்னை சட்டசபை மெம்பர்களும் அவரவர்களது முயற்சிகளும்

தற்காலம் சட்டசபைக்கு அதிகமெம்பர்களை நியமித்துள்ளவற்றுள் சென்னை ராஜதானிக் குடிகளுக்கு என்ன சீரும் சிறப்புமுண்டாயுள்ள தென்பதை சற்று விசாரிப்பாம். கள்ளுக்கடை, சாராயக்கடைக்களைக் குறைக்க வேண்டுமென்றும் அதன் லாகிரியை அடக்கவேண்டுமென்றுங் கொண்டுவந்த சட்டம் மிக்க மேலாயதே. அதனுடன் சில்லரையில் விற்கும் சாராயக் கடைகளையும், ஏழைக்குடிகள் வாசஞ்செய்யும் இடங்களில் வைத்துள்ளக் கள்ளுக் கடைகளையும், எடுத்துவிடும்படியான சட்டத்தைக் கொண்டுவருவார்களாயின் அதனினும் விசேஷமே. இத்தகைய ஜனசமூக சீர்திருத்தங்களில் பத்து பன்னிரண்டு வயதிற்குட்பட்ட பிள்ளைகள் பீடிபிடிப்பதும், சிகரெட் பிடிப்பதும், சுருட்டு பிடிப்பதுமாகிய துற்பழக்கங்களை அகற்றுவதற்கும், வெறுமனே யாதொருத் தொழிலுமின்றி வீதியுலாவித் திரிவோரைக் கண்டுபிடித்து அவர்களுக்குத் தக்கத் தொழில்களை ஈய்ந்து சீர்திருத்துஞ் சட்டங்களையும் கடைகளில் கலப்புள்ள தானியங்களையும், கலப்புள்ள நெய்களையும் முக்கியமாகக் கண்டுபிடித்து தெண்டிக்கவேண்டிய சட்டங்களையும், கடைக்காரர்கள் இருப்பில் தேய்ந்த நாணயங்களை வைத்திருக்கப்படாதென்னும் சட்டங்களையும், இரண்டு நாளய மூன்றுநாளய மூச்சுருண்டைகளை ஏழைகளுக்கு விற்று வஞ்சிக்கலாகா தென்னும் சட்டங்களையும், தானிய மண்டிக்கடைக்காரர்கள் அவரவர்கள் மனம்போனவாறு ரூபாயிற்கு நாலுபடி என்றும், நாலரைப்படி என்றும் விற்கும் தானியங்களை எவ்விதம் விற்கின்றார்களென்றுங் கண்டறிய வேண்டிய சட்டங்களையும், விவசாயஞ்செய்யுங் குடிகளுக்கு பன்னிரண்டு ஏக்கர் நிலமிருக்குமாயின் நாலு ஏக்கர் நிலத்தில் வேறுகடலை சாகுபடியும், மற்றைய எட்டு ஏக்கர் நிலங்களில் தானியங்களையே விளைவிக்கவேண்டுமென்னும் சட்டங்களையும் அவ்வகை விளைவிப்பதும் விளைவிக்காததுமாயக் குறைவு நிறைவுகளை அந்தந்த கிராமத்து கர்ணம் பார்க்கின்றார், முநிஷிப்பு பார்க்கின்றார் தாசில்தார் பார்க்கின்றாரென்றுவிட்டு விடாமல் அந்தந்த டிஸ்டிரிட்டு கலைக்டர்களே நேரிற்சென்று நேரில் விசாரிக்க வேண்டுமென்னும் சட்டங்களையும் நியமிக்கவேண்டிய முயற்சியிலிருக்க வேண்டியதே சட்டசபையோர் பேருபகாரமேயாகும். குடிகள் சீர்பெறவேண்டிய முக்கிய சீர்திருத்தங்களை நோக்காது கர்ணங்களுக்கு சம்பளம் அதிகப்படுத்துவதும், உபாத்திமார்களுக்கு சம்பளம் அதிகப்படுத்துவதும், டிஸ்டிரிக்ட் போர்டுகளுக்கு மெம்பர்களை நியமிப்பதும், முநிசிபாலிட்டிகளுக்கு பிரசிடெண்டுகளை நியமிப்பதுவுமாகிய சட்டங்களை நியமிப்பதினால் குடிகள் சீருக்கும் சுகம்பெறுவதற்கும் ஓராதாரம் உண்டாகமாட்டாது.

சீர்திருத்த சட்டங்களுக்கு ஆதாரமாகத் தோற்றும் பெரியோர்கள் குடிகளின் சுகத்தையும் சீரையுமே முக்கியமாகக் கவனித்தல் வேண்டும். அவற்றுள் முக்கியமாக கிராமக் குடிகளின் கேடுபாடுகளையே முக்கியமாய் ஆராய்ந்து கேடுகளையகற்றி சுகநிலை பெறச்செய்தல் வேண்டும். உழைப்பாளிகளாம் கிராமவாசிகளுக்குக் கேடுபாடுகளுண்டாயின் பூமியின் விருத்திக்குக் கேடுபாடுண்டாம். பூமியின்விருத்திக்குக் கேடுபாடுண்டாயின், தானிய விருத்திக்குக் கேடுபாடுண்டாம். தானிய விருத்திக்குக் கேடுபாடுண்டாயின் நகரமக்களும் நாட்டுமக்களும் பசிபட்டினியால் கேடுபாடடைவர். குடிகளது கேடுபாட்டை நிவர்த்திப்பதற்கு இராஜாங்கத்தோருக்குப் பெருமுயற்சியும் பணவிரயமுண்டாகநேரிடும். ஆதலின் சட்டசபை மெம்பர்கள் பெரும்பாலும் கிராமவாசிகளாகிய நாட்டுக்குடிகளின் சீர்திருத்தத்தையே முக்கியமாகக் கவனித்தல் வேண்டும். அதாவது நாட்டுகிராமங்களிலுள்ள முதலாளிகள் ஏழைக்குடிகளாகிய உழைப்பாளிகளுக்கு நாளொன்றுக்கு என்ன கூலி கொடுத்து வேலை வாங்குகின்றார்களென்றும் தேற விசாரிக்கச்செய்து காலை ஆறுமணிமுதல் மாலை ஐந்துமணிவரையில் பண்ணைவேலை செய்யும் பெரிய ஆண்பிள்ளைகளுக்கு இவ்வளவு கூலியென்றும், பெரிய பெண்பிள்ளைகளுக்கு இவ்வளவு கூலியென்றும், பண்ணைவேலை சிறியோர்களுக்கு இவ்வளவு கூலிகொடுத்து வேலைவாங்க வேண்டுமென்னும் சட்டத்தைப் பிறப்பித்தல் வேண்டும். சாதிபேதமில்லாத ஏழைக்குடிகளின்மீது தர்க்காஸ்து கொடுத்து அவர்களையே அப்பூமியை உழுது பயிர்செய்விக்கவிடாது சாதிபேதமுள்ளோர் வாங்கிக்கொள்ளுவதைக்கூடாதென்னும் சட்டத்திற் கொண்டுவரவேண்டியது. சாதிபேதமில்லா ஏழைக்குடிகள் பூமியில் மிக்க உழைப்பாளிகளும் தானியவிருத்தி செய்வதில் பூர்வ அப்பியாசிகளுமென்றுணர்ந்து 1892 ளு இவ்வேழைச் சிறுவர்களுக்குக்கு

கிராமங்கள் எங்ஙனம் கல்விசாலைகள் வைக்கவேண்டும் என்னும் சட்டம் பிறப்பித்தபோது இவர்கள் கேழ்க்குமிடங்களில் காலியாயுள்ள பூமிகளை இவர்களுக்குக் கொடுக்கவேண்டு மென்னும் சட்டமும் கருணை தங்கிய கவர்ன்மெண்டார் பிறப்பித்திருக்கின்றார்கள். அதேசட்டத்தை

அநுசரித்து இவ்வேழைக்குடிகள் காலியாயுள்ள பூமிகளுக்கு விண்ணப்பங் கொடுப்பார்களானால் அவ்விடமுள்ள உத்தியோகஸ்தர்கள் யாவரும் சாதிபேதமுள்ளவர்களேயாதலின் எங்கு இவர்கள் பூமிகளைப்பெற்று முன்னுக்கு வந்துவிடப்போகிறார் களென்னும் பொறாமெயினால் அது மேய்க்கால் பூமியென்றும் இதற்கு அண்டை பாத்தியம் வேறொருவன் இருக்கின்றானென்றுங்கெடுத்து ஏழைகள் விருத்திபெறவிடாமற் கெடுப்பதுடன் ஏழைகளுக்குத் தகுந்த கூலிகொடாமலும் வதைத்து வருகின்றபடியால் பலதேசங்களுக்குஞ்சென்று சீவிக்க ஆரம்பித்துக் கொண்டார்கள். அதனால் பூமிகளை நன்குப் பண்படுத்தக்கூடிய உழைப்பாளிகள் குறைந்து சோம்பேறிகள் அதிகரித்துவிட்டபடியால் நீர்வசதிகளும், பூமிவிருத்திகளுங் கெட்டு தானியங் குன்றி ஏழைக்குடிகள் பசி பட்டினியால் மடிவதுடன் பலவகை வியாதிகளுந்தோன்றி தேசத்தைப் பாழ்படுத்தி வருகின்றது. இவற்றை நோக்கும் சென்னை சட்டசபை மெம்பர்கள் முக்கியமாக பூமியின் விருத்திகளையும் அதற்கு கேடுபாடுகளையுமே ஆலோசித்து அதற்குத் தக்க சட்டங்களை ஏற்படுத்துவார்களென்று எதிர் பார்க்கின்றோம்.

- 5:38; பிப்ரவரி 28, 1912 -

246. இந்தியக் கூலியாட்களின் மீது இருவகையோருக்கும் இதக்கமில்லை போலும்

நமது கருணைதங்கிய பிரிட்டிஷ் ராஜாங்கத்தோர் தன்னவரன்னியர் என்னும் பட்சபாதமற்றவர்களாயினும் சாதிபேதமற்ற எழியக் குடிகளின்மீது இதக்கத்தைக் காணோம். மனுக்களை மனுக்களாகக் பாவிக்காத சாதித்தலைவர்களோ, பூர்வக்குடிகளைத் தாழ்ந்த சாதிகளெனக் கூறிப் பல வகையாலும் நசித்துப் பாழ்படுத்திவருவதும் போதாது அன்னிய தேசங்களுக்குச் சென்று சுகம்பெறுவதையுங் கெடுக்க ஆரம்பித்துக்கொண்டார்கள்.

அதாவது கிராமங்களில் வசிக்கும் சாதிபேதமற்ற ஏழைக்குடிகள் சாதிபேதமுள்ளவர்களது கொடூரச்செயல்களை சயிக்கமுடியாது அன்னிய தேசங்களில் ஒன்றாகும் நெட்டாலென்னும் சவுத்தாபிரிக்காவுக்குச் சென்று தகுந்த சம்பாத்தியத்துடனும் சுகச்சீருடனும் சென்னை வந்து சேர்ந்தவர்களைக் கண்டுள்ளோம். அவ்வகை சேர்ந்தவர்கள் பூமிகளை வாங்கிக் கொண்டும் தக்கவீடுகளைக் கட்டிக்கொண்டும் சுகமாகவே இருக்கின்றார்கள். அவர்களது சுகச்சீரைக்கண்டு சயிக்காத சாதித்தலைவர்கள், ஆ ஆ நம்மால் தாழ்த்தப்பட்ட சாதியோர்கள் அன்னியதேசங்களுக்குச் சென்று பணங்களை சம்பாதித்துக் கொண்டுவந்து நமக்கு சமமாக பூமிகளை வாங்கவும், வீடுகளைக் கட்டிக் கொண்டும் சுகிக்க ஆரம்பித்துவிடுகின்றபடியால் நமது பண்ணை பூமிகளை சொற்பக்கூலிகளைக் கொண்டு உழுது பாடுபடுவதற்கு ஏது இல்லாமற் போய்விடுகிறதென்றும் வஞ்சினத்தாலும், பொறாமெயினாலும் ஆடுகள் நனையுதெனக் புலிகள் குந்தியழுவது போல அன்னியதேசங்களுக்குப் போகும் கூலியாட்கள் யாவரும் மெத்தக் கஷ்டப்படுகின்றார்கள் இந்தியாவிலிருந்து அவர்களை அநுப்பப்படாதென்று பத்திரிகைகளின் வாயலாகவும், விண்ணப்பங்களின் மூலமாகவும் வீண் படாடம்பமடித்ததை நமது கருணைதங்கிய ராஜாங்கத்தார் விசாரிணைக்குக் கொண்டுவராமலும் அன்னியதேசஞ் சென்று வந்திருக்கும் எழியக்குடிகளெல்லவரையும் நேரில் தருவித்து சுகாசுகங்களை விசாரியாமலும் இத்தேசத்து சாதித்தலைவர்களிடம் பண்ணைவேலை செய்திருந்த காலத்தில் இவ்வேழைக் குடிகள் என்ன சீர்கேட்டை அடைந்திருந்தார்களென்பதையும் அன்னியதேசங்களுக்குச் சென்று இவ்விடம் வந்திருப்பவர்கள் என்ன சுகச்சீரிலிருக்கின்றார்களென்பதையும் கண்டறியாமல் பெரியசாதிகளென்போர் வார்த்தைகளையே பெரிதென்றேற்றுக் கொண்டு சாதிபேதமற்ற ஏழைக்குடிகள் அன்னியதேசங்களுக்குச் சென்று மெத்த நஷ்டப்படுகின்றார்கள் என்று எண்ணி நெட்டாலுக்குப் போகவிடாமல் தடுத்து விட்டார்கள். அவ்வகை, தடுக்கப்பட்டதினால் சாதிபேதமற்ற ஏழைக்குடிகள் சீர்கேடடையவும், சாதித்தலைவர்கள் சீர்பெறுவதுமேயாம். காரணமோவென்னில், சாதிபேதமற்ற ஏழைக்குடிகளுக்கு அம்மட்டர்களை சவரஞ்செய்யவிடாமலும், வண்ணார்களை வஸ்திரமெடுக்கவிடாமலும், சுத்த நீரை மொண்டுகுடிக்க விடாமலும் நாளொன்றுக்கு முக்காலணா கூலியேனும் சரிவரக் கொடுக்காமலும் கொல்லாமற்கொன்றுவரும் கருணையற்ற சாதித்தலைவர்கள் ஒன்றுகூடிக் கொண்டு மிக்கக் கருணையுள்ளவர்கள்போல் அபிநயங்காட்டி தங்கடங்கள் சாதியோர்கள் சுயப்பிரயோசனங்களுக்காக அன்னியதேசங்களுக்குஞ் சென்று சுகச்சீர் பெற்றுவரும் ஏழைக்குடிகளை நெட்டாலுக்குப் போகவிடாமல் தடுத்துவிட்டார்கள்.

அவ்வொரு தேசம் தடைப்பட்டவுடன் மற்றுமுள்ள தேசங்களுக்குச் சென்று சுகச்சீர் பெற்றுவரும் ஏழைக் குடிகளை அங்கும் செல்லவிடாமல் தடுக்கத்தக்க முயற்சிகளை செய்துவருகின்றார்கள், அவர்களது முயற்சிகள் யாவும் சாதிபேதமுள்ளக் குடிகள் நாளுக்குநாள் சுகச்சீர்பெறவும், சாதிபேதமில்லா ஏழைக்குடிகள் நாளுக்குநாள் நசிந்து பாழடைவதற்கேயாம். சாதிபேதமில்லாத ஏழை மநுக்களை மநுக்களாக பாவிக்காது சுத்தநீரை மொண்டு குடிக்கவிடாத கருணையற்றவர்கள் நெட்டாலுக்குச் சென்றுள்ள சாதிபேதமில்லா ஏழைக்குடிகள் மெத்தக் கஷ்டப்படுகின்றார்களென்றும், சாதிபேதமுள்ள கூட்டத்தோர் அவர்களுக்காக மிக்கப் பரிந்து பாடுபடுகின்றார்களென்றுங் கூறுவதாயின் இந்திய தேயத்திலுள்ள நீதிமான்களாம் மேன்மக்களும், சாதிபேதமுள்ளார் படாடம்பங்களையும், சாதிபேதமில்லார் கஷ்ட நஷ்டங்களையும் நெடுநாளாய் அநுபவத்திற் கண்டுவரும் ஆங்கில துரைமக்களும் நம்புவார்களோ, ஒருக்காலும் நம்பமாட்டார்கள்.

சீவகாருண்யமென்பதே கனவிலும் இல்லாமல் மனிதவகுப்போரை மனிதவகுப்பாக பாவிக்காதவர்களெல்லவரும் ஒன்று கூடிக்கொண்டு ஏழைகளுக்கெனப் பரிந்து பாடுபடுகின்றார்களென்று அவர்களைப் பின்பற்றுவது ஆடு கசாயிக்காரனை நம்புவதற்கொக்கும். ஆதலின் நமது கருணை மிகுத்த ராஜாங்கத்தோர் ஏழைக்குடிகள் சாதிபேதமுள்ளோர்பால் ஏதேது துன்பங்களை அநுபவித்துவருகின்றார்களென்பதை விசாரித்தும், நேரிற் கண்டும், அவர்களை நெட்டடாலுக்குப் போகவிடாமல் தடுத்திருக்குந் தடைகளைவிடுவித்து அவர்கள் மனம் நாடியவிடங்களுக்குச் சென்று சுகச்சீர் பெறும்படி செய்விக்க வேண்டுகிறோம்.

- 5:40; மார்ச் 13, 1912 -

247. ஏழைக்குடிகளின் இடுக்கங்களைத் தீர்க்கும் ஓர் சட்டசபை மெம்பர் இல்லையே

தற்காலம் நமது சென்னை ராஜதானியில் எக்ஸிகியூட்டிவ் மெம்பர்களென்னும் இராஜாங்கக் கூட்டத்தோர் நீங்கலாக, லெஜிஸ்லேட்டிவ் மெம்பர்களென்னுங் குடிகளின் ஆதரிணை சட்டசபைக் கூட்டத்தோர்களை அதிகமாக்கி அவரவர்களைச்சார்ந்த காரியங்களை ராஜாங்கத்தோர் முன்பு கொண்டுவந்து வேண்டிய வாதுகளிட்டு தங்கள் தங்கள் காரியங்களைப் பார்த்துக் கொள்ளுகிறார்களன்றி ஏழைக்குடிகளின் கஷ்டங்களை அறிந்து பேசுவோரில்லை. இத்தகைய சட்டசபையோர் பெரும்பாலும் தேசச்சீரையும் குடிகளின் சுகத்தையுங்கண்டு சீர்திருத்த முயல்வது யதார்த்தமாயின் கிராமக் குடிகளின் சீரையும் பண்ணை பூமிகளின் விருத்தியையுமே முக்கியமாகக் கவனித்தல் வேண்டும். பண்ணை பூமிகள் திருந்தி விவசாயம் செழிக்குமாயின் தானியவிருத்திப்பெற்று நகரக்குடிகளும் நாட்டுக் குடிகளும் சுகச்சீர் பெறுவார்கள். குடிகள் சுகச்சீரில் இருப்பார்களாயின் அரசும் ஆனந்த நிலையினிற்கும் இதுவே சட்ட சீர்திருத்த சபையார் செய்யவேண்டிய முதல் சீர்திருத்தங்களாகும்.

இத்தகைய தேசசிறப்பையுங் குடிகளின் சிறப்பையுங் கண்ணோக்காது அந்த கல்விசாலைப் பணங்களை நிறுத்திவிடல்வேண்டும். இந்த கல்விசாலைப் பணங்களைக் குறைத்துவிடல் வேண்டுமென்னும் வீண்சட்டங்களை நோக்குதலால் யாது பயன். சாதாரணமாக நிறைவேறிவரும் கலாசாலை விருத்திகளைக் கெடுப்பதுவும் ஓர் சீர்திருத்தமாமோ.

இவைகள் தானோ குடிகளை சீர்திருத்துமோர் கூட்டம், இல்லவே. இத்தேசத்து ஏழைப் பூர்வக்குடிகள் நூதனமாகக் குடியேறியுள்ள சாதி பேதமுள்ளக் கூட்டத்தோர்களால் சுத்தநீரை மொண்டு குடிக்கவிடாதப் பொறாமெய்ச் செயல்களைக் கண்ட சிலர் ஏழைக் குடிகளுக்கென்று பிரத்தியேக கிணறுகள் வெட்டுவதற்காக விண்ணப்பங்கள் அனுப்பியுள்ளதும் பத்திரிகைகளின் கூச்சலால் எங்கும் பரவியிருப்பதும் இச்சட்டசபையோர்களுக்குத் தெரியாததோ. ஏழைக்குடிகளை சுத்தநீரை மொண்டு குடிக்கவிடாத சீவகாருண்யம் அற்றவர்களால் இத்தேசம் சீர்கெடுமா சீர்பெறுமாவென்பதறியாததோ. தாழ்ந்த சாதியோர் என்பவர்களால் வெட்டப்பட்டக் குளங்களிலுங் கிணறுகளிலும் அவர்களையே நீர்மொண்டுக் குடிக்கவேண்டுமென்பது நீதியாமோ. சுத்த நீராயிருப்பதை பெரியசாதியோர் மொண்டுகுடிக்கவேண்டும் அசுத்த நீராயிருப்பதை சிறிய சாதியோர் மொண்டுகுடிக்க வேண்டுமென்பதும் வேஷசாதிகளின் சட்டமோ, மனிதவகுப்போரை மனிதவகுப்பாக பாவிக்காத மக்களும் ஓர் மக்களாமோ. தற்கால சட்டசபையோர் இத்தகையக் கொடூரச்செயல்களை அறியார்களோ, ஏழைக்குடிகள் அசுத்தநீரை மொண்டுகுடித்து அல்லலடைவதும் அனந்த வியாதிகளால் மடிவதும் சுகாதாரத்திற்கும் சுகாதாரச் சட்டங்களுக்கும் பொருந்துமோ ஒருக்காலும் பொருந்தாவாம். கருணையென்பதே கனவிலுமில்லா மக்கள் ஏழைக்குடிகளை சுத்தநீரை மொண்டுகுடிக்கவிடாமல் துறத்திவந்தபோதினும் அவர்களுக்கென்று சொந்தபூமிப் பெற்றுக்கொண்டு அவைகளிலேனும் சுகம்பெறவிடுகின்றார்களா, அதுவுங்கிடையாது. திண்டிவனம், பாஞ்சாலம் முதலிய கிராமங்களில் 1,000 ஏக்கர் காலியாயுள்ள பூமிகளுக்கு ஏழைக்குடிகள் தற்காஸ்து கொடுத்தும் சாதிபேதமுள்ள கிராம உத்தியோகஸ்தர்களால் கொடாது இன்னும் தலைப்பட்டுக்கொண்டேயிருக்கின்றது. நாற்பது வருடகாலமாக ஏழைக்குடிகள் அநுபவித்துக் கொண்டு வரியுஞ் செலுத்திவந்திருக்க அவைகள் யாவையும் சட்டைச்செய்யாமலும், இராஜாங்கத்துக்கும் அஞ்சாமலும் சாதி பேதமுள்ளோர் அனுபவித்துக் கொள்ள எத்தனித்து பத்திரம் பிறப்பித்துக் கொண்டதாக இராஜாங்கத்தோருக்கு விண்ணப்பம் அநுப்பியிருக்கிறார்கள். இவ்வகையாகப் பண்ணை பூமிகளை விருத்திச் செய்யும் ஏழைக்குடிகளை பாழடையச் செய்வதினால் விவசாயங் குன்றி குடிகள் கஷ்டமடைவார்களென்பதை நூதனச் சட்டச் சபையோர்களறியார்களோ, அறிவார்களே. அறிந்தும் ஏழைக்குடிகளின் கஷ்டங்களை ஏன் கவனிப்பதில்லை என்னில், பண்ணை வேலைச் செய்யும் ஏழைக்குடிகள் யாவரும் தாழ்ந்த சாதியோர்கள், இவர்கள் யாவரும் உயர்ந்த சாதியோர்களாதலால் உயர்ந்த சாதியோர்கள் வேண்டுகோட்களுக்கு உயர்ந்த சாதியோர்களே உதவி செய்துக்கொள்ளுவது வழக்கமாதலின் தாழ்ந்தசாதிகளென்று அவர்களாலேயே தாழ்த்தப்பட்டவர்கள் சுகச்சீர்பெற மனம் சகிக்குமோ. அவர்களது வாழ்க்கைநலம் இவர்களுக்கு பொறுக்குமோ ஒருக்காலும் பொறுக்காவாம். சாதிபேதமில்லார்க் கேடுபாடுகளை சாதிபேதமில்லா விவேக மிகுத்தோர் கவனிக்க வேண்டுமேயன்றி சாதிபேதமுள்ளார் கவனிப்பார்களென்பதைக் கனவிலும் நம்பப்படாது. சாதியாசாரமுள்ளவர்கள் வளர்க்கும் ஆடு, மாடு, குதிரை, கழுதை, நாய் முதலியவைகள் சுத்தநீரை வந்து குடிக்கலாம், இந்த ஏழை மனிதகுலத்தோர் சுத்தநீரை மொண்டுகுடிக்கக்கூடாதென்னுங் கட்டுப்பாட்டில் உள்ளவர்கள் இவர்களது சுகத்தையும் சீரையுங் கருதுவார்களோ, ஒருக்காலுங் கருதார்களென்பது சத்தியம்.

ஆதலால் ஆறுகோடி மக்களின் அல்லலையும் அவர்களது கஷ்ட நிஷ்டூரங்களையும் எடுத்துப் பேசுவதற்கு சாதிபேதமற்ற ஏழைக்குடிகளில் ஒருவரைத் தெரிந்தெடுத்து அவர்களது குறைகளை தெரிவிக்கும்படி பிரிட்டிஷ் ஆட்சியார் கருணை புரிவார்களாயின் ஏழைக்குடிகள் யாவரும் ஈடேற்றம் பெறுவார்களென்பது சத்தியம் சத்தியமே.

சட்டச் சபையில் பெருந்தொகையான மெம்பர்களைச் சேர்த்தும் இவ்வேழைக்குடிகளின் கஷ்டங்களை ஒருவரேனும் எடுத்துப்பேசியது கிடையாது. காரணம் சாதிபேதமுள்ளோர்கள் மத்தியில் சாதிபேதமில்லார்கள் நாசமடையவேண்டுமென்பதே, அவர்களெண்ணமும் செயலுமாதலால் ஏழைமக்களின்மீது இதக்கமென்பதே வைக்கமாட்டார்கள். ஆடுகள் நனைகிறதென்று புலிகள் புறண்டழுவதுபோல் சில பெரியசாதிகளென்போர் கூட்டங்கூடி தாழ்ந்த சாதியோர்களை உயர்த்தப் போகின்றார்களே அஃது கருணையல்லையோ என்பாராயின் அஃது மறக்கருணையிலுஞ் சேராது அறக்கருணையிலுஞ் சேராது. காலமெல்லாம் தாழ்ந்த சாதியோரை உயர்த்தப்போகின்றோமென்று தங்களை உயர்ந்த சாதிகளெனப் படாடம்ப மடித்துக்கொள்ளுவதற்கும், அவர்களது மதத்தையும், அவர்களது செயலையும் தழுவியுள்ள ஏழைக்குடிகளை இவர்கள் தாழ்ந்த வகுப்பாரென சொல்லிக் கொண்டே தாழ்த்துவதற்கேயாம்.

ஏழைமக்களை சீர்திருத்துவோர் ஆங்கிலேய துரைமக்களும், சாதிபேதமற்றப் பெரியோர்களுமேயாவர். ஆதலின் கருணைதங்கிய ராஜாங்கத்தார் ஏழைமக்களின் இடுக்கங்களை நீக்கி ஆதரிக்கும் சட்ட சபை மெம்பர் ஒருவரை நியமிக்க வேண்டுகிறோம்.

- 5:41; மார்ச் 20, 1912 -

248. சென்னை முநிசபில் பிரசிடென்டவர்களும் கமிஷனரவர்களும் ஏழைக்குடிகளின் இடுக்கங்களை நோக்கல் வேண்டும்

சென்னை முநிசபில் எல்லைக்குட்பட்டுள்ளக் குடிகள் யாவருக்கும் சுகாதாரத்தை அளித்துக் காக்குங் கூட்டத்தோருக்கு கார்ப்பரேஷன் கமிட்டியார் என்றும், முநிசபில் சங்கத்தோரென்றும் பெயர் பெற்றக் கூட்டத்தோரைக் குடிகளே நியமித்துக்கொள்ளுவதாகும். அவ்வகை நியமித்துக்கொள்ளினும் அவர்களும் இராஜாங்கத்தோரைச் சேர்ந்தவர்களே யாவர். இத்தகையக் கூட்டத்தோரை குடிகள் யாவரும் ஒன்றுகூடி தங்கள் தங்கள் சுகாதாரத்திற்காக ஏற்படுத்திக் கொண்டார்களன்றி தங்களைத் தீரா சஞ்சலத்தில் உள்ளாக்கிக் கொள்ளுவதற்கன்று. சுகாதாரமாவது யாதெனில், வீதிகளின் சுகம், நீர்சுகம், தீபசுகம், பற்பல தொத்துரோகங்கள் அணுகா சுகம், துட்டர்களை அடக்கிக் காக்குஞ் சுகம், கள்ளர்கள் பயமில்லாமல் வாழ்க்கை சுகங்களாகிய பேரானந்தத்தை அளித்துவரும் சிறந்த கூட்டத்தோருக்கே சுகாதாரக் கூட்டத்தோரென வழங்கிவருகின்றார்கள்.

அவ்வகை வழங்கிவருங் கூட்டத்தோருள் ஒரு பிரசிடென்டும், ஒரு வைஸ் பிரசிடென்டும், அந்தந்த டிவிஷன்களிலுள்ளக் குறைகளை எடுத்துப்பேசி சுகச்சீரளிப்பதற்கு ஒவ்வோர் கமிஷனர்களும் சேரும் தொகைகளை பத்திரப்படுத்திவைப்பதற்கும் ஒரு ரெவினியூ ஆபீசருடமிருந்து காரியாதிகளை நடத்தி வருகின்றார்கள். இவர்கள் யாவரையும் குடிகளுக்கு சுகாதாரம் அளித்துக்காக்கும் தாய்தந்தையர்களுக்கு ஒப்பானவர்களென்றே கூறத்தகும். குடிகளின் சுகத்தைக் கருதியே ஏற்பட்டக் கூட்டத்தோர்களாதலின் குடிகளின் தாய் தந்தையர்களுக்கு ஒப்பானவர்களாகும். இத்தகைய சிறந்த கூட்டத்தோர் தாங்கள் நடாத்திவரும் சுகாதாரச் செயல்களுக்கென்று குடிகளிடம் வசூல் செய்யும் வரித்தொகைகளை மட்டிலும் பெரிய உத்தியோகஸ்தர்கள் அந்தந்த வீடுகடோரும் நேரில்வந்து அவரவர்கள் இவ்வளவு தொகை செலுத்தலாமென்னுங் காருண்யத்தொகையை மதிப்பிட்டுப் பின்னர் வசூல் செய்து காரியாதிகளை நடத்துவதாயின் தாய் தந்தையர்கள் பிள்ளைகளை சீர்திருத்தி ஆதரிப்பதற்கு ஒப்பதாகும்.

அங்ஙனம் பெரிய உத்தியோகஸ்தர்களே நேரில் வந்து பார்வையிட்டு வரிகளை நியமிக்காது மற்றுமுள்ள உத்தியோகஸ்தர்களை அநுப்பி வரிகளை நியமிக்கும்படிவிடுவதினால் அவரவர்கள் மனம்போனவாறு வரிகளை நியமித்து சொந்த வீட்டுக்காரர்களும், குடிக்கூலி கொடுப்பவர்களுங் குய்யோ முறையோ என்னுங் கூச்சலிட்டுத் திரிகின்றார்கள்.

காரணமோவென்னில், இரண்டு ரூபாய் வரி செலுத்தி வந்தவர்களை ஐந்து ரூபா செலுத்த வேண்டுமென்றும், ஐந்து ரூபா வரி செலுத்தி வந்தவர்களை எட்டு ரூபா வரி செலுத்த வேண்டும் என்றும் எட்டு ரூபா வரி செலுத்தி உள்ளவர்களை பனிரெண்டு ரூபா வரி செலுத்த வேண்டுமென்றும் அவரவர்கள் மனம் போன்றவரிகளை விதித்து விட்டபடியினாலேயாம். மாதம் ஒன்றக்கு ஏழு ரூபாய் எட்டு ரூபாய் சம்பாதித்து சீவிக்கும்படியானக் குடும்பிகள் மாதம் ஒன்றுக்கு எட்டணா பத்தணா வீட்டிற்குக் குடிக்கூலிக்கொடுத்துத் தங்கள் காலங்களைக் கழித்து வந்தார்கள். அத்தகைய ஏழைக்குடிகளுக்கு வீட்டுக்குடையவர்கள் ஒருரூபா ஒன்றே கால் ரூபா வாடகை செலுத்த வேண்டுமென்றும், அவ்வகை செலுத்தாதோர் வீட்டை காலி செய்யவேண்டுமென்றும் உத்திரவு செய்துவிடுகின்றார்கள். முநிசபில் எல்லைக்குள்ளாகவே சற்று தூரமாக இருக்கும் வீடுகளுக்கு குடிக்கூலிக்கு யாரும் போவதே கிடையாது. சொந்தக்காரர்களே அநுபவித்து வருவதுண்டு.

அத்தகைய வீடுகளுக்கு ஏழைகள் செலுத்திவந்த இரண்டு மூன்று ரூபாயாய் இருந்த வரிகளை ஐந்து ரூபாய் ஏழு ரூபாயாக உயர்த்தியும் விட்டபடியால் சொற்ப சீவனமுள்ள ஏழைக்குடிகள் யாவரும் கண்கலங்கி தவிக்கின்றார்கள். குடிகளே ஏகோபித்து சுகாதாரத்திற்கென்று ஏற்படுத்திக் கொண்ட விஷயந் துக்கசாகரத்தை விருத்தி செய்துவருவதாக விளங்குகின்றபடியால் கருணைதங்கிய பிரசிடென்டவர்களும் முநிசபில் கமிஷனர் அவர்களும் ஏழைக்குடிகளின் மீது கிருபாநோக்கம் வைத்து தாங்களே வீடுகடோருஞ் சென்று பார்வையிட்டு சரியான வரிகள் விதித்து ஏழைகளின் கண்கலக்கங்களை நீக்குவார்கள் என்று நம்புகிறோம்.

ஈதன்றி (சன்தோம் அருகே) மயிலை மேட்டுச்சேரிப் பெரியச்சேரியென வழங்கும் ஏழைக்குடிகள் வாசஞ்செய்யுங் கிராமங்களின் அருகே மலக்குப்பைக் கொண்டுபோய்க் கொட்டும்படி ஆரம்பித்ததுமுதல் அவ்விடமுள்ளக் குடிகள் பற்பல வியாதிகளால் பீடிக்கப்பட்டு மடிவதுடன் சிலக் குடிகளும் வெளியேறிவிட்டார்கள். அத்தகைய இடங்களிலுள்ள வீடுகளுக்கும் வரிகளை அதிகரித்துவிட்டதாக முறையிடுகின்றார்கள். இத்தியாதி இடங்கள் யாவிலும் சென்று பெரிய உத்தியோகஸ்தர்களே நேரில் பார்வையிட்டு அந்தந்த வீடுகளுக்கும் அங்கங்குள்ள ஏழைக்குடிகளுக்குத் தக்கவாறு வரி அளித்து ஆதரிக்கும்படி வேண்டுகிறோம்.

- 5:42; மார்ச் 27, 1912 -

249. சென்னை இராஜதானியின் ஆக்டிங் கவர்னர்

நமது சென்னை ராஜதானிக்கு நிலையாக வரவேண்டிய கவர்னரது வருகை ஏதோ சில அசந்தர்ப்பத்தால் தாமதப்பட்டிருக்கின்றபடியால் அவர் வருமளவும் நமது ஆனரேபில் ஆமக் பெருமானவர்கள் ஆக்ட் செய்வாரென்பதைக் கேழ்வியுற்று அனந்தானந்தம் அடைகின்றோம். அதா-

வது இச்சென்னை ராஜதானியில் அனந்தவருடமாக இருந்து இத் தேசத்தோரது நூதன சாதி வித்தியாசங்கள் நாளுக்குநாள் பெருகிவருவதும், மதவித்தியாசங்கள் நாளுக்குநாள் பெருகிவருவதும், விவசாய உழைப்பாளிகள் ஊரைவிட்டோடுவதும், அதனால் பண்ணை பூமிகளின் விருத்தி குறைந்து வருவதுமாகிய கஷ்ட நஷ்டங்கள் யாவும் அவருக்கு நன்றே தெரிந்தவிஷயங்களாகும்.

அவ்வகை தெரிந்துள்ள காருண்யருக்கு ஏழைக்குடிகள் யாவரும் ஒன்றுகூடி சாதிபேதமுள்ளக் குடிகளாலும், சாதிபேதமுள்ள உத்தியோகஸ்தர்களாலும் சாதிபேதமில்லா ஏழைக்குடிகளுக்கு என்னென்ன இடுக்கங்கள் இருக்கின்றனவென்றும் கருணைதங்கிய ராஜாங்கத்தில் ஏழைக்குடிகள் முன்னேறும் வகைகளில் ஏதேது தடைகளுண்டாகிக்கொண்டுவருகிறதென்றும். தன்னவரன்னியரென்னும் பட்சபாதமற்ற அரசாட்சியில் சாதிபேதம் வைத்துள்ளக் கூட்டத்தோர் மட்டிலும் சகல சுதந்தரிகளாக சுகசீவனம் பெற்று வாழ்வதும், சாதிபேதமில்லா ஆறுகோடி மக்கள் ஏதொரு சுதந்திரமுமின்றி அல்லலடைந்து கெடுவதுமாகிய சீர்கேடுகள் யாவையும் விளக்கி விண்ணப்பங்கள் அநுப்புவதாயின் இத்தேசத்தின் நெடுநாளய அநுபவமுடைய மகான் அவற்றை சுருக்கத்தில் உணர்ந்து வேண்டிய சுகங்களை அளித்து ஆதரிப்பாரென்று நம்புகிறோம்.

ஏழைக்குடிகளின் அதிர்ஷ்ட பாக்கியங்களுமே எல்லாமறிந்த மகான் கவர்னராக ஆக்ட்டிங் செய்கின்றார். குடிகளின் குறைகள் யாவையும் நன்கறிவார். குறைகளை நீக்கும் வழிகளையும் தெரிந்து செய்வார். இத்தகையத்தெரிந்த கவர்னரைக் காணுவது மிக்க அரிதேயாம். ஏழைக்குடிகளின் கஷ்டநஷ்டங்களை கவர்னரது சங்கத்திலெடுத்துப்பேசி சுகச்சிரளிப்பதற்கோர் லெஜிஸ்லேட்டிவ் மெம்பரொருவர் இருப்பாராயின் ஏழைக்குடிகள் யாதுமுயற்சியுஞ் செய்ய வேண்டியதில்லை. அத்தகையமெம்பரொருவரும் இல்லாதபடியால் ஏழைக்குடிகளே முயன்று தங்கடங்கட் குறைகளை இராஜாங்கத்தோருக்கு விளக்கி குறைகளை நீக்கிக்கொள்ள வேண்டியதாயிருக்கின்றது. காற்றுள்ள போதே தூற்றிக்கொள்ள வேண்டுமென்னும் பழமொழிக்கிணங்க, ஏழைக் குடிகளின் இடுக்கங்களெல்லாந்தெரிந்தவரும், கருணை நிறைந்தவரும் கவர்னராக ஆக்டிங் செய்யும்போதே ஏழைக்குடிகளாம் பாஞ்சால கிறாமவாசிகளும் திண்டிவனம் ஏழைக்குடிகளும் மற்றும் கிராம ஏழைமக்களும் தங்கடங்கட் குறைகளை மேலுமேலும் எழுதித் தெரிவிப்பதே அழகாம். அழுதப்பிள்ளைகள்தான் பால்குடிக்குமென்பது அனுபவமாதலின் முயற்சி திருவினையாக்குமென்னு முதுமொழிக்கிணங்கி ஏழைக்குடிகள் யாவருந் தங்கடங்கள் இடுக்கங்களை நீக்கிக் கொள்ளுவதே சுகம். கருணை தங்கிய கவர்னரவர்களும் ஆலோசினை சங்கத்தவர்களும் ஏழைக்குடிகளின்மீது இதக்கம் வைக்க வேண்டுகிறோம்.

- 5:43; ஏப்ரல் 3, 1912 -

250. விவசாயம் விவசாயம் விவசாயம்

சென்னை ராஜதானி தவிர மற்ற தேசங்களிலெல்லாம் அங்குள்ள பண்ணையாட்களாம் விவசாயிகளே முயன்று பூமியைப் பலவகை விருத்திசெய்து பலவகை தானியங்களை விளைவித்து தாங்கள் சுகசீவிகளாக வாழ்வதுடன் தானியங்களைப் பலதேசங்களுக்கும் அனுப்பி அவர்களுக்கும் சுகமளித்து வருகின்றார்கள். இச்சென்னை இராஜதானியிலோ இராஜாங்கத்தோர்களே முயன்று விவசாயகலாசாலைகளை வகுத்தும், வேணப் பொருளுதவிச் செய்தும், பூமியை சீர்திருத்தத்தக்க கருவிகளை ஈந்தும், பலதேச மேலாய விதைகளைத் தருவித்தளித்தும், கிணறுகளுக்குக் கவலையின்றி நீரைக்கிரகிக்கத்தக்க இயந்திரங்களைத் தருவித்தும், ஒவ்வோர்டிஸ்டிரிக்டுகளை ஆண்டுவருங் கலைக்ட்டர்களே விவசாயப் போதகர்களாகத் தோன்றி விவசாயத்தைக் கற்பித்துவருவதுடன் சுட்டுக் கடிதங்களின் மூலமாகவும் பரவச்செய்து வருகின்றார்கள். இத்தியாதி முயற்சியில் ஏதோ சிற்சில இடங்களில் மட்டும் விவசாயவிருத்தியைக் கருதிவருகின்றார்களன்றி பெரும்பாலார் அவற்றைக் கவனிப்பதையே காணோம். இராஜாங்கத்தோருதவியிருந்தும் விவசாயவிருத்திக் குறைந்து வருமாயின் அதன் கேடுபாடுகளை என்னென்று கருதல் வேண்டும். பூர்வ இத்தேசத்து விவசாயிகளரம் வேளாளர்களில்லாக் குறைவேயாம்.

ஏரெழுபது

வெங்கோபக் கலிக்கடந்த வேளாளர் விளை வயலுட்
பைங்கோல் முடித்திருந்தப் பார்வேந்தர் முடி திருந்தும்
பொங்கோதக் களியானைப் போர்வேந்தர் நடத்துகின்ற
செங்கோலைத் தாங்குங்கோ வேறடிக்குஞ் சிறுகோலே.

பூர்வம் இத்தேசத்துள் புத்ததன்மம் நிறைந்திருந்தபோது விவசாயிகளாம் வேளாளர்கள் தங்கள் தங்கள் தன்மநெறியினின்று சொல் தவராமலும் பொய்சொல்லாமலும், ஏழைகளுக்குப் பேருபகாரிகளாக விளங்கியதுமன்றி தங்கடங்கள் விவசாயவிருத்தியால் தானியவிருத்திப்பெற்று தானிய விருத்தியால் குடிகள் சுகவிருத்தியடைந்து குடிகள் சுகவிருத்தியாற் கோனென்னும் அரசரும் ஆனந்தத்திலிருந்ததாக மேற்குறித்தப் பாடலால் விளங்குகின்றது. அத்தகைய விவசாயவிருத்தி கருணைதங்கிய பிரிட்டிஷ் இராஜாங்கத்தின் பேருதவிபெற்றும் விருத்திபெறாமலிருப்பது பூர்வ விவசாயிகளாம் வேளாளர்களில்லாக் குறைவேயாம். தற்காலம் தொழிற்பெயர்கள் யாவையும் கீழ்ச்சாதி மேற்சாதியென ஏற்படுத்திக் கொண்டவர்களுக்கு இஃது நூதனமொழியாகக் காணினுங் காணும். அவ்வகை நூதனமொழியன்று. பூர்வ பௌத்தர்கள் காலத்தில் விவசாயிகளின் உழைப்பையும், அவர்களது ஈகையையும் உணர்ந்த கலைவல்லோர் வேளாளரென்னுந் தொழிற்பெயரை அளித்திருந்தார்கள். அத்ததகையத் தொழிற்பெயர்கள் யாவும் வேஷப்பிராமணர்கள் தோன்றி தங்களைப் பெரியசாதியோரென உயர்த்திக்கொண்டும் தங்களுக்கு எதிரிகளாகத்தோன்றி வேஷப்பிராமணத்தைக் கண்டித்தும் அவர்களது வேஷங்களைக் குடிகளுக்குப் பறைந்தும், தேசத்தைவிட்டுத் துரத்தியும் வந்த பௌத்தர்கள் யாவரையுந் தாழ்ந்த சாதியோரெனக் கூறித் தலையெடுக்கவிடாமற் செய்ததுமன்றி நாளுக்குநாள் வேஷப்பிராமணர் வலுபெற்றவுடன் தங்களுக்கெதிரியாக நின்றவர்களை நிலைகுலையச் செய்து விட்டபடியால் வேளாளத் தொழில் செய்யும் பௌத்தர்கள் யாவரும்

வேஷப்பிராமணர்கள் இடுக்கங்களை சகியாது பலதேசங்களுக்குச் செதிறிப்போனவர்கள் நீங்கமற்றய அரசவணிக வேளாளரென்னும் முத்தொழிலாளர்களாம் பௌத்தர்கள் யாவருஞ் சகல சுதந்திரங்களுமற்று பாழடைந்துவிட்டபடியால் அவர்களால் செய்துவந்த விவசாயத்தொழில்களும் பாழடைந்து பஞ்சமும் பெரும்வாரிக் காச்சலும் பெருகிக் குடிகளைக் கெடுப்பதுடன் கோனாகிய அரசர்களுக்கும் வீணாய செலவை உண்டு செய்துவருகின்றது.

இராஜாங்கத்தார் குடிகள்மீது கருணை கொண்டு விவசாயவிருத்தியைச் செய்தும் பயன்படாமற்போகின்றதற்குக் காரணம் மதக்கடை பரப்பி என்சாமி பெரிது உன் சாமி பெரிதெனச்சண்டையிட்டு சோம்பேறிசீவனஞ் செய்பவர்களும், பிச்சையேற்றுண்பவர்களும், பூமியைப் பெற்று ஆளும்படியானவர்களாகிவிட்டபடியால் இராஜாங்கத்தார் வேண உதவி புரிந்தும் அவைகளைக் கஷ்டத்துடன் நடத்துவதற்குக் கையாலாகாமல் நாளொன்றுக்கு முக்காலணா கூலியாள் கிடைப்பானா, ஓரணா கூலியாள் கிடைப்பானா என்னும் நோக்கத்தில் இருப்பதினால் விவசாயவிருத்திக் குறைந்து கொண்டே வருகின்றது. இவற்றைக் கண்ணுறுங் கருணைதங்கிய ராஜாங்கத்தார் பூர்வ சாதிபேதமில்லா வேளாளத்தொழிலாளராம் விவசாயிகளைக்கொண்டே பூமிகளை விருத்திச் செய்ய முயல்வார்களாயின் கூடிய சீக்கிரம் பூமிகள் சீர்திருந்தி விவசாயமும் விருத்தியடையுமென்பது சத்தியம், சத்தியமேயாம்.

- 5:44; ஏப்ரல் 10, 1912 -

251. கொடுங்கோல் என்பதென்னை? செங்கோல் என்பதென்னை?

கொடுங்கோலென்பது தன்னவ ரன்னியரென்னும் பட்சபாத முடைத்தாயதும், தன் சுகத்தைப் பார்த்துக்கொண்டு ஏனையோரைக் கருதாததும், குற்றஞ் செய்தவனிவன் செய்யாதவனிவனெனக் கண்டறியாது தெண்டிப்பதும், குடிகள் எக்கேடு கெடினும் அவற்றை நோக்காது தங்களுக்கோர் கேடும் அணுகாமல் பார்த்துக்கொள்வதும், மனிதவகுப்போரை மனிதவகுப்போராக பாவிக்காது சீர்கெடுப்பதும், தங்கள் குடிகளுக்கு நீர் வசதி, தீப வசதி, வீதி வசதி, முதலிய சுகங்கள் அளிக்காது தங்கள் சுகத்தைமட்டிலும் பார்த்துக் கொள்ளுவதும், தாங்கள் மட்டிலும் வண்டி குதிரைகளிலேறி சுகமநுபவிக்கலாம், தங்கள் குடிகள் வண்டி குதிரைகளிலேறி முன்னில் வருவார்களாயின் முறுமுறுப்பதும், குடிகளுக்குக் கிஞ்சித்து செல்வம் பெருகி மெத்தை மேடைகளில் சுகிக்க ஆரம்பிப்பார்களாயின் அவர்கள் வீட்டண்டை தங்கள் யானைகளிலொன்றையேனும், ஒட்டகங்களிலொன்றையேனும் கொண்டு போய் விடுத்து அவைகளுக்கு ஆகாரமளிக்கவேண்டுமென்று உத்திரவளிப்பதும், குடிகள் கிஞ்சித்து சுகமும் நாகரீகமும் அடைந்திருப்பார்களாயின் அவர்கள் அளிக்கவேண்டிய நியாயமாய வரிகளுக்குமேல் அந்நியாயமாய வரிகளை விதித்து வதைப்பதும் சொற்பக் குற்றங்களுக்குப் பெருந்தண்டனையும், பெருங்குற்றங்களுக்கு சிறு தண்டனையுமாய விதிகளைவிதிப்பதும், தேறவிசாரியாமலே தங்கள் மனம்போன ஆளுகைப்புரிவதும் ஆகியக் கொறூரச்செயலையுடைய ஆட்சியைக் கொடுங்கோலென்று கூறப்படும்.

செங்கோலென்பது தன்னைப்போல் பிறரை நேசிப்பதும், தன்னவ ரன்னியரென்னும் பட்சபாதமற்றதும், தான் சுகிப்பது போல் தங்கள் குடிகளும் சுகிக்கவேண்டுமென்று கருதுவதும், தாங்கள் வண்டி குதிரைகளிலேறி உலாவுதல்போல் தங்கள் குடிகளும் வண்டி குதிரைகளிலேறி உலாவுவதைக்கண்டு ஆனந்திப்பதும், குடிகளுக்குண்டாகுந் துன்பங்களை தங்களுக் குற்ற துன்பம்போற் கருதி அவைகளை நிவர்த்திப்பதும், தங்களுக்கு நீர்வசதி, வீதி வசதி, தீப வசதி செய்துக்கொள்ளுவது போல் தங்கள் குடிகளுக்கும், நீர்வசதி தீப வசதி, வீதி வசதி முதலியவைகளைச் செய்து சுகாதாரமளித்துவருவதும், விவசாயிகளாயினும், கைத்தொழிலாளர்களாயினும், விருத்திப் பெற்று சுகச்சீரிலிருப்பார்களாயின் கண்டுகளிப்பதும், அவர்கள் விவசாயங் கெட்டு, கைத்தொழிலுமற்று வெறுமனே நிற்பார்களாயின், வேணப் பணவுதவியும், பூமியின் உதவியும், கருவிகளின் உதவியும் விதையுதவியுஞ்செய்து ஆதரிப்பதும் அவரவர்கள் வருமானத்திற்குத் தக்க வரிகளை விதித்து அவ்வரி தொகைகளைக்கொண்டே குடிகளுக்கு வேண சுகமளித்துவருவதும், நீதிவிசாரிணைப்புரிவதில் தன்னவ ரன்னியரென்னும் பட்சபாதம் பாராது அவரவர்களுக்குரிய மத்தியஸ்தர்களை வைத்தே விசாரித்து நீதியளித்துவருவதும், குடிகளுக்குண்டாய வியாதிகளை நீக்குதற்கும், மற்றும் ஆபத்துகளுக்கும் முன்னின்று ஆதரிப்பதும், குடி.கள் சுகச்சீர்பெற்று வாழ்ந்தால் கோனும் சுகச்சீர் பெறுமென்று கருதுவதும், தாங்களெத்தகைய சுகங்களையநுபவிக்க வேண்டுமென்று கருதுகிறார்களோ அத்தகைய சுகங்கள் யாவையுந் தங்கட் குடிகளும் அநுபவிக்க வேண்டுமென்று கருதுவதுமாகிய அன்பும் ஆறுதலுமுற்ற ஆட்சியையே செங்கோலென்று கூறப்படும்.

உலகிலுள்ள பற்பல அரசர்களின் ஆளுகைகளினுள் இத்தகைய செங்கோலை செலுத்தும் நீதிமன்னர் யாவரெனில், தற்காலம் நம்மெயும், நமது தேசத்தையும் ஆண்டுவரும் பிரிட்டிஷ் அரசாட்சியோரேயாம். அவ்வரசாட்சியே என்றென்றும் இத்தேசத்தில் நிலைத்து சருவமக்களையும் சீர்திருத்தி சுகச்சீர் பெறச் செய்விப்பார்களென்று நம்புகிறோம்.

- 5:45: ஏப்ரல் 17, 1912 -

252. கீழ்ச்சாதியை உயர்த்தப் போகின்றார்களாமே!

அந்தோ! இக்கூட்டமானது கீழ்ச்சாதியென்று சொல்லிக்கொண்டே தங்களை மேற்சாதியெனப் பகட்டிவருவதேயன்றி உயர்த்துவதற்கு அஃது வார்த்தையன்றேயாம். கருணைதங்கிய மிஷெநெரிமார்கள் மனிதர்களை மனிதர்களாக பாவிக்கும் அன்பின் மிகுதியாலும் தன்னைப்போல் பிறரை நேசிக்கவேண்டுமென்னும் நீதி வாக்கியத்தாலும், சாதிபேதமற்ற எழியக் குடிகளுக்கென்று இலட்சம் இலட்சமாக செலவிட்டுக் கலாசாலைகளை ஏற்படுத்தி பி.எ. எம்.எ. முதலிய கௌரதாபட்டங்களையும் பெறச்செய்து அந்தஸ்தான உத்தியோகங்களிலும் அமர்த்தி சகலசாதியோர்களைப்-

போல் இவர்களையும் முன்னேறச் செய்திருக்கின்றார்கள். அத்தகையோர் கூட்டங்களிலேனும் கலாசாலைகளிலேனும் தாழ்ந்த சாதியோரை உயர்த்தப் போகின்றோமென்னும் வார்த்தைகளேனும் சப்தங்களேதேனுமுண்டா, இல்லை.

வெறுமனே வெறுங்கையில் முழம்போடும்படியானக் கூட்டத்தோர் கூடியவரிடத்தும் பொருள் கிடையாது, ஏழைகளை ஆதரிக்க முன்பணம் அளிப்போருங் கிடையாது. மதக்கடைகளை பரப்பி என்சாமி பெரிது, என்சாமி பெரிதென்று கூறி சீவிப்பதுபோல் கீழ்ச்சாதி, மேற்சாதியென்னுங் கூட்டங்களை உறுதிபடுத்தி சாதிக்கடை பரப்பி அதனாலும் சீவிப்பதற்கு முயன்றிருக்கின்றார்கள். கீழ்ச்சாதியோரை உயர்த்தப்போகின்றோமென்பதும் ஓர் சீர்திருத்த மொழியாமோ, இல்லை. நாளெல்லாம் கீழ்சாதியோர் கீழ்சாதியோரென்று சீர்கெடுக்கும் மொழியேயாம்.

கருணை தங்கிய மிஷநெரிமார்கள் அமைத்துள்ளக் கலாசாலைகளில் சாதிபேதமற்ற ஏழைப்பிள்ளைகள் வந்து வாசிப்பார்களாயின் அவர்களுடன் கலந்து வாசிக்கமாட்டோமென்று கூறிவந்த சாதிபேதமுள்ளக் கருணையற்றவர்கள் தாங்களே கலாசாலை வைத்து ஏழைகளை ஆதரிக்கப் போகின்றோமென்பது கருணை நிறைந்த யதார்த்தமொழியாமோ. இதையுமோர் சுயகாரிய சீவனமாகக்கெண்டு நடாத்துகின்றார்களன்றி வேறன்று. யதார்த்தமாக ஏழைக் குடிகளின்மீது கருணையுள்ளவர்களாயின் சுத்தநீரை மொண்டுகுடிக்க விடாது விரட்டுவார்களா. அவர்கள் கஷ்டங்களை அறிந்த ரெவரென்ட் பாண்டியனென்பவர் கிணறுகள் தோண்டுதற்கு ஏற்படுவாரா. யதார்த்தத்தில் ஏழைகளை முன்னுக்குக் கொண்டுவரவேண்டுமென்னும் எண்ணம் இவர்களுக்குப் பூர்த்தியாயிருக்குமாயின் இவர்களது பண உதவியும் பிரயாசையும் வேண்டியது கிடையா. ஏழைக்குடிகளின் முன்னேற்றத்தைத் தடுக்காமலும், கெடுக்காமலும் இருப்பார்களாயின் அதுவே பேருபகாரமாகும். அவர்கள் முன்னேறுவிடங்களைத் தடுப்பதும், அவர்களை சீர்பெறவிடாமற் கெடுப்பதுவே இவர்களது ஜென்மத்தொழிலாயிருக்கக் கீழ்சாதிகளை உயர்த்தப்போகின்றோமென்னு மொழியைக் கனவிலும் நம்பலாமோ, ஆடுகள் நனையுதென்று புலிகள் புரண்டழுவதுபோல் பேசுகின்றார்களன்றி வேறன்று.

திண்டிவனம், பாஞ்சாலம் முதலிய கிராமங்களிலுள்ள ஏழைக்குடிகள் பூமி வேண்டுமென்று விண்ணப்பங் கொடுத்தால் அவைகளைத் தடுத்தும் பெறவிடாமற் கெடுத்தும் பாழ்படுத்திவருவது பிரத்தியட்ச அனுபவமாயிருக்க அத்தகைய கூட்டத்தோருள் சிலர் ஏழைகளை உயர்த்தப் போகின்றார்கள் என்பது யதார்த்தமாகாவாம். யதார்த்தமாக ஏழைகளை சீர்த்திருத்துவோர் கருணை நிறைந்த பிரிட்டிஷ் ஆட்சியேயாம். ஆதலின் சாதிபேதமற்ற ஏழைக்குடிகள் பிரிட்டிஷ் ஆட்சியேயென்றும் நிலைக்கக் கோரி அவர்களது அன்பையும் ஆற்றலையும் பெற்றுய்யும்படி வேண்டுகிறோம்.

- 5:46; ஏப்ரல் 24, 1912 -

253. இந்தியதேசச் சிறப்பும் அதன் சீர்கேடும்

இந்திரர் தேசமானது இந்திரர்திருவென்றும், இந்திரர் விழாவென்றும், இந்திரர் விழாக்கோல் என்றும், புத்தபிரானைக் கொண்டாடியும், புத்ததன்மத்தை அநுசரித்தும், புத்தசங்க சமண முநிவர்களாம் தென்புலத்தோரை விருத்திசெய்தும், காலமழைப் பெய்தும் வந்தகாலத்தில் பௌத்த அரசர்களது வெள்ளைக் குடை பறக்கவும், குடிகள் ஒருவருக்கொருவர் அன்பிநிலை சிறக்கவும் ஒவ்வோர் குடும்பிகளும் வித்தை, புத்தி, ஈகை, சன்மார்க்கம் செழிக்கவுமாய் இருந்தபடியால் அவர்களது முயற்சிகள் யாவும் வித்தையிலும், விவசாயத்திலுமே நிலைத்திருந்தது.

அத்தகையோர் முயற்சி குன்றாது தேசம் சிறப்புற்றிருந்ததுடன் குடிகளும் ஆனந்தசுகத்தில் இருந்தார்கள். அச்சுகானந்தத்தையும், கலை நூல் விருத்தியையும், வித்தியாவிருத்தியையும் அறிந்த சாலோமோன் முதலியப் புறதேச அரசர்கள் பலரும் இத்தேசத்துள் வந்து அரியவித்தைகளைக் கற்றுச் சென்றதாக சரித்திரங்கள் கூறுகின்றது. அவ்வகை சிறப்புற்றிருந்த தேசமும் தேசமக்களும் நாளுக்குநாள் சீர்கேடடைந்துவருங் காரணமோவென்னில் குடிகளுக்குள்ள வித்தை, புத்தி, ஈகை, சன்மார்க்கம் இவைகளற்று குடிகெடுப்பு, வஞ்சினம் பொறாமெய், லோபம், துன்மார்க்கம், சோம்பல் இவைகள் பெருகிக்கொண்டே வருகின்றபடியினாலேயாம். இத்தகைய சீர்கேடுகளினால் புறதேசங்களில் இருந்தும் இத்தேசம் வந்து அரியவித்தைகளைக் கற்றுச்சென்ற சிறப்புகள் நீங்கி இத்தேசத்தோர் புறதேசஞ்சென்றும் அவ்விடத்திய வித்தைகளைத் கற்பதுங் கடினமாகிவிட்டது. பூர்வ புத்ததன்ம வித்தியாவிருத்தியுங் கெட்டு, புத்தியின் விருத்தியுங்கெட்டு, ஈகையின் விருத்தியுங்கெட்டு, சன்மார்க்க விருத்தியுங்கெட்டு நூதனமாய இந்துதன்ம பொறாமெ மிகுத்த சாதிவித்தியாசங்கள் பெருகியும் மதவித்தியாசங்கள் பெருகியும், அந்த சாதியோன் ஆசாரம் இந்தவகையென்றும், இந்த சாதியோன் ஆசாரம் அந்தவகையென்றும் தங்கள் தங்கள் சுயப்பிரயோசனக் கட்டுக்கதைகளை வரைந்து வைத்துக்கொண்டு உயர்ந்த சாதியோரென வகுத்துக்கொண்டவர்களெல்லாம் தங்களுடைய சம்பாதித்ய விஷயங்களில் எத்தொழிலைச் செய்யினும் சாதிகிடையாது தாழ்ந்த சாதியென அவர்களால் வகுத்துள்ளவர்கள் எத்தொழிலைச் செய்யப்புகினும் அங்கங்கு சாதிதடைகளை உண்டுசெய்து இத்தேசப்பூர்வக் குடிகளை நாசஞ்செய்து வித்தைகளையும் விவசாயங்களையும் பாழ்படுத்தும், சாதிவித்தை, சமாத்து வித்தைகளைப் பெருக்கிக்கொண்டேவருகின்றார்கள். இத்தகைய அசத்திய அசப்பிய துன்மார்க்கப் பெருக்கங்களால் நாளுக்கு நாள் தேசம் சிறப்பழிவதுடன் தேசமக்களும் ஒற்றுமெக்கெட்டு நாளுக்குநாள் சீர்குலைந்துபோகின்றார்கள். மற்றுஞ் சிலமதக்கடைகளைப் பரப்பி கட்டுக்கதைசாமிகளை நிறப்பி, எங்கள் சாமியை வேண்டிக்கொண்டால் சகல நோய்களையுந் தீர்த்துவிடுவார், சகல பாபங்களையுந் தீர்த்துவிடுவார், கண்ணைப் போன்ற பொன்களால் கண்ணும், காலைப்போன்ற பொன்களாற் காலும் செய்து எங்கள் சாமிக்குக் கொண்டுவந்து செலுத்துவீர்களானால் அந்தந்த பாக ரோகங்கள் நீங்குவதுடன் எங்கள் சாமியை எதைக்கோரி வேண்டினாலும் கொடுப்பார். ஆனால் பிரார்த்தனைக்குச் செய்துவருஞ் சின்னங்களை தகரத்தாலும், இய்யத்தாலும் செய்ய வேண்டாம். வெள்ளியினாலும் பொன்னினாலும் செய்துவரவேண்டுமென்னும் சுயகாரிய மதக்கடைகளும், சோம்பேறி சமயவித்தைகளையும் விருத்திசெய்து தேசச்சிறப்பையும் வித்தைகளையும், குடிகளின் வித்தியாமுயற்சிகளையும் பாழ்படுத்தி விட்டார்கள்.

மற்றுஞ் சில மதவித்தைகளோ பொய்ச்சடைகளை சிரசிற்கட்டிக் கொண்டும், பேரிலந்தங்கொட்டை மாலைகளைப் பெருக்க அணைந்து கொண்டும், சாம்பலை நிதம்பப் பூசிக்கொண்டும், வெள்ளைபொட்டின்பேரில் சிவப்புப் பொட்டும், சிவப்புப்பொட்டின்பேரில் கருப்புப்பொட்டும் இட்டுக்கொண்டும் செப்புச்சிலைகளைக் கையிற்றீட்டிப் பிடித்துக்கொண்டும் அரகரா, அரகரா என்னும் பொருளற்ற மொழியைப் புகன்றுக்கொண்டும். சோம்பேறிதொழிலால் பொருளை சம்பாதித்துப் பெண் பிள்ளைகளைக் காப்பாற்றிக்கொண்டும் வருகின்றார்கள். அதனாலும் இத்தேசத்து அரியவித்தைகளும் விவசாய விருத்திகளும் அழிந்து போயிற்று.

மற்றுஞ்சிலர் துளசிமணிகளைப் பூண்டுக் கொண்டும், பஞ்சவருண நூல்மாலைகளை அணைந்துகொண்டும், துவாதச நாமமென்னும் வெண் சாந்து, சிவப்புச்சாந்து, மஞ்சள் சாந்துகளை அணைத்துக் கொண்டும் கோவிந்தம், கோவிந்தமென்னும் அறியாமொழிகளை அரற்றிக்கொண்டும் பொருள் சம்பாதித்துப் பெண்டுபிள்ளைகளைக் காட்டாற்றும் சோம்பேறும் பெரிய வித்தைகளைக் கற்றுக்கொண்டார்கள். அத்தகையக் கூட்டப் பெருக்கத்தாலும் இத்தேசத்து அரிய வித்தைகளும் விவசாயங்களுங் கெட்டு தேசமும் தேசமக்களும் சீர்கேடடைந்து வருகின்றார்கள்.

இந்திரர்தேசமும் இந்திரர்தேச மக்களும் சீர்கேடடைந்து வருவதற்குக் காரணம் பொய்யாகிய சாதிவேஷப் பிரிவினைகளும் பொய் வேத மதக்கடைப் பிரிவினைகளுமேயாம். பொய்சாதி வேஷத்தையும் பொய்சாமி வேஷத்தையும் விசாரித்து ஒழிக்குமளவும் இத்தேசத்துப் பூர்வ வித்தைகளும் விவசாயங்களும் விருத்திப்பெறாதென்பது திண்ணம், திண்ணமேயாம்.

- 5:47; மே 1, 1912 -

254. இந்தியதேசமும் இந்திய மக்களும் சீர்பெறவேண்டுமாயின் யாது செயல் வேண்டும்

பொய்யாகிய சாதிவேஷத்தை உண்டு செய்துக் கொண்டு அவன் சிறியசாதி இவன் பெரியசாதியெனப் பிரித்து ஒருவருக்கொருவர் உதவாமலும், ஒருவரைக் கண்டால் ஒருவர் சீறிநிற்கும் பொறாமெய் வஞ்சின முதலிய துற்குணங்கள் முதலாவது ஒழிய வேண்டும். இப்பொய்சாதி வேஷத்திற்கு உதவியாகப் பொய் வேதங்களையும், பொய் மதங்களையும், பொய்ச்சாமிகளையும் உண்டு செய்துக் கொண்டு என்சாமி பெரியசாமி உன்சாமி சின்னசாமி என்றும் என்சாமியை உன்சாமிப் பார்க்கமுடியாது, உன்சாமியை என்சாமி தலையைக் கிள்ளிப்போடுமென்றும், இராட்சஸரென்றும் அசுரரென்றும் குறிப்பிட்ட ஆளுங்கிடையாது அவர்கள் எத்தேசத்தில் இருப்போரென்னும் நிலையும் கிடையாது. அத்தகையோரை எங்கள் சாமிகள் தலையை வெட்டிவிட்டார்கள் காலைவெட்டி விட்டார்கள் எங்கள் சாமிகளெல்லாம் பாப்பார் வீட்டில்தான் பிறப்பதென அச்சாமிகளைத் தொழும்படிச் செய்துக்கொள்ளுவதுடன் தங்களையுந் தொழும்படிச் செய்துக்கொண்டு மதக்கடைகளைப் பரப்பி சோம்பேறுஞ் சீவனஞ்செய்ய நூறுகுடிகளை விவேக விருத்திக்கெட நசித்து தாங்களொரு குடி பிழைத்தால் போதுமெனப் பொய்யைச்சொல்லி சீவிக்கும் சூதுக்களும், சோம்பேறிச் செயல்களும் இரண்டாவது ஒழிய வேண்டும்.

இத்தகையப் பொய்யாகிய சாதிவேஷங்களினாலும் பொய்யாய மதபேதங்களினாலுமே இத்தேசமும் தேசமக்களும் சீரழியக் காரணமாகின்றது. எவ்வகையில் என்னில், தங்களுக்குத் தாங்களே உயர்ந்த சாதிகளென சிறப்பித்துக் கொண்டுள்ள சாதிகர்வத்தினால் மற்றவர்களைத் தாழ்த்தி இழிவு கூறுவதுபோல் தங்களைக் காத்து ரட்சிக்கும் இராஜாங்கத்தையுந் தாழ்ச்சியாகக் கருதி சாதிக் கூட்டங்களைக் கூட்டிக்கொண்டு இராஜதுரோகிகளாகச் செய்கின்றது. மதகர்வங்களோ தம்மதமே மதமெனக் கூறி ஏனையோர்களை தூஷிப்பதும் இம்சிப்பதுமாகியக் கற்பனாச்செயலால் இராஜாங்கத்தையும் மதியாது தங்கள் தங்கள் மதகர்வத்தைப் பெருக்கிக்கொண்டு அதனாலும் இராஜாங்கத்தை விரோதிக்கச் செய்வதுமன்றி வித்தைகளினால் சீவிக்கும் உத்தேசங்களற்று சாமிகொடுப்பார் சாமி கொடுப்பார் என்னும் தட்டிச்சோம்பேறிகள் அதிகரித்து மேலும் மேலும் தேசம் பாழடைந்து வருகின்றபடியால் முதலாவது சாதிகர்வத்தையும், இரண்டாவது மதகர்வத்தையும் ஒழித்து, ஆண்டு இரட்சிக்கும் இராஜவிசுவாசத்தில் நிலைத்தல் வேண்டும். அவற்றுள் நிலைத்து அவர்களால் போதித்துவரும் அரியக் கல்விகளைக் கற்றல் வேண்டும். கற்பதுடன் அவர்களால் கற்பித்துவரும் அரிய வித்தைகளில் பழகவேண்டும். அவற்றுள் பழகி அவர்களால் வெளியிட்டுவரும் இஸ்டீமர் வித்தை, டோனகிராப் வித்தை, லெத்தகிராப் வித்தை, போட்டேகிறாப் வித்தை, விவசாய வித்தை முதலியவைகளைக் கற்றுத் தாங்கள் சுகச்சீர் பெறுவதுடன் தங்கள் தேசத்தோரையும் சுகச்சீர் பெறச்செய்யல் வேண்டும். அப்போதுதான் இந்தியதேசமும் இந்தியர்களும் சீர்பெறுவார்களென்பது சத்தியம்.

இத்தகைய அரிய வித்தைகளை சாதிக்காது குடுமி வைப்பதோர் வித்தை, கொட்டை கட்டுவதோர் வித்தை, சாம்பற் பூசுவதோர் வித்தை, சாராயம் பூசிப்பதோர் வித்தை, நாமம் போடுவதோர் வித்தை, நடுத்தெருவில் புறளுவதோர் வித்தை, பொட்டுமேல் பொட்டிடுவதோர் வித்தை, மொட்டைத்தலையிற் குட்டிக்கொள்ளுவதோர் வித்தை, மந்திரங்களென்று முணுமுணுப்பதோர் வித்தை, மாடுகளைச் சுட்டுத்தின்பதோர் வித்தை, கல்லுகளை சுற்றி சுற்றி வருவதோர் வித்தை, கைம்பெண்களை சத்தி பூஜை செய்வதோர் வித்தை, பன்றியினிறைச்சியைப் பொரித்துத் தின்றுப் பெரிய பூசை என்பதோர் வித்தை, மீனிறைச்சியை சமைத்துத்தின்றுவிட்டு மேலாய பஜனை செய்கின்றோமென்பதோர் வித்தை, காலை சாமியென்பதோர் வித்தை, கையை சாமியென்பதோர் வித்தை, சோம்பேறிகள் சேருதற்கு சத்திரங்கட்டுவதோர் வித்தை, சோற்றபிஷேகஞ் செய்வதோர்வித்தை, பகலில் சாமிக்கு வடை பாயசம் வட்டிக்க வேண்டுமென்பதோர் வித்தை, இரவில் சாமிக்கு சுக்கு நீர் கொடுத்து தூங்கவைப்பதோர் வித்தை, இத்தியாதி தடிச் சோம்பேறிவித்தைகளையே சாதித்து வருவதாயின் இந்தியதேசம் உள்ள சிறப்புங் கெடுவதுடன் இந்தியருக்கு உள்ள அறிவுங்கெட்டு பாழடைவார்களென்பது சத்தியம் சத்தியமேயாம்.

- 5:48; மே 8, 1912 -

255. சகலரும் படிப்பது விவேக விருத்திக்கா இராஜாங்க உத்தியோகத்திற்கா

தற்காலம் நமதுதேசத்துள் வாசிப்பவர் எல்லவரும் இராஜாங்க உத்தியோகத்தை நாடி வாசிக்கின்றார்களன்றி விவேகவிருத்தியை நாடி வாசிப்பதைக்காணோம். பெரும்பாலும் வாசித்தவர்கள் யாவரும் இராஜாங்க உத்தியோகம் பெறவேண்டுமென்னும் அவாக்கொண்டே அங்கங்கு பெருங்கூட்டங்களிட்டு அந்த சீர்திருத்தம் பேசவேண்டும். இந்த சீர்திருத்தம் பேசவேண்டுமென்பதும் அந்த உத்தியோகங்களைக் கொடுக்கவேண்டும் இந்த உத்தியோகங்களைக் கொடுக்க வேண்டுமெனக் கூச்சலிட்டு வருவதைப் பலப் பத்திரிகையால் அறிந்துவருகின்றோமன்றி வாசித்தவர்கள் எல்லவரும் ஒன்றுகூடி தங்கள் தங்கள் விவேகவிருத்தியால் அத்தகைத் தொழிலை விருத்தி செய்தார்கள். இந்த விவசாயத்தை விருத்திசெய்தார்களென்று ஓர் வதந்தியும் பிறந்தது கிடையாது, ஓர் பத்திரிகையில் வாசித்ததுங்கிடையாது. இதனால் நன்குவிளங்குவது யாதெனில், தற்காலம் வாசிப்போரெல்லவரும் இராஜாங்க உத்தியோகத்தை நாடி இராஜாங்கத்தையே செய்ய வேண்டியவர்களாக விளங்குகின்றது. எல்லவரும் பல்லக்கேற எத்தனித்துக் கொண்டால் எடுப்பவர்கள் யாரென்பதை ஆலோசிக்க வேண்டியதேயாம்.

இத்தகைய ஆலோசினையில் படிப்பதெல்லாங் கண்டுபடிக்கா படிப்பென்னிலோ அஃது படிப்பவர் குற்றமேயாகும். காரணம் படிக்கும்போதே இராஜாவாகிவிட வேண்டுமென்னும் எண்ணம் இருக்குமாயின் படிப்பவர் குற்றமாகும். ஆதலின் படிப்பவர் படிப்பு வித்தையிலும், ஈகையிலும், சன்மார்க்கத்திலும் நோக்குமாயின் வித்தியாவிருத்தி மேலும் மேலும் பெருகி கைத்தொழிற்சாலைகளும் அமைந்து கனமடையச் செய்யும். அங்ஙனம் படிக்கும் போதே வித்தியாவிருத்தியை நோக்காதபடியால் பழைய ஏற்றங்களுக்குமேல் வேறேற்றம் செய்ய விதியில்லை பழய கவலைக்குமேல் கவலையில்லாமல் இரைப்பதற்கு விதியில்லை. பழய சம்பாங்குடைக்குமேல் வேறு குடை செய்ய புத்தியில்லை. பழய எலிகத்திரிக்குமேல் வேறு கத்திரி செய்யும் படிப்பில்லை. ஆதியில் கண்டுபிடித்த தானியங்களைவிட வேறு தானியங் கண்டுபிடிக்க வழியில்லை, பழய கனி வர்க்கங்களுக்குமேல் வேறு கனிகளை விருத்தி செய்ய விதியில்லை. பழய தைலங்களைவிட வேறு தைலங்களைக் கண்டுபிடிக்குங் கலையில்லை.

இத்தகையக் கைத்தொழில் சீர்கேட்டிற்கும் வித்தியா குறைவிற்குக் காரணம் படிப்பவர்களின் கேடுபாடுகளேயாம். பிரிட்டிஷ் ஆட்சியின் துரை மக்கள் படிப்பின் விருத்தியைப்பாருங்கள் போட்டகிறாப்பிற்கு மேல் லெத்தகிறாப், லெத்தகிறாப்பிற்கு மேல் டெல்லகிறாப், டெல்லகிறாப்பிற்குமேல் ஒயர்லெஸ் டெல்லிகிறாப் முதலிய அரியவித்தைகளை மேலும் மேலும் விருத்திச்செய்து வருகின்றார்கள். இவர்களன்றோ பெரியசாதிகள், இவர்களன்றோ மேன்மக்கள், இவர்களன்றோவிவேக விருத்திப்பெற்ற மகான்கள்.

இத்தகைய வித்தை புத்தி, ஈகை, சன்மார்க்கமற்று, தேச விருத்தியுங்கெட்டு, வித்தியா விருத்தியும் பட்டுப்போவதற்காய் சாதிவிருத்தியும் சமாத்துவிருத்தியும், சாமிவிருத்தியும், கோமியவிருத்தியும் குறுக்குபூசுவிருத்தியும் நெடுக்குபூசு விருத்தியும் வடகலை நாமவிருத்தியுந் தென்கலை நாமவிருத்தியும் பெருகிக் கொண்டே வருமாயின் நந்தேயஞ் சீர்கெடுவதுடன் தேசத்தோருஞ் சீரழிவார்களென்பது திண்ணம்.

ஈதன்றி பெரிய சாதிப் பொய்கட்டுபாடுகளும் இருத்தல் வேண்டும். பொய்ச்சாமிக் கதைகளும் பெருகவேண்டும். இராஜாங்க உத்தியோகங்களையும் அநுபவிக்கவேண்டுமென படிப்பதாயின் அப்படிப்பு அவலப்படிப்பேயாம்.

- 5:50; மே 22, 1912 -

256. தற்கால இந்தியர்கள் பெற்றுள்ள சீர்திருத்தங்களென்னை

பெரியப்பெரிய சாதிகளையுஞ் சிறியசிறிய சாதிகளையும் சிறக்க ஏற்படுத்திக் கொண்டார்கள். சிறிய சிறிய சாமிகளையும் பெரிய பெரிய சாமிகளையும் பெருக்க சிருட்டித்துக்கொண்டார்கள். இவைகளுக்காதரவாக ஏதொரு வஸ்திரமுமின்றி கோமணமென்றும் கௌபீனமென்றும் வழங்கும் துண்டு சீலையைக் கட்டிக்கொண்டு உலாவுவதோராச்சாரம், பூணுநூலைக் காதிற் சொருகிக்கொண்டு மலோபாதைக்கு போவதோராச்சாரம், குளிக்கப் போகுங்குளங்களில் முழுகி முழுகி முண முணப்பதோராச்சாரம், குளத்து நீரை செம்பு பாத்திரமோ பித்தளை பாத்திரமோ ஒன்றில் மொண்டுக்கொண்டு வீட்டிற்கு வருங்கால் மாட்டைக் கண்டால் ஒதுங்குவதில்லை, குதிரையைக் கண்டால் ஒதுங்குவதில்லை, நாயைக் கண்டால் ஒதுங்குவதில்லை தன்மெய்ப் போன்ற மனிதர்கள் எதிரில்வருவார்களாயின் துள்ளித் துள்ளி தூரவோடி விடுவதோராச்சாரம், தான் செய்யும் மந்திரம் வெளியோருக்குக் கேழ்க்காது மணியாட்டிக் கொள்ளுவதோர் ஆச்சாரம், சாம்பலைப்பூசுவதில் குழைத்துப் பூசுவதோர் ஆச்சாரம், வெறுமனே பூசுவதோர் ஆச்சாரம், (பொருளற்ற) நாமம் போடுவதில் பெரிய பெரிய நாமங்கள் போடுவதோர் ஆச்சாரம், அவற்றைக் கண்டதுண்டங்களிற் போடுவதோர் ஆச்சாரம், (பொருளற்ற) வடகலை நாமமென்பதோர் ஆச்சாரம், தென்கலை நாமம் என்பதோர் ஆச்சாரம், வீட்டிற்கு விருந்தினர்வந்து விட்டால் சுக்கிரவார விரதம், சோமவாரவிரதமென சோறு சமைக்காமல் இருப்பதோர் ஆச்சாரம்.

ஒருபொழுது புசிப்பதென்று சோறு சமைத்துண்டு மறுபொழுது பலவகைப் பலகாரங்களும் பாயசமும் புசிப்பதோர் விரதம், அதிரசமென்னும் பலகாரஞ் சுட்டுப்புசித்துக் கைகளில் கயிறு கட்டிக்கொள்ளுவதோர் விரதம், கோழி மாமிஷம் சமைத்து சாராயத்துடன் புசித்து கைகோர்த்துக் கூத்தாடுவதோர் விரதம், விக்கிரகங்களுக்கு அன்னாபிஷேகஞ் செய்வதோர் பூசை, கடலை சுண்டல் படைப்பதோர் பூசை, வடை பாயாசம் படைப்பதோர் பூசை, வாழைக்கனி தோசை வட்டிப்பதோர் பூசை இவைகள் யாவும் ஜீரணிப்பதற்கு சாமிக்கு சுக்கு நீர் கொடுப்பதோர் பூசை, ஜாமத்தில் சாமியைத் தூங்கவைப்பதோர் பூசை.

இத்தகைய தூங்குமூஞ்சு சாமிகளும் விடிந்தெழுந்து பல்லுவிளக்குஞ் சாமிகளும் ஆனோரை சிருட்டித்துக்கொண்டோர் வரவுகள் குன்றுமாயின் என்சாமி பெரிது உன்சாமி சிறிதென்னுஞ் சண்டை, நீங்கள் போடும் நாமம் பொய்நாமம், யாங்கள் போடும் நாமம் மெய்நாமமென்னுஞ் சண்டை, சிவன்சாமி பெரியசாமி, விஷ்ணுசாமி சின்னசாமியென்னும் ஓர் சண்டை, அந்தசாமி உச்சியைக் காணவில்லை இந்தசாமி பாதத்-

தைக் காணவில்லை என்பதோர் சண்டை ஆகிய சாதிபேதச் சண்டைகளாலும், சமயபேதச் சண்டைகளாலும், சாமிபேதச் சண்டைகளாலும், ஒற்றுமெய்க் கெட்டு மானுஷீக தன்மகாருண்யம்விட்டு ஒருவர் முகச்சின்னங்களை மற்றவர்கள் கண்டவுடன் ஒருவருக்கொருவர் சீறிச் சினந்துத் தடிகளைக்கொண்டு மண்டை உடைவதுடம் அதிகாரிகளால் தண்டனை அடைவதும், அப்போதைக்கப்போது தலபுராணங்கள் எழுதுவதும், தங்கள் மதமே மதம் தங்கள் சாமியே சாமியெனக் கூறித்திரிவதும், அந்த சாதியோர் ஆச்சாரமது இந்தசாதியோராச்சாரம் மீதென்னுங் கட்டுக்கதைகளை வரைவதும், அதற்கான முற்றும் பொய்களை முட்டுக்கொடுக்குஞ் செயல் இவர்களது சீர்திருத்தங்களேயன்றி மக்கள் சீர்திருத்தம் தேசசீர்திருத்தங்கள் ஒன்றுங் கிடையாவாம்.

இவர்களது விருத்திக் குறைவுகளுக்குக் காரணம் ஒற்றுமெக்குக் கேடாய சீர்குறைகளும், இவர்களது விவசாயத்துக்கு கேடாய சோம்பல்களும், வித்தைக்குக் கேடாய முயற்சிக் குறைகளும், சாதிப்பிரிவினை, சமயப்பிரிவினை, சாமிப்பிரிவினையால் உண்டான கேடுகளென்று உணர்ந்த கருணைவல்ல பிரிட்டிஷ் ஆட்சியார் கல்விவிருத்திக்காய் ஆதாரங்களையும், கைத்தொழில் விருத்திக்கான ஆதாரங்களையும், விவசாய விருத்திக்கான ஆதாரங்களையும், ஒற்றுமெய் அடைவதற்கு ஏதுவாயச் செயல்களையும் விருத்திசெய்து வருகின்றார்கள். அத்தகைய சீர்திருத்தங்களை சரிவர நோக்காது பழயக்குருடியே குருடியென சாதிசம்பந்தத்தை விடப்படாது சமயசம்மந்தத்தை விடப்படாதென்னும் விசாரிணையற்ற வீணர்கள் தோன்றி இராஜாங்கத்தோர் செய்துவரும் சீர்திருத்தங்களையும், பெரியோர்கள் பிரசங்கங்களில் பேசிவரும் நீதி நெறிகளையும் உணராது வீண்வாது கூறி வருகின்றனர். இவர்களது வாதமும் போதமும் அவலமேயாம்.

- 5:51: மே 29, 1912 -

257. ஆசாரமென்னும் மொழிக்குப் பொருளறியாதோர் ஓர் மேற்சாதிகளாம் அவர்கள் கூடி கீழ்ச்சாதியோரை உயர்த்தப்போகின்றார்களாம்

அந்தோ! ஆசாரமென்னும் மொழியை சாஸ்திரிகள் எவ்வகைச் செயலுக்கு உபயோகப்படுத்தி வந்திருக்கின்றார்களென்னில் சமயாசாரங்களை விடுதலும், குலாசாரங்களை விடுதலும், இல்வாழ்க்கையை விடுதலுமாகியப் பற்றற்றச் செயலெதுவோ அதையே ஆசாரமென வகுத்திருக்கின்றார்கள்.

தேவிகாலோத்திரம்

ஈமயாசார சங்கற்ப விகற்பமும் / அமையதாங்குல வாசாரமானதும்
இமையாதாரும் விடாத வில்லாழ்க்கையும் / அமையார் தோளாய் விடுத லாசாரமே.

சமயாசாரங் குலாசாரமென்பவற்றை தவிற்குஞ் செயலுக்கே ஆசாரமென்னும் மொழியை வழங்கிவருவதை உணராது மேற்சாதியோர் சிலரிருக்கின்றோம்; அவர்கள் எல்லவருங்கூடி கீழ்ச்சாதியோரை உயர்த்தப் போகின்றோமென்பது என்னவாசாரமோ விளங்கவில்லை. இவர்களும் ஆசார சீர்திருத்தக்காரர்களென வெளிதோன்றி ஐயா பிரசங்கித்தார், அம்மா பிரசங்கித்தாரென்பதில் யாதுபயன். கீழ்வகுப்புக்கலையிற்றேறி மேல்வகுப்புக் கேறினானென்னில் அஃது கல்வியின் திரத்தைக் காட்டும். அவைபோற் கீழ்ச்சாதியோரை உயர்த்தப் போகின்றோமென்னு மொழி மேற்சாதியாகச் செய்கின்றதா அன்றேல் தங்களை உயர்ந்தசாதியென்றே படாடம்பமடித்துக் கொண்டு தங்கள் எதிரிகளை கீழ்ச்சாதியென்றே காலமெல்லாம் சொல்லி வருகின்றதா அதேனும் விளங்கவில்லை. கீழ்ச்சாதியோரை உயர்த்தப் போகின்றோமென்னு மொழி யதார்த்தமாயின் இவர்கள் எல்லவரும் ஓர்கால் கீழ்ச்சாதியாயிருந்து உயர்த்தப்பட்டவர்களாயின் அவர்கள் கூடிய கூட்டங்களும், செய்யுஞ் செயல்களும் செவ்வனே முடியும். அங்ஙனமின்றி தாங்கள் எக்காலும் உயர்ந்த சாதியோரே என்பாராயின் அவர்கள் சொல்லுமொழியுஞ் செய்யுஞ் செயலும் முக்காலும் முடியாவென்பது துணிபு. அன்னோர் பிரசங்கங்களிற் கீழ்ச்சாதியோருட் சிலர் தங்கள் முயற்சியால் முன்னுக்கு வந்திருக்கின்றார்களென்றும் அதனால் அவர்கள் மேற்சாதியின் சேர்க்கையைப் பெற்றிருக்கின்றார்கள் என்றும் கூறியுள்ளது விசாரிணையற்றக் கூற்றேயாம். விசாரிணையுற்றக்கூற்றேயாயின் முன்னுக்கு வந்துள்ளக் கீழ்ச்சாதியோர்பால் மேற்சாதியோர் சேர்க்கைப் பெற்றிருக்கின்றார்களா அன்றேல் மேற்சாதியோர் பால் முன்னுக்கு வந்துள்ளக் கீழ்ச்சாதியென்போர் சேர்க்கைக்குச் சென்றிருக்கின்றார்களா என்பதை உற்றுணர்ந்து பிரசங்கிக்கவில்லை போலும். மேற்சாதி என்போரே அவர்களது நட்பிற்கும் உதவிக்கும் பின்சேர்க்கைப் பெற்றிருப்பது அநுபவக்காட்சியாயிருக்க மேற்சாதியார் சேர்க்கைப்பெற்று விட்டார்கள் என்று தங்களுக்குத் தாங்களே மெச்சிப்பேசிவிட்டது யாது டம்பமோ அதுவும் விளங்கவில்லை.

யதார்த்தத்தில் ஏழைகளை முன்னுக்குக் கொண்டுவரவேண்டு மென்னும் நல்லெண்ணம் உடையவர்களும், நன்கு வாசித்தவர்களும், கருணை நிறைந்தவர்களுமாயிருப்பார்களாயின் கீழ்ச்சாதியென்னு மொழியை மறந்தும் உபயோகிக்க மாட்டார்கள். கருணையுங் கல்வியும் நல்லெண்ணமும் இல்லாதவர்களாதலின் வித்தையும், புத்தியும், ஈகையும், காருண்யமுமடைந்த பெருங்கூட்டத்தோரை கீழ்ச்சாதி எனக் கூறிக்கொண்டே தங்களை உயர்த்திக்கொள்ளப் பார்க்கின்றார்கள். இத்தகைய மொழியால் ஒருவனை உயர்த்தவும், மற்றொருவனைத் தாழ்த்தவும் இயலா. இயல்வதியாதெனில், கள்ளனைக் கீழ்ச்சாதியோனென்னிற் பொருந்தும், மதுவருந்தும் வெரியனைக் கீழ்ச்சாதியோனென்னிற் பொருந்தும், விபச்சாரியைக் கீழ்ச்சாதியோனென்னிற் பொருந்தும், பொய்யனைக் கீழ்ச்சாதியோனென்னிற் பொருந்தும். கொலைஞனைக் கீழ்ச்சாதியோனென்னிற் பொருந்தும். காரணம் பஞ்சபாதகத் தொழிலைச் சாதிக்கும் படும்பாப சாதனிகளாதலின் பொதுவாகக் கீழ்ச்சாதியென்னும் பெயரவர்களுக்கே பொருந்துமன்றி ஏனைய உழைப்பாளிகளுக்கும் கருணை நிறைந்தவர்களுக்கும் மனிதவகுப்போரை மனித வகுப்போராக பாவிப்பவர்களுக்கும் கீழ்ச்சாதி என்னும் பெயர் பொருந்தாது. சங்கை சுட்டாலும் வெண்மெத் தருவது போல் யாது துன்பத்தில் நசுங்குண்டபோதிலும் மேன்மக்கள் மேன்மக்களாகவே விளங்குவார்கள்.

தங்களை மேற்சாதியோரென உயர்த்திக்கொண்டு ஆறுகோடி மக்களைக் கீழ்ச்சாதியெனத் தாழ்வுபடக்கூறி அவர்களை உயர்த்தப்போகின்றோமெனப் படாடம்பமடித்துக் கூட்டங்கூடி வீண்கூச்சலிடுவதினும் அவர்களது முன்னேற்றத்தைத் தடுக்காமலும் முயற்சிகளைக் கெடுக்காமல் மட்டிலும் இருப்பார்களாயின் அதுவே இவர்கள் செய்யும் பேருபகாரமாகும். ஏழைக்குடிகள் கேழ்க்கும் பூமிகளைக் கொடுக்கவிடாமலும், சுத்தநீரை மொண்டு குடிக்கவிடாமலும் உள்ளக் கருணையற்றவர்கள் ஏழைகளை முன்னேறச் செய்வார்களென்பதும் நம்பிக்கையேயில்லை. இஃது குழந்தையின் துடையைக் கிள்ளிவிட்டு தொட்டிலையும் ஆட்டுவது போல் பலவகை இடுக்கங்களாலும் ஏழைக்குடிகளை உள்ளுக்குள் பாழ்படுத்தி விட்டு இராஜாங்கத்தோர் மெச்சும்படிக் கீழ்ச்சாதியோரை உயர்த்தப்போகின்ற யாங்களுமோர் மேற்சாதி யாரென அபிநயித்து பத்திரிகைகளின் வாயிலாலும் பிரசங்கங்களின் வாயலாலும் பரக்கக்கூறி படாடோப் மடித்து வருகின்றார்கள். இத்தகையோர் வஞ்சகக்கூற்றில் எஞ்சியவற்றை சமயம் நேர்ந்துழில் அஞ்சாதெழுதுவாம்.

- 5:52; சூன் 5, 1912 -

258. இன்னும் சுதேசிய முயற்சியென்னும் மொழி ஏனோ

இத்தகைய சுதேச முயற்சி, சுதேச முயற்சி என்னும் மொழியால் தேசச்சிறப்புக்குன்றுமேயன்றி மென்மேலும் சிறப்படையமாட்டாது. காரணமோவென்னில் இத்தேசத்தோர் இதுகாரும் ஓர் முயற்சியற்ற சோம்பேறிகளாயிருந்து இப்போதே சுதேச முயற்சிச் செய்வதாக விளங்கும் செய்யுமுயற்சிகளை அதனதன் பெயர்களைக் கொண்டு நடத்துவது பேரழகாகும். அதாவது விவசாயத்தில் முயற்சிப்பதாயின் விவசாய முயற்சியென்றும், கைத்தொழில் முயற்சிப்பதாயின் கைத்தொழில் முயற்சியென்றும் கூறுவதொழிந்து சுதேசமுயற்சியென்று கூறி யாதொரு முயற்சியுமின்றி ஐந்தாறு பெயர்கள் கூடி அந்நியாயக் கூட்டங்களும் அதிகப் பிரசங்கங்களுஞ் செய்து யாதுமறியா ஏழைக்குடிகளை இராஜ துரோகிகளெனக் காட்டிவிட்டு, எட்டினாற் குடிமி எட்டாவிடில் பாதம் பிடிப்பது போல் அபிநயிப்பது யாதுபயன்.

சுதேசியம் என்னும் மொழியைமட்டிலுங் கற்றுக் கொண்டவர்கள் சுதேசிகளென்னும் ஒற்றுமெய் அடைந்துள்ளார்களா, சுதேசத்தையும் சுதேசிகளையும் சீர்திருத்துவது எதார்த்தமாயின், சீர்திருத்தத்திற்கு ஆதாரமாம் விவசாயத்தையும் கைத்தொழிலையும் நோக்கினார்களா, இவற்றை நோக்கியிருப்பார்களாயின் அச்செயலை சோம்பலின்றி சாதிப்பவர்களும் உழைப்பாளிகளுமாயப் பூர்வக்குடிகளை தங்களுக்குள்ள விரோத சிந்தையால் தாழ்ந்த சாதியோர் தாழ்ந்த சாதியோரென்று கூறி அவர்கள் கேழ்க்கும் பூமிகளைக் கொடுக்கவிடாமலும் கெடுப்பார்களா. சாதித் தலைவர்களின் நோக்கம் சற்றுபலித்துள்ளபடியால் மற்றய சாதியோர்கள் யாவரையுந் தங்கள் வயப்படுத்திக் கொண்டு நீதிநெறி அமைந்த பிரிட்டிஷ் ஆட்சியோரை எதிர்க்கவும் சுதேச ஆளுகையை சிந்திக்கவுமானார்களன்றி சுதேச விவசாயத்தையும் சுதேசக் கைத்தொழிலையுஞ் சிந்தித்தார்களில்லை.

இத்தேசத்துள் சாதிக்கட்டு உண்டாக்கி மிரட்டுகிறவர்களும் மதக்கடை பரப்பி சீவிப்பவர்களுமாயக் கூட்டத்தோர்களுக்கு யதார்த்த முயற்சிகள் யாதெனில், அவன் சாதியை ஒளித்துச் சொல்லுகின்றான். இவன் சாதியை ஒளித்து பேசுகின்றானெனத் துள்ளிதொடை தட்டுகிறதும், அவன் சாதிகட்டைமீறிவிட்டான் இவன் சாதிகட்டை மறந்து விட்டானென்றும், அவனுக்குப் பிராயசித்தம் செய்ய வேண்டும் இவனுக்கு சாதிகட்டு கட்ட வேண்டும் என்பதே பெருமுயற்சியும் விடசாதனமும் ஆகும்.

மதக்கடைப் பரப்பி சீவிக்கும் முயற்சிகள் யாதெனில் ஆகாயத்திலுள்ள தேவதைகளெல்லாம் பூமியில் வந்து அவதரிப்பதோர் கடை, அப்படி வந்து பிறப்பவர்கள் யாவரும் பாப்பார் வீடுகளிலேயே வந்து பிறப்பது பலகடை, அவ்வகைப் பிறந்த தேவர்கள் அவன் தலைகளை அறுத்துவிட்டார், இவன் கைகளை வெட்டிவிட்டாரென்னுந் தங்கள் தேவதா சரக்குகளை சிறப்பித்தல், குறுக்கு பூசுவோனுக்கே பரத்துவமுண்டு, நெடுக்கு பூசுவோனுக்குப் பரத்துவமில்லையென்று மதக்கடைகளை இன்னும் பரப்புவதும், தாமரைக் கமலத்தில் வைப்பது தென்கலை, அஃதில்லாமல் வைப்பது வடகலை என்னும் மதச்சரக்குகளைப் பரப்பி கலை என்பது என்ன, அவற்றுள் வடகலை தென்கலை என்பது என்னவென்னும் பொருளறியாத சரக்கைப் பரப்பி சண்டையிடுவதுமாகிய, சாதிக்கட்டுக்களில் விடாமுயற்சியில் இருப்பவர்களும், மதக்கடை விருத்தி முயற்சியில் இருப்பவர்களே மேலும் மேலும் பெருகிவருவது அநுபவக்காட்சியிலிருக்க சுதேசமுயற்சி, சுதேசமுயற்சி என்பதில் யாதுமுயற்சியால் தேசமும் தேசமக்களும் சீர்பெறுவார்கள் என்று நம்பலாம்.

சாதிகளின் விருத்தியும், மதக்கடைகளின் விருத்தியும் மேலும் மேலும் பெருகி விடுகிறதன்றி விவசாய விருத்தியுங் கைத்தொழில் விருத்தியும் பெருகுவதைக் காணோம்.

விவசாய விருத்திக்கும் கைத்தொழில் விருத்திக்கும் உழைப்பாளிகளாய மேன்மக்கள் கீழ்மக்களாகத் தாழ்த்தப்பட்டு நிலை குலைந்துள்ளபடியால் கருணை தங்கிய ராஜாங்கத்தோர் விவசாயத்திற்கும், கைத்தொழிலுக்கும் செய்து வரும் உபகாரங்கள் யாவும் விழலுக்கிறைத்த நீர் போலாகி வருகின்றது. இவைகள் யாவையும் சீர்திருத்தக்காரர்கள் ஆலோசியாது வீணே சுதேச முயற்சி, சுதேச முயற்சி என்னுங் கலகத்திற்கு அஸ்திவாரமிடாது கல்வி விருத்தி, கைத்தொழில் விருத்தி, வித்தியாவிருத்தி, விவசாய விருத்திக்கு அஸ்திவாரமிட்டு தேசத்தையும் தேசமக்களையும் சிறப்படையச் செய்வார்கள் என்று நம்புகிறோம்.

- 6:1; சூன் 12, 1912 -

259. சட்டசபை திருத்தங்கள்

சட்டசபை திருத்தம், திருத்தமெனப் பலபத்திரிகைகளிற் பேசிவருவதைக் கண்டு மிக்க வியப்படைகிறோம். அதாவது சென்னை ராஜதானியில் தற்காலம் நியமித்துள்ள லெஜிஸ்லேட்டிவ் கவுன்சலர்களில் பெருந்தொகையோரை நியமித்து ராஜகாரியாதிகளை நடாத்திவருவது ஆனந்தமே ஆயினும் இத்தேசத்துள் பலசாதி, பலமதம், பலபாஷைப்பிரிவுகள் அனந்தமுள்ளபடியால் அந்தந்த சாதிப்பிரிவுகளுக்கு உபபலமாக சாதிபேதம் உள்ளவர்களையே பெரும்பாலும் நியமித்துள்ளார்களன்றி சாதிபேதமில்லா ஆறு கோடி மக்களின் அல்லல்களையுங் கஷ்டநஷ்டங்களையும் சங்கத்தில் எடுத்துப்பேசி அவர்களுக்குள்ளக் குறைகளை நீக்கி ஆதரிக்கும் ஒரு மெம்பரையும் அதிற் காணோம். அவ்விடம் பேசுவோரெல்லா வரும் ''கனத்தின் மேல்வளை'' என்னும் அவரவர்கள் அந்தஸ்த்திற்குத் தக்க சுகங்களையும் வேண்டிய ஆதரைகளையும் பேசி வருகின்றார்களன்றி பிரிட்டிஷ் ஆட்சியோருக்குள்ளடங்கிய ஏழை மக்களின் விருத்தியைக் கோரியவர்கள் ஒருவரையும் அறியோம்.

அங்ஙனம் பெருந்தொகையினராக நியமித்துள்ள மெம்பர்களில் சகலரும் சபையில் எழுந்து பேசும் வல்லவர்களாயிருக்கின்றர்களா, அவ்வகைப் பேசும் வல்லபமிருந்தும் தேசத்தோருக்குள்ளக் கஷ்டநஷ்டங்கள் ஈதென்றறிந்து கூறுவார்களா, அவ்வகை யறிந்து கூறுவதாயினும் ஆங்கிலபாஷையில் சகலவற்றையும் எடுத்துத் தெளிவுறப் பேசுவார்களா, அங்ஙனம் பேசுவதாயினும் இராஜ அங்கங்களின் சீர்திருத்தங்களும், நீர்வசதிகளின் போக்குவருத்துகளும், பாதை வசதிகளின் குறைபாடுகளும், வித்தியா இலாக்கா சீர்திருத்தங்களும், விவசாயங்களின் விருத்திபாடுகளும், லோக்கல்பண்டின் வசதிகளும், முநிசிபாலிட்டியின் மேம்பாடுகளும் அறிந்து அவ்வவற்றின் குறைபாடுகளை நிறைவு செய்வார்களா, இல்லை. ஒவ்வொன்றிருப்பின் ஒவ்வொன்றில்லாமறபோம். அதாவது விஷயங்கள் சகலமும் அறிந்திருப்பினும் அவற்றை ஆங்கில பாஷையில் குறைவற எடுத்துப்பேசும் வல்லப இல்லாமறபோம். பேசும் வல்லபமிருந்தும் ராஜாங்க விஷயங்களும் குடிகளுக்குள்ள குறைவு நிறைவுகள் தெரியாமறபோம். இவர்கள் யாவரும் சட்டசபை ஆலோசினை மெம்பர்களில் மௌன மெம்பர்களாவார்கள். அதனால் சம்மதர்களுடனும் கைதூக்குவார்கள். அசம்மதர்களுட்டனுங் கைதூக்குவார்கள். காரணம் பாஷையை சரிவரக் கல்லாக்குறையும், தேச சீர்திருத்தங்களை முற்றும் உணரா குறைகளுமேயாம்.

ஆதலின் நமது கருணைதங்கிய ராஜாங்கத்தார் நல்லெண்ணங் கொண்டு சட்டசபையில் பெருந்தொகை மெம்பர்களை நியமித்த சுகம் சாதிபேதமில்லா தேசத்திற்கு ஒக்குமே அன்றி சாதிபேதமுள்ள தேசத்திற்கு ஒக்காது என்பது திண்ணம். எவ்வகையிலென்னில் சாதிபேதமுள்ளவர்களுக்கு வேண்டிய சங்கதிகள் சட்டசபையில் ஏதேனும் நிகழுமாயின், சாதிபேதமுள்ளோர் சகலரும் அதிற்சேர்ந்து அக்காரியத்தை முடிவு செய்துக்கொள்ளுவார்கள். சாதிபேதமில்லாதோன் சங்கதி ஏதேனும் நிகழுமாயின் எமக்கென்ன உமக்கென்னவென மேல் பார்ப்பார்களன்றி சாதிபேதமில்லா ஏழைகளின் விருத்தியைக் கருதவேமாட்டார்கள். ஆதலின் சாதிபேதமற்ற ஏழைக்குடிகளாம் ஆறுகோடி மக்களுக்கென்று ஓர் சட்டசபை மெம்பர் இருந்தே தீர வேண்டும். அதனுடன் சட்டசபையில் தமிழையுந் தெலுகையும் மொழிபெயர்க்கும் ஓர் டிரான்ஸ்லேடரும், கன்னடத்தையும், மலையாளத்தையும் மொழிபெயர்க்கும் ஓர் டிரான்ஸ்லேடரும், துலுக்கையும், மராஷ்டகத்தையும் மொழிபெயர்க்கும் ஓர் டிரான்ஸ்லேடரும் இருப்பார்களாயின் சகலபாஷைக் குடிகளின் கஷ்டநஷ்டங்கள் யாவும் இராஜாங்கத்திற்கு விளங்கிப்போம். மக்கள் சுகமடைவார்கள்.

- 6:2; சூன் 19, 1912 —

260. ஐரோப்பியர்களைப்போலவே இந்துக்களுக்கும் சமரச உத்தியோகம் வேண்டுமாமே

இவ்வகை வேண்டுவோர் அவர்களுக்குள்ள வித்தை, புத்தி, ஈகை, சன்மார்க்கத்தை வேண்டினாரா, அவன்சாதி சின்னசாதி, என்சாதி பெரியசாதி என்னும் பொறாமெய் குணமில்லா பெருந்தன்மெய்யை வேண்டினரா, இல்லையே. எங்கள் தேசத்தில் கீழ்ச் சாதியோர் சிலர் இருக்கின்றார்கள் அவர்கள் யாவரும் எங்களைப் போன்றே மேற்சுகங்களை அநுபவிக்கலாகா, நாங்கள் தான் சகல சுகங்களையும் அனுபவிக்க வேண்டும் என்று முயன்று நிற்பவர்கள் ஐரோப்பியர்களைப் போன்ற சுகந்தாங்களும் அடைய வேண்டும் என்று கருதலாமோ. ஐரோப்பியர்கள் அடையுஞ் சுகத்தை இந்துக்களும் அடைய வேண்டும் என்பதானால் பெரியசாதியோன் என்பவன் அடையுஞ் சுகங்களை சின்னசாதியோன் என்பவனுடைய சுதந்திரமும் பாகமுமில்லையோ, தன்னவர் அன்னியர் என்னும் பேதமற்ற பிரிட்டிஷ் அரசாட்சியில் சின்னசாதி பெரியசாதி என்னும் பேதங்களும் உண்டோ, அவ்வகை உண்டாயின் ஐரோப்பியர்களைப்போல் இந்துக்களுக்கும் சமரச உத்தியோகம் வேண்டுமென்று கேட்பார்களோ ஒருக்காலும் கேட்கமாட்டார்கள். எப்போது தங்கள் சுகத்தைக் கருதி பேதமில்லையென்று வெளிவந்தார்களோ அப்போதே நமது இந்திய மாதாவாகும் விக்டோரியா பெருமாட்டி (பிரோக்கிளமேஷன்) வாக்கைக் கடந்தே தங்கள் சுகங்களைக் கருதி நிற்கின்றார்கள் என்று விளங்குகின்றது. இத்தகைய்ச் செயல்களைக் கண்டுவரும் பிரிட்டிஷ் ஆட்சியாரும் பாப்பான் திருடினாலும் பினல்கோட் சட்டம் ஒன்று, பறையன் திருடினாலும் பினல்கோட் சட்டம் ஒன்றென்றே வகுத்துக் காரியாதிகள் நடத்திவருகின்றார்கள். நீதிநெறி அமைந்த சட்டங்களைக் கொண்டே ஐரோப்பியர்களுக்குள்ள அந்தஸ்துள்ள உத்தியோகத்தை இந்துக்களும் அடைய வேண்டும் என்று கோருகின்றவர் தங்களுக்குள் தாழ்ந்த சாதியோர் இருக்கின்றார்களென்று மறந்தும் பேசப்போமோ, பேசலாகாது. அவ்வகைப் பேசுவதாயின் ஐரோப்பியர்களைப் போல் இந்துக்களுக்கும் உயர்ந்த உத்தியோகங்கள் கொடுக்கவேண்டும் என்று கேட்கலாகாது, காரணமோவென்னில் இத்தேசப் பூர்வக் குடிகளுக்கே, யாதாமொரு சுயாதீனமில்லாதபோது இத்தேசத்துள் நூதனமாகக் குடியேறி சாதிபேதம் வைத்துள்ளார்களுக்கு மட்டிலும் சுவாதீனமுண்டாமோ, இப்பேதங் கொண்டாகாவாம்.

ஐரோப்பியர்களைப்போல் இந்துக்களுக்கும் சமரச உத்தியோகத் தரவேண்டும் என்று கேட்பதாயின் அவன் கீசாதி, நான் மேசாதியென்னும் அவிவேக மொழிகளை ஒழித்து பொறாமெய் குணங்களை அழித்து மிருகங்களை மிருகங்களாகவும், மக்களை மக்களாகவும் பாவித்து இத்தேச

மக்களது சகல சுகங்களையும் சமரசமாகக் கருதுவாராயின் ஐரோப்பியர் அடையுஞ் சுகத்தை இந்துக்களும் அடையலாம் என்பது சொல்லாமல் நிலைக்கும்.

அங்ஙனமின்றி எங்களது விரோதச் சிந்தையாலும் பொறாமெய் குணத்தாலும் தாழ்ந்த சாதியோரெனக் கூறப்பெற்றவர்கள் தாழ்ந்தவர்களாகவே இருத்தல் வேண்டும். தாழ்ந்த சாதியோரை உயர்த்தப் போகின்றோம், தாழ்ந்த சாதியோரை உயர்த்தப் போகின்றோமென சகலரும் அறியக் கூச்சலிட்டுத் தாழ்த்தி தங்களை உயர்ந்த சாதிகளெனப் படாடோபம் அடிப்பவர்களுக்கு ஐரோப்பியருக்குள்ள சகல சுதந்திரங்களும் கிடைக்கப்போமோ, ஒருக்காலும் கிடைக்காவாம். சாதிபேதமுள்ள தேசத்தில் சாதிபேதம் உள்ளோருக்கே சகல சுதந்திரங்களையுஞ் கொடுத்து விடுவார்களாயின் அவர்களால் கீழ்ச்சாதி யோர்கள் என்று தாழ்த்தப்பட்டுள்ள ஆறு கோடி மக்களும் அவ்வருஷமே நசிந்து அதோகதியாகிவிடுவார்கள். ஆதலின் நீதிநெறிமிகுத்த பிரிட்டிஷ் ஆட்சியார் இச்சாதிநெறியை சீர்தூக்கி, சாதிபேதமில்லாரை ஆதரிப்பார்கள் என்று நம்புகிறோம்.

- 6:3; சூன் 26, 1912 —

261. இந்திய விவசாய விருத்திக்கு இங்கிலீஷ் துரைமக்களையே இன்னும் அதிகப்படுத்தல் வேண்டும்

ஏன் என்பாராயின் பெரும் விவசாய பூமிகளை வைத்து ஆளுவோர் ஜமீன்தார்கள் என்றும், மிட்டாதாரர்கள் என்றும், மிராசுதாரர்கள் என்றும் சொல்லும்படியானவர்களேயாகும்.

இவர்களது நோக்கமும் செயலும் பூமியின் விருத்தியைக் கருதுவதே கிடையாது. இவர்களுடையப் பிள்ளைகளை யடுத்து அப்பா உங்களுக்கு நஞ்சைபூமிகள் எவ்வளவுண்டு புஞ்சைபூமிகள் எவ்வளவுண்டென்று உசாவினாலோ எல்லாம் நாராயணனுக்கே தெரியுமென்பார்கள். பூமிகளில் என்னென்ன தானியங்கள் விசேஷமாக விளையுமென்று கேட்டாலோ எல்லாம் குமாஸ்தா ரங்கையனுக்குத் தெரியும் என்பார்கள். தங்கள் பூமிகள் முழுவதிற்கும் என்ன வரியிறை செலுத்துகிறீர்கள் என்றாலோ, அவைகள் யாவும் நமது கணக்கன் சுப்பாபிள்ளைக்குத் தெரியும் என்பார்கள். இத்தகைய ஜமீன்தாரர், மிட்டாதாரர்களின் முழு நோக்கங்களோவெனில் நாள் முழுவதும் அவர்கள் பண்ணையில் வேலை செய்துவிட்டு முக்காலணா கூலி வாங்கிக்கொள்ளும் ஆண் ஆட்களும், அரையணா கூலி வாங்கிக்கொள்ளும் பெண் ஆட்களும் கிடைப்பார்களென்பதே பெருநோக்கம். அத்தகைய ஆட்களுக்குள் பாட்டனுக்கு ஐந்து ரூபாய் கடன் கொடுத்திருந்தால் அவனது பேரன் பிள்ளை பேரு வரையில் அதன் வட்டிக்கு வரிசைக் கிரமமாக வேலை வாங்கி வரும் கணக்குகளை மெத்த ஜாக்கிரதையில் வைத்திருப்பார்கள். அவர்கள் குடிசையிட்டு வாசஞ்செய்யும் பூமிகளும் அவர்களுக்கு சுயாதீனம் ஆகமாட்டாது. அவர்கள் மொண்டு குடிக்கும் சுத்தநீரை பண்ணையாட்கள் மொண்டு குடிக்கலாகாது. அவர்கள் வஸ்திரங்களை வெளுக்கும் வண்ணார்கள் தங்கள் பண்ணையாட்களின் வஸ்திரங்களை எடுத்து வெளுக்கலாகாது. தங்களுக்கு சவரஞ்செய்யும் அம்மட்டர்கள் தங்கள் பண்ணையாட்களுக்கு சவரஞ்செய்யலாகாது என்பதே பெருநோக்கமும், தங்களைப் பெரிய சாதிகளெனப் படாடம்பமடித்துக்கொண்டு பண்ணையாட்கள் யாவரையும் சீரழித்து வேலைவாங்குவதே அவர்களது பெருமுயற்சிகளாதலின், பூமியை உழுது சீர்திருத்தும் பண்ணையாட்கள் யாவரும் எஜமானர்களிடம் படும் உபத்திரவம் சகிக்கமுடியாது, பலதேசங்களுக்கும் போய்பிழைக்க வாரம்பித்துக் கொள்ளுகின்றார்கள். அதனால் பூமிகள் பாழடையவும், தானிய விருத்திக் குறையவும், பஞ்சம் பெருகவும், குடிகள் சிறுகவு மாகிவிடுகின்றது.

இதனை யுணர்ந்த பிரிட்டிஷ் துரைத்தனத்தார் விவசாய விஷயமாக வேண பண உதவியும், கருவிகளின் உதவியும் விதை முதல் உதவியுஞ் செய்துவந்தபோதிலும் பூமிகளுள்ளோர் அவைகளை நோக்காது, தானிய விருத்திகளையுங் கருதாது, பொய்யாகிய சாதி ஆசாரங்களையும், பொய்யாகிய மத ஆசாரங்களையும் மேலும் மேலும் பெருக்கி உழைப்பாளிகளை ஊரைவிட்டு ஓட்டி வருகின்றார்கள். இவைகளே விவசாயக் கேடுகளுக்கு மூலமாக விளங்குகிறபடியால் இவற்றை நீக்கி விவசாயத்தை விருத்திச் செய்வதற்கு ஆங்கில துரைமக்களையே விசேஷமாக அம்மேர்வையில் நியமித்தல் வேண்டும். மற்றப்படி இத்தேசத்தோர்களையே நம்பி விவசாயத்தை விட்டுவிடுவதாயின் இராஜாங்கத்தோர் செய்துவரும் பணவுதவிகள் யாவும் விழலுக்கிரைத்த நீர்போலாகிவிடும்.

ஆதலின் கருணை நிறைந்த இராஜாங்கத்தோர் விவசாயத்தில் எடுத்துள்ள முயற்சிகள் மென்மேலும் பெருகவேண்டுமாயின் ஒவ்வோர் விவசாய இலாக்காக்களிலும் உத்தியோகஸ்தர்களாக ஆங்கிலேய துரைமக்களையே நியமிப்பது உசிதமாகும். அதுவே விவசாய விருத்திக்கும் சுகமாகும்.

சீவகாருண்யமற்ற சுயப் பிரயோசன சோம்பேரிகளுடைய மேற் பார்வையில் விவசாயத்தை விட்டுவிடுவதாயின் சாதிநாற்றங்களும், சமய நாற்றங்களும் அவர்களைவிட்டகலாது. பண்ணையாட்களைப் பாழ்படுத்தி கோலுங் குடுவையும், எலும்புந் தோலுமாகக் கொல்லாமற் கொன்று நசித்து வருவார்கள். அதனால் விவசாயவிருத்தி குன்றிப்போம். தற்காலம் இத்தேசத்தோர் அனுபவம் யாதெனில், பிச்சை யிரந்துண்பவர்கள் யாவரையும் பெரியசாதி களென்றும், பூமியை உழுது உண்பவர்கள் யாவரையும் சிறியசாதிகளென்றும் வழங்கி வருகிறபடியால் வித்தியா விருத்திக்கும், விவசாய விருத்திக்கும் அச்செயல்களே கேடுபாடுகளை உண்டாக்குகின்றது. ஆதலின் விவசாய விருத்தியைக் கோறுங் கருணை தங்கிய இராஜாங்கத்தார் அதன் உத்தியோகங்களுக்குப் பெரும்பாலும் ஆங்கிலேயர்களையே நியமிப்பார்களென்று நம்புகிறோம்.

- 6:5; சூலை 10, 1912 -

262. இந்திய வியாபாரத்திற்குக் கேடு கலவை சரக்குகளேயாம்

இத்தேச வியாபாரிகள் அரிசிவியாபாரஞ்செய்ய ஆரம்பித்தவுடனே பெருமுதலாளிகளாகிவிட வேண்டுமென்னும் பேராசையால் உயர்ந்த அரிசிகளுடன் மட்டவரிசிகளைக் கலந்து உயர்ந்த அரிசி விலைக்கே விற்க ஆரம்பிக்கின்றார்கள். அக்கலப்பு தினுசை ஒருமுறை, இரண்டு முறைக் காணும் மற்றதேச வியாபாரிகளும் குடித்தனக்காரர்களும் அவனது கடையின் வியாபாரத்தை விடுத்து வேறு கடையை நாடுகின்றார்கள். அரிசியுடன் வேறு அரிசிக் கலப்பினும் பாதகமில்லை, அரிசிகளுடன் சாம்பலையுந் தவிடையுங் கலந்து விற்பதாகவும் வதந்தி.

நெய் தினுசுகளிலோ எறுமெய் கொழுப்பு, குசும்பாதைலம் முதலியவைகளைக் கலந்து விற்பதாக விளங்குகின்றது. இத்தகைய கலப்பும் போதாது சில படுபாவிகள் மலைப்பாம்பின் கொழுப்புகளை நெய்யுடன் கலந்து விற்றதாகவும் அவற்றை அறிந்த அதிகாரிகள் விசாரிணைக்குக் கொண்டுவந்திருப்பதாகவும் சில பத்திரிகைகளில் வாசித்துள்ளோம். இவைகள் யாவற்றிலும் மேலாய பஞ்சு வியாபாரத்திலோ நீர்சேர்த்து எடையதிகரிக்கச் செய்தும், பசுந்தழைகளையுஞ் சுள்ளிகளையுங் கலந்து எடை அதிகரிக்கச் செய்வதும், கருங்கல் தூசுகளைக் கலந்து எடை யதிகரிக்க செய்வதுவுமாகிய மாறுபட்டச் செயல்களால் பஞ்சுதினுசுகளுக்கு விலை குறைவாவதுடன் அந்தந்த வியாபாரிகளின் நாணயங்களுங் கெட்டு நம்பிக்கையற்று அலைகின்றார்கள். நாளுக்குநாள் இந்திய தேச வியாபாரங்களும் வியாபாரிகளும் க்ஷீணமடைவதற்குக் காரணம் நல்ல சரக்குகளுடன் கெட்ட சரக்குகளை கலந்து செய்யும் மோச வியாபாரங்களினாலேயாம். ஏக காலத்திலேயே பெருமுதலாளிகளாகி விடலாமென்னும் பேராசையால் மாறு சரக்குகளைக் கலப்பது தீவினையென்றுணராது செய்யுஞ் செய்கையால் பைய பைய அதன் பயனை அநுபவித்துப் பாழடைகின்றார்கள்.

நீதியிலும் நெறியிலும் நின்று வியாபாரஞ் செய்யும் அமேரிக்கர்களும் அஸ்டிரேலியன்களும் சீனர்களும் ஜப்பானியர்களும் இலட்சக் கணக்காக வியாபாரங்களைப் பெருக்குவதுடன் கோட்டீஸ்வரர்களென்றும் குபேரர்களென்றும் சொல்லத்தக்க சிறந்த பெயர்களைப் பெற்று ஆணும் பெண்ணும் பட்டாடைகளை யுடுத்தி அனைவர்களுக்கும் உபகாரிகளாக விளங்குகிறார்கள். "மனம்போல வாழ்க்கைப் பெறுவது மாங்கல்யசுகமென்றும், குணம்போல் வெளுப்பது குங்கல்யநிறமென்றும்" வழங்கும் பழமொழி போலும் வியாபாரா துரோகசிந்தனா வென்னும் மெய்மொழிக்கு ஆதரவாக இத்தேசத்தோர் கலப்பு வியாபாரங் கனக்கச் செய்வதுடன் மூசுகருண்டைக்காரர்களின் முழு மோசங்களோ வென்னில் ஏழைக்குடிகள் ஓர் பலகாரத்தில் கையை வைத்துவிட்டாலோ தாழ்ந்தசாதியாள் தீண்டிவிட்டாள் என அக்கம்பக்கத்துக் கடைக்காரர்களையும் ஆதரவாகச் சேர்த்துக் கொண்டு அவ்வேழையை மிரட்டி இரண்டணா பலகாரத்தையோ, மூன்றணா பலகாரத்தையோ அவள் தலையிலேற்றி பணத்தைப் பெற்றுக்கொண்டு அநுப்பிவிடுவார்கள். அக்கடைகளுக்கோ மூசுவுருண்டை கடைகளென்றே பெயர். அதாவது நாலுநாள் மூசடைந்தபலகாரம் ஐந்துநாள் மூசடைந்த பலகாரங்களை வைத்துக்கொண்டு ஏழைகள் தொட்டுப்பார்த்து நல்ல பலகாரங்களை எடுத்துக்கொண்டு மூசடைந்த பலகாரங்களை நீக்கிவிடுவார்கள் என்னும் கெட்ட எண்ணத்தால் தொடப்படாது என வழங்கிவருவதுடன் அவன் கொடுக்கும் துட்டிற்கு மூச்சுருண்டையை எடுத்துக்கொடுத்து வாங்கினவள், இஃது பழையபலகாரம் மூச்சடிக்கின்றதே வேறு பலகாரங்கொடுவென்னில் நீ தீண்டி விட்ட பலகாரத்தை நாங்கள் மறுபடியும் வாங்கலாமோ வென்னும் மூசுருண்டை மாமோச வியாபாரம் மெத்தக்கொடிது கொடிது. இத்தகையக் கருணையற்றப் படுபாவிகளும் வன்நெஞ்சர்களும் வாசஞ்செய்யுந் தேசத்தில் வியாபாரம் எவ்வகையால் விருத்தி பெறும். கலப்புசரக்கைக் கலந்து கைகாட்டுவதும் மூச்சவுருண்டைகளை வித்து மோசஞ்செய்வதுமாகிய வஞ்சக வியாபாரிகளை அடக்கி தேசத்தை சீர்படுத்த கருணைதங்கிய பிரிட்டிஷ் உத்தியோகஸ்தர்களே அதனதன் மேற்பார்வைக்கு சீர்த்திருத்தக்காரர்களாகத் தோன்றுவார்களாயின் தேசமும், வியாபாரமும், சீர்பெறும். ஏழைகளும் சுகம் பெறுவார்கள். அங்ஙனமின்றி வஞ்சகக் கூற்றரை அடக்கற்கு வஞ்சகக் கூற்றர்களையே நியமிப்பதாயின் உள்ள வியாபாரமுங் கெட்டு ஊரும் பாழடைய வேண்டியதேயாம்.

- 6:6; சூலை 17, 1912 -

263. ஐரோப்பிய ஜர்ஜுகளும் மாஜிஸ்டிரேட்டுகளுந் தெண்டிப்பது அதிக தண்டனையென்று அலக்கழிக்கப்போமோ

ஆகாவாம். இந்துக்களென்போர் தங்கள் சட்டதிட்டங்களையும், ஐரோப்பியர் சட்டதிட்டங்களையும் உய்த்துணர்வார்களாயின் செவ்வனே விளங்கும். அங்ஙனம் உணராது பத்திரிகைகளில் வரைவது வீணேயாம். ரெயில் வண்டியில் கல்லெறிந்த பனிரண்டு வருடப் பிராயமுடையப் பையனை ஏழுவருடம் கலாசாலை தண்டனை விதித்தது கொடிது என்று கூறுவது விந்தையேயாம். 7 வருடகாலவரையில் அவன் புசிப்புக்கும் அவன் கற்கும் கல்விக்குங் கைத்தொழிலுக்கும் அவன் உடுக்கும் ஆடைக்கும் நேருஞ் செலவை நிதானிக்காது ஏழுவருடம் என்னுங் காலக்கணக்கை மட்டிலுங் கண்டு குறைக்கூற ஆகாவாம். அத்தகைய தண்டனையானது மற்றுமுள்ள துஷ்டப் பிள்ளைகளுக்கு பயமுண்டாகவும் ஏழுவருட தண்டனையடைந்த சிறுவன் கல்வியுங் கைத்தொழிலுங் கற்று நல்லொழுக்கத்தில் நிலைத்து சுகச்சீர் பெருவதற்கேயாம். அத்தகைய தண்டனையின் பயனானது இரயில் பிரயாணிகளுக்கும், உத்தியோகஸ்தர்களுக்குத் துன்பம் நேரிடாமலும், சிறுவர்களுக்கு துஷ்ட குணம் எடுபடவுமே யன்றி வேறன்றாம்.

ஓர் பிராமணன் திருடிவிட்டால் அப்பொருளுடன் அவனை ஊரைவிட்டகற்றி விடல் வேண்டும். மற்றசாதியான் திருடினால் அவனை தண்டிக்க வேண்டுமென்னும் அநீதியும், பிராமணன் ஆசனத்தில் மற்றொருவன் உழ்க்காருவானாயின் அவன் புட்டத்தை அறுத்துவிட வேண்டுமென்னுஞ் கொறூரச் செயலுமன்று. ஐரோப்பியர்களால் செய்துவரும் சட்டங்களும், செயல்களும் மக்களது சீர்திருத்தத்தைப் பொருந்தியே

நிற்குமன்றி கெடுக்கமாட்டாது. பெரும்பாலும் அவர்களுடைய நோக்கம் மனித வகுப்போரை மனித வகுப்பாராகவும், மிருக வகுப்பை மிருகங்களாகவுங்கண்டு நடத்தும் மேன்மக்களேயாவர்.

அவர்கள் நடத்துஞ் செங்கோலோ தன்னவர் அன்னியரென்னும் பாரபட்சமற்றது. ஏழைகள் கனவான்கள் என்னும் நிறை குறையற்றது. அத்தகையோர் விதிக்குத் தண்டனைகளைக் குறைக் கூறுவோர் தங்களது குறைகளை நோக்காதவர்கள் என்றே கூறல் வேண்டும்.

அத்தகைய நீதிநெறியற்றக் குறைகளையும் ஏழைக்குடிகள் அடைந்து வருங் கஷ்டங்களையுங் கண்ணாறக் காணவேண்டுமாயின் இந்துக்களுக்குள் ஒரே சாதியார் பெருந்தொகையினராக வாசஞ்செய்யும் கோர்ட்டுகளிலும் ஆபீசுகளிலும் குடிகள் அல்லலைக் காண நன்கு விளங்கும். அதாவது தங்களுக்குள்ள பூமிகளின் குறையோ வியாஜியக்குறையோ ஒன்றை நாடி ஏகசாதி பெருந்தொகையினருள்ளக் கூட்டத்தோர் உத்தியோகஞ் செய்பவரிடம் போவார்களாயின், ஐரோப்பிய துரைமகன் உத்தரவு உடனே கிடைக்க மற்ற உத்தியோகஸ்தர்களிடம் சற்று வெள்ளையும் சள்ளையுமாகப் போவானாயின், இங்குதானிரும் எனப் பொழுதைப்போக்கவைத்து நாளைக்கு வாரும் என அலக்கழித்து, அவன் வந்த வேலையுங் கெட்டு சொந்த வேலையையும் பாழடையச் செய்துவருகின்றார்கள். அதில் ஓர் கிறிஸ்தவனாயிருந்து விட்டாலோ ஏதுகாணும் எங்குவந்தீர் இன்று ஆகமாட்டாது. இரண்டுநாள் சென்று வாருமெனத் திருப்படிப்பார்கள். பறையனென்று அழைக்கப்படுவோனாயிருந்தாலோ அவனைக் கண்டும் பேசுவோருங் கிடையாது. ஐயா, ஐயா வெனப் பத்துசப்தமிடுவானாயின் என்னடா, தூரம் போயிருவெனச் சொல்லிவிட்டு நுழைந்தவன் மறுபடியும் அவனை வந்துபார்க்கவு மாட்டான். சங்கதி விசாரிக்கவுமாட்டான். இவ்வகை ஒருமாதமோ இரண்டுமாதமோ அவன் வேலைகளையெல்லாங் கெட்டலைந்தும் அவனுக்கு நல்லவேளை இருந்து ஓர் துரைமகன் கண்ணுக்கு அகப்படுவானாயின் அன்றுதான் அவனது குறைகள் நீங்கும். இத்தகையக் கருணையற்றவர்களிடம் முழு அதிகாரங்களையும் கொடுத்துவிடுவதாயின் முதற்கேடு பறையனுக்கு, இரண்டாங் கேடு கிறிஸ்தவனுக்கு, மூன்றாங்கேடு மகமதியனுக்கென்றே முடியும். அதாவது ஐரோப்பிய துரைமகன் மேலதிகாரியாயிருந்து மேற்பார்வையும் விசாரிணையுஞ் செய்துவரும்போதே சாதித்தலைவர்களின் அதிகாரம் உத்தியோக அதிகாரத்துடன் சேர்ந்துகொண்டு ஊர்க்குட்டிகளைப் பாழ்ப்படுத்துவதாயின் பூராவாக சாதியதிகாரத்துடன் உத்தியோக அதிகாரங்களையும் பெற்றுக்கொள்ளுவார்களாயின் தங்கள் சாதிக்கும் மதத்திற்கும் எதிரிகளாயுள்ளவர்கள் யாவரையும் பாழ்படுத்துவார்களென்பது திண்ணம். இத்தியாதி, அக்கிரமங்கள் யாவையும் கண்ணினால் பார்த்தும் காதினால் கேட்டும் உள்ளப் பத்திராதிபர்கள் ஐரோப்பிய மாஜிஸ்டிரேட்டுகள் மீதும் ஜர்ஜிகள்மீதுங் குறைகூறுவது உட்சுவர் ஒருபுரம் தகர்ந்திருக்க புறஞ்சுவற்றை பூசுவதற்கொக்கும். ஆதலின் பொதுநலசீர்திருத்தங்களைத் தேடும் பத்திராதிபர்கள் சுயநலம்பாரா சீர்திருத்தங்களைத் தங்கள் தங்கள் பத்திரிகைகளில் வெளியிடுவார்களென நம்புகிறோம்.

- 6:7: சூ லை 24, 1912 -

264. கனந்தங்கிய கார்பரேஷன் கமிட்டியார் கருணை வைத்தல் வேண்டும்

அதாவது அதிகாரிகள் தேச சீர்திருத்தங்களுக்குக் குடிகளை நோக்குவதும், குடிகள் தங்கள் சுகத்திற்கு அதிகாரிகளை தேடுவதும் இயல்பாம். இத்தகைய நோக்கங்களுள் அதிகாரிகளே குடிகளை ஆதரித்து வருவது நீங்கலாகக் குடிகளே சேர்ந்து அதிகாரிகளை நியமித்து தங்கள் தங்கள் சுகாதாரங்களைத் தேடிக் கொள்ளுவதுமுண்டு. அவ்வகைக் குடிகளே தேடிக்கொள்ளுவதுள் முநிசபில் கமிஷனர்களும் ஓர் கூட்டத்தோர்களே யாவர்.

குடிகளால் தெரிந்தெடுத்துக்கொள்ளப்பட்ட கூட்டத்தோர், குடிகளது கஷ்டநஷ்டங்களையே நோக்க வேண்டும். எடுத்துள்ள சீர்திருத்தங்களையும் ஏறத்தாழ நடாத்தல் வேண்டும். நடத்தும் சீர்திருத்தங்களை நாடிக் குடிகளை அதிகமாக வருத்தவும் ஆகாது. தற்காலம் குடிகளுக்கு வீட்டின் வரிகளை அதிகப்படுத்தியிருப்பதினால் எளியக் குடிகள் யாவரும் கண்கலங்கி நிற்கின்றார்கள்.

அத்தகையக் கண்கலக்கம் போறாது கனந்தங்கியக் கமிட்டியார் மற்றும் சில வரிகளை நியமிக்கப்போவதாகத் தெரிந்து மேலும் மேலும் பயப்பிராந்தி கொண்டு தவித்துத் திரிகின்றார்கள். இத்தவிப்பையும், பயத்தையும் கண்கலக்கத்தையும் முநிசபில் கமிஷனரவர்களே தெரிந்து முக்கியமாக விதிக்கவேண்டிய வரிகளை விதித்து தவிர்க்க வேண்டிய வரிகளைத் தவிர்த்துக் குடிகளைக் கார்த்தல் வேண்டும். குடிகள் யாவரும் முநிசபில் அதிகாரிகளை நோக்கி நிற்பவர்களாதலின் முநிசபில் அதிகாரிகளின் அன்பும் நோக்கமும் குடிகள் மீது இறுத்தி சீர்திருத்தத்தில் யாதாமோர் ஆயாசமின்றி நிலைபெறச்செய்தல் வேண்டும். அப்போதே தேசமும் தேசக்குடிகளும் சுகச்சீர்பெற்று ஆனந்த நிலையடைவார்கள். அதுவே முநிசபில் சீர்திருத்தக்காரர்களின் பேருதவியுமாகும்.

தற்காலம் விதிக்க உத்தேசித்திருக்கும் வரிகளில் ஒன்றை சீர்தூக்கி ஆலோசிப்போம். அதாவது நாய்களுக்கென்று ஆறுமாதத்திற்கு நாலணாவென விதித்திருந்த வரியை பனிரண்டணாவாக உயர்த்தி வசூல் செய்துவருகின்றார்கள். அதே வரியை தற்காலம் இரண்டு ரூபாயாக உயர்த்தவேண்டுமென உத்தேசித்திருப்பதாகத் தெரிகின்றோம். இவ்வரியை உயர்த்துவதினால் எச்சீர்திருத்தத்திற்கு ஆதாரம். அல்லது நாய்களையே முநிசபில் எல்லைக்குள் வைக்கப்படாதென்னும் நோக்கமா, யாதும் விளங்கவில்லை. அவ்வகையாக நாய்களை அகற்றி விடுவதாயின் ஒவ்வோர் தோட்டமுள்ள இடங்களிலும், எளியக் குடிகள் வாசஞ்செய்யும் வீடுகளிலுங் கள்ளர்கள் தங்கள் தங்கள் சாவகாசம்போல் நுழைந்து பொருட்களை கொள்ளையடிப்பதுடன் குடிகளுக்கும் உபத்திரவங்கள் நேரிடுமென்றே விளங்குகின்றது.

எவ்வகையில் என்னில் தற்காலமுள்ள சிறு தோட்டங்களிலும், ஏழைக்குடிகள் வாசஞ்செய்யும் சுத்துக்கட்டு அற்ற வீடுகளிலும் ஒவ்வோர் நாய்களிருந்தே சொத்துக்களைக் காபந்து செய்துவருகின்றது. அதனால் ஏழைக்குடிகள் பகலெல்லாம் உழைத்தும் இரவில் அயர்ந்து நித்திரை செய்து வருகின்றார்கள். அவ்வகையோர் இரண்டு ரூபாய் வரிக்கு பயந்து நாய்களை வளர்க்காமல் விட்டுவிடுவார்களாயின் கள்ளர்களுக்கு

ஆனந்தமும் குடிகளுக்கு சுகக்கேடும் உண்டாமென்பது சொல்லாமலே விளங்கும்.

ஒவ்வோர் வீடுகளிலும் நாய்களை வளர்ப்பது தங்கள் தங்கள் வீட்டுக் காவலுக்கேயன்றி வேட்டைகளுக்கன்று. அந்நாய்களுக்கென்று சொற்ப வரிகளைவிதித்து ஜாக்கிரதையில் வளர்க்கும்படியான உத்திரவை அளிக்க வேண்டுமேயன்றி பெருந்தொகையான வரிகளை விதித்து நாய்களை வீடுகளில் வளர்க்கவிடாமலே செய்துவிடுவதாயின் உள்ள போலீசு உத்தியோகஸ்தர்களுக்கு மாறாக்கவலையும் ஓயா அலைச்சலும் உண்டாவதுடன் கத்துக்கட்டு இல்லா வீடுகளில் வாசஞ்செய்யும் எளியக் குடிகள் யாவரும் சுகச்சீர் கெட்டு தவிப்பார்களென்பது திண்ணமேயாம்.

அவைபோல் குதிரைவரிகளையும் வண்டிவரிகளையும் உயர்த்துவதினால் சில வண்டிகளையும் குதிரைகளையும் வரிகளுக்கு பயந்தே எடுத்துவிடும்படியாக நேரிடும். அதனால் வண்டிகளை வாடகைகளுக்கு விட்டு சீவிப்பவர்களுக்கும் நஷ்டம், வண்டியிலேறி ஆங்காங்கு செல்லுவோருக்குங் கஷ்டம். ஆதலால் கனமும் கருணையுந்தங்கியக் கார்ப்பரேஷன் கமிட்டியார் ஏழைக்குடிகளின் கஷ்டநஷ்டங்களை சீர்தூக்கி இப்போது இயற்றியுள்ள வரிகளையே இன்னும் குறைக்கத்தக்க முயற்சிகளைச் செய்து சீர்திருத்த செலவுகளையும் ஒடுக்கி ஆதரிக்கும்படி வேண்டுகிறோம்.

- 6:8; சூலை 31, 1912 -

265. ஜப்பான் தேசச்சக்கிரவர்த்தியின் மரணதுக்கம்

ஆதியா யுலகி வருறை பயந்த / வண்ணலி னடியினைத் தொழுது
நீதியாஞ் செங்கோல் நெறிபிறழாது / நடாத்து ஜப்பானிய வேந்தன்
போதிய வரகம் புனித வில்லாளும் / புத்திரர் யாவரும் புலம்பக்
கோதிலாமரண மடைந்தவச்செய்தி / கேட்டுளங் கலங்கினா மம்மே.

ஜப்பான் தேசத்து சக்கிரவர்த்தி மிக்காடோ அவர்கள் 1912 ஜூலை 29 சோமவாரம் மரணமடைந்த செய்தியை அறிந்து மிக்க வியாகூலமடைந்தோம். அதாவது ஜப்பான் தேசத்து சக்கிரவர்த்தியின் சுகவீனத்தையறிந்த நமது இந்தியதேசச் சக்கிரவர்த்தியார் ஐந்தாவது ஜார்ஜ் அரசரவர்கள் மனஞ்சகியாது நாடோறும் அவரது பிணி நிலையை விசாரிப்பதே பெருங் கவலையாய் இருந்தாரென்பது உலகப் பிரசித்தமாயிருக்க நாம் வியாகூலமடைவது பெரிதல்லவாக்கும்.

ஜப்பான் சக்கிரவர்த்தியார் நீதியிலும் நெறியிலுங் கருணையிலும் அன்பிலுமிகுத்தவரென்பது அவரது செயல்களினால் நன்கு விளங்கும். அங்ஙனம் தந்தன் தேசக்குடிகளுக்குமட்டிலும் அன்பு பொருந்தியவரோவென்னில் இல்லை. சகல தேசமக்களிடத்தும் அன்பு பொருந்த வாழ்ந்தவர் என்பதற்கறிகுறியாக இந்திய தேசத்தில் உண்டாய பஞ்சத்திற்கு உதவியாய் நன்கொடையளித்த ஐம்பதினாயிரரூபாய் உதவியே போதும் சான்றாம். உருஷிய தேசத்தோருக்கும் ஜப்பானியருக்கும் யுத்தம் நேரிட்டகாலத்தில் யுத்தத்தில் அடிபட்டு வீழ்ந்து கிடந்த உருஷியமக்களையுந் தங்கள் மக்கள் போல் கருதி வேண சிகிட்சைகள் புரிந்து உணவளித்துக் கார்த்த செய்தியை அவர்களது யுத்த சரித்திரத்திலும் காணலாம்.

மற்றும் யுத்த காலத்தில் தனது சக்கிரவர்த்தியின் அந்தஸ்தையும், ஆனந்த சுகத்தையும் கவனியாது யுத்தத்திற்குச் சென்றிருக்குந் தனது குடிபடைகளின் மனைவிகளுக்குச் சென்று அங்கங்கு தங்கி அவரவர்களுக்கு வேண்டிய ஆறுதலைக் கூறி இருவகைச் சேனைகளின் கஷ்டநஷ்டங்களிலும் கவலை கொண்டவராகவே இருந்தார். அதற்குப் பகரமாக ஜப்பான் சக்கிரவர்த்தியார் தலைமகன் உருஷியதேச சக்கிரவர்த்தியைச் சந்திக்குமாறு அவரது தேசத்திற்குச் சென்றபோது ஜப்பான் சக்கிரவர்த்தி மைந்தனை உருஷிய சக்கிரவர்த்தியார் ஆனந்தத்துடன் எதிர் நோக்கி அன்புடனழைத்து உபசரித்த நன்றியே அதற்குச் சான்றாகும். மற்றும் அக்குடிபடைகள் யாவரையுந் தன்னவர் என்றாதரித்தாரன்றி அன்னியரென பாவித்தாரன்று.

இத்தகைய நீதியும் நெறியுங் கருணையும் அமைந்த ஜப்பானியரையும் உருஷியரையும் இந்திய தேசத்திலுள்ளப் பெரிய சாதி வேஷக்காரர்கள் தங்கள் தங்கள் பத்திரிகைகளில் குரங்குகளுக்கும் கரடிகளுக்கும் யுத்தம் நடக்கப் போகின்றதாக அவமதிப்பில் எழுதிவந்தார்கள். அதே வேஷசாதியோர் தங்களது பத்திரிகையில் தற்காலம் அவர்களை உயர்த்தியும் சிறப்பித்தும் பேசி வருகின்றார்கள். வேஷசாதியோரே ஜப்பானியரை மேலாக சிறப்பிப்பதாயின் நாம் சிறப்பிப்பது குறைவன்றாம்.

நீதியும் நெறியும் சீவகாருண்யமும் மதியூகமும் அமைந்த சக்கிரவர்த்தியை இழந்த தேசவாசிகளும் அவரது பத்தினிகளும் புத்திரபௌத்திரங்களும் துக்கத்திலாழ்ந்த போதினும் தோற்றும் பொருட்கள் யாவுங் கெடுமென்று போதித்துள்ள புத்தரது தன்மத்தைப் பின்பற்றியவர்கள் ஆதலின் நேர்ந்த துக்கத்தை நீடிக்காமல் அகற்றி விடுவார்களென்று நம்புகிறோம்.

- 6:9; ஆகஸ்டு 7, 1912 -

266. நமது இந்தியதேசச் சக்கிரவர்த்தியார் ஐந்தாவது ஜார்ஜ் அரசரவர்களும் ஜப்பான்தேசச் சக்கிரவர்த்தியார் மிக்காடோ பூமானவர்களும்

நீதிநெறி வாய்மெ நிறைந்த மேன்மக்களாக விளங்க நின்றார்கள் என்பதும் நமது சக்கிரவர்த்தியார் நிற்கின்றார் என்பதும் உலகப் பிரசித்தமேயாம்.

இவ்விரு சக்கிரவர்த்திகளுக்குள் மிக்காடோ சக்கிரவர்த்தியார் ஆளுகைக்கு உட்பட்டக் குடிகள் யாவரும் ஏகமதம், ஏகசாதி, ஏக்குணம் பொருந்தியுள்ளவர்களாதலின் அவரது நீதிநெறி வாய்மெய் அமைந்த நிலைமெயிற் கட்டுப்பட்டு இராஜ விசுவாசம் நிறைந்து வாழ்ந்தும் வந்தார்கள். இனிவாழ்ந்தும் வரப் போகின்றார்கள். நமது இந்திய தேசச் சக்கிரவர்த்தியார் நீதி நெறி வாய்மெயும் அன்பும் சீவகாருண்யமும் நிறைந்தவராயிருந்து அவரது ஆளுகைக்குள் பலமதம், பலசாதி, பலகுணம் அமைந்தவர்களாயிருக்கின்றபடியால் அவரது மேலாய அன்பினையும் சீவகாருண்யத்தையும் மாறுபடச் செய்வோர் தற்கால இந்தியர்களென்றே பரக்க விளங்குகின்றது. காரணமோவென்னில் இந்திய சக்கிரவர்த்தியார் கருணைகொண்டளிக்கும் உத்தியோகங்களிலும் பட்டங்களிலும் அவன் சிறியசாதியான் அவனுக்குப் பெரிய உத்தியோகங்கள் அளிக்கலாகாது. இவன் பெரியசாதியான் இவனுக்குச் சிறிய உத்தியோகம் அளிக்கலாகாதென்றும், அவன் சிறிய சாதியான் அவனுக்குப் பெரிய பட்டமளிக்கலாகாது, இவன் பெரியசாதியான் இவனுக்கு சிறிய பட்டமளிக்கலாகா தென்னும் சாதிபேத முறுமுறுப்பும் சமயபேத குறுகுறுப்புங் கொண்டு மாறுபடுத்துவதுமன்றி சாதித்தலைவர்கள் நிறைந்துள்ள இடங்களில் சாதிபேதமில்லாக் குடிகளை பலவிதங்களிலும் தாழ்த்தி முன்னேறவிடாமற் செய்து ஆறுகோடி மக்களை அலக்கழிப்பது சகல் ஆங்கிலேய துரைமக்களும் அறியாததன்று.

இத்தகையக் கருணையற்றவர்களும் நீதியற்றவர்களும் பேராசை உள்ளவர்களும் பொறாமெ மிகுத்தவர்களும் பிறர்சுகங்கருதாது சுயநலங்கருதுவோருமாகிய சாதித்தலைவர்களின் செயல்களினால் நமது இந்தியச் சக்கிரவர்த்தியாரின் நீதியும், நெறியும், அன்பும், சீவகாருண்யமும் சேற்றில் விழுந்த மாணிக்கம்போல் மறைந்திருக்கின்றது. கட்குடியன் கட்குடியனையே சிறப்பிப்பான். கள்ளன் கள்ளனையே சிறப்பிப்பான். வேசிகாந்தன் வேசிகாந்தனையே சிறப்பிப்பான். அவைபோல் அநீதிமானை அநீதிமான் சிறப்பிப்பான் நீதிமானைக்காணில் விரோதிப்பான். நெறியற்றவனை நெறியற்றவனே சிறப்பிப்பான். நெறியுள்ளோனைக்காணில் நிந்திப்பான். கருணையற்றோனை, கருணையற்றோனே சிறப்பிப்பான், கருணை உள்ளோனைக் காணில் அவமதிப்பான். ஆதலின் நீதியும், நெறியும், கருணையும் அமைந்த இந்திய தேசச் சக்கிரவர்த்தியார் செயலை சகலரும் அறியார்களென்பது அவர்களின் சாதிவேஷத் தற்காலச் செயல்களாலேயே நன்கு விளங்கும். இத்தகைய சாதிவேஷமில்லா ஜப்பானியரின் நன்றியறிதலையும் இராஜ விசுவாசத்தையும் நோக்கல்வேண்டும். அதாவது ஜப்பான் சக்கிரவர்த்தியார் இறந்தாரென்று கேழ்விப்பட்டவுடன் ஓர் ஜப்பானியன் மனஞ்சகியாது தன் பிராணனை விட்டான். குடிகள் யாவரும் அத்தகைய ராஜவிசுவாசமும் நன்றியறிதலும் உள்ளவர்களாயிருக்கின்ற படியால் அத்தேசத்தில் காலமழை பெய்யவும் தானியங்கள் விருத்தியுண்டாகவும், சீவராசிகள் சுகவாழ்க்கையடையவும், மக்கள் யாவரும் பட்டாடைகள் உடுத்தவுமாகிய நற்காட்சிகளே விளங்குகின்றது. அத்தேசத்தோர்களும் நாளுக்குநாள் கல்விவிருத்தி, கைத்தொழில் விருத்தி, விவசாயவிருத்தியும் பெற்று தாங்கள் சுகச்சீரடைவதுடன் தங்கள் அரசாங்கத்தோரையும் ஆனந்திக்கச் செய்து வருகின்றார்கள். இந்திய தேசத்திற்கு சகல நற்குணமும் மேன்மேயுமமைந்த சக்கிரவர்த்தியார் தோன்றியும் குடிகள் சகலருக்கும் அத்தகைய குணந்தோன்றாது அவன் சின்ன சாதி, நான் பெரியசாதி, அவன் சின்னசாதி சிறிய வேலைகளைச் செய்ய வேண்டும், நான் பெரியசாதிப் பெரிய வேலைகளைப் பெறவேண்டுமென்னும் பொறாமெயும் பற்கடிப்பும் பெருகுகின்றபடியால் சீவகாருண்யமென்னும் நற்செயலற்று கல்வியுங் குறைந்து கைத்தொழிலும் சிதைந்து விவசாயமுங்கெட்டு ரூபாயிற்குப் பத்துபடி விற்றுவந்த அரிசி, ரூபாயிற்கு நான்கு படிக்கு வந்து விட்டது. இன்னும் இத்தேசத்தில் சாதிபேத பொறாமெயும் சமபேதப் பற்கடிப்பும் பெருசி சீவகாருண்ணியமே அற்று, மனிதர்களை, மனிதர்களாக பாவிக்காது மிருகங்களிலுந் தாழ்ச்சியாக பாவிக்குங் கருணையற்ற மிருககுணங்களிலேயே நிலைப்பதாயின் ரூபாயிற்கு நாலுபடி விற்கும் அரிசி இன்னும் இரண்டுபடிக்கு வந்துவிடுவதற்கு ஆட்சேபம் இராவாதலின் சகல மக்களும் நமது சக்கிரவர்த்தியார் நீதியையும், நெறியையும், அன்பையும், சீவகாருண்யத்தையும் பின்பற்றி நடப்பதாயின் தேசத்தோர் சகலசுகமும் பெற்று வாழ்வதுடன் இராசாங்கமும் ஆனந்த சுகநிலைபெறும்.

- 6:10; ஆகஸ்டு 24, 1912 -

267. இந்துக்களுக்கு சுயராட்சியம் வேண்டுமாமே

இத்தகைய சுயராட்சியம் வேண்டுமென முயற்சிக்கும் இந்துக்கள் தங்களது மநுதன்ம சாஸ்திரத்தை நீக்கிவிட்டு சுயராட்சியம் விரும்புகின்றாரா அன்றேல் மநுதன்ம சாஸ்திரத்தை சட்டமாக வகுத்துக்கொண்டே விரும்புகின்றாரா விளங்கவில்லை.

அஃதேனென்பரேல் மநுதன்ம சாஸ்திரத்தை அநுசரித்துக்கொண்டே சுயராட்சியம் பெறுவதாயின் தேசாதிபதியாகிய கவர்னரும், படைத்தலைவனாகிய கமாண்டான்சீபும் க்ஷத்திரியர்களாகவேயிருந்து தீரல்வேண்டும். அங்ஙனம் அவர்கள் கூறும் க்ஷத்திரியர்களும் பரசுராமனால் படுசூரணமாகிவிட்டார்கள் போலும். மற்றும் எச்க்ஷத்திரியர்பால் ஈவரோ அதுவும் விளங்கவில்லை.

இந்துக்களுக்குள் பிராமணர்களே முக்கியமானவர்களாதலின் சகல ஆளுகைகளையும் அவர்களே ஆளுவார்கள் என்பாராயின் இந்திய மகமதியர்கள் விடுவரோ, இந்தியக் கிறிஸ்தவர்கள் விடுவரோ, இந்திய பௌத்தர்கள் விடுவரோ ஒருக்காலும் விடமாட்டர்கள். காரணமோவென்னில் இந்துக்களுக்கும், மகமதியர்களுக்கும் மகுதிகளண்டை உண்டாங் கலகங்களும், மகமதியர்களுக்கும் கிறிஸ்தவர்களுக்கும் மதப்பிரசங்கங்களால் உண்டாங் கலகங்களும், பெருகுங்கால் அவற்றைத் தங்களுக்குள் தாங்களே அடக்கிக்கொள்ள சக்தியற்று பிரிட்டிஷ் ராணுவங்களே வந்து அடக்கியாளுவது பிரத்தியட்ச காட்சியாயிருக்க சுயராட்சியம் யாருக்குக் கொடுப்பார்கள். யார் அவற்றைப் பெறுவார்கள். பிரிட்டிஷ் ஆளுகையைப் பார்த்துக் கொண்ட படியால் அவைபோல் இந்துக்களும் ஆண்டுக்கொள்ளலா மென்னில் பிரிட்டிஷ் அரசாட்சியார் தன்னவர் அன்னியரென்னும் பேதமின்றி சகல சாதியோரையும், சகல மதத்தினரையும் ஆண்டு வருகின்றார்கள்.

அத்தகைய பேதமற்ற செயலாலும் நீதிபெற்றக் கோலாலும் ஆண்டு வருகின்றபடியால் சகலமதத்தினரும் சகல சாதியுள்ளோரும் சாதியில்லாரும் அவர்களுக்குள் அடங்கி ஆனந்தவாழ்க்கையில் இருக்கின்றார்கள். இத்தகைய வாழ்க்கையுள்ளோர் பொய்ச்சாதி வேஷத்தையும்

பொய்மதகோஷத்தையும் பெருக்கிக்கொண்டுள்ள இந்துக்களென்போர் ஆட்சியில் அடங்கி நிற்பரோ ஒருக்காலும் அடங்கமாட்டார்கள். அடங்கி நிற்கினும் வேற்றரசர் படையெடுத்துவரின் எந்த சுத்தவீரர் எதிர்த்துப் போர்புரிந்து தேசத்தையும் தேசமக்களையும் பாதுகாப்பார்கள், மதசண்டைகள் நேரினும் பிரிட்டிஷ் படைகளே வரல் வேண்டும். மசூதி சண்டைகள் நடக்கினும் பிரிட்டிஷ் படைகளே வரல்வேண்டும். வேற்றரசர் வரினும் பிரிட்டிஷ் படைகளே உதவிபுரிய வேண்டுமென்பதாயின் பிரிட்டிஷ் ஆட்சியேயிருந்து ஆண்டுவருதே மேலன்றோ, தங்கள் தங்கள் சாதிவூழல்களால் உண்டாங் கேடுகளையும், மதவூழல்களால் உண்டாங் கேடுகளையும், பாஷையூழல்களால் உண்டாங் கேடுகளையும், பொதுவில் சீர்தூக்கிப்பாராது ஐந்து பேரது முயற்சியால் மகாஜனசபைக் கூச்சலிடுவதும் ஆறுபேரது முயற்சியால் காங்கிரஸ் சபைக் கூச்சலிடுவதுபோல் ஐந்தாறுபேர் முயற்சியால் சுயராட்சியம் வேண்டுமென்னும் முயற்சி எடுப்பதாயின் அஃதை இந்திய தேச சகலமக்களும் சம்மதிப்பரோ ஒருக்காலும் சம்மதிக்கமாட்டார்கள். இத்தகைய சம்மதமற்றக் கேடுபாட்டை சுருக்கமாக அறியவேண்டின் சென்னை ராஜதானிக்கடுத்த சிற்றூராகும் புதுச்சேரியே போதுஞ்சான்றாம்.

புதுச்சேரியென்னும் சிற்றூர் பிரான்சியருடைய ஆளுகைக்குட்பட்டுக் குடியரசைப் பெற்றுள்ளதால் வருடந்தோரும் (எலக்ஷன்) காலங்களில் எத்தனையோ பிணங்கள் விழுவதும் எத்தனை வீடுகள் சாத்தப்படுவதும், எத்தனையோ மக்கள் கால்ஒடிந்து கைஒடிந்து வைத்தியசாலையிற் கிடப்பதும் பிரத்தியட்சக் காட்சியாகும். ஓர் சிற்றூரையாளும் பிரஞ்சு தேசாதிபதியிருந்தும் குடியரசின் ஆளுகைச் சரிவராது சஞ்சலத்தில் ஆழ்கும்போது பெருந்தேசமாகிய இந்தியாவிற்கு சுயராட்சியங் கொடுப்பதாயின் என்னென்னக் கேடுகள் விளையுமோ வென்பதை அவரவர்களே யூகிக்கவேண்டியதேயாம்.

சுயராட்சியத்தை விரும்புவோர் சுயராட்சியத்தின் ஐக்கியத்தை முதலாவது விரும்ப வேண்டும். அவ்வகை விரும்புவோர் ஒவ்வோர் கவர்ன்மெண்டு ஆபீசுகளிலும் யூரோப்பியர் இத்தனைபேர், இந்துக்கள் இத்தனைபேர், மகமதியர்கள் இத்தனைபேர் கிறிஸ்தவர்கள் இத்தனைபேர் பௌத்தர்கள் இத்தனை பேர் இருக்கவேண்டுமென முடிவுக்குக் கொண்டுவந்துசகலரும் சகோதிரவாஞ்சையில் ஐக்கியம் பெற்று பேதமற முன்னேறுவார்களாயின் ஓர்கால் சுயராட்சியம் நிலைபெறுமேயன்றி வேறுவகையால் நிலைபெறாது என்பது திண்ணம். ஆதலின் சுயராட்சியம் விரும்புவோர் இராஜவிசுவாசத்தில் நிலைத்து சூழவிருக்கும் மக்களின் ஒற்றுமெயை விரும்பல்வேண்டும்.

- 6:11: ஆகஸ்டு 21, 1912 -

268. இராஜாங்க சீர்திருத்தம் முந்த வேண்டுமா குடிகள் சீர்திருத்தம் முந்தவேண்டுமா

குடிகள் சீர்திருத்தமே முந்தல் வேண்டும். அதனது கூட்டமும் ஒழுக்கமுங்கொண்டு இராஜாங்க சீர்திருத்தந் தோன்றும். அதாவது நீருயர வரப்புயரும், வரப்புயர பயிறுயரும், பயிறுயர் குடியுயரும், குடியுயர் கோனுயருமென்பது அனுபவக்காட்சியாதலின் குடிகளினது ஒற்றுமெயும் சீர்திருத்தமுமே முந்தல் வேண்டும். அதன் பின்னர் குடிகளது குறைவு நிறைவுகளையும், கஷ்டநஷ்டங்களையுஞ் செவ்வைசெய்து காப்பதற்கு இராஜங்க சீர்திருத்தந்தோன்றும். அவ்வகையாயக் குடிகளைக் காக்க இராஜாங்கத் தோன்றியுங் குடிகள் கோணுமாயின் இராஜாங்கமுங் கோணலுற்றே பின்னர் சீர்திருத்தும், யாதென்னில் குடிகளிடத்து துஷ்ட கிருத்தியந் தோன்றுமாயின் இராஜாங்கத்தின் சிஷ்டை கிருத்தியந் தோன்றியே தீரும். அக்காலத்தில் இராஜாங்கத்தோர் சிட்சிக்கின்றார்களே சிட்சிக்கின்றார்களே, எனக் கூச்சலிடுவது வீண் கோஷமேயாம்.

இதன் முன்னரே குடிகளுக்குள்ள ஒற்றுமெயும் அன்பும் சீவகாருண்யமும் பெருகநிற்குமாயின் இராஜாங்கத்தின் அன்புங் காருண்யமுங் கவிழ்ந்து நிற்கும். அங்ஙனமின்றி குடிகள் ஒற்றுமெயற்றும், காருண்யமற்றும் இருக்குமாயின் நான் பெரியசாதியான், நீ சிறியசாதியான் என்னும் சாதிகர்வம் பெருகியும், நான் தனவான், நீ ஏழை என்னும் தனகர்வம் பெருகியும், நான் கல்வியில் மிகுத்தோன், நீ கல்வியில் சிறுத்தவன் என்னும் வித்யாகர்வம் பெருகியும், நான் பெரிய உத்தியோகஸ்தன் நீ சிறிய உத்தியோகஸ்தனென்னும் உத்தியோக கர்வம் பெருகியும் எங்கள் சாமி பெரியசாமி உங்கள் சாமி சிறியசாமியென்னும் மதகர்வம் பெருகியும் எழும்பும் துற்குணத்தாலும் தற்செயலாலும் மாறாப்பொறாமெயுந் தீரா பற்கடிப்புந் தோன்றி குடிகள் சீர்கெட்டிருக்குமாயின் அவற்றை சீர்திருத்துவதற்கும், காப்பதற்கும், சாதிகர்வம் அற்றவர்களும், தனகர்வம் அற்றவர்களும், வித்தியாகர்வம் அற்றவர்களும், உத்தியோக கர்வம் அற்றவர்களும், மதகர்வம் அற்றவர்களுமாகிய இராஜாங்கத்தோரே நிலைக்கத் தோன்றல்வேண்டும். அதனால் சாதிகர்வமுள்ளோரை சாதிகர்வமற வடக்கியாளவும், மதகர்வமுள்ளோரை மதகர்வமற அடக்கியாளவுங்கூடும்.

சாதிவூழலும் மதவூழலும் நிறைந்துள்ள தேசத்தில் இவ்விரண்டுமற்ற தன்னவர் அன்னியர் என்னும் பேதம்பாரா அரசே நிலைத்தல் அழகாம்.

இவற்றுள் சாதிகளினால் உண்டாம் சீர்கேடுகளும், மதங்களினால் உண்டாம் சீர்கேடுகளும், வித்தைகளினால் உண்டாம் சீர்கேடுகளும், விவசாயத்தினால் உண்டாம் சீர்கேடுகளும் இவ்விந்திய தேசத்துள் தற்காலம் நிறைந்துள்ளதன்றி மற்றும் எத்தேசத்திலும் கிடையாது. இத்தகைய சீர்கேடுகளை குடிகளே முன்னின்று சீர்திருத்திக்கொள்ள வேண்டும். இவ்வுள் சீர்திருத்தங்களை குடிகளே முந்தி செய்துக்கொள்ள வெளி தோன்றுவதே அழகாம். அங்ஙனமின்றி அரசாங்கத்தோரே முந்த செய்யவேண்டுமென்பது நியாயவிரோதமேயாம். ஏதோ இத்தேசத்தோர் பூர்வபுண்ணியத்தால் சாதிபேதமற்றதும், மதபேதமற்றதும், அன்பு மிகுத்ததும், சீவகாருண்யமுற்றதுமாகிய பிரிட்டிஷ் ராஜாங்கம் தோன்றியிருக்கின்றது. இத்தகையத் தன்னவர் அன்னியரென்னும் பேதமற்றதும், வித்தைமிகுத்ததும், கருணை நிறைந்ததுமாகிய இராஜாங்கத்தைக் கண்டேனுந் தங்களுள் சீர்திருத்தங்களை செவ்வை செய்துக் கொள்ளாது சகல சீர்திருத்தங்களையம் இராஜாங்கத்தோரே முந்த செய்ய வேண்டும் என்பது இழுக்கேயாம். குடிகள் சீர்திருத்தம் முந்துமாயின் இராஜாங்கம் அவற்றை அநுசரித்தே தட்டி சீர்திருத்திவிடும். ஆதலின் குடிகளால் சீர்கெட்டுள்ளதை குடிகளே சீர்திருத்த முந்தவேண்டுமென்பது துணிபு.

- 6:12; ஆகஸ்டு , 28, 1912 -

269. தேசத்தில் சீவகாருண்யம் உள்ளோருக்குப் பெருத்த உத்தியோகங்கள் தகுமா சீவகாருண்யமில்லாருக்குப் பெருத்த உத்தியோகங்கள் தகுமா

சீவகாருண்யம் இல்லாருக்குப் பெருத்த உத்தியோகங்கள் தகவே தகாவாம். அதாவது பேதைமக்கள் வாழுந்தேசத்தைக் கொடுங்கோல் மன்னன் ஆளுவதற்கு ஒக்கும்.

சீவகாருண்யம் இல்லாதோர் யாவரெனில் தம்மெய்ப்போல் ஒத்த மக்களை மக்களாக பாவிக்காதவர்களும், நூறுகுடி கெட்டாலுங் கெடட்டும் தன்குடி ஒன்று பிழைத்தால் போதுமென்போர்களும், மனதாறாது வஞ்சித்தும், பொய் சொல்லியும் பொருள் பறிப்போர்களும், பசியோடுவாதைப் படுவோரைக் கண்டும் இதங்காது தாங்கள் மட்டிலும் பசிதீர உண்டு களிப்போர்களும், வீதியிலோர் மனிதன் தள்ளாடி விழுந்து விடுவானாயின் அவனைக் கண்டும் காணாதது போல் ஒதிங்கிவிடுவோர்களும், கிராமத்தில் ஏதோ ஓர்க் குடியானவன் அறியாது தீங்கு செய்யின் அக்கிராமத்தையே கெடுக்க முயல்வோர்களும், தம்மெயொத்த மக்கள் அசுத்த நீர்களை மொண்டு குடித்துப் பலவகை வியாதிகளால் மடியவேண்டும். தாங்கள் மட்டிலும் சுத்தநீரை மொண்டு குடித்து சுகம் பெறவாழ வேண்டும் என்போர்களும், பலபேர் பேரிலுங் கோட் சொல்லி அவரவர்கள் குடிகளைக் கெடுத்து தங்கள் மட்டிலுங் கெட்டிக்காரர்களென காலம் பார்த்து அபிநயிப்பவர்களும், எத்தொழிலும் செய்தறியா சோம்பேறிகளாயிருப்பினும் எல்லாம் அறிந்தவர்கள் போற் பொய்ச்சொல்லி ஏமாற்றுகிறவர்களும், எல்லா மக்களும் உழைத்து சீவிக்க வேண்டும். தாங்கள் மட்டிலும் உழைப்பின்றி சீவிக்க வேண்டும் என்று எண்ணுவோர்களும், தங்கள் புசிப்பிற்காக மனிதர்களையும், மாடுகளையும், குதிரைகளையும் உயிருடன் நெருப்பிலிட்டு வதைத்து சுட்டுத்தின்றுள்ளவர்களையும், தின்போர்களையும், தம்மெயொத்த ஏழைகள் கல்வி விருத்தியடைந்து நாகரீகம் பெற்று வாழக் கூடாதென்று எண்ணுவோர்களேயாவர். அத்தகையோர்களுக்கு அதிகாரமும் அந்தஸ்துமுள்ளப் பெரிய உத்தியோகங்களை அளிப்பதாயின் அவர்களுக்குள்ள சீவகாருண்யமற்ற சிறியச்சிந்தையால் பெரிய உத்தியோகத்தைப் பெயரினும் அக்குணம் மாறாது. அவர்களுக்குள்ளடங்கிய உத்தியோகஸ்தர்களையுங் குடிகளையும் அலங்கோலப்படுத்திக்கொண்டே வருவார்கள். அவர்கள் செய்துவரும் சீவகாருண்யமற்றச் செயல்களால் சீவகாருண்யமுள்ள ராஜாங்கத்தின் சிறப்புங் குன்றிப்போம். ஈதன்றி சீவகாருண்யமில்லாதோர்க்கு செல்வாக்குள்ள உத்தியோகங்கள் பெருகிவிடுமாயின் சீவகாருண்யமுள்ள இராஜாங்கத்தையே கெடுக்க முயல்வதன்றி வாக்கு செல்லுகையால் அவர்களுக்குள் விரோதிகளாயக் குடிகளை அன்றே நசிக்க யெத்தனிப்பார்கள். சீவகாருண்யம் எவரிடத்து இல்லையோ அவர்களுக்கு நன்றியும் இருக்காதென்பது திண்ணம். அவர்களுக்குச் செய்யும் நலங்கள் யாவும் நெருப்பில் விழுந்த தேளை எடுத்து வெளியில் விடுவதற்கும், வலையில் அகப்பட்டுள்ள புலியை விடுவித்தலுக்கும் ஒக்கும். ஆதலின் எத்தகையக் கல்விக்கற்றோர்களேயாயினும் சீவகாருண்யம் ஒன்றுமட்டிலும் இல்லாத வம்மிஷ வரிசையோர்களைக் கண்டறிந்து பெருத்த உத்தியோகங்களை அளித்தல் வேண்டும். அப்போதுதான் தேசமும் சிறப்பைப் பெறும், இராஜாங்கமும் ஆனந்தமடையும், சகல குடிகளும் சுகவாழ்க்கைப் பெறுவார்கள். அங்ஙனக்காணாது சீவகாருண்யம் இல்லாருக்குப் பெருத்த உத்தியோகங்களை அளிப்பதாயின் தேசம் சீர்கெடுவதுடன் இராஜாங்கமுங் கவலைக்குள்ளாகிக் குடிகளும் சுகமற்றுப்போவார்கள்.

சீவகாருண்யம் உள்ளோர்கள் யாவரெனில் தம்மெய் ஒத்த மக்களை தம்மெய்போல் பாவிப்பவர்களும், நூறு குடிகள் சுகம்பெற்று வாழின் தாமும் அவர்களுக்குள் சுகம்பெற்று வாழலாமென்று எண்ணுவோர்களும், மனமாற வஞ்சினம் இல்லாமலும், பொய் சொல்லாமலும், கஷ்டப்பட்டுப்பொருள் சம்பாதிப்பவர்களும், தாங்கள் பசியுடனிருப்பினும் எதிரியின் பசியையாற்றி ரட்சிப்பவர்களும், வீதியிலோர் மனிதன் விழுந்து விடுவானாயின் அவனைத் தாம் தம்மெய் ஒத்தவன் எனக்கருதி அருகில் நெருங்கி எடுத்து ஆதரிப்பவர்களும், அறியாமெயால் ஒருவன் ஏதோ தீங்கு செய்துவிடினும் அவற்றைக் கருதாது அவனுக்கு நலம்புரிவோர்களும், தாங்கள் அருந்தும் சுத்தநீரை சகலமக்களும் அருந்தி சுகம் பெறவேண்டுமென்று எண்ணுகிறவர்களும், தங்களால் ஏனைய மக்களுக்கு சுகமளிக்க இயலாவிடினும் அளிப்பவர்களைக் கொண்டேனும் சுகமளிக்கச் செய்பவர்களும், எத்தொழில் வல்லவர்களாயிருப்பினும், மேலும் மேலும் உழைத்து அத்தொழிலை சகல மக்களுக்கும் உபகாரம் உண்டாகச் செய்வோர்களும், கண்டதைக் கண்டோமென்றும், காணாததைக் காணோமென்று மெய்ப்பேசுகிறவர்களும், தம்மெய் ஒத்த மக்கள் தம்மெய்ப்போல் சுகச்சீர் பெறவேண்டும் என்று எண்ணுகிறவர்களும், சகல மக்களுந் தங்களைப்போல் கல்வி கற்று அறிவின் விருத்தியுண்டாகி சுகச்சீர் பெறவேண்டுமென்று எண்ணுகிறவர்களேயாவர். அத்தகையோர்களுக்கே பெருத்த உத்தியோகங்களை அளிப்பதாயின் அவர்களுக்குள்ளடங்கிய உத்தியோகஸ்தர்கள் யாவருங் களங்கமற்று வாழ்வதுடன் அத்தேச மக்களும் சீரும் சிறப்பும் பெற்று வாழ்வார்கள். அரசாங்கமும் ஆறுதலில் நிலைக்கும். இதுகொண்டே சீவகாருண்யம் இல்லார்க்கு இராஜாங்கத்தின் பெருத்த உத்தியோகங்கள் தகவே தகாதென வற்புறுத்திக் கூறியுள்ளோம்.

- 6:14; செப்டம்பர் 11, 1912 -

270. அரிசி ரூபாயிற்கு நாலு படியே! அரிசி ரூபாயிற்கு நாலு படியே?

தற்காலம் சென்னை முநிசபில் எல்லைக்குள் ரூபாயிற்கு நாலுபடி அரிசி விற்கும்படி ஆரம்பித்துக்கொண்டார்கள். மற்றய தவிடு கலப்பும், பலவகை யரிசி கலப்பும், மண்ணு கலப்பும், சாம்பல் கலப்புமுள்ள அரிசியோ ரூபாயிற்கு ஐந்து படியேயாம். அவற்றை நோக்கி ஏழைகளின் பசியை ஆற்றுவோரைக் காணோம். அதனை விசாரித்து சீர்திருத்துவோரையுங் காணோம். பசி ஏப்பக்காரருக்கும் புளி ஏப்பக்காரருக்குந்

தாரதம்மியங் காணாதது போல் பெரிய உத்தியோகஸ்தர்களுக்குப் பெரும்பணமுள்ள படியால் அரிசியின் விலை அறியாது ஆனந்தத்திலிருக்கின்றார்கள். முன்பு இவ்விடந் தங்கியிருந்த பட்டாளங்கள் இவ்விடமிருக்குமாயின் அரிசி மண்டிகளைக் கொள்ளையடிக்குங் கூச்சல் குய்யோமுறையோவென ராஜாங்கத்தோருக் கெட்டிக் கடைக்காரர்கள் தாங்கள் கொள்ளு முதலுக்கு சொற்பலாம் வைத்து விற்கும் படியான விதிகளை உண்டு செய்து விடுவார்கள். அத்தகைய பட்டாளங்களுமில்லை அதனால் மண்டிக்கடைகளை வைத்து அரிசி விற்போர் தங்கள் தங்கள் மனம் போனவாறு பெரும் லாபத்திற்கு ஆசித்து விட்டார்கள். இத்தேசத்துள்ள இதக்கமற்ற குருக்களை பூசிக்கும் இதக்கமற்ற மாணாக்கர்களே மண்டிக்கடைகளின் முதலாளிகளாகி விட்டபடியால் பொன்னின் கம்பியை இழுக்க இழுக்க நீளுவது போல அரிசியின் படியை நாளுக்கு நாள் குறைக்கக் குறைக்க லாபம் உண்டாவது கண்டு தம்மெய் ஒத்த நூறுகுடிகள் பசிபட்டினியால் பதைத்து ஏதுகேடுண்டேனுங் கெடட்டும் நாம் ஒருகுடி சுகமாக வாழ்ந்தால் போதும் என்னும் ஆனந்தத்திலிருக்கின்றார்கள். தானியம் மலிந்திருந்த காலத்தில் சரியான லாபம் வைத்து விற்றவர்கள் தானியங் குறைந்துள்ள காலத்திலும் அத்தகைய லாபம் வைத்து விற்பார்களாயின் குடிகள் கூச்சலிடமாட்டார்களே, தானியங் குறையக் குறைய லாபத்தை மேலும் மேலும் பெருக்குகின்றபடியால் அன்றோ ஏழைக் குடிகள் பரிதவிக்கின்றார்கள். இராஜாங்கத்தோர் பார்வையில் விற்றுவரும் உப்பு ஒன்று தவிற விறகேனும் சகாயத்தில் கிடைக்கின்றதா, மிளகாய், புளி, மசாலைகளேனும் சகாயத்திற் கிடைக்கின்றதா, மற்றும் சோளம், கேழ்வரகு, பயிறு தினுசுகளேனும் சகாயமாகக் கிடைக்கின்றதா, ஏதுங் கிடையாவே. இத்தியாதி குறைவில் அரிசியையும் அதிகக் குறைத்து அதிகலாபம் பெற எண்ணுவாராயின் ஏழைக்குடிகள் எவ்வகையில் சீவித்து எடுக்கும் வேலைகளை களைப்பும் ஆயாசமுமின்றி முடிக்க முயலுவார்கள். ஆகவே உழைக்கும் ஆட்களுக்கு உல்லாசமும், ஊக்கமுமிருந்தாலன்றோ ஊர்க்குடிகள் யாவரும் சுகச்சீர் பெறக்கூடும். "உழைப்பாளிகள் உறம் பெற்றுழைக்கின் பெருக்காளிகள் பெரும்பேர்பெறுவர்" என்னும் பழமொழியும் வீண்போமோ, இத்தியாதி, தானியங்கள் குறைவுபட்டுபோதற்கும், குடிகள் அல்லலடைவதற்கும் காரணம் கருணையும் அன்புங் கனவிலுமில்லா சோம்பேறிகள் பேராசையால் பெரும் பூமிகளை சுவாதீனப்படுத்திக்கொண்டு கலப்பைப் பிடித்தாற் கனங்குலையும் என்றும், மண்வெட்டி பிடித்தால் மானம் போமென்றும், சோம்பலையே மேலும் மேலும் பெருக்கிக்கொண்டு துட்டும் செலவாகக் கூடாது, உழவு மாடுகளும் செலவின்றி மேய்ந்து வந்துவிடவேண்டும், அதற்காக நாளொன்றுக்கு ஓரணாவுக்கு இரண்டாள் அகப்படுவானா எனப் பல்லிளித்துப் பார்த்திருப்பதினால் பூமியுங் கெட்டு பயிறுகளும் நசிந்து உழவு மாடுகளும் குறைந்து பூமிகளும் பாழடைந்து போகின்றது.

ஈதன்றி உழுது பயிரிடும் உழைப்பாளிகள் யாவரையுந் தங்களை ஒத்த மநுக்களென்று பாவிக்காமலும் அரைவயிறு கஞ்சேனும் சரிவரக்கொடுக்காது வாதிப்பதினாலும் சுத்தநீரை மொண்டு குடிக்கவிடாத சுகாதாரக்கேட்டினாலும் தென்னிந்திய உழைப்பாளிக் குடிகளில் பெரும்பாலோர் ஊரைவிட்டு ஓடியும் போனார்கள். மற்று மிகுத்துள்ள உழைப்பாளிகள் காலியாயுள்ள பூமிகளுக்கு விண்ணப்பங்கொடுப்பார்களாயின் சாதிகர்வ துவேஷத்தால் தாழ்ந்த சாதியான் பூமிகளைப் பெற்றுக்கொள்ளுவானாயின் தங்களை பெரியசாதிகளென்று மதிக்கமாட்டான் குறைந்த கூலிக்கு வந்து நமக்கு ஊழியமுஞ் செய்ய மாட்டான் என்னும் பொறாமெயால் தங்களை ஒத்த சாதிசம்மந்த உத்தியோகஸ்தர்களைக்கொண்டு அதற்கு அண்டை பாத்தியம் வேறு உண்டென்றும், அஃது மேய்க்கால் பூமியென்றும் ஏதேனும் ஒவ்வோர் தடைகளைச் சொல்லி ஒழித்து விட்டு தாங்களே தங்கள் பூமிகளை விருத்திபெறச் செய்துக் கொள்ளாமலும் செய்யும் உழைப்பாளிகளுக்குக் கொடுக்கவிடாமல் தடுத்து பாழ்படுத்தி வருகின்றார்கள்.

இத்தகையக் கேடுபாடுகளால் பூமிகளின் விருத்திக்கெட்டு ரூபாயிற்கு நாலுபடி அரிசிக்கு வந்துவிட்டது. சோம்பேறிகளே பூமிகளை மிக்க சேகரித்துக் கொண்டு பாழ்படுத்தி வருகின்றார்களென்பதற்குப் பகரமாக பூமிகளின் விருத்தியை நாடி கருணை தங்கிய ராஜாங்கத்தார் எவ்வளவோ முயற்சியும் பணவுதவிகளும் விதை முதலுதவிகளும் விவசாய போதனைகளும் செய்து வந்தும் அவைகள் யாவும் சரிவர விருத்திபெறாததற்குக் காரணம், அதிகபூமிகளைவைத்துள்ளோர் சோம்பலும் சாதி ஊழலுமேயாகும். பெரியசாதிகளென வேஷம் போட்டுள்ளவர்களே இப்பஞ்சத்திற்குக் காரணபீடமாயுள்ளதுமன்றி மண்டிக்கடைகளைவைத்துக்கொண்டு கருணையற்றச் செயலால் பெரும் லாபத்தை ஆசித்து ஏழை எளியோரை வாதித்து வருகின்றார்கள். இத்தகையக் கருணையற்றோர் காலத்தில் பிரிட்டிஷார் துரைத்தன மட்டிலும் இவ்விடம் இல்லாதிருக்குமாயின் ஏழை மக்கள் யாவரும் பசிபட்டினியால் மடிந்து தென்னிந்தியாவே பாழைடைந்துபோம். பிரிட்டிஷ் துரைமக்களுக்குள்ள வித்தை, புத்தி, ஈகை, சன்மார்க்கத்தினால் இரெயில்வே தொழில்களையும், இஸ்டீமர்களுக்கு உண்டாகியத் தொழில்களையும், அனந்தக் கைத்தொழிற்சாலைகளையும், வியாபாரக் கம்பனிகளையும், அச்சியந்திர சாலைகளையும் வைத்து விருத்திசெய்து வருகின்றபடியால் இலட்சக்கணக்கான ஏழை மக்களுக்கு வரும் கூலிகளைப்பெற்று அரைவயிற்றுக் கஞ்சேனுங்குடித்து சீவித்து வருகின்றார்கள். அத்தகையத் தொழிற்சாலைகளுமில்லாமற் போமாயின் இந்நாலுபடி அரிசி விற்கும் பஞ்சகாலத்தில் "ஆடுகிடந்தவிடத்தில் மயிருங் கிடையா" தென்னும் பழமொழிபோல் ஏழைமக்கள் கிடந்தவிடத்தில் எலும்புகளுங் காணாமற் போமென்பது சத்தியம்.

ஆதலின் பெரியசாதியென வேஷமிடப் பெரிய பெரிய பணக்காரர்களென வெளிதோன்றுவோர் வானத்தை நோக்கி மழைப் பெய்யவில்லை என்பதினும் ஏழை எளியோரை நோக்கி அவர்களுக்கு இதங்கி அதிக லாபத்தைக் கருதாது சரிவிலைவிற்று ஏழைமக்களை சீவிக்கச் செய்வார்களென்று நம்புகிறோம். கருணை தங்கிய ராஜாங்கத்தோரும், கருணையற்ற வியாபாரிகளின் செயல்களை சற்று கண்ணோக்கும்படி வேண்டுகிறோம்.

- 6:15; செப்டம்பர் 18, 1912 -

271. பிரிட்டிஷ் துரைத்தனத்தால் உண்டாம் சுகமும் அதன் காட்சியும்

புத்ததன்மமும் புத்ததன்ம அரசாட்சிகளும் மாறுபட்டு அபுத்த தன்மங்களாம் பொய் வேதங்களும், பொய்வேதாந்தங்களும், பொய்ப் புராணங்களும், பொய்சாதிப்பிரிவுகளும் தோன்றி ஒருவருக்கொருவர் ஒற்றுமெய்க் கெட்டும், வித்தைகளற்றும், விவேகங் குறைந்தும், புத்திமயங்கியும், ஈகையை மறந்தும், மதக்கடைபரப்பி சீவிக்கும் பொய்க்குருக்களின் போதனைகளையே மெய்யென நம்பி தங்கள் தங்கள் சுய முயற்சிகளற்று ஐந்துதலை சாமி கொடுப்பார், நாலுதலைசாமி கொடுப்பார், நாலுகைசாமி கொடுப்பார், ஆறுகை சாமி கொடுப்பாரென்னுஞ் சோம்பல் மீறி தாடிகளை வளர்த்தும், சாம்பரைபூசியும், சடைகளை வளர்த்தும், சாமிபாட்டு பாடியும், மொட்டையடித்தும், கொட்டைகளைக் கட்டியும், கோவிந்தம் போட்டு கபோலம் ஏந்தியும், கொடுப்போரை வஞ்சித்து, கொடாதோரை தூஷித்தும், உற்றாரைக் கெடுத்தும், ஊர்குடிகளை நசித்தும் உங்கள் சாதி சிறியசாதி, எங்கள் சாதி பெரியசாதி, உங்கள்சாமி சின்னசாமி எங்கள் சாமி பெரியசாமியென்னும் பொய்யைச் சொல்லி வஞ்சித்துப் பொருள் பறித்து சீவிப்பதே தொழிலாகிவிட்டபடியால் ஒருவருக்கொருவர் ஒத்து போதிக்காது வித்தைகளுங்கெட்டு ஒருவருக்கொருவர் முதல் ஈவதற்று விவசாயங்கெட்டு தேசம் பாழடைந்ததன்றி தேசமக்களும் நாளுக்குநாள் விருத்தி குறைந்து சீலம் மறைந்து சீர்கேடுற்றேவந்தார்களென்பது தற்கால அநுபவங்களே சாட்சியாகும்.

இத்தகைய செயல்கள் மிகுத்துவந்த தேசத்தில் இதுகாரும் பிரிட்டிஷ் துரைத்தனம் வந்து சேராமலிருக்குமாயின் தேசம் பாழடைந்தே போயிருக்கும். இச்சோம்பேறிகளின் சுயபுத்திகளை அறிந்த மகமதியர்கள் சுயராட்சியங் கொண்டு தங்கள் அரசாட்சியே நிலைத்திருக்குமாயின் பொய்சாதிகளும் பறந்து, பொய்ச்சாமிகளும் இறந்து மதக்கடைகளும் இடிந்து எங்கள் சாதிகளே பெரியசாதிகள் என்போர்களும், எங்கள் சாமிகளே பெரிய சாமிகளெனப் படாடம்பம் அடிப்போர் யாவரும் “சலாமலேக்கு”மென்று கூறவும் மற்றவர் “அலேக்கும் சலாம்” போடவும் அரகரா சத்தமடங்கி, கோவிந்தா சத்தமும் ஒடுங்கியிருக்கும் என்பதற்குப் பகரமாக நாகப்பட்டணம் கள்ளிக்கோட்டையில் வாசஞ்செய்யும் மகமதியக்கூட்டங்களும் அவர்களுக்குத் துலுக்குபாஷை தெரியாது பேசகற்பிப்பதே போதுஞ்சான்றாகும். இத்தகைய காலத்தில் பிரிட்டிஷ் துரைத்தனம் வந்து தோன்றி நீதியும் நெறியுங் கருணையும் அமைந்த செங்கோலின் கீழுள்ள மக்கள் யாவரையுந் தன்னவர் அன்னியர்களென்னும் பட்சபாதமின்றி அவரவர்கள் சாதி சம்மந்தத்திலும் மத சம்மந்தத்திலும் பிரவேசியாது சகல மக்களையுஞ் சுகம் பெறச் செய்தற்குக் கலாசாலைகளையுங் கைத்தொழிற்சாலைகளையும் நிருமித்து சுகாதாரங்களையளித்து சீரும் சிறப்பும் பெறும் படியான ஏதுக்களைத் தேடிவருகின்றார்கள். அவர்களது ஆளுகைக்குள் பேதாபேதமின்றி சகல சாதியோரும் சகல பாஷைக்காரர்களும் சமரசமாக வண்டி குதிரை ஏறுதலும் ஆனந்தசுகம் அனுபவித்தலுமாகியச் செயல்களே போதுமான சிறந்த சாட்சியாக விளங்கி வருகின்றது. இதுபோன்ற வித்தையும் புத்தியும் யீகையும் சன்மார்க்கமும் நிறைந்து இங்கிலீஷ் துரைத்தனமே இன்னும் நீடித்திருக்குமாயின் சகலசாதி சகலபாஷை மக்களும் வித்தை புத்தி யீகை சன்மார்க்கம் பெற்று சுகச்சீர் அடைந்து விடுவார்கள். இவ்வகையாய ராஜாங்கத்தோர் செயலையும் குணங்களையும் பின்பற்றாது பழைய பொய்சாதிகளே பெரியசாதி சின்னசாதியென்றும் பழையப்பொய்மதங்களே பெரியமதமென்றும் அரகரா கோவிந்தாவென்றும் நிலைத்திருக்குமாயின் ஆயிர வருஷஞ்சென்றாலும் அலங்கிரதம் அடையப்போகிறதில்லை.

அரகரா வெனக் கூச்சலிட்டுத் திரியும் தெண்டசோற்று சோம்பேறி சாமிகள் ஐம்பதினாயிரம்பேர் சேர்ந்து விடுவார்களாயின் வித்தையும் புத்தியுங்கெட்டு வீணர்களாகிப் பிச்சம் ஏற்பார்கள். கோவிந்தாவெனக் கூச்சலிட்டுத் திரியும் தெண்டசோற்று சோம்பேறிகள் கோடி பேர் சேர்ந்துவிடுவார்களாயின் வித்தையும் புத்தியுங்கெட்டு வீணர்களாகிப் பிச்சம் ஏற்பார்கள். கள்ளுக்கடை சாராயக்கடைகளை என்றும் மறவா சாதி வேதாந்த சகரஸ்திர சோம்பேறிகள் ஆயிரம் பெயர் சேர்ந்துவிடில் வித்தையும் புத்தியுங்கெட்டு வீணர்களாகி வீடுவீடாகப் பிச்சம் ஏற்பார்கள்.

இத்தகையப் பொய்க் குருக்களின் செயலைப் பின்பற்றித் திரியும் மற்ற மக்களும் தங்கள் தங்கள் வித்தை புத்திகளை விட்டு இவர்களுந் தடிச்சோம்பேறிகளாகி கஞ்சாபிடித்துக் கண்சிவக்கவும், கள்ளைக்குடித்துக் கனங்குலையவும், சாராயங்குடித்துச் சாப்பாட்டிற்கு அலையவுமாகியச் சீர்கேடுகளுண்டாகி அல்லலடைவார்களன்றி அதிகாரிகளின் செயலையுங் குணங்களையும் பின்பற்றமாட்டார்கள். அதனால் ஆயிரம் வருடம் பிரிட்டிஷ் ஆளுகைக்கு உட்பட்டிருப்பினும் அவர்களது வித்தையும் புத்தியும் விளங்காதென்பது கருத்து.

அவர்களது வித்தை புத்தி யீகை சன்மார்க்கத்தைப் பின்பற்றி பொய்ச்சாதி வேஷங்களையும் பொய்ம்மத கோஷங்களையும் அடியோடு களைந்தெறிந்துவிட்டு நீதியிலும் நெறியிலும் நிலைப்பதாயின் நூறு வருடத்தில் சகல மக்களும் சுகச்சீர் பெறலாமென்பது சத்தியம். அங்ஙனமின்றி சாதியுமிருத்தல் வேண்டும் சமாத்துமிருத்தல் வேண்டும் பொய்ச்சாமிகளுமிருத்தல் வேண்டும் போலி மதங்களு மிருத்தல்வேண்டும் சுயராட்சியமும் பெற வேண்டுமென்பதாயின் எடுத்த முயற்சி யாதுங் கைகூடாதென்பது திண்ணம்.

யாதுக்கெனில் பிரிட்டிஷ் துரைத்தனத்தார் கருணை கொண்டளித்து வரும் சுகானுபவங்களை நூற்றுக்கு ஐந்துபேரேனும் சரிவரக் கற்றுத் தெளிந்தார்களில்லை. ஆதலின் இன்னும் அவர்களது துரைத்தனமே இத்தேசத்தில் நிலைத்து நூற்றுக்கு ஐம்பது பேர் அவர்களது வித்தை, புத்தி, யீகை சன்மார்க்கத்தையறிந் தமருவார்களாயின் அப்போதே சுயராட்சியமும் நிலைக்கும். சகலமக்களும் பேதமின்றி சுகச்சீர்பெறுவார்கள். அங்ஙனமின்றி ஏதும் வல்லபமற்ற ஐந்துபேர் கிஞ்சித்து ஆங்கிலம் வாசித்துக்கொண்டு ஐம்பதினாயிரம் பெயரை ஆளுவோமென்பது வீண் ஆசையேயாகும் ஆதலின் பிரிட்டிஷ் துரைத்தனத்தாரால் அளித்து வரும் சுகானுபவச் செயல்களையும் குணாகுணங்களையும் இன்னும் பின்பற்றி ராஜவிசுவாசத்தில் நிலைத்து சுகச்சீர் பெறக் கோருகிறோம்.

- 6:16; செப்டம்பர் 25, 1912 -

272. தென்னிந்தியா எப்போது சிறப்பைப்பெறும் தென்னிந்தியர் எப்போது சீர்பெறுவார்கள்

தென்னிந்தியாவைப் பற்றியும் தென்னிந்தியரைப்பற்றியும் மட்டிலுங் கூறி வடயிந்தியாவையும் வட இந்தியரையும்பற்றி விட்டதென்னோ என்பாருமுண்டு. அவ்வகைக் கூறுவோருக்கு பம்பாயினது சிறப்பையும், வங்காளத்தினது சிறப்பையும் பம்பாய் மக்கள் சீரையுங் கண்டு தெளிவார்களாயின் தென்னிந்தியம் என்ன சீர்கேட்டிலிருக்கின்றது தென்னிந்திய மக்கள் என்ன சீர்கேடுற்று வருகின்றார்களென்பது நன்கு விளங்கும்.

வட இந்தியாவை ஆளுவோரும் பிரிட்டிஷ் துரைத்தனத்தாரே, தென்னிந்தியாவை யாளுவோரும் பிரிட்டிஷ் துரைத்தனத்தாரே, அவர்கள் ஆளுகையின் கருணையால் கற்பித்துவரும் வித்தை, புத்தி, யீகை, சன்மார்க்கங்களைப் பின்பற்றிய வட இந்தியர் தங்கள் தேசங்களைச் சிறப்படையச் செய்யும் விவசாயங்களையும், வியாபாரங்களையும், கைத்தொழிற் சாலைகளையும் அமைத்து உழைப்பாளிகளுக்கு மேலும் மேலும் உதவிபுரிந்து விருத்திச்செய்யும் நோக்கத்தையே பெரிதாகக் கொண்டுள்ளபடியால் அத்தேசக்குடிகள் யாவரும் சீரையும் சிறப்பையும் சுகநிலையும் அடைந்து வருகின்றார்கள்.

தென்னிந்தியரோவென்னில் பிரிட்டிஷ் துரைத்தனத்தோரால் கற்பித்துவரும் விவசாயவிருத்திக் கல்விகளையும், வித்தியா விருத்திக் கல்விகளையும், உலோகவிருத்திக் கல்விகளையும், இரசாயனவிருத்திக் கல்விகளையும், மின்சார விருத்திக் கல்விகளையும் ஊன்றிக் கல்லாமலும் கற்றவற்றை மக்களுக்குத் தெளிவுர போதித்து விருத்தி செய்யாமலும் பத்திரிகைகளில் வரையாமலும் எங்கள் சாதி அனாதியாங்கடவுளிடமிருந்து தோன்றியதென்றும் அதைமட்டிலும் விடாமல் கெட்டியாகப் பிடிக்கவேண்டுமென்றும், எங்கள் வேதம் அனாதியாங் கடவுளால் போதிக்கப்பட்டதென்றும் அதிலுள்ளவற்றை நம்பினவர்களே தங்கள் கூட்டத்தோர்களென்றும், இராமருக்கும் சீதைக்குங் கலியாணமென்றும், துரோபதைக்குத் துயிலுரியலென்றும், எங்கள் சாமி திருவிளையாட்டென்றும், பிரசங்கிகள் பரக்கப் பிரசங்கிக்கவும், அதனைக் கேட்போர் ஆனந்தம் பெற்றுப்போவதும் பத்திரிகைகளை நடத்துவோரும் இத்தகையக் கதைகளையே தங்கள் தங்கள் பத்திரிகைகளில் பெருக்க நிறப்பவும், அதனை வாசிப்போர் அதுவே கல்விவிருத்தி வித்தியாவிருத்தியென்றெண்ணித் துணிபவருக்கு, துரைத்தனத்தார் கருணை கொண்டளித்து வரும் கல்வியின் விருத்தி எங்ஙனம் சிறப்பைப்பெறும். துரைத்தனத்தோர் முயற்சியும் எங்ஙனங் கைக்கூடும். மற்றுமுள்ளோர் நன்றாய் குளித்து முழுகிவிட்டு குறுக்கு பூச்சு நெடுக்குப்பூச்சு, சாத்துகளை நெற்றியிலும் உடலிலும் பூசிக்கொண்டு முப்புரி நூலை முதுகிலிட்டு சொம்பு பாத்திரங் கையிலேந்தி நாங்கள் பிராமணாள் எங்களுக்கே சகலமுங்கொடுத்துக் காக்க வேண்டுமென்று வேதம் முறையிடுகின்றது. எங்களுக்குக் கொடுக்கும் தானத்தால் உங்களுக்குள்ள தனதானியம் மேலும் மேலும் பெருக வாழ்வீர்களென்று சோம்பேறிவித்தையைப் பெருக்கிக் கொண்டார்கள். அவர்களது போதகத்தை மெய்யென்று நம்பி நடப்பவர்களும் அவர்களது சாதி ஆசாரத்தையும் மதவாசாரத்தையும் பின்பற்றியவர்களும் தங்கள் தங்கள் உழைப்பையும் கைத்தொழில்களையும் நழுவவிட்டு தங்கள் குருக்களைப்போல் உருத்திராட்சங் கட்டிக்கொள்ளும் வித்தைகளையும், துளசிமணி அணிந்துக்கொள்ளும் வித்தைகளையும், மந்திரஞ்சொல்லி உருபோடும் வித்தைகளையும், பிள்ளைகளைப் பெற்றுக்கொண்டே பிராணாயாமம் செய்யும் வித்தைகளையும், குறுக்குப்பூச்சு நெடுக்குப்பூச்சு கனக்கப்பூசும் வித்தைகளையும், சாதிச்சண்டை வித்தைகளையும், சமயச்சண்டை வித்தைகளையும், தாடி வளர்க்கும் வித்தைகளையும், மொட்டையடிக்கும் வித்தைகளையும் மேலும் மேலும் தங்கள் குருக்களைப்போல் இவர்களும் ஒவ்வோர் சாமிப் பெயர்களையும், சாமிக் கதைகளையுஞ் சொல்லிக்கொண்டு சொம்பு கைகளில் ஏந்தி பிச்சையேற்கும் சோம்பேறி வித்தைகளையே பெருக்கிவருகின்றார்கள். அதனால் துரைத்தனத்தோர் கருணைகொண்டு கற்பித்துவரும் அரியவித்தைகள் எங்கு விருத்தி பெரும்.

இராமாயணத்தைப் படிப்பதும் சுகம், கேட்பதும் சுகமென்பதாயின் அநுபவத்திற்குப் பொருந்துமோ, ஒருக்காலும் பொருந்தாவாம். எங்ஙனம் என்பரேல், இராமரது மனைவியை இராவணன் எடுத்துப் போனதால் அந்த யுத்த கதை நேர்ந்த தென்பது கருத்து. அதனுள் ஒருவன் தாரத்தை எடுத்துப் போனதால் அவ்வூரையும் அவ்வூரிலுள்ள மக்களையும் நாசப்படுத்திவிட்டால் அவனையும் அவனை அடுத்தோர்களையுந் துன்பப்படுத்த முயன்று தானுங் கேடு அடைவானா, கேடு அடையமாட்டானாவென்பதை சீர்தூக்கி ஆலோசிப்பானாயின் அக்கதையைப் படிக்கும் சுகமும் கேட்கும் சுகமும் அன்றே விளங்கும்.

பாரதக்கதையைப் படிப்பதினாலுஞ் சுகமுண்டு, கேட்பதினாலும் சுகமுண்டென்பாராயின் அதுவும் அநுபவத்திற்குப் பொருந்தாது, எங்ஙனமென்னில் அக்கதா சுருக்கம் அண்ணன் தம்பிகள் பாகவழக்கு. அதையே மேலும் மேலுங் கலகத்திற்கு வளர்த்து தங்கள் சகோதரர்களையுங் குருக்களையும் பந்துக்களையும் கொன்றதும் போதாது, மற்றய தேச அரசர்களையும் படைகளையும் நாசப்படுத்திவிட்டார்களென்பதே. அத்தகையக் கதையையே நாளெல்லாங் கேட்பவன் தனது சகோதரருக்குச் சேரவேண்டிய பாகத்தை அன்புடன் கொடுப்பானா அல்லது விரட்டியடிப்பானா. அதனால் இவனுடைய சொத்தையும் சகோதரர் சொத்தையும் மற்றோர் கொள்ளுவரா, இவர்கள் சுகம் பெறுவார்களாவென்று பாரதக் கதாசுருக்கத்தை உற்றுணர்வதாயின் மக்களுக்கு சுகந்தருமா சுகந்தராதா என்பது அன்றே விளங்கும்.

புராணங்களைப் படிப்பதாலுங் கேட்பதாலும் சுகமுண்டென்பாராயின் அதுவும் அனுபவத்திற்குப் பொருந்தாது. எங்ஙனமென்னில் எங்கள் சாமி அன்னியன் தாரத்தை இச்சித்து அவளால் குழந்தையாக சபிக்கப்பெற்றார் என்றபோது சாமியே அன்னியன் தாரத்தை இச்சித்துள்ளார் என்னுங் கதையைக் கேட்பவன் அவ்விச்சிப்பில் நிலைப்பானா அதனால் உண்டாய் கேட்டில் நிலைப்பானா.

இத்தகைய சாமிகளையும் சாமிக்கதைகளையுங் கேட்பதினாலும் படிப்பதினாலும் சோம்பேறி வித்தைகளை நாளுக்குநாள் பெருக்கி வருவதினால் தென்னிந்தியா சிறப்பைப் பெறுமா, தென்னிந்திய மக்கள் சீர்பெறுவார்களா, ஒருக்காலும் சீர்பெறப்போகிறதில்லை. எவ்வகையால் சீரும் சிறப்பு அடையலாமென்னில் "இராஜாங்க மெவ்வழியோ குடிகளுமவ்வழியே" என்னும் பழமொழிக்கிணங்க நமது கருணைதங்கிய ராஜாங்கத்தார் செய்துவரும் அன்பின் செயலையும், நீதிநெறி வொழுக்கங்களையும், அவர்களது வித்தை புத்தி, யீகை சன்மார்க்கத்தையும் பின்பற்றுவோமாயின் தென்னிந்தியாவும் சிறப்பைப் பெறும் தென்னிந்திய மக்களும் சீர்பெறுவார்க ளென்பது சத்தியம் சத்தியமேயாம்.

- 6;78; அக்டோபர் 9, 1912 -

273. பஞ்சம்! பஞ்சம்! பஞ்சம்!!!

கருணை என்பது கனவிலும் இல்லா இன்னாட்டில் காலமழை பெய்யாமலும், அல்லது சிலகால் பொய்யினும் பண்ணை பூமிகளை விருத்திச் செய்யாமலும், பூமிகளை விருத்தி செய்தற்கு கருணைதங்கிய கவர்ன்மென்றார் வேண பணமுதலும், ஆனகருவிகளுதவியும், விதைமுதல் உதவியுந் தந்து உற்சாகமளிக்கினும், விவசாயிகள் தங்கள் கண்ணையுங் கருத்தையும் அவற்றில் வையாது சாதி உற்சாகமே உற்சாகம், சாமி உற்சாகமே உற்சாகமென இருமாப்புற்று சோம்பலைப் பெருக்கி வருகின்றபாடியால் ரூபாயிற்கு மூன்றரைபடி மூன்றே முக்கால்படி விற்கும்படி-யான பெரும் பஞ்சத்தால் ஏழைமக்கள் யாவரும் வயிற்றிற்குக் கஞ்சிகிடையாது தவிக்கின்றனர். இத்தகைய காலத்தில் சுதேசிகள், சுதேசிக-ளென்று கூக்குரலிட்டு ஆர்ப்பரித்தப் பிரபுக்களும் கல்வியாளரும் எங்குபோய் மறைந்தனர்களோ விளங்கவில்லை. யதார்த்த சுதேசிகளாயின் ஏழைகளாம் சுதேசமக்களை இனிது நோக்கார்களோ, இத்தகைய பெரும் பஞ்சகாலத்தில் பெருங்கூட்டமாயுள்ள ஏழை மக்களை நோக்காம-லும் அவர்களது கஷ்ட நஷ்டங்களைப் பாராமலும் ரூபாயிற்கு ஐந்துபடி விற்றபோதே பஞ்சம், பஞ்சமெனக் கூச்சலிட்டு கொள்ளையிட்டது சகலரும் அறிந்திருக்க, ரூபாயிற்கு மூணரைபடி யென வந்துள்ளபோது ஏழை மக்கள் என்ன பசிபட்டினியால் வருந்துவார்களென்றும் இதக்-கமென்பதில்லா சுதேசிகள் என்போர்களுக்கு சுதேச வரசாட்சியுங் கொடுத்துவிட்டால் ஏழைக்குடிகளின் மீது என்ன நோக்கம் வைப்பார்கள். சிறுமீன்களெல்லாம் பெருமீன்களுக்கு இரையென்னும் பழமொழிபோல் கனவான்களென்னும் ஐந்துபேருக்கு ஏழைகளென்னும் நூறுபேர் இரை-யாகவேண்டியதேயாம்.

தேசமக்களே இதைக் கவனிக்கவேண்டியது. சுதேசிகள், சுதேசிகளெனப் பெருங்கூச்சலிட்டு பெருங்கூட்டங்களை தங்கள் வசப்படுத்திக்-கொள்ளவும் அதற்கென்று பணம் வசூலிக்கவும் வீதிவீதியாய் பிரசங்கிக்கவுமாகத் திரிந்த பெரியோர்கள் ஏழைமக்களின் பரிதாபநிலைகளையும் அவர்கள் கஷ்டங்களையும் நோக்கி கனவான்களையடுத்து நமது சுதேச ஏழைக்குடிகள் பஞ்சத்தால் வருந்துகின்றார்கள். அவர்களை இக்-காலத்தில் ஆதரிக்க வேண்டுமென்று முயன்று பணம் வசூல் செய்து பஞ்சத்தால் வருந்தும் ஏழைகளைப் பார்ப்பார்களாயின் இவர்களை யதார்த்த சுதேசிகளென்றும், சுதேசிகளைக் காப்பவர்களென்றும், சுயராட்சியம் இவர்களுக்கே பொருந்துமென்றும் கூறலாகும். அங்ஙனமின்றி தங்கள் தங்கள் சுயப்பிரயோசனத்தைக் கருதி சுயப்பிரயோசனத்திற்குப் பாடுபடுவோரை சுதேசப் பெரியோர்களென்றுங் கருதப்போமோ, அவர்-கள் வார்த்தைகளை நம்பியொழுக மக்கள் சுகம் பெருவார்களோ, ஒருக்காலும் சுகம் பெறப்போகிறதில்லை. சேமகாலத்திலேயே ஏழைமக்களைக் கவனிக்காதவர்கள் பஞ்சகாலத்தில் ஏழைகளைக் கவனிப்பார்களோ, கனவிலுங் கவனிக்கமாட்டார்கள் என்பதை அநுபவத்திலும் காட்சியிலுமே காணலாம்.

அதாவது தற்காலம் சுதேசிகளென்றுக் கூச்சலிடுபவர்களில் ஓர் கிராமத்திற்கு அதிகார உத்தியோகஸ்தர்களாகத் தோன்றுகிறவர்கள் அக்கி-ராமத்துக் குடிகளை அன்புடன் ஆதரித்து சீர்திருத்துகின்றார்களா அல்லது அவர்களுக்குள்ளப் பொன்தாலியையும் உரிந்துக்கொண்டு மரத்தாலி கட்டுகின்றார்களாவென்பதும் கிராமந் தவிர நகரங்களில் பெரிய உத்தியோகங்களைப் பெற்றுள்ள சுதேசிகளென்போர் சுதேசக்குடிகளின் கஷ்-டநஷ்டங்களைப் பார்க்கின்றார்களா; தங்கள் சுயப்பிரயோசனங்களைக் கருதி ஏழை மக்களை வதைக்கின்றார்களா என்பதை உய்த்துநோக்-குவார்களாயின் அவர்கள் போதனைக்கும் உட்படார்கள், அவர்கள் சாவகாசத்தையும் ஏற்கார்கள், இச்தேசத்துள் எத்தனையோ கனவான்-களும் எத்தனையோ கல்வியிற் தேர்ந்த உத்தியோகஸ்தர்களும் இருந்தும் ஏழைமக்கள் இப்பஞ்சகாலத்திற் படுங் கஷ்டங்களை கருதாமலும் அவ்வார்த்தைகளை எடுத்துப் பேசாமலுமே தங்கள் தங்கள் சுகங்களையே மேலாகப் பார்த்திருக்கின்றார்கள். இப்பேர்க்கொத்த பெரும் பஞ்-சகாலத்தில் கருணைதங்கிய பிரிட்டிஷ் துரைத்தனம் மட்டிலும் இல்லாதிருப்பின் இலட்சம் லட்சமாக ஏழை மக்கள் மடிந்தேபோயிருப்பார்கள். பிரிட்டிஷ் துரைத்தனக் கருணையாலும், பிரிட்டிஷ் துரைமக்கள் கருணையாலும் ஏற்படுத்தியுள்ள ஹார்பரும், இரயில்வேக்களும், டிராம்வேக்க-ளும், அச்சுக்கூடங்களும், ஷாப்புகளும், கம்பனிகளும், மற்றுமுள்ளப் பலத் தொழில்களும் பரவிநிற்கின்றபடியால் ஏழை மக்கள் அரைவயிற்றுக் கஞ்சேனுங் குடித்து உயிர்பிழைத்திருக்கின்றார்கள். அத்தகையக் கூலிகளுக்கும் சரிவரக் கூலிகொடாது இலஞ்சம் பெற்று முதலாளிகளாக உலாவுவோரும் ஓர் பெரியமனிதர்களென்றே நடித்து வருகின்றார்கள்.

சுதேசிகளுக்குள் சுயராட்சியம் வேண்டுமென்று கூச்சலிட்டவர்கள் யதார்த்த சுதேசிகளாயிருப்பார்களாயின் அவர்களது கருணையைத் தற்-காலதந் தோன்றியுள்ள பஞ்சகாலத்தை நோக்கி ஏழைமக்களைக் காப்பார்கள். இத்தகைய காலத்தில் ஏழைமக்களை நோக்காது மற்றும் எங்க-ளுக்கு சுதேசியம் வேண்டுமென்னுங்கால் இதன் குறைகள் யாவும் இன்னும் சரிவர வெளிவந்து ஆட்சேபித்தே தீருமென்பது திண்ணம் திண்-ணமேயாம்.

- 6:20; அக்டோபர் 23, 1912 -

274. சுதேசிகளென்போர் யார்! சுயராட்சியம் என்பது என்னை !!

சுதேசிகள் என்பது தேசத்திற்கு சுதந்திரமுள்ளவர்கள், தேசப் பூர்வக் குடிகள், தேசத்திலேயே பிறந்து வளர்ந்து அதன் பலனை அநுபவித்துவந்த-வர்கள், இவர்களையே சுதேசிகள் என்றும், சுயதேசவாசர்கள் என்றுங் கூறப்படும். மற்ற காலத்திற்குக்காலம் இவ்விடம் வந்து குடியேறியவர்கள் பரதேசிகளே. அதாவது அவர்கள் அன்னியதேசவாசிகளேயாவர்.

குடியேறி நெடுங்காலமாகிவிட்டபடியால் அவர்களையும் சுதேசிகள் என்று அழைக்கலாமென்றாலோ அவர்களுக்குப் பின் காலத்திற்குக்காலம் இவ்விடம் வந்து குடியேறி நூறுவருடத்திற்கு மேலாகக் காலங்கழிப்பவர்களையும் சுதேசிகள் என்றே கூறத்தகும். அங்ஙனம் அவர்களை நீக்கி ஆயிர வருடங்களுக்கு மேற்பட்டகாலமாக இருப்பவர்களாகிய எங்களை மட்டிலும் சுதேசிகளென்று எண்ண வேண்டும் மற்றவர்களை சுதேசிகளென்று அழைக்கலாகாது என்று கூறுவதற்கு ஆதாரமில்லை. ஆதலின் இத்தேசப் பூர்வக்குடிகளும் இத்தேசத்தை சீர்பெறச்செய்து, அதன் பலனை அநுபவித்து வந்தவர்களும் யாரோ அவர்களையே பூர்வக்குடிகளென்றும், சுயதேசவாசிகளென்றும் சுதேசிகளென்றும் கூறத்தகும்.

அவர்கள் யாரென்னில் தமிழ்பாஷையிற் பிறந்து தமிழ்பாஷையில் வளர்ந்து தமிழ்பாஷைக்கு உரியோர்களாக விளங்கும் பூர்வத் திராவிடக் குடிகளேயாகும். மற்றுமிருந்த ஆந்தர, கன்னட, மராஷ்டகரும் பூர்வக்குடிகளேயாயினும் திராவிடர்களைப்போல் தேசவிருத்தியை நாடியவர்களும், பல தேசங்களுக்குஞ் சென்று பொருளை சம்பாதித்து சுயதேசத்தை சீர்பெறச்செய்தவர்களும், பூர்வ சரித்திரங்களையும், ஞானநீதிகளையும் பல்லோருக்கு உணர்த்தி சுயபாஷையில் எழுதிவைத்துள்ளவர்களும், சாதிபேதமென்னுங் கொடியச்செயலைப் பூர்வத்தில் இல்லாமல் எவ்வகையாக வாழ்ந்து வந்தனரோ நாளதுவரையில் வாழ்ந்தும் வருகின்றனரோ அவர்களே யதார்த்த சுதேசிகளும் பூர்வக் குடிகளுமாவர்.

திராவிடராம் தமிழ்பாஷைக்குரியவர்களுக்குள் சாதிபேதமென்னும் நூதனக்கட்டுப்பாட்டில் அமைந்திருப்போர்களைப் பூர்வக்குடிகளென்றாயினும் சுதேசிகளென்றாயினும் அழைப்பதற்கோ ஏது கிடையாது. எவ்வகையில் என்பரேல் அன்னிய தேசத்திலிருந்து இத்தேசத்தில் வந்து குடியேறிய நூதனசாதிகளையும், நூதன மதங்களையும் உண்டு செய்துக்கொண்டு சீவிப்போர்களுடன் உடைந்தையாகச் சேர்ந்துக்கொண்டு தேசத்தைப் பாழ்படுத்த ஆரம்பித்துவிட்டபடியினாலேயாம்.

இத்தேசத் திராவிடர்கள் அன்னிய தேசத்தோர் சாதி கட்டுக்குள் அடங்கினபடியால் ஒற்றுமெய்க் கேடும் அவர்கள் மதத்தைச் சார்ந்துவிட்டபடியால் அவர்களால் ஏற்படுத்தியுள்ள சாமிகள் கொடுப்பாரென்னும் சோம்பலால் முயற்சி என்பதற்று வித்தியா விருத்தியையும் விவசாய விருத்தி, வியாபார விருத்திகள் யாவையும் பாழ்படுத்தி தேசத்தையுஞ் சீர்கெடுத்து விட்டார்கள். இன்னும் சீர்கெடுத்தே வருகின்றார்கள். தேசத்தையும் தேசமக்களையும் எப்போது சீர்கெடுக்க ஆரம்பித்துக்கொண்டார்களோ அச்செயல் கொண்டு அவர்களையுஞ் சுதேசிகள் என்று கூறுவதற்கு ஆதாரமில்லை.

இத்தேசத்தின் பூர்வசாதிபேதமற்ற நிலையைக்கருதி மக்களை மக்களாக பாவித்து வித்தியாவிருத்தியையும், விவசாயவிருத்தியையும், வியாபார விருத்தியையுஞ் சிந்தையிலூன்றி சோம்பலின்றி உழைத்து தேசத்தை சீர்பெறச்செய்ய முயல்பவர்கள் யாரோ அவர்களையே சுதேசிகளென்றும், சுயதேசத்தார்களென்றும், பூர்வக்குடிகளென்றுங் கூறத்தகும்.

மற்றய சாதிபேதச் செயலால் ஒற்றுமெயைக் கொடுப்போரும், சமயபேதச் செயலால் சோம்பலைப் பெருக்கி தேசத்தைக் கெடுப்போரும், சுதேசிகளாகமாட்டார்கள். அவர்கள் தங்கள் சுயநலத்தையே கருதும் அன்னிய தேசத்தோர்களே ஆவர், அவர்களுக்கு சுதேசிகளென்னும் பெயர் பொருந்தவே பொருந்தாவாம்.

சுயராட்சியம் என்பது யாதெனில் சுயதேசத்தோரும் பூர்வக்குடிகளுமாய மக்கள் தங்கள் தேசத்தை ஆளுவதற்குப் பெயர். அத்தகையப் பெயர் தற்கால இந்துக்கள் என்போருக்குப் பொருந்தவே பொருந்தாது. காரணம் இந்திய தேயத்திலுள்ள சிந்துநதி ஓரமாக வந்து குடியேறி இந்துக்கள் என்றழைக்கப்பெற்றோர் இந்திய தேசத்தின் நூதனக்குடிகளாதலின் அவர்களுக்கு சுதேசிகளென்னும் பெயரே கிடையாது. அவர்களுக்கும் அவர்களைச் சார்ந்தோருக்கும் சுயராட்சியத்தோர் என்னும் பெயரும் பொருந்தாது. அவர்களுக்கு சுயராட்சியத்தோர் ஆச்சுதே என்னும் ஆளுகையும் அளிக்கத்தகாது. இத்தேசத்தின் ஆளுகையைப் பெறுவதற்கும் அவர்களுக்கு சுதந்திரம் கிடையா.

கருணைதங்கிய பிரிட்டிஷ் துரைத்தனத்தார் தங்களாளுகையைச் சுதேசிகளின் மீது கிருபை பாவித்து சுயராட்சியத்தை யளிப்பதாயினும் இத்தேசப் பூர்வக் குடிகள் யார், யதார்த்த சுதேசிகள் யாரென கண்டுதெளிந்து அவர்களை சீர்திருத்தி அவர்கள் பால் அளிப்பதே கிருபையாகும். அங்ஙனமிராது நேற்று குடியேறிவந்தவர்களையும் முன்னானாள் குடியேறி வந்தவர்களையும் சுதேசிகளென்று கருதி அவர்கள் வசம் சுயராட்சிய ஆளுகையை ஒப்படைத்து விடுவார்களாயின் யாதார்த்த சுதேசிகள் யாவரும் பாழடைந்து போவதுடன் சுதேசமுங்கெட்டு சீரழிந்து போமென்பது சத்தியம்.

யதார்த்தமாய சுதேசக்குடிகளே, இவற்றை சற்று ஆழ்ந்து கவனித்தல் வேண்டும். வாசித்தவர்களுக்குள் ஐந்தாறு பேர் முனைந்து சுயராட்சியம் வேண்டும், சுயராட்சியம் வேண்டுமென சமயோசிதக் கூச்சலிட்டு வருகின்றார்கள். இந்தியதேச ஏழை மக்களின் இடுக்கண்களையும் அவர்கள் பட்டுவருங் கஷ்ட நஷ்டங்களையும் கண்ணினால் கண்டறியா இங்கிலாந்திலுள்ள சில துரைமக்களும் அவர்களுக்கு உபபலமாகப் பேசியும் வருகின்றார்கள். இத்தகையப் பேச்சுகளையுங் கூச்சல்களையுங் கேட்டறிவதற்குமுன் சுதேசிகள் என்பவருள் கவர்மென்றாரால் ஓர் கிராம அதிகாரங் கொடுத்து விடுவார்களாயின் அந்த சொற்ப அதிகாரத்தால் அக்கிராமக் குடிகளுக்கு சுகச்சீருண்டா அன்றேல் சுகக்கேடுண்டா. ஓர் கதேசிகள் என்னும் அதிகாரிகளிடங் குடிகள் சென்று ஏதோ உள்ள குறைகளை முறையிடுவாராயின் அவற்றை அன்புடன் கேட்டு நீதியளிக்கின்றார்களா அன்றேல் சீறிச்சினந்து விரட்டுகின்றார்களா. இத்தகைய சொற்ப அதிகாரங்களைக் கொடுத்து பிரிட்டிஷ் துரைத்தனத்தார் மேல்பார்வையிருக்கும் போதே தங்கள் சுயப்பிரயோசனத்தைக் கருதி குடிகளை சீரழிப்பவர்கள் சுயராட்சிய ஆளுகையைப் பெற்றுக்கொள்ளுவார்களாயின் தேசத்தையும் தேசமக்களையும் என்ன சீர்கெடுப்பார்களென்பது சொல்லாமலே விளங்கும்.

ஆதலின் நீதியும் நெறியுங் கருணையுமிகுத்த இப்பிரிட்டிஷ் ஆளுகையில் உள்ளக் குடிகளில் தோட்டி முதல் தொண்டான் வரையில் ஏதோ கிஞ்சித்து கல்விகற்றும் கைத்தொழில் கற்றும் சகலமக்களும் சொற்ப சுகச்சீரேனும் பெற்று மனிதர்களென தேசத்துலாவுகின்றார்கள். இத்தகைய சீர்திருத்த காலத்தில் பிரிட்டிஷ் துரைத்தனமென்பது மாறுபட்டு சுதேசிய துரைத்தனர் தோன்றுமாயின் சகல மக்களின் சுகச்சீர்களுங் கெட்டு

பாழடைய வேண்டிவரும். ஒருவன் எழுந்து கோவிந்தா, கோவிந்தாவென்றவுடன் அவ்விடமுள்ள நூறுபேரும் அதன் விவரமறியாது கோவிந்தா, கோவிந்தா வென்று பெருங்கூச்சலிடுவதுபோல இரண்டுபேர் சேர்ந்துக்கொண்டு சுயராட்சியம் சுயராட்சியம் என்றவுடன் உள்ளவர்கள் யாவரும் அதனுட்பொருளையும் அதன்செயலையுங் கருதாது தாங்களும் சுயராட்சியம், சுயராட்சியம் என்னவும் சுதேசிகள், சுதேசிகளென்று ஆர்பரிக்க-வுமுள்ளச் செயல்களை அகற்றி தற்காலம் நம்மெ ஆண்டுவரும் பிரிட்டிஷ் துரைத்தனமே நீடிக்க வேண்டுமென்றும் அவர்களது வாழ்க்கையே சுகம்பெற வேண்டுமென்றும் அவர்கள் சுகவாழ்க்கைப் பெறுவார்களாயின் நாம் இன்னும் சுகவாழ்க்கையை அடையலாமென்றும் ஆர்ப்பரித்து இராஜ விசுவாசத்தில் நிலைப்பதே அழகாகும்.

- 6:21: அக்டோபர் 30, 1912 -

275. தேசம் எவ்வகையால் சிறப்படையும்

பெருங்கூட்டங்களாகக் கூடிக்கொண்டு சுயராட்சியம், வேண்டும், சுயராட்சியம் வேண்டும் என்றால் சிறப்படையுமா இல்லை. எல்லவரும் பி.எ., எம்.எ., படித்துக்கொள்ள வேண்டும் என்றால் சிறப்படையுமா இல்லை. எல்லவரும் பெரிய பெரிய உத்தியோகங்களைப் பெற்றுக்கொண்-டால் சிறப்படையுமா இல்லை. எல்லவரும் பெரிய பெரிய பணக்காரனாகி அப்பணங்களை புதைத்து வைத்துக்கொண்டிருந்தால் சிறப்படையுமா இல்லை. எங்கள் மதமே பெரியமதம், எங்கள் சாமியே பெரிய சாமி என்று சொல்லித்திரிந்தால் சிறப்படையுமா இல்லை. சாமிகளுக்குக் கோவில்களைக் கட்டவேண்டும். பூஜைகளைச் செய்ய வேண்டுமென்றால் சிறப்படையுமாஇல்லை. கொட்டைகளைக் கழுத்தில் கட்டிக்கொள்ள-வேண்டும், குறுக்குப்பூச்சுகளைப் பூசிக்கொள்ள வேண்டுமென்றால் சிறப்படையுமா இல்லை. நிலத்துளசிக்கட்டையை யணியவேண்டும், நெடுக்-குப்பூச்சு பூசவேண்டுமென்னில் சிறப்படையுமா இல்லை. இரவெல்லாம் இராமாயணம், பகலெல்லாம் பாரதம், பெரியபுராணம் படிப்பதால் சிறப்-படையுமா இல்லை. அரோகரா வென்னும் சப்தமிட்டுக் கொண்டும், கோவிந்தாவென்னுங் கூச்சலிட்டுக்கொண்டுந் திரிந்தால் சிறப்படையுமா இல்லை. நாங்களெல்லோரும் பெரியசாதிகள், அவர்களெல்லோரும் சிறிய சாதிகளென்று சொல்லித்திரிவதால் சிறப்படையுடமா இல்லை. அவனவன் சோம்பலேறி வீட்டில் உட்கார்ந்து சாமிகொடுப்பார், சாமிகொடுப்பாரென்றால் சிறப்படையுமா இல்லை. முக்காலுமில்லை. மற்று எவ்வகையால் சிறப்படையும் என்னிலோ மனிதனாகத்தோன்றினவன் நம்மெப்போல் ஒத்த தேகி எத்தேசத்தோன் ஆயினும் எப்பாஷையோன் ஆயினும், எவ்வருணத்தோன் ஆயினும், அவனையும் ஓர் மனிதனென்று உணர்ந்து அவன் தேசம் எத்தகைய சிறப்பிலிருக்கின்றது, அவன் தேசத்தோர் எவ்வகையா முயற்சியில் இருக்கின்றார்கள், அவ்வகை முயற்சியினால் என்ன சீரும் சுகமும் பெற்றிருக்கின்றார்கள், அவர்களில் பெண்களும் புருஷர்களும் தங்கள் தங்கள் தொழில் முயற்சியிலிருக்கின்றார்களா என்று விசாரிக்க முயல்வதே தேசத்தின் முதற் சிறப்பாகும்.

அவ்வகை விசாரித்துணர்ந்த புருஷன் தனக்குந் தம்மெ ஒத்த தேகிகளுக்கும் மற்றுமுள்ள சீவராசிகளுக்கும் உணவாயிருந்து போஷிப்பதும் வளர்ப்பதும் உழைக்கத்தக்க வலுவைத் தருவது மாயப் பொருட்கள் புற்பூண்டுகளும் விருட்சங்களுமே என்று கண்டுணரல் வேண்டும். அவ்வ-கைக் கண்டுணர்ந்தோன் தனக்குரிய பூமி சொற்பமாயினும் அதனில் ஓர் தென்னை மரத்தையேனும், மாமரத்தையேனும், பலாமரத்தையேனும் ஒன்றை வைத்தே போஷித்தல் வேண்டும். மற்றுங் கிஞ்சித்து அதிகபூமி உள்ளவன் அப்பூமியை வெறுமனே விடாது அதிற் சொற்பக் கீரைவ-கைகளையேனும் விதைத்து தனக்கு உபயோகப்படுத்திக் கொள்ளுவதுடன் ஏனைய மக்களுக்கும் உதவும்படி செய்யல் வேண்டும். மற்றும் அதி-கபூமிகளை உடையவன் தன் சோம்பலை அகற்றி, கரம்புபூமிகளிருப்பினும் அவற்றை நஞ்சைபூமிகளாக்கி, இந்த தானியங்களை எவ்வகையில் நட்பால் பெருக்கம் உண்டாகும் அந்த தானியத்தை எவ்வகையில் நட்டால் நோயின்றி விளையுமெனத் தனது அறிவிற்கு எட்டிய வரையில் விருத்தி செய்வதுடன் தனக்கு மேற்பட்ட அறிவின் மிக்கோரையும் அடுத்து விசாரித்து தானியங்களை விளைவித்து தான் சுகிப்பதுடன் மற்றய மக்களுக்கும் சீவராசிகளுக்கும் உணவூட்டி சுகிக்கச்செய்வதே தேசத்தினது இரண்டாவது சிறப்பாகும்.

தேசத்தின் சிறப்பில் இதையுமோர் சிறப்பாகக் கூறுவது யாதெனில், உலகிலுள்ள சகல விருத்திக்கும் பூமியின் விருத்தியைக் கருதிநிற்றலே மேலான கருத்தாகும். பூமியின் புற்பூண்டின் விருத்தியும், விருட்சவிருத்தியுங் குன்றிப்போமாயின், சாமிகள் சண்டை நடக்குமா, சாமிகளுக்கு அபிஷேகமுண்டாமா, சாமிகளின் பூசை நிறைவேறுமா, குறுக்குபூசு நெடுக்குபூசுயேறுமா, ஒருபொழுது இரண்டுபொழுது விரதம் நடக்குமா, சுயராட்சியங் கேழ்க்குமா, பள்ளிப்பிள்ளை B.A., M.A., க்குப் படிக்குமா, பெரிய உத்தியோகங் கேட்குமா இல்லை. சருவத்தையும் மறந்து மக்கள் வானத்தையும் பூமியையுமே நோக்குவார்கள். ஆதலின் தேச சிறப்பை நாடும்படியான மக்கள் யாவரும் பூமியின் விருத்தியையே பெரி-தாக நாடல் வேண்டுமென்பது துணிவு.

அவ்வகையாக விருத்திபெற்ற தானியங்களை சொற்ப லாபங் கருதி மக்களுக்கு விற்கவும் வாங்கவுமான வியாபாரத்தை விருத்திசெய்து பலதேச சரக்குகளைக் கொண்டு வரவும் தங்கள் தேச சரக்கால் மற்றவர்கள் விருத்திபெறவுமான ஏதுக்களைத்தேடி அதனாலும் தேசத்தை சிறப்படையச் செய்யவேண்டும்.

இத்தகைய விவசாயவிருத்தி, வியாபாரவிருத்தியால் சிறப்படையச் செய்வதுடன் அதனதன் பொருளாதாரங்கொண்டே வித்தியாவிருத்தியாம் கைத்தொழிற்சாலைகளை நகரங்கடோறும் அமைத்து சிறுவர்களுக்குக் கல்விவிருத்தியுடன் கைத்தொழில் விருத்திகளை மேலும் மேலும் பரவச்-செய்து சிறுவர்களின் சாதனத்தையுங் கருத்துகளையும் தேச உழைப்பையும் விவசாயவிருத்தி, வியாபார விருத்தி, வித்தியாவிருத்தியிலேயே நிலைக்கச் செய்து மக்களை சுருசுருப்பிலும் ஊக்கத்திலும் விடுவதாயின் தேசமக்கள் சகலரும் சீர்பெறுவதுடன் தேசமும் சிறப்படையும் என்பது சத்தியம். இங்ஙனங் கருதாது எங்கள் சாதிகளே பெரியசாதிகள், எங்கள் சாமிகளே பெரியசாமிகளென்று சொல்லித்திரிவதால் தேசம் சிறப்புக்-குன்றும் என்பதே சத்தியம்.

- 6:22: நவம்பர் 6, 1912 -

276. யுத்தபரிதாபம் யுத்த பரிதாபம்

தற்காலம் கிரீக்கர் முதலானோர் கூடி துருக்கியர்மீது படையெடுத்து இருப்பதில் அந்தந்த ராணுவ வீரர்களும் அவர்களுற்றார் பெற்றோரும் கண்கலங்கி கவலையுற்று மாளாதுக்கத்தில் ஆழ்வதுடன் அந்தந்த தேசத்துக் குடிகள் அல்லோலமுற்று பிள்ளைகளை விட்டோடியவர்களும், பெண்களை விட்டோடியவர்களும், வீடுகளை விட்டோடியவர்களும், சேகரித்துள்ளப் பொருட்களை விட்டோடியவர்களும், பண்டுபலாதிகளை-விட்டோடி பட்டிணியுமாய் அலைபவர்களுமான ஓர் பரிதாப நிலைகளை என்னென்று கூறலாம். அங்கங்கு நடக்கும் யுத்த செய்திகளைக் கேட்கும்போதே நமது மனங் கலங்குகின்றபடியால் அந்தந்த தேசக்குடிகளது மனம் எவ்வகை கலங்கி எத்தகைய நடுக்குற்று விளங்குமென்பது ஒவ்வொருவருக்கும் சொல்லாமலே விளங்கும். இத்தகையக் கொடு வினைகள் யாவும் குடிகள் ஒன்றுகூடி அரசரை வருத்திய பயனேயாம்.

அதாவது முன்பு துருக்கி தேசத்தை ஆண்டுவந்த அரசன் மற்றுமுள்ள பேரரசர்கள் யாவரையும் அடுத்து அவர்களிடத்தும் நேயம் பாராட்டி வந்ததுடன் குடிகளிடத்தும் அன்பு பாராட்டி தெய்வபக்தி சீராட்டி தனது செங்கோலை செவ்வனே நடாத்திவந்தார். அத்தகைய அரசனைக் குடிகள் யாவருஞ் சேர்ந்து அரசபீடத்தை விட்டு இறக்கி அவமானமடையச் செய்ததுமன்றி மனங்கசிந்துருகவுஞ் செய்துவிட்டபடியால் அரசன் மனநொந்து அல்லலுற்ற பயனை துருக்கிதேசக்குடிகள் யாவரும் அடையும்படி நேர்ந்துவிட்டது. தாங்கள் செய்துக்கொண்ட தீவினை தங்களை சூழ்ந்துக்கொண்டபடியால் தெய்வத்தை நோவதால் யாதுபயனுங் கிட்டாவாம். அரசன் அன்று கொன்றால் தெய்வம் நின்றுகொல்லுமென்னும் நேருக்கு வந்துவிட்டது.

ஆதலின் துருக்கிய ராஜாங்கத்தார் இனி சமாதானத்தைக் கோருவதே அழகாம். அங்ஙனமின்றி தங்கள் சாதுரியத்தையும் வீரியத்தையுங் காட்டுவதாயின் உள்ளப் பேரரசுகளுங் கலக்க நேர்ந்துபோம். அவ்வகை நேருமாயின் துருக்கிய அரசாட்சியின் பெருத்த சிறப்புங் குன்றுவதுடன் தேசக்குடிகளும் அல்லலுற்று அவதியுறுவார்கள்.

தேசங்களிலுள்ளக் கோட்டைக் கொத்தளங்கள் யாவும் பிடிபடவும், படைவீரர்கள் யாவரும்மடிந்து குவியவுமாய உள்ளக்குறைகள்யாவும் அரசர்களின் அஜாக்கிரதையும் மந்திரிகளின் ஆலோசனைக் குறைவுகளுமேயாம். தனக்குமோர் தேசமிருந்து மற்றும் சில தேசங்களையும் ஆளுவதாயின் அங்கங்குள்ளக் குடிகளின் கஷ்ட நஷ்டங்களையும் குறைவு நிறைவுகளையும் பலாபலங்களையும் யுக்திபுத்திகளையுந் தந்திர மந்திரங்களையும் ஆய்ந்துணர்ந்து அதிவிழிப்பினின்று அரசை நடாத்திவரவேண்டும். இத்தகைய ஜாக்கிரதையின்றி நமது தேசந்தான் நமது தேசத்திலிருப்போர் யாவரும் நமதரசுக்கு அடங்கியக் குடிகள் தானென்னும் இருமாப்புற்று அந்தந்த தேசத்தை ஆளும்படி நியமிக்கப்பட்டுள்-ளவர்கள் அந்தந்த தேசக்குடிகளைக் கொடுங்கோல் கொண்டாளுகின்றார்களா, செங்கோல் கொண்டாளுகின்றார்களா என்னும் விசாரிணை-யற்றிருந்த செயல் ஒவ்வோர் தேசக் குடிகளுக்கு உண்டாகிக் கொண்டிருந்த மனத்தாங்கலாலும் கஷ்டத்தினாலுங் கொதிப்பேறி நாளுக்குநாள் படைவீரர்களைப் பெருக்கிக்கொண்டே வந்திருக்கின்றார்கள். தங்கள் ஆளுகைக்குட்பட்ட தேசத்தில் தோன்றிவருங்குடி படைகளின் பெருக்-கையும் அதன் செருக்கையும் அறிந்து கொண்டு அப்போதைக்கப்போதே அடக்கியாளாத அரசும் ஓரர்சாமோ. குடிகளின் குணாகுணங்க-ளையும் அவர்கள் வீராவேஷங்களையும் கண்டறியாத மந்திரிகளின் மதியூகம் மதியூகமாமோ, இல்லை தங்களாளுகைக்கு உட்பட்டக்குடிகள் யாவருங் கொடுங்கோலால் கசிந்து துன்பஞ்சகியாது படையெடுத்தப்பின்னர் அத்தேசத்துக்குரிய வரசன் படையெடுப்பது அவலமேயாம். அரச-ருக்குள்ளமைந்த ஆலோசனை சங்கத்தோராகிய மந்திரவாதிகளிருந்தும் சாம, தான, பேத, தண்டமென்னும் சதுர்வித உபாயங் கையாடாது பெரியராட்சியத்தார் பெரியவரசாங்கத்தாரென் றெண்ணி இருமாப்புற்றிருந்த செயல் தங்கள் தங்கள் தீவினைக்கு ஈடாய் தங்கள் தேயக்குடிகளே தங்களுக்குச் சத்துருவாகத் தோன்றிவிட்டார்கள். அத்தகையப் படைகளை எத்தகையப் படைகளைக் கொண்டும் ஜெயிப்பது கஷ்டமேயாம். அங்ஙனம் ஜெயம்பெற முயலினும் தேசதேசக் கட்டிடங்கள் யாவும் இடிந்து படைகளும் மடிந்து குடிகளும் பரந்து தேசங்கள் யாவும் பாழடைந்து போமென்பதே சத்தியம். குடிகளால் எழும்பியுள்ள பெரும்போருக்குள் மற்றுமுள்ள பேரரசர்கள் பிரவேசித்து சமாதானஞ் செய்யமாட்டார்கள். இதனுள் மதசம்மத வைராக்கியங்களும் கலந்துள்ள படியால் அரசர்களுக்கு வேண்டிய சதுர்வித உபாயத்தில் சாம, தானம் இரண்டையுங் கொண்டாடி துருக்கியர் தங்களரசை நிலை நிறுத்துவார்களென்று நம்புகிறோம்.

- 6:23: நவம்பர் 13, 1912 -

277. ஐரோப்பியர் எல்லோருங்கூடி துருக்கியைப் பிடிக்கப்பார்க்கின்றார்கள் என்னும் மொழி பிசகு

ஐரோப்பா என்னும் மொழி ஓர் கண்டத்தின் பெயராகும். அதில் இட்டாலியரும் வசிக்கின்றார்கள், ஜெர்மானியரும் வசிக்கின்றார்கள், கிரீக்கரும் வசிக்கின்றார்கள். துருக்கியரும் வசிக்கின்றார்கள், இத்தகையோருள் பேரரசர்களாகும் பிரித்தானியரேனும், இரஷியர்களேனும், ஜெர்மானியர்-களேனும், துருக்கியர் மீது படையெடுத்துள்ளது கிடையாது. துருக்கியர்களின் ஆளுகைக்கு உட்பட்டிருந்தக் குடிகளே ஏகோபித்து யுத்தத்தை நடத்துகிறார்களன்றி வேறில்லை. துருக்கியருக்குள்ள அஜாக்கிரதையாலும், அவர்களுக்குள்ளடங்கிய குடிகளின் ஜாக்கிரதையாலும் ஜெயம்-பெற்றுவருகிறார்கள்.

அத்தகைய செயலைக்கொண்டு ஐரோப்பியர் எல்லவரும் ஒன்றுகூடி துருக்கியைப் பிடிக்கப்பார்க்கின்றார்களெனப் பேசுவது வீண்மொழிகளேயாம். இஃது பெரும்பாலும் ஐரோப்பியர் சண்டை அன்று, துருக்கியர்களும் துருக்கியர் ஆளுகைக்குட்பட்டவர்களுங் கூடி நடத்தும் சண்டையாதலால் இவற்றை துருக்கியர் சண்டையென்றே கூறல்வேண்டும். இவற்றுள் மதசம்மத கலகங்களே சிறுக சிறுக தோன்றி பெரும்போருக்கு வந்துவிட்டது. அந்தந்த தேசத்தோர் செய்கைகளே போதுஞ் சான்றாம். எங்கள் மதக்கோவில்களுள்ளவிடம் உங்கள் மதக்கோவில்களுள்ளவிடம் எங்கள் சாமி பிறந்தயிடம் உங்கள் சாமி இறந்தவிடமென்னும் மனவைராக்கியங்களே இந்த யுத்தத்திற்கு மூலமென்றுங் கூறலாம். பெரும்போரில் மகமதியர்கள் கூடி கிறிஸ்தவர்கள் கோயில்களை இடிப்பதும், கிறிஸ்தவர்கள் கூடி மகமதியர் மசூதிகளை இடிப்பதுமாகியக் கொடும்போரில் அவர்கள் கோவில்களை இடிபடாமற் காக்க அந்தசாமிகளும் வந்தது கிடையாது. இவர்களது மசூதிகளைக் காக்க இந்தசாமிகளும் வந்தது கிடையாது. இடிபடுவது இடிபடுவதும், உடைபடுவது உடைபடுவதுமான கோரத்தால் படைகள் யாவும் பதரவும், குடிகள் கதரவும் நேரிட்டுவிட்டது. இத்தகையக் குடிபடை, கோப்படை யுத்தத்தை ஜெர்மனிய சாமிகளும், பிரித்தானிய சாமிகளும், இரஷியா சாமிகளும் ஒன்றுகூடி இருவரையும் சமாதானப்படுத்திக் காத்தலே நிலையாம் அல்லது துருக்கியரே முயன்று தங்கள் குடிகளைத் தாங்களே சமாதானப்படுத்திக்கொள்ளுவது அழகாம். அங்ஙன மின்றி குடிகளே துருக்கியரை ஜெயித்துக்கொண்டபோதிலும் துருக்கியர் பகை நீங்கப்போகிறதில்லை. துருக்கியரே குடிகளை ஜெயித்துக் கொண்ட போதிலும் குடிகள் பகை நீங்கப்போகிறதில்லை. கோபத்தைக் கோபத்தால் வெல்லலாகாது, சாந்தத்தால் வெல்லலாம். அதுபோல் பகையை பகையால் வெல்லலாகாது, சமாதானத்தால் வெல்லலாம். ஆதலின் யுத்தவிரோத மூலத்தையும் மந்திரிகளின் ஆலோசனைக்குறைவையும் நோக்காது ஐரோப்பியக் கிறிஸ்தவர்கள் யாவரும் ஒன்றுகூடிக்கொண்டு துருக்கியைப் பிடித்துக்கொள்ளப் போகின்றார்களென்று கூறுவது அழகன்று. ஐரோப்பியரெனப் பொதுப்படக் கூறுவதில் நமது இந்திய தேசத்தை ஆளும் பிரிட்டிஷ் அரசாட்சியோரும் ஐரோப்பியர்களேயாவர்.

அவ்வகை ஐரோப்பியர்கள் என்னுமொழி பிரிட்டிஷாரையுஞ் சேர்த்துக்கொள்ளுமாதலின் அத்தகையப் பொதுப்படக்கூறுதல் பிசகேயாம்.

நம்மெ ஆண்டுவரும் பிரிட்டிஷ் அரசாட்சியார் ஐரோப்பியர்களே யாயினும் அவர்களுக்குத் தம்மதம் பிறர்மத மென்னும் பேதமும், தன்னவர் அன்னியரென்னும் பாரபட்சமுங் கிடையாது. அவர்களுங் கிறீஸ்தவர்கள் தானே என்று கூறினுங்கூறுவர். அங்ஙனங் கிறீஸ்தவர்களென்னும் பெயர் மட்டும் உண்டேயன்றி கிறிஸ்துவே மேல் என்னும் பற்று அவர்களுக்குக் கிடையாது. எம்மதத்தையும் சம்மதமாகப் பார்ப்பவர்கள், கிறிஸ்தவர்கள் கோவில்களுக்கு உதவிசெய்வது போலவே, இந்துக்கள் கோவில்களுக்கும் மகமதியர் கோவில்களுக்கும் உதவி செய்கிறவர்கள், நாளதுவரையில் உதவிசெய்தும் வருகின்றவர்கள். மகமதிய துரைத்தனகாலத்தில் ஐதராலி மகமதியமதத்தைச் சார்ந்தவர்களை சேர்த்துக்கொண்டும் அதிற் சேராதவர்களைக் கத்திக்கிரையாக்கிவைத்த வதந்தி நாளதுவரையில் பரவிவருகின்றது.

அதுபோல் பிரிட்டிஷ் துரைத்தனம் வந்தேறி மதசம்மத விஷயங்களில் தாங்களே முயன்று ஏதேனுங் கொடுங்கோல் செலுத்தி இருக்கின்றார்களா இல்லையே, சகலசாதியாரையும் சகல மதத்தோரையும் சமரசமாகவே அன்பு பாராட்டி நடத்திவருகின்றார்கள்.

அவர்கள் கிறிஸ்தவர்களேயாயினும் கிறிஸ்துவின்மீது பற்றும் தம்மதச்சார்புங் கனவிலுங் கிடையாவாம். அவர்களுக்குப் பிள்ளைகள் பிறக்குமாயின் அதனைக் குறிப்பிட்டுவைப்பதற்கும் பெயர் கொடுப்பதற்கும் ஓரிடமும், விவாகஞ் செய்யவேண்டுமாயின் அதனைக் குறிப்பிட்டு சாட்சிகள் முன்னிலையில் பதிவிக்க ஓரிடமும், மரணமடைந்துவிட்டால் அதனைக் கொண்டுபோய் அடக்குவதற்கு ஓரிடமுமாக அக் கட்டிடத்தை நினைந்து காரியாதிகளை நடத்திவருகின்றார்களன்றி தம்மதக் கோவில், தம்மதச்சாமியென்னும் பற்றுகளில்லை என்பதை அவர்களது பொதுநலச் செயல்களாலேயே தெரிந்துக் கொள்ளலாம்.

ஆதலின் ஐரோப்பியக் கிறிஸ்தவர்களென பொதுப்படக் கூறுவதில் பிரிட்டிஷ் அரசாட்சியைச் சார்ந்த ஐரோப்பியர்கள் சம்மதப்பட்டவர்களன்றென்று அறிந்து பேசுவார்களென்று நம்புகிறோம்.

- 6:24: நவம்பர் 20, 1912 -

278. கருணைதங்கிய பிரிட்டிஷ் ஆட்சியில் பாலவிவாஹமும் பெண்களை மொட்டை அடித்தலும் வேண்டுமோ?

நமது இந்திய தேசத்தின் பூர்வ மநுக்களது செய்கைகள் யாதெனில்:- பெண்களுக்கு மங்கைபருவமென்னும் பனிரண்டு வயதிற்கு மேற்பட்டே விவாகஞ்செய்வார்களன்றி சிறு பெண்களுக்கு விவாகஞ்செய்ததுங் கிடையாது அவ்வகை செய்துவந்தார்களென்னுஞ் சரித்திரமுங் கிடையாது. சகல பூர்வ சரித்திரங்களிலும் மங்கைபருவ விவாகத்தையே குறிப்பிட்டிருக்கின்றார்கள். எட்டுவகை விவாகங்களிலும் மங்கைபருவச் செயல்களே விளங்குகின்றது.

மங்கைபருவ விவாகமுற்றப் பெண்களின் கணவர்கள் சிறுவயதில் இறந்துவிடுவார்களாயின் அவர்களை மறந்துவிடுவதற்கும் மறுவிவாகம் செய்துக்கொள்ளுவதற்கும் அவனாற் கழுத்திற் கட்டியுள்ள மாங்கல்ய சரடை எடுத்து விடுவது அநுபவமாகும். புருஷனார் கட்டிய மாங்கல்ய சரடு கழுத்திலிருக்குமாயின் வேறொருவர் விவாகஞ்செய்துக்கொள்ள இயலாதென்றே உடனுக்குடன் அம்மங்கல்யத்தை எடுத்துவிட்டு மறுவிவாகத்திற்கு எதிர்பார்த்திருப்பது இயல்பாகும். அரசர்களுக்குள்ளும் விதவா சுயம்வரங்களும் நிறைவேற்றிவந்ததாகவும் சரித்திரமுண்டு. அரசரெவ்வழியோ குடிகளும் அவ்வழி என்பதற்குப் பொருந்த மங்கைபருவமாம் சுக வயதில் விதவையானப் பெண்களை மங்கல்யத்தை மட்டிலும் எடுத்து விட்டு மறுவிவாகத்திற்குக் காத்திருப்பவர்கள் ஆதலின் பெண்களின் சிரோமயிர்களை சிரைத்து மொட்டையடித்து சீரழிப்பது கிடையாது. சுகச்சீரிலேயே வைத்திருப்பது இயல்பாம்.

இத்தகைய மங்கைபருவச் சீரும் மங்கைபருவ விவாகமும் மாறுபட்டு சிறுவயது விவாகமும் விதவையான பெண்களை மொட்டையடித்தலுமாகியச் சீர்கேடுகள் தற்காலத் தோன்றி மக்களை சீரழித்துவருகின்றதேயன்றி வேறில்லை.

இத்தேசத்துப்பெண்களில் மொட்டையடிப்பது யாருக்கென்னில் புருஷபோகத்தை வெறுத்து ஞானபோகத்தை விரும்பியப் பெண்கள் புத்தசங்கத்தைச்சார்ந்தபோது பிக்ஷுக்களைப்போல் தாங்களும் சிரமயிர் கழித்து மொட்டைத்தலையுடன் இருப்பது இயல்பாம். அதுவும் யாதுக்கென்னில் மடங்களிற்றங்கி வாசிக்கவேண்டிய விஷயங்களுக்கும் ஞானசாதனச் செயல்களுக்கும் சிரமயிரிருப்பது தொல்லையென்றும் மற்றும் புருஷர்கள் பார்வைக்கு தங்களழகைக் குறைத்துக்கொள்ள வேண்டுமென்றுங் கருதி பிக்குணிகள் மட்டிலும் பெண்களில் மொட்டைத்தலையுடனிருப்பார்களின்றி குடும்பத்தைச்சார்ந்தப் பெண்களை மொட்டையடித்து அழகைக்குலைப்பதும் சிறுபெண்களுக்கு விவாகஞ்செய்து சீரழிப்பதுங் கிடையாவாம்.

இச்சீர்கேடுகள் எக்காலத்திருந்து நிறைவேறிவருகின்றதென்று எம் மரபினராம் விவேகிகள் கூறுகின்றார்களென்னில், மகமதியர்களது துரைத்தனம் இவ்விடம் பரவியபோது தங்களுக்குத்தாங்களே பிராமணர்களென்று சொல்லிக்கொண்டுள்ளக் கூட்டத்தோர்களிற் சிலர் மகமதிய அரசர்களிடம் மந்திரிகளாகச் சேர்ந்து கொண்டு காரியாதிகளை நடத்திக்கொண்டு வந்ததாகவும் அக்காலத்தில் வந்துள்ள மகமதியபாலியர்கள் நீர்கரைகளுக்குப் போகும் பெண்களையும், கடைகளுக்குப் போகும் பெண்களையும், துராக்கிரமமா இழுத்துக்கொண்டுபோய்விடுவதும் பலவந்தஞ்செய்வதுமாக இருந்த செய்கைகளைக் கண்டுவந்த மந்திரிகள் மகமதிய அரசர்களை அணுகி இத்தேசப் பெண்களுள் மஞ்சள் சரடுடன் மாங்கல்லியம் அணிந்துள்ளப் பெண்கள் யாவரும் ஒவ்வொரு புருஷர்களுக்கு நியமித்துள்ளவர்கள் அவர்களைப்போய் மகமதிய பாலியர்கள் கைப்பற்றுவதும் துராக்கிரமம் செய்வதும் நியாயமல்ல. மற்ற வெறுமனேயிருக்கும் பெண்களைக் கைப்பற்றிக் கொண்டாலுங் குற்றமில்லை. ஒருவன் மனையாளைக் கெடுக்கலாகாது. ஆதலால் மங்கல்யங் கழுத்திலுள்ளப் பெண்களைப் பிடிக்கலாகாதென்று மகமதியர்கள் யாவரும் அறிவிக்கச்செய்துவிட்டு தங்களைச்சார்ந்தவர்கள் யாவருக்கும் சிறுவயதிலேயே பெண்களுக்கு விவாகஞ்செய்து மஞ்சட்சரடைக் கழுத்திலணைந்துவிடுங்கோள் அப்போதுதான் மகமதிய பாலியர்கள் நமது பெண்களை துராக்கிரமமாய் பிடிக்கமாட்டர்கள். மஞ்சள் சரடில்லாதோரைப் பிடித்துக்கொள்ளுவார்களென்று கூறியவுடன் அவர்களது மரபினர் சிறுவயதிலேயே விவாகஞ்செய்துவிட ஆரம்பித்துக்கொண்டதுடன் அவர்களது மதங்களைத் தழுவிய இத்தேசத்தோரும் சிறுவயதிலேயே பெண்களுக்கு விவாகஞ்செய்து விட ஆரம்பித்துக் கொண்டார்களாம். இத்தகைய விதிவழிகளை அநுசரித்து வருங்கால் விதவைகளாகிவிட்டப் பெண்களுக்கு மஞ்சட்சரடை எடுத்துவிட வேண்டியதானபடியால் அவர்களுள் ரூபவதியானவர்களை மகமதியர்கள் பிடித்துக்கொள்ள ஆரம்பித்து விட்டார்களாம்.

அதனால் கைம்பெண்களின் அழகைக் குறைத்துவிடவேண்டி அவர்களுக்கு நல்ல ஆடைகளும் ஆபரணங்களும் அணியாது சீரைக் கெடுத்ததுடன் தலைமயிரையுங் கழித்து மொட்டையடித்துவிடும் வழக்கத்தில் கொண்டுவந்துவிட்டார்களாம். இச்சிறுப்பெண்களை விவாகஞ் செய்து விடுவதும் குமரபருவ விதவைகளை மொட்டையடித்துவிடுவதும் சில மகமதிய பாலியர்களின் பயமே காரணமாகக்கொண்டு செய்து வந்ததாக விளங்குகின்றதேயன்றி வேறோர் சீர்திருத்தவாதாரங்களுங் கிடையாது சீர்கேட்டிற்கே மூலமாகிவிட்டது. அத்தகைய பயம் நீதியும் நெறியும் கருணையும் அமைந்த இப்பிரிட்டிஷ் அரசாங்கத்தில் இல்லாதபடியால் இக்காலத்திலும் அவற்றை அநுசரிப்பது வீண்செயலேயாதலின் சீர்திருத்தக்காரர்கள் அவற்றைக் கண்ணுற்று சிறுவயது விவாகத்தை அகற்றி விதவாவிவாகத்தை வழிக்குக் கொண்டு வருவார்களென்று நம்புகிறோம். “பழையன கழிதலும் புதிய புகுதலும், வழுவலகாலவ கையினானே” என்னும் சமணமுநிவர்கள் விதிப்படி காலத்தை அநுசரித்து தேசசீர்திருத்தத்தைச் செய்யவேண்டியதே அழகாம்.

- 6:27: டிசம்பர் 11, 1912 -

279. இராஜாங்க பெண் வைத்தியசாலையோர் கருணை வைத்தல் வேண்டும்

அதாவது நீதியும் நெறியுங் கருணையும் அமைந்த நமது பிரிட்டிஷ் ராஜாங்கத்தோர் மக்கள்மீதும் மிருகங்களின்மீதுங் கருணை வைத்து வைத்தியசாலைகளை கட்டிவைத்து மாதம் ஒன்றுக்கு ஐன்பதினாயிரம் இலட்சமென்னும் செலவிட்டு டாக்ட்டர்களையும், அப்பாத்தகரிகளையும், டிரசர்களையும், கம்பவுண்டர்களையும், பெண்வேலைக்காரர் நர்சுகளையும், மற்றுஞ் சிப்பந்தி, வேலைக்காரர்களையும் நிறுமித்து ஏழைகள் முதல் கனவான்கள் வரையில் பேதமில்லாமலும் பெரியசாதி சின்னசாதி என்னும் பாரபட்சமில்லாமலும் அந்தந்த வியாதியஸ்தர்களுக்குத் தகுந்த அவுஷதங்களைக் கொடுத்து அவர்களுக்கு வேண்டிய உணவுகளைக் காலந்தவிராமல் ஈய்ந்து உத்தியோகஸ்தர் இரவும் பகலும் விழித்து பாதுகாத்துவருஞ்செயல்களையும் ஐரோப்பிய டாக்ட்டர் நர்ஸ் இவர்களின் பராமரிப்பையும் நோக்குங்கால், வியாதியஸ்தர்கள் தங்கள் தங்கள் வீடுகளில் எவ்வளவு பணமும் எத்தகைய யேவலர்கள் இருப்பினும் அத்தகைய சுகமும் பராமரிப்பும் நடவாதென்பதே திண்ணம். சிற்சில கருணையற்றக் குறைகள் இருந்தபோதினும் அவைகள் யாவும் சாதியாசாரத்தை செத்தாலும் மறக்கேன் என்னும் பிடிவாதம் உற்றுள்ளவர் பாலிருக்குமே அன்றி ஐரோப்பியர்கள் பாலிருக்கவேமாட்டாது.

மநுக்களுக்கு உண்டாகிவரும் இத்தியாதி சுகங்களில் பெண்கள் பாலர் ஓர் குறைவை மட்டிலும் மனத்தாங்கலுடன் கூறிவருகின்றார்கள். அவையாதெனில், கற்பஸ்திரீகள் வைத்தியசாலைக்குச் சென்றவுடன் பாலிய புருஷர்கள் தங்கள் உடலைப் பார்ப்பதும் தொடுவதையுமே மிக்க மனத்தாங்கலுடன் பேசிக்கொள்ளுகின்றார்கள். இத்தேசத்துள்ளப் பெண்களுக்குள் நாணமும் பயிர்ப்பும் உள்ளவர்கள் மிகுத்தேயிருக்கின்றார்கள். அத்தகையோர்களுக்கு அன்னிய பாலிய புருஷர்கள் அருகில் வருவதும் அவயவங்களை சோதிப்பதும் தொடுவதும் அறுவெறுப்பாகவே காணப்படும். ஆதலால் புருஷர்கள் பார்வையிலுள்ள வைத்தியசாலைக்குப்போய்ப் பிரசவித்துவரும் பெண்கள் ஒவ்வொருவர் நாவிலும் இம்-

மனத்தாங்கலான வார்த்தையையே பேசிக்கொண்டு வருகின்றார்கள். இவ்வகையான வார்த்தையைக் கேட்டுள்ள சில பெண்கள் யாதுவருத்தம் உண்டாய போதினும் வைத்திய சாலைகளுக்குப் போகவேமாட்டோமென்னும் பிடிவாதத்துடன் வீட்டிலேயே அதிக கஷ்டத்துடன் பிள்ளைப் பெறுகின்றார்கள். சிலருக்கு அதிக கஷ்டம் நேரிட்டு இஸ்மரணைக் கெட்டப்பின் வைத்தியசாலைக்கு எடுத்துப் போகின்றார்கள். சிலரோ பிரசவ வேதனை அதிகரித்தும் வைத்திய சாலைக்குப் போகாமல் பிராணனையே விடுகின்றார்கள். கருணைதங்கிய பிரிட்டிஷ் ஆட்சியில் நடத்திவரும் வைத்தியசாலைகளில் சகலமான சுகங்களும் ஆனந்தமாக அனுபவித்து வந்தும் பாலியப்பெண்களை அன்னிய பாலிய புருஷாள் அவயவங்களைப் பார்ப்பதுந் தொடுவதையுமே மிக்க மனத்தாங்கலாகப் பேசிக்கொள்ளுவதை அறியும் கருப்பிணிப் பெண்களின் புருஷர்களும் ஆயாசத்தில் ஆழ்கின்றார்கள். இத்தியாதி குறைகளையும் நமது கருணைதங்கிய வரசாட்சியார் நோக்குற்று அந்தந்தப் பிரசவ வைத்தியசாலை-களில் பெரும்பாலும் ஐரோப்பியப்பெண் நர்ஸுகளேயிருந்து பார்வையிடவும் அவர்களாலுங் கூடாதப் பிரசவ வேதனை நேரிட்டுப்போகுமாயின் அக்காலத்தில் மட்டும் புருஷ டாக்ட்டராயுள்ளப் பெரியோர்களைக் கொண்டு காப்பாற்றும்படியான உத்திரவை அளிப்பார்களாயின் வைத்தி-யசாலைகளை நிறுமித்துச் செய்துவரும் பேருபகாரங்களில் பெண்களின் நாணத்தை நிலைபெறச்செய்யும் இதுவுமோர் உபகாரமாக விளங்கும். ஐரோப்பிய பெண் டாக்ட்டர்களும் பெண் நர்சுகளும் இருந்து பிரசவேதனைகளைத் தீர்க்கின்றார்கள், புருஷ டாக்ட்டர்களிருந்து பார்வையிடுவ-துகிடையாதென்று தேசப்பெண்களுக்குத் தெரிந்துவிடுமாயின் கருப்பிணிப்பெண்கள் ஆனந்தமாக வைத்தியசாலைக்கு வருவதுடன் தங்கள் தங்-கட் புருஷர்களும் யாதோர் ஆயாசமுமின்றி வைத்தியசாலைக்கு அனுப்பி சுகாதாரத் தேடிக்கொள்ளுவார்கள். கருணைதங்கிய ராஜாங்கத்தார் செய்துவரும் உபகாரங்களில் கருபிணிகளுக்காய இவ்வுபகாரத்தையுஞ் செய்து விடுவார்களாயின் வீடுகள் தோரும் ராஜாங்கக் கருணையையும் சிறப்பையுங் கொண்டாடுவதுடன் வந்தனவாழ்த்தலுங் கூறிக்கொண்டாடுவார்கள்.

கருப்பிணியாயுள்ளப் பெண்களின் வீடுகள் தோரும் பாலியப்பெண்களை அன்னிய பாலிய புருஷர் அவயவங்களைப் பார்ப்பதையும் தொடு-வதையுமே மிக்க மனத்தாங்கலுடன் பேசுவதுடன் வருவதற்கும் பயந்து நிற்கின்றார்கள்.

இப்பயத்தை நீக்கி அன்பையும் ஆனந்தத்தையும் பெருகச் செய்ய வேண்டுகிறோம்.

- 6:28; டிசம்பர் 18, 1912 -

280. நமது இந்தியதேசச் சக்கரவர்த்தியாரின் அன்பின்மிகுதி

நமது இந்திய மாதாவாக விளங்கிய குயின் விக்டோரியா பெருமாட்டியின் பௌத்திரரும் ஏழாவது எட்வர்ட் அரசரவர்களின் புத்திரருமாகிய ஐந்தாவது ஜார்ஜ் அரசரவர்கள் இந்திய தேசத்திற்கே வந்து சக்கிரவர்த்திப் பட்டங்கட்டிச்சென்று இந்த டிசம்பர் மீ 12உ யோடு முதல்வருஷம் முடிவானபடியால், அதனைக் கோறி நமது கருணைதங்கிய சக்கிரவர்த்தியார் இந்தியதேச மக்களின் சுகாசுகங்களை வினவி, வேண்டும் ஆசி-கூறி எழுதிய கடிதத்திற்கு இந்தியதேச கவர்னர் ஜெனரலவர்கள் வேண நற்செயலாய மாறுத்திரம் எழுதியதையுந் தெரிந்து மிக்க ஆனந்-திக்கின்றோம். எப்போது இந்திய தேசத்திற்கே வந்து இந்தியதேசச் சக்கிரவர்த்தியென்னும் பட்டம் தரித்துக்கொண்டாரோ. அவரது உடல் இலண்டனிலிருந்தபோதிலும் மனோவியாபகம் யாவும் இந்திய தேசத்தின் மீதும் அவரது ஆளுகைக்குட்பட்ட மக்கள்மீதுமே இருக்குமென்பதே திண்ணம். அத்தகைய சக்கிரவர்த்தியார் கருணையின் மிகுதிக்குத் தக்கவாறு இந்தியாவில் அவரது ஆளுகையை நடத்திவரும் பெரியோர்க-ளுங் கருணை வைப்பார்களாயின் இந்தியதேசம் சிறப்படைவதுடன் தேசமக்கள் சகலருஞ் சுகச்சீரடைவார்கள்.

இத்தேசவாசிகளாகிய சிலர் ஐரோப்பியர்களைப்போல் தங்களுக்கும் மேலான உத்தியோகங்களைக் கொடுக்கவேண்டும். ஆட்சியில் சகல சுதந்திரமும் தரவேண்டுமென்னுங் கூட்டங்கள் கூடி பெருங்கூச்சலிட்டு வருகின்றார்கள். அத்தகைக் கூச்சலை நடத்துவதற்கு முதன்மெயா-யுள்ளோர் நாலைந்து பெயர்களே தவிர நானூறு ஐன்னூறு பெயர்கள் கிடையாது. கூட்டமாக வந்து கூடி ஒருவர் தன் கையை உயரத்தூக்-கியவுடன் எல்லவருங் கைதூக்குவதற்கு மட்டிலுஞ் சேருவார்களன்றி விவகாரங்களை ஒன்றுமறியார்கள். அவர்களுக்குப் பெரும்பாலும் என்ன விவகாரம் தெரியுமென்னில் அவன் சின்னசாதி, நான் பெரியசாதி அவன் கப்பலேறிப்போனான் சாதிகட்டுகட்டவேண்டும், இவன் தொட்டு-விட்டான் தலைமுழுகவேண்டும், அந்தக் கோவில் வருமானம் வடகலையாருக்குச் சொந்தம், இந்தக்கோவில் வருமானம் தென்கலையாருக்குச் சொந்தமெனக் சீறிச்சினந்தும், ஒருவரைக்கண்டால் மற்றொருவர் முறுமுறுத்துத் திரிவதேயாம். இத்தகைய சாதி விவகாரம் சமய விவகாரங்கள் போதாது, கோவில்களில் கிடைக்குந் தோசைக்கும் சண்டையிடும் விவகாரங்கள், நாட்டுகளில் அவர்கள் யாவருக்கும் பூமிகள் கொடுக்கப்ப-டாது, யாங்களே சகல சுகங்களையும் அநுபவித்துக்கொள்ள வேண்டுமென்னும் விவகாரங்களுக்கு உதவியாக தங்களுக்குள்ளக் கருணையும் சீவகாருண்யமும் அற்றச் செயலால் ஆறுகோடி ஏழை மக்களை தங்களை ஒத்த மனுக்களாச்சுதே என்னும் எண்ணாது சுத்தநீரை மொண்-டுகுடிக்கவிடாத விவகாரமே பெரிதாகக்கொண்டு பேச்சு வீச்சியிலுமே இருப்பார்கள். இவ்வகையானக் கருணையற்றவர்களும் கனவிலும் சீவ-காருண்யம் இல்லாதக் கூட்டத்தோர்மீது கருணையும் நீதியும் சீவகாருண்யமும் நிறைந்த நமது சக்கிரவர்த்தியார் பூர்த்தியாய கருணைவைத்து அதிகாரங்களை முற்றுங் கொடுத்துவிடுவார்களாயின், சாதிபேதத்தால் நசுங்குண்டுள்ள ஆறுகோடி மக்களும் அடியோடு நாசமடைந்துவிட வேண்டியதேயாம். பொய்யாகிய சாதிவேஷம் இத்தேசத்தைவிட்டு எப்போது துலைக்க முயல்கின்றார்களோ அப்போதுதான் இந்திய தேசத்-தோருக்கு சுயராட்சியமும் மற்றுமுள்ளப் பெரும் உத்தியோகங்களும் ஐரோப்பியர்களைப்போல் சகலசுதந்திரங்களுங் கொடுக்கவேண்டுமேயன்றி, இப்பொய்யாகிய சாதிவேஷங்கள் இந்தியாவில் இருக்குமளவும் கருணை மிகுத்த நமது சக்கிரவர்த்தியாரும் இந்தியாவில் அவரது அரசை நடாத்தும் கவர்னர் ஜெனரலும் மற்றும் கவர்னர்களும் தேசத்தோர் செயல்களைக் கண்டே காரியாதிகளை நடத்துவார்களென்று நம்புகிறோம். ஐரோப்பியர்களுக்குள்ள ஒற்றுமெயும், ஐரோப்பியர்களுக்குள்ளத் திட்டமும், ஐரோப்பியர்களுக்குள்ள கருணையும், ஐரோப்பியர்களுக்குள்ள நீதி-

நெறியும், ஐரோப்பியர்களுக்குள்ள வித்தை புத்தி யீகை சன்மார்க்கமும் இந்திய தேச சாதிபேதமுள்ளோருக்கு உண்டாகுமாயின் அப்போதுதான் ஐரோப்பியருக்குள்ள சுதந்திரம் பொருந்துமேயன்றி மற்ற ஒருபோதும் பொருந்தாவாம். நமது கருணைமிகுத்த சக்கிரவர்த்தியார் இந்தியக் குடிகளை அன்பில் மிகுத்த விசாரிணைப் புரிந்தபோதிலும் இந்தியருக்குள்ள சாதிபேத வூழலும், சமய பேத பொறாமெயும், குறுக்குபூசு நெடுக்குபூசு முறுமுறுப்புக்கொண்டு ஒற்றுமெயற்ற வாழ்க்கையிலிருப்பது ஒன்றையும் அறியார். இவ்விவேகமற்ற சூழல்கள் யாவையும் வெள்ளெனவிளக்கி காங்கிரஸ் கமிட்டியாரையும் மகாஜன சபையோரையும் நோக்கி உங்களுக்குள்ள உள்ளூழல்களை முன்பு நீக்கி சீர்திருத்தி செவ்வைபடுத்திக்கொண்டு பின்னர் ஐரோப்பியர்களைப் போன்ற சுதந்திரங்களைக் கேட்கவைக்கும்படி செய்வதே பேருபகாரமும் நமது கருணைதங்கிய சக்கிரவர்த்தியாரின் ஆனந்த அரசாட்சியுமாகும்.

- 6:29; டிசம்பர் 25, 1912 -

281. நமது கவர்னர் ஜெனராலுக்கு நேர்ந்த அபாயமும் சென்னை சிவில் செர்விஸ் கமிஷனும்

கல்கத்தாவில் நேர்ந்துவந்த மனத்தாங்கல் யாவற்றையும் நமது சக்கிரவர்த்தியார் வந்து டெல்லியில் பட்டங் கட்டிக்கொண்டபோது கல்கத்தாவாசிகளுக்கு எதனால் மனத்தாங்கல் உண்டாயுள்ளதென்று ஆராய்ந்து தேசபிரிவினைகளை ஒன்றுபடுத்தி சகலருக்குள்ள மனத்தாங்கல்களையும் அகற்றி ஆனந்தவாழ்க்கையில் இருக்கச் செய்ததுமன்றி மற்றுமுள்ளக் குறைகளையும் அகற்றி சுகவாழ்க்கைப் பெறச்செய்வதற்கே சிலகாலங்களுக்குமுன் கல்கத்தாவிற்கு கவர்னர் ஜெனரலாய் இருந்தவருடைய பௌத்திரர் ஒருவரையே கவர்னர் ஜெனரலாக உறுதிப்படுத்தி காரியாதிகளை நடாத்திவரும்படி செய்துவிட்டுப்போய்விட்டார். இக்கவர்னர் ஜெனரல்லவர்களின் முழுநோக்கமும் செயலும் எவற்றை நாடியிருந்தாரென்னில் தேசக்குடிகள் யாவருங் கல்விகற்று அறிவுபெருக வேண்டுமென்பதேயாம். அஃதேதெனில் சகல மக்களுங் கல்விகற்று அறிவுபெருகி நிற்பார்களாயின் அவர்களுக்கு சுயராட்சிய பாரமளிக்கினும் சுகவாழ்க்கையே அடைவார்களெனபதேயாம். மற்றப்படி குடிகளுக்கு யாதோர் இடஞ்சலும் இக்கட்டும் நிகழ்ந்ததன்று. அவர்கள் நன்னோக்கங்களையும் செயல்களையும் கண்ணுற்றுவரும் அவரது பத்தினியாரும் அதே நன்னோக்கத்தைப் பின்பற்றி பல பெண்கள் கூட்டங்களுக்குஞ் சென்று பெண்களுக்கும் கல்வி விருத்தி செய்விக்க வேண்டுமென்னும் வேண நன்முயற்சிகளை செய்து வருகின்றார்கள். அத்தகைய நன்னோக்கமும் நன்முயற்சியுமுள்ள கவர்னர் ஜெனரலும் அவரது பத்தினியாரும் வீதியில் வருங்கால் வீணாம் ராஜ துரோகப் படுபாவிகள் வெடிகுண்டெரிந்து அவர்களைக் கொல்லும்படி எத்தனித்தார்கள். அவ்வெடிகுண்டு தவறி அருகில் பாதுகாப்பாளராகச் சென்ற ஓர் ஜமேதாரைக் கொன்றுவிட்டதுமன்றி கவர்னர் ஜெனரல் புஜத்தில் மட்டுங் காயப்படுத்திவிட்டதாம். அக்குண்டானது கவர்னர் ஜெனரலுக்கும் அவரது பத்தினியாருக்கும் மத்தியில் விழுந்திருக்குமாயின் இருவரும் இறந்தேபோயிருப்பார்கள்.

அவ்விருவரும் அத்தேசத்தோருக்குச் செய்துவந்த நல்வினைப்பயனே அவர்களுயிரைக் காத்ததென்பதற்கு அறிகுறியேயாம்.

அத்தகைய நற்குணமும் நற்செயலும் அமைந்த கவர்னர் ஜெனரலைக் கொல்ல உத்தேசித்த படும்பாவ ராஜதுரோகிகள் எத்தகைய வஞ்சினமும் பொறாமெயும் வைத்திருந்தார்களோ விளங்கவில்லை. இவ்விராஜ துரோகப்படும்பாவச்செயலும் எண்ணமும் ஏழை எளியோர்களுக்குத் தோன்றியிருக்க மாட்டாது. பழைய பொறாமெய் மிகுத்த வஞ்சினர்களாய கனவான்களும் உத்தியோகஸ்தர்களுமே அந்தரங்கத்திற்கூடிய செய்திருப்பார்கள் என்றே ஆலோசிக்கவேண்டியதாகின்றது. பிரிட்டிஷ் அரசாட்சியைக் கைப்பற்றவேண்டுமென்னும் அவாமிகுத்தவர்களுக்கே இத்துரோகச்சிந்தை ஊன்றியிருக்குமேயன்றி ஏழை எளியோர்களுக்கு இராதென்பது திண்ணம்.

இத்தகைய் பேரவாமிகுத்த வஞ்சினர்களும் கருணையென்பதே கனவிலுமில்லாதவர்களும் செய்நன்றியை சிந்தையில் வையாதவர்களும் தங்கள் காரியம் முடியும் வரையில் தாளைபிடித்து காரியம் முடிந்தவுடன் சிரோமயிர் பிடிப்பவர்களும் உள்ளத்தில் ஒன்றும் வெளியில் ஒன்றும் பேசுவோர்களுமாகிய சிலர் வாசஞ் செய்யும் இத்தேசத்தில் கமிஷன் ஏற்படுத்தி சிவில் செர்விசை யோசிப்பதை அடியோடு நிறுத்தி தற்காலம் நிறைவேறிவரும் பரிட்சையையே சரியான வழியில் நடைபெறச் செய்யவேண்டியதே அழகாம்.

அதாவது பிரிட்டிஷ் அரசாட்சியைச் சார்ந்த ஐரோப்பியர்கள் பெற்றுவரும் அந்தஸ்தான உத்தியோகங்களைப் பெறவேண்டுவோர் அவர்கள் நீதிபடியும் அரசு எவ்வழியோ குடிகளும் அவ்வ வழியென்னுமுறைபடியும், ஐரோப்பியருக்குள்ளசாதி பேதமில்லா குணமும் சகலர்மீதுங் கருணைவைத்து பேதமின்றி செய்யுஞ்செயலும், வித்தையில் முயற்சியும் புத்தியில் தீவிரமும் உண்டாகும் வரையில் ஐரோப்பியர் பெற்று வரும் அந்தஸ்தான உத்தியோகங்களையும் ஐரோப்பியர் பெற்றுவரும் அதிகார உத்தியோகங்களையுங் கொடுப்பதாயின் இத்தேசத்து உழைப்பாளி ஏழைக்குடிகளும் நசிந்து தேசசிறப்புங் குன்றி இராஜாங்கத்தோருக்கும் அதிக தொல்லையும் ஆயாசமும் உண்டாகிப்போம். நமது கருணைதங்கிய ராஜாங்கத்தோர் கமிஷன் விட்டு சிவில் சர்விசைப்பற்றி ஆலோசிப்பதை நிறுத்தி மிலிட்டேரி ஆலோசினையைக் கடைபிடித்து வீணாய் கட்டிடச் செலவுகளையும் வீணாய மறாமத்துச் செலவுகளையும் வீணாய வீதிச்செலவுகளையுங் குறைத்து அப்பணத்தைக் கொண்டு பெருங்கூட்டத்தோர் வாசஞ்செய்யுமிடங்களில் ஒவ்வோர் ஐரோப்பிய ரிஜிமெண்டையும், சிறுந்தொகையோர் வாசஞ்செய்யுமிடங்களில் ஒவ்வோர் கம்பனிகளையும் வைத்துக் காப்பதுடன் சிவில் செர்விஸ் அந்தஸ்தான உத்தியோகங்களுக்கு சிவில்செர்விஸ் ஐரோப்பியர்களையும், அதிகார உத்தியோகங்களுக்கு மிலிட்டேரி ஐரோப்பியர்களையும் வைத்து பிரிட்டிஷ் ஆட்சியை நடத்துவதாயின் அந்தரங்க ராஜதுரோகிகள் அடியோடு அடங்குவதுடன் இராஜதுரோகிகளை அடுத்துவாழும் இராஜவிசுவாசிகளுங் கவலையற்று வாழ்வார்கள். அரசாட்சியோருக்கும் அதிக தொல்லையில்லாமறபோம். இத்தேசத்துள் வாசித்துள்ளோரெல்லாம் பெருங்கூட்டமிட்டு பெருங்கூச்சலிட்டு அதிகார உத்தியோகங்கள் கேட்போர் யாவரும் ஐந்துபேர் முயற்சியுள்ளவர்கள் முயலுவாராயின் அவர்களுடன் ஐன்னூறு பெயர் சேர்ந்துகொள்ளுவது வழக்கமாகும். அக்கூட்டத்-

தோர் செயல் சகலசாதிக் கூட்டத்தோருக்கும் பொருந்தா செயலேயாம். அவ்வகைக்கூடி ராஜாங்க உத்தியோகங் கேட்போர் சகலசாதியோரிலும் பத்து பெயர் பத்து பெயரைத் தருவித்து பெருங்கூட்டமிட்டு அக்கூட்டத்தோர் சம்மதப்படி கேட்பார்களாயின் அச்செயலால் சகலசாதியோரும் முன்னேறி சுகச்சீர் பெறுவார்கள். அங்ஙனமின்றி ஐந்து பெயர் முயற்சியில் ஐன்னூறு பெயர் தன்னவர்களைக் கூட்டிக்கொண்டு இராஜாங்கத்தோரை ஏதொன்றைக் கேட்கவும் இராஜாங்கத்தோர் அதற்கு செவிசாய்த்து அந்தஸ்த்தான உத்தியோகங்களையும் அதிகார உத்தியோகங்களையுங் கொடுத்துவருகின்ற படியால் இன்னும் வெடிகுண்டாலுந் துப்பாக்கியாலும் பயமுறுத்தினால் சுயராட்சியமே அளித்துவிடுவார்களென்னும் பேராசையாலும் நயவஞ்சகத்தாலும் கெடுக்க ஆரம்பிக்கின்றார்கள். அவர்கள் முன் பிரிட்டிஷ் செங்கோலை நீட்டுவதால் பயனில்லை. சற்று கொடுங்கோல் நீட்டவேண்டியதாதலின் பெருங்கூட்டமென்று செவிகொடுத்தல் சீவகாருண்யமற்ற சாதிபேதமுள்ள இத்தேசத்திற்குப் பொருந்தாவாம். பொருந்த வேண்டுமாயின் இவர்களுக்குள்ள சாதிபேதத்தை ஒழித்தே தீரல்வேண்டும். அது ஒழியுமளவும் இவர்களது கூட்டக்கோறிக்கை இத்தேசத்திலுள்ள ஆறுகோடி மக்களை அல்லலடையச் செய்து தேசத்தின் சிறப்பழிவதுடன் தேசமக்களில் சிலர் சீர்பெற்றும் பலர் பாழடைந்தும் போவார்கள். ஆதலின் நீதியும் நெறியும் கருணையும் அமைந்த ராஜாங்கத்தார் இதனைக் கண்ணுற்று நமது கவர்னர் ஜெனரலைக் கொல்ல ஆரம்பித்த ராஜதுரோகிகளை அத்தேசத்தோர் பிடித்துக்கொடுக்குமளவும் இச்சிவில் செர்விஸ் கமிஷன் ஆலோசினையைத் தடைச்செய்து வைப்பார்களென்று நம்புகிறோம்.

- 6:30; ஜனவரி 1, 1913 -

282. யதார்த்த ராஜவிசுவாசிகளுக்கு விண்ணப்பம்

அன்பர்காள்! வித்தையும் புத்தியும் யீகையும் சன்மார்க்கமும் சீவகாருண்யமும் நீதிநெறியும் பூரணமாக நிறைந்த நமது பிரிட்டிஷ் அரசாட்சியார் இதுகாரும் இந்தியதேயத்தை வந்து அரசாட்சி நடத்தாமற் போயிருப்பார்களாயின் தேசங்கள் என்ன சீர்கெட்டிருக்கும், தேசத்தில் வாழும் மக்கள் என்ன சீரழிந்திருப்பார்களென்பதை அவரவர்களே தங்கள் தங்கள் மனசாட்சிக்கு விரோதமின்றி சீர்தூக்கி ஆலோசிப்பார்களாயின் அங்ஙனமே விளங்கிப்போம்.

அதாவது புத்ததன்மமானது இந்தியதேய முழுவதும் பரவியிருந்த காலத்தில் சகல மனுமக்களும் ஒற்றுமெயுற்று வித்தையிலும் புத்தியிலும் ஈகையிலும் சன்மார்க்கத்திலும் நிறைந்து குருவிசுவாசம் இராஜவிசுவாசத்திலும் அமைந்து சகலமக்களும் சுகச்சீர்பெற்று நல்லொழுக்கம், நன்நீதி, நன்ஞானம், நற்கடைபிடியினின்று நல்வாழ்க்கைப் பெற்றிருந்தபடியால் அக்காலத்தில் இந்தியதேய முழுவதும் நிறைந்திருந்த மநுமக்கள் முப்பத்திமூன்றுகோடி பெயரையும் முப்பத்திமூன்று கோடி தேவர்களென்று அழைக்கும்படியாக வாழ்ந்து வந்தார்கள். காரணம் அவர்களுக்கிருந்த குருவிசுவாச நம்பிக்கையும், இராஜவிசுவாச அன்பின் மிகுதியுமேயாம்.

அதன்பின்னர் புத்ததன்மத்திற்கு எதிராகவே அபுத்ததன்மக் கூட்டத்தோர் இத்தேயத்தில் வந்து குடியேறி தங்களுடைய நயவஞ்சகத்தாலும் மித்திரபேதத்தாலும் தங்கள் சுயப்பிரயோசனங்களுக்காக ஒற்றுமெயுடன் வாழ்ந்திருந்த குடிகளை சாதிபேதமென்னும் பிரிவினைகளை உண்டு செய்தும் ஞான ரீதியில் நிறைந்திருந்த குடிகளை அஞ்ஞானமாம் பொய்தேவதைகளென்னுஞ் சிலாலயங்களை உண்டு செய்து நல்லுழைப்பிலும், நல் வித்தையிலும், நன்முயற்சியிலும் இருந்த மக்களை கல்லையுங் கட்டையையும் வணங்கிக் கொண்டால் கேட்ட வரமெல்லாம் சாமிகொடுப்பாரென்று சோம்பேறிகளாகச் செய்துவிட்டதுமன்றி, தங்கள் பொய்ப் போதகங்களுக் கடங்காத அரசர்கள் யாவரையும் மித்திரபேதங்களால் கொன்றும், தங்கள் பொய்ப்போதகங்களை செவியிற் கேளாமலும் மாடுகளையுங் குதிரைகளையும் மநுக்களையும் உயிருடன் நெருப்பிலிட்டுச் சுட்டுத் தின்னுங் கொடும் பாவிகளாகிய மிலேச்சர்களென்று அவர்களைக் கண்டயிடங்களிலெல்லாம் அடித்துத் துரத்திவந்த விவேக மிகுத்தவர்களையும் வித்தையில் தேர்ந்தவர்களையும் உழைப்பில் ஊக்கமுடையவர்களையும் பூமிக்கென்றே உழைத்து தானியவிருத்தி செய்து வந்தோர்களையுந் தாழ்ந்த சாதியோரென வகுத்து அவர்களை எவ்வகையினுந் தலையெடுக்கவிடாத கொடுந் துன்பங்களைச் செய்தற்கு ஆரம்பித்துக்கொண்டதுடன் இத்தேசத்தோர்களும் தங்கள் வித்தைகளையும் சோரவிடுத்துப் பெருஞ்சோம்பேறிகளாகி உடைந்தையாய சத்துருக்களாகிவிட்டபடியால் வித்தை, புத்தி, யீகை, சன்மார்க்கங்கள் யாவும் அழிந்து துன்மார்க்கங்களாம் சாதி சண்டைகளும் சாமி சண்டைகளும் ஒற்றுமெக்கேடுகளும் வித்தையின் குறைவுகளும் விவசாய நாசங்களும் நாளுக்குநாள் அதிகரித்து தேச சிறப்பழிந்தும் தேசமக்கள் சீர்குலைந்தும், சோம்பேறிகளே மிகுத்து பிச்சையிரந்துண்போரே அதிகரித்து, ஈவோர், குறைந்துவருங்கால் மகம்மதியர் துரைத்தனமும், போர்ச்சுகியர்துரைத்தனமும், பிரான்சியர் துரைத்தனமும் வந்து தோன்றிய போதினும் தேச்சிறப்பும் தேசமக்கள் சுகமும் குறைந்தே நின்றதன்றி நிறைந்தது கிடையாது. அதே நிலையில் இதுகாரும் இருக்குமாயின் தேசங்களென்ன சிறப்பழிந்திருக்குமோ தேசமக்கள் யாவரும் என்ன சீரழிந்து கேடுற்று மிருகாதிகளினும் மதிகெட்டு மடிந்திருப்பார்களோ என்பது தற்காலத்திய சாதித்தலைவர்கள் செய்துவருஞ் செயல்களே போதுஞ்சான்றாம்.

இந்தியதேயத்தின் பூர்வபுண்ணியபலத்தால் பிரிட்டிஷ் துரைத்தனம்வந்து தோன்றி தேசங்களெங்கும் மாடமாளிகைகள் பெருகவும், கூடகோபுரங்கள் உயரவும், தேசங்களுக்கு தேசம் பாதைகள் உண்டாகவும், புகைரதங்கள் போகவும், புகைகப்பல்கள் யேகவும், தந்திசங்கதிகள் போகவும், தபால்சங்கதிகள் வரவும், வீதிக்குவீதி சீரடையவும், வீதியில் வாழு மக்கள் நாகரீகம் அடையவும் பிச்சையிரந்துண்டவர்கள் எல்லாம் பெரும் பாக்கியசாலிகளாகவும், பேதைமக்களெல்லவருங் கல்விவிருத்தியடையவும், சகலசாதி பெண்டு பிள்ளைகள் அனைவரும் ஆடை ஆபரணமணையவும் ஆனந்தமாக உலாவவும் தேசத்திற்கு தேசங் காவலர்கள் பெருகவும், கள்ளர் பயமின்றி வாழ்கவும், தங்கள் தன்னவர் அன்னியரென்னும் பட்சபாதமற்ற செங்கோலை கருணை நிறைந்த ஆட்சியால் ஆண்டு வருகின்றார்கள். இத்தகைய தன்ம துரைத்தனத்தின் மீது விரோதச்சிந்தையை வகுத்துள்ளவர்கள் எத்தகைய நன்றிகெட்ட நயவஞ்சினர்களாயிருப்பார்கள், எத்தகைய படும்பாவிகளாயிருப்பார்கள்,

எத்தகையக் கெடுயெண்ணமிகுத்தக் கொலைஞர்களாயிருப்பார்கள். அத்தகையக் கீழ்மக்கள் வாசஞ்செய்யுமிடத்திலும் வசிக்கலாமா, இராஜ-துரோகிகள் முகத்திலும் விழிக்கலாமா, கிராமத்திற்கு ஒரு இராஜதுரோகி இருப்பானாயின் அக்கிராமமே பாழடைந்துபோகுமே, தேசத்திற்குள் இரண்டு இராஜதுரோகிகள் இருப்பார்களாயின் அத்தேசமே சீரழிந்துபோகுமே. தெய்வம் நின்றுகொல்லுமாயின் அரசன் அன்றே கொல்லு-மென்னும் பழமொழியும் உண்டே. இராஜதுரோகிகளை அடுத்து வாழ்வதினால் பயமில்லையா, அவர்களைக் கண்டுபிடிக்கும் உபாயமில்லையா, அவரவர்கள் வார்த்தைகளினாலும் செயல்களினாலுமே அறிந்து கொள்ளலாகாதா. யதார்த்த இராஜவிசுவாசிகள் இருப்பார்களாயின் எவ்விதத்-தும், அவர்களைக் கண்டுபிடித்து தங்களைவிட்டகற்றும் வழியைத் தேடுவார்கள். அங்ஙனமின்றி குழந்தையையுங் கிள்ளிவிட்டு தொட்டிலையும் ஆட்டுபவர் போலும் கோழித் திருடியுங் கூடவே குலாவுவது போலுமாக, யாங்களும் இராஜவிசுவாசிகளென நடித்துத்திரியும் இராஜதுரோகிகளே அதிகரித்திருப்பார்களாயின் படுபாவ துரோகிகளைக் கண்டுபிடிப்பது கஷ்டமே.

சீவகாருண்யமிகுத்த அரசாட்சியோர் மீது சீவகாருண்யமற்ற மக்கள் எதிர்ப்பது பஞ்சுமூட்டைகள் நெருப்பின் மீது எதிர்ப்பது போலாம். தேசத்தை சிறப்படையச்செய்யும் புண்ணியமும், தேசமக்களை சீர்பெறச்செய்துவரும் புண்ணியமுமே பிரிட்டிஷ் அரசாட்சியோருக்கு நிறைந்தி-ருக்கின்றது. இத்தகையப் புண்ணியபுருஷரை வஞ்சினர்களும், பொறாமையுள்ளோருங், குடிகேடரும், அசத்தியரும், அசப்பியரும், துன்மார்க்-கரும் எதிர்ப்பதாயின் முக்காலும் ஜெயம் பெறார்களென்பது சத்தியம் சத்தியமேயாம். ஆதலின் யதார்த்த இராஜவிசுவாசிகள் இராஜதுரோகி-களை எவ்விதத்துங் கண்டுபிடித்து அதிகாரிகளிடங் கொடுப்பார்களென்று நம்புகிறோம். கண்டுங் காணாததுபோல் மீனுக்கு வாலும் பாம்புக்குத் தலையுங் காட்டுவது போலும், மீனுக்குங் காவல் பூனைக்குந் தோழனுமாயிருப்பது போலும் உளவறிந்த கள்ளர்களாய் ஒளிந்து நிற்பார்களாயின் "உப்பிருந்த பாண்டமும் உளவிருந்த நெஞ்சமுந் தட்டிவுடையாமல் தானே வுடையும்" என்னும் பழமொழிக்கிணங்க உள்ளுளவுகள் யாவும் தானே வெளிவந்துபோம். அப்போது துக்கித்துத் திண்டாடுவதுடன் இப்போதே இராஜதுரோகிகளைக் காட்டிக் கொடுத்து யதார்த்த இராஜவிசு-வாசிகளாக ஆனந்தத்துடன் வெளிவர வேண்டுகிறோம்.

- 8:31: ஜனவரி 8, 1913 -

283. இராஜதுரோகிகளுக்கு ஓர் விண்ணப்பம்

அன்பர்களே! விரோதச்சிந்தையை அகற்றி நோக்குங்கள். இராஜ விசுவாசிகளையும் அன்பர்கள் இராஜ துரோகிகளையும் அன்பர்களென்ன-லாமோ என்பாருமுண்டு. புல்லுக்கும் நெல்லுக்கும் மழையானது பொதுவாகப் பெய்வது இயல்பாம். அது போல் பிரிட்டிஷ் ராஜாங்கமானது நல்லோருக்கும் பொல்லாருக்கும் பொதுவாய செங்கோலை நடாத்தி வருகின்றபடியால் அவர்களது ஆட்சியை எடுத்துப்பேசும் போது நாமும் பொதுவாகவே பேச வேண்டியது அழகாதலின் இருவர்களையும் அன்பர்களென்றே கூவி எடுத்தோத வேண்டியதை முடிக்க ஆரம்பிக்கின்றோம். இராஜாங்கத்தின்மீது துவேஷங்கொள்ளுவது தனது கோபத்தால் ஈட்டி முனையில் உதைப்பது போலாம். அது காலில் தைத்தபின் இரணமீறி உபத்திரவம் அடைவதற்குமுன் அஃது ஈட்டிமுனை, தைக்குமென்று அறியவேண்டியதே விவேகிகளின் கடன். ஆய்ந்தோய்ந்து பாராதவன் தான்சாகக் கடவதென்னும் பழமொழியையேனுங் கவனிப்பது அழகாம்.

இந்திய தேசத்தில் கருணை என்பது கனவிலும் இல்லாதவர்களும், அன்பென்பது அகத்திலில்லாதவர்களும், வஞ்சினமே வாழ்க்கையாய் உடையவர்களும், சுயப்பிரயோசனத்தையே குடியாகக் கொண்டவர்களும், மித்திரபேதத்தையே வீடாக உடையவர்களும் தந்திரத்தையே தோழனாகக் கொண்டவர்களும், பொறாமெயே உருவமாகத் தோன்றியவர்களுமாகிய சில கூட்டத்தோர் வாழுமிடத்தை ஆளும் அரசன் தன்-னவர் அன்னியரென்னும் பட்சபேதமின்றி சகல குடிகளையும் அன்பு பாராட்டி மித்திரபேத சத்துருக்களின் மனதுக் கிசையாது தனதரசை நடாத்துவானாயின் வஞ்சினக்கூட்டத்தோர் அவ் வரசனை எவ்விதத்துங் கொல்லும் வகைத் தேடிக் கொன்றுவிட்டு அவன் பிள்ளை இருப்-பானாயின் அவனை அரசு செலுத்தவைத்து தங்கள் வயப்படுத்திக்கொண்டு சுயப் பிரயோசனத்தைத் தேடிக்கொள்ளுவார்கள். அவ்வரசனுக்கு சந்ததிகள் இல்லாமற் போமாயின் தாங்களே அதற்குள் பிரவேசித்து சகல காரியாதிகளைத் தாங்களுந் தங்கள் சந்ததியோர்களுமே அநுபவித்-துக்கொள்ளுவது இயல்பாம். அத்தகையச் செயல்கள் யாவும் தனித்தனியாய அரசாங்கங்களிற் செல்லுமேயன்றி இந்த கிரேட்பிரிட்டனென்று அழைக்கப்பெற்ற பிரிட்டிஷ் அரசாட்சியிற் செல்லுமோ ஓர்காலுஞ் செல்லாவாம். பனங்காட்டு நரி சலசலப்புக் கஞ்சாதது போல் பிரிட்டிஷ் அரசாட்சியார் துப்பாக்கிகளுக்கும் வெடிகுண்டுகளுக்கும் அஞ்சுவார்களோ முக்காலும் அஞ்சார்கள். அவர்களது இளமெய் முதல் முதுமெய்-வரையில் துப்பாக்கிகளையும் வெடிகுண்டுகளையுங் கைகளிலேந்தி உலாவுவது குலபழக்கமாகும். அத்தகைய சுத்தவீரர்கள் முன் முந்திய-நாள் துப்பாக்கியை ஏந்தியவர்களும் நேற்று வெடிகுண்டைப் பார்த்தவர்களும் இன்று மறைந்து சுடுவதாயின் அதன் சப்தத்திற்கும் அதனால் நேரும் மரணத்திற்கும் பயப்படுவார்களோ, அதனால் அவர்கள் அரசாங்கச் செயல்கள் தடைபட்டுப்போமோ, இன்றுந் தடைபடாது நாளைக்குந் தடைபடாது என்று அறிய வேண்டியதேயாம். கனந்தங்கிய ஆலெஷன்னுங் கலைக்ட்டரைச் சுட்டுக் கொன்றார்கள் அவருக்குப்பின் வேறு கலைக்ட்டர் ஆளுகையில்லாமற் போயினவோ. கவர்னர் ஜெனரலை வெடிகுண்டெறிந்து கொல்லப் பார்த்தார்கள் அவருக்கு நேர்ந்த விபத்தால் வைத்தியசாலைக்குச் சென்ற போதினும் அவரால் டெல்லியில் நடக்கவேண்டிய காரியாதிகள் யாதேனந் தடையுண்டாயிற்றோ; இல்லையே. அவரால் நடக்கவேண்டிய காரியங்களை அவருக்கு அருகாய உத்தியோஸ்தர் நடத்திவிட்டாரன்றோம். இதுபோல் பிரிட்டிஷ் ஆட்சியின் காரி-யாதிகள் யாவும் குறைவற நிறைவேறுமேயன்றி தடையுற்று இயங்காது. இவைகள் யாவையும் சீர்தூக்கிப் பாராது தான் கெட்டுப் படுபாவி கொலைபாதகன் என்னும் பெயரை ஏற்றுக் கொண்டதுடன் அத்தேசத்தோர் மீதும் இராஜாங்கத்தோருக்கு அயிஷ்டத்தை உண்டாக்கிவிட்டதும் ஓர் விவேகச்செயலாமோ. இத்தகையான துற்செய்கைகளால் தேசமும் தேசக்குடிகளும் சீர்கெடுமேயன்றி இராஜாங்ககாரியாதி களுக்கோர் பின்-

னம் உண்டாமோ ஒன்றுமாகாவாம்.

இத்தகைய மதிகேடாய துற்செயல்களுக்குப் பிரதிபலன் என்ன நேருமென்றால் கருணை தங்கிய ராஜாங்கத்தோர் குடிகளின் மீது அன்பு பாராட்டி தாங்கள் அடையவேண்டிய கலைக்ட்டர் உத்தியோகங்களையும், தாங்கள் அனுபவிக்கவேண்டிய நியாயாதிபதி உத்தியோகங்களையும் அளித்து சீர்பெறச்செய்து வருகின்றார்கள். அவ்வுத்தியோகங்களின் வாயிலும் மண்ணிட்டுக் கொள்ளுவதற்கேயாம்.

இராஜ துரோகிகளே பிரிட்டிஷ் கவர்னர் ஒருவரைக் கொன்றுவிட்டால் ஆ, ஆ, இவன் மெத்த சுத்தவீரனென்று எண்ணி கவர்னர் உத்தியோகங் கொடுத்துவிடுவார்களோ, துரோகிக்கு உடைந்தையானோர்கள் யாவருக்கும் கௌன்சல் மெம்பர் உத்தியோகங்களை அளித்து விடுவார்களோ, இல்லையே. அகப்பட்டுக் கொண்டபோதல்லவா அதன் பலன் விளங்கும். ஒருவரை ஒளிந்துசுட்டவனும், ஒளிந்திருந்து குண்டெறிந்தவனும் என்றென்றும் ஒளிந்தே திரியவேண்டுமன்றி களங்கமற்று வெளியுலாவுவானோ, படுத்தும் சுக நித்திறைக் கொள்ளுவானே, அல்லது கள்ளனுங் கொலைஞனும் ஓர்கால் அகப்படாமற்போவானோ. அவன் முகமும் செயலுமே அவனைக் காட்டிக் கொடுத்து விடுமே. அக்கால் படுந் துன்பம் அனந்தமாகுமே, அகப்பட்டுக் கொண்டவுடன் உடைந்தையாயிருந்த துரோகிகளெல்லாம் உதவி புரிவார்களோ இல்லை. துரோகச் செயல் புரிந்தவனே சீரழிய நேரும். இதன்றி இராஜாங்கத்திற்கே துரோகியாகத் தோன்றுகிறவன் அவன் தெய்வத்திற்கே துரோகியாகின்றபடியால் இராஜாங்க தெண்டனைக்கு அகப்படாவிடினும் தன்னிற்றானே துக்கத்தை உண்டுசெய்யுந்தெண்டனை நேர்ந்துபோமேயன்றி சுகச்சீருண்டாகமாட்டாது. கள்ளன் பெண்சாதியை என்றுங் கைம்பெண்ணென்று கூறுவதுபோல கொலைஞனுடைய மனைவியங் கூறப்பெறுவாள். இத்தேசம் பெரும்பாலுங் கன்மத்தையே நம்பி நடந்தேறிய தேசமாகும். இத்தேசத்தில் வசிப்போர் துற்கன்மம் புரிவதாயின் தங்களுக்கும் அத் துற்கனமந்தானே நேருமென்பதை அறியாது வீணே இராஜதுரோகி களாவது அழகன்றாம். துவேஷயெண்ணந் தன்னையே துவேஷியொன்றுக் காட்டிக்கொடுத்துத் தன்னையே துன்பத்திற்கு ஆளாக்கிவிடும். இது சத்தியம் சத்தியமேயாம்.

- 6:32: ஜனவரி 15, 1912 -

284. பப்ளிக் சர்விஸ் கமிஷனும் அதன் கேள்விகளும் பத்திராதிபர்கள் முறுமுறுப்பும்

தற்காலம் சென்னையில் நிறைவேறிய பப்ளிக் சர்விஸ் கமிஷன் விசாரிணையில் கலைக்ட்டர் உத்தியோகம் இந்துக்களுக்குப் பெரும்பாலும் கொடுக்கலாமா, இங்கிலாந்தில் பரிட்சையை நடத்துவதுபோலவே இந்தியாவிலும் நடத்தலாமா என்பதே முக்கிய விசாரணையாகும்.

இதனில் இந்தியர்களின் அநுபோகத்தை நெடுங்கால் அறிந்துள்ள ஒருவர் இந்தியர்களுக்குக் கலைக்ட்டர் உத்தியோகங்களை அளிப்பதாயின் தாழ்ந்த சாதியோனுக்கு வேறு கிணறு, உயர்ந்த சாதியோனுக்கு வேறுகிணறென்று பிரித்து வெட்டுகின்றீர்களே அவ்வகைக் கேடுபாடுகளுள்ள உங்களுக்குப் பெருத்த உத்தியோகங்களைக் கொடுத்துவிட்டால் இன்னும் என்னென்ன பிரித்து விடுவீர்களோ என்பதே அவருடையக் கேள்வியாகும். அதற்கு இந்துக்களின் உத்திரவு யாதெனில் அது சானிட்டேரி விஷயமாக செய்கிறதே அன்றி வேறில்லை என்றார்கள்.

அது போதுமான சமாதானம் அல்லவென்பது இராஜாங்கத்தோருக்கே தெரிந்த விஷயமாகும். இந்துக்கள் கூறிய உத்திரவு முற்றும் ஒப்புக்கொள்ளக் கூடியதல்ல வென்று யாம் கண்டிப்பாகக் கூறுவோம். அதாவது இந்துக்களென்போர் தங்களுக்குள்ள பொறாமேயால் தாழ்ந்த சாதியோரென்று வகுத்துள்ளக் கூட்டத்தோர் சேற்று நீரையேனும் குட்டைநீரையேனும் அசுத்த நீரையேனும் அருந்தி பற்பல வியாதிகண்டு மடிந்துபோக வேண்டுமென்பதே அவர்களது கருத்தேயன்றி சானிட்டேரியென்னும் சுகாதார யெண்ணம் அவர்களுக்குக் கிடையாது. அவ்வகை சுகாதாரத்தைத் தேடுகிறவர்களாயின் தாங்கள் புசிக்கும் சுத்தநீரை சகலரையும் புசிக்கும் படியான வழிகளைத் தேடுவார்கள். அவர்களிடத்துள்ளக் கெட்ட எண்ணமே போக்குக்காட்டுகின்றது. தாழ்ந்த சாதியோனென்று அழைக்கப்படுவோன் உயர்ந்த சாதியோன் அருந்தும் நீரைத் தொடுவதினால் சானிட்டேரிக்குக் குறைவுண்டாகும் என்பதாயின் தாழ்ந்த சாதியோன் காலினால் துவைத்து மிதித்த நெல்லையும் அரிசியையும் உபயோகிக்கும் போது சானிட்டேரியம் இல்லையோ. தாழ்ந்த சாதியோன் காலினாலுங் கையினாலும் மிதித்துப் பிசைந்தப் புளியை உபயோகிக்குங்கால் சானிட்டேரியம் இல்லையோ. தாழ்ந்த சாதியோன் மிதித்துத் துவைத்த வெல்லத்தில் சானிட்டேரியம் இல்லையோ. தாழ்ந்த சாதியோன் வெட்டுங் குளத்திலுங் கிணற்றிலும் சானிட்டேரியம் இல்லையோ, தாழ்ந்த சாதியோன் ஏரிநீரை கலக்கிக்கொண்டு வருங்கால் சானிட்டேரியம் இல்லையோ. இவ் வகையான சமயயுக்த்தவார்த்தைகள் யாவும் தாழ்ந்த சாதியோரென்று அழைக்கப் பெற்ற ஆறுகோடி மக்களை அல்லலடையச் செய்வதற்கேயாம்.

மற்றும் கேழ்வி யாதெனில் தாழ்ந்தசாதியோர் வசிக்குமிடங்களில் நீங்கள் உள்ளுக்கே பிரவேசிக்கமாட்டேன் என்கிறீர்களே அவ்வகையான உங்களுக்கு மேலான உத்தியோகங்கள் தகுமோ என்றதற்கு நாளுக்குநாள் போக்குவருத்தாகி விடுவார்களென்று கூறினார்கள். இவ்வகை கூறுவோர்களுக்கு உயர்ந்த உத்தியோகங்களைக் கொடுத்துவிடுவதாயின் இன்னும் என்னக்கேடுகளைச் செய்து தேசத்தைவிட்டு அகற்றுவார்களோ என்பதை ராஜாங்கத்தோரே யோசிக்கவேண்டியதுதான். இத்தேசத்துள் சாதிகளென்று ஏற்பட்டதே பொய்வேஷக் கட்டுப்பாடுகளாகும்.

அதில் தாழ்ந்தவர்களென்று வகுக்கப்பட்டுள்ளவர்களோ சாதித்தலைவர் கள், பொய்ப் போதனைகளுக்கும் சாதிக்கட்டுப்பாடுகளுக்கும் அடங்காத எதிர் விரோதிகள், அவ்விரோதத்தினாலேயே அவர்களைத் தலையெடுக்கவிடாமல் நசித்துத் தங்கள் சுகாதாரங்களைமட்டிலும் அநுபவித்து வருகின்றார்கள், இவ்வகையாய சாதிவேஷத்தால் சாதித்தலைவர்களின் அதிகாரமே இத் தேசத்தில்மிக்கப்பெரிதாயிருக்கின்றது. அச்சாதித்தலைமெ அதிகாரத்தால் தேசத்திற்கு அனந்தங் கேடுகள் விளைந்து வருகின்றது. அத்தகைய சாதித்தலைவர் அதிகாரத்துடன் தேசத்தை ஆளும் உத்தியோக அதிகாரங்களையும் பெற்றுக் கொள்ளுவார்களாயின் யாரைத்தாழ்த்தி யாராரைக் கெடுத்துப் பாழாக்குவார்களோ என்பது சகலருக்கும் சொல்லாமலே விளங்கும்.

இத்தகைய சாதிகேடுபாடுள்ள தேசத்தில் அதிகார உத்தியோகங்கள் யாவற்றையும் சாதிபேதமில்லா ஆங்கிலேயர்களே ஆளவேண்டுமேயன்றி பொய்ச்சாதி வேஷக்காரர்களுக்குக் கொடுக்கவே கூடாது.

இச்சாதி பேதமென்னும் பொய்வேஷம் இந்துக்கள் மனதை விட்டகலும் வரையில் அவர்களை யோர் புண்ணிய புருஷர்களென்றும் விவேகமிகுத்தவர் களென்றும் சீவகாருண்யர்களென்றும் எண்ணவேகூடாது. அவர்கள் கூச்சலிட்டுப் புலம்புவதெல்லாம் தங்கள் தங்கள் சுயப்பிரயோசனங்களைக் கருதிப் பேசுவதேயன்றி தேசசிறப்பைப் பற்றியேனும், தேசமக்கள் சீர்திருத்தத்தைப் பற்றியேனும் பேசுவது கிடையாது. அத்தகையோர் வார்த்தையை நம்பி கலைக்ட்டர் பரிட்சையையும் இவ்விடத்தில் வைக்கப்படாது, கலைக்ட்டர் உத்தியோகங்களையும் அவர்களுக்குக் கொடுக்கப்படாது. சாதி அதிகாரங்களினாலேயே இத்தேசஞ்சீர்கெட்டும் தேசமக்கள் சீரழிந்தும் போனார்கள். இன்னும் அதற்கு உபபலனாக உத்தியோக அதிகாரங்களையுங் கொடுத்துவிடுவதாயின் இப்போதுள்ள சீருஞ் சிறப்புங்கெட்டு அதோகதியான பாழடைந்துபோமென்பது சத்தியம் சத்தியமேயாம்.

ஓர் பொறாமெமிகுத்தப் பத்திராதிபர் பற்கடிப்பையும் முறுமுறுப்பையும் இவ்விடம் விளக்குகின்றோம்.

இவ்விடம் பப்ளிக் சர்விஸ் உத்தியோகங்களில் போட்டிப்பரிட்சை வைப்பதாயின் பெரும்பாலும் பிராமணர்களே மிகுதியாகிவிடுவார்கள். அதினால் மற்றுமுள்ள சூத்திரர் முதலானோர்களுக்கு இடங்கிடைக்காமல் போய்விடுமென்று ஒரு விவேகி கூறியிருக்கின்றார். அதற்கு மறுமொழி அவ்விடமுள்ளவர்கள் கூறியதைக் காணோம். ஓர் பத்திராதிபர் மறுமொழி யாதெனில் அவரை பிராமண துவேஷியென்று கூறியிருக்கின்றார். இவரது கூட்டத்தோர் என்ன துவேஷியென்று இவரை இவரறிந்துக் கொள்ளவில்லை போலும்.

ஓர் ஆபீசுக்குள் ஓர் மானேஜராக ஓர் பிராமணன் போய் அமருவானாயின் பத்து வருஷத்திற்குள் அவ்விடமுள்ள சகலசாதியோர்களையும் அகற்றித் துரத்திவிட்டு ஆபிஸ் முழுவதும் பிராமணன் என்போர் போய் சேர்ந்துக்கொள்ளுகின்றார்களே அவர்களை இப்பத்திராதிபர் என்ன துவேஷியென்று கூறுவாரோ விளங்கவில்லை சகலசாதி துவேஷிகளென்று கூறப் பொருந்துமோ பொருந்தாதோ என்பதை கூர்ந்து ஆலோசிப்பாராக.

- 6:33; ஜனவரி 22, 1913 -

இந்த பப்ளிக் சர்விஸ் கமிஷன் விசாரிணையின் பொதுவா அபிப்பிராயம் யாதெனில்: ஆயிரத்திச் சில்லரை வருடங்களுக்குமுன் இந்தியதேசத்துள் பிச்சையிரந்துண்டே குடியேறி தங்கள் மித்திரபேத வஞ்சகவேஷத்தால் அதிகாரப்பிச்சை ஏற்றுண்ண ஆரம்பித்தக் கூட்டத்தோர்களுடன் இத்தேசத்திய சில சோம்பேறிகளும் வஞ்சகவேஷமுற்றுப் பெருகி நாளதுவரைபிற் பிச்சையேற்று உண்பதே பெருந்தொழிலாகக்கொண்ட ஓர்வகுப்பினர்மட்டிலும் இங்கிலீஷ்பாஷையை உருவுபோட்டு பாடஞ் செய்துவிடுவதில் மிக்க வல்லவர்களாயிருப்பார்கள். ஆனால் சென்றவருஷம் பி.ஏ. பரிட்சையிற் தேறியவர்களை இவ்வருஷங் கேட்டால் அப்பாடங்களே தெரியாது. அவ்வகை உருபோடுவோர் மற்ற வல்லபத்திலும் யூகையாயத் தொழிற்களிலும் பூஜியம் பூஜியமேயாவர். ஏனையவகுப்போர்களோ வல்லபத்திலும் தொழிலிலும் கையிலும் வல்லவர்களாயிருப்பினும் இங்கிலீஷ் பாஷையை உருபோடுவதில் பூஜியமேயாவர். அவர்கள் உருப்போடுவதில் வைராக்கியமும் இவர்கள் உருப்போடா வைராக்கிய மின்மெக்கும் காரணமோவென்னில் அன்னியரிடஞ்சென்று பிச்சை பெற்றுண்பதே நமக்குத் தொழிலாகிவிட்டபடியால் அவற்றை எவ்வகையாலும் ஒழித்து ராஜாங்க உத்தியோகங்களைப் பற்றிக்கொள்ள வேண்டுமென்னும் வைராக்கியத்தினால் ஆங்கிலபாஷையை உருப்போட்டு ஒப்பித்து விடுகின்றார்கள். ஏனையோர்களோ எத்தொழிலிலேனும் உழைத்துப் பாடுபடும் இயல்புள்ளவர்களாதலின் வைராக்கியமின்றி பின்னிடைகின்றார்கள். அதனால் போட்டிப் பரிட்சை என்பதை வைப்பதும் அவர்களுக்குக் கலைக்ட்டர் உத்தியோகங்களைக் கொடுப்பதும் இத்தேசத்திற்குப் பொருந்தாவாம். அதனினும் இத்தேசத்துள்ளப் பெரும்பாலோர் அவர்களையே குருவாகப் பாவித்தும் அவர்கள் மொழிகளையே கடவுள் மொழியென்று ஏற்றும் சகலசாதிகளிலும் அவர்களே பெரியசாதிகளென பயந்தும் நடந்து வருகின்றவர்களானபடியால் சாதிக் கட்டுப்பாட்டுக்குள் அடங்கிய சகலசாதியோரும் சாதித்தலைவர்களுக்கு அடங்கி வாழ்வதே வாழ்க்கையாயிருக்கின்றது. இத்தகைய வாழ்க்கையுள்ளோர் தேசத்தில் சாதித்தலைவர்களாய் உள்ளவர்களுக்கும் குருவாய் உள்ளவர்களுக்கும் உள்ள அதிகாரத்துடன் தேசத்தை ஆளும் கலைக்ட்டர் அதிகாரத்தையும் கொடுத்துவிட்டால் தேசக்குடிகளில் சாதிபேதமில்லாமல் வாழும் சகல குடிகளும் நாசமடைவதற்கு ஏதுக்களுண்டாவதுடன் இராஜாங்கத்தைக் குடிகளைக்கொண்டே எதிர்ப்பதற்கும் எளிதாகிவிடும். காரணமோவென்னில் சாதிபேதத்திற்கு அடங்கி நடக்கும் பேதைமக்கள் யாவரும் அதிகார உத்தியோகத்திற்கு இன்னும் பயந்து நடக்க ஆரம்பித்துக்கொள்ளுவார்கள். ஆதலின் சாதித்தலைவர்களாகவும் குருக்களாகவும் உலாவுவோர்களுக்கு கலைக்ட்டர் உத்தியோகத்தையுங் கொடுத்து விடுவதாயின் இராஜாங்கத்திற்கும் சாதிபேதமில்லா ஏழைக்குடிகளுக்கும் ஓர்கால் தீங்குண்டாமென்பது திண்ணம் திண்ணமேயாம்.

ஈதன்றி கலைக்ட்டர் அண்டு மாஜிஸ்டிரேட் உத்தியோகமானது அச்சில்லாவையே ஆளும் அரசனுக்கு ஒப்பாயதாம். அத்தகைய உத்தியோகத்தில் குடிகளை நியாயவழியில் ஆண்டும் அந்நியாய வழியில் ஆண்டும் வருபவற்றுள் ஓர் கலகமுண்டாகிவிடுமாயின் அவற்றை அடக்கியாளும் மனோதிடமும் வல்லபமும் இந்தியதேச சக்கிரவர்த்தியார் ஆளுகையின் ஒன்றை நாமாளுகின்றோம் என்னும் ஊக்கமும் அவர்களுக்குக் கிடையவே மாட்டாது. அல்லது மகமதியர்களுக்கு மனோதிடமும் வல்லபமுமுண்டாயினும் நீதியின் வழியாகப் பொருத்தாளும் நிதானநிலை அவர்களுக்குக் கிடையாது. ஆதலின் மனோ திடமும் நீதிநெறியும் வல்லபமும் தன்னரசு என்னும் பொறுப்பும் பொருந்தவுள்ளவர்கள் ஐரோப்பியர்களேயாதலின் அவர்களே அக்கலைக்ட்டர் உத்தியோகத்திற்குப் பொருந்தியவர்களாவார்கள்.

ஐரோப்பியர்களுக்கு வல்லபமும் மனோதிடமும் நீதிநெறியுமட்டிலும் உள்ளதன்று. வித்தை புத்தி யீகை சன்மார்க்கம் சீவகாருண்யம் தன்னவர் அன்னியரென்னும் பட்சபேதமற்ற அன்பு யாவும் நிறைந்திருக்கின்றது. இத்தகைய குணநல மிகுத்தவர்களே சாதிபேதமுள்ள இத்தேசத்தையாளுங் கலைக்ட்டர்களாகத் தோன்றுவது நியாயமேயன்றி வேறொருவருக்கும் பொருந்தாவாம்.

மகமதியர்களுக்குப் பொருந்தாவோ என்பாரும் உண்டு. இத்தேசத்தோருக்கு சாதிபேதமென்னும் மனக்களிம்பு எவ்வளவு தடிப்பேறியிருக்கின்றதோ அது போலவே மதபேதமென்னும் மனக்களிம்பு மகமதியர்களுக்குத் தட்டிப்பேறி இருக்கின்றபடியால் பலமதத்தோர்கள் வாழுமித்தேசத்துள் அவர்களுக்கும் அவ்வுத்தியோகம் பொருந்தாது.

மற்றும் அக்கமிஷன் விசாரிணையில் ஓர் ஐரோப்பிய பெரிய உத்தியோகஸ்தரெழுந்து இத்தேசத்தோருக்கு சாதாரணவறிவு போதாததால் கலைக்ட்டர் உத்தியோகத்திற்குப் பொருந்தமாட்டார்களென்று கூறினார். அவருக்கு மறுப்பாக இத்தேசத்தோர் ஒருவரெழுந்து இந்திய ஜட்ஜிகள் மெத்த புத்திசாலிகளென்று லண்டனிலுள்ள பெரிய உத்தியோகஸ்தர்கள் கூறியிருக்கின்றார்களே, அதற்குத் தாமென்ன கூறுவீரென்று கேட்டிருக்கின்றார். அக்கேழ்வி அதற்குப் பொருந்தாவாம். அதாவது புத்தியில் தீவிரமில்லாதவர்களாயிருந்து கிஞ்சித்து புத்திசாலித்ததினால் அம்மொழி தோன்றியதன்றி இயற்கையிலேயே புத்திவிசாலமுற்றிருப்பவர்களாயின் அம்மொழி தோன்றாவாம்.

அன்றியும் ஐரோப்பியரது பெருத்த நற்குணம் யாதெனில் வித்தையிலும் புத்தியிலும் ஒருவர் முன்னேறுவதைக் காண்பார்களாயின் அவர்கள் செயலை சற்று சிறக்கக்கூறி சில பட்டங்களுங் கொடுத்து மேலுமேலு முன்னேறச் செய்வது இயல்பாம். அதுபோல் ஜட்ஜுகளில் சில புத்தியில் விசாலமுள்ளோரைக்கண்டு அவர்கள் புத்தி இன்னும் விசாலமடைதற்குக் கூறிய மொழியேயன்றி இந்துக்கள் யாவரும் இயற்கையிலேயே புத்தியில் விசால மிகுத்தவர்களென்று கூறிய மொழியன்றாம். ஆதலின் இந்தியர்களுக்கு அறிவு போறாது அவர்களுக்குக் கலைக்ட்டர் உத்தியோகங் கொடுக்கத் தகாது என்று கூறியுள்ள பெரியோர் மொழியையே ஆமோதித்து இவ்விடங் கூறுகிறோம். அவற்றிற்குத்தக்க மறுமொழி கொடுப்போ ருளராயின் வெளிவரலாம்.

1-வது. தங்களை உயர்ந்த சாதிகளென சிறப்பித்துக்கொண்டு ஏனைய மக்களைத் தாழ்த்தி வருவது அறிவுள்ளோர் செயலா.

2-வது. தம்மெய் ஒத்த மனுமக்களை மக்களாகப் பாவிக்காது மிருகங்களினுந் தாழ்ச்சியாக நடத்துவது அறிவுள்ளோர் செயலா.

3-வது. தாங்கள் மட்டிலும் சுத்தநீரை மொண்டு உபயோகிக்கலாம் ஏனையமக்கள் அவற்றை உபயோகிக்கலாகாதென்பது அறிவுள்ளோர் செயலா.

4-வது. தாங்கள் மட்டிலும் தங்கள் அழுக்குவஸ்திரங்களை வண்ணானிடங்கொடுத்து வெளுத்துக்கொள்ளலாம் மற்றுமுள்ள அக்கிறாம ஏழைக் குடிகளின் வஸ்திரத்தை அக்கிறாமத்து வண்ணானை எடுத்துத் துவைக்கலாகாதென்று கட்டுப்பாடு செய்வது அறிவுள்ளோர் செயலா.

5-வது. தங்களுக்குமட்லும் அக்கிராமத்து அம்மட்டன் சவரஞ் செய்துவரல்வேண்டும். ஏனைய ஏழைமக்களுக்கு அவ்வம்மட்டனை சவரஞ்செய்யவிடாமல் கட்டுப்பாடு செய்வது அறிவுள்ளோர் செயலா.

6-வது. தாங்கள்மட்டிலுங் குளித்து உடுத்தி மூன்றுவேளை புசித்து சுகிக்கலாம் ஏழைமக்களுக்கு ஒருவேளைக் கூழையூற்றி ஒருநாள் முழுவதும் ஓயாது வேலை வாங்குவது அறிவுள்ளோர் செயலா.

7-வது. தங்களுக்குள்ள தடிச்சோம்பலால் ஏறும்பிடித்து உழலாகாது, பூமிகளையும் புண்படுத்தலாகாது. பூமியை அழுது பண்படுத்தி விவசாய விருத்திசெய்யும் உழைப்பாளிகளுக்குத் தகுந்த கூலி கொடாமலும் தகுந்த வழியில் நடத்தாமலும் நசித்துத் துன்பப்படுத்தி அவர்களை ஊரைவிட்டே ஓடிவிடும்படிச் செய்வது அறிவுள்ளோர் செயலா.

- 6:34; ஜனவரி 29, 1913 -

தேசத்துள் ஒற்றுமெய் இல்லாமல் ஒவ்வொரு கூட்டங்களாக வெவ்வேறு பிரிந்திருக்கவேண்டுமென்னும் பெருநோக்கமே அறிவுள்ளோர் செயலா.

உன்சாமி பெரிது, என்சாமி சிறிது, இந்தச்சாமி வருமானம் எங்களுடையது, அந்தசாமி வருமானம் உங்களுடையதென்று சண்டையிட்டுத் திரிவதே அறிவுள்ளோர் செயலா.

குறுக்குப்பூச்சுப் பூசுங் கூட்டத்தோரே மோட்சம் போவார்கள் நெடுக்குப்பூச்சுப் பூசுவோர் நரகம் போவார்களென்று பாட்டுகள் பாடியுங் கூத்துகளாடியுந் திரிவது அறிவுள்ளோர் செயலா.

மற்றுமுள்ளக் குறைகளைக் கூறுவதாயின் வீணேயென்று அஞ்சி வித்தையின் விருத்தியை ஆலோசிப்போமாயின் பழைய எலி கத்திரிக்குமேல் வேறு கத்திரிசெய்யும் அறிவின் விருத்தி உண்டா.

பழைய ஏற்றத்திற்குமேல் வேறு ஏற்றஞ்செய்து நீர்பாய்ச்சும் அறிவின்விருத்தி உண்டா.

பழைய சம்மான்குடை தாழங்குடைக்குமேல் வேறு குடைகள்செய்யும் அறிவின் விருத்தி உண்டா.

பழைய கலப்பைக்குமேல் வேறு கலப்பைச்செய்யும் அறிவின் விருத்தி உண்டா.

பழைய மண்வெட்டிக்குமேல் வேறு மண்வெட்டிச்செய்யும் அறிவின் விருத்தி உண்டா.

பழைய கிணறுகளுக்குமேல் வேறு கிணறுகள் வெட்டும் அறிவின் விருத்தி உண்டா.

பழைய தராசுதட்டுகளுக்குமேல் வேறு தட்டுகள் தராசுகள் செய்யும் அறிவின் விருத்தி உண்டா.

பழைய ரெட்டைமாட்டு வண்டிகளுக்குமேல் வேறு வண்டிகள் செய்யும் அறிவின் விருத்தி உண்டா.

பழைய ஒற்றைமாட்டு வண்டிகளுக்கு மேல் வேறு வண்டிகள் செய்யும் அறிவின் விருத்தி உண்டா.

பழைய நெல், கேழ்வரகு, சோள முதலிய தானியங்களுக்குமேல் வேறு தானியங் கண்டுபிடித்து விளைவிக்கும் அறிவின்விருத்தி உண்டா.

பழைய ஆமணக்கு நெய், எள்ளிநெய், தெங்குநெய், பசுவின் நெய்க்குமேல் வேறுநெய் கண்டுபிடிக்கும் அறிவின்விருத்தி உண்டா.

பழையக் கனிகளாம் மாங்கனி, பலாக்கனி, வாழைக்கனிக்குமேல் வேறுகனி கண்டுபிடிக்கும் அறிவின்விருத்தி உண்டா.

பழையப் பட்டுகளைப்போல் இப்போது நெய்யும் அறிவின்விருத்தி உண்டா. பழய மாவடைஞ்சிகளைப்போல் இப்போது செய்யும் அறிவின் விருத்தி உண்டா.

பழைய ரத்தினக் கம்பளங்களைப்போல் இப்போது செய்யும் அறிவின் விருத்தி உண்டா.

அறிவின்விருத்திக்காய பழைய இலக்கிய நூற்களைப்போல் இயற்றவும் உள்ள இலக்கியங்களைத் தெளிவுபடக்கூறவும் அறிவின் விருத்தி உண்டா.

பழைய இலக்கண நூற்களுக்குமேல் வேறிலக்கண இலக்கியங்களை இயற்றவும் உள்ள இலக்கணங்களையே தெளிவு பெறக் கூறவும் அறிவின் விருத்தி உண்டா.

பழய சோதிட கணிதாதிகளை நன்காராய்ந்து காலயேதுக்களையும் மக்களினது சுகாசுகங்களையுந் தெளிந்தோதும் அறிவின் விருத்தி உண்டா.

பழைய வைத்திய நூற்களை ஆராய்ந்து ஓடதிகளை செவ்வனே முடித்து மக்களது பிணியின் உபத்திரவங்களை நீக்கும் அறிவின் விருத்தி உண்டா.

பழைய நீதிநூற்களையும் ஞான நூற்களையும் ஆராய்ந்து மக்களுக்கு நீதிநெறி வாய்மெகளைப் புகட்டி நன்முயற்சி, நல்லூக்கம் நற்கடைபிடியில் நிலைக்கச்செய்யும் அறிவின்விருத்தியேனும் உண்டா ஏதுங்கிடையாவாம்.

இத்தென்னிந்தியாவில் வாழும் பெருங்கூட்டத்தோரின் அறிவின் விருத்தியும் அதன் பிரகாசமும் யாதெனில் சில மிலேச்சர்கள் கூடி தங்களுக்குள்ள விரோதச்சிந்தையாலும் பொறாமெ மிகுதியாலும் அவன் தங்கலாம் பறையன், இவன் சாம்பான் பறையன், உவன் வலங்கைப் பறையனென்று இழிவடையக் கூறுவார்களாயின் அவர்கள் மொழிகளை முன்பின் ஆலோசியாது பறையர்கள் நமது குளத்தில் நீர்மொள்ளப்படாது, நமது அம்மட்டன் பறையர்களுக்கு சவரம்பண்ணப்படாது, நமது வண்ணான் பறையர்களுடைய வஸ்திரங்களை எடுத்து வெளுக்கப்படாது, டாக்ட்டர் வேலையிலமர்ந்து தோட்டிப்பிணமாயினும் சக்கிலிப் பிணமாயினும் நன்றாய்த்தொட்டு அறுக்கலாம் ஊனுருப்புகளை சோதிக்கலாம் ஆயினும் பறையனை மட்டிலுந் தீண்டப்படாது பறையன் மிதித்துப் பிசைந்த வெல்லம் புளி முதலியவற்றை எதேஷ்டமாகப் புசிக்கலாம், பறையன்மட்டிலும் அருகில் வரப்படாதெனப் பலவகையாலுந் தாழ்த்தி மனங்குன்றச்செய்வதுடன் நாளெல்லாம் பொய்யைச்சொல்லி சீவிப்பவன் நான் பொய்யைச் சொன்னால் பறையனென்றும், நாள்முழுவதும் எவன்சொத்தை மோசஞ்செய்யலாம் எந்த கைம்பெண் சொத்தை அபகரிக்கலாமென வஞ்சினத்தாலும் சோம்பலாலும் சீவிப்பவன் நான் ஒருவன் சொத்தை அபகரித்தால் பறையன் என்றும் கூறி பல வகையாலும் ஹேளனஞ்செய்து அக்கூட்டத்தோரை நூதனமாகக் குடியேறுவோர்களுக்குங்கூறி தலையெடுக்கவிடாமற் செய்யும் சாதிக் கட்டுப்பாட்டை மேலும் மேலும் விருத்திச் செய்யும் அறிவே மிகுத்துள்ளவராவார்கள்.

இத்தகைய குணமிகுத்தோரின் செயல்களை நெடுநாளறிந்தே இந்துக்களுக்கு சாதாரண அறிவு போதாதென்றும் இந்துக்களென்போருக்கும் கலைக்ட்டர் உத்தியோகத்திற்கும் பொருந்தாதென்றும் அம்மேலோன் கூறியிருக்கின்றார். இதற்குத்தக்க மறுப்புக் கூறுவோருமுளரோ, இலர் என்பதே திண்ணம்.

- 6:35; பிப்ரவரி 5, 1913 -

மற்றும் சில பத்திராதிபர்கள் ஐரோப்பிய பெரியோர்களின் நன்னோக்கங்களையும் அவர்கள் மறுத்துப் பேசும் அந்தரார்த்தங்ளையும் அறிந்து கொள்ளாது ஐரோப்பியர்கள் யாவரும் தங்கள் சுகத்தை நாடியே சிவில் செர்விஸ் பரிட்சையை இந்துக்களுக்கு அளிக்கலாகாதென மறுத்தே பேசுகின்றார்களென்று வரைந்துள்ளார்கள்,

தன்னவர் முன்னேறும் சுகச்சீரையும் நாளுக்குநாள் அடைந்துவரும் சிறப்பையும் உய்த்துணருவாராயின் இவைகள் யாவும் ஐரோப்பியர்களது கருணையால் நேர்ந்த சுகமென்று அறிந்து அவர்கள் மறுப்புக்கு ஆனந்திப்பார்கள். அவற்றை உணராச் செயலால் பிரித்து வரையலானார் போலும். ஆயினும் அவற்றை சீர்தூக்கிப் பேசவேண்டியது நமது செயலாம், அதாவது ஈஸ்ட் இண்டியன் கம்பனியாரின் பரவுதல் இந்தியாவில் பரவிய காலத்தும் அவர்கள்மீது சத்துருக்கள் எதிர்த்தகாலத்தும் ஐரோப்பியர்களே தங்கள் உதிரஞ்சிந்த உயிர் கொடுத்தார்களா அல்லது இப்போது அந்தஸ்தான உத்தியோகங்களைக் கொடுக்கவேண்டுமென்று கேட்போர் உதிரஞ்சிந்த உயிர்கொடுத்தார்களா. காடுகளை வெட்டியும் மலைகளைப் பிளந்தும் தேச சீர்திருத்தஞ்செய்ய வழிகள் ஏற்படுத்தியும் வருங்கால் அதனால் நேர்ந்த யுத்தங்களில் உதிரஞ்சிந்த உயிர்கொடுத்தும் பிணியால் நலிந்தவர்களும் ஐரோப்பியர்களா அல்லது கலைக்ட்டர் உத்தியோகம் வேண்டுமென வாதிடும் சாதிபேதமுடையவர்களா.

உதிரஞ்சிந்தும் உபத்திரவமும், உயிரைக்கொடுத்தும் தேசத்தைக் கைப்பற்றி சாம, தான, பேத, தண்டமென்னும் சதுர்வித உபாயங்களால் சீர்திருத்தி வருகின்றவர்கள் ஐரோப்பியர்களேயாவர். ஆதலால் தேசத்தை ஆளும் கலைக்ட்டர் உத்தியோகங்களுக்கும் மற்றும் இராஜாங்க அந்தஸ்தான உத்தியோகங்களுக்கும் அவர்களே உரித்தானவர்களும் உடையவர்களுமாவர். மற்றவர்கள் அவர்களை வற்புறுத்திக் கேட்கவும் அதிகாரங்கிடையாவாம். ஓர்கால் ஐரோப்பியர்களை வருத்தியும் வற்புறுத்தியுங் கேட்கும் அதிகாரம் யாருக்குப் பொருந்துமென்னில் தற்காலம் சாதிபேதம் ஏற்படுத்திக்கொண்டு உள்ளவர்களால் பறையர்களென்றும் பஞ்சமர்களென்றும் வலங்கையரென்றும் சாம்பர்களென்றுந் தாழ்த்தப்பட்டுள்ளக் கூட்டத்தோருக்கே பொருந்துமன்றி ஏனையோருக்குப் பொருந்தாவாம்.

எவ்வகையா லென்னில் ஐரோப்பியர்கள் இந்தியதேசம் வந்து இறங்கியது முதல் நாளதுவரையில் அவர்களுக்கு உரியவர்களாக உழைத்து சுகமளித்து வருவதுடன் அவர்களுக்கு நேர்ந்த யுத்தகாலங்களிலும் உரியவர்களாக நின்று உதிரஞ்சிந்தியவர்களும் காடு மலை வனாந்திரங்களில் வழிகளை உண்டு செய்யுங்கால் தங்கள் உதிரஞ்சிந்த உயிர்கொடுத்தவர்களும் தாழ்ந்த சாதியோரென்று வகுக்கப்பட்டுள்ளவர்களே என்பதற்குத் தற்காலமுள்ளக் குயின்ஸ்வோன்ஸ் சாப்பர்ஸ், மைனர்ஸ் என்னும் பட்டாளமே போதுஞ் சான்றாம். ஈதன்றி யுத்தகாலங்களில்

காயப்பட்டவர்களையும் பிணியடைந்தவர்களையுஞ் சுகிப்பிப்பதற்கு டிரசர் உத்தியோகங்களையும் அப்பாத்தகிரி உத்தியோகங்களையும் நியமித்தபோது பெரியசாதியென்று சமயவேஷம் போட்டுள்ள யாவரும் பலசாதிகளையுந் தொடப்படாது இரணங்கள் கையிற் படப்படாதெனச் சேராமல் அகன்று நின்ற காலத்தில் தாழ்ந்தசாதியோரென்று வகுக்கப்பெற்றோர்களே பெரும்பாலோர் அவ்வுத்தியோகங்களிற் சேர்ந்து படைகளுடன் சென்று காயப்பட்டவரைக் கார்த்தும், பிணியடைந்தவர்களைத் தீர்த்தும், தங்கள் தங்கள் உதிரஞ்சிந்த உயிர்கொடுத்துள்ளார் என்பதை வைத்தியசாலை உத்தியோகப் பென்ஷன் புத்தகங்களிற் பதிந்துள்ள வாலில்லாப் பெயர்களே போதுஞ்சான்றாம். அவர்கள் ஐரோப்பியர்கள்மீது வைத்துள்ள இராஜ விசுவாசத்தையும் அன்பையும் கண்டுணர்ந்த அக்காலத்திய வைரோப்பியர்கள் அவர்கள் வாசித்த அளவிற்குத்தக்க செருசதார் உத்தியோகங்களையும் தாசில் உத்தியோகங்களையும் ஆனரெரி சர்ஜன் உத்தியோகங்களையும் அளித்து முன்னேற்றி வந்தார்கள். அதுபோலவே நாளது வரையில் அவர்கள் கல்விவிருத்திக்குத்தக்க உத்தியோகங்களை அவர்களுக்களித்து இராஜாங்க வுத்தியோகங்களிற் பெருங்கூட்டத்தோராக சேர்த்திருப்பார்களாயின் தற்காலத் தோன்றிவரும் இராஜ துரோகச் செயல்களும் இராஜதுரோகிகளுந் தோன்றியே இருக்க மாட்டார்கள். அவர்கள் மத்தியில் ஓர் துரோகி தோன்றுவானாயினும் இராஜாங்க விசாரிணைக்கு முன்பே அவன் எலும்புவேறு இறச்சிவேறாகக் கழட்டிவிடுவார்கள். அத்தகைய அன்பும் விசுவாசமும் மிகுத்தக் கூட்டத்தோரைப் பின்னடிவந்த துரைமக்கள் கவனிக்காமலும் முன்னேறச் செய்யாமலும் விடுத்தது அவர்களது நிற்பாக்கியமேயாம். அக்கால் தோன்றிய கருணை நிறைந்த மிஷெனெரிமார்கள் உதவியால் ஏழைமக்கள் B.A. M.A., முதலிய கௌரதாபட்டங்களைப் பெற்றதுமன்றி மிஷெனெரி கிறிஸ்தவக் கூட்டங்களையும் பெருக்கிவந்தார்கள். அத்தகையக் கருணையை இதுகாரும் வைத்திருப்பார்களாயின் கிறிஸ்துவின் தன்மம் இந்தியா முழுவதிலும் பரவியிருப்பதன்றி தற்கால வதந்தியாம் போட்டிப் பரிட்சையிலும் அவர்களே முந்துவார்களன்றி பிந்தமாட்டார்கள். அதனிலும் அவர்கள் நிற்பாக்கியம் பின்னாடி தோன்றிய மிஷெனெரிதுரை மக்கள் ஏழைகள்மீது கருணை வையாது பெரிய சாதிகளென்று வேஷமிட்டுள்ளோரைக் கிறிஸ்தவர்களாக்க முயன்றுவிட்ட படியால் மிஷெனெரி கிறிஸ்துவின் தன்மப்பரவுதலுங் குன்றி ஏழைமக்களுங் கல்வி விருத்தியுமற்றுவிட்டார்கள்.

மித்திரபேதச் சத்துருக்களால் தாழ்த்தப்பட்டுள்ளக் கூட்டத்தோர் நல்லுதவியும் பராமரிப்பும் பெற்றவுடன் வித்தையிலும் புத்தியிலுங் கல்வியிலும் முன்னேறியதற்குக் காரணம் யாதெனில் பூர்வமுதல்வர்கள் புத்ததன்மத்தைத் தழுவி வித்தை, புத்தி, யீகை, சன்மார்க்கமாகிய நான்கிலும் நிறைந்திருந்தவர்களாதலின் மித்திரபேதச் சத்துருக்களால் நசிந்து சீர்குலைந்திருப்பினும் அவர்களுக்கு நல்லுதவியும் பராமரிப்புக் கிடைத்தவுடன் பூர்வவாசனையே அவர்களை சீருக்குஞ் சிறப்புக்குங் கொண்டுவந்துவிடுகின்றது. அதனாலேயே மித்திரபேதச் சத்துருக்களும் அவர்களை முன்னேறவிடாது சகலவகைகளாலுந் தாழ்த்தித் தலையெடுக்கவிடாமலுஞ் செய்துவருகின்றார்கள்.

இவைகள் யாவையும் ஓர் புறம்பே அகற்றிவிடினும் பிரிட்டிஷ் ஆட்சியாரை வேண்டியும் வாதிட்டும் அதிகார உத்தியோகங்களைக் கேட்பதற்கும் அதன் பயனை அடைவதற்கும் அவர்களே சுதந்திரவாதிகளன்றி மற்று மித்தேசத்தில் வந்து நூதனமாகக் குடியேறியவர்களுக்கு யாதொரு சுதந்திரமும் பற்றுதலுங் கிடையாவாம். சத்துருக்களின் மித்திரபேதத்தால் தாழ்த்தப்பட்டுள்ள தாழ்ந்தவகுப்போர்களென்னப்பட்டவர்களே இத்தேசத்தின் பூர்வக்குடிகளும் சுயாதீனக்காரர்களுமாதலால் அவர்களை ஓர்புறமாக அகற்றி விட்டு நூதனமாக இத்தேசத்திற் குடியேறியவர்களும் நூதனமாய சாதிவேஷம் பூண்டுள்ளவர்களும் இத்தேசத்திய பிரிட்டிஷ் ஆட்சியில் அதிகார உத்தியோகங்களைக் கேழ்க்க யாதொரு ஆதாரமில்லாதபடியால் தாழ்த்தப்பட்டுள்ளவர்கள் அவர்களைப்போல் உயர்த்தப்படும் வரையில் இந்துக்களென்போருக்குக் கலைக்ட்டர் உத்தியோகங் கொடுக்கப்படாதென்றே துணிந்து கூறுவோம்.

- 6:36: பிப்ரவரி 12, 1913 -

தென்னிந்தியர் முக்கியமாகக் கவனிக்கவேண்டியது ஒன்றுண்டு. அதாவது இந்துக்கள் என்போருக்கும் பர்மியர் என்போருக்குமுள்ள இராஜவிசு வாசத்தையும், யதார்த்த குணத்தையும் ஆராய்ந்தறியவேண்டியதேயாம்.

சென்னையில் சிவில்செர்விஸ் கமிஷன் விசாரிணை நடந்தகாலத்தில் இந்துக்கள் என்போரிற் சிலர் பெரும்பாலும் இங்கிலாந்தில் நடக்கும் சிவில்செர்விஸ் பரிட்சையை இந்தியாவிலேயே நடத்தவேண்டுமென்று பிடிவாதமாகப் பேசினார்களன்றி, தங்களுக்குள்ள சாதிபேத வூழல்களையும் அதனால் ஒருவரைத் தாழ்த்தியும் ஒருவரை உயர்த்தியும் நசித்துத் தலையெடுக்கவிடாமல் நடத்திவருங் கேடுபாடுகளையும் நன்குணராது தாங்கள் மட்டிலும் சகலசுகங்களையும் அனுபவித்துக்கொண்டு ஏனையோர் யேதுகெட்டுப்போனாலும் போகட்டுமென்னும் சுபகாரியக் கட்சியில் பேசியதுமன்றி தேசத்தை ஆண்டு சீர்திருத்தி தேசமக்கள் யாவரையும் பேதமின்றி சுகச்சீர்பெறச் செய்துவரும் ஐரோப்பியர்களே அந்தஸ்தான உத்தியோகங் களிலிருந்து இன்னுந் தேசத்தையும் தேசமக்களையும் சரிவர சீர்திருத்த வேண்டுமென்னும் சுதேச மக்கள் விசுவாசமும் இராஜ விசுவாசமும் உடைய ஒருவரையுங்காணோம். ஐயாயிரத்தில் ஒருவர் இங்கிலீஸ் பாஷையை நன்கு வாசிக்கக் கற்றுக்கொண்டும் பத்தாயிரத்தில் ஒருவர் அவ்விங்கிலீஷ் பாஷையை சபைகளிற் பேசப் பழகிக்கொண்டும் தேச சீர்திருத்தத்தையும் தேசமக்கள் சகலரது முன்னேற்றத்தையும் நம்மெயும் நமது தேசத்தையும் இவ்வளவு சீருக்கும் சிறப்புக்குக் கொண்டு வந்துள்ளவர்கள் ஐரோப்பியர்களாச்சுதே என்னும் நன்றியையும் மறந்து ஐரோப்பியர் அடையவேண்டிய அந்தஸ்தான உத்தியோகங்களைத் தாங்களடைய வேண்டுமென்று கோறினார்களன்றி நம்மெ இவ்வளவு சுகச்சீர்பெறச் செய்துவைத்த ஐரோப்பியர்களே இன்னும் சுகம் பெற்று இத்தேசத்தை ஆண்டுவரவேண்டுமென்று பேசினார்களில்லை.

தேசக்குடிகளின்மீது அன்பும், ஆண்டுவரும் அரசர்கள்மீது விசுவாசமுமில்லாதவர்களுக்கு அரசவதிகாரமாம் கலைக்ட்டர் உத்தியோகங்களை அளிப்பதாயின், உள்ள ஐரோப்பிய உத்தியோகஸ்தர்களையும் ஓட்டிவிட்டு ஊரையாளும் அதிகாரங்களைத் தேடிக்கொள்ளுவதுடன் உள்ளக் குடிகளையும் பாழ்படுத்திவிடுவார்கள். இவர்களுக்கு ஆதாரபீடமாக நின்றிலகும் நாஷனல் காங்கிரஸ் கமிட்டியாரேனும், மகாஜன சபையாரேனும் தென்னிந்தியாவில் நாளுக்குநாள் பெருகிக்கொண்டேவரும் பொய்யாகிய சாதிவூழல் சமயவூழல்களை அகற்றி சகல மக்களையும் ஒற்றுமெப்பெறச்செய்து தேச விருத்திக்கும் மக்கள் சீர்திருத்தத்திற்குமாய உள் சீர்திருத்தங்களையேனும் செய்து சீர்படுத்திவருகின்றார்களா அது-

வுங்கிடையாது. தேசசீர்திருத்ததையும் மக்கள் சுகத்தையும் பொதுப்படக் கருதாதவர்களும் ஓர் காருண்ய சீர்திருத்தக்காரர்களாவரோ. நாஷனல் காங்கிரஸ் கமிட்டியாரென்றும் மகாஜனசபையாரென்றும் கூச்சங்களிட்டுக் கூட்டமிடுவதும் தாழ்ந்தசாதியோருக்கு வேறு கிணறும் உயர்ந்த சாதியோனுக்கு வேறு கிணறும் வெட்டுவதும், தாழ்ந்த சாதியோருக்கு வேறு பள்ளிக்கூடங்களும், உயர்ந்த சாதியோர்களுக்கு வேறு பள்ளிக்கூடங்களுங் கட்டுவதுமாகிய இழிவினைச் செயலாம் பிரிவினைச் செயல்களை மற்றுங் கூட்டத்தோர் செய்துவருவதும் அநுபவக்காட்சியாகும். இத்தகைய பிரிவினைச்செயல்களைக் கண்ணோக்கி அவைகளைத் தடுத்தாளாதவர்களுக்கு நாஷனல்காங்கிரஸ் கமிட்டியார் என்றும், மகாஜன சபையார் என்றும் அழைத்துக்கொள்ளும்படியான பெயர்கள் பொருந்துமோ ஒருக்காலும் பொருந்தாவாம். யாதுக்கென்னில் நாஷனல்காங்கிரஸ் கமிட்டியாரென்றும், மகாஜன சபையோரென்றும் பொதுப்பெயர்களை வைத்துக்கொண்டு மனிதவகுப்போரை மனிதவகுப்போராக பாவிக்காது சாதிக்கேற்ற சீரும் சமயத்திற்கேற்ற திருத்தமும் செய்துவருகின்றதினாலேயாம்.

இத்தகைய மித்திரபேத சீர்திருத்தக்காரர்களுக்கும் சாதித்தலைமெய் வேஷதாரிகளுக்கும் அரசாங்கத்துக்குரிய கலைக்ட்டர்கள் வேலைகள் பொருந்தவே பொருந்தாவாம்.

பர்மியருக்குரிய நீதிநெறியையும் அவர்களது ராஜவிசுவாசத்தையும் சற்றுநோக்கவேண்டியது அழகேயாம். அதாவது பர்மியர்களுக்குள் சாதிபேதமென்னும் சாதிநாற்றமுங்கிடையாது, சமய பேதமென்னும் படுமோசமுங் கிடையாது. அத்தகைய ஒற்றுமெயுற்றக் கூட்டத்தோர் மத்தியில் சிவில்செர்விஸ் கமிஷன் விசாரிணை நடக்கும்போது அவர்களுக்குள் ஆங்கிலம் நன்கு கற்றவர்களும் மிக்க தனகனவான்களும் என்ன மறுப்பு கூறியுள்ளார்களென்னில் தங்கள் தேசவாசிகளாகும் பர்மியர்களனைவரும் ஆங்கில பாஷையில் நன்கு தேர்ச்சியில்லாதபடியால் தற்கால கலைக்ட்டர் பரிட்சையை இங்கு வைக்கலாகாதென்றும் தற்காலந் தேசத்தைக் கைப்பற்றி ஆண்டுவரும் ஐரோப்பியர்களே அக்கலைக்ட்டர் உத்தியோகங்களுக்குத் தகுதியுடையவர்களென்றும் மறுத்து தங்களுக்குள்ள நீதிநெறிகளையும் அன்பையும் இராஜவிசுவாசத்தையும் பரக்க விளக்கியிருக்கின்றார்கள்.

இவர்களன்றோ தேசத்தையும் தேசமக்களையும் சிறப்புறக் கருதியவர்கள். இவர்களன்றோ மனிதர்களை மனிதர்களாக நேசிப்பவர்கள். இவர்களன்றோ பேரவா என்பதற்று பிரபலமிகுத்தக் கருணைநிறைந்தவர்கள். இவர்களன்றோ நேராய ராஜவிசுவாசிகள். இத்தகைய குணநலமிகுத்தோர் கல்வியில் தேறி கலைக்டர் உத்தியோகம் பெற்று இந்தியதேயத்திற்கு வருவார்களாயின் அவர்களே ஐரோப்பியர்களுக்கு ஒப்பாயக் கலைக்ட்டர்கள் என்று எண்ணப்படுவார்கள். அப்போதே இந்தியாவும் சீர்பெறும் இந்திய தேச மக்களும் சுகமடையவார்களென்று எண்ணப்படும்.

- 6:37; பிப்ரவரி 19, 1913 -

அதாவது இத்தேசமெங்கும் புத்ததன்மம் நிறைந்திருந்த காலத்தில் வடதேசத்தோர் யாவரும் சற்குருவை புத்தரென்றும் தென்தேசத்தோர் யாவரும் இந்திரரென்று கொண்டாடி எங்கும் இந்திரவிழாக்களையே உற்சாகமாக நடாத்திவந்த பெரும்பேற்றினால் தேசத்தை இந்தியதேசமென்றும், மக்களை இந்தியர்களென்றும் தென்தேசத்தோரும் வடதேசத்தோரும் ஒற்றுமெயிலும் ஐக்கியத்திலும் நிறைந்து சத்தியதன்மமாம் நீதிநெறி ஒழுக்கத்திலும் சீவகாருண்யம் அமைதியிலும் உலாவிநின்றவர்களாதலால் வடயிந்தியர்களென்றும் தென்னிந்தியர்களென்றும் வழங்கப் பெற்று குருவிசுவாசம் இராஜவிசுவாசத்தில் லயித்து வித்தை, புத்தி, பீகை, சன்மார்க்கம் பெருகி சுகவாழ்க்கைப் பெற்றிருந்தோரே இந்தியரென்று அழைக்கப்படுவோராவர்.

இந்துக்கள் என்போரோ நூதனமாக இத்தேசத்துள் குடியேறி பிச்சை இரந்துண்டு பல இடங்களிற் பரவிவரும் அக்காலத்தில் இத்தேசத்திலுள்ள மக்களுள் திராவிட பாஷையையே சாதிக்கும் கூட்டத்தோரை திராவிட சாதியோரென்றும் மராஷ்டக பாஷையை சாதிக்குங் கூட்டத்தோரை மராஷ்டகசாதியோரென்றும் ஆந்திரபாஷையையே சாதிக்கும் கூட்டத்தோரை ஆந்திரசாதியோரென்றும் கன்னடபாஷையையே சாதித்தக் கூட்டத்தோரை கன்னடசாதியோரென்றும் பாஷைப்பிரிவினையா யிருந்தபோதினும் மக்களுள் சீனராஜன் மகளை வங்காளராஜன் கட்டுகிறதும், வங்காளராஜன் மகளை திராவிடராஜன் கட்டுகிறதும், திராவிடராஜன் மகளை சிங்களராஜன் கட்டுகிறதுமாகிய மனுகுலச்செயலை அரசு எவ்வழியோ குடிகளும் அவ்வழியென அன்பும் ஐக்கியமுமுற்று வாழ்ந்திருந்ததுமன்றி அரசர்கள் முதல் குடிகளீராகவுள்ள யாவரும் பௌத்த மடங்களிலுள்ள சமணரிற் சித்திபெற்ற அறஹத்துக்களாம் அந்தணர்களைக்கண்டவுடன் வணங்குதலும் அவர்களுக்கு வேண்டியவைகளை அளித்தலும் அவர்கள் போதனைகளுக்கு பயந்து நடத்தலுமாகியச் செயல்களிலும் இருந்தவற்றை நாளுக்குநாள் பார்த்துவந்த நூதனக்குடியேறிய மக்கள் பயந்து பயந்து பிச்சையேற்று உண்பதினும் புத்தரங்கத்தோர் முக்கியமாக சாதித்துவரும் சகடபாஷையிற் சொற்பங் கற்றுக்கொண்டு அந்தணர் வேடம் அணிந்து கொண்டால் அதிகாரத்துடன் பிச்சை ஏற்றுண்ணலாமென்றெண்ணி அறஹத்துக்களைப்போல் வேஷமிட்டு கல்வியற்ற குடிகளிடத்தும் காமியமிகுத்த சிற்றரசர்களிடத்துஞ் சென்று தங்களை அந்தணர் அந்தணரென்று கூறி அதிகாரப்பிச்சை ஏற்றுண்ணுங்கால் இவர்களது செய்கைகள் யாவும் புத்ததன்மத்திற்கு எதிரிடையாக மாடுகளை நெருப்பிலிட்டுச் சுட்டுத் தின்பதும், குதிரைகளை நெருப்பிலிட்டுச் சுட்டுத் தின்பதும், மக்களை நெருப்பிலிட்டுச் சுட்டுத்தின்பதுமாகிய சீவகாருண்யமற்ற மிலேச்ச செய்கைகளையும், நாணமற்ற ஈனச்செயல்களையுங் கண்டுவந்த வடதேசத்தோர் இவர்களை ஈன, இன்டென்றும் தென்தேசத்தோர் இவர்களை மிலேச்சர் ஆரியரென்றும் சூளாமணி திவாகரம் நிகண்டு முதலிய நூற்களில் வரைந்துள்ளதன்றி வடதேசத்தோர் பிரபல சுருதியாக வழங்கிவந்த ஈன இந்தென்னுமொழியே மகமதியர் காலத்தில் இந்திலோகா இந்து லோகாவென்னும் மொழியே மிகுப் பிரபல சுருதியாகவழங்கி தற்காலம் அம்மொழியே பொருளற்ற இந்து இந்துக்களென வழங்கிவருகின்றபடியால் இந்தியர்களென்போர் வேறு இந்துக்கள் என்போர் வேறேயாம். அவ்விந்துக்களென்போர் அடித்த தன்மச்செயல்கள் யாவற்றிற்கும் இந்தியர்கள் என்போருள் விவேகமிகுத்தோர் விரோதிகளாக விருந்தபடியால் நூதன சாதிபேதங்களை ஏற்படுத்தி தங்களுக்கு எதிரிடையாயிருந்தவர்கள். யாவரையும் தாழ்ந்த சாதியோர்களென வகுத்துப் பலவகையான துன்பஞ் செய்து நசித்துவந்ததுமல்லாமல்

கருணைதங்கிய பிரிட்டிஷ் ஆட்சியிலும் அவர்களுக்குள்ள பூர்வ விரோத சிந்தையால் ஆறுகோடி மக்களைத் தாழ்த்தியும் அல்லலடையவுமே செய்துவருகின்றார்கள். இவ் ஆறு கோடி மக்களும் சீர்பெற்று முன்னேற வேண்டுமென்னும் கருணையும் அன்பும் பிரிட்டிஷ் ஆட்சியோருக்கு இருக்குமாமாயின் பிரிட்டிஷ் அதிகார உத்தியோகங்களில் சாதித்தலைவர்களை அதிகப்படுத்தாது ஐரோப்பியர்களே பெரும்பாலும் ஆண்டுவருவது நலமாம். அப்போது சகலசாதியோரும் முன்னேறி சுகச்சீர்பெறுவார்கள், தேசமும் சிறப்பையடையும்.

சில பத்திராதிபர்களும் பிரசங்கிகளும் இந்துக்களுக்கு தேசத்தையாளும் வல்லபமும் மனத்திடமும் இல்லையோவென வற்புறுத்திப் பேசுகின்றார்கள் இந்துக்களென்போருள் பத்துரூபா சம்பள முநிஷிப்பு உத்தியோகம் பெற்று பத்து வருஷத்துள் பத்தாயிரரூபாய் ஸ்திதிவந்தனாகிறதும், ஐம்பது ரூபா சம்பள தாசில்தார் உத்தியோகம் பெற்று பத்துவருஷத்துள் ஐம்பத்தினாயிர ரூபாய் ஸ்திதிவந்தனாகிறதுமாகிய வல்லபத்தையும் மனோதிடத்தையும் குடிகள் அடைந்து வருங் கஷ்டநஷ்டங்களைப்பும் வரைவோமானால் வீணே விரியுமென்றடக்கிவிட்டோம். கருணைதங்கிய ராஜாங்கத்தோர் இந்துக்களுக்கு கலைக்ட்டர் உத்தியோகங்களைக் கொடுக்கலாமா அப்பரிட்சையை இங்கு வைக்கலாமா என்று கமிஷன் ஏற்படுத்தி வாசித்தவர்களை மட்டிலுங் கேட்டதை விடுத்து, அந்தந்த ஜில்லாக்களுக்கே சென்று சகலசாதி குடிகளையுந் தருவித்து கலைக்டர் உத்தியோகங்களையும் ஐரோப்பியர்களே நடத்துவது உங்களுக்குப் பிரியமா அல்லது இந்துக்களே நடத்துவது உங்களுக்குப் பிரியமாவென்று வினவிருப்பார்களாயின் சகல சங்கதிகளும் பரக்க விளங்கிப்போம். தற்காலம் ஐரோப்பியர்கள் மறுப்பை முறுமுறுப்போருந் தானே அடங்கியிருப்பார்கள். மற்றும் அதிகார உத்தியோகங்கள் வேண்டுமெனக் கேழ்ச்சவுமாட்டார்கள். ஆதலின் கருணைதங்கிய ராஜாங்கத்தோர் சாதிபேதம் இத்தேசத்துள் வேறரன்றி இருக்குமளவும் சாதித்தலைவர்களுக்கு அதிகார உத்தியோகங் கொடுக்காமலிருப்பார்களென்று நம்புகிறோம்.

- 6:38; பிப்ரவரி 26, 1913 -

285. கருணைதங்கிய கவர்ன்மென்றார் கலாசாலைவுதவியுங் கல்வியின் விருத்தியும்

தற்காலம் நம்மெ ஆண்டு ரட்சித்துவரும் பிரிட்டிஷ் ஆட்சியார் நமக்கு செய்துவரும் நீர்வசதிகளும் நில வசதிகளும் வீதிவசதிக்களும் தந்திவசதி கடிதவசதிகளும் பிரயாணவசதிகளும் ஊர்காவல் வசதிகளும் அபாயத்தைக் காக்கும் வசதிகளும் பிணிகளைநீக்கும் வசதிகளுமான அனந்த உபகாரமாய வசதிகளைச் செய்துவருவதுடன் இவைகள் யாவற்றிற்குக் காரணமாக விளங்குங் கல்வியின் விருத்திக்காகச் செய்துவரும் உபகாரமே பேருபகாரமென்னப்படும்.

அதாவது தேசத்திலும் தேசமக்களிடத்திலுந் தோன்றும் அழகுகள் யாவற்றிலும் கல்வியின் அழகே மிக்கதென இத்தேச சீர்திருத்தக்காரரென விளங்கியப் பூர்வ சமணமுநிவர்கள் வரைந்திருக்கின்றார்கள். "குஞ்சியழகுங் கொடுந்தானைக் கோட்டழகும், மஞ்சளழகு அழகல்ல - நெஞ்சத்து, நல்லம்பாமென்னும் நடுவுநிலையாமெய்க், கல்வியழகேயழகு" என்பவற்றுள் எக்கல்வி அழகுடைத்தாமென்னில் சகலருக்கும் நடுநிலையாக விளங்கும் மெய்க்கல்வியே அழகுடைத்தாகும்.

கல்வியினிடத்தும் மெய்கல்வியென்றும் பொய்க்கல்வியென்றும் இரு வகைத்துண்டோவென உசாவுவோரும் உண்டு. புறப்பொருள்காட்சியையும் பிரயோசனமற்ற நூற்களையுங் கண்டறியாது படிக்குந் தெண்டப்படிப்பே பொய்க் கல்வியென்றும், அகப்பொருட்காட்சியையும் நீதிநெறி ஒழுக்கங்களையுங் கண்டறிந்து படிக்கும் படிப்பை மெய்க்கல்வி என்றும் கூறப்படும்.

இத்தகைய மெய்க்கல்வியின் விருத்தியைநாடி நமது கருணைதங்கிய ராஜாங்கத்தார் கலாசாலைகள் கட்டுவதற்காய வேணபணவுதவியும் கல்வியின் விருத்தியை செய்விப்பதற்காய வேண பணவுதவியும் செய்துவருபவற்றுள் மாணாக்கர்களது பரிட்சைகளுக்குத் தமிழ் பாஷையில் எப்புத்தகங்களை வைக்கலாம் என்னும் உத்தேசங்கொண்டிருப்பதாகத் தெரிந்து மிக்க ஆனந்திக்கின்றோம்.

இராமாயணமென்னும் புத்தகத்தைப் பரிட்சைக்கு வைக்கலாமோ வென்னில் அதன் கதாசுருக்கம் அம்மதத்தினோர்க் கடவுள் இராமனாகப் பிறந்து தன் மனைவியுடன் சுகித்திருக்குங்கால் பத்துத் தலையும் இருபது கையுமுடைய ஓர் ராட்சதன் சமுத்திரங் கடந்து எடுத்துப்போய்விட்டான் என்றும் அவனைக் கொல்லுவதற்காக அத்தேசத்திற்குச் சென்று அவனையும் அவன் குடும்பத்தோரையும் அவன் தேசத்தோர் யாவரையுங் கொன்று இராமர் தன் மனைவியை அழைத்துக்கொண்டு வந்துவிட்டார் என்பதேயாம்.

இத்தகையக் கதையை சிறுவர்கள் வாசித்து வருவார்களாயின் அவர்களுக்கு நீதிமார்க்கம் நிலைக்குமா. ஈதன்றி அவருடன் யுத்தஞ்செய்த எதிரிகளுக்கு அலைபோல நாக்குகளும் மலைபோல மூக்குகளும் உண்டாம். மனைவியை எடுத்துப்போனவனுக்குப் பத்துத்தலைகள் இருந்தனவாம், இஃது பொருந்துமா. இயற்கையிலேயே ஓர்தலையையுடைய மனிதனுக்கு அத்தலை சிறுத்துவிடுமாயின் புத்திகெட்டு குரங்கின் சேட்டைச் செய்வதைக் காண்கின்றோம். மற்றவனுக்கு ஓர்தலை உள்ள பரிமாணத்திற்குமிக்கப் பெருத்திருக்குமாயின் அத்தலையைக் கழுத்துத் தாங்கமுடியாது உருளுவதும் புத்திகெட்டு கிடப்பதுமாகியச் செயலைக்காண்கின்றோம். ஈதனுபவக் காட்சியாயிருக்க பத்துத்தலையையுடைய ஓர் மனிதன் பாரியை எடுத்துப்போய் விட்டான் என்றும் அவன் பெருத்த யுத்தஞ் செய்தான் என்றும் சிறுவர்கள் வாசிப்பார்களாயின் வித்தியாவிதரண விவேக விருத்தியுண்டாமா அன்றேல் மயங்குமா. ஒருவன் மனையாளை அபகரிப்பானாயின் அவனையும் அவன் குடும்பத்தோரையுங் கொல்ல முயலுவானா, நிதானத்தினில் நிற்பானா என்பதைக் கூர்ந்து ஆலோசிப்பதாயின் சிறுவர்கள் இத்தகையக் கதைகளைக் கண்ணினாற் பார்க்காமலிப்பதே அழகாம்.

பாரதக்கதையை சிறுவர்களுக்குக் கொடுத்து வாசிக்கச்செய்வதாயின் அக்கதையின் உற்பவமே இரிஷியும் முனியும் ஞானியுமாகிய ஓர் மனிதன் கைம்பெண்களைச் சேர்ந்தே பிள்ளைகளைப் பெற்றிருப்பது காட்சியாம். அதை வாசிக்கும் விதரணையற்ற சிறுவர்கள் இரிஷிகளே கைம்பெண்களைச் சேர்ந்திருக்க நாம் சேருவதினால் என்னக்கெடுதியென்று உறுத்திக் கைம்பெண்களைச் அணுகி பிள்ளைகள்தோற்ற அப்-

பிள்ளைகளைக் கழுத்தை முறித்துக் குப்பையிற் போடவும் உயிருடன் கொண்டுபோய்க் கிணற்றில் போடவுமாகிய சீவகாருண்யமற்றச் செயலும் துற்கிருத்தியங்களும் பெருகுமா குறுகுமா. பாரதக்கதா சுருக்கமோவென்னில் பங்காளிகளின் பூமி வழக்கேயாம். ஒரு சகோதிரனுக்குக் கொடுக்கவேண்டிய பாகத்தை மற்றொரு சகோதிரன் கொடுக்காத தடையால் அவனையும் அவனைச்சார்ந்தக் குடும்பத்தோர்களையும் மற்றும் தேசத்து அரசர்களையும் வஞ்சினம் சூது மித்திரபேதம் மாயாவாதம் முதலியவைகளாற் கொன்று தங்கள் பாகத்தையும் எதிரி சகோதரர்கள் பாகத்தையும் பெற்றுக்கொண்டார்கள் என்பதேயாம். இத்தகையதை வாசிக்குஞ் சிறுவர்கள் தங்கள் சகோதிரர்கள் ஏதேனும் ஓர் பாகங் கொடுக்காமல் வைத்துக்கொள்ளுவார்களாயின் உதிரக்கலப்பினால் உண்டாம் பாசத்தினாலும் சகோதிரனென்னுங் காருண்யத்தினாலும் அவனே சுகமாக அனுபவித்துக் கொள்ளட்டுமென்று விட்டுவிடுவானா அன்றேல் பாரதக்கதையை வாசித்த அனுபவங்கொண்டு தன் பாகங்கொடா சகோதிரனையும் அவனைச் சார்ந்தவர்களையும் பலவகையான துன்பத்திற்குள்ளாக்கி அவனையுங்கெடுத்து தானுங்கெட்டு துக்கத்தில் ஆழ்வானா. பொருளாசையின் மிகுதியால் எதிரிகளின் பிராணனுக்கே தீங்கை விளைவிப்பானா என்று ஆலோசிக்கில் வாசித்தவன் அனுபவமும் செயலிலுந் தோற்றுமாதலால் வஞ்சத்தாலும், சூதாலும், மாய்த்தாலும் கொல்லுங் கதையை சிறுவர்கள் கண்ணிலும் பார்க்காதிருப்பதே அழகாம்.

பெரியபுராணம் சிறியபுராணங்களை சிறுவர்களுக்குக் கற்பிப்பதாயின் சீவகாருண்யம் நிலைத்து கொலைசெய்யாமெய், களவு செய்யாமெய், கள்ளருந்தாமெய், பொய்சொல்லாமெய், பிறர் தாரமிச்சியாமெய்யென சுத்ததேகிகளாக உலாவும் சன்மார்க்கர்களாம் பௌத்தர்களை சீவகாருண்ய மற்ற பஞ்சமாபாதகர்களும் துன்மார்க்கர்களுங்கூடி கழுவிலுங் கற்காணங்களிலும் வசியிலுங் குத்தி வதைத்துக் கொன்ற கதையை அவற்றுள் விசாலமாக வரைந்திருக்கின்றது. அவற்றை வாசிக்கும் சிறுவர்கள் மக்கள் விசுவாசமும் இராஜ விசுவாசமுமற்று சீவகாருண்யம் என்பதே கனவிலுமில்லாமலும் நீதியும், நெறியும், நிலையிலில்லாமலுந் துன்மார்க்க கிருத்தியங்களுக்கே பிரவேசிப்பார்களன்றி நன்மார்க்கத்தில் நிலைக்கமாட்டார்கள்.

மற்றும் அக்காதையுள் சாமியே மனிதனாக வந்து ஏது திக்கியு மற்ற கைம்பெண் கிழவியினிடஞ்சென்று உடைந்த ஏறிகரைக்கு மண்ணிடுவதாக ஒப்பந்தம் பேசி அவள் வயிறு பிழைக்க விற்றுண்ணும் புட்டுகளை எல்லாந் தின்றுவிட்டு ஒப்பந்தம் பேசியபடி செய்யாமல் பிரம்படிப்பட்டதாக வரைந்திருக்கின்றது. அதனை வாசிக்கும் சிறுவர்கள் சாமியே கைம்பெண் கிழவியிடம் ஒப்பந்தம் பேசி அவள் புட்டெல்லாந்தின்றுவிட்டு ஒப்பிய வேலையையுஞ் செய்யாமல் பிரம்படிப்பட்டிருக்க நாமென்ன நரமனிதர் ஒருவனிடம் ஒப்புக்கொண்ட வேலையையுஞ் செய்யாமல் பணமும் பெற்றுக்கொண்டு பிரம்படிபட்டாலென்ன சிறைச்சாலைச் சென்றாலென்ன என்று முனைவார்களன்றி நீதியிலும் நெறியிலும் நிலைத்து உலக விவகாரங்களை நடத்தமாட்டார்கள். பின்னும் அக்கதையுள் கூறியுள்ள மோட்சராட்சியத்திற்குச் சென்று அங்கு வசிக்கும் ஓர் பெண்ணைக்கண்டு மோகித்து பூமியில் வந்து சேர்ந்துக்கொண்டதாக வரைந்திருக்கின்றது. அத்தகைய துன்மார்க்கக் கதைகளை சிறுவர்கள் வாசிப்பதினால் மோட்சராட்சியத்திலேயே பெண்களைக்கண்டு மோகித்து சுகமடைவது இயல்பாயிருக்க பூமியின் கண்ணுள்ள பெண்களைக்கண்டு மோகித்து அவர்களைக் கெடுப்பதினால் நமக்குக் கெடுதியாதுண்டாமென்னுந் துணிவு கொள்ளுவார்களன்றி அச்சத்திலும் ஒடுக்கத்திலும் நின்று சீர்பெறமாட்டார்கள். மற்றுமுள்ளக் கேடுபாடுகளை வரையின் வீணேவிரியும் என்றஞ்சி எமதபிப்பிராயத்தை வெளியிடுகின்றோம்.

அதாவது சிறுவர்களது தமிழ் பரிட்சைக்கு திரிக்குறள், திரிகடுகம், நாலடிமுதலிய நீதிநூற்களைவைப்பதுடன் அந்தந்த வகுப்பிற்குத் தக்கவாறு பிரதம கலாசாலை முனிஷிகளே மக்கள் விசுவாசமும் இராஜவிசுவாசமும் அமைந்துள்ளச் செய்யுட்களையும் விவேகவிருத்தி, வித்தியாவிருத்தி, விவசாயவிருத்திக்குத்தக்க செய்யுட்களையும் அமைக்கச்செய்து அவைகளைப் பாட சோதனைகளுக்கு வைப்பதாயின் பிள்ளைகள் நீதியிலும், நெறியிலும், சன்மார்க்கத்திலும் அமைந்து வித்தையிலும், விவசாயத்திலும் முனைந்து சுகவாழ்க்கைப் பெற்று மக்கள் விசுவாசத்திலும், இராஜ விசுவாசத்திலும் அமர்ந்திருப்பார்கள். மற்றப்படி மதிகேட்டிற்கும் நீதியின் கேட்டிற்கும் ஆதாரமாயுள்ள நூற்களை கலாசாலைகளில் வைப்பதாயின் கருணைதங்கிய ராஜாங்கத்தார் கலாசாலைகளுக்கென்று வேணப்பணவுதவிசெய்தும் விழலுக்கிரைக்கும் நீர்போலாமேயன்றி யாதொரு பயனையுந் தாராவாம்.

- 6:42; மார்ச் 26, 1913 —

286. கருணை தங்கிய கவர்ன்மெண்றாரால் ஏற்படுத்திய விவசாய பஞ்சாங்க புத்தகவரவு

நம்மெ ஆண்டுவருங் கருணைதங்கிய ராஜாங்கத்தோரால் ஏற்படுத்தியுள்ள விவசாயப் பஞ்சாங்கப் புத்தகமொன்று நம்பால் வரப்பெற்றோம். அதனுள் காலக்கணிதங்களை வகுத்துள்ளது ஒருவாறு இருப்பினும் விவசாயிகளாகிய உழவாளிகளாம் வேளாளத்தொழிலாளிகளுக்கு வேண உதவியை தாங்களே ஆராய்ச்சி செய்து பூமிகளின் குணாகுணங்களையும் தானியங்களின் பலாபலன்களையும் செவ்வனே விளக்கி ஒவ்வொரு பண்ணைக் குடியாளனும் விருத்தியடையும் வகைகளையும் விளக்கி வரைந்திருக்கின்றார்கள்.

அவற்றுள் அந்தந்த தேசங்களில் எந்தெந்த தானியங்கள் ஓங்கிப் பலனைத் தருகிறதென்றும் அப்பலனை அடைதற்கு வேண்டிய ஆயுதங்களையும் தானியங்கள் பூச்சுகளால் சேதமடையாதிருக்கும் வழி வகைகளையும் நன்கு விளக்கி படங்களுடன் அமைத்திருக்கின்றார்கள்.

அத்தகைய ஊக்கமும் பிரையாசையும் உலகிலுள்ள எந்த ராஜாங்கத்தாருக்கு இருக்குமென்று சொல்லத்தரமன்று. ஏனென்பரேல், அந்தந்த தேசத்தரசர்களும் அதிகாரிகளும் தங்கள் தங்கள் அரசாங்க விஷயத்திலும் வேறு விருத்தியிலுந் தங்கள் மனதை செலுத்திவரவும் பூமிகளை உழுது பண்படுத்தும் உழைப்பாளிகள் யாவரும் தங்கள் மனோவிருத்தியை பூமியினிடத்திற் செலுத்தி அந்தந்த தானியங்கள் மேலுமேலும் பெருத்தம் உடையவர்களாய் செய்தொழிலிலும் ஊக்கமுடையவர்களாய் சகலருக்கும் உபகாரிகளாக விளங்குகின்றார்கள். அவரவர்கள் விருத்-

தியை உணர்ந்த அந்தந்த ராஜாங்கத்தார் விவசாய விஷயத்தில் அதிநோக்கமுறாது தங்கள் தங்கள் ராஜாங்கவிஷயத்திலே நிலைத்திருக்கின்றார்கள். இத்தேசத்திலேயோ சின்னசாதி பெரியசாதியென்னும் மிலேச்சச் செயல்களை வகுத்துக்கொண்டு பூமியையுழுது பயிரிட்டு உண்போனை சின்னசாதியென்றும், பிச்சை இறந்துண்போனைப் பெரியசாதியென்றும் உயர்த்தியுந் தாழ்த்தியும் பூமியை உழுது பயிறு செய்யும் உழைப்பாளிகளுக்கு வேளைப்புசிப்பு உதவாமலும் சுத்தநீரை மொண்டு குடிக்கவிடாமலும் அவர்கள் மீது தங்களுக்குள்ள பூர்வவிரோதத்தால் கோலுங்குடுவையுங் கொடுத்து எலும்புந்தோலுமாகச் செய்யுங் கொடூர வஞ்சகச்செயலால் மடிந்தவர்கள் போக மற்றுமிருந்த உழைப்பாளிகள் யாவரும் இப்படும்பாவிகளிடம் நசிந்து நாசமடைவதினும் அன்னியதேசங்களுக்குச் சென்றேனும் பிழைத்திருக்கலாமென்று எண்ணிப் போய்விட்டார்கள். அவர்களை வதைத்து ஊரைவிட்டோட்டிவிட்டப் பெரியசாதிகள் என்போர்களோ வஞ்சினத்திலும் சூதிலும் பொறாமெயிலுங் குடிகெடுப்பிலும் வல்லவர்களேயன்றி பூமியை உழுது பண்படுத்தும் வல்லபமே கிடையாது.

இத்தகைய பெரியசாதிகள் என்னும் சோம்பேறிகள் தங்கள் தங்கள் பேராசையின் மிகுதியால் பெருத்த பூமிகளை வளைத்துக்கொண்டபோதினும் அவைகளை உழுது பண்படுத்தி தானியவிருத்திச் செய்தற்கு சக்த்தியற்றும் யுக்த்தியற்றும் இஞ்சித்தின்றக் குரங்குகளைப்போல் பூமிகளை இளித்துப்பார்க்க ஆரம்பித்துக் கொண்டார்கள். அதனால் பூமிகளின் பண்ணை உழவுகளுங்கெட்டு தானியவிருத்திகளும் பட்டு, பஞ்சங்களும் பெருவாரி நோய்களும் பரவ ஆரம்பித்துவிட்டது. பெரியசாதிகள் என்போருட் சிலர் பூர்வ உழைப்பாளிகளை வைத்துத் தங்கள் பண்ணை பூமிகளை சீர்திருத்துவதாயினும் அவர்கள் உழைப்பிற்குத் தக்கப் புசிப்பை அளிக்காமல் பாழ்படுத்துகிறபடியால் பூமியின் விருத்தியும் பாழடைந்து போகின்றது. இத்தேசத்துள் குடியேறிய நயவஞ்சகர்களால் நூதனமாக ஏற்படுத்தியுள்ள சாதிபேதத்தினால் உண்டாய கேடுபாடுகளை அறியாத கருணைதங்கிய ராஜாங்கத்தார் பூமியின் விருத்தியை நாடியும் மக்கள் சுகத்தைத் தேடியும் மிக்கப் பிரையாசையெடுத்தும் வேணப் பண உதவி புரிந்தும் பூமியுதவிக்காய ஆயுதங்களைத் தருவித்தும் விதை முதல்களை அளித்தும் மிக்க ஊக்கமாக உழைத்து வருகின்றார்கள். அத்தகைய மேலான உபகாரச்செயல்களிலும் பெரியசாதியென வேஷமிட்டுள்ளோர் நுழைந்துகொண்டு தாங்கள் மிக்கவூக்கமுடன் உழைப்பது போல அபிநயங்காட்டி தங்கள் சுயப்பிரயோசனத்தைப் பார்த்துக் கொள்ளுகின்றார்கள் அன்றி பூமிகளின் விருத்திகளையும் உழைப்பாளிகளின் சுகத்தையுங் கருதுவார்களில்லை. யாது காரணமென்னில் தங்கள் தங்கள் சாதிவேஷங்களை நூதன வேஷங்களென்று பலருமறிய பறைந்து வந்தவர்களைப் பறையர் பஞ்சமரெனத் தாழ்த்திப் பாலகாலமாக நசித்து வருகின்றவர்களாதலால் கருணைதங்கிய ராஜாங்கத் தோன்றியும் அவர்களது கடுஞ்சினம் மாறாது பூமியின் உழைப்பாளிகளை வதைக்கும் வழிகளையே தேடிக்கொண்டு வருகின்றார்கள்.

இத்தகைய்க் கேடுபாடுகளையுங் கருணைதங்கிய ராஜாங்கத்தார் கண்ணோக்கி பூமிகளுக்கு எடுக்கும் முயற்சியுடனும், அதற்காய வேணப் பணங்களையுங் கருவிகளையும் உதவுவதுடனும், உழைப்பாளிகளாம் ஏழைமக்களையும் அவர்கள் சுகத்தையும் சற்று கண்ணோக்குவதாயின் பூமியின் விருத்திகள் மேலாய பலனைத்தரும். ஏராளமாயப் பணத்தை விரயஞ்செய்துவரும் இராஜாங்கத்தோருக்கும் ஆனந்த முண்டாம். சாதித் தலைவர்களாலும் சாதியென்பதை மெய்யென்று இருப்போர்களாலும் இத்தேசத்தின் வித்தியாவிருத்தியும் விவசாய விருத்தியும் பாழடைந்துபோய் இருக்கின்றபடியால் கருணை தங்கிய ராஜாங்கத்தார் அத்தகை பேர்களையே தங்கள் முயற்சிகளுக்கு ஆதரவாகவைத்துக்கொண்டு செய்வதாயின் எளிதில் சித்தி பெறமாட்டாது. எவரையும் நம்பாது தாங்களே முயன்று தங்கள் பார்வையையே வைத்து வித்தியாவிருத்தியையும் விவசாயவிருத்தியையும் பயன்பெறச் செய்யும்படி வேண்டுகிறோம்.

- 6:43; ஏப்ரல்2, 1913 -

287. மநுக்களை மநுக்களாக நேசிக்காத தேசம் மகிழ்ச்சியும் புகழ்ச்சியும் பெறுமோ

முக்காலும் பெறாவென்பது திண்ணம். அதாவது ஓர் மனிதன் தன்னைத்தானே பெரியசாதியோனென உயர்த்திக்கொண்ட கர்வத்தினாலும் தம்மெய் ஒத்த மனிதனை மனிதனாக நேசிக்காத பொறாமெயாலும் நமது முன்னோர்களாகியப் பெரியோர்களை தங்கள் பகையாலும் அறிவின்மெயாலும் மக்களுள் மக்களை நேசிக்காது புறம்பாக்கிவருகின்றார்கள். அவ்வகை நாமுஞ் செய்யலாகாது என்னும் அறிவின்மெயாலும் தங்களால் தாழ்ந்த சாதியோனென்று தாழ்த்தப்பட்டுள்ள ஓர் மனிதன் அருகில் வந்துவிடுவானாயின் அவனைக் கண்டவுடன் துள்ளித்துடித்து தூர அகன்றோடுகிறான். அதனால் அவனுக்குள்ள மநுமக்களை மநுமக்களாக நேசிக்காத பொறாமெயும் பற்கடிப்பும் வஞ்சினமும் உள்ளங்கை நெல்லிக்கனிபோல் விளங்குகின்றபடியால் மற்றவன் அவனைக் கண்டவுடன் மகிழவும் புகழவும் ஏதுவுண்டாமோ இல்லை, இகழ்வதே காட்சியாகும்.

தாழ்ந்த சாதியோனெனத் தாழ்த்தப்பட்டுள்ள மனிதன் சற்று விவேகியாயிருப்பானாயின் துள்ளித்துடித்துத் தூரவோடும் மனிதனை சற்று உற்றுநோக்கி நாம் இவனிலும் சீலமும் சுத்தமும் பொருந்த நிற்க நம்மெய்க் கண்டவுடன் தூரவிலகியோடியதைக் காணில் இவன் முன்ஜெனனத்தில் குதிரை, மாடு முதலிய மிருகமாயிருந்து இச்ஜெனனத்தில் மநுடனாகத்தோன்றியும் முன்ஜென்மத்தில் மனிதனைக் கண்டவுடன் தூர விலகியோடும் பயமானது மாறாது மனித ஜெனனத்திலும் பூர்வச்செயல் தொடர்ந்தேநிற்கின்றதென்று எண்ணி நகைத்துக்கொண்டே போய்விடுகிறான். அதனால் ஏதேனும் மகிழ்ச்சியும் புகழ்ச்சியுமுண்டோ, இல்லை.

மற்றுமோர் விவேகியைக்கண்டு தாழ்ந்தசாதியோனென்று எண்ணித் தீண்டலாகாதெனத் தூர ஓடுவானாயின் விவேகியானவன் சற்று அவனை உற்று நோக்கி நம்மெய்க் குடியன் என்றெண்ணி தூரவோடி இருப்பானாயின் அவர்கள் கூட்டத்திலுங் குடியர்கள் இருக்கின்றார்களே, நம்மெய்த் திருடன் என்றெண்ணி தூரவோடியிருப்பானாயின் அவர்கள் கூட்டத்திலுந் திருடர்கள் இருக்கின்றார்களே, நம்மெய் பொய்யன் என்றெண்ணி தூரவோடியிருப்பானாயின் அவர்கள் போதனாசெயலில் பொய்யர்களாகவே விளங்குகின்றார்களே, நம்மெக் கொலைஞர் என்றெண்ணி

தூரவோடி இருப்பானாயின் அவர்கள் சாஸ்திரங்களைக்கொண்டே பெருங் கொலைஞர்களாக விளங்குவதுடன் நாளது வரையில் கொலைக்குற்றங்களுக்கு ஆளாகின்றார்களே, நம்மெ விபச்சாரியென்று தூரவோடி இருப்பானாயின் அவர்களிலும் விபச்சாரிகள் அனந்தம் இருக்கின்றார்களே, நம்மெப் புலால் புசிப்பவனென்று தூரவோடியிருப்பானாயின் கொழுத்த பசுக்களையுங் கொழுத்தக் குதிரைகளையும் கொழுத்த மனிதர்களையுஞ் சுட்டுத்தின்றதாக சரித்திரமிருப்பதுடன் நாளது வரையில் மாட்டுப்புலாலையும் ஆட்டுப்புலாலையுந் தின்று வருகின்றார்களே. இவ்வகையாக சகல இழிச்செயல் நிறைந்துள்ளவன் நம்மெக் கண்டவுடன் தூரவிலகியோடுவதைக் காணில் ஏதோ பொறாமெயும் பற்கடிப்பும் உள்ளுக்குள் வைத்துக்கொண்டு தன்னை உயர்ந்தவனைப்போல் அபினயித்து நம்மெத் தாழ்ந்தவனெனப் பகட்டுகின்றானென்று எண்ணி இகழுவானன்றி மகிழவும் புகழவுமாட்டான் என்பது திண்ணம்.

இன்னுமோர் விவேகியிடஞ்சென்று தன்னுடைய சாதி கர்வத்தினால் அருகில் உழ்க்காராது தூரவிலகி உழ்க்காருவானாயின், அவன் துற்செயலைக் சுண்ட விவேகி ஆ ஆ, இவனென்ன தன்னை பி.ஏ. எம்.ஏ. பட்டம் பெற்றவர்கள் குடும்பத்தோனென்றெண்ணி தூரவிலகி உழ்க்கார்ந்திருப்பானாயின் அவர்களைப் போல நம்மவரும் பி.ஏ. எம்.ஏ. பட்டங்களைப் பெற்றிருக்கின்றார்களே, இலக்கண இலக்கியங் கற்ற வித்துவான்கள் என்றெண்ணி தூரவிலகி உழ்க்கார்ந்திருப்பானாயின் அவர்களுக்கு மேலாய இலக்கண வித்துவான், இலக்கிய வித்துவான்களும் நம்மவருக்குள் இருக்கின்றார்களே, வைத்தியத்திலும் சோதிடத்திலும் வல்லவர்கள் என்று எண்ணி தூரவிலகி உழ்க்கார்ந்திருப்பானாயின் அவர்களிலும் மேலாய சோதிட வல்லவர்களும் அவர்களுக்கு மேலாய வைத்திய வல்லவர்களும் நம்மவர்களுக்குள்ளிருக்கின்றார்களே, ஞானத்திலும் நீதியிலும் சிறந்தவர்களென்றெண்ணி தூரவிலகி உழ்க்கார்ந்திருப்பானாயின் ஞானநெறியிலும் நீதிநெறியிலும் அவர்களுக்கு மேலானவர்கள் நம்மவர்களுக்குள்ளிருக்கின்றார்களே, சுத்த புசிப்பும் சுத்தவுடையும் உடையவர்கள் என்றெண்ணி தூரவிலகி உழ்க்கார்ந்திருப்பானாயின் இவனுக்கு மேலாய சுத்த புசிப்பும் சுத்த ஆடையும் நாமணைந்திருக்கின்றோமே அங்ஙனமிருக்க எத்தகைய இழிவைக்கண்டு நமதருகில் உழ்க்காராது தூரவிலகி உழ்க்கார்ந்தானென்று உசாவுங்கால் அவனுக்குள்ளப் பொறாமெயும் பற்கடிப்புமே அவனைத் தூரவிலக உழ்க்காரவைத்ததன்றி வேறொன்றுமில்லை யென்றும் இகழ்வுகொள்ளுவானேயன்றி அச்செயலுக்கு மகிழ்ச்சியும் புகழ்ச்சியுங் கொள்ளமாட்டான்.

இத்தகைய வஞ்சினமும் பொறாமெயுங் கொண்டு மநுக்களை மநுக்களாக நேசிக்காத தேசம் தென்னிந்தியாவேயன்றி உலசிலுள்ள எத்தேசங்களிலுங் கிடையாது. சாதி வித்தியாசமுள்ள பொறாமெயும் வஞ்சின மிகுத்தச் செயல் அந்தந்த தேசங்களில் இல்லாதிருக்கின்றபடியால் சகல பாஷை மக்களும் ஒற்றுமெயுற்று சீருஞ் சிறப்பும் பெற்றிருக்கின்றார்கள். தென்னிந்தியாவோ சீருஞ் சிறப்புங்குன்றி அவன் சின்னசாதி இவன் பெரியசாதியென்னும் துன்னாற்றங்களே பெருகிவருகின்றபடியால் ஒருவரைக் கண்டால் மற்றொருவர் சீறுகிறதும், ஒருவரைக்கண்டால் மற்றொருவர் முறுமுறுக்கிறதும், ஒருவரைக் கண்டால் மற்றொருவர் சினந்து குரைக்கிறதுமாகியச் செயல்களால் வித்தைகளுங்கெட்டு விவசாயங்களுங் கெட்டு வித்தையில்விருத்திப்பெற்றவர்கள் அவ் வித்தையை மற்றவர்களுக்குக் கற்பிக்காமலும் விவசாயவிருத்தியைக் கற்றவர்கள் அவ்விவசாய வித்தையை மற்றவர்களுக்குக் கற்பிக்காமலும் தாங்கள் சீரழிவதுடன் தங்கள் சந்ததியோரையுஞ் சீரழியச்செய்து தேசத்தையும் பாழடையச்செய்தே வருகின்றார்கள்.

இதுகாருங் கருணைதங்கிய பிரிட்டிஷ் ராஜாங்கத்தோர் வந்து இத்தேசத்தைக் கைப்பற்றி வேண சீர்திருத்தங்களைச் செய்யாதிருப்பார்களாயின் இத்தேசத்தோருக்குள்ள சாதிபேதமென்னுங் கொடு நாற்றத்தாலும், சமயபேத மென்னும் படுமோசத்தாலும் தேசமும் தேசமக்களும் பாழடைந்திருப்பார்களென்பது சத்தியமேயாம். ஏதோ பூர்வ புத்ததன்ம புண்ணியவசத்தால் பிரிட்டிஷ் ராஜாங்கந்தோன்றி சகலமக்களையும் மநுக்களாக நேசித்துத் தங்களைப்போல் மற்றய மநுக்களையும் சுகச்சீர்பெறச்செய்து வருகின்றார்கள். அவர்களது நற்குணத்தையும் நற்செயலையும் அனுசரித்து இத்தேசத்தோர் விவேகம் பெருகி மதுக்களை மநுக்களாக நேசிப்பார்களென்று நம்புகிறோம். வித்தியா கர்வம், தனகர்வம், சாதிகர்வம், மதகர்வம், பெருகும் வரையில் தேசமும் தேசமக்களும் மகிழ்ச்சியும் புகழ்ச்சியும் பொறார்களென்பது திண்ணம்.

- 6:44; ஏப்ரல் 9, 1913 -

288. படிப்பால் பலசுகம் உண்டு எனினும் படிப்பால் பலவித்தையும் விவசாயமும் பாழடைகின்றதே

பற்பல தேசங்களிலும் அவரவர்கள் பாஷைக்குரிய படிப்பைப் படித்த ஒவ்வோர் மனுமக்களும் அப்படிப்பினது விருத்தியைக்கொண்டே தங்கள் அறிவை வளர்த்து வித்தியாவிருத்தியிலும் விவசாயவிருத்தியிலுந் தாங்கள் வாழுந் தேசங்களை சிறப்புறச்செய்வதுமன்றி தேசமக்களும் சுகச்சீர் பெற்று வாழ்கின்றார்கள்.

அதன் ஏதுக்களோ என்னில் இரும்புவேலைசெய்யும் ஓர் மனிதனுடைய புதல்வன் தனது சுயபாஷையைச் செவ்வனே படித்துக்கொள்ளுவானாயின் தான்பழகியுள்ள இரும்பு வேலையிலேயே தனது அறிவை வளர்த்து நூதனமாய்க் கருவிகளையும் நூதனமான இருப்பின் இயந்திரங்களையுங்கண்டு செய்து அதனால் தான் இலட்சாதிபதியாக சுகித்து வாழ்வதுடன் அத்தொழிலைத் தொடுத்துக் கற்றவர்களும் சுகமடைந்து அக்கருவிகளிலும் ஒன்றைக் கொடுத்து மற்றொன்றை வாங்கி வியாபாரஞ்செய்யும் வாணிபர்களும் செல்வந்தர்களாக விளங்குகின்றார்கள். அவ்விருப்பின் இயந்திரங்களைக் கொண்டு நடத்தும் இருப்புப்பாதை ரதங்களிலும் நீராவிக் கப்பல்களிலும் கோடாகோடி மக்களின் போக்குவருத்துக்கும் உதவியாயிருக்கின்றது.

இவ்வகையாக மரவேலைச் செய்வோர்களின் புத்திரர்களும், கண்ணாடிவேலை செய்வோர்களின் புத்திரர்களும், நெசிவுவேலைச் செய்வோர்களின் புத்திரர்களும், வருணவேலை செய்வோர்களின் புத்திரர்களும், சித்திரவேலை செய்வோர்களின் புத்திரர்களும், விவசாயச் தொழிற்

செய்வோர்களின் புத்திரர்களும் மற்றவர்களும் தங்கள் சுயபாஷையைப் படித்துக்கொண்டு தங்களது கண்ணையுங் கருத்தையும் வித்தியா விருத்தியிலும் விவசாயவிருத்தியிலும் செலுத்தி மேலும் மேலும் அவற்றை விருத்திச்செய்து தேசத்தைச் சிறப்படையச் செய்வதுடன் தேசமக்களையும் சுகச்சீர் பெறச் செய்துவருவதை நமது காட்சியினாலும் அனுபவத்தினாலுமே கண்டறியலாம். மற்றும் இத்தேசமக்களின் ஒற்றுமெயாலும் அன்பின் மிகுதியினாலும் கருணா நோக்கத்தாலும் தாங்கள் கற்ற வித்தியாவிருத்தி வழிகளை தங்கள் மட்டில் அடக்கிக்கொள்ளாது ஏனைய மக்களுக்கு ஊட்டிவருவதுடன் அதனதன் நுட்பாநுட்பங்களை புத்தக ரூபமாகவும் அச்சிட்டுப் பலரும் வாசித்து விருத்தி பெறவும் செய்துவருகின்றார்கள்.

இத்தென்னிந்தியாவிலோ வென்னில் நாங்கள் பிரம்மா முகத்திற் பிறந்தவர்கள் இப்போது மநுஷிவயிற்றிற் பிறக்கின்றோம், பசுவின் வயிற்றிற் பிறந்தவர்கள் இப்போது மநுஷிவயிற்றிற் பிறக்கின்றோம் கழுதைவயிற்றிற் பிறந்தவர்கள் இப்போது மநுஷிவயிற்றிற் பிறக்கின்றோம், நாயின் வயிற்றிற் பிறந்தவர்கள் இப்போது மநிஷிவயிற்றிற் பிறக்கின்றோம், தவளை வயிற்றிற் பிறந்தவர்கள் இப்போது மநுஷிவயிற்றிற் பிறக்கின்றோம் என்னும் பொய்யைச்சொல்லி பொருள்பரித்து சீவிக்கும் பெருஞ்சோம்பேறிக் கூட்டத்தோர் பரவியும் அவர்களது பொய்யை மெய்யென நம்பித்திரியுங் கூட்டங்கள் அதிகரித்துவிட்டதுமன்றி மனிதர்களை மனிதர்களாக பாவிக்கும் ஒற்றுமெயற்று பொய் வேஷங்களாகிய சாதிப்பிரிவினைகளையும், பொய் மதங்களாகிய சமயப் பிரிவினைகளையும் உண்டு செய்துக்கொண்டு தங்களது கண்ணையுங் கருத்தையும் சாதிபேதவிஷயத்திலும் சமயபேத விஷயத்திலும் ஊன்றி தாங்கள் அவற்றில் நிலைத்து சோம்பேறிகளானதுமன்றி தங்களை யடுத்தவர்களையும் சோம்பேறிகளாக்கிப் பின் சந்ததியோர்களுங் கெட்டழிவதற்கு பொய்சாதிகளுக்காயப் புத்தகங்களையும் பொய் மதங்களுக்காயப் புத்தகங்களையும் வரைந்துவைத்து அவைகளையே வாசிக்கவும் அவைகளையே கேழ்க்கவுமாக வைத்துவிட்டபடியால் அவைகளே வித்தைக்கும் விவசாயத்திற்கும் சத்துருவாகி தேசஞ் சீரழிவதுடன் தேசமக்களும் சீரழிவதற்கு ஏதுவாகிவிட்டது.

இத்தகையச் செயல்களே இதுகாருமிருக்குமாயின் தென்னிந்தியம் பாழடைந்திருப்பதுடன் தென்னிந்தியக்குடிகளும் பாழடைந்தே போயிருப்பார்கள்.

ஏதோ தென்னிந்தியக்குடிகளின் பூர்வ புண்ணியவசத்தால் கருணை நிறைந்த பிரிட்டிஷ் அரசாட்சியார் வந்து தோன்றி தென்னிந்தியாவும் தென்னிந்திய மக்களும் சுகச்சீர் பெற்று வருகின்றார்கள். அவ்வகை வந்தும் தேசத்தின் வித்தியா விருத்தியிலும் விவசாய விருத்தியிலுந் தங்கள் தங்கள் கண்ணையுங் கருத்தையுஞ் செலுத்தாது படிப்பதெல்லாம் இராஜாங்க உத்தியோகம் பெறுதற்கே படிக்கவேண்டுமென்னும் பேராசையுடன் கொடுத்த பாடத்தை உருபோட்டு ஒப்பித்து விடுவதிலேயே கண்ணுங்கருத்துமாகி விட்டதுமன்றி பிரிட்டிஷ் ராஜாங்கத்தோர் சற்று களைப்பார்களாயின் இராட்சியத்தையே ஆண்டுக்கொள்ள வேண்டுமென்னுங் கருத்தையே மிகுபடப் பெருக்கி நிற்கின்றார்கள். இத்தகைய நோக்கத்தில் படிப்பதினால் வித்தியாவிருத்தியும் விவசாய விருத்தியுங் கெட்டு தேசமக்களும் பாழடைந்துபோவர்போல் காண்கின்றது.

ஆதலின் படிப்போர் யாவரும் தங்கள் சுயபாஷையுடன் ஆங்கிலபாஷையை படிக்கினும் தங்களது கண்ணையுங் கருத்தையும் வித்தியா விருத்தி விவசாயவிருத்தியில் ஊன்றும்படி வேண்டுகிறோம்.

- 6:47: ஏப்ரல் 30, 1913 -

289. தற்காலம் இந்துக்களின் மநுதன்ம சாஸ்திரமே விவசாயத்திற்குக் கேட்டை உண்டாக்கிவிட்டது

மநுதன்ம சாஸ்திரம், பத்தாவது அத்தியாயம், 84-வது வசனம் "சிலர் பயிரிடுதலை நல்ல தொழிலென்று நினைக்கிறார்கள். அந்தப் பிழைப்பு பெரியோர்களால் நிந்திக்கப்பட்டது."

என்னும் இவ்வசனத்தை சாதிபேதம் வைத்துள்ளவர்கள் வாசிப்பதிலுங் கேட்பதிலும் இருந்தால் பயிரிடுந்தொழிலை நன்குமதிப்பார்களா, அதில் தங்கள் கண்ணையுங் கருத்தையுஞ் செலுத்துவார்களா இல்லை. அதனினும் இவ் வாக்கியத்தை வேதவாக்கியமென நம்பி நடக்கவேண்டுமென்பது விதி.

மநுதன்ம சாஸ்திரம், இரண்டாவது அத்தியாயம், 8-வது வசனம் "தெரிந்தவன் இந்த சாஸ்திரத்தை ஞானக்கண்ணினாலறிந்து இதிற் சொல்லியிருக்கிற தன்மங்களை வேதத்தினாற் சொல்லப்பட்டதாகவே எண்ணி தன்தன் தன்மத்தை நடத்தக்கடவன்".

வேதத்தை நம்பி நடப்பவர்களே இந்துக்களாவார்களென்பதும், அன்னோர் முடிபு, விவசாயவிருத்திக் கேடாயுள்ள இத்தகைய சாஸ்திரத்தை எழுதினோரும் வாசிப்போரும் கேட்போரும் நம்பி நடப்போரும் இத்தகைய விவேகிகளென்று சொல்லாமலே விளங்கும். இத்தகைய சாஸ்திரங்களை ஓர் தன்மசாஸ்திரமென்று எண்ணி நடக்குங் கூட்டத்தோரால் இத்தேசத்திய விவசாயத்தொழில் சீர்கெடுமா சீர்பெருமா என்பதை விவேகிகள் உணரற்பாலதே. பூர்வம் இத்தேசத்திருந்த பௌத்தர்களோவென்னில் "மேழிச்செல்வங் கோழைப்படாது" என்றும், "சீரைத்தேடில் ஏரைத்தேடு" என்றுங் கூறியிருக்கின்றார்கள். அத்தகைய வாக்கியங்களை தன்மவாக்கியங்களென்று எண்ணி இத்தேசத்தோர் தன்மவழி பிறழாது நடந்துவந்தவரையில் காலமழைத் தவிறாது பெய்யவும், பூமிவளம் பெருகவும், தானியங்கள் ஓங்கவும், குடிகள் சுகச்சீரடையவும் அரசர் ஆனந்த வாழ்க்கைப் பெறவுமாயிருந்தது. சத்திய தன்ம வாக்கியங்கள் யாவும் மாறுபட்டு அசத்திய தன்மமும் அசப்பிய நூற்களும் துன்மார்க்கக் கூட்டங்களும் பெருகி தேசத்தோர் ஒற்றுமெயுற்றிருந்த வாழ்க்கையை சாதிபேத பொய்வகுப்பால் கெடுத்து வித்தை, புத்தி, யீகை, சன்மார்க்கத்தில் வாழ்ந்து வந்தோரை துன்மார்க்கப் பொய்சாமிகதைகளாம் பல மதபேதத்தால் கெடுத்து தங்கள் தங்கள் சுயப்பிரயோசனத்தையே நாடி நிற்குங் கூட்டத்தோர்களே மிக்கப் பெருகி விட்டபடியால் காலமழை தவறியும் பூமிகளது வளங் குன்றியும், தானிய விளைவு குன்றியும், தேசம்

நாளுக்குநாள் பஞ்சத்தால் பாழடைந்து தேசமக்கள் பற்பல வியாதிகளால் பீடிக்கப்பட்டடே வருகின்றார்கள். குடிகள் இத்தகைய பஞ்சத்தாலும் பெருவாரி வியாதிகளாலும் பட்டுவருங் கஷ்டங்களை கண்ணுற்ற நமது கருணை தங்கிய கவர்ன்மென்றார் இதக்கமுற்று விவசாய கலாசாலைகளையும் விவசாயக் கருவிகளையும் விவசாய விதைமுதலையும், விவசாயம் நடாத்தும் யுக்தாயுக்தங்களையும் வேணசெலவிட்டு செய்து வந்தபோதினும் கருணை என்பது கனவிலுமில்லாத கூட்டத்தோர்களே அதனிலும் பிரவேசித்துக் காரியாதிகளை நடாத்தி வருகின்றபடியால் கவர்ன்மெண்டார் ஏழைகளது சுகர்சீரைநாடி ஏராளமாய பணத்தை செலவு செய்தபோதினும் விவசாய விருத்தி மயங்கி நிற்கின்றதே அன்றி சிறப்புறுவதைக் காணோம். ரூபாயிற்கு மூன்றரையடி நாலுபடி அரிசி விற்பதே விவசாய விருத்திக்குறைவு என்னலாகும்.

ஒரு ரூபாயிற்கு பதினாறு படி இருபதுபடி அரிசி வித்துவந்த தேசத்தில் மூன்றரைபடி நான்குபடி அரிசி விற்குமாயின் தேசத்தில் எத்தகைய அதன்மக் கூட்டத்தோர் பெருகி அர்த்தநாசமடைந்துவருகிறதென்பதை அனுபவத்தாலுங் காட்சியினாலும் அறியலாமன்றோ. நமது கருணை தங்கிய பிரிட்டிஷ் ராஜாங்கத்தாருக்குள்ள சீவகாருண்யமும், அன்பும், இதக்கமும், வித்தையும், புத்தியும், ஈகையும், சன்மார்க்கமும் இத்தேசத்தோருக்கும் இருந்திருக்குமாயின் ஒரு ரூபாயிற்கு மூன்றரைபடி விற்கும் அரிசி ரூபாயிற்கு முப்பது படி அரிசி விற்குமன்றோ. அத்தகைய குணநலமில்லாக் கூட்டத்தோர்களே பெருகிமழைப் பெய்யவில்லையென்று வானத்தை நோக்குவதில் யாது பயன். மனிதர்களை மனிதர்களாகப் பாவித்து வானத்தை நோக்குவதைவிட்டு ஏழைமக்களது கஷ்டநஷ்டங்களை நோக்கி கருணையை, வளர்ப்பார்களாயின் காலமழையும் பெய்யும், பூமிகளின் வளமும் ஓங்கும், பலதானியங்களும் விளையும். அங்ஙனமின்றி தேசத்தில் யார்கெட்டாலென்ன யாரழிந்தாலென்ன என்னும் இருமாப்புற்று சுயப்பிரயோசனத்தைநாடி கருணையற்று வாழ்வதாயின் அவ்வாழ்க்கைக் கூடிய சீக்கிரம் நசியுமென்பது சாத்தியமாதலின் தேசத்தோர் அசத்திய தன்மங்களை ஒழித்து சத்தியதன்மத்தை நாடுவார்களென்று நம்புகிறோம்.

- 6:48; மே 7, 1913 -

290. மோட்டார்கார்! மோட்டார்கார்!!

மோட்டார்கார் என்பது மாடுகட்டாமலும் குதிரை பூட்டாமலும் நீராவியின்றி அக்கினியாவியால் ஓடும் வண்டியாம். அதனில் அமைத்துள்ள இயந்திரக் கருவியைக் கொண்டே அதிஜாக்கிரதையில் ஓட்டல் வேண்டும். அதை நடத்துவோன் எஜமானனாயினும் ஆளேயாயினும் தக்க பிலமும் மனத்திடமும் அதிஜாக்கிரதையும் இல்லாவிடில் அனந்த சீவராசிகளுக்கும் மனிதர்களுக்கும் மிக்கத்துன்பத்தைக்கொடுத்துவிடும். அதன் வேகத்தை ஒவ்வோர் கற்றவர்களும் அறிந்தேயிருக்கின்றார்கள்.

அவ்வகைக் கற்றவர்களுமன்றி செல்வவந்தர்களே அவ்வகை வண்டியை வாங்கி முக்கியமாக உபயோகித்து வருகின்றார்கள். உபயோகிப்பவர்களுள் ஆங்கில துரைமக்கள் அவ்வண்டியை நடத்துங்கால் மனுமக்களும் சீவராசிகளும் மிகுதியாக உலாவும் வீதிகளில் அதி துரிதமின்றியும் அதி ஜாக்கிறதையுடனும் பெருத்த பாதைகளில் வேகமாகவும் நடத்தி வருகின்றார்கள்.

இச்சுயதேசத்தோர் அத்தகைய வண்டிகளை வைத்துக்கொண்டு நடத்துவார்களாயின் "கண்டறியாதவன் பெண்டுபடைத்தால் காடுமேடெல்லாம் இழுத்தடிப்பான்" என்னும் பழமொழிக்கிணங்க அதிக மனுமக்களும் சீவராசிகளும் நெருங்க நடமாடும் வீதிகளென்றும் அவ்வகை நடமாடாத பெரும் வீதிகளென்றும் பாராமல் கலியாண அவசரத்திற்குப் போகிறவர்களைப் போலும், கட்டியழும் அவசரத்திற்குப் போகிறவர்களைப் போலும் வேகமாகவே செலுத்திக்கொண்டு வருகின்றார்கள். தாங்களும் மோட்டார் கார்வைத்துள்ளோமென்னும் டம்பாகாரத்தால் ஓட்டுவதெனினும் சுதேச மனுமக்கள் தெருங்கி உலாவும் வீதிகளாச்சுதேயென்னும் சீவகாருண்யமேனும் அவர்கள் இதையத்திலுண்டா அதுவுங் கிடையாது. மாடுகள் மாண்டாலென்ன மக்கள் மாண்டாலென்ன என்னும் இருமாப்புற்றே வண்டிகளை அதிவேகமாக நடத்துஞ் செயலிலிருக்கின்றார்கள்.

சாதாரணமாய் மாட்டுவண்டிகளாலுங் குதிரை வண்டிகளாலுமே மனுமக்களுக்கும் மற்ற சீவராசிகளுக்குத் துன்பங்கள் நேரிட்டுவருவது அநுபவக்காட்சியாயிருக்க அக்கினிவாயுவின் வேகத்தால் ஓடும் வண்டியால் சீவர்களுக்கு எத்தகையாயத் துன்பங்கள் நேருமென்பதை சொல்லவும் வேண்டுமோ.

இவ்வண்டிகளால் உண்டாகுங் கேடுபாடுகளை மோட்டார்கார் வைத்துள்ளக் கனவான்களும் அறியார்களோ, அறிந்தேயிருப்பார்கள். ஆயினும் மனுமக்களுக்குத் தங்கள் வண்டியினால் ஓர் துன்பம் நேரிடுமாயின் ஆடுகள் மாடுகளைப்போல் இழுத்தெரிந்துவிட்டு (ஆக்ஸிடென்ட்) என்று சொல்லித் தப்பித்துக்கொள்ளும் செல்வமும் இருக்கின்றபடியால் தங்கள் தங்கள் மனம்போனவாறு மனுக்கள் நெறுங்கி யுலாவும் வீதிகளிலும் மோட்டர் காரை வேகமாகவே செலுத்தி வருகின்றார்கள். வண்டியை அத்தகையான வேகத்தில் விடவேண்டிய அவசரமென்னவோ, அதனால் அவர்களுக்குண்டாம் சுகமென்னவோ நமக்கு விளங்கவில்லை. நெருங்கிய வீதிகளில் டிராம்கார் ஓர்புறமும், மோட்டார்கார் ஓர்புறமும், ஜட்கா ஓர்புறமும், பைசைக்கில் ஓர்புறமும், கோச்சு ஓர்புறமும், கட்டைவண்டிகள் ஓர்புறமும் வந்துவிடுமாயின் பெரியோர்களும் சிறுவர்களும் எவ்வழி நடந்து எப்புறம் ஒதுங்குவார்கள். சிறிய வீதியாயிருப்பினும் பலவகை வண்டிகள் வரினும் வண்டி வோட்டுவோன் வல்லவனும் ஜாக்கிரதையுடையவனுமாய் இருப்பானாயின் அவ்வழி நடக்கும் மக்களுக்கு யாதொரு துன்பமும் நேராது வண்டிகள் ஒன்றுக்கொன்று மோதும் இடையூறுகளும் வாராது. அவ்வகையின்றி மோட்டார்கார்களை அதிவேகமாக விட்டு மக்களுக்குத் துன்பம் நேரிட்டப்பிறகு துயருறுவதிற் பயனில்லை. மக்கள் மீது வண்டிகளை ஏற்றிவிடுவோரோ அனந்தமாக வீடுசேருகிறார்கள். ஏற்றப்பட்ட மக்கள் மரிப்பதும் துன்புறுவதுமாயச் செயல்களால் அவர்களது குடும்பத்தோர் யாவருந் துள்ளித்துடித்து பதறி கதறி அழுவதுடன் மாளா துக்கத்தில் ஆழ்ந்து விடுகின்றார்கள். ஏதேனும் நோய்கண்டு மடிந்து விடுவார்களாயின் அவ்வளவு தேகம் பதருவது கிடையாது. இத்தகைய ஆபத்தில் நசுங்குண்டும் பிராண அவத்தைப்பட்டுங் கிடப்போரைக்காணில் அதிக உடல் பதைப்பும் துக்கமும் பெருவதைக்காண்கின்றோம். ஆதலின் நமது கருணை தங்கிய

கவர்ன்மெண்டார் வண்டி மாடுகளுக்குத் துன்பமுண்டாகாமலும், குதிரைகளுக்குத் துன்பமுண்டாகாமலுங் கார்த்துரட்சிப்பதுபோல அச்சீவர்களுக்கு மேலாய மனுக்களுக்கு துக்கம் நேராமல் இம்மோட்டார் வண்டியை மனுக்கள் நெருங்கியுலாவும் வீதிகளில் வேகமாக விடப்படாதென்னுங் கண்டிதமான உத்திரவைப் பிறப்பிப்பதுடன் ஏதேனும் மக்களுக்கு பிராணாபத்து நேரிடுமாயின் பெருந்தொகையாம் அபராதத்தையும் விதிக்கத்தக்க வழிவகைகளை விதித்துவிடுவார்களாயின் வீதிகளில் வேகமாக ஓடும் மோட்டார்கார்களைக் கண்டு பயப்படுவோரும் துன்புறுவோரும் ஆறுதலடைவார்கள்.

- 6:49: மே 14, 1913 -

291. பூர்வீக சாதிபேதமற்ற திராவிடர்கள் எச்சரிக்கை! எச்சரிக்கை!! எச்சரிக்கை!!!

இந்தியதேசத்தில் பூர்வக் குடிகள் யாவரும் சாதிபேதம் என்னும் ஒற்றுமெக்கேடில்லாமல் வித்தையிலும், விவசாயத்திலும், ஈகையிலும், சன்மார்க்கத்திலும் சுகசீவிகளாக வாழ்ந்து வந்தார்கள். இத்தகைய வாழ்க்கையில் பெரும்பாலும் அவர்கள் அநுசரித்துவந்த நோன்பும் விரதமும் யாதெனில், சற்குருவின் சத்திய தன்மத்தையே சிரமேற்று, கொலையுங், களவும், பொய்யும், விபச்சாரமும், கள்ளும் அகற்றி பஞ்சசீலத்தை வியாபாரத்திலும் நிறுத்தி சோம்பலின்றி உழைத்து தங்கள் தங்கள் குடும்பங்களை ஆதரித்து வந்ததுடன் புத்தசங்கஞ் சேர்ந்து ஞானசாதனங்களிலும் வித்தியா போதகங்களிலும் விவேகவிருத்தி பெற்றுவரும் சமணமுநிவர்களுக்கும் உபகாரிகளாக விளங்கி அவர்கள் ஆசீர்பெற்று ஆனந்த வாழ்க்கையும் நீதிநெறியும் குருபக்தியும் இராஜவிசுவாசமும் ஒருவருக்கொருவர் அன்புடையவர்களாய் மற்ற தேசத்தோர் புகழத்தக்க விவேகவிருத்தியிற் காலங்கழித்து வந்தார்கள்.

அவர்களது நன்முயற்சியின் ஏதுவால் இந்திய தேசம் சீரும் சிறப்பும் பெற்றிருந்தது. அத்தகைய சீரும் சிறப்பும் பெற்றிருந்த தேசத்தில் வஞ்சினமே உருவாகக்கொண்டவர்களும் கருணை என்பதே கனவிலும் இல்லாதவர்களாகிய ஓர் கூட்டத்தோர் புத்தர் பிறந்து ஆயிரத்து எழுநூறு வருடங்களுக்கு பின் குமானிடதேசமென்னும் பதியிற் குடியேறி யாதொரு தொழிலுமின்றி பிச்சையிரந்துண்பதே பெருந்தொழிலாகக்கருதி சீவனஞ்செய்து வந்தார்கள். நாளுக்குநாள் தேசமக்கள் சிறப்பையும் அன்பின் ஒழுக்கங்களையும் ஈகையின் குணங்களையும் கண்டு வந்தவர்கள் காமியமுற்ற அரசர்களையுங் கல்வி அற்றப் பெருங் குடிகளையுந் தங்கள் வசப்படுத்திக்கொண்டு பௌத்தன்மை விவேகிகளால் தொழில்களுக்கென்று வகுத்திருந்தப் பெயர்களை சாதிப் பெயர்களாக மாற்றி வஞ்சத்தாலும் குடிகெடுப்பாலும் சீவித்துவந்ததுடன் மாமிஷ பட்சணி களாயிருந்தபடியால் இத்தேசத்தில் மாமிஷம் புசிக்கப் பயந்து யாகம் யாகமெனக் கல்வியற்றக் குடிகளிடம் மாடுகளையுங் குதிரைகளையும் தியாகமாக வாங்கி சுற்றிலுந் தட்டிகளால் மறைவிட்டு சுட்டுத் தின்றுவந்ததுமன்றி பொய்யுங், கொலையும், விபச்சாரமும், சுராபானமுமே அவர்களிடம் இருந்தபடியால் பொய்யையுங் கொலையையுங் களவையும் விபச்சாரத்தையும் மது அருந்துதலையும் அகற்றி வாழ்ந்திருந்த பௌத்த விவேகக் குடிகளுக்கு இவர்களது செய்கை சயிக்கமுடியாது, இப்படுபாவிகள் நமது வீதிகளில் வந்தாலுங் கிராமங்கள் நாசமடைந்துபோம் என்று வீதிகளில் வருவார்களாயின் அடித்துத் துரத்தி அவர்கள் வந்த வழியில் சாணத்தைக் கரைத்துத் துளிர்த்து அச்சாணச்சட்டியை அவர்கள் மீதே உடைத்து பஞ்சபாதகம் நிறைந்த யீனர் வந்தார்கள், மிலேச்சர் வந்தார்கள், ஆரியர் வந்தார்களெனக் கூச்சலிட்டு ஓட்டுவது வழக்கமாயிற்று. பௌத்தர்கள் இவ்வாறு செய்துவர ஆரியரென்னும் மிலேச்சர்களோ விவேகமிகுத்துள்ள அரசர்களை மித்திர பேதங்களாற் கொல்லுவதும் அதற்குத் தக்கப் பொய்க்கதைகளைப் போதிப்பதும் விவேகமற்ற அரசர்களையும், விவேகமற்ற கனவான்களையும், விவேகமற்றப் பெருங்குடிகளையும் தங்களது மித்திரபேதப் பொய்யாலும் தந்திரத்தாலும் வசப்படுத்திக்கொண்டு, பௌத்த அந்தணர்களைப்போல் வேஷமிட்டுத் தாங்களே சகலசாதிகளுக்கும் உயர்ந்த சாதிகள் என்றும் தங்களது பஞ்சபாதகச்செயலைப் பொறுக்காது அடித்துத் துரத்தி வந்தவர்களைத் தாழ்ந்த சாதியோரென்றும் வகுத்து தங்கள் செல்வாக்குள்ள இடங்களிலெல்லாம் பௌத்த விவேகிகளைத் துன்பப்படுத்தியும், செல்வாக்கு இல்லாவிடங்களில் மித்திரபேதங்களால் கெடுத்தும் வந்தார்கள்.

இவ்வகையாக பௌத்த அந்தணர்களைக் கெடுத்தும், பௌத்த மடங்களைக் கெடுத்தும், பௌத்த நூல்களை அழித்தும், பௌத்த விவேகக் குடிகளைப் பாழ்படுத்தியும் வந்தவற்றுள் முதற்குடியேறி யித்தியாதி பாழ்படுத்திய வேஷப் பிராமணர்கள் மட்டிலும் இருந்திருப்பார்களாயின் பௌத்த விவேகிகள் யாவரும் ஒன்றுகூடி மிலேச்சர்களை ஊரைவிட்டு அகற்றிவிடுவதுடன் அவர்கள் பூண்டே இவ்விடமில்லாமற் செய்திருப்பார்கள். இதன் மத்தியில் சோம்பேறி பிராமண வேஷெத்தையுங் குடிகள் அவர்களுக்குப் பயந்து பிச்சை கொடுப்பதையும் பார்த்துவந்த இத்தேசத்திய ஆந்திரசாதி, கன்னடசாதி, மராஷ்டகசாதி, திராவிட சாதியோர்களில் சோம்பேறிகளும் வஞ்சினர்களுமாகியச் சிலர்களும் பிராமண வேஷமணிந்துக்கொண்டு, சோம்பேறி சுகசீவனஞ்செய்ய ஆரம்பித்துக்கொண்டார்கள். நாதனமாகக் குடியேறியவர்களின் பிராமணவேஷத்தோடு இத்தேசக்குடிகளும் பிராமணவேஷம் அணிந்துக் கொண்டு பௌத்த நூற்களின் மூலப்பெயர்களையும், தன்மகன்மங்களையும், சரித்திரங்களையுமே பீடமாகக்கொண்டு மாறுபாடாயப் பொய்வேதங்களையும், பொய்ப்புராணங்களையும், பொய் சரித்திரங்களையும் உண்டு செய்துக்கொண்டு கல்வியற்றக் குடிகளுக்குப் போதித்து வந்தபோது பூர்வம் செவிகளில் கேட்டுவந்தப் பழைய பெயர்கள் தானே என்று நம்பி மோசம் போனார்கள். பௌத்த விவேகக் குடிகளின் போதங்களும் முயற்சிகளும் குடியேறிய வேஷப்பிராமண பெருக்கத்தால் பௌத்தர்களின் படங்கள் அழிந்தும் நூல்கள் சிதலுண்டும் தன்மங்கள் மாறுபட்டும் அதன்மம் பெருகியும் வந்ததுடன் பலத்தொழிற் பெயர்களையும் சாதிப்பெயர்களாக மாற்றி வேஷப்பிராமணர்கள் யாவரும் உயர்ந்த சாதிகளென வகுத்துக்கொண்டு, தங்கள் பொய்வேஷங்களைக் கண்டித்து வந்த பௌத்தர்கள் யாவரைத் தாழ்ந்த சாதியென வகுத்து, அவர்களைத் தலையெடுக்கவிடாமல் நசித்துவந்ததுமன்றி விவேகிகளைப் பலவகையான உபத்திரவஞ்செய்தும் கழுவில் ஏற்றியும் வசிகளில் குத்தியுங் கற்காணங்களிலிட்டுக் கொன்று, மற்றும் பௌத்தர்களையும் பயமுறுத்தி வந்தார்கள்.

வேஷப் பிராமணர்களின் இத்தியாதி கொடுந்துன்பங்களுக்கும் பௌத்தர்கள் அஞ்சாது தங்கள் வித்தையாலும், விவேகத்தாலும், சோதிடத்தாலும், வைத்தியத்தாலும், விவசாயத்தாலும், கைத்தொழிலாலுமே கஷ்டசீவனங்களைச் செய்துக்கொண்டே தங்கள் குடும்பங்களைக் காப்பாற்றி வந்தார்கள். இவற்றுள் இச்சாதி பேதம் வகுத்துக் கொண்டுள்ளவர்களிலேயே அரசாங்கமும் இருந்திருக்குமாயின் தாழ்ந்த சாதியோரென வகுக்கப்பட்டுள்ள பௌத்தர்களின் பூண்டே இத்தேசத்தில் இல்லாமற்போயிருக்கும். மத்தியில் மகமதிய துரைத்தனமும்,

போர்ச்சுகீஸ் துரைத்தனமும், பிரஞ்சு துரைத்தனமும் வந்து தோன்றி கொண்டேயிருந்தபடியால் பிராணன் நீங்காத கஷ்டசீவனத்திலேயே காலங்கழித்து வந்தார்கள். அந்தந்த துரைத்தனத்தாரிடமும் தந்திரமாக உட்பிரவேசித்து தங்கள் சுயப்பிரயோசனங்களை வேஷப்பிராமணர்கள் பெற்று வந்ததுடன், பௌத்தர்களைமட்டிலும் சுட்டிக்காட்டி இவர்கள் தாழ்ந்தசாதியோர்கள், இவர்களை அருகில் சேர்க்கப்படாது, தீண்டப்படாதெனப் போதித்து, அவர்கள் மனதையும் மாறுபடுத்தி இழிவடையச் செய்துவந்தார்கள். ஏதோ இவர்கள் புண்ணியவசத்தால் பிரிட்டிஷ் துரைத்தனம் வந்துதோன்றி சகலசாதியோரையும் சமரசமாகப் பாதுகாத்துவந்தபோதினும் அவர்களிடத்திலும் சென்று, அவர்கள் தாழ்ந்தசாதியார், இவர்களைத் தீண்டப்படாது, அருகில் சேர்க்கப்படாதென்று தமிழ் முநிஷிகளாகப் பாடங் கற்பிக்கும்போதே இவர்களைத் தாழ்த்திக் கெடுக்கத்தக்கப் பாடங்களையே முதலில் கற்பித்துவிட்டு மற்றபாடங் கற்பிப்பது வழக்கம். இத்தகைய இழிகுணத்தால் அவர்கள் போதிக்கும் வார்த்தைகளை நீதியும் நெறியுங் கருணையும் அமைந்த பிரிட்டிஷ் துரைத்தன துரைமக்கள். தங்கள் செவிகளில் ஏற்காது மனிதர்களை மனிதர்களாக பாவிக்கும் மேன்மக்கள் செயலினின்று சகலசாதியோரையும் சமரசமாகப் பாவித்து தங்களது ஆளுகையை நிறைவேற்றி வருகின்றார்கள். அத்தகைய கருணைநிறைந்த ஆளுகையில் நகரவாசங்களில் அவர்களது பொறாமெய்ச் செயல் சற்று தயங்கி நிற்பினும் நாட்டுப்புறங்களில் நல்லத்தண்ணீரை மொண்டு குடிக்கவிடாமலும், வண்ணார்களை வஸ்திரம் தோய்க்கவிடாமலும், அம்மட்டர்களை சவரஞ்செய்ய விடாமலும் அசுத்த நிலையே அடைந்திருக்கச் செய்துவிட்டு துரைமக்கள் அவ்விடஞ் சென்றவுடன் குளிக்கக் குளமின்றியும், சவரஞ் செய்ய வாளின்றியும், வஸ்திரங்தோய்க்க சுத்தசலமும் வண்ணானின்றியும், அசுத்தமுற்றுக் கோலுங் குடுவையுமாய் உள்ளவர்களை சுட்டிக்காட்டி, இவர்கள் தாழ்ந்தசாதியார், இவர்களுக்கு சுத்தங்கிடையாது. நாகரீகங் கிடையாது, அதினாலேயே இவர்களைப் பறம்பாக்கி வைத்திருக்கின்றோம் எனக்கூறி அவர்களாலுந் தாழ்த்தத்தக்க உபாயங்களையே செய்து வருகின்றார்கள். இத்தகைய சாதிபேதமுள்ளோர் மற்றயசாதிகள் எல்லவரையும் சமரசமாகச் சேர்த்துக்கொண்டு இவர்களை மட்டிலும் தலையெடுக்கவிடாமல் தாழ்த்தி வருங்காரணம் யாதென உசாவித் தங்கள் பூர்வ பீடத்தையும், பூர்வ தன்மத்தையும் பின்பற்றி புத்தசங்கங்களை தேசங்களெங்கும் நாட்டி பூர்வசரித்திரங்களையும் ஞானநீதிகளையும் வெளியிட்டு வருவதை அறிந்த வேஷசாதியார் இக்கூட்டத்தோரை அருகில் சேர்க்கவும் போதிக்கவுமான சில தந்திரங்களை செய்து வருகின்றார்கள், அவைகள் யாதெனில்:-

- 6:52; சூன் 4, 1913 -

நூதன சாதிவேஷமிட்டுள்ளக் கூட்டத்தோர் யாவரும் ஒன்றுகூடிக் கொண்டு சாதிபேதமில்லாமல் வாழ்ந்திருந்த பௌத்தகூட்டங்கள் யாவரையுந் தாழ்ந்த சாதியோரென வகுத்து அவர்களைத் தலையெடுக்கவிடாமற் கொல்லாமற்கொன்று அவர்கள் பீடியையே அறுத்துவிடவேண்டுமென்னும் பொறாமெயாற் செய்துவந்தக் கொடூரங்கள் யாவையும் இவற்றில் எழுத வேண்டுமாயின் விரியுமென்றஞ்சி விடுத்துள்ளோம்.

கருணையும் நீதிநெறியுமமைந்த பிரிட்டிஷ் துரைத்தனத்திலே சுத்தநீரை மொண்டு குடிக்கவிடாத பாவிகள் மற்றும் நீதி நெறியற்ற காலங்களில் இன்னும் ஏதேது துன்பங்களைச் செய்து வதைத்திருப்பார்கள் என்பது சொல்லாமலே விளங்கும். இத்தகையாக நூதன சாதிவேஷம் பூண்டுள்ள யாவரும் சாதிபேதமில்லாமல் வாழ்ந்திருந்தப் பூர்வக்குடிகளைத் தாழ்ந்த சாதிகளெனக்கூறித் தாங்கள் தாழ்த்தி தலையெடுக்கவிடாமற் செய்வதுடன், வந்து குடியேறும் அன்னிய தேசத்தோருக்குத் தாழ்ந்தசாதியோர் எனக் கூறி அவர்களாலும் இழிவு கூறச்செய்து மலமெடுக்குத் தோட்டிகளுக்கும் மலோபாதைக்குப் போனால் காலலம்பாது பூனையையும் பெருச்சாளியையும் பிடித்துத்தின்னும் குறவர் வில்லியருக்குங் கற்பித்து இவர்களைத் தாழ்ந்த சாதியோரெனக் கூறச் செய்துவரும் விரோதச்செய்கைகளையும் நாளுக்குநாள் கண்டறிய முயன்ற எமக்கு புத்ததர்மமே இவ்வதன்மச்செயலுக்கு ஆதாரம் என்றறிந்து சாக்கைய புத்தசங்கத்தையே நாட்டி அதனந்தரார்த்தங்கள் யாவையும் விளக்கி விட்டதின்பேரில் இச்சாதி சம்மந்தத்தில் விசாரங்கொண்டிருந்த விவேகபுருஷர்கள் யாவரும் இதுவே நமது பூர்வசரித்திரமென்று ஆனந்தித்து, அங்கங்கு சாக்கைய புத்த சங்கங்களை ஸ்தாபித்து, உள்சீர்திருத்தங்களையும் புற சீர்திருத்தங்களையுஞ் செய்து, கூட்டத்தோரை குருவிசுவாசத்திலும் இராஜவிசுவாசத்திலும் நிலைபெறச் செய்து வருவதையறிந்த நூதன சாதி வேஷச் சத்துருக்களுக்கு மனஞ்சகியாது ஆ, ஆ, நாம் தாழ்த்திவைத்துள்ள கூட்டத்தோர்கள் யாவரும் பௌத்தர்களாகி விடுவார்களாயின் நமது சாதிவேஷச் செருக்கும் சமயவேஷக் கிருக்கும் மேலது கீழதாய் மாறுபட்டு மகத்துவங் குன்றிப்போம் என்னும் ரீதியால் தாழ்ந்த சாதியாரை உயர்த்தப்போகின்றோம் என்னுங் கூட்டங்கள் கூடி, கல்விக் கற்பிக்கின்றோம். அதில் இந்துமத பாடங்களைக் கற்பிக்கவேண்டுமென முயன்று நிற்கின்றார்கள். இவர்களது முயற்சிகள் யாவும் சுயநல முயற்சியே அன்றி பொதுநல முயற்சி அன்று. தாழ்த்தப்பட்டுள்ள ஏழைமக்களுக்கு மிஷனெரி துரைக்கள் செய்துவருங் கல்வி விருத்தியில் வீசபாகம் இவர்களது விருத்திநிலை பெறாது என்பது திண்ணம். காரணமோவென்னில் சாதிபேதமில்லாக் கூட்டத்தோருக்கு சாதிபேதமில்லா ஐரோப்பிய மிஷனெரிமார்கள் செய்துவரும் கல்வியின் விருத்தியே பேருபகாரமும் சிறப்புமாகும்.

சாதிபேதமுள்ளோர் சாதிபேதமில்லாருக்குக் கல்விவிருத்திச் செய்விக்கின்றோம் என்பது காலமெல்லாம் இவர்களைத் தாழ்ந்த சாதியோர் தாழ்ந்த சாதியோர் என்றே சொல்லிக் கொண்டு சீரையழிப்பதற்கும் சிறப்பைக் கெடுப்பதற்குமேயாம்.

சாதிபேதமுள்ள மற்றொரு கூட்டத்தோர் தோன்றி சாதிபேதம் இல்லாதோர் வாழுஞ்சேரிக்குள் நுழைந்து, நீங்கள் சிவனைக்கும்பிட்டு வழக்கமாகி விட்டால் சிவனைக் கும்பிடுவதை விடாதீர்கள், விஷ்ணுவைக் கும்பிடுவது வழக்கமாகிவிட்டால் விஷ்ணுவைக் கும்பிடுவதை விடாதீர்கள். கூடிய சீக்கிரம் உங்களைக் கோவிலுக்குள் சேர்த்துக் கொள்ளுகிறோமென எய்த்து வருகின்றார்கள். அவ்வகையாக இவர்கள், அவர்கள்

கோவிலுக்குள் போன போதிலும் அவ்விடம் இருட்டறையில் உள்ளக் கல்லை எட்டிப்பார்த்து துட்டு செலவாக வேண்டியகேடன்றி யாதொரு பயனுங்கிடையா. இவர்கள் அவர்கள் கோவிலுக்குப் போவதால் தேங்காய், பழம் தட்சணை, தாம்பூலம் அவர்களுக்குப் பயன்படுவதுடன் இந்துக்களென்னும் பெருந்தொகைக் கணக்குக்காட்டுவதற்கும் ஆளாவார்கள். சேரிக்குள் சென்று பிரசங்கிப்பது புத்ததன்மம் பரவலாகாது என்னும் உட்கருத்தும் தங்கள் சுயப்பிரயோசனம் பெருக வேண்டுமென்னும் வெளிக் கருத்துமேயாம்.

சாதிபேதமுள்ள இன்னுமோர் கூட்டத்தோர் புலியானது பசுமந்தையில் நுழைந்து பசுக்கூட்டங்கள் யாவையும் நாசப்படுத்த வேண்டும் என்பதாயின் பசுவின் தோலைப் போர்த்துக் கொண்டு, மந்தையிலுட் புகுந்த கதைபோல் இப்போது யதார்த்த பௌத்தர்களாகி வெளிதோன்றி சீர்பெற்றுவருவோரை தாங்களும் பௌத்தர்களெனக்கூறி வெளிவந்து தங்கள் பெண்டு பிள்ளைகளையுங் குடும்பத்தோர்களையும் பௌத்தர்களாக்கி புத்ததன்மம் போதிக்காது சாதிபேதமில்லாமற் சேரிகளிலும் பேட்டைகளிலும் வாழ்வோர்களையே சேர்த்துக்கொண்டு புத்ததன்மத்திற்கு எதிரடையாய அபுத்ததன்மத்தையே போதித்து வருகின்றார்கள். அதாவது நாங்கள் போதிப்பது இந்திய பௌத்தமல்ல, பர்மா பௌத்தமல்ல, தீபேத் பௌத்தமல்ல, ஜப்பான் பௌத்தமல்ல, சைனாபௌத்தமல்ல, சைன்டிபிக் பௌத்தம், அதுவோ, பௌத்தசிலைகள் வைக்கப்படாது, பௌத்த குருக்களிருக்கலாகாது, மனிதனுக்கு கன்மத்திற்குத் தக்கப்பலனுங் கிடையாது, மனிதன் இறந்தப்பின் ஏதுங்கிடையாது. அதுவே மனிதனுக்கு முடிவு எங்கள் சைன்டிபிக்கின் மேலான ஆராய்ச்சியால் கண்டுபிடித்த பௌத்தம் இதுவே. ஆயினும், புத்தருக்கு முன்பே சாதிபேதம் இருந்திருக்கின்றதென வற்புறுத்திக் கூறுவார்கள். புத்தருக்கு முன்பே பிராமணர்களிருந்தார்கள் என்று கூறுவதற்கு மட்டிலும் அவர்கள் சைன்டிபிக் பௌத்தம் இடங்கொடுத்திருக்கின்றது. கன்மத்திற்குத் தக்க சுகதுக்கம், இறப்பு பிறப்புக்கு இடமில்லை. இவர்களது பௌத்த உட்கருத்து யாதெனில் புத்தருடைய காலத்திலேயே பிராமண பௌத்தனும் இருந்தான் பறபௌத்தனும் இருந்தானென சாதி பேத பௌத்தம் உண்டுசெய்து சாதிபேதமில்லாது வாழும் யதார்த்த பௌத்தர்களைக் கெடுக்கும் பிறட்டு பௌத்தர்களேயாம். சாதிபேதமில்லாது வாழ்வோர் இவர்கள் பௌத்தத்திற் சேர்ந்து இவர்கள் போதனைக்குட்பட்டு ஒழுகுவார்களாயின் தாழ்ந்தசாதி பௌத்தர்களென இழிவடைவதுடன் உள்ள சிறப்புஞ் சீரும் அழியவேண்டியதேயாம்.

இதைக்கொண்டு அவர்கள் சாதிசிறப்பையும் மதசிறப்பையும் பெருக்கிக்கொண்டு யாதார்த்த பௌத்தர்களை பலுகி பெருகவிடாமற் செய்து தங்கள் சுயநலத்தைப் பெருக்கிக் கொள்வதற்கேயாம்.

இத்தகைய மூன்று வகைக் கூட்டத்தோர் வெளிதோன்றி சாதிபேதமில்லாது வாழ்வோர் மத்தியில் வந்து ஆடுகள் நனையுதெனப் புலிகள் குந்தி அழுவது போல தோன்றி தங்கள் தங்கள் மித்திரபேதங்களால் மயக்கிக் கெடுத்து வருகின்றார்கள். அதன் காரணங்களோவென்னில் சாதிபேதமில்லாக் குடிகள் யாவரும் பௌத்தர்களாக விலகிவிடுவார்களாயின் தங்களது பொய்சாதிவேஷமும் பொய்மதக் கூட்டமும் தன்னில் தானே கனங்குறைந்து சீர்கெட்டுப் போவதுடன் ஓர்கால் சுயராட்சியத்திற்கு முனைவோமாயின் இச்சாதிபேதமற்று வாழ்வோர்களே எதிர்த்து நாசப்படுத்தி விடுவார்கள் என்னும் பீதியால் அவர்கள் மேனோக்கத்தைக் கெடுக்க முயன்றிருக்கிறார்கள். சாதிபேதமில்லா திராவிடர்களே எச்சரிக்கை, எச்சரிக்கை. புலிகளின் வாயினின்று விலக்கியது போலும், விஷப்பாம்புகளின் மத்தியிலிருந்து விடுவித்தது போலும். சாதிபேதமுள்ள சத்துருக்களின் இடுக்கங்களினின்று கார்த்துரட்சித்து வரும் பிரிட்டிஷ் ஆட்சிக்கு நன்றியறிந்த வந்தனத்தை என்றென்றும் கூறி அவர்களது ஆட்சியிலேயே முன்னேறும் வழியைத் தேடுங்கள். சத்துருக்களை மித்துருக்கள் என்றெண்ணி மோசம் போகாதீர்கள். எச்சரிக்கை, எச்சரிக்கை, எச்சரிக்கை.

- 7:1; சூன் 11, 1913 -

292. நமது பத்திரிகை

அன்பர்காள்! நமது தமிழன் பத்திரிகையை ஆரம்பித்து ஆறுவருடம் முடித்து ஏழாவது வருடம் நடைபெற்று வருகின்றது. இப்பத்திரிகையை ஆரம்பிக்கும்போதே குருவிசுவாசத்தையும் இராஜ விசுவாசத்தையும் பீடமாகக் கொண்டே நடத்திவருகின்றோம். உள்ளளவும் இனிநடத்தியும் வரப்போகின்றோம் இதனந்தரார்த்தார் அறிந்த குருத் துரோகிகளும் இராஜ துரோகிகளும் இப்பத்திரிகையைப் பரவவிடக் கூடாது என்னும் பொறாமே குணத்தால் பத்திரிகை செல்லுமிடங்களெல்லாஞ் சென்று பத்திரிகையை வாங்கவிடாமல் தடுத்தும் சிலவஞ்சினர்கள் துரைமக்களுக்கு ஏவல்புரியும் உத்தியோகஸ்தர்கள் வாசஞ்செய்யும் வீடுகள் தோருஞ் சென்று 'தமிழன்' பத்திரிகையை வாங்கவிடாமற் கெடுத்தும் சாதிபேதமில்லாமல் சேரிகளில் வாழ்வோர்களிற் சிலர் இராஜாங்க உத்தியோகம் அமர்ந்துகொண்டால், முதலியாரோடு கூடிச்சென்றால் முதலியாரென்று எண்ணுவார்களென்றும், செட்டியாருடன் கூடிச்சென்றால் செட்டியாரென்று எண்ணுவார்களென்றும், நாயுடுவுடன் கூடிச்சென்றால் நாயுடுவென்று எண்ணுவார்கள் என்றும் புலியைக்கண்டு பூனைச் சூடிக்கொள்ளுவது போல் போலி வேஷமிட்டு சுசாதியோர் சீர்திருத்தத்திற் சேராமலும் சுசாதி அபிமானங் கொள்ளாமலுமுள்ள அறிவிலிகள் இப்பத்திரிகையை வாங்காமலும் விடுத்துவந்தார்கள். இத்தகைய வஞ்சகக்கூத்தோர் மத்தியில் சுசாதி அபிமானிகளும் சுசாதி விருத்தியை நாடுவோரும் விவேகமிகுத்தவர்களுமாகியப் பரோபகாரிகள் முயன்று பத்திரிகையை நிலைபெறச் செய்தும், அதனைப்பல தேசங்களிற் பரவச்செய்தும் அங்கங்கு சாது சங்கங்களைக் கூடச் செய்தும் எமது உட்கருத்துக்கு இசைந்து குரு விசுவாசத்திலும் இராஜ விசுவாசத்திலும் நிலைபெற்று வருகின்றார்கள். அத்தகைய சத்தியசீலர்களாலும் உத்தமபோதகர்களாலும் நடை பெற்றுவருந் தமிழன் பத்திரிகை இத்தமிழ் நாடெங்கும் பரவுமாயின் அசத்தியர் அதன்மங்களும், அசப்பியர் போதங்களும், துன்மார்க்கர் கூட்டங்களும் நாளுக்குநாள் நசிந்து நற்கீர்த்தியும், நற்சாகமும் பெற்று அவர்களும் குருவிசுவாசம் இராஜவிசுவாசம் இரண்டிலும் நிலைபெறுவார்கள். சகல மக்களுங் குருவிசுவாசத்தில் நிலைக்கவேண்டுமென்னுங் காரணமியாதெனில்: உலகத்திற்கே ஆதி சீர்திருத்தக்காரராகத் தோன்றி உலகரட்சகனென்றும் ஜெகத் குருவென்றும் சங்க அறரென்றும் பெயர்பெற்ற புத்தபிரானால் ஓதியுள்ள ஆதிவேத நீதிபீடத்தை ஆதாரமாகக் கொண்டே

அனந்த வேதங்களும் அனந்தமதங்களுந் தோன்றி மாறுகொண்டுள்ளபடியால், நன்மார்க்கத்திற் சென்று, சத்தியத்தில் நிலைத்து, நித்தியாக்கம் பெறவேண்டியவர்கள் உத்தம சற்குருவாம் புத்தரையே விசுவாசிக்க வேண்டுமென்று கூறியுள்ளோம்.

சகல மக்களும் இராஜ விசுவாசத்தில் நிலைக்கவேண்டுமென்னுங் காரணம் யாதென்னில், இந்தியதேசத்துள் இதுகாறும் பிரிட்டிஷ் ராஜரீகம் வந்து நிலைக்காமற்போயிருக்குமாயின் கேடுகெட்ட சாதிபேதத்தால் மக்கள் நாடுகளைவிட்டுக் காடுகளில் ஓடவும், சிறுமீன்களெல்லாம் பெருமீன்களுக்கு இறையென்பதுபோல் வல்லவர் முன்னில் பல்லவர் நசுங்கவும், வீதிகளின்றி கொடிபாதைகொள்ளவும், நகரங்களெங்கும் பகரமற்று ஒழியவும், நாடுகளெங்கும் மாடுகன்று ஒழியவும், உள்ளவர் சொத்தை கள்ளர் கைகொள்ளவும், ஏரிகளின்றி ஊருகள் பாழாகவும், ஓரூரில் தானியம் விளையுமாயின் மறுவருக்கு உதவாமற் போகவும், ஒருவூரில் பஞ்சமுண்டாயின் அத்தேசமே பாழடையவும், ஒருவூரை விட்டு மறுவூருக்குப் போக வேண்டுமாயின் மாடுகள் செத்தும் வண்டிகள் உடைந்தும் மக்கள் திக்கற்றும் தன்னூரைவிட்டு பிறவூர்ச்சென்றவன் சுகாசுகந் தெரியாமலும் நகரங்கள் எங்கும் இருளடைந்து நாடுகளெங்குங் கேடுபாடுற்றும் மக்கள் யாவரும் தங்கவீடின்றியும், படுக்கப் பாயின்றியும், உடுக்க வஸ்திரமின்றியும், குடிக்கக் கூழின்றியும் ஏதோர் சுகமின்றியும் மடிந்தே இருப்பார்கள்

இத்தகையக் கேடடைந்து போகுங்காலத்தில் வித்தையும், புத்தியும். ஈகையும், சன்மார்க்கமும், கருணையும் நிறைந்த பிரிட்டிஷ் ராஜரீகம் வந்து தோன்றி நூதனசாதிபேதக் கோட்பாட்டினால் கெட்டழிந்து வந்த விவசாயங்களும் சாதிபேதக் கோட்பாட்டினால் கெட்டழிந்து வந்த வித்தைகளும் சாதிபேதக் கோட்பாட்டினால் கெட்டழிந்துவந்த ஒற்றுமெகளும் விருத்தி பெறலாயிற்று. நகரங்களெங்கும் மாட மாளிகைகளும் கூடகோபுரங்களும் உயரலாயிற்று, வீதிகளெங்கும் மேடுபள்ளமின்றி நடக்கலாயிற்று, பாதைகளெங்குந் தீபாலங்கிரதஞ் சொலிக்கலாயிற்று, கலாசாலைகளெங்கும் திறந்து கற்கலாயிற்று. அக்கல்வி கற்றோரெல்லாம் நாகரீகம் பெற்று சுகமுறலாயிற்று, கூரைவீட்டில் வாழ்ந்தோரெல்லாம் மாடமாளிகைக்கட்டி வாழ்க்கை பெறலாயிற்று, பிச்சை இரந்துண்டோ ரெல்லாம் வண்டி குதிரைகளிலேறி உலாவலாயிற்று, சோளச்சோற்றைத் தின்று சுவை தெரியாது இருந்தோரெல்லாம் நெல்லஞ் சோற்றுடன் நெய் பிசைந்து தின்னலாயிற்று, காடா துணிக்கட்டித் திரிந்தோரெல்லாம் மல்லுவேட்டிகளைக் கட்டலாயிற்று, புட்டத்திற்குமேல் கட்டுத் துணியை உடையோர் எல்லாம் நீட்டுக் கோட்டுகளும் பென்டலங்களும் போடலாயிற்று, இட்டலி தோசைத் தின்றோரெல்லாம் ரொட்டி பிஸ்கட் தின்னலாயிற்று, நீச்சத்தண்ணீர் குடித்தோரெல்லாம் காப்பி கோக்கோ குடிக்கலாயிற்று, கட்டைவண்டிகளில் ஏறிப்போவோரெல்லாம் கோச்க வண்டிகளிலும், பீட்டின் வண்டிகளிலும் ஏறலாயிற்று, குளத்துத்தண்ணீர் குட்டைத் தண்ணீர் குடிப்போரெல்லாம் பில்டர் வாட்டர் குடிக்கலாயிற்று, பாசம்பிடித்தச் சொம்பும் பற்றேறியப் பாத்திரங்களை உபயோகித்தவர்களெல்லாம் என்னாமலேட் பிளேட் கிளாஸ்வேர் உபயோகிக்கலாயிற்று, வாழை இலைத் தையலிலையில் புசித்தோரெல்லாம் வெள்ளிக்கிண்ணங்களில் புசிக்கலாயிற்று, தலைமுறை தலைமுறையாகத் தலைகுட்டைக் கட்டாதோரெல்லாம் பெல்ட் காப், இரவுண்ட் காப், மல் தலைகுட்டை, மாவடஞ்சி தலைகுட்டை கட்டலாயிற்று, ஒருதேசம் விட்டு மறுதேசம் போகாதவர்களெல்லாம் இருப்புப்பாதை ரதங்களிலும் புகைக்கப்பல்களிலுமேறி பற்பல தேசங்களுக்கும் போகலாயிற்று, தருப்பைப் புல்லும் சுள்ளி விரகுகளும் கைகளிலேந்தி வீதிவீதியாய்த் திரிந்தோரெல்லாந் தங்கள் கைகளில் வெள்ளி பென்சல், பொன் பேனாக்களைப் பிடிக்கலாயிற்று, அடுத்த வூர் சங்கதியை ஆறுமாதமாகியுந் தெரிந்துக் கொள்ள இயலாதவர்கள் ஆறுமாதத்தியப் பிரையாண ஊர்சங்கதிகளை அரைமணிநேரத்தில் தெரிந்துக் கொள்ளலாயிற்று, நகரங்களிலெல்லாம் நல்ல நீர் கிடையாது உவர் நீரை மொண்டு குடித்தோரெல்லாம் சுத்த நீர் குடித்து சுகிக்கலாயிற்று. மற்றும் பிரிட்டிஷ் ராஜாங்கத்தோரால் குடிகளுக்கு செய்துவரும் நீர்வசதிகளையும், பாதை வசதிகளையும், வைத்தியசாலை வசதிகளையும், வித்தியாசாலை வசதிகளையும் அதனதன் சுகங்களையும் வரையவேண்டின் ஓர் புத்தகரூபமாகிப்போம். தங்களைப்போல் பிறருஞ் சுகம்பெற வேண்டுமென்று கருதி அன்னையைப் போல் ஆதரித்து வருவது இப்பிரிட்டிஷ் ராஜரீகம் ஒன்றேயாதலின் இவ்விராஜரீகம் என்றும் நிலைத்து சகலமக்களும் சுகம்பெறவேண்டுமாயின் இவ்விராஜாங்கத்தின் மீது விசுவாசத்தை வளர்த்த வேண்டுமென்பது முடிபு.

- 7:2; சூன் 18, 1913 -

293. ஓர் கூட்டத்தோர் எல்லோரும் பல்லக்கு ஏறவேண்டும் என்று எண்ணில் மற்றுங் கூட்டத்தோர் ஏறப்போகாதோ?

ஓர் கூட்ட மனுக்கள் எல்லவரும், பல்லக்கு ஏறவேண்டும் என்னும் எண்ணங்கொண்டு தங்கள் கருத்தை சதா அவற்றில் நிலைத்து விடுவதாயின் பல்லக்கைச் செய்வோனும் அதை எடுப்போனும் இல்லாமற் போவானாயின் பல்லக்கில் ஏறுவதும் அதன் சுகமும் இல்லாமற்போம்.

அவைப்போல் நமது தேசத்துள்ள மனு மக்களுள் சிலர் இராஜாங்க உத்தியோகங்களையே பெற வேண்டும் என்று பி.ஏ. பட்டம் பெறவும் எம்.ஏ. பட்டம் பெறவுமானக் கண்ணுங் கருத்திலேயுமே இருக்கின்றார்கள். அதனால் தேசத்தின் விவசாயமுங் கைத்தொழிலுங் கெட்டுப் பாழடைந்து வருகின்றது. அத்தகையக் கல்வியைத் தேடும் முயற்சியில் தாங்களே முயன்று ஏதேனுங் கலாசாலை வகுத்து அதற்காய செலவிட்டு வேண விருத்தி செய்வார்களா அதுவுங்கிடையாது, மிஷநெறி துரைமக்கள் எங்கெங்கு கலாசாலைகளை வைத்து கல்விவிருத்திச் செய்கின்றார்களோ அங்கங்கு உத்தியோகமும் அமர்ந்துக்கொண்டு கல்வியுங்கற்றுக் கொள்ள முயல்வார்கள். தாங்கள் சம்பாதிக்கும் பணங்களைப் பார்த்து பார்த்து இருப்பில் வைத்து மரணமாவார்கள். அவ்வகை பணம் விரயஞ்செய்வதாயிருந்தால் சீதாகல்யாணம், ருக்குமணி விவாகம், வசந்த உற்சவம் முதலியவற்றில் பாணத்திலும், மத்தாப்பிலும், பந்தத்திலுந் தீய்த்துக் கொட்டுவார்களே அன்றி தேசத்திற்கு வேண்டிய கல்வி விருத்தி, கைத்தொழில் விருத்தி, விவசாய விருத்தியில் தங்கள் தங்கள் கருத்தைச் செலுத்தவே மாட்டார்கள். விருத்தி கருத்துக்கள் யாதோவென்னில் அவன் சாதி கெட்டுப்போய்விட்டான் அகற்றியே விடல் வேண்டும், எங்கள் சாமிக்கு நாமம் பாதம் வைத்திருக்கும். உங்கள் சாமிக்கு நாமம்

பாதம் வைக்காமலே இருக்கும், எங்கள் பூச்சு குழைத்துப் பூசும் பூச்சு, உங்கள் பூச்சு பிரித்துப்பூசும் பூச்சு என்னும் அஞ்ஞான விருத்தியையே அதிகரிக்கச்செய்வதுடன், அரசாளவேண்டுமென்னும் ஆசையைமட்டிலும் மிகு பெருக்கிக்கொண்டே வருகின்றார்கள்.

இத்தகையாய எண்ண விருத்தியால் தேசமும் தேசமக்களும் நாளுக்கு நாள் சீர்கெட்டு நாசமடையவேண்டி வருமேயன்றி தேசவிருத்தியும் மக்கள் சுகமடையவேமாட்டாது. எல்லோரும் படித்துக் கொள்ளல் வேண்டும், எல்லோரும் இராஜாங்க உத்தியோகம் பெறல் வேண்டும் என்னும் பேரெண்ணத்தால் வித்தியா விருத்தியும் குறைந்துவருவதன்றி சகலசாதி மக்களும் முன்னேறி சுகச்சீர் பெறுவதற்கு ஏதுவில்லாமற் போய்விடுகின்றது.

இக்கருணை நிறைந்த பிரிட்டிஷ் ஆட்சியில் தேசசிறப்பும் சகல சாதியார் முன்னேற்றமும் வேண்டுமாயின் நன்கு வாசித்தவர்களுக்கு இராஜாங்க உத்தியோக சாலைகள் ஒவ்வொன்றிலும் நான்கு ஐரோப்பியர் நான்கு யூரேலியர் நான்கு பிராமண ரென்போர் நான்கு மற்ற சாதி வகுப்பிற் சேர்ந்தவர்கள் நான்கு முகமதியர் நான்கு கிறிஸ்தவர்கள் நான்கு பௌத்தர்கள் இருக்க வேண்டும் என்னும் விதியையுங் கண்டிப்பாக விதித்து விடல் வேண்டும். அவ்வகுப்பிற்குத் தக்கவாறு கிடையாவிடின் அவைகள் கிடைக்கும் வரையில் ஐரோப்பியர்களேனும் யூரேஷியர்களேனும் அவற்றை நடாத்தி வருவதே உத்தமாம். இத்தகைய சாதனத்தை இத்தேசத்திற் கொண்டு வந்து விடுவார்களாயின் சகல மனுமக்களும் உற்சாகம் அடைவதுடன் பேரானந்த வாழ்க்கையும் பெறுவார்கள். இராஜாங்க உத்தியோகமே பெறல் வேண்டுமென்று கல்விகற்போர் எல்லோருந் தன்னிற்றானே அடங்கி கைத்தொழில் விருத்தியிலும் விவசாய விருத்தியிலும் தங்கள் கருத்தை செலுத்துவார்கள். பெரியசாதிக்குப் பெரிய உத்தியோகம், சின்ன சாதிக்கு சின்ன உத்தியோகம் என்னும் பொறாமெச் செயல்கள் யாவும் அகன்றுபோம். நன்கு வாசித்துக்கொண்டு உத்தியோகம் இல்லாமல் திரியும் ஐந்துபேர் சேர்ந்துக்கொண்டு ஐயாயிரம் பெயரைக் கூட்டமிட்டு சுயராட்சியம் வேண்டும் என்னும் சுத்த வீரர்களெல்லாந் தானே அடங்கிப் போவார்கள். அதனால் தேசவிவகாரக் கலகங்கள் ஒழிந்து, வித்தை விவகாரங்களும் விவசாய விவகாரங்களும் பெருகிப்போம் எங்கும் உள்ள இராஜ துரோகிகளும் மறைந்து இராஜ விசுவாசிகளே பெருகி நிற்பார்கள், அக்கால் இராஜ துரோகிகள் தோன்றினும் எளிதில் அறிந்துக்கொள்ளவும் கூடும், சகலசாதியோரையும் ஒரு குடை நீழல் ஆளுவது பிரிட்டிஷ் ஆட்சியாதலின் சகலமக்களையும் முன்னேற்றி சுகம்பெறச் செய்ய வேண்டியதும் அவர்களை ஆள்வதும் நீதி செங்கோலாதலின் சகலரும் முன்னேறும் படியான சட்டத்தையும் வகுப்பார்களென்று நம்புகிறோம். இப்பொதுவாய விதி தோன்றுவதாயின் சகலமக்களும் கல்விவிருத்தியால் முன்னேற்ற உச்சாகம் பிறந்து உத்தியோகம் பெறவும் முநிவார்கள். ஒரு சாதியோர் கூட்டமே இராஜாங்க உத்தியோகங்களிற் பெருகுவதற்று பலசாதியோரும் இராஜாங்க உத்தியோக சாலைகளில் நிறைந்திருப்பார்கள். அதனால் இராஜாங்க உத்தியோக நடவடிக்கைகள் செவ்வனே நடைபெறுவதுடன் பிரிடிஷ் ஆட்சியோரும் ஆறுதலுற்றிருப்பார்கள். ஆதலின் ஒரு கூட்டத்தோர்மட்டிலும் பல்லக்கு ஏற வேண்டும் என்னும் முயற்சிகளற்று பலகூட்டத்தோரும் பல்லக்கு ஏற முயலுவார்கள். அப்போதே நம்தேசஞ் சீர்பெறும், தேச மக்களுஞ் சுகம் பெறுவார்கள்.

- 7:3; சூன் 25, 1933 -

294. சென்னை இரயில்வே அதிகாரிகள் ஏழைகளை எதிர்க்கின்றார் போலும்

உலகத்தில் மனு மக்களது குழவிகள் தனது தாய்தந்தையரைக் கேட்டும், வருந்தியும், அழுதும் தங்களுக்கு வேண்டியவைகளைப் பெற்றுக்கொள்வது வழக்கமாகும். அவைபோல் வடயிந்திய, தென்னிந்தியமெங்கும் பெருஞ்சோம்பேறிகள் பூமிகளைப் பெற்றுக்கொண்டு அதனைச்சீர்திருத்தாமலும், பண்படுத்தாமலும், உழுது பயிரிடாமலும், நீர்வசதிகளை உண்டு செய்யாமலும், வஞ்சகர்கள் கூடி வானத்தை நோக்கில் மழை பெய்யாமலும் தானியவிருத்திக் குன்றி, ரூபாயிற்கு 4 படி அரிசி விற்பதுடன் பலதானியங்களுங் குறைந்து பஞ்சமென்னும் நிலைக்கு வந்துள்ளபடியால் இரயில்வே உத்தியோகஸ்தர்களில் ஏழைகள் யாவருங்கூடி தங்கள் பசியின் கொடிதால் இரயில் அதிகாரிகளை நாடி, தங்கள் தங்கள் சம்பளங்களில் கிஞ்சித்து சேர்த்துக் கொடுக்கும்படி விண்ணப்பித்துள்ளதாக விளங்குகின்றது.

அத்தகைய விண்ணப்பத்தை ஏழைகளுக்குத் தாய்தந்தையர்போல் விளங்கும் இரயில்வே அதிகாரிகள் கண்டு இதக்கமுறாது அவர்கள்மீது கலஞ்சாதிப்ப தென்னசெயலோ விளங்கவில்லை. ஏழைக் கூலிகளை ஆதரிப்பதற்கென்று ஓர் சங்கமுங் கூடியிருப்பதாகத் தெரிகின்றது. அச்சங்கத்தோர் நியாயவாயலாக ஏழைகளுக்கு என்று முயல்வார்களே தவிர இரயில்வே அதிகாரிகளுக்கோர் இடுக்கங்களை உண்டு செய்ய வேண்டுமென்னுங் கெட்ட எண்ணங் கொள்ள மாட்டார்கள். இவைகள் யாவையும் இரயில்வே அதிகாரிகள் தேற ஆலோசித்து ஏழைமக்களை உச்சாகப்படுத்தி ஆதரிப்பதுடன் இரயிலின் போக்குவருத்தையுந் தடையின்றி நடத்துவதே அழகாகும்.

இரயில்வே கம்பனியானது ஓர் வியாபாரக் கம்பனிக்கு ஒப்பாயதேயன்றி வேறன்று. வியாபாரக் கம்பனியில் வேலைசெய்யும் பாகஸ்தனுமுண்டு, பண முதல் அளிக்கும் பாகஸ்தனும் உண்டு. அவ்விருவருள் வேலையை ஊக்கமுடன் செய்து வியாபாரத்தை விருத்திசெய்வோனே மேலானவனாவன். பணமுதல் அளிப்பது பெரிதல்ல, வியாபார வேலையை சோர்வின்றி விருத்தி பெறச்செய்வதே பெரிதாகும். அவை போல் இரயில்வே அதிகாரிகள் பேனாபென்சிலைக் கையிலேந்தி லாபத்தை அதிகப்படுத்திவிட்டோம், முன்னிருந்தோர் எல்லவரும் அதிகப்படுத்தாமற் போய்விட்டார்களென்று எழுதிவிடுவது பெரிதல்ல. இரயில்வே கம்பனி வேலையில் இரவும் பகலுங் கண்விழித்துக் கொண்டு எந்தெந்த வண்டிகள் எந்தெந்த வழியில் விடவேண்டுமென்றும், எந்தெந்த காலத்தில் இஸ்டேஷன்களைவிட்டுப் புறப்பட வேண்டுமென்றும், பாஸஞ்சர்களுக்கு இடுக்கமின்றி எவ்விடங்களில் ஏற்ற வேண்டும் இறக்கவேண்டுமென்றும் அடிவயிற்றில் நெருப்பைக் கட்டிக் கொண்டுள்ளதுபோல் கண்ணுங் கருத்துமாகக் கஷ்டப்படுவதே பெரிதாகும்.

இத்தகைபக் கஷ்டப்படுவோரே சரியான பாகத்துக்கு உரியோரேயன்றி வெறுமனே பேனா பென்சில் பிடிப்போர் பாகஸ்தர்களாகார்கள், இரயில்வேயின் போக்குவருத்துக்கெல்லாம் அந்தந்த பழகியத் தொழிலாளர் நடத்திவரவேண்டுமேயன்றி வேறில்லை. ஒவ்வொரு வேலையிலும் அவனவன் பழகி அந்தவேலைகளை சரிவர நடத்துவதற்கு எவ்வளவோநாட் செல்லுகின்றது. அவ்வகைப் பழக்கமுள்ளவர்களை நீக்கிவிடு-வதினாலும் ஆட்கள் அதிகமென்று தள்ளிவிடுவதினாலும் மனுமக்களுக்கும் சீவராசிகளுக்கும் வண்டிகளுக்கும் நஷ்டம் உண்டாகிக்கொண்டு வருவது சகலருக்கும் தெரிந்த விஷயமேயாம்.

சிற்சில ரயில்வே அதிகாரிகள் கம்பினிக்கு லாபங் காட்டவேண்டும் எனக்கருதி ஏழைகளின் சம்பளங்களை அதிகரிக்காமலும் ஆட்களைக் குறைத்தும் வீணாலோசனைகளை விரித்து வருகின்றார்கள். அதனால் கம்பனிக்கு நஷ்டமும் அபாயமும் நேருமேயன்றி இலாபந் தரமாட்டாது. ஒவ்வொரு தொழிலிலும் அநுபோகஸ்தர்களைக்கொண்டு நட த்துவது மேலாம். இரயில் வண்டிகள் போகாமல் நின்றுவிடுவதினால் கம்பனிக்கு எவ்வளவோ நஷ்டங்கள் உண்டாகி வருகின்றது. இத்தகைய சந்தர்ப்பங்களில் இரயிலேறவரும் ஏழைமக்களுக்குக் கஷ்டத்தைக் கொடுப்பதுடன் நஷ்டத்தையுந் உண்டாக்கி வருகின்றது. இவைகள் யாவையும் இரயில்வே அதிகாரிகள் சீர்தூக்கி ஆலோசித்து ஏழை ஊழியர்கள் கேட்கும் சம்பளத்தைக் கொடுத்து, பஞ்சகாலத்திற் கார்த்து, அவர்களை போஷிக்க வேண்டியது கடனாம். அங்ஙனமின்றி அவர்களை ஓர் விரோதிக-ளைப் போற் பாவித்து ஒட்டிவிடுவது தாய் தந்தையர் பிள்ளைகளை வீட்டைவிட்டு விரட்டிவிடுவது போலாம்.

சென்னை ரயில்வே கம்பனியின் இடுக்கம் இவ்வகையாக நடைபெறுவதாயினும் சவுத்திண்டியன் இரயில்வே கம்பனியில் பாக்கம், மது-ராந்தகம், செங்கல்பட்டு முதலிய ஸ்டேஷன்களில் வந்தேறும் ஏழைக் குடிகளை உத்தியோகஸ்தர்கள் மிரட்டுவதும், அடிப்பதும் அவர்களுக்கு நஷ்டத்தையுண்டு செய்வதுமாகப் பேரதிகாரங்களைச் செலுத்தி வருகின்றார்களாம். இவைகள் யாவையும் இரயில்வே அதிகாரிகள் சற்று நோக்-கியே காரியாதிகளை நடத்துவார்கள் என்று நம்புகிறோம்.

- 7:4: சூலை 2, 1913 -

295. சென்னையில் நளிர் சுரம்

தற்காலஞ் சென்னையில் தோன்றியுள்ள சுரமானது மலையருவிகளில் தோய்ந்து நிற்கும் நீர்களை யருந்துவோருக்கு முதலாவது நளிருண்டாகி சுரங்கண்டு வயிற்றுள் கட்டி உண்டாவதுபோலவே காணப்படுகின்றது அதனுடன் பொருக்க முடியா மண்டை குடைச்சலும் உண்டாகி வாதைப் படுகின்றார்கள்.

இதனுற்பவத்தை ஆலோசிக்குங்கால் மழையின் குறைவும் நீர்கட்டுண்டு கொதிப்பேறி தணிந்து கிரிமிகள் அதிகரித்து நிற்பதும் குழாய் நீர்-களுங் கொதிப்பேறி தணிந்து கிரிமிகளை உண்டு செய்துள்ளதுமாக விளங்குவதுடன் மக்கள் புசிக்கும் பதார்த்தங்களிலும் பலவகைக் கலப்பு சரக்குகளை சேர்த்து விற்பதுடன் இரண்டு நாளில் மூன்று நாள் பலகாரங்களையுங் கடைகளில் வைத்து விற்பனைச் செய்து வருவதால் அவற்றை வாங்கி புசிக்கும் ஏழைமக்களே இச்சுரத்தால் மிக்கப் பீடிக்கப்பட்டு வருந்துகின்றார்கள்.

வியாபாரிகளோ தங்கள் தங்கள் மனம் போனவாறு, அரிசியிற் கலப்பு, பல தானியங்களிற் கலப்பு, நெய்யிற் கலப்பு, எண்ணெயிற் கலப்பு, தேனிற் கலப்புமாகியப் பல்வகைச் செயல்களால் துட்டு பெருகினாற் போதும் குடிகளெக் கேடுகெட்டாலுங் கொட்டும் என்னும் வியாபாரக் கிருத்தியங்களை நடாத்தி வருகின்றார்கள். இவற்றுள் பெரியசாதிகளென வேஷமிட்டுள்ளோர் பணக்காரர்களாகவும் சிறிய சாதிகள் என்று அலக்கழித்துள்ள ஏழைமக்கள் சீர்கெட்டழியவுமான வழி வகைகளையும் வகுத்துள்ளார்கள். அவர்களின் பலகாரக் கதைகளுக்கு பெரும்பாலும் முசுவுருண்டை கடைகளென்றே பெயர், அதாவது இரண்டு நாளைய பலாகாரம் மூன்று நாளைப்பலகாரமாம் மூசடைந்தவற்றை வைத்துக் கொண்டு ஏதுமற்ற பேதை மக்கள் காசு கொடுத்துக் கேட்டவுடன் அம்மூசடிக்கும் பண்டங்களையே எடுத்து கொடுப்பது வழக்கம். அதையறிந்து கொண்ட சில ஏழைமக்கள், இஃது பழையபலகாரமாயிருக்கின்றதே மாற்றிக் கொண்டு கொடுங்கள் என்னில் நீ தீண்டிவிட்ட பலகாரத்தை நாங்கள் வாங்குவோமோ என்று மிரட்ட அக்கம் பக்கத்துக் கடைக்காரரும் விரட்டி அடிக்கின்றார்கள்.

அப்பலகாரங்கள் மூசுண்டிருப்பதுடன் அதன்மேற் படிந்திருக்கும் மண்ணும் மயிருமாகிய தூசுகளையோ சொல்ல வேண்டியது இல்லை. அவைகளை ஏழை மக்கள் கஷ்டப்பட்டு சம்பாதித்தக் காசை கொடுத்து வாங்கிப் புசித்து பற்பல வியாதிக்கு உள்ளாகி சுத்ததேகிகள் ஆனோர் க்ஷீணமுற்று மரணத்துக்கு உள்ளாகின்றார்கள்.

நாட்டுப்புறங்களிலுள்ள சாதி வேஷக்காரர்களோ சாதிபேத மில்லாமல் வாழும் ஏழை மக்களை நல்லத் தண்ணீர் மொண்டு குடிக்க விடாமல் அசுத்தம் நிறைந்த குட்டை நீரையும் கால்வாய் நீரையும் புசிக்க வைத்துப் பாழடையச் செய்கின்றார்கள். நகர வாசிகளோ தங்கள் சாதிவேஷத்-தால் பழயபலகாரங்களை ஏழை மக்களுக்கு விற்று பணத்தைக் கிரகித்து பாழ்படுத்தி வருகின்றார்கள். பொய்சாதி வேஷத்தையே மெய்ச்சாதி வேஷமென்றும் பெரிய சாதிகளென்று சொல்லிக் கொள்ளுவதே பெரும் பாக்கியமென்று எண்ணித்திரியும் மக்களுக்கு சீவகாருண்ய மென்பதே கனவிலும் கிடையாது. அத்தகையக் கன்நெஞ்சரும் வந்நெஞ்சருமாயக் கூட்டத்தோர் மத்தியில் கருணையே ஒருருவாகவும் நீதியே செங்-கோலாகவுங் கொண்டு இராட்சியபாரந் தாங்கிவரும் பிரிட்டிஷ் ஆட்சியில் நெடுங்காலம் பழகியும் அவர்கள் குணா குணங்களை உணர்ந்தும் தங்கள் வெஞ்சினம் மாறாது ஏழை மக்களை இழித்தும் பழித்தும் இடிக்கிடம் ஒடிக்கியும் பாழ்பட வதைத்தும் வருகின்றார்கள். இத்தகைய சீவகாருண்யமற்றக் கொடுஞ் செயல்களை பிரிட்டிஷ் ஆட்சியின் சுகாதாரத் தலைவர்களே கருணை வைத்து ஏழை மக்களை ஈடேற்றல் வேண்டும். உழைப்பாளிகளும் சுகதேகிகளுமானோர் சுகாதாரம் பெற்றிருப்பரேல் தேசமும் அரசும் ஆறுதலுற்றிருக்கும், உழைப்பாளிகளும் சுக-தேகிகளுமானோர் பற்பல வியாதிகளால் பீடிக்கப்படுவார்களாயின் அவ்வியாதி மற்றோரையுந்தொடர்ந்து வாதிப்பதுடன் தேசத்தோரையும் கலங்-

கச்செய்து விடும் ஆதலின் கருணைதங்கிய சுகாதாரத் தலைவர்கள் கலப்பு சரக்குகள் விற்போரையும் பழைய பண்டங்களை விற்போரையும் சற்றுக் கண்ணோக்கும் படி வேண்டுகிறோம்.

- 7:9; ஆகஸ்டு 6, 1913 -

296. குடியாலும் கூத்துகளாலும் உண்டாகுங் கேடுகள்

குடி என்பது சாராயக்குடி, கள்குடி என்பவைகளேயாம், இக்குடியால் இராஜாங்கத்தோருக்கு அதிக வருமானமுண்டு அதனால் அதை விருத்தி செய்கின்றார்கள் என்று பேசுகிறார்கள், அம்மொழி வீண் மொழியேயாம். பிரிட்டிஷ் ஆளுகைக்கு முன்பே கள்ளும் சாராயமும் இத்தேசத்தில் வழங்கிவந்ததாக விளங்குகின்றது. அது மேலும் மேலும் பெருகி மக்கள் கெடுவதையுணர்ந்த ராஜாங்கத்தார் அவைகளுக்கு வரிகளையுயர்த்திக் குறைக்கும் வழிவகைகளைக் தேடினார்கள் அக்கடைக்காரர்களோ உருசிகண்ட பூனை உரியை உரியை தாவுதல் போல் ஒருவருக்கொருவர் போட்டியினால் தொகைகளை யதிகப்படுத்தி நூறுகுடிகள் கெடவும் ஒரு குடி பிழைக்குவுமான வியாபாரத்திலிருக்கின்றார்கள். இராஜாங்கத்தார் மேலும் மேலும் வரிகளை அதிகரிக்கச்செய்து கள்ளுக்கடை சாராயக்கடைகளை ஒடுக்கமுயலினும் அக்கடைவிற்போர் முயற்சிகள் குன்றுவதைக் காணோம்.

இராஜாங்கத்தோர்கள் சாராயத்தை விருத்திச் செய்ய முயன்றவர்கள் அல்ல என்பது எலியட் துரையவர்களின் நீதியே போதுஞ்சான்றாம், அஃதுயாதெனில் ஒரு மனிதன் கள்ளையேனும் சாராயத்தை ஏனுங்குடித்து வெரித்து வீதிகளில் சண்டையிட்டபோதிலும், விழுந்து கிடந்த போதினும் அவனைத் தலையாரிகள் கொண்டு போய் விட்டவுடன் அதிகாரிகள் விசாரித்து பனிரெண்டாறென்னும் ஒன்றரை டசன் அடியடித்து விடுவது வழக்கமாயிருந்தது என்பதை நாளது வரையில் வழங்கியும் வருகின்றார்கள். அத்தகைய எலியட்துரையவர்களின் காலத்தில் ஓர் மனிதன் நன்றாய் குடித்து வெறித்தும் சட்டத்திற்கு பயந்து வீட்டிற்போய் சேருமளவும் எலியட்துரை பெயரையும் பனிரண்டாறடி பயத்தையும் மனதிலுன்னி அவற்றை சொல்லிக்கொண்டே சென்றதும் மறுநாள் அவனையழைத்துவரச் செய்து பனிரண்டாறு வேஷ்டி வாங்கி கொடுத்தனுப்பியதுமாய சரித்திரத்தால் நன்கு விளங்குகின்றது. அதனால் கள்ளுக்கடை, சாராயகடைவிற்குங் கடைக்காரர்களாலும் அவற்றைக்குடிக்குங் கூட்டத்தோர் பெருகுவதினாலுமே அவை பெருகி மக்கள் பாழடைகின்றார்கள்.

அவற்றுள் சாராயக்கடைக்காரர்களோ அவைகளை விற்பனைச் செய்யத்தக்க வழிவகைகளை சொல்லத்தரமன்று. கள்ளுக்கடைக்காரர்கள் செயல்களோ அதனினும் விசேடமெயாம். இவற்றுள் வருஷக்குடியர் மாதக்குடியர், வாரக்குடியர், தினக்குடியர் பெருகி அவர்கள் மற்றோரால் இகழப்பெற்று சீரழிவதுடன் இல்லாட்களாகிய பெண்களையும் குடிக்க கற்பித்தது போதாமல் தங்கள் பிள்ளைகளுக்கு சுரங்கண்டால் கொஞ்சம் பிராந்தி வாங்கி கொடு, குழந்தைகளுக்கு சளிபிடித்தால் பத்தாய் வாங்கிக்கொடுவென்னும் பெருவழக்கத்தால் சிறுவர்கள் முதல் பெரியோர்கள் வரையில் குடியர்களாகி சீரழிந்து சிந்தை நைந்து குலமரபின் பேரழிந்து பாழாகிப் போகின்றார்கள்.

கல்வியற்றவர்களும் இழிதொழில் செய்வோருமானோர் தங்கள் தொழிலுக்குக் தக்க புத்தியென்பது போல் தங்கள் பிள்ளைகளை கள்ளுக்கடை, சாராயக்கடைகளுக்குக் கொண்டு போய் குடிக்கப் பழக்குகின்றார்கள். படித்தவர்களும் உத்தியோகஸ்தர்களும் பிள்ளைகளுக்கு வியாதி வந்தால் குடிக்கப் பழக்குகின்றார்கள். இஃது 'தொட்டிலாட்டம் சுடுகாடுசெல்லுமளவு முண்டு', என்னும் பழமொழி போல் சிறுவயதில் பழக்குஞ்செயல் பெரியோர்களாகியும் விடாது தொடர்ந்து குடிகேடராகின்றார்கள்.

மற்றுஞ் சிலர் தங்களை மிக்கப் பரமயோக்கியர்களெனக் காட்டிக் கொண்டு தங்கள் சுபாசுபகாலங்களில் காலன்காலனாக சாராயங்களை வாங்கிவைத்துக் கொண்டு, வருவோர்களுக்கெல்லாம் வார்த்துக் குடிக்க வைத்துக் கெடுப்பதுடன் இந்தப் பரமயோக்கியர் செயல்களை மற்றோரும் அநுசரித்துப் பாழ்படும் கெடுவழிகளையும் திறக்கின்றார்கள். இத்தகையக் குடியைவிருத்திசெய்வோரும் குடித்துப்பாழடைந்தவருமான எத்தனையோ குடும்பங்கள் உடுக்கவுடைக்கும் உண்ண சோற்றுக்குமில்லாமல் வீடுவீடாய் அலைவதையும் வீதிவீதியாய்த் திரிவதையுங்கண்டுமுள்ள உத்தியோகஸ்தரும் வாசித்தவர்களும் அக்கொடிய துற்பழக்கத்தையே மேலும் மேலுங் கொண்டு உழல்வார்களாயின் கல்வியற்ற இழிதொழிலாளர் விடுவரோ, அறிவாளிகள் என்றும், கல்வி கற்றவர்கள் என்றும் உத்தியோகஸ்தர்கள் என்றும் முன்னுக்கு வந்துள்ளவர்கள் தங்கள் தங்கள் விவேகத்தைக் கையாடாது தாங்கள் குடித்து மதிகெடுவதுடன் தங்கள் பெண்களையுங் குடித்து கெடுக்கவைத்துக் கொள்வதால் அத்தகையாயக் குடியனுங் குடிக்காரியஞ் சேர்ந்து வாழும் வாழ்க்கையும் ஓர் வாழ்க்கை யாமோ. அவர்கள் பெற்றுள்ளப்பிள்ளைகளும் சீர்பெறுமோ. சிறுவயதிலேயே அப்பிள்ளைகள் கூசாமற்குடித்துக் குடிகெடுவார்களேயன்றி மனிதனென்னும் சிறப்பை அடையமாட்டார்கள்.

இத்தகையச் செயல்களை ஒவ்வொர் குடியர்கள் வீடுகளில் அநுபவமுங் காட்சியுமாகக் காணலாம். ஈதன்றி சகல சாதியோர்களுங் குடிக்கின்றார்களன்றி ஒரு சாதியான் குடிப்பதில்லை யென்று கூறுதற்காதாரமில்லை. ஆனால் தங்கள் தங்கள் சாதி வேஷத்தைக் கார்த்துக் கொள்ளும் அந்தரங்கக் குடியர்கள் அனந்தம் பேரிருக்கின்றார்கள் ஆயினும் சகல சாதியோராலும் பறையர்களென்று தாழ்த்தப்பட்டுள்ள கூட்டத்தோர்களே பெரும்பாலுங் குடிக்கின்றார்களென (ரிப்போர்ட்) என்னும் சில அறிக்கைகளால் காணப்படுகின்றதை யோசிக்கில் சாதிவேஷத் தலைவர்கள் பொறாமெயுமிருக்கலாம். கரையாரென்னும் வகுப்பாருள் மீன்விற்கும் பெண்டுகளையும் புருஷர்களையும் மந்தை மந்தையாகக் கள்ளுக்கடைகளில் வாயிலில் அந்தியவேளையில் சந்ததங் குடித்து உலாவுவது ரிப்போர்ட்டிற்கு செல்லுவதில்லை போலும். மற்றும் சாதி வைத்துள்ளக் கூலித் தொழில் செய்வோர்களில் நூற்றுக்கு தொண்ணூறுபெயர் குடியர்களைக் காணலாம். அவர்களும் ரிப்போர்டிற்கு வருவதில்லை போலும். சாதிவேஷத்தில் அந்தஸ்தும் உத்தியோகமும் செல்வமும் உள்ளவர்களில் நூற்றிற்கு ஐன்பதுபெயரேனும் இருக்கலாம். ஆட்களகப்படாவிட்டாலும் புட்டிகள் மட்டும் அகப்படும். இத்தியாதிபலரிலுங் குடியர்களிருந்தும் பறையர்கள்மட்டிலும் பெருந் தொகையானக் குடியர்க-

ளென்று தோன்றியது, அவர்களைத் தாழ்ந்த சாதியோரென்றுத் தாழ்த்தி சகலவற்றிலும் முன்னேற விடாமற் செய்யும் படுபாவிகளின் செயல்களே அதற்குப் பீடமாகும். காரணமோவென்னில் பத்து பெயர்க்கூடி ஒரு மனிதனை இவன் தாழ்ந்த சாதியன், கொடியன், மிலேச்சனெனச் சொல்லிக்கொண்டே வருவதுடன் அவனை நெருக்கவிடாது, தீண்டவிடாதும் இழிவுபடுத்தி வருவார்களாயின் அவன் மனங்குன்றி நாணடைந்து நாளுக்குநாள் சீர் கெடுவானேயொழிய சீர்பெறமாட்டான்.

அவற்றுள் சில விவேகிகள் மட்டிலும், அடடா இவனென்ன நம்மெ ஒத்த மனிதன் கேவலப்புசிப்புடையவன். கேவல உடையுடையவன், கலை நூல் கல்லாதவன், பொய், வஞ்சினம் திருடு, விபச்சாரங் கொலைப்பாதகம் கள்ளருந்தல் முதலிய பஞ்சபாதகங்கள் நிறைந்தவன், நம்மெய்க்கண்டு தாழ்ந்த சாதியோன் என நடிப்பதும் இழிவு கூறுவதுமாயச்செயல் பொறாமேயாலும் மிலேச்ச குணத்தாலும் தூற்றியலக்கழிக்கின்றான் என்று எண்ணி அவனை சட்டை செய்யாது விலகிப்போய்விடுகின்றார்கள்.

மற்றுமுள்ள அவிவேகிகளோ அவர்கள் தாழ்த்திக் கூறுவது மெய்யென்று கொண்டும் தங்களைத் தாழ்ந்தவர்களென்று எண்ணிக்கொண்டு குடிவிஷயத்தில் அஞ்சாதுகுடித்து அக்குத்தூக்கில்லாத ஆணவம் வெழ்க்கஞ்சிக்கில்லா வீராப்பு கொண்டு வெளியுலாவுவதால் பெருங்குடியர்களென்னும் பிரபலப் பெயருண்டாகிவிட்டது. கருணைதங்கிய மிஷனெரி துரைமக்கள் கிருபையால் கல்விகற்று கிஞ்சித்து விவேகமுற்ற பாலியர்களோ சாமிபெயரைச் சொல்லிச்சொல்லி மனிதனைச் சுட்டுதின்று சுராபான மருந்துவோரும், மாடுகளைச் சுட்டுதின்று சுராபான மருந்துவோரும் குதிரைகளைச் சுட்டுத் தின்று சுராபான மருந்துவோருமானவர்களின் மதங்களிற் சேர்ந்துகொண்டு சத்திபூசையென்று சாராயம் வைத்துத் திருட்டுக்குடி குடிப்போர்களும், பிருந்தாவன பூசையெனக் கோழியைக் கொன்று பிரட்டித்தின்று சாராயங்குடித்து பயிரங்கக்கூத்தாடுவோரும், சாமிபிறந்தாரெனக் கோழி, வாத்துகளைக் கொன்று பிரட்டி சாராயங்குடித்து சந்தோஷங் கொண்டாடுவோருமானோர் பொய்யாகிய சாதிவேஷத்தோரைக் கண்டு குடியைக்கற்று குடும்பங்கேடுற்றோர் நீங்க, சாமிவேஷத்தை நம்பிக் குடித்துக் கெடுவோரும் அனந்தமாயதாக விளங்குகின்றது. இக் குடியாலுண்டாங் கேடுகளையும் இழிவையும் சற்றுவுற்றுணர்வானாயின் அன்றே நன்மார்க்கத்தில் நடந்து நற்செயல் புரிந்து நல்ல சுகத்தையடைவான்.

குடியால் அடையுங் கேடுகள் அனந்தமானபோதினும் கூத்துக்கூத்து என்று சொல்லுவதில் பாலியர்கள் கூத்தி, கூத்தி யென்னும் விபச்சாரக் கிருத்தியத்திற்கு ஆளாகும் வழிவகையேயாகும். இவற்றை விரிக்கின் வீணேவிரியுமென்று எண்ணி இம்மட்டே விடுகின்றோம்.

- 7:10: ஆகஸ்டு 13, 1913 -

297. உலகிலுள்ள அரசநீதிகளின் நோக்கும் அந்தந்தக் குடிகளின் போக்கும்

முதலாவது ஐரோப்பா கண்டத்தின் அரசாங்கங்களை நோக்குங்கால் அரசு எவ்வழியோ குடிகளும் அவ்வழியென்பது போல் அரசநீதிமொழிகளைக் குடிகளுந்தழுவி நிலைபிறழா ஒழுக்கத்தினின்று தாங்கள் சீரடைவதுடன் தங்கள் தேசத்தையுஞ் சிறப்படையச் செய்து வருகின்றார்கள்.

இவற்றுள் அமெரிக்கா, ஆஸ்டிரேலியா, ஆபிரிக்கா முதலிய கண்டங்களிலுள்ள அரசர்களுங் குடிகளும் அவ்வகையாய சிறப்பையே தழுவி நிற்கின்றார்கள் என்பதற்குப் போதிய ஆதாரமுண்டு.

மற்றும் மதக்கர்வமும் சாதிகர்வமும் பெருகியுள்ள தேசங்கள் எவைகளோ அவைகள் யாவும் அரசர்கள் நீதிக்கும் அவர்கள் நெறிக்கும் அடங்காது மதத்திற்குத்தக்க மன்றாட்டுகளும், சாதிக்குத்தக்கச் சாக்கு போக்குகளும் வேறுபடுத்துவதால் நீதியும் நெறியும் பிறழ்ந்து சாதியும் சமயமும் மேனோக்கி தேசக்குடிகள் தங்களுக்குத்தாங்களே சீர்கெடவும் தேசம் பாழ்படவுமாகின்றது.

எத்தேசத்தில் மதகர்வமும் சாதிகர்வமும் பெருகிக்கொண்டே வருகின்றதோ அத்தேசத்திற்கு வேறு சத்துருக்கள் கிடையாவாம், தங்களுக்குள் தாங்களே வெட்டி மடிந்து பாழடைவார்கள். இதற்குப் பகரமாக தற்கால சண்டைகளில் பால்கன் கிரீஸ், ரோமேனியர்களே போதுஞ் சான்றாம். பூமியின் ஆசை ஓர்புறம் இருப்பினும் மதகர்வமே மூன்று லட்சத்திற்கு மேற்பட மக்களை துள்ளத்துடிக்க மடித்து பள்ளம் வெட்டி புதைப்பதற்கு ஆளில்லாமல் விடுத்து ஓடோடியும் போயதும் அம்மடிந்தவர்களின் பெண்டு பிள்ளைகள் யாவரையும் பதரவும் கதரவும் வைத்து விலகினின்று வேடிக்கைப் பார்ப்பவர் மதகர்வமுண்ட மல்லர்களே யாவர்.

அரசாங்கங்களே தங்கடங்கள் நீதிதவறி மதபோதகர்க்கு உட்பட்டு மதகர்வம் மேற்கொண்டு தங்களுக்குத் தாங்களே மடிவதாயின் குடிகளென்னப் போக்கில் பிறழ்ந்து சீர்பெறுவார்கள். தேசம் எவ்வகையால் சிறப்படையும். நாளுக்கு நாள் மதக்கர்வங்கொண்ட தேசம் மதத்தாலழிவரென்னும் பழமொழி விளங்க தேசசிறப்பும் மக்கள் சுகமுங் கெட்டு மாளாதுக்கத்தில் அவதியுறுதல் அநுபவமுங் காட்சியுமாகும்.

இத்தகையாய மேனாடுகள் மதகர்வத்தினால் நாளுக்கு நாள் சீரழியுமாயின் சாதிகர்வம் மதகர்வம் இவ்விரண்டும் பெருகியுள்ள இந்தியதேசமக்கள் எவ்வகையால் சீர்பெருவார்கள். இந்திய தேசம் எவ்வகையால் சிறப்படையும். இந்தியதேசப் பூர்வக்குடிகளை மதகர்வத்தினால் வழியில் நாட்டி வதைத்த வன்னெஞ்சர்களும் கழுவிலேற்றி வதைத்தக்கொடுபாவிகளும், கற்காணங்களில் வதைத்த துற்சாதனர்களே இத்தேசத்திற் பெருகி சாதி கர்வத்தையும் பெருக்கிக்கொண்டு ஆறுகோடி மக்களை அதனால் அழக்களித்து பல வகையாலும் அவர்களைத் துன்பப்படுத்தி தலையெடுக்க விடாத வழிவகைகள் ஏதேதோ அவைகள் யாவற்றையுஞ் செய்துகொண்டே வருகின்றார்கள்.

இத்தகைய சீவகாருண்யமற்ற மதகர்வமும், நீதிநெறியற்ற சாதிகர்வமும் பெருகுவதினாலுண்டாம் துன்பங்களையும் இடுக்கங்களையும் சகித்துக் கொண்டுள்ள ஆறு கோடி மக்களுள் விவேகமிகுத்தோர் யாவரும் அவிவேகிகளால் நடாத்தி வருஞ் சாதி வேஷத் தீங்குகளையும் சமயவேஷத் தீங்குகளையும் பொறுத்துக்கொண்டே தங்கள் சுகக்கேட்டை அநுபவித்து வருகின்றார்கள்.

நீதியும் நெறியுங் கருணையும் அமைத்த பிரிட்டிஷ் அரசாட்சியின் நோக்கமோ சருவ மக்களையும் தன்னவர் அன்னியரென்னும் பட்சபாதமற்ற நோக்குற்று காரியாதிகளை நடாத்திவருகின்றார்கள். இந்திய தேயத்தில் அவர்கள் ஆளுகைக்கு உட்பட்டக் குடிகளோ சாதிபோக்கு, சமயபோக்குகளையே நீதிபோக்கு நெறியின் போக்கென்றெண்ணித் தங்கடங்கள் அதர்மச் செயல்களையே மீண்டும் மீண்டும் அதிகரிக்கச் செய்துவருகின்றார்கள். இப்பொய்யாய சாதிவேஷத்தால் பெருங்குடிகளைத் தாழ்த்தி நசித்துவரும் தீவினையின் பிரதிபலன் ஏதேது செய்யுமோ என்பது இன்னுஞ் சில நாளில் விளங்கும்போலும். ஆட்டுக்கடாக்கள் பிந்துவதும் புலிகள் பதுங்குவதும் தங்கள் பாச்சலுக்கென்பதுபோல ஆறுகோடி மக்களும் சாதிவேஷக்காரர்கள் செய்யும் இடுக்கங்களுக்குங் கஷ்டங்களுக்கும் பின்னடங்கி நிற்பது பெரும்பாய்சசலுக்கென்றே தெரிந்து கொள்ளல் வேண்டும். அவ்வகை தெரிந்தோர் ஆறுகோடி மக்களையும் அன்பார்ந்த சோதரர் என்று எண்ணி தங்களைப் போலவர்களையும் சுகச்செயல் பெற்று நல்வாழ்க்கையில் நிலைக்கச் செய்தல் வேண்டும். அங்ஙனமின்றி தங்கள் சாதிகர்மமே கர்வம் மதகர்வமே கர்வமென மதோன்மத்தால் இருமாப்புற்று இத்தேசப்பூர்வக்குடிகளாம் ஆறுகோடி மக்களை இன்னுந் தாழ்த்தி இடுக்குறச் செய்வரேல் அதற்குப் பிரதிபலனாகட்ட பின்னும் முடிவது ஒற்றுமெக்கே பெருங்கேடாகும் போலும். ஆதலின் விவேகமிகுத்தோர் இராஜாங்கநோக்கையுங் குடிகளின் போக்கையுமறிந்து சீர்திருத்துவார்களென்று நம்புகிறோம்.

- 7:17; ஆகஸ்டு 20, 1913 -

298. முனிசபில் கமிஷனர்கள் நியமனம்

இம்முனிசபில் கூட்டம் என்பதும் பிரிட்டிஷ் ராஜாங்கத்திற்கு உட்பட்டதேயன்றி வேறன்றாம். எவ்வகையாலென்பரேல், இராஜாங்கத்தோரே முனைந்து தங்கள் குடிகளுக்கு சுகாதாரமளிக்க வேண்டுமென்னுங் கருணையால் பிரிட்டிஷ் இராஜாங்க அதிகாரஸ்தர் ஒருவரை முதன்மெயாக நியமித்து அந்தந்த டிவிஷனிலுள்ளப் பெரியோர்களையே கூட்டத்தோராக ஏற்படுத்திக் கொள்ளும்படி செய்து குடிகளது தொகைகளைக்கொண்டே அவர்களுக்கு வேண்டிய வீதிவசதிகளையும், தீபவசதிகளையும், நீர்வசதிகளையும், கள்ளர் பயமில்லாமலும், துஷ்டர் பயமில்லாமலும், வாழும் படியான போலீஸ்காவல் வசதிகளையும், வியாதிகள் அணுகா சுகாதார வசதிகளையும், வியாதிகளுக்கு உட்பட்டோரை காத்து ரட்சிக்கும் வைத்திய சாலை, வசதிகளையும் அவ்வைத்தியசாலை வசதிகளிலும் புருஷர்களுக்கு வேறு இஸ்திரிகளுக்கு வேறு வசதிகளை வகுத்து தங்களைப்போல் குடிகளும் சுகச்சீர்பெற்ற வாழ்க்கையை அடைய வேண்டுமென்னும் சுகாதாரங்களை அளித்து வருகின்றார்கள்.

இத்தகைய சுகாதாரச் செயல்களுக்கு அந்தந்த டிவிஷன்களிலுள்ள ஒவ்வொர் பெரியோர்களையே தெரிந்தெடுத்துக் கொண்டு அவர்கள் மூலமாக தங்கள் தங்கள் குறைகளை விளங்கச்செய்து சுகம் பெற வாழ்கும் சுயாதிகாரங்களையுங் கொடுத்துள்ளார்கள் இவற்றுள், கமிஷனர்களாக நியமனம் பெறுவோர் தாங்களே குடிகள் வீடுகள் தோரும் வண்டிகளைக் கொண்டு போய் தங்கள் தங்கள் பெயர்களைக் குறிப்பிட்டுக்கொள்கிறார்களன்றி குடிகளே ஒன்றுகூடி ஆலோசித்து தங்கள் மனதுக்கிசைந்த கமிஷனர்களை நியமித்துக் கொள்ளுவது கிடையாது. அதனால் அன்று வண்டி கொண்டுவந்து குடிகளை அழைத்துப்போன கமிஷனரை மறுவருஷத்தில் தான் அவ்வீதியிற் காணலாமேயன்றி வேறு நாளில்லை. இவ்வகையாக நியமித்துக்கொண்ட குடிகளுக்கும் அக்கமிஷனர்களுக்கு மட்டிலும் சுகமிருப்பதாக விளங்குகின்றதேயன்றி மற்றய பெருங்குடிகளுக்கு அக்கமிஷனர்களால் சுகக்குறைவு உள்ளதென்றே விளங்குகின்றது.

எவ்வகையிலென்பரேல், இரண்டு வீடு மூன்று வீடு வைத்துக்கொண்டு பெருந்தொகை செலுத்துவோரே கமிஷனர்களை நியமித்துக் கொள்ளும் யோக்கியதையுடையவர்களாயிருக்கின்றார்கள். இவற்றுள் வரியை நியமிக்கும் உத்தியோகஸ்தர்களோ வீடுவீடாக சென்று அவர்கள் அவர்கள் மனம்போனவாறு இந்த வீட்டிற்கு மாதம் ஒன்றிற்கு பத்து ரூபாய் வாடகை வாங்கலாமென வகுத்து அதற்குத்தக்க வரிகளை விதித்து வசூல் செய்கின்றார்கள். வீட்டுக்குடையவர்களோ பத்து ரூபாயே வாடகை வாங்குவதாயினும் வரியை அதிகப்படுத்திவிட்டார்கள் வாடகை பன்னிரண்டு ரூபாய்க் கொடுக்கவேண்டும் அவ்வகைக் கொடாதோர் வீட்டைக் காலி செய்யவேண்டுமென்றும் வற்புறுத்துகின்றார்கள். இதுபோலவே ஐந்து ரூபாய் வாடகைக் கொடுத்துள்ளோரை ஆறு ரூபாய் கொடுக்கவேண்டுமென்றும் சில்லரைக்குடிகளில் பத்தணா வாடகைக் கொடுத்துள்ளோரை ஒரு ரூபாய்க் கொடுக்கவேண்டும் என்றும், ஒரு ரூபாய் வாடகைக் கொடுத்துள்ளோரை ஒண்ணரை ரூபாய்க் கொடுக்க வேண்டும் என்று உயர்த்தி தங்கள் தங்கள் இலாபங்களைப் பெருக்கிக் கொள்ளவும் வாடகைக் குடிகள் கஷ்டப்படவுமாயிருக்கின்றது. ரூபாயிற்கு நான்குபடியரிசி விற்கக்கூடிய பஞ்சகாலத்தில் குடிக்கூலிக்கிருக்கும் ஏழைகளின் கஷ்டமோ சொல்லத்தரமன்று. சொந்த வீடுகளை வைத்திருப்பவர்களுக்கு மட்டிலும் பெருலாபமும் சுகவாதரவுமிருப்பதாக விளங்குகின்றதேயன்றி குடிக்கூலி அளித்து வாழும் ஏழை மக்களுக்கு லாபமும் கிடையாது சுகமுங் கிடையாதென்பதே திண்ணம்.

வியாபாரிகளோ வென்னில், தானியங்களையும் பல சரக்குகளை தங்கள் தங்கள் மனம்போல் விற்று பெரும் லாபங்களை அநுபவிக்கன்றார்கள். ஏழைக்குடிகளோ கஷ்டப்பட்டு சம்பாதித்துக் கஞ்சிக்கு அழுகின்றார்கள். அந்தந்த டிவிஷன்களுக்கென்று ஒவ்வோர் கமிஷனர்களிருந்தும் வாடகைகளின் குறைவு நிறைவுகளையும், வியாபாரிகளின் பெருக்க சிறுக்கங்களையும், குடிகளின் கஷ்ட நஷ்டங்களையுங் கண்ணோக்குவோரைக் காணோம். அதாவது வாடகைகள் விதித்துள்ளபடிக்கு வீடுள்ளோர் வாடகையை வசூல் செய்கின்றார்களா அதற்கு மேற்படி வசூல் செய்கின்றார்களா என்றும், வியாபாரிகளுக்கு விதித்துள்ளவரிகள்படிக்கு தானியங்களை விற்கின்றார்களா என்றும், குழாய் மூலம் சகல வீதிகளுக்கும் சரிவர வருகின்றதாவென்றும், தீபங்கள் சகல வீதிகளிலும் பிரகாசமுற்றெரிகிறதா என்றும், வீதிகள் யாவும் பள்ளமேடின்றி சமநிலையிலிருக்கின்றதா என்றும் பார்வையற்றிருப்பதினாலேயாம்.

எப்போது அந்தந்த, டிவிஷன்களுக்கு கமிஷனர்களாக ஒவ்வோர் பெரியோர்கள் ஏற்படுகின்றார்களோ அவர்கள் யாவரும் பொது நலங்கருதி குடிகள் யாவரையும் சுகாதாரத்தில் நிலைக்கச்செய்தல் வேண்டும்.

இவற்றுள் சொந்த வீட்டை உடையோர்களுக்கு மேலும் மேலும் சுகமும், குடிக்கூலி வீடுடையோருக்கு மேலும் மேலும் அசுகமுமாயிருக்குமாயின் அவைகளை அந்தந்த டிவிஷன் கமிஷனர்களே நன்காராய்து சுகச்சீரளிப்பார்களென்று நம்புகிறோம்.

ஐரோப்பியர்களே இருந்து ஆண்டு வரும் ஓர் தேசத்தில் முநிசபில் கமிஷனர்களாயுள்ளவர்களே முனைந்து குடிகளுக்கு சகல சுகாதாரங்களையும் அளித்து வருவதுடன் சொற்பலாபத்தைக் கருதி சகல வியாபாரங்களையும் நடத்தி வருகின்றார்களாம். அதனால் ஏழைமக்கள் யாவரும் அகச்சீர் பெற்றிருப்பதாக விளங்குகின்றது. அத்தகைய கருணையும் ஊக்கமும் முயற்சியும் நம்தேய கனவான்களுக்குண்டாகுமாயின் தேசமும் தேசமக்களும் எவ்வளவோ சீரும் சிறப்புமடையுமென்பது சொல்லத்தரமன்று.

- 7:12; ஆகஸ்டு 27, 1913 -

299. ஐரோப்பியருக்குள் நிறைவேறும் முநிசிபாலிடியும் ஐரோப்பிய முநிசபில் கமிஷனர்களும்

ஐரோப்பியர்களே பெரும்பாலும் வாழக்கூடிய சில தேசங்களில் ஐரோப்பியர்களே கமிஷனர்களாயுள்ளவர்கள் தங்கள் சுயவேலை யாதொன்றிருந்தபோதிலும் அவைகளை நிறுத்திவிட்டு அதிகாலையில் எழுந்து தங்களுக்கு வகுத்துள்ள டிவிஷன்களுக்குச் சென்று அந்தந்த வீதிகளின் சுத்தங்களை சரிவரச் செய்து வருகின்றார்களா என்றும் அந்தந்த வீதிகளில் தீபங்கள் சரிவர எரிந்து வருகின்றதா என்றும், அந்தந்த வீதிகளில் நீர் வருத்துப்போக்குகள் சரிவரப் பாய்ந்து வருகின்றதா என்றும், இரவுகாலங்களில் போலீஸ் பந்தோபஸ்துக் காவல் சரிவரக் கார்த்து வருகின்றதா என்றும், அந்தந்த டிவிஷன் வைத்தியசாலைகளில் வந்துள்ள வியாதியஸ்தர்களுக்கு சிகிட்சையும் உணவும் மேற்பார்வையும் சரிவரப் பார்த்து வருகின்றார்களா என்றும், அந்தந்த வீதிகளும் பயிரங்க ரோடுகளும் வண்டிகள் போக்குவருத்துக்கும் மக்கள் போக்குவருத்துக்கும் மேடுபள்ளங்களின்றி வசதியாயிருக்கின்றதா என்றும் பார்வையிட்டு வருவது அவர்களது கருணையும் செயலுமாயிருக்கின்றதாம்.

குடிகளுக்கு வேண்டிய எந்தெந்த சுகாதாரங்களை ஒட்டி வரி வசூல் செய்கின்றார்களோ அந்தந்த சுகாதாரங்களையே மிக்கக் கவனித்து நீர்வசதிகள் கெட்டிருக்குமாயின் உடனுக்குடன் அவற்றை சீர்திருத்தியும், தீபவசதிகள் கெட்டிருக்குமாயின் உடனுக்குடன் சீர்திருத்தியும், வீதி வசதி கெட்டிருக்குமாயின் உடனுக்குடன் சீர்திருத்தியும், சுகாதாரங்களை அளித்து வருவதுடன் விரகுகள் கிடையாமல் மக்கள் சீரடைவார்களாயின் முநிஸ்பாலிட்டியாரே காடுகளை குத்தகையெடுத்து அந்தந்த டிவிஷனில் விறகு தொட்டிகளை ஏற்படுத்தி குடிகளுக்கு சொற்ப லாபத்திற்கு விற்று சுகமளிக்கின்றார்களாம். மற்றுந் தானியங்களை வியாபாரிகள் கலப்புற்றும் அதிகலாபம் வைத்தும் குட்டிகளை நஷ்டப்படுத்துவார்களாயின், முநிசிபாலிட்டியாரே அந்தந்த டிவிஷன்களில் மண்டிகளை ஏற்படுத்தி, பலதேச தானியங்களைத்தருவித்து குடிகளுக்கு சொற்ப லாபத்திற்கு விற்று சுகமளித்து வருகின்றார்களாம். மற்றும் பல சரக்குகளிலும் நெய்களிலுங் கலப்புற்று அதிக லாபம் வைத்து குடிகளை நஷ்டப்படுத்துவார்களாயின் முநிசிபாலிட்டியாரே முநிந்து பல தேச பலசரக்குகளையும் நெய்களையுந் தருவித்து சொற்ப லாபத்திற்குக் குடிகளுக்கு விற்று சுகமளித்து வருகின்றார்களாம். அத்தகையக் கருணை மிகுந்தச் செயலால் வரிசெலுத்துங் குடிகள் யாவரும் தங்கள் தங்கள் வரிகளை ஆனந்தமாக செலுத்தி சுகச்சீரடைவதுடன் முநிசிபாலிட்டியாருக்கு நன்றியறிந்த வந்தனமும் செலுத்தி வருகின்றார்களாம்.

அவ்வியாபாரங்களில் உண்டாம் சொற்ப லாபங்களைக் கொண்டு ஏழைகளாயுள்ள கூன்குருடு, சப்பாணிகளுக்கு தங்கும் வசதிகள் ஏற்படுத்தி ஊணுமுடையும் அளித்துக் காப்பாற்றியும் வருகின்றார்களாம். இவர்களல்லோ குடிகளைக் காக்கும் கருணையும் பட்சாதாபமும் உடையவர்களாவர். இத்தகையப் பட்சாதாபமும் கருணையுமுண்டாவதற்குக் காரணம் யாதெனில் ஏக பாஷையும் ஏக மதமும் ஏக காருண்யமுமேயாகும்.

இத்தேசத்திலோ பல சாதியும் பல பாஷையும், பல மதமுமாயுள்ளவர்களாதலின் குடிகளை சீர்திருத்தி சுகாதாரமளிக்கும் கமிஷனர்களாகத் தோன்றியும் ஐரோப்பியர்களுக்குள் தோன்றுங்கருணை அரிதாயிருக்கின்றது. காரணமோ சாதிபேதமும் சமயபேதமுமேயாகும். ஒரு சாதியோரைக் கண்டால் மற்றொரு சாதியார் முறுமுறுத்தலும், ஒரு சாதியார் வீட்டில் மற்றொரு சாதியார் புசிக்க அருவெறுத்தலுமாய்ப் பொறாமெச் செயல்களோடு ஒரு மதத்தோரைக் கண்டால் மற்றொருவர் சீறுதலும், மதத்திற்கு மதத்தோர் சண்டையிட்டுக் கோர்ட்டுக் கச்சேரிக்கு ஏறுதலுமாயச் செயல்களே அன்பு ஒற்றுமெய் இரண்டையுங் கெடுத்து தங்களுக்குள் தாங்களே சீர்கெடுவதுடன் தேச சீர்திருத்தத்திற்காக தாங்களெடுக்கும் முயற்சிகளுங் குன்றி சீர்கெடுகின்றது. இத்தேசத்துள் சாதிபேதம் உள்ளளவும் நீதி போதமும், மதபேதமுள்ளளவும் இதபோதமும் மாறுகொண்டே நிற்குமாதலால் கருணைதங்கிய பிரிட்டிஷ் ராஜாங்கத்தோரே முநிந்து குடிகளின் சுகாதாரத்தை நோக்குவார்களாயின் சகலகுடிகளும் சுகச்சீர் பெற்று ஆனந்தத்தில் நிலைப்பார்கள். காரணமோ வென்னில் பிரிட்டிஷ் ஐரோப்பிய துரை மக்களுக்கு சாதிபேதமுங் கிடையாது, மதபேதமுங் கிடையாது அவர்களால் நடாத்துங் காரியாதிகளோ தன்னவர் அன்னியரென்னும் பட்சபாதமற்றே நிற்கும். ஆதலின் சருவ சீர்திருத்தத் தலைவர்களும் ஐரோப்பியர்களாயிருப்பார்களாயின் சகல சாதி மக்களும் சுகச்சீர் பெற்று வாழ்வார்களென்று நம்புகிறோம்.

- 7:13; செப்டம்பர் 3, 1913 -

300. இந்துக்களென்போர் நடாத்திவரும் இராஜாங்க சம்பந்தக் கூட்டங்கள்

இந்துக்களென்போர் இச்சென்னை ராஜதானியில் தற்காலங்கூடி இராஜாங்க விஷயமாகப் பேசிவருபவற்றுள் இந்திய தேசத்திற்கென்று ஓர் மந்திரி சபை இலண்டனிலிருக்கலாகாது, பார்ளிமென்டோரே அவற்றைப் பார்த்துக்கொள்ள வேண்டுமென பேசிவருவது யாது காரணமென விளங்குவதைக் காணோம்.

ஓர் பெருத்த ரதத்தை நடத்துவதாயிலும் அச்சாணி வொன்று இருந்தே தீரல் வேண்டும், பத்து முநிசபில் கமிஷனர்களிருப்பினும் காரியாதிகளை ஆய்ந்து முடிவு செய்ய ஓர் பிரசிடென்ட் இருந்தே தீரவேண்டும், பத்து தாஸில்களும் பத்து முநிஷிப்புகளிலிருந்து ஓர் டிஸ்ட்டிரிக்டை ஆண்டபோதினும், ஓர் கலைக்டர் இராது காரியாதிகள் நிறைவேறாது. அதுபோல் இந்தியாவைப் பல கவர்னர்கள் ஆண்டுவந்தபோதினும் அவரவர்கள் செயல்களை சீர்தூக்கிக் காரியாதிகளை நடத்திவருவதற்கு இங்கிலாண்டில் ஓர் இந்திய மந்திரி சபை இருந்தே தீர வேண்டும் அவ்வகையில்லாவிடில் இந்தியராட்சிய பாரம் ஆப்பிலாச்சகடுபோலும். ஆளனில்லாப் பெண்போலும் நிலையற்றேபோம்.

இந்தியராட்சிய பாரத்தை பார்ளிமென்டாரே தாங்கிக் கொள்வார்கள் என்பது வீண்மொழியேயாம். அதாவது சென்னை ராஜதானி கவர்னரவர்கள் ஆளுகையை லெஜிஸ்லேட்டிவ் கவுன்சிலர்களே பார்த்துக் கொள்ளுவார்கள் என்பது போலாம்.

இங்கிலாண்டிலுள்ள இந்திய மந்திரியின் கஷ்ட நஷ்டங்களும் பொருப்பும் தங்களுக்குத் தெரிந்திருந்தும் இந்திய மந்திரி சபையை எடுத்துவிடவேண்டும் என்பது இந்தியாவின் ராட்சிய பாரத்தை நிலைக்க விடாது கெடுக்க முயற்சியாக விளங்குகின்றதேயன்றி இராட்சியபாரம் நிலைக்கத்தக்க ஏதுவாகக் காணவில்லை. "உட்சவரிருக்கப் புறச்சுவர் பூசுவோர்" என்னும் பழமொழிபோல் தங்கள் சுயதேசசீர்திருத்தங்கள் அனந்தமிருக்க அவைகளை நோக்காது புறதேசத்தோர் சீர்திருத்தங்களை நாடுகின்றவர்கள் ஆதலின் தங்கள் மனம்போனவாறு ஏதேதோ ஒன்றை முடிவு செய்து விடுகின்றார்கள். அஃதியாதென்னிலோ சௌத்தாப்பிரிக்காவிலுள்ள ஐரோப்பியர்கள் இந்தியர்களை மிக்கக் கஷ்டப்படுத்துகிறார்கள் என்றும் கறுப்பு தேகத்திற்கும் வெண்தேகத்திற்கும் வித்தியாசம் பாராட்டியே பிரித்து நடத்துகிறார்களென்றும் வெகு ஊக்கமாகவும் மிக்கப் பரிந்தும் பெரும் பெருங்கூட்டங்கள் கூடி பேசும்படியானவர்கள் தங்கள் சுயதேசத்திலேயே கறுப்பாயிருக்கும் சாதிபேதமற்ற ஆறு கோடி மக்களை கறுப்பாயிருக்கும் பலகோல கோடி மக்கள் ஒன்று கூடிக்கொண்டு சுத்த நீரை மொண்டு குடிக்கவிடாமலும், வண்ணார்களை வஸ்திரமெடுக்க விடாமலும், அம்பட்டர்களை சவரஞ்செய்ய விடாமலும் அவர்களை எந்த வழியிலும் முன்னேறவிடாமலும் பூமியை உழுது பண்படுத்துங் கூலிகளுக்கு ஓரணா ஒன்றரையணா கூலிகொடுத்து அரைவயிற்றுக் கஞ்சிக்கும் வழியில்லாமல் வதைக்காமல் வதைத்து, கொல்லாமற் கொன்றுவிடும் படும்பாவிகள் செயல்களை இக்கூட்டங்கள் கூடி பேசும் பெரியோர்களறியார்களோ. பறையர்கள் தண்ணீர் மொண்டு குடிப்பதற்கு இல்லாது தவிக்கின்றார்கள் அவர்களுக்கென்று பிரத்தியேகக் கிணறுகள் தோண்ட வேண்டுமென்றும் அதற்காயப் பணவுதவி செய்யவேண்டும் என்றும் கனம் பாண்டியனவர்கள் பல தேசத்திற்குஞ் சென்று கூட்டங்கள் கூடிவருவதைப் பத்திரிகைகளின் மூலமாகவும் நேரிலும் இக்ககூட்டத்தோர் கண்டதில்லையோ. ஆடு மாடு குதிரை முதலிய மிருகஜெந்துக்கள் சாதிபேதமுள்ளோர் குளங்களிலுங் கிணறுகளிலுந் தாராளமாகத் தண்ணீர் குடிக்கலாம், தங்களை ஒத்த மனிதர்களாகிய பறையர்கள் மட்டிலுந் தண்ணீரைக் குடிக்ககூடாதென்னுங் கொடூரச்செயலை நீதிநெறி அமைந்தக் கருணைக்குரித்தாயச் செயல் என்று எண்ணியிருக்கின்றனரோ. சௌத்தாப்பிரிக்காவிலுள்ள கறுப்புத் தோல் வெள்ளைத்தோல் நீதிநெறி குறைகளை நீளபேச ஆரம்பிக்கும் நீதிமான்கள் சுயதேசத்தில் கறுப்புத்தோலைக் கறுப்புத்தோலார் செய்யுங் கஷ்ட நஷ்டங் கண்டறிந்து சீர்திருத்தவும், அவர்கள் மீது தங்கள் கருணையை செலுத்தாததுமான செயலும் ஓர் செயலாமோ, அக்கூட்டமும் ஓர் சீர்திருத்தக் கூட்டமாமோ, அவர்கள் பேச முயல்வதும் பொதுநல வார்த்தையாமோ. இத்தேசத்தில் ஏற்படுத்திக் கொண்டுள்ள சாதிவேஷங்கள் யாவும் பொய் பொய் யென்று கூறுதற்குப் போந்த ஆதாரங்களிருக்க சீர்திருத்தப் பெரியோர்களென்று கூட்டம் கூடுகிறவர்களுக்கு மட்டும் சாதிவேஷம் மெய் மெய்யென விளங்குகின்றது போலும், அத்தகைய வித்தியாசம் பாராட்டுவோர் சௌத்தாப்பிரிக்கா கறுப்புத்தோல் வெள்ளைத்தோலுக்குமட்டிலும் வித்தியாசம் பாராட்டாது தங்கள் தங்களுக்குத் தோன்றிய நீதிகளையும் நெறிகளையுங் கருணையுள்ளவர்போல் கண்கலக்கப் பேசிக் கரகோஷ்டஞ் செய்வது எற்றிற்கு. சுயதேசத்திலுள்ள கறுப்பர்கள் கறுப்பர்களைச் செய்யும் அக்கிரமங்களையும் அநீதிகளைக் கண்டறிந்து அவர்களை சீர்த்துவார்களாயின் அவர்களையே பொதுநலப் பிரியர்களென்றும் கருணை நிறைந்த பெரியோரென்றும், நீதிநெறி யமைந்தோரென்றுங் கொண்டாடலாம். அங்ஙனமின்றி இந்திய மந்திரிசபையை எடுத்துவிட வேண்டும் சௌத்தாப்பிரிக்கா கறுப்பர்களுக்கு சுகமளிக்க வேண்டுமென்று மட்டிலும் பேசித் திரிவார்களாயின் அவர்கள் சாதியாசார சுயக்காரியர்களென்றே விளங்குகிறபடியால் கருணை தங்கிய ராஜாங்கத்தார் இவற்றை மிக்க ஆலோசிப்பார்களென்று நம்புகிறோம்.

- 7:14: செப்டம்பர் 10, 1913 -

301. கலைக்டர்களே ஜர்ஜ்ஜிகளாக வருவதால் நீதி கிடைக்குமா லாயர்களே ஜர்ஜ்ஜிகளே வருவதால் நீதி கிடைக்குமா

இத்தேசத்துள் பல சாதிகளும் பல பாஷைகளும் பல மதங்களுமமைந்த மக்களே மிக்கப் பெருகியுள்ளபடியால் அவர்களது நியாய அநியாயங்களைக் கண்டு நீதியளிப்பதற்குக் கலைக்டர்களே ஜர்ஜ்ஜிகளாக நியமனம் பெறுவார்களாயின் சகல குடிகளுக்கும் சரியான நீதி கிடைக்கும் என்பது திண்ணம்.

எவ்வகையில் என்பரேல் ஓர் சப்கலைக்டராக டிஸ்டிரிக்ட்டுக்கு வருவார்களாயின் அன்றுமுதல் அவ்விடத்தில் வாசஞ்செய்யும் மனுக்களின் குணாகுணங்களையும், அவரவர்கள் சாதிசம்மந்த பேதங்களையும், மதசம்பந்த மாறுபாடுகளையும், சமய ஆசார கேடுபாடுகளையும் நன்காராய்ந்து தங்கள் காரியாதிகளை நடத்திவருவதுடன் தாங்கள் நிறைந்த கலைக்டராயப் பின்னும் நீர்வசதி விசாரணை, நிலவசதி விசாரணை

முதலியவைகளுடன் தங்களுக்குள்ள சிறந்த மாஜிஸ்டிரேட் விசாரணையால் அடி தடி சண்டை சம்பந்தங்களையும் கொலை முதலிய கொறூற சம்பந்தங்களையும் விபச்சார முதலிய துற்கிருத்திய சம்பந்தங்களையும் நேரிற் போய்க் கண்டறிந்தும் விசாரிணையால் ஆய்ந்து தெளிந்தும் அந்தந்த வியாஜியங்களுக்குத் தக்க நீதிளித்து வரும் படியானச் செயல்களே அவர்களுக்கு நீடிய சாதனமும் போதிய அநுபலமுமாயிருக்கின்றது. அதனால் அவர்கள் தங்கள் கலைக்டர் அலுவலை ஒழித்துவிட்டு ஜர்ஜ் அலுவலில் வந்து உழ்க்காருவார்களாயின் தங்களுக்குள்ள முற்சாதனங்களின் பழக்கத்தால் எழுதுவதற்குச் சோம்பலின்றியும் வியாஜியங்களை விசாரிப்பதில் தளர்வின்றியும் நியாய ஊக்க தயிரியத்திற் குறைவின்றியும் அந்தந்த வியாஜியங்களை உடனுக்குடன் விசாரித்துக் காலதாமதமின்றி நீதியளித்து கோர்ட்டின் செலவுக்களை அதிகரிக்கவிடாது நியாயகாரியாதிகளை நடாத்தி வருவார்கள்.

கலைக்டர் அலுவலில் தொன்று தொட்டு வழங்கிவந்த அநுபவத்தாலுங் கண்டு தெளிந்துவந்த காட்சியாலும் அந்தந்த சாதிப்பார்க்குரியச் செயல்களையும் அந்த மதத்தார்க்குரியச் செயல்களையும் அந்தந்த பாஷைக்குரியச் செயல்களையுங்கண்டு உடனுக்குடன் நீதியளிக்கும் விஷயங்களைக் காணும் வாதிப்பிரிதிவாதிகளும் தங்களுக்குக்கிடைத்தத் தீர்ப்பு நியாயமே என்று ஒப்புக்கொண்டேகுவார்கள்.

அதனினும் இத்தேசத்தில் சோம்பலாலையே தேகத்தை வளர்ப்போரும், பொய்யாலையே தேகத்தை வளர்ப்போரும், பொருளாசையாலேயே தேகத்தை வளர்ப்போருமே மிகுதியாயுள்ளபடியால் அவரவர் குணாகுண வியவகாரச் செயல்களைக் கண்டும் பழகியும் வருவோர் கலைக்டர்களேயாகும். ஆதலால் ஜார்ஜ்ஜிகள் அலுவல்களுக்குக் கலைக்டர்களே முக்கியமானவர்களும் அநுபவம் பொருந்தியவர்களுமாவர். கலைக்டர்களே ஜர்ஜ்ஜிகளாக வருவார்களாயின் குடிகளுக்குத் தகுந்த நியாயங்கிடைப்பதுடன் பிரிட்டிஷ் ஆட்சிக்குஞ் சிறந்த பெயருண்டாம்.

இங்ஙனமின்றி ஜர்ஜ்ஜிகள் நியமனத்திற்குக் கலைக்டர்களை நியமிக்காது லாயர்களை நியமிப்பதாயின் அவர்களுக்கு டிஸ்டிரிக்ட்டுகளே முக்கியமாகத் தெரியாது. அவற்றிற்குப் பலமாக சாதிசம்பந்தங்களும், மதசம்பந்தங்களும், பாஷைசம்பந்தங்களும் அதனதன் குணாச்செயல்களும் ஈதென்று அநுபவத்திலும் காட்சியிலும் கண்டறியாதவர்கள். அவர்களுக்கு அநுபவமுங் காட்சியும் யாதெனில் கிரிமினல் பிரசீஜர் புத்தகங்களையும் சிவில் பிரசீஜர் புத்தங்களையும் வாரிப்போர்ட்டுகளையுங் கண்ணினாற் காண்பதே காட்சியும் அவைகளுள் வேண்டியவற்றை உருபோடுவதே அநுபவமுமாகும். மற்றுமோர் அநுபவமோ வென்னில் வாதி கட்சியிலோ பிரிதிவாதியின் கட்சியிலோ நிலைத்து வாதிடுவதாகும். இத்தகையாய ஒருகட்சியின் வாத அநுபவமே ஜர்ஜ்ஜிகளின் நியாய நிலையில் இருகட்சிகளின் நியாய அந்நியாயங்களைக் கண்டறிவதற்கே கஷ்டமாகிப்போம்.

ஈதன்றி லாயர்களாக ஒருகட்சியினின்றே பேசுங்கால் அவைகளை எழுதிக் கொள்ளுவதற்கு ஒரு ரையிட்டரைப் பக்கத்தில் வைத்துக்கொண்டு பேசித் துலைவது லாயர் கடனும் எழுதித் துலைவது ரைட்டர் கடனுமாயிருத்தலால், லாயர்களுக்குக் கிஞ்சித்து சோம்பலநுபவமும் உண்டாம். இத்தகைய அநுபவத்தோர் ஜர்ஜ்ஜியின் நியமனம் பெறுவார்களாயின் நியாய அந்நியாயம் மனதிற்தோன்றினும் எழுதுகோல் அசையுஞ் சுறுசுறுப்பற்று தீர்ப்பளிப்பதற்குங் காலதாமதமுற்று வியாஜியங்களுங் கிடையில் கிடப்பதற்கு ஏதுவாகி ஒவ்வோர் வியாஜிபாயங்கள் ஒருவருடம் இரண்டு வருடந் தீர்ப்பளிக்காமலிருப்பதும் வேறு உதவி ஜர்ஜ்ஜிகளை நியமிப்பதுமாகிய காரியாதிகள் அதிகரித்துப்போம்.

லாயர்களாயுள்ளோர் புத்தகங்களை வாசிப்பதும் பேசுவதுமே காட்சியும், ஒரு கட்சியார் சார்பினின்று வாதிடுவதே பேரனுபவமாதலின் நடுநிலையாயத் தீர்ப்பளிக்கும் ஜர்ஜ்ஜிய நியமனம் அவர்களுக்குப் பொருந்தவே பொருந்தாவாம் சட்டதிட்டங்களை நன்று வாசித்தும் லாரிப்போர்ட்டுகளை வாசித்தும் ஜர்ஜ்ஜிகளுக்குத் தங்கள் கட்சியோர் நியாய அந்நியாயங்களைத் தேரவெடுத்துக் காட்டக்கூடிய வல்லவர்களாயிருப்பினும் ஒருதலை நியாய சாதனமாதலால் எடுத்த சாதனத்தையும் பொய்யேயாயினும் முடிக்கும் சாமர்த்தியமேயன்றி இருகட்சிக்கும் பொருந்தும் நியாயம் கலைக்கட்டர்களைப் போல் அநுபவத்திற்குங் காட்சிக்கும் பொருந்திய நடுநிலை நியாயம் ஏற்படாவாம். ஆதலின் கருணை தங்கிய ராஜாங்கத்தார் குடிகளின் சுகத்தை நாடி காரியாதிகளை நடாத்துவதே நலமாம். லாயர்கள் பெருத்துவிட்டார்கள், அவர்களுக்கு ஜர்ஜ் உத்தியோகங் கொடுக்கவேண்டுமென்று யோசிப்பது குடிகளுக்கு சுகம் இன்மெயேயாம், சுகம் இன்மெயேயாம்.

- 7:15; செப்டம்பர் 17, 1913 -

302. கலைக்டர்களுக்கு மாஜிஸ்டிரேட் அதிகாரம் வேண்டாமோ

வேண்டும், வேண்டும், அஃதிருந்தே தீரவேண்டும். காரணமோவென்னில் இந்திய தேசச் சக்கிரவர்த்தியாயிருந்து செங்கோல் நடாத்திவருவோர் ஐரோப்பியதுரை மன்னரேயாகும். அவ்வதிகாரத்தைக் கொண்டு இந்தியாவில் வந்து கலைக்டர் அலுவலை நடத்துவோர் சக்கிரவர்த்தியின் அம்சங்களேயாவர். அதுகொண்டே அவர்கள் நடாத்தும் செயல்கள் யாவற்றின் முகப்பிலும் (இஸ்மாஜஸ்படிசர்விஸ்) என்னுங் குறிப்பிட்டே நடத்திவருகின்றார்கள்.

அத்தகைய அதிகாரத்தை கலைக்டர்களுக்கு இல்லாமல் எடுத்து விடுவதாயின் சக்கிரவர்த்தியின் அதிகாரம் இந்தியாவில் இல்லையென்பதற்கே ஒப்பாகும். அரசர்களுக்கு தெண்டிக்கும் அதிகாரமில்லாமற்போமாயின் வஞ்சக துஷ்டர்களுக்குக் கொண்டாட்டமும், ஆளுகை திண்டாட்டமாகவே முடியும். இஃதேது காரணத்தைக் கொண்டு இத்தேசத்திலுள்ள சிலர் கலைக்டர்களுக்குள்ள மாஜிஸ்டிரேட் அதிகாரத்தை எடுத்துவிட வேண்டுமென்னும் முயற்சியிலிருக்கின்றார்களோவென்பது விளங்கவில்லை. சில காலங்களுக்குமுன் (டிஸ்டிரிக்ட் மாஜிஸ்டிரேட்டா) இருந்தவர்கள் யாவரும் மிலிட்டேரி உத்தியோகக்கர்னல்களும் மேஜர்களுமாகவே இருந்து தங்கள் தங்கள் அதிகாரங்களை செலுத்தி வந்தார்கள் அதனால் அவர்களுடைய நீதியானது தன்னவர் அன்னியரென்னும் பட்சபாதமின்றியும் தயவு தாட்சண்யமின்றியும் மதசம்பந்தக்கோட்பாடுகளின்றியும் நடுநிலையில் நிறைவேற்றி வந்தபடியால் துஷ்டர்கள் கூட்டம் அடங்கியும் வஞ்சகர்கள் கூட்டம் ஒடிங்கியும் மற்றய தேசக்குடிகள்

சுகவாழ்க்கையிலிருந்தார்கள். தற்காலமோ அவ்வகை மிலிட்டேரி உத்தியோகஸ்தர்களை நியமிக்காது இத்தேசக் குடிகளில் ஒவ்வொருவரை நியமிக்க ஆரம்பித்தது முதல் தன்மக்கள் தாட்சண்யம், இலாயர்கள் தாட்சண்யம், சாதி தாட்சண்யம், மத தாட்சண்யங்களால் துஷ்டர்கள் ஒடுங்காமலும், வஞ்சகர்கள் அடங்காமலும் பெருகி, கிராமங்கிராமங்களுக்கு மாஜிஸ்டிரேட்டு கள் வைக்கவேண்டிய கஷ்டம் மிகுதியாவதோடு நேராயக்குடிகளுக்குங் கஷ்டங்களுண்டாவதாக விளங்குகின்றது.

இவற்றிற்குப் பலமாக கலைக்டர்களுக்குள்ள மாஜிஸ்டிரேட் அதிகாரங்களையும் எடுத்துவிடுவதாயின் சகல குடிகளும் பல வகையாயக் துன்பங்களால் அல்லடைவார்களென்பதற்கு சொல்லத்தரமன்று. சில காலங்களுக்குமுன் தாசில்தாரர்களுக்கு மாஜிஸ்டிரேட் அதிகாரங் கொடுத்திருந்ததினால் கிராமக்குடிகள் யாவரும் பலவகையானத் துன்பங்களை அநுபவித்து சீர்கேடுற்று வந்தார்கள் என்பது சகலமக்களுமறிந்த விஷயமாக்கும். அவ்வகையானக் கேடுபாடுகளைக் கண்ணாறக்கண்டும் செவியாறக்கேட்டும் வந்த இச்சீர்திருத்தக்காரர்கள் தங்கள் கூட்டங்களைக் கூட்டி தாசில்தாரர்களுக்குள்ள மாஜிஸ்டிரேட் அதிகாரத்தை எடுத்து விடவேண்டுமென்று ஏதேனுமோர் வார்த்தைப் பேசியிருப்பார்களா. நீதியுங் கருணையும் நிறைந்த இராஜாங்கத்தோருக்கேனும் விளக்கியிருப்பார்களா. யாதுங்கிடையாவே. குடிகள் யாவரும் எத்தகையானத் துன்பங்களை அநுபவித்தாலும் அநுபவிக்கட்டும், தாசில்தாரர்களாயிருப்பவருள் பெரும்பாலோர் நம்மவர்கள் தானே அவர்கள் மட்டிலும் சுகமுறவாழ்ந்தால் போது மென்னுந் திருப்தியடைந்திருந்தார்கள் போலும். கிராமவாசிகளாகியக் குடிகளுக்கு மாஜிஸ்டிரேட் அதிகாரம் பெற்றுள்ள தாசில்தார்கள் இதுகாரும் அவ்வதிகாரத்திலிருந்திருப்பார்களாயின் கிராமக்குடிகள் யாவரும் அல்லோகல்லமுற்று சிதறி பல தேசங்களுக்கு ஓடிப்போவதுடன் உள்ளக் குடிகளது பெண்களின் கழுத்துகளில் கட்டித் தொங்கும் பொன்னினால் செய்துள்ள தாலிகள் யாவுமற்று மரத்தாலிகளைக் கட்டிக்கொண்டிருப்பார்கள். பிரிட்டிஷ் ராட்சிய பாரம் நீதியையும் கருணையையும் ஆதாரமாகக் கொண்டுள்ளதால் கிராமக்குடிகள் படும் கஷ்டங்கள் அவர்களுக்கே தோன்றி தாசில்தாரர்களுக்குள்ள மாஜிஸ்டிரேட் அதிகாரங்களை அடியோடு எடுத்துவிட்டார்கள். அது கால முதல் கிராமக்குடிகள் சற்று சுகத்திலிருக்கின்றார்கள். இஃது சகலருக்கும் அநுபவமாகும். இக்கூட்டத்தோர் கூச்சலை ஆழ்ந்தாலோசிக்குங்கால் இத்தேசத்தோருக்கே கலைக்டர் உத்தியோகங் கொடுக்கலாமென்னும் உத்திரவு கொடுத்து விடுவார்களாயின், மாஜிஸ்டிரேட் அதிகாரமும் இருக்கவேண்டுமென்பார்கள். ஐரோப்பியர்களே இருக்கின்றபடியால் புலிக்குள்ள பல்லையும் நகங்களையும் பிடிங்கிவிடுவதுபோல கலைக்டர்களுக்குள்ள மாஜிஸ்டிரேட் அதிகாரத்தை எடுத்துவிடப் பார்க்கின்றார்கள். இவைகள் யாவையுங் கருணைதங்கிய ராஜாங்கத்தோர் தேற ஆலோசித்து சகல குடிகளும் முன்னேறி சகல சுகமும் அநுபவிக்கும் படியான வழிகளைக் திறந்து தங்களதிகாரமும் ஆளுகையுமே இத்தேசத்தில் நிலைபெறும் வழிவகைகளை செய்விப்பார்கள் என்று நம்புகிறோம்.

- 7:16; செப்டம்பர் 24, 1913 -

303. இத்தேசத்தில் ஐரோப்பியர்களே கலைக்டர்களாயிருப்பது உத்தமமா? இத்தேசத்தோரே கலைக்டர்களாயிருப்பது உத்தமமா?

இத்தகையாய விசாரிணைகளை நமது பத்திரிகையில் உசாவி, விளக்கிவருங் காரியாதிகளைக் கண்ணுற்றுவரும் சிலர் தமிழன் பத்திரிக்கை இத்தேசத்தோருக்கு விரோதமாகவும் இராஜாங்கத்தோருக்கு சார்பாகவும் பேசுவதாக முறுமுறுக்கின்றார்களாம். அத்தகையோர் சுயநலப் புலிகளாய் இருப்பாரன்றி, பொதுநலப் பசுக்களாயிரார்கள் என்பதே திண்ணம்.

அதாவது யாம் எழுதிவரும் சங்கதிகள் யாவும் தேசக்குடிகளில் நூற்றிற்குத் தொண்ணூற்றியைந்து பேருக்கு சுகமும் ஐந்துபேருக்கு அருவெறுப்பாய அசுகமுமாக விளங்கும். அதனால் எமக்கோர் பங்கம் இன்மெயேயாம் "யதார்த்தவாதி வெகுஜனவிரோதி" என்னும் பழமொழிக் கிணங்க நியாயங்களை விளக்கில் அந்நியாயமுள்ளோர் தூற்றுவதும் நியாயமுள்ளோர் போற்றுவதும் இயல்பாம் ஆதலில் நாம் நியாயத்தையே கருதி சகல குடிகளின் சுகத்தை நாடியே நமதபிப்பிராயத்தை வரைந்து வருகின்றோம். அவற்றுள் இத்தேசத்துக் குடிகள் யாவரும் இராஜாங்க உத்தியோகத்திற்குப் பொருந்தியவர்களல்ல என்பதும் எமதபிப்பிராயமன்று, அவர்களுக்குள்ள சாதி சம்மந்தப்பிடிவாதமும் மதசம்மந்த வைராக்கியங்களுமே அவற்றிற்கு கேடாக முன்னிற்கின்றது.

இத்தேசத்துள்ள சாதிபேதமின்றியும் சமயபேதமின்றியும் மனிதர்களை மனிதர்களாக பாவித்து நீதி செலுத்தும் புண்ணிய புருஷர் நூற்றிற்கு ஒருவரோ இருவரோ இருப்பாரன்றி வேறில்லை. இதற்குப் பகரமாக தற்காலம் மைசூரில் திவானாக இருந்துவரும் பெரியோர் ஏழைக்குடிகளின் மீதேமிக்க இதக்கமுற்று அவர்கள் முன்னேற்றத்தையே கருதி மிக்க சீர்திருத்தங்களைச் செய்து வருகின்றார். அத்தகையப் புண்ணிய புருஷரைக்காணின் அவர்களது பாதசேவை செய்வதுடன் மேலும் மேலும் இராஜாங்க உத்தியோகம் உயரவேண்டுமென்றே கோறுவோம். அங்ஙனமின்றி நூறு குடிகள் கெட்டு பாழடைந்தாலும் அடையட்டும், நமது ஒரு குடி பிழைத்தால் போதுமென்னும் கருணையற்ற லோபிகள் மேலாய உத்தியோகங்களைப் பெறுவதாயின் அத்தேசத்திற்கும் தேசமக்களுக்குஞ் சீர்கேடே உண்டாகின்றது, அநுபவமுங் காட்சியுமாயுள்ளதால் பிரிட்டிஷ் ஆட்சியோரே அதிகார உத்தியோகங்களை நடாத்துவது நன்று, நன்று என்றே வரைய துணிவுற்றோம்.

அதாவது ஓர் டிஸ்டிரிக்டுக்கு கலைக்டராக வருவோர் இந்தியதேச சக்கிரவர்த்தியின் ஓர் அம்ஸமும் அந்த டிஸ்டிரிக்ட்டின் அரசனும் அவரேயாவர். ஆதலின் சக்கிரவர்த்தியின் சாதிபேதமற்றச் செயலும் சமயபேதமற்ற குணமும் தன்னவர் அன்னிய ரென்னும் பட்சபாதமற்ற நீதி முதலாக அக் கலைக்டர்களுக்கு இருத்தல் வேண்டும். இரண்டாவது அந்த டிஸ்டிரிக்டுக்கே அரசனாதலால் வல்லபம், தருமசிந்தை, விவேக விருத்தி, விடாமுயற்சி, அற்பநித்திரை, துணிவு, குடிகளது முன்னோக்கத்தைக் கருதி வரியிறைகொள்ளல், ஆகியச் செயல்களை உடைத்தானவர்களாயிருத்தல் வேண்டும். அத்தகைய குணமுஞ்செயலும் உள்ளோர் யாவரென்னில் ஐரோப்பியர்களே யாவர். அதாவது சக்கரவர்த்தி

யாரைப்போல் அவர்களுக்குள் சாதி பேதமுங் கிடையாது மதபேதமுங் கிடையாது தன்னவரன்னிரென்னும் பாரபட்சமுங் கிடையாது. குடிகள் வாழுமிடத்தில் புலிகள் வந்து இம்சிக்கின்றது, யானைகள் வந்து அதஞ்செய்கின்றதென்று கேழ்விப்பட்டவுடன் அவ்விடஞ்சென்று அவைகளை விரட்டிக் குடிகளது பயத்தை நீக்கி ரட்சிப்பார்கள், குடிகளுக்கு வெள்ளங்களாலேனும். அக்கினி தகிப்பாலேனும், பஞ்சத்தாலேனும் துன்பமுண்டாகி வருந்துவார்களாயின், இராஜாங்கப்பணவுதவி வருவதற்குமுன் தங்கள் பணங்களை விரயஞ்செய்து அவர்கள் பசியை ஆற்றிரட்சிப்பதுடன் தங்கள் பிராணனை ஓர் பொருளாகக் கருதாது நீரினின்றும் நெருப்பினின்றும் குடிகளைக் காத்து அவர்களுக்கு நேரிடும் ஆபத்தை விலக்குவார்கள். தாங்கள் தேர்ந்துள்ள விவேக விருத்தியில் தேசக்குடிகளும் முயன்று முன்னேறச் செய்விப்பார்கள். குடிகளுக்கு நீர் வசதி, நிலவசதி வேண்டுமாயின் அவற்றை சீர்திருத்தி குடிகளுக்கு சுகமளிக்கும் வரையில் அதே ஊக்கத்தினின்று பாடுபடுவார்கள். அயர்ந்த நித்திரைவரினும் சற்றுரங்கி தேச சீர்திருத்தத்தின் பேரிலேயே விழித்திருப்பார்கள். குடிகளுக்கு வேணசுகம் பெற்றபோதே வரியிறைகளை வசூலிப்பாரன்றி குடிகளுக்கு ஏதொரு பலனுங் கிடையாவிட்டால் அவர்களைத் துன்பப்படுத்தமாட்டார்கள். ஆதலின் இத்தகைய குணநலமிகுத்த ஐரோப்பியர்களே கலைக்டர்களாக வருவார்களாயின் தேசஞ் சீர்பெறுவதுடன் தேசமக்களுஞ் சிறப்புற்று ஆனந்த நிலையை அடைவார்கள்.

இத்தேசத்தோருக்கு கலைக்டர் உத்தியோகத்தைக் கொடுப்பதாயின் சக்கிரவர்த்திக்கு ஒவ்வா சாதிபேதமும் உண்டு, மதபேதமும் உண்டு, பாரபட்சமும் உண்டு. இஃதுள்ளவர்களே அவ்வுத்தியோகத்திற்கு உரியவர்களாகார்கள். மற்றும் வல்லபத்தை நோக்கினாலோ வாயற்படியண்டை ஓர் பூனையாயினும், நாயேயாயினும் வந்து விட்டால் கதவை சாத்தடி, கதவை சாத்தடி, என்போர்கள் ஊருக்குள் புலி வந்துவிட்டது, யானை வந்துவிட்டது என்றால் கதவையுந் திறந்து வெளிவருவார்களோ, இல்லை. வெள்ளப்பெருக்கால் குடிகள் யாவரும் வீடுவாசலற்று புசிப்பின்றி கலைக்டர் வீட்டை நாடி வந்துவிடுவார்களாயின் அவர்கள் ஆயாசத்தையும் பசியையும் அறிந்து அவர்களுக்கு உதவி புரிவார்களோ, அது ஜெநநத்திலேயே கிடையாது. வந்தவர்களை தன் வீட்டண்டை வெள்ளப் பெருக்கெடுக்காது மண்ணையுங் கல்லையும் வாரி கொட்டுங்கோளென்னும் வேலை வாங்கிக் கொள்ளுவார்கள். வித்தைகளிலோ தாங்கள் கற்றுள்ள குறுக்குப்பூச்சு வித்தை, நெடுக்குப்பூச்சு வித்தை, கொட்டை கட்டும் வித்தை, பட்டைப்பூசும் வித்தை, அரிமந்திர வித்தை, ஆச்சாரவித்தைகளையே மேலும் மேலும் பெருக்கி நிற்பார்களன்றி தேச சீர்திருத்தத்திற்கும் மக்கள் சுகசீவன விருத்திக்காய வித்தைகளையவர்களறிவே அறியார்கள். நெருப்புப் பற்றிக்கொண்டு வீடுகள் யாவுமெரிந்துக் கொண்டு வருகின்றதென்னில் தங்கள் வீட்டண்டை நெருப்பு வராமற் பார்த்துக் கொள்ளுவார்களன்றி எரியும் வீட்டண்டை சென்று அவைகளை அவித்து குடிகளைக் காக்க முயலுமாட்டார்கள். வெள்ளப் பெருக்கால் விவசாய மக்களை அடித்துப் போகிறதென்றால், அவனென்ன சாதி, இவனென்ன சாதியெனக் கருணையற்று நிற்பார்களன்றி, பரிதவித்து அவர்களை எடுக்கும் முயற்சி செய்யமாட்டார்கள். அதன் அநுபவம் யாதென்னிலோ, விவசாயக் குடிகளை தாழ்ந்த சாதிகளௌன விடுத்து நல்லத் தண்ணீரை மொண்டு குடிக்க விடடாமலும், வண்ணாரை வஸ்திரமெடுக்க விடாமலும், அம்மட்டர்களை சவரஞ் செய்ய விடாமலும் கொல்லாமற் கொன்று வருகின்றவர்களாதலால் விவசாயிகள் வீடுகளையும் மக்களையும் வெள்ளமடித்துப் போகிறதை கண்ணினாற் காணினும் போகட்டும், போகட்டும் என்றிருப்பார்களன்றி அவர்களை எடுக்க முயலவே மாட்டார்கள். மற்றும் இவர்களது கேடுபாடுகளையும் கருணையற்ற செயல்களையுமுற்றும் வரைவோமாயின் வீணே விரியுமென்றஞ்சி இத்தேசத்தோருக்குக் கலைக்டர் உத்தியோகங் கொடுக்கவுமாகாது, அவர்களுக்கஃது பொருந்தவும் பொருந்தாதென்று துணிந்து கூறினோம். ஏன் கொடுக்கலாகாது ஏனவை பொருந்தாதென்று வித்தேசத்தோர் யாவராயினும் முநிந்து கேட்க வருவாராயின் முற்றும் உரைக்கக் காத்துள்ளோமாக.

- 7:17: அக்டோபர் 1, 1913 -

304. வித்தை புத்தி ஈகை சன்மார்க்கம் நிறைந்த மேலாய பிரிட்டிஷ் ராஜாங்கம் தோன்றியும் நமது தேசத்தோர் கற்றுக் கொண்ட மேலாய வித்தையைப் பார்த்தீர்களா

பிரிட்டிஷ் ராஜாங்கத்தார் இத்தேசத்தை ஆளுகைசெய்ய முயன்றது முதல் இத்தேசங் கெட்டழிவதற்கேயிருந்த சாதிபேதக் கேடுபாடுகளையும், மதபேதக் கேடுபாடுகளையும், நீர்வசதிக் கேடுபாடுகளையும், நிலவசதிக் கேடுபாடுகளையும், கல்வியழிவுற்றுவந்த கேடுபாடுகளையும், வீதிவசதிகளற்றிருந்த கேடுபாடுகளையும், நன்குணர்ந்து அவர்களுக்குள்ள வித்தையின் மிகுதியாலும், புத்தியின் மிகுதியாலும், ஈகையின் மிகுதியாலும், சன்மார்க்க மிகுதியாலும் தேசத்தையுந் தேசமக்களையுஞ் சீர்த்திருத்தி சகலசாதியோரும் நாகரீகத்தில் முன்னேறும்படியானக் கல்வி இலாக்காக்களையும், இரயில்வே பாதைகளையும், கடிதப்போக்குவருத்துகளையும் டெல்லகிராப்புகளையும் உண்டுசெய்துவரும் சுகாதார வித்தைகளில் இரயில்வேவித்தை எளிதானதன்று, இஸ்டீமர்வித்தை எளிதான தன்று, டெல்லகிராப் வித்தை எளிதானதன்று. போட்டகிராப் வித்தை எளிதான தன்று. லெத்தகிராப்வித்தை எளிதான தன்று, போன கிராப்வித்தை எளிதான தன்று. தற்காலம் அவர்களால் குடிகளுக்குக் கற்பித்து வரும் விவசாய வித்தைகள் எளிதான தன்று. நெசிவு வித்தைகள் எளிதான தன்று. மற்றும் அனந்தவித்தைகளை விருத்தி செய்து இத்தேசமக்களுக்குக் கற்பித்து அவர்களை சுகசீவனஞ் செய்யும் வாழ்க்கையில், விடுத்திருக்கின்றார்கள். இத்தியாதி மேலாயவித்தைகளில் இத்தேசத்தோர் எவ்வித்தைகளிலும் மேலாகப் பிரகாசியாது (வெடிகுண்டு) வித்தையில் மேலாகப் பிரகாசிப்பதில் இவர்களது வஞ்சநெஞ்ச வித்தையும், கொழுக்கட்டை புத்தியும், ஈகையற்ற லோபமும், துன்மார்க்கசேட்டையும் நிறைந்த நிலை சொல்லாமலே விளங்கிவருகின்றது. இத்தகைய துன்மார்க்க வித்தைகளை மட்டிலுங் கற்றுக்கொண்டு சமயநேர்ந்த போது மக்களை வதைத்துங் கொன்றும் வரும் படுபாவிகள் வாசஞ்செய்யும் இடங்களிலுள்ள குடிகளுக்கு ஆறுதலுண்டாமோ. அவர்கள் சுகபுசிப்பை புசிப்பரோ, சுகநித்திறைக் கொள்ளுவரோ இல்லையே. மனிதன் ஓர் வித்தையைக் கற்றுக் கொள்ளுவானாயின் அவ்வித்தையின் பயனால் தான் சுகசீவனமுற்று தனசம்பத்தை அடைவதுடன் தன்னை அடுத்-

தோர்களும் தனசம்பத்தையடைந்து சுகசீவ வாழ்க்கைப் பெற்றிருக்கின்றார்கள். அத்தகைய விஷ்டகாமிய வித்தையைக் கற்காது துஷ்டகாமிய வித்தையாம் வெடிகுண்டு வித்தையைக் கற்றுக்கொண்டு வீணே ஒருவரை வதைத்தும், துன்புறச் செய்துங், கொன்றும் வருவதினால் அவ்வித்தையையுடையோன் வீடு வீடாக பயந்து ஒளிந்து சுகநித்திரையற்று தன்னைக் கண்டோர் வதைப்பார்கள், துன்புறுத்துவார்கள், கொல்லுவார்கள் என்று ஒடிங்கி ஒளிந்து திரிவதுடன் தன்னை அடுத்தோரும் பயந்து சுகப்புசிப்பற்றும் சுக நித்திறை அற்றும் ஏக்கமுந் திகிலுங் கொண்டிருப்பார்களன்றி ஏதொரு சுகமுமடையமாட்டார்கள். இத்தகைய துஷ்டவித்தையைக் கற்றுள்ளோனை மற்றய நன்மார்க்கர்களுஞ் சேர்ப்பாரோ. அவ்வகை சேர்த்து வாழும் மக்களும் சுகவாழ்க்கையுற்றிருப்பரோ, இல்லை. ஒருவன் கற்றுள்ள துஷ்டவித்தையால் ஊராரே நடுக்குற்று திகைக்கவும் ஒருவருக்கொருவர் பேசுதற்கு பயங்கொள்ளவு மாகிவிடுகின்றதே. மனிதன் எப்போதுந் தனக்கு சுகம் வேண்டுமென்று கோறுவானேயன்றி எக்காலுமுள்ள ஓயாதுக்கத்தைத் தேடிக்கொள்ளமாட்டான். ஆதலின் மனிதன் கற்கவேண்டிய வித்தையால் தானும் சுகமுற்று தன்னுடைய சந்ததியோரும் சுகமுற்று நல்வாழ்க்கையை அடைதல் வேண்டும். அங்ஙனமின்றி சகலரும் அஞ்சக் கூடியதும் சகலராலும் நிந்திக்கக்கூடிய துன்மார்க்க வித்தைகளைக் கொண்டு அரசுகுழாங்களுக்குத் துரோகிகளாகி அல்லலடைவது அழகல்லவே. இஃதோர் மானுஷீக தன்மமல்லவே. எப்போது உலகத்தில் மனிதனென்னும் உருகொண்டு தோன்றுகின்றானோ அவன் சகலருக்கும் உபகாரியாக விளங்கல் வேண்டும் அங்ஙனம் உபகாரஞ்செய்யும் பொருளற்றவனாயிருப்பானாயின் சகலருக்கும் நல்லவனாக நடந்துக்கொள்ளல் வேண்டும். ஓர் சீர்திருத்தத்திற்கு முயல்வானாயின் மற்றவருக்கு ஏதொரு துன்பமணுகாமற் கார்த்து விளக்கவேண்டியவற்றை செவ்வனே விளக்கியும் அரசருக்குத் தெரிவிக்க வேண்டியவற்றை அன்புடன் தெரிவித்தும் உள்ளக் குறைகளை விளக்கிவருவதே சீர்திருத்தங்களுக்கழகாம்.

பிரிட்டிஷ் அரசாட்சியோரால் கற்பித்து வரும் மேலாய வித்தைகளைக் கற்று தேசத்தையும் தேசமக்களையுஞ் சிறப்படையச் செய்வதே வித்தையாம். அவ்வகைக்கல்லாது துன்மார்க்க வித்தைகளால் வெடிகுண்டு வித்தை, துப்பாக்கி வித்தையைக்கையாடுவதாயின் இத்தேசத்தோரை வித்தையற்ற வஞ்சக வீணர்களென்றே கருதுவார்கள். எக்காலும் சன்மார்க்கம் நிறைந்த இந்திர தேசத்தை துன்மார்க்கர் தேசமென்னும் பேரெழாமற் கார்ப்பதே சிறப்பாம்.

இத்தேசத்தோரில் ஒருவன் இரயில்வே வித்தையை நன்றாய்க் கற்றுக் கொண்டிருக்கின்றான், டெல்லகிராப் வித்தையை நன்றாய் கற்றுக் கொண்டிருக்கின்றான், லெத்தகிராப், போனோகிராப் வேலைகளை நன்றாய்க் கற்றுக்கொண்டிருக்கின்றான், விவசாய வேலைகளில் நன்கு தேர்ந்திருக்கின்றான், நெசிவு வேலைகளில் நன்கு பழகியிருக்கின்றான் என்று தேசத்தோர்க் கேழ்விப்படுவார்களாயின் தேசம் சிறப்படையும், மக்கள் சுகம் பெறுவார்களென்று புகழடைவார்கள். இத்தேசத்தோருள் ஒருவன் வெடிகுண்டு வித்தைக் கற்றுக்கொண்டான், துப்பாக்கி வித்தையை கற்றுக்கொண்டானென்று கேள்விப்பட்டாராயின் துக்கமும் பயமுங் கொள்ளுவதுடன் அஃது ஆட்கொல்லி வித்தையாச்சுதே அது உதவாது, உதவாதென்றே இகழ்ச்சிபடுத்துவார்கள். ஆதலால் இத்தேசமக்கள் இகழ்ச்சி வித்தைகளைக் கற்காது புகழ்ச்சி வித்தைகளைக் கற்பதும் கையாளுவதுமே அழகாம்.

- 7:18: அக்டோபர் 8. 1913 -

305. சுயராஜாங்க விவரம்

சுயராஜாங்க விவரமாயது யாதெனில் தற்காலம் நமது கருணை நிறைந்த பிரிட்டிஷ் ஆட்சியார் தங்களது புஜபல பராக்கிரமத்தாலும் விவேக விருத்தியாலும் ஒற்றுமெயினாலும் அனந்தராட்சியங்களைக் கைப்பற்றி அரசுபுரிந்து வருகின்றார்கள் அவைகளுள் சில தேசத்தார் முயன்று பிரிட்டிஷ் அரசாட்சியே மேலாயதாயினும் தங்கள் ராட்சிய பாரத்தைத் தாங்களே தாங்கிக்கொண்டு ஏதோ ஓர் வரியிறையோ, கப்பமோ, சுங்கமோ தங்களால் தருவதாக முயன்று சுயராட்சியங் கேட்டு வருகின்றார்கள். அவ்வகைக் கேட்போர்களும் சுயராட்சியம் பெற்றுள்ளோர்களும் எத்தகையோர்கள் என்னில் கொள்வினை கொடுப்பினையிலும், உண்பனை தின்பனையிலும் பேதமற்ற ஒரே சாதியினரும் ஒரே பாஷையினரும், ஒரே மதத்தினருமாவர்.

இத்தகைய சாதியோரை மேற்கொள்ளுமாறு வேறு சத்துருக்கள் எழுவிய போதினும் தங்களுக்குள்ள வல்லப மிகுதியாலும் புத்தியின் கூர்மையாலும் தங்களாலியன்றவரை போர்புரிந்து இயலாத காலத்து பிரிட்டிஷ் ஆட்சியின் உதவியைத் தேடிக்கொள்ளுவார்கள். அவர்களுக்குள் தேசத்தையும் தேச மக்களையுங் கெடுத்து ஒருவரைக் கண்டால் ஒருவர் சீறும் ஒற்றுமெக் கேடாய சாதிபேத வக்கிரமச் செயல் அவர்களுக்குக் கிடையாது. சோம்பேரி சீவன மதக்கடை பரப்பி என்சாமி பெரிது உன்சாமி சிறிதென்னுஞ் சண்டையிட்டு வித்தியா விருத்திக் கேடாய மதபேத மதியிலிருப்போர் கிடையாது. வித்தையையும் புத்தியையும் மேலாகக் கருதி அதே ஊக்கமுற்றிருப்பவர்களாதலின் கொடுத்துள்ள சுயவரசாட்சியை செவ்வனே நடத்தி சீர்பெற்றிருப்பதுடன் இனி சுயராட்சிய பாரந்தாங்கிக் கொள்ளப் போகின்றவர்களும் அவ்வகையே நடந்து சீர்பெற்றுப் போவார்கள் என்பதும் திண்ணம்.

அவைபோல் நமது இந்திய தேயவாசிகள் சுயராட்சியம் நடாத்த அருகராவார்களோ என்பதை ஆலோசிப்போமாக.

இத்தேசவாசிகளில் இந்தியர்களென்றும், இந்துக்களென்றும், மகமதியர்களென்றும், கிறிஸ்தவர்களென்றும் நான்கு வகுப்போருண்டு. இவர்களுள் இந்தியரென்போர்களே பூர்வக் குடிகளாவர். அதாவது இந்திரரென்னும் புத்தரையே சிந்தித்து அவர் போதித்துள்ள சத்தியதன்ம நீதிநெறி ஒழுக்கத்தின்று சாதிபேத மதபேதமென்னுங் கேடுபாடுகளின்றி அந்தணத்தொழிலிலும் அரசத் தொழிலிலும், வாணிபத் தொழிலிலும், வேளாளத்தொழிலிலும் நிலைத்து வித்தை, புத்தி, ஈகை, சன்மார்க்க வழி நடந்து ஐயிந்திரியங்களை வென்ற புத்தராம் இந்திரர் தன்மத்தை ஏற்று இந்திர விழாக்களும் இந்திய திருக்களுங் கொண்டாடி வந்தவற்றால் இத்தேசத்தை இந்திய தேசமென்றுங் குடிகளை இந்தியர்களென்று வழங்கிவந்த

ஆதரவைக்கொண்டு நாளதுவரையில் இந்தியர்களென்றே வழங்கப் பெற்று வருகின்றார்கள். அவர்கள் யாவர் என்பரேல் ஆயிரத்திச்சில்லரை வருடங்களுக்குள் இத்தேசத்திற் பிச்சையிரந்துண்டே குடியேறி நூதன வேதங்களையும் நூதன வேதாந்தங்களையும் உண்டு செய்துக் கொண்டுள்ள சத்துருக்களது மித்திரபேதக் கொடூரத்தாலும் வஞ்சினத்தாலும் நசுங்குண்டு பறையர்களென்றும் சாம்பார்களென்றும் வலங்கையரென்றும் பஞ்சமரென்றும் தாழ்ந்த சாதியோரென்றும் வகுக்கப்பட்டுள்ள ஆறுகோடி மக்களே யாவர். இவர்கள் யாவரும் இப்பிரிட்டிஷ் அரசாட்சியில் கல்வியிற் சீர்திருந்தி இராஜ விசுவாசத்தில் நிலைத்து சுகச்சீர் பெறுவார்களாயின் சுயராட்சியங் கேட்பதற்கு ஓர் ஆதாரமுண்டு. காரணம் இத்தேசசீர்த்திருத்த உழைப்பாளிகளும் பூர்வக் குடிகளாயதினாலேயாம்.

இந்துக்களென்போர்களோ இந்திய தேசத்தில் நூதனமாகக் குடியேறி பிழைக்கவந்தவர்களும், நூதனமாய சாதிபேதங்களை உண்டு செய்து தேச, மக்களொற்றுமெயைக் கெடுத்தவர்களும் மதபேதங்களை உண்டு செய்து வித்தியா விருத்தியையும் விவசாயவிருத்தியையும் பாழ்படுத்தியவர்களாவர். இத்தகை நூதனக் குடியேறியவர்கள் பிரிட்டிஷ் ராஜாங்கத்தோரின் கருணையாலும் அவர்களது பேருதவியாலும் ஆங்கில பாஷையில் தேறி அவர்களால் பற்பல உத்தியோகங்களைப் பெற்று மேலாய அந்தஸ்திற்கு வந்திருந்த போதிலும் இந்திய தேசத்திற்கு அவர்கள் ஏது வழியாலுஞ் சுதந்தரர் ஆகமாட்டார்கள். அதனால் சுய ராஜ்ஜியம் விரும்பற்கு அதிகாரிகளுமாகார், அருகருமாகார். காரணமோ வென்னில் ஏதோர் அதிகாரமுமின்றி தந்திரத்தாலும் மித்திரபேதங்களாலும் பொய்யாய சாதிபேதங்களை உண்டு செய்து அதில் தங்களை தலைமெ வகுத்து தங்கள் குடிகள் சுகம் பெற்றால் போதும் ஏனையக் குடிகள் எக்கேடு கெட்டாலுங்கெடட்டுமென்று அடக்கி ஆண்டு வதைத்து வந்தவர்களாதலால் அத்தகையோர் சுயராஜ அதிகாரத்தையே பெற்றுக் கொள்ளுவார்களாயின் இப்போது பிரிட்டிஷ் அரசாட்சியின் கருணையால் சீருஞ்சிறப்பும் பெற்றிருப்போரெல்லாம் பேரும் ஊருமற்று பிழைப்பிற் கேதுவின்றி இஞ்சித்தின்ற குரங்கைப் போல் பல்லிளித்துப் பாழடைவார்கள். அதனால் தேச சிறப்பும் சகலபாஷை மக்கள் விருத்தியுங் கெட்டு சீரழிந்துப் போவார்களென்பதேயாம்.

மகம்மதியர் சுயராட்சியங் கேட்பதற்கும் பெறுவதற்கும் ஆதாரமுண்டோ வென்னில் இந்திய தேச சிற்சில விடங்களில் அவர்கள் அரசாண்டவர்களாதலால் ஆதாரமுண்டெனினும் அவர்களும் சுய ராஜாங்கத்திற்கு அருகராகார்கள். காரணமோவென்னில் அவர்கள் பெருத்த மதவைராக்கிகளாதலால் இஸ்லாம் ஆனவர்களெல்லவரும் நம்மவர்களென்றும் அல்லாதவர்களை எல்லாங் கொல்லுங்களென்ரே அல்லோகல்லோவென அழித்துப் பாழ்படுத்தி விடுவார்களென்பதேயாம்.

இந்தியக் கிறிஸ்தவர்கள் சுயராட்சியம் கேட்பதற்கும் பெறுவதற்கும் ஆதாரமுண்டோ வென்னில் இராஜாங்கத்தைச் சேர்ந்த மதமாதலால் கிஞ்சித்து ஆதாரம் உண்டெனினும் அதற்கருகராகார்கள். காரணமோவென்னில் கிறிஸ்தவருக்குள் கத்தோலிக்குக் கிறீஸ்தவர்களென்றும் பிராடெஸ்டென்ட் கிறீஸ்தவர்களென்றும் இருவருப்போருண்டு. அவ்விருவரும் ஒருவருக்கொருவர் இப்போதே பொறாமெயும் பற்கட்டிப்பும் உள்ளவர்களாயிருக்கின்றார்களென்பது அவர்களால் வெளியிடும் பத்திரிகைகளாலும் புத்தகங்களாலுமே பரக்க விளங்குகின்றது. அதனால் இராட்சிய பாரமும் இருகட்சியுற்று ஒருவருக்கொருவர் வெட்டி மாய்ந்தே போவார்களென்பதேயாம். ஆதலால் இந்திய தேசத்தில் நூதனமாகத் தோன்றியுள்ள சாதிபேதம் மதபேதங் கட்டோடு ஒழியுமளவும் இந்தியர்களாயினும் இந்துக்களாயினும் மகமதியர்களாயினும் கிறீஸ்தவர்களாயினும் இந்திய தேசத்தை ஆளவருகராகார்கள் என்பதே துணிபு. அதுகொண்டே தற்காலம் ஆண்டுவரும் கருணை தங்கிய பிரிட்டிஷ் ஆட்சியே நிலைத்து அரசு புரியுமாயின் இப்போது சுகம் பெற்றுவரும் சகல மக்களும் இன்னும் சுகச்சீர் பெற்று ஆனந்தத்தில் நிலைப்பார்களென்பது சத்தியம் சத்தியமேயாம்.

- 7:20; அக்டோபர் 22, 1913 -

306. இந்திய தேசத்தின் விவசாயக் கேட்டிற்கும் வித்தியா கேட்டிற்குங் காரணம்

இந்திய தேசத்தில் வடயிந்தியமென்றுந் தென்னிந்தியமென்றும் இருவகையுண்டு. இவற்றுள் வடயிந்தியர்கள் வித்தியா விருத்தியிலும் விவசாய விருத்தியிலுங் கூடியவரையில் பிரிட்டிஷ் துரைமக்கள் செய்கைகளைப் பின்பற்றி அனந்த மில்ஸ்களும் அனந்தமாயத் தரிகளும் விவசாய விருத்திக் கருவிகளும் உழைப்பாளிகளும் நாளுக்குநாள் பெருகி தேச சிறப்பும் மக்கள் சுகமுமடைந்து வருகின்றார்கள். அங்கும் சில நாட்களுக்கு முன் சாதி வித்தியாசம் பாராட்டி வந்துள்ள இந்துக்களென்போர் இந்தியராம் பௌத்தக் கூட்டத்தோர் யாவரும் தங்கள் பொய்யாய சாதிபேதக்கட்டுகளுக்கும் சமய பேதமதப் புறட்டுக்கும் சம்மதியாது எதிரிகளாகவே இருந்தபடியால் அவர்கள் யாவரையும் சண்டாளர்கள் என்றும் தாழ்ந்த சாதியோர் என்றும் வகுத்து அவர்களை முன்னேறவிடாதப் பல பாடுகளைப் படுத்திவந்தார்கள். அவர்கள் யாவரும் ஒன்று கூடி ஓர் சென்ஸெஸ் காலத்தில் நீதிநெறியமைந்த ராஜாங்கத்தோரை நோக்கி எங்களை சண்டாளர் என்று சென்ஸசில் குறிக்கப்படாதென முறையிட்டதின்பின் சாதிபேதமுள்ள இந்துக்களென்போரே முயன்று அவர்களை நாமசூத்திராள் என்றழைக்கலாமென்றபோது அப்பெயரையும் அவர்கள் சட்டை செய்யாது தங்கள் பூர்வ நிலையையுணர்ந்து பௌத்தர்களெனக் கண்டறிந்து தற்காலம் அறுபதினாயிரத்திச் சில்லரைபேர் பௌத்தர்களாகித் தங்களுக்கென்று மடங்கட்டிக் கொண்டும் தங்களுக்குள்ளாகவே குருக்களை நியமித்துக் கொண்டும் கருணைதங்கிய மிஷனெரிமார்களின் கலாசாலையிலும் தங்களே ஏற்படுத்திக் கொண்ட கலாசாலைகளிலுங் கற்றுத் தேர்ந்து மாஜிஸ்டிரேட்டுகளாகவும் ஜர்ஜ்ஜிகளாகவும், பாரிஸ்டர்களாகவும், கவுன்ஸல் மெம்பர்களாகவும் நியமனம் பெற்று வரும் அப்பௌத்தர்களானோர் யாவருஞ் சுகமுற்ற வாழ்க்கையடைந்து வருகின்றார்கள். அதினினும் இன்னோர் கட்டுப்பாடு அவர்களுக்குள் ஏற்படுத்திக் கொண்டிருக்கின்றார்கள். அவைகள் யாதென்னிலோ தங்களைச் சண்டாளரென்றும் தாழ்ந்த சாதியோரென்றுங் கூறி அலைக்கழித்து வந்த சாதியோடும் எவ்வகை வேலையிருப்பினும் அவர்களிடம் போய் செய்யவுங் கூடாது அவர்களுக்கு அடங்கவுங் கூடாது என்பதே முடிவான நிபந்தனையைச் செய்துக் கொண்டு சகல சாதியோரைவிட

வித்தையிலும் விவசாயத்திலும் சிறந்தே வருகின்றபடியால் வடயிந்தியம் வித்தையிலும் விவசாயத்திலும் சிறந்தே வருகின்றது. தென்னிந்தியாவிலோ வித்தையிலும் விவசாயத்திலும் முனைந்து உழைப்பவர்களும் சோம்பலற்றவர்களும் இந்துக்களென்போரால் தாழ்ந்த சாதியென்று வகுக்கப்பட்டுள்ளவர்களே யாவர்.

அவர்களோ இச்சாதி வேஷமிட்டுள்ளோர் மத்தியில் எத்தகையாக விளங்குகின்றார்களென்னில் தாயையேனுங் கழுதையையேனுங் குதிரையையேனும் மாட்டையேனுந் தங்களருகில் வைத்துக் கொண்டு தடவிகொடுப்பார்கள். இத்தாழ்த்தப்பட்டுள்ளவனைக் கண்டவுடன் சீறிச்சினந்து தூரவிலகச் செய்து வருவதுடன் அவர்களுக்கு வெளுத்து கொடுக்கும் வண்ணார்களை இவர்களுக்கு வெளுக்கவிடாமலும், அவர்களுக்கு சவரஞ்செய்யும் அம்மட்டர்களை இவர்களுக்குச் செய்யவிடாமலும், அவர்கள் மொண்டு குடிக்குந் தண்ணீரை இவர்களை மொண்டு குடிக்கவிடாமலும், கெடுத்து அசுத்தமுண்டாகச் செய்து, கொல்லுவதற்கான வழிவகைகளைத் தேடுவதுடன் தங்கள் விவசாயத்திற்குப் பண்ணையாட்களாக சேர்ந்துள்ளவர்களையோ நாளெல்லாம் உழைத்தபோதினும் அரைவயிற்றுக்கேனுங்கஞ்செட்டாது வதைத்து கொல்லாமற் கொல்லும் வழிவகைகளைத் தேடுவார்களன்றி அவர்களைச் சுகதேகிகளாகவும் சுத்ததேகிகளாகவும் உலாவக் கண்ணால் பார்க்கவே சகியார்கள். இத்தகையக் கொடுநெஞ்சர் பார்வையிலும் படுபாவிகள் மத்தியிலும் விவசாயிகள் சீர்குலைந்து சீரழிந்து பல தேசங்களுக்குஞ் சென்றவர்கள் போக எஞ்சியுள்ளவர்களோ எங்கும் போவதற்கில்லாமல் வஞ்சகர்கள் ஒப்பந்தங்களில் சிக்கிக் கொண்டு பாம்பின் வாய்ப்பட்ட தேரைபோல் தயங்கி நிற்கின்றார்கள்.

இத்தகைய காலத்தில் நீதியும் நெறியுங் கருணையுமைந்த பிரிட்டிஷ் ராஜாங்கத்தார் இத்தென்னிந்தியாவின் விவசாய விருத்தியும் வித்தியா விருத்தியும் பலுகவேண்டுமென்று கருதி வேண பணவுதவியும், கருவிகளு தவியும், விவசாயங்களை விளக்கிக்காட்டும் பத்திரிகைகளுதவியும், தானியவுதவியுஞ் செய்து அதே கண்ணோக்கத்தில் உழைத்து வருகின்றார்கள். அவ்வகை நோக்கம் வைத்தும் பெரும்பாலும் பூமிக்குடையவர்களாயிருப்போர் சாதிப்போர்வையை மூடிக்கொண்டிருப்பவர்கள். அவர்களுள் பெரும்பாலோர் தங்களுக்குப் பிள்ளைகளிருக்குமாயின் தங்கள் பூமியின் விருத்தி வழியில் நோக்கவிடாது இங்கிலீஷ் பாஷையைக் கற்று இராஜாங்க உத்தியோக விருத்தியையே நாடவேண்டுமென்றே அநுப்பிவிடுகின்றார்கள், சிலரோ தேசச்சிறப்பையும் மக்கள் விருத்தியையும் நாடாது தங்கள் சுயப்பிரயோசனத்தை நாடி உள்ள பூமிகள் யாவற்றிலும் மணிலாக் கொட்டை என்னும் வேருகடலைப் பயிற்றையே விருத்திசெய்து வேறு தேசங்களுக்கனுப்பும் முயற்சியிலேயே நின்றிருக்கின்றார்கள். ஏதோ சிற்சிலவிடங்களில் இராஜாங்கப் போதனைப்படிக்கு விவசாயத்தை விருத்திசெய்த போதினும் உழைக்கும் பண்ணையாட்களுக்கு அரைவயிற்றுக் கஞ்சிக்குமேல் முழுவயிற்றுக்கஞ்சு கிடையாது. இலட்ச கணக்கான ஏக்கர் பூமிகளை இலட்ச கணக்கான மக்கள் உபயோகித்து வந்தும் அதில் நாலைந்து பெயரே வெளிதோன்றி ஒற்றை நாற்று நடுவின் பயனையும் இரட்டை நாத்து நடுவின் குறைவையுங் கண்டெழுதி யிருக்கின்றார்கள் மற்றையோர்கள் யாவரும் ஏழை உழைப்பாளிகள் ஏது கெட்டு நாசமடைந்தாலும் அடையட்டும் தங்கள் புசிப்பிற்கும் இராஜாங்கத்தோர் வரியிறைக்கும் போதுமான விளைவு விளைந்தால் போதுமென்னும் திருப்திகொண்டு திண்டு திண்ணையில் சார்ந்திருக்கின்றார்கள். பூமிக்கென்று பண்ணையாட்களே முனைந்து வெறுமனேயுள்ள பூமிகளை ராஜாங்கத்தாரிடம் கேட்பார்களாயின் குறைந்த கூலிக்குத் தங்களுக்கு ஆள் கிடைக்கமாட்டார்கள் என்றெண்ணி கேட்ட பூமி அவர்களுக்குக் கிடைக்கவியலாத வழிவகைகளைத் தேடிவிடுகின்றார்கள். ஏதோ ஒரு வகையால் பூமி கிடைத்து பயிறுகளை ஓங்கச் செய்வார்களாயின் அப்பயிறுகள் ஓங்காத தீங்குகளைச் செய்து விடுகின்றார்கள். அதற்கும் அஞ்சாது விருத்தி பெறுவார்களாயின் எல்லோரு மொன்று சேர்ந்து அத்தலைவனையே கொல்ல முயலுகின்றார்கள். அவ்வகையாகவே இராகவன் என்னும் ஒருவனை கொன்றும் இருக்கின்றார்கள். இத்தியாதி கஷ்டங்களால் பூமியின் உழைப்பாளிகளும் வித்தையில் ஊக்கமுள்ளோரும் நசிந்து வருகின்றார்கள். அதனால் வித்தியா விருத்திக்குக்கேடும் விவசாய விருத்திக்குக் கேடுமுண்டாகி தென்னிந்தியம் ரூபாயிற்கு மூன்றரைபடியரிசி விற்கும் நிலையில் வந்துவிட்டது.

இத்தகைய பெரும் பஞ்சகாலத்தில் பிரிட்டிஷ் ராஜாங்கத்தோரின் கருணையால் வகுத்துள்ள இரயில்வேக்களும் இஸ்டீமர்களும் தொழிற் சாலைகளாம் அச்சியந்திரங்களும், மில்லுகளும், ஷாப்புகளும் இல்லாமற் போயிருக்குமாயின் அந்தந்த தேசத்திலுள்ள மக்களும் மாடு கன்றுகளும் அங்கங்கே மடிந்து மண்ணாயிருப்பார்களன்றி மனிதவுருவாகத் தோன்றார்கள். ஆகலின் தாழ்ந்த சாதியார், தாழ்ந்த சாதியாரென்று வகுத்து பொறமையால் நசித்துவருஞ் செயல்களே வித்தையையுந் தாழ்த்தி விவசாயத்தையந் தாழ்த்திக் கேடடையச் செய்துவருகின்றதென்பதை தென்னிந்திய வித்தியா விவேகிகள் நோக்குவாரென்று நம்புகிறோம்.

- 7:21: அக்டோபர் 29, 1913 -

307. கனந்தங்கிய காங்கிரஸ் கமிட்டியோருக்கும் மகாஜன சபையோருக்கும் விண்ணப்பம்

தற்காலங் காங்கிரஸ் கமிட்டியோரென்றும், மகாஜன சபையோரென்றும் வருஷா வருஷம் கூடிவருங் கூட்டத்தோருள் காங்கிரஸ் கமிட்டியோர் இராஜாங்க சம்பந்தமாய விஷயங்களைப் பேசுவோரென்றும் மகாஜன சபையோர் உள் சீர்திருத்தங்களைப் பேசுவோரென்றுங் கூறுவர்.

இச்சீர்திருத்தக்காரருள் பெரும்பாலோர் மகாஜன சபையிலுள்ளோர் காங்கிரஸ் கமிட்டியிலும் காங்கிரஸ் கமிட்டியிலுள்ளோர் மகாஜனசபையிலும் சேர்ந்து உழைப்பாவர்களா யிருக்கின்றார்களன்றி வேறில்லை அதலின் எப்போது இராஜாங்க சீர்திருத்தத்தை நாடினரோ அப்போதே குடிகளின் சீர்திருத்தத்தை நாடவேண்டியதேயாம். குடிகளின் சீர்திருத்தத்தை முந்தி ஆலோசியாது இராஜாங்க சீர்திருத்தத்தை ஆலோசிப்பதால் யாது பயன். தேசம் சிறப்படையுமா, தேசமக்கள் சீர்பெறுவார்களா. தேசமக்கள் சீர் பெறுவார்களாயின் தேசஞ் சிறப்படையும் தேசஞ் சிறப்படை-

யுமாயின் இராஜாங்கத்தோருந் தங்கட் குடிகளின் முன்னேற்றத்தைக் கண்டானந்தித்து கேட்ட விஷயங்கள் யாவையுங் கிருபா நோக்கத்தோடு அளிப்பார்கள். அங்ஙனமின்றி உள் சீர்திருத்த ஊழலும் குடிகளுக்குள்ள சாதிபேத மதபேதக் கோணலும் தேசத்துள் விவசாய முயற்சி குன்றி பஞ்சமே பெருகி வரும் தீச்சலுமாயிருக்குமாயின் சீர்திருத்தத்தின் முயற்சியும் பயனும் என்னவாம். ஏதோ கிஞ்சித்து ஆங்கிலம் பயின்றவர்களெல்லோரும் ஒன்றுகூடிக் கொண்டு தேச சீர்திருத்தத்தையும் இராஜாங்க சட்ட திட்டங்களையும் ஆலோசிக்க முயன்று பாடு படுவோர்களுக்கு இத்தேசத்தில் ஏற்பட்டுள்ள சாதிபேதம் மெய்யாயதா பொய்யாயதா வென்று ஆலோசிக்கக் காலம் நேரமில்லையோ. இராஜாங்கத்தில் மட்டிலும் அது கோணல் இது கோணலென்று கூறுவதற்கு முயற்சியுள்ளவர்கள் சாதிபேதத்திலுண்டாகும் பலக்கோணல்களை பகுத்தறிவதற்கு பாகமில்லையோ. ஐரோப்பியர்களுக்குள்ள சுகங்களை இந்துக்களுமடைய வேண்டுமென்று முயல்வோருக்கு பாப்பானுக்குள்ள சுகம் பறையனும் அடையவேண்டுமென்னுங் கருணையில்லையோ. ஐரோப்பியரை அடுத்துள்ள சில குடிகள் சுகம் பெற்றிருப்பினும் இந்துக்களை அடுத்துள்ள ஆறு கோடி மக்கள் இருக்க இடத்திற்கும் படுக்கப் பாயிற்கும் குடிக்கக் கூழுக்குமில்லாமல் பாடுபட்டு எலும்புந்தோலுமாய் கோலும் குடுவையும் ஏந்தி நிற்பதை இச்சீர்திருத்தக் கூட்டத்தார் கண்டதில்லையோ. சுத்த நீரை மொண்டு குடிக்கவிடாமலும், வண்ணார்களை வஸ்திரம் எடுக்கவிடாமலும், அம்மட்டர்களை சவரஞ்செய்ய விடாமலுஞ்செய்து வயிற்றிற்குப் போதுமான கஞ்சி வார்க்காமல் வதைத்து எலும்புந் தோலுமாக அசுத்தமடைந்திருக்கும் படியாக செய்துவிட்டு அன்னிய தேசத்தோரைக் கண்டவுடன் அவர்கள் தீண்டப்படாத சாதியார் அசுத்தமுடையவர்களென்று தாழ்த்தாமல் தாழ்த்தியும் கொல்லாமற் கொன்றும் வருவதை இச்சீர்திருத்தக்காரர்கள் அறியார்களோ. சவுத் ஆபிரிக்காவிலுள்ள வெள்ளையர்கள் கறுப்பர்களை அதிகத் துன்புறுத்துகிறார்களென்றுக் கூட்டங்கள் கூடிப் பேசுவதும், பணங்கள் சேகரித்தனுப்ப முயல்வதும் கருணினையா அன்றேல் வருணனையா. கருணினையாயின் இந்திய தேசத்தில் வாழுங் கறுப்பர்களை கறுப்பர்களே முன்னேறவிடாமல் பாழ்படுத்தி வருஞ் செய்கைகளைக் கண்ணினாற் கண்டும் செவியாரக் கேட்டும் இவர்களை சீர்திருத்தக் கருணையில்லையோ, தூர தேசத்திலுள்ளக் கறுப்பர்களுக்கு பரிந்து பரிந்து பேசுகிறவர்கள் சுயதேசத்திலுள்ளக் கறுப்பர்களுக்காகப் பரிந்து பேச மனமில்லையோ. கருணைமிகுந்த சீர்திருத்தக்காரர்களுக்கு தன்னவர் அன்னியரென்னும் பட்சபாதமும் உண்டோ. அவ்வகையுண்டாயின் அவர்கள் பொதுவாய் சீர்திருத்தக்காரர்களாவர்களோ. சாதியும் இருத்தல் வேண்டும் சாதித் தலைவர்களாகவும் விளங்கல் வேண்டும், தங்களது வஞ்சனத்தாலும் பொறாமெயாலும் தாழ்ந்த சாதியோரென்று தாழ்த்தப்பட்டுள்ளோர் தலையெடுக்காமல் நாசமடைய வேண்டும், ஆனால் நாங்களும் ஒரு சீர்திருத்தக்காரரெனக் கூச்சலிட்டு தங்கள் சுகத்தைப்பார்த்துக் கொள்ளல் வேண்டும் என்பதூஉங் கூட்டத்தார் கருத்தோ. அவ்வகையாயின் எச்சீர்திருத்தம் நிலைபெறும். ஏழைகள் அழுதக் கண்ணீர் கூறியவாளுக்கு ஒக்குமென்னும் முது மொழித்தவறுமோ, ஒருக்காலுந் தவறாவாம். அத்தகைய காலம் வருவதற்கு முன் கனந்தங்கிய காங்கிரஸ் கமிட்டியாரும் மகாஜன சபையோரும் முயன்று தாழ்த்தப்பட்டுள்ளப் பூர்வக்குடிகளை சீர்திருத்தல் வேண்டும் அவற்றுள் தென்னிந்திய ஜமீன்தாரர்களிடத்தும் மிட்டாதாரர்களிடத்தும் மிராசுதார்களிடத்தும் ஏனைய சாதித்தலைவர்களிடத்தும் பண்ணைத் தொழிற் செய்யும் உழைப்பாளிக்கு நாளொன்றுக்கு என்னக்கூலிக்கொடுக்கிறார்கள் எத்தனை மணிநேரம் வேலை செய்கின்றார்களென்றும் விசாரித்து அவர்கள் கஷ்டத்தை நீக்கல் வேண்டும்.

நகரங்களிலுள்ளக் குளங்களிலுங் குட்டைகளிலும் குழாய்களிலும் பாப்பானும் பறையனும் சேர்ந்து நீர்மொள்ளவும் குளிக்கவும் குடிக்கவும் ஏதுக்களிருக்க நாட்டுகளிலுள்ளப் பொதுவாகக் குளங்களிலுங் கிணறுகளிலும் நீர் மொண்டு குடிக்கவும் குளிக்கவும் ஏதுக்களில்லாமற் போவதென்பதை விசாரித்து அவர்களை சுகமடையச் செய்யவும் முயல்வதுடன் சீர்திருத்தத்தில் விவசாயத்திற்கும் வித்தைக்கும் உழைப்பாளிகள் யாவரோ அவர்களைக் கண்டறிந்து முந்த சீர்திருத்தும்படி வேண்டுகிறோம்.

- 7:22; நவம்பர் 5, 1913 -

308. இந்தியதேச சீர்திருத்தப்பற்று இந்தியருக்கு உண்டாமா அன்றேல் வந்தேறியக் குடிகளாம் இந்துக்களுக்குண்டாமா

இந்திய தேசஞ் சிறப்படையவேண்டுமென்னும் பற்றும் மக்கள்யாவரும் சுகமடைய வேண்டுமென்னும் அன்பும் இந்தியர்களுக்கே உண்டாம்.

அதன் காரணமோ வென்னில் அவர்களுக்குள் பாஷை பேதமிருப்பினும் மக்கள் பேதமின்றி ஒருவருக்கொருவர் அன்பு பாராட்டி ஒருவருக்கொருவர் உபகாரிகளாக விளங்கி வித்தையிலும் புத்தியிலும் ஈகையிலும் சன்மார்க்கத்திலும் நிலைத்து விவசாயத்தை நோக்குவார் உழைப்பிற்கு அஞ்சாது பூமிகளை உழுது பண்படுத்தி தானிய விருத்திசெய்யும் பற்றும், வித்தையை நோக்குவோர் அந்தந்தக் கைத்தொழில்களில் சிற்பமும் நெசிவும் காருகமும் கமகமும் சித்திரமும் மற்றுங்கைத்தொழில் பற்றும், புத்தியை நோக்குவோர் மூலிகை குணாகுணங்களையும் உபரசகுணா குணங்களையும் பாடாண குணாகுணங்களையும் கண்டறிந்து உலகோபகாரமாக எழுதிவைப்பதுடன் நீதி சாஸ்திரம், ஞான சாஸ்திரம், சிற்பசாஸ்திரம், சோதிட சாஸ்திரம், அறிவை விருத்தி செய்யக்கூடியக் கலைக்கியான சாஸ்திரங்களை வரையும் புத்தியின் பற்றும், ஈகையை நோக்குவோர் தனக்குள்ளவற்றை இல்லாத யேனையோருக்குப் பகுந்து கொடுத்து சகல சீவர்களும் சுகசீவிகளாக வாழ்கவேண்டுமென்னும் பற்றும், சன்மார்க்கத்தை நோக்குவோர் நீதியிலும் தொழிலிலும் ஞானத்திலும் நிலைத்து மனோசுத்தம், வாக்குசுத்தம், தேகசுத்தமுடையார்களாகும் சமணர்களாகி மனமாசுகளகற்றி பிறவியை ஜெயித்து தண்மெயடையும் அந்தணர் பிராமணரென்னும் அறஹத்துக்களாகும் நித்தியானந்தப்பற்றும் உடையவர்களாகி யார் எத்தொழிலை செய்யினும் ஒத்த மனமுடையவர்களாய் தேச சிறப்பையும் மக்கள் சுகத்தையுங் கருதுவதுடன் சருவசீவர்கள் சுகத்தையும் நாடி நின்றார்கள்.

அத்தகைய சருவமக்களும் ஒற்றுமெயும் அன்பும் பொருந்தி வித்தையிலும் புத்தியிலும் ஈகையிலும் சன்மார்க்கத்திலும் பற்றுடையவர்களா-யிருந்ததற்கு ஆதாரமியாதெனில் "ஆய பொருட்கள் கணத்தி லழியுமென்று தூயவ சோகமுதி யுரைத்த" மலைவு படாவமுதவாக்கியத்துள் க்ஷணத்திற்குச் சணம் காடுகளெல்லாம் நாடாவதும் நாடுகளெல்லாங் காடாவதும் பெருங்குடும்பத்தோன் சிறுங் குடும்பமாவதும் சிறுங் குடும்பத்-தோன் பெருங்குடும்பமாவதும் தனவான் ஏழையாவதும் ஏழை தனவானாவதும் உயர்ந்தோலெல்லாம் தாழ்வதும் தாழ்ந்தோரெல்லாம் உயர்வதும் உருசியும் பரிமளமாக உண்ட பொருள் யாவும் துற்கந்தமாக வெளிவருதலும் துற்கந்தமாக வெளிவந்த பொருளால் நற்கந்தப் பொருள் தோன்-றுவதுமாய பொருட்கள் யாவும் அநித்தியமென்றும் அவ்வனித்தியத்தினின்று நீங்கள் நித்தியர்களாகவும், அத்துக்கத்தினின்று நீங்கி சதா சுகம் பெறவேண்டுமாயின் சருவ சீவர்களுக்கும் உபகாரிகளாக விளங்குங்கள் உங்கள் நற்கிருத்திய செயல்களே உங்களை நற்சுக வழிக்கு கொண்-டுபோகும். உங்கள் துற்கிருத்தியச் செயல்களே உங்களை மிக்கத் துக்க வழியிற் கொண்டுபோய் விடுமென்று போதித்துள்ள புத்த தன்மமாம் சத்திய தன்மத்தையே சிரமேற்கொண்டு சாதித்து வந்தவர்களாதலால் இந்திய தேச சீர்திருத்தப்பற்று பூர்வக் குடிகளாம் இந்தியர்களுக்கே உரி-யதாம் என்பது கருத்து.

இந்துக்களென்போர்களோ நூதனமாக இத்தேசத்திற் குடியேறி நூதன சாதிகளையும் நூதன மதங்களையும் நூதன சாமிகளையும் அதற்கு ஆதாரமாய நூதன சாஸ்திரங்களையும் ஏற்படுத்திக்கொண்டு அவைகள் சோர்வுறா நோக்கமும் அவைகள் சோர்வுறா பற்றும் விடாமுயற்சியும் உள்ளவர்களாதலால் பொதுவாய தேச சீர்திருத்தப்பற்றும் தேச மக்கள் சுகமடைய வேண்டிய பற்றும் அவர்கள் கனவினுங் கிடையாவாம். மதப்பற்று சாதிபற்று சாமி பற்றோடுங் கூடவே மற்றும் இருபற்றுக்களில் நிலைத்திருத்திருக்கின்றார்கள். அவைகள் யாதென்னிலோ இரவும் பகலும் ஆங்கிலப்படிப்பிலுருபோட்டு ஆங்கிலங்கற்று இராஜாங்க உத்தியோகத்தில் அமர்ந்துக் கொள்ள வேண்டுமென்பது ஒரு பற்று. அவ்வுத்-தியோகத்திலிருந்து கொண்டே ராஜாங்கத்தையே தங்களுடையதாக்கிக்கொள்ள வேண்டுமென்பது ஒரு பற்று. ஆக இரு பற்றுக்களே அவர்கள் இதயத்திற் குடிகொண்டிருக்கின்றதேயன்றி தேச சீர்திருத்தப் பற்றும் தேச மக்கள் சுகமடையும் பற்றுங் கிடையவே கிடையாது என்பது துணிபு.

ஆதலின் நீதியும் நெறியும் கருணையும் அமைந்த பிரிட்டிஷ் ஆட்சியார் தேச சீர்திருத்தக்காரர்களை அறிந்து அவர்களை சீர்திருத்தி முன்னேற்றும்படி வேண்டுகிறோம்.

- 7:23: நவம்பர் 12, 1913 -

309. சௌத் ஆப்பிரிக்கா சாக்கைய புத்த சங்கத்தோருக்கு அறிக்கை

சாக்கைய புத்த சோதிரர்களே சற்று கவனியுங்கள் தாங்கள் அனுப்பியுள்ளப் பத்திரிகைகளாலும் இவ்விடம் நடைபெறும் பத்திரிகைகளாலும் சௌத் ஆபிரிக்காவில் அத்தேச வாசிகளுக்கும் இந்தியாவிலிருந்து குடியேறி உள்ளவர்களுக்கும் நடந்தேறிவரும் வாக்கு வாதங்களையும் கஷ்டங்களையும் அறிந்தே வருகின்றோம். ஆயினும் நீங்களும் அவ்விடங் குடியேறி பௌத்தர்களாகிவிட்டபடியால் உங்களுக்கு எக்காலும் ஜகத்தீசனாம் புத்த குருவின் விசுவாமும் இராஜ விசுவாசமும் மனிதர்களை மனிதர்களாக பாவிக்கும் அன்பும் இருந்தே தீர வேண்டும்.

ஏதோ சிலர் இராஜாங்க சட்ட திட்டங்களை எதிர்த்து வாதிடினும் நீங்கள் அவர்களுக்குள் சம்மந்தப்படாது இராஜ விசுவாசத்தில் சீவிப்பதே அழகாம் அவர்களோ ஈட்டி முனைமீது கோபித்து உதைப்பதுபோல் இராஜாங்கத்தோரை எதிர்த்து நிற்கின்றார்கள். அதனால் யாது சுகமுமடை-யார்கள், துக்கத்தையே அநுபவிக்க நேர்ந்துபோம். நெருப்பால் நெருப்பையவிக்க நோக்குவது மேலும் மேலும் நெருப்பை உண்டு செய்வதாகும். நெருப்பை நிராலவிக்க வேண்டும். கோபத்தால் கோபத்தைத் தணிக்கலாகாது, கோபத்தை சாந்தத்தால் தணிக்கலாம். அவைபோல் இராஜாங்க-ததோர் சட்ட திட்டங்களுக்கடங்கி அவர்களுக்கு அன்பையும் ஆறுதலையும் உண்டுசெய்து வேணவற்றை அவர்களுக்கு விளக்கி சாந்தத்தோடு பெற்றுக்கொள்ளலாம் அவற்றைவிடுத்து ஒண்டவந்தகுடி ஊர்க்குடியை ஓட்டுவது போல் அவ்விடம் பிழைக்கபோனவர்கள் இராஜாங்கத்தை எதிர்ப்பது அழகாமோ, நீதியாமோ. இராஜாங்கத்தோர் தங்கள் ஆலோசனையில் எந்தெந்தக் குடிக்களை தங்கள் ஊரில் நிலைக்கச் செய்யலாம் எந்தெந்தக் குடிகளை நிலைக்கச் செய்யலாகாது என்பது முடிவாகும். அம்முடிவை நடாத்தத்தக்க சட்ட திட்டங்களையும் வகுப்பது இயல்பாம்.

இத்தகைய ஆலோசனையை இந்திய தேசத்தார் ஆதியில் ஆலோசித்து நடாத்தாததினால் இந்தியா யென்னக் கேட்டிற்கு வந்திருக்கின்றது என்பதும், இந்தியர்களாம் பூர்வ அரசர்களும் ஞானிகளும் பூர்வக் குடிகளும் தாழ்ந்த சாதியார், தாழ்ந்த சாதியாரென வகுக்கப்பட்டு கட்டத் துணிக்கும் குடிக்கக் கூழுக்குமின்றி கோலுங் குடுவையும் எலும்புந் தோலுமாகி சுத்த நீரை மொண்டு குடிக்ககூடாத சுவாதீனமற்று, சகலராலுந் தீண்டக்கூடாதவர்கள் தீண்டக் கூடாதவர்களென்னுமிழிவு பெற்று நாணமுற்றலைவதே போதுஞ் சான்றன்றோ.

ஒரு தேசத்தில் பிச்சை இரந்துண்டே குடியேறி பெரிய சாதியோராகப் பிரபல முற்று சகல சுவாதீனர்போல் விளங்குங்கால், கூலிவேலை செய்துக் கொண்டே குடியேறியவர்கள் சற்று வலுத்து விடுவார்களாயின் இராஜாங்கத்தோருக்கும் அத்தேசத்திற்கும் ஏதே தீங்குண்டாமோ என்-னும் அச்சமுண்டாமன்றோ, பெருத்தவோர் இராட்சிய பாரத்தைத் தாங்கி நிற்கும் அரசர்களுக்கும் மந்திரிவாதிகளுக்கும் உலக சரித்திரம் தெரியாதோ, தெரிந்தோரேயாவர். அந்தந்த தேச சரித்திரங்களையும் அந்தந்த தேச மக்களது குணாகுணங்களையுஞ் செயல்களையும் நன்க-றிந்தோராதலின் தங்கள் தேசத்தையும் தேச மக்களையும் சீர்திருத்தி எக்காலும் சுகம்பெற்றுய்யும் வழிவகைகளைத் தேடிக்கொள்ளுகின்றார்கள்.

அத்தகைய ராஜாங்க சீர்திருத்த சட்டதிட்டங்களை நீங்கள் எதிர்க்காது அவைகளுக்கடங்கி இராஜவிசுவாசமுற்று உங்கள் தொழில்களை நடாத்தி வருவீர்களாயின் அவ்விராஜாங்கத்தோர்களைக் கொண்டே நீங்கள் சகல சுகமும் பெற்று ஆனந்த வாழ்க்கை அடைவீர்கள். இரா-ஜாங்கத்தை எதிர்ப்போர் கூட்டுரவிலும் தனியுரவிலும் நீங்கள் சேராது குரு விசுவாசத்திலும் இராஜ விசுவாசத்திலும் நீதி நெறி ஒழுக்கத்திலும் நிலைத்திருப்பீர்களாயின் துக்கமென்பதற்று சுகவாழ்க்கைப் பெறுவீர்களென்பது திண்ணம் திண்ணமேயாம்.

- 7:24: நவம்பர் 19, 1913 -

310. நமது இந்தியதேசச் சக்கிரவர்த்திப் பிரிதிநிதியார் வருகையின் ஆனந்தத்தில் படுபாவிகளின் பயமுமுண்டோ

பூர்வகாலத்தில் இந்திய மக்கள் யாவரும் தங்களரசன் எப்போது வீதிவலம் வருவரோ என்னும் இராஜவிசுவாசமும் அன்புங்கொண்டு எதிர்நோக்கி பலரது திருஷ்டியால் அவருக்கேதேனும் சோகம் உண்டாம் என்றெண்ணி கற்பூரம் உலார்த்தி ஏந்தி கனகமலர் தூவிக்கர்த்தனே வாழ்க, வாழ்கவென்று ஆசிகூறி ஆனந்தமுற்றிருந்ததாக பௌத்த சரித்திரங்கள் கூறுகின்றது.

இத்தகைய ராஜவிசுவாசமும் அன்பும் நிறைந்திருந்த தேசத்தில் இராஜதுரோகிகளும் வஞ்சகர்களும் கொடுஞ்செயல் குடிகொண்டுள்ள படுபாவிகளும் எங்கிருந்து வந்து சேர்ந்துள்ளார்களோ என்பது விளங்கவில்லை. நமது சக்கிரவர்த்தியார் பிரிதிநிதியின் வருகைக்கு ஒரு பால் ஆனந்தமும் ஒரு பால் பயமுமே யிருந்ததாக நமது போலீசதிகாரிகளால் விளங்குகின்றது. அவை யாதென்னிலோ பிரிதிநிதியாய வரசன் ஆனந்தமாக வந்தபோதினும் கருணை என்பதற்று கொடுஞ்செயலே குடிகொண்டுள்ள படும்பாவிகள் எவரேனுமிருப்பார்களென்னும் பீதியால் நமது போலீஸ் இன்ஸ்பெக்டர் ஜெனரல் போலீஸ் கமிஷனர் முதல் ஈராகவுள்ள கான்ஸ்டேபில்கள் வரையிலும் இரவும் பகலும் நித்திரையின்றியும் தங்குமிடமின்றியும் தங்கள் காவலை அதிவூக்கத்துடன் நடாத்தி வந்திருக்கின்றார்கள்.

இத்தியாதி ஜாக்கிரதைக்கும் ஊக்கத்திற்குங் கஷ்டத்திற்கும் படுபாவிகளே காரணமாவர். அப்படுபாவிகளைக் கண்டு பிடித்துப் படுசூரணஞ் செய்விக்க ஏதுவாய பெரியோர்களாம் ஆரூடக்கியானிகள் எங்கும் இல்லையா, அத்தகைய ஆரூடஞானிகளாம் மேலோர்களில்லை என்பதாயினும் கால்பாக நல்லோர்கள் அரைபாக நல்லோர்களாயினும் இராமற் போயினரோ? இருப்பராயின் இவ்விராஜ துரோகிகளாம் படுபாவிகளை கண்டுபிடிக்க வியலாதோ. இயலுமாயினும் அத்தகைய வன்னெஞ்சரிருப்பார்களாயின் ராஜாங்கத் தோர் பயந்துகொண்டே நாம் கேட்கும் அதிகாரவுத்தியோகங்கள் யாவையும் நமக்குக் கொடுப்பார்கள் அல்லாவிடில் கொடமாட்டார்களென்றெண்ணி பாலுக்குங் காவல் பூனைக்குந் தோழனுமாக விருக்கின்றனரோ. அவ்வகையிருப்பராயின் இவர்களையும் அந்தரங்க வன்னெஞ்சப்படும் பாவிகளென்று எண்ணற்கு இடமில்லாமற்போமோ, அவ்வன்னெஞ்சமே அவரவர்களுக்கு சாட்சியாயிருந்து வஞ்சித்தே தீரும். உப்பிருந்த பாண்டமும் உளவிருந்த நெஞ்சமுந் தட்டி உடையாமல் தானே உடையுங்காலம் வந்துபோம். அக்காலத்தில் இராஜ துரோகிகள் படுங் கஷ்டங்களுடன் அந்தரங்கவுளவாளிகளும் அன்னோர் வரிசையாளரும் அர்த்தநாசமடைவார்கள் என்பதே திண்ணம்.

அத்தகைய நாசகாலம் வருவதற்குமுன்பே இராஜதுரோகிகளாம் படுபாவிகளைக் காட்டிக்கொடுப்பதே அழகாம்.

ஒரு கிராமத்தில் ஓர் கள்ளனிருப்பானாயின் அக்கிராம அதிகாரிக்கு கிராமக்குடிகள் யாவரைங் அநுமானிக்க இடம் உண்டாகும். அக்கிராமக் குடிகள் யாவரும் கூடி அக்கள்ளனைப் பிடித்தே கொடுத்துவிடுவார்களாயின் கிராமக்குடிகள் மீதுள்ள அநுமானிப்பு ஒழிந்து கவலையற்றிருப்பார்கள். அது போல் தேசத்திலுள்ள இராஜ துரோகிகளை அத்தேசக்குடிகளே பிடித்துக் கொடுத்து விடுவார்களாயின் தேசம் ஆறுதலடைவதுடன் தேச மக்களும் ஆனந்த சுகவாழ்க்கை பெற்று அரசரைக் கேட்கும் அலுவலையும் அடைந்து பெருவாழ்வுற்றிருப்பார்கள். அங்ஙனமின்றி ராஜத் துரோகிகளும் இருத்தல் வேண்டும். தாங்களும் பெரிய பெரிய உத்தியோக அதிகாரங்களைப் பெற்றுக்கொள்ளல் வேண்டும் என்னும் விரோதச் சிந்தையையே வளர்த்துக் கொண்டிருப்பார்களாயின் மாளா துக்கத்திற்கே ஏதுவாவதுடன், பிரிட்டிஷ் ஆட்சி சரிவர நிலை கொள்ளுமாறு அதிகார உத்தியோகங்கள் யாவற்றிற்கும் ஐரோப்பிய துரைமக்களே இருந்து ஆட்சிபுரிவதற்கு இடமுண்டாகிப்போம். அத்தகைய செயலின்றி தேசத்தோரும் சுகம்பெற்றுய்ய வேண்டுமென்னும் இராஜ விசுவாசிகள், இராஜ துரோகிகளைக் காட்டிக்கொடுப்பார்களென்று நம்புகிறோம்.

இராஜாங்கத்தோர்க்கு மனக்கவலையும் குடிகளுக்கு பயமும் மிகுத்துள்ள தேசம் எக்காலுஞ் சீர்பெறாவாம்.

- 7:26; டிசம்பர் 3, 1913 -

311. சௌத் ஆபிரிக்காவிலிருக்கும் இந்தியர்களுக்கு இத்தேசத்தோர்படும் பரிதாபம் அன்புமிகுத்தப் பரிதாபந்தானோ ஆராய்வோமாக

இவ்விடமிருந்து சௌத்தாபிரிக்காவுக்குப் போனவர்கள் யாவரும் சீவனத்தை நாடி கூலியாட்களாகப் போனவர்களே அன்றி உத்தியோகமுறையால் அழைக்கப் பெற்றவர்கள் அன்றாம். அத்தேசத்தோர் கடினமாய் வேலை வாங்குவார்களாயின் அங்குள்ள மேலதிகாரிகளுக்குத் தெரிவித்துக் கொள்ளவேண்டியதே அவற்றிற்குப் பரிகாரம். அவர்களுங் கேளாவிடிலோ அவ்விடம் விட்டு வேறிடம் அகலவேண்டியதே முடிவாம். அவைகளின்றி அத்தேசமே போதிய சுகத்திற்கு ஆதாரமாயிருக்கின்றதென்று எண்ணி அவ்விடமே நிலையாயுள்ளவர்களுக்கு அதிகமாய வரிகளை விதித்திருப்பார்களாயின் அவற்றை செலுத்தக்கூடிய அந்தஸ்துள்ளவர்கள் செலுத்தியும் அவ்வரியை செலுத்தக் கூடாத ஏழைகள் தங்கள் வருமானங்களை மேலதிகாரிகளுக்கு விளக்கி அவ்வரியைக் குறைக்கும் வழியைத் தேடிக் கொள்ளல் வேண்டும். அவைகளையும் அவர்களேற்றுக் கொள்ளாவிடில் அத்தேசத்தைவிட்டு நீங்கவேண்டியதே அதற்குப் பரிகாரம்.

அத்தேசத்தார் உலாவுமிடங்களிலும் நடக்கும் பாதைகளிலும் அவர்களை நடக்கக்கூடாது என்றாலோ, இவர்கள் உலாவுதற்கும் இடமும் நடக்கும் பாதையும் வேறு தேடிக்கொள்ள வேண்டியதேயாம். அதுவும் கிடைக்காவிடில் உள்ளயிடமே போதுமென்று சுகிக்க வேண்டியதே

அழகாம்.

இத்தியாதி சுருக்க ஏதுக்களை தேடாமலும் இராஜாங்கத்தோர் நூதனமாக ஏற்படுத்திய சட்டங்களின் உட்கருத்துயாதென்று அறியாமலும் அவரவர்கள் மனம் போனவாறு இரண்டொரு வாசித்தவர்கள் எழும்பி யாதொன்றும் அறியா பேதை மக்களைக் கலைத்து இராஜாங்கத்தை எதிர்க்கும்படியானப் போதனைகளை யூட்டி அவர்களை அல்லலடையச் செய்துவிட்டு சௌத்தாப்பிரிக்காவிலுள்ள இந்தியக் குடிகள் யாவரும் மெத்தக் கஷ்டத்தை யநுபவிக்கின்றார்கள், அதனை பிரிட்டிஷ் ராஜாங்கத்தார் நோக்கவேண்டும், இந்தியா மக்கள் யாவரும் அவர்களுக்குப் பணவுதவி செய்யவேண்டுமென்று பத்திரிகைகளின் வாயலாகவும் கூட்டங்களின் மூலமாகவும் கூச்சலிடுவதினால் சௌத்தாப்பிரிக்காவிலுள்ள இந்திய மக்களின் கஷ்டங்கள் நீங்கிப்போமா. ஓர் இராஜாங்கத்தார் கூடி ஆலோசித்து ஏற்படுத்தியுள்ள சட்ட திட்டங்களை கூலியாட்களாகக் குடியேறியுள்ளவர் களுக்கு பயந்து எடுத்து விடுவார்களோ, அது கஷ்டமேயாம்.

அவ்விடமுள்ள நன்கு வாசித்தவர்கள் இரண்டொருவர் கூடி இராஜாங்கத்தார் இத்தகையாய சட்டங்கள் ஏற்படுத்தியுள்ளக் காரணங்கள் யாதென்று அறிந்து அக்காரணத்திற்குத்தக்க வழிகளை உணர்ந்து அவ்விராஜாங்கத் தோரையே வணங்கி, இந்தியக் குடிகளின் இடுக்கங்களை நீக்கி ஆதரிக்கவேண்டுமென்று கேட்டிருப்பார்களாயின் அவ்விராஜாங்கத்தோரும் அத்தேசத்தியக் குடிகளும் இதக்கமுற்று இந்திய தேசத்திலிருந்து நமது தேசத்தில் வந்து குடியேறி இருப்பவர்களும் நமது குடிகள்தானே என்று பாவித்து சகல சுகங்களும் அளிக்க முன்வருவார்கள். அங்ஙனமின்றி கூலியாளாகச் சென்றவர்கள் இராஜாங்க சட்டத்தை எதிர்க்கயேற்பட்டுள்ளதே அச்சட்டந் தோன்றுவதற்கு ஏதுவாய்ச் செயல்கள் இந்தியக் குடிகளிடம் இருந்துள்ளது என்பது சொல்லாமலே விளங்குகிறதன்றோ. கூலியாகச் சென்றவர்கள் இராஜாங்கத்தோரை எதிர்க்காமல் எதிர்ப்பதால் தங்களைப் போல் இன்னுஞ் சுதந்தரத்தைக் கொடுத்து வருவதான் தங்களை எதிர்த்துக் கொள்ளுவார்களென்றறிகுறியாகவில்லையோ. இவைகள் யாவையும் இந்து சமுகப் பெரியோர்கள் ஆலோசியாது அவ்விடங் கஷ்டத்தை அநுபவித்தும் சுக சீவிகளாக வாழ்கும் இந்தியர்களை இன்னும் இன்னு மிகுதுக்கத்தில் அவதியுறச் செய்வது அழகல்லவே. இந்து சமுகப் பெரியோர்கள் யாவரும் கூடி நமக்கு வேண்டிய பணங்களை உதவிசெய்வார்கள், நாம் இராஜாங்கத்தை எதிர்த்தே நிற்போமென்று அவ்விடத்தில் குடியேறியுள்ளவர்கள் மென்மேலும் எதிர்க்கவும், அவர்களை இன்னுமின்னும் அடக்கியாள அவ்விடத்திய ராஜாங்கத்திற்கு ஏதுவுண்டாகிப்போமன்றோ. கூலிகள் இராஜாங்கத்தை எதிர்க்காமலெதிர்ப்பது கெடாமல் கெடுவதற்கே வழியன்றோ.

அவ்விடமுள்ள இந்தியக் குடிகளின் மீது பரிதாபமுறும் பத்திரிகைகளும் பரிதாபமுறுங்கூட்டங்களும் பணஞ் சேர்ப்பவர்களும் மெய்யாய பரிதாபிகள்தானோ. அவ்வகை மெய்யாய்ப் பரிதாபிகளும் இத்தேசத்திலிப்பார்களாயின் ஆறுகோடி மக்கள் இவ்விடம் அல்லலும் அவதியுமடைந்து வருவோர் மீது பரிதாபமில்லாதது என்னை இந்துக்கள் நடக்குங்கொடிபாதைகளில் ஏதோ ஓர் ஏழை வந்து விடுவானாயின் எதிரில் பறையன் வருகின்றான், ஓலையன் வருகின்றான், தீயன் வருகின்றான் சண்டாளன் வருகிறானெனக் கூச்சலுங் கொள்ளையுமிட்டு, அவன் வந்த வழியே பின்னுக்கோடும்படிச் செய்வதைக் கண்ணாற் கண்டதில்லையோ, செவியிலேனுங் கேட்டதில்லையோ நல்லத்தண்ணீர் மொண்டு குடிக்கவிடாமலும் வண்ணார்களை வஸ்திரமெடுக்க விடாமலும் அம்மட்டர்களை சவரஞ்செய்யவிடாமலும் நாள் முழுவதும் உழைக்கும் பண்ணையாட்களுக்கு ஓராணாவிற்கு மேல் கூலிகொடாமலும் கோலுங் குடுவையும் எலும்புந்தோலுமாக கொல்லாமற் கொன்றுவருவதை கண்ணாரக் காணவில்லையோ, செவியாரக் கேட்கவில்லையோ. இத்தியாதி துன்பத்தை அநுபவித்துவரும் ஆறுகோடி மக்களும் இந்தியர்களல்ல போலும். அதனாலிவர்கள் மீது பரிதாபமுமில்லை போலும். அந்தோ இவர்கள் படுந்துன்பத்திலுங் கஷ்டத்திலும் சௌத்தாப்பிரிக்கா இந்தியர்கள் காலபாகமேனும் அனுபவிப்பதைக் காணோமே. அத்தகையோர்மீது வித்தியா புருஷர் யாவரும் பரிதாபமுற்று பணஞ் சேர்ப்பதாயின் இத்தேசத்திலுள்ள ஆறு கோடி மக்களும் அதோகதியடைந்து நாசமாக வேண்டுமென்னுங் கருத்துபோலும். இல்லாது மெய்யாய பரிதாபிகளாயின் உள்ளூரில் அல்லல்படும் இந்தியர்களுக்கு சுகங்கொடுத்து அயலூரிலுள்ள விந்தியர்களின் கஷ்டங்களை நீக்குவார்கள். அங்ஙனமின்றி உட்சுவரிடிந்துவிழ, புறச்சுவரைப் பூசுவதைப்போலும், தன் கண்ணில் கன்னத்தைத் தடவிக்கொண்டு அன்னியன் கண்ணில் வெண்ணெயைத் தடவுவது போலும் இத்தேசத்தில் பொய்யாய சாதிவேஷ கொடு நாற்றத்தால் ஆறுகோடி மக்கள் சொல்லொண்ணா பலவகையான துன்பங்களை அநுபவித்து வருவது உலகமெங்கும் பிரசித்தமாயிருக்க அவைகளைக் கண்ணோக்காது சௌத்தாப்பிரிக்காவில் சாதிபேதம் பாராட்டுகின்றார்கள், அவைகளை நீக்கவேண்டுமென்று இத்தேசத்தோர் முயன்று நிற்பது என்ன பரிதாபமோ, ஏது கருணையோ விளங்கவில்லை.

இத்தேசத்துள் சிறிய சாதியோன் ஏதொரு குற்றஞ் செய்யினும் அவனைத் தொழுவிலிட்டு வாதிக்கவேண்டும், பெரிய சாதியோன் ஏதொரு குற்றஞ் செய்து விடுவானாயின் அவனை யாதொரு உபத்திரவமின்றி ஓர் நிலையிலிருக்கச் செய்வதுமாய பாராபட்ச சட்டங்களை நிலைபடுத்திக் கொண்டு சௌத்தாப்பிரிக்காவின் மூன்று பவுன் வரியிட்டிருக்குஞ் சட்டத்தை எடுத்துவிட வேண்டுமென்று முயல்வது என்ன நீதியோ, யாது கருணையோ ஏது பரிதாபமோ விளங்கவில்லை.

இத்தியாதி வித்தியார்த்திகளின் மித்திரபேத பரிதாபம் அவ்விடமுள்ள இந்தியர்களை சீர்கெடுக்குமோ, சீர்படுத்துமோ, சற்று ஆழ்ந்து ஆலோசிக்க வேண்டியதே ஆகும்.

- 7:27; டிசம்பர் 10. 1913 -

312. சௌத் ஆப்பிரிக்கா இந்தியர் மீதுற்றுள்ள பரிதாப ஆராய்ச்சி

சௌத்தாப்பிரிக்காவிற் சென்றுள்ள இந்தியர்கள் படுங் கஷ்டத்திற்காகப் பணஞ் சேர்ப்பதைப்பற்றி தமிழன் என்னும் பத்திரிகை விரோதமாகக் கூறுகிறதென்று சில கூட்டத்தோர் ஆயாசமடைவதாகக் கேள்விப்படுகிறோம். அவ்வாயாசம் ஆலோசனையற்றதேயாம். எக்கால் இத்தேசத்தோ-

ருக்குப் பொதுநல அன்பும் பொது நல உபகாரமும் உண்டாயிற்றோ அதுவே நமக்குப் பேரானந்தமாம்.

அத்தகைய உபகாரத்தையும் பணஞ்சேர்ப்பதையும் ஆராய்ந்து செய்யவேண்டுமென்பதே எமது கோறிக்கை. ஓயாக் குடியனுக்கு தினேதினே நாலணா தானஞ் செய்வதாயின் அவன் சீர்பெறுவானா சீர்கெடுவானா என்றும் பாலதானமுள்ள ஓர் சிறுவனுக்கு நித ஒத்தை ரூபாய் அன்புடன் ஈய்ந்து வருவதாயின் சிறுவன் கலைகற்று அறிவின் விருத்தி பெறுவானா, அன்று அறிவு மயங்கி சீர்கெடுவானா என்றும், ஓர் எஜமானிடம் பத்து ரூபா கூலியில் உத்தியோகஞ் செய்வோனுக்கு வேறிடம் பத்து ரூபாய்க் கிடைக்குமாயின் எஜமானனின் ஊழியத்தை சரிவரச் செய்வனோ ஒருக்காலுஞ் செய்யமாட்டான். அதுபோல் சௌத்தாபிரிக்காவிலுள்ள இந்தியர் கஷ்டப்படுகின்றார்கள் என்று பரிதவித்து பணங்களை சேகரித்தனுப்புவதாயின் அப்பணத்தினால் அங்குள்ள இந்தியர்களுக்கு சுகமுண்டாமா அன்றே அசுகமுண்டாமா என்று முதலாவது ஆலோசிக்க வேண்டியது. அவற்றுள் பணங்களை சேகரித்து அனுப்பும் தைரியத்தினால் அவ்விடமுள்ள இந்தியர்கள் இராஜாங்கத்தையே எதிர்த்துக்கொண்டு உள்ள சுகமுங் கெட்டு பாழடைவார்களாயின் அவர்களை முற்றும் சீர்திருத்தி சுகமடையச் செய்தற்கு இத்தேசத்திய இந்துக்களுக்கு இயலுமோ. இத்தேசத்திய இந்துக்களை நெல்லிக்காய் மூட்டை என்றும், மகமத்தியர்களை வெல்ல மூட்டையென்றுஞ் சொல்லத்தகுமே. அதாவது ஐந்தாறு பெயர் கூடி நெல்லிக்காய்களைப் பொறுக்கி ஓர் கோணிப்பையில் நிரப்பி விட்டால் அதற்கு நெல்லிக்காய் மூட்டையென்று பெயர். அம்மூட்டையைக் கொட்டினாலோ பல விடங்களிலும் சிதறியோடுங்கால் மறுபடியும் ஐந்தாறு பெயர்கூடி அவைகளை சேர்க்கவேண்டியதே பெரும் வேலையாகிப்போம். அவைபோல் இந்துக்களென்போருள் ஐந்தாறு பெயர் சேர்ந்து ஐந்நூறு பெயரை சேர்த்து ஓர் கூட்டத்தை முடிவுசெய்து காரியத்தை நடத்துவதாயின் கூட்டம் முடிந்தவுடன் மறுபடியும் அவர்களைக் கூட்டல் வேண்டுமேயன்றி அவர்களே முறிந்து சேரமாட்டார்கள் ஆரம்பத்தில் வீரியச் செயலுற்று வரவரக் காரிய ஊழலுற்றுப்போவது அநுபவமுங் காட்சியுமாயிருக்க அவ்விடமுள்ள இந்தியர்களுக்கு இவ்விடமுள்ளோர் வீண் வைராக்கியத்தையும், வீணாய உற்சாகத்தையும் உண்டாக்கிவிடுவது பிசகேயாம்.

ஈதன்றி பிரிட்டிஷ் ராஜாங்கத்தார் சௌத்தாப்பிரிக்காவிலுள்ள இந்தியர்களின் கஷ்டங்களை நோக்குவதில்லை என்று வீண்பிரளி செய்வதும் பிசகேயாம். அதாவது பிரிட்டிஷ் ஆட்சியோர் சௌத்தாப்பிரிகர்களுக்கு சுயராட்சியங் கொடுத்துவிட்டார்கள் அத்தகைய ஆட்சியில் இராஜாங்க காரியாதிகளில் ஏதேனுங்குறைவுறுங்கால் அவர்களுடன் கலந்து ஆலோசிப்பார்களன்றி அவ்விடத்தியக் கூலிகளது உள் சீர்திருத்த விவகாரங்களில் மறந்தும் பிரவேசிக்கமாட்டார்கள். அவரவர்களது தேச உட்சீர்திருத்தங்களை அவர்கள் வசதிகள் எவ்வகையோ அவ்வகையாகச் செய்துக்கொள்ளுவார்கள். அதன் மத்தியில் நீதியும் நெறியுமைந்த பிரிட்டிஷ் ஆட்சியார் பிரவேசிக்க வேண்டுமென்பதும் நோக்கவேண்டுமென்பது நியாயவழுவேயாம்.

இத்தேசத்திலுள்ள பூமிகள் யாவையுஞ் சரிவர உழுது பண்படுத்தி சீவிக்காது புறதேசங்களுக்குப்போய் இத்தியாதி கஷ்டங்களையும் அநுபவிப்பதற்கு ஏதுவாக இருந்தவர்கள் யார், பொய்யாகிய சாதிநாற்றத்தைப் போர்த்துத் திரிவோர்கள் அன்றோ. இப்போது அவர்களுக்காகப் பரிதவித்து பணஞ் சேர்ப்பவர்கள் யார், அவர்கள் தானோ, இவர்கள் வேறோ விளங்கவில்லையே. இத்தேசப் பூர்வக் குடிகளாம் ஆறு கோடி இந்தியர்களை தலையெடுக்கவிடாமலும் சீர்பெறவிடாமலும் முன்னேற விடாமலும் பலவகையாலுங் கொல்லாமற் கொன்று பாழ்படுத்தி வருவதுடன் தீண்டக்கூடாதவர்கள் தீண்டக் கூடாதவர்கள் என்று தாழ்த்தி இழிவடையச் செய்து வருவோர் தங்களுடலில் துர்நாற்ற மலத்தையும் துர்நாற்ற நீரையும் துர்நாற்ற சீழையும் துர்நாற்ற வழும்பையும் சேர்த்து வைத்துள்ள தேசிகர்களோ, அன்றேல் பொறாமெ வஞ்சினங்குடிகெடுப்பு நிறைந்த பூவாலர்களோ யாதும் விளங்கவில்லை. ஆதலின் இத்தேசத்தில் வாழும்பூர்வ இந்தியர்களின் கஷ்டம் விளங்காதிருத்தலால் இருதிரத்தாரின் கஷ்டங்களையும் சீர் தூக்கி இனிது விளக்குவாம்.

- 7:28; டிசம்பர் 17, 1913 -

313. சௌத் ஆப்பிரிக்க இந்தியர்கள் எதிர்க்காமல் எதிர்க்குங் கஷ்ட நஷ்டங்களும், இந்தியாவில் பூர்வ இந்தியர்கள் கொல்லாமற் கொல்லப்படும் கஷ்ட நஷ்டங்களும்

சௌத் ஆப்பிரிக்காவில் குடியேறியுள்ள இந்தியக்கூலிக்குடிகள் இலட்சத்தியைன்பதினாயிரத்திற்கு உட்பட்டவர்களே யாவர். இவர்களுள் தங்கள் கைப்பணங்களைக் கொடுத்தே சென்றவர்கள் ஆயிரத்திற்கு ஒருவரேனும் இருவரேனும் இருக்கலாம். இப்போது அவ்விடமுள்ள இராஜாங்கத்தோர் குடியேறிய பின்னரே இந்தியரவர்களுக்குக் கூலிகளாகச் சென்று அவர்கள் காலதவணை நீங்கியவுடன் அதையே சுகநாடென்று எண்ணி விவசாய விருத்தியிலும் வியாபார விருத்தியிலும் மிக்க சிறப்புடையவர்களாக வாழ்ந்து வருவோர் இலட்சத்தி இருபதினாயிரம் பேரிருக்கலாம். பத்தாயிரத்திற்கு மேற்பட்ட சிலக்கூலிகள் நூறுபவுன் இருநூறுபவுன் கையிருப்புடன் இந்தியாவிற்கே திரும்பி வந்திருக்கின்றார்கள் தற்காலம் இவ்விடக் கூலியாக ஒப்பந்தக் கட்டுப்பாட்டில் நின்று உழைத்து வருகின்றவர்கள் முப்பதினாயிரத்துக்குட்பட்டே இருக்கலாம். கூலிகளாக பொற்சுரங்கங்களிலும் கரிச்சுரங்கங்களிலும் தோட்டங்களிலும் வேலை செய்து வரும் ஏழை மக்களை சில படுபாவி கண்காணிகள் அதிக துன்புறுத்தியும் கஷ்டத்தைக் கொடுத்தும் வேலை வாங்குவதாகப் பத்திரிக்கைகளின் வாயிலாகவும் கேள்வியாலும் அறிந்துள்ளோம். ஆயினும் அவர்களுக்குத் தகுந்த கூலி கொடுத்து பசியாறப்புசிக்கச் செய்து வருவதாகவுந் தெரிந்துள்ளோம். அத்தகையக் கூலிகளின் கஷ்டங்களை சில துரைமக்களே தோன்றி நிவர்த்தி செய்து வருவதாகப் பத்திரிகைகளிலுங் கண்டுள்ளோம். இக்கூலிகள் படுங் கஷ்டங்களை நீக்கிக்கொள்ள வேண்டுமாயின் அவர்கள் கால ஒப்பந்தந் தீர்ந்தவுடன் அவ்விடம் விட்டு நீங்கி விடுவது ஒன்று. அத்தகையோர் பால் கூலிவேலைக்கு செல்லாமலிருப்பது ஒன்று, அவ்விரண்டு செயலே அக்கஷ்டங்களுக்குப் பரிகாரமே அன்றி வேறொன்றுங் கிடையாவாம். தற்காலம் சௌத் ஆபிரிக்காவில் நடந்துவரும் இந்தியர்களுள் கலகம் கூலிகளின் கால ஒப்பந்தம் நீங்கி சுகமாக வாழ்ந்து வருவோர்களால் நேர்ந்து வருவதாகக்

காண்கின்றதேயன்றி வேறில்லை. பிச்சை இரந்துண்போனுக்கு சற்று கல்விச்செல்வ மிகுத்தால் பெரிய அதிகாரம் வேண்டுமென்று கேட்பதுபோல கூலிகளாகச் சென்றோருக்குக் கல்விச்செல்வமிகுத்து கோமானாகும் வழிவகைகளைத் தேட முயன்றதைக் கண்ட அவ்விடத்திய ராஜாங்கத்தார் இந்தியர்களை அவ்விடம் விட்டோட்ட வேண்டிய வழிவகைகளைத் தேடுகின்றார்கள். சொத்துக்கள்ளுள்ள இந்தியர்கள் ஏழைக்கூலிகளையும் இழுத்துக்கொண்டு அவர்களையும் பொருந்து துன்பத்திற்காளாக்கி வைத்து விட்டார்கள். தங்களுக்குண்டாகிய கோபாவேஷத்தால் ஈட்டி முனையில் எட்டி உதைப்பதை போல் இராஜாங்கத்தையே எதிர்த்து நிற்க ஆரம்பித்துக்கொண்டே வருகின்றது அக்கஷ்டங்களுக்கு நிவர்த்தியோ வென்னில் அத்தேசத்தைவிட்டு அகன்றுவிடவேண்டியது ஒன்று. அன்றேல் அவ்விராஜாங்கத்தோர் சட்ட திட்டங்களுக்கடங்கி சமயோசிதமாகக் கஷ்டங்களை விளக்கி சுகவழிகளைத் தேடிக்கொள்ள வேண்டியதே நிவர்த்தியாம்.

அத்தகைய நிவர்த்தியில்லாது கொல்லாது கொல்லப்பட்டுவரும் இத்தேசத்தியப் பூர்வ இந்தியர்களாம் ஆறுகோடி மக்களின் அல்லலையும் அவதியையும் விளக்குவாம்.

இந்திய தேசத்தில் நூதனமாகக் குடியேறி நூதன சாதிகளையும் நூதன மதங்களையும் உண்டு செய்துக் கொண்டு அதை அநுசரித்தே மேம்பாடு அடைந்துக் கொண்டுள்ள பராய சாதியோர் பொய்யாய சாதி கட்டுப்பாட்டுக்கு அடங்காமலும் பொய்யாய மதக்கோட்பாடுகளுக்கு ஒடுங்காமலும் இருந்த பெருங்கூட்டத்தோரை தாழ்ந்த சாதியோரென வகுத்துவிட்டு அவர்களை நகரங்களிற் செய்யும் அக்கிரமங்களை முதலாவது காண்க. நகரமென்பது அரசாங்க பீடமென்னப்படும். அவ்வரசாங்கமோ சாதிபேத பொறாமெ என்னும் துர்நாற்ற மற்றவர்களும் நீதியும் நெறியும் அன்பும் பெற்றவர்களுமாகிய பிரிட்டிஷ் அரசாங்கமேயாம், அத்தகைய ராஜாங்கத்தார் வசிக்கும் நகரத்தின்கண் தாழ்ந்த சாதியோரென்று தங்களுக்குத் தாங்களே பிரித்து விட்டவர்களை தாங்கள் உத்தியோகஞ் செய்யுமிடங்களில் அவர்கள் பிள்ளைகளைப் படிக்கவிடாமலும், தாங்கள் தண்ணீர் மொண்டு குடிக்குங் குளம் கிணறுகளில் அவர்களை மொண்டு குடிக்கவிடாமலும், தங்களுக்கு மேளமடிக்கவும் தம்பட்டம் அடிக்கவுமுள்ள ஆட்களை அவர்களுக்கு அடிக்கவிடாமலுந் தாழ்த்தி, அவர்களை எவ்வகையானும் தலையெடுக்க விடாமலே நசித்துக்கொண்டே வருகின்றார்கள். இவ்வகையாகத் தாழ்த்தி நசித்துவருங் கேடுபாடுகள் யாவற்றையும் தற்கால சீர்திருத்தக் கூட்டத்தோரறிவார்களேயன்றி அறியாதவர்களொருவருமில்லை. எல்லாமறிந்தும் தாழ்த்தப்பட்டுள்ளோர் கஷ்ட நஷ்டங்களை இஷ்டமாகவே பாவித்துலவுகின்றார்கள். நகரங்களில் தாழ்த்தப்பட்டுள்ளோரில் சிலர் முன்னேறி சுகமுற்றிருப்பது பிரிட்டிஷ் துரைமக்களின் கருணையாலும் மிஷநெரி கிருஸ்தவ துரைமக்களின் அன்பினாலுமேயன்றி சாதிவேஷமுற்றுள்ள சீர்திருத்தக்காரரால் அன்றென்றே துணிந்து கூறுவோம். பெரிய சாதிவேஷக்காரரால் தாழ்த்தப்பட்டுள்ளோர், பெரியசாதி என்போர் கடைகளுக்குச் சென்று ஓர்பலகாரத்தைச் சுட்டிக்காட்டி இந்த பலகாரம் வேண்டாம் அந்த பலகாரங்கொடு என்றாலோ, தாழ்ந்த சாதியான் பலகாரத்தைத் தீண்டிவிட்டான், அந்த பலகாரங்களின் விலையை எல்லாம் அவன் கட்டிக்கொடுக்க வேண்டுமென்று அவனை பலவந்தப்படுத்தவும், அக்கம் பக்கத்து பெரியசாதி வேஷக்காரர்களும் சேர்ந்துகொண்டு மிரட்டவும், ஏழை திகைத்து அவமானமடைவதுடன் காலணா பலகாரம் வாங்கப்போனவன் கால்ரூபாயோ அரைரூபாயோ தெண்டங்கொடுக்கும்படி அலக்கழித்து விடுகின்றார்கள்.

மற்றொரு ஏழை தன் பசிக்கு அரையணா கொடுத்து பலகாரத்தைக் கையில் வாங்கிக்கொண்டு சாப்பிடுங்கால் அது பாசித்துப் பூரணமுற்றும், பழைய ரண்டு மூன்று நாளய பலகாரமாயிருக்கின்றது. இதையெடுத்து வேறு கொடுங்கோள் என்றால் அதை நீ தீண்டிவிட்டு நாங்கள் மறுபடியும் அதை வாங்குவோமாவென்று வைய, பக்கத்து சாதிவேஷக்காரனும் வைய, துட்டு கொடுத்த ஏழை நாணமுற்று பலகாரத்தையும் அவன் கடையெதிரில் கொட்டிவிட்டு பசியோடு அல்லலுற்று வீடேகச்செய்கின்றார்கள்.

இத்தகைய சாதிவேஷக்காரர் செய்கைகளால் நகரத்தில் கிஞ்சித்து சுகச்சீர்பெற்று முன்னுக்கு வந்திருப்போரை நாணடையவும் மனங்குன்றவும் செய்து வருவதுமல்லாமல் பாப்பான் என்னும் மேல்சாதி ஒருவனிருக்கின்றான், பறையன் என்னுங் கீழ்சாதி ஒருவனிருக்கின்றானென நந்தன் சரித்திரம் என்னும் ஓர் பொய்க்கதையையும் அரிச்சந்திரன் சரித்திரமென்னும் ஓர்ப் பொய்க் கதையையும் ஏற்படுத்தி வைத்துக்கொண்டு கூத்து மேடைகளில் கேவலப்படுத்தி ஆடுவதும் வீதி வீதியாக இப்பாடல்களைப் பாடி இன்னும் அவர்களை இழிவடையவும், நாணமடையவும் செய்து வரும் இழிவுகளோ சொல்லத்தரமன்று. அரசாங்கத்தோர் வசிக்கும் இடங்களிலேயே இத்தியாதி துன்பங்களையும் இழிவையும் மானக்கேட்டையும் உண்டுசெய்து அவர்கள் தலையெடுக்கவிடாமல் நசித்து வருகின்றவர்கள் இன்னும் நாட்டுவாசிகளை எவ்வகையாற் கொல்லாமற் கொன்று வருகின்றார்கள் என்பதை இனிது விளக்குவாம்.

- 7:29; டிசம்பர் 24, 1913 -

நகர வாசங்களில் இந்திய தேசப் பூர்வக்குடிகளை தாழ்ந்த சாதியோர் என்றும் தீண்டக்கூடாதவர்கள் என்றும் பொய் சாதிவேஷக்காரர்கள் தாழ்த்தி தலையெடுக்கவிடாமற் செய்வதுடன் நூதனமாக இத்தேசத்தில் வருவோர் போவோருக்கும் இவர்களை சுட்டிக்காட்டி இவர்கள் தாழ்ந்த சாதியோர், இவர்களைத் தீண்டப்படாது, அருகில் சேர்க்கப்படாது என்று இழிவுபடுத்தி பொதுவாய சத்திரங்களிலும் ஒண்டவிடாது பலவகையான துன்பங்களைச் செய்து வருவதுடன் இச்சாதி வேஷக்காரர்களே நாட்டுப்புறங்களில் ஜமீன்தாரர்கள் என்றும் மிட்டாதாரர்கள் என்றும் மிராசுதாரர்கள் என்றும் சுரோத்திரதாரர்கள் என்றும் தங்கள் பேராசையால் பெரும் பூமிகளை வளைத்துக் கொண்டும் அவைகளை உழுது பண்படுத்துவதற்கு ஏதுவில்லா பெருஞ் சோம்பேறிகளாதலால் தங்களால் தாழ்ந்த சாதியோரென்று அழைக்கப்பட்ட ஏழை உழைப்பாளி மக்களையே தங்கடங்கள் பூமிகளுக்கு உழைப்பாளிகளாக்கி கொண்டு அவர்கள் பிள்ளை கலியாணத்திற்கு ஐந்து ரூபா கடன் கொடுத்தால் அவன் பேரபிள்ளை வரையில் வட்டி கணக்குக் காட்டி வேலை வாங்கி வருவதும், தகப்பனிறந்தானென்று இரண்டு ரூபா கடன் வாங்கினால் அவன் பிள்ளை வரையில் வட்டிக்கணக்குக் காட்டி வேலை வாங்கிவருவதுமாய அடிமைகளாக்கிக் கொண்டு வட்டி பணத்திற்கு பிள்ளைகளை வேலை வாங்குவதும் பெரிய ஆட்களுக்கு நாளொன்றுக்கு ஓரணா விலை பெறும்படியான தானியங்களைக் கொடுத்து நாள் முழுவதும் கஷ்டமான

வேலைகளை வாங்கிக்கொண்டு எலும்புந் தோலுமாகச் செய்து கோலுங் குடுவையுங் கொடுத்து கொல்லாமற் கொன்றுவருவதுடன் சுத்த நீருள்ள குளங்களிலும் கிணறுகளிலும் நீர்மொண்டு குடிக்கவிடாமல் அசுத்தமடைந்துள்ள ஓடை நீர்களையும் கட்டை நீர்களையும் மொண்டு குடிக்கச் செய்து பல வகை வியாதி உண்டாகக் கொல்லும் எண்ணங் கொண்டு கொன்றே வருகின்றார்கள்.

இத்தியாதி கஷ்டங்களை பொறுக்க முடியாது வேலையை விட்டு ஓடிப்போவதாயிருந்தாலும் வேலைக்கு வராமலிருந்தாலும் அதற்கென்ற ஓர் சட்டமேற்படுத்தி வைத்துக் கொண்டார்கள். தாழ்ந்த சாதியென்று வகுக்கப்பட்டவர்களை யாதொரு சுகாதாரமுமின்றி கொன்றுவருவதுடன் (தொழுவு) என்னும் இதக்கமற்ற ஓர் வகை விலங்கும் வைத்திருக்கின்றார்கள். அத்தொழுவிலோ சாதிவேஷக்காரர்கள் யாரோ அவர்களொரு வரையும் அதிற் போடக்கூடாது, தாழ்ந்த சாதிகளென்று வகுத்துள்ளோர்கள் யாரோ அவர்களை மட்டுமே அத்தொழுவில் மாட்டி வதைத்தல் வேண்டுமென்பதாம். அத்தொழுவென்பதோவென்னில் நீண்ட கட்டைகளில் நான்கு துவாரமிட்டு சொற்ப குற்றஞ் செய்த போதினும் இவனது இரண்டு காலை இரண்டு துவாரத்திலும், இரண்டு கையை இரண்டு துவாரத்திலும், மாட்டி பூட்டிட்டு வெய்யிலில் விட்டு விடுதே தண்டனையாம். அவனுக்கு வேர்வை வடிந்தாலுந் துடைக்கக் கையுதவி கிடையாது. ஈமொய்த்தாலும் ஓட்டமுடியாது. எறும்புகள் கடித்தாலும் துடைக்க முடியாது. கூவி அழைக்கவும் அருகில் ஒருவரும் கிடையாது. அவன் சொந்தக்காரர்கள் அவன் படும் உபத்திரவத்தை சயிக்க முடியாது அருகில் வந்துவிட்டாலோ அவர்களும் அத்தொழுவத்தில் மாட்டிக்கொள்ள வேண்டியதே. அந்தோ இத்தகைய தண்டனையை எத்தேசத்தேனுங் கண்டதுண்டோ, கேள்வியேனும் பட்டதுண்டோ.

இத்தகையக் கருணையற்றப் படும்பாவச் செயலாற் கொல்லாமற் கொல்லும்படியானப் படும்பாவிகளும் உலகத்திலுண்டோ. மனிதர்களுக்கு என்று நீதி வகுக்குஞ் சட்ட திட்டங்களில் உயர்ந்த சாதியோனுக்கோர் சட்டமும் தாழ்ந்த சாதியோனுக்கோர் சட்டமுமாகிய பேதமும் உண்டாமோ. இத்தியாதி சட்டங்களை ஏழைக்குடிகளடைந்து வரும் துன்பங்களையும் தற்கால சீர்திருத்தக்காரர்களும் பத்திராதிபர்களும் அறிந்ததில்லை செவியிலேனும் கேட்டதில்லையோ, எல்லாம் அறிந்தவர்களே யாவர். ஆயினும் தாழ்ந்த சாதியென்று வகுக்கப்பட்ட ஆறுகோடி மக்களும் அழிந்து நாசமாகிவிட வேண்டும், உயர்ந்த சாதி வேஷமிட்டுள்ளோர் யாவரும் சுகமுற்று வாழ்க வேண்டுமென்பதே அவர்கள் அபிபிராயமாகும். இவற்றிற்கு ஆதாரமாக தற்காலம் நடந்துள்ள பரிதாபமற்றச் செயலொன்றை விளக்குகின்றேன். அதாவது அவ்வருஷம் பெய்த மழையின் மிகுதியால் சிதம்பரத்தில் பெரும் வெள்ளமுண்டாகி அனந்தக் கிராமங்களை அடித்துக் கொண்டு போனவிஷயத்தில் பஞ்சமரென்னும் தாழ்ந்த வகுப்போர் வீடுகளே பெரும்பாலும் நஷ்டமடைந்ததுடன் அனந்தபேர் மரணமடைந்து போனவர்கள் போக மிகுதியுள்ளோர் இருக்க இடமின்றியும் குடிக்கக் கஞ்சின்றியும் பல கஷ்டங்களை அனுபவிப்பதாக விளங்குகின்றது. சில பத்திரிக்கைகளிலும் பஞ்சமர்கள் அதிகக் கஷ்டப்படுகின்றார்களென்றும் வரைந்திருக்கின்றார்கள். உள்ளூரில் இத்தியாதி கஷ்டப்படும் ஏழைகளைப்பற்றி எவரேனும் பரிதாபப்பட்டவர்களுண்டோ. எப்பத்திராதிபர்களாயினும் வெள்ளத்தால் நசிந்துள்ளோரை காக்கவேண்டுமென்று பரிதவித்து எழுதியதுண்டேடா. எப்புண்ணிய புருஷராயினும் ஸ்திரீகளாயினும் பண உதவி செய்து பஞ்சமர் என்போரை பாதுகாத்தது ஏதுங்கிடையாவே.

இந்திய தேசத்தின் கண்ணே பலவகையான துன்பங்களையும் சகிக்க முடியா கஷ்டங்களையும் அநுபவித்துவரும் ஆறு கோடி மக்களை கண்ணெடுத்துப் பாராமலும் அவர்கள் மீது கருணையென்பதே வையாமலும் வதைப்பவர்கள் சௌத்தாப்பிரிக்காவில் கஷ்டப்படும் இலட்சத்துச்சில்லரைக் குடிகளுக்காகப் பரிந்து பத்திரிக்கைகள் யாவும் பேசுகிறதும் பரிந்து பணங்களை சேகரிக்கிறதும் அவர்களை எதிர்க்காமல் எதிர்த்து நில்லுங்கோளென்னும் உற்சாகங்கொடுக்கின்றதும் பிரிட்டிஷ் ராஜாங்கத்தார் அவர்கள் விஷயத்தில் முறிந்து பேசவில்லையே என்று முறுமுறுப்பதுமாய செயல்களை ஆலோசிக்குங்கால் சௌத்தாபிரிக்க இந்தியர்களுக்கு மெய்யாகப் பாடுபடுவோர்களாக காணோம். மெய்யாகப் பாடுபடுவோர்களாயின் இந்தியாவிற்குட்பட்ட சகிக்க முடியாது கஷ்டபடுவோர்களை நோக்கியிருப்பார்கள். இங்ஙனமுள்ள பெருங்குடிகளின் கஷ்டங்களை கிஞ்சித் தேனுங் கவனியாது புறதேசத்தோருக்குப் படும் கஷ்டத்தை நோக்குங்கால் ஏதோ ஓர் காரணத்தைக் கொண்டே கூச்சலிடுவதாக விளங்குகின்றது அக்காரணம் கூடிய சீக்கிரம் விளங்கிப்போம்.

- 7:30: டிசம்பர் 31, 1913 -

314. இந்தியன் நாஷனல் காங்கிரஸ் இதுதானோ

இந்தியன் நாஷனல் காங்கிரஸ் என்பது இந்திய தேசத்திலுள்ள சகல சாதியோரையும் சமரசமாக சீர்திருத்துவோர் என்பது கருத்தாம். இப்போதவர்களது நடவடிக்கைகளையும் செயலையும் ஆலோசிக்குங்கால் பெரிய சாதிவேஷக் காங்கிரசாகவே பரக்க விளங்குகிறது. அவை யாதென்னிலோ இந்தியாவின்கண் பெரியசாதி சிறிய சாதியென்னும் பொய்யாய் வேஷங்களை ஏற்படுத்திக் கொண்டு இத்தேசத்தியப் பூர்வக்குடிகளை பலவகையாலும் பாழ்படுத்தி அவர்களைக் கொல்லாமற் கொன்று வருவதுடன் அச்சாதி வேஷச் செயலால் விவசாய விருத்தியும் வித்தியா விருத்தியுங்கெட்டு தேசம் பாழடைந்து வருவது உள்ளங்கை நெல்லிக்கனிபோல் விளங்க அவைகள் யாவற்றையுங் கண்ணுற்று நோக்காமலும் செய்யவேண்டிய சீர்திருத்தங்களைச் செய்து தேசத்தையும் தேசமக்களையுஞ் சிறப்படையச் செய்யாமலும் இராஜாங்க விஷயத்திலேயே நோக்கம் வைத்திருப்பதைக்காணில் பெரிய சாதி வேஷமும் சிறியசாதி வேஷமும் இவ்வவ்வகையே இருத்தல் வேண்டும், இராஜாங்க உத்தியோகங்கள் யாவும் தங்களுக்கே கிடைத்துவிட்டால் சிறிய சாதியோரென்று வகுத்து வைத்துள்ள ஆறு கோடி மக்களையும் அர்த்தநாசஞ்செய்து விடவேண்டுமென்னும் அபிப்பிராயத்தை வைத்துக்கொண்டே மேலுக்கு நாஷனல் காங்கிரஸ் என்னும் பெயரை வைத்துக் கொண்டு உள்ளுக்குள் பெரியசாதி வேஷக் காங்கிரசாகவே நடாத்தி வருகின்றார்கள்.

அதன் விவரம் யாதெனிலோ இவ்வருஷக் காங்கிரஸ் கமிட்டியார் கூடியக் கூட்டத்தில் இருபத்தியெழு வருஷமாகப் படித்துவரும் பழைய பாடங்களைப் படித்து விட்டு சௌத்தாப்பிரிக்கா இந்தியர் விஷயப் பாடம் ஒன்றை நூதனமாகப் படித்திருக்கின்றார்கள். அதாவது இந்தியர்கள் மனதிற் கொதிப்பை உண்டு செய்திருக்கும் சௌத்தாப்பிரிக்கா இந்தியர்களின் நிலையைப்பற்றி முக்கியமாகப் பிரஸ்தாபிக்கப்பட்டதாம். அப்பிரஸ்தாப சுருக்கமோ சௌத்தாபிரிக்கா இந்தியர்களை அதிகக் கஷ்டமாக நடத்தப்படுவதும் சாமான்யமான சுதந்தரங்கள் கூட, கொடாமல் தொந்திரவு செய்வதுமேயாம். ஆ, ஆ எத்தகைய கஷ்டத்தை காங்கிரஸ் கமிட்டியார் கண்ணோக்கம் வைத்துவிட்டார்கள், பாருங்கள், கோபாலியை எடுத்துக் தங்களுக்குத் தாங்களே காலிலிட்டுக் கொண்டு குடையுது குடையுதென்பது போல சௌத்தாப்பிரிக்காவிலுள்ள இந்தியர்கள் தங்களுக்கு தாங்களே கேட்டை விளைவித்துக்கொண்டது போக ஏழைக் கூலிகளையுந் துன்பத்திற்கு ஆளாக்கிவிட்டது சகல இங்கலீஷ் பத்திரிகைகளிலுஞ் சிறக்க விளங்குவதைக் கண்டும் காணாததுபோல் இவ்விடமுள்ள இந்தியர்களுக்கெல்லாம் மனக்கொதிப்பை உண்டாக்கிவிட்டதாயும் அக்கொதிப்புக்குப் பலமாகக் காங்கிரஸ் கமிட்டியும் உழைக்கவேண்டுமென்று முடிவு செய்தவர்கள் இந்தியாவிலேயே ஆறுகோடி மக்கள் அல்லல்படுவதற்கு மனக்கொதிப்பைக் காணோமே இது மனவாறுதல் போலும். இந்தியாவில் கருணை தங்கிய பிரிட்டிஷ் ஆட்சியோரால் பொதுப்பணத்தைக் கொண்டு சகல மனுக்களும் போக்குவருத்து காலங்களில் தங்கியிளப்பாறிப்போவதற்கு பொதுவாய சத்திரங்களைக்கட்டி வைத்திருக்கின்றார்கள். அச்சத்திரங்களில் தாழ்ந்த சாதியென வகுக்கப்பட்டோர் மழையின் கஷ்டத்தாலோ வெய்யிலின் கஷ்டத்தாலோ தனக்கு வழியில் கண்டுள்ள நோயின் கஷ்டத்தாலோ அச்சத்திரத்திற்குள் தங்குதற்குப் போவானேயானால் அவ்விடந் தங்கியுள்ள சாதிவேஷக் காவல்காரன் நீயென்ன சாதி என்ன சாதியெனக்கடிந்து துரத்திவிடுகின்றான். வழிபோக்கு ஏழையோ தங்குதற்கிடமின்றி மழையிலும் வெய்யிலிலும் நோயிலும் மரத்தடிகளில் ஒதிங்கி மடிவோர்போக பிழைத்துள்ளோர் அதிகஷ்டத்துடன் அவரவர்கள் இல்லம்போய் சேருகின்றார்கள். இத்தகைய துன்பத்தை சௌத்தாப்பிரிக்கா இந்தியர்கள் அனுபவிக்கின்றார்களோ. இக்கஷ்டங்களை காங்கிரஸ் கமிட்டியா ரறியார்களோ. கிராமங்களிலும் தாலுக்காக்களிலும் உள்ளக் கோர்ட்டுகளில் தாழ்ந்த சாதியென்போர் உள்ளே நுழையவுங் கூடாது அருகில் வரவுங் கூடாது தூரவே நின்றுக்கொண்டு அவன் பிரையாதை எவனாவது கேட்டுச் சொல்ல அவன் தீர்ப்படைவது நியாயமோ, அந்நியாயமோ, அவை அக்கோர்ட்டிற்கே வெளிச்சமாம். இத்தகைய கஷ்டத்தை சௌத்தாபிரிக்க இந்தியர்களடைகின்றார்களோ. இதுவும் இக்காங்கிரஸ் கமிட்டியாருக்குத் தெரியாதோ. தாழ்ந்த சாதியானென்போன் ஏது சொற்ப குற்றஞ் செய்தபோதினும் தொழுவென்னுங் கட்டையில் இரு கைகளையுங் காலையும் மாட்டிவிட்டு வெய்யலோ மழையோ இருந்தபோதிலும் வெளியிலிட்டு ஈயும் எறும்பு மிக்கக் கொடிய துன்பத்தைச் செய்துவருகின்றார்களே. அதுபோல் சௌத்தாப்பிரிக்கா இந்தியர்கள் ஏதேனுங் கஷ்டப்படுகின்றார்களோ. இத்தொழுவு கட்டை தெண்டனையை இக்காங்கிரஸ் கமிட்டியாரறியார்களோ. தாழ்ந்த சாதியானென்போன் ஓர் கொடி வழியில் ஏதேனும் வந்து விடுவானாயின் அவனை வந்த வழியே திருப்பி அரைமயில் ஒரு மயில் துரத்தி அடிக்கின்றார்களே அவ்வகையான கஷ்டமேதேனும் சௌத்தாபிரிக்கா இந்தியர்களடைகின்றார்களோ. இச்சங்கதியைக் காங்கிரஸ் கமிட்டியார் அறியார்களோ. தாழ்ந்த சாதியானென்போனை பொதுவாயக் குளங்களிலுங் கிணறுகளிலும் சுத்த நீரை மொண்டு குடிக்கவிடாமல் விரட்டி அடித்து புழுதியடைந்துள்ள குட்டை நீரையும் வாய்க்கால் நீரையும் மொண்டு குடிக்கவைத்து பலவகை வியாதிகள் கண்டு மடியச் செய்வதுடன் ஏதோ தெரியாமல் வந்து நீரை மொண்டு விடுவானாயின் அவனைப் பிடித்து மரத்தில் கட்டி புளிய மலார்கொண்டு முதுகிலடிப்பதுடன் தொழுவிலும் மாட்டிவதைக்கின்றார்களே, இத்தகையாயக் கொடுந்துன்பத்தை சௌத்தாப்பிரிக்கா இந்தியர்கள் ஏதேனும் அநுபவிக்கின்றார்களோ. இந்த சங்கதியுங் காங்கிரஸ் கமிட்டியாரறியாததோ. ஜமீன்தார், மிட்டாதார்களென்போர் பெரும் பூமிகளை வளைத்துக்கொண்டு அவைகளை உழுது பண்படுத்தி பயிரிடுவதற்கு தாழ்ந்த சாதியோரென்போர்களையே ஆட்களாக வைத்துக்கொண்டு அவர்களிடம் நாள் முழுவதும் வேலை வாங்கி நாளொன்றுக்கு ஓர் அணா கூலி நியமித்து அவ்வணாவையுங் கையில் கொடாது ஓரணாவுக்குத்தக்கக் கம்போ, சோளமோ, கேழ்வரகோ கொடுத்துவருவதும், பெண்டுகளுக்கும் மாடு மேய்க்கும் பிள்ளைகளுக்கோ சாப்பாடு போட்டுவிடுகிறோமென்று கூறி மூன்று நாளைய கேழ்வரகின் காந்தலையோ நான்கு நாளைய கம்புக்கூழின் காந்தலையோ வார்த்து வருவதுமாயக் கொடுங்கஷ்டங்களை அநுபவித்து வருவதுடன் கஷ்டத்திற்கு பயந்தும் வயிற்றிற்குக் கஞ்சில்லாமலும் வேறு தேசத்திற்கேனும் வேறு வேலைக்கேனும் போவதற்கு முயலுவாராயின் பாட்டனுக்குக் கொடுத்த கடன் ஐந்து ரூபாயிற்கு ஐன்பது ரூபாய் வட்டியுமுதலும் கொடுக்கவேண்டுமென்றும், அப்பனுக்கு வாங்கிய நாலு ரூபாய் கடனுக்கு நாற்பது ரூபாய் வட்டியு முதலுங் கொடுக்கவேண்டும் என்று தடுத்து சாதிவேஷக்காரனெல்லாம் ஒன்றாய் சேர்ந்துக்கொண்டு ஏழைகளை மிரட்டுவதுடன் மீறிப்போவார்களாயின் மரத்திற்கட்டிப் புளியமலாரில் அடிப்பதும் தொழுவில் மாட்டி துன்பப்படுத்தி வதைக்கின்றார்களே, இத்தகையாய கொடுந்துன்பத்தை சௌத்தாப்பிரிக்கா இந்தியர்கள் ஏதேனும் அநுபவிக்கின்றார்களோ. இந்த சங்கதியுங் காங்கிரஸ் கமிட்டியார் அறியாததோ. மற்றுமுள்ள சில ஏழைகள் தெரியாமல் ஓடி கோலார் முதலிய பொன் சுரங்கங்களிலேனும் மில்சுகளிலேனும் உழைத்து பாடுபட்டு வயிராறப் புசித்து சொற்ப பணத்துடன் தங்களூரில் வந்து சேருவார்களாயின், ஆ ஆ தாழ்ந்த சாதியான் முழங்காலுக்குக் கீழே துணிக்கட்டிக்கொண்டு நமது முன்னில் வருகிறான் பார்த்தீர்களா, அவனுக்கு துட்டு கொழுப்பேறி விட்டது, அவனை அடக்கவேண்டுமென சாதிவேஷக்காரனெல்லாம் ஒன்றாய் சேர்ந்துக்கொண்டு அவனைப் புளியமலார்க்கொண்டடிப்பதும், அதிகாரிகளுக்குத் தெரிவிப்பானாயின் இரவில் அவன் குடியுள்ள குடிசைக்கே நெருப்பிட்டுக் கொளுத்தி ஊரைவிட்டோட்டுவதும் மற்றொருவன் ஏதோ தான் சம்பாதித்துவந்தத் தொகையைக் கொண்டேனும் தனது முயற்சியிலேனும் சொற்ப பூமியை சம்பாதித்து உழைத்து பண்படுத்தி பயிரை ஓங்கும்படிச் செய்விப்பானாயின், தாழ்ந்த சாதியான் நமக்கு வந்து வேலை செய்யாமல் பூமிக்குடையவனாகிவிட்டான் இனி தங்களை மதியானென்னும் பொறாமெகொண்டு இரவில் பயிறுகளை மாடுகளை விட்டு மேய்ந்து விடும்படிச் செய்கிறதும் அம்மாடுகளைப் பிடித்து பவுண்டுக்குக் கொண்டு போவானாயின் சாதி வேஷக்காரனெல்லாம் ஒன்றாய் சேர்ந்துக்கொண்டு மடக்கி அவனைக் கொன்றே போடுவதுமானக் கொலைச் செயலையே செய்து வருகின்றார்களே. அதுபோல சௌத்தாப்பிரிகா இந்தியர்களை ஏதேனுந் துன்பஞ் செய்கின்றார்களோ. இத்தகையாக நடந்-

துவருந் துன்பமாயச் செயல்களைப் பத்திரிகைகளிலேனும் கேள்விகளாலேனும் இக்காங்கிரஸ் கமிட்டியார் அறியாததோ. உயர்ந்த சாதியென்னும் பொய்வேடமிட்டுக்கொண்டு தாழ்ந்த சாதியோரென்று வகுத்துவைத்துக்கொண்டுள்ள ஆறுகோடி மக்களையும் பலவகையாயத் துன்பப்படுத்திக் கொன்றுவரும் படியான செயல்கள் ஒவ்வொன்றையும் விரித்தெழுதவேண்டுமாயின் பெரும்புத்தகமாக முடியுமே. இத்துன்பச் செயல்கள் யாவும் இக்காங்கிரஸ் கமிட்டியாருக்குத் தெரிந்த விஷயங்களேயன்றி தெரியாதது ஒன்றுங் கிடையாவாம். இக்காங்கிரசில் பெரும்பாலும் சேர்ந்துள்ளோர் யாவரும் சாதித்தலைவர்களேயாதலின் தங்களால் தாழ்ந்த சாதியோரென்று தாழ்த்திவைத்துக்கொண்ட ஆறுகோடி மக்கள் ஏதுபாடு பட்டு எக்கேடு கெட்டு பாழடைந்து சீர்குலைந்து மடிந்துப்போக வேண்டுமென்னும் எண்ணத்தை உள்ளுக்கு வைத்துக்கொண்டும் நாஷனல் காங்கிரசென்னும் வெறும் பெயரைச் சொல்லிக் கொண்டும் தங்கள் சுயகாரிய நோக்கத்திலே பேசிவருகின்றார்கள். அவைகளுள் சௌத்தாபிரிக்கா வெள்ளையர்கள் இந்திய கறுப்பர்களை சாதி வித்தியாசம் பாராட்டி அலக்கழக்கின்றார்களென்றும் இந்தியர்களைத் துன்பப்படுத்துகின்றார்கள் என்றும் தாங்களும் அதற்கு உபபலமாக வொத்தாசை செய்யவேண்டுமென்றும் பரிந்து பரிந்து பேசியிருக்கின்றார்கள். அந்தோ இத்தேசத்திலுள்ள ஆறுகோடி இந்திய ஏழைகள் கண்ணீர்விட்டுக் கதருவதையென்னென்றும் நோக்காது, சௌத்தாபிரிக்காவிலுள்ள ஒன்றரை லட்சம் இந்தியர்கள் தங்களுக்குத் தாங்களே படுங்கஷ்டங்களுக்குப் பரிந்து பேச மட்டிலும் ஆரம்பித்தது விந்தையிலும் விந்தையேயாம். சுயதேசத்தோர் படுந் துன்பங்களையும் கேடுபாடுகளையுங் கண்ணோக்கமுறாது புறதேசத் துன்பத்தை மட்டிலும் நோக்கிப் பேசப்புகும் ஓர் கூட்டத்தோருக்கு நாஷனல் காங்கிரஸ் கமிட்டியாரென்னும் பெயர் பொருந்துமோ, அவர்களே ஆலோசிக்க வேண்டியதேயாம்.

- 7:31: ஜனவரி 7, 1914 -

315. இராஜாங்க விஷயங்களையே பேசித் திரியுங் காங்கிரஸ் கமிட்டியும் மற்ற கூட்டங்களும் எற்றிற்கு

இந்தியதேசத்தில் இந்துக்களென்போர் கூடிவருங் கூட்டங்கள் யாவற்றிலும் இராஜாங்க சட்டதிட்ட விஷயங்களையே பெரும்பாலும் பேசிக்கொண்டே வருகின்றார்களன்றி தேச சிறப்பையுந் தேசமக்கள் சுகா சுகங்களையுங் கருதினவர்களாகக் காணோம். அதன் காரணமோ வென்னில் இக் கூட்டங்களைக் காட்டிவருவோர் யாவரும் பெரும்பாலும் நூதனமாகக் குடியேறியவர்களே யாதலின் அவர் இத்தேச சிறப்பைப்பற்றியேனும் தேசமக்கள் சுகா சுகங்களைப்பற்றியேனுங் கருதாது தங்கள் சுகத்திற்காய வழிவகைகளையும் தாங்களே ராஜாங்கத்தை ஆளவேண்டுமென்னும் பேரெண்ணத்தையுங் கொண்டு பலவற்றாய வார்த்தைகளை சமயோசிதமாகப் பேசிக்கொண்டே வருகின்றார்கள்.

அவற்றுள் ஒன்றை இவ்விடம் ஆலோசிப்போமாக. அதாவது தற்காலம் இராஜதுரோகத்தைப் பரவச்செய்வதற்கு ஏதுவாய வார்த்தைகளையும் இராஜாங்கத்தைப் புறங்கூறும் வார்த்தைகளையும் பத்திரிகைகளில் எழுதிப் பிரசுரிப்போரை தண்டிக்கவேண்டுமென்னும் சட்டத்தையேற்படுத்தி வைத்திருக்கின்றார்கள். இக்கூட்டத்தோர்களோ அச்சட்டத்தை எடுத்து விடவேண்டுமென்று பெரும் பேச்சாகப் பேசிவருகின்றார்கள். இதன் கருத்தை யோசிக்குங்கால் சமயம் நேர்ந்தபோது இராஜாங்கத்தைத் தூற்றிக் குடிகளுக்கு இராஜத்துவேஷத்தை உண்டு செய்யவேண்டும் என்பதாகவே விளங்குகிறதன்றி இராஜ விசுவாசத்தை வளர்த்துக் குடிகளுக்கு சுகமளிக்குங் கருத்தாகவே விளங்கவில்லை. அத்தகையாயக் கருத்துடையவர்களாயின் அச்சட்டத்தை இன்னும் வலுபெறச் செய்து பத்திரிகைகள் யாவற்றிலும் தேசச்சிறப்பும் மக்கள் சுகமுமடையும் அறிவின் விருத்தி, வித்தியா விருத்தி, விவசாய விருத்தியைப் பரவச்செய்யும் வழிவகைகளைத் தேடுவார்கள். அங்ஙனமின்றி இராஜத்துரோக நிந்தைகொண்டு நடைபெறும் பத்திரிகைகளை அடக்க வேண்டுமென்று வகுத்து வைத்துள்ள சட்டத்தை எடுத்துவிட வேண்டும் என்று முயல்வதே தங்கள் உட்கருத்தை விளக்குகின்றதன்றோ, வீதிகளில் மலோபாதை ஜலோபாதைக்கு ஒதுங்குவோரை தண்டிக்க வேண்டுமென்று சட்டத்தை வகுத்து வைத்திருக்கின்றார்கள். அச்சட்டத்தை மீறி ஜலோபாதை மலோபாதைக்கு ஒதிங்கி வீதியை அசுத்தப்படுத்துவோரை தண்டித்து சுகாதாரமளித்து வருகின்றார்களன்றி அவ்வகை ஒதுங்காதோரை ஏதேனுந் கண்டிக்கின்றார்களோ இல்லையே. அவைபோல் இராஜ துரோகங் கொண்டு வரையும் பத்திராதிபர்களை தெண்டிக்க வேண்டும் என்று அச்சட்டங்தோன்றியுள்ள தேயன்றி இராஜ விசுவாசிகளை அச்சட்டம் ஒன்றுஞ் செய்யாவே. மலோபாதைக்கு ஒதிங்கினும் ஜலோபாதைக்கு ஒதிங்கினும் போலீசார் பிடித்துப் போய்விடுகின்றார்கள். அச் சட்டத்தை, எடுத்துவிடவேண்டுமென முயல்வது இராஜ நீதிக்குப் பொருந்துமோ, சகல மக்களுக்கும் சுகாதாரத்தை வேண்டுவோர் மலோபாதை ஜலோபாதை சட்டத்தை இன்னும் உறுதிபெறச்செய்து வருவதுபோல் இராஜ விசுவாசத்தை நிலைக்க வேண்டியவர்கள் இராஜ துரோகிகளை அடக்குஞ் சட்டங்களை மேலும் மேலும் உறுதிபெறச் செய்வதழகன்றோ. அங்ஙனமாயப் பொதுநல சுகச்சீரைக் கருதாது சுயநலம் பாராட்டிப் பத்திரிகைகளில் பலவாறாயக் கலகக்கதைகளை வரைவதால் யாது பயனுண்டாம். இத்தேசத்திலோ பலவகைப் பொய்யாய நூதன சாதிபேதங்களை உண்டு செய்துக் கொண்டு ஒருவருக்கொருவர் முறுமுறுப்பும் பற்கடிப்பும் பொறாமெயுமே கொண்டு ஒற்றுமெக்கேடுற்றிருப்பது உலகமே அறிந்திருக்க, அவைகள் யாவற்றையும் சீர்த்திருத்தக் கூட்டத்தோர் ஆலோசியாது வெறுமனே இராஜங்க சட்ட திட்டங்கள் மீது நோக்கம் வைத்தலைவது வீணேயாம். இராஜாங்க சட்டதிட்டங்களை கூட்டுவதற்குக் குறைப்பதற்கும் எக்ஸிகூட்டிவ் மெம்பர்கள் என்னும் ஐந்தாறு விவேக புருஷர்கள் உழ்க்கார்ந்துகொண்டு முடிவு செய்து வருகின்றார்கள். அவர்களுக்கு உபபலமாக அந்தந்த ஜில்லாக்களில் அடைந்துவருங் கஷ்ட நஷ்டங்களை ஆய்ந்து தெரிவித்து மற்றுஞ் சட்டங்களைப் புதுப்பிப்பதற்கும் குறைப்பதற்கும் லெஜிஸ்லேடிவ் மெம்பர்களென்னும் அறுபது எழுபது விவேக புருஷர்கள் நியமனம் பெற்றிருக்கின்றார்கள் அவர்கள் யாவரையும் புறம்பே அகற்றிவிட்டு இவர்கள் மனம் போனவாறு இரண்டு மூன்றுபேர் முனைந்து பெருங் கூட்டங்களைக் கூட்டி அவற்றுள் இராஜாங்க சட்டத்தை யோசிப்பதற்கும் இராஜாங்க ஆலாசினைகளை ஆய்வதற்கும் இவர்களுக்கு அதிகாரங் கொடுத்தவர்கள் யார். சகல சாதியோரையும் பொதுவாக சீர்திருத்தும் ஆலோசனை சங்கத்தோர்கள் என்பார்களா-

யின் இத்தேசத்துள் ஆறுகோடி மக்கள் அல்லலடைகின்றார்களே, அவதியுறுகின்றார்களே, கொடிய துன்பங்களுற்றுக் கண்கலங்குகின்றார்களே, பசியாலும் பிணியாலும் பாழடைந்து மடிகின்றார்களே, அப்பெருந்தொகையோருள் யாவரேனும் இக்கூட்டத்தோரை ஆமோதித்துள்ளரோ ஒருவரும் கிடையாவே. சாதித் தலைவர்களில் சிற்சிலர் கூடிக்கொண்டு அவர்களுக்கு பிரியம் போன்ற சாதியுள்ளோர்களை சேர்த்துக்கொண்டு நாங்களுமோர் பொது சீர்திருத்தக் கூட்டத்தோர்களென்பதை யார் ஒப்புக்கொள்ளுவார்கள். இத்தகைய சொற்பமாயக் கூட்டத்தோர் இராஜாங்க சட்டதிட்டங்களை நோக்குவதற்கும் இராஜாங்க பல விஷயங்களை ஆய்வதற்கும் அதிகாரங் கொடுத்தவர்கள் யார். இவர்கள் கூடி செய்துவருஞ் செய்கைகளாலும் பேசிவரும் வார்த்தைகளாலும் குடிகளுக்கேதேனுங் கேடு விளைந்துவிடுமாயின் அவற்றிற்கு உத்திரவாதிகள் யார் அப்போதேனும் முன்வருவார்களோ, வரவேமாட்டார்கள். சகல சாதியோரையும் பொதுவாக பாவிக்காத கூட்டத்தோர் கூடுவதும் பேசுவதும் பெருங் கூட்டத்தோருக்கே கேட்டை உண்டு செய்து விடுமாதலால் கருணை தங்கிய ராஜாங்கத்தார் சற்று கண்ணோக்கி இத்தகையக் கூட்டத்தோர் கூடுவதையும் இராஜாங்க சங்கதிகளை எடுத்துப்பேசுவதையும் தடுத்து தங்களாளுகையில் சகலசாதி மக்களும் முன்னேறும் வழிவகைகளை செய்விக்க வேண்டுகிறோம்.

- 7:32: ஜனவரி 14, 1914 -

316. தேசசிறப்பையும் மக்கள் சுகத்தையும் நோக்காத கூட்டமும் பொதுநலக் கூட்டமாமோ

உலகமக்கள் யாவரும் புகழுதற்கு ஏதுவாகவும் சகலகலைக்கும் பீடமாகவும் சகல கலைக்கியானங்களுக்கும் ஆதாரமாகவும் வித்தை, புத்தி, ஈகை, சன்மார்க்கமென்னும் மக்களது விருத்திக்கு ஏதுவாகவும் சிறப்புற்றிருந்த இந்திய தேசமானது, இந்துக்களென்னும் சாதிப்பிரிவின் கூட்டங்களும் மதப்பிரிவின் கோஷ்டங்களும் நூதனமாக வந்து தோன்றியது முதல் சகலகலை இடங்களும் அழிந்து கலைக்கியானங்களும் ஒழிந்து வித்தை, புத்தி, ஈகை, சன்மார்க்கங்களும் அழிந்து நாளுக்குநாள் பெருகிவந்த ஒற்றுமெய்க் கேட்டினால் பஞ்சமும் பெருவாரி நோய்களுந் தோன்றி அங்கங்கு வாசஞ்செய்த மக்கள் அந்தந்த இடங்களில் மடிந்து நாசமடையவும், மாட மாளிகைக் கூட கோபுரங்கள் யாவும் திருத்துவாரின்றி இடிந்து மண்ணுள் மறையவும், நாடுகள் யாவுங் காடுகளாகவும் நகரங்கள் யாவிலும் அரசற்றுப் போகவும், மக்கள் யாவரும் நிலைகுலைந்து சீரழிந்து கட்டத்துணிக்கும் குடிக்கக் கஞ்சிக்கும் இன்றி அல்லோகல்லோமடைந்து அவதியுற்றுவரவும், இவற்றுள் சாதி பேதத்தையும் மத பேதத்தையும் உண்டு செய்துக் கொண்டு சாதித் தலைவர்களாகினோர் மதபேதத்தால் வயிறு பிழைத்து வந்தவர்களும் அதிகாரத்தோடு பிச்சை இறந்துண்டவர்கள் மட்டிலும் தங்கள் சுகத்தைப் பெருக்கிக்கொண்டே ஏனையோர்கள் யாவரையும் தங்களுக்கு உள்ளடக்கிப் பாழ்படுத்தி வந்ததுமன்றி தங்களுக்கு எதிரிகளாயிருந்த இத்தேசப்பூர்வக்குடிகள் யாவரையும் தாழ்ந்த சாதியோரென வகுத்து அவர்களை தலையெடுக்கவிடாமல் நசித்துப் பாழ்படுத்தியச் செயலால் தேசத்தின் விவசாயங்களும் கெட்டு வித்தைகளும் அழிந்து அவர்களுக்குள்ள சுயக்கியானங்களுமற்று அநீதி மார்க்கமும் பொய்யும் புறட்டும் திருட்டும் வஞ்சகமும் பெருகி இந்திரர் தேயமென்னும் புத்த பூவுலகம் அழிந்துக்கொண்டே வந்தவைகளை பூர்வ சரித்திரங்களினாலும் பூமியின் புதைப்பொருளைக் கண்டறியும் சாஸ்திரிகளாலும் தற்காலம் நிறைவேறி வரும் அநுபவங்களாலுமே தெரிந்துக் கொள்ளலாம்.

இது காரும் சாதித்தலைவர்களின் பொய் போதச் சாதிச் செயலிலும் மதச் செயலிலுமே நம்பி இத்தேசத்தோர் நிலைத்திருப்பார்களாயின் இத்தேசமானது இன்னும் பாழடைந்தே போயிருக்கும் என்பது சத்தியம், சத்தியமேயாம். ஏதோ இத்தேசத்துப் பூர்வக் குடிகளின் புண்ணிய வசத்தால் வித்தை, புத்தி, ஈகை, சன்மார்க்கம் நிறைந்தவர்களும் நீதிநெறி அமைந்தவர்களும் சுத்த வீரமுங் கருணையும் உள்ளவர்களாய பிரிட்டிஷ் ராஜரீகம் வந்து தோன்றி வீதியில்லாதிருந்த இடங்களுக்கெல்லாம் வீதிகளை உண்டு செய்தும், நாடுகளழிந்த இடங்களெல்லாம் நாடுகளை உண்டு செய்தும், நகரங்களற்ற இடங்களுக்கெல்லாம் நகரங்களை உண்டு செய்தும், ஏரிகளற்ற இடங்களுக்கெல்லாம் ஏரிகளை உண்டு செய்தும், விவசாயமற்ற இடங்களுக்கெல்லாம் வயல்களைத் தோன்றசெய்து கைத்தொழிலற்ற இடங்களுக்கெல்லாம் கைத்தொழிலை உண்டு செய்தும், கல்வியற்றுக் கிடந்தோருக்கெல்லாம் கல்வி விருத்தி செய்தும் வருவதுடன் இத்தேசத்தோர் பலதேசங்களுக்குஞ் சென்று சுகமடையுமாறு கப்பல் வசதிகளையும் இரயில்வே வசதிகளையும் கடிதப் போக்குவரத்து வசதிகளையும் தந்தி மார்க்க வசதிகளையும் மக்கள் சுகாதார வசதிகளையும் உண்டு செய்து சகல சாதியோரும் பேதமின்றி தங்களைப்போல் சுகமனுபவிக்க வேண்டுமென்னும் அன்பின் மிகுதியால் சீர்திருத்திக் கொண்டே வருகின்றார்கள்.

அதனால் இந்தியதேசமெங்கும் சிறப்புற்று நாடுகளெங்கும் களையுற்று நகரங்களெங்கும் புகழ்பெற்று மநுக்கூட்டத்தோர் யாவரும் கல்வியும் நாகரீகமும் சுகாதாரமுமுற்று நாளுக்கு நாள் முன்னேறி வருகின்றார்கள். இத்தகைய பல சாதியோர் முன்னேற்றம் பிரிட்டிஷ் ஆட்சியோருக்கு ஆனந்தமும் சாதித்தலைவர்களுக்குப் பொறாமெயே மிகுத்து வருகின்றது. காரணமோ வென்னில் சகல சாதியோருந் தங்களுக்கடங்கி ஒடிங்கிக்கிடந்தவர்கள் தங்களுக்கு முன்னேறி அசட்டைச் செய்கின்றார்கள் என்பது ஒன்று. மதிப்போடு பிச்சை ஈந்துவந்தவர்கள் மதிப்பற்று பிச்சை இடுகின்றவர்களாகி விட்டார்களே என்பது ரண்டு. இவ்விரண்டு நோக்கத்தையுங் கண்டு ஆ, ஆ, நமது சாதிவேஷம் நாளுக்கு நாள் நசிந்து நாசமுறுமாயின் நமது மதிப்புக்குன்றி போமென்று எண்ணி இராஜாங்க அதிகார சீவனங்களையேனும் அல்லது இராஜரீகத்தை யேனும் பெற்றுக்கொள்ளுவோமாயின் நமது சாதித் தலைமெயும் நிலைக்கும், நமது மதிப்புங் குன்றாது என்னும் நோக்கத்தால் பலவகையாயக் கூட்டங்களைக் கூடுவதும் ராஜாங்க சட்ட திட்டங்களைப் பேசுவதும் இராஜாங்கத்தோர்மீது குடிகளுக்குள்ள அன்பையும் விசுவாசத்தையும் மாற்றிவிப்பதுமாகியச் செயல்களைச் செய்து வருவதுமல்லாமல் பலவகையான சுதேசியமென்னுங் கலகங்களையும் உண்டு செய்துக் கொண்டே வருகின்றார்கள்.

இவர்கள் எத்தகையாய மித்திரபேதங்களை செய்த போதினும் பிரிட்டிஷ் ஆட்சியாதுங் கலங்காது தங்கள் இராட்சிய பாரத்தைத் தாங்கிவருகின்றபடியால் இனி நமது மித்திர பேத தந்திரங்கள் யாதுஞ் செல்லாது மகமதியர்களையேனும் ஒன்று சேர்த்துக் கொண்டு தங்கள் காரியத்தை நிறைவேற்றிக் கொள்ளும் முயற்சியிலிருக்கின்றார்கள். அம்முயற்சி யாதெனிலோ மகமதியர்கள் யாவரும் நன்னோக்கமுற்று கல்வியில் விருத்தியடைய வேண்டிய கூட்டங்களையும் அதற்குப் பணஞ் சேர்க்க வேண்டிய ஏதுக்களையுஞ் செய்து அவர்களுக்குள் விவேக விருத்தி பெறும் வழிவகைகளைத் தேடி வருகின்றார்கள். அத்தகைய நல்லெண்ண மிகுத்தோரை இவர்கள் கூட்டி வீண்வார்த்தைகளைப் பேசிவருவதுடன் மகமதியர்களும் சுயராட்சியம் விரும்புகிறார்கள் என்னும் பிரளியை உண்டு செய்வதுடன் தங்கள் பத்திரிகைகளிலும் வரைந்து அவர்களுக்கும் தூண்டுதலை உண்டு செய்து வருகின்றார்கள்.

இத்தகையாயக் கூட்டம் நடைபெறவும் மற்றய மநுக்கள் பார்த்திருக்கவுமாயின் இப்போது முன்னேறி சுகச்சீர் பெற்று வரும் மக்கள் யாவரும் சீர்குலைந்தே போகுங்காலம் வந்துபோம். ஆதலின் தேசவாசிகள் கருணைதங்கிய பிரிட்டிஷ் ஆட்சியார் இதுகாரும் செய்துவரும் பேருபகாரங்களுக்குப் பிரிதியுபகாரஞ்செய்யாவிடினும் அவர்களுக்கு நன்றியறிதலாய இராஜ விசுவாசத்தில் நிலைப்போமாயின் இன்னும் சகல குடிகளும் சுகச் சீர் பெற்று முன்னேறுவோம். அங்ஙனமின்றி தங்கள் தங்கள் சுயகாரியங்களை நாடி நிற்குங் கூட்டத்தோர்களுடன் சேருவதாயினும் கூடுவதாயினுமுளதேல் தேசஞ் சீர்கெடுவதுடன் தேசமக்களுஞ் சீரழிவது நிட்சயமாம். இராஜாங்க சட்டங்களை நோக்கி நிற்கும் கூட்டங்களை வெறுத்து தேச சீர்திருத்தப் பொதுநலக் கூட்டங்களை நாடி நிற்கவேண்டுகிறோம்.

- 7:33: ஜனவரி 21, 1914 -

317. அரசாங்கத்தோரால் குடி விருத்தியடைகின்றதா அன்றேல் இத்தேச நூதன மதத்தோர்களால் குடி விருத்தியடைகின்றதா

இந்திய தேசத்தில் இந்திரர் தன்மமாம் புத்ததன்மம் பரவியிருந்தவரையில் சமணமுநிவர்களால் குடிகள் யாவருக்கும் மது மாமிஷங்களை அகற்றி சீலத்தில் நிலைக்குமாறு போதித்து அவைகளையே ஓர் விரதமாகக் கொண்டொழுகும் வகையில் விடுத்திருந்தார்கள். அதனால் மனுமக்கள் யாவரும் சுத்த சீலக்கியான விருத்தியினின்று வித்தை, புத்தி, ஈகை, சன்மார்க்கம் பெருகி, குரு விசுவாசம் இராஜ விசுவாசத்தில் நிலைத்து அவரவர்கள் அறிவின் விருத்தியை கல்வியிலும் கைத்தொழிலிலும் விவசாயத்திலும் வளர்த்து சருவ சீவர்களையும் தங்களைப்போல் கார்க்குங் சீவகாருண்யமும் சுயக்கியானம் உண்டாகி தேசத்தைச் சிறப்புறச் செய்து வந்ததுமன்றி மக்களும் ஒற்றுமெயுள்ள வாழ்க்கையால் சுகசீவிகளாக வாழ்ந்து வந்தார்கள்.

அத்தகையாய சுகவாழ்க்கை காலத்தில் சில நூதன சாதியோர் யாசக சீவனமாகவே இத்தேசத்தில் வந்து குடியேறி தங்களது மித்திரபேத உபாயங்களினால் கல்வியற்றவர்களும் விவேகமற்றவர்களுமாய்ப் பெருங் குடிகளையும் காமியமுற்ற சிற்றரசர்களையும் தங்கள் வயப்படுத்திக் கொண்டு நூதன சாதிகளையும் நூதன மதங்களையும் உண்டு செய்துக்கொண்டு கொலையையும் புலையையும் கட்குடியையும் அகற்றி வாழ்ந்திருந்த பௌத்தர்கள் முன்னிலையில் மாமிஷம் புசிப்பதற்கும் மயக்க பானங்களைக் குடிப்பதற்கும் பயந்து தங்கள் நூதன மதசார்பாகவே தங்கள் தேவனுக்குக் கொழுத்தப் பசுக்களும் கொழுத்த குதிரைகளும் கொழுத்த மனிதர்களுமே மிக்க பிரியம், அவைகளை நெருப்பிலிட்டுச் சுட்டுப் புகையை ஆகாயம் அளாவச் செய்தால் தேவனுக்கு ஆனந்தமுண்டாகி கால மழை பெய்யவும் குடிகள் கோறிய வரத்தையும் கொடுப்பாரென்னும் பொய்யுரைகளைப் பரவச்செய்து பேதை மநுக்களை வஞ்சித்து பொருள் பரித்து சுராபானமென்னும் கஞ்சாயிலை மயக்க நீரைக் குடித்து கொழுத்தப் பசுக்களையும் குதிரைகளையும் மனுக்களையும் பதபதைக்க நெருப்பிலிட்டுச் சுட்டு தின்ன ஆரம்பித்தார்கள். இவர்களே இத்தேசத்தில் மயக்க வஸ்துவைக் குடிப்பதற்கும் மாமிஷங்களைத் தின்பதற்கும் முதலாக வழி திறந்தவர்களாவர். அவ்வகைத் தின்பதற்கும் எவ்வகையானப் பெயர்களை உண்டு செய்துக் கொண்டார்களென்னில் பௌத்த மடங்களாம் இந்திரவியாரங்களில் சமண முநிவர்களால் மநுக்களுக்கு உபகாரமாக அக்கினி குண்டம் வளர்த்தி ஓமயாகம் என்றும் இட்டியாகம் என்றும் கிருதயாகம் என்றும் செய்து வந்தப் பெயர்களையே பீடமாகக் கொண்டு பசுயாகம் என்றும், அசுவயாகம் என்றும், புருஷயாகம் என்றும் பெயரைக் கொடுத்து சுராபானங் குடிப்பதையும் மாமிஷந் தின்பதையுமே ஆனந்தமாகக் கொண்டுவந்தார்கள். இத்தேசப்பௌத்தர்களுக்கு பசுவை நெருப்பிலிட்டுப் பதைக்கச் சுட்டுத் தின்னுங் கொடூரக் கொலையும், சுராபான மருந்தி மயக்கமிகுத்து ஆண் பெண் நிலைகுலைந்து திரியும் அசுத்தத்தையும், மிலேச்சச் செயல்களையுங் கண்டு அக்கூட்டத்தோரை மிலேச்சரென்றும், ஆரியரென்றும், மிலைச்சரென்றும், ஈனரென்றும், இன்னனென்றும், ஈனரென்றும், இன்டென்றும் வழங்கி அதுகொண்டே இத்தேசத்தோர் அவர்களை அடித்துத் துரத்தவும் ஆரம்பித்துக் கொண்டார்கள். இதுவே பௌத்தர்களுக்கும் மிலேச்சர்களுக்கும் உண்டாய விரோதமூலம் என்னப்படும். சுராபானமாம் மயக்க வஸ்துவைக் குடித்துத் திரிவோரை சுரர் என்றும், மயக்க வஸ்துவைக் குடிக்காது சுத்த சீலத்திலிருக்கும் பௌத்தர்களை அசுரர்களென்றும் வகுத்து காமியமுற்று சிற்றரசர்களையும் கல்வி அற்றப் பெருங் குடிகளையுங் கொண்டு அவர்களைக் கொல்லவும் துன்பப்படுத்தவும் ஆரம்பித்துக்கொண்டு தங்கள் மிலேச்ச செயல்களுக்கு எதிரடையா இருந்த பௌத்தர்களையும் பௌத்த மடங்களையும் பௌத்த சாஸ்திரங்களையும் மாறுபடுத்தி அழிக்கத்தக்க மித்திரபேதச் செயல்களையே செய்துவந்ததுமன்றி பௌத்த சாஸ்திரங்களில் வரைந்துள்ளப் பெயர்களையும் செயல்களையுமே மூலமாகக் கொண்டு நூதன சாதிகளையும் நூதன மதங்களையும் உண்டு செய்துக் கொண்டவற்றுள் சிவமதமென்று தோற்றவைத்து அவற்றிற்கு சத்தி பூசையென்னும் பெயர் கொடுத்து மயக்க வஸ்துக்களையும் மாமிஷத்தையும் தங்கள் தேவனுக்குப் படைத்து சகலருங் குடித்து வெறித்து கற்புடைய ஸ்திரீகளின் நிலைகளையுங் கெடுத்துவந்தார்கள். இன்னோர்வகை நூதன விட்டோ, விட்பா, விட்டுணு என்னும் மதத்தோர் தோட்டங்களுக்குச் சென்று வெறிக்கக் குடித்துக் கூத்தாடும் உச்சவம்

ஒன்றை ஏற்படுத்திக் கொண்டார்கள். இம்மயக்கக்குட்டிகளும் விபச்சாரத்திற்கு என்றே ஏற்படுத்திவந்த புண்டரீக யாகத்தையும் இரவிக்கை உச்சவத்தையும் விரித்து எழுதுவோமாயின் வீணே பத்திரிகை அசுசியடைந்துபோம். ஆதலின் மயக்கவஸ்துவின் குடிக்கும் மாமிஷ விருத்திக்கும் மதாச்சாரிகளே முதற்காரணமாக விளங்கினவர்களாவர். அம்மயக்க பானத்தையே நாளுக்குநாள் விரும்பி மதுவென்னும் இனிய வஸ்துவை புளிப்பேற்றி அருந்துதற்கு ஆரம்பித்துக் கொண்டதுடன் அவுல் சாராயம், கொட்டாங்குச்சி சாராயம், அரிசி சாராயம் என்னும் மயக்க பானங்களை இறக்கி அதையுங் குடிக்க ஆரம்பித்துக் கொண்டார்கள். இத்தேசத்திய குடியின் விருத்திக்கு அடிபடையாய் நின்றது நூதனமதங்களே காரணமென்று துணிந்து கூறுவோம்.

ஈதன்றி மற்றுந்தோன்றிய மதங்களோ தங்கள் தேவனுக்குத் தலையீற்று கன்றுக் குட்டிக்கறியும் தலையீற்று புறாக்குஞ்சுக்கறியும் ஆட்டையும் மாட்டையும் எங்கள் தேவன் பெயரைச் சொல்லிக் கொன்றுத்தின்பதில் யாதொரு தோஷமும் இல்லை என்று கூறுவதுடன் எங்கள் தேவன் உதிரத்துக்கு சமான கொஞ்சம் ஒயின் குடியுங்கோளென்ற மதாச்சாரிகளின் போதனையான அற்ப சாதனமானது எங்கு விருத்தியடைந்து விட்டதென்னில் சுவாமிப்பிறந்தார் என்று சாராயக்கடைகளிலும், கர்த்தர் பிறந்தார் என்று கள்ளுக்கடைகளிலும் பூமாலை மாட்டி பேருச்சவங் கொண்டாடும்படியாகிவிட்டது. இவற்றிற்கும் அம்மதாச்சாரிகளின் போதனையின் குறைவே காரணமாகும். அக்காரணம் யாதென்னிலோ அவர்கள் மதபோதனையில் வரைந்துள்ள பஞ்சசீலத்தில் கொலை செய்யாதே, பொய் சொல்லாதே, களவு செய்யாதே, விபச்சாரஞ் செய்யாதே என்னும் நான்கு சீலங்களை மட்டிலும் வரைந்து வைத்துக்கொண்டு மதியை மயக்கும் மதுவை அருந்தாதே என்னும் ஒரு சீலத்தை விட்டிருப்பதேயாம். அச்சீலத்தை விட்டிருப்பதால் சாமிப் பிறந்தார் என்னும் வருஷக் குடியர் மாதக் குடியர்களானதும், மாதக்குடியர் வாரக்குடியர்களானதும், வாரக்குடியர் தினக்குடியர்களாகி தாங்கள் கெடுவதுமின்றி தங்கள் பெண்டு பிள்ளையுங் கெடுத்துக் குடியை விருத்திசெய்துக்கொண்டே வருகின்றார்கள். அஃது எவ்வகை விருத்தி என்னிலோ தங்கள் பெண்டுகளுக்கேனும் பிள்ளைகளுக்கேனும் சொற்ப சளிசுரமோ இருமலோ காணுமாயின் தேவனுடைய உதிரமென்றே எண்ணிக் கொண்டு கொஞ்சம் ஒயின் குடிப்பது போல் மருந்தென்றே எண்ணிக்கொண்டு கொஞ்சம் பிராந்தியையேனும் சாராயத்தையேனும் கொடுத்து பழகச் செய்து வருவதேயாம். இத்தகையக் குடியின் கேடு மதாச்சாரிகளின் சுய நலந்தேடியே வளர்ந்து அவர்கள், கண்டனமின்றியே தழைத்தும் பெருகியும் வருகின்றது. மற்றயப்படி இராஜாங்கத்தோருக்கும் குடியின் விருத்திக்கும் யாதொரு சம்மந்தமுங் கிடையாவாம். இராஜாங்கத்தோர் இக்குடியை அகற்றவேண்டுமென்று அனந்த சாராயக்கடைகளையும் கள்ளுக்கடைகளையும் எடுத்துவிட்டு வரிவகைகளை அதிகப்படுத்தியும் பார்க்கின்றார்கள். அவ்வகையானும் அடங்காமல் குடியர்கள் பெருக பெருக, கள்ளு சாராய விற்பனையும் பெருகிக்கொண்டே வருகின்றது. ஆகலின் குடியின் விருத்திக்கு மூலகாரணம் மதங்களேயன்றி இராஜாங்கத்தாராகார் என்றே துணிந்து கூறுவோம்.

- 7:35; பிப்ரவரி 4, 1914 -

318. இந்துக்களும் மகமதியரும் ஒற்றுமெய் அடைவரோ வேற்றுமெபிரிவரோ

இவ்விடம் ஒற்றுமெய் என்பது சமதேகிகளாவரோவென்பதும் வேற்றுமெயென்பது வேறு வேறு தேகிகளாவரோ என்பதேயாம். இந்துக்களுக்குள்ள சாதிபேதி மற்றும் மகமதியருக்குள்ள மதபேதப்பற்றும் அகலும் வரையில் ஒற்றுமெ அடைய மாட்டார்கள் என்பதே துணிபு.

இந்துக்களென்போருள் பி.ஏ., எம்.ஏ, பட்டம் பெற்ற விவேகிகள் சிலர் தோன்றி சாதிபேதத்தால் தேச விருத்திக்கே கேடுண்டாகின்றது அவற்றை ஒழித்து விடவேண்டுமென்று பந்தல் பிரசங்கங்களிலும் வெளிப் பிரசங்கங்களிலும் கோவிற் பிரசங்கங்களிலுங் கூச்சலிட்டுகொண்டே வருகின்றார்கள். அவர்கள் பிரசங்கத்தை செவியிலேற்காது மறுப்போர் ஆயிரம் பேராயின் ஏற்போர் இருவரோ ஒருவரோ, அறியோம். காரணமோ வென்னில் பிரசங்கிப்போரே பேசிய வழி நடவாததினாலேயாம். இந்துக்களென்போருள் மூன்று நான்கு பி.ஏ. பட்டம் பெற்றவர்களும் இரண்டு மூன்று எம்.ஏ. பட்டம் பெற்றவர்களும் கூடிக்கொண்டு சாதிபேதங்களை ஒழித்துவிட்டோம் என்றால் அம்மொழிபொருந்துமோ. மகமதியருள் ஏதோவோர் எம்.ஏ. பட்டம் பெற்றவரேனும் பி.ஏ. பட்டம் பெற்றவரேனும் இந்துக்களது கூட்டத்தில் அக்கிராசனம் வகித்து சிற்சில சீர்திருத்தங்களை பேசி விடுவாராயின் அதனால் இந்துக்களும் மகமதியரும் சேர்ந்து விட்டார்களென்னும் அறிகுறியாமோ, முக்காலும் ஆகாவாம். இந்துக்களென்போரில் சிலர்கூடி தங்களுக்குள் பி.ஏ, எம்.ஏ, பட்டம் பெற்றவர்களை அடுத்து மகமதியர்கள் கூடி பசுக்களையும் எருதுக்களையுங் கொல்லுகிறார்கள், அவற்றை தடுக்க வேண்டுமென்னும் முறையிடில் அதனைக் கேட்போர் பலரறிய மாமிஷங் தின்பவராயின் அதனால் குற்றமென்னவென்று மறுப்போர், யாருமறியாமல் மாமிஷந் தின்போரும் தினனாதவருமாயின் கலகத்திற்குத் தலைமெ வகிப்பர். அவர்களது பண்டிகையில் ஏதோ வொன்றைக் கொன்று தின்கின்றார்கள் அதனால் தோஷமென்ன என்போர் நான்கு பேரிருக்கின், அவைக் கூடாதென துடைதட்டி மறுப்போர் நாலாயிரம் பேர் தோன்றுவது அநுபவமுங்காட்சியுமாக விளங்குகின்றதே. மகமதியருள் சிலர்க்கூடி ஓர் பி.ஏ. பட்டம் பெற்றுள்ள மகமதியரை அடுத்து இந்துக்கள் கூடிக்கொண்டு நமது பள்ளி வாசலண்டை மேளமடிக்கின்றார்கள். அவர்களை அடக்க வேண்டுமென்பரேல், அதற்கு பி.ஏ. அவர்கள் மறுத்து, மேளமடித்தால் என்ன, அடித்துக்கொண்டே போய்விடுகிறார்கள் அதனால் தோஷமென்னவென்று கூறிவிடுவாராயின் அவர் ஒருவர் வார்த்தையை மறுத்து ஓராயிரம் பேர் கூடி கலக்கத்தை உண்டு செய்வது உலகப்பிரசித்தமாச்சே. இத்தகைய உள் சீர்திருத்தக் கலகத்தை உண்டு செய்யவிடாத, ஒற்றுமெபெறவும் அன்புப்பாராட்டவும் இல்லாதவர்கள் சுயராட்சியம் பெற்று குடிகளை அடக்கி இராட்சிய பாரமுந் தாங்குவரோ, இல்லை, கீரியையும் பாம்பையுங் கீரைத்தோட்டத்திற்குக் காவல் வைத்தது போலாம். மாட்டைப்பற்றிய இந்துக்கள் கலகத்தையும் பள்ளிவாசலைப் பற்றிய மகமதியர் கலகத்தையும் தங்களுக்குத் தாங்களே அடக்கி ஒற்றுமெப்படுத்த இயலாது பிரிட்டிஷ் போலிஸ் வந்து அடக்கவும் நியாயஸ்தலமேகவும் அவ்விடம் ஓர் மகமதிய நியாயாதிபதி இருப்பராயின் தங்கள் விசார-

ணையை செய்யலாகாது ஓர் துரையிடம் போகவேண்டுமென்பதும், ஓர் இந்து நியாயாதிபதியிருப்பாராயின் மகமதியர்கள் யாவரும் ஒன்றுகூடி தங்கள் விசாரணையை இந்து விசாரிப்பரேல் நியாயங் கிடைக்காது, ஓர் துரையிடமே போகவேண்டுமென்று கட்சி, பிரிதி கட்சியில் சலஞ்சாதிப்பவர்பால் சுயராட்சியங் கொடுத்துவிட்டு ஒருவருக்கொருவர் இராஜாங்கக் கலகமே நேர்ந்து விடுமாயின் அவற்றை அடக்குதற்கு பிரிட்டிஷ் படைவீரரே வந்து தீரவேண்டுமே யன்றி வேறெருவரால் அடங்குவது அரிதாமன்றோ. இந்துக்களுக்கும் மகமதியருக்கும் சேர்த்து சுயராட்சியங் கொடுப்பதிலும் பெரும் கலகமே உண்டாகிப்போம். மகமதியர் மதத்திலும் பாஷையிலும் ஒற்றுமெயிலும் அமைந்தவர்களென்று எண்ணி இந்திய சுயராட்சிய பாரத்தை அவர்கள் பால் ஒப்பிவிடுவதாயின் பல சாதிவேற்றுமெயும் பல மதப்பிரிவுகளும் நிறைந்துள்ள இந்துக்களால் மீளாமித்திர பேதக்கலகங்களே பெருகி தேசமும் தேசமனுக்களும் சீரழியும்படி நேர்ந்துபோம். இந்துக்களென்போருக்கே இந்திய தேச சுயராட்சியத்தைக் கொடுப்பதாயின் உள்ள சாதிபேதக் கேட்டாலும் மதபேதக் கேட்டாலும் சுயநல விருப்பாலுந் தேசம் அன்றே பாழடைந்துபோம். ஈதன்றி இராட்சிய பாரத்தை நியாயவாயலிற் கருதுங்கால் இந்துக்களென்போரும் இந்திய தேசத்தில் வந்தேறிய குடிகளே யாவர். மகமதியரென்போரும் அவ்வகையேயாம். இவ்விருதரத்தாருக்கும் இந்தியதேசம் சுயதேசமாகாததினால் அவர்கள் சுயராட்சியம் கேட்பதற்கும் ஆதாரமில்லை, பிரிட்டிஷ் அரசாட்சியார் அவர்களுக்குக் கொடுப்பதற்கும் ஆதாரமில்லை. இந்திய தேசப்பூர்வக் குடிகள் யாரோ அவர்களைக் கண்டு தெரிந்து இதே அரசாட்சியில் அவர்களும் முன்னேறி சுகச்சீர்பெற்று சுகராட்சியம் விரும்புவார்களாயின் அப்போதும் அவர்கள் இராட்சியபாரம் தாங்குவரா தாங்கமாட்டார்களா என்றறிந்தேயளிப்பது உசிதமாகும். ஆதலின் நமது பூர்வ இந்திய தேசக்குடிகளும் வந்தேறியுள்ளக் குடிகளும் தேறவாலோசித்து செய்யவேண்டிய காரியங்களும் பேசவேண்டிய வார்த்தைகளையும் விட்டு வெறும்வாயை மெல்லுவதுபோல் நாலைந்து பி.ஏ. பட்டம் பெற்றவர்களும் இரண்டொரு எம்.ஏ. பட்டம் பெற்றவர்களும் நானூறு ஐன்னூறு பெயரைச் சேர்த்துக்கொண்டு சுயராட்சியங் கேட்கப்போவதும் இராஜாங்க சட்டங்களைத் திருத்தப் பார்ப்பதும் வீண்பிரளியேயன்றி யாதொரு பயனுந் தராவாம். இந்திய தேச மனுக்களோ பிரிட்டிஷ் அரசாட்சியார் முன்னிலையில் பத்து வயதிற்கு ஒப்பாய சிறுவர் போலிருக்கின்றார்களன்றி வேறில்லை. இன்னுங் கற்றுத் தெளிந்து இராஜாங்க நீதிநெறியாளுகையீதென்றுங் குடிகளின் சுகவிருத்திகளின்னது இன்னதென்றும் கண்டு தெளிவதற்கு இன்னும் நெடுநாட் செல்லும். பிரிட்டிஷ் ஆளுகையின் செயலாலும் அவர்கள் அளித்து வரும் கல்வியாலும் அவர்கள் காண்பித்து வரும் வித்தையாலும் அவர்கள் போதித்துவரும் புத்தியாலும் மெய்யின்னது பொய்யின்னதென்றும் சுகமின்னது அசுகமின்னதென்றும் பலசாதி பல மதம் பல பாஷை மக்கள் ஒவ்வொருவருங் கிஞ்சித்துத் தெளிந்து சுகச்சீர் பெற்று முன்னேறி வருகின்றார்கள். இத்தகைய சுகவிருத்தி காலத்தில் தீட்டிய மரத்திற்கு கூர் பார்ப்பது போலும் உண்ட வீட்டிற்கு ரண்டகஞ் செய்வதுபோலும் அன்னமிட்டோர் வீட்டிலேயே கன்னமிடுவதுபோலும் அன்னை தந்தையர்போல் ஆதரித்து வரும் அரசாட்சியோரையே எதிர்ப்பதும் அவர்களரசாட்சியையே அபகரிக்க வழிதேடுவதுமாய ஏதுக்கள் நீதிக்கும் நெறிக்கும் பொருந்தவே பொருந்தாவாம். நீதியும் நெறியும் அமைந்த செயல்களே சகல சித்தியையுமளிக்கும். நீதிநெறி அற்றச் செயல்களோ உள்ளத்தையும் பாழ்படுத்திப்போடும் என்பது சத்தியம் சத்தியமேயாம்.

- 7:37: பிப்ரவரி 18, 1914 -

319. லார்ட் மின்டோ பிரபுவின் மரணம்

நமது லார்ட் மின்டோபிரபு அவர்கள் கன்னடாவென்னுந் தேசத்தில் கவர்னர் ஜெனரலாயிருந்து பின்னர் இந்தியதேச சக்கிரவர்த்திப் பிரதிநிதி வைசராயாக வந்து இந்திய ராட்சிய பாரந்தாங்கி லண்டனுக்குச் சென்று அங்குஞ் சில சீர்திருத்த விஷயத்தில் உழைத்து வருங்கால் ஓர்வகை வியாதிகண்டு இம்மாதம் முதல் திகதி ஞாயிற்றுக்கிழமை மரணமடைந்த செய்தியைக் கேட்டு மிக்க ஆயாசமடைந்தோம். காரணமோவென்னில் நமது பிரிட்டிஷ் இந்திய சக்கிரவர்த்தியாருக்கே பிரிதிநிதியாக வந்து இராட்சிய பாரந்தாங்கி இருந்தவராதலால் இந்திய தேசத்தோர் யாவரும் அவருடைய மரணத்தைப் பற்றி துக்கிக்கவேண்டியதேயாம்.

அதனினும் அவர் இந்திய தேசச் சக்கிரவர்த்தியார் பிரதிநிதியாக வந்து தனதாளுகையை ஒப்புக் கொண்டபோது சுதேசிகளென்போர் கலகங்களும் வெடிகுண்டெறிவோர்களும் பத்திரிகை எழுதுவோர் கலகங்களும் பலவாறாகத் தோன்றி அவர் மனதைப் புண்படுத்திவிட்டது. ஆயினும் அவைகள் யாவற்றிற்கும் அவரஞ்சாது அடக்கவேண்டியவர்களை அடக்கியும் ஆதரிக்க வேண்டியவர்களை ஆதரித்தும் முன்னோர் வகுத்துள்ள சட்டதிட்டங்கள் யாவையும் அவர்களுக்கு குறைவு நேராது நிலை நிறுத்தியும் வந்தார். இத்தியாதி நிர்வாக காரியாதிகளுக்கும் நமது பிரிட்டிஷ் சக்கிரவர்த்தி யாரையும் தாய் சபையோர்களையுமே காரணஸ்தர்களென்னலாம் எவ்வகையிலென்பரேல் இந்திய தேசத்திற்கு ராஜப் பிரதிநிதியாக அனுப்பப்பட்டோர் யாவரும் தனச் செல்வம் பெற்றுள்ளவர்களைத் தெரிந்தெடுத்தனுப்புவது இயல்பாம். அதுகொண்டு அவர்கள் இராட்சிய பாரந்தாங்குங்கால் தங்களுக்கமைந்துள்ள மேலான அந்தஸ்தின் செயல்களையும் மேலாய அன்பின் நோக்கத்தையும் முன்னிட்டுபார பட்சமின்றி எவரது நட்பையுங் கருதாது நீதியின் செங்கோலை நடாத்தி வருகின்றார்கள்.

அத்தகையாருள் நமது லார்ட்மின்டோ அவர்களும் ஒருவராகும். அதனால் இந்திய ராட்சிய பாரத்தை தாங்கிய காலத்தில் சுதேசிகளென்போர் கலகமோ சொல்லத்தரமன்று. பத்திரிகைகளின் கலகமோ பேசத்தரமன்று. இவர்களது கேடுபாடுகளால் தேசமனுக்களின் மனக்கவலைகளோ பலவாறுற்று திகைத்து நின்றார்கள். இத்தியாதி கோஷத்தில் சுதேசிகளென்போரையும் அடக்கி பத்திரிகைகளுக்கும் வாய்பூட்டிட்டு தேசமனுக்களின் மனக்கவலைகள் யாவும் போக்கி சுகநிலையளித்தப் பிரபு லார்ட் மின்டோ அவர்களேயாம். ஆதலின் அவரது செய்நன்றி மறவாது அவரது மரண செய்தி எட்டியவுடன் இந்தியதேசம் நீதி மன்னரொருவரை இழந்தது என்னுந் துக்கத்தை இந்தியா தேசமனுக்கள் யாவரும் அநுசரிக்க வேண்டியவர்களாகின்றோம்.

இவர் 1847 ளு ஜூலை மீ 9உ பிறந்தவர். மரணமடையும்போது வயது 67. அவர் முதல் ஈடன் இரண்டாவது டிரினிடி காலேஜ் கேம்பிரிட்ஜில் வாசித்தவர், அவர் மிலிடெரி ஸெர்விஸில் அதிக பிரீதியுள்ளவர், ஸ்காட்ஸ்கார்ட்டில் மூன்று வருஷம் துவஜக் கொடி பிடிப்பவராக இருந்து 1871 ளு துருக்கு பக்கம் வாலண்டியராயிருந்தார். பிறகு இராஜாங்க முறையில் ஈடுபட்டார். 1898ம் வருஷத்தில் கனடாவுக்கு கவர்னர் ஜெனரலாக நியமிக்கப்பட்டார், 1905ம் வருஷத்தில் இந்தியாவுக்கு வைஸ்ராயாக நியமனம் பெற்றார்.

- 7:40; மார்ச் 11, 1914 —

320. வித்தை விருத்தி புத்தி விருத்தியால் தேசம் சீர்பெறுமா? சாதி விருத்தி மதவிருத்தியால் தேசம் சீர்பெறுமா?

இவற்றிற்கு உலகின் கண்ணுள்ள சகலதேச விருத்திகளையும் சகல தேச மக்களின் முன்னேற்றங்களையும் அவரவர்கள் மிக்க தனவந்தராகி அந்தந்த தேசத்தோர்களுக்கு, உபகாரிகளாக விளங்குவதையும் ஆதியாய் உசாவுவோமாயின் வித்தைபுத்தியின் விருத்தியால் தேசம்சீர் பெறுமா சாதி மத விருத்தியால் தேசம் சீர்பெறுமா என்பது உள்ளங்கை நெல்லிக்கனி போல் விளங்கும்.

அதாவது ஐரோப்பா, அமெரிக்கா, ஆஸ்திரேலியா, சைனா, ஜப்பான் முதலிய தேசங்களின் சிறப்பையும் தேசமக்கள் முன்னேற்றங்களையும் முதலாவதாராய்வோம். ஒற்றுமெக்கேட்டிற்கே மூலமாக விளங்கும் கசிமல நாற்றத்திற்கு ஒப்பாய சாதி விருத்தியும், சோம்பேறி சோற்றைத் தின்று மடிவதற்கே மூலமாகப் பொய் சாமிகளையும் பொய் வேதங்களையும், பொய் வேதாந்தங்களையும், பொய் புராணங்களையும் பிதற்றித்திரியும் மதவிருத்திகளும் அவர்களிடம் கிடையாவாம். உள்ளவை யாதெனில் மனித கூட்டங்களை மனித கூட்டங்களாக பாவிக்கும் நீதியுங் கருணையும் அமைந்துள்ளதுடன் காலையில் எழுந்திருக்கும் போதே வித்தியாவிருத்தியில் தங்கள் தங்கள் மனதை செலுத்தி புத்தியின் விருத்தியை விசாலப்படுத்தி வருகின்றார்கள். அதன் அனுபவத்தை அவர்கள் செய்துவரும் வித்தையின் விருத்திகளினால் தெள்ளறத் தெரிந்துக் கொள்ளலாம். முதலாவது இஸ்டீமர்களென்னும் கப்பல்களின் விருத்தியை ஆலோசிப்போமாயின் எத்தனையோ கணக்கற்ற மனுமக்கள் தூரதேசஞ் செல்லவும் வியாபார விருத்தி உத்தியோக விருத்திக்களைச் செய்யவும் திரவிய விருத்தி அடையவுமாகின்றார்கள். இரயில்வேக்களெனும் இருப்பு பாதை வண்டிகளை ஆலோசிக்கில் எத்தனையோ கணக்கற்ற மனுக்கள் தேசசஞ்சாரஞ் செய்யவும் வியாபார விருத்திகளை செய்யவும் ஒரு மாதத்திய இரண்டு மாதத்திய தூரதேச பிரையாணங்களை ஒருநாள் இரண்டு நாளைக்குள் சேரவுமாகிய மேலாய் சுகங்களை அளித்து வருகின்றது.

டெல்லகிராப்பென்னும் தந்தி செய்தியின் வித்தை விருத்தியோ ஆயிரகாதமுள்ள தேசச்செய்தியை அரைமணி நேரம் ஒருமணி நேரத்தில் அறிந்துக் கொள்ளக்கூடியதாய் இருக்கின்றது. மற்றும் போட்டோகிராப், லெத்தகிராப், போனகிராப் முதலிய வித்தைகளும் இன்னும் அனந்தமாய் அரிய வித்தைகளை மேலும் மேலுங் கண்டுபிடித்து நாளுக்குநாள் வித்தியா விருத்தியையும் புத்தியின் விருத்தியையே வளர்த்து வருகின்றார்கள்.

அவ்வகையாய வித்தை விருத்தி புத்தி விருத்தியை செய்துவரும் விவேகிகளது கம்பனிகளுக்குப் பொருளுதவி செய்யும் புண்ணிய புருஷர்களும் முயன்று பொருளுதவி செய்வதில் வித்தியா விருத்தியோர் மேலாய தனசம்பத்தை அடைவதுடன் அவர்களுக்கு பணவுதவி செய்யும் பெரியோர்களோ மேலும் மேலுந் தன்சம்பத்தையடைந்து மேடமாளிகைக் கூட கோபுரங்களைக்கட்டி கோட்டீஸ்வரரென வழங்கப்பெறுவதுடன் அவர்கள் மரிக்குங்கால் அவர்கள் தேடியப் பொருளை வித்தியாபோதக சாலைகளுக்கும் வைத்தியசாலைகளுக்கும் எழுதிவைத்து அதேதேச மக்களை மேலும் மேலும் சீர்பெறச் செய்து வருகின்றார்கள். அத்தகைய வித்தை புத்திமிகுந்த மேன்மக்களால் நடத்திவரும் இராட்சியபார அரசாட்சியோ நீதியும் நெறியுங் கருணையுங் கொண்டு நிறைவேறி வருகின்றது. அதனால் அவிவேக மிகுத்தக் குடும்பத்தோரும் சுகச்சீர் பெற்று நல்வாழ்க்கை அடைகின்றார்கள். இவைகளே வித்தை புத்தியால் உண்டாய பயன்களென்னப்படும்.

இனி சாதிபேத விருத்தியாலும் மதபேத விருத்தியாலும் உண்டாம் பயனை ஆராய்வோமாக. இவற்றுள் சாதிபேத விருத்தியோ தங்கள் தங்கள் சுயநலத்தையும் மேம்பாடையுங் கருதி ஏற்படுத்திக் கொண்ட நூதனச் செயல்களாகும். இதனால் தேசமும் தேசமக்களும் சீர்கெட்டுவரும் ஒவ்வோர் விஷயங்களை விளக்குவதாயின் உலகமக்களே நகைப்புறுவதற்கு ஏதுண்டாகிப்போம். இச்சாதிபேதமாயக் கட்டுக்கதைகளும் அதன் செயல்களும் தென்னிந்தியாவில் மட்டும் விருத்தியேயன்றி உலகெங்குங்கிடையாவாம்.

இச்சாதிபேத விருத்தியே தென்னிந்திய விவசாய விருத்திக்கு முதற்கேடாயிற்று, வைத்திய விருத்திக்கு இரண்டாங் கேடாயிற்று, வித்தியா விருத்திக்கு மூன்றாங்கேடாயிற்று, ஒற்றுமெ விருத்திக்கு நான்காங் கேடாயிற்று. மற்றும் விருத்தி கேடுகளை அவரவர்களே உணர்ந்துக் கொள்ளலாம். மத விருத்தியோ அவரவர்கள் சுயப்பிரயோசனங்களுக்காய பொய் சாமிகளையும் பொய் வேதங்களையும் பொய் வேதாந்தங்களையும் பொய்ப் புராணங்களையும் அவரவர் தேவப்பெயர்களுக்குத் தக்கவாறு எழுதி வைத்துக்கொண்டு மதக்கடைகளை பரப்பி அதனால் வயிறு பிழைக்கும் பெருஞ்சோம்பேறிகளே மலியும் விருத்தி பெற்று நாளுக்குநாள் தென்னிந்தியம் சீர்கெட்டுவருவதுடன் மக்களும் அறிவுமயங்கி பாழடைந்து போகின்றார்கள்.

இத்தகைய வித்தையும் புத்தியுமற்றதேசத்தோருக்கு சுயராட்சியமளித்து விடுவதாயின் தேசமும் தேச மக்களும் என்ன சீர்கெட்டுப் போவார்களென்பதை விவேகிகளே தெரிந்துக்கொள்ளுவார்கள்.

- 7:42; மார்ச் 25, 1914 -

321. உள்சீர்திருத்தங்களை வரையறுத்துச் செய்ய வகையற்றக் கூட்டத்தோர் இராஜாங்க சீர்திருத்தத்திற்குச் செல்லுவது அழகாமோ?

ஓர் கிராம அதிகாரி வாசஞ்செய்யும் வீதிகளிற் குப்பை கூளங்கள் நிறைந்திருக்கவும், மல மூத்திராதிகள் அங்கங்கு எடுபடாமல் நிற்கவும், குளத்து நீர் குட்டை நீர்கள் யாவற்றிலும் பட்சிகளின் எச்சம், மனுக்களின் மலம், உதிர்சருகுகள் படிந்திருக்கவும், அக்கால் மழை பெய்துவிடு-மாயின் நீர் புரண்டு வீதிகளில் நிறம்பவும் அதன் வசதியான போக்கின்றி புரண்டோடு நீருடன், மல மூத்திரங்களுடன், குப்பைக் கூளங்களும் புரண்டு வீடுகளில் நுழையவும் குடிகள் யாவரும் துற்கந்தங்களால் பீடிக்கப்பட்டு அல்லோகல்லோமடையவுமாய வாழ்க்கையில் விடுத்துள்ள கிராம அதிகாரியானவனை ஓர் தேசத்திற்கே அதிகாரியாகவும் சுகாதாரத் தலைவனாகவும் நியமிப்பதாயின் அத்தேசமும் தேசமக்களும் என்ன சீர்கேட்டை அடைவார்கள் என்பதை சொல்ல வேண்டியதில்லை. ஏனென்பீரேல் ஓர் சொற்பகிராமத்தை சீர் திருத்தியாளுவதற்கு வழிவகையற்ற கிராமதிகாரி ஓர் தேசத்தை சீர்திருத்த இயலாதென்பதே திண்ணம்.

அவைபோல் தங்கள் தங்கள் குடும்பங்களையே சரிவர சீர்திருத்தி சுகாதாரமளிக்க வழிவகை அறியாதவர்களும் அவர்களை அடக்கியாளத் திடமற்றவர்களுமானோர் பெருங்கூட்டங்களைக் கூடிக்கொண்டு இராஜாங்க சீர்திருத்தத்தில் முயல்வது வீணேயாம். அதாவது ஐந்து வயது முதல் முப்பது வயதளவும் விதைவையாயுள்ளப் பெண்களை மறுவிவாகஞ் செய்யவிடாது வீடுகள் தோரும் அவர்கள் கண்கலங்கி உண்ண உணவும் உடுக்கவுடையும் சரிவரக்கொள்ளாது தங்களை ஒத்தப்பெண்கள் சுகவாழ்க்கையுற்று ஆனந்தத்திலிருப்பதைக் கண்டு மீளாக் கவலை-யுற்றிடியவும் தங்களால் அடக்கொணா இச்சையால் பரபுருஷரை இச்சித்துப்பிள்ளை வேறுண்டாகிக் குடும்பத்தோருக்கு பயந்து அவற்றைக் கொல்லவும் அவற்றை அதிகாரிகள் அறிந்து பலரறிய வெளிக்கு வந்துவிட்ட பெற்றோர் பிறந்தோர் உற்றாருரவினர் யாவரும் நாணமுற்று திகைக்கவும் ஆவலுடனீன்று சீராட்டி தாராட்டி ஆடையாபரணம் பூட்டி அன்புபாராட்டி வளர்த்தப் பெண் குழந்தைகள் அவதியுற்று நிற்பதைக்-காண்போர் சகலருந்துக்கிக்க சாதிகட்டு ஜமாத்துக்கட்டு சாஸ்திரக்கட்டு சமயக்கட்டென்னும் பாழுங்குழியில் வீழ்ந்து பெண்மணிகளை பரிதவிக்க விட்டிருக்குங் கூட்டத்தோர் தங்களுக்குள்ள உட்சீர்திருத்தக் கேடுபாடுகளை ஆலோசியாது விட்டு இராஜாங்க சீர்திருத்தக் கூட்டங்கள் கூடு-வதும் படாடம்பங் காட்டுவதும் படித்த இங்கிலீஷை பரக்கப் பரக்கப் பேசுவதுமாய முயற்சிகளேனோ, விளங்கவில்லை. வீடுகள்தோருங் கைம்-பெண்களாய சிறுமிகள் கண்கலங்கி கவலையுற்றிடிய அவர்க்காய ஆனந்த நிலையைத் தேட முயலாதவர்கள் இராஜாங்க சுகத்தை நாடுவது வீணேயாம். சீர்திருத்தக் கூட்டத்தோர் வேண்டிய முயற்சி செய்து விதவா விவாகத்தை முடிக்கும் வழிகளைத் தேடியும் குடிகள் யாவரும் ஒத்து வருவதில்லை என்பாராயின் குடிகள் பெருந்தொகையினரும் இக்கூட்டத்தோர் சிறுந்தொகையினரும் என்பது உள்ளங்கை நெல்லிக்கனிபோல் விளங்குகின்றது. அவரவர்கள் உள் சீர்திருத்தங்களுக்கே உட்படாத பெருந்தொகையாயக் குடிகள் இச்சிறுந் தொகைக் கூட்டத்தோருக்கு இரா-ஜாங்க சட்ட சீர்திருத்தங்களைச் செய்யுங்கோளென்னும் அதிகாரங்களைக் கொடுத்திருப்பரோ, இல்லை. நாலைந்து வாசித்தவர்கள் முயன்று நானூறு வைந்நூறு பெயரைச் சேர்த்துக் கொண்டு வீண்பிரளி செய்து வருவதாக விளக்குகின்றதேயன்றி பல குடிகளின் சம்மந்தமல்லவென்பது இவர்கள் உள்சீர்திருத்த ஊழல்களாலேயே விளங்குகின்றதன்றோ. கலியாணஞ் செய்து விதைவைகளாயுள்ள இலட்சக் கணக்கானப் பெண்க-ளின் கண்ணீர்வடியும் கனக்குறைவு ஒருபுறமிருக்க கலியாணஞ் செய்யாப் பெண்களின் பரிதாப மரணங்களை என்னென்று கூறுவாம். அந்தோ ஒரு பொண்ணைக் கலியாணஞ் செய்யவேண்டுமானால் பெற்றோர் பெண்ணையுங் கொடுத்து பணத்தையும் வெகுவாகக் கொடுக்க வேண்டு-மென்று விதியுண்டாமே, ஈதென்ன மதியோ, அன்று பேராசை சதியோ விளங்கவில்லை. உலகத்தில் பெண்ணைப் பெற்றோரும் பிள்ளையைப் பெற்றோரும் அவர்கள் சுகவாழ்க்கையைக் கருதுவதே அழகன்றி பெண்ணைக் கொடுத்து பணத்தையுங் கொடுக்க வேண்டுமென்பது அழகாமோ. உள்ளவன் கொடுத்து விடுகிறான் இல்லாதவனோ அவன் பெண்கள் யாவரையும் பரிதவிக்க விடுவதுடன் நியமிக்கப்பட்டவன் அக்கினிக்கிரை-யாவது அநுபவமுங் காட்சியன்றோ. இத்தகைய உள் சீர்திருத்தக் கேடுபாடுகளை அகற்றி சுகவழிக்குக் கொண்டுவரவேண்டியது வாசித்துள்ளக் கனவான்களின் செயலன்றோ. தேசத்துப் பெண்மக்களின் பெருங் கேடுபாடுகளை அகற்றி மனைகள் தோரும் மகிழ்வாழ்க்கையாம் உள் சீர்-திருத்தஞ் செய்ய வழிற்றவர்களும் வகையற்றவர்களும் ஒற்றுமெற்றவர்களும் செயலற்ற வருமாவோர் இராஜாங்க சீர்திருத்தங்களைச் செய்ய அருகராரோ, ஒருக்காலு மாகாரென்பதே திண்ணம்.

இத்தேசத்துப் பெரும்பாலோரின் வித்தியாவிருத்தியும் புத்தியின் விருத்தியும் யாதென்னிலோ பெருஞ்சோம்பேறிகளாய் டாலருக்கும் இடுக்கண் புரிந்து பிச்சையிரந்துண்போரைப் பெரியசாதிகளென்றும் பூமியை உழுது பண்படுத்தி தானிய விருத்திச்செய்து சகலருக்கும் உபகாரிகளாக விளங்குவோரை சிறிய சாதிகளென்று வகுத்துக்கூறி வல்லபம் பேசித்திரிவதே வித்தியாவிருத்தியும் விவேக விருத்தியுமாதலின் அவர்களுக்கு உள் சீர்திருத்தமீதென்றும், இராஜாங்க சீர்திருத்த மீதென்றும் விளங்குமோ, ஏதும் விளங்காவாம். ஆகலின் உள் சீர்திருத்தங்களை சரிவர நோக்காதோர் இராஜாங்க சீர்திருத்தங்களை நாடி நிற்பது அழகன்று என்றே துணிந்து கூறுவோம்.

- 7:43; ஏப்ரல் 1, 1914 -

322. மதங்களால் மநுக்கள் கேடடைவதுபோக மதங்களால் தேசமும் கேடடையும் போலும்

நமது அயர்லாண்ட் தேசமானது கருணையும் நீதியுமமைந்த பிரிட்டிஷ் ஆட்சிக்குட்பட்டதேயாம். அத்தேசத்தோர் ஒரே சாதியினரும் ஒரே பாஷையினருமாவார். மதத்திலோ கிறீஸ்துவையே தொழும்படியான ஒரே மதத்தினராயினும் பிரிவினையால் கத்தோலிக்குமதத்தினரென்றும்

புரோட்டிஸ்டான்ட் மதத்தினரென்றும் இருவகுப்புண்டு. அப்பிரிவினைச் செயலோ கத்தோலிக்க குருக்கள் விவாகஞ் செய்துக்கொள்ளலாகாது, விக்கிர ஆராதனை செய்ய வேண்டுமென்பது. பிராட்டிஸ்டெண்டு குருக்கள் விவாகஞ் செய்துக் கொள்ளலாம், விக்கிரகாராதனைச் செய்ய-லாகாதென்னும் இதுவே பிரிவினையன்றி பொதுவில் கிறீஸ்தவர்களென்றே அழைக்கப்படுவார்கள். அத்தகைய தேசத்தோரொன்று கூடி சுய-ராட்சியம் பெற வேண்டுமென்னும் அவாவின் மிகுதியால் பிரிட்டிஷ் அரசாட்சியோருக்கு விண்ணப்பம் அனுப்பி கேட்டுக் கொண்டார்கள். பிரிட்டிஷ் ஆட்சியோரும் அவ்விண்ணப்பத்தின் மீது அன்புபாராட்டி, சுயராட்சியங் கொடுக்கும்படியான நல்லெண்ணமுங் கொண்டார்கள். அவற்றை அறிந்த கத்தோலிக்கக் கிறீஸ்தவர்களிற் சிலர் முன்வந்து அயர்லாண்டு தேசத்திற்கு சுயராட்சியங் கொடுக்கப்படாது என்றெழும்பி மறு விண்ணப்பங்களனுப்பவும் கலகத்திற்கான படைகளைக் கூட்டமுயன்றுவிட்டதால் ஒரே சாதியோரும் ஒரே பாஷையைப் பேசுவோரும் ஒரே கிறீஸ்துவை நம்பினோருமாய தேசத்தோர் சீர்திருத்தமுற்று சுயராட்சியங் கேட்கின்றபடியால் அதை அளிக்கவேண்டுமென்னும் நல்லெண்ணங்-கொண்ட பிரிட்டிஷ் ஆட்சியாரோ பெரும் பரிதாபமும் கவலையும் உற்றிருக்கின்றார்கள்.

மதப்பற்றினாலும் மதவைராக்கியத்தினாலும் உண்டாகுங் கேடுபாடுகள் தேசத்தைப் பாழ்படுத்துவதுடன் தேசமக்களையும் பாழ்படுத்தி சீரழிக்-கும் போல் காண்கின்றதே. ஒரு சாதியும் ஒரு பாஷையுமுள்ளக் குடிகள் சுயராட்சியம் பெற்று தங்களுக்குள் தாங்களே தேசத்தை ஆண்டுக் கொள்ளுவதால் காது கேடோ விளங்கவில்லையே. பிரோட்டிஸ்டான்டு மதத்தர் பெரும்போலோர் சுயராட்சியம் பெற்றுக் கொள்ளுவார்களாயின் கத்தோலிக்கு மதத்தருக்கு இடுக்கணுண்டாமென்னுஞ் சங்கையோ, அத்தகைய சங்கையுள்ளோர் இதுகாரும் எம்மதத்தோர் அரசாட்சியின் கீழ் வாழ்க்கை புரிந்தார்கள். அக்காலத்தில் ஏதேனும் இடுக்கணுண்டாயுள்ளதா இல்லையே. அக்காலத்தை ஒத்தே சுயராட்சியம் பெற்றுத் தங்கள் வாழ்க்கை புரியலாகாதா. யாதார்த்தத்தில் கிறீஸ்துவைப் பின்பற்றியவர்களாயின் கிறீஸ்தவர்களின் சேர்க்கையையும் கிறிஸ்தவர்களின் அரசாட்-சியையும் மறுப்பரோ, ஒருக்காலு மறுக்க மாட்டார்கள். தங்கள் மதமே மதமென்னும் பற்றும் தங்கள் மதத்தோருக்கு மாறுபட்டச் செயலுள்ளோர் சுயராட்சியம் பெறலாகாதென்னும் மதவைராக்கியமேயாம். இதனாலன்னோர் மதபக்தி பரமன் பக்தியாகக் காணாது, பணபக்தியாகவே விளங்-குகின்றது. இதுவே மதக்கடைபரப்பி சீவிப்போர் செயலை மதிக்க விளக்குவதாகும். அயர்லாண்டார் சுயராட்சியத்திற்கு முயன்று காரியங் கூடி வருங்கால் அதனை மறுக்கத்தோன்றிய கட்சியார் ஆதியிலேயே தோன்றி மறுத்து வேண்டிய உள்சீர்திருத்தங்களைச் செய்துக்கொள்ளலாகாதா. அக்காலத்தில் விடுத்து காரியங் கூடிவருங்கால் தடுப்பதினால் தேசத்தோருக்குள்ளாகவே கட்சி பிரிதிகட்சிகள் தோன்றி கலகத்திற்கே ஏதுண்-டாகிப்போமன்றோ. அக்காலத்தை அடக்குதற்கு பிரிட்டிஷ் ஆட்சியார் முயலுவதாயின் யாரை ரட்சித்து யாரை சிட்சிப்பார்கள். இருவரையும் சமாதானம் படுத்தி பழையநிலையில் தேசத்தை ஆளவேண்டியதே அவர்கள் செயலாகும். ஒரே பாஷை ஒரே சாதியானோர் சொற்ப மதபோதச் செயலால் இருகட்சியாகப் பிரிந்து பெருங்கலகத்திற்கே ஏதுவாயிருக்க இவ்விந்திய தேசத்தில் பலசாதி, பலபாஷை பலமதங்கள் நிறைந்தி-ருக்க இவர்களுள் எச்சாதி எப்பாஷை எம்மதத்தினர் சுயராட்சியம் விரும்பி நிற்கின்றார்களோ தெரியவில்லை ஒரே சாதி ஒரே பாஷையினர் மதமென்னும் பற்றினால் இருகட்சியோராய்ப் பிரித்து பல தொல்லைகட்குட்பட்டு அவதியுருவது உலகப்பிரசித்தம். மதப்பற்று ஒன்றுமட்டிலு-முள்ளவர்களுக்கு சுயராட்சிய முநிவால் கவலையுங் கலகமுந் தோன்றுவதாயின், மதப்பற்று சாதிப்பற்று இரண்டும் நிறைந்துள்ள தேசத்தில் சுயராட்சியங் கேழ்க்கவுந் துணியுண்டோ , ஆகாவாம். அவ்வகைவீண் முயற்சியாலும் பேராசையாலும் இத்தேசத்தோரிற் சிலர் கூடி சுயராட்-சியங் கேட்க முயலினும் பிரிட்டிஷ் ஆட்சியார் அவர்களது வீண் கூச்சலுக்கிணங்கப் போமோ, இணங்கவே யாகாவாம். காரணம் யாதெனில் மதப்பற்றினும் சாதிப்பற்றை வற்புறுத்தி நிற்பவர்கள் இத்தேசத்தோர் ஆதலின் இப்பொய்யாய் சாதிப்பற்று கட்டோடொழியுமாயின் மதப்பற்றுக்-கள் யாவும் அன்றே ஒழிந்துபோம் அக்காலத்தேசமும் தேசமக்களும் சுகச்சீர் பெறுவதுடன் சுயராட்சியமென்னும் எண்ணமும் அக்காலுதிக்கில் கருணை தங்கிய ராஜாங்கத்தார் சற்று கண்ணோக்கிப் பார்ப்பார்கள். அங்ஙனமின்றி சாதியும் இருத்தல் வேண்டும் மதமுமிருத்தல் வேண்டும் சுபராட்சியமும் வேண்டுமென்பராயின் அம்மொழியை பிரிட்டிஷ் ஆட்சியார் செவிகளில் ஏற்கவே மாட்டார்கள். ஆதலின் எத்தேச எப்பா-ஷைக்காரராயினும் பொதுவாய ராஜாங்கம் விரும்புவோர் மதப்பற்றையும் சாதிப்பற்றையும் ஒழிக்கும் வழிகளை முதலாகக் கூட்டங்கள் கூடி தேடிக் கொள்ள வேண்டியதே அழகாம்.

- 7:44; ஏப்ரல் 8, 1914 -

323. தேசம் எவற்றால் சிறப்படையும் மநுக்கள் எவற்றால் சுகமடைவார்கள்

மனிதன் உலகத்தில் தோன்றி வியவகாரதிசைக்கு வந்தபோது அவன் பூமியையே முதலாவது நோக்கவேண்டியவனாகின்றான் எனென்பரேல் அவன் கண்ணினாற் காணும் சகலவகையான தோற்றங்களுக்கும் காரண பூதமாயுள்ளது பூமியென்றே கண்டறிவான். அவ்வகைக் கண்டறிந்த-போது அவற்றில் தாபர வர்க்கத் தோற்றங்களே தம்மெய்யும் மற்றய சீவராசிகளையும் போஷித்து வளர்க்க கூடியவைகள் என்று உணர்வான். அவ்வகைவுணர்வின் மிகுதியால் பூமியை நன்கு திருத்தி பண்படுத்தி வேண விதைகளை விதைத்து பயிறுகளை ஓங்கச்செய்து தானியங்களை அறுத்துப் போரடித்துப் பண்டிகளில் நிறப்பித் தாமும் தங்கள் குடும்பங்களும் புசித்து வளர்ச்சி பெறுவதுடன் ஏனய மனித கூட்டங்களுக்-கும் மற்றும் சீவராசிகளுக்கும் உபகாரியாக விளங்குவான். இவ்வகையாக அங்கங்கு வாசஞ்செய்யும் மக்களுக்குள் உழைப்பாளிகள் யாவரும் முயன்று பூமியின் விருத்தியையே முன்னோக்கி தானிய வர்க்க பலனையும் கனிகள் வர்க்க பலன்களையும் மென்மேலும் பெருகச்செய்யும் வழிவகைகளைத் தேடி தங்கள் கண்ணையுங் கருத்தையும் பூமியின் விருத்தியையே நாடி உழைத்து வருவார்களாயின் தேச சிறப்பிற்கு இதுவே முதற்படியாகும்.

இவ்வகை போஷிப்பிற்கு ஆதாரமாய உணவு பொருட்களை விருத்தி செய்வோர் நீங்கலாக ஏனைய மனிதன் அந்தந்த தொழில்களை சீர்-திருத்தி பலனடையச் செய்தற்கு வித்தையை விருத்தி செய்வதே கண்ணுங் கருத்துமாயிருந்து கைத்தொழிலை பெருக்கி வேணக்கருவிகளைக் கண்டுபிடித்து மனிதர்களின் போக்குவருத்தின் வசதிகளுக்கும் தானிய விருத்தியின் வசதிகளுக்கும் சுகாதார வசதிகளுக்கும் உபகாரியாக

விளங்குவான். இவ்வகையாக அங்கங்கு வாசஞ்செய்யும் மனித கூட்டங்களில் வித்தியாவிருத்தியை விரும்புவோர் ஒவ்வொருவரும் தங்கள் கண்களையும் கருத்தையும் வித்தியாவிருத்தியில் ஊன்றி மேலும் மேலும் அரிய வித்தைகளைப் பரவச்செய்து சருவ சீவர்களுக்கும் உபகாரிகளும் ஆதரணைக் கர்த்தர்களுமாக விளங்குவார்கள். இதுவே தேச சிறப்பிற்கு இரண்டாம் படியாகும்.

இத்தகைய விவசாய விருத்திக்கும் வித்தியா விருத்திக்கும் விவேக விருத்தியை வளர்த்து மேலும் மேலும் சிறப்பிப்பதற்குக் கல்வியின் விருத்தியே காரணமாதலின் அக்கல்வியின் விருத்தியைக் கலை நூற்களைக் கண்டு படித்து அறிவை விருத்திபெறச் செய்துக்கொள்ளுவதுடன் ஏனைய சிறுவர்களுக்கும் கலை நூற்களையே கற்பித்து விவசாயத்தையும் வித்தையையும் விருத்திபெறச் செய்வான். இதை ஒற்றே ஏனைய மக்களும் அங்கங்குள்ள சிறுவர்களுக்குக் கலை நூற்களையே கற்பித்து அவர்களை நற்சீரிலும் நல்லொழுக்கத்திலும் நிலைபெறச்செய்து அறிவை பெருக்கும் உபாயங்களைத் தேடல் வேண்டும். இதுவே தேச சிறப்பிற்கு மூன்றாம் படியாகும்.

இத்தகையாய மூவகை விருத்திகளையும் ஆராய்ந்துவரும் மனிதன், மனித கூட்டங்களில் தோற்றுந் துக்கங்களை ஆராய்வான். அவற்றுள் பிறப்பினாலாய துக்கமொன்று, பிணியினாலாய துக்கமொன்று, மூப்பினாலாய துக்கமொன்று, மரணத்தினாலாய துக்கமொன்று ஆக இன்னான்கு வகை துக்கங்களே பெருகி நிற்கின்றதென்று கண்டு அவ்வகை துக்கங்களுக்கும் பீடங்கள் எவை எவையெனக்கண்டு அவற்றை நீக்கிக்கொள்ளும் வழிவகைகளை உய்த்துணர்ந்து பிறப்பிற்கு மூலம் அவாவென்றும், பிணிக்குமூலம் துற்செயலென்றும் மூப்பிற்கு மூலம் மூச்சினது விரிவும் மனத்தினது விரிவென்றும், மரணத்திற்கு மூலம் மனமாசு மூடுதலேயென்று கண்டுணர்ந்து, அவாவை அறுக்குஞ் சாதனங்களையும் துற்செயலை அகற்றுஞ் சாதனங்களையும் மூச்சு மனமும் விரியாமல் ஒடுங்குஞ் சாதனங்களையும் மனமாசுகளை முற்றும் அறுக்குஞ் சாதனங்களையும் இடைவிடாது சாதித்து மனமணியாம் சுயஞ்சோதியைத் தன்னிற்றானே கண்டு பற்றற்ற நிருவாண நிலையடைந்த போது மனிதனென்னும் பெயரற்று தெய்வமென்னும் பெயர் பெற்று ஏழாவது தோற்றம் உண்டாகி பிறப்புப் பிணி மூப்புச் சாக்காடென்னும் நான்கு வகையாய துக்கங்களும் ஒழிந்து சாதானந்தத்தினின்றபோது உலகத்திலுள்ள சருவ சீவர்களுக்கும் உதவியாகும் நல்லோனாகி உயர்ந்தோர் மாட்டே உலகென விளங்கி உலகமுடிவை நோக்கி பரிநிருவாணமுற்று அகண்டத்துலாவுவன். நிருவாணமுற்று பற்றறுத்து உள்ளோரையே தேவரென்றுங் கடவுளரென்றும், ஈசனென்றும், பகவனென்றும், பாரா அபரமென்றுங் கொண்டாடுவர். இன்னிலையே தேச சிறப்பிற்கு நான்காம் படியாகும், இப்படி துறையறிந்து பாடுபடுந் தேசமே சிறப்படைவதுடன் மனித கூட்டங்களும் சுகச்சீர் பெற்ற வாழ்க்கையோடு நித்தியானந்த சுகவாரி நிலையையுமடைவார்கள் இதுவே சத்தியதன்ம சீர்திருத்தமாகும். இவற்றிற்கு மாறுபட்டச் செயல்கள் யாவும் அசத்திய கேட்டுக்காயவழிகளேயாம். மனித கூட்டங்களில் பாசபந்த பற்றுக்களிற் சிக்கி மாளாபிறவியுற்று தீராதுக்கத்தில் உழன்று வருவோரை உலகத்தோரென்றும் பாசபந்த பற்றுக்களற்று பிறவியை செயித்து சதானந்தத்தில் நிற்போரை உலக முடிந்தோரென்றுங் கூறப்படும். இத்தகைய உலக முடிவடைதற்கு வித்தை புத்தி யீகை சன்மார்க்கமே காரணமாதலின் ஒவ்வோர் சீர்திருத்தக்காரரும் தேச சிறப்பையும் மனிதகூட்டங்களின் சுகத்தையுங் கருதி உழைக்க வேண்டியதே அழகாம்.

- 7:45; ஏப்ரல் 15, 1914 -

324. கருணைதங்கிய இராஜாங்கத்தார் மோட்டார் விபத்துக்களை நீக்கி ஆதரித்தல் வேண்டும்

இச்சென்னையின்கண் வாழும் ஐரோப்பிய துரைமக்கள் இரண்டு பக்கமும் வீடுகளடர்ந்துள்ள வீதிகளில் தங்கள் குதிரை வண்டிகளிலேறி வீதிவலம் போகுங்கால் வண்டிகளை மெதுவிலோட்டச் சொல்லுவதுமன்றி தங்கட் குதிரைக்காரன் ஒருவனை இறங்கி முன்னோடச்செய்யும் வழக்கத்தை நாளதுவரையில் காண்கின்றோம். அவ்வகையாக ஏன் ஓடச்செய்கின்றார்கள் என்னில் இரண்டுபக்கம் வீடுகள் நிறைந்துள்ள வழியில் ஒரு வீட்டை விட்டு மறுவீட்டுக்கு சிறுபிள்ளைகள் ஓடுவதும் ஆடுவதும் இயல்பாம். பெரியோர்களில் தள்ளாடு விருத்தாப்பியரும் கண்பார்வையற்றவர்களும் காது கேளாதவர்களும், பிணியாளர்களும் அவ்வீதியில் நடப்பதியல்பாம். அவற்றைக் கண்டு தெரிந்துள்ள துரைமக்கள் தங்கள் வண்டிகளால் அத்தகைய மனுக்களுக்கு ஏதேனும் ஆபத்துண்டாமென்று எண்ணியே முன் ஜாக்கிரதையுடன் உலாவி வருகின்றார்கள். அத்தகைய அன்புங் கருணையும் இத்தேசப் பிரபுக்களுக்குக் கனவிலுங் கிடையாவாம். மற்றும் ஐரோப்பியருக்குள்ள தேகதிடமும் மனோதிடமும் சமய ஜாக்கிரதையும் இத்தேசத்தோருக்குக் கிடையாது. இதுகொண்டு மோட்டார்கார் விஷயத்தை சற்று ஆலோசிக்க வேண்டியதேயாம் மனிதன் கைக்குள் அடக்கியாளக்கூடிய மாட்டுவண்டியேனுங் குதிரை வண்டியேனும் மிரண்டோட வாரம்பிக்குமாயின் ஒட்டுவோன் அதை அடக்கியாள்வதற்கு இயலாது அவன் துன்பத்தை அடைவதன்றி எதிரில் வரும் மனுக்கள் சீவராசிகளையுந் துன்பத்திற்குள்ளாக்கி விடுகின்றான். மாட்டுவண்டிகள் குதிரைவண்டிகளாலேயே இத்தகையக் கஷ்டமும் விபத்தும் உண்டாயின் சூத்திரக்கருவிகளின் வேகத்தாலோடும் மோட்டார்கார் என்பதை எவ்வகையாய ஜாக்கிரதையில் நடத்த வேண்டுமென்பது சொல்லாமலே விளங்கும்.

அதை ஓட்டுவோனுக்கு தேக பலமும் மனோதிடமும் சமயபுத்தியும் நிதானபார்வையும் இருந்தே தீரவேண்டும். அவ்வகையில்லாவிடின் மோட்டார்காரை ஓட்டுவதற்கவனுதவான். மோட்டார்காரை ஓட்டுவோனுக்கு முக்கியமாக அவ்வியந்திரக்கருவிகளின் நுட்பா நுட்பங்கள் யாவும் நன்றாய்த் தெரிந்திருத்தல் வேண்டும். ஓடவேண்டுமானால் அவ்வகைத் திருப்பவேண்டும், நிற்கவேண்டுமானால் இவ்வகைத் திருப்பவேண்டுமென்று கற்றுக் கொடுத்துவிட்டு இவன்தான் மோட்டார் டிரைவரென நியமித்திடுவதாயின் சாதாரணமாக ஓடவேண்டிய செயல்தவறி வேகமாக ஓட ஆரம்பித்துக் கொள்ளுமாயின் அடக்கும் நிலையறியாது அவனும் மடிவதுடன் எதிரில் வருவோரையு மடித்து வண்டியையும் உடைத்து பாழ்படுத்துவதற் ஆட்சேபமில்லை. ஐரோப்பியருள் ஐந்நூறு ரூபாயில் ஓர் குதிரை வாங்குவாராயின் ஐந்து ரூபா கொடுத்து ஓர் சவுக்கும் வாங்கியே தீர்ப்பார்கள். இத்தேசப்பிரபுக்களோ நூறு ரூபாயில் ஓர் குதிரையை வாங்கிவிடுவார்களாயின் அதைவோட்டுதற்கு இரண்டணா கொடுத்து ஓர் சவுக்கு வாங்குவதற்கு மனமெழாது வேலிகளிலிருக்கும் குச்சிகளை உடைத்துக்கொண்டு வோட்டுவார். அத்தகையோர் நாலாயிரம் ஐயாயிரம் ரூபாய்க்கொடுத்து வாங்கும் மோட்டார்கார் ஓட்டுவோனுக்கு சரியான சம்பளங்கொடாது குறைந்த சம்பளத்திற்கே ஆளைத் தேடுவது சுவாபமாகும். குறைந்த சம்பளத்திற்குத் தக்க யுக்தியும் பலனுமற்றவனே சேருவது நிலையாகும். இத்தகைய ஆட்களாலும் எஜமானர்களா-

லுமே மனிதர்களுக்கு உயிர்ச்சேதமும் கஷ்டங்களும் உண்டாகி வருகின்றது. சென்ற வாரம் இராயப்பேட்டைகடைவீதியில் ஓர் மனிதன்மீது மோட்டார் கார் ஏறி உடனே உயிர் போய்விட்டது. அம்மனிதனோ கூடியவரையில் சற்று நிதானியும் ஜாக்கிரதையுமுடையவன் அத்தகைய மனிதனே மோட்டார் வண்டிக்கிரையாகி விடுவானாயின் மற்றுமுள்ள பேதை மனுக்களும் அறியா சிறுவர்களும், காது கேளாதவர்களும், கண் தெரியாதவர்களும், அவ்வேகமுடைய வண்டிகளுக்கு எவ்விதந் தப்பித்து நடமாடுவார்களென்னும் அச்சமுண்டாகின்றது. இத்தேசத்து பெருத்த ரோடுகளுக்கே மனிதர்கள் போகும் வசதியான பாதைகள் மிகு கிடையாது. அதிலும் சிறிய வீதிகளுக்கோ அதேனுங்கிடையாது. சொற்ப வீதியாயினும் அவ்வழியே மாட்டுவண்டிகளும் ஓடவேண்டும், குதிரை வண்டிகளும் ஓடவேண்டும், பைசிக்கல் வண்டிகளும் ஓடவேண்டும், மோட்டார்சைக்கல்களும் ஓடவேண்டும், டராம் வண்டியும் ஓடவேண்டும், மோட்டார்காரும் ஓடவேண்டும். அவ்வழியிலேயே மனிதர்களும் நடத்தல்வேண்டும். இத்தியாதி இடுக்கணமைந்த வீதிகளில் இரண்டுபக்கமும் அடர்ந்த வீடுகள் நிறைந்துள்ள வீதிகளுக்கோ உண்டாம் இடுக்கண்கள் சொல்லத்தரமன்று. இத்தகைய இடுக்கமாய வீதிகளில் வேகமாகச் செல்லும் மோட்டார் வண்டியை விடுவதினால் அனந்தப் பிராணசேதங்களும் அபாயங்களும் உண்டாகிக் கொண்டே வருகின்றது. இக்கொடிய விபத்துக்களை நமது கருணைதங்கிய ராஜாங்கத்தார் விசாரித்து மோட்டார் வண்டிகளை இருபக்கம் வீடுகள் நிறைந்துள்ள வீதிகளில் வேகமாக விடப்படாதென்றும் அவ்வகை விட்டு அபாயமாய விபத்துக்கள் நேர்ந்துவிடுமாயின் வண்டியின் எஜமானனுக்குப் பெருத்த அபராதமும் வண்டிவோட்டுவோனுக்குத் தண்டனையும் விதிக்கும்படியான விதிகளை செய்துவிடுவார்களாயின் மனிதர்கள் ஏதோராபத்துமின்றி வீதியில் நடமாடுவதுடன் மோட்டார் வண்டிகளை வைத்துள்ளோரும் எந்த வீதிகளில் வேகமாகக் கொண்டு போகலாம், எந்தெந்த வீதியில் வேகமாகக் கொண்டு போகலாகாதென்றுங் கண்டு நடத்துவார்கள் அதனால் மனிதர்களுக்கு உண்டாகிவருந் துன்பங்களும் அகன்றுபோம் என்பதேயாம்.

- 7:46; ஏப்ரல் 22, 1914 -

325. புலியும் பசுவும் ஓர் துறையில் இறங்கி நீர்ருந்திய தன்மதேசம், மனிதனோடு மனிதன் இறங்கி நீரருந்துதற்கு இடமில்லா அதன்ம தேசமாகிவிட்டதே

இந்தியதேசம் எங்கணம் புத்ததன்மம் நிறைந்திருந்த காலத்தில் மனுக்களுள் பாஷைபேதங்கள் இருந்ததேயன்றி ஒற்றுமெக்குக் கேடாயா சாதிபேதங்களும் மதபேதங்களும் கிடையவே கிடையாவாம். அதாவது திராவிடராசன் மகளை சிங்களராசன் கட்டுகிறதும் சிங்களராசன் மகளை வங்காளராசன் கட்டுகிறதும் வங்காளராசன் மகளை சீனராஜன் கட்டுகிறதுமாய ஒற்றுமெயுற்ற வாழ்க்கையிலிருந்தார்கள்.

அரசு எவ்வழியோ குடிகளும் அவ்வழியென சகல மக்களும் அன்பு பெருகி வாழ்ந்து வந்தார்கள். அவ்வகை வாழ்க்கைக்குக் காரணமோவென்னில் புத்தரங்க அறஹத்துக்கள் விடியர்காலமெழுந்து அந்தந்த வீதிகளுக்குச் சென்று ஜாக்கிரதா ஜாக்கிரதாவென்னும் முதற்சத்தமிட்டு கோபத்தை மனதில் தங்கவிடாதீர்கள், குடிகெடுப்பாம் வஞ்சினத்தை உள்ளத்தில் குடியிருக்கவிடாதீர்கள், பொறாமெக் கொள்ளாதீர்கள், பொய்யை அகற்றுங்கள், களவை அகற்றுங்கள், சீவப்பிராணிகளை துன்பஞ்செய்யாதீர்கள், அன்னியர் தாரத்தை இச்சியாதீர்கள் உங்கள் மதியை மயக்கும் கள் முதலிய லகிரி வஸ்துக்களை கையிலும் தொடாதீர்கள், ஓர் குடும்பத்தில் அன்பும் ஆறுதலும் பெற வாழ்வீர்களாயின் உங்கள் கிராம முழுமெயும் அன்பும் ஆறுதலும் பெற்று வாழ்கும். கிராமங்கள் ஆறுதல் அடைந்து வாழ்குமாயின் தேச முழுவதும் அன்பும் ஆறுதலடையும். அக்கால் அரசனும் பேரானந்தமுற்று செங்கோலை செவ்விய நடையில் விடுத்து குடிகள் யாவரையும் அன்புப்பாராட்டி ஆதரிப்பார் என மதிகூறிவரும் தன்மச்சக்கரமானது எங்குமுருண்டு சென்று சகல சீவர்களிடத்தும் அன்பு பெருகி எத்தேச எப்பாஷைக்காரனைக் காணினும் அவனை அன்பு பாராட்டி, அன்னமூட்டி ஆதரித்து வந்ததுடன் சருவசீவர்களும் சீவகாருண்யத்தால் கந்த மூலபலாதிகளைப் புசித்துவந்ததென சுருதி சிந்தனையாம்.

அத்தகைய சத்தியதன்ம போதனா காலத்தில் புலியும் பசுவும் ஓர் துறையிலிறங்கி நீரருந்தியதென்பது சுருதியாயுள்ளதன்றி சரித்திரங்களிலும் வரைந்துள்ளார்கள்.

அத்தகைய தன்மதேசத்தில் அதன்மர்களும் அசத்தியர்களும் அசப்பியர்களும் துன்மார்க்கர்களும் வந்து குடியேறி மனுகுலத்தோர் ஒருவருக்கொருவரை ஒற்றுமெயுற்று வாழ்க்கைப் பெறவிடாது, ஒருவருக்கொருவர் கண்டவுடன் சீறிச்சினந்து தங்களை உயர்த்திக் கொள்ளுங்கர்வமும் தாழ்த்திக்கூறும் பொறாமெயும் நாளுக்குநாள் பெருகி தேசமக்களுக்கு எப்போது ஒற்றுமெக்கேடு உண்டாயதோ அப்போதே விவசாயக்கேடு வித்தியாகேடு சகலமக்கள் நாகரீகக்கேடு, வஞ்சகர்களே மிக்கப் பெருகிவிட்டபடியால் காலமழை தவறி தானியங்களின் விளைவுகுன்றி பஞ்சமும் பெருவாரி நோய்களுந் தோன்றி வருகின்றது. இத்தகைய காலத்தில் நீதிபடம் நெறியுங் கருணையும் நிறைந்த பிரிட்டிஷ் ஆட்சியோர் வந்து இத்தேசத்தைக் கைப்பற்றி ஆளாதிருப்பார்களாயின் பஞ்சமுண்டாய தேசம் படுசூரணமாகியும் நோய்கண்ட தேசமக்கள் ஊர் பெயரில்லாமலும் அழிந்தே போயிருக்கும். அங்ஙனமிறாது பிரிட்டிஷ் அரசாட்சியார் தம்மெப்போல் பிறரையும் நேசிக்குங்கருணையால் சகல மக்களும் சுகவாழ்க்கைப்பெற்று வருகின்றார்கள். இத்தகைய அரசாட்சியே என்றென்றும் நீடித்திருக்க வேண்டுவது அழகாம்.

- 7:47; ஏப்ரல் 29, 1914 -

CPSIA information can be obtained
at www.ICGtesting.com
Printed in the USA
LVHW060532111121
702999LV00016B/954